ഇസ്ലാമും രാഷ്ട്രീയ ഇസ്ലാമും

islamum raashtreeya islamum

•

dr. n m muhammadali

•

first edition
june 2011

•

second edition
january 2018

•

typesetting
vega graphics

•

published by
chintha publishers, thiruvananthapuram

•

cover
vinod

•

വിതരണം

ദേശാഭിമാനി ബുക്ക് ഹൗസ്

H O തിരുവനന്തപുരം-695 035
phone: 0471-2303026, 6063026
www.chinthapublishers.com
chinthapublishers@gmail.com

ബ്രാഞ്ചുകൾ

ഹെഡ്ഡാഫീസ് ബ്രാഞ്ച് കുന്നുകുഴി • സ്റ്റാച്യു തിരുവനന്തപുരം • കെ എസ് ആർ ടി സി ബസ് സ്റ്റേഷൻ ആലപ്പുഴ • കെ എസ് ആർ ടി സി ബസ് സ്റ്റേഷൻ എറണാകുളം • മച്ചിങ്ങൽ ലെയിൻ തൃശൂർ • ഐ ജി റോഡ് കോഴിക്കോട് • മാവൂർ റോഡ് കോഴിക്കോട് • എൻ ജി ഒ യൂണിയൻ ബിൽഡിങ് കണ്ണൂർ • സെൻട്രൽ ബസ് ടെർമിനൽ കോംപ്ലക്സ് താവക്കര കണ്ണൂർ

CR - 1796 / 4530
ISBN - 978-81-92159-70-6

ഇസ്ലാമും രാഷ്ട്രീയ ഇസ്ലാമും

ചരിത്രത്തിന്റെയും മനഃശാസ്ത്രത്തിന്റെയും വെളിച്ചത്തിൽ ഒരന്വേഷണം

ഡോ. എൻ എം മുഹമ്മദലി

ചിന്ത പബ്ലിഷേഴ്സ്
തിരുവനന്തപുരം-695 035

ഡോ. എൻ എം മുഹമ്മദലി

കൊടുങ്ങല്ലൂരിലെ അഴീക്കോട് 1942 നവംബർ 13 ന് ജനിച്ചു. പിതാവ്: എൻ കെ മുഹമ്മദ് കുട്ടി, മാതാവ്: കെ കെ കുഞ്ഞാച്ചുമ്മ. തിരുവനന്തപുരം മെഡിക്കൽ കോളേജിൽനിന്നും 1967 ൽ എം ബി ബി എസ് പാസായി. 1969 ൽ ആരോഗ്യവകുപ്പിൽ അസിസ്റ്റന്റ് സർജനായി. 1974 ൽ റാഞ്ചിയിലെ ആൾ ഇന്ത്യാ ഇൻസ്റ്റിറ്റ്യൂട്ട് ഓഫ് സൈക്യാട്രിയിൽനിന്നും മനോരോഗചികിത്സയിൽ ബിരുദാനന്തരബിരുദം നേടി. 1997 ൽ സർക്കാർ സേവനത്തിൽനിന്നും വിരമിച്ചു. 2015 ജൂൺ 5 ന് അന്തരിച്ചു

മന:ശാസ്ത്രം മനസിന്റെ കാണാലോകം, താളംതെറ്റിയ ജീവിതകഥകൾ (മനോരോഗ ചികിത്സയിലെ അനുഭവക്കുറിപ്പുകൾ), *ആത്മാവിലെ ഇരുട്ടും വെളിച്ചവും* (നോവൽ), *ശാക്യമുനിയുടെ നാട്ടിൽ* (യാത്രാവിവരണം), *ഫ്രോയിഡിന്റെ ജീവിതകഥ* (ജീവചരിത്രം), *പരവതാനികൾ വിൽക്കുന്നവർ* (കഥകൾ), *ശവമുറിയിലെ ജോലി* (കഥകൾ), *മുഹമ്മദ് എന്ന മനുഷ്യൻ* (ജീവചരിത്രം), *ഖുറാൻ ഒരു മനഃശാസ്ത്ര വിമർശനം* എന്നിവയാണ് മറ്റു കൃതികൾ.

വിലാസം: 33, ഹരിതഗിരി, കാഞ്ഞിരംപാറ
തിരുവനന്തപുരം - 695 030
ഫോൺ: 0471 -2362722, 9447771722

ഉള്ളടക്കം

ആമുഖം

ഇസ്ലാം ഒരു മതം മാത്രമാണെന്നും അതിൽ രാഷ്ട്രീയം ഇല്ലെന്നും അഭിപ്രായമുള്ളവരുണ്ട്. യഥാർഥ ഇസ്ലാം മത-രാഷ്ട്രീയ പ്രസ്ഥാനം (religio-political movement) ആണെന്നാണ് ഇസ്ലാമിനെക്കുറിച്ച് പഠിച്ചപ്പോൾ എനിക്കു മനസിലായത്. ചരിത്രത്തിന്റെയും മനഃശാസ്ത്രത്തിന്റെയും വെളിച്ചത്തിൽ യഥാർഥ ഇസ്ലാമിനെ മനസിലാക്കാനുള്ള ശ്രമമാണിത്.

പതിനെട്ടാം നൂറ്റാണ്ടിലെ ചരിത്രകാരൻ എഡ്വേഡ് ഗിബ്ബൺ (1737-1794) *റോമാ സാമ്രാജ്യത്തിന്റെ ക്ഷയവും പതനവും* (*Decline and Fall of Roman Empire*) എന്ന വിഖ്യാതഗ്രന്ഥത്തിൽ എഴുതി:

> "മനുഷ്യരാശിയുടെ കുറ്റകൃത്യങ്ങളുടെയും അബദ്ധങ്ങളുടെയും ദുരന്തങ്ങളുടെയും വിവരണങ്ങളേക്കാൾ അൽപ്പം മാത്രം കൂടുതലുള്ളതാണ് ചരിത്രം." ഈ 'അൽപ്പം മാത്രം കൂടുതലുള്ള ഭാഗ' മാണ് ചരിത്രത്തിന്റെ കാതൽ. ചരിത്രസംഭവങ്ങളുടെ വ്യാഖ്യാനമാണ് ഈ ഭാഗം. ചരിത്രസംഭവങ്ങളിൽ മാറ്റമൊന്നും വരുത്താൻ കഴിയില്ല. പക്ഷേ, വ്യാഖ്യാനങ്ങളിൽ മാറ്റം വരുത്താം. അതുകൊണ്ടാണ് ഓരോ തലമുറയും ചരിത്രം മാറ്റിമാറ്റി എഴുതിക്കൊണ്ടേയിരിക്കുമെന്ന് ചരിത്രപണ്ഡിതർ പറഞ്ഞത്. യുഗങ്ങൾ പിന്നിട്ടാലും കഴിഞ്ഞുപോയതിന് മാറ്റം വരുന്നില്ലെങ്കിലും എല്ലാം തികച്ചും വ്യത്യസ്തമായി അവതരിപ്പിക്കപ്പെടുന്നു എന്നതാണ് ചരിത്രത്തിന്റെ മനോജ്ഞതയും പ്രഹേളികയായ പാഠവും എന്നാണ് ആൽഡസ് ഹക്സ്ലി പറഞ്ഞത്. കാൾ മാർക്സ് പറഞ്ഞു: "ചരിത്രം ഒന്നും ചെയ്യുന്നില്ല, അതിന് അപരിമേയ സമ്പത്തില്ല, അത് യുദ്ധം ചെയ്യുന്നില്ല; എല്ലാം ചെയ്യുന്നത് മനുഷ്യരാണ്; യഥാർഥ മനുഷ്യർ."

ഇസ്ലാം ആരംഭിച്ചത് ഒരു സാമൂഹിക പരിഷ്കരണ പ്രസ്ഥാനമായി ട്ടാണ്. പിന്നെ അതൊരു രാഷ്ട്രമായി, സാമ്രാജ്യമായി. അതിന്റേതായ സംസ്കാരങ്ങളും രൂപപ്പെട്ടു. പിന്നീടത് കോളനിവാഴ്ചയുടെ അടിമത്ത ത്തിലുമായി. ഇന്നതിനെ ഒരു ഭീകരപ്രസ്ഥാനമായി ചിത്രീകരിക്കാൻ സാമ്രാജ്യത്വശക്തികളും സയണിസ്റ്റുകളും ഇന്ത്യയിലെ വർഗീയ ഫാസി സ്റ്റുകളും ശ്രമിക്കുന്നു. ഈ സാഹചര്യത്തിൽ സാധാരണക്കാരായ മല യാളികൾക്കു മുമ്പിൽ ഇസ്ലാമിന്റെ പ്രയാണത്തിന്റെ കഥ ചരിത്രത്തി ന്റെയും മനഃശാസ്ത്രത്തിന്റെയും വെളിച്ചത്തിൽ അവതരിപ്പിക്കുകയാണ് ലക്ഷ്യം.

ഈ പുസ്തകം *മുഹമ്മദ് എന്ന മനുഷ്യൻ*, *ഖുർആൻ ഒരു മനഃ ശാസ്ത്ര വിമർശനം* എന്നീ പുസ്തകങ്ങളുടെ തുടർച്ചയാണ്.

ഈ പുസ്തകത്തിന്റെ കരടുരൂപം എഡിറ്റ് ചെയ്ത പുരോഗമന കലാസാഹിത്യസംഘം മാസികയുടെ എഡിറ്റർ ശ്രീ. ഡി ശ്രീധരൻനാ യരോടും പുസ്തകത്തിന്റെ പ്രസാധനം നിർവഹിച്ച ചിന്ത പബ്ലിഷേ ഴ്സിനോടും എനിക്ക് നിസ്സീമമായ കടപ്പാടുണ്ട്.

ഡോ. എൻ എം മുഹമ്മദലി

1

മതവും രാഷ്ട്രവും

എല്ലാ സംഘടിത മതങ്ങളും ആരംഭദശയിൽ രാഷ്ട്രീയ പ്രസ്ഥാനങ്ങളായിരുന്നു. പൗരാണികകാലത്ത് ലോകത്തിന്റെ എല്ലാ ഭാഗങ്ങളിലും രാജാധിപത്യം നിലനിന്നിരുന്നത് ദൈവത്തിന്റെ പേരിലായിരുന്നു. ദൈവത്തിന്റെ പ്രതിനിധി, അവതാരം എന്നീ സ്ഥാനങ്ങൾ അവകാശപ്പെട്ട വ്യക്തികളുടെ ആധിപത്യത്തെ ജനങ്ങൾ അംഗീകരിച്ചു. പുരാതനകാലത്ത് മതവും രാജാധികാരവും തമ്മിലുള്ള ബന്ധം പ്രകടവും സുവിദിതവുമായിരുന്നു. ക്രിസ്തു എന്ന പേരു തന്നെ സൂചിപ്പിക്കുന്നത് രാജാധികാരവും ദൈവവും തമ്മിലുള്ള ബന്ധമാണ്. ക്രിസ്തോസ് എന്ന ഗ്രീക്കു പദത്തിന്റെയും മിശിഹ എന്ന ഹീബ്രു വാക്കിന്റെയും അർഥം അഭിഷിക്തൻ എന്നാണ്. ദൈവത്താൽ അല്ലെങ്കിൽ ദൈവത്തിന്റെ പ്രതിനിധിയായ പുരോഹിതനാൽ അഭിഷേകം ചെയ്യപ്പെട്ട ആൾക്കുമാത്രമേ രാജാവാകാൻ കഴിയൂ എന്ന സങ്കൽപ്പമാണുണ്ടായിരുന്നത്. ബാബിലോണിയയിലെ പ്രവാസകാലത്താണ് തങ്ങളെ അടിമത്ത്വത്തിൽ നിന്നു മോചിപ്പിക്കാനും ദൈവനീതി പുലരുന്ന ഭരണം സ്ഥാപിക്കാനും മിശിഹാ (രാജാവാകാൻവേണ്ടി ദൈവത്താൽ അഭിഷേകം ചെയ്യപ്പെട്ട ആൾ-അഭിഷിക്തൻ) വരുമെന്ന വിശ്വാസം ജൂതമതത്തിൽ രൂഢമൂലമായത്. അടിമത്തം അനുഭവിച്ചിരുന്ന ജൂതരുടെ അഭിലാഷചിന്തനമാണ് (wishful thinking) ഈ വിശ്വാസപ്രമാണത്തിനു രൂപം കൊടുത്തത്.

ജൂതരുടെ മിശിഹാ സങ്കൽപ്പം ക്രിസ്ത്യാനികൾ ഉൾക്കൊണ്ടത് ഭേദഗതിയോടെയാണ്. കുരിശുമരണത്തിനു ശേഷം ഉടലോടെ സ്വർഗത്തിലേക്ക് ഉയർത്തപ്പെട്ട യേശുവാണ് രക്ഷകൻ എന്നാണ് ക്രിസ്ത്യാനികൾ വിശ്വസിച്ചത്. രക്ഷകനായി വരുന്ന ആൾ രാജാവായിരിക്കണമല്ലോ. അതുകൊണ്ട് പിതാവായ ദൈവം പുത്രനായ യേശുവിനെ രാജാ

വായി അഭിഷേകം ചെയ്താണ് ഭൂമിയിലേക്ക് അയച്ചത്. പിതാവായ ദൈവത്താൽ അഭിഷിക്തനായ യേശു രാജകുടുംബത്തിലാണ് പിറന്ന തെന്ന് വരുത്താനായി മേരിയുടെ ഭർത്താവും ദൈവപുത്രന്റെ ഭൂമിയിലെ പിതാവുമായ ജോസഫ് ജറുശലേം തലസ്ഥാനമാക്കി ജൂതരാഷ്ട്രം സ്ഥാപിച്ച ദാവീദ് രാജാവിന്റെ കുടുംബത്തിൽ ജനിച്ച ആളാണെന്ന ഇതി ഹാസവും രൂപപ്പെടുത്തി. അങ്ങനെയാണ് യേശു 'ദാവീദിൻ സുതനായ' ക്രിസ്തു ആയത്. ഈ കഥകൾ സ്പഷ്ടമാക്കുന്നത് മതവും രാഷ്ട്രീ യാധികാരവും തമ്മിലുള്ള നാഭീനാളബന്ധമാണ്.

ഭരണകൂടം മുകളിലുള്ള പരമമായ ശക്തിയുടെ താഴേക്കുള്ള അധി കാരപ്രയോഗമാണെന്ന സങ്കൽപ്പമാണുണ്ടായിരുന്നത്. ലോകത്തിന്റെ വിവിധ ഭാഗങ്ങളിൽ മതവും രാഷ്ട്രവും തമ്മിലുള്ള ബന്ധം നിലനിന്നി രുന്നത് പലവിധത്തിലാണ്. മാർക്സിസ്റ്റ് ആചാര്യൻ ഫ്രെഡറിക് എംഗൽസിന്റെ അഭിപ്രായത്തിൽ ഗോത്രങ്ങൾ പരസ്പരം സഖ്യത്തിലാ വുകയായിരുന്നു. രാഷ്ട്രരൂപവൽക്കരണത്തിന്റെ ആദ്യഘട്ടം[1] ഗോത്രങ്ങ ളുടെ മതം തന്നെയായിരുന്നു രാഷ്ട്രത്തിന്റെയും മതം. ഗോത്രാചാര ങ്ങളും ഉത്സവങ്ങളും രാഷ്ട്രത്തിന്റെ ആചാരങ്ങളും ഉത്സവങ്ങളുമായി. ഗോത്രത്തിന്റെ ദൈവങ്ങൾ രാഷ്ട്രത്തിന്റെയും ദൈവങ്ങളായി. സംഘ ടിത മതങ്ങൾ ആവിർഭവിച്ചത് രാഷ്ട്രങ്ങൾ നിലവിൽ വന്നതിന് ശേഷ മാണ്. സംഘടിത മതങ്ങളുടെ രൂപമാതൃക രാഷ്ട്രത്തിന്റേതു തന്നെ ആയിരുന്നു. ബുദ്ധമതമാണ് ആദ്യത്തെ ഉദാഹരണം. ശ്രീബുദ്ധൻ കപി ലവസ്തുവിന്റെ ഭരണം നടത്തിയിരുന്ന ഗോത്രസഭയുടെ മാതൃകയിൽ ഭിക്ഷുക്കളുടെ സംഘം രൂപവൽക്കരിച്ചതിനെക്കുറിച്ച് ദേബീപ്രസാദ് ചതോപാധ്യായ *ലോകായത* എന്ന ഗ്രന്ഥത്തിൽ വിവരിക്കുന്നുണ്ട്. ചിലർ കരുതുന്നതുപോലെ ഹിന്ദുമതത്തിലെ ചാതുർവർണ്യത്തെ നിഷേധി ക്കാനല്ല സംഘം രൂപവൽക്കരിച്ചത്. ബുദ്ധൻ ജീവിച്ചിരുന്ന കാലഘട്ട ത്തിലാണ് ഇന്ത്യയിൽ വലിയ രാജ്യങ്ങളും രാജാക്കന്മാരിൽ അധികാരം കേന്ദ്രീകരിച്ച ഭരണകൂടങ്ങളും ഉയർന്നുവന്നത്. ബുദ്ധൻ ജനിച്ച സമ യത്ത് ഗംഗാതടങ്ങളിൽ ഗോത്രവർഗങ്ങളുടെ സ്വതന്ത്രഭരണസംവിധാ നങ്ങളാണ് (റിപ്പബ്ലിക്കുകൾ) നിലവിലുണ്ടായിരുന്നത്. ചില ഗോത്രങ്ങൾ ഗോത്രഭരണവ്യവസ്ഥയിൽ നിന്നു രാജഭരണവ്യവസ്ഥയിലേക്ക് മാറി. ഗോത്രഭരണവ്യവസ്ഥയിലായിരുന്ന മഗധരും കോസലരും ചുറ്റുമുള്ള

---

1. The Orgin of the family, Private Property and the State by Frederic Engels കാൾ മാർക്സ് അന്തരിച്ചതിനു ശേഷം അദ്ദേഹത്തിന്റെ കൈയെഴുത്തു കുറിപ്പുകൾ പര തിയപ്പോൾ അമേരിക്കൻ നരവംശശാസ്ത്രപണ്ഡിതൻ ലൂയിസ് ഹെൻറി മോർഗന്റെ (*Ancient Society* എന്ന വിഖ്യാതഗ്രന്ഥത്തിന്റെ ചുരുക്കെഴുത്ത് മാർക്സ് തയാറാക്കി യത് എംഗൽസ് കണ്ടെത്തി. മാർക്സിന്റെ ചുരുക്കെഴുത്തു വായിച്ചപ്പോൾ മോർഗന്റെ ആശയങ്ങളെയും മാർക്സിന്റെ സ്വന്തം ചിന്തകളെയും ആധാരമാക്കി ഗ്രന്ഥരചന നിർദേശിച്ചിരുന്നതായി എംഗൽസിനു ബോധ്യപ്പെട്ടതിന്റെ അടിസ്ഥാനത്തിലാണ് *കുടുംബം, സ്വകാര്യസ്വത്ത്, ഭരണകൂടം എന്നിവയുടെ ഉത്ഭവം* എന്ന ഗ്രന്ഥം രചി ക്കാൻ എംഗൽസ് തീരുമാനിച്ചത്.

പ്രദേശങ്ങളിലെ ഗോത്രങ്ങളെ കീഴടക്കി അവരുടെ വാസസ്ഥലങ്ങൾ പിടിച്ചടക്കി. വലിയ രാജ്യങ്ങൾ സ്ഥാപിച്ചു. മഗധയും കാശിയും കോസലവും വലിയ രാജ്യങ്ങളായത് അങ്ങനെയാണ്. അംഗർ, വജ്ജികൾ, ശാക്യർ, കോളിയർ, മല്ലർ, മോറിയർ തുടങ്ങിയവരെല്ലാം ഗണാധിപത്യത്തിൽ തന്നെ തുടർന്നു. മോറിയർ പിൽക്കാലത്ത് യുദ്ധങ്ങളിലൂടെ മൗര്യസാമ്രാജ്യം കെട്ടിപ്പടുത്തു. രാജഭരണകൂടങ്ങൾ ഉയർന്നുവന്നതിനു പിന്നിൽ രക്തരൂഷിത യുദ്ധങ്ങളും ഗോത്രങ്ങളുടെ ഉന്മൂലനങ്ങളും നടന്നിട്ടുണ്ട്. രാഷ്ട്രീയവും സാമൂഹികവുമായ ഈ മാറ്റങ്ങൾ ജനമനസുകളിൽ തീക്ഷ്ണമായ അസ്വസ്ഥതകൾ സൃഷ്ടിച്ചു. ദേബീപ്രസാദ് ചതോപാധ്യായ എഴുതി:

> ഈ നിർണായക ഘട്ടത്തിലാണ് എല്ലാ പ്രശ്നങ്ങൾക്കും പരിഹാരം കണ്ടെത്തിയതെന്ന് പറഞ്ഞുകൊണ്ട് ബുദ്ധൻ രംഗത്ത് വന്നത്. അദ്ദേഹം ജനങ്ങളോട് സംഘത്തിൽ ചേരാൻ പറഞ്ഞു. ഗോത്രങ്ങളുടെ ഗണാധിപത്യ സംവിധാനത്തിന്റെ രൂപമാതൃകയിലാണ് സംഘങ്ങൾ രൂപീകരിച്ചത്. അപ്രത്യക്ഷമായിക്കൊണ്ടിരുന്ന ജീവിതസാഹചര്യങ്ങൾക്ക് അനുയോജ്യമായ ബദലായിരുന്നു അവ. അത്ഭുതമെന്നു പറയട്ടെ ഡി ഡി കൊസാംബി ഒഴികെ ആധുനിക ചരിത്രകാരന്മാരൊന്നും ബുദ്ധന്റെ കാലത്തെ ഈ ചരിത്രയാഥാർഥ്യങ്ങൾക്കും ആദ്യകാല ബുദ്ധമതത്തിൽ അതിന്റെ പ്രതിഫലനത്തിനും വേണ്ടത്ര പ്രാധാന്യം കൊടുത്തതായി കാണുന്നില്ല.[2]

ഗോത്രങ്ങളുടെ മാതൃകയിൽ രൂപം കൊടുത്ത സംഘങ്ങളിൽ പുതിയ അംഗങ്ങളെ ചേർക്കുന്നതിന് ബുദ്ധൻ നിയമങ്ങളുണ്ടാക്കി. ഒരു ഗോത്രം അന്യഗോത്രങ്ങളിൽപ്പെട്ടവരെ ദത്തെടുക്കുമ്പോൾ നടത്തിയിരുന്ന ചടങ്ങുകളെ അനുസ്മരിപ്പിക്കുന്നവയായിരുന്നു ബുദ്ധന്റെ സംഘപ്രവേശന നിയമങ്ങൾ.

രാജ്യങ്ങളും സാമ്രാജ്യങ്ങളും നിലവിൽ വന്നപ്പോൾ രാജാക്കന്മാരും ചക്രവർത്തിമാരും ദൈവത്താൽ നിയോഗിക്കപ്പെട്ടവരോ, ദൈവത്താൽ അഭിഷിക്തരോ ആണെന്ന് അവകാശപ്പെട്ടു. ചിലർ ദൈവങ്ങളോ, ദൈവത്തിന്റെ അവതാരങ്ങളോ ആണെന്നായിരുന്നു അവകാശപ്പെട്ടത്. ഭാരതീയ പുരാവൃത്തങ്ങളിലെ ശ്രീരാമനും ശ്രീകൃഷ്ണനും ദൈവത്തിന്റെ അവതാരങ്ങളായ രാജാക്കന്മാരായിരുന്നു. ഈജിപ്തിലെ ചക്രവർത്തി താൻ ദൈവമാണെന്ന് അവകാശപ്പെട്ടു. താൻ ദൈവത്താൽ നിയോഗിക്കപ്പെട്ടവനാണെന്നും സാമ്രാജ്യത്തിന്റെ പ്രധാന പുരോഹിതൻ (Pontifix Maxius) ആണെന്നും റോമാചക്രവർത്തി അവകാശപ്പെട്ടു. ജൂതരും ക്രിസ്ത്യാനികളും റോമാചക്രവർത്തിയുടെ ദൈവികത (Divinity) അംഗീ

---

2. *Lokayata A Study in Ancient Indian Materialism* by Debiprasad Chatopadhyaya- page 468.

കരിച്ചില്ല. തങ്ങളുടെ ദൈവത്തിന്റെ കാര്യങ്ങൾ തീരുമാനിക്കാൻ ചക്രവർത്തിക്ക് അധികാരമില്ലെന്നായിരുന്നു അവരുടെ വാദം. ജൂതരുടെ വാദം ചില റോമാചക്രവർത്തിമാർ അംഗീകരിക്കുകയും അവരുടേത് വ്യത്യസ്തമായ മതമാണെന്ന് സമ്മതിക്കുകയും ചെയ്തു. എന്നാൽ ചക്രവർത്തിയുടെ ദിവ്യത്വം അംഗീകരിക്കാത്ത ക്രിസ്ത്യാനികളെ സാമ്രാജ്യത്തിന്റെ ശത്രുക്കളായി കരുതി പീഡിപ്പിച്ചു. പൊതുവർഷം 313-ൽ സാമ്രാജ്യത്തിനകത്ത് റോമക്കാരുടെ മതത്തോടൊപ്പം മറ്റു മതങ്ങളും ഉണ്ടായിരിക്കുമെന്ന നയം കോൺസ്റ്റന്റയിൻ ചക്രവർത്തി പ്രഖ്യാപിക്കയും ക്രിസ്തുമതത്തെ നിയമവിധേയമാക്കിക്കൊണ്ടുള്ള ഉത്തരവ് (Edict of Milan) ഇറക്കുകയും ചെയ്യുന്നതുവരെ ക്രിസ്ത്യാനികളെ സാമ്രാജ്യത്തിന്റെ ശത്രുക്കളായി കരുതി. പൊതുവർഷം 380-ൽ തിയോഡീഷ്യസ് ചക്രവർത്തി ക്രിസ്തുമതം റോമാസാമ്രാജ്യത്തിന്റെ ഔദ്യോഗിക മതമാണെന്ന് പ്രഖ്യാപിച്ചു. അതോടെ ബഹുദൈവവിശ്വാസവും വിഗ്രഹാരാധനയും അടിസ്ഥാനമാക്കിയ റോമിന്റെ പഴയ മതം നിരോധിക്കപ്പെട്ടു.

ചൈനയിലെ താവോ, കൺഫ്യൂഷ്യൻ മതങ്ങളും ജപ്പാനിലെ ഷിന്റോ മതവും രാജാധികാരവുമായി നേരിട്ടു ബന്ധമുള്ള മതങ്ങളായിരുന്നു. സ്വയം നിയന്ത്രിക്കാൻ (ഭരിക്കാൻ) കഴിവുനേടുന്നയാൾക്ക് ജനങ്ങളെ ഭരിക്കാനുള്ള അവകാശം ദൈവികമായി സിദ്ധിക്കുമെന്നായിരുന്നു കൺഫ്യൂഷിയസിന്റെ സിദ്ധാന്തം. താവോ മതം പ്രാകൃതിക മതമായിരുന്നു. രാജാധികാരം ദൈവത്തിൽ നിന്നുത്ഭവിക്കുമെന്നായിരുന്നു താവോ മതത്തിന്റെ പ്രമാണം. ഷിന്റോ മതവും താവോ മതത്തെപ്പോലെ പ്രാകൃതിക മതമായിരുന്നു. ജപ്പാനിലെ യമാത്തോ രാജവംശം ഷിന്റോമതതത്വം അനുസരിച്ച് ദൈവത്തിൽനിന്നുത്ഭവിച്ചതാണ്. രണ്ടാം ലോകയുദ്ധത്തിന്റെ അന്ത്യത്തിൽ ജപ്പാൻ കീഴടങ്ങിയപ്പോൾ ചക്രവർത്തി ദൈവികത്വം ഉപേക്ഷിക്കണമെന്ന് അമേരിക്കൻ സൈന്യം കൽപ്പിക്കുകയും ചക്രവർത്തി അനുസരിക്കുകയും ചെയ്തു. റോമാസാമ്രാജ്യത്തിന്റെ ക്രൈസ്തവവൽക്കരണം പൊതുവർഷം നാലാം നൂറ്റാണ്ടിൽ ആരംഭിക്കുകയും അഞ്ചാംനൂറ്റാണ്ടിൽ പൂർണമാവുകയും ചെയ്തു. ക്രിസ്തുവിന്റെ ആഗമനത്തോടെ ലോകത്തുള്ള ബഹുദൈവവിശ്വാസമതങ്ങളും വിഗ്രഹാരാധനയും തകർന്നടിഞ്ഞുവെന്ന് ക്രിസ്ത്യാനികൾ വിശ്വസിക്കാൻ തുടങ്ങിയ കാര്യം നരവംശശാസ്ത്രജ്ഞനും ചിന്തകനുമായ പ്രൊഫസർ പീറ്റർ ബ്രൗൺ തന്റെ വിഖ്യാതഗ്രന്ഥത്തിൽ വിശദീകരിച്ചിട്ടുണ്ട്.[3] മതം ഭരണകൂടത്തെ കീഴടക്കിയെന്നായിരുന്നു ക്രിസ്ത്യാനികളുടെ വിശ്വാസത്തിന്റെ അന്തസത്ത. എങ്കിലും നിത്യജീവിതത്തിൽ ഭരണകൂടത്തിന്റെ ഭൗതികശക്തിയുടെ സാന്നിധ്യം അനിഷേധ്യമായിത്തന്നെ തുടർന്നു. പള്ളിയോടും ഭരണകൂടത്തോടും ഒരേസമയം കൂറുപുലർത്തേണ്ടിവന്നു

3. Authority and the Sacred: *Aspects of Christianisation of the Roman World* by peter Brown, Cambridge Uuiversity Press 1995 page 105.

ജനങ്ങൾക്ക്. റോമയുടെ ക്രൈസ്തവവൽക്കരണത്തിനു മുമ്പ് കൂറു സംബന്ധിച്ച് ദ്വൈതാവസ്ഥ (dualism) ഇല്ലായിരുന്നു. സീസറോട് കൂറു പുലർത്തിയാൽ ദൈവത്തോട് കൂറുപുലർത്തിയെന്നായി. യൂറോപ്പിന്റെ ക്രൈസ്തവവൽക്കരണത്തിനുശേഷം ജനങ്ങളുടെ കൂറ് സംബന്ധിച്ച് നിലവിൽവന്ന ദ്വൈതാവസ്ഥ സൃഷ്ടിച്ച പ്രശ്നങ്ങൾക്ക് പരിഹാരം കാണുന്നതിലൂടെയാണ് യൂറോപ്പിലെ തത്വചിന്തയും രാഷ്ട്രമീമാംസയും മുന്നോട്ട് നീങ്ങിയത്.

ജൂത, ക്രിസ്തു മതങ്ങളിലെ രാഷ്ട്രീയം

ജൂത, ക്രിസ്തുമതങ്ങളിലെ രാഷ്ട്രീയമാണ് ഇസ്ലാമിലേക്ക് സംക്രമിച്ചത്. അതുകൊണ്ട് ഈ മതങ്ങളിലെ രാഷ്ട്രീയം അവലോകനം ചെയ്യേണ്ടത് ആവശ്യമാണ്. ക്രിസ്തുമതം ജൂതമതത്തിലെ നവീകരണ പ്രസ്ഥാനമായി ആരംഭിക്കുകയും പിന്നീട് വേറിട്ട മതമായിത്തീരുകയുമാണ് ചെയ്തത്. രണ്ടു മതങ്ങളിലും പൊതുവായുള്ള വിശ്വാസപ്രമാണങ്ങൾ താഴെ പറയുന്നവയാണ്.

1. ഏകദൈവ വിശ്വാസം. യേശുവിനെ ഉൾപ്പെടുത്താനായി ത്രിത്വദൈവ സങ്കൽപ്പമായി ക്രിസ്തുമതം ഭേദഗതി ചെയ്തു.

2. വിശുദ്ധ ചരിത്രം. മനുഷ്യന്റെ സൃഷ്ടിയിൽ നിന്നാരംഭിക്കുന്ന 'ചരിത്രം' ഇഹലോകം അവസാനിക്കുന്നതുവരെ നീളുമെന്ന് വിശ്വസിക്കുന്നു.

3. ദത്തുജനതാ സങ്കൽപ്പം (Chosen People or the Elect) ലോകത്തിലെ ജനതകളിൽനിന്നും ഒരു വിഭാഗത്തെ ദൈവം ദത്തുജനതയായി സ്വീകരിക്കുന്നു. ജൂതമതത്തിൽ ഇസ്രായേൽ സന്തതികളും ക്രിസ്തുമതത്തിൽ വിശ്വാസികളുമാണ് ദത്തുജനത. ദൈവത്താൽ ദത്തെടുക്കപ്പെട്ട ജനത (Chosen People) മാത്രമേ ഭൂമിയിൽ അഭിവൃദ്ധി പ്രാപിക്കുകയും പരലോകത്ത് സ്വർഗം പൂകുകയും ചെയ്യുകയുള്ളുവെന്ന് ജൂതരും യേശുവിൽ വിശ്വസിച്ചവർ (The Elect) മാത്രമേ രക്ഷിക്കപ്പെടുകയുള്ളുവെന്ന് ക്രിസ്ത്യാനികളും വിശ്വസിക്കുന്നു.

4. ഭൂതദയ. ഇത് ജൂതമതത്തിൽ ഏറ്റവും ഒടുവിലാണ് ഉൾച്ചേർന്നത്. ദരിദ്രർക്ക് ഭിക്ഷ നൽകലാണ് ഭൂതദയാപരമായ കർമമായി ജൂതർ കണക്കാക്കിയത്. ക്രിസ്തുമതത്തിൽ ഇത് മിഷണറി പ്രവർത്തനങ്ങളായി വിപുലപ്പെട്ടു.

5. കൽപ്പനകൾ. (നിയമങ്ങൾ) ജൂതരുടെ പത്തു കൽപ്പനകൾ ക്രിസ്തുമതം സ്വീകരിച്ചെങ്കിലും അവയോടനുബന്ധിച്ചുള്ള ആചാരാനുഷ്ഠാനങ്ങൾ തിരസ്കരിച്ച് പുതിയവ സ്വീകരിച്ചു.

6. മിശിഹ (അഭിഷിക്തനായ രക്ഷകൻ) സങ്കൽപ്പം. ഇഹലോകത്തുതന്നെ രക്ഷകൻ വരുമെന്നും ശത്രുക്കളുടെ മേൽ വിജയം വരിച്ച് ദൈവാധിപത്യരാഷ്ട്രം സ്ഥാപിക്കുമെന്നും ജൂതർ വിശ്വസിച്ചു. ജൂതരുടെ മിശിഹ വരാനിരിക്കുന്നതേയുള്ളു. ക്രിസ്തുമതത്തിലെ രക്ഷകൻ ചരി

ത്രപുരുഷനായ യേശുതന്നെയാണ്. ക്രിസ്തുമതത്തിലെ മിശിഹ സ്വർഗത്തിലിരുന്നുകൊണ്ട് ശത്രുക്കളെ ജയിക്കാൻ വിശ്വാസികളെ സഹായിക്കുന്നു. ലോകം അവസാനിക്കുന്നതിന് തൊട്ടുമുമ്പ് വീണ്ടും ഭൂമിയിൽ ഇറങ്ങിവന്ന് ദൈവാധിപത്യരാഷ്ട്രം സ്ഥാപിക്കും.

7. സ്വർഗരാജ്യം. പരലോകസങ്കൽപ്പം പേർഷ്യയുടെ സരാതുഷ്ട്രമതത്തിൽനിന്നും ഗ്രീക്കുമതത്തിൽ നിന്നുമാണ് ജൂതമതം സ്വീകരിച്ചത്. ഗ്രീക്കുമതത്തിലെ പരലോകസങ്കൽപ്പം അമൂർത്തമായിരുന്നു. ഗ്രീക്ക് ചിന്തയിലെ പരലോകം മായയാണ്. ക്രിസ്തുമതത്തിലും ജൂതമതത്തിലും സ്വർഗരാജ്യം എന്നത് ഇഹലോകജീവിതത്തിലെ ത്യാഗങ്ങൾക്കും നഷ്ടങ്ങൾക്കും മരണാനന്തരം പരിഹാരമായി ലഭിക്കുന്ന വാസസ്ഥാനമാണ്. പാപികൾ അതായത് വിശ്വസിക്കാത്തവർ നിരന്തരം പീഡനങ്ങൾ അനുഭവിച്ച് ജീവിക്കുന്ന ഇടമാണ് നരകം. ഇത്തരം മൂർത്ത സങ്കൽപ്പങ്ങളായിരുന്നു ഗ്രീക്കുകാരുടെ അമൂർത്ത സങ്കൽപ്പങ്ങളെക്കാൾ എളുപ്പത്തിൽ സാധാരണക്കാർക്ക് ഉൾക്കൊള്ളാൻ കഴിഞ്ഞത്. ഇസ്രായേൽ ജനതയുടെ ജീവിതാനുഭവങ്ങളിൽ നിന്നാണ് ഈ വിശ്വാസങ്ങളും സങ്കൽപ്പങ്ങളും ഉരുത്തിരിഞ്ഞത്. മേൽപ്പറഞ്ഞവയിൽ ദത്തുജനത, മിശിഹാ എന്നീ സങ്കൽപ്പങ്ങളും നിയമങ്ങളും ജൂത, ക്രിസ്തു മതങ്ങളിലെ രാഷ്ട്രീയാംശങ്ങളാണ്. അവയെ ആധാരമാക്കിയാണ് ജൂതരുടെ പ്രവാചകർ സങ്കുചിതമായ ദേശീയതാ വികാരം ജൂതരിൽ വളർത്തിയെടുത്തത്. യഹൂദർ ഒന്നടങ്കം ഒരു രാഷ്ട്രവും യഹോവ അവരുടെ രാഷ്ട്രദൈവവും ആണെന്നുമുള്ള വീക്ഷണം ജൂതരുടെ മനസിൽ വേരുപിടിപ്പിച്ചു വളർത്തിയത് പ്രവാചകരാണ്. എല്ലാംകൊണ്ടും വ്യത്യസ്തരായ ജനത, വ്യത്യസ്തമായ രാഷ്ട്രം ഇതായിരുന്നു പ്രവാസാനന്തര ജൂതസമൂഹം. ഈ ജൂതരാഷ്ട്രത്തെ മറ്റു പൗരാണിക രാഷ്ട്രങ്ങളിൽ നിന്നു വ്യതിരിക്തമാക്കിയത് തങ്ങൾ ദൈവത്തിന്റെ ദത്തുജനതയാണെന്ന അഹംഭാവം ആയിരുന്നു. "ഞാൻ നിങ്ങളെ ജാതികളിൽ നിന്നു വേർതിരിച്ചവനായ നിങ്ങളുടെ ദൈവമായ യഹോവ ആകുന്നു." (ലേവ്യപുസ്തകം 20:24) ജൂതമതത്തിലെ അഹംഭാവമാണ് ക്രിസ്തുമതത്തിലേക്കും ഇസ്ലാംമതത്തിലേക്കും സംക്രമിച്ചത്.

തങ്ങൾ ഒരു രാഷ്ട്രമാണെന്നും അതു മറ്റു ജനതകളിൽ നിന്നു വ്യതിരിക്തവും മഹത്തുമാണെന്നും ജൂതർ വിശ്വസിക്കാൻ തുടങ്ങിയത് പ്രവാസകാലത്താണ്. *ബൈബിൾ* പഴയനിയമത്തിലെ പുസ്തകങ്ങൾ പ്രവാസത്തിനു ശേഷമാണ് രൂപപ്പെടുത്തിയത്. പ്രവാചകർ ഇസ്രായേൽ ഗോത്രങ്ങളടങ്ങുന്ന രാഷ്ട്രത്തിന് ആദിയിലുണ്ടായിരുന്ന വിശുദ്ധി പുനഃസ്ഥാപിക്കാൻ ശ്രമിക്കുകയായിരുന്നു എന്ന ധാരണയാണ് *ബൈബിൾ* വായിക്കുമ്പോൾ ശരാശരി വായനക്കാരനുണ്ടാവുക. യഥാർഥത്തിൽ ഏകദൈവവിശ്വാസവും രാഷ്ട്രബോധവും സങ്കുചിത ദേശീയതയും ജൂതരിൽ അങ്കുരിപ്പിക്കാനുള്ള പ്രവാചകരുടെ ശ്രമങ്ങളായിരുന്നു ഭൂതകാല വിശുദ്ധി വീണ്ടെടുക്കണമെന്ന അവരുടെ പ്രബോധനങ്ങൾ.

യഹോവ പിന്നെയും മോശയോട് അരുളിചെയ്തു: "നീ ഇസ്രായേൽ മക്കളുടെ സർവ സഭയോടും പറയേണ്ടത് എന്തെന്നാൽ നിങ്ങളുടെ ദൈവമായ യഹോവ എന്ന ഞാൻ വിശുദ്ധനാകയാൽ നിങ്ങളും വിശുദ്ധ രായിരിപ്പിൻ" (ലേവ്യപുസ്തകം 19:1,2). *ബൈബിളി*ലെ കൽപ്പനകൾ അഥവാ നിയമങ്ങൾ രൂപപ്പെട്ടതും പ്രവാസത്തിനു ശേഷമാണ്.[4] നിയമങ്ങളാണ് യഥാർഥത്തിൽ ജൂതമതത്തെ മറ്റു മതങ്ങളിൽ നിന്നും വ്യതിരിക്തമാക്കി നിലനിർത്തുന്നത്. ക്രിസ്തുമതം നിയമങ്ങൾക്കു പകരം വിശ്വാസപ്രമാണത്തെയും ദൈവശാസ്ത്രത്തെയും ആധാരമാക്കിയാണ് മതസ്വത്വം രൂപപ്പെടുത്തിയത്. ഇസ്ലാംമതമാകട്ടെ നിയമങ്ങളും വിശ്വാസപ്രമാണവും ഒരുപോലെ ഉപയോഗപ്പെടുത്തി വ്യതിരിക്തസ്വത്വം നിലനിർത്താൻ ശ്രമിക്കുന്നു.

പേർഷ്യൻ ചക്രവർത്തി സ്വതന്ത്രരാക്കിയ ജൂതർ ജരുശലേം തലസ്ഥാനമാക്കി ജൂതരാഷ്ട്രം പുനഃസ്ഥാപിച്ചു. ഏകദൈവമായ യഹോവയുടെ സമ്പൂർണാധിപത്യത്തിലുള്ള ദൈവാധിപത്യ രാഷ്ട്രമായിട്ടാണ് (Theocratic State) പുനഃസ്ഥാപിക്കപ്പെട്ടത്. പുതിയ ജൂതരാഷ്ട്രത്തിന്റെ ഭരണാധികാരിയായി സൈറസ് ചക്രവർത്തി നിയോഗിച്ചത് സോറോബാബേലിനെയാണ്. ഒരു പുരോഹിതൻ പേരിനുണ്ടായിരുന്നെങ്കിലും യഹോവയുടെ പേരിൽ ഭരണം നടത്തിയത് സോറോബാബേലായിരുന്നു. കാലക്രമത്തിൽ ലോകത്തുള്ള എല്ലാ രാഷ്ട്രങ്ങളും ജനതകളും യഹോവയുടെ ആധിപത്യത്തിലാവുമെന്നായിരുന്നു പ്രവാചകരുടെ വെളിപാടുകൾ. ലോകം മുഴുവൻ യഹോവയുടെ ആധിപത്യത്തിലായിക്കഴിഞ്ഞാൽ ലോകത്ത് സമാധാനമുണ്ടാകും. "അവൻ ജാതികളുടെ ഇടയിൽ ന്യായം വിധിക്കയും ബഹുവംശങ്ങൾക്കു വിധി കൽപ്പിക്കുകയും ചെയ്യും; അവർ തങ്ങളുടെ വാളുകളെ കൊഴുക്കളായും കുന്തങ്ങളെ വാക്കത്തികളായും അടിച്ചുതീർക്കും; ജാതിക്കു ജാതി നേരെ വാളോങ്ങുകയില്ല; അവർ ഇനി യുദ്ധം അഭ്യസിക്കുകയുമില്ല" (യെശയ്യാവു 2:4). പ്രവാചകന്റെ വചനങ്ങൾ റോമാ സമാധാനം (Pax Romana) എന്ന സങ്കൽപ്പത്തെ അനുസ്മരിപ്പിക്കുന്നു.[5]

അലക്സാണ്ടർ പേർഷ്യ കീഴടക്കുന്നതുവരെ ജൂതരാഷ്ട്രം പേർഷ്യാ സാമ്രാജ്യത്തിന്റെ സാമന്തരാജ്യം എന്ന നിലയ്ക്കാണ് നിലനിന്നത്. അലക്സാണ്ടർ പേർഷ്യൻചക്രവർത്തി ഡേരിയസിനെ തോൽപ്പി

---

4. *A History of Western Philosophy* by Bertrand Rusell, Page 501
5. പൊതുവർഷത്തിനു മുമ്പ് 27 മുതൽ പൊതുവർഷം 180 വരെയുള്ള രണ്ടു നൂറ്റാണ്ടു കാലമായിരുന്നു റോമയുടെ ചരിത്രത്തിൽ വെട്ടിപ്പിടുത്തങ്ങളും കലാപങ്ങളും അധികം ഇല്ലാതിരുന്നതും സമാധാനം നിലനിന്നതുമായ കാലഘട്ടം. ഈ കാലഘട്ടത്തെ അടയാളപ്പെടുത്താനാണ് ചരിത്രകാരന്മാർ റോമാസമാധാനം (Pax Romana) എന്ന് പ്രയോഗിച്ചത്. പിൽക്കാലത്ത് ഒരു അധീശശക്തിക്ക് രാഷ്ട്രങ്ങളെല്ലാം കീഴ്പ്പെട്ടാൽ സംജാതമാകുന്ന മ്ലാനവും മൂകവുമായ അവസ്ഥയെ സൂചിപ്പിക്കാൻ ഈ പദപ്രയോഗം ഉപയോഗപ്പെടുത്താൻ തുടങ്ങി. വിപരീതാർഥത്തിൽ ശ്മശാനമൂകതയെ സൂചിപ്പിക്കാനാണ് ഈ പദം ഉപയോഗിക്കാറ്.

ച്ചപ്പോൾ ജൂതരാഷ്ട്രം ഗ്രീക്ക് അധീനതയിലായി. പൊതുവർഷത്തിനു മുമ്പ് 333 മുതൽ 168 വരെ ഒന്നര നൂറ്റാണ്ടിലധികം കാലം ജൂതർ ഗ്രീക്ക് സ്വാധീനത്തിലാണ് കഴിഞ്ഞത്. ഗ്രീക്ക് ആധിപത്യത്തിൽ ജൂതർ പൂർണ്ണമായ മതസ്വാതന്ത്ര്യം അനുഭവിച്ചെങ്കിലും ജൂതമതത്തിലേക്ക് ഗ്രീക്ക് ചിന്തകളും ഗ്രീക്ക് മതത്തിന്റെ അംശങ്ങളും സംക്രമിച്ചു. ഏകദൈവമായ യഹോവ പൂർണമായും അരൂപിയാണെന്ന ആശയം ജൂതർ ഗ്രീക്കുകാരിൽനിന്നാണ് സ്വായത്തമാക്കിയത്. കണ്ണിനു കണ്ണ്, പല്ലിനു പല്ല്, ജീവനു ജീവൻ എന്ന തരത്തിൽ പകപോക്കൽ നിയമവ്യവസ്ഥ (Lex Talionis) മാത്രം നിലനിന്നിരുന്ന ജൂതസമൂഹത്തിൽ ഭൂതദയയുടെ അംശങ്ങൾ ഉൾച്ചേർന്നതും ഇക്കാലത്താണ്. പൊതുവർഷത്തിനു മുമ്പ് ഉദ്ദേശം 200ൽ രചിക്കപ്പെട്ട *Eclesiasticus* എന്ന പുസ്തകത്തിലാണ് ജൂതമതത്തിലെ ഭൂതദയാതത്വങ്ങൾ ഉള്ളത്. യേശുക്രിസ്തുവിന് ഉദ്ദേശം 200 വർഷങ്ങൾക്കു മുമ്പ് ജരുശലേമിൽ ജീവിച്ചിരുന്ന സിറാച്ചിന്റെ പുത്രൻ യേശു രചിച്ചതാണ് ഈ ഗ്രന്ഥമെന്ന് പറയപ്പെടുന്നു. ഗ്രീക്ക് ഭാഷയിലുള്ള ഗ്രന്ഥത്തിന്റെ പേര് *സിറാച്ചിന്റെ പുത്രൻ യേശുവിന്റെ ജ്ഞാനം* എന്നാണ്. ഹീബ്രൂ ഭാഷയിലെ ഗ്രന്ഥത്തിന്റെ പേര് *സിറാച്ചിലെ യേശുവിന്റെ ജ്ഞാനങ്ങൾ* എന്നാണ്. ഈ ഗ്രന്ഥത്തിന്റെ ഗ്രീക്ക് ഭാഷയിലുള്ള പതിപ്പ് മാത്രമേ കണ്ടെത്തിയിരുന്നുള്ളു. അതുകൊണ്ട് ജൂതർ ഇതിനെ വേദഗ്രന്ഥമായി സ്വീകരിക്കാതെ ത്യക്തവേദം (Apocrypha) ആയി തുടരുന്നു. ത്യക്തവേദമാണെങ്കിലും *Eclesiasticus* വായിക്കപ്പെടേണ്ടതും അനുസരിക്കപ്പെടേണ്ടതുമായ ഗ്രന്ഥമാണെന്ന് ജൂതർ അംഗീകരിച്ചിട്ടുണ്ട്.[6]

പൊതുവർഷത്തിനു മുമ്പ് രണ്ടാം നൂറ്റാണ്ടിൽ ഗ്രീക്ക് ചക്രവർത്തി ആന്റിയോക്കസ് നാലാമൻ ജൂതമതം നിരോധിക്കുകയും ജൂതിയയിലെ ജനങ്ങൾ ഗ്രീക്ക് മതം സ്വീകരിക്കണമെന്ന് അനുശാസിക്കുകയും ചെയ്തു. ഇതിനെതിരെ ജൂതർ പൊതുവർഷത്തിനു മുമ്പ് 174 മുതൽ 135 വരെ മക്കബിയസിന്റെ നേതൃത്വത്തിൽ നാൽപ്പതു വർഷക്കാലം നീണ്ടുനിന്ന കലാപം നടത്തി. കലാപം വിജയിച്ചു. 'ചാനുക്ക' എന്ന ഓർമപ്പെരുന്നാളായി കലാപവിജയത്തെ ജൂതർ ഇന്നും ആഘോഷിക്കുന്നു.

ജരുശലേമിന്റെ പതനത്തിനും യഹോവക്ഷേത്രത്തിന്റെ തകർക്കലിനും ശേഷം ജൂതപുരോഹിതർ പലസ്തീനിലെ ജാമ്നിയ നഗരത്തിൽ യോഗം ചേർന്ന് ജൂതർ ലോകത്തിന്റെ ഏതു ഭാഗത്ത് ജീവിച്ചാലും വേദഗ്രന്ഥത്തിലെ നിയമങ്ങളനുസരിച്ച് ജീവിക്കേണ്ടത് എങ്ങനെ എന്നുള്ള

6. *Eclesiasticus ബൈബിൾ* പഴയ നിയമത്തിലെ സഭാപ്രസംഗിയുടെ പുസ്തകം അല്ല. അതിന്റെ ഇംഗ്ലീഷിലെ പേര് Eclesiastes എന്നാണ്. ഹീബ്രു ഭാഷയിലെ *പേര് കോഹേലത്ത്* എന്നും. സഭാപ്രസംഗിയുടെ പുസ്തകത്തിൽ പന്ത്രണ്ട് അധ്യായങ്ങളേയുള്ളു. ആത്മകഥാപരമായ വചനങ്ങളാണ് എല്ലാം. ജ്ഞാനത്തിന്റെ മഹത്വമാണ് പ്രകീർത്തിക്കപ്പെടുന്നത്. എക്ലീസ്യാസ്റ്റിക്കസിലാകട്ടെ 51 അധ്യായങ്ങളുണ്ട്. ധാർമികവും ഭൂതദയാപരവും അനുഷ്ഠാനപരവുമായ കാര്യങ്ങളാണ് ഭൂരിപക്ഷവചനങ്ങളിലുമുള്ളത്.

പൊതുനിർദേശങ്ങൾ ആവിഷ്കരിച്ചു. അന്നുമുതൽ ലോകത്തെങ്ങുമുള്ള ജൂതർ പുരോഹിതസഭ രൂപം കൊടുത്ത മാർഗദർശകങ്ങൾ പാലിച്ചും പ്രാദേശിക റബ്ബികളുടെ (ഗുരുക്കന്മാർ) നിർദേശങ്ങളനുസരിച്ചുമാണ് ജീവിക്കുന്നത്. അതുകൊണ്ട് ഇപ്പോഴത്തെ ജൂതമതം റബിനിയത ജൂത മതം (rabbinical Judaism) എന്നാണറിയപ്പെടുന്നത്. റബിനിയത ജൂത മതനിയമങ്ങൾ അനുസരിച്ചു ജീവിക്കുന്നതിനാൽ ജൂതർ അന്യദേശക്കാരുമായി സാംസ്കാരികമായി ലയിച്ചുചേരാതെ വേറിട്ടുനിന്നുകൊണ്ട് മതപരമായ സ്വത്വം നിലനിർത്തി. മതപരമായ സ്വത്വത്തിന്റെ ഭാഗമാണ് ജൂതരാഷ്ട്രാവബോധം. തങ്ങൾ ഒരു മതവിഭാഗം മാത്രമല്ല യുദ്ധോത്സുകനായ യഹോവയുടെ പ്രജകൾ മാത്രമടങ്ങുന്ന ഒരു രാഷ്ട്രം കൂടിയാണെന്ന അവബോധം ലോകത്തിന്റെ എല്ലാ ഭാഗത്തുമുള്ള ജൂതർക്കുമുണ്ട്. ജൂതരുടെ ഈ രാഷ്ട്രാവബോധത്തിൽ നിന്നുമാണ് രാഷ്ട്രീയ ഇസ്ലാം ഉത്ഭവിച്ചത്.

ക്രിസ്തുമതം ചില ജൂത വിഭാഗങ്ങളുടെ സാമ്രാജ്യത്വ വിരുദ്ധ രാഷ്ട്രീയ പ്രസ്ഥാനം ആയിട്ടാണ് ആരംഭിച്ചത്. സാമ്രാജ്യാധിപത്യത്തോട് അമിതമായ വിധേയത്വം പുലർത്തിയ ജൂത പൗരോഹിത്യത്തിനെതിരെയുള്ള സമരത്തിനാണ് യേശു നേതൃത്വം കൊടുത്തത്. യേശു ക്രൂശിതനായി കൊല്ലപ്പെട്ടതിനു ശേഷം ക്രിസ്ത്യാനികളെ വകവരുത്താൻ നടന്നിരുന്ന പൗലോസിന് മാനസാന്തരം വന്നു. ജാതികളുടെ ഇടയിൽ ക്രിസ്തുമതം പ്രചരിപ്പിക്കുവാൻ മുൻകൈ എടുത്ത് ക്രിസ്തുവിന്റെ ശിഷ്യൻ എന്ന പദവിയിലെത്തിയ വിശുദ്ധപൗലോസാണ് ക്രിസ്തുമതത്തെ അരാഷ്ട്രീയ മതമാക്കി മാറ്റിയത്. റോമാക്കാരും ഗ്രീക്കുകാരും ഉൾപ്പെടെ ജൂതരല്ലാത്ത 'ജാതികളെ' യേശുവിന്റെ അനുയായികളാക്കാൻവേണ്ടി ജൂതമതത്തിന്റെ തനിമ നിലനിർത്തിയിരുന്ന മതനിയമങ്ങളിൽ പൗലോസ് വെള്ളം ചേർത്തു. ചേലാകർമത്തിനു പകരം ജ്ഞാനസ്നാനം മതിയെന്നാക്കി. ഭക്ഷണവിലക്കുകളും എടുത്തു കളഞ്ഞു.

വിശുദ്ധ പൗലോസിന്റെ അരാഷ്ട്രീയ വാദം കോൺസ്റ്റന്റയിൻ ചക്രവർത്തി ക്രിസ്തുമതം സ്വീകരിക്കുന്നതുവരെ ക്രിസ്തുമതത്തിൽ നിലനിന്നു. ക്രിസ്തുസഭയുടെ ആദികാല പിതാക്കന്മാരിൽ പ്രമുഖനായ ഓറിഗൻ (പൊതുവർഷം 185-254) ഭരണത്തിൽ പങ്കാളികളാകുന്നതിൽ നിന്നും ക്രിസ്ത്യാനികളെ വിലക്കി. മതത്തിന്റെ രക്ഷയ്ക്ക് ആവശ്യമാണെങ്കിൽ മാത്രമേ ഒരു ക്രിസ്ത്യാനി ഭരണത്തിൽ പങ്കാളിയാകാൻ പാടുള്ളൂ എന്നായിരുന്നു ഓറിഗന്റെ നിർദേശം. ക്രിസ്ത്യാനി ശ്രമിക്കേണ്ടത് ദൈവരാജ്യത്തിൽ പങ്കാളിയാകാൻ മാത്രമാണ്.[7] ക്രിസ്തുമതം രാഷ്ട്രീയ സംഭവങ്ങളോട് നിസംഗത പുലർത്തിയിരുന്നെങ്കിലും ക്രിസ്തുസഭ ഒരു ഭരണകൂടത്തിന്റെ രൂപഭാവങ്ങൾ ആർജിച്ചുകൊണ്ടിരുന്നു. റോമാസാമ്രാജ്യത്തെ തന്നെയാണ് ക്രിസ്തുസഭ മാതൃകയാക്കിയത്.

---

7. *Origen- Against Celsus, Book* VIII, Chapter LXXV

ക്രിസ്തുസഭയുടെ ചരിത്രത്തിൽ ആദ്യത്തെ മൂന്ന് നൂറ്റാണ്ടുകളിൽ ബിഷപ്പുമാരുടെ അധികാരം വളരെ സാവധാനത്തിലാണ് വർധിച്ചത്. വിശ്വാസികളുടെ സംഭാവനകളിലൂടെ പള്ളിയുടെ ഖജനാവിൽ സമ്പത്ത് വർധിക്കാൻ തുടങ്ങി. ഈ സമ്പത്ത് പാവപ്പെട്ട വിശ്വാസികൾക്ക് വിതരണം ചെയ്യാനുള്ളതായിരുന്നു. പള്ളി നൽകുന്ന സാമ്പത്തിക സഹായത്തിന് ആരാണ് അർഹർ എന്ന് നിശ്ചയിക്കാനുള്ള അധികാരം പള്ളിമേധാവിക്ക് അഥവാ ബിഷപ്പിനായിരുന്നു. സ്വാഭാവികമായും സാധാരണക്കാരായ വിശ്വാസികൾ പള്ളിമേധാവികളുടെ ആജ്ഞാനുവർത്തികളും ആശ്രിതരും ആയിത്തീർന്നു. ഇങ്ങനെയാണ് ബിഷപ്പുമാരുടെ അധികാരം ക്രമേണ വർധിച്ചത്. അധികാരം വർധിച്ചപ്പോൾ ബിഷപ്പുമാർ നാടുവാഴികളെപ്പോലെയായി.

കോൺസ്റ്റന്റയിൻ ചക്രവർത്തി ക്രിസ്തുമതത്തെ നിയമവിധേയമാക്കിയതിനു ശേഷം റോമിലെ ബിഷപ്പിന്റെ നിർദേശപ്രകാരം പ്രവർത്തിക്കാൻ മറ്റു മേഖലകളിലെ ബിഷപ്പുമാർ നിർബന്ധിതരായി. റോമാസാമ്രാജ്യത്തിന്റെ ഭരണകൂട മാതൃകയിൽ കേന്ദ്രീകൃത സ്വഭാവത്തിലുള്ള ഒരു പള്ളി ഭരണകൂടം രൂപപ്പെട്ടത് അങ്ങനെയാണ്. സാമ്രാജ്യം ക്രിസ്തുമതത്തെ നിയമവിധേയമാക്കുകയും പിന്നീട് ഔദ്യോഗിക മതമാക്കുകയും ചെയ്തപ്പോൾ ബിഷപ്പുമാർക്ക് ആത്മീയാധികാരത്തിനു പുറമെ നീതിന്യായ ഭരണനിർവഹണ രംഗങ്ങളിലെ അധികാരം കൂടി ലഭിച്ചു. ബിഷപ്പുമാർ തമ്മിലുള്ള അധികാര വടംവലി ആത്മീയതയുടെ മേഖലയിലേക്കും വ്യാപിച്ചു. അങ്ങനെയാണ് ക്രിസ്തുവിന്റെ അസ്തിത്വത്തെ ചൊല്ലിയുള്ള തർക്കങ്ങൾ ആരംഭിച്ചത്. ഇത്തരത്തിൽ രാഷ്ട്രീയ രംഗത്തെ ഭിന്നിപ്പ് ആത്മീയതയിലേക്കും വ്യാപിച്ചതിന്റെ ഉദാഹരണം ഇസ്ലാമിക സാമ്രാജ്യത്തിന്റെ കാലത്തും ഉണ്ടായിട്ടുണ്ട്. ക്രിസ്തുവിന്റെ അസ്തിത്വത്തെച്ചൊല്ലിയുള്ള തർക്കം പരിഹരിക്കാൻ കോൺസ്റ്റന്റയിൻ ചക്രവർത്തിക്ക് പുരോഹിതന്മാരുടെ പൊതുസഭ (ഇക്യൂമിനിക്കൽ കൗൺസിൽ) വിളിച്ചു ചേർക്കേണ്ടിവന്നു. റോമാസാമ്രാജ്യത്തിലെ ചക്രവർത്തിമാരാണ് പ്രജകളുടെ ഭൗതികവും ആത്മീയവുമായ കാര്യങ്ങൾ തീരുമാനിക്കുന്നതെന്ന ദൈവാധിപത്യവ്യവസ്ഥ (Theocracy) ക്രിസ്തുമതം സാമ്രാജ്യത്തിന്റെ ഔദ്യോഗികമതമായതിനു ശേഷവും തുടർന്നു. യഥാർഥത്തിൽ ഈ ദൈവാധിപത്യവ്യവസ്ഥ പഴയ റോമൻ മതത്തിന്റെ അനുസ്യൂതിയാണ്.

അധികാരസ്ഥാനത്ത് എത്തിയ ക്രിസ്തുമതത്തിന്റെ രൂപഭാവങ്ങൾ മാറാൻ തുടങ്ങി. കോൺസ്റ്റന്റയിന്റെ മരണത്തിനു ശേഷം സാമ്രാജ്യം വീണ്ടും രണ്ടു ചക്രവർത്തിമാരുടെ ഭരണത്തിലായി. കോൺസ്റ്റന്റയിന്റെ മക്കളായ കോൺസ്റ്റാൻഷ്യസ് രണ്ടാമൻ പടിഞ്ഞാറൻ സാമ്രാജ്യത്തിലും കോൺസ്റ്റാൻസ് കിഴക്കൻ സാമ്രാജ്യത്തിലും ചക്രവർത്തിമാരായി. കോൺസ്റ്റാൻഷ്യസ് പിതാവിനെപ്പോലെ ക്രിസ്തുമതവിശ്വാസിയായിരുന്നു. അദ്ദേഹം തന്റെ അധികാരപരിധിക്കുള്ളിൽ ബഹുദൈവ വിശ്വാ

സവും വിഗ്രഹാരാധനയും നിരോധിച്ചു. നിരോധനം മുതലെടുത്തത് സാധാരണക്കാരായ ക്രിസ്ത്യാനികളായിരുന്നു. അവർ ക്ഷേത്രങ്ങൾ കൊള്ളയടിക്കുകയും ബഹുദൈവാരാധകരുടെ വസ്തുവകകൾ കൈയേറുകയും ചെയ്തു. ക്ഷേത്രങ്ങളെല്ലാം ക്രിസ്ത്യൻ പള്ളികളാക്കി മാറ്റി. തുടർന്ന് അധികാരത്തിൽ വന്ന ചക്രവർത്തിമാരും ക്രിസ്തുമതത്തെയാണ് പ്രോത്സാഹിപ്പിച്ചത്. ജൂലിയൻ ചക്രവർത്തി ക്രിസ്തുമതവിശ്വാസി അല്ലാതിരുന്നതിനാൽ അദ്ദേഹത്തിന്റെ കാലത്ത് മാത്രം താൽക്കാലികമായി തിരിച്ചടിയുണ്ടായി.

തിയോഡോഷ്യസ് ഒന്നാമൻ പൊതുവർഷം 392ൽ ക്രിസ്തുമതത്തെ സാമ്രാജ്യത്തിന്റെ ഔദ്യോഗികമതമാക്കിയെങ്കിലും വിശുദ്ധ റോമാസാമ്രാജ്യത്തിന്റെ (Holy Roman Empire) സംസ്ഥാപനത്തോടെയാണ് ക്രിസ്തുമതവും സാമ്രാജ്യവും തമ്മിലുള്ള താദാത്മ്യം പ്രാപിക്കൽ നടന്നത്. വിശുദ്ധ റോമാസാമ്രാജ്യത്തിന്റെ സംസ്ഥാപനത്തിലേക്ക് നയിച്ച ചരിത്രസംഭവങ്ങളുടെ തുടക്കം പടിഞ്ഞാറൻ യൂറോപ്പിലെ ഗോത്രവർഗങ്ങളുടെ ആക്രമണമാണ്. പൊതുവർഷം അഞ്ചാം നൂറ്റാണ്ടിൽ ജർമൻ ഗോത്രവർഗങ്ങൾ (Germanic tribes) റോമാസാമ്രാജ്യത്തെ പടിഞ്ഞാറുനിന്ന് ആക്രമിക്കാൻ തുടങ്ങി. ഗോത്തുക്കളുടെ രാജാവ് അലെറിക് 410ൽ റോമാനഗരം കീഴടക്കി.

സാമ്രാജ്യത്തിന്റെ പടിഞ്ഞാറൻ ഭാഗങ്ങൾ കീഴടക്കിയ ഗോത്രവർഗങ്ങൾ ക്രിസ്തുമതം സ്വീകരിച്ചു. കീഴടക്കിയവർ എന്തുകൊണ്ട് കീഴ്പ്പെട്ടവരുടെ മതം സ്വീകരിച്ചുവെന്ന ചോദ്യം ചരിത്രപരമായി പ്രസക്തിയുള്ളതാണ്. റോമാക്കാർ ഒരു നാഗരികത വികസിപ്പിച്ചിരുന്നു. ഗോത്രവർഗങ്ങൾ നാഗരികതയുടെ സുഖസൗകര്യങ്ങളിൽ ആകൃഷ്ടരായി അതിന്റെ സംസ്കാരം സ്വീകരിച്ചു. മതം സംസ്കാരത്തിന്റെ ഭാഗമാണല്ലോ.

ഇറ്റലി സ്വന്തമാക്കിയ ലൊംബാർഡുകൾ ഏരിയൻ വിഭാഗത്തിൽപ്പെട്ട ക്രിസ്തുമതവും ഫ്രാൻസ് കീഴടക്കിയ ഫ്രാങ്കുകൾ സാമ്രാജ്യത്തിന്റെ പാരമ്പര്യമതവും (Orthodox) സ്വീകരിച്ചു. പാരമ്പര്യ വിശ്വാസികൾ തങ്ങളുടെ മതം സാർവലൗകികം (Catholic) ആണെന്ന് അവകാശപ്പെട്ടു. ജസ്റ്റിനിയൻ ചക്രവർത്തി ഏരിയൻ വിഭാഗത്തെ സാമ്രാജ്യത്തിനകത്ത് നിരോധിച്ചിരുന്നു.

ഗോത്രവർഗങ്ങൾ പടിഞ്ഞാറൻ സാമ്രാജ്യം ആക്രമിച്ച് കീഴടക്കിയതോടെ മതകാര്യങ്ങളിൽ സ്വതന്ത്രമായി പ്രവർത്തിക്കാൻ റോമിലെ മതാധ്യക്ഷനായ പോപ്പിനു അവസരം ലഭിച്ചു. വിശ്വാസപ്രമാണം സംബന്ധിച്ച് തീരുമാനമെടുക്കാനും യൂറോപ്യൻ പ്രദേശങ്ങളിലെ ബിഷപ്പുമാരെ നിയമിക്കുവാനും പോപ്പിനു കഴിഞ്ഞു. യൂറോപ്പിൽ റോമാസാമ്രാജ്യം തകർന്ന് പ്രാദേശികമായ സ്വതന്ത്രഭരണകൂടങ്ങൾ നിലവിൽ വന്നെങ്കിലും യൂറോപ്പിലെ ക്രൈസ്തവസഭയുടെ ഭരണം സാമ്രാജ്യത്തിന്റെ മാതൃകയിൽ പോപ്പിനെ കേന്ദ്രീകരിച്ച് തന്നെ തുടർന്നു. ഗോത്രവർഗങ്ങളുടെ ആക്രമണത്തിൽ നിന്നു രക്ഷപ്പെട്ട കിഴക്കൻ റോമാസാമ്രാജ്യത്തിലെ (ബൈ

സാന്റിയം സാമ്രാജ്യം) പാത്രിയർക്കീസുമാർ (Patriarchs) റോമിലെ പോപ്പിനെ അനുസരിക്കാതായി. അവർ ബൈസാന്റിയം ചക്രവർത്തിയുടെ ആജ്ഞാനുവർത്തികളായി തുടർന്നു. വിശ്വാസകാര്യങ്ങളിലും സഭയുടെ ഭരണകാര്യങ്ങളിലും ചക്രവർത്തിയുടെ ഇംഗിതം അനുസരിച്ചു മാത്രം പ്രവർത്തിച്ചു. കിഴക്കും പടിഞ്ഞാറും ഉള്ള സഭകൾ അങ്ങനെയാണ് വേറിട്ടത്. പടിഞ്ഞാറുള്ള സഭകൾ പോപ്പിന്റെ കേന്ദ്രീകൃത നിയന്ത്രണത്തിൽ പ്രവർത്തിച്ചപ്പോൾ കിഴക്കൻസഭകൾ ബൈസാന്റിയം ചക്രവർത്തിയുടെ കീഴിലുള്ള വ്യത്യസ്ത സ്ഥാപനങ്ങളായി തുടർന്നു. ചക്രവർത്തിയാണ് ആത്മീയവും ഭൗതികവുമായ കാര്യങ്ങൾ തീരുമാനിച്ചത്.

ലൊംബാർഡുകൾ തന്നെ അധികാരഭ്രഷ്ടനാക്കുമെന്ന് പോപ്പ് ഭയപ്പെട്ടു. ഗോൾ (ഫ്രാൻസ്) കീഴടക്കിയ ഫ്രാങ്കുകൾ സാമ്രാജ്യത്തിന്റെ അംഗീകാരമുണ്ടായിരുന്ന പാരമ്പര്യമതമായ കത്തോലിക്കാമതം തന്നെയാണ് സ്വീകരിച്ചത്. പോപ്പ് അവരുമായി സഖ്യത്തിലായി. ഫ്രാങ്കുകൾ ഷാർലിമേന്റെ നേതൃത്വത്തിൽ ഇറ്റലിയും ജർമനിയും കീഴടക്കി. റോമിലെ പോപ്പ് ഷാർലിമേൻ രാജാവിനെ യൂറോപ്യൻ പ്രദേശങ്ങൾ മാത്രമടങ്ങുന്ന പടിഞ്ഞാറൻ റോമാസാമ്രാജ്യത്തിന്റെ ചക്രവർത്തിയായി കിരീടമണിയിച്ചു. പോപ്പ് കിരീടമണിയിച്ച ചക്രവർത്തി വാഴുന്ന സാമ്രാജ്യം വിശുദ്ധ സാമ്രാജ്യമാണല്ലോ. അങ്ങനെയാണ് വിശുദ്ധറോമാസാമ്രാജ്യം (Holy Roman Empire) നിലവിൽ വന്നത്. പോപ്പും ചക്രവർത്തിയും ഒരുമിച്ച് അധികാരം കൈയാളുന്ന തരത്തിലായിരുന്നു വിശുദ്ധ റോമാസാമ്രാജ്യത്തിന്റെ ഭരണഘടന. ചക്രവർത്തിയുടെ അധികാരം കുറഞ്ഞതിന് ആനുപാതികമായി പോപ്പിന്റെ അധികാരം വർധിച്ചു. ചിലപ്പോഴൊക്കെ വിശുദ്ധ റോമാസാമ്രാജ്യത്തിലെ ചക്രവർത്തിമാർക്ക് നാമമാത്രമായ അധികാരമേയുണ്ടായിരുന്നുള്ളു. യഥാർഥ രാഷ്ട്രീയാധികാരം പോപ്പിനായിരുന്നു. ചക്രവർത്തിയെയും രാജാക്കന്മാരെയും കിരീടമണിയിക്കാനുള്ള അധികാരം പോപ്പിനു മാത്രമായിരുന്നു. യൂറോപ്പിൽ നിയമാനുസൃതമായ (Legitimate Power) രാഷ്ട്രീയാധികാരത്തിന്റെ ഉറവിടം ക്രിസ്തുമതമേലധ്യക്ഷനായ പോപ്പ് ആയി. പോപ്പ് നിയമാനുസൃതമായ രാഷ്ട്രീയാധികാരത്തിന്റെ ഉറവിടമായെങ്കിലും പഴയ റോമാസാമ്രാജ്യത്തിൽ നിലനിന്നിരുന്ന ദൈവാധിപത്യ വ്യവസ്ഥയിൽ (Theocratic State) നിന്നും മതത്തിന് ഒരുപടി താഴെ ഇറങ്ങി നിൽക്കേണ്ടിവന്നു.

യൂറോപ്പിന്റെ ചരിത്രത്തിലെ മധ്യയുഗത്തിൽ കത്തോലിക്കാ മതം രാഷ്ട്രീയത്തിൽ മാത്രമല്ല മനുഷ്യജീവിതത്തിന്റെ എല്ലാ മേഖലകളിലേക്കും കടന്നുകയറി. വ്യക്തിജീവിതത്തെയും സാമൂഹിക ജീവിതത്തെയും നിയന്ത്രിക്കുന്ന അവസ്ഥയിലെത്തി. അഴിമതിയുടെയും അമിതാധികാരവാഴ്ചയുടെയും അസാന്മാർഗികതയുടെയും പര്യായമായിത്തീർന്നു കത്തോലിക്കാസഭ. സ്വതന്ത്ര ചിന്തകളെയും അന്വേഷണങ്ങളെയും അത് മതനിന്ദയായി മുദ്രകുത്തി. ഘോരമായ പീഡനങ്ങളും ജീവനോടെ ചുട്ടുകരിക്കലുമായിരുന്നു സ്വതന്ത്ര ചിന്തകർക്കും അന്വേ

ഷകർക്കും കത്തോലിക്ക സഭ നൽകിയ ശിക്ഷകൾ. മതദ്രോഹ വിചാരണകളുടെ (Inquisition) പേരിൽ ലക്ഷക്കണക്കിന് നിരപരാധികളെയും മനോരോഗികളെയും കഠിനമായ പീഡനങ്ങൾക്കും നിഷ്ഠുരമായ കൊലയ്ക്കും ഇരകളാക്കി. മനുഷ്യശരീരത്തിൽ കഠിനവേദന ഉള്ളവാക്കുന്നതിന് മാത്രമായി യന്ത്രങ്ങൾ കണ്ടുപിടിക്കാൻ പള്ളി പ്രോത്സാഹനം നൽകി. മധ്യയുഗത്തിലെ ക്രിസ്തുമതത്തെക്കുറിച്ച് തത്വചിന്തകനായ നീഷ്ചേ ഇങ്ങനെ എഴുതി: "ലോകത്തെ തിന്മ നിറഞ്ഞതും വിരൂപവുമായി കാണാനുള്ള ക്രിസ്ത്യാനികളുടെ ദൃഢനിശ്ചയം ലോകത്തെ തിന്മ നിറഞ്ഞതും വിരൂപവുമാക്കിത്തീർത്തു." ഈ സ്ഥിതിക്കൊരു മാറ്റം വന്നു തുടങ്ങിയത് കറുത്തമരണം എന്ന് വിശേഷിപ്പിക്കപ്പെട്ട പ്ലേഗ് ബാധയോടെയാണ്. മധ്യേഷ്യയിൽ നിന്നും യൂറോപ്പിലേക്ക് 1340 കളിൽ പടർന്ന പ്ലേഗ് ബാധ രണ്ടുകൊല്ലം കൊണ്ട് ഏഴരക്കോടി ജനങ്ങളെ (യൂറോപ്പിലെ അന്നത്തെ ജനസംഖ്യയുടെ മൂന്നിലൊന്ന്) കൊന്നൊടുക്കി. കൂട്ടമരണത്തിന് കാരണമായി കത്തോലിക്കാസഭ പറഞ്ഞ കാര്യങ്ങളൊന്നും ജനങ്ങൾക്ക് ബോധ്യമായില്ല. അവർ സ്വതന്ത്രമായ അന്വേഷണങ്ങൾ നടത്തുകയും സ്വന്തമായ നിഗമനങ്ങളിൽ എത്തുകയും ചെയ്തു. യൂറോപ്യൻ നവോത്ഥാനത്തിനും (Renaissance) ക്രിസ്തുമത പരിഷ്കരണത്തിനും (Reformation) തുടക്കം കുറിച്ച പല കാര്യങ്ങളിൽ ഒന്ന് കറുത്ത മരണമായിരുന്നു.

മതനിരപേക്ഷ ഭരണകൂടങ്ങൾ (Secular States)

മതത്തെയും ഭരണകൂടത്തെയും വേർപെടുത്തുക എന്ന ആശയം ആധുനിക യുഗത്തിന്റെ സംഭാവനയാണ്. മനുഷ്യമനസുകളുടെ മേൽ മതത്തിന് ഉണ്ടായിരുന്ന മേധാവിത്വം കുറഞ്ഞതും മനുഷ്യമനസിന്റെ ബോധമണ്ഡലത്തിൽ ശാസ്ത്രത്തിന് ആധികാരികത വർധിച്ചതുമാണ് മധ്യയുഗം അവസാനിച്ച് ആധുനികയുഗം ആരംഭിച്ചതിന്റെ പ്രധാനപ്പെട്ട അടയാളങ്ങൾ. മനുഷ്യസംസ്കാരം പുരോഗമിക്കുന്നത് മതത്തെയും വൈദികരെയും കേന്ദ്രീകരിച്ചല്ല, സാധാരണ മനുഷ്യരെ ആശ്രയിച്ചാണെന്ന തിരിച്ചറിവ് യൂറോപ്പിലുണ്ടായി. ദേശരാഷ്ട്രങ്ങളുടെ മേലുള്ള അധികാരം മതത്തിന് നഷ്ടപ്പെട്ടു. ദേശരാഷ്ട്രങ്ങളുടെയും ജനസമൂഹത്തിന്റെയും മേൽ പള്ളിക്ക് അഥവാ മതത്തിനുണ്ടായിരുന്ന അധീശത്വം നഷ്ടപ്പെട്ടതോടെ ചിന്തകർക്ക് സ്വതന്ത്രമായി ചിന്തിക്കാൻ അവസരം ലഭിച്ചു.

യൂറോപ്പിൽ ആധുനിക യുഗം പിറന്നതിന്റെ മറ്റൊരു അടയാളം ഭൂപ്രഭുക്കളുടെയും ഭൂവുടമസ്ഥതയെ ആധാരമാക്കിയുള്ള കുലീനവർഗത്തിന്റെയും (Feudal aristocracy) രാഷ്ട്രീയാധികാരവും സാമ്പത്തികരംഗത്തെ മേധാവിത്വവും അവസാനിച്ചതാണ്. വ്യാപാരത്തിലൂടെ സമ്പത്ത് ആർജിച്ച പുതിയൊരു വർഗം രാഷ്ട്രീയ സാമ്പത്തിക രംഗങ്ങളിൽ മേധാവിത്വം പുലർത്താൻ തുടങ്ങി. പുതിയ സമ്പന്ന വർഗം രാജാവുമായി

സഖ്യത്തിലായ രാജ്യങ്ങളിൽ ഭൂപ്രഭു കുലീനവർഗത്തെ പൂർണമായും അധികാരരംഗങ്ങളിൽ നിന്ന് ഒഴിവാക്കി. ധനാഢ്യരായ വ്യാപാരികൾ കുലീനപദവിയിലേക്ക് ഉയർത്തപ്പെടാനും തുടങ്ങി. പുതിയൊരു സമ്പദ്‌വ്യവസ്ഥയുടെ (മുതലാളിത്തവ്യവസ്ഥ) ഉദയമായിരുന്നു അത്. ആധുനികയുഗത്തിന്റെ ഉദയം കുറിച്ച ശാസ്ത്രവിസ്ഫോടനത്തിന്റെ ആദ്യപ്രകമ്പനം ഉണ്ടായത് 1543ൽ നിക്കോളാസ് കോപ്പർ നിക്കസ് പുതിയ സിദ്ധാന്തം അവതരിപ്പിച്ചപ്പോഴായിരുന്നു. കോപ്പർ നിക്കസിന്റെ *ആകാശഗോളങ്ങളുടെ ഭ്രമണങ്ങളെക്കുറിച്ച്* (*On the Revolutions of the Celestial Spheres*) എന്ന ഗ്രന്ഥം പുതുയുഗപ്പിറവിയുടെ അടയാളമായാണ് വിശേഷിപ്പിക്കപ്പെടുന്നത്. സൂര്യൻ ഭൂമിയെ അല്ല ഭൂമി സൂര്യനെയാണ് ചുറ്റുന്നത് എന്ന സിദ്ധാന്തം അവതരിപ്പിച്ചപ്പോൾ ഭൂകേന്ദ്രിത പ്രപഞ്ചം എന്ന സങ്കൽപ്പത്തെ ആധാരമാക്കിയുള്ള ക്രിസ്തുമതത്തിന്റെ വിശ്വാസപ്രമാണത്തിലാണ് വിള്ളൽ വീണത്. കോപ്പർ നിക്കസിന്റെ സൂര്യകേന്ദ്രിത പ്രപഞ്ചസിദ്ധാന്തം ജനശ്രദ്ധയിലെത്തിയത് അതാവിഷ്കരിക്കപ്പെട്ട് ഒരു നൂറ്റാണ്ടു പിന്നിട്ട് പതിനേഴാം നൂറ്റാണ്ടിൽ ജോഹാന്നസ് കെപ്ലർ (1571-1630) സംപുഷ്ടമാക്കുകയും ഗലീലിയോ ഗലീലി (1564 -1642) ടെലിസ്കോപ്പ് കണ്ടുപിടിച്ച് സൂര്യകേന്ദ്രിത പ്രപഞ്ച സിദ്ധാന്തം വസ്തുനിഷ്ഠമായി തെളിയിക്കുകയും ചെയ്തപ്പോഴാണ്. അന്നുമുതൽ ആരംഭിച്ചതാണ് ക്രിസ്തുമതവും ശാസ്ത്രവും തമ്മിലുള്ള യുദ്ധം.

യൂറോപ്പിൽ ആധുനികത പ്രത്യക്ഷമാകാൻ തുടങ്ങിയത് ഇറ്റലിയിലെ സാംസ്കാരിക രംഗത്ത് ആരംഭിച്ച നവോത്ഥാനത്തോടെ ആണ്. നവോത്ഥാനം എന്ന പദത്തിന് തുല്യമായ ഇംഗ്ലീഷ് പദത്തിന്റെ (Renaissance) അർഥം പുനർജന്മം എന്നാണ്. നവോത്ഥാനത്തിന്റെ യഥാർഥ അനന്തരഫലം മനുഷ്യത്വത്തിന്റെ പുനർജന്മമായിരുന്നു. മധ്യയുഗത്തിൽ കത്തോലിക്കാസഭ മാനവികതയെ പാടെ നിരാകരിച്ചു. ക്രിസ്തുമതം നിരാകരിച്ച മാനവികതയുടെ പുനർജന്മമാണ് യൂറോപ്പിലെ നവോത്ഥാനകാലത്ത് നടന്നത്. ഗ്രീക്ക്, റോമൻ ക്ലാസിക്കുകളുടെ പുനർവായനകളിലൂടെയും കലയിലൂടെയുമാണ് മാനവികതയ്ക്ക് പുനർജന്മം നൽകിയത്. ഇതിനു തുടക്കം കുറിച്ചത് ഒരു പോപ്പ് തന്നെയാണെന്ന കാര്യം ചരിത്രത്തിലെ വിരോധാഭാസമാണ്. പോപ്പ് നിക്കോളാസ് അഞ്ചാമൻ (1447-1455) പണ്ഡിതന്മാർക്ക് സ്വന്തം അരമനയിൽ പഠനസൗകര്യങ്ങൾ ഒരുക്കിക്കൊടുക്കുകയും അവരെ ആദരിക്കുകയും ചെയ്തുകൊണ്ടാണ് നവോത്ഥാന പ്രസ്ഥാനം ആരംഭിച്ചത്. ഗ്രീക്ക് തത്വചിന്തകൻ എപിക്യൂറസിന്റെ സിദ്ധാന്തങ്ങളെ അംഗീകരിച്ച പണ്ഡിതൻ ലോറൻസോ വല്ലയെ പോപ്പ് നിക്കോളാസ് സ്വന്തം സെക്രട്ടറിയായി നിയമിച്ചു. റോമാനഗരത്തിനു മേൽ പോപ്പ് സിൽവസ്റ്റർ ഒന്നാമനും (പോ. വ. 314-35) തുടർന്ന് വരുന്ന മാർപ്പാപ്പമാർക്കും രാഷ്ട്രീയമായ പരമാധികാരം ഉണ്ടായിരിക്കുമെന്ന് കോൺസ്റ്റന്റയിൻ ചക്രവർത്തി പുറപ്പെടുവിച്ചതായി പറയപ്പെടുന്ന ശാസനം (Donation of Constantine) വ്യാജരേഖയാണെന്ന് തെളിയിച്ച

ആളാണ് ലോറൻസോവല്ല. മാത്രവുമല്ല അഞ്ചാം നൂറ്റാണ്ടിൽ ലത്തീൻ ഭാഷയിൽ രചിക്കപ്പെട്ട *ബൈബിൾ* (Vulgate) ലക്ഷണംകെട്ട കൃതിയാണെന്ന് വിമർശിക്കുകയും വിശുദ്ധ അഗസ്റ്റിൻ മതവിരുദ്ധമായ കാര്യങ്ങൾ പറഞ്ഞിട്ടുണ്ടെന്ന് സമർഥിക്കുകയും ചെയ്തു. എങ്കിലും ആൾ പണ്ഡിതനായതുകൊണ്ട് പോപ്പ് നിക്കോളാസ് അദ്ദേഹത്തെ സെക്രട്ടറി സ്ഥാനത്തുനിന്നും പിരിച്ചുവിട്ടില്ല. അതുകൊണ്ടാണ് പോപ്പ് നിക്കോളാസ് അഞ്ചാമനെ ആദ്യത്തെ 'മാനവികമാർപ്പാപ്പ' (Humane Pope) എന്ന് ചരിത്രകാരന്മാർ വിശേഷിപ്പിച്ചത്.

നവോത്ഥാനപ്രസ്ഥാനം ഒരു ബഹുജനപ്രസ്ഥാനം ആയിരുന്നില്ല. ഏതാനും പണ്ഡിതന്മാരിലും ബുദ്ധിജീവികളിലും അവർക്ക് താങ്ങായി നിന്ന ചില വരേണ്യരിലും മാത്രമൊതുങ്ങിനിന്നു ഇറ്റലിയിലെ നവോത്ഥാന പ്രസ്ഥാനം. എങ്കിലും അത് യൂറോപ്പിന്റെ ബൗദ്ധികമണ്ഡലത്തിൽ ദൂരവ്യാപകങ്ങളായ ഫലങ്ങളാണ് ഉളവാക്കിയത്. ആത്മീയതയിൽ പോപ്പിന്റെ അധികാരത്തെ നിരാകരിക്കുന്നതിനും ക്രിസ്തുമതപരിഷ്കരണത്തിനും വഴിയൊരുക്കി. നവോത്ഥാനത്തിന്റെ ഉപോൽപ്പന്നങ്ങളാണ് മതപരിഷ്കരണപ്രസ്ഥാനവും (Reformation) മതനിരപേക്ഷ ഭരണകൂടം എന്ന ആശയവും. റെഫർമേഷൻ യഥാർഥത്തിൽ മതവും രാഷ്ട്രീയവും കൂടിക്കലർന്ന ഒരു പ്രസ്ഥാനമായിരുന്നു. പോപ്പിന്റെ അധികാരം നിരസിക്കപ്പെട്ടു. മാത്രമല്ല അന്തരിച്ചവരുടെ ആത്മാക്കൾക്കു വേണ്ടി സ്വർഗവാതിൽ തുറന്നു കൊടുക്കുന്നതിനേർപ്പെടുത്തിയിരുന്ന പ്രതിഫലം പോപ്പിനും പട്ടക്കാർക്കും കൊടുക്കേണ്ടതില്ലെന്ന് തീരുമാനിക്കുകയും ചെയ്തു. ജർമനിയിലായിരുന്നു റെഫർമേഷന്റെ പ്രഭവകേന്ദ്രം. ചിത്ര, ശിൽപ്പ കലകളിൽ ലിയൊണാർഡൊ ഡാവിഞ്ചി, മൈക്കലാഞ്ചലോ തുടങ്ങിയ അതികായന്മാരും രാഷ്ട്രമീമാംസയിൽ മാക്യവെല്ലി എന്ന ദീപസ്തംഭവുമാണ് നവോത്ഥാന പ്രസ്ഥാനത്തിന്റെ അടയാളശേഷിപ്പുകൾ. മാക്യവെല്ലിയാണ് ഭരണകൂടത്തിന്റെ അധികാരശക്തി സ്വായത്തമാകാൻ ദൈവത്തിന്റെയോ പുരോഹിതന്റെയോ അഭിഷേകമല്ല ജനങ്ങളുടെ സമ്മതിയാണ് വേണ്ടതെന്ന് ആദ്യം പറഞ്ഞ ചിന്തകൻ. പൊതുവർഷത്തിനു മുമ്പ് നാലാം നൂറ്റാണ്ടിൽ ഇന്ത്യൻ ഉപഭൂഖണ്ഡത്തിൽ മൗര്യസാമ്രാജ്യം സ്ഥാപിച്ച ചക്രവർത്തി ചന്ദ്രഗുപ്തമൗര്യന്റെ പ്രധാനമന്ത്രിയായിരുന്ന കൗടില്യന്റെ *അർഥശാസ്ത്രം* എന്ന ഗ്രന്ഥത്തോടാണ് മാക്യവെല്ലിയുടെ *പ്രിൻസിനെ* (*The Prince*) താരതമ്യം ചെയ്യാറ്. ചെറു രാജ്യങ്ങളുടെ (Principalites) മേൽ അധീശത്വം സ്ഥാപിച്ചെടുക്കാനുള്ള തന്ത്രങ്ങളാണ് *പ്രിൻസിലെ* പ്രതിപാദ്യവിഷയങ്ങൾ. ജനസമ്മതിയോടെ അധികാരത്തിലേറുന്ന ഭരണാധികാരികൾക്ക് പള്ളിയുടെയോ പോപ്പിന്റെയോ അംഗീകാരമില്ലെങ്കിലും നിയമസാധുത (Legitimacy) ഉണ്ടായിരിക്കുമെന്ന് ആദ്യമായി പറഞ്ഞ തത്വചിന്തകൻ മാക്യവെല്ലിയാണ്. അതുകൊണ്ടാണ് മാക്യവെല്ലി പലപ്പോഴും കുടിലതന്ത്രങ്ങളുടെ (കൗടില്യന്റെ തന്ത്രങ്ങളാണെന്നാണ് അക്ഷരാർഥം) വക്താവായി ചിത്രീകരിക്കപ്പെട്ടത്. രാഷ്ട്രീ

യമായ ലക്ഷ്യം എത്ര മഹത്തായിരുന്നാലും നടപ്പിലാക്കാൻ ശക്തിവേണമെന്നും ആ ശക്തി ജനസമ്മതിയിൽ നിന്നാണുത്ഭവിക്കുന്നതെന്നും അതുകൊണ്ട് ജനസമ്മതി നേടാൻ എന്തു മാർഗവും സ്വീകരിക്കണമെന്നുമാണ് മാക്യവെല്ലി സിദ്ധാന്തിച്ചത്. ധർമനിഷ്ഠയുള്ളവർക്കേ ജനസമ്മതി നേടാൻ കഴിയുകയുള്ളുവെന്നും അതുകൊണ്ട് ഭരണാധികാരികൾ ധർമനിഷ്ഠയുള്ളവരാണെന്നും ജനങ്ങളെ ബോധ്യപ്പെടുത്താൻ ശ്രമിക്കണമെന്നും മാക്യവെല്ലി പറഞ്ഞു. ജനങ്ങളെ ബോധ്യപ്പെടുത്താൻ ശ്രമിക്കണമെന്നേ മാക്യവെല്ലി പറഞ്ഞുള്ളു. ധർമച്യുതിയുള്ളവനും പൊതുജനമധ്യത്തിൽ ധർമനിഷ്ഠനാണെന്ന് അഭിനയിക്കാൻ കഴിയും. ജനങ്ങളെ ബോധ്യപ്പെടുത്താൻ ഏറ്റവും നല്ല മാർഗം ധർമനിഷ്ഠയുള്ളവനായിരിക്കുന്നതാണെന്ന് മാക്യവെല്ലി പറഞ്ഞ കാര്യം തമസ്കരിച്ച് ലക്ഷ്യംമാർഗത്തെ സാധൂകരിക്കുമെന്ന സിദ്ധാന്തം അദ്ദേഹം അവതരിപ്പിച്ചതായി പോപ്പിന്റെ വക്താക്കൾ അപവാദപ്രചാരണം നടത്തി.

ആയുധമെടുത്ത പ്രവാചകർ വിജയിക്കുകയും ആയുധമെടുക്കാത്ത പ്രവാചകർ പരാജയപ്പെടുകയും ചെയ്തുവെന്ന ചരിത്രസത്യവും മാക്യവെല്ലിയാണ് ആദ്യം വെളിപ്പെടുത്തിയത്. പോപ്പ് അലക്സാണ്ടർ ആറാമനെ വിമർശിച്ചതിന്റെ പേരിൽ മതത്തിൽനിന്നു പുറംതള്ളുകയും പിന്നീട് പോപ്പിന്റെ സമ്മർദത്തിനു വഴങ്ങി ഭരണകൂടം വധിക്കുകയും ചെയ്ത ഡൊമിനിക്കൻ പാതിരി സവോനരോളയെ ഉദ്ദേശിച്ചാണ് മാക്യവെല്ലി ഇത് പറഞ്ഞത്. ആയുധമെടുത്ത പ്രവാചകരിൽ മുഹമ്മദ് നബിയെ മാക്യവെല്ലി ഉൾപ്പെടുത്താത്തത് എന്തുകൊണ്ടാണെന്ന് മനസിലാവുന്നില്ല. മതനിരപേക്ഷ ഭരണകൂടം എന്ന ആധുനിക യുഗത്തിന്റെ ആശയം മാക്യവെല്ലിയിൽ നിന്നാണുത്ഭവിച്ചത്.

എന്നാൽ ലോകത്തിലെ സ്വതന്ത്രചിന്തയുടെ ഉത്ഭവസ്ഥാനം യൂറോപ്പാണെന്നും നവോത്ഥാനത്തെ തുടർന്നുണ്ടായ ജ്ഞാനോദയം (Enlightenment) ആണ് സ്വതന്ത്രചിന്തയ്ക്ക് തുടക്കം കുറിച്ചതെന്നുമുള്ള വാദം ചരിത്രവിരുദ്ധമായ യൂറോകേന്ദ്രിത ചിന്തയുടെ ഉൽപ്പന്നമാണ്. യൂറോപ്പിലെ ജ്ഞാനോദയത്തിന് വളരെ മുമ്പുതന്നെ ഇസ്ലാമിക ചിന്തകൻ ഇബ്നു റശീദ് മനുഷ്യന്റെ ചിന്തകൾ മതത്തിന്റെ വിശ്വാസപ്രമാണങ്ങളിൽ നിന്നും സ്വതന്ത്രമാണെന്ന് പ്രഖ്യാപിച്ചു. മതവും തത്വചിന്തയും മനുഷ്യന്റെ ജ്ഞാനസമ്പാദനത്തിന്റെ വ്യത്യസ്ത മാർഗങ്ങളാണെന്ന് ചരിത്രത്തിൽ ആദ്യം ഉദ്ഘോഷിച്ചത് ഇസ്ലാമിക തത്വചിന്തകനായ ആവ്റോസ് (Averros 1126-1198) ആയിരുന്നു. ഈ വിഷയം ജ്ഞാനോദയം ഇസ്ലാമിലൂടെ എന്ന അധ്യായത്തിൽ പ്രതിപാദിക്കുന്നുണ്ട്.

ഒരു രാഷ്ട്രമീമാംസ തത്വമെന്ന നിലയിൽ മതനിരപേക്ഷ ഭരണകൂടം എന്ന ആശയം ആദ്യം മുന്നോട്ടു വച്ചത് ജോൺ ലോക്ക് (1632-1704) എന്ന തത്വചിന്തകനാണെന്ന് പൊതുവെ അംഗീകരിക്കപ്പെട്ടിട്ടുണ്ട്. ഇംഗ്ലണ്ടിലെ ജെയിംസ് രണ്ടാമൻ രാജാവിനെ സ്ഥാനഭ്രഷ്ടനാക്കിയ 1688 ലെ വിപ്ലവത്തിന്റെ അനുഭവപാഠങ്ങൾ ഉൾക്കൊണ്ട് ജോൺ ലോക്ക് 1689ലും

1690ലും ഭരണകൂടത്തെക്കുറിച്ച് ഓരോ പ്രബന്ധങ്ങൾ രചിച്ചു.[8] ഈ പ്രബന്ധങ്ങളിൽ ഭരണാധികാരം ദൈവികമായി പാരമ്പര്യവകാശത്തിലൂടെ ലഭിക്കുന്നതല്ലെന്ന് ജോൺ ലോക്ക് യുക്തിപൂർവം സ്ഥാപിച്ചു. രണ്ടാമത്തെ പ്രബന്ധത്തിൽ ഭരണാധികാരം സാമൂഹികമായ കരാർ (Social Contract) അനുസരിച്ചാണ് നിയമവിധേയമാകുന്നതെന്ന് സമർഥിച്ചു. ഭരണകൂടം രൂപപ്പെടുന്നത് തികച്ചും ഭൗതികമായ ഒരു പ്രതിഭാസത്തിലൂടെയാണെന്നും ദൈവവുമായോ മതവുമായോ അതിന് യാതൊരു ബന്ധവും ഇല്ലെന്നുമായിരുന്നു ലോക്കിന്റെ സോഷ്യൽ കോൺട്രാക്റ്റ് സിദ്ധാന്തത്തിന്റെ അന്തഃസത്ത. സമൂഹത്തിന്റെ നിലനിൽപ്പിനും പുരോഗതിക്കും വേണ്ടി വ്യക്തികൾ ചെയ്യുന്ന കുറ്റങ്ങൾക്ക് വധശിക്ഷ ഉൾപ്പെടെയുള്ള ശിക്ഷകൾ കൊടുക്കാൻ വ്യവസ്ഥ ചെയ്യുന്ന നിയമനിർമാണത്തിനുള്ള അധികാരമാണ് ലോക്കിന്റെ അഭിപ്രായത്തിൽ രാഷ്ട്രീയാധികാരം. പൗരസമൂഹവുമായി ഏർപ്പെടുന്ന കരാറിലൂടെ രൂപപ്പെടുന്ന ഭരണാധികാരസ്ഥാപനം അഥവാ ഗവണ്മെന്റ് ആണ് പൗരസമൂഹത്തിന്റെ അധികാരസ്ഥാപനം അഥവാ സിവിൽ ഗവണ്മെന്റ്. പരമാധികാരമുള്ള രാജഭരണം (absolute monarchy) ഒരു സിവിൽ ഗവൺമെന്റേ അല്ലെന്നാണ് ലോക്കിന്റെ വാദം. മതനിരപേക്ഷ ഭരണകൂടം എന്ന ആശയം ആധുനികലോകത്തിന്റെ മുമ്പിൽ വ്യക്തതയോടെ അവതരിപ്പിച്ചത് ജോൺ ലോക്ക് ആണ്.

മതനിരപേക്ഷത (secularism)[9] എന്ന പരികൽപ്പനയ്ക്ക് മതനിരപേക്ഷ ഭരണകൂടം എന്ന അർഥം മാത്രമല്ല ഉള്ളത്. സാമൂഹിക ജീവിതത്തിൽ മതത്തിന് യാതൊരു സ്ഥാനവുമില്ലാത്ത അവസ്ഥയാണിത്. മുതലാളിത്തവ്യവസ്ഥയിൽ മതനിരപേക്ഷ ഭരണസ്ഥാപനം (secular government) എന്ന പരികൽപ്പനയ്ക്ക് അങ്ങനെ അർഥമില്ല. സമൂഹം മതാധിഷ്ഠിതമോ മതവിരുദ്ധമോ അല്ല. മതത്തെയും ഭരണകൂടത്തെയും

8. *Treatises on Governments* by John Locke 1689 ൽ രചിച്ച ഒന്നാം പ്രബന്ധത്തിൽ രാജാധികാരം താവഴിയായി കിട്ടുന്നതാണെന്ന വാദത്തെ ഖണ്ഡിക്കുകയാണ് ജോൺ ലോക്ക്. രാജാവിന് പിതാവിന്റെ സ്ഥാനമാണെന്നും അത് മനുഷ്യവംശത്തിന്റെ ആദിപിതാവായ ആദാമിൽനിന്നുത്ഭവിക്കുന്നതാണെന്നും അതുകൊണ്ട് രാജാധികാരം പാരമ്പര്യമായി സിദ്ധിക്കുന്നതാണെന്നും സ്ഥാപിക്കാൻ വേണ്ടി ഇംഗ്ലണ്ടിലെ ആസ്ഥാന പണ്ഡിതനായ റോബർട്ട് ഫിൽമെർ എഴുതിയ *Patriarcha or The Natural Power of Kings* എന്ന ഗ്രന്ഥത്തിലെ വാദങ്ങളെ ഖണ്ഡിക്കാനാണ് ആദ്യത്തെ പ്രബന്ധം രചിച്ചത്. രാജാവിന് പിതാവിന്റെ സ്ഥാനമാണെങ്കിൽ പ്രജകളുടെ മേൽ അമ്മയ്ക്കും അധികാരമില്ലേ എന്നായിരുന്നു ലോക്കിന്റെ ചോദ്യം. രാജാവിന്റെ ആദ്യത്തെ സന്താനത്തിനു രാജാധികാരം പാരമ്പര്യമായി സിദ്ധിക്കുമെന്ന വാദത്തെയും ജോൺ ലോക്ക് യുക്തിപൂർവം ഖണ്ഡിച്ചു. പാരമ്പര്യവാദത്തെ ഖണ്ഡിച്ചതിലൂടെ അധികാരം ദൈവികമാണെന്ന മതത്തിന്റെ രാഷ്ട്രീയ സിദ്ധാന്തമാണ് ജോൺ ലോക്ക് നിരാകരിച്ചത്.

9. ജോർജ് ഹോളിഓക്ക് (1817-1906) എന്ന ഇംഗ്ലീഷ് എഴുത്തുകാരനാണ് secularism എന്ന പദം 1846-ൽ നിഷ്പാദിച്ചത്. സ്വതന്ത്ര ചിന്ത അതായത് മതത്തിന്റെ വിലക്കുകളില്ലാത്ത പൂർണമായ സ്വതന്ത്ര ചിന്തയെ പ്രോത്സാഹിപ്പിക്കുന്ന മതനിരപേക്ഷ സമൂഹം ഉണ്ടാകണം എന്നായിരുന്നു ഹോളിഓക്കിന്റെ സിദ്ധാന്തം. ഈ അർഥത്തിൽ

വേർപെടുത്തുക മാത്രമേ ചെയ്യുന്നുള്ളൂ. മതത്തെയും ഭരണകൂടത്തെയും വേർപെടുത്തുന്നത് രാഷ്ട്രത്തിന്റെ ഭരണഘടനയിൽ ഉൾപ്പെടുത്തണമെന്ന ആശയം ആദ്യം ഉന്നയിച്ചതും അതനുസരിച്ച് അമേരിക്കയുടെ ഭരണഘടനയുടെ ഒന്നാം ഭേദഗതി നടപ്പിലാക്കാൻ മുൻകൈയെടുത്തതും അമേരിക്കൻ ഐക്യനാടുകളുടെ മൂന്നാമത്തെ പ്രസിഡന്റ് തോമസ് ജെഫേഴ്സൺ (1743-1826) ആണ്. 1791-ൽ നിലവിൽ വന്ന ഭരണഘടന ഭേദഗതിപ്രകാരം ഏതെങ്കിലും മതത്തിനുവേണ്ടിയോ മതത്തിന് എതിരായോ അമേരിക്കൻ കോൺഗ്രസ് (ജനപ്രതിനിധി സഭ) ഒരു നിയമവും പാസാക്കാൻ പാടില്ല.[10] ഭരണകൂടത്തിനും മതത്തിനും ഇടയ്ക്ക് ഒരു മതിൽ വേണമെന്നായിരുന്നു ജെഫേഴ്സന്റെ സിദ്ധാന്തം. രണ്ടിന്റേയും നന്മയ്ക്ക് അതത്യാവശ്യമാണെന്ന് അദ്ദേഹം വാദിച്ചു. അമേരിക്കയെ തുടർന്ന് ഭരണകൂടത്തെയും മതത്തെയും വേർപ്പെടുത്താനുള്ള ശ്രമം ആരംഭിച്ചത് ഫ്രാൻസിലാണ്. ഫ്രാൻസിൽ ലെയിസിത്തെ (Laicite) എന്ന പേരിൽ അറിയപ്പെടുന്ന മതനിരപേക്ഷ ഭരണപദ്ധതി ഘട്ടം ഘട്ടമായിട്ടാണ് നടപ്പിലാക്കിയത്. വിദ്യാഭ്യാസത്തെ മതത്തിൽ നിന്നും വേർപെടുത്തുന്ന നടപടികൾ 1880-കളിൽ പൂർത്തിയാക്കിയതായിരുന്നു ആദ്യപടി. മതത്തെയും പള്ളിയെയും പൂർണമായും വേർപെടുത്തുന്ന ഭരണഘടനാ ഭേദഗതി നിലവിൽ വന്നത് 1905 ലാണ്.

ഫ്രഞ്ചു വിപ്ലവത്തെ തുടർന്ന് യൂറോപ്യൻ രാജ്യങ്ങളിൽ മതമുക്തമായ സ്വതന്ത്ര ചിന്ത എന്ന ആശയത്തിന് സ്വാധീനം വർധിച്ചു. പല രാഷ്ട്രങ്ങളും ഔദ്യോഗികമതം എന്ന ആശയം ഉപേക്ഷിച്ചു. യൂറോപ്യൻ രാജ്യങ്ങളുടെ പാത പിന്തുടർന്ന് 1923-ൽ മുസ്ലിം രാഷ്ട്രമായ തുർക്കിയും മതനിരപേക്ഷ രാഷ്ട്രമാണെന്ന് പ്രഖ്യാപിക്കുകയും ഭരണഘടന ഭേദഗതി ചെയ്യുകയും ചെയ്തു. മതനിരപേക്ഷ രാഷ്ട്രങ്ങളുടെ ഭരണഘടനകളിൽ രണ്ടു ഘടകങ്ങൾ കാണാൻ കഴിയും. ഏതെങ്കിലും മതത്തെ രാഷ്ട്രത്തിന്റെ ഔദ്യോഗികമതമായി പ്രഖ്യാപിക്കാതിരിക്കുകയും ഏതെങ്കിലും മതത്തിന്റെ ആവശ്യങ്ങൾക്കായി ഖജനാവിലെ പണം ചെലവഴിക്കാതിരിക്കുകയും ചെയ്യുകയാണ് ഒരു ഘടകം. രണ്ടാമത്തെ ഘടകം പൗരന്മാരുടെ മതസ്വാതന്ത്ര്യം ഉറപ്പുവരുത്തലാണ്. രാഷ്ട്രം ഒരു മതത്തെയും അംഗീകരിക്കുന്നില്ലെങ്കിലും പൗരർക്ക് ഇഷ്ടമുള്ള മതത്തിൽ വിശ്വസിക്കാനും മതം പ്രചരിപ്പിക്കാനും സ്വാതന്ത്ര്യമുണ്ടായിരിക്കും.

ഹോളിഓക്ക് രൂപം കൊടുത്ത സെക്യൂലറിസം എന്ന പദത്തിന് മതവിരുദ്ധം എന്ന അർഥം കൽപ്പിക്കാൻ കഴിയും. മുതലാളിത്ത വ്യവസ്ഥയിലുള്ള ഭരണകൂടങ്ങളെയും ഭരണാധികാരസ്ഥാപനങ്ങളെയും സംബന്ധിച്ച് പറയുമ്പോൾ മതത്തിന് സ്വാധീനമില്ലാത്ത ഗവൺമെന്റ് എന്നേ അർഥം കൽപ്പിക്കാറുള്ളൂ. സമൂഹത്തിൽ മതങ്ങൾക്ക് എല്ലാവിധ സ്വാതന്ത്ര്യങ്ങളും ഉണ്ട്. സോഷ്യലിസ്റ്റു രാജ്യങ്ങളിലെ ഗവൺമെന്റുകൾ മതസ്വാതന്ത്ര്യം പരിമിതപ്പെടുത്തുന്നു.

10. "Congress shall make no law respecting an establishment of religion, or prohibiting the free. exercise thereof, or abridging the freedom of speech, or of the press; or the right of the people peaceably to assemble, and to petition the Government for a redress of grievances."

2

ജൂത, ക്രിസ്തുമതങ്ങളും അറബികളും

ജൂതമതവും ക്രിസ്തുമതവും അറബികളെ ആഴത്തിൽ സ്വാധീനിച്ചതിന്റെ ഫലമായി രണ്ടു മതങ്ങളും ഇസ്ലാംമതത്തിന്റെ ആത്മീയ ഭാവത്തിനും രാഷ്ട്രീയരൂപത്തിനും മാതൃകയായി. ജൂതർ അറേബ്യൻ ഉപദ്വീപിന്റെ പല ഭാഗങ്ങളിലും അറബിഗോത്രങ്ങളുമായി ഇടകലർന്നാണ് ജീവിച്ചിരുന്നത്. അവർ അറേബ്യൻ ഉപദ്വീപിൽ എത്തിച്ചേർന്നത് എങ്ങനെയാണെന്ന് കൃത്യമായി പറയുക സാധ്യമല്ല. എങ്കിലും പൊതുവർഷം ഒന്നാം നൂറ്റാണ്ടിൽ ജൂതരുടെ കുടിയേറ്റങ്ങൾ ഉണ്ടായെന്നാണ് ചരിത്രകാരന്മാരുടെ പൊതുവായ അഭിപ്രായം. റോമാസാമ്രാജ്യത്തിന്റെ പ്രവിശ്യയായിരുന്ന ജൂതിയയിലെ ജനങ്ങൾ (ജൂതർ) പൊതുവർഷം 66ൽ സാമ്രാജ്യാധിപത്യത്തിനെതിരെ കലാപം നടത്തി. മതസ്വാതന്ത്ര്യം അനുവദിക്കാതിരുന്നതാണ് കലാപത്തിന്റെ മുഖ്യഹേതു. കലാപം അടിച്ചമർത്താനായി റോമാചക്രവർത്തി ടൈറ്റസ് ജൂതിയയിലേക്ക് പട നയിച്ചു. ജറുശലേമിലെ യഹോവയുടെ ക്ഷേത്രം നിലംപരിശാക്കി. കലാപം അതിക്രൂരമാം വിധം അടിച്ചമർത്തപ്പെട്ടു. ജൂതരെ വംശനാശം വരുത്താനാണ് റോമാസാമ്രാജ്യം ശ്രമിച്ചത്. പീഡനങ്ങളിൽ നിന്നു രക്ഷനേടാനായി അവർ ലോകത്തിന്റെ പല ഭാഗങ്ങളിലേക്കും പലായനം ചെയ്തു. അവരിൽ ഒരു വിഭാഗം എത്തിച്ചേർന്നത് അറേബ്യൻ ഉപദ്വീപിലെ മരുപ്പച്ചകളിലാണ്. മരുപ്പച്ചകളിൽ (Oasis) അവർ അറബികളുമായി ഇടകലർന്ന് സ്ഥിരവാസമാക്കി. അറബികളും ജൂതരും സെമിറ്റിക് വംശജരായതുകൊണ്ട് അവർക്ക് ഇണങ്ങിച്ചേരാൻ കഴിഞ്ഞു. ജൂതർ അറബികളിൽ മതപരമായ സ്വാധീനം ചെലുത്തിയതിന്റെ ഫലമായി ചില അറബിഗോത്രങ്ങൾ ജൂതമതത്തിലേക്ക് പരിവർത്തനം ചെയ്യപ്പെട്ടു. ജൂതരെപ്പോലെ അറബികളും ചേലാകർമം അനുഷ്ഠിച്ചിരുന്നതുകൊണ്ട് ജൂത

മതത്തിലേക്കുള്ള പരിവർത്തനം എളുപ്പമായിരുന്നു. പല ജൂതഗോത്രങ്ങളും അറബികളുമായി വിവാഹബന്ധത്തിൽ ഏർപ്പെടുകയും ചെയ്തു. അറേബ്യയിലെ മരുപ്പച്ചകളിൽ കൃഷി വികസിപ്പിക്കുന്നതിന് നേതൃത്വം കൊടുത്തത് ജൂതരായിരുന്നു. ജൂതർ കൃഷിയോടൊപ്പം വ്യാപാരവും പണമിടപാടുകളും നടത്തി സമ്പന്നരായി. മദീനയുടെ ജനസംഖ്യയിൽ ഗണ്യമായ വിഭാഗം ജൂതരായിരുന്നു. തയ്മ, ഫദക്, വാദി-അൽ-ഖുറാ, ഖൈബർ എന്നീ മരുപ്പച്ചകളിലെ ജനങ്ങളിൽ ഭൂരിപക്ഷം ജൂതരായിരുന്നു. ഉപദ്വീപിന്റെ തെക്കുഭാഗത്തുള്ള യമനിലും ജൂതർ ഗണനീയ വിഭാഗമായിരുന്നു.

ജൂതമതം ഇസ്രായേൽ ഗോത്രങ്ങളുടെ രാഷ്ട്രമതവും (National Religion) യഹോവ ജൂതരുടെ രാഷ്ട്രദൈവവും (National God) ആയതെങ്ങനെയെന്ന് ഒന്നാം അധ്യായത്തിൽ സൂചിപ്പിച്ചല്ലോ. സ്വാഭാവികമായും മുഹമ്മദ് നബി ജൂതമതത്തെ മനസിലാക്കിയത് ഇസ്രായേല്യരുടെ രാഷ്ട്രമതമായിട്ടാണ്. *ഖുർആൻ* വചനങ്ങൾ ഇതിന് അസന്ദിഗ്ധമായ തെളിവ് നൽകുന്നു.

"ഇസ്രാഈൽ സന്തതികളെ! നിങ്ങൾക്ക് ഞാൻ നൽകിയിരിക്കുന്ന അനുഗ്രഹവും ഞാൻ നിങ്ങളെ സമുദായങ്ങളിൽ വച്ച് ഏറ്റവും ഉൽകൃഷ്ടമാക്കിയതും ഓർക്കുക" (*ഖുർആൻ* 2:47). തങ്ങൾ യഹോവയുടെ ദത്തുജനത (Chosen people) ആണെന്ന ജൂതരുടെ അവകാശവാദം മുഹമ്മദ് നബി പൂർണമായും അംഗീകരിച്ചതിനു തെളിവുകൂടിയാണ് മുകളിൽ ഉദ്ധരിച്ച *ഖുർആൻ* വചനം. ജൂതമതത്തെ മാതൃകയാക്കി പുതിയൊരു മതം സൃഷ്ടിക്കാൻ ശ്രമം തുടങ്ങിയ മുഹമ്മദ് മതവും രാഷ്ട്രവും ഒന്നുതന്നെയാണെന്ന ധാരണയിലാണ് പ്രബോധനം ആരംഭിച്ചത്.

ക്രിസ്തുമതത്തിന്റെ സ്വാധീനം അറബികളിലേക്ക് സംക്രമിച്ചത് അറേബ്യയുടെ പുറമെ നിന്നായിരുന്നു. ഉപദ്വീപിന്റെ വടക്കുപടിഞ്ഞാറു സ്ഥിതിചെയ്യുന്ന സിറിയ, വടക്കുകിഴക്കുള്ള മെസപ്പൊട്ടേമിയ (ഇറാഖ്) പടിഞ്ഞാറ് ചെങ്കടലിനക്കരെയുള്ള അബിസീനിയ (ഇത്യോപിയ) എന്നിങ്ങനെ മൂന്ന് കേന്ദ്രങ്ങളിൽ നിന്നാണ് ക്രിസ്തുമതം അറബികളിൽ സ്വാധീനം ചെലുത്തിയത്. സിറിയയും പലസ്തീനും അടങ്ങുന്ന പ്രദേശങ്ങൾ റോമാസാമ്രാജ്യത്തിന്റെ പ്രവിശ്യയായിരുന്നു. ക്രിസ്തുമതത്തിന്റെ ആരംഭകാലം മുതലേ ജറുസലേം, ഡമാസ്കസ്, അന്ത്യോക്യ തുടങ്ങിയ നഗരങ്ങളിൽ ക്രിസ്തുമതം ആഴത്തിൽ വേരോടാനും അവിടങ്ങളിൽ നിന്ന് കിഴക്കും തെക്കുമുള്ള ദേശങ്ങളിലേക്ക് വ്യാപിക്കാനും തുടങ്ങി. പൊതുവർഷം മൂന്നാം നൂറ്റാണ്ടായപ്പോഴേക്കും അറേബ്യയോട് അടുത്തു കിടക്കുന്ന ബസ്ര, പാമിറ തുടങ്ങിയ നഗരങ്ങളിൽ ക്രിസ്ത്യൻ പള്ളികൾ സ്ഥാപിതമായി. നാലും അഞ്ചും നൂറ്റാണ്ടുകളിൽ സിറിയ മുഴുവൻ ക്രിസ്ത്യൻ ഭൂരിപക്ഷ പ്രദേശമായി മാറി. സിറിയയുടെ പല ഭാഗങ്ങളിലും ക്രിസ്ത്യാനികളുടെ സന്യാസിമഠങ്ങളും പള്ളികളും കന്യാ

സ്ത്രീമഠങ്ങളും സ്ഥാപിതമായി. സിറിയയോടടുത്ത പ്രദേശങ്ങളിലെ അറബിഗോത്രങ്ങൾ ക്രിസ്തുമതം സ്വീകരിച്ചു. സിറിയയിൽ സ്ഥിരതാമസം ഉറപ്പിച്ച അറബികളും മരുഭൂമിയിലെ നാടോടികളായ ബദവിഗോത്രങ്ങളും നിരന്തരം സമ്പർക്കം പുലർത്തിയിരുന്നു. ക്രിസ്തുമതവിശ്വാസികൾ അജയ്യമെന്നു കരുതിയ റോമാസാമ്രാജ്യത്തിന്റെ ഔദ്യോഗിക മതമായ ക്രിസ്തുമതത്തെ ബഹുമാനാദരങ്ങളോടെ മാത്രമേ നാടോടികളായ അറബികൾക്ക് കാണാൻ കഴിഞ്ഞിരുന്നുള്ളു.

സ്ഥിരവാസികളും നാടോടികളുമായ അറബികളെ അത്ഭുതപ്പെടുത്തിയത് വലിയ സ്തംഭങ്ങളിൽ ജീവിച്ചുകൊണ്ട് മതപ്രബോധനം നടത്തിയിരുന്ന ക്രിസ്ത്യൻ സന്യാസിമാരാണ്. സ്തംഭസന്യാസി (Stylites) എന്നാണ് ഇവർ അറിയപ്പെട്ടിരുന്നത്. അവരെ ദൈവിക പ്രഭാവമുള്ള മനുഷ്യരായിട്ടാണ് സാധാരണക്കാർ വീക്ഷിച്ചിരുന്നത്. സിറിയയിലും അറേബ്യയിലും പ്രശസ്തനായി തീർന്ന സ്തംഭസന്യാസി വിശുദ്ധ സിമിയോൺ (Saint Simeon Stylites) അറബി വംശജനായിരുന്നു. ഇദ്ദേഹത്തെ കാണാനും മതപ്രബോധനങ്ങൾ ശ്രവിക്കാനും ധാരാളം അറബികൾ കൂടുക പതിവായിരുന്നു. സിറിയയിൽ നിന്നു ക്രിസ്തുമതത്തെക്കുറിച്ചുള്ള അറിവുകൾ ഇസ്ലാമിന്റെ ജന്മഗേഹമായ ഹിജാസിലും അറേബ്യ ഉപദ്വീപിന്റെ മറ്റു ഭാഗങ്ങളിലും ഉള്ള അറബികളിലേക്ക് വ്യാപിച്ചു.

സാമ്രാജ്യത്തിന്റെ അതിർത്തി പ്രദേശങ്ങളുടെ ഭരണച്ചുമതല അറബ്ഗോത്രത്തെ ഏൽപ്പിക്കുക എന്ന നയമാണ് ബൈസാന്റിയം സാമ്രാജ്യം സ്വീകരിച്ചത്. നാടോടികളായ അറബ് ഗോത്രങ്ങൾ സാമ്രാജ്യത്തിന്റെ അതിർത്തിക്കുള്ളിലേക്ക് അതിക്രമിച്ചു കടക്കാതെ ചെറുത്തുനിൽക്കേണ്ട ചുമതല അതിർത്തി പ്രദേശങ്ങളുടെ ഭരണച്ചുമതലയുള്ള അറബ് ഗോത്രത്തിനായിരുന്നു. പൊതുവർഷം 529 മുതൽ 569 വരെ ഗസാൻ ഗോത്രത്തിലെ ഹാരിസിനെയാണ് ബൈസാന്റിയം ചുമതലയേൽപ്പിച്ചത്. ഇദ്ദേഹത്തിന് ഫൈലാർക്ക് (ഗണനായകൻ) എന്ന സ്ഥാനമാണ് ചക്രവർത്തി നൽകിയത്. റോമയുടെ പ്രവിശ്യകളിലുള്ള എല്ലാ അറബ് ഗോത്രങ്ങളുടെയും മേലധികാരം ഫൈലാർക്കിനുണ്ടായിരുന്നു. ഗസാൻ ഗോത്രം ക്രിസ്തുമതം സ്വീകരിച്ചതിന്റെ ഫലമായി പല അറബ് ഗോത്രങ്ങളും ക്രിസ്തുമതത്തിന്റെ സ്വാധീനത്തിലായി.

അറേബ്യയുടെ വടക്കുകിഴക്കു ഭാഗത്തുള്ള മെസൊപ്പൊട്ടേമിയയിലും (ഇറാഖ്) മൂന്നാം നൂറ്റാണ്ടിന്റെ അവസാനമായപ്പോഴേക്കും ക്രിസ്തുമതവിശ്വാസികൾ ഭൂരിപക്ഷമായി. പേർഷ്യാസാമ്രാജ്യത്തിന്റെ പ്രവിശ്യയായിരുന്ന മെസൊപ്പൊട്ടേമിയയിൽ ഭൂരിപക്ഷം അറബ് ഗോത്രങ്ങൾക്കായിരുന്നു. പ്രവിശ്യാ തലസ്ഥാനമായിരുന്ന ഹിറാ ആയിരുന്നു ക്രൈസ്തവസഭയുടെയും ആസ്ഥാനം. ഇവിടെനിന്നും ക്രിസ്ത്യൻ മിഷനറിമാർ അറേബ്യയുടെ കിഴക്കുഭാഗത്തുള്ള പേർഷ്യൻ ഗൾഫ് തീരപ്രദേശങ്ങളിൽ മതപ്രചാരണം നടത്തിയതിന്റെ ഫലമായി പല അറബ് ഗോത്രങ്ങളും ക്രിസ്തുമതം സ്വീകരിച്ചു. ഈ ഭാഗത്ത് മതപ്രചാരണം നടത്തിയ പീഥിയൺ എന്ന ക്രൈസ്തവ സന്യാസി പുതുവർഷം 447ൽ രക്തസാ

ക്ഷിയായി. ഹിറയിലെ ക്രിസ്ത്യാനികൾ അറബിഭാഷയിൽ ഇബാദികൾ (അല്ലാഹുവിന്റെ ദാസർ അഥവാ ആരാധകർ) എന്നാണ് അറിയപ്പെട്ടിരുന്നത്. അറേബ്യയോട് ചേർന്നു കിടക്കുന്ന അതിർത്തി പ്രദേശങ്ങളുടെ ചുമതല അറബ് ഗോത്രങ്ങളെ ഏൽപ്പിക്കുക എന്ന നയമാണ് ബൈസാന്റിയത്തെപ്പോലെ പേർഷ്യാ സാമ്രാജ്യവും സ്വീകരിച്ചത്. ഹിറയുടെ ഭരണച്ചുമതല ലഖ്മ് ഗോത്രത്തിനായിരുന്നു. ലഖ്മുകൾ ക്രിസ്തുമതം സ്വീകരിച്ചില്ല. അവർ മറ്റ് അറബികളെപ്പോലെ ബഹുദൈവവിശ്വാസികളും വിഗ്രഹാരാധകരും ആയിരുന്നു. പൊതുവർഷം ആറാം നൂറ്റാണ്ടിന്റെ ആരംഭത്തിൽ തിറയിൽ അധികാരത്തിൽ ഉണ്ടായിരുന്ന രാജാവായിരുന്ന[1] അൽ-മുന്തിറിന്റെ ഭാര്യമാരിലൊരാൾ ഗസാൻ ഗണനായകന്റെ പുത്രിയും ക്രിസ്തുമത വിശ്വാസിയുമായ ഹിന്ദ് ബിന്ത് നുഅ്മാൻ ആയി ഹിന്ദ് ഹിറയിൽ ഒരു കന്യാസ്ത്രീമഠം സ്ഥാപിച്ചുവെന്നും പറയപ്പെടുന്നു. പൊതുവർഷം 554 മുതൽ 569 വരെ ഹീറ ഭരിച്ച അവരുടെ പുത്രൻ അമർ ഇബ്നു മുന്തിറും ക്രിസ്തുമതവിശ്വാസിയായിരുന്നു. ഗസാനുകളും ഹിറ രാജാക്കന്മാരും അറബിക്കവികളെ പ്രോത്സാഹിപ്പിക്കുകയും ആദരിക്കുകയും ചെയ്തിരുന്നു. അറബി കവികൾ ക്രിസ്തുമതത്തെക്കുറിച്ചുള്ള അറിവുകൾ അറേബ്യയുടെ ഉൾപ്രദേശങ്ങളിലെ ജനങ്ങൾക്ക് പകർന്നിരിക്കാനിടയുണ്ട്. അന്നത്തെ കവികൾ മാധ്യമപ്രവർത്തകർ കൂടിയായിരുന്നു.

ക്രിസ്തുമതം അറബികളിൽ സ്വാധീനം ചെലുത്തിയ മൂന്നാമത്തെ കേന്ദ്രം അബിസീനിയ (ഇത്യോപിയ) ആയിരുന്നു. ലോകത്തിലെ ഏറ്റവും പഴക്കമുള്ള രാഷ്ട്രത്തിലൊന്നാണ് അബിസീനിയ. പൊതുവർഷം നാലാം നൂറ്റാണ്ടിൽ അബിസീനിയ രാജാവ് ക്രിസ്തുമതം സ്വീകരിച്ചു. 356ൽ അക്സുമിലെ ബിഷപ്പ് ഫ്രുമെന്റിയസ് ആയിരുന്നുവെന്ന് ക്രൈസ്തവസഭാ ചരിത്രം പറയുന്നു. അബിസീനിയയുടെ ആദ്യത്തെ പേരായിരുന്നു അക്സും. ചെങ്കടലിനക്കരെ ആഫ്രിക്കൻ വൻകരയിലുള്ള അബിസീനിയയുമായി അറബികൾക്ക് പുരാതനകാലം മുതലേ വ്യാപാരബന്ധങ്ങളുണ്ടായിരുന്നു. അറബികൾക്കാവശ്യമായ കറുത്ത വർഗക്കാരായ അടിമകളെ ലഭിച്ചിരുന്നത് അബിസീനിയയുമായുള്ള അടിമക്കച്ചവടത്തിലൂടെയാണ്. ഇസ്ലാമിന്റെ ആദ്യത്തെ മുഅസ്സിൻ (ബാങ്ക് വിളിക്കുന്ന ആൾ) ബിലാൽ എന്ന കറുത്ത വർഗക്കാരനായ അടിമയായിരുന്നു. മുഹമ്മദിന്റെ അനുയായി അബൂബക്കർ ബിലാലിനെ ഉടമയിൽ നിന്നു വിലകൊടുത്ത് വാങ്ങി മോചിപ്പിച്ചു. മുഴങ്ങുന്ന സ്വരമുണ്ടായിരുന്നതുകൊണ്ട് നിസ്കാരസമയത്ത് വിശ്വാസികളെ ഉച്ചത്തിൽ വിളിക്കുവാൻ മുഹമ്മദ് ചുമതലപ്പെടുത്തിയത് ബിലാലിനെയാണ്.

ദക്ഷിണ അറേബ്യയുടെ സ്ഥിതി മരുഭൂമിയുടേതിൽ നിന്നും തികച്ചും വ്യത്യസ്തമായിരുന്നു. ദക്ഷിണ അറേബ്യ കാലവർഷക്കാറ്റിന്റെ ചാലിലായതുകൊണ്ട് മഴ ലഭിക്കുന്നു. സ്വാഭാവികമായും അവിടെ പുരാ

---

1. പേർഷ്യൻ സാമ്രാജ്യത്തിന്റെ പ്രവിശ്യയായ ഹിറയുടെ ഭരണച്ചുമതലയുള്ള അറബിഗോത്രത്തലവൻ രാജാവ് എന്നാണ് അറിയപ്പെട്ടിരുന്നത്.

തനകാലം മുതലേ അറബ് ഗോത്രങ്ങൾ സ്ഥിരവാസമുറപ്പിച്ചു. അങ്ങനെ അവിടെ നാഗരികത വികസിച്ചു. പൊതുവർഷാരംഭത്തിന് എണ്ണൂറോളം വർഷങ്ങൾക്കു മുമ്പ് തന്നെ ഹിംയർ വംശക്കാർ ദക്ഷിണ അറേബ്യയിലാകെ മേധാവിത്വം സ്ഥാപിച്ചു. യമനിൽ ഹിംയർ രാജ്യം സ്ഥാപിച്ച അവർ സബ്അ്, ഖത്തബൻ, ഹദർമൗത്ത് തുടങ്ങിയ ചെറിയ രാജ്യങ്ങളെ കീഴടക്കി.

ദക്ഷിണ അറേബ്യയിൽ ക്രിസ്തുമതം വേരുപിടിച്ചതിനെക്കുറിച്ച് പല ചരിത്രകാരന്മാരും രേഖപ്പെടുത്തിയിട്ടുണ്ട്. അബിസീനിയയിൽനിന്നും ക്രിസ്തുമതം ദക്ഷിണ അറേബ്യയിലേക്ക് വ്യാപിച്ചതാകാനാണ് സാധ്യത. ചില ഗ്രീക്ക് ചരിത്രകാരന്മാർ ദക്ഷിണ അറേബ്യ ഇന്ത്യയാണെന്ന് തെറ്റായി ധരിച്ചു. പന്ത്രണ്ട് ശിഷ്യന്മാരിലൊരാളായ ബാർത്തലോമായി ഇന്ത്യയിൽ വന്ന് മത്തായിയുടെ സുവിശേഷം പ്രചരിപ്പിച്ചുവെന്ന് സിസേറിയയിലെ (കൈസറിയ) ബിഷപ്പായിരുന്ന യൂസേബിയസ് രേഖപ്പെടുത്തിയത് ദക്ഷിണ അറേബ്യയെ ഉദ്ദേശിച്ചായിരുന്നെന്ന് അഭിഞ്ജർ പറയുന്നു. മുസ്ലിം ചരിത്രകാരനായ തബരി[2] ക്രൈസ്തവ സന്യാസി ഫീമിയോണിന്റെ കഥ വിവരിക്കുന്നുണ്ട്. ഫീമിയോൺ സിറിയയിൽ കഴിയവേ അറബിയുടെ സാർഥവാഹകസംഘം പിടിച്ച് ദക്ഷിണ അറേബ്യയിലെ നജ്റാൻ നഗരത്തിലേക്ക് കൊണ്ടുവന്നു. സന്യാസി നജ്റാനിൽ ക്രിസ്തുമതം പ്രചരിപ്പിച്ചുവെന്നാണ് കഥ. അങ്ങനെയാണ് നജ്റാൻ ഒരു ക്രൈസ്തവ നഗരമായത്. പുരാതന സംസ്കാരകേന്ദ്രവും അന്താരാഷ്ട്ര വ്യാപാരശൃംഖലയിൽ പെട്ട പ്രദേശവുമായ ദക്ഷിണ അറേബ്യയിൽ സ്വാധീനം ഉറപ്പിക്കാനായി റോമാ, പേർഷ്യാ സാമ്രാജ്യങ്ങൾ മത്സരിച്ചിരുന്നു. പൊതുവർഷം 356ൽ റോമാചക്രവർത്തി കോൺസ്റ്റാൻഷിയസ് ദക്ഷിണ അറേബ്യയിലെ ഹിംയർ രാജ്യത്തിലേക്ക് നയതന്ത്രപ്രതിനിധിസംഘത്തെ അയച്ചു. സംഘത്തിന്റെ തലവൻ തിയോഫിലസ് എന്ന ബിഷപ്പായിരുന്നു. ദക്ഷിണ അറേബ്യയിൽ ക്രിസ്തുമതം പ്രചരിപ്പിക്കണം എന്ന നിർദേശം കൂടിയുണ്ടായിരുന്നു ബിഷപ്പിന്. ക്രിസ്തുമതത്തിലൂടെ ദക്ഷിണ അറേബ്യയെ സാമ്രാജ്യത്തിന്റെ സ്വാധീന മേഖലയാക്കി മാറ്റാനുള്ള ശ്രമമായിരുന്നു റോമാചക്രവർത്തിയുടേത്. രാജാവിന് സമ്മാനിക്കാൻ കപ്പഡോഷ്യയിലെ 200 കുതിരകൾ ഉൾപ്പെടെ വിലപിടിപ്പുള്ള സമ്മാനങ്ങളും കൊടുത്തയച്ചിരുന്നു. സന്തുഷ്ടനായ രാജാവ് തിയോഫിലസിന്റെ ഉപദേശം സ്വീകരിച്ച് ക്രിസ്തുമതം സ്വീകരിച്ചു. ഒരു രാജാവ് ക്രിസ്തുമതം സ്വീകരിച്ചുവെന്നാൽ റോമിന്റെ മേധാവിത്വം അംഗീകരിച്ച സഖ്യകക്ഷിയായി എന്നായിരുന്നു അന്നത്തെ നയതന്ത്ര ഭാഷ.

ജൂതമതത്തെ പ്രോത്സാഹിപ്പിച്ച് ദക്ഷിണ അറേബ്യയെ റോമയുടെ സ്വാധീനതയിൽ നിന്നും മോചിപ്പിക്കാനാണ് പേർഷ്യ ശ്രമിച്ചത്. പേർഷ്യ

---

2. അബു ജഅ്ഫർ മുഹമ്മദ് ഇബ്നു ജരീർ അൽ- തബരി (പൊ.വ. 838-923) രചിച്ച ബൃഹത്തായ ചരിത്രഗ്രന്ഥത്തിന്റെ പേര് താരീഖ് *അൽ -റസൂല വ അൽ-മുലൂക്ക്* (*ദൈവദൂതന്മാരുടെയും രാജാക്കന്മാരുടെയും* ചരിത്രം) എന്നാണ്.

യുടെ നിരന്തര ശ്രമങ്ങളുടെ ഫലമായിട്ടായിരിക്കാം ആറാം നൂറ്റാണ്ടിന്റെ ആരംഭത്തിൽ യമനിൽ അധികാരത്തിൽ വന്ന യുസുഫ് അസ്അർ ജൂതമതം സ്വീകരിച്ച് രാജ്യത്തിന്റെ ഔദ്യോഗികമതമായി പ്രഖ്യാപിച്ചത്. അറബികളുടെ ഇടയിൽ പ്രചരിച്ചിരുന്ന കഥകളിൽ ഇദ്ദേഹം ധൂനുവാസ് (ബന്ധിതൻ), യത്അർ (പ്രതികാരി) എന്നീ പേരുകളിലാണ് പ്രത്യക്ഷപ്പെട്ടത്. ഇദ്ദേഹം ക്രിസ്ത്യാനികൾക്ക് മതസ്വാതന്ത്ര്യം നിഷേധിക്കുകയും പീഡിപ്പിക്കുകയും ചെയ്തു. റോമാസാമ്രാജ്യത്തിന്റെ പ്രേരണയിൽ ഇത്യോപ്യ ധൂനുവാസിനെ കീഴടക്കാനായി സൈന്യത്തെ അയച്ചു. കടൽ കടന്നെത്തിയ ഇത്യോപ്യ സൈന്യത്തെ ധൂനുവാസ് പരാജയപ്പെടുത്തി. യുദ്ധത്തിൽ ഇത്യോപ്യൻ സൈന്യത്തെ സഹായിച്ചുവെന്ന കാരണം പറഞ്ഞ് ധൂനുവാസ് നൂറു കണക്കിന് ക്രിസ്ത്യാനികളെ കൊന്നൊടുക്കി. വലിയ അഗ്നികുണ്ഡം തീർത്ത് അതിലേക്ക് ചാടാൻ ക്രിസ്ത്യാനികളെ നിർബന്ധിച്ചുവെന്നാണ് പുരാവൃത്തം. 523 ൽ നടന്ന സംഭവത്തിന്റെ ചരിത്രയാഥാർഥ്യത്തെ പണ്ഡിതർ ചോദ്യം ചെയ്തിട്ടുണ്ട്. മുഹമ്മദ് നബിയുടെ ജനനത്തിനു മുമ്പ് നടന്ന സംഭവത്തെ ചുറ്റിപ്പറ്റി വളർന്ന പുരാവൃത്തത്തെ *ഖുർആൻ* വചനങ്ങളിൽ പരാമർശിക്കുന്നത് ഇങ്ങനെയാണ്.

> നക്ഷത്രനിബിഡമായ ആകാശം, മുന്നറിയിപ്പ് നൽകപ്പെട്ട ദിനം; സാക്ഷിയും സാക്ഷ്യം വഹിക്കുന്നതും. വിറക് നിറച്ച് അഗ്നി കൊളുത്തിയ കിടങ്ങിന്റെ ആളുകൾക്ക് നാശം! അവർ കിടങ്ങിനരികെ കണ്ടുകൊണ്ടിരുന്നപ്പോൾ; വിശ്വാസികളെ പീഡിപ്പിക്കുന്നതിന് സാക്ഷ്യം വഹിച്ചുകൊണ്ടിരുന്നപ്പോൾ, സർവരേയും ജയിക്കുന്നവനും സ്തുത്യർഹമായ അല്ലാഹുവിൽ വിശ്വസിച്ചതല്ലാതെ മറ്റൊരു കുറ്റവും അവർ ചെയ്തില്ല (*ഖുർ ആൻ*, 85.1-8).

ജോഹന്നാസ് സാൾട്ടിസ് (johannes psaltes) എന്നൊരാൾ അന്നത്തെ രക്തസാക്ഷികളെക്കുറിച്ച് ഒരു സ്തുതിഗീതം രചിച്ചിട്ടുണ്ട്. അതിൽ ഇരുനൂറ് പേർ കൊല്ലപ്പെട്ടുവെന്നാണ് പറഞ്ഞിട്ടുള്ളത്. ധൂനുവാസിനെ വകവരുത്താൻ റോമാസാമ്രാജ്യം അബിസീനിയയുടെ മേൽ സമ്മർദം ചെലുത്തി. തുടർന്ന് നടന്ന ആക്രമണത്തിൽ ധൂനുവാസിനെ കീഴടക്കി. അയാൾ ചെങ്കടൽ തിരകളിലേക്ക് നടന്നു മറഞ്ഞുവെന്നാണ് അറേബ്യൻ നാടോടിക്കഥകളിൽ പറയുന്നത്. ധൂനുവാസിനെ സ്ഥാനഭ്രഷ്ടനാക്കിയതിനു ശേഷം സുമിയാഫ എന്ന അറബിയെ അബിസീനിയയുടെ സാമന്തനായി വാഴിച്ചു. ഇദ്ദേഹത്തിനെതിരെ ജനങ്ങൾ കലാപം നടത്തി. കലാപത്തിനു നേതൃത്വം കൊടുത്ത അബ്രഹത് അധികാരത്തിലേറി രണ്ടു സാമ്രാജ്യങ്ങളോടും നിഷ്പക്ഷത പുലർത്തി നാൽപ്പതു വർഷം അധികാരത്തിൽ തുടർന്നു. അബ്രഹത്, ബൈസാന്റിയം ചക്രവർത്തി ജസ്റ്റിനിയന്റെ പ്രേരണയിൽ അറബിഗോത്രങ്ങളെയൊക്കെ കീഴടക്കി അറേബ്യയെ ഏകീകരിക്കാൻ ശ്രമം നടത്തിയെന്ന് പ്രോകോപി

യസ് എന്ന ഗ്രീക്ക് ചിത്രകാരൻ രേഖപ്പെടുത്തിയിട്ടുണ്ട്.[3] അക്കൂട്ടത്തിൽ അബ്രഹത് മക്ക നഗരം കീഴടക്കാൻ ഒരു ശ്രമം നടത്തിയെന്നും അത് പരാജയപ്പെട്ടുവെന്നും പറയുന്നു.

അറബ് ചരിത്രകാരന്മാർ മറ്റൊരു ചിത്രമാണ് വരച്ചുകാട്ടുന്നത്. ക്രിസ്ത്യാനിയായ അബ്രഹത് യമന്റെ തലസ്ഥാനമായ സനഅയിൽ ഒരു ക്രിസ്ത്യൻ പള്ളി പണിതു. ഈ പള്ളിയെ അറബികളുടെയാകെ തീർഥാടനകേന്ദ്രമാക്കാൻ ശ്രമിച്ചു. മക്കയിലെ കഅബ ക്ഷേത്രമായിരുന്നു അതിനു തടസം. കഅബ വിഗ്രഹാരാധകരായ എല്ലാ അറബികളുടെയും തീർഥാടനകേന്ദ്രം ആയിരുന്നല്ലോ. കഅബ തകർക്കാൻ അറബികളെ എളുപ്പത്തിൽ ക്രിസ്തുമതത്തിലേക്ക് കൊണ്ടുവരാമെന്നായിരുന്നു അബ്രഹത്തിന്റെ കണക്കുകൂട്ടൽ. വലിയൊരു സൈന്യവുമായി അബ്രഹത് മക്ക കീഴടക്കാനും കഅബ തകർക്കാനും ശ്രമിച്ചു. പക്ഷേ, അബ്രഹത്തിന്റെ ശ്രമം ഖുറൈശികളുടെ ശക്തമായ ചെറുത്തുനിൽപ്പിന്റെ ഫലമായി പരാജയപ്പെട്ടു. ഈ സംഭവം നടന്നത് മുഹമ്മദ് നബിയുടെ ജനന വർഷമായ 570ൽ ആണെന്നാണ് പൊതുവെയുള്ള അഭിപ്രായം. അബ്രഹത്തിന്റെ പരാജയം അറബികളുടെ ഇടയിൽ പ്രചരിച്ച നാടോടിക്കഥയായി പരിണമിച്ചു. അല്ലാഹുവിന്റെ ഭവനമായ കഅബ തകർക്കാൻ വന്ന അബ്രഹത്തിന്റെ സൈന്യത്തെ അല്ലാഹു ചെറുകിളികളെക്കൊണ്ട് കല്ലെറിയിച്ച് തിരിച്ചോടിച്ചു എന്നാണ് നാടോടിക്കഥ. ഈ നാടോടിക്കഥയെ അല്ലാഹുവിന്റെ ശക്തിയുടെ ദൃഷ്ടാന്തമായിട്ടാണ് *ഖുർആനിൽ* അവതരിപ്പിച്ചത്.

> ആനയുടെ ആളുകളെ നിന്റെ നാഥൻ എന്തു ചെയ്തുവെന്ന് നീ കണ്ടില്ലേ? അവരുടെ കുതന്ത്രത്തെ പരാജയത്തിൽ കലാശിപ്പിച്ചില്ലേ? അവരുടെ നേരെ പക്ഷികളെ കൂട്ടംകൂട്ടമായി അയച്ചു. കളിമണ്ണിന്റെ കല്ലുകൾ കൊണ്ട് അവരെ എറിഞ്ഞുകൊണ്ടിരുന്നു. അവരെ ചവച്ച വയ്ക്കോൽ പോലെ ആക്കി (ഖു 105, 1-5).

അബ്രഹത്തിന്റെ സൈന്യത്തെ 'ആനയുടെ ആളുകൾ' എന്ന് വിശേഷിപ്പിച്ചത് എന്തുകൊണ്ടാണെന്ന് വ്യക്തമല്ല. സൈന്യത്തിൽ ഒന്നോ രണ്ടോ ആനകളും ഉണ്ടായിരുന്നിരിക്കാമെന്നാണ് അനുമാനം. അബ്രഹത്തിന്റെ ആക്രമണം നടന്ന വർഷത്തെ അറബികൾ ആനയുടെ വർഷമെന്ന് പറഞ്ഞിരുന്നു. മുഹമ്മദ് നബി ജനിച്ചത് ആനയുടെ വർഷത്തിൽ (പുതുവർഷം 570) ആണെന്നാണ് പൊതുവെ അംഗീകരിക്കപ്പെട്ടിട്ടുള്ളത്.

മക്ക ആക്രമണത്തിനു ശേഷം അധികം താമസിയാതെ അബ്രഹത് അന്തരിച്ചു. അതോടെ യമനിലെ അബിസീനിയവാഴ്ചയും ക്രിസ്തുമതത്തിന്റെ പ്രഭാവവും അവസാനിച്ചു. പേർഷ്യ ശത്രു സാമ്രാജ്യമായ

3. ചരിത്രപണ്ഡിതർ വിശ്വാസയോഗ്യനായ ചരിത്രകാരനായി പ്രോകോപിയസിനെ കണക്കാക്കുന്നു. കാരണം സംഭവങ്ങളെ നിഷ്പക്ഷതയോടെ വിവരിക്കാനും ജസ്റ്റിയൻ ചക്രവർത്തിയെ വിമർശിക്കാനും പ്രോകോപിയസ് ധൈര്യം കാണിച്ചു.

ബൈസാന്റിയത്തിന്റെ സ്വാധീനം അവസാനിപ്പിക്കാനായി തദ്ദേശീയരായ ഗോത്രങ്ങളെയും അവരുടെ ബഹുദൈവവിശ്വാസത്തെയും പ്രോത്സാഹിപ്പിച്ചതു മൂലം ദക്ഷിണ അറേബ്യയിൽ ക്രിസ്തുമതത്തിന്റെ സ്വാധീനം ക്രമേണ കുറഞ്ഞു. എങ്കിലും നജ്റാൻ നഗരത്തിൽ ക്രിസ്തുമതത്തിന്റെ സ്വാധീനം ഇടിവ് തട്ടാതെ നിലനിന്നു. നജ്റാനിലെ ക്രിസ്ത്യാനികൾ സമ്പന്നരായിരുന്നുവെന്ന് മുസ്ലിംവൃത്താന്തകാരന്മാർ രേഖപ്പെടുത്തുന്നു. മുഹമ്മദ് നബി മദീനയുടെ ഭരണാധികാരിയായപ്പോൾ നജ്റാനിൽ നിന്നു ക്രിസ്ത്യാനികളും വിഗ്രഹാരാധകരായ ബനുഅൽ-ഹാരിസ് ഗോത്രക്കാരും ചേർന്ന് ബിഷപ്പിന്റെ നേതൃത്വത്തിൽ ഒരു പ്രതിനിധിസംഘത്തെ മുഹമ്മദിന്റെ അടുക്കലേക്ക് അയച്ചു. നബിയുടെ അനുയായികൾ അതിഥികളുടെ ആഡംബരപൂർണമായ വേഷഭൂഷകൾ കണ്ട് അത്ഭുതപ്പെട്ടുപോയെന്നാണ് മുസ്ലിം ചരിത്രകാരന്മാർ രേഖപ്പെടുത്തിയത്. നജ്റാനിലെ ജനങ്ങൾ അവരുടെ മതങ്ങളിൽ തന്നെ തുടരാൻ അനുവാദം നൽകുന്ന കരാറിൽ മുഹമ്മദ് നബിയും ബിഷപ്പും ഒപ്പുവച്ചു.[4] സംരക്ഷണത്തിനുള്ള ചെലവിലേക്ക് നജ്റാൻകാർ രണ്ടായിരം പട്ടുവസ്ത്രങ്ങൾ മദീന ഭരണാധികാരിയായ മുഹമ്മദിനു നൽകണം. യുദ്ധം ഉണ്ടാകുമ്പോൾ 30 പടച്ചട്ടകൾ, 30 കുതിരകൾ, 30 ഒട്ടകങ്ങൾ എന്നിവയും നൽകണം. മുഹമ്മദിന്റെ ദൗത്യസംഘത്തിന് ഒരു മാസക്കാലം നജ്റാനിൽ താമസിക്കാനുള്ള സൗകര്യങ്ങളും ഭക്ഷണവും നൽകണം. നജ്റാൻകാർ പലിശ വാങ്ങാൻ പാടില്ല. അവരെ ആരെങ്കിലും ആക്രമിച്ചു പരിക്കേൽപ്പിച്ചാൽ മുസ്ലിങ്ങളിൽ നിന്ന് നഷ്ടപരിഹാരം ഈടാക്കാം. ബിഷപ്പുമാരെയും വൈദികരെയും അവരവരുടെ സ്ഥാനങ്ങളിൽ നിന്നു മാറ്റുകയില്ല, ക്രൈസ്തവാശ്രമങ്ങളിൽ നിന്നു സന്യാസിമാരെ പുറത്താക്കുകയില്ല എന്നീ വ്യവസ്ഥകളും കരാറിലുണ്ടായിരുന്നു.

അഞ്ചാം നൂറ്റാണ്ടായപ്പോൾ ക്രിസ്തുമതം മൂന്നു വിഭാഗങ്ങളായി ഭിന്നിക്കപ്പെട്ടിരുന്നു. റോമാസാമ്രാജ്യത്തിന്റെ ഔദ്യോഗിക മതമായ യാഥാസ്ഥിതിക വിഭാഗം (Orthodox Christianity) സാമ്രാജ്യത്തിന്റെ പ്രവിശ്യകളായിരുന്ന സിറിയയിലും ഈജിപ്തിലും, റോമയുടെ സഖ്യരാജ്യമായിരുന്ന അബിസീനിയയിലും പ്രചാരത്തിലുണ്ടായിരുന്ന മോണോഫിസൈറ്റ് വിഭാഗം, പേർഷ്യാ സാമ്രാജ്യത്തിന്റെ പ്രവിശ്യകളിൽ സ്വാധീനമുണ്ടായിരുന്ന നെസ്റ്റോറിയൻ വിഭാഗം എന്നിവയായിരുന്നു മൂന്നു

4. ഒമ്പതാം നൂറ്റാണ്ടിലെ ചരിത്രപണ്ഡിതനായ ബലാധുരിയുടെ *കിതാബ് ഫുതൂഹ് അൽ-ബുൽദൂൻ (രാജ്യങ്ങൾ കീഴടക്കിയതിനെക്കുറിച്ചുള്ള ഗ്രന്ഥം)* എന്ന ചരിത്ര പുസ്തകത്തിൽ മുഹമ്മദ് നബി അറേബ്യയിലെ ജൂതരും ക്രിസ്ത്യാനികളുമായി ഉണ്ടാക്കിയ ഉടമ്പടികളെക്കുറിച്ച് വിവരിക്കുന്നുണ്ട്. പേർഷ്യക്കാരനായ ബലാധുരിയുടെ മുഴുവൻ പേര് അഹ്മദ് ബിൻ യഹ്യാ ബിൻ അൽ-ബലാധുരി എന്നാണ്. മരണം പൊതുവർഷം 892 നോടടുപ്പിച്ചായിരുന്നു. അലക്കുകാർ വസ്ത്രങ്ങൾ അടയാളപ്പെടുത്താനുപയോഗിക്കുന്ന കായ (മലയാളികൾ തേമ്പ്രക്കായ, ചേരിൻകായ എന്നൊക്കെ വിളിക്കുന്നു ഇംഗ്ലീഷിൽ മാർക്കിങ് നട്ട് എന്നും) കഴിച്ചാൽ ഓർമശക്തി വർധിക്കുമെന്ന് ഒരു വിശ്വാസമുണ്ടായിരുന്നു. ഓർമശക്തി വർധിപ്പിക്കാനായിരിക്കണം മാർക്കിങ് നട്ട് അധികം കഴിച്ചാണ് അദ്ദേഹം അന്തരിച്ചത്. മാർക്കിങ് നട്ടിന്റെ പേർഷ്യൻ പേരാണ് ബലാധുർ. ഇതിൽ നിന്നാണ് ബലാധുരി എന്ന പേര് സിദ്ധിച്ചത്.

ക്രിസ്തുമതവിഭാഗങ്ങൾ. ഓരോ വിഭാഗവും മറ്റു വിഭാഗങ്ങളെ പാഷണ്ഡരായിട്ടാണ് വീക്ഷിച്ചിരുന്നത്.

റോമാചക്രവർത്തി കോൺസ്റ്റന്റയിൻ ക്രിസ്തുമതത്തെ നിയമവിധേയമാക്കിയ കാലത്ത് അലക്സാണ്ഡ്രിയയിലെ ബിഷപ്പുമാരായ ഏരിയസും അത്തനേഷ്യസും തമ്മിലായിരുന്നു തർക്കം. പിതാവായ ദൈവവും പുത്രനായ യേശുവും വ്യതിരിക്ത അസ്തിത്വങ്ങൾ ആണെന്നും യേശു ദൈവത്തിന്റെ പുത്രനായതുകൊണ്ട് ദൈവത്തിന്റെ സൃഷ്ടിമാത്രമാണെന്നും ദൈവത്തിന്റെ താഴെയാണ് യേശുവിന്റെ സ്ഥാനമെന്നും ഏരിയസ് വാദിച്ചു. അതല്ല, പിതാവും പുത്രനും ഒരു ദൈവത്തിന്റെ അസ്തിത്വങ്ങളാണെന്നും തുല്യരാണെന്നും അത്തനേഷ്യസ് വാദിച്ചു. ഗ്രീക്ക് ഭാഷ സംസാരിക്കുന്ന പൂർവദേശങ്ങളിലെ വൈദികർ ഏരിയസിനെയും റോമാസാമ്രാജ്യത്തിന്റെ പടിഞ്ഞാറുഭാഗത്തുള്ള വൈദികർ അത്തനേഷ്യസിനെയും പിന്താങ്ങി. സാമ്രാജ്യത്തെ ശിഥിലീകരിക്കുന്ന ശക്തികൾക്കെതിരെ പ്രയോഗിക്കാവുന്ന ഉദ്ഗ്രഥനോപാധിയായിട്ടാണ് കോൺസ്റ്റന്റയിൻ ക്രിസ്തുമതത്തെ കണ്ടതും സാമ്രാജ്യത്തിനകത്ത് നിയമവിധേയമാക്കിയതും. പക്ഷേ, മതത്തിനകത്തെ രൂക്ഷമായ വിഭാഗീയത ചക്രവർത്തിയെ നിരാശനാക്കി. രണ്ടു വിഭാഗങ്ങളെയും രമ്യതയിലാക്കാൻ ചക്രവർത്തി തുർക്കിയിലെ നിസിയ പട്ടണത്തിൽ 325 ൽ ഇക്യൂമിനിക്കൽ കൗൺസിൽ (വൈദികരുടെ പൊതുയോഗം) വിളിച്ചുചേർത്തു. ഏതു മതത്തിലും പുരോഹിതരാണല്ലോ ദൈവത്തിന്റെ രൂപവും ഭാവവുമൊക്കെ നിർണയിക്കുന്നത്. ഏരിയസിന്റെ സിദ്ധാന്തം തെറ്റാണെന്ന് കൗൺസിൽ ഭൂരിപക്ഷാഭിപ്രായപ്രകാരം തീരുമാനിച്ചു. പിതാവും പുത്രനും പരിശുദ്ധാത്മാവും ഏകനായ ദൈവത്തിന്റെ അസ്തിത്വങ്ങളാണെന്നും തുല്യരാണെന്നും സഭ തീരുമാനിച്ചു. നിസിയയിൽ ചേർന്ന വൈദിക സമ്മേളനം അംഗീകരിച്ച ത്രിത്വസങ്കൽപ്പമാണ് ക്രിസ്തുമതത്തിന്റെ ദൈവം. ദൈവം തുല്യ പ്രഭാവമുള്ള മൂന്ന് അസ്തിത്വങ്ങളിൽ നിലകൊള്ളുന്നുവെന്ന വിശ്വാസപ്രമാണം ഏക ദൈവവിശ്വാസം തന്നെയാണെന്നാണ് ക്രിസ്ത്യാനികൾ അവകാശപ്പെടുന്നത്. ക്രിസ്ത്യാനികൾ ഏകദൈവവിശ്വാസത്തിൽ വെള്ളം ചേർത്തുവെന്നു ജൂതരും മുസ്ലിങ്ങളും ആരോപിക്കുന്നു.

നിസിയയിലെ പൊതുയോഗം അംഗീകരിച്ച ത്രിത്വദൈവസങ്കൽപ്പം ബിഷപ്പ് ഏരിയസും അനുയായികളും തള്ളിക്കളഞ്ഞ് അവരുടെ വിശ്വാസത്തിൽ ഉറച്ചു നിന്നു. 383ൽ തിയോഡിഷ്യസ് ഒന്നാമൻ ചക്രവർത്തി ഏരിയസിനെയും അനുയായികളെയും മതനിന്ദകരായി പ്രഖ്യാപിക്കുകയും നാടുകടത്തുകയും ചെയ്തു. അധികം താമസിയാതെ ദൈവത്തിന്റെ രൂപഭാവങ്ങളെക്കുറിച്ചുള്ള തർക്കങ്ങൾ വീണ്ടും തലപൊക്കി. കോൺസ്റ്റാന്റിനോപ്പിളിലെ പാത്രിയർക്കീസായ നെസ്റ്റോറിയസ് യേശുവിന്റെ പ്രകൃതിയെക്കുറിച്ച് പുതിയ തർക്കത്തിന് തുടക്കം കുറിച്ചു. നസ്രത്തിലെ യേശു ഒരു മനുഷ്യൻ (Prosopon) ആണ്. യേശു എന്ന മനുഷ്യൻ പുത്രനായ ദൈവം കൂടിയാണ്. അതുകൊണ്ട് യേശുവിന് ദൈവവും മനുഷ്യനും എന്ന രണ്ട് അസ്തിത്വങ്ങളും (Hypostates) രണ്ട് സത്ത

കളും (Natures) ഉണ്ടെന്ന് നെസ്റ്റോറിസ് വാദിച്ചു. 431ൽ ഏഷ്യാമൈന റിലെ എഫീസസ് നഗരത്തിൽ ചേർന്ന ഇക്യൂമിനിക്കൽ കൗൺസിൽ നെസ്റ്റോറിയസിന്റെ വാദം തെറ്റാണെന്ന് വിധിച്ചു. യേശു എന്ന മനുഷ്യ നിൽ ദൈവികവും മാനുഷികവുമായ രണ്ടു പ്രകൃതികൾ ഉണ്ടെന്നായി രുന്നു കത്തോലിക്കാമതത്തിന്റെ തീരുമാനം. എങ്കിലും നെസ്റ്റോറിയസും അനുയായികളും തങ്ങളുടെ വാദത്തിൽ ഉറച്ചു നിന്നു. അവരെ മതനിന്ദ കരായി പ്രഖ്യാപിക്കുകയും പീഡിപ്പിക്കുകയും ചെയ്തു. മതപീഡന ങ്ങളിൽ നിന്നു രക്ഷപ്പെടാൻ അവർ പേർഷ്യൻ സാമ്രാജ്യാതിർത്തിക്കു ള്ളിലേക്ക് പലായനം ചെയ്തു. അങ്ങനെയാണ് പേർഷ്യൻ പ്രവിശ്യയായി രുന്ന മെസൊപ്പൊട്ടേമിയയിലും (ഇറാഖ്) അറേബ്യയുടെ കിഴക്കൻ പ്രദേ ശങ്ങളിലും നെസ്റ്റോറിയൻ ക്രിസ്ത്യാനികൾ പ്രബല വിഭാഗമായത്.

448ൽ യുറ്റിക്കെസ് എന്ന ആർക്കിമാൻ ഡ്രൈറ്റ് (പള്ളിമഠാധ്യക്ഷൻ) കത്തോലിക്കാ സഭയുടെയും നെസ്റ്റോറിയൻസിന്റെയും വാദങ്ങളിൽ നിന്നും ഭിന്നമായ മറ്റൊരു വാദം മുന്നോട്ടു വച്ചു. യേശു മനുഷ്യനായി ജനിച്ചതിനു ശേഷം യേശുവിൽ ദൈവത്തിന്റെയും മനുഷ്യന്റെയും പ്രകൃ തികൾ കൂടിച്ചേർന്നുണ്ടായ ഒരൊറ്റ സംയുക്തപ്രകൃതി മാത്രമേയുള്ളു വെന്നായിരുന്നു പുതിയ വാദം. യുറ്റിക്കെസിന്റെ വാദത്തെ മോണോഫി സെറ്റിസം (Monophysitism) എന്നാണ് പറയുന്നത്. 451ൽ കാൽസിഡ ണിൽ ചേർന്ന നാലാം ഇക്യൂമിനിക്കൽ കൗൺസിലിൽ മോണോഫി സെറ്റിസം മതവിരുദ്ധമാണെന്ന് വിധിച്ചു. മതപീഡനങ്ങൾ ഭയന്ന് മോണോഫിസൈറ്റ് വിഭാഗം ഈജിപ്തിലേക്കും ഇത്യോപ്യയിലേക്കും പലായനം ചെയ്തു. അങ്ങനെയാണ് ഇത്യോപ്യ മോണോഫിസെറ്റിസം ഔദ്യോഗിക മതമായി സ്വീകരിക്കാനിടയായത്. ആദ്യകാലത്ത് റോമാ സാമ്രാജ്യം മോണോഫിസൈറ്റ് വിഭാഗത്തെ പീഡിപ്പിച്ചുവെങ്കിലും പിന്നീട് നയം തിരുത്തി. ഇതിന്റെ ഫലമായി സിറിയയിലെ ഭൂരിപക്ഷം ക്രിസ്ത്യാനികളും മോണോഫിസൈറ്റ് വിഭാഗത്തിൽ പെട്ടവരായി ത്തീർന്നു.

അറബികളിൽ സ്വാധീനം ചെലുത്തിയത് മോണോഫിസൈറ്റ് വിഭാ ഗവും നെസ്റ്റോറിയൻ വിഭാഗവുമാണ്. പക്ഷേ, ക്രിസ്തുമതത്തിലെ വിഭാ ഗീയതയെക്കുറിച്ചും ദൈവശാസ്ത്രസംബന്ധിയായ ഭിന്നതകളെക്കുറിച്ചും വ്യവച്ഛേദിച്ച് മനസിലാക്കാൻ തക്കവിധത്തിൽ ക്രിസ്തുമതവിജ്ഞാനം അറബികൾക്കില്ലായിരുന്നു. അവരെ സംബന്ധിച്ചിടത്തോളം ക്രിസ്തുമ തമെന്നാൽ റോമാസാമ്രാജ്യത്തിന്റെയും റോമയുടെ സഖ്യകക്ഷിയായ അബിസീനിയയുടെയും ഔദ്യോഗികമതം എന്നു മാത്രമേയുള്ളു.

പേർഷ്യയുടെ പ്രവിശ്യയിൽ നിന്ന് സംക്രമിച്ച നെസ്റ്റോറിയൻ ക്രിസ്തുമതവും പേർഷ്യാസാമ്രാജ്യത്തിന്റെ പ്രവിശ്യയുടെ രാഷ്ട്രീയാ ധികാരവുമായി ബന്ധപ്പെട്ടാണ് നിലനിന്നിരുന്നത്. മതവും രാഷ്ട്രവും ഒന്നാണെന്ന ധാരണ മക്കയിലെ വ്യാപാരിയായിരുന്ന മുഹമ്മദ് നബി യുടെ മനസിൽ സ്ഥാനം പിടിച്ച സാഹചര്യം ഇതായിരുന്നു. മുഹമ്മദ് നബിയുടെ ലക്ഷ്യം ജൂത ക്രിസ്തുമതങ്ങളുടെ രൂപത്തിലും ഭാവത്തിലും അറബികളുടേതായ ഒരു രാഷ്ട്രമതം സ്ഥാപിക്കലായിരുന്നു.

3

പ്രബോധനത്തിന്റെ സാമൂഹിക രാഷ്ട്രീയ തലങ്ങൾ

ഖുർആനിൽ മുഹമ്മദിന് റസൂൽ (ദൂതൻ), നബി (പ്രവാചകൻ), ബശീർ (സുവിശേഷകൻ), മുദ്ദക്കിർ (ഓർമപ്പെടുത്തുന്ന ആൾ), നദീർ (മുന്നറിയപ്പും താക്കീതും നൽകുന്ന ആൾ) എന്നീ വിശേഷണങ്ങളാണുള്ളത്. ഇതിൽ നബി എന്ന പദം ഉപയോഗിച്ചു തുടങ്ങിയത് മുഹമ്മദും അനുയായികളും മദീനയിൽ കുടിയേറിയതിനുശേഷമാണ്. *ഖുർആനിലെ* ഭൂരിപക്ഷം മക്ക വചനങ്ങളിലും റസൂൽ എന്ന പദമാണ് ഉപയോഗിച്ചിട്ടുള്ളത്. മക്കയിലെ പ്രബോധനത്തിന്റെ അന്ത്യഘട്ടത്തിൽ അവതരിപ്പിക്കപ്പെട്ട ചില വചനങ്ങളിൽ നബി എന്ന പദം ഉപയോഗിച്ചിട്ടുള്ളതായി പണ്ഡിതർ ചൂണ്ടിക്കാണിക്കുന്നു.[1] ജൂതരുടെ മതവിശ്വാസത്തിന്റെ വിശദാംശങ്ങളും അവരുടെ നബിമാരെ കുറിച്ചുള്ള വിവരങ്ങളും മുഹമ്മദ് കൂടുതലറിഞ്ഞത് മദീനയിലെത്തിയതിനു ശേഷമാണല്ലോ. അതുമുതലാണ് താനും ജൂതരുടെ നബിമാരെപ്പോലെ ഒരു നബിയാണെന്ന അവബോധം മുഹമ്മദിനുണ്ടായത്. *ഖുർആനിൽ* മുഹമ്മദിന് 'ഉമ്മിയ്യ് നബി' എന്ന വിശേഷണം നൽകിയത് എന്തുകൊണ്ടാണെന്ന കാര്യത്തിൽ പണ്ഡിതർക്കിടയിൽ അഭിപ്രായഭേദമുണ്ട്.

ബാല്യത്തിൽ മുഹമ്മദിന് വിദ്യാഭ്യാസം ലഭിച്ചില്ല. അതുകൊണ്ട് മുഹമ്മദ് നിരക്ഷരനായിരുന്നു. ഉമ്മിയ്യ് നബിയെന്നാൽ നിരക്ഷരനായ നബി എന്നാണർഥം. ഇതാണ് യാഥാസ്ഥിതികരായ മതപണ്ഡിതരുടെ വ്യാഖ്യാനം. അന്ന് നാട്ടുനടപ്പുണ്ടായിരുന്ന വിദ്യാഭ്യാസം മുഹമ്മദിന് സിദ്ധിച്ചിരിക്കാനാണ് സാധ്യത. കാരണം ചെറുപ്പത്തിൽ തന്നെ അച്ഛനമ്മമാരെ നഷ്ടപ്പെട്ട മുഹമ്മദിനെ പിതൃവ്യനായ അബ്ദ്മനാഫ് വാത്സ

1. *Bell's Introduction to the Quran*-by Richard Bell Revised by Montgomery watt http://www.truthnet.org

ല്യത്തോടെയാണ് സംരക്ഷിച്ചതെന്ന് ജീവചരിത്രകാരന്മാർ പറയുന്നു. വാത്സല്യത്തോടെ വളർത്തിയ സഹോദരപുത്രന് പതിവനുസരിച്ചുള്ള വിദ്യാഭ്യാസം നിഷേധിക്കുകയില്ലല്ലോ. അക്കാലത്ത് അറബികൾ എല്ലാവരും നിരക്ഷരരായിരുന്നുവെന്ന് അനുമാനിക്കാനും സാധ്യമല്ല. അന്താരാഷ്ട്ര വ്യാപാരകേന്ദ്രമായി വളർന്ന മക്ക നഗരത്തിലെ ജനങ്ങൾ എല്ലാവരും നിരക്ഷരർ ആയിരിക്കാൻ ഇടയില്ലല്ലോ. *ഖുർആനി*ലെ ഏഴാം അധ്യായത്തിലെ വചനങ്ങളിലും അറുപത്തിരണ്ടാം അധ്യായത്തിലെ വചനത്തിലും ഉപയോഗിച്ച, 'ഉമ്മിയ്യ്' (ബഹുവചനം ഉമ്മിയ്യീൻ) എന്ന പദത്തിന് നിരക്ഷരൻ എന്ന് അർഥം കൽപ്പിച്ചാണ് മുഹമ്മദ് നിരക്ഷരനും അറബികൾ ഒന്നടങ്കം നിരക്ഷരരും ആയിരുന്നുവെന്ന് സ്ഥാപിക്കാൻ ശ്രമിച്ചത്.

> തങ്ങളുടെ കൈവശമുള്ള തൗറാത്തിലും ഇഞ്ചിലിലും പരാമർശിച്ചിട്ടുള്ള ഉമ്മിയ്യ് നബിയായ ദൂതനെ പിന്തുടർന്നവർക്കുവേണ്ടിയാണ് അത് (ഖുർആൻ വചനങ്ങൾ) നാം എഴുതിവച്ചിരിക്കുന്നത്... (7:157)
>
> പറയുക! മനുഷ്യരേ ഞാൻ എല്ലാവർക്കും (അറബികൾക്കും ജൂതർക്കും ക്രിസ്ത്യാനികൾക്കും) വേണ്ടി അല്ലാഹു അയച്ച ദൂതനാണ്...അതുകൊണ്ട് നിങ്ങൾ (അല്ലാഹുവിന്റെ) മാർഗം പ്രാപിക്കുവാൻ അല്ലാഹുവിലും അല്ലാഹുവിനെയും അവന്റെ വചനങ്ങളെയും വിശ്വസിക്കുന്ന ഉമ്മിയ്യ് നബി ആന ദൂതനിലും വിശ്വസിക്കുക. (7:158) തദ്ദേശ വംശജരെ അല്ലാഹുവിന്റെ വചനങ്ങൾ പാരായണം ചെയ്ത് കേൾപ്പിക്കുവാൻ അവരെ അഭിവൃദ്ധിപ്പെടുത്തുവാൻ, അവരെ വേദവും തത്വജ്ഞാനവും പഠിപ്പിക്കാൻ, അവരിൽ നിന്നു തന്നെ ഒരു ദൂതനെ അയച്ചവനാണ് അവൻ (62:2).

മുകളിൽ ഉദ്ധരിച്ചുചേർത്ത ഖുർആൻ വചനങ്ങളിൽ ദൂതൻ, നബി എന്നീ രണ്ടു പദങ്ങൾ പര്യായങ്ങളായിട്ടല്ല ഉപയോഗിച്ചിട്ടുള്ളത്. ദൂതൻ എന്ന അർഥത്തിൽ റസൂൽ എന്ന പദമാണ് ഉപയോഗിച്ചത് എന്ന കാര്യം ശ്രദ്ധേയമാണ്. ഉമ്മിയ്യ് നബിയായ ദൂതൻ എന്നാണ് പ്രയോഗം. ഉമ്മിയ്യീൻ എന്ന പദങ്ങൾ യഥാക്രമം നിരക്ഷരൻ, നിരക്ഷരർ എന്ന് ചിലർ തർജമ ചെയ്യുന്നു. ഇവർ, അല്ലാഹു എന്തുകൊണ്ട് തന്റെ റസൂൽ (ദൂതൻ) ആയ മുഹമ്മദ് 'നിരക്ഷരനായ നബി' ആണെന്ന് എടുത്തു പറഞ്ഞുവെന്ന് വ്യക്തമാക്കുന്നില്ല. ഖുർആൻ വചനത്തിൽ ഉപയോഗിച്ച 'നബി' എന്ന പദം ഹീബ്രു ഭാഷയിൽ നിന്നാണ് വന്നത്. ജൂതരുടെ വിശ്വാസപ്രകാരം യഹോവയിൽ നിന്ന് നേരിട്ട് സന്ദേശങ്ങൾ സ്വീകരിക്കുന്ന ആളാണ് നബി. അവരുടെ വിശ്വാസമനുസരിച്ച് യഹോവയിൽ നിന്ന് നേരിട്ട് സന്ദേശങ്ങൾ ലഭിക്കുന്ന 'നബി' ഏതെങ്കിലും ഒരു ജൂതകുലത്തിലേ ജനിക്കൂ. മുഹമ്മദ് ജൂതവംശജനല്ലാത്തതുകൊണ്ട് നബിയല്ലെന്ന് ജൂതർ ശഠിച്ചു. അവരുടെ വാദങ്ങളെ ഖണ്ഡിക്കുവാനും മുഹമ്മദ് ജൂതേതരനും തദ്ദേശവംശ

ജനുമായ നബിയാണെന്ന് (Gentile Prophet) സ്ഥാപിക്കുവാനുമാണ് ഉമ്മിയ്യ് നബി' ആണെന്ന് എടുത്തു പറഞ്ഞത്. അറബിഭാഷയിലെ ഉമ്മിയ്യ് പദം ഹീബ്രുവിലെ 'ഉമ്മൊത്ത്' എന്ന പദത്തിൽ നിന്നുത്ഭവിച്ചതാണ്. 'ഉമ്മൊത്ത്-ഹഗലം' എന്നാൽ ലോകത്തിലെ ജൂതരല്ലാത്ത ജനതകൾ എന്നാണർഥം. അറബിയിൽ ഉമ്മിയ്യ് എന്ന പദത്തിന് തദ്ദേശവംശജൻ എന്നർഥം സിദ്ധിക്കുന്നു. അറുപത്തിരണ്ടാം അധ്യായത്തിലെ വചന ത്തിൽ ഉമ്മിയ്യീൻ എന്ന ബഹുവചനമാണ് ഉപയോഗിച്ചത്. അതിന്റെ അർഥം തദ്ദേശവാസികൾ എന്നാണ്.

യാഥാസ്ഥിതിക പണ്ഡിതന്മാർ 'ഉമ്മിയ്യീൻ എന്ന ബഹുവചനത്തിന് തദ്ദേശവംശജർ എന്നതിനു പകരം നിരക്ഷരരായവർ' എന്നാണ് അർഥം കൽപ്പിച്ചിരിക്കുന്നത്. അറബികൾക്കും ജൂതർക്കും ക്രിസ്ത്യാനികൾക്കും വേണ്ടി ജൂതരല്ലാത്ത, തദ്ദേശവംശജരായ അറബികളിൽപ്പെട്ട, തദ്ദേശ വംശജനായ ഒരു നബിയെയാണ് ദൂതനായി അല്ലാഹു അയച്ചിരിക്കു ന്നത് എന്നാണ് മുകളിൽ ഉദ്ധരിച്ച വചനങ്ങളുടെ സാരം. *ഖുർആൻ* മുഹ മ്മദിന്റെ സ്വന്തം വചനങ്ങളല്ലെന്ന് സ്ഥാപിക്കാൻ വേണ്ടിയാണ് മുഹ മ്മദ് നിരക്ഷരനായിരുന്നുവെന്ന് പ്രചരിപ്പിക്കുന്നത്. നിരക്ഷരനായ ഒരാൾക്ക് *ഖുർആൻ* സ്വന്തമായി രചിക്കാൻ കഴിയുകയില്ലെന്ന് ലളിത യുക്തിയാണ് മുഹമ്മദ് നിരക്ഷരനായിരുന്നു എന്ന വാദത്തിനു പിന്നിൽ.

ഇടത്തരം വ്യാപാരിയായിരുന്ന മുഹമ്മദ് വിദ്യാസമ്പന്നനും സാമൂ ഹികബോധവും അന്താരാഷ്ട്രതലത്തിലെ ചലനങ്ങളെക്കുറിച്ച് അവ ബോധമുള്ള ആളും ആയിരുന്നു. മക്കയിലെ തന്റെ സ്വന്തം ജനതയെ സാമൂഹികമായും രാഷ്ട്രീയമായും ഉദ്ധരിക്കുക എന്ന ലക്ഷ്യത്തോടെ യാണ് പ്രബോധനം ആരംഭിച്ചത്.

മക്കയിലെ പ്രബോധനകാലത്ത് റസൂൽ, ബശീർ, മുദ്ദക്കിർ, നദീർ എന്നീ സ്ഥാനങ്ങൾ മാത്രമേ മുഹമ്മദ് സ്വയം അവകാശപ്പെട്ടുള്ളു. റസൂൽ എന്നാൽ ഒരു പ്രത്യേക ദൗത്യം നിർവഹിക്കാൻ അല്ലാഹു നിയോ ഗിച്ചിട്ടുള്ള ആൾ എന്നാണർഥം. മുഹമ്മദിനെ ഏൽപ്പിച്ച ഒന്നാമത്തെ ദൗത്യം അല്ലാഹു ഏകനാണെന്നുള്ള 'സുവിശേഷം' ഖുറൈശികളെ അറിയിക്കുക എന്നതാണ്. കഅബാനാഥനായ അല്ലാഹുവിനെ മാത്രമേ ആരാധിക്കാവൂ എന്നായിരുന്നു മുഹമ്മദിന്റെ ആദ്യത്തെ പ്രബോധനം. ഈ സുവിശേഷം അറിയിക്കുന്ന മുഹമ്മദ് സുവിശേഷകൻ (ബശീർ) ആണ്. ഏകനായ അല്ലാഹുവിനെ മാത്രം ആരാധിക്കാതെ ലാത്ത്, ഉസ്സ, മനാത്ത്, ഹുബ്ല് തുടങ്ങിയ വിഗ്രഹദൈവങ്ങളെ ആരാധിക്കുന്നവർക്ക് അല്ലാഹു കടുത്ത ശിക്ഷ നൽകുമെന്ന് മുന്നറിയിപ്പു കൊടുക്കുന്ന ആൾ (മുദ്ദിക്കിർ) ആണെന്നും മുഹമ്മദ് അവകാശപ്പെട്ടു. ഇങ്ങനെ മുന്നറിയിപ്പും താക്കീതുമൊക്കെ കൊടുക്കുന്നത് ഖുറൈശി സമൂഹത്തിൽ ഗുണപര മായ ചില മാറ്റങ്ങൾ വരുത്താനായിരുന്നു. സമൂഹത്തിൽ മാറ്റങ്ങൾ വരു ത്തുക എന്നത് രാഷ്ട്രീയ പ്രവർത്തനമാണ്. രാഷ്ട്രീയ പ്രവർത്തനവും മതപ്രബോധനവും രണ്ടാണെന്ന് മുഹമ്മദ് കരുതിയിരുന്നില്ലെന്ന് ആദ്യ കാല *ഖുർആൻ* വചനങ്ങൾ വിശകലനം ചെയ്യുന്ന ഏതൊരാൾക്കും മനസിലാകും.

> ഖുറൈശികളുടെ 'ഇലാഫി'ന്; ഹേമന്തത്തിലേയും ഗ്രീഷ്മത്തിലേയും സാർഥവാഹകസംഘങ്ങളുടെ 'ഇലാഫി'ന്' വിശപ്പിനെതിരെ ഭക്ഷണം നൽകിയ, ഭയത്തിനെതിരെ സംരക്ഷണം നൽകിയ ഈ ഭവനത്തിന്റെ (കഅബ) നാഥനെ അവർ ആരാധിക്കണം" (*ഖുർആൻ,* 106, 1:3).

ഇലാഫ് എന്ന പദത്തിന് കൂട്ടിയിണക്കുക, ഒന്നിച്ചു ചേർക്കുക എന്നൊക്കെയാണ് അർഥം. ഖുറൈശികൾക്ക് അന്താരാഷ്ട്ര വ്യാപാരത്തിലൂടെ അഭിവൃദ്ധി കൈവന്നതാണ് സൂചന.

പൊതുവർഷം ആറാം നൂറ്റാണ്ടായപ്പോഴേക്കും അറേബ്യൻ ഉപദ്വീപിന്റെ പടിഞ്ഞാറ് ചെങ്കടൽ തീരം വഴി റോമാ സാമ്രാജ്യത്തിന്റെ മധ്യധരണ്യാഴി പ്രവിശ്യകളും പേർഷ്യാസാമ്രാജ്യത്തിന്റെ തെക്കുപടിഞ്ഞാറൻ പ്രവിശ്യകളും ഇന്ത്യയും തെക്കനേഷ്യൻ രാജ്യങ്ങളും ആഫ്രിക്കൻ വൻകരയും തമ്മിൽ നടന്നിരുന്ന വ്യാപാരത്തിന്റെ കുത്തക മക്കയിലെ ഖുറൈശി ഗോത്രക്കാർ കൈക്കലാക്കി. വ്യാപരമൂലധനത്തിന്റെ വേലിയേറ്റത്തിൽ ഗോത്രവ്യവസ്ഥയിൽ നിലനിന്നിരുന്ന സമത്വവും മോണ്ട്ഗോമറി വാട്ട് വിശേഷിപ്പിച്ച 'ഗോത്രമാനവിക'തയും (Tribal Humanism[2]) തകർന്ന ഭൗതിക സാഹചര്യം എങ്ങനെയാണ് ഇസ്ലാം മതത്തിന്റെ ഉത്ഭവത്തിന് കാരണമായതെന്ന് *മുഹമ്മദ് എന്ന മനുഷ്യൻ*, *ഖുർആൻ ഒരു മനഃശാസ്ത്രവിമർശനം* എന്നീ ഗ്രന്ഥങ്ങളിൽ പ്രതിപാദിച്ചിട്ടുള്ളതുകൊണ്ട് ഇവിടെ ആവർത്തിക്കുന്നില്ല. താൻ ജനിച്ചുവളർന്ന ഖുറൈശി സമൂഹത്തിൽ രാഷ്ട്രീയമാറ്റം വരുത്തണമെന്ന് മുഹമ്മദ് ആഗ്രഹിച്ചിരുന്നതായി ആദ്യകാല *ഖുർആൻ* വചനങ്ങൾ വെളിപ്പെടുത്തുന്നു.

> നെറ്റി ചുളിച്ചു മുഖം തിരിച്ചു അന്ധൻ അടുക്കൽ വന്നപ്പോൾ നീ എന്തു ധരിച്ചു? അയാൾ സ്വയം ശുദ്ധീകരിക്കുമോ? ശ്രദ്ധിക്കൂ; മുന്നറിയിപ്പ് അയാൾക്ക് പ്രയോജനപ്പെട്ടാലോ? സ്വയംപര്യാപ്തരെന്ന് നടിക്കുന്നവരെ സംബന്ധിച്ച്; അവരെ മാത്രം നീ ശ്രദ്ധിക്കുന്നു. അവർ സ്വയം ശുദ്ധീകരിച്ചില്ലെങ്കിലെന്ത്? ഭയപ്പെട്ടുകൊണ്ട് നിന്റെ അടുക്കൽ വന്നവനെ ശ്രദ്ധിക്കുന്നില്ല" (ഖു.8081-10).

---

2. *Muhammad at Mecca* by W Montgomery Watt page, 53. ലോകത്തെമ്പാടുമുള്ള മുസ്ലിം പണ്ഡിതന്മാർ ഏറ്റവും കൂടുതൽ ആദരിക്കുന്ന പണ്ഡിതനാണ് മോണ്ട്ഗോമറി വാട്ട് (1909-2006). അദ്ദേഹം എഡിൻബറോ യൂണിവേഴ്സിറ്റിയിൽ അറബിഭാഷ, ഇസ്ലാമിക പഠനങ്ങൾ എന്നീ വിഷയങ്ങളുടെ പ്രൊഫസർ എമരിട്ടസ് ആയിരുന്നു. മുഹമ്മദ് നബിയുടെ ജീവചരിത്രം ഒരു ക്രിസ്തുമത വിശ്വാസിയുടെ നോട്ടപ്പാടിലൂടെ വിവരിക്കുന്ന രണ്ട് ബൃഹദ് ഗ്രന്ഥങ്ങളാണ് *Muhammad at Mecca, Muhammad at Medina.* രണ്ടു ഗ്രന്ഥങ്ങളും സംയോജിപ്പിച്ച് സംഗ്രഹിച്ചതാണ് *Muhammad-The prophet and the Statesman*

സമ്പന്നരായ ഖുറൈശികൾ തന്നെ റസൂലായി അംഗീകരിക്കും, അവർ തന്റെ പ്രബോധനങ്ങൾ സ്വീകരിക്കും എന്ന പ്രതീക്ഷയിൽ മുഹമ്മദ് സമ്പന്നരെ മാത്രം ശ്രദ്ധിച്ചതിനെക്കുറിച്ചുള്ള സ്വയം വിമർശനമാണ് ഈ വരികളിൽ പ്രതിധ്വനിക്കുന്നത്. പ്രതീക്ഷയ്ക്ക് വിരുദ്ധമായി സമ്പന്നർ മുഹമ്മദിനെ അവഗണിക്കുകയാണ് ചെയ്തത്. അധികം താമസിയാതെ തന്നെ മുഹമ്മദിനെ ധിക്കരിക്കുന്ന സമ്പന്നർ നേരിടാൻ പോകുന്ന ദൈവീക ശിക്ഷകളെക്കുറിച്ച് സൂചനകളുള്ള ഖുറാൻ വചനങ്ങൾ അവതരിപ്പിക്കപ്പെട്ടു. അല്ലാഹു നൽകുന്ന ശിക്ഷയ്ക്ക് മുഹമ്മദ് ഉത്തരവാദിയല്ലെന്നും മുഹമ്മദ് വെറുമൊരു മുന്നറിയിപ്പുകാരൻ മാത്രമാണെന്നുമുള്ള സൂചനകളും വചനങ്ങളിലുണ്ട്. നിഷേധികളായ സമ്പന്നർക്ക് അല്ലാഹു നൽകാൻ പോകുന്ന ശിക്ഷയെക്കുറിച്ച് മുഹമ്മദിന് ആദ്യം വ്യക്തതയുണ്ടായിരുന്നില്ല.

> ഞാൻ ഏകനായി സൃഷ്ടിച്ചവനെ എനിക്കു വിട്ടേക്കുക. ഞാനവനു ധാരാളം കൊടുത്തു. ഹാജരായി നിൽക്കുന്ന (അനുസരണയുള്ള) സന്താനങ്ങളെയും; അവനുവേണ്ട സൗകര്യങ്ങളെല്ലാം; പിന്നേയും ഞാൻ കൂടുതൽ നൽകണമെന്ന് അവനാഗ്രഹിക്കുന്നു. അതൊരിക്കലുമില്ല, നമ്മുടെ ദൃഷ്ടാന്തങ്ങളോട് ധാർഷ്ട്യം കാണിക്കുന്നവനാണ്. ഞാനവനെ വളരെ ഇടുങ്ങിയ ഒരിടത്തിലാക്കും. അവനെ അടുത്തു തന്നെ നരകത്തിൽ പ്രവേശിപ്പിക്കും. നരകമെന്തെന്നറിയാമോ? അത് ബാക്കി വയ്ക്കുകയില്ല. വിട്ടുകളയുകയുമില്ല. തൊലി കരിച്ച് രൂപം മാറ്റും അത്. അതിന്റെ മേൽനോട്ടക്കാരായി പത്തൊൻപത് പേരുണ്ട്" (*ഖുർആൻ* 74:11-30).

മുഹമ്മദ് അല്ലാഹുവിന്റെ ദൂതനാണെന്ന് വിശ്വസിച്ചാൽ മാത്രം പോര. ധനാഢ്യർ സ്വയം ശുദ്ധീകരിക്കാൻ സമ്പത്തിന്റെ ഒരംശം ദരിദ്രർക്കു കൊടുക്കണമെന്നും ആഹ്വാനം ചെയ്തു.

> ആര് (ധനം) നൽകുകയും സൂക്ഷ്മത പാലിക്കുകയും ഉൽകൃഷ്ടകർമങ്ങളിൽ വിശ്വസിക്കുകയും ചെയ്യുന്നു. അവന്റെ മാർഗം സുഗമമാക്കും. ആര് പിശുക്ക് കാണിക്കുകയും അഹങ്കരിക്കുകയും ഉൽകൃഷ്ടകർമങ്ങൾ ചെയ്യാതിരിക്കുകയും ചെയ്യുന്നുവോ അവനെ ദുർഘടങ്ങളുള്ള മാർഗത്തിലാക്കും. അവൻ നശിക്കുമ്പോൾ അവന്റെ ധനം പ്രയോജനമാവില്ല. മാർഗദർശനം നൽകുന്നത് നമ്മുടെ ചുമതലയാണ്. ആദ്യജീവിതവും അന്ത്യജീവിതവും നമ്മുടെ നിയന്ത്രണത്തിൽ ആണ്. അതിനാൽ ആളിക്കത്തുന്ന അഗ്നിയെക്കുറിച്ച് നിങ്ങൾക്ക് മുന്നറിയിപ്പ് നൽകി. ദുഷ്ടരല്ലാതെ ആരും അതിൽ പ്രവേശിക്കുകയില്ല. നിഷേധിച്ച് പിന്തിരിഞ്ഞ് പോയവർ മാത്രം. സ്വയം ശുദ്ധീകരിക്കാൻ ധനം നൽകുകയും സൂക്ഷ്മത പാലിക്കുകയും ചെയ്തവനെ അഗ്നിയിൽ നിന്നകറ്റി നിർത്തും (ഖു: 92, 4-18).

മുഹമ്മദ് അല്ലാഹുവിന്റെ ദൂതനാണെന്ന് വിശ്വസിക്കുന്നവർ മുഹമ്മദിനുവേണ്ടിയോ അല്ലാഹുവിനു വേണ്ടിയോ എന്തെങ്കിലും ചെയ്യണമെന്ന് ഈ ഘട്ടത്തിൽ *ഖുർആൻ* പറയുന്നില്ല. അല്ലാഹുവിനെ ആരാധിക്കുന്നതിനായി എന്തെങ്കിലും കർമം ചെയ്യണമെന്നും ആവശ്യപ്പെടുന്നില്ല. അല്ലാഹു ഏകനാണെന്നും മുഹമ്മദ് അല്ലാഹുവിന്റെ ദൂതനാണെന്നും വിശ്വസിക്കുക. വിഗ്രഹങ്ങളെ അല്ലാഹുവിനോടൊപ്പം ആരാധിക്കാതിരിക്കുക. സ്വയം ശുദ്ധീകരിക്കാനായി ധനാഢ്യർ സമ്പത്തിന്റെ ഒരംശം അനാഥർക്ക് നൽകുക. ഇത്ര മാത്രമേ ആവശ്യപ്പെടുന്നുള്ളൂ. ആത്മീയ കാര്യങ്ങളെക്കാൾ രാഷ്ട്രീയവും സാമൂഹികവുമായ കാര്യങ്ങളാണ് ആദ്യകാല *ഖുർആൻ* വചനങ്ങളിലുള്ളത്. മാത്രവുമല്ല, നരകശിക്ഷയെക്കുറിച്ച് പറയുന്നുണ്ടെങ്കിലും ലോകാവസാനത്തെക്കുറിച്ചോ അന്തിമവിധിപ്രസ്താവനയെക്കുറിച്ചോ വ്യക്തമായി പറയുന്നില്ല.

ആദ്യകാല വചനങ്ങളുടെ മറ്റൊരു സവിശേഷത ധനാഢ്യരുടെ അഹങ്കാരവും ദയാരാഹിത്യവും ദാനവിമുഖതയും വിശ്വാസവുമായി ബന്ധപ്പെടുത്തിയിരുന്നില്ലാ എന്നതാണ്. സാമൂഹികമായ തിന്മകളെക്കുറിച്ചും പാവപ്പെട്ടവരുടെയും അനാഥരുടെയും അവകാശങ്ങളെക്കുറിച്ചും മുഹമ്മദ് വ്യഥിതനായിരുന്നു.

“അവരുടെ ധനത്തിൽ അർഥിക്കും ഉപജീവനം തടയപ്പെട്ടവനും അവകാശമുണ്ടായിരുന്നു” (ഖു: 51:19).

അർഥിയും ഉപജീവനം തടയപ്പെട്ടവനും അനാഥരാണെന്ന കാര്യം മറ്റൊരു വചനത്തിൽ വ്യക്തമാക്കുന്നുണ്ട്. “അനാഥനെ അടിച്ചമർത്തരുത്; സഹായം ആവശ്യപ്പെടുന്നവനെ വിരട്ടരുത്” (ഖു: 93:9,10).

സ്വർഗത്തിലെത്താനുള്ള വിശ്വാസികളുടെ മാർഗം ഏതാണെന്ന് *ഖുർആൻ* വിശദമാക്കുന്നതോടൊപ്പം ഖുറൈശി വരേണ്യർക്കെതിരെ രൂക്ഷമായ വിമർശനം ഉയർത്തുകയും ചെയ്യുന്നു.

> അവനു രണ്ടു കണ്ണും രണ്ടു ചുണ്ടും നൽകി. ഉയർന്നു തെളിഞ്ഞു കിടക്കുന്ന രണ്ടു വഴികൾ കാണിച്ചതും നാമാണ്. എന്നിട്ടും ഉന്നതിയിലേക്കുള്ള വഴിയിൽ അവർ പ്രവേശിക്കുന്നില്ല. ഉന്നതിയിലേക്കുള്ള പാത എന്താണെന്ന് നിനക്കറിയാമോ? അടിമയെ മോചിപ്പിക്കലാണത്. അല്ലെങ്കിൽ ബന്ധത്തിലുള്ള അനാഥന് പട്ടിണിനാളിൽ ആഹാരം കൊടുക്കലാണ്. അല്ലെങ്കിൽ അഗതിയെ പോറ്റലാണ്. പിന്നീടവൻ വിശ്വസിക്കുകയും ക്ഷമയും കരുണയും കാണിക്കാൻ ഉപദേശിക്കുകയും ചെയ്യുന്നു. അവരാണ് വലതുവശത്തുള്ളവർ. നമ്മുടെ ദൃഷ്ടാന്തങ്ങളെ നിഷേധിച്ചവർ ഇടതുവശത്തുള്ളവരാണ് (ഖു. 90:8–19). നിങ്ങൾ അനാഥരെ രക്ഷിക്കുന്നില്ല. അഗതികൾക്ക് ആഹാരം കൊടുക്കുന്നില്ല. അനന്തരാവകാശികളുടെ സ്വത്ത് സ്വന്തമാക്കി ഭുജിക്കുന്നു. ധനത്തെ നിങ്ങൾ അതിരു കവിഞ്ഞ് സ്നേഹിക്കുന്നു (ഖു: 89: 17, 29).

ബാല്യത്തിൽ മുഹമ്മദ് അനാഥനായിരുന്നതുകൊണ്ടാണ് അനാഥരെ ഓർത്ത് വ്യഥിതനായതും ധനാഢ്യർക്ക് അനാഥരോടുള്ള കടപ്പാടിനെക്കുറിച്ച് ഉദ്ബോധനം ആവർത്തിച്ചതും എന്ന നിഗമനം ലളിതയുക്തിയുടെ അടിസ്ഥാനത്തിലുള്ളതാണ്. ജൂതമതത്തിലെ ഏക ദൈവവിശ്വാസവും രാഷ്ട്രമതം എന്ന സങ്കൽപ്പവും മാത്രമല്ല അതിലെ ഭൂതദയയും മുഹമ്മദിനെ ആകർഷിച്ചു. ജൂതമതത്തിന്റെ സ്വാധീനമാണ് യഥാർഥത്തിൽ അനാഥരെ സംരക്ഷിക്കേണ്ടത് ധനികരുടെ കടമയാണെന്ന ധാരണ മുഹമ്മദിന്റെ മനസിൽ വേരുറയ്ക്കാൻ കാരണം.[3] ജൂതമതത്തിലെ അമൂർത്തമായ ഭൂതദയ മൂർത്തമായ അനാഥസംരക്ഷണമായി രൂപപ്പെടാൻ തന്റെ ബാല്യകാലാനുഭവങ്ങൾ നിശ്ചയമായും സഹായകമായിട്ടുണ്ടായിരുന്നു.

ഖുറൈശിവരേണ്യർ മുഹമ്മദിനെ അല്ലാഹുവിന്റെ റസൂലായി അംഗീകരിക്കാൻ വിസമ്മതിച്ചതോടെ അവരുടെ സാമ്പത്തികവും സാമൂഹികവുമായ കുറ്റങ്ങളെ വിശ്വാസവുമായി ബന്ധപ്പെടുത്തുന്ന വചനങ്ങൾ അവതരിപ്പിക്കാൻ തുടങ്ങി.

"മതത്തെ നിഷേധിക്കുന്നവനെ നീ കാണുന്നില്ലേ? അനാഥരെ ആട്ടിപ്പായിക്കുകയും അഗതിക്ക് ആഹാരം നൽകുവാൻ വിമുഖത കാണിക്കുകയും ചെയ്യുന്നവനാണ് അവൻ." (ഖു:107.1-3)

മതവിശ്വാസത്തെയും സാമൂഹിക നീതിയെയും ബന്ധിപ്പിക്കലായിരുന്നു ഇസ്ലാം എന്ന മതരാഷ്ട്രത്തിന്റെ രൂപവൽക്കരണത്തിലെ ആദ്യ ചുവട്. അല്ലാഹു ഏകനാണെന്നും മുഹമ്മദ് അല്ലാഹുവിന്റെ ദൂതനാണെന്നും വിശ്വസിക്കാതിരിക്കുന്നത് ആത്മീയമായ കുറ്റമാണ്. ആത്മീയതയുടെ ഈ കുറ്റത്തിൽ സാമൂഹികവും രാഷ്ട്രീയവുമായ തിന്മകളും അടങ്ങുന്നു എന്നായിരുന്നു മുഹമ്മദിന്റെ ധാരണ. ഇങ്ങനെയൊരു ധാരണ മുഹമ്മദിന്റെ മനസിൽ രൂപപ്പെടാൻ കാരണം ജൂത, ക്രൈസ്തവ മതങ്ങൾ അറബി സമൂഹത്തിൽ ചെലുത്തിയ സ്വാധീനമായിരുന്നു. ഉദാരതയും ദാനശീലവും മതവിശ്വാസത്തോടൊത്തുള്ള നന്മകളാണെന്നും ലൗകികമായ ആർഭാടങ്ങളും സുഖലോലുപതയും ധനത്തിന്റെ പേരിലുള്ള അമിതമായ അഭിമാനബോധവും മതത്തിൽ ചേരുന്നതോടെ ഉപേക്ഷിക്കപ്പെടേണ്ടവ ആണെന്നുമുള്ള ചിന്തകൾ മുഹമ്മദിന്റെ മനസിൽ ഉടലെടുത്തത് ജൂതമതത്തിന്റേതിനെക്കാളേറെ ക്രിസ്തുമതത്തിന്റെ സ്വാധീനം മൂലമായിരിക്കാനാണ് സാധ്യതയെന്ന് അഭിജ്ഞർ ചൂണ്ടിക്കാണിക്കുന്നു. കാരണം അറേബ്യയിലെ ജൂതരിൽ പലരും ഖുറൈശികളെ പോലെ ധനാഢ്യരും ധനസമ്പാദനത്തിൽ വളരെയധികം തൽപ്പരരുമാ

---

3. ജൂതമതത്തിൽ പിൽക്കാലത്താണ് ഭൂതദയയുടെ അംശങ്ങൾ ഉൾച്ചേർന്നത്. കണ്ണിനു കണ്ണ്, പല്ലിനു പല്ല്, ജീവനു ജീവൻ എന്ന തരത്തിൽ പകപോക്കൽ നിയമവ്യവസ്ഥ (Lex Talionis) നിലനിന്നിരുന്ന ഇസ്രായേൽ ഗോത്രസമൂഹത്തിൽ ഗ്രീക്കു സ്വാധീനത്തിന്റെ ഫലമായി ഭൂതദയ ഉൾച്ചേർന്നതിനെക്കുറിച്ചും Eclesiasticus എന്ന തൃക്ത വേദത്തെക്കുറിച്ചും ഒന്നാം അധ്യായത്തിൽ വിവരിച്ചിട്ടുണ്ട്.

യിരുന്നു.[4] മതവും രാഷ്ട്രവും ഒന്നാണെന്നും മതപ്രബോധനവും രാഷ്ട്രീയ പ്രവർത്തനവും രണ്ടല്ലെന്നും ഉള്ള ധാരണ മുഹമ്മദിന്റെ മനസിൽ രൂപപ്പെടുത്തിയത് ജൂത, ക്രൈസ്തവമതങ്ങളാണ്. അമേരിക്കയിലെ ജോർജ് ടൗൺ യൂണിവേഴ്സിറ്റിയിലെ അന്താരാഷ്ട്ര കാര്യങ്ങളുടെയും മതപഠനങ്ങളുടെയും പ്രൊഫസറായ ജോൺ എൽ എക്സ്പോസിറ്റോ എഴുതി:

> നിലവിലുണ്ടായിരുന്ന അറബ്, ജൂത, ക്രിസ്തുമതങ്ങളിലെ ആശയങ്ങളുടെയും ആചാരങ്ങളുടെയും പുതിയതായ ഒരു സംശ്ലേഷിത രൂപം ആവിഷ്കരിക്കുക മാത്രമല്ല മുഹമ്മദ് ചെയ്തത്. പുതിയൊരു സമൂഹത്തിനും സാമൂഹിക ക്രമത്തിനും രൂപം കൊടുക്കുകയാണ് ചെയ്തത്. മതാത്മകവും രാഷ്ട്രീയവുമായ സമൂഹം, കൂടുതൽ ശരിയായ രീതിയിൽ പറഞ്ഞാൽ മതരാഷ്ട്ര സമൂഹം പുതിയൊരു മതദർശനത്താലോ ബന്ധനത്താലോ സംഘടിതമായിരുന്നു. പഴയ ആശയങ്ങളെയും ആചാരസംഹിതകളെയും സ്വായത്തമാക്കുകയും ഇസ്ലാമികമായ പുതിയ സാമൂഹിക ക്രമത്തിന്റെയും സ്വത്വത്തിന്റെയും ഐക്യദാർഢ്യത്തിന്റെയും ആധികാരികതയുടെയും വെളിച്ചത്തിൽ നവീകരിക്കുകയും ചെയ്തു.[5]

മുഹമ്മദ് നബിയുടെ പ്രബോധനങ്ങളിൽ ഒളിഞ്ഞു കിടന്നിരുന്ന സന്ദേശം അറബ് ദേശീയതയുടേതാണ്. ദേശീയത എന്ന പരികൽപ്പനയുടെ ഉത്ഭവത്തെക്കുറിച്ച് പല സിദ്ധാന്തങ്ങളുമുണ്ട്. മുതലാളിത്ത വ്യവസ്ഥയുടെ ആവിർഭാവത്തോടെ യൂറോപ്പിൽ ഉയർന്നുവന്ന ദേശരാഷ്ട്രങ്ങളുടെ (nation states) ഉത്ഭവത്തെ ആസ്പദമാക്കിയാണ് ചില സിദ്ധാന്തങ്ങൾ ആവിഷ്കരിച്ചിട്ടുള്ളത്. മാർക്സിസ്റ്റ് ചരിത്രകാരനായ എറിക് ഹോബ്സ് ബോമിന്റെ അഭിപ്രായത്തിൽ ഭരണകൂടമാണ് ദേശീയതയെ സാക്ഷാൽക്കരിക്കുന്നത്. ഫ്രഞ്ച് ഭരണകൂടം (French State) എങ്ങനെ ഫ്രഞ്ച് ജനതയെ (French People) രൂപപ്പെടുത്തിയെന്ന് അദ്ദേഹം ഉദാഹരണമായി ചൂണ്ടിക്കാണിക്കുന്നു. ഫ്രഞ്ച് വിപ്ലവകാലത്ത് (1789) ഗോളിലെ (ഫ്രാൻസ്) പകുതിയോളം ജനങ്ങൾ മാത്രമേ ഫ്രഞ്ച് ഭാഷ സംസാരിച്ചിരുന്നുള്ളൂ എന്നാണദ്ദേഹം ചൂണ്ടിക്കാണിക്കുന്നത്. അതിൽത്തന്നെ പന്ത്രണ്ടോ പതിമൂന്നോ ശതമാനം ആളുകൾ മാത്രമേ നല്ല ഫ്രഞ്ച് ഭാഷ സംസാരിച്ചിരുന്നുള്ളൂ.[6] ഫ്രഞ്ച് ഭരണകൂടമാണ് ഫ്രഞ്ച് ഭാഷയുടെ വിവിധ പ്രാദേശിക രൂപങ്ങൾ (dialects) സംസാരിക്കുന്ന ജനതകളെ ഒരു രാഷ്ട്ര

---

4. *The Orgin Of Islam in its Christian Environment*: *The Gunning Lectures* by Richard Bell-Edinburg University, 1925 page 25.
5. *The Islamic Threat-Myth or Reality* 3rd Edition by John,LEsposito-page 28
6. *Nations and Nationalism Since 1780: Programme, Myth, Reality* by Eric J Hobsbawm, page 61

മാക്കി വാർത്തെടുത്തത്. മറ്റൊരുദാഹരണം ഇറ്റലിയുടെതാണ്. ഇറ്റലി ഏകീകരിച്ച കാലത്ത് പകുതിയിൽ താഴെ ആളുകൾ മാത്രമേ നല്ല ഇറ്റാലിയൻ ഭാഷ സംസാരിച്ചിരുന്നുള്ളുവത്രെ. ഒരു ഭരണകൂടത്തിനകത്ത് ഒരൊറ്റ ഭാഷ സംസാരിക്കുന്നവരും ഒരൊറ്റ സാംസ്കാരിക പൈതൃകമുള്ളവരും ആയ ജനത മാത്രമേ ഉള്ളൂ എങ്കിൽ അത് ഒരു ദേശ രാഷ്ട്രം (nation state) ആണ്. ഒരു രാഷ്ട്രത്തിനകത്ത് ഒന്നിലധികം ദേശീയതകളും ഉപദേശീയതകളും ഉണ്ടാകാം. കിഴക്കൻ യൂറോപ്പിലെ രാജ്യങ്ങളുടെ ഉത്ഭവത്തെക്കുറിച്ചു പഠനങ്ങൾ നടത്തിയ സെറ്റൻ വാട്ട്സൺ (1879 –1951) പറഞ്ഞു.

> ഒരു സമൂഹത്തിലെ കുറെയധികം വ്യക്തികൾക്ക് തങ്ങൾ ഒരു രാഷ്ട്രത്തിലെ ആളുകളാണെന്നു തോന്നിയാൽ ഒരു രാഷ്ട്രം രൂപപ്പെട്ടുവെന്നു പറയാം. ആ സമൂഹത്തിലെ എല്ലാവർക്കും അങ്ങനെ തോന്നണമെന്നില്ല. അധികം പേരും അങ്ങനെ വിശ്വസിക്കാൻ തുടങ്ങുമ്പോൾ ആ സമൂഹത്തിനു 'രാഷ്ട്രബോധം' (National consciousness) ഉണ്ടെന്നു പറയാം.[7]

നാടോടികളായ ജനത സ്ഥിരവാസം തുടങ്ങുമ്പോഴും കൃഷിയിലൂടെയോ വ്യാപാരത്തിലൂടെയോ സമ്പത്ത് വർധിക്കുമ്പോഴും തങ്ങൾ ഒരു രാഷ്ട്രത്തിൽ പെട്ടവരാണെന്ന ബോധം വ്യക്തികളുടെ മനസിൽ ഉടലെടുക്കാൻ തുടങ്ങുന്നു. മരുഭൂമിയിലെ അറബികൾക്ക് ഉപദ്വീപിന്റെ തെക്കും വടക്കും രൂപപ്പെട്ട രാഷ്ട്രങ്ങൾ പ്രചോദനം നൽകിയിരിക്കണം. വ്യാപാരമൂലധനത്തിലൂടെ സമ്പത്തു കൈവന്നതോടെ തങ്ങളൊരു രാഷ്ട്രമാണെന്ന ബോധം മരുഭൂമിയിലെ ഗോത്രങ്ങൾക്കിടയിൽ ശക്തമായി. അവരെ കൂട്ടിയിണക്കിയ പ്രധാനകണ്ണി ഭാഷയായിരുന്നു. പ്രാദേശികമായ ഭേദങ്ങൾ ഉണ്ടെങ്കിലും തങ്ങൾ ഒരു ഭാഷ സംസാരിക്കുന്നവരാണെന്ന ബോധം എല്ലാ അറബി ഗോത്രങ്ങൾക്കും ഉണ്ടായിരുന്നു. ഈ രാഷ്ട്രബോധത്തിനു മുഹമ്മദ് രൂപം കൊടുത്തതാണ് അല്ലാഹു എന്ന ഒരൊറ്റ ദൈവത്തിനു മാത്രം കീഴടങ്ങുവാൻ ആഹ്വാനം ചെയ്യുന്ന പുതിയ മതവും ആ മതത്തിനു അറബിഭാഷയിലുള്ള വേദഗ്രന്ഥവും. നാടോടികളായ അറബികളെ പരസ്പരം ബന്ധിപ്പിച്ചത് വാസസ്ഥാനമല്ല, ഭാഷയാണ്. *ഖുർആനിൽ* അറബ് ദേശീയത ഭാഷാ പ്രേമത്തിന്റെ രൂപത്തിലാണ് പ്രത്യക്ഷപ്പെടുന്നത്. 'അറബി ഭാഷയിലുള്ള *ഖുർആൻ*' എന്ന പരാമർശം പല വചനങ്ങളിലുമുണ്ട്.

> തന്റെ ജനതയുടെ ഭാഷയിൽ അല്ലാതെ ഒരു ദൂതനെയും അല്ലാഹു അയച്ചിട്ടില്ല. അദ്ദേഹം ജനങ്ങൾക്ക് വ്യക്തമാക്കി കൊടുക്കുവാ

7. *The Rise of Nationality in the Balkans* by Robert William Seton-Watson, Page 121.

> നാണ്. (14.4) നിങ്ങൾക്ക് മനസിലാക്കാൻ അറബി ഭാഷയിലുള്ള *ഖുർആൻ* അവതരിപ്പിച്ചു. (12:2) മുമ്പ്, മൂസയ്ക്ക് ഗ്രന്ഥം നൽകി. വഴികാട്ടിയും അനുഗ്രഹവും ആയിട്ട്. അതൊക്കെ ശരിവയ്ക്കുന്ന അറബിയിലുള്ള ഗ്രന്ഥമാണിത്... (46:12).

ഇസ്ലാമിന്റെ വിജയത്തോടെ അറബിക്കവികൾ ഖുറാൻ ഭാഷയെയും ശൈലിയെയും അനുകരിക്കാൻ തുടങ്ങിയത് സ്വാഭാവികം മാത്രമാണ്. ഇസ്ലാമിനു മുമ്പ് കവിതകൾ എഴുതി കഅബയുടെ മതിലിൽ തൂക്കാറുണ്ടായിരുന്ന കവി ലബീദ് ഇബ്നു റബീഅ കവിതയെഴുത്ത് നിർത്തിയതിനെക്കുറിച്ച് സുഹൃത്തുക്കൾ ചോദിച്ചപ്പോൾ കവിതയെക്കാൾ നല്ലത് അല്ലാഹു നൽകിയിട്ടുണ്ടെന്നായിരുന്നു പറഞ്ഞത്.[8]

വിവിധ ഗോത്രങ്ങൾ ഭാഷണം ചെയ്തിരുന്ന അറബിഭാഷയുടെ പല രൂപഭേദങ്ങളും നിലവിലുണ്ടായിരുന്നു. ഒരു രീതിയിലുള്ള അറബി ഭാഷ സംസാരിച്ചിരുന്നവർ മറ്റുള്ളവരെ കുഴഞ്ഞ ഭാഷക്കാർ (അജമികൾ) എന്ന് കളിയാക്കുകയും പതിവായിരുന്നു. എങ്കിലും എല്ലാ സംസാര ഭാഷാരൂപങ്ങളും പരസ്പരം ആശയവിനിമയക്ഷമങ്ങളായിരുന്നു. കവികൾ കവിത രചിച്ചിരുന്ന സാഹിത്യഭാഷ എല്ലാ ഗോത്രങ്ങളോടും ഒരുപോലെ സംവദിച്ചു. മുഹമ്മദ് അവതരിപ്പിച്ച *ഖുർആൻ* വചനങ്ങൾ അത്തരത്തിലുള്ള സാഹിത്യഭാഷയിലായിരുന്നതുകൊണ്ട് എല്ലാ വിഭാഗങ്ങൾക്കും മനസിലാക്കാൻ എളുപ്പമായിരുന്നു. അറബ് ദേശീയത ഭാഷയിലൂടെയാണ് *ഖുർആനിൽ* പ്രകടമാകുന്നത്. അറബിഭാഷ സംസാരിക്കുന്ന ജനതയ്ക്ക് അവരുടെ ഇടയിൽ നിന്നു തന്നെ തെരഞ്ഞെടുക്കപ്പെട്ട ദൈവദൂതനും അവരുടെ സ്വന്തം ഭാഷയിൽ രചിക്കപ്പെട്ട വേദഗ്രന്ഥവും എന്നതായിരുന്നു മുഹമ്മദിന്റെ മുദ്രാവാക്യം. ഇതാണ് ഇസ്ലാം എന്ന മതരാഷ്ട്രമായി ഉരുവം പ്രാപിച്ചത്.

---

8. "*The influence of the Arabic Language on the Psycholgy of the Arabs*" by E Shouby in Middle East Journal Pudlication Details. Volume 5 Number3

4

ഇസ്ലാം എന്ന മതരാഷ്ട്രത്തിന്റെ പിറവി

തന്റെ മതരാഷ്ട്ര സങ്കൽപ്പം പ്രാവർത്തികമാക്കണമെന്ന ലക്ഷ്യത്തോടെയാണ് മുഹമ്മദും അനുയായികളും മദീനയിലേക്ക് കുടിയേറിയത്. മദീനയിലെത്തിയ ഉടനെ മുഹമ്മദ് എഴുതി തയാറാക്കി വിവിധ ഗോത്രത്തലവന്മാരെക്കൊണ്ട് ഒപ്പുവെപ്പിച്ച സമൂഹ ഉടമ്പടി അഥവാ മദീന ശാസനം (സഹീഫത് അൽ-മദീന)[1] അതിന്റെ തെളിവാണ്. മദീനയുടെ ഭരണഘടനയെന്ന് വിശേഷിപ്പിക്കപ്പെടുന്ന ഈ രേഖ പൊതുവർഷം 622ൽ തന്നെയാണ് എഴുതപ്പെട്ടത്. മദീനയിൽ എത്തുന്നതിന് മുമ്പുതന്നെ ഇങ്ങനെയൊരു രേഖ തയാറാക്കുന്നതിനെക്കുറിച്ച് മുഹമ്മദ് ആലോചിച്ചു തുടങ്ങിയെന്ന് വ്യവസ്ഥകൾ വായിക്കുമ്പോൾ വ്യക്തമാകുന്നുണ്ട്. കുടിയേറ്റക്കാരായ ഖുറൈശികളും മദീനക്കാരും അവരെ പിന്തുടരുന്നവരും അവരോടൊത്ത് അധ്വാനിക്കുന്നവരും ചേർന്ന് ഒരു ഉമ്മത്ത് (സമുദായം അഥവാ രാഷ്ട്രം)[2] ആകുന്നു എന്നാണ് ഒന്നാമത്തെ ശാസനം. ഉമ്മത്ത് എന്ന പദം *ഖുർആൻ* മൂന്നാം അധ്യായത്തിലെ 110-ാം വചനത്തിലും ഉപയോഗിച്ചിട്ടുണ്ട്. ഖുർആൻ ഇംഗ്ലീഷിലേക്ക് വിവർത്തനം ചെയ്ത കെയ്റോയിലെ മുസ്ലിം പണ്ഡിതൻ ശഖീർ (Mohammed Habib Shakir 1866-1939) രാഷ്ട്രം (nation) എന്ന അർഥമാണ് കൊടുത്തിരിക്കുന്നത്.

> മനുഷ്യരിൽ നിന്നും രൂപപ്പെടുത്തിയവയിൽ ഏറ്റവും ഉൽകൃഷ്ടമായ രാഷ്ട്രം (ഖയിറ ഉമ്മത്തി) നിങ്ങളുടേത് (മുസ്ലിങ്ങളുടേത്)

---

1. http://www.constituition. org/cons/medina/macharter.htm
2. ഉമ്മത്ത് എന്ന അറബി പദം ഹീബ്രൂ ഭാഷയിലെ ഉമ്മൊത്ത് എന്ന വാക്കിൽ നിന്നാണുത്ഭവിച്ചത്. ജനത എന്നാണ് ഹീബ്രു പദത്തിനർഥം.

ആണ്. നിങ്ങൾ നന്മ ചെയ്യാൻ അനുശാസിക്കുകയും തിന്മ വിലക്കുകയും അല്ലാഹുവിൽ വിശ്വസിക്കുകയും ചെയ്യുന്നു. ഗ്രന്ഥമുള്ളവരും വിശ്വസിച്ചിരുന്നെങ്കിൽ ഗുണകരമാകുമായിരുന്നു; അവരിൽ ചിലർ വിശ്വസിക്കുന്നുണ്ട്; ഭൂരിപക്ഷം വ്യതിചലിച്ചവരാണ്" (3:110).

ജൂതമതത്തിലെ ദത്തുജനത (chosen people) എന്ന സങ്കൽപ്പത്തിന്റെ ഇസ്ലാമിക രൂപമാണ് ഉൽകൃഷ്ടജനത (ഖയിറ ഉമ്മത്തി). സമൂഹ ഉടമ്പടിയിൽ മുഹമ്മദ് ഉപയോഗിച്ചതും രാഷ്ട്രം എന്ന അർഥത്തിൽ തന്നെയാണെന്ന് ഉടമ്പടികളുടെ ഖണ്ഡികകൾ വ്യക്തമാക്കുന്നു. പ്രബോധനത്തിന്റെ ആരംഭം മുതലേ മുഹമ്മദിന്റെ മനസിലുണ്ടായിരുന്ന മത രാഷ്ട്ര സങ്കൽപ്പം അനുസരിച്ചാണ് ഉടമ്പടിക്ക് രൂപം കൊടുത്തത്. മുഹമ്മദിന്റെ സങ്കൽപ്പത്തിൽ രാഷ്ട്രം എന്നത് വ്യക്തികളുടെ സഞ്ചയം അല്ല. വിവിധ ഗോത്രങ്ങളുടെ സഖ്യമാണ്. രാഷ്ട്രത്തിലെ വിവിധ ഗോത്രങ്ങൾ ചില കാര്യങ്ങൾ അവരവരുടെ പരമ്പരാഗത രീതിയനുസരിച്ച് നിർവഹിക്കണം. എല്ലാ ഗോത്രങ്ങളും ഒരുപോലെ അനുസരിക്കേണ്ട നിയമങ്ങൾ *ഖുർആൻ* വചനങ്ങളിലൂടെ അവതരിപ്പിക്കപ്പെട്ടു.

കുടിയേറ്റക്കാരായ ഖുറൈശികൾ പഴയ ഗോത്രവ്യവസ്ഥ അനുസരിച്ചുള്ള പകപോക്കലുകളും കൊല ചെയ്തതിന് നഷ്ടപരിഹാരം കൊടുക്കലും തുടരും (ഖണ്ഡിക 2). യുദ്ധത്തിൽ വിശ്വാസികൾ തടവുകാരാക്കപ്പെട്ടാൽ നഷ്ടപരിഹാരത്തുക കൊടുത്ത് മോചിപ്പിക്കണം. യുദ്ധത്തടവുകാരെ മോചിപ്പിക്കുന്ന കാര്യത്തിൽ വിശ്വാസികളുടെ സമുദായം ഒരു കുടുംബത്തെപ്പോലെ പ്രവർത്തിക്കണം. തടവുകാരെ മോചിപ്പിക്കേണ്ടത് സമുദായത്തിന്റെ ചുമതലയാണ് (ഖണ്ഡിക 3, 8). മദീന ഗോത്രങ്ങൾ അവരവരുടെ ഗോത്രവ്യവസ്ഥയനുസരിച്ച് തടവുകാരെ മോചിപ്പിക്കും (ഖണ്ഡിക 4, 5, 6).

ഒരു വിശ്വാസി മറ്റൊരു വിശ്വാസിക്കെതിരായി ആരുമായും സഖ്യത്തിലേർപ്പെടാൻ പാടില്ല (ഖണ്ഡിക 9). സമുദായത്തിൽ ഭിന്നതയുണ്ടാക്കാൻ ശ്രമിക്കുന്നവരെയും അനീതി പ്രവർത്തിക്കുന്നവരെയും വിശ്വാസികൾ യാതൊരു തരത്തിലും പ്രോത്സാഹിപ്പിക്കരുത് (10). അങ്ങനെയുള്ളവരെ വിശ്വാസികൾ, സ്വന്തം മക്കളാണെങ്കിൽപ്പോലും എതിർക്കണം (11). ഒരു അവിശ്വാസിയെ ഏതെങ്കിലും ഒരു വിശ്വാസി കൊന്നാൽ പക വീട്ടാനായി, അവിശ്വാസി സ്വന്തം കുടുംബക്കാരനാണെങ്കിൽ പോലും, വിശ്വാസിയെ കൊല്ലാൻ പാടില്ല. ഒരു അവിശ്വാസിയെ വിശ്വാസി സഹായിക്കരുത് (12,13). വിശ്വാസികളുടെ സഖ്യകക്ഷികളായ ജൂതരെ എതിർക്കുന്നവരെയും സഹായിക്കാൻ പാടില്ല (15). മദീനയിലെ എല്ലാവർക്കും സംരക്ഷണം നൽകണം (14). വിശ്വാസികൾ ഒന്നടങ്കം യുദ്ധത്തിൽ പങ്കെടുക്കണം. വിശ്വാസികളിലേതെങ്കിലും ഒരു വിഭാഗത്തിനെതിരായി ആരെങ്കിലും യുദ്ധം പ്രഖ്യാപിച്ചാൽ വിശ്വാസികൾ ഒന്നടങ്കം ഏറ്റെടുക്കണം (19). വിശ്വാസികൾ അല്ലാഹുവിന്റെ മാർഗത്തിൽ യുദ്ധം

ചെയ്യുമ്പോൾ മറ്റുള്ളവർ സഖ്യത്തിൽ ഏർപ്പെടാനോ സഹായിക്കാനോ പാടില്ല (20). ഒരു അവിശ്വാസിക്ക് ശത്രുവായ ഖുറൈശിയുടെ സ്വത്ത് സ്വന്തമാക്കാൻ അവകാശമില്ല. അവിശ്വാസിയായ ഖുറൈശിയുടെ സ്വത്ത് സമുദായത്തിന്റെ പൊതു സ്വത്താണ് (25). ജൂതർ യുദ്ധത്തിന് സാമ്പത്തിക സഹായം നൽകുന്നതു കൂടാതെ വിശ്വാസികളോടൊപ്പം യുദ്ധത്തിൽ പങ്കെടുക്കുകയും വേണം (29). മദീനശാസനത്തിലെ വ്യവസ്ഥകൾ സംബന്ധിച്ച് എന്തെങ്കിലും തർക്കമുണ്ടായാൽ അല്ലാഹുവിന്റെയും ജൂതനായ മുഹമ്മദിന്റെയും തീരുമാനത്തിനു വിടണം (28). ഓരോ ജൂതഗോത്രത്തെയും ഓരോ വ്യത്യസ്ത സമുദായമായി കണക്കാക്കുമെന്നും ജൂതരുമായി സഖ്യത്തിലുള്ളവരെയും ജൂതരായിത്തന്നെ കണക്കാക്കുമെന്നും 30 മുതൽ 34 വരെയുള്ള ഖണ്ഡികകൾ അനുശാസിക്കുന്നു. മുഹമ്മദിന്റെ അനുവാദമില്ലാതെ ആരും യുദ്ധത്തിന് പുറപ്പെടരുത് (35). യുദ്ധച്ചെലവുകൾ വിശ്വാസികളും ജൂതരും വെവ്വേറെ വഹിക്കണം (43). സഖ്യകക്ഷികൾക്ക് മദീനനിൽ അഭയം നൽകും (44). വ്യക്തികൾക്കും ഇപ്രകാരം സംരക്ഷണം ലഭിക്കും. എന്നാൽ ഒരു സ്ത്രീക്ക് സംരക്ഷണം ലഭിക്കണമെങ്കിൽ അവളുടെ രക്ഷകർത്താവിന്റെ അനുവാദം വേണം (46). അവിശ്വാസികളായ ഖുറൈശികളിൽ ആർക്കും തന്നെ സംരക്ഷണം നൽകാൻ പാടില്ല (48). ഭരണഘടനയ്ക്ക് അല്ലാഹുവിന്റെ അംഗീകാരമുണ്ട് (54).

ഇബ്നു ഇസ്ഹാഖ് രചിച്ച നബിചരിതത്തിൽ[3] കൊടുത്തിട്ടുള്ള രൂപത്തിൽ മാത്രമേ ഇന്നു മുഹമ്മദിന്റെ സമൂഹ ഉടമ്പടി ലഭ്യമായിട്ടുള്ളൂ. പല തവണ ഭേദഗതി ചെയ്യപ്പെട്ട ശാസനത്തിൽ പല അടരുകളുണ്ടെന്നാണ് മോണ്ട് ഗോമറി വാട്ടിന്റെ അഭിപ്രായം. മുഹമ്മദ് ജൂതരുമായി തെറ്റുന്നതിനു മുമ്പ് ശാസനത്തിൽ പെടുത്തിയിരുന്ന പല ജൂത ഗോത്രങ്ങളുടെയും പേരുകൾ നീക്കം ചെയ്തതായി അദ്ദേഹം ചൂണ്ടിക്കാണിക്കുന്നു. മദീനശാസനം അല്ലാഹുവുമായുള്ള ഉടമ്പടിയാണെന്നായിരുന്നു മുഹമ്മദിന്റെ വീക്ഷണം. തുടർന്ന് അവതരിപ്പിക്കപ്പെട്ട *ഖുർആൻ* വചനങ്ങളിൽ അക്കാര്യം പരാമർശിക്കുന്നുണ്ട്.

> അല്ലാഹുവുമായുള്ള ഉടമ്പടി ഉണ്ടാക്കിയതിനു ശേഷം അത് ലംഘിക്കുകയും സംഘടിപ്പിക്കാൻ അല്ലാഹു കൽപ്പിച്ചതിനെ വിഘടിപ്പിക്കുകയും ഭൂമിയിൽ കുഴപ്പമുണ്ടാക്കുകയും ചെയ്യുന്നവർ; അവ

3. ഇബ്നുഇസഹാഖ് (പൊതുവർഷം 704-767) *നബിചര്യാവിവരണങ്ങൾ* (ഹദിസുകൾ) ആധാരമാക്കിയാണ് നബിചരിതം രചിച്ചത്. ഗ്രന്ഥത്തിന്റെ പേര് *സീറത്ത് റസൂലുല്ലാഹ്* (*അല്ലാഹുവിന്റെ ദൂതന്റെ ജീവിതം*) എന്നാണ്. ഹദീസുകൾക്ക് ചരിത്രപരമായ ആധികാരികതയൊന്നുമില്ല. ഇബ്നു ഇസ്ഹാഖ് ആണ് ആദ്യത്തെ മുസ്ലിം ചരിത്രകാരൻ. ഇദ്ദേഹം അനേകം ഗ്രന്ഥങ്ങൾ രചിച്ചെങ്കിലും ഒന്നും തന്നെ അവശേഷിച്ചില്ല. ഇദ്ദേഹത്തിന്റെ രചനകൾ പിൽക്കാല മുസ്ലിം ചരിത്രകാരന്മാരായ ഇബ്നു ഹിശാം അൽ-തബ്രി തുടങ്ങിയവർ സ്വന്തം കൃതികളിൽ പകർത്തിയിരുന്നു. അങ്ങനെയാണ് ഇബ്നു ഇസ്ഹാഖിന്റെ രചനകൾ കാലത്തെ അതിജീവിച്ചത്.

> രെത്ര നഷ്ടം സംഭവിച്ചവർ (2:77). കൊല്ലപ്പെട്ടവൻ ഉടമ്പടിയിൽപ്പെട്ട ഗോത്രത്തിലെ അംഗമാണെങ്കിൽ അവന്റെ കുടുംബത്തിനു നഷ്ടപരിഹാരം നൽകുകയും ഒരു മുസ്ലിം അടിമയെ സ്വതന്ത്രനാക്കുകയും ചെയ്യണം. ഇതിന് അവസരം കിട്ടാത്തവർ രണ്ടു മാസത്തെ വ്രതം അനുഷ്ഠിക്കണം... (4:92).

ഉടമ്പടിപ്രകാരം മുഹമ്മദ് ഒരു മധ്യസ്ഥൻ മാത്രമായിരുന്നു. പക്ഷേ, അഞ്ചുവർഷം പിന്നിട്ടപ്പോഴേക്കും പ്രായോഗികമായി മുഹമ്മദാണ് മദീനയുടെ എല്ലാ കാര്യങ്ങളും അന്തിമമായി തീരുമാനിക്കുന്നത് എന്ന നില വന്നു. ക്രമേണ ന്യായാധിപർ, സർവസൈന്യാധിപൻ, ഭരണാധികാരി, ആത്മീയ നേതാവ് എന്നീ സ്ഥാനങ്ങളെല്ലാം മുഹമ്മദിൽ കേന്ദ്രീകരിച്ചു. മുഹമ്മദിന്റെ നീതിപൂർവമായ വിധികൽപ്പിക്കലും എല്ലാവർക്കും ഏതു സമയത്തും സമീപിക്കാവുന്ന ജനരഞ്ജനയുള്ള പെരുമാറ്റവും അഭിഗമ്യതയും നയചാതുരിയും അധികാരകേന്ദ്രീകരണത്തെ ത്വരിതപ്പെടുത്തി. അല്ലാഹുവിന്റെ ദൂതന്റെ ആജ്ഞകൾ അക്ഷരം പ്രതി നടപ്പിലാക്കാൻ ജാഗരൂകരായി നിന്നിരുന്ന അനുയായിവൃന്ദം മുഹമ്മദിന്റെ അധികാരത്തെ പരമമാക്കി. മദീന മുഹമ്മദിന്റെ പരമാധികാരത്തിൻകീഴിലുള്ള ഒരു നഗരരാഷ്ട്രമായി മാറി. മുഹമ്മദിനെ അല്ലാഹുവിന്റെ ദൂതനായി അംഗീകരിച്ചാൽ മുഹമ്മദ് ഭരണാധികാരിയായി മാറുമെന്നും തങ്ങൾ അനുഭവിച്ചുകൊണ്ടിരിക്കുന്ന പ്രഭുജനാധിപത്യം (Oligarchy) അവസാനിക്കുമെന്നും മക്കയിലെ ഖുറൈശികൾ സംശയിച്ചിരുന്നു. അതുകൊണ്ടാണ് മുഹമ്മദിനെ അവർ അല്ലാഹുവിന്റെ റസൂലായി അംഗീകരിക്കാതിരുന്നത്. മുഹമ്മദിന് രാഷ്ട്രീയ ലക്ഷ്യമില്ലെന്ന് *ഖുർആൻ* ഉറപ്പു നൽകി. "അവരെ ഓർമിപ്പിക്കുക; നീ ഓർമിപ്പിക്കുന്നവൻ മാത്രമാണ്; അവരുടെ മേൽനോട്ടക്കാരനല്ല" (88,21,22). *ഖുർആൻ* നൽകിയ വിശദീകരണം ഖുറൈശികൾ മുഖവിലയ്ക്കെടുത്തില്ല.[4]

ഖുറൈശികളുടെ സംശയത്തിന് അങ്ങനെ മറുപടി പറഞ്ഞെങ്കിലും അല്ലാഹു ദൂതനായി നിയോഗിച്ച തനിക്ക് രാഷ്ട്രീയാധികാരം കാലക്രമത്തിൽ കൈവരുമെന്ന് മുഹമ്മദിനു പ്രതീക്ഷയുണ്ടായിരുന്നു. മദീനയിൽ അവതരിപ്പിക്കപ്പെട്ട ചില *ഖുർആൻ* വചനങ്ങൾ അതിനു സാക്ഷ്യം വഹിക്കുന്നു. താൻ ലക്ഷ്യമിട്ട മതരാഷ്ട്രം താമസിയാതെ നിലവിൽ വരുമെന്നും മുഹമ്മദ് പ്രതീക്ഷിച്ചു.

---

4. മുഹമ്മദിന്റെ കാലത്ത് മക്ക ഒരു സ്വതന്ത്ര നഗരരാഷ്ട്രമായിരുന്നു. മക്കയുടെ ഭരണം നടത്തിയിരുന്നത് *മാല* എന്ന പേരിൽ അറിയപ്പെട്ടിരുന്ന ഗോത്രസഭയാണ്. ഗോത്രസഭയിലെ അംഗങ്ങളെ ഗോത്രങ്ങൾ തിരഞ്ഞെടുക്കുകയായിരുന്നു പതിവ്. രണശൗര്യം, ധീരത, ഗോത്രത്തിന് അർപ്പിച്ച സേവനം എന്നിവയെല്ലാം പരിഗണിച്ചായിരുന്നു മാലയിലെ അംഗങ്ങളെ ഗോത്രങ്ങൾ തിരഞ്ഞെടുത്തിരുന്നത്. മുഹമ്മദിനെ അല്ലാഹുവിന്റെ റസൂലായി അംഗീകരിച്ചാൽ ഭരണാധികാരം മുഹമ്മദിൽ കേന്ദ്രീകരിക്കുമെന്ന് ഖുറൈശികൾ മുൻകൂട്ടിക്കണ്ടു.

> നാം ഗ്രന്ഥവും ഭരണാധികാരവും പ്രവാചകത്വവും നൽകിയവർ അവരാണ്. ജനങ്ങൾ അവരെ അവിശ്വസിക്കുകയാണെങ്കിൽ ആ ജനതയെ മാറ്റി പകരം അവിശ്വസിക്കാത്ത ജനതയെ ആവിർഭവിപ്പിക്കും. (8.89). ഭരണാധികാരം അല്ലാഹുവിനു മാത്രമേയുള്ളൂ" (12.40). അല്ലാഹു ഗ്രന്ഥവും ഭരണാധികാരവും പ്രവാചകത്വവും നൽകിയ ഒരാൾ മനുഷ്യരോട് അല്ലാഹുവിന്റെ അടിമകളാകുന്നതിനു പകരം എന്റെ അടിമകളാകണം എന്ന് പറയുകയില്ല... (3.79).

അല്ലാഹുവിനു വേണ്ടിയാണ് താൻ ഭരണം നടത്തുന്നതെന്നാണ് വചനത്തിന്റെ സാരം.

പുതിയതായി നിലവിൽ വന്ന അറബ്-ഇസ്ലാമിക രാഷ്ട്രത്തിന്റെ പ്രഥമ ചുമതലകൾ സമൂഹത്തെ ചിട്ടപ്പെടുത്തലും രാഷ്ട്രത്തിന്റെ വ്യാപ്തി വർധിപ്പിക്കലുമായിരുന്നു. വ്യാപ്തി വർധിപ്പിക്കാനുള്ള മാർഗം യുദ്ധമായിരുന്നു. മദീനയിലേക്ക് കുടിയേറിയതിനുശേഷം പത്തു വർഷക്കാലയളവിൽ മുഹമ്മദ് ചെറുതും വലുതുമായ 65 യുദ്ധങ്ങൾ നടത്തിയെന്നാണ് മുസ്ലിം ചരിത്രകാരന്മാർ രേഖപ്പെടുത്തിയത്. യുദ്ധം അറബ്ഗോത്രസംസ്കാരത്തിന്റെ അവിഭാജ്യ ഘടകമായിരുന്നു. മുഹമ്മദിന് രാഷ്ട്രീയാധികാരം സിദ്ധിച്ച ഉടനെ തന്നെ വിശ്വാസികൾക്ക് യുദ്ധം നിർബന്ധമാക്കി.

> നിങ്ങൾക്ക് യുദ്ധത്തിന് ഇതാ നിർബന്ധകൽപ്പന നൽകിക്കഴിഞ്ഞിരിക്കുന്നു. അതിൽ നിങ്ങൾക്ക് വിമുഖത തോന്നുന്നുണ്ട്... (2.216). വിശ്വസിക്കുകയും (വിശ്വാസം രക്ഷിക്കാൻ) അന്യദേശത്തേക്ക് കുടിയേറുകയും അല്ലാഹുവിന്റെ മാർഗത്തിൽ യുദ്ധം ചെയ്യുകയും ചെയ്യുന്നവരത്രേ അല്ലാഹുവിന്റെ അനുഗ്രഹം ആഗ്രഹിക്കുന്നവർ... (2.218).

മുകളിലുദ്ധരിച്ച വചനങ്ങളുൾപ്പെടെ യുദ്ധത്തെ മഹത്വവൽക്കരിക്കുന്ന 29 വചനങ്ങളുണ്ട് *ഖുർആനിൽ*. മരണാനന്തരം സ്വർഗത്തിൽ പ്രവേശിക്കാൻ യുദ്ധം ചെയ്യേണ്ടത് അനിവാര്യമാണെന്നും വന്നു. അല്ലാഹുവിന്റെ മാർഗത്തിൽ യുദ്ധം ചെയ്തവരും യുദ്ധത്തിൽ ഉറച്ചു നിന്നവരും ആരൊക്കെയാണെന്നു പരിശോധിച്ചതിനു ശേഷം മാത്രമേ അല്ലാഹു സ്വർഗത്തിൽ പ്രവേശിപ്പിക്കുകയുള്ളു (3.142). യുദ്ധത്തിൽ നിന്ന് ഒഴിഞ്ഞുമാറുന്നവരും യുദ്ധം ചെയ്യുന്നവരും ഒരിക്കലും തുല്യരാകുകയില്ല (4.95).

എന്തുകൊണ്ട് *ഖുർആൻ* യുദ്ധത്തെ മഹത്വവൽക്കരിച്ചു എന്ന ചോദ്യം പ്രസക്തമാണ്. മദീന വചനങ്ങളിൽ മാത്രമേ യുദ്ധത്തിന്റെ പരാമർശമുള്ളൂ. മുഹമ്മദ് മദീനയിൽ സ്ഥാപിച്ച ഇസ്ലാമിക രാഷ്ട്രം നിലനിൽക്കണമെങ്കിൽ ഖുറൈശികൾക്കെതിരെയുള്ള യുദ്ധം അനിവാര്യമായിരുന്നു. മാത്രവുമല്ല, തന്റെ ആശയത്തിലുള്ള ഇസ്ലാമിക രാഷ്ട്രം അറേ

ബ്യയുടെ ഹിജാസ് ഭാഗത്ത് മാത്രം ഒതുങ്ങിനിന്നാൽ പോരെന്നും അറേബ്യൻ ഉപദ്വീപിലുള്ള എല്ലാ അറബ് ഗോത്രങ്ങളെയും അല്ലാഹുവിനു കീഴടങ്ങിയവർ (മുസ്ലിങ്ങൾ) ആക്കുകയും തന്റെ അധികാരപരിധിക്കുള്ളിൽ കൊണ്ടുവരികയും ചെയ്യണമെന്നും മുഹമ്മദ് തീരുമാനിച്ചു. എല്ലാ അറബിഗോത്രങ്ങളെയും മുസ്ലിങ്ങളാക്കാൻ പ്രബോധനം മാത്രം മതിയാകുകയില്ലെന്ന് മുഹമ്മദ് അനുഭവത്തിലൂടെ മനസിലാക്കി. തനിക്കു മതിയായ രാഷ്ട്രീയശക്തി ഉണ്ടെങ്കിലേ അറബി ഗോത്രങ്ങൾ ശത്രുക്കളെ സഹായിക്കുന്ന നിലപാട് എടുക്കാതിരിക്കുകയുള്ളുവെന്നും മുഹമ്മദ് തിരിച്ചറിഞ്ഞു. തനിക്ക് ശക്തിനേടാനും വിവിധ അറബ് ഗോത്രങ്ങളെ അല്ലാഹുവിനു കീഴടങ്ങിയവർ ആക്കി മാറ്റാനുമുള്ള ശ്രമം കൂടിയായിരുന്നു മുഹമ്മദ് നടത്തിയ യുദ്ധങ്ങൾ.

അറബ്ഗോത്രസംസ്കൃതിയിൽ യുദ്ധം മഹത്വപൂർണമായ പ്രവൃത്തിയായിരുന്നു. അറബ് സമൂഹം പൊതുവെ സമാധാനത്തിലാണ് ജീവിച്ചിരുന്നതെങ്കിലും സാമ്പത്തികാസമത്വം മൂലം ഗോത്രങ്ങളും കുലങ്ങളും തമ്മിൽ സംഘട്ടനങ്ങൾ ഇടയ്ക്കിടെ ഉണ്ടാകും. താരതമ്യേന സുഭിക്ഷത്തിൽ കഴിയുന്ന ഗോത്രക്കാരിൽ നിന്നും ബലപ്രയോഗത്തിലൂടെ വസ്തുവകകൾ കൈയടക്കാൻ പട്ടിണിയും ദാരിദ്ര്യവും അനുഭവിക്കുന്ന കുലം ശ്രമിക്കുക പതിവായിരുന്നു. ഇത്തരം കടന്നാക്രമണം ഗസ്വ എന്നാണ് അറിയപ്പെട്ടത്. യുദ്ധം എന്നാണ് വാക്കിന്റെ അർഥം. യൂറോപ്യൻ എഴുത്തുകാർ ഇത്തരം 'യുദ്ധ'ങ്ങളെ കൊള്ളയടിക്കലായിട്ടാണ് ചിത്രീകരിച്ചത്. ഗസ്വ നടത്തുന്നതിന് ചില ചട്ടങ്ങളുണ്ട്. രക്തം ചിന്താൻ പാടില്ലെന്നതാണ് പ്രധാന നിയമം.[5] ഈ ചരിത്ര പശ്ചാത്തലത്തിലാണ് *ഖുർആൻ* യുദ്ധത്തെ മഹത്വവൽക്കരിച്ചത്.

യുദ്ധത്തെക്കുറിച്ചുള്ള ഖുർആൻ പരാമർശങ്ങളിൽ നിന്നാണ് ഇസ്ലാമിലെ യുദ്ധസങ്കൽപ്പം ഉരുത്തിരിഞ്ഞത്. യുദ്ധത്തെ സൂചിപ്പിക്കാനായി ജിഹാദ്, ഹർബ്, ഖാത്തിൽ എന്നീ പദങ്ങളാണ് *ഖുർആൻ* വചനങ്ങളിൽ ഉപയോഗിച്ചിട്ടുള്ളത്. ഇതിൽ യുദ്ധക്കളത്തിൽ സൈന്യങ്ങൾ മുഖാമുഖം നിന്നുകൊണ്ടുള്ള ഏറ്റുമുട്ടലുകളെയും മുസ്ലിങ്ങളെ കടന്നാക്രമിക്കുന്നവരെ ചെറുത്തു നിൽക്കാൻ ചെയ്യുന്ന യുദ്ധങ്ങളെയും സൂചിപ്പിക്കാൻ കൊല്ലുക എന്നർഥമുള്ള ഖത്ത്ല് എന്ന ധാതുവിൽ നിന്നും നിഷ്പാദിച്ച ഖാത്തിൽ എന്ന പദമാണ് വചനങ്ങളിൽ ഉപയോഗിച്ചിട്ടുള്ളത്. അല്ലാഹുവിന്റെ ദൂതനായ മുഹമ്മദ് നടത്തിയ യുദ്ധങ്ങൾ എല്ലാം തന്നെ അല്ലാഹുവിന്റെ മാർഗത്തിലുള്ള യുദ്ധങ്ങൾ ആയിട്ടാണ് വിശ്വാസികൾ കണക്കാക്കുന്നത്. എന്നാൽ എല്ലാ യുദ്ധങ്ങളും മതവിശ്വാസം സംരക്ഷിക്കാനുള്ള അല്ലാഹുവിന്റെ മാർഗത്തിലുള്ള യുദ്ധങ്ങൾ ആയിരുന്നില്ലെന്നും രാഷ്ട്രീയയുദ്ധങ്ങളായിരുന്നു എന്നുമാണ് *ഖുർആനി*ലെ പദവിന്യാസം അഭിവ്യഞ്ജിപ്പിക്കുന്നത്.

---

5. History of the Arabs by Philip K Hitti P.25.

ഇപ്പോൾ പ്രചാരത്തിൽ വന്നിട്ടുള്ളത് ജിഹാദ് എന്ന പദമാണ്. ഈ പദമാണ് ഇസ്ലാമിന്റെ യുദ്ധസങ്കൽപ്പത്തെ വിശദീകരിക്കാനും തീവ്രവാദികൾ നടത്തുന്ന അക്രമപ്രവൃത്തികളെ സൂചിപ്പിക്കാനും ഇസ്ലാമിനെ വിമർശിക്കാനും ഉപയോഗിക്കാറ്. ഇസ്ലാം മതത്തിലെ തീവ്രവാദികൾ തന്നെയാണ് ഇതിനു വഴിവെച്ചത്. ഈ വിഷയം അല്ലാഹുവിന്റെ പടയാളികളും ആഗോള ജിഹാദും എന്ന അധ്യായത്തിൽ ചർച്ച ചെയ്യുന്നുണ്ട്.

സൈനികർക്ക് വേതനം നൽകി സ്ഥിരമായ ഒരു സൈന്യത്തെ നിലനിർത്തുന്ന സമ്പ്രദായം ഗോത്രവ്യവസ്ഥയിൽ ഇല്ലായിരുന്നു. ഗോത്രം യുദ്ധം ചെയ്യുമ്പോൾ ഗോത്രത്തിലെ കായികശേഷിയുള്ള എല്ലാവരും യുദ്ധത്തിനിറങ്ങണമെന്നായിരുന്നു അലിഖിത നിയമം. ഈ ഗോത്രനിയമത്തെ മുഹമ്മദ് *ഖുർആൻ* വചനത്തിലൂടെ ഇസ്ലാമിക നിയമമാക്കി. ഗോത്രങ്ങൾ കൂട്ടായാണ് യുദ്ധത്തിന് പുറപ്പെടുന്നതെങ്കിൽ സഖ്യത്തിൽ പെട്ട എല്ലാ ഗോത്രങ്ങളും കായികശേഷിയുള്ളവരെ യുദ്ധത്തിനയക്കണം. ഇസ്ലാമിക രാഷ്ട്രത്തിനുവേണ്ടി യുദ്ധം ചെയ്യാനായി സൈന്യത്തെ സംഘടിപ്പിക്കാൻ നബി ഈ സമ്പ്രദായം തന്നെയാണ് തുടർന്നത്. യുദ്ധം ചെയ്യാൻ തീരുമാനിച്ചു കഴിഞ്ഞാൽ മദീനയുമായി സഖ്യത്തിലുള്ള ഗോത്രങ്ങളെ വിവരമറിയിക്കുകയും ഗോത്രങ്ങൾ കായികശേഷിയുള്ളവരെ അയയ്ക്കുകയും ചെയ്യുമായിരുന്നു. യുദ്ധത്തിൽ പിടിച്ചെടുക്കുന്ന വസ്തുക്കളുടെ പങ്കാണ് സൈനികർക്കുള്ള പ്രതിഫലം. മുഹമ്മദ് നബിയുടെ കാലത്ത് എല്ലാ ഗോത്രത്തലവന്മാരും യുദ്ധത്തിൽ പിടിച്ചെടുക്കപ്പെട്ട ധനത്തിന്റെ നാലിലൊന്ന് എടുത്തപ്പോൾ അദ്ദേഹം അഞ്ചിലൊന്ന് മാത്രമാണ് എടുത്തത്. ബാക്കിയുള്ളത് സൈനികർക്ക് തുല്യമായി പങ്കിട്ടുകൊടുത്തു.

> യുദ്ധത്തിൽ പിടിച്ചെടുത്ത സ്വത്തിനെക്കുറിച്ച് അവർ നിന്നോടു ചോദിക്കുന്നു. പറയുക: യുദ്ധത്തിൽ പിടിച്ചെടുത്ത സ്വത്ത് അല്ലാഹുവിനും ദൂതനും അവകാശപ്പെട്ടതാണ്...നിങ്ങൾ വിശ്വാസികളെങ്കിൽ അല്ലാഹുവിനെയും ദൂതനെയും അനുസരിച്ച് ജീവിക്കുക (ഖുർആൻ 8.1). യുദ്ധത്തിൽ എന്തൊക്കെ പിടിച്ചെടുത്താലും അതിന്റെ അഞ്ചിലൊന്ന് അല്ലാഹുവിനും ദൂതനും കുടുംബാംഗങ്ങൾക്കും അനാഥർക്കും ആവശ്യക്കാരായ യാത്രികർക്കും ഉള്ളതാണ് (ഖുർആൻ 8.41).

'അല്ലാഹുവിനും ദൂതനും അവകാശപ്പെട്ടത്' രാഷ്ട്രത്തിന്റെ ഖജനാവിലേക്ക് പോകുന്നുവെന്നാണ് വചനത്തിലെ സൂചന.

ഇസ്ലാം എന്ന ദൈവാധിപത്യരാഷ്ട്രത്തിന്റെ ഭരണാധികാരി ആയതോടെ മതത്തെ ചിട്ടപ്പെടുത്തുന്നതോടൊപ്പം സമൂഹത്തെ ക്രമപ്പെടുത്തുക എന്ന ചുമതലയും പ്രധാനപ്പെട്ടതായി. *ഖുർആൻ* വചനങ്ങളുടെ ശൈലി മാറി. കാര്യമാത്ര പ്രസക്തമായ മാർഗനിർദേശങ്ങളും ചട്ടങ്ങളും നിയമങ്ങളും ആയിത്തീർന്നു *ഖുർആൻ* വചനങ്ങൾ. മദീനയുടെ ഭരണ

കാര്യങ്ങൾ സംബന്ധിച്ച് മുഹമ്മദിന് നിത്യേന അല്ലാഹു *ഖുർആൻ* വചനങ്ങൾ അയച്ചുകൊണ്ടിരിക്കുകയായിരുന്നു എന്ന് ധരിക്കരുത്. ഒരു നിയമം അല്ലാഹുവിന്റെ നിർദേശമാണെന്ന് ജനങ്ങളെ ബോധ്യപ്പെടുത്തേണ്ടത് അനിവാര്യമാണെന്ന് തോന്നുമ്പോൾ മാത്രമേ സിവിലും ക്രിമിനലും ആയ നിയമങ്ങളടങ്ങിയ *ഖുർആൻ* വചനങ്ങൾ മുഹമ്മദിന്റെ മനസിലേക്ക് പ്രത്യായനം ചെയ്യപ്പെട്ടുള്ളൂ. മറ്റുള്ള സമയത്തൊക്കെ മുഹമ്മദിന്റെ യുക്തിക്ക് തോന്നുന്ന തീരുമാനങ്ങൾ സഹാബികളുമായി (സഹപ്രവർത്തകർ) ആലോചിച്ചു നടപ്പാക്കി. അങ്ങനെ മുഹമ്മദ് എടുക്കുന്ന തീരുമാനങ്ങളും ഉറച്ച വിശ്വാസമുള്ള അനുയായികൾക്ക് അല്ലാഹുവിന്റെ ദൂതന്റെ തീരുമാനം എന്ന നിലയ്ക്ക് പവിത്രവും അലംഘനീയവുമായിരുന്നു. മദീനയിലെ മുസ്ലിം സമുദായത്തിലുള്ള എല്ലാവരും ഉറച്ച വിശ്വാസികൾ അല്ലെന്നുള്ള യാഥാർഥ്യബോധം മുഹമ്മദിനുണ്ടായിരുന്നതുകൊണ്ട് അറബ് പാരമ്പര്യവും ഗോത്രവ്യവസ്ഥയുടെ ആചാരമര്യാദകളും അനുസരിച്ച് മാത്രമാണ് മുഹമ്മദ് നിയമങ്ങൾ നിർമിച്ചത്. സിവിലും ക്രിമിനലും ആയ ഇസ്ലാമിക ശരീഅത്ത് നിയമങ്ങളുടെ പ്രാകൃതാവസ്ഥയുടെ നിദാനം ഇതാണ്.

മദീനയിലെ ജനജീവിതത്തിന്റെ ആവശ്യങ്ങൾക്കനുസരണമായ നിയമാവലി പടിപടിയായി ആവിഷ്കരിച്ചുകൊണ്ടാണ് മുഹമ്മദ് പുതിയ രാഷ്ട്രത്തിന്റെ നിയമസംഹിത തീർത്തത്. അല്ലാഹു തനിക്ക് നൽകിയ അധികാരം നിലവിലുള്ള ഗോത്രവ്യവസ്ഥയെ നിഷേധിക്കാത്ത തരത്തിലും അതേസമയം വ്യക്തികേന്ദ്രിതവും (Individualistic) ആയിട്ടാണ് പ്രയോഗിച്ചത്. മുഹമ്മദിലൂടെ അല്ലാഹു നിർമിക്കുന്നു എന്ന് പ്രജകൾ വിശ്വസിച്ച നിയമങ്ങൾ അനുസരിക്കാൻ ഓരോ വ്യക്തിക്കും ബാധ്യതയുണ്ട്. അനുസരിച്ചില്ലെങ്കിൽ ശിക്ഷ അനുഭവിക്കേണ്ടത് വ്യക്തി മാത്രമാണ് ഗോത്രമല്ല.

ഒരു രാഷ്ട്രത്തിന്റെ പ്രഥമ ചുമതല പ്രജകളുടെ ജീവനും സ്വത്തിനും സംരക്ഷണം നൽകലാണ്. ഗോത്രവ്യവസ്ഥയിൽ ജീവനു ജീവൻ കണ്ണിനു കണ്ണ്, പല്ലിനു പല്ല് എന്ന പകപോക്കൽ നിയമമാണ് ഗോത്രത്തിനും വ്യക്തിക്കും സംരക്ഷണം നൽകിയത്. മുഹമ്മദ് പ്രസ്തുത നിയമം അതേപടി തന്റെ രാഷ്ട്രത്തിന്റെ നിയമസംഹിതയിൽ ഉൾക്കൊള്ളിച്ചു.

> ജീവനു ജീവൻ, കണ്ണിനു കണ്ണ്, മൂക്കിനു മൂക്ക്, ചെവിക്കു ചെവി പല്ലിനു പല്ല് ഇങ്ങനെ ശിക്ഷാനടപടിയെടുക്കണമെന്നും മുറിവേൽപ്പിക്കുന്നതിനും കുറ്റത്തിനനുസരിച്ച് ശിക്ഷാനടപടികൾ കൈക്കൊള്ളണമെന്നും അവരോട് കൽപ്പിച്ചിട്ടുണ്ട്. വല്ലവനും മാപ്പു നൽകിയാൽ അത് അവനുള്ള പ്രായശ്ചിത്തമാകുന്നു. അല്ലാഹു അവതരിപ്പിച്ച നിയമങ്ങൾ അനുസരിച്ച് വല്ലവരും വിധി പറയുന്നില്ലെങ്കിൽ അവർ അക്രമികളാണ്" (*ഖുർആൻ 5.45*).

മക്ക നഗരത്തിലെ വ്യാപാരമൂലധനത്തിന്റെ ആധിക്യം ഗോത്രമാനവികതയ്ക്ക് ക്ഷതം വരുത്തിത്തുടങ്ങിയിരുന്നു. *ഖുർആനി*ലെ ആദ്യകാല വചനങ്ങൾ ഇതിനെതിരെയുള്ള പ്രതിഷേധങ്ങളായിരുന്നു. കാലം അപ്രസക്തമാക്കിക്കൊണ്ടിരുന്ന ഗോത്രമാനവികതയ്ക്ക് (Tribal humanism)[6] പകരം വ്യക്തിഗതമായ മാനവികത നിലവിൽ വന്നുകൊണ്ടിരുന്ന പശ്ചാത്തലത്തിലായിരുന്നു മുഹമ്മദിന്റെ നിയമനിർമാണ സംരംഭങ്ങൾ. എങ്കിലും ഗോത്രമെന്ന യാഥാർഥ്യത്തെ നിഷേധിച്ചുകൊണ്ട് നിയമനിർമാണം നടത്തിയാൽ നിർമിക്കുന്ന നിയമങ്ങൾ ആരും അനുസരിക്കുകയില്ലെന്ന് മുഹമ്മദിന് അറിയാമായിരുന്നു.

മുഹമ്മദ് നിർമിച്ച നിയമങ്ങൾ മുസ്ലിം സമുദായത്തെ (ഉമ്മത്ത്) ആകെ ഒരു ഗോത്രമായിട്ടാണ് കണ്ടത്. ഒരു മുസ്ലിമിനെ കൊല്ലുകയോ ദേഹോപദ്രവമേൽപ്പിക്കുകയോ ചെയ്താൽ മുസ്ലിം സമുദായത്തിന് ആവും വിധം പകപോക്കാനുള്ള അവകാശമുണ്ട്. മുസ്ലിം സമുദായത്തിനകത്ത് അംഗങ്ങൾ തമ്മിൽ പകപോക്കൽ നടത്തുമ്പോൾ രണ്ടു നിയന്ത്രണങ്ങൾ പാലിക്കേണ്ടതുണ്ടെന്ന് പുതിയ നിയമം അനുശാസിക്കുന്നു. പകപോക്കൽ ആനുപാതികമായേ ആകാവൂ. പകപോക്കൽ മറ്റൊരു പകപോക്കലിനു കാരണമാകരുത്. ആലോചനയും മുന്നൊരുക്കവും ഇല്ലാതെ നൈമിഷിക പ്രതികരണമായിട്ടാണ് കൊല നടത്തിയതെങ്കിൽ പകരം കൊല നടത്താതെ നഷ്ടപരിഹാരം സ്വീകരിക്കാൻ മുസ്ലിങ്ങൾ ബാധ്യസ്ഥരാണ്. മോഷണം നടത്തിയാൽ പകപോക്കാനായി കൈവെട്ടിക്കളയാനാണ് അല്ലാഹു കൽപ്പിച്ചത്. പെൺകുഞ്ഞുങ്ങളെ ജനിച്ച ഉടനെ കൊല്ലുന്നതും അല്ലാഹു നിരോധിച്ചു. ദാരിദ്ര്യം മൂലമാണ് പെൺകുഞ്ഞുങ്ങളെ കൊല്ലുന്നതെന്ന സൂചനയാണ് *ഖുർആൻ* വചനത്തിലുള്ളത് (6.152, 17.31). ഗോത്രാചാരവുമായി ബന്ധപ്പെട്ടാണ് യഥാർഥത്തിൽ പെൺകുഞ്ഞുങ്ങളെ കൊന്നിരുന്നത്.

വിവാഹം, കുടുംബബന്ധങ്ങൾ, ദായക്രമം എന്നിവ സംബന്ധിച്ചുള്ള നിയമങ്ങൾ സൃഷ്ടിക്കാനാണ് മുഹമ്മദ് കൂടുതൽ ശ്രദ്ധ പതിപ്പിച്ചത്. മദീനയിലെ പുതിയ സമൂഹത്തിന്റെ ജീവിതം ചിട്ടപ്പെടുത്തുവാൻ അതിനാണ് മുൻതൂക്കം കൊടുക്കേണ്ടിയിരുന്നത്. നിലവിലുണ്ടായിരുന്ന ഗോത്രനിയമങ്ങളുമായി അടിസ്ഥാനപരമായ വൈരുധ്യമില്ലാതെ സാമൂഹിക പരിഷ്കരണം ലക്ഷ്യമിട്ടുകൊണ്ട് പുതിയ നിയമങ്ങൾ സൃഷ്ടിക്കുവാൻ മുഹമ്മദ് ശ്രദ്ധിച്ചിരുന്നു. പുതിയ നിയമങ്ങളുടെ പ്രധാന ലക്ഷ്യം വ്യക്തി ഗോത്രത്തിലെ അംഗമായിരിക്കുമ്പോൾ തന്നെ വ്യതിരിക്തമായ അസ്തിത്വം വ്യക്തിക്കുണ്ടെന്ന് സ്ഥാപിക്കുക എന്നതായിരുന്നു. ചില

6. Muhammad at Mecca by W. Montgomery Watt, P 23-29. ഇസ്ലാമിനു മുമ്പ് അറബ് ഗോത്രങ്ങളിൽ നിലനിന്നിരുന്ന സാമൂഹിക വ്യവസ്ഥയെ മോണ്ട്ഗോമറി വാട്ട് വിശേഷിപ്പിച്ചത് Tribal humanism (ഗോത്ര മാനവികത) എന്നാണ്. ഈ വ്യവസ്ഥയിൽ ഗോത്രത്തിലെ എല്ലാവരും തുല്യതയിൽ കഴിഞ്ഞു. വ്യക്തിയുടെ ജീവനെക്കാൾ പ്രാധാന്യം ഗോത്രത്തിന്റെ അഭിമാനത്തിനായിരുന്നു.

നിയമങ്ങൾ വ്യക്തിയുടെ വിശേഷിച്ച് സ്ത്രീയുടെ സ്വത്വം നിഷേധിക്കുന്ന ആചാരങ്ങൾ നിരോധിക്കുന്നതിനുവേണ്ടി ആവിഷ്കരിച്ചവയായിരുന്നു. കുടുംബനാഥൻ മരിക്കുമ്പോൾ അയാളുടെ ഭാര്യമാരെല്ലാം മൂത്തമകന്റെ ഭാര്യമാരായിത്തീരുന്ന സമ്പ്രദായം ചില അറബി ഗോത്രങ്ങളിൽ നില നിന്നിരുന്നു. മുഹമ്മദ് അത് നിരോധിച്ചു. വരൻ കൊടുക്കുന്ന പെൺപണം വധുവിന്റെ പിതാവല്ല വധു തന്നെയാണ് സ്വീകരിക്കേണ്ടത്. വിവാഹ മോചന സമയത്ത് പുരുഷന് പെൺപണം തിരിച്ചു ചോദിക്കാനുള്ള അവ കാശമില്ല. എല്ലാ ഭാര്യമാരോടും തുല്യ നീതി പുലർത്തണം എന്ന നിബ ന്ധനയോടെ ഒന്നിലധികം ഭാര്യമാർ ആകാം. തുല്യ നീതി എന്നതു കൊണ്ട് മുഹമ്മദ് ഉദ്ദേശിച്ചത് ലൈംഗികസംതൃപ്തിയാണ്. ഗോത്ര, കുല, കുടുംബബന്ധങ്ങൾ സ്ഥാപിക്കാൻ വിവാഹം ചെയ്തതിനു ശേഷം ഭാര്യ മാരുടെ ലൈംഗികാവശ്യങ്ങളെ പാടെ അവഗണിക്കുകയും അവരുടെ സ്വത്വം തന്നെ നിഷേധിക്കുകയും ചെയ്യുന്നത് ഗോത്രത്തലവന്മാരുടെയും കുലപതികളുടെയും പതിവായിരുന്നു. മുഹമ്മദ് അത് നിരുത്സാഹപ്പെ ടുത്തുകയും സ്വന്തം ഭാര്യമാരോട് 'നീതി ചെയ്ത്' മാതൃക കാണിക്കു കയും ചെയ്തു. വെപ്പാട്ടികളെ പുലർത്തുന്ന സമ്പ്രദായം നിരോധിച്ചില്ല. മുഹമ്മദും വെപ്പാട്ടിമാരെ പുലർത്തി. അടിമവ്യവസ്ഥയുടെ ഉപോൽപ്പ ന്നമാണ് വെപ്പാട്ടിസമ്പ്രദായം എന്ന ചരിത്രയാഥാർഥ്യം മനസിലാക്കാതെ മുഹമ്മദിനെ വിഷയലമ്പടനായി ചിത്രീകരിക്കാനാണ് ചിലർ ശ്രമിക്കു ന്നത്. *ഖുർആൻ* നാലാം അധ്യായത്തിലെ മൂന്നാം വചനം ഭാര്യമാരുടെ എണ്ണം നിജപ്പെടുത്താതെ തന്നെ ബഹുഭാര്യത്വവും വെപ്പാട്ടി സമ്പ്രദാ യവും അനുവദിക്കുന്നു. ഭാര്യമാർ നാലിൽ കൂടാൻ പാടില്ലെന്നുള്ള വ്യാഖ്യാനം ആധുനിക യൂറോപ്യൻ സംസ്കാരത്തിന്റെ സ്വാധീനത്തിൽ ഇസ്ലാം മതത്തിന് ആധുനികതയുടെ മുഖം നൽകാനുള്ള ശ്രമമാണ്. പ്രസ്തുത വചനം ഇങ്ങനെയാണ്.

> അനാഥക്കുട്ടികളുടെ കാര്യത്തിൽ നീതി പാലിക്കാനാവുകയില്ലെന്ന് നിങ്ങൾ ഭയപ്പെടുന്നുവെങ്കിൽ, നിങ്ങൾക്ക് നന്നായി തോന്നുന്ന സ്ത്രീകളെ രണ്ടു വീതമോ മൂന്നു വീതമോ നാലുവീതമോ വിവാഹം ചെയ്യുക. ഇനി (ഭാര്യമാരോട്) നീതി ചെയ്യാൻ കഴിയു കയില്ലെന്ന് നിങ്ങൾ ഭയപ്പെടുന്നെങ്കിൽ ഒരു സ്ത്രീയെ, അല്ലെ ങ്കിൽ നിങ്ങളുടെ നിയന്ത്രണത്തിൽ വന്നുചേർന്നിട്ടുള്ള സ്ത്രീകളെ (അടിമസ്ത്രീകളെ) നിങ്ങളിൽ നിന്നും (അനാഥക്കുട്ടികൾക്ക്) അനീതി (ഒഴിവാക്കാനുള്ള) നല്ല മാർഗം അതാണ് (*ഖുർആൻ* 4.3).

ബഹുഭാര്യത്വം അപരിഷ്കൃതമാണെന്ന ധാരണ വന്നതോടെ ഇസ്ലാം ബഹുഭാര്യത്വത്തെ പടിപടിയായി നിയന്ത്രിക്കുകയും ക്രമേണ ഏകപത്നീ സമ്പ്രദായം നടപ്പിലാക്കുകയും ചെയ്യുന്നതിന്റെ തെളിവാ യിട്ടാണ് മുസ്ലിം പണ്ഡിതന്മാർ ഈ *ഖുർആൻ* വചനത്തെ ഉയർത്തിപ്പിടി ക്കുന്നത്. അറബികൾ ഇസ്ലാമിനു മുമ്പ് യാതൊരു നിയന്ത്രണവുമില്ലാതെ

അനേകം സ്ത്രീകളെ ഭാര്യമാരായും വെപ്പാട്ടികളായും വച്ചുകൊണ്ടിരുന്നുവെന്ന ആരോപണവും ഉന്നയിക്കാറുണ്ട്. വിവാഹം ചെയ്യാൻ പോകുന്ന സ്ത്രീക്ക് പെൺപണം (മഹർ) കൊടുക്കുന്ന സമ്പ്രദായം ഉണ്ടായിരുന്നതുകൊണ്ട് ധനശേഷിയുള്ളവർക്കേ കൂടുതൽ ഭാര്യമാരേയും വെപ്പാട്ടികളെയും സ്വീകരിക്കാൻ കഴിയുമായിരുന്നുള്ളൂ. സ്വാഭാവികമായും ഗോത്രത്തലവന് മറ്റുള്ളവരെക്കാൾ കൂടുതൽ ഭാര്യമാരും വെപ്പാട്ടികളും ഉണ്ടായിരിക്കും.

ഭാര്യമാരോട് നീതി പുലർത്തണം എന്നു മുഹമ്മദ് നിഷ്കർഷിച്ചത് സാമൂഹിക പരിഷ്കരണമാണ്. ധനശേഷി ധാരാളമുണ്ടെങ്കിലും ലൈംഗികമായ കഴിവനുസരിച്ചേ ഭാര്യമാരേ സ്വീകരിക്കാവൂ. ഭാര്യമാരായി സ്വീകരിക്കുന്ന സ്ത്രീകളെ എല്ലാവരെയും ലൈംഗികമായി തൃപ്തിപ്പെടുത്താൻ കഴിയില്ലെന്ന് സംശയമുണ്ടെങ്കിൽ ഒരു സ്ത്രീയെ മാത്രം വിവാഹം ചെയ്യാനാണ് ആഹ്വാനം. ഒരു സ്ത്രീയോടു പോലും നീതി പുലർത്താൻ കഴിയാത്ത ആളാണെന്ന് സംശയമുണ്ടെങ്കിൽ അടിമസ്ത്രീയെ വെപ്പാട്ടിയാക്കിയാൽ മതിയെന്നാണ് *ഖുർആൻ* വചനത്തിന്റെ സാരം. ലൈംഗികശേഷിയും ധനവും ഉള്ള ആളാണെങ്കിൽ രണ്ടോ മൂന്നോ നാലോ അതിൽ കൂടുതലോ വിവാഹം ചെയ്യുക എന്നാണ് മുഹമ്മദ് അനുയായികളോട് *ഖുർആൻ* വചനത്തിലൂടെ പറഞ്ഞത്. *ഖുർആൻ* നാലാം അധ്യായത്തിലെ മൂന്നാം വചനം തുടങ്ങുന്നത് വിലക്കുകൽപ്പിക്കുന്ന സ്വരത്തിലല്ല, മറിച്ച് അനാഥരായ കുട്ടികളോട് നീതി ചെയ്യണം എന്ന ഉത്ബോധനം സൂചിപ്പിച്ചുകൊണ്ടാണെന്ന് റിച്ചാർഡ് ബെൽ അഭിപ്രായപ്പെടുന്നു. ചരിത്ര പശ്ചാത്തലത്തിൽ പരിശോധിച്ചാൽ അത് ശരിയാണെന്ന് കാണാം.[7] മുഹമ്മദ് നയിച്ച ഉഹ്ദ് യുദ്ധത്തിൽ കൊല്ലപ്പെട്ട മുസ്ലിങ്ങളുടെ വിധവകളെയും അനാഥരായ സന്താനങ്ങളെയും കുറിച്ചാണ് പരാമർശം. വചനങ്ങൾ അവതരിക്കപ്പെട്ട പശ്ചാത്തലവും വചനങ്ങളുടെ ധ്വനികളും സമഗ്രമായി പഠിച്ച റിച്ചാർഡ് ബെല്ലിന്റെ വാദം യുക്തിഭദ്രമാണ്. മുഹമ്മദ് നയിച്ച ഉഹ്ദ് യുദ്ധത്തിൽ അനേകം മുസ്ലിങ്ങൾ കൊല്ലപ്പെട്ടു. അവരുടെ വിധവകളെയും അനാഥരായ സന്താനങ്ങളെയും വിശ്വാസികൾ സംരക്ഷിക്കണമെന്നും അതിന് ഏറ്റവും നല്ല മാർഗം വിധവകളെ വിവാഹം ചെയ്യലുമാണെന്നാണ് *ഖുർആൻ* ആഹ്വാനം ചെയ്തത്. ഭാര്യമാരുടെ എണ്ണം നിയന്ത്രിക്കുന്ന ഒരു വചനവും *ഖുർആനിൽ* ഇല്ല. മുഹമ്മദിനും സഹാബികൾക്കും അനേകം ഭാര്യമാരും വെപ്പാട്ടികളും ഉണ്ടായിരുന്നു താനും. ഏഴാം നൂറ്റാണ്ടിലെ ഒരു ഭരണാധികാരിയിൽ നിന്ന് ഇരുപതാം നൂറ്റാണ്ടിന് അനുയോജ്യമായ നിയമനിർമാണം പ്രതീക്ഷിക്കുന്നത് ചരിത്രാവബോധമില്ലാത്തതുകൊണ്ടാണ്.

മുഹമ്മദ് തന്റെ രാഷ്ട്രത്തിൽ താൽക്കാലിക വിവാഹം (മുത്അ) ആദ്യമനുവദിച്ചെങ്കിലും ബഹുഭർതൃത്വത്തിൽ കലാശിക്കുകയും പിതൃത്വം

7. *Bells Introduction to the Quran Revised by Montgomery Watt,* page 231

നിർണയിക്കാൻ തടസമാവുകയും ചെയ്യും എന്നുള്ളതുകൊണ്ട് പിൽക്കാലത്ത് നിരോധിച്ചു. അറബികളുടെ ഗോത്രാചാരത്തിന് വിരുദ്ധവും തികച്ചും പുതിയതുമായ നിയമമാണ് ദത്തുപുത്രന്റെ ഭാര്യയായിരുന്ന സ്ത്രീയെ വിവാഹം ചെയ്യാമെന്നുള്ളത്. സ്വന്തം ദത്തുപുത്രനായ സെയ്ദിന്റെ ഭാര്യയിൽ മുഹമ്മദ് ഭ്രമിച്ചുപോയി. ഇത് മനസിലാക്കിയ സെയ്ദ് ഭാര്യയുമായുള്ള ബന്ധം ഉപേക്ഷിക്കുകയും മുഹമ്മദ് അവരെ വിവാഹം ചെയ്യുകയുമുണ്ടായി. ഇതാണ് പുതിയ നിയമം നിർമിക്കാനുണ്ടായ സാഹചര്യം. വിവാഹം ചെയ്ത സ്ത്രീയുമായി ലൈംഗികബന്ധം നടന്നിട്ടില്ലെങ്കിൽ ആ സ്ത്രീയുടെ മകളെ വിവാഹം ചെയ്യാമെന്നുള്ളതും പുതുമയുള്ള നിയമമായിരുന്നു. ലൈംഗികതയ്ക്ക് മുഹമ്മദ് പ്രാധാന്യം കൊടുത്തത് സ്ത്രീപുരുഷ ബന്ധങ്ങളുടെ സ്ഥായീഭാവം കണക്കിലെടുത്തുകൊണ്ടാണ്. മുഹമ്മദിന്റെ വിഷയലമ്പടത്വം കൊണ്ടാണെന്ന പാശ്ചാത്യരുടെ വ്യാഖ്യാനം ദുരുപദിഷ്ടമാണ്.

വിവാഹം, വിവാഹമോചനം എന്നീ വിഷയങ്ങളെക്കുറിച്ച് *ഖുർആനിൽ* അനേകം വചനങ്ങളുണ്ട്. ചില അറബി ഗോത്രങ്ങൾ മരുമക്കത്തായം (Matrilineal System) പിന്തുടർന്നിരുന്നു. ഇവർ ഇസ്ലാം മതം സ്വീകരിച്ചതിനു ശേഷവും അതുതന്നെ തുടർന്നത് നിരോധിക്കാനുള്ള ശ്രമത്തിന്റെ ഫലമാണിത്. മരുമക്കത്തായത്തോടൊപ്പം നിലനിന്നിരുന്ന ബഹുഭർതൃത്വവും മരുമക്കത്തായ ഗോത്രങ്ങളിൽ സ്ത്രീകൾക്കുണ്ടായിരുന്ന മേധാവിത്വവും മുഹമ്മദ് അവസാനിപ്പിച്ചു. വ്യവഹാരങ്ങളിൽ സാക്ഷി സ്ത്രീയാണെങ്കിൽ ഒരു പുരുഷന്റെ സ്ഥാനത്ത് രണ്ടു സ്ത്രീകൾ വേണമെന്ന് മുഹമ്മദ് നിഷ്കർഷിച്ചു (ഖുർആൻ 2.282). മുഹമ്മദിന്റെ പത്നി അയിശ ഒരു സൈനികനുമായി അവിഹിതബന്ധം പുലർത്തിയെന്ന് അപവാദപ്രചാരണം ഉണ്ടായതിനെ തുടർന്ന് മുഹമ്മദിന്റെ പത്നിമാർക്കും പെൺമക്കൾക്കും വിശ്വാസികളുടെ സ്ത്രീകൾക്കും പർദ സമ്പ്രദായം ഏർപ്പെടുത്തി.

അല്ലയോ നബീ! നിന്റെ ഭാര്യമാരോടും പെൺമക്കളോടും വിശ്വാസികളായ സ്ത്രീകളോടും പറയുക: അവർ പുറത്തിറങ്ങുമ്പോൾ തങ്ങളുടെ ശിരോവസ്ത്രങ്ങൾ താഴ്ത്തട്ടെ. അവരെ തിരിച്ചറിയാനും മറ്റുള്ളവർ പീഡിപ്പിക്കാതിരിക്കാനും അതാണ് നല്ലത് (33.59).

മുഹമ്മദ് വിവാഹമോചനം എളുപ്പമാക്കി. പക്ഷേ, വിവാഹമുക്തയായ സ്ത്രീ പുനർവിവാഹം ചെയ്യാൻ മൂന്ന് ആർത്തവമുണ്ടാകുന്നതുവരെ കാത്തിരിക്കണം (2.228). ഭർത്താവ് മരിച്ച സ്ത്രീ പുനർവിവാഹത്തിനു നാലുമാസവും പത്ത് ദിവസവും കാത്തിരിക്കണം (2.234). പിതൃത്വം ആരുടേതാണെന്നുറപ്പു വരുത്താനുള്ള നിബന്ധനകളാണിവ.

ദായക്രമം സംബന്ധിച്ചുള്ള നിയമങ്ങളും പ്രാധാന്യത്തോടെ പരാമർശിക്കുന്നുണ്ട് *ഖുർആനിൽ*. മദീനയിലെ പുതിയ സമൂഹത്തിന് ദായക്രമം സംബന്ധിച്ചുള്ള ചട്ടങ്ങൾ അത്യാവശ്യമായിരുന്നു. മുഹമ്മദിന്റെ കാലത്ത് മക്കയിൽ പൈതൃകസ്വത്തിൽ സ്ത്രീകൾക്ക് പുരുഷന്റെ

പങ്കിന്റെ പകുതിക്ക് അവകാശമുണ്ടായിരുന്നു. മദീനയിൽ അതില്ലായിരുന്നതുകൊണ്ടാണ് *ഖുർആനിൽ* എടുത്തു പറഞ്ഞത്. മോണ്ട്ഗോമറി വാട്ടും റിച്ചാർഡ് ബെല്ലും മുന്നോട്ടു വച്ച ഈ വാദം ചരിത്രപരമായി നിലനിൽപ്പുള്ളതാണ്. പലിശ നിരോധിച്ചത് മദീനയിലെ ജൂതരെ ലക്ഷ്യമിട്ടുകൊണ്ടായിരുന്നു. കുടിയേറ്റക്കാരായ ഖുറൈശികൾക്ക് പലിശയില്ലാതെ വായ്പ നൽകി ജൂതർ സഹായിക്കണമെന്ന പൊതുധാരണയുണ്ടായി. മദീനയിലെ ജൂതർ സമ്പന്നരായിരുന്നു. അവരിൽ നിന്നു കാര്യമായ സാമ്പത്തിക സഹായം മുഹമ്മദ് പ്രതീക്ഷിച്ചു. മുഹമ്മദിനെ ദൈവദൂതനായി അംഗീകരിക്കാൻ വിസമ്മതിച്ച ജൂതർ പൊതുധാരണയുടെ അടിസ്ഥാനത്തിൽ കുടിയേറ്റക്കാരായ മുസ്ലിങ്ങൾക്ക് പലിശയില്ലാതെ കടം കൊടുത്തു സഹായിക്കാൻ തയാറായില്ല. അതുകൊണ്ട് പലിശ നിരോധിച്ചു. പലിശ നിരോധിച്ചപ്പോൾ ക്രയവിക്രയം പോലെതന്നെയാണല്ലോ പലിശ എന്ന തർക്കം ജൂതർ ഉന്നയിച്ചു. അത് അംഗീകരിക്കാതെ പലിശയെ പൂമുഖത്തുനിന്നു നീക്കുമെന്ന് പ്രഖ്യാപിച്ചു.

> പലിശ വാങ്ങുന്നവർ ശൈത്താന്റെ സ്പർശനത്താൽ ബോധരഹിതനാക്കിയവൻ നിൽക്കുംപോലെയല്ലാതെ നിൽക്കുകയില്ല. അതിനു കാരണം അവൻ പറയുന്നു. ക്രയവിക്രയം പലിശപോലെതന്നെയാണല്ലോ. ക്രയവിക്രയം അനുവദിക്കുകയും പലിശ നിരോധിക്കുകയും ചെയ്തതെന്ത്? ക്രയവിക്രയം അല്ലാഹു അനുവദിച്ചിട്ടുള്ളതാണ്. പലിശ നിഷിദ്ധമാക്കി. നിരോധിച്ചതിനു മുമ്പ് വാങ്ങിയ പലിശ അവനുള്ളതാണ്. അവന്റെ കാര്യത്തിലുള്ള അവസാന തീരുമാനം അല്ലാഹുവിലാണ്. നിരോധിച്ചതിനു ശേഷം ആരെങ്കിലും ലംഘിച്ചാൽ നരകവാസികളായിരിക്കും. അതിലാണവർ ശാശ്വതമായി വസിക്കുക, അല്ലാഹു പലിശയെ പൂമുഖത്തുനിന്ന് മായ്ച്ചു കളയുകയും ദാനശീലത്തെ പ്രോത്സാഹിപ്പിക്കുകയും ചെയ്യും. കൃതഘ്നത കാണിക്കുന്ന പാപിയെ അല്ലാഹു സ്നേഹിക്കുന്നില്ല (2.275, 276).

മറ്റൊരു വചനത്തിൽ നിരോധിക്കപ്പെട്ട പലിശ വാങ്ങിയതിന് ജൂതരെ കുറ്റപ്പെടുത്തുന്നുണ്ട്. (4.161) പലിശ നിരോധിച്ചുകൊണ്ടുള്ള വചനങ്ങൾ മദീനയിലാണ് അവതരിപ്പിക്കപ്പെട്ടത്. മക്കയിൽ അവതരിപ്പിച്ച ഒരു വചനത്തിൽ പലിശയെ സംബന്ധിച്ചുള്ള പരാമർശമുണ്ട്. പക്ഷേ, ഇവിടെ പലിശയ്ക്ക് പണം കടം കൊടുക്കുന്നതിനെക്കാൾ ഇരട്ടി സമ്പാദിക്കാൻ കഴിയുന്നത് അല്ലാഹുവിന്റെ മാർഗത്തിൽ സക്കാത്ത് കൊടുക്കലാണെന്ന് ഉത്ബോധിപ്പിക്കുകയാണ്.

> മനുഷ്യരുടെ ധനത്തിൽ ചെന്നുചേർന്നിട്ട് വളരേണ്ടതിനുവേണ്ടി, നിങ്ങൾ പലിശയ്ക്കു കൊടുക്കുന്ന ധനം അല്ലാഹുവിങ്കൽ വളരുകയില്ല. അല്ലാഹുവിന്റെ പ്രീതി ഉദ്ദേശിച്ചുകൊണ്ട് നിങ്ങൾ നൽകുന്ന സക്കാത്ത് (നേരെ മറിച്ചാണ്) അവരത്രെ ഇരട്ടി സമ്പാദിക്കുന്നവർ... (30.29).

ഈ വചനം പലിശ നിരോധിക്കുന്ന നിയമനിർമാണമല്ല. സക്കാത്തിന്റെ മഹത്വത്തെക്കുറിച്ചുള്ള ഉദ്ബോധനമാണ്.

ചില വിശ്വാസികൾ മദ്യപിച്ച് നിസ്കാരത്തിനു വരുന്നത് മുഹമ്മദിന്റെ ശ്രദ്ധയിൽപ്പെട്ടു. ലഹരിമുക്തനാകുന്നതുവരെ നിസ്കരിക്കാൻ വരരുതെന്ന് അനുശാസിച്ചും (4.43) മറ്റൊരു വചനത്തിൽ മദ്യപാനത്തിന്റെ ദൂഷ്യഫലങ്ങളെക്കുറിച്ച് പറയുകയും മദ്യം നിരോധിക്കുകയും ചെയ്യുന്നു (5.90, 91). മദ്യനിരോധനത്തിന് പിന്നിൽ സാമ്പത്തിക, രാഷ്ട്രീയ കാരണങ്ങൾ ഉണ്ടെന്ന് റിച്ചാർഡ് ബെൽ അഭിപ്രായപ്പെടുന്നു. മദീനയിലെ പ്രമാണിമാരുടെ ഉപഭോഗത്തിനുള്ള വീഞ്ഞ് സിറിയയിൽ നിന്നും ഗാസയിൽ നിന്നുമൊക്കെ ഇറക്കുമതി ചെയ്ത് ജൂതരും ക്രിസ്ത്യാനികളും വലിയ ലാഭം കൊയ്തിരുന്നു. അവരുടെ വരുമാനത്തിൽ കുറവ് വരുത്തുക എന്ന ലക്ഷ്യം കൂടി മദ്യനിരോധനത്തിനു പിന്നിലുണ്ടായിരുന്നു.

ഋതുക്കളുമായി ബന്ധപ്പെടുത്താൻ 12 ചന്ദ്രമാസങ്ങൾക്ക് പുറമെ ഏതാനും വർഷങ്ങൾ കൂടുമ്പോൾ വർഷത്തിൽ ഒരുമാസം കൂടുതലായി ചേർക്കുന്ന സമ്പ്രദായം ബഹുദൈവാരാധകരുടെ നടപടിയാണെന്ന കാരണത്താൽ മുഹമ്മദ് നിരോധിച്ചു. ബഹുദൈവാരാധകരിൽ നിന്നുള്ള വ്യതിരിക്തത സ്പഷ്ടമാക്കാൻ വേണ്ടി മാത്രമായിരുന്നു പരിഷ്കാരം. അതോടെ മാസങ്ങളും ഋതുക്കളും തമ്മിൽ ബന്ധമില്ലാതായി. മുഹമ്മദ് നിർമിച്ച നിയമങ്ങൾക്കു പുറമെ മുസ്ലിം സാമ്രാജ്യത്തിന്റെ ഭരണനിർവഹണത്തിനാവശ്യമായ അനേകം നിയമങ്ങൾ പിൽക്കാലത്ത് മതപണ്ഡിതന്മാരുടെ അംഗീകാരത്തോടെ ഭരണാധികാരികൾക്ക് നിർമിക്കേണ്ടിവന്നു. മദീനയിലെ അന്നത്തെ സാഹചര്യത്തിൽ ആവശ്യമായ നിയമങ്ങളുണ്ടാക്കുക മാത്രമായിരുന്നു മുഹമ്മദിന്റെ ലക്ഷ്യം. മുഹമ്മദിന്റെ ഭരണകാലത്ത് സവിശേഷമായ ഒരു സാഹചര്യം നിലനിന്നു. തത്വത്തിൽ അല്ലാഹുവിനായിരുന്നു എല്ലാ അധികാരവും. പ്രയോഗത്തിൽ അല്ലാഹുവിന്റെ ദൂതനും പ്രവാചകനുമായ മുഹമ്മദിനും. രാജ്യം ചെറുതായിരുന്നെങ്കിലും ലോകം കണ്ട ഏറ്റവും ശക്തനായ ഭരണാധികാരികളിൽ ഒരാളായിരുന്നു മുഹമ്മദ്. ഇറാനിയൻ പണ്ഡിതനും സാമൂഹിക ശാസ്ത്രജ്ഞനുമായിരുന്ന അലി ശരിയത്തിയുടെ ഈ അഭിപ്രായം അതിശയോക്തിപരമല്ല.[8]

മുഹമ്മദ് സ്ഥാപിച്ചത് ഒരു ദൈവാധിപത്യ രാഷ്ട്രം (Thecratic State) ആയിരുന്നു. അല്ലാഹു തന്നെയാണ് നിയമനിർമാണം നടത്തുന്നതെന്നും അല്ലാഹുവിന്റെ മാർഗനിർദേശപ്രകാരമാണ് ഭരിക്കുന്നതെന്നും മുഹമ്മദ് സ്വയം വിശ്വസിക്കുകയും ജനങ്ങളെ വിശ്വസിപ്പിക്കുകയും ചെയ്തു. മുഹമ്മദിന് ശേഷം രൂപപ്പെട്ട മുസ്ലിം സാമ്രാജ്യത്തിൽ ഇത് രാജഭരണമായി രൂപാന്തരപ്പെട്ടു. ആധുനിക കാലഘട്ടത്തിൽ 'ദൈവത്തിന്റെ ഭരണം' (ഹുക്കുമെ ഇലാഹ്) എന്ന രാഷ്ട്രവ്യവഹാരസിദ്ധാന്തം

---

8. A visage of prophet Mohammad by Ali Shariati from www. shariati. com

ആവിഷ്കരിച്ച മൗദുദി ജനാധിപത്യവിരുദ്ധ ഫാഷിസ്റ്റ് സിദ്ധാന്തത്തിന് ന്യായീകരണമായി ചൂണ്ടിക്കാണിച്ചത് മുഹമ്മദിന്റെ ഭരണമാണ്.

മദീന തലസ്ഥാനമാക്കി മുഹമ്മദ് സ്ഥാപിച്ച ഇസ്ലാമിക രാഷ്ട്രത്തിലെ ജനങ്ങളുടെ സാമൂഹിക ജീവിതം ചിട്ടപ്പെടുത്തുന്നതിനുവേണ്ടി ഭരണാധികാരിയായ മുഹമ്മദ് നിർമിച്ച നിയമങ്ങൾ ലോകത്തെങ്ങുമുള്ള മുസ്ലിങ്ങൾ ലോകാവസാനം വരെയും വ്യക്തിജീവിതത്തിലും സാമൂഹിക ജീവിതത്തിലും അനുസരിക്കേണ്ട നിയമങ്ങളാണെന്ന് വ്യാഖ്യാനിക്കപ്പെട്ടു.

ഇസ്ലാംമതത്തിലെ സിവിലും ക്രിമിനലുമായ നിയമങ്ങൾ അറിയപ്പെടുന്നത് ശരീഅത്ത് (ശരിയായ മാർഗം) നിയമങ്ങൾ എന്നാണ്. ഇസ്ലാം മതവും രാഷ്ട്രവും ഒന്നാണെന്ന സങ്കൽപ്പം സാക്ഷാൽക്കരിക്കപ്പെടുന്നത് ശരീഅത്ത് നിയമങ്ങളിലൂടെയാണ്.

5

ഇസ്ലാമിക സാമ്രാജ്യം

ഖലീഫ എന്ന സ്ഥാനം

മുഹമ്മദ് നബി അന്തരിക്കുന്നതുവരെയും അല്ലാഹുവിന്റെ ദൂതൻ (റസൂൽ) പ്രവാചകൻ ആരാധനയിലെ മാർഗദർശകൻ (ഇമാം) മദീന തലസ്ഥാനമായ രാഷ്ട്രത്തിന്റെ ഭരണത്തലവൻ, ന്യായാധിപൻ, സർവ സൈന്യാധിപൻ എന്നീ സ്ഥാനങ്ങൾ വഹിച്ചുകൊണ്ട് ആത്മീയവും രാഷ്ട്രീയവുമായ അധികാരങ്ങൾ ഒന്നിച്ച് കൈയാളി. ഈജിപ്തിലെ ഫറോവമാർ ദൈവങ്ങളാണെന്ന് സ്വയം അവകാശപ്പെട്ടു. അവർ ദൈവങ്ങളായി ആരാധിക്കപ്പെടുകയും ചെയ്തു. റോമാചക്രവർത്തിമാരിൽ ചിലർ ദൈവങ്ങളാണെന്ന് അവകാശപ്പെട്ടപ്പോൾ ചിലർ ദൈവത്താൽ നിയോഗിക്കപ്പെട്ടവരാണെന്ന് വാദിച്ചു. മുഹമ്മദ് ദൈവത്തിന്റെ ദൂതനാണെന്ന് അവകാശപ്പെട്ടുകൊണ്ടാണ് ആത്മീയവും രാഷ്ട്രീയവുമായ അധികാരങ്ങൾ ഒരുമിച്ച് കൈയാളിയത്. മതവും രാഷ്ട്രീയവും സംശ്ലേഷിപ്പിച്ച് ദൈവാധിപത്യം (Theocracy) നിലനിന്ന അറബ് രാഷ്ട്രമാണ് (Theocratic Arab State) മുഹമ്മദ് അറേബ്യൻ ഉപദ്വീപിന്റെ പടിഞ്ഞാറുഭാഗത്തുള്ള ഹിജാസിൽ സ്ഥാപിച്ചത്.

ആത്മീയ തലത്തിൽ തന്റെ സ്ഥാനത്തെ അടയാളപ്പെടുത്താൻ മുഹമ്മദ് റസൂലല്ലാഹ് (അല്ലാഹുവിന്റെ ദൂതൻ), നബി (ദൈവത്തിൽനിന്നു സന്ദേശങ്ങൾ ലഭിക്കുന്ന ആൾ, ബശീർ (സുവിശേഷകൻ) നദീർ (മുന്നറിയിപ്പുകാരൻ), മുദ്ദക്കിർ (ഓർമിപ്പിക്കുന്ന ആൾ) എന്നീ പദങ്ങൾ ഉപയോഗിച്ചുവെങ്കിലും ഭരണാധികാരിയെന്ന സ്ഥാനം വ്യക്തമാക്കാൻ പ്രത്യേകസ്ഥാനപ്പേരൊന്നും ഉപയോഗിച്ചില്ലെന്ന് *ഖുർആൻ* തെളിയിക്കുന്നു. മുഹമ്മദിനു ശേഷം അധികാരത്തിലെത്തിയവർ ഖലീഫ എന്ന സ്ഥാനമാണ് അവകാശപ്പെട്ടത്. ഖലീഫ എന്നാൽ പ്രതിനിധി

എന്നാണർഥം. മുഹമ്മദിന്റെ പ്രതിനിധി എന്ന അർഥത്തിലാണ് ഖലീഫ എന്ന സ്ഥാനം അവർ സ്വയം സ്വീകരിച്ചത്. ഖലീഫത്ത് റസൂലുല്ല (അല്ലാഹുവിന്റെ ദൂതന്റെ പ്രതിനിധി) എന്നായിരുന്ന ഒന്നാം ഖലീഫ അബൂബക്കറുടെ യഥാർഥ സ്ഥാനപ്പേര്. ഖലീഫ എന്ന പദം *ഖുർആൻ* വചനങ്ങളിൽ ഒന്നിലധികം പ്രാവശ്യം ഉപയോഗിച്ചിട്ടുണ്ട്. അവിടെയും പ്രതിനിധി എന്ന അർഥത്തിലാണ് ഉപയോഗിച്ചിട്ടുള്ളത്.

> ഭൂമിയിൽ ഒരു പ്രതിനിധിയെ (ഖലീഫയെ) ഞാൻ നിയോഗിക്കുകയാണെന്ന് നിന്റെ നാഥൻ മലക്കുകളോട് പറഞ്ഞപ്പോൾ, (അവർ ചോദിച്ചു) നാശം വരുത്തുന്നവരെയും രക്തം ചിന്തുന്നവരെയുമാണോ നിയോഗിക്കുന്നത്? ഞങ്ങൾ നിന്റെ മഹത്വത്തെ പ്രകീർത്തിക്കുകയും പരിശുദ്ധിയെ വാഴ്ത്തുകയും ചെയ്യുന്നു എന്ന് മലക്കുകൾ പറഞ്ഞു... (ഖു 2.30).

ആദ്യമനുഷ്യരായ ആദമിനെയും ഹവ്വയെയും സൃഷ്ടിക്കുന്നതിനു മുമ്പ് അല്ലാഹു തന്റെ ഭാവിപരിപാടി മലക്കുകളോട് പറയുന്നതായിട്ടാണ് *ഖുർആൻ* വചനം അവതരിപ്പിച്ചത്. മനുഷ്യനെ അല്ലാഹു സൃഷ്ടിച്ചത് ഭൂമിയിലെ തന്റെ പ്രതിനിധി (ഖലീഫ) ആയിട്ടാണത്രെ. ഈ വചനത്തിൽ ഖലീഫ എന്ന പദത്തിന് രാഷ്ട്രീയാധികാരവുമായി ബന്ധമില്ല.

ഏഴാം അധ്യായത്തിലെ 129-ാം വചനത്തിൽ ഇസ്രായേൽ ഗോത്രങ്ങളെ ഭൂമിയിലെ ദൈവത്തിന്റെ പ്രതിനിധികളാക്കുകയും അതിനുശേഷം അവരുടെ പ്രവൃത്തികളെ വിലയിരുത്തുകയും ചെയ്യുമെന്ന് മൂസ അവരോടു പറയുന്നു. ഇവിടെ ഖലീഫ എന്ന വാക്ക് ഭരണാധികാരത്തിന്റെ ധ്വനിയോടെയാണ് ഉപയോഗിച്ചിട്ടുള്ളത്. ഇസ്രയേൽ ജനത അധികാരം എങ്ങനെ പ്രയോഗിക്കുന്നു എന്ന് ദൈവം വിലയിരുത്തുമെന്നാണ് മൂസ മുന്നറിയിപ്പു നൽകിയത്.

താൻ അല്ലാഹുവിന്റെ ഭൂമിയിലെ പ്രതിനിധിയാണെന്ന് മുഹമ്മദ് സ്വയം അവകാശപ്പെട്ടതായി *ഖുർആനിൽ* തെളിവില്ല. എന്നാൽ ഗ്രന്ഥവും (കിത്താബ്) ഭരണാധികാരവും (ഹുക്മ) ഒരാൾക്ക് തന്നെ അല്ലാഹു നൽകുമെന്ന് *ഖുർആൻ* വചനത്തിൽ പറയുന്നുണ്ട്. (3.79) അല്ലാഹു മുഹമ്മദിനെ മതാധ്യക്ഷനായും ഭരണാധികാരിയായും നിയമിച്ചു എന്നാണ് വചനത്തിലെ ധ്വനി. താൻ അല്ലാഹുവിനു വേണ്ടിയാണ് ഭരണം നടത്തുന്നതെന്ന് മുഹമ്മദ് അവകാശപ്പെട്ടു. ഏഴ് ആകാശങ്ങളുടെയും മുകളിലായി സിംഹാസനത്തിൽ ഇരുന്നുകൊണ്ട് പ്രപഞ്ചത്തെയാകെ നിയന്ത്രിക്കുന്ന സർവശക്തനായ അല്ലാഹു താനുമായി നിരന്തരം സമ്പർക്കത്തിലാണെന്നും എല്ലാ കാര്യത്തിലും മാർഗനിർദേശം നൽകിക്കൊണ്ടിരിക്കുകയാണെന്നും മുഹമ്മദ് അനുയായികളോടു പറഞ്ഞു. അല്ലാഹു തന്നെ ഏൽപ്പിച്ചിരിക്കുന്ന പ്രധാന ചുമതല അല്ലാഹുവിന്റെ മഹത്വവും ഏകതയും എല്ലാ അറബികളെയും മനസിലാക്കിക്കുകയും അവരെ അല്ലാഹുവിനെ മാത്രം ആരാധിക്കുന്നവരാക്കുകയും ചെയ്യുക എന്നതാ

ണെന്നും മുഹമ്മദിന് പൂർണബോധ്യമുണ്ടായിരുന്നു. എല്ലാ അറബികളും അല്ലാഹുവിനു മാത്രം കീഴടങ്ങിയവരായിക്കഴിഞ്ഞാൽ ശാന്തമായ അന്ത രീക്ഷം സംജാതമാകുമെന്ന് മുഹമ്മദിനുറപ്പുണ്ടായിരുന്നു. എല്ലാ അറ ബികളെയും തന്റെ മതത്തിന്റെ അനുയായികളാക്കുക എന്നതിനപ്പുറം ലോകത്തുള്ള എല്ലാ മനുഷ്യരേയും ഒരുപോലെ മുസ്ലിം ആക്കുക എന്ന ലക്ഷ്യം മുഹമ്മദിനുണ്ടായിരുന്നില്ല. *ഖുർആൻ* വചനങ്ങളിലെ യാ അ യ്യൂഹന്നാസ് (അല്ലയോ മനുഷ്യരേ) എന്ന സംബോധനയും റബ്ബിന്നാസ് (മനുഷ്യരുടെ രക്ഷിതാവ്) മലിക്കിന്നാസ് (മനുഷ്യരുടെ രാജാവ്) ഇലാ ഹിന്നാസ് (മനുഷ്യരുടെ ദൈവം) എന്നീ പ്രയോഗങ്ങളും മുഹമ്മദിന്റെ സ്വന്തം ജനതയായ അറബികളെ ഉദ്ദേശിച്ചാണ്.

അറേബ്യയിലുള്ള ജൂതരും ക്രിസ്ത്യാനികളും അവരുടെ സ്വന്തം മതങ്ങളിൽ തന്നെ തുടരും എന്നായിരുന്നു മുഹമ്മദിന്റെ ധാരണ. അവർ അതാതു മതങ്ങളിൽ തുടരുമ്പോൾത്തന്നെ താൻ അല്ലാഹുവിന്റെ ദൂത നാണെന്ന് അംഗീകരിക്കുമെന്ന് മുഹമ്മദിനു പ്രതീക്ഷയുണ്ടായിരുന്നു. ആ പ്രതീക്ഷ അസ്തമിച്ചപ്പോൾ മാത്രമാണ് താനും തന്റെ അനുയായി കളും തികച്ചും വേറിട്ട മതത്തിൽ വിശ്വസിക്കുന്നവരാണെന്ന നിലപാ ടെടുത്തതും മുസ്ലിമൂൻ (അല്ലാഹുവിനു കീഴടങ്ങിയവർ) എന്ന പേര് സ്വീക രിച്ചതും.

> വേദക്കാരായ ജൂതരും ക്രിസ്ത്യാനികളും ഇസ്ലാംമതം സ്വീകരി ച്ചില്ലെങ്കിലും അവരെ തന്റെ ഭരണപരിധിക്കുള്ളിൽ നിന്നും പുറ ന്തള്ളണമെന്നുള്ള ചിന്ത മുഹമ്മദിനുണ്ടായില്ല. തന്റെ ഭരണത്തിന് കീഴടങ്ങുകയും ജിസ്യ (നികുതി) കൊടുക്കുകയും ചെയ്താൽ മതി എന്ന ഉദാരമായ നിലപാടാണ് മുഹമ്മദ് സ്വീകരിച്ചത്. അല്ലാ ഹുവിലും അന്ത്യദിനത്തിലും വിശ്വസിക്കാത്തവരും അല്ലാഹുവും ദൂതനും നിരോധിച്ചത് നിഷിദ്ധമായി കരുതാത്തവരും സത്യമായ മതത്തിനു കീഴടങ്ങി ജീവിക്കാത്തവരുമായ വേദക്കാരോട് യുദ്ധം ചെയ്യുക; അവർ കീഴടങ്ങി ജിസ്യ (തലക്കരം) തരുന്നതുവരെ (ഖു. 9.29).

തലക്കരം കൊടുത്ത് തന്റെ രാജ്യത്തിന്റെ അതിർത്തിക്കുള്ളിൽ ജീവിച്ചുകൊള്ളാൻ ദൈവത്തിന്റെ ദൂതനാണെന്ന് വിശ്വസിച്ച ഒരു ഭര ണാധികാരി മറ്റു മതക്കാർക്ക് അനുവാദം നൽകിയത് ഉദാരമായ സമീ പനം തന്നെയായിരുന്നു. ജൂതർ മുഹമ്മദിനെ കപടപ്രവാചകനാണെന്ന് ആക്ഷേപിച്ച സാഹചര്യം കൂടി കണക്കിലെടുക്കണം. വേദക്കാരോട് മാത്രമേ മുഹമ്മദ് ഉദാരനയം സ്വീകരിച്ചുള്ളു. വിഗ്രഹാരാധകർക്ക് ഒന്നു കിൽ മതം മാറുക അല്ലെങ്കിൽ മരണം വരെ യുദ്ധം ചെയ്യുക എന്ന രണ്ടു മാർഗങ്ങളെ ഉണ്ടായിരുന്നുള്ളൂ

സന്മാർഗചാരികളായ ഖലീഫമാർ

തന്റെ കാലശേഷം മതകാര്യങ്ങളിലെ മാർഗദർശകൻ (ഇമാം) ആരായിരിക്കണമെന്നോ ഭരണത്തിന്റെ പിന്തുടർച്ചാവകാശി ആരെന്നോ മുഹമ്മദ് നിർദേശിച്ചില്ല. മുഹമ്മദിന് ഒരു മകനുണ്ടായിരുന്നെങ്കിൽ അയാളെ പിന്തുടർച്ചാവകാശിയായി പ്രഖ്യാപിക്കുമായിരുന്നില്ല. കാരണം അറബ് ഗോത്രവ്യവസ്ഥയിൽ ഗോത്രത്തലവനെയും കുലപതിയെയും തീരുമാനിച്ചിരുന്നത് ഗോത്രസമിതിയുടെ കൂട്ടായ തീരുമാനത്തിലൂടെ അല്ലെങ്കിൽ തിരഞ്ഞെടുപ്പിലൂടെ ആയിരുന്നു. പിന്തുടർച്ചാവകാശത്തെക്കാൾ പ്രധാനപ്പെട്ട ഘടകം ധീരതയും രണശൗര്യവും ആയിരുന്നു. മുഹമ്മദിന്റെ മരണശേഷം മുഹമ്മദിന്റെ ഖലീഫ (പ്രതിനിധി) ആരെന്ന് തീരുമാനിച്ചതും ഇതേ സമ്പ്രദായത്തിലൂടെയാണ്. താൻ സ്ഥാപിച്ചത് മതരാഷ്ട്രമാണെന്ന അവബോധം മുഹമ്മദിനുണ്ടായിരുന്ന സ്ഥിതിക്ക് തനിക്കു ശേഷം ആര് ഭരണവും ആത്മീയനേതൃത്വവും കൈയാളണമെന്ന് മുഹമ്മദ് നിർദേശിക്കേണ്ടതായിരുന്നു. അവിചാരിതമായിട്ടായിരിക്കണം മുഹമ്മദ് രോഗശയ്യയിലായതും അന്ത്യം സംഭവിച്ചതും. ഭരണത്തിൽ പിൻഗാമി ആരെന്ന് മുഹമ്മദ് നിശ്ചയിക്കാത്തതുകൊണ്ട് പ്രതിസന്ധി ഉണ്ടായെന്നാണ് ചില പാശ്ചാത്യ ചരിത്രകാരന്മാരുടെ അഭിപ്രായം[1] ഇത് യാഥാർഥ്യങ്ങൾക്ക് നിരക്കുന്നതല്ല. ഒട്ടും താമസിയാതെ അബൂബക്കറെ ഖലീഫയായി തിരഞ്ഞെടുത്തു. തിരഞ്ഞെടുപ്പിന്റെ വേളയിൽ വിവിധ ചേരികളുടെ അഭിപ്രായ സംഘട്ടനങ്ങൾ നടന്നുവെന്നതും പിൽക്കാലത്ത് അത് ശിയാസുന്നി വിഭാഗീയതയിൽ എത്തി എന്നുള്ളതും ചരിത്രയാഥാർഥ്യമാണ്. മുഹമ്മദ് പിൻഗാമിയെ നിയോഗിച്ചിരുന്നില്ലെങ്കിലും ഇതെല്ലാം സംഭവിക്കുമായിരുന്നു. കാരണം മനുഷ്യർ രൂപം കൊടുക്കുന്ന സാമൂഹിക പ്രസ്ഥാനങ്ങൾ കാലാന്തരത്തിൽ ഭിന്നിക്കുക സ്വാഭാവികമാണ്.

മുഹമ്മദിനോടൊപ്പം മദീനയിലേക്ക് കുടിയേറിയവർ (മുഹാജിറുകൾ), കുടിയേറിയ സന്ദർഭത്തിൽ കുടിയേറ്റക്കാരെ സഹായിച്ച മദീനക്കാർ (അൻസാരികൾ) എന്നിങ്ങനെ രണ്ടു ചേരികൾ മദീനയുടെ അധികാരഘടനയിൽ തുടക്കം മുതലേ ഉണ്ടായിരുന്നു. തങ്ങൾ നബിയുടെ സ്വന്തം ഗോത്രത്തിൽ പെട്ടവരാണെന്നായിരുന്നു മക്കയിൽ നിന്നും കുടിയേറിയവരുടെ അവകാശവാദം. കുടിയേറ്റ സമയത്ത് തങ്ങൾ സഹായിക്കുകയും സംരക്ഷിക്കുകയും ചെയ്തില്ലായിരുന്നെങ്കിൽ പുതിയ സമൂഹത്തിനും മതത്തിനും മദീനയിൽ നിലനിന്ന് വളരാൻ സാധിക്കുമായിരുന്നില്ല എന്നായിരുന്നു മദീനക്കാരനായ അൻസാരിയുടെ വാദം. പിൽക്കാലത്ത് ഈ രണ്ടു ചേരികളിലും പെട്ട ചിലർ മുഹമ്മദിന്റെ അടുത്ത സഹപ്രവർത്തകർ (സഹാബികൾ) ആണെന്നവകാശപ്പെട്ട് മൂന്നാമതൊരു ചേരിയായി നിന്നു. മുഹമ്മദിന്റെ മരണശേഷം പിന്തുടർച്ചാവകാശവാദി

1. *Islamic Threat Myth or Reality* by Johan L, Esposito, page 28

കൾ എന്ന ഒരു വിഭാഗം രംഗത്തു വന്നു. വിശ്വാസികളുടെ സമുദായ ത്തിന്റെ നേതാവിനെ നിശ്ചയിക്കുന്ന കാര്യം അല്ലാഹു ഏതാനും പേരുടെ ഇംഗിതത്തിന് വിട്ടുകൊടുത്തിരിക്കാൻ ഇടയില്ലെന്നും നബിയുടെ പിന്തു ടർച്ചക്കാരനായി ഒരു പ്രത്യേക വ്യക്തിയെ നിശ്ചയിക്കാനുള്ള വ്യക്ത മായ മാർഗദർശനം നൽകിയിട്ടുണ്ടെന്നുമായിരുന്നു ഇവരുടെ വാദം. മുഹ മ്മദിന്റെ പിതൃവ്യപുത്രനും മകളുടെ ഭർത്താവും മുഹമ്മദിനെ റസൂലായി അംഗീകരിച്ച ആദ്യത്തെ മൂന്നു പേരിൽ ഒരാളുമായ അലിയാണ് മുഹ മ്മദിന്റെ പിന്തുടർച്ചാവകാശിയെന്നും ഇവർ വാദിച്ചു. ഭരണാധികാരം ദൈവനിശ്ചയപ്രകാരമാണ് തിരഞ്ഞെടുപ്പിലൂടെയല്ല ലഭിക്കുക എന്നാ യിരുന്നു ഇവരുടെ സിദ്ധാന്തം.

ഏറ്റവും ഒടുവിൽ അവകാശവാദവുമായി രംഗത്തെത്തിയത് ഖുറൈശി കുലീനരായിരുന്നു. മുഹമ്മദിന്റെ സ്വന്തം ഗോത്രത്തിലെ കുലീ നരും ഇസ്ലാമിനു മുമ്പ് മക്കയുടെ സാരഥ്യം വഹിച്ചിട്ടുള്ളവരും ആണെന്ന മേന്മ ഇവർക്കുണ്ടായിരുന്നു. ഇസ്ലാമിന്റെ മക്ക വിജയഘട്ടത്തിൽ സർവ സൈന്യാധിപനായിരുന്ന അബൂസുഫ്യാന്റെ കുടുംബത്തിൽ പെട്ടവ രാണ് ഈ അവകാശവാദവുമായി രംഗത്തു വന്നത്. അബുസുഫ്യാന്റെ പ്രപിതാമഹന്റെ പേര് ഉമ്മയ്യ എന്നായിരുന്നതുകൊണ്ട് ബനുഉമ്മയ്യ (ഉ മ്മയ്യ കുലം) എന്നാണ് ഇവർ അറിയപ്പെട്ടിരുന്നത്. അബ്സൂഫിയാൻ ഏറ്റവും ഒടുവിൽ രാഷ്ട്രീയ കാരണങ്ങളാലാണ് ഇസ്ലാംമതം സ്വീകരി ച്ചത്. എങ്കിലും ഖുറൈശികളിൽ കുലീനർ എന്ന സ്ഥാനം നിസാരമായി രുന്നില്ല. അറബ് ഗോത്രവർഗസംസ്കാരമനുസരിച്ച് തിരഞ്ഞെടുപ്പിലൂടെ അടുത്ത നേതാവിനെ നിശ്ചയിക്കണമെന്ന് വാദിച്ചവർ ജയിച്ചു. വാർധ ക്യത്തിലേക്ക് പ്രവേശിച്ച ഭക്തനും മുഹമ്മദിന്റെ ഭാര്യാപിതാവുമായി രുന്ന അബൂബക്കറെയാണ് ഖലീഫയായി തിരഞ്ഞെടുത്തത്. നേതാവിനെ തിരഞ്ഞെടുക്കാൻ ഒത്തുകൂടിയ ഗോത്രത്തലവന്മാർ അറബ്ഗോത്രസം സ്കാരപ്രകാരം അബൂബക്കറിനോട് കൂറ് പ്രഖ്യാപിച്ചു. അബൂബക്കറും അദ്ദേഹത്തിനു ശേഷം ഭരണം നടത്തിയ ഉമ്മർ ഇബ്നു അൽ-ഖത്താ ബ്, ഉസ്മാൻ ഇബ്നു അഫ്ഫാൻ, അലി ഇബ്നു അബുത്താലിബ് എന്നി വരുമാണ് 'സന്മാർഗത്തിലൂടെ നയിക്കപ്പെട്ട ഖലീഫമാർ' (അൽ-ഖുലാഫ അർ-റാശിദുൻ) എന്നറിയപ്പെടുന്നത്. നാലുപേരും മുഹമ്മദിന്റെ അടുത്ത സഹപ്രവർത്തകരും ബന്ധുക്കളും ആയിരുന്നു.

ഖലീഫ അബൂബക്കർ

അബൂബക്കറിന്റെ ചുരുങ്ങിയ ഭരണകാലം മുഴുവനും (632-634) ഇസ്ലാമതം ഉപേക്ഷിച്ച ഗോത്രങ്ങൾക്കെതിരെ യുദ്ധം ചെയ്യേണ്ടിവന്നു. മുഹമ്മദിന്റെ കാലത്ത് ഇസ്ലാംമതം സ്വീകരിച്ച അനേകം ഗോത്രങ്ങൾ മുഹമ്മദിന്റെ മരണശേഷം ഇസ്ലാംമതം ഉപേക്ഷിച്ച് തങ്ങളുടെ പഴയ ബഹുദൈവവിശ്വാസത്തിലേക്ക് തിരിച്ചുപോയി. മറ്റു ചിലർ 'കപട പ്രവാ ചകരുടെ' പിന്നാലെ പോയെന്നാണ് മുസ്ലിം ചരിത്രകാരന്മാർ രേഖപ്പെ

ടുത്തിയിട്ടുള്ളത്. യമൻ, യമാമ, ഉമാൻ എന്നീ പ്രദേശങ്ങളിലെ ഗോത്രങ്ങൾ മദീനയിലെ ഭരണാധികാരിയായ മുഹമ്മദിന് സക്കാത്ത് (നികുതി) കൊടുക്കാൻ മടികാണിച്ചിരുന്നു. ഹിജാസ് അറേബ്യക്കു മേൽ ആധിപത്യം ഉറപ്പിക്കുന്നതിലുള്ള പ്രതിഷേധം മദീന ഭരണാധികാരി ചുമത്തിയ നികുതി നിഷേധിക്കുന്നതിലൂടെയാണ് പ്രകടിപ്പിച്ചത്.

ഒരു ഗോത്രം ഇസ്ലാംമതം ഉപേക്ഷിച്ചാൽ ഇസ്ലാമിക രാഷ്ട്രത്തിൽ നിന്നും വിഘടിച്ചു പോയി എന്നാണ് ഖലീഫ അബൂബക്കർ മനസിലാക്കിയത്. അത് രാജ്യദ്രോഹക്കുറ്റമായിരുന്നു. ഗോത്രം ഉപേക്ഷിക്കുന്നവന് വധശിക്ഷ എന്നാണ് ഗോത്രനിയമം. മതം സ്വീകരിക്കാൻ നിർബന്ധം ചെലുത്തരുതെന്ന് *ഖുർആൻ* വചനങ്ങളിൽ പറയുന്നുണ്ട്.

"മതത്തിൽ നിർബന്ധമില്ല... (ഖു. 2.256) നിന്റെ നാഥൻ ഉദ്ദേശിക്കുന്ന പക്ഷം ഭൂമിയിലുള്ളവരെല്ലാം വിശ്വസിക്കുമായിരുന്നു അതുകൊണ്ട് വിശ്വസിക്കാൻ നീ അവരെ നിർബന്ധിക്കുമോ?" (ഖു. 10.99).

മറ്റു ചില വചനങ്ങളിലും മതവിശ്വാസം സ്വീകരിക്കാൻ നിർബന്ധം വേണ്ടെന്ന് പറയുന്നുണ്ട്. എന്നാൽ മതത്തിൽ ചേർന്നതിനു ശേഷം ഉപേക്ഷിച്ചു പോകുന്നത് കൂടുതൽ ഗൗരവത്തോടെയാണ് മുഹമ്മദ് കണ്ടത്.

> വല്ലവരും തന്റെ മതം വെടിയുകയും അവിശ്വാസിയായി മരണമടയുകയും ചെയ്തിട്ടുണ്ടെങ്കിൽ അവരുടെ പ്രവർത്തനങ്ങൾ ഇഹലോകത്തേക്കും പരലോകത്തേക്കും നിഷ്ഫലമായിക്കഴിഞ്ഞു. അവരാണ് നരകത്തിന്റെ ആളുകൾ. അവർ ശാശ്വതമായി അഗ്നിയിലായിരിക്കും (ഖു.2.217). മതം ഉപേക്ഷിക്കുന്നവന് അല്ലാഹുവിന്റെയും മലക്കുകളുടെയും മനുഷ്യരുടെയും ശാപം! (ഖു. 3.88) മതം സ്വീകരിച്ചതിനു ശേഷം ആരുടെയെങ്കിലും നിർബന്ധത്തിനു വഴങ്ങിയല്ലാതെ മതം ഉപേക്ഷിച്ചാൽ അല്ലാഹുവിന്റെ കോപം അവനുമേൽ പതിക്കും (ഖു. 16.106).

മുഹമ്മദിന് മതം രാഷ്ട്രം കൂടിയായിരുന്നു. മതവിശ്വാസികളെല്ലാം ഒരു ഉമ്മത്ത് (സമുദായം) ആണ്. ഗോത്രത്തിന്റെ മാതൃകയിലാണ് മുഹമ്മദ് ഉമ്മത്തിനെ വിഭാവനം ചെയ്തത്. ബുദ്ധൻ സംഘം രൂപവൽക്കരിച്ചത് ഗോതമ ഗോത്രസമിതിയുടെ മാതൃകയിലായിരുന്നുവെന്ന് ദേബിപ്രസാദ് ചതോപാധ്യായ ചൂണ്ടിക്കാണിച്ചത് ഒന്നാം അധ്യായത്തിൽ വിവരിച്ചല്ലോ. മുഹമ്മദിന്റെ മതരാഷ്ട്ര രൂപവൽക്കരണം അതിനു സമാനമാണ്. ഗോത്രം ഉപേക്ഷിച്ചു പോകുന്നത് ഗോത്രവ്യവസ്ഥയിൽ മരണശിക്ഷ അർഹിക്കുന്ന കുറ്റമാണ്. അതുകൊണ്ടാണ് മതം ഉപേക്ഷിക്കുന്നതിനെ *ഖുർആൻ* ഗൗരവതരമായ കുറ്റമായി കണ്ടതും ഒന്നാം ഖലീഫ അബൂബക്കർ തന്റെ ഹ്രസ്വമായ ഭരണകാലം മുഴുവൻ മതത്യാഗത്തിനെതിരെ യുദ്ധം (റിദ്ദയുദ്ധങ്ങൾ) നടത്തിയതും. അറേബ്യയെ മുഴുവൻ ഇസ്ലാം എന്ന മതരാഷ്ട്രത്തിൻകീഴിൽ കൊണ്ടുവന്നത് ഖലീഫ അബൂബക്കറായിരുന്നു.

അറേബ്യയുടെ തെക്കുഭാഗത്തുള്ള യമൻ, ഹദർമൗത്ത്, കിഴക്കു ഭാഗത്തുള്ള യമാമ, ഉമാൻ (ഒമാൻ) തുടങ്ങിയ പ്രദേശങ്ങളിലെ അറബ് ഗോത്രങ്ങൾ നബിയുടെ കാലത്ത് പൂർണമായി ഇസ്ലാമിലേക്ക് പരിവർത്തനം ചെയ്യുകയോ ഇസ്ലാമിക രാഷ്ട്രത്തിൻകീഴിലാകുകയോ ചെയ്തിരുന്നില്ല. തയ്യ്അ, ഖത്തഫാൻ, ബനു ഹനീഫ തുടങ്ങിയ ഗോത്രങ്ങൾക്ക് അവരുടെ സ്വന്തം പ്രവാചകരുണ്ടായിരുന്നു. ഖത്തഫാന്റെ പ്രവാചകൻ തൂൽഹത്ത് ആയിരുന്നു. ബനു ഹനീഫ ഗോത്രത്തിന്റെ പ്രവാചകൻ മസ്ലമയും. ബനു തമീം ഗോത്രത്തിൽ പ്രബോധനം നടത്തിയത് ഒരു പ്രവാചകയായിരുന്നു. മസ്ലമയും പ്രവാചകയായ സജാഹയും സഹകരിച്ച് പ്രവർത്തിക്കുകയും വിവാഹിതരാകുകയും ചെയ്തു. ദക്ഷിണ അറേബ്യയിലെ ഹദർമൗത്ത്, യമൻ എന്നീ പ്രദേശങ്ങളിൽ സ്വാധീനം ചെലുത്തിയത് അൽ-അസ്വദ് എന്ന പ്രവാചകനായിരുന്നു. ഈ പ്രവാചകരും അവരുടെ ഗോത്രങ്ങളും അവരവരുടെ സ്വന്തം മതങ്ങളിൽ തുടർന്നതല്ലാതെ മുഹമ്മദിന്റെ മതമോ ഭരണനേതൃത്വമോ സ്വീകരിക്കുകയുണ്ടായില്ല. അറേബ്യൻ ഉപദ്വീപിനെ മുഴുവൻ തന്റെ ഭരണത്തിൻകീഴിലാക്കാനും എല്ലാ അറബ് ഗോത്രങ്ങളെയും ഇസ്ലാമിലേക്ക് പരിവർത്തനം ചെയ്യിക്കാനും മുഹമ്മദ് ലക്ഷ്യമിട്ടിരുന്നു. മുഹമ്മദിന്റെ സ്വപ്നം സൈനികനടപടികളിലൂടെ സാക്ഷാൽക്കരിച്ചത് അബൂബക്കറാണ്. യുദ്ധങ്ങൾ വിജയത്തിലെത്തിച്ചതാകട്ടെ ഖാലിദ് ഇബ്നു അൽ-വാലിദ് എന്ന സർവസൈന്യാധിപനും ഒന്നുകിൽ കിഴടങ്ങുകയും ഇസ്ലാമതം സ്വീകരിച്ച് ഇസ്ലാമിക ഭരണത്തിൻകീഴിലാകുകയും ചെയ്യുക അല്ലെങ്കിൽ മരണം വരെ യുദ്ധം ചെയ്യുക എന്ന ശാസനയാണ് ഖലീഫ അബൂബക്കറും സർവസൈന്യാധിപനായ ഖാലിദും ഗോത്രങ്ങൾക്കും പ്രവാചകർക്കും നൽകിയത്. ഖാലിദ് ഗോത്രങ്ങളെ ഒന്നൊന്നായി ആക്രമിച്ച് കീഴടക്കുകയും അവരുടെ പ്രവാചകരെ കൊന്നൊടുക്കുകയും ചെയ്തു. ഏറ്റവും ശക്തമായ ചെറുത്തുനിൽപ്പ് സംഘടിപ്പിച്ചത് മസ്ലമയാണെന്ന് മുസ്ലിം ചരിത്രകാരന്മാർ പറയുന്നു.

മുഹമ്മദ് സ്ഥാപിച്ച ഇസ്ലാമിക രാഷ്ട്രത്തിൽ തലക്കരം അഥവാ മതനികുതി കൊടുത്തുകൊണ്ട് ജീവിക്കാനും അവരവരുടെ മതങ്ങളിൽ തുടരാനും ജൂതർക്കും ക്രിസ്ത്യാനികൾക്കും മുഹമ്മദ് അനുവാദം നൽകിയതുപോലെ അബൂബക്കറും നൽകി. അറേബ്യൻ ഉപദ്വീപാകെ ഇസ്ലാമിക ഭരണത്തിൻകീഴിലാക്കാനും മതപരിവർത്തനം ചെയ്യാത്ത ബഹുദൈവവിശ്വാസികളെ കീഴടക്കി പരിവർത്തനം ചെയ്യിക്കാനും അബൂബക്കറിനു കഴിഞ്ഞു.

ഖലീഫ ഉമർ

തനിക്കുശേഷം മുഹമ്മദിന്റെ സഹാബികളിൽ ഒരാളായ ഉമ്മർ ഇബ്നു അൽ-ഖത്താബ് അധികാരമേൽക്കണമെന്ന് അബൂബക്കർ നാമനിർദേശം ചെയ്തിരുന്നു. നബിയുടെ ഉറ്റ സുഹൃത്തുക്കളും സഹപ്ര

വർത്തകരും (അസ്ഹാബികൾ) ആയിരുന്നവരുടെ ആലോചനസമിതി (അൽ-ശുറ) ഉമറിനെ ഭരണാധികാരിയായി തിരഞ്ഞെടുത്തു. ഉമ്മർ ഖലീഫത്ത് ഖലീഫത്ത് റസൂലുല്ലാഹ് (അല്ലാഹുവിന്റെ ദൂതന്റെ പ്രതിനിധിയുടെ പ്രതിനിധി) എന്ന സ്ഥാനമാണ് സ്വീകരിച്ചത്. അത് ദീർഘമായതിനാൽ ഖലീഫ എന്നാണ് എല്ലാവരും സംബോധന ചെയ്തത്. പിൽക്കാലത്ത് പടയോട്ടങ്ങൾ നടത്താൻ തുടങ്ങിയപ്പോൾ വിശ്വാസികളുടെ സേനാനായകൻ (അമീറുൽ മുഅ്മിനീൻ) എന്ന പദവികൂടി ഉമ്മർ സ്വയം സ്വീകരിച്ചു.

ഖലീഫ ഉമ്മർ 634 മുതൽ 644 വരെയുള്ള പത്തുവർഷക്കാലം തുടർച്ചയായി നടത്തിയ പടയോട്ടങ്ങളിലൂടെ അതിവിശാലമായ അറബ് സാമ്രാജ്യം സ്ഥാപിച്ചു. പേർഷ്യൻ സാമ്രാജ്യത്തിന്റെ ഇറാഖ് മുതൽ അർമീനിയ വരെയുള്ള പ്രദേശങ്ങളും ബൈസാന്റിയം സാമ്രാജ്യത്തിന്റെ സിറിയ, പാലസ്തീൻ, ഈജിപ്ത് എന്നീ പ്രവിശ്യകളും ഉമ്മറിന്റെ സൈന്യങ്ങൾ പിടിച്ചടക്കി. അലക്സാണ്ഡ്രിയ കീഴടക്കിയപ്പോൾ അവിടെയുണ്ടായിരുന്ന വലിയ ഗ്രന്ഥശാലയിലെ ഗ്രന്ഥങ്ങളെല്ലാം തീയിടാൻ ഉമ്മർ ഉത്തരവു നൽകിയെന്ന് ചില മുസ്ലിം ചരിത്രകാരന്മാർ എഴുതിയത് അടിസ്ഥാനരഹിതമാണെന്ന് ഫിലിപ്പ് കെ ഹിറ്റി പറയുന്നു.

ഖലീഫയുടെ ഉത്തരവ് അനുസരിച്ച് നഗരത്തിലെ അനേകം കുളിപ്പുരകളിൽ ആറുമാസക്കാലം വെള്ളം ചൂടാക്കാൻ തീ കത്തിക്കുന്നതിനായി ഗ്രന്ഥശാലയിലെ ഗ്രന്ഥങ്ങൾ സൈന്യാധിപനായ അമർ നൽകിയെന്ന കഥ ഒരു നല്ല കഥയാകും. പക്ഷേ, ചീത്ത ചരിത്രമാണത്. മഹാനായ ടോളമിയുടെ വലിയ ഗ്രന്ഥശാല പൊതുവർഷത്തിനു മുമ്പ് നാൽപ്പത്തിയെട്ടിൽ ജൂലിയസ് സീസറാണ് തീയിട്ടത്. പുരാതന ഗ്രന്ഥശാലയുടെ പുത്രികാഗ്രന്ഥശാലയെന്ന പേരിൽ നിർമിച്ചതും പൊതുവർഷം 389ൽ തീയോഡോഷ്യസ് ചക്രവർത്തിയുടെ ഉത്തരവനുസരിച്ച് നശിപ്പിച്ചു. അറബികൾ അലക്സാണ്ഡ്രിയ കീഴടക്കുമ്പോൾ അവിടെ പറയത്തക്ക വിധത്തിലുള്ള ഗ്രന്ഥശാലയൊന്നുമുണ്ടായിരുന്നില്ല. സമകാലിക ചരിത്രകാരന്മാരൊന്നും ഖലീഫ ഉമ്മറിനോ സേനാനായകൻ അമറിനോ എതിരായി ഇത്തരമൊരാരോപണം ഉന്നയിച്ചിരുന്നില്ല. ഹിജറ വർഷം 629ൽ (പൊതുവർഷം 1231) അന്തരിച്ച അബ്ദൽ ലത്തീഫ് ബാഗ്ദാദി എന്ന ചരിത്രകാരനാണ് ആദ്യമായി ഇക്കഥ പറഞ്ഞതെന്ന് തോന്നുന്നു. എന്തിനാണ് അയാൾ ഇങ്ങനെ പറഞ്ഞതെന്ന് നമുക്കറിഞ്ഞുകൂടാ. എന്തായാലും അയാൾ പറഞ്ഞ കഥ പിൽക്കാല ചരിത്രകാരന്മാർ പെരുപ്പിച്ച് പകർത്തുകയും വ്യാപകമായി പ്രചരിപ്പിക്കുകയും ചെയ്തു.[2]

തിയോഡോഷ്യസ് ചക്രവർത്തി ഗ്രന്ഥാലയം കത്തിച്ചതിനു ശേഷം വീണ്ടും അവിടെ ഗ്രന്ഥശാല സ്ഥാപിച്ചിരിക്കാം. അതിലെ ഗ്രന്ഥങ്ങൾ കത്തിക്കാൻ ഖലീഫ ഉമ്മർ ഉത്തരവ് നൽകിയിരിക്കാം. ഇസ്ലാമിന്റെ

2. *History of the Arabs* by Philp K Hitti, Page 166

'നേട്ടത്തെ' പെരുപ്പിച്ച് കാണിക്കാനായിരിക്കണം അബ്ദൽ ലത്തീഫ് ബാഗ്ദാദിയും പിന്മുറക്കാരായ ചരിത്രകാരന്മാരും ആറുമാസക്കാലത്തോളം അലക്സാണ്ഡ്രിയയിലെ കുളിപ്പുരകളിലെ അടുപ്പുകളിൽ കത്തിച്ചാണ് ഗ്രന്ഥങ്ങളുടെ കഥ കഴിച്ചതെന്ന് എഴുതിയത്. പേർഷ്യ കീഴടക്കിയപ്പോൾ അവിടത്തെ ഗ്രന്ഥങ്ങളും നശിപ്പിക്കാൻ ഉമ്മർ കൽപ്പിച്ചുവെന്ന് പതിനാലാം നൂറ്റാണ്ടിലെ മുസ്ലിം ചരിത്രകാരനായ ഇബ്നു ഖൽദൂൻ (1332 -1407) തന്റെ വിഖ്യാതമായ *മുഖദ്ദിമ* എന്ന ചരിത്രഗ്രന്ഥത്തിൽ എഴുതിയിട്ടുണ്ട്.

നമുക്ക് ലഭിച്ചിട്ടില്ലാത്ത അറിവുകൾ നമുക്ക് ലഭ്യമായതിനെക്കാൾ എത്രയോ കൂടുതലായിരിക്കും! പേർഷ്യ കീഴടക്കിയപ്പോൾ നശിപ്പിക്കുവാൻ ഉമ്മർ (റ) കൽപ്പിച്ച പേർഷ്യൻ ശാസ്ത്രങ്ങളെവിടെ?[3]

മനുഷ്യവംശത്തിനാവശ്യമായ എല്ലാ ജ്ഞാനവും അല്ലാഹുവിന്റെ ഗ്രന്ഥമായ *ഖുർആനിൽ* ഉണ്ടെന്നാണ് വിശ്വാസികളുടെ അവകാശവാദം! ഇതിനെ പിന്തുടർന്നാണ് മറ്റു വിജ്ഞാന ഗ്രന്ഥങ്ങൾ ഇനി ആവശ്യമില്ല എന്ന വിജ്ഞാനവിരുദ്ധചിന്തയിൽ ചിലർ എത്തിയത്. ഈ ധാരണയുടെ അടിസ്ഥാനത്തിൽ ഖലീഫ ഉമ്മർ ഗ്രന്ഥങ്ങൾ നശിപ്പിച്ചിരിക്കാമെന്ന് *മുഖദ്ദിമ*യുടെ പരിഭാഷകനും അഭിപ്രായപ്പെടുന്നു. അദ്ദേഹം അടിക്കുറിപ്പിൽ എഴുതി:

> പേർഷ്യ കീഴടക്കിയപ്പോൾ സഅദ് യുദ്ധത്തിൽ പിടിച്ച ധനങ്ങളുടെ കൂട്ടത്തിൽ കൊട്ടാരത്തിലുണ്ടായിരുന്ന ഗ്രന്ഥങ്ങൾ ഖലീഫ ഉമ്മർ നശിപ്പിച്ചു കളഞ്ഞ സംഭവത്തെയാണ് ഇബ്നു ഖൽദൂൻ ഇവിടെ സ്പർശിച്ചിട്ടുള്ളത്. അലക്സാണ്ഡ്രിയ നഗരത്തിന്റെ കാര്യത്തിലും ഇങ്ങനെ റിപ്പോർട്ടുണ്ട്. ഉമറിനെപ്പോലെ വിജ്ഞാനദാഹിയായ ഒരു മഹാൻ ഒരിക്കലും ഇങ്ങനെ കൽപ്പിച്ചിരിക്കാൻ ഇടയില്ല എന്നു ഗിബ്ബൻ *Decline and Fall of the Roman Empire* ന്റെ 50-ാം അധ്യായത്തിൽ സ്ഥാപിക്കുന്നുണ്ട്. ഏതായാലും മിക്ക മുസ്ലിം ചരിത്രകാരന്മാരും ഈ സംഭവം റിപ്പോർട്ട് ചെയ്തിട്ടുണ്ട്. പ്രാരംഭ ദശയിൽ ഇസ്ലാം മതത്തിന്റെ പരിശുദ്ധി സൂക്ഷിക്കുക എന്നതാണ് ആദ്യകാല നേതാക്കളുടെ കർത്തവ്യം.[4]

ഉമ്മർ വിജ്ഞാനദാഹിയായിരുന്നു എന്നതിന് ചരിത്രപരമായ തെളിവില്ല. മനുഷ്യവംശത്തിനാവശ്യമായ എല്ലാ ജ്ഞാനവും പ്രപഞ്ച സ്രഷ്ടാവായ അല്ലാഹു തന്റെ ദൂതനിലൂടെ അവതരിപ്പിച്ച *ഖുർആനിൽ* ഉണ്ടെന്നുള്ള വിശ്വാസം മുസ്ലിങ്ങൾ വച്ചുപുലർത്തുന്നുണ്ട്. ഈ സാഹചര്യത്തിൽ പിടിച്ചടക്കിയ ദേശങ്ങളിലെ ഗ്രന്ഥശാലകളിൽ കണ്ട ഗ്രന്ഥങ്ങൾ നശിപ്പിച്ചു കളയാൻ ഉമ്മർ ഉത്തരവിട്ടിരിക്കാൻ സാധ്യതയുണ്ട്.

---

3. അബ്ദ് അർ-റഹ്മാൻ ഇബ്നു ഖൽദൂൻ, മുഖദ്ദിമ പരിഭാഷ മുട്ടാണിശ്ശേരിൽ എം കോയക്കുട്ടി (*മാതൃഭൂമി* പ്രസിദ്ധീകരണം), പുറം 46
4. അതേ പുസ്തകം, പുറം 64

സൈനിക വിജയങ്ങളുടെ ഉത്തുംഗതയിലെത്തി നിൽക്കുമ്പോഴാണ് പേർഷ്യക്കാരനായ ഒരു അടിമ ഉമ്മറിനെ കുത്തിക്കൊന്നത്. ഫിറോസ് എന്ന പേർഷ്യക്കാരനെ യുദ്ധത്തടവുകാരനായി പിടിച്ച് അടിമച്ചന്തയിൽ വിറ്റതായിരുന്നു. അറേബ്യയുടെ മണ്ണിൽ അവിശ്വാസികൾ ആരും തന്നെ പാടില്ലെന്നായിരുന്നു ഉമ്മറിന്റെ കൽപ്പന. ഫിറോസ് വിദഗ്ധനായ ഒരു കൈവേലക്കാരനായിരുന്നു. ഫിറോസിനെ വിലയ്ക്കു വാങ്ങിയ മദീനക്കാരൻ അയാളെക്കൊണ്ട് കൈത്തൊഴിൽ ചെയ്യിച്ച് ലാഭമുണ്ടാക്കാനായി മദീനയിൽ തന്നെ താമസിപ്പിക്കുവാൻ ഖലീഫയുടെ പ്രത്യേകാനുമതി വാങ്ങി. പേർഷ്യക്കാരെ അടിമകളാക്കിയതിന് പകപോക്കാനായിരുന്നു ഫിറോസ് ഉമ്മറിനെ കഠാരകൊണ്ട് കുത്തി മുറിവേൽപ്പിച്ചത്. മരണശയ്യയിൽ കിടക്കുമ്പോൾ തന്റെ പിൻഗാമിയായി നബിയുടെ സഹാബിമാരിൽ ഏറ്റവും പ്രായം കൂടിയ ഉസ്മാൻ ഇബ്നു അഫ്ഫാനെ ഖലീഫയാക്കണമെന്ന് ഉമ്മർ നിർദേശിച്ചു. ഉമ്മറിന്റെ നിർദേശാനുസരണം അൽ-ശൂറ (ആലോചനാസമിതി) ഉസ്മാനെ മൂന്നാമത്തെ ഖലീഫയായി തിരഞ്ഞെടുത്തു.

ഖലീഫ ഉസ്മാൻ

ഉസ്മാന്റെ ഭരണകാലത്താണ് പേർഷ്യയുടെ വടക്കുഭാഗങ്ങളും അസർബൈജാനും കീഴടക്കിയത്. ഉമ്മയ്യ കുടുംബത്തിൽപ്പെട്ട അദ്ദേഹത്തിന്റെ സ്വജനപക്ഷപാതം അതിർ കവിഞ്ഞതായിരുന്നു. പ്രവാചകന്റെ കേട്ടെഴുത്തുകാരനായിരുന്ന അബ്ദല്ലയെ സ്വന്തം ദത്തു സഹോദരൻ എന്ന പരിഗണനയിൽ ഈജിപ്തിലെ ഖജനാവിന്റെ ചുമതലക്കാരനായി നിയമിച്ചത് വിശ്വാസികളെ ക്ഷുബ്ധരാക്കി. കാരണം മുഹമ്മദ് നബി മക്ക കീഴടക്കിയ സമയത്ത് ഇസ്ലാമിനു അനഭിമതനായി പ്രഖ്യാപിച്ച പത്തു പേരിൽ ഒരുവനായിരുന്നു അബ്ദല്ല. മുഹമ്മദിന്റെ കേട്ടെഴുത്തുകാരനായിരുന്ന അബ്ദല്ല *ഖുർആൻ* വചനങ്ങളിൽ സ്വന്തമായ തിരുകിക്കയറ്റലുകൾ നടത്തിയെന്ന് സംശയിച്ചാണ് നബി അബ്ദല്ലയെ പിരിച്ചയച്ചതും അനഭിമതനായി പ്രഖ്യാപിച്ചതും. ഉസ്മാന്റെ ഒരു അർധ സഹോദരനെ കൂഫയിലെ ഗവർണറായി നിയമിച്ചു. ഈ നിയമനവും മുസ്ലിങ്ങളെ പ്രകോപിപ്പിച്ചു. കാരണം ഇയാൾ മുഹമ്മദ്നബിയുടെ നേരെ നോക്കി തുപ്പിയ ആളായിരുന്നുവത്രെ. ഖലീഫ സ്ഥാനം മോഹിച്ചിരുന്ന തൽഹത്, സുബൈർ എന്നീ ഖുറൈശി കുലീനരുടെ നേതൃത്വത്തിൽ ചിലർ ഉസ്മാനെതിരെ കലാപത്തിന് കോപ്പുകൂട്ടി. ഹിജാസിനു പുറത്ത് കുഫയിലും അലക്സാണ്ഡ്രിയയിലും അവർക്ക് പിന്തുണക്കാർ ഉണ്ടായിരുന്നു. അലിയുടെ പക്ഷക്കാരായ ചിലർ അലക്സാണ്ഡ്രിയയിൽ വച്ച് ഗൂഢാലോചന നടത്തി ഉസ്മാനെ വധിക്കാനായി മദീനയിൽ വന്നു. തൊണ്ണൂറുകാരനായ ഖലീഫ നിസ്കരിച്ചുകൊണ്ടിരിക്കുമ്പോഴായിരുന്നു കൊല നടത്തിയത്. ഉമ്മറിനെ വധിച്ചത് അവിശ്വാസിയായ ഒരു അടിമ ആയിരുന്നെങ്കിൽ ഖലീഫ ഉസ്മാന്റെ രക്തം ചിന്തിയത് മുസ്ലിങ്ങൾ തന്നെ ആയിരുന്നു.

ഖലീഫ അലി

656ൽ ഉസ്മാന്റെ വധത്തെത്തുടർന്ന് അലിയെ ഖലീഫയായി തിരഞ്ഞെടുത്തു. അലിയുടെ ഭരണകാലം ആദ്യം മുതൽ അവസാനം വരെ കലാപകലുഷിതമായിരുന്നു. ആദ്യത്തെ കലാപം നടന്നത് ഖുറൈശി കുലീനരായ തൽഹത് സുബൈർ എന്നിവരുടെ നേതൃത്വത്തിൽ കൂഫ നഗരത്തിലായിരുന്നു. കലാപകാരികളോടൊപ്പം ചേരാൻ മുഹമ്മദ് നബിയുടെ വിധവ അയിശ കൂഫയിലെത്തി. അയിശയെ വിവാഹം ചെയ്യുമ്പോൾ മുഹമ്മദ് നബിക്ക് അമ്പതും അയിശയ്ക്ക് ഒമ്പതും വയസായിരുന്നു. മുഹമ്മദ് യുദ്ധത്തിനു പോകുമ്പോഴൊക്കെ അയിശയെയും കൂട്ടാറുണ്ടായിരുന്നു. അത്തരമൊരു സന്ദർഭത്തിൽ അയിശ ഒരു സൈനികനുമായി അവിഹിതവേഴ്ച നടത്തിയെന്ന അപവാദമുണ്ടായി. നബിയുടെ പിതൃവ്യപുത്രനും ജാമാതാവുമായ അലി അയിശയെ ഉപേക്ഷിക്കാൻ ഉപദേശിക്കുകയാണ് ചെയ്തത്. ഒടുവിൽ അല്ലാഹു തന്നെ അയിശയുടെ രക്ഷയ്ക്കെത്തിയെന്നാണ് പറയപ്പെടുന്നത്. അയിശ നിരപരാധിയാണെന്ന് അല്ലാഹു തന്നോട് വ്യക്തമാക്കിയെന്നാണ് മുഹമ്മദ് അവകാശപ്പെട്ടത്. മാന്യസ്ത്രീകൾക്കെതിരെ അടിസ്ഥാനരഹിതമായ ആരോപണം ഉന്നയിക്കുന്നവർക്ക് എൺപത് വീതം അടി ശിക്ഷയായി നൽകണമെന്ന് അനുശാസിക്കുന്ന *ഖുർആൻ* വചനം (ഖു.24.4) മുഹമ്മദ് നബി അവതരിപ്പിച്ചത് ഈ സന്ദർഭത്തിലായിരുന്നു. അലിയുടെ അന്നത്തെ അവിവേകത്തിനുള്ള പകപോക്കൽ ആയിരുന്നു അയിശയുടെ കലാപം. കലാപം അടിച്ചമർത്തപ്പെട്ടു. സുബൈറിനെയും തൽഹതിനെയും വധിച്ചു. വിശ്വാസികളുടെ മാതാവ് (ഉമ്മുൽ മുഅ്മിനീൻ) എന്ന സ്ഥാനമുള്ള അയിശയെ അവരർഹിക്കുന്ന ബഹുമാനാദരങ്ങളോടെ മദീനയിലെത്തിച്ചു.

സാമ്രാജ്യത്തിന്റെ ഭരണനിർവഹണം കാര്യക്ഷമമാക്കാൻ ഖലീഫ അലി തലസ്ഥാനം കൂഫയിലേക്ക് മാറ്റി. പ്രവിശ്യാ ഗവർണർമാരെ മാറ്റി തൽസ്ഥാനങ്ങളിൽ പുതിയ ഗവർണർമാരെ നിയമിച്ചു. സിറിയയിലെ ഗവർണരായ മുആവിയ അലിയുടെ ഉത്തരവനുസരിച്ച് സ്ഥാനമൊഴിഞ്ഞില്ല. മുആവിയയുടെ കുടുംബത്തിൽപ്പെട്ട മൂന്നാം ഖലീഫ ഉസ്മാന്റെ കൊലയ്ക്ക് പകപോക്കാൻ അവകാശമുള്ള ആൾ എന്ന നിലയ്ക്കാണ് മുആവിയ അലിക്കെതിരെ രംഗത്ത് വന്നത്. ഒന്നുകിൽ അലി ഉസ്മാന്റെ കൊലയാളികളെ കണ്ടുപിടിച്ചു ശിക്ഷിക്കണം. അല്ലെങ്കിൽ കൊലയിൽ തനിക്ക് പങ്കുണ്ടെന്ന് സമ്മതിച്ച് ഖലീഫ സ്ഥാനം ഉപേക്ഷിക്കണം. ഇതായിരുന്നു മുആവിയ മുന്നോട്ടുവച്ച ആവശ്യം. അല്ലാഹുവിന്റെ ഖലീഫയുടെ ഖലീഫയായി തിരഞ്ഞെടുക്കപ്പെട്ട് നിയമാനുസൃതം അവരോധിക്കപ്പെട്ട ഉസ്മാന്റെ വധത്തിൽ പങ്കാളിയായ ഒരാൾക്ക് ഖലീഫയായി തുടരാൻ അർഹതയില്ലെന്നായിരുന്നു മുആവിയയുടെ വാദം. ഡമാസ്കസ് പള്ളിയിൽ ഒരു വെള്ളിയാഴ്ച നടന്ന ജുംഅ നിസ്കാരത്തിനു ശേഷം ഉസ്മാന്റെ രക്തം പുരണ്ട വസ്ത്രം ഉയർത്തിപ്പിടിച്ചുകൊണ്ടായിരുന്നു മുആവിയയുടെ പ്രസംഗം. വിശ്വാസികൾ മുആവിയ പറഞ്ഞത് ശരിവച്ചു.

മുആവിയയും അലിയും തമ്മിലുള്ള തർക്കം യഥാർഥത്തിൽ ഇസ്ലാം എന്ന മതരാഷ്ട്രത്തിൽ വളർന്നുകൊണ്ടിരുന്ന രണ്ടു വിഭാഗങ്ങൾ തമ്മിലുള്ള തർക്കമായിരുന്നു. ഒരു വിഭാഗത്തിന്റെ ആസ്ഥാനം കുഫയും മറുവിഭാഗത്തിന്റേത് ഡമാസ്കസുമായിരുന്നു. തർക്കം സൈനികസംഘട്ടനത്തിലെത്തി. രണ്ടു സൈന്യങ്ങളും യൂഫ്രട്ടീസ് നദിക്കരയിലുള്ള സിഫ്ഫീൻ സമതലത്തിൽ ഏറ്റുമുട്ടി. അലിയുടെ സൈന്യം വിജയിക്കും എന്നായപ്പോൾ മുആവിയുടെ സേനാനായകൻ അമർ ഇബ്നു അൽ-ആസ് ഒരു കൗശലം പ്രയോഗിച്ചു. *ഖുർആന്റെ* പ്രതി കുന്തത്തിൽ കെട്ടി വച്ച് ഉയർത്തിക്കാണിച്ചു. അല്ലാഹുവിന്റെ തീരുമാനത്തിനു വിടാമെന്നായിരുന്നു സൂചന. ഇത് തള്ളിക്കളയാൻ വിശ്വാസികളായ സൈനികർക്കും സേനാനായകർക്കും സാധ്യമല്ല. അലിയും മുആവിയയും തമ്മിലുള്ള തർക്കം പണ്ഡിത സദസിന്റെ മധ്യസ്ഥതയിൽ തീർക്കാൻ തീരുമാനിച്ചു. അലിക്കുവേണ്ടി വാദിക്കാൻ അബു മൂസ അൽ-അശ്അരി എന്ന മത പണ്ഡിതനെ ചുമതലപ്പെടുത്തി. മുആവിയക്ക് വേണ്ടി കൗശലക്കാരനായ അമർ ഇബ്നു അൽ-ആസ് തന്നെ വാദിച്ചു. രണ്ടു വക്താക്കൾക്കും എന്തു തീരുമാനം എടുക്കാനും രേഖാമൂലമുള്ള അനുവാദമുണ്ടായിരുന്നു. 659ൽ നടന്ന മധ്യസ്ഥതാസദസിൽ എന്താണു സംഭവിച്ചതെന്ന് വസ്തുനിഷ്ഠമായി ഇന്നു പറയാനാവില്ല. കാരണം ഇസ്ലാമിലെ ശിയ വിഭാഗക്കാർ അലിയെയും സുന്നികൾ മുആവിയയെയും ന്യായീകരിക്കുന്ന വിധത്തിലാണ് കാര്യങ്ങൾ രേഖപ്പെടുത്തിയിട്ടുള്ളത്. വാദപ്രതിവാദം ആരംഭിക്കുന്നതിനു മുമ്പ് അലിയും മുആവിയയും അവരവരുടെ സ്ഥാനം ഒഴിയണമെന്നും മധ്യസ്ഥതാ തീരുമാനം അനുസരിച്ച് ഒരാൾ പിന്നീട് സ്ഥാനം ഏറ്റെടുക്കണമെന്നും പണ്ഡിതന്മാർ അഭിപ്രായപ്പെട്ടു. അതനുസരിച്ച് അലി ഖലീഫാസ്ഥാനം ഒഴിഞ്ഞതായി അബു മൂസ പ്രഖ്യാപിച്ചു. ഈ തക്കം നോക്കി മുആവിയ ഖലീഫയാണെന്ന് അമർ ഇബ്നു അൽ-ആസ് പ്രഖ്യാപിച്ചുവത്രെ. ഇത് വസ്തുതാപരമാണെന്ന് പറയാൻ കഴിയില്ലെന്നാണ് ചരിത്രപണ്ഡിതരുടെ അഭിപ്രായം. വസ്തുതകൾ അടങ്ങുന്ന ചരിത്രരേഖകൾ അലിയോട് പക്ഷപാതവും ബനു ഉമയ്യ രാജവംശത്തോട് (Omayyads) ശത്രുതയും പുലർത്തിയിരുന്ന അബ്ബാസിയ ഖലീഫമാരുടെ കാലത്ത് നശിപ്പിച്ചിരിക്കാൻ സാധ്യതയുണ്ട്. രണ്ടുപേരും സ്ഥാനത്യാഗം ചെയ്യണമെന്ന നിർദേശം തന്നെ അലിക്ക് പ്രതികൂലമായിരുന്നു എന്നാണ് ചരിത്രകാരൻ ഫിലിപ്പ് കെ ഹിറ്റിയുടെ അഭിപ്രായം. കാരണം അലി നിയമാനുസൃതമുള്ള ഖലീഫയായിരുന്നു. മുആവിയയാകട്ടെ ഒരു പ്രവിശ്യാ ഗവർണറും.[5] ഖലീഫയുടെ സ്ഥാനവുമായി പ്രവിശ്യാ ഗവർണറുടേത് താരതമ്യം ചെയ്യാനാവുകയില്ല. മധ്യസ്ഥതാസദസിന്റെ തീരുമാനപ്രകാരം ആമുവിയയെ ഖലീഫയായി പ്രഖ്യാപിച്ചെങ്കിലും 661ൽ അലി കൊല്ലപ്പെടുന്നതുവരെ ഇസ്ലാമിക സാമ്രാ

5. *History of the Arabs* by Philp K Hitti, Page 240

ജ്യത്തിലെ എല്ലാ വിഭാഗങ്ങളുടെയും അംഗീകാരം നേടാൻ ആമുവിയയ്ക്ക് കഴിഞ്ഞില്ല.

മാധ്യസ്ഥ്യം അലിക്ക് വലിയ നഷ്ടമാണ് വരുത്തിയത്. വിശ്വാസികളിൽ ഒരു വിഭാഗത്തിന്റെ പിന്തുണ നഷ്ടപ്പെടുക മാത്രമല്ല അലിയുടെ കൊലപാതകത്തിൽ കലാശിക്കുകയും ചെയ്തു. ഒരു വിഭാഗം വിശ്വാസികൾ മാധ്യസ്ഥ്യം അംഗീകരിച്ചില്ല. ഇവർ ഖവാരിജുകൾ (പുറത്തുപോയവർ) എന്നറിയപ്പെടാൻ തുടങ്ങി. കാരണം അവർ ആദ്യം അലിയുടെ കക്ഷിയിൽ നിന്നും പിന്നെ മുആവിയയെ പിന്തുണയ്ക്കുന്നവരുടെ കൂട്ടത്തിൽ നിന്നും പുറത്തുപോയി. തർക്കത്തിൽ വിധി പറയാൻ മാധ്യസ്ഥ്യം പാടില്ലെന്നായിരുന്നു അവരുടെ വാദം. കാരണം *ഖുആനിൽ* (12.67) ലാ ഹുക്മ ഇല്ലാ ലില്ലാഹ് (അല്ലാഹുവിനല്ലാതെ മറ്റാർക്കും ആജ്ഞാധികാരം ഇല്ല) എന്ന് പറഞ്ഞിട്ടുണ്ടെന്നായിരുന്നു അവരുടെ വാദം. അലിയുടെ അന്ത്യം വരെ ഖവാരിജുകൾ ഇടയ്ക്കിടെ അലിക്കെതിരെ കലാപം നടത്തി. അബ്ദ് അർ-റഹിമാൻ മുൽജാം എന്ന ഖവാരിജ് പക്ഷക്കാരാണ് പൊതുവർഷം 661ൽ അലിയെ കൊലപ്പെടുത്തിയത്. കലാപം നടത്തിയ തന്റെ ബന്ധുക്കളെ കൊന്നതിനുള്ള പകപോക്കലായിരുന്നു അത്. ശിയാ മുസ്ലിങ്ങൾ പിൽക്കാലത്ത് അലിയെ വലിയുല്ലാഹ് (അല്ലാഹുവിന്റെ സുഹൃത്ത്) എന്ന സ്ഥാനത്തേക്കുയർത്തി. മുഹമ്മദ് ഇസ്ലാം മതത്തിന്റെ പ്രവാചകനും അല്ലാഹുവിന്റെ ദൂതനുമാണ്. അലി അല്ലാഹുവിന്റെ സുഹൃത്തും രാജപ്രതിനിധിയുമാണ്. ഇതാണ് ശിയാമുസ്ലിങ്ങളുടെ വിശ്വാസപ്രമാണം. അലിയുടെ അന്ത്യത്തോടെ ഇസ്ലാമികസാമ്രാജ്യത്തിന്റെ ഒന്നാം ഘട്ടം അവസാനിച്ചു. ഈ ഘട്ടത്തെ റോമാസാമ്രാജ്യത്തിന്റെ റിപ്പബ്ലിക് ഘട്ടത്തോടാണ് ചരിത്രപണ്ഡിതർ താരതമ്യം ചെയ്യുന്നത്.

ബനു ഉമയ്യ രാജവംശം

മുആവിയ അധികാരമേറ്റ ഉടനെ അലിയുടെ അനുഭാവികളെന്ന് സംശയിക്കുന്ന ഗവർണർമാരെയും ഉദ്യോഗസ്ഥരെയും പുറത്താക്കി. തുടർന്ന് തന്റെ മകൻ സയീദ് തനിക്ക് ശേഷം ഖലീഫ ആയിരിക്കുമെന്ന് പ്രഖ്യാപിച്ചു. അങ്ങനെ ഇസ്ലാമിക സാമ്രാജ്യത്തിൽ രാജവംശത്തിന് തുടക്കം കുറിച്ചു. ബനുഉമയ്യ രാജവംശം തൊണ്ണൂറു വർഷക്കാലം (660 -750) ഇസ്ലാമിക സാമ്രാജ്യത്തിന്റെ ആധിപത്യം കൈയാളി. വിസ്തൃതിയിൽ റോമാസാമ്രാജ്യത്തെക്കാൾ വലുതായിരുന്നു. ആഫ്രിക്കൻ ഭൂഖണ്ഡത്തിന്റെ ഉത്തരഭാഗവും യൂറോപ്പിലെ പോർട്ടുഗലും സ്പെയിനും അടങ്ങുന്ന ഐബീരിയ ഉപദ്വീപും ഇന്ത്യൻ ഉപഭൂഖണ്ഡത്തിലെ സിന്ധ്, പഞ്ചാബ് പ്രവിശ്യകളും ഇസ്ലാമിക സാമ്രാജ്യത്തിന്റെ ഭാഗമായിത്തീർന്നു. *ഖുർആൻ* വചനങ്ങളും അല്ലാഹുവിന്റെ ദൂതനായ മുഹമ്മദിന്റെ ആദേശങ്ങളും അനുസരിച്ച് ഭരണം നടത്തുന്നു എന്ന അർഥത്തിൽ ദൈവാധിപത്യസാമ്രാജ്യം (Theocratic empire) ആയിരുന്നു. പ്രവിശ്യകളുടെ

ഭരണനിർവഹണം യഥാർഥത്തിൽ നടത്തിയിരുന്നത് മുമ്പ് റോമാ, പേർഷ്യാ സാമ്രാജ്യങ്ങളുടെ പ്രവിശ്യകളായിരുന്നപ്പോൾ ഉണ്ടായിരുന്ന നിയമവ്യവസ്ഥകളനുസരിച്ചും മുൻ സാമ്രാജ്യങ്ങളുടെ ഭരണഭാഷകൾ ഉപയോഗിച്ചും ആയിരുന്നു. ഖലീഫ അബ്ദുൾ മാലിക്കാണ് സാമ്രാജ്യത്തിന്റെ ഔദ്യോഗിക ഭാഷ അറബിയാക്കിയത്.[6]

ബനു ഉമയ്യ ഖലീഫമാരുടെ ഭരണശൈലി ഇസ്ലാമിനു നിരക്കുന്നതല്ലെന്ന് ശക്തമായ വിമർശനം ഉയർന്നുവന്നു. ഒന്നാമത്തെ കാരണം അവർ ക്രിസ്ത്യാനികളോടും ജൂതരോടും കർക്കശമായ നിലപാട് സ്വീകരിച്ചില്ല എന്നതാണ്. റോമയുടെ പ്രവിശ്യയായിരുന്ന സിറിയ പിടിച്ചടക്കി ഇസ്ലാമിക സാമ്രാജ്യത്തിന്റെ ഭാഗമാക്കിയെങ്കിലും അവിടെ നിലനിന്നിരുന്ന സുസംഘടിതവും വ്യവസ്ഥാപിതവുമായ ഭരണനിർവഹണവ്യവസ്ഥയും നിയമസംഹിതയും അതേപടി തുടരുകയാണ് ചെയ്തത്. റോമാ സാമ്രാജ്യത്തിന്റെ പല ഉദ്യോഗസ്ഥന്മാരെയും തൽസ്ഥാനങ്ങളിൽ തുടരാൻ ഖലീഫ മുആവിയ അനുവദിച്ചു. അവരെല്ലാം ക്രിസ്തുമത വിശ്വാസികളായി തുടരുകയും ചെയ്തു. റോമാസാമ്രാജ്യത്തിന്റെ അതിർത്തികളിൽ സ്ഥിരവാസമുറപ്പിച്ച അറബ്ഗോത്രങ്ങൾക്ക് റോമാ ചക്രവർത്തിമാർ ധനസഹായം നൽകിയിരുന്നു. നാടോടികളായ അറബികൾ സാമ്രാജ്യത്തിനകത്തേക്ക് അതിക്രമിച്ചു കടക്കാതെ ചെറുക്കുന്നതിനു കൊടുത്തിരുന്ന പ്രതിഫലമായിരുന്നു അത്. തലമുറകളായി സ്ഥിരവാസികളായിരുന്ന ഇവർ കൃഷിയിലൂടെ സാമ്പത്തികമായി അഭിവൃദ്ധി നേടുകയും ചെയ്തു. ഇവർ ക്രിസ്തുമതവിശ്വാസികളായിരുന്നു. സിറിയ ഇസ്ലാമിക സാമ്രാജ്യത്തിന്റെ ഭാഗമായി കഴിഞ്ഞിട്ടും അവർ ക്രിസ്ത്യാനികളായിത്തന്നെ തുടർന്നു. സിറിയ കീഴടക്കിയ നാടോടികളായ അറബികളെക്കാൾ ആഭിജാത്യമുള്ളവരാണെന്ന് ഇവർ മേനി നടിക്കുകയും ചെയ്തു. ഖലീഫയുടെ കുടുംബക്കാർ ഇവരുടെ സ്ത്രീകളെ മതം മാറ്റാതെ വിവാഹം ചെയ്തതാണ് മതവിശ്വാസികളുടെ വിമർശനങ്ങൾക്കിടയാക്കിയത്. ഖലീഫ അബ്ദുൽ മാലിക്കിന്റെ ഭരണകാലത്ത് (685-705) ക്രിസ്ത്യാനികൾക്ക് സമൂഹത്തിൽ മേൽക്കൈ നേടാൻ കഴിഞ്ഞു. വിശ്വാസികളുടെ വിമർശനം രൂക്ഷമായപ്പോൾ ചില പ്രധാന തസ്തികകളിൽ നിന്നു ക്രിത്യാനികളെ മാറ്റി മുസ്ലിങ്ങളെ നിയമിച്ചുവെങ്കിലും പരീക്ഷണം വിജയിച്ചില്ല.

ബനു ഉമയ്യ ഖലീഫമാർ മതസഹിഷ്ണുതയുള്ളവരായിരുന്നുവെന്ന് ഫ്രാൻസിലെ ബിഷപ്പായിരുന്ന അർക്കൽഫിന്റെ യാത്രാവിവരണം പറയുന്നു. പൊതുവർഷം 700ലാണ് ബിഷപ്പ് അർക്കൽഫ് വിശുദ്ധസ്ഥാനങ്ങൾ സന്ദർശിക്കാൻ ജരുശലേമിലെത്തിയത്. തന്നോടു വളരെ സൗഹൃദത്തോടെ ഖലീഫയും ഉദ്യോഗസ്ഥന്മാരും പെരുമാറിയെന്ന് ബിഷപ്പ് പറയുന്നു.

6. *The Origins of the Islamic State* by Baladhuri- page 201 (ബലാധുരിയുടെ കിതാബ് ഫുതുഹ് അൽ-ബുൽദൂൻ-രാജ്യങ്ങളെ കീഴടക്കിയതിന്റെ ഗ്രന്ഥം).

ബനു ഉമയ്യ ഖലീഫമാരുടെ പ്രധാന താൽപ്പര്യം മതംമാറ്റലായിരുന്നില്ല, നികുതി പിരിവായിരുന്നു. അതവർ അങ്ങേയറ്റത്തെ ശ്രദ്ധയോടെ നിർവഹിച്ചു. അവർ ഇസ്ലാമികമായ ജീവിതരീതി ഉപേക്ഷിച്ച് സുഖലോലുപതയിൽ അഭിരമിച്ചു എന്നാണ് മുസ്ലിം ചരിത്രകാരന്മാരുടെ ആരോപണം. ക്രിസ്ത്യാനികളോടും ജൂതരോടും സഹിഷ്ണുത പുലർത്തിയത് മാത്രമല്ല ഈ ആരോപണത്തിനു പിന്നിൽ. അവർ ഇസ്ലാമിനെ പരിഹസിക്കുകയും ഇകഴ്ത്തുകയും ചെയ്ത കവികളോടുപോലും മൃദുസമീപനം സ്വീകരിച്ചുവെന്ന ആരോപണവുമുണ്ട്. അബു മാലിക്ക് ഗിയാസ് എന്ന ക്രിസ്ത്യൻ കവി ഇസ്ലാമിലേക്ക് മതം മാറിയ കവികളെ വയറിനുവേണ്ടി തല കളഞ്ഞവർ എന്നു കളിയാക്കി. എന്നിട്ടുപോലും ഖലീഫ അദ്ദേഹത്തെ ആസ്ഥാനകവിയാക്കി ആദരിച്ചു. മദ്യവും അവർക്ക് വർജ്യമല്ലായിരുന്നു. ബനു ഉമയ്യ ഖലീഫമാരുടെ ഉദാരസമീപനങ്ങളോടുള്ള എതിർപ്പിനു പുറമെ മക്കയിലെയും മദീനയിലെയും അറബി ഗോത്രങ്ങൾ തമ്മിലുള്ള പരമ്പരാഗതമായ ശത്രുതകളും രാജവംശത്തിന്റെ പതനത്തിനു കാരണമായി.

ഖലീഫ മതത്തെ രക്ഷിക്കാൻ വേണ്ടതൊന്നും ചെയ്യുന്നില്ലായെന്ന് പരാതിയുള്ളവർ ഇറാഖിലെ കൂഫ, ബസ്ര എന്നിവിടങ്ങളിലെ പട്ടാള പാളയങ്ങളിൽ കേന്ദ്രീകരിക്കാൻ തുടങ്ങി. അങ്ങനെ കൂഫയും ബസ്രയും ഇസ്ലാമിന്റെ ബുദ്ധികേന്ദ്രങ്ങളായി മാറി. തുടക്കത്തിൽ *ഖുർആൻ* പഠനത്തിനായിരുന്നു പ്രാധാന്യം. *ഖുർആന്റെ* പഠനങ്ങൾ അറബിഭാഷയുടെ പഠനങ്ങൾ അനിവാര്യമാക്കിത്തീർത്തു. ഖലീഫ അലിയുടെ വിശ്വസ്ത സുഹൃത്തായിരുന്ന അബു അൽ-അസ്‌വദ് അദ്-ദുഅലിയാണ് *ഖുർആന്റെ* ഭാഷാപരമായ പഠനങ്ങൾക്ക് തുടക്കം കുറിച്ചത്. *ഖുർആൻ* രചിച്ചിരുന്നത് സ്വരചിഹ്നങ്ങൾ ഇല്ലാതെയായിരുന്നു. ഇസ്ലാംമതം സ്വീകരിച്ചതിനുശേഷം അറബിഭാഷ പഠിച്ചവർക്ക് *ഖുർആൻ* പാരായണം ക്ലേശകരമാക്കി. ഇതിനൊരു പരിഹാരമായാണ് അദ-ദുഅലി *ഖുർആൻ* വചനങ്ങൾക്ക് സ്വരചിഹ്നങ്ങൾ നൽകിയത്. ഇതിനെ തുടർന്ന് അദ്ദേഹം അറബിഭാഷയുടെ വ്യാകരണം രൂപപ്പെടുത്താൻ തുടങ്ങി. അദ്-ദുഅലിയുടെ വ്യാകരണത്തിൽ ഗ്രീക്ക് തത്വചിന്തകനായ അരിസ്റ്റോട്ടിലിന്റെ യുക്തിശാസ്ത്രത്തിന്റെ സ്വാധീനമുണ്ടെന്ന് സെമിറ്റിക് ഭാഷാപണ്ഡിതന്മാർ ചൂണ്ടിക്കാണിക്കുന്നു. അദ്-ദുഅലിയെ പിന്തുടർന്ന് ഇസ്ലാമിക ദൈവശാസ്ത്രജ്ഞരുടെയും ഭാഷാപണ്ഡിതരുടെയും മതപണ്ഡിതരുടെയും ഒരു നിരതന്നെ ഉണ്ടായി. ഇസ്ലാമിലെ സ്വതന്ത്രചിന്തയുടെ പ്രഭവകേന്ദ്രങ്ങൾ കൂഫയും ബസ്രയുമായിത്തീർന്നത് അങ്ങനെയാണ്.

എല്ലാ സാമ്രാജ്യങ്ങളിലെയും രാജ്യങ്ങളിലെയും ചക്രവർത്തിമാരും രാജാക്കന്മാരും സ്വീകരിച്ച സമ്പ്രദായങ്ങൾ തന്നെയാണ് ബനു ഉമയ്യ ഖലീഫമാരും സ്വീകരിച്ചത്. കൊട്ടാരങ്ങളിലെ അരമനകളിൽ അനേകം ഭാര്യമാരും നൂറു കണക്കിന് അടിമവെപ്പാട്ടികളും അവർക്കുണ്ടായിരുന്നു. യഥാർഥത്തിൽ ഇതൊന്നും ഇസ്ലാംമതതത്വങ്ങൾക്കു വിരുദ്ധം ആയി

രുന്നില്ല. മദ്യപാനം മാത്രമേ ഇസ്ലാം നിരോധിച്ചുള്ളൂ. മതസ്ഥാപകനായ പ്രവാചകന് അനേകം ഭാര്യമാരും ഏറ്റവും കുറഞ്ഞത് ഒരു വെപ്പാട്ടിയെങ്കിലും ഉണ്ടായിരുന്നുവെന്ന് '*ഖുർആനിൽ* തെളിവുണ്ട്.' ഇസ്ലാം ഭാര്യമാരുടെ എണ്ണം നാലായി ചുരുക്കിയെന്ന് *ഖുർആൻ* നാലാം അധ്യായത്തിലെ മൂന്നാം വചനം തെറ്റായി വ്യാഖ്യാനിച്ചുകൊണ്ട് ചിലർ വാദം ഉന്നയിക്കാറുണ്ട്. യഥാർഥത്തിൽ ഇസ്ലാം ഭാര്യമാരുടെ എണ്ണം നിജപ്പെടുത്തിയിട്ടില്ല. വെപ്പാട്ടി സമ്പ്രദായം അനുവദിക്കുകയും ചെയ്തിട്ടുമുണ്ട്. പ്രസ്തുത വചനത്തെക്കുറിച്ച് ഇസ്ലാം എന്ന മതരാഷ്ട്രത്തിന്റെ പിറവി എന്ന അധ്യായത്തിൽ പ്രതിപാദിച്ചിട്ടുണ്ട്. ഭരണാധികാരിയായതിനു ശേഷവും മുഹമ്മദ് നബി ആർഭാടങ്ങളിൽ അഭിരമിച്ചില്ല എന്നത് പൊതുവെ അംഗീകരിക്കപ്പെട്ട കാര്യമാണ്. പക്ഷേ, ആർഭാടജീവിതം കർശനമായി വിലക്കുന്ന വചനങ്ങളൊന്നും *ഖുർആനിൽ* ഇല്ല. അമവിയ്യ ഖലീഫമാരുടെ ഭരണം ഇസ്ലാമിനു നിരക്കാത്തതായിരുന്നു എന്ന വിമർശനത്തിനു പിന്നിൽ അവർ സ്വീകരിച്ച മതസഹിഷ്ണുതയിൽ ഊന്നിയ ഭരണനയങ്ങളായിരുന്നു. ബൗദ്ധിക, സാംസ്കാരിക രംഗങ്ങളിൽ വളരെയൊന്നും മുന്നേറുവാൻ കഴിഞ്ഞില്ലെങ്കിലും അബ്ബാസിയ്യ ഖലീഫമാരുടെ കാലത്ത് ഇസ്ലാമിക സാമ്രാജ്യം കൈവരിച്ച സാംസ്കാരിക നേട്ടങ്ങൾക്കു വിത്തുപാകിയത് ബനു ഉമയ്യ ഖലീഫമാരാണ്. ബനു ഉമയ്യ ഖലീഫമാരിൽ ഉമ്മർ രണ്ടാമൻ ഒഴികെയുള്ളവർ പ്രജകൾക്കുമേൽ ഇസ്ലാംമതനിയമങ്ങൾ കർശനമായി അടിച്ചേൽപ്പിക്കാതെ പൊതുവെ മതനിരപേക്ഷമായാണ് ഭരണനിർവഹണം നടത്തിയത്.

അബ്ബാസിയ്യൂൻ ഖലീഫമാർ

ബനു ഉമയ്യ ഖലീഫമാർ ഇസ്ലാമികമായ ഖിലാഫത് ഉപേക്ഷിച്ച് മതമുക്തമായ മുൽക്ക് (രാജവാഴ്ച) നടപ്പിലാക്കിയെന്ന് ആരോപിച്ചാണ് യാഥാസ്ഥിതികർ കലാപത്തിന് കോപ്പു കൂട്ടിയത്. കലാപത്തിന്റെ മുൻപന്തിയിൽ മുഹമ്മദ് നബിയുടെ കുലത്തിൽ പെട്ടവരായിരുന്നു. സുഖലോലുപതയിൽ മുഴുകിയ ഖലീഫമാർ ഭരണനിർവഹണത്തിലും സൈനിക സജ്ജീകരണങ്ങളിലും വീഴ്ച വരുത്തിയതാണ് പതനത്തിനു കാരണം.

ഖലീഫ മർവാൻ രണ്ടാമന്റെ ഭരണകാലത്ത് സാമ്രാജ്യത്തിന്റെ വിവിധ ഭാഗങ്ങളിൽ കലാപങ്ങൾ നടന്നു. കലാപങ്ങളിൽ പേർഷ്യക്കാർ കൂട്ടത്തോടെ പങ്കെടുത്തു. പുതുതായി മതം സ്വീകരിച്ച അവർക്ക് ഇസ്ലാമിക സമൂഹത്തിലെ സ്ഥാനം അറബികൾക്കു താഴെയായിരുന്നു. തങ്ങളുടെ സംസ്കാരസമ്പന്നമായ സാമ്രാജ്യത്തിന്റെമേൽ നാടോടികളും അപരിഷ്കൃതരുമായ അറബികൾ ചാടിവീഴുകയായിരുന്നു എന്ന അവബോധം പേർഷ്യക്കാരുടെ മനസിൽ തിങ്ങിനിന്നു. അങ്ങനെ സമ്പന്ന സംസ്കാരത്തിന്റെ ഉടമയായിരുന്ന തങ്ങൾക്ക് ഇസ്ലാമിക സാമ്രാജ്യത്തിലെ രണ്ടാംതരം പൗരന്മാരാകേണ്ടി വന്നു എന്ന ചിന്ത അവരെ അലട്ടിയിരു

ന്നു. ഈ വ്യാകുലതയിൽ നിന്നുള്ളവായ കോപമാണ് മതതീവ്രവാദമായും കലാപങ്ങളായും രൂപാന്തരപ്പെട്ടത്. ബനു ഉമയ്യ രാജവംശത്തോടുള്ള പേർഷ്യക്കാരുടെ വിരോധമാണ് അവരെ ശിയകളാക്കിയതും. ശിയകൾ പല വിഭാഗങ്ങളുണ്ടായിരുന്നെങ്കിലും എല്ലാ വിഭാഗങ്ങളും ബനു ഉമയ്യ രാജവാഴ്ചയ്ക്കെതിരായിരുന്നു. കിഴക്കൻ പേർഷ്യയിലെ ഖുറാസാനായിരുന്നു കലാപത്തിന്റെ പ്രഭവകേന്ദ്രം. അവസാനത്തെ ഉമയ്യ ഖലീഫയെ സ്ഥാനഭ്രഷ്ടനാക്കി അധികാരത്തിലേറിയത് ഹാശിം കുലത്തിലെ അംഗമായ അബു അൽ-അബ്ബാസ് ആയിരുന്നു. ഇദ്ദേഹം മുഹമ്മദ് നബിയുടെ പിതൃവ്യനും സഹാബിയും ബദർയുദ്ധത്തിൽ കൊല്ലപ്പെട്ട രക്തസാക്ഷിയുമായ അബ്ബാസിന്റെ സന്താന പരമ്പരയിൽപ്പെട്ട ആളുമായിരുന്നു. അദ്ദേഹത്തിന്റെ പേരിൽ നിന്നാണ് ഇസ്ലാമിലെ രണ്ടാമത്തെ രാജവംശത്തിന് അബ്ബാസിയ രാജവംശം എന്ന പേര് സിദ്ധിച്ചത്.

ഭരണമാറ്റം രക്തരൂഷിതമായിരുന്നു. അബ്ബാസ് കുടുംബക്കാരും അലിപക്ഷക്കാരും ചേർന്ന് ബനു ഉമയ്യ രാജവംശത്തിൽപ്പെട്ടവരെ കൂട്ടക്കൊല ചെയ്തു. ഖലീഫസ്ഥാനത്ത് അവരോധിക്കപ്പെട്ട ഒന്നാമത്തെ അബ്ബാസി ഖലീഫ അബ്ദുൾ അബ്ബാസ് ആദ്യമായി നടത്തിയ ഖുത്തുബയിൽ[7] സ്വയം അവകാശപ്പെട്ടത് താൻ സഫ്ഫാഹ് (സംഹാരകൻ) ആണെന്നാണ്. അന്നുമുതൽ അദ്ദേഹം അറിയപ്പെട്ടത് സംഹാരകൻ എന്ന പേരിൽ മാത്രമാണ്. ഉത്തരാഫ്രിക്ക, സ്പെയിൻ, ഉമാൻ, സിന്ധ്, ഖുറാസ്ഥാൻ എന്നീ പ്രവിശ്യകളിലെ ഗവർണർമാർ പുതിയ ഖലീഫയോട് കൂറ് പ്രഖ്യാപിച്ചില്ല. ഈജിപ്റ്റ് ഗവർണരുടെ കൂറ് പ്രഖ്യാപനം ചടങ്ങിനുവേണ്ടി മാത്രമായിരുന്നു. ബനു ഉമയ്യ കുടുംബക്കാരനായ ഇറാഖ് ഗവർണർ വാസിദ് പതിനൊന്നു മാസക്കാലം കീഴടങ്ങാതെ പിടിച്ചുനിന്നു.

അഞ്ചു നൂറ്റാണ്ടിലധികം കാലം നീണ്ടുനിന്ന അബ്ബാസിയ രാജവംശത്തിന്റെ ഭരണകാലത്താണ് (750-1258) ഇസ്ലാമിക സാമ്രാജ്യം പ്രശസ്തിയുടെ ഉത്തുംഗതയിലെത്തിയത്. ഇസ്ലാമികമായ ദൈവാധിപത്യ സാമ്രാജ്യം (theocratic empire) പുനഃസ്ഥാപിക്കാൻ അബ്ബാസിയ ഖലീഫമാർ ശ്രമം നടത്തി. മുഹമ്മദ് നബിയുടെ കുടുംബപരമ്പരയിൽപ്പെട്ട ആൾ എന്ന് അവകാശപ്പെട്ടുകൊണ്ട് നബി ഖുത്തുബ പറയുമ്പോൾ ധരിക്കാറുണ്ടായിരുന്ന മേലങ്കി (ബുദത്ത്) ധരിച്ചുകൊണ്ടാണ് സഫ്ഫാഹ് ഖുത്തുബ പറഞ്ഞത്. അദ്ദേഹം പണ്ഡിതന്മാരുടെ (ഉലമകൾ) ഉപദേശപ്രകാരം ഇസ്ലാമിക ഭരണക്രമം നടപ്പിലാക്കാൻ തുടങ്ങി. അബ്ബാസിയ ഖലീഫമാരുടെ ഇസ്ലാമിക ഭരണം ലോകാവസാനം വരെ തുടരുമെന്നും

---

7. വെള്ളിയാഴ്ച മുസ്ലിങ്ങൾ നടത്തുന്ന ജുംഅ നിസ്കാരത്തിന്റെ ഭാഗമായി ഇമാം ഖുത്തുബ (പ്രസംഗം) നടത്തണം. ഇസ്ലാമിക സാമ്രാജ്യത്തിന്റെ തലസ്ഥാനത്തെ പ്രധാനപ്പെട്ട പള്ളിയിൽ നടക്കുന്ന ജുംഅ നിസ്കാരത്തിൽ ഖലീഫയായിരുന്നു ഇമാം. ഖുത്തുബയിൽ മതപരമായ കാര്യങ്ങൾ കൂടാതെ സാമൂഹിക രാഷ്ട്രീയ പ്രശ്നങ്ങളും അവതരിപ്പിക്കണം. ഇസ്ലാമിക രാഷ്ട്രങ്ങളിൽ ഭരണാധികാരി തന്നെ ഇമാം ആയി പ്രവർത്തിക്കുന്നത് ഇസ്ലാം മതരാഷ്ട്രമാണെന്നതിന് തെളിവാണ്.

ലോകം അവസാനത്തിനു മുമ്പായി ഈസ മസീഹ് (യേശു മിശിഹ) ഭൂമിയിലേക്ക് ഇറങ്ങുമ്പോൾ അദ്ദേഹത്തെ ഖലീഫ ഭരണമേൽപ്പിക്കുമെന്നും ഉലമകൾ പ്രചാരണം നടത്തി. ഇസ്ലാമിക ഭരണം നടപ്പിലാക്കാൻ ശ്രമം നടത്തിയെങ്കിലും ഖലീഫമാരും രാജകുടുംബാംഗങ്ങളും ആർഭാടത്തിലൊന്നും കുറവു വരുത്തിയില്ല.

ഒന്നാം ഖലീഫ സഫ്ഫാഹിനു ശേഷം സഹോദരൻ അബു ജാഫറാണ് അധികാരമേറ്റത്. അബ്ബാസിയ രാജവംശം യഥാർഥത്തിൽ സ്ഥാപിച്ചത് ഇദ്ദേഹമാണ്. തുടർന്ന് സിംഹാസനത്തിലേറിയ 35 അബ്ബാസി ഖലീഫമാരും അബു ജാഫറിന്റെ സന്താനപരമ്പരയിൽ പെട്ടവരായിരുന്നു. അബു ജാഫർ ഖലീഫയായി സ്ഥാനമേറ്റ ഉടനെ അൽ-മൻസൂർ (വിജയശ്രീലാളിതൻ) എന്ന പേര് സ്വീകരിച്ചു.

സഫ്ഫാഹ് യൂഫ്രട്ടീസ് തീരത്തുള്ള അൽ-അൻബാർ നഗരമാണ് തന്റെ സാമ്രാജ്യതലസ്ഥാനമാക്കിയത്. കാരണം ഡമാസ്കസിൽ ബനു ഉമയ്യ രാജവംശത്തിന്റെ അനുകൂലികൾക്കായിരുന്നു ഭൂരിപക്ഷം. അൽ-മൻസൂർ ആണ് ടൈഗ്രീസ് തീരത്തുണ്ടായിരുന്ന പൗരാണിക ബാബിലോൺ നഗരത്തെ ബാഗ്ദാദ് നഗരമായി പുതുക്കി പണിത് ഇസ്ലാമിക സാമ്രാജ്യത്തിന്റെ തലസ്ഥാനമാക്കിയത്. അൽ-മൻസൂറിന്റെ സൈന്യങ്ങൾ ഇന്ത്യൻ ഉപഭൂഖണ്ഡത്തിലെ ഗാന്ധാരം, കാശ്മീർ എന്നീ പ്രദേശങ്ങൾ കൂടി കീഴടക്കി ഇസ്ലാമിക സാമ്രാജ്യത്തോടു ചേർത്തു.

മുസ്ലിം സമുദായത്തിൽ അറബികൾക്കുണ്ടായിരുന്ന മേധാവിത്വം അബ്ബാസിയ്യ ഖലീഫമാരുടെ കാലത്ത് അവസാനിച്ച് 'ഉമ്മത്ത്' ബഹുവംശ സമൂഹമായി തീർന്നു. അറബിവംശജരല്ലാത്തവർ കൂടുതലായി ഇസ്ലാംമതം സ്വീകരിക്കുകയും പുതുഇസ്ലാമുകളുടെ എണ്ണവും സ്വാധീനവും സമൂഹത്തിൽ വർധിക്കുകയും ചെയ്തതാണ് കാരണം. അറബ് സംസ്കാരം പേർഷ്യൻ സംസ്കാരത്തിന്റെ സ്വാധീനത്തിനു കീഴടങ്ങി. പേർഷ്യൻ ഭാര്യമാർ, പേർഷ്യൻ വെപ്പാട്ടിമാർ, പേർഷ്യൻ വീഞ്ഞ്, പേർഷ്യൻ സംഗീതം, പേർഷ്യൻ ആശയങ്ങൾ-ഇതെല്ലാം അറബികളെ കീഴടക്കി. സാമ്രാജ്യത്തിലെ ഉദ്യോഗപ്പേരുകൾ പലതും പേർഷ്യനായി. അറബിഭാഷ മാത്രം തനിമയോടെ നിലനിന്നു. ഇസ്ലാമതം പോലും പേർഷ്യൻ സ്വാധീനത്താൽ മാറ്റത്തിനു വിധേയമായി. ഇസ്ലാമിൽ പേർഷ്യൻ മിസ്റ്റിസിസം കലർന്ന് രൂപപ്പെട്ടതാണ് സൂഫിസം.

അബ്ബാസിയ ഭരണകാലത്ത് ഭരണനിർവഹണത്തിനായി മൂന്ന് അധികാരകേന്ദ്രങ്ങൾ സ്ഥാപിക്കപ്പെട്ടു. പൗരസമൂഹത്തിന്റെ ഭൗതികകാര്യങ്ങൾ നിർവഹിക്കാൻ വസീർ (മന്ത്രി), ആത്മീയവും ഭൗതികവുമായ നീതിന്യായ നിർവഹണത്തിന് ഖാദി (ന്യായാധിപൻ) സൈനിക കാര്യങ്ങൾ നിർവഹിക്കാൻ അമീർ (സർവസൈന്യാധിപൻ) എന്നിവയായിരുന്നു അവ. ഖലീഫ എല്ലാത്തിന്മേലും അധികാരമുള്ള ആളായിരുന്നു. ഖിലാഫത്തും ഇമാമത്തും ഖലീഫയ്ക്കുണ്ടായിരുന്നു. മതകാര്യങ്ങളിലെ മാർഗദർശനാധികാരം ഇമാമത്തും ഭരണാധികാരം ഖലീഫത്തുമാണ്.

എട്ടാമത്തെ അബ്ബാസി ഖലീഫ (833-42) 'മുഅ്തസിം ബി-അല്ലാഹ്' എന്ന പേര് സ്വയം സ്വീകരിച്ചു. ഖലീഫയെയും അല്ലാഹുവിനെയും ബന്ധിപ്പിക്കുന്ന ബഹുമതിപ്പട്ടമായിരുന്നു അത്. പ്രജകൾ ഖലീഫയെ 'ഖലീഫത്ത് അല്ലാഹ്' (അല്ലാഹുവിന്റെ പ്രതിനിധി) എന്ന് സംബോധന ചെയ്യണമെന്ന് ശഠിച്ചു. അതുവരെയും ഖലീഫ എന്നാൽ ഇസ്ലാംമതരാഷ്ട്ര സ്ഥാപകനായ മുഹമ്മദ്നബിയുടെ പ്രതിനിധി എന്ന സ്ഥാനം മാത്രമേ അവകാശപ്പെട്ടിരുന്നുള്ളൂ. അബ്ബാസിയ ഖലീഫമാരാകട്ടെ തങ്ങൾ അല്ലാഹുവിന്റെ തന്നെ പ്രതിനിധികളാണെന്ന് അവകാശപ്പെട്ടു. ചില ഖലീഫമാർ 'സിൽ അല്ലാഹ് അലൽ അറ്ദ്' (ഭൂമിയുടെ മേലുള്ള അല്ലാഹുവിന്റെ നിഴൽ) ആണ് തങ്ങളെന്ന് പോലും അവകാശപ്പെട്ടു. ഖലീഫ മുത്തവക്കീലിന്റെ കാലം (847-61) മുതലാണ് ഭരണകൂടം കൂടുതൽ മതാത്മകമാകാൻ തുടങ്ങിയത്. അത് തുർക്കികളുടെ ഉസ്മാനിയ്യ രാജവംശത്തിന്റെ ഭരണകാലത്തും (Ottoman empire) തുടരുകയുണ്ടായി.

ഭരണകൂടം മതാത്മകമായിരുന്നെങ്കിലും ജൂതരോടും ക്രൈസ്തവരോടും സഹിഷ്ണുതയോടെയാണ് പെരുമാറിയത്. ജൂതർക്കായിരുന്നു ക്രിസ്ത്യാനികളെക്കാൾ മെച്ചമായ സ്ഥിതി. മദീനയിലെ ജൂതർ മുഹമ്മദ് നബിയെ കപട പ്രവാചകനെന്ന് അധിക്ഷേപിച്ചതിന്റെ ഫലമായി *ഖുർആനിൽ* ജൂതരെക്കുറിച്ച് വളരെ മോശമായ പരാമർശങ്ങളുണ്ടായി.

> ജൂതരെയും ക്രിസ്ത്യാനികളെയും സുഹൃത്തുക്കളാക്കരുത് (ഖു. 5.51). ജൂതമതത്തിൽ വിശ്വസിക്കുന്നവർ ദ്രോഹം ചെയ്യുകയും അല്ലാഹുവിന്റെ മാർഗത്തിൽ (മുസ്ലിങ്ങളെ) തടയുകയും ചെയ്തു (ഖു. 4.160). അല്ലാഹുവുമായുള്ള ഉടമ്പടി അവർ ലംഘിച്ചതിനാൽ നാം അവരെ ശപിക്കുകയും അവരുടെ ഹൃദയം കഠിനമാക്കുകയും ചെയ്തു (ഖു 5.13).

ഖുറാനിൽ ഇത്തരം പരാമർശങ്ങളുണ്ടായിരുന്നിട്ടുപോലും ഖലീഫമാർ ജൂതരോട് സഹിഷ്ണുതയോടെ പെരുമാറുകയും അവരെ ഉദ്യോഗങ്ങളിൽ നിയമിക്കുകയും ചെയ്തു. ദൈവാധിപത്യത്തിന്റെ പേരിൽ നിലനിൽക്കുന്ന രാജ്യങ്ങളിലും സാമ്രാജ്യങ്ങളിലും മതപീഡനങ്ങൾ ഏറിയും കുറഞ്ഞും നടക്കുമെങ്കിലും ഭരണതലത്തിൽ അന്യമതങ്ങളോട് സഹിഷ്ണുത കാണിക്കാൻ ദൈവത്തിന്റെ പേരിൽ ഭരണത്തിന്റെ തലപ്പത്തിരിക്കുന്നവർ നിർബന്ധിതമാകുമെന്നുള്ളത് ചരിത്രപരമായ യാഥാർഥ്യമാണ്.

സാമ്രാജ്യത്തിലെ പ്രജകളുടെ മതപരിവർത്തനം വൻതോതിൽ നടന്നത് അബ്ബാസിയ വാഴ്ചയുടെ ആദ്യ നൂറ്റാണ്ടിലാണ്. സാമ്രാജ്യത്തിനുവേണ്ടി വെട്ടിപ്പിടുത്തങ്ങൾ നടന്നുകൊണ്ടിരുന്നപ്പോൾ തന്നെ മതപരിവർത്തനങ്ങളും നടന്നുകൊണ്ടിരുന്നു. എങ്കിലും മതത്തിന്റെ കാര്യത്തിൽ നിർബന്ധം പാടില്ലെന്ന് *ഖുർആൻ* വചനങ്ങളിൽ നിർദേശിച്ചിരുന്നതുകൊണ്ട് നിർബന്ധ പരിവർത്തനം പരിമിതമായേ നടന്നുള്ളൂ. ബനു ഉമയ്യ

ഖലീഫമാരുടെ ഭരണകാലം മുഴുവൻ സിറിയ ക്രിസ്തുമതക്കാർക്ക് ഭൂരിപക്ഷമുള്ള പ്രവിശ്യയായിരുന്നു. പേർഷ്യയാകട്ടെ മുസ്ലിം വർഷം (ഹിജറ) മൂന്നാം നൂറ്റാണ്ടുവരെ സൊറാഷ്ട്രിയൻ മതത്തിൽ തന്നെ തുടർന്നു. ഇറാഖ് ജനത കലിമ (വിശ്വാസവാക്യം) ചൊല്ലുകയും ചേലാകർമം അനുഷ്ഠിക്കുകയും പേരുമാറ്റുകയും ഒക്കെ ചെയ്തെങ്കിലും ആന്തരികമായി ക്രിസ്തുമതത്തിൽ തന്നെയായിരുന്നു. അബ്ബാസിയ ഖലീഫമാരിൽ അൽ-മുത്തവക്കീലിന്റെ കാലത്തു മാത്രമാണ് അന്യമതക്കാരോട് അസഹിഷ്ണുത പ്രകടമാക്കുന്ന നിയമങ്ങൾ നടപ്പാക്കിയത്. ഇതാണ് കൂട്ടത്തോടെയുള്ള മതപരിവർത്തനങ്ങൾക്ക് കാരണമായത്. എങ്കിലും പൊതുവെ പറഞ്ഞാൽ ഇസ്ലാമിക സാമ്രാജ്യത്തിലെ ഇസ്ലാംമതപരിവർത്തനം സാവധാനത്തിലുള്ളതും സമാധാനപരവും ആയിരുന്നു.

സമൂഹത്തിലെ തരംതാണ അവസ്ഥയ്ക്ക് അറുതി വരുത്താനും അപമാനകരമായ തലക്കരം (മതനികുതി) കൊടുക്കുന്നതിൽ നിന്നൊഴിവാകാനുമാണ് ജനങ്ങൾ മതപരിവർത്തനത്തിനു തയാറായത്. മതത്തിന്റെ മഹത്വമല്ല അവരെ ആകർഷിച്ചത്. ഭരണവർഗത്തിന്റെ മതം സ്വീകരിച്ചാൽ സമൂഹത്തിൽ വരേണ്യത കൈവരുമെന്ന വ്യാമോഹമാണ് ഇസ്ലാമിക സാമ്രാജ്യത്തിലെ പ്രജകളുടെ കൂട്ടമായ മതപരിവർത്തനത്തിനു പ്രേരകമായ മറ്റൊരു ഘടകം. ഈജിപ്റ്റിലാണ് വേഗത്തിൽ മതപരിവർത്തനം നടന്നത്. പൊതുവർഷം നാലാം നൂറ്റാണ്ടു മുതൽ ക്രിസ്തുമതം സ്വീകരിച്ച ഈജിപ്റ്റുകാരുടെ മതവിശ്വാസം ഉപരിപ്ലവമായിരുന്നതുകൊണ്ടാണ് ഇസ്ലാംമതത്തിലേക്ക് പരിവർത്തനം വേഗത്തിലായത്. കറുത്ത വർഗക്കാരായ ആഫ്രിക്കക്കാരാകട്ടെ വളരെ സാവധാനത്തിലാണ് ഇസ്ലാമിലേക്ക് വന്നത്.

ഇസ്ലാമിക സാമ്രാജ്യം ഔന്നത്യത്തിലെത്തിയത് അബ്ബാസിയ ഖലീഫ ഹാറൂൺ അൽ-റശീദിന്റെ (786-809) കാലത്താണ്. നിഷ്പക്ഷമതിയായ ചരിത്രകാരൻ എഴുതി:

> ലോകരാഷ്ട്രീയത്തിന്റെ ഉത്തുംഗവേദിയിൽ ഒരേസമയം നിന്നിരുന്ന രണ്ടു ചക്രവർത്തിമാരുടെ പേരുകളോടെയാണ് ഒമ്പതാം നൂറ്റാണ്ടിന്റെ ചരിത്രരചന തുടങ്ങേണ്ടത്-ഷാർലിമേൻ പടിഞ്ഞാറും ഹാറൂൺ അൽ-റശീദ് കിഴക്കും. രണ്ടു പേരിൽ ഹാറൂൺ ആയിരുന്നു കൂടുതൽ ശക്തനും ഉന്നതമായ സംസ്കാരത്തിന്റെ പ്രതിനിധിയും.[8]

രണ്ടു ചക്രവർത്തിമാരും സൗഹാർദത്തിലും നിരന്തര സമ്പർക്കത്തിലുമായിരുന്നു. ഷാർലിമേൻ 800ൽ റോമിലെ പോപ്പിൽ നിന്നും ചക്രവർത്തിപ്പട്ടം സ്വീകരിച്ചതിനാൽ വിശുദ്ധ റോമാസാമ്രാജ്യത്തിന്റെ (Holy Roman Empire) ആരംഭകനായി കണക്കാക്കപ്പെടുന്നു. ഇസ്ലാമിക സാമ്രാ

---

8. *History of the Arabs* by Philp K Hitti, Page 298

ജ്യത്തിന്റെ ചക്രവർത്തി ഹാറൂണിന്റെ സഹായം ഉപയോഗപ്പെടുത്തി ശത്രുസാമ്രാജ്യമായിരുന്ന ബൈസാന്റിയത്തിന്റെ കഥ അവസാനിപ്പിക്കാമെന്നായിരുന്നു ഷാർലിമേന്റെ പ്രതീക്ഷ. ഇസ്ലാമിക സാമ്രാജ്യത്തിലെ ഭരണമാറ്റത്തെത്തുടർന്നുണ്ടായ കൂട്ടക്കൊലയിൽ നിന്നു രക്ഷപ്പെട്ട് സ്പെയിനിലെത്തി സ്വതന്ത്ര ഇസ്ലാമിക ഭരണകൂടം സ്ഥാപിച്ച് വാണിരുന്ന ബനു ഉമയ്യ രാജകുടുംബാംഗത്തിന്റെ ആധിപത്യത്തിലായിരുന്ന സ്പെയിനിനെ ഷാർലിമേനെ ഉപയോഗപ്പെടുത്തി നശിപ്പിക്കാമെന്നായിരുന്നു ഹാറൂണിന്റെ സ്വപ്നം. ഈ ലക്ഷ്യങ്ങൾ മുന്നിൽ കണ്ടുകൊണ്ടായിരിക്കണം ഷാർലിമേനും ഹാറൂണും പരസ്പരം സമ്മാനങ്ങൾ കൈമാറിയതും സൗഹൃദം പങ്കിട്ടതും. 797 മുതൽ 806 വരെ ഒരു പതിറ്റാണ്ടു കാലം നീണ്ടുനിന്ന ഈ സൗഹൃദത്തെക്കുറിച്ച് ഫ്രാൻസിലെ ക്രിസ്തുമതവിശ്വാസികളായ ചരിത്രകാരന്മാർ അതിശയോക്തികൾ കലർത്തി പുകഴ്ത്തിയപ്പോൾ മുസ്ലിം വൃത്താന്തകാരന്മാർ എന്തുകൊണ്ടോ മൗനം പാലിച്ചുവെന്ന് ഫിലിപ്പ് കെ ഹിറ്റി ചൂണ്ടിക്കാണിക്കുന്നു.[9] *ഖുർആൻ* വചനങ്ങളിൽ ജൂതരെയും ക്രിസ്ത്യാനികളെയും സുഹൃത്തുക്കളാക്കരുതെന്നാണ് പറഞ്ഞിരിക്കുന്നത്. അതിനു വിരുദ്ധമായാണല്ലോ ഖലീഫ ഷാർലിമേനുമായി സൗഹൃദം പുലർത്തിയത്. അതുകൊണ്ടായിരിക്കണം മുസ്ലിം ചരിത്രകാരന്മാർ മൗനം പാലിച്ചത്.

ഹാറൂണിന്റെ ഭരണകാലത്ത് ഇസ്ലാമിക സാമ്രാജ്യം സമൃദ്ധിയിൽ ആറാടി. ചക്രവർത്തി ഹാറൂൻ വൈദ്യന്മാൻ, ശാസ്ത്രജ്ഞർ, കവികൾ, എഴുത്തുകാർ, അധ്യാപകർ എന്നിവരെയൊക്കെ ആദരിക്കുകയും ബഹുമാനിക്കുകയും അവർക്ക് നിർലോപം സമ്മാനങ്ങൾ നൽകുകയും ചെയ്തത് 'ജ്ഞാനോദയം ഇസ്ലാമിലൂടെ' എന്ന അധ്യായത്തിൽ പ്രതിപാദിച്ചിട്ടുണ്ട്.

ആയിരത്തൊന്ന് രാവുകൾ

അറബിയിൽ *അൽഫ് ലൈലാ വ ലൈലാ* എന്നാണ് ഗ്രന്ഥത്തിന്റെ പേര്. വിശ്വസാഹിത്യത്തിലെ ഏറ്റവും ജനപ്രീതിയാർജിച്ച കഥാസമാഹാരങ്ങളിൽ ഒന്നാണ് *ആയിരത്തൊന്ന് രാവുകൾ*. വാമൊഴിയിലൂടെ തലമുറകൾ കൈമാറിപ്പോന്നിരുന്ന കഥകൾ വരമൊഴിയിലാക്കിയതായിരുന്നു ഇത്. പതിനെട്ടാം നൂറ്റാണ്ടിൽ ഫ്രഞ്ചു ഭാഷയിലേക്ക് പരിവർത്തനം ചെയ്തു. പൗരസ്ത്യരാജ്യങ്ങളിൽ സഞ്ചരിക്കുകയും അറബി ഉൾപ്പെടെ ചില പൗരസ്ത്യ ഭാഷകളിൽ അവഗാഹം നേടുകയും ചെയ്ത അന്ത്വാൻ ഗലാന്ദ് (Antoine Galland 1646-1715) ആണ് പരിഭാഷപ്പെടുത്തിയത്. പൗരസ്ത്യഭാഷാ പണ്ഡിതനായിരുന്ന റിച്ചാഡ് ബർട്ടന്റെ ഇംഗ്ലീഷ് വിവർത്തനമാണ് ഏറ്റവും പ്രശസ്തമായിത്തീർന്നത്.

ഷഹരിയാർ എന്ന പേർഷ്യൻ രാജാവിന്റെ കഥ എന്ന രൂപത്തിലാണ് *ആയിരത്തൊന്ന് രാവുകൾ* എന്ന കഥാസമാഹാരത്തിലെ കഥ

9. അതേ പുസ്തകം, പുറം 299

കൾ അവതരിപ്പിച്ചിരിക്കുന്നത്. ഷഹരിയാർ രാജാവ് വിവാഹം ചെയ്ത് ഇണ ചേർന്നതിനുശേഷം അടുത്ത ദിവസം വധു കന്യകയായിരുന്നില്ലെന്ന് പറഞ്ഞ് വധിക്കുക പതിവാക്കി. വിവാഹപ്രായമായ പെൺകുട്ടികളുടെ മാതാപിതാക്കൾ ഭയവിഹ്വലരായി കഴിയുമ്പോഴാണ് പ്രധാന മന്ത്രിയുടെ മകൾ ഷഹറസാദിന്റെ ഊഴമായത്. അവൾ ധൈര്യത്തോടെ രാജാവിന്റെ വധുവായി. അനേകം കഥകൾ ഹൃദിസ്ഥമാക്കിയ ഷഹറസാദ് ആദ്യരാത്രിയിൽ രാജാവിനെ ഒരു കഥ പറഞ്ഞുകേൾപ്പിക്കാൻ തുടങ്ങി. നേരം പുലർന്നിട്ടും കഥ തീരാതെ രസകരമായ പരിണാമഗുപ്തിയിൽ എത്തി നിന്നതേയുണ്ടായിരുന്നുള്ളൂ. കഥയുടെ അവസാനം കേൾക്കാനുള്ള ആഗ്രഹം അടക്കാൻ കഴിയാതിരുന്ന രാജാവ് ഷഹറസാദിനെ വധിച്ചില്ല. ആയിരത്തൊന്ന് രാത്രികൾ ഇത്തരം തീരാത്ത കഥകൾ പറഞ്ഞ് ഷഹറസാദ് രാജാവിനെ രസിപ്പിച്ചു. കഥകൾ കേട്ട് മനസു മാറിയ ഷഹരിയാർ രാജാവ് ഷഹറസാദിനെ രാജ്ഞിയായി സ്വീകരിച്ചു. ചില കഥകളിൽ അവതാരകനോ സൂത്രധാരകനോ ആയി ഖലീഫ ഹാറൂൻ അൽ-റശീദ് അവതരിപ്പിക്കപ്പെട്ടതുകൊണ്ട് *ആയിരത്തൊന്ന് രാവുകൾ* വരമൊഴിയാക്കിയത് ഹാറൂൻ അൽ-റശീദിന്റെ കാലത്തായിരിക്കണമെന്നാണ് പണ്ഡിതന്മാരുടെ നിഗമനം.

ഖലീഫ അൽ-വാതിഖിന്റെ കാലശേഷം (842-847) അബ്ബാസിയ ഖിലാഫത്തിന്റെ അവരോഹണം ആരംഭിച്ചു. ശിഥിലീകരണ പ്രവണത സാമ്രാജ്യങ്ങളുടെ ജന്മസിദ്ധമായ വൈകല്യങ്ങളിൽ മുഖ്യമായതാണ്. വെട്ടിപ്പിടിച്ച രാജ്യങ്ങളിലെ വംശങ്ങളുടെയും ഉദ്ഗ്രഥനം നടക്കാതെ മോരും മുതിരയും പോലെ വേർതിരിഞ്ഞു കിടക്കും എന്നത് എക്കാലത്തേയും രാഷ്ട്രീയ യാഥാർഥ്യമാണ്. പ്രാദേശിക ഭരണാധികാരികളും സാമന്തന്മാരും ചക്രവർത്തിയുടെ ആദേശങ്ങളെ ധിക്കരിച്ചു തുടങ്ങുന്നതോടെയാണ് ശിഥിലീകരണം ആരംഭിക്കുന്നത്. ചക്രവർത്തിമാരുടെ കാമപൂരണത്വരയാണ് ശിഥിലീകരണ പ്രവണതയുടെ മറ്റൊരു സ്രോതസ്സ്. അനേകം ഭാര്യമാർ ചക്രവർത്തിക്കുണ്ടാകുമ്പോൾ അതിലുണ്ടാകുന്ന സന്താനങ്ങൾ അധികാരത്തിനുവേണ്ടി കടിപിടി കൂടുക സ്വാഭാവികം മാത്രം. അല്ലാഹുവിന്റെ ഭരണമാണ് നടന്നിരുന്നതെന്ന് അവകാശപ്പെട്ട ഇസ്ലാമിക സാമ്രാജ്യത്തിലും ഇതൊക്കെത്തന്നെയാണ് സംഭവിച്ചത്. മതാധിഷ്ഠിത സാമ്രാജ്യങ്ങളിൽ മതത്തിലെ ചേരിതിരിവുകളും ശിഥിലീകരണത്തിനു കാരണമായി.

ഇസ്ലാമിക സാമ്രാജ്യത്തിന്റെ വിവിധ ഭാഗങ്ങളിൽ അനേകം സ്വതന്ത്ര ഭരണകൂടങ്ങൾ നിലവിൽ വന്നു. ചിലത് ബാഗ്ദാദിലെ ഖലീഫയിൽ നിന്നും പൂർണമായും സ്വതന്ത്രമായിരുന്നു. മറ്റു ചില സ്വതന്ത്ര ഇസ്ലാമിക രാഷ്ട്രങ്ങളാകട്ടെ ബാഗ്ദാദിലെ ഖലീഫയെ നാമമാത്രമായി അംഗീകരിച്ചുകൊണ്ട് സ്വാതന്ത്ര്യത്തോടെ ഭരണം നടത്തി.

സാമ്രാജ്യത്തിന്റെ കിഴക്കു ഭാഗത്ത് സ്വതന്ത്ര ഭരണകൂടങ്ങൾ സ്ഥാപിച്ച പേർഷ്യക്കാരും തുർക്കികളും ഖലീഫയുടെ സ്ഥാനം പേരിന്

അംഗീകരിച്ചുകൊണ്ട് സ്വതന്ത്രമായി ഭരണം നടത്തുകയാണ് ചെയ്തത്. മംഗോൾ ആക്രമണങ്ങളാണ് സ്വയം നശിച്ചുകൊണ്ടിരുന്ന അബ്ബാസിയ ഖലീഫാ ഭരണത്തിന് അന്ത്യം കുറിച്ചത്. പതിമൂന്നാം നൂറ്റാണ്ടിന്റെ ആരംഭത്തിൽ ചെങ്കിസ്ഖാന്റെ നേതൃത്വത്തിൽ മംഗോളുകൾ മധ്യേഷ്യയിലേക്ക് ആക്രമിച്ചു കയറാൻ തുടങ്ങി. ചെങ്കിസ്ഖാന്റെ ചെറുമകൻ ഹലാഗു ഖാൻ 1258ൽ ബാഗ്ദാദ് നഗരത്തെ നിലംപരിശാക്കി. ഖലീഫയും പരിവാരങ്ങളും ഉൾപ്പെടെയുള്ള മുസ്ലിങ്ങളെയെല്ലാം കൂട്ടക്കൊല ചെയ്തുകൊണ്ട് അബ്ബാസിയ ഖിലാഫത്തിന് വിരാമമിട്ടു. എട്ടുലക്ഷം പേരെ കൊന്നൊടുക്കിയെന്നാണ് ഒരു കണക്ക്. സർവനാശം എന്നർഥമുള്ള ഹലാക്ക് എന്ന വാക്ക് നിഷ്പാദിച്ചത് ഹലാഗുവിന്റെ പേരിൽ നിന്നാണ്. ചരമം പ്രാപിച്ച ഇസ്ലാമിക ഭരണത്തെ പുനരുജ്ജീവിപ്പിച്ചത് മംഗോളുകളുടെ മതപരിവർത്തനമാണ്. ഇസ്ലാമിക സാമ്രാജ്യത്തിലെ ചക്രവർത്തിയായ ഖലീഫയെ കൊല്ലുകയും അനേകായിരം വിശ്വാസികളെ കൂട്ടക്കൊല ചെയ്യുകയും ചെയ്ത ഹലാഗുഖാന്റെ ചെറുമകൻ ഇസ്ലാംമതം സ്വീകരിച്ച് സാമ്രാജ്യത്തിന്റെ ഔദ്യോഗികമതമാക്കി. അങ്ങനെ ഇസ്ലാംമതം വിജയിച്ചു എന്ന് മതവിശ്വാസികൾക്ക് ന്യായമായും ആശ്വസിക്കാം.

സ്പെയിനിലെ ഖലീഫമാർ

അബ്ബാസിയ വംശത്തിലെ ആദ്യ ഖലീഫയായി അവരോധിക്കപ്പെട്ട സഫ്ഫാഹ് നടത്തിയ കൂട്ടക്കൊലയിൽ നിന്നും പത്താമത്തെ ബനു ഉമയ്യ ഖലീഫ ഹിശാമിന്റെ പൗത്രൻ അബ്ദുറഹിമാൻ ഇബ്നു മുആവിയ രക്ഷപ്പെട്ട് സ്പെയിനിലെ കോർദോവയിലെത്തി 756 മുതൽ സ്വതന്ത്രഭരണം തുടങ്ങി. എങ്കിലും അബ്ദു റഹിമാൻ ഖലീഫ എന്ന സ്ഥാനം അവകാശപ്പെടാതെ അമീർ (സേനാനായകൻ) എന്ന സ്ഥാനത്ത് തുടർന്നു. കാലക്രമത്തിൽ അമീർ എന്ന സ്ഥാനപ്പേരിന് ഭരണാധികാരി എന്ന അർഥം കൂടി സിദ്ധിച്ചു. കോർദോവയിൽ പുതിയ അമവിയ്യ ഭരണകൂടം സ്ഥാപിച്ച അമീറിനെ അൽ-ദാഖിൽ (പുതുതായി വന്നയാൾ) എന്നാണ് മുസ്ലിം ചരിത്രകാരന്മാർ വിശേഷിപ്പിച്ചത്. തുടർന്ന് അധികാരത്തിൽ വന്ന അമീർമാർ ബാഗ്ദാദിലെ അബ്ബാസിയ ഖലീഫയെ പേരിന് അംഗീകരിച്ചു. ഒന്നര നൂറ്റാണ്ടുകൾക്കു ശേഷം അധികാരമേറ്റ അബ്ദുറഹിമാൻ മൂന്നാമന്റെ കാലത്താണ് ഇസ്ലാമിക രാഷ്ട്രമായ സ്പെയിൻ ഏറ്റവും വിശാലമായ രാഷ്ട്രമായത്. ഇരുപത്തിമൂന്നാമത്തെ വയസിൽ അമീർ ആയ അബ്ദുറഹിമാൻ അരനൂറ്റാണ്ടുകാലം കൃത്യമായി പറഞ്ഞാൽ 49 വർഷം, ഭരണത്തിൽ തുടർന്നു. ഇദ്ദേഹമാണ് താൻ ഖലീഫയാണെന്ന് അവകാശപ്പെട്ട ആദ്യത്തെ സ്പെയിൻ ഭരണാധികാരി. അതോടെ ഒന്നിലധികം സുന്നി ഖലീഫമാർ ഭൂമിയിലുണ്ടായി. അതുവരെ ശിയകൾ മാത്രമായിരുന്നു നിലവിലുള്ള സുന്നി ഖലീഫയെ അംഗീകരിക്കാതെ സ്വയം ഖലീഫയാണെന്ന് അവകാശപ്പെട്ടിരുന്നത്. ഖലീഫ എന്നാൽ മുഹമ്മദ്

നബിയുടെ അല്ലെങ്കിൽ അല്ലാഹുവിന്റെ ഭൂമിയിലെ പ്രതിനിധിയെന്നാണല്ലോ സങ്കൽപ്പം. ഭൂമിയിൽ അല്ലാഹുവിന്റെ അല്ലെങ്കിൽ നബിയുടെ ഒന്നിലധികം പ്രതിനിധികൾ എന്നത് ഇസ്ലാമിക ഭരണത്തിലെ ഒരു വ്യതിയാനമായിരുന്നു.

ഇസ്ലാംമതത്തിന്റെ രക്ഷകനാണെന്ന് സ്വയം അവകാശപ്പെട്ട ഖലീഫ അൻ-നാസിർ ക്രൈസ്തവരുടെ അധികാരത്തിലുള്ള രാജ്യങ്ങൾ പിടിച്ചടക്കി ഇസ്ലാമിന്റെ ഇടങ്ങളാക്കേണ്ടത് തന്റെ മതപരമായ കടമയാണെന്ന് വിശ്വസിച്ചു. ഈ വിശ്വാസത്തിന്റെ അടിസ്ഥാനത്തിൽ യൂറോപ്പിലെ ക്രിസ്ത്യൻ രാജ്യങ്ങളുമായി തുടർച്ചയായി യുദ്ധങ്ങളിൽ ഏർപ്പെട്ടു. ഐബീരിയ ഉപദ്വീപിലെ ലിയോൺ രാജ്യം പിടിച്ചടക്കാനുള്ള യുദ്ധത്തിൽ കനത്ത പരാജയം ഏറ്റുവാങ്ങിയതോടെയാണ് ഖലീഫ ഇസ്ലാമിനുവേണ്ടിയുള്ള യുദ്ധം നിറുത്തിയത്.

ബനു ഉമയ്യ, അബ്ബാസിയ ഖലീഫമാരുടെ ആർഭാടജീവിതത്തെ വെല്ലുന്ന തരത്തിലുള്ളതായിരുന്നു സ്പെയിനിലെ ഖലീഫ അബ്ദുറഹിമാന്റേത്. തലസ്ഥാനമായ കോർദോവയിൽ ബൈസാന്റിയം ചക്രവർത്തിമാരെയും ഖലീഫമാരെയും വെല്ലണമെന്ന ലക്ഷ്യത്തോടെ പണികഴിപ്പിച്ച കൊട്ടാരത്തിന് 400 മുറികളുണ്ടായിരുന്നു. പതിനായിരം പേരെക്കൊണ്ട് അടിമപ്പണി ചെയ്യിച്ചാണ് കൊട്ടാരം തീർത്തത്. ഖലീഫയുടെ അംഗരക്ഷകസൈന്യത്തിൽ 3750 പേരായിരുന്നു. വെപ്പാട്ടിമാരിൽ ഏറ്റവും സുന്ദരിയായവൾക്കും കൊട്ടാരത്തിനും സഹ്റ എന്ന പേരാണ് നൽകിയത്. ദീപ്ത വദന എന്നാണ് പേരിന്റെ അർഥം. ബാഗ്ദാദിലെ അബ്ബാസിയ ഖലീഫമാർ അംഗരക്ഷകരായി തുർക്കികളെ നിയമിക്കാൻ തുടങ്ങിയപ്പോൾ സ്പെയിനിലെ ഖലീഫ അബ്ദുറഹിമാൻ യൂറോപ്യൻ വംശജരെയാണ് അംഗരക്ഷക സൈന്യത്തിൽ ചേർത്തത്.

കൃഷിയും വ്യാപാരവും അഭിവൃദ്ധിപ്പെട്ടതിന്റെ ഫലമായി ഖലീഫയുടെ ഖജനാവ് നിറഞ്ഞു. അൽ-അന്തുലൂസിന്റെ (സ്പെയിൻ) ചരിത്രത്തിലെ സുവർണകാലമായിരുന്നു അത്. അബ്ദുറഹിമാന്റെ പിൻഗാമി അൽ-ഹക്കം ഒരു പണ്ഡിതനായിരുന്നതുകൊണ്ട് വിദ്യാഭ്യാസത്തിനും വൈജ്ഞാനിക സംരംഭങ്ങൾക്കും പ്രോത്സാഹനം നൽകി. തലസ്ഥാനമായ കോർദോവയിൽ 27 സൗജന്യ വിദ്യാലയങ്ങൾ സ്ഥാപിച്ചു. തന്റെ മുൻഗാമി പണികഴിപ്പിച്ച കോർദോവ പള്ളിയുടെ അനുബന്ധമായി ഒരു സർവകലാശാല ആരംഭിച്ചു. അധികം താമസിയാതെ അത് അന്താരാഷ്ട്ര പ്രശസ്തിയുള്ള വിജ്ഞാനകേന്ദ്രമായി ഉയർന്നു.

അൽ-ഹക്കമിന്റെ മരണശേഷം ഖലീഫയായത് പന്ത്രണ്ട് വയസുകാരനായ ഹിശാമായിരുന്നു. സ്വാഭാവികമായും മാതാവ് സുബ്ഹിന്റെ കൈകളിലായിരുന്നു അധികാരം. സുന്ദരിയായ ഇവർ പൈരിനീസ് പർവത പ്രദേശത്തെ ബാസ്ക് വംശജയായിരുന്നു. സുൽത്താന സുബ്ഹിന്റെ രഹസ്യവേഴ്ചക്കാരൻ മുഹമ്മദ് ഇബ്നു അബീ അമീറാണ് യഥാർഥത്തിൽ അധികാരം കൈയാളിയത്. അയാൾ എന്തുകൊണ്ടോ

പാവയായ ഹിശാമിനെ സ്ഥാനഭ്രഷ്ടനാക്കി സ്വയം ഖലീഫയായി സ്ഥാനാരോഹണം ചെയ്തില്ല. അയാൾ കൊട്ടാരം കാര്യക്കാരൻ എന്ന ഉദ്യോഗത്തിലാണ് പ്രവേശിച്ചത്. സുൽത്താനയുടെ രഹസ്യവേഴ്ചക്കാരനായിത്തീർന്ന അയാൾ ഖലീഫസ്ഥാനം മോഹിക്കാതെ വസീർ (മന്ത്രി) സ്ഥാനം മാത്രമേ അവകാശപ്പെട്ടുള്ളു. സ്വേച്ഛാധിപതിയും അപരിഷ്കൃതചിത്തനുമായ അയാളുടെ ഭരണത്തോടെ സ്പെയിനിലെ ഇസ്ലാമിക ഭരണത്തിന്റെ അവരോഹണം ആരംഭിച്ചു. മതഭ്രാന്തരായ ഉലമകളുടെ പ്രീതി സമ്പാദിക്കാനായി അയാൾ കോർദോവ് യൂണിവേഴ്സിറ്റിയിലെ ഗ്രന്ഥശേഖരം അഗ്നിക്കിരയാക്കി. അയാളെക്കുറിച്ച് സ്തുതിഗീതങ്ങൾ പാടിയ കവികൾക്ക് കൈനിറയെ സമ്മാനങ്ങൾ നൽകി. വെള്ളിയാഴ്ചകളിലെ ഖുത്തുബകളിൽ അയാളുടെ പേര് ഔപചാരികമായി പറയണമെന്ന് നിർദേശിച്ചു. യുദ്ധങ്ങളിൽ വിജയം വരിക്കാൻ കഴിഞ്ഞതുകൊണ്ട് അൽ-മൻസുർ (വിജയശ്രീലാളിതൻ) എന്ന അലങ്കാരം സ്വയം ഏറ്റെടുത്തു. യുദ്ധരംഗത്തുവെച്ചു തന്നെ അൽ-മൻസൂർ കൊല്ലപ്പെടുകയും ചെയ്തു. അയാളുടെ മരണത്തെത്തുടർന്ന് പുത്രൻ അൽ-മുസാഫർ വസീർ ആയി. അങ്ങനെ വസീർ സ്ഥാനം പരമ്പരാഗതമായ ഉദ്യോഗമായിത്തീർന്നു. പേരിനു മാത്രം ഖലീഫയും യഥാർഥഭരണം വസീറിനും എന്ന നിലയിലായി സ്പെയിനിൽ. ഖലീഫ ഹിശാം മൂന്നാമന്റെ കാലത്ത് ഖിലാഫത്തിൽ മനം മടുത്ത കോർദോവക്കാർ കലാപം നടത്തി. ഖലീഫയെയും കുടുംബത്തെയും 1027ൽ ബന്ദികളാക്കി തുറിങ്കിലടച്ചു. കലാപത്തിനു നേതൃത്വം കൊടുത്ത അബു അൽ-ഹസം ഇബ്നു ജഹ്വറിന്റെ നേതൃത്വത്തിലുള്ള പൗരസഭ സ്പെയിനിന്റെ ഭരണനിർവഹണം ആരംഭിച്ചു. ബന്ദിയാക്കപ്പെട്ട അമവിയ്യ ഖലീഫ ഹിശാം വിശക്കുന്ന കുഞ്ഞിന് കഴിക്കാൻ ആഹാരത്തിനും ഇരുട്ടിൽ വെളിച്ചം കിട്ടാൻ ഒരു വിളക്കിനും വേണ്ടി യാചിച്ചുവെന്ന് ചരിത്രകാരൻ ഇബ്നു ഖൽദൂൻ രേഖപ്പെടുത്തി.

സ്പെയിനിലെ മുസ്ലിം ഭരണാധികാരികൾ നേരിട്ട പ്രധാന പ്രശ്നം വംശീയ സംഘട്ടനങ്ങളായിരുന്നു. ഫ്യൂഡൽ രാജ്യങ്ങൾ അറബികൾക്ക് കീഴടങ്ങിയപ്പോൾ ഫ്യൂഡൽ പ്രഭുക്കളിൽ നിന്നു സ്വതന്ത്രരായ അടിയാളർ (serfs) ഇസ്ലാമിക രാഷ്ട്രത്തിലെ മതനികുതിയിൽ (ജിസ്യ) നിന്നും ഒഴിവാക്കാൻ വേണ്ടി ഇസ്ലാംമതം സ്വീകരിച്ചെങ്കിലും തലമുറകളായി വിശ്വസിച്ചുപോന്ന ക്രിസ്തുമതത്തെ പൂർണമായി ഉപേക്ഷിച്ചിരുന്നില്ല. ഇസ്ലാമിക നിയമമനുസരിച്ച് മതത്യാഗം വധശിക്ഷ ലഭിക്കാവുന്ന കുറ്റമായതുകൊണ്ട് വളരെ രഹസ്യമായാണ് ക്രൈസ്തവാചാരങ്ങൾ അനുഷ്ഠിച്ചത്. ഇവരെ 'രഹസ്യ ക്രിസ്ത്യാനികൾ' എന്നാണ് ക്രൈസ്തവ ചരിത്രകാരന്മാർ വിശേഷിപ്പിച്ചത്. രഹസ്യമായി ക്രിസ്തുമതത്തിൽ തുടർന്നവർ മാനസിക സംഘർഷങ്ങളാൽ ആകുലചിത്തരായിരുന്നു. ചിലർ ഇസ്ലാം മതത്തെ തള്ളിപ്പറയുകയും വധശിക്ഷയ്ക്കു വിധേയരാകുകയും ചെയ്തു. ഇങ്ങനെ വധശിക്ഷയ്ക്ക് വിധിക്കപ്പെട്ട യൂലോജിയസ് എന്നയാൾ വധിക്കപ്പെടുന്നതിനു മുമ്പ് സ്വന്തം അനുഭവങ്ങളും

തനിക്കു മുമ്പ് വധിക്കപ്പെട്ടവർ പറഞ്ഞ കാര്യങ്ങളും അടങ്ങുന്ന കുറിപ്പ് തയാറാക്കി. അതിനെ ആധാരമാക്കിയാണ് യൂറോപ്യൻ ചരിത്രകാരന്മാർ രഹസ്യ ക്രിസ്ത്യാനികളെക്കുറിച്ചുള്ള വിവരണങ്ങൾ നൽകിയിട്ടുള്ളത്.[10]

'രക്തസാക്ഷിചരിതം' എന്ന് വിശേഷിപ്പിക്കപ്പെടുന്ന രചനകളുടെ വിശ്വാസ്യതയെ കുറിച്ച് സംശയമുണ്ടെന്ന് ചരിത്രകാരൻ കെന്നത്ത് ബാക്സ്റ്റർ അഭിപ്രായപ്പെടുന്നു. വിവരണങ്ങളിൽ അതിശയോക്തിയുണ്ട്. യൂലോജിയസിന്റെ കുറിപ്പിൽ പറയുന്നവരിൽ ഏറ്റവും പ്രധാനപ്പെട്ട രക്ത സാക്ഷി ഇസാക്ക് എന്ന പേരുള്ള ആളാണ്. ഇദ്ദേഹം ഖലീഫയുടെ കീഴിൽ സംരക്ഷിതരുടെ (ധിമ്മികൾ) കാര്യങ്ങളുടെ സെക്രട്ടറി (കാത്തി ബ്) ആയിരുന്നു. അറബിയല്ലാത്ത ഒരാൾക്ക് എത്തിപ്പെടാവുന്ന ഏറ്റവും വലിയ ഉദ്യോഗമായിരുന്നു അത്. ഒരുദിവസം ഉദ്യോഗം രാജിവച്ച് കോർദോവയ്ക്കടുത്തുള്ള തബാനോസ് എന്ന സ്ഥലത്തെ ക്രൈസ്തവ സന്യാസാശ്രമത്തിൽ രഹസ്യമായി അഭയം പ്രാപിച്ചു. കുറച്ചുകാലം അവിടെ കഴിഞ്ഞതിനു ശേഷം അദ്ദേഹം കോർദോവയിൽ തിരിച്ചെത്തി. കൊട്ടാരത്തിൽ ചെന്ന് ഖാദിയെ (ജഡ്ജി) കാണണമെന്ന് പറഞ്ഞു. ഖാദി യോട് ഇസ്ലാംമതത്തെക്കുറിച്ച് ചില സംശയങ്ങൾ ഉന്നയിച്ചു. ഖാദി വിശ ദീകരണം നൽകിക്കൊണ്ടിരിക്കെ ഇസാക്ക് ഹർഷോന്മാദം ബാധിച്ചവനെ പോലെ മുഹമ്മദ്നബി അറബികളെ വഴിതെറ്റിച്ചതിന് നരകത്തിൽ കിടന്ന് ഉഴറുകയാണെന്ന് അട്ടഹസിച്ചു. അയാളെ അറസ്റ്റു ചെയ്യാൻ ഖാദി ഉത്ത രവിട്ടു. ഖാദി തന്നെ അയാളെ വിചാരണ ചെയ്ത് മതത്യാഗത്തിന്റെയും മതനിന്ദയുടെയും പേരിൽ ശിരച്ഛേദം ചെയ്യാൻ ഉത്തരവിട്ടു. ശിരച്ഛേദ ത്തിനു ശേഷം കബന്ധം തെരുവിൽ കെട്ടിത്തൂക്കിയെന്നാണ് യൂലോജി യസിന്റെ വിവരണം. ഇതെല്ലാം അതിശയോക്തിപരമാണെന്ന് കെന്നത്ത് ബാക്സ്റ്റർ പറയുന്നു. രഹസ്യക്രിസ്ത്യാനികളെക്കാൾ കൂടുതലായി ഭര ണത്തിനെതിരായ കലാപങ്ങളിൽ പങ്കാളികളായത് മുവല്ലദുൻ എന്നറി യപ്പെടുന്ന യൂറോപ്യൻ വംശജരാണ്. ഇസ്ലാമിക സാമ്രാജ്യത്തിനകത്ത് മതപരിവർത്തനം ചെയ്ത അറബികളല്ലാത്തവരെ അറബി ഗോത്രങ്ങൾ സഖ്യകക്ഷി (മൗല) ആയി സ്വീകരിക്കും. ഈ വിഭാഗം മുവല്ലദ് (ബഹു വചനം മുവല്ലദുൻ) എന്നാണറിയപ്പെട്ടത്. മൗലകളെ അറബികൾ തരം താണവരായാണ് എക്കാലത്തും കണക്കാക്കിയിരുന്നത്. ഫ്യൂഡൽ രാജാ ക്കന്മാരുടെ കാലത്ത് അടിയാളരായിരുന്ന കൃഷിക്കാർ ഇസ്ലാമിലേക്ക് മതം മാറിയപ്പോൾ അറബികൾ അവരെ തരംതാണ മൗലകളായി കണ ക്കാക്കിയത് സാമൂഹിക പ്രശ്നമായില്ല. മതം മാറുകയും അറബികളുടെ മൗലകളാകുകയും ചെയ്തവരിൽ ഫ്യൂഡൽ സാമൂഹിക ഘടനയിലെ കുലീനരുമുണ്ടായിരുന്നു. അവർ ഇസ്ലാമിക ഭരണത്തിൽ വളരെ അസം തൃപ്തരായിരുന്നു. അവരാണ് സ്പെയിനിലെ ഖലീഫ ഭരണത്തിനെ തിരെ കലാപങ്ങൾ കുത്തിപ്പൊക്കിയത്.

10. *Christian Martyrs in Muslim Spain* by Kenneth Baxter Wolf from the Library of Iberian Resources on line

ഫാത്തിമിയ്യൂൻ ഖലീഫമാർ

മുഹമ്മദ് നബിയുടെ മകൾ ഫാത്തിമയുടെ പുത്രനായ ഹസന്റെ പ്രപൗത്രൻ ഇദ്‌രീസ് ഇബ്നു അബ്ദുള്ള 785ൽ ഖലീഫയ്ക്കെതിരെ നടന്ന കലാപത്തിൽ പങ്കെടുത്തു. കലാപം അടിച്ചമർത്തപ്പെട്ടു. ഇദ്‌രീസ് ഉത്തരാഫ്രിക്കയിലെ മൊറോക്കോയിലേക്ക് (അൽ-മഗ്‌രിബ്) പലായനം ചെയ്ത് അവിടെ സ്വതന്ത്ര ഭരണകൂടം സ്ഥാപിച്ചു. ഇദ്‌രീസ് രാജവംശം (അദൗലത്ത് അൽ-ഇദാറസത്) രണ്ടു നൂറ്റാണ്ടുകാലം (788–974) അവിടെ അധികാരത്തിൽ ഉണ്ടായിരുന്നു. ഇദ്‌രീസ് രാജവംശമാണ് അറബികളായ ശിയാവിഭാഗത്തിന്റെ ആദ്യത്തെ രാജവംശം. സ്പെയിനിലെ ഖലീഫ അൽ ഹക്കം രണ്ടാമന്റെ ആക്രമണത്തിലാണ് ഇദ്‌രീസ് രാജവംശം സ്ഥാനഭ്രഷ്ടരാക്കപ്പെട്ടത്.

ഉത്തരാഫ്രിക്കയിലെ ഈജിപ്ത് ഉൾപ്പെടെയുള്ള പ്രദേശത്ത് 909ൽ ആധിപത്യം ഉറപ്പിച്ച ഉബൈദുല്ല എന്ന ആളുടെ സന്താനപരമ്പരയിൽ പെട്ടവരാണ് ഫാത്തിമിയ്യൂൻ ഖലീഫമാർ എന്നറിയപ്പെടുന്നത്. ഉബൈദുല്ല മുഹമ്മദ് നബിയുടെ മകൾ ഫാത്തിമയുടെ സന്താന പരമ്പരയിൽപ്പെട്ട ആളാണെന്ന് അവകാശപ്പെടുന്നതുകൊണ്ടാണ് അയാളുടെ പിൻഗാമികൾ ഫാത്തിമിയ്യൂൻ ഖലീഫമാർ എന്നറിയപ്പെട്ടത്. ഉബൈദുല്ല ഇസ്മാഈലി ശിയാവിഭാഗക്കാരനായിരുന്നതുകൊണ്ട് ബാഗ്ദാദിലെ ഖലീഫയുടെ ആത്മീയവും ഭരണപരവുമായ മേലധികാരം അംഗീകരിച്ചില്ല. ഉബൈദുല്ല ഇസ്മാഈലി ശിയാവിഭാഗത്തിന്റെ മഹ്ദി ഇമാം ആണെന്ന് അവകാശപ്പെട്ടു.

ഫാത്തിമിയ്യൂൻ ഖലീഫമാരുടെ സാമ്രാജ്യം ഈജിപ്തുൾപ്പെടെ ഉത്തരാഫ്രിക്ക മുഴുവൻ വ്യാപിച്ചു. ഉബൈദുല്ല യഥാർഥത്തിൽ മുഹമ്മദ് നബിയുടെ മകൾ ഫാത്തിമയുടെ സന്താനപരമ്പരയിൽപ്പെട്ട ആളാണെന്ന് ഇബ്നു ഖൽദൂൻ ഉൾപ്പെടെ ഒരു വിഭാഗം മുസ്ലിം ചരിത്രകാരന്മാർക്ക് അഭിപ്രായമുണ്ട്. ഈ അഭിപ്രായ വ്യത്യാസത്തിനു പിന്നിൽ ഒരുപക്ഷേ, മതപരമായ ഭിന്നതയായിരിക്കാം. ഇസ്ലാമിക സാമ്രാജ്യത്തിന്റെ ആത്മീയ നേതാവുകൂടിയായ ഖലീഫയെ അംഗീകരിക്കാത്ത ശിയാവിഭാഗത്തിന്റെ സാമ്രാജ്യത്തെ സുന്നികളായ മുസ്ലിം ചരിത്രകാരന്മാർ സ്വാഭാവികമായും മുൻവിധികളോടെയായിരുന്നു സമീപിച്ചത്. അഞ്ചാമത്തെ ഫാത്തിമിയ്യൂൻ ഖലീഫ അബു മൻസൂൽ നിസാർ അൽ-അസീസ് ആണ് സാമ്രാജ്യം ഏറ്റവും വിശാലമാക്കിയത്. ഉത്തരാഫ്രിക്ക മാത്രമല്ല അറേബ്യൻ ഉപദ്വീപിന്റെ ഭൂരിഭാഗവും ഫാത്തിമിയ്യൂൻ സാമ്രാജ്യത്തിന്റെ ഭാഗമായി. ഇക്കാലത്ത് മക്കയിലേയും മദീനയിലേയും പള്ളികളിൽ വെള്ളിയാഴ്ച നിസ്കാരത്തിലെ ഖുത്തുബകളിൽ അബു മൻസൂർ നിസാർ അൽ-അസീസ് ഖലീഫയുടെ പേരാണ് ഔപചാരികമായി പറഞ്ഞിരുന്നത്. ശിയാവിഭാഗം പൊതുവെയും ഇസ്മാഈലി ശിയകൾ വിശേഷിച്ചും മതപരമായ കാര്യങ്ങളിൽ തീവ്രനിലപാടുകളാണ് എടുത്തിരുന്നത്. എങ്കിലും

ശിയാസാമ്രാജ്യത്തിന്റെ ഖലീഫയും അമവിയ്യ, അബ്ബാസിയ ഖലീഫാമാരെപ്പോലെ ആർഭാടപൂർണമായാണ് ജീവിച്ചത്. ഖലീഫ അബു മൻസുൽ നിസാറിന്റെ പുത്രൻ അബു അലി മൻസുർ അൽ-ഹക്കിം പതിനൊന്നാമത്തെ വയസിലാണ് ഖലീഫയായത്. ക്രൂരനും മതഭ്രാന്തരുമായിരുന്ന ഇയാൾ 25 വർഷക്കാലം (996-1021) ഫാത്തിമിയ്യൂൻ സാമ്രാജ്യം ഭരിച്ചു. പല മന്ത്രിമാരെയും നിസാര കുറ്റങ്ങൾക്ക് ഖലീഫ കൊലപ്പെടുത്തി. സാമ്രാജ്യത്തിനകത്തുള്ള ജൂതരെയും ക്രിസ്ത്യാനികളെയും അസഹിഷ്ണുതയോടെയാണ് വീക്ഷിച്ചത്. അവർ കറുത്ത വസ്ത്രം ധരിച്ചേ പുറത്തിറങ്ങാവൂ. കഴുതപ്പുറത്തേ സഞ്ചരിക്കാവൂ എന്നൊക്കെയുള്ള വിവേചനപരവും തരം താഴ്ത്തുന്നതുമായ ഉത്തരവുകൾ ഇറക്കി. ഇസ്ലാമിക ഭരണകർത്താക്കളിൽ ഉമർ രണ്ടാമനും മുത്തവക്കീലും ഹക്കീമും മാത്രമേ മതഭ്രാന്ത് പ്രകടമാക്കുന്ന ഇത്തരം ഉത്തരവുകൾ പുറപ്പെടുവിച്ചുള്ളു. ജറുസലേമിൽ യേശുവിന്റെ ജഡം സൂക്ഷിച്ചിരുന്നുവെന്ന് വിശ്വസിക്കപ്പെടുന്ന വിശുദ്ധ ശവക്കല്ലറ (Holy Sepulchre) പൊളിക്കാൻ 1009ൽ ഉത്തരവിറക്കിയത് ഫാത്തിമിയ്യൂൻ ഖലീഫ ആൽ-ഹക്കിമാണ്. ഖലീഫയുടെ ഈ നടപടിയാണ് യഥാർഥത്തിൽ കുരിശുയുദ്ധങ്ങൾ തുടങ്ങാനുള്ള നിമിത്തമായത്.

സ്വന്തം സഹോദരിക്ക് ചാരിത്ര്യശുദ്ധിയില്ലെന്ന് ആരോപിച്ചതിന്റെ പേരിൽ അവർ ഗൂഢാലോചന നടത്തിയാണ് ഹക്കിമിനെ വധിച്ചത്. വധത്തിനു ശേഷം ഖലീഫ അന്തരിച്ചിട്ടില്ല, ഇമാം അൽ-ഹക്കീം ഭൂമിയിൽ വീണ്ടും പ്രത്യക്ഷപ്പെട്ട് അല്ലാഹുവിന്റെ നീതി നിലനിൽക്കുന്ന സാമ്രാജ്യം സ്ഥാപിക്കും എന്ന് ഒരു വിഭാഗം ഇസ്മൗലി ശിയ മുസ്ലിങ്ങൾ വിശ്വസിക്കാനും പ്രചരിപ്പിക്കാനും തുടങ്ങി. ഇവർ ശിയാവിഭാഗത്തിലെ ദ്രുസ് എന്ന അവാന്തരവിഭാഗമായി തീർന്നു. ഖലീഫ അൽ-ഹക്കീമിന്റെ കാലശേഷം ഫാത്തിമിയ്യൂൻ സാമ്രാജ്യത്തിന്റെ വിസ്തൃതി ചുരുങ്ങാൻ തുടങ്ങി. സാമ്രാജ്യത്തിന്റെ പല ഭാഗങ്ങളും സൽജുഖ് തുർക്കികൾ കൈവശപ്പെടുത്തി. ഒടുവിലത് ഈജിപ്തിൽ മാത്രം ഒതുങ്ങി. അൽ-ഹക്കീമിനെ തുടർന്ന് അധികാരത്തിൽ വന്ന ഖലീഫമാരും കൗമാരപ്രായക്കാരായിരുന്നു. അവസാനത്തെ ഖലീഫ അൽ-ആദീദ് ഭരണമേറ്റു. ഭരണമേറ്റത് ഒമ്പതാമത്തെ വയസിലാണ്. സ്വാഭാവികമായും അധികാരം കൈയാളിയത് മന്ത്രിമാരും ഉദ്യോഗസ്ഥന്മാരും ആയിരുന്നു. അവരുടെ അഴിമതിയും ധൂർത്തും ഇടയ്ക്കിടെ ഉണ്ടായ ക്ഷാമവും ജനജീവിതം ദുസ്സഹമാക്കി. ഇതിനൊക്കെ പുറമെ കുരിശുയുദ്ധങ്ങൾ ഈജിപ്തിലെ സാമൂഹികാന്തരീക്ഷം കലുഷിതമാക്കി. അബ്ബാസിയ സാമ്രാജ്യത്തിന്റെ പ്രവിശ്യയായ പലസ്തീനിലെ അമീർ ആയിരുന്ന സലാഹുദ്ദീൻ 1171ൽ ഖലീഫ അൽ-ആദീദിനെ സ്ഥാനഭ്രഷ്ടനാക്കി ഈജിപ്തിന്റെ സുൽത്താൻ ആയതോടെ രണ്ടര നൂറ്റാണ്ടുകാലം നീണ്ടുനിന്ന ഫാത്തിമിയ്യൂൻ ഖലീഫമാരുടെ ഭരണത്തിനു വിരാമമായി. അതോടെ ഈജിപ്തിന്റെ ഭരണം വീണ്ടും സുന്നി മുസ്ലിങ്ങളുടെ കൈകളിലായി.

തുർക്കി ഖലീഫമാർ

തുർക്കികളുടെ രംഗപ്രവേശം ഇസ്ലാമിക രാഷ്ട്രീയത്തിലെ പുതുയുഗത്തിന്റെ ആരംഭം കുറിച്ചു. ഇസ്ലാമിക സാമ്രാജ്യത്തിനകത്ത് സ്വതന്ത്രരാജ്യങ്ങളും രാജവംശങ്ങളും നിലവിൽ വരികയും ഖലീഫാസ്ഥാനം ആലങ്കാരികമാകുകയും ചെയ്തു. സാമ്രാജ്യത്തിൽ അരാജകത്വം കൊടികുത്തി വാഴാൻ തുടങ്ങി. ഇസ്ലാംമതത്തിലെ ശിയ, സുന്നി സംഘർഷങ്ങൾ അരാജകത്വത്തിന്റെ എരിതീയിൽ എണ്ണയൊഴിച്ചു. ഈ സന്നിഗ്ധഘട്ടത്തിലായിരുന്നു തുർക്കികളുടെ രംഗപ്രവേശം.

തുർക്കിരാഷ്ട്രീയം മൂന്നു ഘട്ടങ്ങളിലായിട്ടാണ് ഇസ്ലാമിലേക്ക് സംക്രമിച്ചത്. ഇറാനിലെ സാമാനി രാജവംശത്തിന്റെ അടിമയായ അൽപ്തിജീന് സുൽത്താന്റെ അംഗരക്ഷക സൈന്യത്തിൽ ജോലി കൊടുത്തു. പിന്നീട് അംഗരക്ഷകസേനയുടെ തലവനാക്കി. അൽപ്ത്ജീന്റെ സേവനത്തിൽ സന്തുഷ്ടനായ ഭരണാധികാരി ഖുറാസാൻ പ്രവിശ്യയുടെ ഗവർണരാക്കി. ഒരു വർഷം തികയുന്നതിനു മുമ്പ് ഇറക്കിവിടുകയും ചെയ്തു. അൽപ്തിജീൻ അഫ്ഗാനിസ്ഥാനിലേക്ക് കടന്ന് അവിടത്തെ ഗസ്ന എന്ന സ്ഥലം പിടിച്ചടക്കി 962ൽ സ്വന്തമായ രാജ്യം സ്ഥാപിച്ചു. തുടർന്ന് അഫ്ഗാൻ മുഴുവനും പഞ്ചാബും കീഴടക്കി ഗസ്നവി സാമ്രാജ്യമായി വികസിപ്പിച്ചു. ഗസ്നവി സാമ്രാജ്യം രണ്ടു നൂറ്റാണ്ടിലധികം (962-1186) നിലനിന്നു. ഗസ്നവി സുൽത്താൻ മഹ്മൂദ് ഇന്ത്യൻ പ്രദേശങ്ങളിലേക്ക് പല തവണ പടയോട്ടങ്ങൾ നടത്തിയതിനെക്കുറിച്ച് ഇന്ത്യയും ഇസ്ലാമും എന്ന അധ്യായത്തിൽ വിവരിക്കുന്നുണ്ട്. ഗസ്നവികളുടെ മുന്നേറ്റമായിരുന്നു ഇസ്ലാമിക രാഷ്ട്രീയത്തിലേക്കുള്ള തുർക്കികളുടെ ആദ്യത്തെ രംഗപ്രവേശം. മഹ്മുദിന്റെ കാലശേഷം ഗസ്നവി തുർക്കികളുടെ പ്രഭാവം അസ്തമിച്ചു.

ഇസ്ലാമിക രാഷ്ട്രീയത്തിലേക്കുള്ള തുർക്കികളുടെ രണ്ടാമത്തെ രംഗപ്രവേശം പിൻവാതിലിലൂടെയായിരുന്നു. മുഹമ്മദ് നബിയുടെ ഭൂമിയിലെ പ്രതിനിധിയായ ഖലീഫയുടെ അധികാരത്തിൽ ബാഗ്ദാദ് മാത്രമേയുള്ളു എന്ന അവസ്ഥയിലായി ഇസ്ലാമിക സാമ്രാജ്യം. ഹാറൂൻ അൽ-റശീദിന്റെ മകൻ ഖലീഫ അൽ-മുഅ്തസിം തുർക്കി വംശജയായ അടിമസ്ത്രീയുടെ സന്താനമായിരുന്നു. സ്വന്തം മാതാവിന്റെ വംശക്കാരായ തുർക്കികളെ ധാരാളമായി ഖലീഫയുടെ അംഗരക്ഷക സൈന്യത്തിൽ ചേർത്തു. അബ്ബാസിയ രാജവംശത്തെ അധികാരത്തിലേറ്റിയത് തങ്ങളാണെന്ന് അവകാശപ്പെട്ടുകൊണ്ട് ഖലീഫയെ നിയന്ത്രിക്കാൻ ശ്രമിച്ചിരുന്ന പേർഷ്യക്കാർക്ക് ഒരു തടയായിട്ടാണ് തുർക്കികളെ അംഗരക്ഷകരാക്കിയത്. അത് ഭസ്മാസുരന് വരം കൊടുത്തതുപോലെ ആയി. തുർക്കികൾ ഖലീഫയെ പാവയാക്കി മാറ്റി. അംഗരക്ഷകരുടെ ശല്യം സഹിക്കാതായപ്പോൾ ഖലീഫ ടൈഗ്രീസ് തീരത്തുള്ള സമാറയിലേക്ക് താമസവും ഭരണവും മാറ്റി. സമാറയിലും ഖലീഫ തുർക്കികളുടെ തടവിലായിരുന്നു.

തങ്ങളുടെ ഇംഗിതം അനുസരിച്ച് ഭരണം നടത്താൻ വിസമ്മതിച്ച ഖലീഫ അൽ-മുത്തവക്കിലീനെ അംഗരക്ഷകർ വധിച്ച് മകനെ ഖലീഫയാക്കി. ആരാണ് ഖലീഫയാകേണ്ടത് എന്ന് തീരുമാനിക്കുന്നത് അംഗരക്ഷക നായ തുർക്കികളാണെന്ന സ്ഥിതിയായി.

ഗസ്നവി തുർക്കികൾക്കു ശേഷം മരണശയ്യയിലായിരുന്ന ഇസ്ലാമിക സാമ്രാജ്യത്തിന്റെ രക്ഷയ്ക്കെത്തിയത് സെൽജുഖ് തുർക്കികളായിരുന്നു. മധ്യേഷ്യയിലെ തുർക്കിസ്ഥാനിൽ കിർഗിസ് പുൽമേടുകളിൽ നാടോടിജീവിതം നയിച്ചിരുന്ന തുർക്കി ഇടയഗോത്രങ്ങളിലൊന്ന് ഇസ്ലാമിന്റെ ബൗദ്ധിക കേന്ദ്രമായ ബുഖാറയിൽ സ്ഥിരവാസമാക്കി. അവർ ഇസ്ലാംമതം സ്വീകരിച്ചു. സെൽജുഖ് എന്നു പേരുള്ള ഗോത്രത്തലവനും രണശൂരരായ സന്താനങ്ങളും ചേർന്ന് മധ്യേഷ്യയിലും ഇറാനിലും വാണിരുന്ന മംഗോളുകളെയും പേർഷ്യക്കാരെയും കീഴടക്കി രാജ്യങ്ങൾ പിടിച്ചെടുത്തു. സൽജൂഖിന്റെ പൗത്രൻ തുഗ്രിൽ ഗസ്നവി സുൽത്താനെ പരാജയപ്പെടുത്തി സെൽജൂഖ് തുർക്കികളുടെ ആധിപത്യം സ്ഥാപിച്ചു. തുഗ്രിലിന്റെ സൈന്യം 1055-ൽ ബാഗ്ദാദിലെത്തിയപ്പോൾ ഖലീഫ അവരെ സ്വീകരിച്ചു. ഖലീഫയെ പാവയാക്കി വച്ചിരുന്ന തുർക്കി അംഗരക്ഷക സൈന്യത്തിന്റെ തലവനും ഗവർണരുമായ അൽ-ബസാസിരി നാടുവിട്ടു. തുഗ്രിലിനെ ഖലീഫ ഇസ്ലാമിക സാമ്രാജ്യത്തിന്റെ രാജപ്രതിനിധിയായി പ്രഖ്യാപിക്കുകയും അൽ-സുൽത്താൻ (ഭരണാധികാരമുള്ള ആൾ) എന്ന സ്ഥാനത്ത് ഔദ്യോഗികമായി നിയമിക്കുകയും ചെയ്തു. അതോടെ ഇസ്ലാമിക സാമ്രാജ്യത്തിന്റെ ഭരണം സെൽജൂഖ് തുർക്കികളുടെ കൈകളിലായി. ഇസ്ലാമിക രാഷ്ട്രീയം മരണശയ്യയിൽ നിന്നും എഴുന്നേറ്റു.

തുഗ്രിലിന്റെ പിൻഗാമി അല്പ് അർസ്ലാൻ ബൈസാന്റിയം സാമ്രാജ്യത്തിന്റെ പ്രവിശ്യയായിരുന്ന അർമീനിയ പിടിച്ചു. അർമീനിയയും അനറ്റോളിയയും ഏഷ്യാ ഭൂഖണ്ഡത്തിൽ റോമാക്കാരുടെ സ്വന്തം ഇടങ്ങളായിട്ടാണ് പൗരാണിക കാലം മുതൽ കണക്കാക്കപ്പെട്ടിരുന്നത്. സിറിയയും പലസ്തീനും റോമാക്കാർ പിടിച്ചടക്കി റോമാസാമ്രാജ്യത്തോട് ചേർത്ത പ്രവിശ്യകളായിരുന്നു. സെൽജൂഖ് തുർക്കികൾ അർമീനിയ പിടിച്ച് ഇസ്ലാമിക സാമ്രാജ്യത്തോട് ചേർത്ത സംഭവത്തെ റോമാക്കാരുടെ സ്വന്തമായ ഇടം ദാറുൽ ഇസ്ലാമിന്റെ (ഇസ്ലാമിന്റെ ഭവനം) ഭാഗമായി മാറിയതിന്റെ ആദ്യത്തെ ഉദാഹരണമായിട്ടാണ് മുസ്ലിം ചരിത്രകാരന്മാർ വിശേഷിപ്പിച്ചത്. പൊതുവർഷം 1071ൽ ബൈസാന്റിയം ചക്രവർത്തി റോമാനസ് ഡയോജിനിസിനെ സെൽജുഖ് സൈന്യം തടവുകാരനായി പിടിച്ചു. റോമാക്കാരുടെ മറ്റൊരു ഇടമായ അനറ്റോളിയയും സെൽജൂഖ് തുർക്കികൾ കൈവശപ്പെടുത്തി സ്ഥിരവാസം തുടങ്ങി. അങ്ങനെയാണ് അനറ്റോളിയ തുർക്കിയായത്. ആദ്യത്തെ രണ്ട് സെൽജൂഖ് സുൽത്താന്മാർ മധ്യേഷ്യയിലെ ഇസ്ബഹാനാണ് ഭരണകേന്ദ്രമാക്കിയത്. ഭരണകേന്ദ്രം ബാഗ്ദാദിലേക്ക് മാറ്റിയത് 1091ലാണ്. അതോടെ ചക്രവർത്തിയുടെ ആട

യാഭരണങ്ങളിഞ്ഞ പാവയായി മാറി അല്ലാഹുവിന്റെ പ്രതിനിധിയായ ഖലീഫ. യഥാർഥ ഭരണാധികാരികൾ സൽജൂഖ് തുർക്കികളും. വെള്ളിയാഴ്ച പള്ളികളിൽ നടക്കുന്ന ജുംഅ നിസ്കാരങ്ങളിൽ ഖുത്തുബ പറയുമ്പോൾ ഖലീഫയുടെ പേര് പറയുന്നത് മതപരമായ ഒരു ചടങ്ങായിരുന്നു. ഖുത്തുബകളിൽ ഖലീഫയുടെ പേരിനോടൊപ്പം സൽജൂഖ് സുൽത്താന്റെ പേരും ഉപചാരപൂർവം പറയണമെന്ന് ഖലീഫ ഉത്തരവിറക്കി. സുൽത്താൻ മലിക്ഷായുടെ ഭരണകാലമായിരുന്നു (1072-92) സെൽജുഖ് തുർക്കികളുടെ സുവർണകാലം. മലിക്ഷാ സ്വന്തം മകളെ ഖലീഫ അൽ-മുഖ്ത്തദിനെക്കൊണ്ട് വിവാഹം ചെയ്യിച്ചു. മകളുടെ മകനിൽ സുൽത്താന്റെയും ഖലീഫയുടെയും സ്ഥാനങ്ങൾ സംയോജിപ്പിക്കാമെന്ന കണക്കുകൂട്ടൽ നടന്നില്ല. മലിക്ഷായുടെ കാലശേഷം സെൽജൂഖ് ഭരണം ഛിന്നഭിന്നമായി.

സെൽജൂഖ് തുർക്കികളുടെ ഭരണകാലത്താണ് കുരിശുയുദ്ധങ്ങൾ ആരംഭിച്ചത്. അധികാരം കയ്യാളുന്ന സെൽജൂഖ് സുൽത്താനും പാവയായ അബ്ബാസി ഖലീഫയും കുരിശുയുദ്ധങ്ങളെ വിദൂരതയിലെ മിന്നൽ പിണരുകളായിട്ടാണ് കണക്കാക്കിയത്. ഒന്നാം കുരിശുയുദ്ധക്കാർ പൊതുവർഷം 1099ൽ ജറുശലോം നഗരം കീഴടക്കിയപ്പോൾ പലസ്തീനിൽ നിന്നും മുസ്ലിങ്ങളുടെ ഒരു നിവേദകസംഘം സാമ്രാജ്യതലസ്ഥാനമായ ബാഗ്ദാദിലെത്തി ഖലീഫയെയും സുൽത്താനെയും വിവരങ്ങൾ ധരിപ്പിച്ചു. ഇസ്ലാമിന്റെ മൂന്നാമത്തെ വിശുദ്ധ നഗരം നഷ്ടപ്പെട്ടതിൽ കണ്ണുനീരൊഴുക്കിയതല്ലാതെ നഗരം തിരിച്ചു പിടിക്കാൻ യാതൊന്നും ചെയ്തില്ല.

തുർക്കി വംശത്തിൽപ്പെട്ട ഗുസ്ഗോത്രത്തിലെ അവാന്തര വിഭാഗങ്ങളാണ് ഉസ്മാനിയ തുർക്കികളും (Ottoman turks) സെൽജൂഖ് തുർക്കികളും. പൊതുവർഷം 1300ലാണ് അനറ്റോളിയ സെൽജൂഖ് തുർക്കികളിൽ നിന്നും ഉസ്മാനിയ്യ തുർക്കികൾ കൈവശപ്പെടുത്തിയത്. ഉസ്മാൻ എന്ന തുർക്കി ഗോത്രത്തലവൻ അനറ്റോളിയിൽ സ്വന്തം രാജ്യം സ്ഥാപിച്ചത് 1299ലാണ്. തലസ്ഥാനം ഇന്നത്തെ തുർക്കിയുടെ വടക്കു പടിഞ്ഞാറു ഭാഗത്തുള്ള ബർസാ നഗരത്തിലായിരുന്നു. ഉസ്മാൻ സ്ഥാപിച്ച രാജ്യം വെട്ടിപ്പിടുത്തങ്ങളിലൂടെ സാമ്രാജ്യമായി വികസിച്ചതാണ് ഉസ്മാനിയ്യ സാമ്രാജ്യം. (Ottoman empire) ഉസ്മാനിയ്യ തുർക്കികൾ ബോസ്ഫറസ് കടലിടുക്കിന്റെ മറുകരയിലുള്ള യൂറോപ്പ് ഭൂഖണ്ഡത്തിലും ഇടങ്ങൾ സ്വന്തമാക്കി. ഏഷ്യൻ ഭാഗത്തുള്ള ബർസയിൽ നിന്നും തലസ്ഥാനം യൂറോപ്യൻ വൻകരയിൽ സ്വന്തമാക്കിയ ത്രേസിലെ എഡിർന നഗരത്തിലേക്ക് മാറ്റി. രണ്ടു ഭൂഖണ്ഡങ്ങളിലുമായി കാലുകുത്തി നിന്നുകൊണ്ട് ഉസ്മാനിയ്യ തുർക്കികൾ വെട്ടിപ്പിടുത്തങ്ങൾ നടത്തി. തുർക്കി സുൽത്താന്മാർ പിൽക്കാലത്ത് ഖലീഫ സ്ഥാനം കൂടി അവകാശപ്പെട്ടു.

മുഹമ്മദ് നബിയുടെ മരണത്തിനു ശേഷം ഖലീഫ ഭരണം ആരംഭിച്ചപ്പോൾ ഭരണാധികാരിയും മതകാര്യങ്ങളിൽ തീരുമാനമെടുക്കുന്ന ആളും ഖലീഫ തന്നെയായിരുന്നു. പിൽക്കാലത്ത് ഖലീഫയുടെ അധി

കാരം കുറഞ്ഞു. ഖലീഫയുടെ കീഴിലുള്ള സാമന്തന്മാരുടെ കൈകളിലായി യഥാർഥ രാഷ്ട്രീയാധികാരം. സാമന്തന്മാർ സുൽത്താൻ, ബാദുഷ, ശൈഖ്, അമീർ എന്നിങ്ങനെ പല പേരുകളിലും അറിയപ്പെട്ടു. സൽജൂഖ് തുർക്കിയെ ഖലീഫ സുൽത്താനായി നിയോഗിച്ച കാര്യം മുകളിൽ സൂചിപ്പിച്ചല്ലോ. ഖലീഫയാകട്ടെ അല്ലാഹുവിന്റെ അല്ലെങ്കിൽ മുഹമ്മദ് നബിയുടെ ഭൂമിയിലെ പ്രതിനിധി എന്ന ആലങ്കാരിക സ്ഥാനത്തായി. ഉസ്മാനിയ്യ സുൽത്താന്മാർ അധികാരത്തിൽ വരുമ്പോൾ ഭൂമിയിൽ മുഹമ്മദ് നബിയുടെ പ്രതിനിധിയായ ഖലീഫ ഇല്ലായിരുന്നു. കാരണം അവസാനത്തെ അബ്ബാസിയ ഖലീഫയെ മംഗോൾ സേനാനായകൻ ഹലാഗു ഖാൻ കൊന്നു. ഉസ്മാനിയ്യ തുർക്കി സുൽത്താൻ ഖലീഫ (അല്ലാഹുവിന്റെ അല്ലെങ്കിൽ മുഹമ്മദ് നബിയുടെ പ്രതിനിധി) ആണെന്ന് അവകാശപ്പെടുകയും ആ സ്ഥാനം സ്വയം ഏറ്റെടുക്കുകയും ചെയ്തപ്പോൾ ഇസ്ലാമിലെ ഖിലാഫത്ത് (ഖലീഫാഭരണം) പുനഃസ്ഥാപിക്കപ്പെട്ടു എന്ന് പറയാം. ഖലീഫ ആകുന്ന ആൾ അറബിയും മുഹമ്മദ് നബി ജനിച്ച ഖുറൈശി ഗോത്രത്തിലെ അംഗവും ആയിരിക്കണം എന്നൊക്കെ ഇബ്നു ഖൽദൂൻ തുടങ്ങിയ മുസ്ലിം ചരിത്രകാരന്മാർ കൽപ്പിച്ച നിബന്ധനകൾ ഇല്ലാതായി.

ഉസ്മാനിയ്യാ സുൽത്താന്മാർ ഖലീഫാസ്ഥാനം കൂടി അവകാശപ്പെട്ടതോടെ ആത്മീയ നേതാവും ഭരണത്തലവനും ഒരാൾ തന്നെ എന്ന പൂർവസ്ഥിതി പുനഃസ്ഥാപിക്കപ്പെട്ടു. ആരംഭത്തിൽ ഇസ്ലാം ഒരു മത രാഷ്ട്ര സംഘടന (religio-political organisation) അഥവാ രാഷ്ട്രരൂപത്തിലുള്ള സംഘടിതമതം ആയിരുന്നുവെന്നതിന് തെളിവാണ് കാലത്തിന്റെ തിരശ്ശീലയ്ക്കപ്പുറത്തുള്ള ഖലീഫാസ്ഥാനം. ആധുനിക പദപ്രയോഗം കടമെടുത്ത് പറഞ്ഞാൽ ആരംഭത്തിൽ രാഷ്ട്രീയ ഇസ്ലാം മാത്രമേ ഉണ്ടായിരുന്നുള്ളൂ. സയാമീസ് ഇരട്ടകളെപ്പോലെ ആയിരുന്ന ഇസ്ലാംമതത്തെയും ഇസ്ലാം രാഷ്ട്രത്തെയും വേർപെടുത്തിയത് യൂറോപ്പിന്റെ കോളനിവാഴ്ചയാണ്. നൂറ്റാണ്ടുകൾ നീണ്ടുനിന്ന കോളനിവാഴ്ചയിലെ അടിമകളായി കഴിഞ്ഞകാലത്ത് വിശ്വാസികളുടെ മനസിൽ രാഷ്ട്രീയ മുക്തമായ ഇസ്ലാംമതം രൂപപ്പെടുകയാണുണ്ടായത്.

ഉസ്മാനിയ സാമ്രാജ്യം

തുർക്കി ഖലീഫ മുഹമ്മദ് രണ്ടാമൻ 1453ൽ ബൈസാന്റിയം സാമ്രാജ്യത്തിന്റെ തലസ്ഥാനമായ കോൺസ്റ്റാന്റിനോപ്പിൾ പിടിച്ചടക്കിയതോടെ ഉസ്മാനിയ സാമ്രാജ്യത്തിന്റെ (Ottoman empire) സാമ്രാജ്യത്തിന്റെ പിറവിയായി. യൂറോപ്പിന്റെ കിഴക്കു ഭാഗവും ഏഷ്യയുടെ പശ്ചിമഭാഗവും ഉസ്മാനിയ്യ സാമ്രാജ്യത്തിന്റെ ഭാഗമായി. പതിനാറാം നൂറ്റാണ്ടിന്റെ ആരംഭത്തിൽ ആഫ്രിക്കയുടെ ഉത്തരഭാഗത്തുണ്ടായിരുന്ന അറബ് ഇസ്ലാമിക രാഷ്ട്രങ്ങളും തുർക്കി സാമ്രാജ്യത്തിന്റെ ഭാഗമാകാൻ തുടങ്ങി. ഉത്തരാഫ്രിക്ക പൂർണമായും കീഴടക്കിയതും ഉസ്മാനിയ്യ സാമ്രാജ്യശക്തി

ഉത്തുംഗതയിൽ എത്തിയതും ഖലീഫ സുലൈമാൻ ഒന്നാമന്റെ (ഭരണം 1520-66) കാലത്താണ്. യൂറോപ്പിലെ ഹംഗറി ഏതാണ്ട് പൂർണമായി ത്തന്നെ സുലൈമാൻ കീഴടക്കി. ഓസ്ട്രിയയുടെ തലസ്ഥാനമായ വിയ ന്നയെ ഉപരോധിച്ചു. പക്ഷേ, കീഴടക്കാൻ കഴിഞ്ഞില്ല.

മുസ്ലിം ചരിത്രകാരന്മാർ സുലൈമാനെ അൽ-ഖാനൂനി (നിയമ നിർമാതാവ്) എന്നും മറ്റുള്ളവർ മഹാപ്രതാപി (the Magnificent) എന്നും വിശേഷിപ്പിച്ചു. സുലൈമാൻ യഥാർഥത്തിൽ മഹാപ്രതാപി തന്നെ ആയി രുന്നുവെന്ന് ചരിത്രകാരൻ ഫിലിപ്പ് കെ ഹിറ്റിയും പറയുന്നു. നിയമനിർമാ താവ് എന്ന വിശേഷണം നൽകാൻ കാരണം സുലൈമാന്റെ നിർദേശ ത്തിൽ അലിപോയിലെ ഇബ്രാഹിം (ഇബ്രാഹിം ഹലാബി) എന്ന പണ്ഡി തൻ *മുൽത്തഖ അൽ-അബ്ഹൂർ* (സമുദ്രങ്ങളുടെ സംഗമം) എന്ന പേരുള്ള നിയമസംഹിത രചിച്ചതാണ്. കോൺസ്റ്റാന്റിനോപ്പിളിന്റെയും ഇസ്ലാമിക സാമ്രാജ്യത്തിന്റെ പൂർവ തലസ്ഥാനങ്ങളായിരുന്ന ഡമാ സ്കസ്, ബാഗ്ദാദ്, മദീന എന്നീ നഗരങ്ങളുടെയും പൊയ്പ്പോയ പ്രതാ പങ്ങൾ പുതിയ നിർമാണങ്ങളിലൂടെ വീണ്ടെടുത്തുകൊണ്ടാണ് ചരിത്ര കാരന്മാർ മഹാപ്രതാപിയെന്ന വിശേഷണം നൽകിയത്. കോൺസ്റ്റാന്റിനോപ്പിളിൽ ജസ്റ്റിനിയൻ ചക്രവർത്തി പണികഴിപ്പിച്ച സാന്റാ സോഫിയാ ദേവാലയത്തിന്റെ പ്രൗഢിയെ വെല്ലണമെന്ന ഉദ്ദേ ശ്യത്തോടെയാണ് വാസ്തുശിൽപ്പി സീനാനെക്കൊണ്ട് സുലൈമാനിയ്യ മസ്ജിദ് പണികഴിപ്പിച്ചത്. ഖലീഫ സുലൈമാന്റെ കാലത്ത് നടന്ന നിർമാ ണങ്ങളിൽ പേർഷ്യൻ, ഗ്രീക്ക്, റോമൻ, ഗോത്തിക്ക് വാസ്തുശിൽപ്പ ചാതുരികൾ സമ്മേളിച്ചിരിക്കുന്നത് കാണാം.

തുർക്കിസാമ്രാജ്യം റോമാ, അബ്ബാസിയ സാമ്രാജ്യങ്ങളെപ്പോലെ സൈനികാക്രമണങ്ങളിലൂടെയാണ് കെട്ടിപ്പടുത്തത്. സാമ്രാജ്യത്തിലെ വിവിധ ജനതകളുടെ ഉദ്ഗ്രഥനം സാധ്യമല്ല. അതുകൊണ്ട് ഒരു ഘട്ടം കഴിയുമ്പോൾ സാമ്രാജ്യം ശിഥിലമാകും. ഉസ്മാനിയ്യ സാമ്രാജ്യത്തിന്റെ യൂറോപ്പിലേക്കുള്ള വ്യാപനം നിലച്ചു. വിയന്ന കീഴടക്കാൻ 1683-ൽ നട ത്തിയ രണ്ടാംവട്ട ശ്രമവും പരാജയപ്പെട്ടു. അത് ഉസ്മാനിയ്യ സാമ്രാജ്യ ത്തിന്റെ അവസാനത്തിന്റെ ആരംഭമായാണ് ചരിത്രകാരന്മാർ വിലയിരു ത്തിയത്. തങ്ങൾ കീഴടക്കിയ പ്രദേശങ്ങൾ എങ്ങനെ സാമ്രാജ്യത്തിന്റെ ഭാഗങ്ങളായി നിലനിർത്താം എന്നായി തുർക്കികളുടെ പ്രധാന പ്രശ്നം. വിവിധ ജനതകളുടെ ഉദ്ഗ്രഥനമില്ലായ്മ, ഉദ്യോഗസ്ഥന്മാരുടെ അഴിമതി, സാമൂഹികമായ ജീർണത തുടങ്ങിയ ആഭ്യന്തര ഛിദ്രശക്തികളോടൊപ്പം ബാഹ്യമായ ആക്രമണ ഭീഷണികളും ഉസ്മാനിയ്യ സാമ്രാജ്യത്തിന്റെ നിലനിൽപ്പ് അപകടത്തിലാക്കി. ലോകത്തിന്റെ വിവിധ ഭാഗങ്ങളിലുള്ള രാജ്യങ്ങൾ പിടിച്ചടക്കി തങ്ങളുടെ കോളനികളാക്കാൻ പോർച്ചുഗൽ, ഫ്രാൻസ്, ഇംഗ്ലണ്ട്, ഓസ്ട്രിയ തുടങ്ങിയ യൂറോപ്യൻ രാജ്യങ്ങൾ നട ത്തിയ കടന്നുകയറ്റങ്ങളാണ് ഇസ്ലാമിക സാമ്രാജ്യത്തിന്റെ നിലനിൽപ്പ് അപകടത്തിലാക്കിയത്. പുത്തൻ സാമ്രാജ്യങ്ങൾ സ്ഥാപിക്കാൻ തുനി

ഞ്ഞിറങ്ങിയ യൂറോപ്യൻ രാജ്യങ്ങളുടെ കണ്ണുകൾ ആദ്യം പതിഞ്ഞത് മരണശയ്യയിൽ കിടന്നിരുന്ന ഇസ്ലാമികസാമ്രാജ്യത്തിന്റെ മേലാണ്. ഉസ്മാനിയ്യ സാമ്രാജ്യത്തിന് ആദ്യം നഷ്ടപ്പെട്ടത് ഉത്തരാഫ്രിക്കയിലെ പ്രവിശ്യകളാണ്.

ഇസ്ലാമിക സാമ്രാജ്യം പിടിച്ചടക്കിയ ഭൂഭാഗങ്ങൾ പതിമൂന്നാം നൂറ്റാണ്ടിൽ പോർച്ചുഗൽ തിരിച്ചുപിടിച്ചു. എണ്ണൂറു വർഷക്കാലം നീണ്ടുനിന്ന തിരിച്ചുപിടിക്കൽ (Reconquista) പൂർത്തിയാക്കിയതിനു ശേഷം ഇസ്ലാമിക സാമ്രാജ്യത്തിന്റെ ഭാഗങ്ങൾ സ്വന്തമാക്കാൻ തുടങ്ങി. ജിബ്രാൾട്ടർ കടലിടുക്കിൽ ഉത്തരാഫ്രിക്കൻ തീരത്തോടടുത്തു കിടക്കുന്ന ചെറു ദ്വീപിലെ സ്യൂവെറ്റ എന്ന നഗരം ഉസ്മാനിയ്യ സാമ്രാജ്യത്തിൽ നിന്നും 1415ൽ പോർച്ചുഗൽ പിടിച്ചെടുക്കുകയുണ്ടായി. ഇത് ഇസ്ലാമിനുമേലുള്ള യൂറോപ്പിന്റെ കോളനിവാഴ്ചയുടെ തുടക്കമായിരുന്നു. തുടർന്നുള്ള ദശകങ്ങളിൽ ഉത്തരാഫ്രിക്കൻ തീരങ്ങളിൽ പോർട്ടുഗൽ ഇസ്ലാമിന്റെ ഇടങ്ങൾ പിടിച്ചടക്കി വ്യാപാരകേന്ദ്രങ്ങളും കോട്ടകൊത്തളങ്ങളും തുറമുഖങ്ങളും സ്ഥാപിച്ചു. പോർച്ചുഗലിനെ പിന്തുടർന്ന് സ്പെയിനും കൊളോണിയൽ ആധിപത്യത്തിനുള്ള ശ്രമങ്ങൾ ആരംഭിച്ചു. സ്പെയിനും പോർച്ചുഗലും തെക്കേ അമേരിക്കയിലേക്കും വടക്കേ അമേരിക്കയിലേക്കും ഇരച്ചുകയറി. ഇവരുടെ പിന്നാലെ ഫ്രാൻസ്, ഇംഗ്ലണ്ട്, ഹോളണ്ട് തുടങ്ങിയ രാജ്യങ്ങളും എത്തി. ഇന്ത്യയിലും പൂർവേഷ്യൻ രാജ്യങ്ങളിലും വ്യാപാരത്തിനായി വന്ന പ്രാദേശിക രാഷ്ട്രീയത്തിൽ ആദ്യം ഉപജാപങ്ങളിലൂടെയും പിന്നീട് സൈനികമായും ഇടപെട്ടു. ക്രമേണ ആധിപത്യം സ്ഥാപിച്ച് കോളനികളാക്കി. തുടക്കം മുതലേ ബ്രിട്ടനും ഫ്രാൻസും ഹോളണ്ടും കോളനികൾ സ്ഥാപിക്കാനുള്ള മത്സരത്തിൽ പോർച്ചുഗലിനോടും സ്പെയിനിനോടും ഒപ്പമുണ്ടായിരുന്നെങ്കിലും പതിനേഴാം നൂറ്റാണ്ടുവരെ യൂറോപ്പിനു പുറത്ത് കോളനികൾ സ്ഥാപിക്കുന്ന കാര്യത്തിൽ കാര്യമായ നേട്ടമുണ്ടാക്കാൻ കഴിഞ്ഞില്ല. പത്തൊമ്പതാം നൂറ്റാണ്ടായപ്പോൾ ഏറ്റവും കൂടുതൽ കോളനികളുള്ള ഏറ്റവും വലിയ സാമ്രാജ്യമായി തീർന്നു ബ്രിട്ടൻ.

ഇസ്ലാം കോളനിവാഴ്ചയിൽ

നെപ്പോളിയന്റെ സൈന്യം 1798ൽ തുർക്കിസൈന്യത്തെ തോൽപ്പിച്ച് ഈജിപ്ത് പിടിച്ചത് ഇസ്ലാമിക ലോകത്തെ ഞെട്ടിച്ചു. ഉസ്മാനിയ സാമ്രാജ്യത്തിന്റെ ഒരുലക്ഷത്തിലധികം ഉണ്ടായിരുന്ന സൈന്യത്തെയാണ് അതിന്റെ നാലിലൊന്നോളം മാത്രമുണ്ടായിരുന്ന ഫ്രഞ്ചു സൈന്യം തോൽപ്പിച്ചത്. ഫ്രഞ്ചു സൈന്യത്തിന്റെ സാങ്കേതിക മികവായിരുന്നു ഈ അത്ഭുത വിജയത്തിനു പിന്നിലെന്ന് ഇസ്ലാമിക ലോകം തിരിച്ചറിഞ്ഞു. ആഫ്രിക്കയെ ചുറ്റി ബ്രിട്ടീഷ് വ്യാപാരികൾ കടൽമാർഗം ഇന്ത്യയിലേക്ക് പോകുന്നത് തടസപ്പെടുത്തണമെന്ന ലക്ഷ്യത്തോടെയാണ് നെപ്പോളിയൻ ഈജിപ്തിൽ സൈന്യത്തെ ഇറക്കിയത്. ബ്രിട്ടൻ ശക്ത

മായി തിരിച്ചടിച്ചതു കാരണം നെപ്പോളിയന് ഫ്രഞ്ചു സൈന്യത്തെ പിൻവലിക്കേണ്ടി വന്നു. ഈജിപ്തിൽ നിന്നും ഫ്രഞ്ചു സൈന്യത്തെ പുറന്തള്ളാൻ ബ്രിട്ടീഷുകാരെ സഹായിച്ചത് തുർക്കിസൈന്യമായിരുന്നു. തുർക്കി സൈന്യത്തിന്റെ യുവനായകനായിരുന്ന മുഹമ്മദലിയെ ഈജിപ്തിലെ പാഷ (ഉസ്മാനിയ സാമ്രാജ്യത്തിന്റെ പ്രവിശ്യാ ഭരണാധികാരിയാണ് പാഷ) ആയി നിയമിച്ചു. മുഹമ്മദലി പുതിയ 'രാജവംശം' സ്ഥാപിച്ചു. ബ്രിട്ടന്റെയും ഫ്രാൻസിന്റെയും സംയുക്തമായ മേൽനോട്ടത്തിലായിരുന്നു മുഹമ്മദലിയും പിന്തുടർച്ചാവകാശികളും ഭരണം നടത്തിയത്. ബ്രിട്ടന്റെയും ഫ്രാൻസിന്റെയും പാവയായി ഭരണം നടത്തിയ മുഹമ്മദലിയെ ആധുനിക ഈജിപ്തിന്റെ ശിൽപ്പിയെന്നും പിതാവെന്നും ആണ് പാശ്ചാത്യർ വിശേഷിപ്പിക്കാറ്. മുഹമ്മദലി രാജവംശത്തിലെ അംഗമായ ഖെദിവ് ഇസ്മാഈലിന്റെ കാലത്താണ് ഫ്രഞ്ചുകാരും ബ്രിട്ടീഷുകാരും ചേർന്ന് 1869ൽ സൂയസ് കനാൽ പണിതത്. ഇസ്മാഈലിന്റെ അഭ്യർഥന പ്രകാരം ബ്രിട്ടൻ ഈജിപ്തിന്റെ സംരക്ഷണ ചുമതല ഏറ്റെടുത്ത് ബ്രിട്ടന്റെ സംരക്ഷണത്തിലുള്ള രാജ്യം (British Protectorate) ആയി പ്രഖ്യാപിച്ചു.

ഉസ്മാനിയ സാമ്രാജ്യത്തെ പങ്കിട്ടെടുത്ത് കോളനികൾ സ്ഥാപിക്കുന്ന കാര്യത്തിൽ ബ്രിട്ടനും ഫ്രാൻസും സഹകരിച്ചും മത്സരിച്ചും മുന്നേറി. ഫ്രഞ്ചു സൈന്യം 1830ൽ അൾജീരിയയുടെ തീരത്തെത്തിയത് കടൽക്കൊള്ളക്കാരെ ഒതുക്കാനെന്ന ഭാവത്തിലാണ്. അൾജീരിയയ്ക്ക് പിന്നാലെ ടുണീഷ്യയും ഫ്രാൻസ് കൈക്കലാക്കി. ലിബിയ സ്വന്തമാക്കിയത് ഇറ്റലിയായിരുന്നു. പതിനെട്ടു വർഷങ്ങൾക്കു ശേഷം 1848-ൽ അൾജീറിയ ഫ്രാൻസിന്റെ ഭാഗമാണെന്ന് പ്രഖ്യാപിച്ചു. ആയിരത്തിപത്ത് കിലോമീറ്റർ അകലെ മറ്റൊരു ഭൂഖണ്ഡത്തിൽ സ്ഥിതി ചെയ്യുന്ന അൾജീരിയ ഫ്രാൻസിന്റെ പ്രാകൃതികമായ വ്യാപ്തിയിൽ (Natural prolongation) പെട്ടതാണെന്ന ഫ്രഞ്ചുകാരുടെ അവകാശവാദത്തിൽ യൂറോപ്യൻ കൊളോണിയലിസത്തിന്റെ സത്ത അടങ്ങിയിട്ടുണ്ട്. ലോകത്തിന്റെ വിവിധ ഭൂഖണ്ഡങ്ങളിലുള്ള ഭൂഭാഗങ്ങളെല്ലാം തന്നെ യൂറോപ്യൻ രാജ്യങ്ങളുടെ പ്രകൃതിദത്തമായ വ്യാപ്തിയാണെന്ന വാദത്തിന്റെ അടിസ്ഥാനത്തിലാണ് കൊളോണിയലിസം മുന്നേറിയത്.

അബ്ബാസിയ്യ ഖലീഫമാരെപ്പോലെ ഉസ്മാനിയ ഖലീഫമാരും ക്രമേണ ഖലീഫ എന്ന സ്ഥാനപ്പേര് മാത്രമുള്ള അജഗളസ്തനമായി മാറി. ഒന്നാം ലോകയുദ്ധത്തിനുശേഷം 1923ൽ അത്താത്തർക്ക് (തുർക്കിയുടെ പിതാവ്) എന്ന വിശേഷണം സമ്പാദിച്ച മുസ്തഫ കമാൽ പാഷ ഖലീഫസ്ഥാനം അവസാനിപ്പിച്ചതോടെ ഖിലാഫത്ത് അഥവാ ഖലീഫയുടെ ഭരണം പൂമുഖത്ത് അവസാനിച്ചു.

ഒന്നാം ലോകയുദ്ധത്തോടെ ഉസ്മാനിയ സാമ്രാജ്യത്തിന്റെ അന്ത്യമാകുമെന്ന് ഗൃദ്ധ്രദൃഷ്ടികളായ യൂറോപ്യൻ രാജ്യങ്ങൾ മുൻകൂട്ടിക്കണ്ടു. വേട്ടമൃഗത്തെ പങ്കിട്ടെടുക്കുന്നതുപോലെ ഇസ്ലാമിക സാമ്രാജ്യത്തെ

എങ്ങനെ പങ്കിട്ടെടുക്കണമെന്ന് ബ്രിട്ടനും ഫ്രാൻസും റഷ്യയും രഹസ്യ ധാരണയിലെത്തി. ഫ്രഞ്ച്, ബ്രിട്ടിഷ് നയതന്ത്ര പ്രതിനിധികളായിരുന്ന ഫ്രാങ്സ്വാ ഴൊർഴെ പിക്കോയും (Francois Georges Picot) മാർക്ക് സൈക്ക്സും (Mark Sykes) ഒപ്പുവെച്ച രഹസ്യക്കരാറാണ് കുപ്രസിദ്ധ മായ സൈക്ക്സ്-പിക്കോ കരാർ. റഷ്യയിൽ ബോൾഷെവിക് വിപ്ലവ ത്തിനുശേഷം നിലവിൽവന്ന സോഷ്യലിസ്റ്റ് ഭരണകൂടം ഈ രഹസ്യക്ക രാർ പുറത്തുവിട്ടപ്പോഴാണ് ലോകം അറിഞ്ഞത്. ജോർദാൻ, ഇറാഖ്, ഹൈഫ എന്നീ പ്രദേശങ്ങൾ ബ്രിട്ടനും തുർക്കി, ഇറാഖിന്റെ വടക്കു ഭാഗം, അർമീനിയ എന്നീ പ്രദേശങ്ങൾ ഫ്രാൻസും എടുക്കുമെന്നായി രുന്നു രഹസ്യക്കരാർ. സിറിയയുടെ ഭരണം നേരിട്ടു നടത്താൻ ഫ്രാൻസ് തീരുമാനിച്ചു. ഒന്നാം ലോകയുദ്ധം അവസാനിച്ചപ്പോൾ രൂപവൽക്കരിച്ച ലീഗ് ഓഫ് നേഷൻസ് യൂറോപ്യൻ രാജ്യങ്ങൾ ഉണ്ടാക്കിയ രഹസ്യക്ക രാർ 'മാൻഡേറ്റ്' (അനുശാസനം) ആക്കി മാറ്റി. രഹസ്യക്കരാറിൽ ഉൾപ്പെ ടുത്താതെ വിട്ടിരുന്ന അറേബ്യൻ രാഷ്ട്രങ്ങളെയും മാൻഡേറ്റിൽ ഉൾപ്പെ ടുത്തി യൂറോപ്യൻ രാഷ്ട്രങ്ങൾ പങ്കിട്ടെടുത്തു. ഇസ്ലാമിന്റെ ഒന്നാം ഘട്ട ത്തിന്റെ അവസാനമായിരുന്നു അത്. ലോകത്തെങ്ങുമുള്ള മുസ്ലിങ്ങൾ ഇസ്ലാമിക സാമ്രാജ്യങ്ങളിലെയും മുസ്ലിംരാഷ്ട്രങ്ങളിലെയും ഒന്നാംതരം പൗരർ എന്ന നിലയിൽ നിന്നും യൂറോപ്യൻ രാജ്യങ്ങളുടെ കോളനി വാഴ്ചയിലെ അടിമകൾ എന്ന ദുരവസ്ഥയിലേക്ക് നിപതിച്ചു. രണ്ടു നൂറ്റാ ണ്ടിലധികം നീണ്ടുനിന്ന കോളനിവാഴ്ചയിലെ അടിമത്തത്തിൽ കഴിയു മ്പോഴാണ് വിശ്വാസികളുടെ മനസിൽ മതരാഷ്ട്രമായി രൂപംകൊണ്ട ഇസ്ലാം രാഷ്ട്രമില്ലാത്ത മതം മാത്രമാണെന്ന ചിന്ത രൂപം കൊണ്ടത്. ചരിത്രകാരൻ എറിക് ഹോബ്സ്ബോം എഴുതുന്നു:

> ചരിത്രപരമായി നോക്കുമ്പോൾ സാമ്രാജ്യങ്ങളും സാമ്രാജ്യത്വവും ലോകത്തിലെ പിന്നാക്കജനതകൾക്ക് നാഗരികത സമ്മാനിക്കു കയും അരാജകത്വത്തിൽ നിന്ന് അവരെ വ്യവസ്ഥാപിത ഭരണ ത്തിലേക്ക് നയിക്കുകയും ചെയ്തുവെന്ന വാദം പൂർണമായും വ്യാജമല്ലെങ്കിൽ സംശയാസ്പദമാണ്. നമ്മുടെ യുഗത്തിലെ മൂന്നു മുതൽ പതിനേഴുവരെയുള്ള നൂറ്റാണ്ടുകളിൽ ഭൂരിപക്ഷം സാമ്രാ ജ്യങ്ങളും ഏഷ്യയിലെയും മധ്യധരണ്യാഴി പ്രദേശങ്ങളിലേയും നാഗരികതകൾക്കു പുറത്തുനിന്നു യുദ്ധോത്സുകരായ ഗോത്രങ്ങൾ നടത്തിയ സൈനികാക്രമണങ്ങളുടെ ഫലമായി രൂപപ്പെട്ടവയായി രുന്നു. സാംസ്കാരികമായി പിന്നോക്കം നിന്നിരുന്ന അവർ കീഴട ക്കിയ വളരെയധികം പുരോഗമിച്ച ജനതകൾക്ക് അവരുടെ വാളു കളല്ലാതെ മറ്റൊന്നും തന്നെ സമ്മാനിച്ചില്ല. തങ്ങളുടെ ലിഖിതഭാ ഷയും പുതിയ മതവും കൊണ്ടുവന്ന അറബികൾ മാത്രമേ പുതി യതായെന്തെങ്കിലും കൊണ്ടുവന്നുള്ളു.[11]

11. *Globalisation, Democracy and Terrorism* by Eric Hobsbawm, page 77, 78.

പരസ്പരം കലഹിച്ചും പോരടിച്ചും കഴിഞ്ഞുകൂടിയിരുന്ന യുദ്ധ കുതുകികളായ അറബിഗോത്രങ്ങളെ ഇസ്ലാം എന്ന പുതിയ മതം ആത്മീയമായ സാഹോദര്യത്തിന്റെ ചട്ടക്കൂട്ടിൽ ഒതുക്കിയതോടെ അവരുടെ യുദ്ധോത്സുകത സാക്ഷാൽക്കരിക്കാൻ അറേബ്യയുടെ പുറത്തേക്ക് അവരെ നയിക്കേണ്ടത് അനിവാര്യമായി. അപരിഷ്കൃതരെന്ന് ബൈസാന്റിയം, പേർഷ്യാ സാമ്രാജ്യാധിപന്മാർ കണക്കാക്കിയിരുന്ന അറബികൾ ഇസ്ലാമിന്റെ കൊടിക്കീഴിൽ ഒന്നിക്കുകയും അവരുടെ യുദ്ധ കുതൂഹലം സാക്ഷാൽക്കരിക്കുകയും ചെയ്തപ്പോൾ പേർഷ്യാ ബൈസാന്റിയം, സാമ്രാജ്യങ്ങളുടെ സമ്പുഷ്ടമായ പ്രവിശ്യകളെല്ലാം ചുരുങ്ങിയ കാലത്തിനുള്ളിൽ അവരുടെ കാൽക്കീഴിലായി. ചരിത്രത്തിൽ കണ്ണുചിമ്മുന്ന വേഗത്തിലാണ് എല്ലാം സംഭവിച്ചത്. ഖാലിദ് ഇബ്നു അൽ-വാലിദ്, അമർ ഇബ്നു അൽ-ആസ് തുടങ്ങിയ സൈന്യാധിപന്മാരുടെ സൈനിക മുന്നേറ്റങ്ങളെ ചരിത്ര പണ്ഡിതർ താരതമ്യം ചെയ്തത് അലക്സാണ്ടർ, ഹാനിബാൾ, നെപ്പോളിയൻ തുടങ്ങിയവരുടെ സൈനിക നേട്ടങ്ങളോടാണ്.

മിന്നൽ വേഗത്തിലുള്ള അറബ്-ഇസ്ലാമിക സാമ്രാജ്യത്തിന്റെ സംസ്ഥാപനത്തെക്കുറിച്ച് ഇസ്ലാംമത വിശ്വാസികളും അല്ലാത്തവരും വ്യത്യസ്തമായാണ് വിലയിരുത്തുന്നത്. റോമാ, പേർഷ്യാ സാമ്രാജ്യങ്ങൾ ദീർഘകാലം നടത്തിയ യുദ്ധങ്ങൾ രണ്ടു സാമ്രാജ്യങ്ങളുടെയും ശക്തി ക്ഷയിപ്പിച്ചിരുന്നു. സാമ്രാജ്യങ്ങൾ തമ്മിൽ നടത്തിയ യുദ്ധങ്ങളുടെ ചെലവ് മുഴുവൻ നികുതിയുടെ രൂപത്തിൽ ജനങ്ങളുടെ ചുമലിലാണ് ചക്രവർത്തിമാരും വരേണ്യവർഗവും കയറ്റിവച്ചത്. ജനങ്ങളുടെ കൂറ് നഷ്ടപ്പെട്ട സാമ്രാജ്യങ്ങളെ ഞൊടിയിടയിൽ കീഴടക്കാൻ പുതിയ മതരാഷ്ട്രത്തിന്റെ വീറും വീര്യവും തുളുമ്പിയ മുസ്ലിം സൈന്യങ്ങൾക്ക് കഴിഞ്ഞു.

റോമാസാമ്രാജ്യത്തിന്റെ ഔദ്യോഗിക മതത്തിന്റെ വിശ്വാസപ്രമാണങ്ങളിൽ നിന്നും വ്യതിചലിച്ചതിന്റെ പേരിൽ മോണോഫിസൈറ്റ്, നെസ്റ്റോറിയൻ വിഭാഗങ്ങളും വ്യത്യസ്ത മതവിശ്വാസികൾ എന്നതിന്റെ പേരിൽ ജൂതരും ക്രൂരമായി പീഡിപ്പിക്കപ്പെട്ടിരുന്നു. പേർഷ്യയുടെ പ്രവിശ്യയായ ഇറാഖിന്റെ പതനത്തിനായി നെസ്റ്റോറിയൻ വിഭാഗക്കാരും ബൈസാന്റിയത്തിന്റെ പ്രവിശ്യകളായ ഈജിപ്തിന്റെയും സിറിയയുടെയും പതനത്തിനായി മോണോഫിസൈറ്റ് ക്രൈസ്തവ വിഭാഗങ്ങളും ജൂതരും ആഗ്രഹിച്ചു. അതിർത്തികളിലെ കോട്ടകൾ ബലപ്പെടുത്തുന്നതിൽ ബൈസാന്റിയം വേണ്ടത്ര ശ്രദ്ധിക്കാതിരുന്നതും സാമ്രാജ്യത്തിന്റെ പതനത്തിനുള്ള കാരണങ്ങളിലൊന്നായി ചരിത്രകാരന്മാർ ചൂണ്ടിക്കാണിക്കുന്നു. സിറിയയിലെയും പലസ്തീനിലെയും സെമിറ്റിക് വംശത്തിൽപ്പെട്ട ഗോത്രങ്ങളും ഈജിപ്തിലെ ഹാം വംശജരും ബൈസാന്റിയം സാമ്രാജ്യത്തിന്റെ ആധിപത്യത്തെ വെറുത്തിരുന്നു. മുസ്ലിങ്ങളുടെ വിജയത്തെ അവർ കണ്ടത് സഹസ്രാബ്ദമായി നിലനിന്നു

പോരുന്ന വിദേശ സാമ്രാജ്യ ശക്തികളുടെ ആധിപത്യത്തിൻ കീഴിലെ അടിമത്തത്തിൽ നിന്നുള്ള മോചനമായിട്ടായിരുന്നു.[12] അറബികളുടെ മുന്നേറ്റത്തെ അവർ സ്വാഗതം ചെയ്തു. പേർഷ്യയിലെയും ബൈസാന്റി യത്തിലെയും പ്രജകൾ പുതിയ ഭരണാധികാരികൾ നികുതിഭാരം കുറ യ്ക്കുമെന്ന് പ്രതീക്ഷിച്ചു. കൂടുതൽ മതസ്വാതന്ത്ര്യം അനുവദിക്കുമെന്നും പ്രതീക്ഷയുണ്ടായിരുന്നു. രണ്ടു പ്രതീക്ഷകളും അസ്ഥാനത്തായിരുന്നി ല്ലെന്ന് ജനങ്ങളുടെ അനുഭവങ്ങൾ തെളിയിച്ചു.

അറബികൾക്ക് സഹായകമായ ഇത്തരം ഭൗതിക സാഹചര്യങ്ങ ളാണ് അറബിപ്പടകളുടെ മുന്നേറ്റം ത്വരിതഗതിയിലാക്കിയത്. ചരിത്രപ രമായ ഈ വസ്തുതകൾ ഇസ്ലാമിക ചരിത്രകാരന്മാർ അംഗീകരിച്ചില്ല. അവർക്ക് അറബികളുടെ സൈനിക മുന്നേറ്റങ്ങൾ ഇസ്ലാം മതത്തിന്റെ മുന്നേറ്റങ്ങളായിരുന്നു. ഇതുപോലെ തന്നെ യുക്തിരഹിതവും ഇതിനു വിപരീതവുമായ വീക്ഷണമാണ് ക്രിസ്ത്യൻ ചരിത്രകാരന്മാർ വെച്ചു പുലർത്തിയത്. അറബികൾ ഒരു കൈയിൽ വാളും മറുകൈയിൽ *ഖുർ ആനും* പിടിച്ചുകൊണ്ട് ആക്രമണം നടത്തിയാണ് ഇസ്ലാമിക സാമ്രാജ്യം പടുത്തുയർത്തിയത് എന്നായിരുന്നു അവരുടെ വീക്ഷണം. രണ്ടു വീക്ഷ ണങ്ങളും ചരിത്രയാഥാർഥ്യങ്ങൾക്കു നിരക്കാത്തവയാണ്.

മുഹമ്മദ്നബി തന്റെ മതരാഷ്ട്രത്തിലെ ക്രിസ്ത്യാനികളോടും ജൂതരോടും ചെയ്തതുപോലെ അധീശത്വം അംഗീകരിച്ച് കരം കൊടു ത്താൽ മതിയെന്ന നിലപാടാണ് ഖലീഫമാർ അന്യമതക്കാരോട് സ്വീക രിച്ചത്. *ഖുർആനി*ലെ 9-ാം അധ്യായത്തിലെ 29-ാം വചനത്തിൽ മതപ രിവർത്തനം ഇസ്ലാമിക ഭരണത്തിനു കീഴടങ്ങി മതനികുതി കൊടുത്ത് ജീവിക്കാൻ അറേബ്യൻ ഉപദ്വീപിലെ വേദക്കാരായ ക്രിസ്ത്യാനികളെയും ജൂതരെയും മാത്രമാണ് അനുവദിച്ചതെങ്കിലും മതരാഷ്ട്രം സാമ്രാജ്യ മായി വളർന്നപ്പോൾ ഖലീഫമാർ പേർഷ്യാസാമ്രാജ്യത്തിലെ സൊറാ ഷ്ട്രിയൻ മതക്കാരെയും ബൈസാന്റിയം പ്രവിശ്യകളിലെ ബഹുദൈവ വിശ്വാസികളായിരുന്ന തുർക്കികളെയും ഗോത്രവർഗക്കാരെയും മതപ രിവർത്തനം ചെയ്യാതെ ഇസ്ലാമിക ഭരണത്തിനു കീഴ്പ്പെട്ട് നികുതി കൊടുത്ത് ജീവിച്ചുകൊള്ളാൻ അനുവദിച്ചു. വേദഗ്രന്ഥശാസനങ്ങൾ മാത്രമനുസരിച്ച് ഭരണം നടത്താൻ കഴിയുകയില്ലെന്ന തിരിച്ചറിവ് ഖലീ ഫമാർക്കുണ്ടായിരുന്നു.

ഖലീഫ ഉമ്മറിന്റെ കാലത്ത് മുസ്ലിം സൈനിക ദളങ്ങളെ സംഘടി പ്പിച്ചത് അറബി ഗോത്രങ്ങളിലെ കായികശേഷിയുള്ളവരെ ചേർത്തായി രുന്നു. വിഘടിച്ചുനിന്ന് കലഹിക്കുകയും പോരാടുകയും ചെയ്തിരുന്ന ഗോത്രങ്ങൾക്ക് പുതിയൊരു രണപടഹവും പോർവിളിയും ഐക്യപ്രേ രണയും ഇസ്ലാംമതം നൽകിയെങ്കിലും ഇവരെ അറേബ്യൻ ഉപദ്വീപിനു പുറത്തുപോയി യുദ്ധം ചെയ്യാൻ പ്രേരിപ്പിച്ചത് മതവിശ്വാസം മാത്രമാ യിരുന്നില്ല. യുദ്ധം ജയിച്ചാൽ കൈവരുന്ന സാമ്പത്തികനേട്ടങ്ങളെക്കു

12. *History of the Arabs* by Philp K Hitti, Page 143

റിച്ചുള്ള സ്വപ്നങ്ങളും പ്രേരകമായി. ഇസ്ലാം ഉറപ്പു നൽകിയ പരലോക സുഖങ്ങൾ ഒരു പരിധിവരെ പ്രചോദകമായിരുന്നെങ്കിലും ബൈസാന്റിയം പേർഷ്യാ സാമ്രാജ്യങ്ങളിലെ വരേണ്യർ അനുഭവിച്ചിരുന്ന ആഡംബരങ്ങൾ തങ്ങൾക്കും കൈവരുമെന്നുള്ള സ്വപ്നങ്ങളാണ് യുദ്ധരംഗത്ത് ഉറച്ചുനിൽക്കാൻ കൂടുതൽ സഹായകമായത്. അറബികളെ യുദ്ധങ്ങൾക്കു പ്രേരിപ്പിച്ചതിൽ സാമ്പത്തിക ഘടകം പ്രധാനമായിരുന്നുവെന്ന വസ്തുത മുസ്ലിം ചരിത്രകാരന്മാരും അംഗീകരിക്കുന്നുണ്ട്. ബലാധുരി എഴുതി:

> സിറിയയിലേക്ക് പടയോട്ടം നടത്താനായി സൈന്യത്തിൽ ആളെ ചേർക്കുന്നതിനുവേണ്ടി ഖലീഫ അബൂബക്കർ ജിഹാദിൽ പങ്കെടുക്കണമെന്ന് അഭ്യർഥിച്ചുകൊണ്ടും ജിഹാദിൽ പങ്കെടുക്കാനുള്ള അവരുടെ ആഗ്രഹം ഉണർത്താനായി ഗ്രീക്കുകാരിൽ നിന്നു പിടിച്ചെടുക്കുന്ന സമ്പത്തിന്റെ പങ്കിനെക്കുറിച്ച് ഓർമിപ്പിച്ചുകൊണ്ടും മക്ക, തായ്ഫ്, യമൻ എന്നിവിടങ്ങളിലെയും നജ്ദിലെയും ഹിജാസിലെയും ജനങ്ങൾക്ക് കത്തുകളെഴുതി.[13]

അറബ് ആക്രമണങ്ങൾക്ക് പിന്നിൽ മതത്തേക്കാളുപരി സാമ്പത്തികവും രാഷ്ട്രീയവുമായ കാരണങ്ങളായിരുന്നെന്ന് ഇത് തെളിയിക്കുന്നു.

ഇസ്ലാമിക സാമ്രാജ്യം സ്ഥാപിതമായിക്കഴിഞ്ഞതിനു ശേഷമാണ് മുസ്ലിം ചരിത്രകാരന്മാർ ചരിത്രരചന നടത്തിയത്. അവരുടെ കാഴ്ചപ്പാടിൽ ഇസ്ലാംമതത്തിന്റെ വെന്നിക്കൊടി പാറിക്കാൻ അല്ലാഹു മുൻകൂട്ടി തയാറാക്കിയ പദ്ധതിപ്രകാരമാണ് ഖലീഫമാർ വെട്ടിപ്പിടുത്തങ്ങളിലൂടെ ഇസ്ലാമിക സാമ്രാജ്യം പടുത്തുയർത്തിയത്. ഖലീഫ അബൂബക്കറും ഉമ്മറും യഥാർഥത്തിൽ ചെയ്തത് പ്രവാചകന്റെ പാത പിന്തുടരുക മാത്രമാണ്. എല്ലാ അറബി ഗോത്രങ്ങളെയും അല്ലാഹുവിനു കീഴടങ്ങിയവർ (മുസ്ലിങ്ങൾ) ആക്കുകയും പ്രവാചകൻ സ്ഥാപിച്ച മതരാഷ്ട്രത്തിന്റെ വ്യാപ്തി അറബിഗോത്രങ്ങൾ വസിക്കുന്ന എല്ലായിടങ്ങളിലേക്കും വ്യാപിക്കുകയും ചെയ്യുക മാത്രമായിരുന്നു അവർ നടത്തിയ യുദ്ധങ്ങളുടെ ലക്ഷ്യം. പക്ഷേ, യുദ്ധങ്ങൾ ഒന്നൊന്നായി വിജയിക്കാൻ തുടങ്ങിയതോടെ അറബിപ്പടയ്ക്ക് പേർഷ്യ, ബൈസാന്റിയം സാമ്രാജ്യങ്ങളുടെ ഇടങ്ങളിലേക്ക് കടന്നു കയറാനുള്ള അവസരം നൽകി. ഫിലിപ്പ് കെ ഹിറ്റി എഴുതി:

---

13. *The Origins of the Islamic State* by Baladhuri- page 107 ബലാധുരിയുടെ *കിതാബ് ഫുതൂഹ് അൽ-ബുൽദൂൻ (രാജ്യങ്ങളെ കീഴടക്കിയതിന്റെ ഗ്രന്ഥം)* ഫിലിപ്പ് കെ ഹിറ്റി, *The Origins of the Islamic State* എന്ന പേരിലാണ് ഇംഗ്ലീഷിലേക്ക് വിവർത്തനം ചെയ്തത്. ചരിത്രരചനയിൽ ഏറ്റവും മതനിരപേക്ഷ വീക്ഷണം സ്വീകരിച്ച ഇസ്ലാമിക ചരിത്രകാരനാണ് ബലാധുരി.

മുസ്ലിം ചരിത്രകാരന്മാരുടെ മതാത്മകമായ വിശദീകരണം ബൈബിൾ പഴയ നിയമത്തിലെ ജൂതചരിത്രംപോലെയോ മധ്യകാലത്ത് രചിക്കപ്പെട്ട ക്രിസ്തുമത ചരിത്രം പോലെയോ പുരാവൃത്ത രൂപത്തിലുള്ള ചരിത്രമാണ്. ഇസ്ലാം എന്ന സംജ്ഞയ്ക്ക് മൂന്ന് അർഥതലങ്ങളുണ്ട്. ആരംഭത്തിൽ അതൊരു മതമായിരുന്നു. പിന്നീട് ഒരു രാഷ്ട്രവും സാമ്രാജ്യവുമായി. തുടർന്ന് ഒരു സംസ്കാരവും. ജൂതമതത്തിൽ നിന്നും വ്യത്യസ്തമായി, ക്രിസ്തുമതത്തെപ്പോലെയും ആദിമമായ ബുദ്ധമതത്തെപ്പോലെയും അതിശക്തമായ മതപ്രബോധനവും പ്രചാരണവും നടത്തിയ മതമാണ് ഇസ്ലാം. പിൽക്കാലത്ത് അത് ഒരു രാഷ്ട്രം കെട്ടിപ്പടുത്തു. അറേബ്യക്ക് വടക്കുള്ള പ്രദേശങ്ങൾ കീഴടക്കിയത് ഇസ്ലാംമതമല്ല; ഇസ്ലാം രാഷ്ട്രമായിരുന്നു. അപ്രതീക്ഷിതമായി ലോകത്തിനു മേൽ മത രാഷ്ട്രവുമായി അറബികൾ ചാടിവീഴുകയായിരുന്നു.

ആദ്യം വിജയിച്ചത് അറേബ്യനിസമായിരുന്നു. മുഹമ്മദാനിസമല്ലായിരുന്നു.[14]

അറേബ്യനിസം എന്ന പ്രയോഗം കൊണ്ട് ഫിലിപ്പ് കെ ഹിറ്റി ഉദ്ദേശിച്ചത് അറബ് ദേശീയതയാണ്. അറബ് ദേശീയത ആദ്യം അറബ് സാമ്രാജ്യം സ്ഥാപിച്ചു. സാമ്രാജ്യത്തിലെ ജനതകൾ ഇസ്ലാം മതം സ്വീകരിക്കുവാൻ ഒരു നൂറ്റാണ്ടിലധികം കാലം വേണ്ടിവന്നു. ഭരണാധികാരികൾക്ക് എല്ലാ ജനങ്ങളെയും മതപരിവർത്തനം ചെയ്യിക്കണമെന്ന് താൽപ്പര്യവുമില്ലായിരുന്നു. തങ്ങൾക്കു കീഴടങ്ങി ഖജനാവിലേക്ക് നികുതികൾ നൽകണമെന്നേ അവർ ശഠിച്ചുള്ളൂ. സാധാരണ ജനങ്ങൾ ഇസ്ലാം മതം സ്വീകരിച്ചത് മതത്തിന്റെ മഹിമയിൽ ആകൃഷ്ടരായതുകൊണ്ടല്ല, ഭരണവർഗത്തിന്റെ മതം സ്വീകരിച്ചാൽ വരേണ്യത കൈവരുമെന്നും മത നികുതി കൊടുക്കുന്ന ബാധ്യത ഒഴിഞ്ഞു കിട്ടുമെന്നും ഉള്ള ചിന്ത നയിച്ചതുകൊണ്ടായിരുന്നു.

14. *History of the Arabs* by Philp K Hitti, Page 145

6

ഇസ്ലാമിക സാമ്രാജ്യത്തിലെ സമൂഹം

കാലം കണ്ണടച്ചു തുറക്കുന്നതിനിടയിലാണ് പരസ്പരം പോരടിച്ചു കൊണ്ടിരുന്ന രണ്ടു സാമ്രാജ്യങ്ങളെ കീഴടക്കി ഇസ്ലാമിക സാമ്രാജ്യം തൽസ്ഥാനത്ത് വന്നത്. വെട്ടിപ്പിടുത്തങ്ങളിലൂടെ സാമ്രാജ്യം സ്ഥാപിച്ച രണ്ടാം ഖലീഫ ഉമ്മർ ഇബ്നു അൽ-ഖത്താബിനെ അലട്ടിയ പ്രധാന പ്രശ്നം അതിവിശാലമായ ഭൂഭാഗങ്ങളിൽ തലമുറകളായി അധിവസിച്ചു പോന്ന ജനതതികളെ എങ്ങനെ പൊതുവായ ഒരു ഭരണത്തിൻകീഴിൽ കൊണ്ടുവരാം എന്നായിരുന്നു. അറബ് ഗോത്രസംസ്കൃതിയുടെ മൂശയിൽ വാർത്തെടുത്തതും ക്രോഡീകരിച്ച് സംഹിതയാക്കാത്തതുമായ ഏതാനും ഖുർആനിക നിയമങ്ങൾ ഉപയോഗിച്ച് വൈവിധ്യമാർന്ന സംസ്കാരങ്ങളും വീക്ഷണഗതികളും ഉള്ള അനേകം ജനവിഭാഗങ്ങൾ ഉൾക്കൊണ്ട ജനസഞ്ചയത്തിനുമേൽ സർവാധിപത്യം ഉറപ്പിക്കുക എളുപ്പമല്ലായിരുന്നു. ഖലീഫ ഉമ്മർ ഈ പ്രശ്നത്തിനു വളരെ എളുപ്പത്തിൽ പരിഹാരം കണ്ടുവെന്നാണ് ഇസ്ലാമിക ചരിത്രകാരന്മാർ അവകാശപ്പെടുന്നത്. അവരുടെ വീക്ഷണത്തിൽ ദൈവാധിപത്യത്തിൽ (Theocracy) അധിഷ്ഠിതമായ ഇസ്ലാമികഭരണം ഉമ്മർ സാമ്രാജ്യത്തിനകത്ത് നടപ്പാക്കി.

അറേബ്യൻ ഉപദ്വീപിൽ ഇസ്ലാമിനല്ലാതെ മറ്റൊരു മതത്തിനും സ്ഥാനമില്ലെന്നായിരുന്നു ഉമ്മറിന്റെ ആദ്യത്തെ കൽപ്പന. വേദക്കാരായ ജൂതരും ക്രിസ്ത്യാനികളും മുസ്ലിമായില്ലെങ്കിലും തന്റെ ഭരണത്തിനു കീഴടങ്ങി തലക്കരം കൊടുക്കാൻ തയാറാണെങ്കിൽ അറേബ്യയിൽ തന്നെ ജീവിക്കാം എന്നായിരുന്നു പ്രവാചകന്റെ നിലപാട്. ഉപദ്വീപിലെ ക്രിസ്ത്യാനികളും ജൂതരുമായി പ്രവാചകൻ ഉഭയകക്ഷി കരാറുകൾ

ഉണ്ടാക്കിയിരുന്നു.[1] ഉടമ്പടി അനുസരിച്ച് ജൂതർക്കും ക്രിസ്ത്യാനികൾക്കും അവരവരുടെ വാസസ്ഥലങ്ങളിൽ ജീവിക്കാനും അവരവരുടെ മതങ്ങളിൽ തുടരാനും ദേവാലയങ്ങളും സന്യാസാശ്രമങ്ങളും സംരക്ഷിക്കാനും അവകാശമുണ്ടായിരുന്നു. പ്രവാചകനുമായി ക്രിസ്ത്യാനികളും ജൂതരും ഉണ്ടാക്കിയ കരാറുകൾ ഖലീഫ ഉമ്മർ അവഗണിച്ചു. തലമുറകളായി അറേബ്യയിൽ അധിവസിച്ചിരുന്ന അവരെയെല്ലാം അറേബ്യൻ ദ്വീപിൽ നിന്നും പുറത്താക്കി. മദീനയുടെ നൂറു മൈൽ വടക്കുമാറി സ്ഥിതി ചെയ്തിരുന്ന ഖൈബർ മരുപ്പച്ചയിലെ (oasis) ജൂതർ പലസ്തീനിലെ ജെറിക്കോയിലേക്ക് പലായനം ചെയ്തു. ദക്ഷിണ അറേബ്യൻ നഗരമായ നജ്റാനിലെ ക്രിസ്ത്യാനികൾ ഇറാഖിലേക്കാണ് അഭയം തേടിപ്പോയത്. ജൂതരും ക്രിസ്ത്യാനികളും നാടുകടത്തപ്പെട്ടതോടെ അറേബ്യൻ ഉപദ്വീപ് മുഴുവനും ഇസ്ലാംമതവിശ്വാസികൾ മാത്രം അധിവസിക്കുന്ന ഭൂഭാഗമായി മാറി. ഇങ്ങനെയൊരു ഭരണപരിഷ്കാരം നടപ്പാക്കിയതിനു പിന്നിൽ അറബികളെ ഒന്നടങ്കം ഒരു മതാധിഷ്ഠിത യുദ്ധോത്സുക കുലീന വർഗമാക്കി ഉയർത്തുക എന്ന ലക്ഷ്യമായിരുന്നു. ഖലീഫ ഉമ്മർ തന്റെ ഭരണ, യുദ്ധ നയങ്ങൾ ആവിഷ്കരിച്ചത് പ്രവാചകന്റെ നയങ്ങളും ലക്ഷ്യങ്ങളും അനുസരിച്ചാണ്. മുഹമ്മദ്നബി പ്രബോധനം ആരംഭിച്ചത് സാർവജനീനവും സാർവലൗകികവുമായ മതസാമ്രാജ്യം സ്ഥാപിക്കുക എന്ന ലക്ഷ്യത്തോടെ ആയിരുന്നില്ല.

അറേബ്യക്കു പുറത്തുള്ള ജനതകളെ യുദ്ധത്തിലൂടെ കീഴടക്കി മതപരിവർത്തനം ചെയ്യിക്കാൻ *ഖുർആൻ* വിഭാവനം ചെയ്യുന്നില്ല. മുഹമ്മദിന്റെ ഭരണത്തിന്റെ അവസാനഘട്ടത്തിൽ അറബ് ഗോത്രങ്ങളെ ഒന്നടങ്കം ഒരൊറ്റ രാഷ്ട്രീയ സഖ്യത്തിലെ (confederacy) അംഗങ്ങൾ അഥവാ ഒരു രാഷ്ട്രത്തിലെ ജനതകൾ ആക്കി മാറ്റാനുള്ള ശ്രമങ്ങളാണ് നടത്തിയതെന്ന് *ഖുർആൻ* വചനങ്ങൾ തെളിയിക്കുന്നു.

> എതിർപ്പുകൾ ഇല്ലാതായി മതം അല്ലാഹുവിന്റെ നിയന്ത്രണത്തിലാകുന്നതുവരെ യുദ്ധം ചെയ്യുക... (2.193). വിഗ്രഹാരാധകരുമായി ആരെങ്കിലും സന്ധിചെയ്തിട്ടുണ്ടെങ്കിൽ അതൊന്നും ഇനി ബാധകമല്ല. നാലു മാസം വരെ അവർക്ക് ഈ ഭൂമിയിൽ സ്വതന്ത്രമായി സഞ്ചരിക്കാം. അല്ലാഹുവിനെ പരാജയപ്പെടുത്താൻ നിങ്ങൾക്ക് സാധ്യമല്ലെന്ന് ഗ്രഹിക്കുക. അല്ലാഹു അവിശ്വാസികളെ നിന്ദ്യരാക്കി. എല്ലാവരും സമ്മേളിച്ചിരുന്ന ഹജ്ജ് ദിനത്തിൽ പ്രഖ്യാപിക്കുന്നു: അല്ലാഹുവിനും ദൂതനും വിഗ്രഹാരാധകരുമായി യാതൊരു ബാധ്യതയുമില്ല. നിങ്ങൾ പശ്ചാത്തപിക്കുന്നെങ്കിൽ അതാണ് നല്ലത്. പിന്തിരിയുകയാണെങ്കിൽ മനസിലാക്കുക അല്ലാഹുവിനെ പരാജയപ്പെടുത്താൻ നിങ്ങൾക്കാവില്ല. അവിശ്വാസികൾക്ക് കഠിനശിക്ഷയുണ്ടെന്ന് പ്രഖ്യാപിക്കുക. എന്നാൽ സഖ്യകക്ഷികളായ വിഗ്ര

---

1. *The Origins of the Islamic State* by Baladhuri, page 231

> ഹാരാധകരുമായി ഉണ്ടാക്കിയ കരാർ ലംഘിക്കപ്പെടുകയില്ല... അവരുമായുണ്ടാക്കിയ സന്ധിവ്യവസ്ഥകൾ പാലിക്കുക... വിലക്കുള്ള മാസങ്ങൾ കഴിഞ്ഞാലുടനെ വിഗ്രഹാരാധകരെ കാണുന്നിടത്ത് കൊല്ലുക. അവരെ പിടിക്കുക. അവരെ വളയുക. പതിയിരുന്ന് ആക്രമിക്കുക... എല്ലാ തന്ത്രങ്ങളും പ്രയോഗിക്കുക (9.1 –8).

ആദ്യ ഖലീഫമാർ മുഹമ്മദ് നബിയുടെ നയങ്ങൾ അതേപടി തുടരുകയാണ് ചെയ്തത്. അറേബ്യൻ ഉപദ്വീപിലെ എല്ലാ അറബിഗോത്രങ്ങളെയും അല്ലാഹുവിനു കീഴടങ്ങിയവർ ആക്കുക എന്നതു മാത്രമായിരുന്നു മുഹമ്മദിന്റെ സഹപ്രവർത്തകർ ആയിരുന്ന അബൂബക്കറിന്റെയും ഉമ്മറിന്റെയും ലക്ഷ്യം. എല്ലാ അറബികളെയും ഇസ്ലാമിക സാഹോദര്യത്തിൽ കൊണ്ടുവരണമെന്നത് മുഹമ്മദിന്റെ സ്വപ്നമായിരുന്നുവെന്ന കാര്യത്തിൽ യാതൊരു സംശയവുമില്ല. എല്ലാ അറബികളും എന്നു പറയുമ്പോൾ അറേബ്യൻ ഉപദ്വീപിൽ ഉള്ള അറബികളെ മാത്രമല്ല മുഹമ്മദ് ലക്ഷ്യമിട്ടത്. അറേബ്യൻ ഉപദ്വീപിനു പുറത്ത് പശ്ചിമേഷ്യയുടെ ഭാഗങ്ങളായ സിറിയയിലും മെസപ്പൊട്ടോമിയയിലും പലസ്തീനിലും സ്ഥിരവാസമുറപ്പിച്ച് തലമുറകളായി സാമ്രാജ്യങ്ങളുടെ പ്രവിശ്യകളിൽ അധിവസിച്ചിരുന്ന അറബികളെയും മുഹമ്മദ് ലക്ഷ്യമിട്ടിരുന്നു. അറേബ്യൻ ഉപദ്വീപിനോട് ചേർന്നു കിടന്നിരുന്ന പ്രദേശങ്ങളിലെ അറബി ഗോത്രങ്ങളെ ഇസ്ലാമിൽ കൊണ്ടുവന്ന് തന്റെ ഉമ്മത്ത് (സമുദായം) ആക്കണമെന്നത് മുഹമ്മദിന്റെ ഉൽക്കടമായ ആഗ്രഹമായിരുന്നു. ഈ ലക്ഷ്യത്തോടെയാണല്ലോ മുഹമ്മദ് ബൈസാന്റിയത്തിന്റെ അതിർത്തി പ്രദേശങ്ങളിലേക്ക് അവസാന നാളുകളിൽ പടയോട്ടങ്ങൾ നടത്തിയത്.

അറബികളല്ലാത്തവരെ ഇസ്ലാമിലേക്ക് കൊണ്ടുവരണമെന്ന് മുഹമ്മദ്നബിക്ക് ഉദ്ദേശ്യമുണ്ടായിരുന്നുവെന്ന് സ്ഥാപിക്കാനുള്ള തെളിവുകളൊന്നും *ഖുർആൻ* വചനങ്ങളിലില്ല. ആദ്യം രചിക്കപ്പെട്ടതെന്ന് കരുതപ്പെടുന്ന നബിചരിത്രത്തിൽ നബി വിവിധ രാജ്യങ്ങളിലെ രാജാക്കന്മാരെയും ചക്രവർത്തിമാരെയും ഇസ്ലാമിലേക്ക് ക്ഷണിച്ചുകൊണ്ട് സന്ദേശങ്ങൾ അയച്ചുവെന്ന് പറയുന്നുണ്ട്. പക്ഷേ, ഈ ജീവചരിത്രം രചിക്കപ്പെട്ടത് മുഹമ്മദിന്റെ മരണത്തിനു ശേഷം ഒരു നൂറ്റാണ്ടു പിന്നിട്ട് ഇസ്ലാം ഒരു സാമ്രാജ്യ ശക്തിയായി മാറിക്കഴിഞ്ഞപ്പോഴായിരുന്നു. അതുകൊണ്ട് ഇബ്നു ഹിശാമിന്റെ നബിചരിതം ചരിത്രപരമായി മൂല്യമുള്ള കൃതിയാണെന്ന് പറയാൻ കഴിയില്ല. താൻ സ്ഥാപിച്ച മതരാഷ്ട്രത്തെ ഒരു ലോകസാമ്രാജ്യമാക്കുവാൻ മുഹമ്മദ് നബി ലക്ഷ്യമിട്ടിരുന്നുവെന്ന് സ്ഥാപിക്കേണ്ടത് പിൽക്കാല ചക്രവർത്തിമാരുടെയും മുസ്ലിം വൃത്താന്തകാരന്മാരുടെയും (chroniclers) ആവശ്യമായിരുന്നു.

എല്ലാ അറബിഗോത്രങ്ങളെയും ഇസ്ലാമിക സാഹോദര്യത്തിന്റെ ചട്ടക്കൂട്ടിലാക്കുകയും അവരെ വേദഗ്രന്ഥങ്ങളിൽ പറഞ്ഞിട്ടുള്ള ഇസ്രാ

യേൽ ഗോത്രങ്ങളെപ്പോലെ യുദ്ധോത്സുകതയുള്ള മതരാഷ്ട്രസമൂഹമായി (religio-political martial society) വാർത്തെടുക്കുകയായിരുന്നു പ്രവാചകന്റെയും ആദ്യ ഖലീഫമാരുടെയും ലക്ഷ്യം. ഇതിന്റെ അടിസ്ഥാനത്തിലാണ് അറബ് കുലീനതയ്ക്ക് കളങ്കം വരാതിരിക്കാൻ അറബികൾ അറേബ്യക്കു പുറത്ത് ഭൂമി വാങ്ങുന്നതും കാർഷികവൃത്തിയിൽ ഏർപ്പെടുന്നതും ഉമ്മർ വിലക്കിയത്. സാഹചര്യങ്ങളുടെ സമ്മർദത്താൽ മൂന്നാം ഖലീഫ ഉസ്മാൻ ഇബ്നു അഫ്ഫാന് ഈ നയം ഉപേക്ഷിക്കേണ്ടിവന്നു. സാമ്രാജ്യത്തിന്റെ വിസ്തൃതി വർധിക്കുകയും കൂടുതൽ ജനങ്ങൾ ഇസ്ലാംമതം സ്വീകരിക്കുകയും അറബിഗോത്രങ്ങളുടെ വംശശുദ്ധി നിലനിർത്താൻ കഴിയാതെ വരികയും ചെയ്ത സാഹചര്യത്തിലാണ് അറബ് കുലീനത സംരക്ഷിക്കുന്ന നയം ഉപേക്ഷിക്കേണ്ടിവന്നത്.

അറേബ്യൻ ഉപദ്വീപിൽ നിന്നും മുസ്ലിങ്ങൾ അല്ലാത്തവരെയെല്ലാം നാടുകടത്തിയെങ്കിലും സാമ്രാജ്യത്തിന്റെ പ്രവിശ്യകളിലെ അന്യമതക്കാരോട് ഉമ്മർ ഉദാരമായ സമീപനമാണ് സ്വീകരിച്ചത്. എല്ലാ ജനങ്ങൾക്കും അവരവരുടെ മതവിശ്വാസത്തിൽ തുടരാനും ആരാധനാലയങ്ങളും സന്യാസാശ്രമങ്ങളും സംരക്ഷിക്കാനും അനുവാദം കൊടുത്തു. അതിനുവേണ്ട ചെലവ് മതവിശ്വാസികൾ തന്നെ പരിഹരിക്കണമായിരുന്നു. ഇസ്ലാം ഒഴികെയുള്ള മതങ്ങൾ സാമ്രാജ്യത്തിനകത്ത് സ്വകാര്യമായ തലത്തിൽ മാത്രമേ നിലനിൽക്കാൻ അനുവദിച്ചുള്ളൂ. ഇസ്ലാമികമായ വ്യക്തി, കുടുംബനിയമങ്ങളും ദായക്രമവും അനുസരിക്കുന്നതിൽ നിന്നും മറ്റു മതക്കാരെ ഒഴിവാക്കി. കുറ്റകൃത്യങ്ങൾക്കുള്ള ശിക്ഷ ഇസ്ലാമിക നിയമപ്രകാരമായിരുന്നു. ബൈസാന്റിയം സാമ്രാജ്യത്തിന്റെ മതപീഡനനയം ഉമ്മർ പാടെ തള്ളിക്കളഞ്ഞു. സാമ്രാജ്യത്തിന്റെ മതം ഇസ്ലാമാണെന്ന കാര്യത്തിൽ ഉമ്മറിന് നിർബന്ധമായിരുന്നു. എന്നാൽ മറ്റു മതവിശ്വാസികൾ സാമ്രാജ്യത്തിന്റെ മതത്തിലേക്ക് സ്വമനസാലെയല്ലാതെ പരിവർത്തനം ചെയ്യേണ്ടതില്ലെന്ന് അസന്ദിഗ്ധമായ നിലപാടാണെടുത്തത്. മതത്തിൽ നിർബന്ധം അരുതെന്ന ഖുർആൻ വചനത്തിന്റെ അടിസ്ഥാനത്തിലാണ് ഈ നയം ഉമ്മർ സ്വീകരിച്ചത്. ഇസ്ലാം മതത്തിൽ ചേരാത്തവർ മതനികുതി (ജിസ്യ) കൊടുക്കണമെന്ന മുഹമ്മദ്നബിയുടെ നയം തന്നെയാണ് ഉമ്മറും തുടർന്നത്. എല്ലാ ജനങ്ങൾക്കും അവരവരുടെ തൊഴിലുകളിൽ തുടരാനും ഉമ്മർ അനുവാദം നൽകി. കൃഷിക്കാർക്ക് അവരവരുടെ ഭൂമിയിൽ തന്നെ കൃഷി ചെയ്ത് ജീവിക്കാം. സ്വന്തം കൃഷിഭൂമി ആർക്കും കൈവിടേണ്ടി വന്നില്ല.

സാമ്രാജ്യത്തിലെ പ്രജകളെ പലതായി തരം തിരിച്ചു. സാമ്രാജ്യത്തിന്റെ ഉടമകളായ മുസ്ലിങ്ങൾ ആയിരുന്നു ഒന്നാന്തരം പൗരന്മാർ. മറ്റുള്ള ജനങ്ങളെല്ലാം 'മുസ്ലിങ്ങളുടെ സഹായത്തിനായുള്ള ജനത' (മാദ്ദത്ത് അൽ-മുസ്ലിമിൻ) ആയിരുന്നു. ഭരണവർഗത്തിന്റെ വരേണ്യത എല്ലാ കാലത്തും അംഗീകരിക്കപ്പെട്ട കാര്യമാണ്. ഇസ്ലാമിക ഭരണത്തിൽ അത് മതവിശ്വാസവുമായി ബന്ധപ്പെട്ടാണ് ഉത്ഭവിച്ചത്. ഇസ്രായേൽ ഗോത്ര

ങ്ങൾ യഹോവയുടെ ദത്തുജനതയാണെന്ന (Chosen People) ജൂത സങ്കൽപ്പത്തിൽ നിന്നും, യേശുവിൽ വിശ്വസിച്ചവർ (The Elect) മാത്രമേ പരലോകത്ത് സ്വർഗം പൂകുകയുള്ളൂ എന്ന ക്രൈസ്തവ വിശ്വാസത്തിൽ നിന്നും ആണ് മുസ്ലിം സമുദായത്തിന്റെ വരേണ്യതാസങ്കൽപ്പം രൂപപ്പെട്ടത്. മുസ്ലിം സമുദായത്തിന്റെ വരേണ്യത *ഖുർആൻ* ഉദ്ഘോഷിക്കുന്നുണ്ട്.

> മനുഷ്യവംശത്തിനുവേണ്ടി രൂപവൽക്കരിക്കപ്പെട്ട സമുദായങ്ങളിൽ ഉൽകൃഷ്ട സമുദായമാണ് (ഖയിറൻ ഉമ്മത്തി) നിങ്ങളുടേത്. നിങ്ങൾ നന്മ ഉപദേശിക്കുകയും തിന്മ വിലക്കുകയും അല്ലാഹുവിൽ വിശ്വസിക്കുകയും ചെയ്യുന്നു... (3.110).

ഇസ്ലാമിക വർഷം (ഹിജ്റ) ഒന്നാം നൂറ്റാണ്ടിന്റെ അവസാനം വരെ മഹാഭൂരിപക്ഷം മുസ്ലിങ്ങളും അറബികളായിരുന്നു. സാമ്രാജ്യത്തിന്റെ ഉടമകൾ മുസ്ലിങ്ങളാണെന്ന് പറയുന്നുണ്ടെങ്കിലും ഫലത്തിൽ ഇസ്ലാമിക സാമ്രാജ്യത്തിന്റെ ഉടമകൾ അറബികൾ മാത്രമായിരുന്നു. അറബികളല്ലാത്തവർ ഇസ്ലാംമതം സ്വീകരിച്ചാലും രണ്ടാംതരം പൗരന്മാരായി തുടരുമായിരുന്നു[2]. അറബിയല്ലാത്തവർ ഇസ്ലാംമതം സ്വീകരിച്ചാൽ ഏതെങ്കിലും അറബി കുലത്തിന്റെ ആശ്രിതർ ആകണം. ഇവർ അറിയപ്പെട്ടത് മവാലി എന്നായിരുന്നു. മൗല എന്നാണ് ഏകവചനം. സ്വന്തം മതസമുദായത്തിലെ തരംതാണവരെന്ന അവസ്ഥ മൗലകളെ രോഷാകുലരാക്കി. അതുകൊണ്ടാണ് ഇസ്ലാമിക സാമ്രാജ്യത്തിലെ കലാപങ്ങളിൽ അജമികൾ[3] കൂട്ടത്തോടെ അണിനിരന്നത്.

മതപരിവർത്തനത്തിനു തയാറാകാത്തവരെയും സംരക്ഷിക്കുമെന്ന് സാമ്രാജ്യം ഉറപ്പു നൽകി. അത് സാമ്രാജ്യവും പ്രജകളും തമ്മിലുള്ള ഒരു ഉടമ്പടിയാണെന്നായിരുന്നു സങ്കൽപ്പം. ഉടമ്പടി പ്രകാരം അന്യമതക്കാർക്ക് ലഭിക്കുന്ന സംരക്ഷണത്തിനു പകരം അവർ സാമ്രാജ്യത്തിനു കീഴടങ്ങി ജീവിക്കുകയും തലക്കരം കൊടുക്കുകയും ചെയ്യണം. സാമ്രാജ്യത്തിനകത്തെ അമുസ്ലിങ്ങൾ അറിയപ്പെട്ടത് 'ധിമ്മികൾ' എന്നാണ്. അഹലുൽ ധിമ്മത്ത് (ഉടമ്പടിയിലെ ആളുകൾ) ലോപിച്ചതാണ് ധിമ്മി. പിൽക്കാലത്ത് സംരക്ഷിക്കപ്പെട്ടവർ എന്നായി അർഥം. ഇസ്ലാമിക സാമ്രാ

---

2. വാഖിദിയുടെ മഗാസി- പുറം 391-2 വാഖിദിയുടെ ഗ്രന്ഥത്തിന്റെ മുഴുവൻ പേര് *കിതാബ് അൽ-താരീഖ് വാ അൽ-മഗാസി* (ചരിത്രത്തിന്റെയും യുദ്ധങ്ങളുടെയും പുസ്തകം) എന്നാണ്.

3. അജമി എന്ന അറബി പദത്തിന് അറബിഭാഷ അറിയാത്തവൻ, ശരിയാംവണ്ണം സംസാരിക്കാത്തവൻ, ഊമ, നിരക്ഷരൻ എന്നൊക്കെ അർഥം ഉണ്ടായിരുന്നു. ഓരോ അറബ് ഗോത്രവും തങ്ങൾ സംസാരിക്കുന്നതാണ് ശുദ്ധമായ അറബി ഭാഷയെന്ന് അവകാശപ്പെടുകയും മറ്റുള്ള ഗോത്രക്കാരെ കുഴഞ്ഞ ഭാഷക്കാർ എന്ന അർഥത്തിൽ അജമികൾ എന്ന് കളിയാക്കുകയും ചെയ്തിരുന്നു. അജമി എന്നാൽ അറബി അല്ലാത്തവൻ എന്നാണർഥം.

ജ്യത്തിൽ ധിമ്മികളായിരുന്നു ഏറ്റവും അടിത്തട്ടിൽ. മുഹമ്മദ്നബിയുടെയും ഒന്നാം ഖലീഫ അബൂബക്കറിന്റെയും കാലത്ത് കീഴടങ്ങിയ വേദക്കാരായ ക്രിസ്ത്യാനികളെയും ജൂതരെയും മാത്രമാണ് ധിമ്മികളായി എണ്ണിയിരുന്നത്. പേർഷ്യയുടെ പ്രവിശ്യകൾ കീഴടക്കിയപ്പോൾ സ്വരാഷ്ട്രയൻ മതവിശ്വാസികൾക്കും ധിമ്മികളുടെ സ്ഥാനം നൽകി. ബൈസാന്റിയം പ്രവിശ്യകൾ കീഴടക്കിയതിനെ തുടർന്ന് ബഹുദൈവ വിശ്വാസികളായിരുന്ന തുർക്കികൾക്കും ഗോത്രവർഗക്കാർക്കും ധിമ്മി സ്ഥാനം നൽകപ്പെട്ടു. പിൽക്കാലത്ത് മുസ്ലിം ഭരണം നിലവിൽവന്ന രാജ്യങ്ങളിലെ അന്യമതക്കാർക്കെല്ലാം തന്നെ ധിമ്മിസ്ഥാനം നൽകപ്പെട്ടു. ഇന്ത്യയിലെ മുസ്ലിം ഭരണകാലത്ത് ഹിന്ദുക്കളും ധിമ്മികൾ (സംരക്ഷിതർ) ആയിരുന്നു.

ധിമ്മികൾക്കെതിരെ ഭരണകൂടത്തിന്റെ ഭാഗത്തുനിന്നും മതപീഡനം ഉണ്ടായില്ലെങ്കിലും ഉദ്യോഗസ്ഥന്മാരുടെ വിവേചനത്തിനും വിശ്വാസിസമൂഹത്തിന്റെ നിന്ദനങ്ങൾക്കും അവർ പാത്രമായി. ഇസ്ലാമിക സാമ്രാജ്യത്തിലെ ധിമ്മികൾക്ക് മൂന്നാംതരം പൗരത്വമേ ഉണ്ടായിരുന്നുള്ളുവെങ്കിലും മധ്യയുഗത്തിൽ യൂറോപ്പിലെ ക്രിസ്തുമതക്കാരല്ലാത്തവർക്കും ക്രിസ്തുമതത്തിലെ വിമത വിഭാഗങ്ങൾക്കും ഉണ്ടായിരുന്നതിനെക്കാൾ അനേകമടങ്ങ് മെച്ചപ്പെട്ട സ്ഥാനം ഉണ്ടായിരുന്നുവെന്ന് ഓറിയന്റലിസ്റ്റ് ബർണാഡ് ലെവിസ് പറയുന്നു.[4]

ധിമ്മികൾ മതനികുതിക്ക് പുറമേ യുദ്ധച്ചെലവിലേക്കുള്ള വിഹിതവും കൊടുക്കണമായിരുന്നു. ഇസ്ലാംമതം സ്വീകരിച്ചാൽ ജിസ്യയും യുദ്ധച്ചെലവ് വിഹിതവും കൊടുക്കുന്ന ബാധ്യതയിൽ നിന്നും ഒഴിവാകും, പകരം മതപരമായ സക്കാത്ത് കൊടുക്കണമായിരുന്നു. ധിമ്മികൾ കൊടുക്കേണ്ട യുദ്ധവിഹിതം, തലക്കരം, മുസ്ലിങ്ങൾ കൊടുക്കേണ്ട സക്കാത്ത് എന്നിവയ്ക്ക് പുറമെയാണ് കൃഷിക്കാർ കൊടുക്കേണ്ട ഭൂനികുതി അഥവാ ഖറാജ്. ഇത്രയൊക്കെ നികുതികൾ ചുമത്തിയിട്ടും ബൈസാന്റിയം സാമ്രാജ്യത്തിലെ പ്രജകളുടെ നികുതിഭാരത്തെക്കാൾ വളരെയധികം കുറവായിരുന്നു ഇസ്ലാമിക സാമ്രാജ്യത്തിലെ പ്രജകളുടേത്.[5]

കൃഷിഭൂമി കൈവശം വയ്ക്കാനും കൃഷി ചെയ്യാനും കൃഷിക്കാർക്ക് അനുവാദം നൽകിയെങ്കിലും ഭൂമി മുഴുവൻ സാമ്രാജ്യത്തിന്റെ വകയാണെന്നായിരുന്നു നിയമം. ഒരു രാജ്യം യുദ്ധം ചെയ്യാതെ മുസ്ലിം സൈന്യത്തിനു കീഴടങ്ങിയാൽ ആ പ്രദേശം മുഴുവൻ കീഴടങ്ങിയ പ്രദേശം (ദാറുൽ സുൽഹ്) എന്നാണറിയപ്പെട്ടത്. ദാറുൽ സുൽഹിലെ ഭൂമി മുഴുവൻ പ്രത്യേകിച്ചൊരുത്തരവ് കൂടാതെ മുസ്ലിങ്ങളുടെ പൊതുസ്വത്ത് (ഫയ്അ്) ആയി മാറുന്നു. യുദ്ധത്തിൽ തോൽപ്പിച്ച് പിടിച്ചെടുത്ത പ്രദേശം (ബുൽദ്) സാമ്രാജ്യത്തിന്റെ ഭാഗമായിത്തീരുകയും അവിടത്തെ ഭൂമി മുഴുവൻ മുസ്ലിം സമുദായത്തിന്റെ (ഉമ്മത്തിന്റെ) പൊതു സ്വത്തായിത്തീരുകയും ചെയ്യുന്നു. കീഴടങ്ങിയതും കീഴടക്കപ്പെട്ടതുമായ എല്ലാ പ്രദേശ

4. *The jews of Islam* by Bernard Lewis, Page 62
5. *Islam the Straight path* by John Louis Esposito, page 34

ങ്ങളിലേയും ഭൂമി മുഴുവൻ സാമ്രാജ്യത്തിന്റെ വകയാണെങ്കിലും ഭൂനികുതി കൊടുത്തുകൊണ്ട് കൃഷിക്കാർക്ക് കൈവശം വയ്ക്കാനും കൃഷി ചെയ്യാനും അനുവാദം കൊടുത്തു.

ഭൂനികുതി (ഖരാജ്) ഗഡുക്കളായി കാർഷികോൽപ്പന്നങ്ങളായോ പണമായോ നൽകാമായിരുന്നു. വിശ്വാസികൾ കൊടുക്കേണ്ട സക്കാത്തും ഗഡുക്കളായി അടച്ചാൽ മതിയായിരുന്നു. മുസ്ലിങ്ങൾ അല്ലാത്തവർ കൊടുക്കേണ്ട തലക്കരം ഒറ്റത്തവണയായി അടയ്ക്കണം. തലക്കരം പിരിക്കാനായി ജനങ്ങളെ വരുമാനത്തിന്റെ അടിസ്ഥാനത്തിൽ ഉയർന്നവർ, ഇടത്തരക്കാർ, താഴ്ന്നവർ എന്നു മൂന്നായി തിരിച്ചു. ഉയർന്ന വരുമാനമുള്ളവർ നാലും ഇടത്തരക്കാർ രണ്ടും താഴ്ന്നവരുമാനക്കാർ ഒന്നും ദിനാർ ജിസ്യ കൊടുക്കണം. അരപ്പവൻ തൂക്കമുള്ള സ്വർണനാണയമാണ് ദിനാർ. ഇതിനൊക്കെ പുറമെയാണ് അവിശ്വാസികൾ യുദ്ധച്ചെലവിലേക്ക് കൊടുക്കേണ്ട വിഹിതം. റോമാസാമ്രാജ്യത്തിന്റെ നാണ്യവ്യവസ്ഥ തന്നെയാണ് ഉമ്മർ തുടർന്നത്. യുദ്ധച്ചെലവിലേക്കുള്ള വിഹിതം കായികശേഷിയുള്ള അവിശ്വാസികളിൽ നിന്നു മാത്രമേ ഈടാക്കിയിരുന്നുള്ളൂ. സ്ത്രീകളും കുട്ടികളും നിരാലംബരും അവശന്മാരും രോഗികളും ഈ ബാധ്യതയിൽ നിന്നും ഒഴിവാക്കപ്പെട്ടു.

ഇസ്ലാമിക സാമ്രാജ്യത്തിലെ നികുതി നിയമങ്ങളും ഭരണക്രമങ്ങളും ഖലീഫ ഉമ്മറിന്റെ സൃഷ്ടിയാണെന്നും *ഖുർആൻ* വചനങ്ങളെയും മുഹമ്മദ്നബിയുടെ നടപടികളെയും ആധാരമാക്കിയാണ് അവ രൂപപ്പെടുത്തിയതെന്നുമാണ് മുസ്ലിം ചരിത്രകാരന്മാർ അവകാശപ്പെടുന്നത്. ഇതിനെ സംബന്ധിച്ച് ഫിലിപ്പ് കെ ഹിറ്റി എഴുതുന്നു:

> മുസ്ലിം സാമ്രാജ്യത്തിൽ പിൽക്കാലത്തുണ്ടായ നിയമങ്ങളും നടപടിക്രമങ്ങളും ഉമ്മറിന്റെ സൃഷ്ടിയായി ചിത്രീകരിക്കപ്പെടുന്നു. നികുതി പിരിക്കുന്നതിനും ഭരണം നടത്തുന്നതിനും ഉള്ള നിയമവ്യവസ്ഥയുടെ നിർമിതിയിൽ ആദ്യകാല ഖലീഫമാരുടെയും പ്രവിശ്യാ ഗവർണർമാരുടെയും പങ്ക് വലുതൊന്നും ആയിരുന്നില്ല. ബൈസാന്റിയം പ്രവിശ്യകളായിരുന്നപ്പോൾ സിറിയയിലും ഈജിപ്തിലും നിലവിലുണ്ടായിരുന്ന പ്രാദേശിക ഭരണകൂടങ്ങളുടെ ചട്ടക്കൂടുകൾ അതേപടി അല്ലാഹുവിന്റെ നാമത്തിൽ തുടരുകയാണുണ്ടായത്. പേർഷ്യയുടെ പ്രവിശ്യകളായിരുന്ന പ്രദേശങ്ങളിലും ഭരണ നിർവഹണത്തിനായി നിലവിലുണ്ടായിരുന്ന നിയമങ്ങൾ തുടരുകയാണ് ചെയ്തത്.[6]

സൈനികർക്ക് ശമ്പളം കൊടുക്കുന്ന പതിവ് ഉമ്മറിന്റെ കാലത്തില്ലായിരുന്നു. യുദ്ധം ജയിച്ചാൽ പിടിച്ചെടുത്ത വസ്തുക്കളുടെ അഞ്ചിലൊന്ന് ഖലീഫയ്ക്ക് നീക്കിവച്ച് ബാക്കിയുള്ളത് സൈനികർക്ക് തുല്യ

6. *History of the Arabs* by Philp K Hitti, Page 170

മായി പങ്കിട്ടുകൊടുത്തു. യുദ്ധത്തിൽ പിടിച്ചെടുക്കുന്ന വസ്തുവകകൾ അല്ലാഹുവിനും ദൂതനായ മുഹമ്മദിനും അവകാശപ്പെട്ടതാണെന്നും (8.1) അതിന്റെ അഞ്ചിലൊന്ന് അല്ലാഹുവിന്റെ ദൂതന് അവകാശപ്പെട്ടതാണെന്നും (8.41) ഉള്ള *ഖുർആൻ* വചനങ്ങളുടെ അടിസ്ഥാനത്തിലാണ് ഉമ്മർ ഈ നിയമം നടപ്പിലാക്കിയത്. യുദ്ധത്തിൽ പിടിച്ചെടുക്കുന്ന ജംഗമസ്വത്തുക്കളും പണവും മാത്രമേ ഇത്തരത്തിൽ പങ്കുവച്ചിരുന്നുള്ളൂ. അതിനെ ഗനിമത്ത് എന്നാണ് വിളിച്ചിരുന്നത്. പിടിച്ചെടുക്കുന്ന ഭൂമിയും സ്ഥാവരവസ്തുക്കളും ഫയ്അ് (മുസ്ലിം സമുദായത്തിന്റെ പൊതുസ്വത്ത്) ആയി മാറുന്നു. അമവിയ ഖലീഫമാരുടെ കാലത്ത് ബൈസാന്റിയം സാമ്രാജ്യത്തിന്റെ മാതൃകയിൽ ശമ്പളം പറ്റുന്ന സ്ഥിരം സൈന്യം രൂപവൽക്കരിക്കുകയും സൈനിക ദളങ്ങളും വ്യൂഹങ്ങളും സംഘടിപ്പിക്കുകയും ചെയ്തു.

വിവിധ ഇനങ്ങളിലായി ഖജനാവിൽ എത്തിച്ചേരുന്ന ധനം യുദ്ധത്തിനും ഭരണനിർവഹണത്തിനും ചെലവാക്കി ബാക്കിയാകുന്ന ധനം മുസ്ലിം സമുദായത്തിലെ അംഗങ്ങൾക്ക് വീതിച്ചു കൊടുത്തിരുന്നു. ഇങ്ങനെ ഖജനാവിൽ നിന്നും സമുദായാംഗങ്ങൾക്ക് കൊടുക്കുന്ന പണമാണ് ദിവാൻ.

ദിവാൻ വിതരണം ചെയ്യാൻ ഒരു രജിസ്റ്റർ സൂക്ഷിച്ചു. ഏറ്റവും ഉയർന്ന ദീവാൻ ലഭിച്ചത് മുഹമ്മദ്നബിയുടെ കുടുംബാംഗങ്ങൾക്ക് ആയിരുന്നു. ഇവർ അഹലുൽ ബെയ്ത് (വീട്ടുകാർ) എന്നാണ് അറിയപ്പെട്ടത്. അഹലുൽ ബെയ്തിൽ പെട്ട എല്ലാവർക്കും ഒരേ തുകയായിരുന്നില്ല ദീവാൻ. ഏറ്റവും വലിയ തുകയായ പ്രതിവർഷം 12000 ദിർഹം (വെള്ളി നാണയം) ലഭിച്ചിരുന്നത് നബിയുടെ പത്നിമാരിൽ ഏറ്റവും പ്രായം കുറഞ്ഞ അയിശയ്ക്കായിരുന്നു. മറ്റുള്ളവർക്ക് 4000 മുതൽ 5000 വരെ ദിർഹം ലഭിച്ചു. ദിവാനി രജിസ്റ്ററിന്റെ ഏറ്റവും താഴെ അറബി ഗോത്രങ്ങളായിരുന്നു. യുദ്ധസേവനം *ഖുർആൻ* പാരായണം എന്നിവയിലുള്ള മേന്മ നോക്കിയിട്ടാണ് ഗോത്രങ്ങളെ തരംതിരിച്ചതും ദിവാനിയുടെ തുക നിശ്ചയിച്ചതും. യുദ്ധസേവനമായിരുന്നു ഇസ്ലാമിക സാമ്രാജ്യത്തിൽ ഏറ്റവും മഹത്തായ സേവനം. വിശ്വാസിസമുദായത്തിന്റെ മുകൾത്തട്ടിലാണ് യോദ്ധാക്കൾ എന്ന് പ്രഖ്യാപിക്കുന്ന *ഖുർആൻ* വചനം (4.95) ഇസ്ലാം എന്ന മതരാഷ്ട്രത്തിന്റെ പിറവി എന്ന അധ്യായത്തിൽ ചൂണ്ടിക്കാണിച്ചിരുന്നു. ഉമ്മറിന്റെ ഭരണകാലത്ത് ഒരു സാധാരണ സൈനികന് 500 മുതൽ 600 വരെ ദിർഹം ദിവാനി ലഭിച്ചു. സ്ത്രീകളും കുട്ടികളും ഉൾപ്പെടെ എല്ലാ അറബികളും ദിവാനിക്ക് അർഹരായിരുന്നു. സൈനികരല്ലാത്ത സാധാരണ പൗരർക്ക് 200 മുതൽ 400 വരെ ദിർഹമായിരുന്നു ദീവാനി. അറബികൾക്കു പുറമെ മൗലകൾക്കും ദീവാനി ലഭിച്ചിരുന്നു. ദീവാനി വിതരണം ചെയ്തത് റോമൻ നാണയങ്ങളായാണ്. ഇസ്ലാമിനു മുമ്പ് അറബികൾ റോമൻ നാണയങ്ങൾ ഉപയോഗിച്ചാണ് ക്രയവിക്രയം നടത്തിയിരുന്നത്. മുഹമ്മദ് നബിയും ആദ്യ ഖലീഫമാരും റോമൻ നാണയങ്ങൾ തന്നെയാണ് ഉപയോഗിച്ചതെന്ന് ചരിത്രകാരൻ ബലാധുരി രേഖപ്പെടുത്തുന്നു.

മുസ്ലിങ്ങൾ ഒന്നടങ്കം ഇസ്ലാമിക സാമ്രാജ്യത്തിന്റെ സൈന്യം ആണെന്നായിരുന്നു ഉമ്മറിന്റെ സങ്കൽപ്പം. അതുകൊണ്ടാണ് ഉമ്മർ അമീറുൽ മുഅ്മിനീൻ (വിശ്വാസികളുടെ സൈന്യാധിപൻ) എന്ന സ്ഥാനം സ്വയം സ്വീകരിച്ചത്. മുഹമ്മദ്നബിയോ ഒന്നാം ഖലീഫ അബൂബക്കറോ ഈ സ്ഥാനം അവകാശപ്പെട്ടില്ല. വിശ്വാസികൾക്ക് യുദ്ധം നിർബന്ധമാക്കിയെങ്കിലും വിശ്വാസികൾ ഒന്നടങ്കം ഇസ്ലാമിന്റെ സൈന്യമാണെന്ന സങ്കൽപ്പം മുഹമ്മദ്നബിക്കുണ്ടായിരുന്നില്ല. സർവസൈന്യാധിപന്റെ ആസ്ഥാനവും സാമ്രാജ്യത്തിന്റെ തലസ്ഥാനവും മദീനയായിരുന്നു. സൈനികത്തലവർക്ക് രാജ്യങ്ങളെ ആക്രമിച്ചു കീഴടക്കാനുള്ള മാർഗനിർദേശങ്ങളും കീഴടക്കിയ പ്രദേശങ്ങളെ ഭരിക്കാനുള്ള അധികാരവും ഖലീഫ നൽകി. ആദ്യഘട്ടത്തിൽ കീഴടക്കിയ പ്രദേശത്തെ ഇമാമും (നിസ്കാരത്തിന്റെ വഴികാട്ടി) ന്യായാധിപനും സൈനികത്തലവൻ തന്നെയായിരുന്നു. പിൽക്കാലത്ത് പ്രവിശ്യകളിൽ ന്യായാധിപനെ (ഖാദി) വേറിട്ട് നിയമിക്കുന്ന സമ്പ്രദായം ഉമ്മർ ആരംഭിച്ചു.

ബനു ഉമയ്യ രാജവംശം അധികാരത്തിൽ വരുന്നതുവരെ സാമ്രാജ്യത്തിനകത്തെ ജനസമൂഹം അറബികൾ, അജമികൾ, ധിമ്മികൾ എന്നിങ്ങനെ മൂന്നായിട്ടേ തരം തിരിക്കപ്പെട്ടിരുന്നുള്ളൂ. അറബികൾ ഒന്നാംതരക്കാരും അജമികൾ രണ്ടാംതരക്കാരുമായ മുസ്ലിങ്ങളും ധിമ്മികൾ മൂന്നാംതരക്കാരായ അമുസ്ലിങ്ങളും ആയിരുന്നു. അമവിയ്യ ഭരണകാലത്ത് മുസ്ലിംസമൂഹം മൂന്നായി തരംതിരിക്കപ്പെട്ടു. രാജകുടുംബാംഗങ്ങളും ബന്ധുക്കളും അടങ്ങുന്ന ഒന്നാന്തരം പൗരന്മാർ എല്ലാ വിഭാഗങ്ങൾക്കും മീതെയായി. അവർക്കു താഴെയായിരുന്നു മറ്റുള്ള അറബികൾ. അറബികൾക്കു താഴെ അജമികൾ.

ബനു-ഉമയ്യ രാജവംശം ഭരണനിർവഹണം നടത്തിയത് പൊതുവേ മതസഹിഷ്ണുതയോടെയാണ് എന്നു സൂചിപ്പിച്ചല്ലോ. എന്നാൽ മതഭ്രാന്തനായിരുന്ന ഉമ്മർ രണ്ടാമൻ ക്രിസ്ത്യാനികളുടെ മേൽ കർശനവും അവരെ തരംതാഴ്ത്തുന്നതുമായ നിയമങ്ങൾ അടിച്ചേൽപ്പിച്ചു. ഉമ്മറിന്റെ ഉടമ്പടി (Covenant of Umar) എന്നു വിശേഷിപ്പിക്കപ്പെടുന്ന രേഖയിൽ ക്രിസ്ത്യാനികൾ ഉമ്മറിനോട് സമ്മതിച്ചതായി പറയുന്ന കാര്യങ്ങൾ ഇവയാണ്:

> ഞങ്ങൾ പാർക്കുന്ന സ്ഥലത്തോ അതിനടുത്തോ പുതിയ പുരോഹിതമഠങ്ങൾ, പ്രാർഥനാലയങ്ങൾ, കന്യാസ്ത്രീമഠങ്ങൾ, സന്യാസിസങ്കേതങ്ങൾ എന്നിവ പണിയുകയില്ല. അവ കേടായാൽ രാത്രിയിലോ പകലോ നന്നാക്കുകയില്ല. മുസ്ലിങ്ങളുടെ ഇടങ്ങളിലും ഞങ്ങൾ പള്ളി പണിയുകയില്ല. ഞങ്ങളുടെ വീടുകളിലും ആരാധനാലയങ്ങളിലും മഠങ്ങളിലും ചാരന്മാർക്ക് ഇടം കൊടുക്കുകയില്ല. അവരെ മുസ്ലിങ്ങളിൽ നിന്നും ഒളിപ്പിക്കുകയില്ല. ഞങ്ങൾ ഞങ്ങളുടെ കുട്ടികളെ *ഖുർആൻ* പഠിപ്പിക്കുകയില്ല. ആരെയും ഞങ്ങ

ളുടെ മതത്തിലേക്ക് മാറ്റുകയില്ല. ഞങ്ങളുടെ ബന്ധുക്കളിലാരെങ്കിലും ഇസ്ലാംമതം സ്വീകരിക്കാൻ തുനിഞ്ഞാൽ തടയുകയില്ല. ഞങ്ങളുടെ മതപരമായ കാര്യങ്ങൾ പരസ്യമായി ആചരിക്കുകയില്ല. ഞങ്ങൾ മുസ്ലിങ്ങളെ ബഹുമാനിക്കും. അവർക്കിരിക്കാൻ ഞങ്ങൾ ഇരിപ്പിടം ഒഴിഞ്ഞുകൊടുക്കും. മുസ്ലിങ്ങൾ ധരിക്കുന്നതുപോലുള്ള വസ്ത്രങ്ങളും തലപ്പാവുകളും പാദരക്ഷകളും ധരിക്കുകയോ അവരെ അനുകരിക്കുകയോ ചെയ്യുകയില്ല. അവർ സംസാരിക്കുന്നതുപോലെ ഞങ്ങൾ സംസാരിക്കുകയില്ല. അവരുടെ ബഹുമാനപ്പേരുകൾ ഞങ്ങൾ സ്വീകരിക്കുകയില്ല. ഞങ്ങൾ കുതിരപ്പുറത്ത് ജീനി വയ്ക്കുകയില്ല. ഞങ്ങൾ അരപ്പട്ടയിൽ വാൾ തൂക്കുകയില്ല. മറ്റെന്തെങ്കിലും ആയുധം ഞങ്ങൾ ധരിക്കുകയില്ല. ഞങ്ങൾ മുദ്രകളിൽ അറബി ലിപികൾ ഉപയോഗിക്കുകയില്ല. ഞങ്ങൾ ലഹരിപാനീയങ്ങൾ വിൽക്കുകയില്ല. മുസ്ലിങ്ങളുടെ വഴികളിലോ ചന്തകളിലോ കുരിശോ വേദപുസ്തകമോ ഞങ്ങൾ പ്രദർശിപ്പിക്കുകയില്ല. പള്ളികളിലെ മണിശബ്ദം താഴ്ത്തിയേ കേൾപ്പിക്കുകയുള്ളു. ഞങ്ങൾ പള്ളികളിലെ പ്രാർഥനകളിൽ മുസ്ലിങ്ങളുടെ സാന്നിധ്യത്തിൽ ശബ്ദം താഴ്ത്തും. ശവഘോഷയാത്രകളിലും ശബ്ദം ഉയർത്തുകയില്ല. മുസ്ലിങ്ങളുടെ വഴികളിലും ചന്തകളിലും ഞങ്ങൾ ദീപങ്ങൾ കൊളുത്തുകയില്ല. മുസ്ലിങ്ങളുടെ ഇടങ്ങളിൽ ഞങ്ങൾ ശവം അടക്കുകയില്ല. മുസ്ലിങ്ങളുടെ അടിമകളെ ഞങ്ങൾ വാങ്ങുകയില്ല. മുസ്ലിങ്ങളുടെ ഭവനങ്ങളുടെ മീതെ വരത്തക്കവണ്ണം ഞങ്ങൾ ഭവനങ്ങൾ പണിയുകയില്ല.

ഉടമ്പടിയിലെ വ്യവസ്ഥകളിൽ അധികവും ബനു ഉമയ്യ ഖലീഫ ഉമ്മർ രണ്ടാമൻ അടിച്ചേൽപ്പിച്ചവയാണ്. അതിനുപുറമേ പല കാലങ്ങളിലായി പ്രാദേശിക ഭരണാധികാരികളും മതപണ്ഡിതരും ആവിഷ്കരിച്ചവയുണ്ട്. എങ്കിലും ആധികാരികതയ്ക്ക് വേണ്ടി എല്ലാം രണ്ടാം ഖലീഫ ഉമ്മർ സംരക്ഷിത ധിമ്മികളുമായി ഉണ്ടാക്കിയ ഉടമ്പടിയിലെ വകുപ്പുകളാണെന്ന് മുസ്ലിം ചരിത്രകാരന്മാർ സ്ഥാപിക്കുവാൻ ശ്രമിക്കുകയാണ് ചെയ്തത്.

അബ്ബാസിയ വാഴ്ചക്കാലത്ത് മുസ്ലിം സമുദായത്തിൽ മേധാവിത്വം പുലർത്തിയിരുന്ന അറബ് ഗോത്രവ്യവസ്ഥ അപ്രത്യക്ഷമായി. അബ്ബാസികളെ അധികാരത്തിലേറ്റിയതും നിലനിറുത്തിയതും അറബികളല്ല. അജമികൾ വിശേഷിച്ച് പേർഷ്യക്കാരായിരുന്നു. ഭാര്യമാരെയും വെപ്പാട്ടികളെയും അറബിസ്ത്രീകളിൽ നിന്നുമാത്രമേ സ്വീകരിക്കുകയുള്ളു എന്നോ അറബി സ്ത്രീകളിൽ ജനിച്ച സന്താനങ്ങൾക്കു മാത്രമേ അനന്തരാവകാശമുള്ളു എന്നോ അബ്ബാസിയ ഖലീഫമാർ ശഠിച്ചില്ല. അന്യവംശജരുമായുള്ള ഇടകലരലിന്റെ ഫലമായി ഇസ്ലാമിക സാമ്രാജ്യത്തിലെ അറബ് അധീശത്വം ക്രമേണ അപ്രത്യക്ഷമായി. ഖലീഫ അറബിയായിരുന്നെങ്കിലും ഭരണത്തിൽ മേൽക്കൈ പേർഷ്യക്കാർക്കായിരുന്നു. ഇസ്ലാ

മിക സാമ്രാജ്യത്തിലെ വരേണ്യരുടെ ധാർമിക നിലവാരത്തെക്കുറിച്ച് ഒരു നിരീക്ഷണം.

> മദ്യം നിരോധിച്ചത് ഇസ്ലാം മതത്തിന്റെ മാത്രം സവിശേഷതയായിരുന്നു. എങ്കിലും അതിനു അമേരിക്കൻ ഐക്യനാടുകളിൽ നടന്ന പതിനെട്ടാം ഭരണഘടനാഭേദഗതി വരുത്തിയ മാറ്റത്തിൽക്കവിഞ്ഞൊന്നും വരുത്തിയില്ലെന്ന് ആയിരത്തൊന്നു രാവുകൾ പോലുള്ള അനേകം കഥകളിൽ നിന്നും അനുമാനിക്കാവുന്നതാണ്. ഖലീഫമാരും വസീർമാരും രാജകുമാരന്മാരും ജഡ്ജിമാരും ഉദ്യോഗസ്ഥന്മാരും മതപരമായ വിലക്കുകൾക്കും ശാസനങ്ങൾക്കും യാതൊരു വിലയും കൽപ്പിച്ചില്ല.[7]

പേർഷ്യൻ സമ്പ്രദായത്തെ അനുകരിച്ച് ഖലീഫമാർ കൊട്ടാര സദസുകളിൽ കവികൾക്കും സാഹിത്യകാരന്മാർക്കും പണ്ഡിതർക്കും കലാകാരന്മാർക്കും സ്ഥാനം നൽകിയത് ഗുണപരമായ മാറ്റമായിരുന്നു. ഈ പണ്ഡിത സദസുകളുടെ പരിലാളനകളാണ് ഇസ്ലാമിനെ ഒരു ഉൽകൃഷ്ട സംസ്കാരമായി ഉയർത്തിയത്.

7. Ibid, page 337

7

ജ്ഞാനോദയം ഇസ്ലാമിലൂടെ

ജ്ഞാനം അഥവാ അറിവ് രണ്ടു തരത്തിലാണ്. ഭൗതികമായ അറിവും ആത്മീയജ്ഞാനവും. ഭൗതികമായ അറിവ് ജ്ഞാനേന്ദ്രിയങ്ങളുടെ സഹായത്തോടെ മനുഷ്യമനസിന്റെ ബോധമണ്ഡലം സ്വായത്തമാക്കുന്ന സംവേദനങ്ങളെ (Perceptions) അടിസ്ഥാനമാക്കിയുള്ള മനനം, നിഗമനം, വിചിന്തനം, ഊഹാധിഷ്ഠിത ചിന്തനം (speculative thinking) തുടങ്ങിയ ജ്ഞാനഗോചരതാ പ്രക്രിയകളിലൂടെ (cognitive process) മനുഷ്യൻ ആർജിക്കുന്ന വിജ്ഞാനമാണ്. ആത്മീയജ്ഞാനം മനുഷ്യമനസിൽ ആന്തരികമായി ഉണ്ടാകുന്ന ഒരു ഭാവമാണ്. അത് അറിവല്ല. ഭൂതോദയം (intuition), ധ്യാനം (contemplation) സ്വപ്നം തുടങ്ങിയ മാനസിക പ്രക്രിയകളിലൂടെ കൈവരുന്നതാണ് ആത്മീയജ്ഞാനം. അതിന്റെ ഭൂമിക മതത്തിൽ അല്ലെങ്കിൽ ആത്മീയതയിലുള്ള വിശ്വാസമാണ്. മറിച്ച് പ്രാപഞ്ചിക വിജ്ഞാനത്തിന്റെ നിലപാടുതറ ഭൗതിക പ്രപഞ്ചമാണ്. ഈ അധ്യായത്തിൽ പ്രതിപാദിക്കാൻ ഉദ്ദേശിക്കുന്നത് ഇസ്ലാം കാഴ്ചവെച്ച ആത്മീയമായ ജ്ഞാനത്തെക്കുറിച്ചല്ല, ഭൗതിക വിജ്ഞാനങ്ങളെക്കുറിച്ചാണ്.

ഇസ്ലാം പ്രപഞ്ചസ്രഷ്ടാവായ അല്ലാഹുവിനാൽ വെളിപ്പെടുത്തപ്പെട്ട മതം (revealed religion) ആണെന്ന് മതാനുയായികൾ വിശ്വസിക്കുന്നു. അതിനവർ ചൂണ്ടിക്കാണിക്കുന്ന ഉപോദ്ബലകം മുഹമ്മദ് എന്ന ദൂതന്റെ മനസിലേക്ക് പ്രത്യായനം ചെയ്യപ്പെട്ടതെന്ന് അവർ വിശ്വസിക്കുന്ന *ഖുർആൻ* വചനങ്ങളാണ്. വചനങ്ങളിൽ അറിവിനെക്കുറിച്ചും (ഇൽമ്) ജ്ഞാനത്തെക്കുറിച്ചും (ഹിക്മ) പല തവണ ആവർത്തിക്കുന്നുണ്ട്. ചില ഉദാഹരണങ്ങൾ മാത്രം ചൂണ്ടിക്കാണിക്കാം. അവർ പറഞ്ഞു:

> നിനക്ക് സ്തോത്രം; നീ ഞങ്ങളെ പഠിപ്പിച്ചതല്ലാതെ അറിവ് (ഇൽമ്) ഞങ്ങൾക്കില്ല. നീ അറിവുള്ളവനും (അലീം) ജ്ഞാനമുള്ളവനും (ഹക്കീം) ആകുന്നു (2.32). ഞങ്ങളുടെ രക്ഷകാ! നിന്റെ ദൃഷ്ടാന്തങ്ങൾ അവർക്കായി ഉരുവിടുകയും അവരെ വേദവും ജ്ഞാനവും (ഹിക്മ) പഠിപ്പിക്കുകയും ചെയ്യുന്ന ഒരു ദൂതനെ അവരിൽ നിന്നുയർത്തേണമേ (2.129). നിങ്ങൾക്ക് നമ്മുടെ ദൃഷ്ടാന്തങ്ങൾ ഉരുവിട്ടുകേൾപ്പിക്കാനും നിങ്ങളെ ഉത്കൃഷ്ടരാക്കാനും നിങ്ങൾക്ക് വേദവും ജ്ഞാനവും അറിവില്ലാത്ത കാര്യങ്ങളും (ഇൽമ്) പഠിപ്പിക്കാനും നിങ്ങളിലൊരാളെ ദൂതനായി നിയോഗിച്ചു (2.151).

മുകളിലുദ്ധരിച്ച വചനങ്ങളിൽ പരാമർശിക്കപ്പെട്ട ജ്ഞാനം അഥവാ ഹിക്മ ആത്മീയ ജ്ഞാനമാണ്. അല്ലാഹുവിന്റെ ദൂതനായ മുഹമ്മദ് ജ്ഞാനം (ഹിക്മ) സിദ്ധിച്ച ആളാണെന്നും വചനങ്ങളിൽ പറയുന്നുണ്ട്. മുഹമ്മദിന് സിദ്ധിച്ച ജ്ഞാനങ്ങളിൽ ഏറ്റവും പ്രധാനം അല്ലാഹു ഏകനാണെന്ന ജ്ഞാനമത്രെ. അതാണ് ഇസ്ലാമിലെ വെളിവാക്കപ്പെട്ട (revealed) ആത്മീയജ്ഞാനം. മനുഷ്യർക്ക് അറിവില്ലാത്ത പല കാര്യങ്ങളെക്കുറിച്ചും അറിവ് (ഇൽമ്) നൽകിയെന്നും വചനങ്ങൾ പറയുന്നു. ഇത് ഭൗതികകാര്യങ്ങളെ കുറിച്ചുള്ള അറിവുകളാണ്. മതപണ്ഡിതന്മാരുടെ അഭിപ്രായത്തിൽ അല്ലാഹു നൽകുന്ന എല്ലാ അറിവുകളും ആത്മീയമായ ജ്ഞാനങ്ങളാണ്. കാരണം മനുഷ്യന്റെ എല്ലാ അറിവുകളും ദൈവത്തിൽ നിന്ന് ഉത്ഭവിക്കുന്നതാണെന്ന് അവർ വിശ്വസിക്കുന്നു. അല്ലാഹു എങ്ങനെയാണ് സൃഷ്ടികർമം നടത്തിയിരിക്കുന്നതെന്ന് അറിയാൻ ഭൂമിയിൽ സഞ്ചരിക്കുക എന്ന് *ഖുർ ആനിൽ* നിർദേശമുണ്ട് (29.20). അങ്ങനെ സഞ്ചാരത്തിലൂടെ നേടുന്നത് ഭൗതികമായ അറിവാണല്ലോ. അതും അല്ലാഹു നൽകുന്നതും അല്ലാഹുവിൽ നിന്നു ലഭിക്കുന്നതുമായ അറിവുകളാണെന്നാണ് വാദം.

മനുഷ്യമനസിന്റെ സ്വാഭാവികമായ അന്വേഷണത്വരയും ജ്ഞാനതൃഷ്ണയും മൂലമാണ് അറബികൾ കീഴടക്കിയ പ്രദേശങ്ങളിലെ വിജ്ഞാനഗ്രന്ഥങ്ങളെ സ്വന്തം ഭാഷയിലേക്ക് വിവർത്തനം ചെയ്യാനും അവയെ സ്വാംശീകരിക്കാനും ഖലീഫമാരെയും ഇസ്ലാമിക സാമ്രാജ്യത്തിലെ ബുദ്ധിജീവികളെയും പ്രേരിപ്പിച്ചത്. പിടിച്ചടക്കലുകൾ പരിസമാപ്തിയിലെത്തുകയും സമ്പദ്സമൃദ്ധി കൈവരികയും ചെയ്തപ്പോൾ സഹജാവബോധത്തിന്റെ ഭാഗമായ ജ്ഞാനതൃഷ്ണയെ ശമിപ്പിക്കാനുള്ള അവസരം ഖലീഫമാർക്ക് കൈവന്നു.

മുസ്ലിം സൈന്യങ്ങൾ ബൈസാന്റിയം സാമ്രാജ്യത്തിന്റെ സമ്പദ്സമൃദ്ധ പ്രവിശ്യകളായ സിറിയയും പലസ്തീനും ഈജിപ്തും പിടിച്ചടക്കിയതോടെ ഇസ്ലാമികസാമ്രാജ്യത്തിന്റെ വിസ്തൃതി വർധിച്ചു. സമ്പത്ത് ഖജനാവിലേക്ക് ഒഴുകാനും തുടങ്ങി. വരേണ്യരുടെ ജീവിതം

ആർഭാടപൂർണമായിത്തീർന്നു. സമൃദ്ധിയിലെ സാമൂഹിക ജീവിതത്തിന് ജീർണതയുടെയും ജ്ഞാനാഭിവൃദ്ധിയുടെയും രണ്ടു വശങ്ങളുണ്ടായിരിക്കും. ഇസ്ലാമിക സാമ്രാജ്യത്തിലെ സമൃദ്ധിമൂലമുണ്ടായ ജീർണതയാണ് പതിനാലാം നൂറ്റാണ്ടിലെ ചരിത്രപണ്ഡിതൻ ഇബ്നു ഖൽദൂൻ മുഖദ്ദിമയിൽ പറഞ്ഞതുപോലെ, 'അറബികളുടെ സംഘബോധം' കുറയാനും 'ഖിലാഫത്തിന്റെ അധികാരം നഷ്ടപ്പെടാനും' കാരണം. സമൃദ്ധിയുടെ ഗുണപരമായ വശം ഇസ്ലാം ലോകത്തിനു നൽകിയ ജ്ഞാനോദയമാണ്. മേധാശക്തി യഥേഷ്ടം ഉപയോഗിച്ച് ബൗദ്ധിക പ്രവർത്തനങ്ങൾ നടത്താനുള്ള അവസരം അവർക്കു ലഭിച്ചു.

യൂറോപ്പ് എന്ന പ്രപഞ്ചകേന്ദ്രം

ലോകത്ത് ജ്ഞാനോദയമുണ്ടായത് ഇറ്റലിയിലെ നവോത്ഥാനത്തിന്റെ ഫലമായാണെന്നാണ് പാശ്ചാത്യരുടെ അവകാശവാദം. ഇത് ചരിത്രവിരുദ്ധമായ യൂറോ കേന്ദ്രിത ചിന്തയാണ്. ഈ ധാരണയാണ് തത്വചിന്ത (philosophy) ആരംഭിക്കുന്നത് പൊതുവർഷത്തിനു മുമ്പ് (Before Common Era) ആറാം നൂറ്റാണ്ടിൽ ഗ്രീസിൽ ജീവിച്ചിരുന്ന തേലിസ് (Thales)[1] എന്ന തത്വജ്ഞാനിയുടെ ചിന്തകൾ മുതലാണെന്ന് തത്വചിന്തകനും ഗണിതശാസ്ത്രജ്ഞനുമായിരുന്ന ബെർട്രന്റ് റസ്സലിനെക്കൊണ്ട് പറയിച്ചത്. ഇതേ കാലഘട്ടത്തിനു മുമ്പുതന്നെ ഇന്ത്യയിലെ ഋഷിമാർ ദർശിച്ച ഉപനിഷത്തുക്കൾ തത്വചിന്തകളായി അദ്ദേഹം പരിഗണിച്ചതേയില്ല. അദ്ദേഹം പാശ്ചാത്യതത്വചിന്തയുടെ ചരിത്രം രചിച്ചപ്പോഴാണിങ്ങനെ പറഞ്ഞതെങ്കിലും അതേ കാലഘട്ടത്തിൽ ലോകത്തിന്റെ മറ്റു ഭാഗങ്ങളിൽ മനുഷ്യർ രൂപംകൊടുത്ത തത്വചിന്തകളെ പരാമർശിക്കുകപോലും ചെയ്യാതിരുന്നതിനു പിന്നിൽ യൂറോ കേന്ദ്രിത മനോഭാവമായിരുന്നു.

മനുഷ്യസമൂഹത്തിന്റെ വിജ്ഞാന വർധനവിന്റെ ചരിത്രം വസ്തുനിഷ്ഠമായി പരിശോധിച്ചാൽ മനുഷ്യന് പൈതൃകമായി കിട്ടിയ വിജ്ഞാനസമ്പത്ത് സമ്പുഷ്ടമാക്കി യൂറോപ്പിനു പകർന്നു നൽകിയത് ഇസ്ലാം ആയിരുന്നുവെന്ന് മനസിലാകും. പുരാതന ഈജിപ്തിലെ നൈൽ തടങ്ങളിലും മെസപ്പൊട്ടേമിയയിലെ യൂഫ്രിട്ടീസ്, ടൈഗ്രീസ് തടങ്ങളിലും പ്രാചീന ഇന്ത്യയിലെ സിന്ധുതടങ്ങളിലും അയ്യായിരത്തോളം വർഷങ്ങൾക്ക് മുമ്പ് വികസിച്ച നാഗരികതകൾ ഉൽപ്പാദിപ്പിച്ച തത്വങ്ങളും ശാസ്ത്രങ്ങളുമാണ് മനുഷ്യവംശത്തിന് പൈതൃകമായിക്കിട്ടിയ ഭൗതിക സ്വത്ത്. രണ്ടായിരത്തിൽപ്പരം വർഷങ്ങൾക്ക് മുമ്പ് രൂപപ്പെട്ട ഗ്രീക്ക്, ഭാരതീയ ചിന്തകളും ശാസ്ത്രങ്ങളും അവയുടെ അനുസ്യൂതിയാണ്. ഗ്രീക്ക് ചിന്തകളും ശാസ്ത്രങ്ങളുമാണ് റോമാസാമ്രാജ്യം സ്വായത്തമാക്കിയത്. യൂറോപ്പിലെ ഗോത്രവർഗങ്ങളുടെ ആക്രമണത്തോടെ ഗ്രീക്ക്-റോമാ സംസ്കാരം തകരുകയും യൂറോപ്പ് അന്ധകാരത്തിലാവുകയും ചെയ്തു.

1. *Bertran Russell A History of Western Philosophy* page 4

ഭാരതത്തിലാകട്ടെ ആത്മീയതയുടെ പരമമായ അഹംഭാവമാണ് ശാസ്ത്രോന്മുഖമായ അന്വേഷണത്വരയുടെയും ജ്ഞാനതൃഷ്ണയുടെയും നാളങ്ങൾ തല്ലിക്കെടുത്തിയത്. *ഛാന്ദോഗ്യോപനിഷത്തി*ലെ ആറാം അധ്യായത്തിൽ ശ്വേതകേതുവിന് 'തത്വമസി' (അത് നീയാണ്) എന്ന പരമജ്ഞാനം കൈവന്ന കഥ വിവരിക്കുന്നുണ്ട്. ശ്വേതകേതുവിനെ സ്വന്തം പിതാവായ ആരുണി പഠിപ്പിക്കുന്നതിതാണ്: 'തത് സത്യം, സ ആത്മാ, തത്വമസി' (അതാണ് സത്യം, അതാണ് ആത്മാവ്, അത് നീയാണ്) പിതാവിന്റെ ഉപദേശം ഉൾക്കൊണ്ട ശ്വേതകേതു "അഹം ബ്രഹ്മാസ്മി" (ഞാൻ തന്നെ ബ്രഹ്മം) എന്നു മനസിലാക്കുന്നു. ഇതാണ് പരമമായ അഹംഭാവം. ഇവിടെയെത്തിയാൽ പിന്നെ അന്വേഷണമില്ല, ഗവേഷണമില്ല. ഇതാണ് പുരാതന ഇന്ത്യയിലെ ശാസ്ത്രത്തിനും തത്വചിന്തയ്ക്കും സംഭവിച്ചത്.[2]

യൂറോപ്പ് മധ്യയുഗത്തിന്റെ അന്ധകാരത്തിൽ കഴിയുമ്പോൾ ഇന്ത്യയിലേയും ഗ്രീസിലേയും നിദ്രാവസ്ഥയിലായിപ്പോയ ശാസ്ത്ര, വൈജ്ഞാനിക, സാഹിത്യ ഗ്രന്ഥങ്ങൾ അറബിയിലേക്ക് വിവർത്തനം ചെയ്ത് പഠിക്കുകയായിരുന്നു ഇസ്ലാം. മനുഷ്യരാശിയുടെ വിജ്ഞാന സമ്പത്തിലേക്ക് സ്വന്തമായ സംഭാവനകൾ ചെയ്തുകൊണ്ട് ലോകത്തിനു മേൽ ജ്ഞാനോദയത്തിന്റെ പ്രകാശം ചൊരിയുകയായിരുന്നു.

മതവും വിജ്ഞാനവും

മരുഭൂവാസികളും നാടോടികളുമായിരുന്ന അറബികൾ പൗരാണിക നാഗരികതകളും സംസ്കാരങ്ങളും ജന്മമെടുത്ത ഭൂഭാഗങ്ങളുടെയും അവിടങ്ങളിലെ വിജ്ഞാനഭണ്ഡാഗാരങ്ങളുടെയും ഉടമകളായപ്പോൾ അവരെക്കൊണ്ട് വിജ്ഞാനഗ്രന്ഥങ്ങൾ വിവർത്തനം ചെയ്യിച്ച് വായിപ്പിച്ചത് ഇസ്ലാംമതമാണെന്ന വാദം മതപ്രചാരണത്തിന്റെ ഭാഗമാണ്. മനുഷ്യനാവശ്യമുള്ള എല്ലാ ജ്ഞാനങ്ങളും അല്ലാഹുവിന്റെ ഗ്രന്ഥമായ *ഖുർആനി*ലുണ്ടെന്നും മറ്റു വിജ്ഞാനങ്ങൾ സ്വീകാര്യമല്ലെന്നും ഉള്ള മതപണ്ഡിതന്മാരുടെ (ഉലമകൾ) നിഷേധാത്മക നിലപാടുകൾക്ക് മനുഷ്യന്റെ സഹജാവബോധത്തിന്റെ ഭാഗമായ ജ്ഞാനതൃഷ്ണയെയും അന്വേഷത്വരയെയും തടഞ്ഞുനിർത്താനായില്ല.

ഗ്രീക്ക്, സംസ്കൃതം, പേർഷ്യൻ ഭാഷകളിലെ വിജ്ഞാനഗ്രന്ഥങ്ങൾ അറബിഭാഷയിലേക്ക് വിവർത്തനം ചെയ്യാൻ ഖലീഫമാർ ഖജ

---

2. *History of science and Technology in Ancient* India by Debiprasad Chatopadhya, page 121. പുരാതന ഇന്ത്യയിൽ ചാതുർവർണ്യവ്യവസ്ഥ നിലവിൽ വന്ന ഘട്ടത്തിലാണ് ബ്രഹ്മപാദവും അനുബന്ധങ്ങളായ മായാവാദവും അദൃഷ്ടവാദവും രൂപപ്പെട്ടതെന്ന് ചതോപാധ്യായ യുക്തിപൂർവം സമർഥിക്കുന്നു. ചാതുർവർണ്യ വ്യവസ്ഥയെ നിലനിർത്താനാവശ്യമായിരുന്നു ഈ പ്രത്യയശാസ്ത്രങ്ങൾ. ഋഗ്വേദകാലത്തിന്റെ പൂർവ ഘട്ടത്തിൽ ഇന്ത്യയിൽ ചാതുർവർണ്യ വ്യവസ്ഥ നിലവിൽ വന്നിരുന്നില്ലെന്നും ആ ഘട്ടത്തിൽ ഇന്ത്യയിലെ ശാസ്ത്രങ്ങൾ ഭൗതികവാദത്തെ ആധാരമാക്കിയിട്ടുള്ളവയായിരുന്നുവെന്നും അദ്ദേഹം സ്ഥാപിക്കുന്നുണ്ട്.

നാവിൽ നിന്നും നിർലോഭം ധനം ചെലവഴിച്ചു. പൗരാണിക വിജ്ഞാനങ്ങളെ ആർത്തിയോടെയാണ് അറബികൾ ഉൾക്കൊണ്ടത്. ഗ്രീക്ക് തത്വചിന്തകരായ പ്ലേറ്റോയുടെയും (അറബിയിൽ അഫ്ലാത്തുൻ) അരിസ്റ്റോട്ടിലിന്റെയും (അറബിയിൽ അറിസ്തുത്താലിസ് എന്നും അറിസ്തു എന്നും) നവപ്ലേറ്റോണിസ്റ്റ് പ്ലോട്ടിനസ് തുടങ്ങിയവരുടെയും ഗ്രീക്ക് വൈദ്യനായ ഗാലന്റെയും കൃതികൾ ഗ്രീക്കുഭാഷയിൽ നിന്നും ഇന്ത്യയിലെ ജ്യോതിശാസ്ത്രഗ്രന്ഥങ്ങളും ഗണിതപുസ്തകങ്ങളും സംസ്കൃതത്തിൽ നിന്നും അറബിയിലേക്ക് വിവർത്തനം ചെയ്യപ്പെട്ടു. ഗ്രീക്കുകാരും ഇന്ത്യക്കാരും നൂറ്റാണ്ടുകളിലൂടെ വികസിപ്പിച്ചെടുത്ത വിജ്ഞാനങ്ങൾ അറബികൾ പതിറ്റാണ്ടുകൾകൊണ്ട് സ്വായത്തമാക്കി.

രണ്ടാം അബ്ബാസിയ ഖലീഫ അൽ-മൻസൂർ 765ൽ ഉദരരോഗത്താൽ അവശനായി. ഇസ്ലാമികസാമ്രാജ്യത്തിന്റെ പ്രവിശ്യയായിത്തീർന്ന പേർഷ്യയിലെ ഗുന്ദേഷാപൂർ സർവകലാശാലയുടെ കീഴിലുള്ള ആശുപത്രിയിലെ പ്രധാന വൈദ്യനായിരുന്ന ജിർജിസ് ഇബ്നു-ബക്തിശുവിനെ ഖലീഫയുടെ ചികിത്സയ്ക്കായി ബാഗ്ദാദിൽ വരുത്തി. ഖലീഫയെ ചികിൽസിച്ചു സുഖപ്പെടുത്തിയ ശേഷം ജിർജിസ് ബാഗ്ദാദിൽ തന്നെ തങ്ങി. ക്രിസ്തുമതം ഉപേക്ഷിച്ച് ഇസ്ലാംമതം സ്വീകരിക്കുവാൻ ഖലീഫ അഭ്യർഥിച്ചപ്പോൾ മരണാനന്തരം നരകത്തിലായാലും സ്വർഗത്തിലായാലും തന്റെ മാതാപിതാക്കളോടൊപ്പം ഉണ്ടായിരിക്കാനാണ് ഇഷ്ടപ്പെടുന്നതെന്ന് പറഞ്ഞ് മതമാറ്റത്തിനുള്ള ക്ഷണം നിരസിക്കുകയാണ് ചെയ്തത്. ഇസ്ലാമിന്റെ ജ്ഞാനോദയത്തിന് തുടക്കം കുറിക്കുന്നതിൽ ജിർജിസിന് ഒരു പ്രധാന പങ്കുണ്ടായിരുന്നു.

തങ്ങളുടെ സഹായത്തോടെയാണ് അബ്ബാസിയ ഖലീഫ അധികാരത്തിലെത്തിയതെന്ന അവകാശവാദത്തോടെ പല പേർഷ്യൻ കുലീന കുടുംബങ്ങളും തലസ്ഥാനമായ ബാഗ്ദാദിലേക്ക് കുടിയേറി. ഇതിൽ ഇസ്ലാമിക ജ്ഞാനോദയത്തിൽ പ്രധാന പങ്കുവഹിച്ചവരാണ് ബറാമിക്കത്ത് കുടുംബക്കാർ. അറബിയിൽ അൽ-ബറാമിക്കത്ത് എന്നും പേർഷ്യനിൽ ബർമക്കിയാൻ എന്നുമാണ് ഈ കുടുംബം അറിയപ്പെടുന്നത്. സംസ്കൃതത്തിലെ 'പ്രമുഖ്' എന്ന പദം രൂപാന്തരം പ്രാപിച്ചാണ് ബറാമിക്കത്ത് എന്ന അറബി പദം. ബറാമിക്കത്ത് കുടുംബനാഥന്മാർ പരമ്പരാഗതമായി അഫ്ഗാനിസ്ഥാനിലെ ബൽഖ് നഗരത്തിനടുത്തുള്ള ബുദ്ധവിഹാരത്തിന്റെ 'പ്രമുഖ്' (കുലപതി) സ്ഥാനം വഹിച്ചിരുന്നവരാണ്. ബൽഖിലെ ബുദ്ധവിഹാരത്തിന്റെ പേര് നവവിഹാരം (അറബിയിൽ നവ്ബഹാർ) എന്നായിരുന്നു. ബുദ്ധവിഹാരങ്ങൾ അന്നത്തെ അന്താരാഷ്ട്ര സർവകലാശാലകളായിരുന്നല്ലോ. നളന്ദയിലെയും ഉദ്ദണ്ഡപുരിയിലെയും തക്ഷശിലയിലെയും ബുദ്ധവിഹാരങ്ങളോളം തന്നെ അന്താരാഷ്ട്ര പ്രശസ്തി നേടിയ വിജ്ഞാനകേന്ദ്രമായിരുന്നു ബൽഖിലെ നവവിഹാരവും. അഫ്ഗാനിസ്ഥാൻ പുരാതന പേർഷ്യൻ സാമ്രാജ്യത്തിന്റെ ഭാഗമായപ്പോൾ നവവിഹാരം സൊറാഷ്ട്രിയൻ മതക്കാർ സ്വന്തമാക്കി.

അതുകൊണ്ടാണ് ബറാമിക്കത്ത് കുടുംബക്കാർ അഗ്നി ആരാധകരായിരുന്നുവെന്ന് ചില മുസ്ലിം ചരിത്രകാരന്മാർ എഴുതിയത്.[3]

അറബ് സൈന്യം ബൽഖ് കീഴടക്കിയപ്പോൾ നവവിഹാരത്തിന്റെ 'പ്രമുഖി'ന്റെ പത്നിയെ സേനാനായകനായ അബ്ദുള്ള സ്വന്തം അന്തഃപുരസ്ത്രീകളുടെ കൂട്ടത്തിൽപ്പെടുത്തി. അവരിൽ അബ്ദുള്ളയ്ക്ക് ജനിച്ച ഖാലിദ് ഇബ്നു ബർമാക്ക് (705-782) ഇസ്ലാമിക സാമ്രാജ്യത്തിന്റെ അധികാരം അമവിയ്യ രാജവംശത്തിൽ നിന്നും പിടിച്ചെടുക്കാൻ ഒന്നാം അബ്ബാസിയ ഖലീഫ അസ്-സഫ്ഫാഹിനെ സഹായിച്ചു. ഭരണമാറ്റം ഉണ്ടായ ഉടനെ ബറാമിക്കത്ത് കുടുംബം ബാഗ്ദാദിലേക്ക് താമസം മാറ്റി. ഖാലിദ് ഇബ്നു ബർമക്കിനെ ഖലീഫ അസ്-സ്ഫ്ഫാഹ് ധനമന്ത്രിസ്ഥാനത്താണ് അവരോധിച്ചത്. രണ്ടാം അബ്ബാസിയ ഖലീഫ അൽ-മൻസൂർ ഇദ്ദേഹത്തെ മെസപ്പൊട്ടോമിയയുടെ (ഇറാഖ്) ഗവർണറാക്കി. പുത്രൻ യഹ്യാ ഇബ്നു ഖാലിദിനെ ഖലീഫ അൽ-മഹ്ദി അസർബൈജാനിലെ ഗവർണരും പിൽക്കാലത്ത് സാമ്രാജ്യത്തിന്റെ മന്ത്രിയും (വസീർ) ആക്കി. യഹ്യാ കഴിവുറ്റ ഭരണാധികാരി മാത്രമല്ല പണ്ഡിതൻകൂടിയാണെന്ന് മനസിലാക്കിയപ്പോൾ കിരീടാവകാശിയായ മകൻ ഹാറൂന്റെ വിദ്യാഭ്യാസച്ചുമതല ഏൽപ്പിച്ചു. പിന്നീട് രാഷ്ട്രീയാഭിപ്രായവ്യത്യാസത്തിന്റെ പേരിൽ ഖലീഫയുടെ അപ്രീതിക്ക് പാത്രമായിത്തീർന്ന യഹ്യയുടെ അന്ത്യം തടവറയിലായിരുന്നു. യഹ്യയുടെ ശിക്ഷണത്തിൽ വളർന്ന ഹാറൂനാണ് *ആയിരത്തൊന്ന് രാവുകളി*ലൂടെ അനശ്വരനായിത്തീർന്ന ഖലീഫ ഹാറുൻ അൽ-റശീദ്.

ബുദ്ധവിഹാരത്തിന്റെ കുലപതികളായിരുന്ന ബറാമിക്കത്ത് കുടുംബം വിജ്ഞാനസമ്പാദനത്തിൽ തൽപ്പരരായിരുന്നു. ബറാമിക്കത്ത് കുടുംബാംഗമായ യഹിയയുടെ ശിക്ഷണത്തിൽ വളർന്ന ഹാറുൻ അൽ-റശീദ് ഗ്രീക്ക്, സംസ്കൃതം, പേർഷ്യൻ ഭാഷകളിലെ ഭൗതികശാസ്ത്രങ്ങളും തത്വചിന്തയും അറബിയിലേക്ക് വിവർത്തനം ചെയ്യിക്കുന്നതിലും പഠിക്കുന്നതിലും അതീവ താൽപ്പര്യം പ്രകടിപ്പിച്ചു. വിവർത്തനത്തിനായി ഗ്രന്ഥങ്ങൾ അന്യദേശങ്ങളിൽനിന്നു വരുത്തി. വിവർത്തനം ചെയ്യാൻ പണ്ഡിതന്മാർക്ക് നിർലോഭം പ്രതിഫലം നൽകി കൊട്ടാരത്തിൽ

---

3. പൊതുവർഷം എട്ടാം നൂറ്റാണ്ടിലെ അറബി ചരിത്രകാരൻ ഉമർ ഇബ്നു അൽ-അസ്റാഖ് അൽ-കെർമാനി ബൽഖിലെ നവവിഹാരത്തെക്കുറിച്ച് വിശദമായ ഒരു ലേഖനം എഴുതിയിട്ടുണ്ടായിരുന്നു. പ്രസ്തുത ലേഖനം പത്താം നൂറ്റാണ്ടിൽ ഇബ്നു അൽ-ഫഖീഹ് അൽ-ഹമദാനി രചിച്ച *കിത്താബ് അൽ-ബുൽദാൻ* (*രാജ്യങ്ങളുടെ പുസ്തകം*) എന്ന ഗ്രന്ഥത്തിൽ ചേർത്തിട്ടുണ്ട്. ഉമർ ഇബ്നു അൽ-അസ്റാഖ് നവവിഹാരത്തെ താരതമ്യപ്പെടുത്തിയിരിക്കുന്നത് മക്കയിലെ കഅബയോടും മസ്ജിദ് അൽ-ഹറമിനോടുമാണ്. പ്രസ്തുത വിവരണങ്ങളിൽ നിന്നും അന്നത്തെ ഇസ്ലാമിക വൃത്താന്തകാരന്മാർ ബുദ്ധമതത്തെ മതിപ്പോടെയാണ് കണ്ടിരുന്നത് എന്ന് മനസിലാക്കുന്നു. തങ്ങൾ കീഴടക്കിയ പ്രദേശങ്ങളിലെ മതങ്ങളെ സഹിഷ്ണുതയോടെയാണ് ബനു ഉമ്മയ്യ ഖലീഫമാർ സമീപിച്ചതെന്ന് വൃത്താന്തകാരന്മാരുടെ രചനകൾ സാക്ഷ്യം വഹിക്കുന്നു.

തന്നെ താമസിപ്പിച്ചു. ഇസ്ലാമിലെ ജ്ഞാനോദയം ബുദ്ധമതത്തിന്റെ വൈജ്ഞാനിക ജനിതകത്തിൽ നിന്നാണുത്ഭവിച്ചതെന്നു പറഞ്ഞാൽ അതിശയോക്തിയാവുകയില്ല.

ഇന്ത്യയിൽ നിന്നുള്ള സംഭാവന

ഏറ്റവും ആദ്യം വിവർത്തനം ചെയ്യപ്പെട്ടത് ഇന്ത്യയിൽ നിന്നും ഗ്രീസിൽ നിന്നും ലഭിച്ച ജ്യോതിശാസ്ത്രഗ്രന്ഥങ്ങൾ ആയിരുന്നുവെന്നാണ് അറബിചരിത്രകാരനും സെമിറ്റിക് ഭാഷാപണ്ഡിതനുമായിരുന്ന ഡീ ലേസി ഓലിയേറിയുടെ (De Lacy O'Leary 1872-1957) അഭിപ്രായം.[4] ഏഴാം നൂറ്റാണ്ടിന്റെ ആദ്യദശകങ്ങളിൽ രചിക്കപ്പെട്ട ബ്രഹ്മസ്ഫുട സിദ്ധാന്തം എന്ന ജ്യോതിശാസ്ത്രഗ്രന്ഥം[5] ഇന്ത്യയിൽ നിന്നും ഒരു സഞ്ചാരിയാണ് ബാഗ്ദാദിൽ എത്തിച്ചത്. സംസ്കൃതത്തിൽ നിന്നും ഈ കൃതി അറബിയിലേക്ക് വിവർത്തനം ചെയ്യാൻ ഖലീഫ അൽമൻസൂർ, ഇബ്രാഹിം അൽ-ഫസാരി എന്ന കവിയോട് ആജ്ഞാപിച്ചു. അൽ-ഫസാരി നക്ഷത്രങ്ങളെക്കുറിച്ച് വിഖ്യാതമായ ഒരു കവിത രചിച്ചിരുന്നു. നക്ഷത്രങ്ങളിലുള്ള താൽപ്പര്യം പരിഗണിച്ചാണ് അൽ-ഫസാരിയോട് ബ്രഹ്മസ്ഫുട സിദ്ധാന്തം വിവർത്തനം ചെയ്യാൻ ഖലീഫ ഉത്തരവിട്ടത്. സിദ്ധാന്തം അറബിയിലാക്കിയപ്പോൾ സിന്ധ്ഹിന്ദ് ആയി. ബ്രഹ്മഗുപ്തന്റെ സിദ്ധാന്തം ഗണിതത്തെയും ജ്യോതിശാസ്ത്രത്തെയും സംയോജിപ്പിക്കുന്ന കൃതിയാണെന്നാണ് പണ്ഡിതമതം.[6] ഗണിതത്തിന്റെ അടിസ്ഥാനത്തിൽ ജ്യോതിർഗോളങ്ങളുടെ പ്രയാണങ്ങളെ പ്രവചിക്കാനുള്ള ശ്രമമാണ് ബ്രഹ്മഗുപ്തൻ നടത്തിയത്. ഈ ഗ്രന്ഥത്തിലാണ് ഗണിതത്തിലെ പല നൂതന തത്വങ്ങളും ആവിഷ്കരിക്കപ്പെട്ടത്. ശൂന്യതയെ അടയാളപ്പെടുത്താൻ പൂജ്യം ഉപയോഗിക്കാമെന്നും സംഖ്യകളോട് പൂജ്യം ചേർത്തെഴുതി മൂല്യം വർധിപ്പിക്കാമെന്നും കണ്ടുപിടിച്ചത് ബ്രഹ്മഗുപ്തനാണ്. ഇന്ത്യൻ ശാസ്ത്രജ്ഞർ ഉപയോഗിച്ചിരുന്ന അക്കങ്ങൾ അറബികൾ ഉപയോഗിക്കാൻ തുടങ്ങി. ഇന്ത്യൻ അക്കങ്ങളുടെ അടിസ്ഥാനത്തിൽ ഉള്ള സംഖ്യാസംവിധാനത്തെ അറബികളിൽ നിന്നും കടം കൊണ്ട യൂറോപ്യൻ അറബി അക്കങ്ങൾ എന്നു വിളിച്ചു. ലോകത്ത് മുഴുവൻ ഉപയോഗിക്കുന്ന അറബി അക്കങ്ങൾ യഥാർഥത്തിൽ ഇന്ത്യൻ അക്കങ്ങളാണ്.

നക്ഷത്രങ്ങളെക്കുറിച്ച് കവിതയെഴുതുകയും വാനനിരീക്ഷണങ്ങൾ നടത്തുകയും ചെയ്തിരുന്ന കവി ബ്രഹ്മഗുപ്തന്റെ സിദ്ധാന്തം 'സിന്ധ്

---

4. *How Greek Seience Passed to the Arabs* By De Lacy O'Leary page 102.
5. ബ്രഹ്മഗുപ്തൻ (പൊതുവർഷം 598-670) ഉജ്ജയിനിയിലെ ജ്യോതിർഗോള നിരീക്ഷണ കേന്ദ്രത്തിന്റെ തലവനായിരുന്നു. അദ്ദേഹം ജ്യോതിശാസ്ത്രത്തിലും ഗണിതശാസ്ത്രത്തിലും ഗ്രന്ഥങ്ങൾ രചിച്ചു. ഇതിൽ ഏറ്റവും പ്രശസ്തമായ ഗ്രന്ഥമാണ് ബ്രഹ്മസ്ഫുട സിദ്ധാന്തം.
6. *A History of Arabic Astronomy* by George Salisba, Page 51

ഹിന്ദ്' എന്ന പേരിൽ അറബിയിലേക്ക് വിവർത്തനം ചെയ്തതിനെത്തുടർന്ന് അൽഫസാരി ഇസ്ലാമിന്റെ ആദ്യത്തെ ജ്യോതിശാസ്ത്രജ്ഞനായിത്തീർന്നു. *ബ്രഹ്മസ്ഫുട സിദ്ധാന്ത*ത്തിന്റെ വിവർത്തനത്തിലൂടെ കൈവന്ന വിജ്ഞാനവും സ്വന്തമായ നിരീക്ഷണ ഫലങ്ങളും സംയോജിപ്പിച്ച് ജ്യോതിർഗോളങ്ങളുടെ സ്ഥാനനിർണയത്തിനു സഹായിക്കുന്ന രാശിയന്ത്രം (astrolabe) തീർത്ത ആദ്യത്തെ അറബിയും അൽ-ഫസാരി തന്നെയെന്ന് ഇസ്ലാമിക ചരിത്രകാരൻ അൽ-മസൂദ് തന്റെ വിശ്വചരിത്രാവലോകനമായ മുറൂജ് അദ്-ധഹാബ് വ-മഅദിൻ അൽ-ജവഹിർ (*സുവർണ ശാദ്വലങ്ങളും വജ്രഖനികളും*) എന്ന ഗ്രന്ഥത്തിൽ രേഖപ്പെടുത്തി. ഇബ്രാഹിം അൽ- ഫസാരിയുടെ പുത്രൻ മുഹമ്മദും അനേകം ഗ്രന്ഥങ്ങൾ അറബിയിലേക്ക് വിവർത്തനം ചെയ്തിട്ടുണ്ട്. *ബ്രഹ്മസ്ഫുടകസിദ്ധാന്തം* വിവർത്തനം ചെയ്തത് മുഹമ്മദാണെന്നും ചില ചരിത്രകാരന്മാർക്ക് അഭിപ്രായമുണ്ട്. ഇവരുടെ സമകാലീനനായിരുന്ന മറ്റൊരു അറബി ഗണിതശാസ്ത്രജ്ഞനാണ് യഅ്ഖൂബ് ഇബ്നു തരിഖ്. ഇദ്ദേഹം ഗോളത്തിന്റെ അളവുകളെക്കുറിച്ചും വൃത്തത്തിന്റെ ഖണ്ഡം (arc) സംബന്ധിച്ചും ഗ്രന്ഥങ്ങൾ രചിച്ചിട്ടുണ്ട്. വൃത്തഖണ്ഡത്തിന്റെ അളവുകൾ നിർണയിക്കാൻ അദ്ദേഹം വൃത്തത്തെ 360 ഡിഗ്രികളായി വിഭജിച്ച അർക്കിമിഡീസിന്റെ തത്വം തന്നെയാണ് പിന്തുടർന്നത്.

ജ്യോതിശാസ്ത്രം

ഇസ്ലാമിന്റെ ഏറ്റവും പ്രശസ്തനായ ജ്യോതിശാസ്ത്രജ്ഞൻ മുഹമ്മദ് ഇബ്നു മൂസ അൽ-ഖവാരിസ്മി ആയിരുന്നു. അദ്ദേഹം ജനിച്ചത് 780ൽ. മധ്യേഷ്യയിലെ ഖവാരിസം എന്ന സ്ഥലത്താണ്. ബാഗ്ദാദിലെ 'വിജ്ഞാനഭവനിൽ' (ബെയ്ത് അൽ-ഹിക്മ) പഠനങ്ങളിൽ മുഴുകിയാണ് അദ്ദേഹത്തിന്റെ ജീവിതത്തിന്റെ അധികഭാഗവും ചെലവഴിച്ചത്. എഴുപതാമത്തെ വയസിൽ (850) ബാഗ്ദാദിൽ അന്തരിച്ചു.

ജ്യോതിർമണ്ഡല പട്ടിക (astronomical table) തയാറാക്കാൻ ഖവാരിസ്മി ബ്രഹ്മഗുപ്തന്റെ *ബ്രഹ്മസ്ഫടിക സിദ്ധാന്തം* ആണ് ഉപയോഗപ്പെടുത്തിയത്. ജ്യോതിശാസ്ത്ര പട്ടികയ്ക്ക് അറബിയിൽ 'സിജ്' എന്നു പറയുന്നു. പല ഗണിതശാസ്ത്ര സങ്കേതങ്ങളും ജ്യോമിതിയും ഉപയോഗിച്ച് ഗോളങ്ങളുടെ നീക്കങ്ങളും ഉദയാസ്തമയങ്ങളും ഗ്രഹണങ്ങളും മനസിലാക്കാനുള്ള സൂചനകൾ ഉൾക്കൊള്ളുന്ന ഗ്രന്ഥമാണ് സിജ്. ഖവാരിസ്മിയുടെ പിൻമുറക്കാരനായ ഇബ്നു യൂനുസ് അൽ-സിജ് അൽ-ഹക്കീമി അൽ-കബീർ എന്ന ബൃഹത്തായ ജ്യോതിർമണ്ഡല പട്ടിക തയാറാക്കി. പതിനൊന്നാം നൂറ്റാണ്ടിന്റെ രണ്ടാം പകുതിയിൽ മുസ്ലിം ജ്യോതിശാസ്ത്രജ്ഞർ സ്പെയിനിലെ ടോളിഡോയിൽ സമ്മേളിച്ച് ജ്യോതിർഗോള പട്ടികകൾക്ക് ഐക്യരൂപം വരുത്തി. ഖവാരിസ്മിയുടെ പട്ടികയും ടോളിഡോയിൽ ചേർന്ന് ഐക്യരൂപം വരുത്തിയ പട്ടികയും ലത്തീൻ ഭാഷയിലേക്ക് വിവർത്തനം ചെയ്തു. ഇവയിൽ നിന്നും പ്രചോ

ദനം ഉൾക്കൊണ്ടാണ് കോപ്പർനിക്കസ് ആകാശഗോളങ്ങളുടെ ഭ്രമണങ്ങളെക്കുറിച്ച് (On the Revolutions of the Celestial Spheres) എന്ന ഗ്രന്ഥം രചിച്ചതും ഇറ്റാലിയൻ നവോത്ഥാനത്തിനും യൂറോപ്പിന്റെ ജ്ഞാനോദയത്തിനും തുടക്കം കുറിച്ചതും.

ഗണിതശാസ്ത്രം

ഖവാരിസ്മി ജ്യോതിശാസ്ത്രജ്ഞൻ മാത്രമായിരുന്നില്ല, ഗണിതശാസ്ത്രജ്ഞനും ജ്യോതിഷിയും ഭൂമിശാസ്ത്രപണ്ഡിതനും ആയിരുന്നു. അദ്ദേഹം 820ൽ രചിച്ച *അൽ-കിത്താബ് അൽ-മുഖ്ത്തസാർ ഫീ ഹിസാബ് അൽ-ജബർ വ അൽ-മുഖാബല* (*സമീകരണ-പൂർത്തീകരണ ക്രിയകളിലൂടെയുള്ള ഗണിതസംഗ്രഹ പുസ്തകം*) എന്ന ഗണിത ഗ്രന്ഥമാണ് ബീജഗണിതത്തിന് തുടക്കം കുറിച്ചത്. ബീജഗണിതത്തിന്റെ (algebra) പിതാവായി ശാസ്ത്രലോകം അദ്ദേഹത്തെ മാനിക്കുന്നു. ഈ ഗ്രന്ഥത്തിൽ ഉപയോഗിച്ച 'പൂർത്തീകരണക്രിയ'യെ സൂചിപ്പിക്കുന്ന 'അൽ-ജബർ' എന്ന അറബി പദത്തിൽനിന്നാണ് ബീജഗണിതത്തിന് ആൾജിബ്ര എന്ന പേര് സിദ്ധിച്ചത്. അദ്ദേഹം 825ൽ രചിച്ച *ഹിന്ദു അക്കങ്ങൾ ഉപയോഗിച്ച് ഗണിതക്രിയകൾ ചെയ്യുന്നത് സംബന്ധിച്ച്* എന്ന മറ്റൊരു ഗണിതശാസ്ത്ര ഗ്രന്ഥത്തിലാണ് ഇന്ത്യയിൽ നിന്നും സ്വായത്തമാക്കിയ അക്കങ്ങൾ ഉപയോഗിച്ച് ക്രിയകൾ ചെയ്യുന്ന രീതി പരിചയപ്പെടുത്തിയത്. പ്രസ്തുത അങ്കഗണിതഗ്രന്ഥത്തിൽ അദ്ദേഹം പൂജ്യത്തിന്റെ ഉപയോഗം, ദശാംശസംഖ്യകൾ, ഋണ-ധനസംഖ്യകൾ എന്നിവയെല്ലാം പരിചയപ്പെടുത്തുന്നുണ്ട്. ഗണിതത്തിൽ പൂജ്യം ആദ്യമായി ഉപയോഗിച്ച ഗണിതശാസ്ത്രജ്ഞൻ ഖവാരിസ്മിയാണെന്ന് എല്ലാവരും അംഗീകരിച്ചിട്ടുള്ള കര്യമാണ്. ഇദ്ദേഹം രചിച്ച അങ്കഗണിത ഗ്രന്ഥം പന്ത്രണ്ടാം നൂറ്റാണ്ടിൽ ലത്തീൻ ഭാഷയിലേക്ക് വിവർത്തനം ചെയ്യപ്പെട്ടതോടെയാണ് പാശ്ചാത്യർ പുതിയ അക്കങ്ങൾ ഉപയോഗിക്കാൻ തുടങ്ങിയതും ഹിന്ദു-അറബി അക്കങ്ങൾ എന്ന് പേര് സിദ്ധിച്ചതും. പിൽക്കാലത്ത് അത് അറബി അക്കങ്ങൾ (arabic numerals) എന്ന് ലോപിക്കുകയാണ് ചെയ്തത്.

ഖവാരിസ്മിയുടെ സംഭാവനകൾ ഗണിതശാസ്ത്രത്തിനു മുതൽക്കൂട്ടാവുക മാത്രമല്ല ഭാഷയുടെ പദസമ്പത്ത് വർധിപ്പിക്കുകയും ചെയ്തു. അൾജിബ്ര (ബീജഗണിതം) എന്ന പദത്തിന്റെ ഉത്ഭവത്തെക്കുറിച്ച് പറഞ്ഞല്ലോ. അൽഗോറിതം എന്ന പദം ഖവാരിസ്മിയുടെ പേരിൽ നിന്നാണ് ഉത്ഭവിച്ചത്. അദ്ദേഹത്തിന്റെ ഗണിതശാസ്ത്ര ഗ്രന്ഥത്തെ ലത്തീനിലേക്ക് വിവർത്തനം ചെയ്ത ആൾ അൽ-ഖവാരിസ്മി എന്ന പേര് ഭാഷാന്തരം ചെയ്ത് എഴുതിയത് അൽഗോരിസ്മി എന്നാണ്. അത് ഗ്രന്ഥത്തിലെ ശാസ്ത്രത്തിന്റെ പേരാണെന്ന് വായനക്കാർ തെറ്റായി ധരിച്ചു. അങ്ങനെയാണ് അങ്കഗണിതത്തിന് അൽഗോറിസം (തം) എന്ന പേര് സിദ്ധിച്ചത്. ഗണിതത്തിനും ജ്യോതിശാസ്ത്രത്തിനും പുറമെ ഭൂമിശാസ്ത്ര

ത്തിനും അദ്ദേഹം വിലപ്പെട്ട സംഭാവനകൾ നൽകി. ടോളമിയുടെ ഭൂമിശാസ്ത്രഗ്രന്ഥം ശോധനം ചെയ്ത് കാലോചിതമായി പരിഷ്കരിച്ചു. അദ്ദേഹം സ്വന്തമായി രചിച്ച ഭൂമിശാസ്ത്ര ഗ്രന്ഥമാണ് *കിത്താബ് സുറത്ത് അൽ-അറ്ള്* (ഭൂതലദൃശ്യത്തെ ക്കുറിച്ചുള്ള ഗ്രന്ഥം.

ജ്യോതിശാസ്ത്രത്തിൽ ഖവാരിസ്മിയുടെ പിന്തുടർച്ചക്കാരൻ ഇബ്നു യൂനുസ് അൽ-സദാഫിയാണ്. അദ്ദേഹം ഈജിപ്തിലെ ഫുസ്താതിൽ 950-ൽ ജനിച്ചു എന്ന് കരുതപ്പെടുന്നു. മതപണ്ഡിതന്മാരുടെ കുടുംബത്തിലായിരുന്നു യൂനുസിന്റെ ജനനം. യൂനുസിന്റെ ബാല്യകാലത്താണ് ഫാത്തിമിയ്യൂൻ രാജവംശം അബ്ബാസി ഖലീഫയിൽ നിന്നും ഈജിപ്തിന്റെ ഭരണം പിടിച്ചെടുത്തത്. ഈജിപ്തിലെ രണ്ട് ഫാത്തിമിയ്യൂൻ ഖലീഫമാരുടെ കാലം മുഴുവൻ, 977 മുതൽ 1003 വരെ, യൂനുസ് ആസ്ഥാന ജ്യോതിശാസ്ത്രജ്ഞൻ ആയിരുന്നു. ഖവാരിസ്മിയുടെ ഗ്രന്ഥങ്ങൾ പഠിച്ചതിന്റെയും സ്വന്തമായി നടത്തിയ നിരീക്ഷണങ്ങളുടെയും അടിസ്ഥാനത്തിൽ പുതിയ ജ്യോതിർഗോള പട്ടിക തയാറാക്കി. തന്റെ ഗ്രന്ഥത്തിന് ഈജിപ്ത് ഖലീഫ ഹക്കീമിന്റെ പേരുകൂടി ഉൾപ്പെടുത്തി അൽ-സിജ് അൽ-ഹക്കീമി അൽ- കബീർ എന്ന പേരു നൽകി.

ചൈനയിൽ നിന്നും ഇന്ത്യയിൽ നിന്നും വന്ന വ്യാപാരികളോടൊപ്പം യാത്ര ചെയ്തെത്തിയ പണ്ഡിതന്മാർക്കും കവികൾക്കും കലാകാരന്മാർക്കും നല്ല സ്വീകരണമാണ് ഇസ്ലാമിക സാമ്രാജ്യത്തിന്റെ തലസ്ഥാനത്ത് ലഭിച്ചത്. പേർഷ്യൻ സംസ്കാരത്തിന്റെ സ്വാധീനമായിരുന്നു അതിനു കാരണം. കവികളെയും എഴുത്തുകാരെയും ശാസ്ത്രജ്ഞരെയും കൊട്ടാരസദസുകളിൽ ആദരിക്കുകയും അവർക്ക് നിർലോഭം പാരിതോഷികങ്ങൾ നൽകുകയും ചെയ്യുന്നത് ഇന്ത്യയിലെയും പേർഷ്യയിലെയും സംസ്കാരങ്ങളുടെ സവിശേഷതയായിരുന്നു.

വിവർത്തനങ്ങളുടെ നൂറ്റാണ്ട്

ശാസ്ത്രീയ വിജ്ഞാനത്തിന്റെ വികാസപരിണാമങ്ങളെക്കുറിച്ച് ഗവേഷണങ്ങളും പഠനങ്ങളും നടത്തുന്ന ജോർജ് സാലിസ്ബയുടെ അഭിപ്രായത്തിൽ ഗ്രീക്ക് പേർഷ്യൻ ഭാഷകളിൽ നിന്നുള്ള വിവർത്തനങ്ങൾ അമവിയ ഭരണത്തിന്റെ അന്ത്യഘട്ടത്തിൽ ആരംഭിച്ചിരുന്നു. ഇസ്ലാമിക സാമ്രാജ്യത്തിലെ ഭരണനിർവഹണം ഗ്രീക്ക്, പേർഷ്യൻ ഭാഷകളിലൂടെയാണ് നടന്നിരുന്നത്, നടത്തിയിരുന്നതാകട്ടെ ഗ്രീക്കുകാരായ ഗുമസ്തന്മാരും പേർഷ്യക്കാരായ ഉദ്യോഗസ്ഥന്മാരും. സമൂഹത്തിന്റെ ഏറ്റവും മുകൾത്തട്ടിലാണെന്ന് കരുതപ്പെട്ടിരുന്ന സാമ്രാജ്യത്തിന്റെ ഉടമകളായ അറബികൾക്ക് അതിവിശാലമായ സാമ്രാജ്യത്തിന്റെ ദൈനംദിന ഭരണനിർവഹണത്തിൽ മേൽക്കൈ കിട്ടാതിരുന്ന സ്ഥിതിവിശേഷം ഭരണഭാഷാമാറ്റത്തിന് ഖലീഫമാരെ നിർബന്ധിതരാക്കി. ഭരണനിർവഹണവുമായി ബന്ധപ്പെട്ട ഏടുകളും രേഖകളും ഗ്രീക്കിൽ നിന്നും പേർഷ്യനിൽ നിന്നും അറബി ഭാഷയിലേക്ക് വിവർത്തനം ചെയ്യേണ്ടത്

അനിവാര്യമായിത്തീർന്നു. ഇറാഖ് പ്രവിശ്യയുടെ ഗവർണരായിരുന്ന അൽ-ഹജ്ജാജ് ഇബ്നു യൂസുഫാണ് (ഭരണകാലം 694-714) ഭരണ സംബന്ധിയായ രേഖകകളുടെ വിവർത്തനങ്ങൾക്ക് തുടക്കം കുറിച്ച തെന്ന് മുസ്ലിം ചരിത്രകാരൻ *അൽ-നദീ ഫിഹിരിസ്ത്* എന്ന ഗ്രന്ഥത്തിൽ പറഞ്ഞ കാര്യം ജോർജ് സാലിസ്ബ തന്റെ വാദത്തിന് ഉപോദ്ബലക മായി ചൂണ്ടിക്കാണിക്കുന്നു. പേർഷ്യൻ സംസ്കാരത്തിന്റെ സ്വാധീന ത്തിലായ അബ്ബാസിയ ഖലീഫമാർ പണ്ഡിതന്മാരെയും കവികളെയും ആദരിക്കുകയും ബഹുമാനിക്കുകയും ചെയ്യാൻ തുടങ്ങിയതോടെ അവ രുടെ ശ്രദ്ധ ഗ്രീക്ക്, പേർഷ്യൻ, സംസ്കൃതം ഭാഷകളിലുള്ള വൈജ്ഞാ നിക ഗ്രന്ഥങ്ങളിലേക്കും തിരിഞ്ഞു.

അറബി ഭാഷയിലേക്ക് വിവർത്തനം ചെയ്യപ്പെട്ട മറ്റൊരു കൃതി *പഞ്ച തന്ത്രം കഥകളാണ്*. പക്ഷേ, ഇത് സംസ്കൃതത്തിൽ നിന്നു നേരിട്ടല്ല പേർഷ്യൻ ഭാഷയായ പഹ്ലവിയിൽ നിന്നായിരുന്നു. പഹ്ലവിയിൽ പഞ്ച തന്ത്രം കഥകളുടെ പേര് *കലീലയും ദിമ്ന*യും എന്നാണ്. അത് അതേ പേരിൽ തന്നെയാണ് അറബിയിലേക്ക് (കലീല വ-ദിമ്ന) വിവർത്തനം ചെയ്തത്. അറബിയിലേക്ക് പരിഭാഷപ്പെടുത്തിയത് ഇബ്നു അൽ-മു ഖഫ്ഫയാണ്, ഇദ്ദേഹം സൊറാഷ്ട്രിയൻ മതം ഉപേക്ഷിച്ച് ഇസ്ലാം സ്വീക രിച്ച ആളാണ്. അദ്ദേഹത്തിന്റെ യഥാർഥ പേര് അബ്ദല്ല ഇബ്നു ദാദാ വയ്ഹ് എന്നായിരുന്നു. അബ്ദല്ലയുടെ പിതാവ് ദാദാവയ്ഹ് ഇറാനിൽ നിന്നും കൂഫയിലേക്ക് കുടിയേറി. അമവിയ്യ കലീഫയുടെ കീഴിൽ നികുതിപിരിവ് ഉദ്യോഗസ്ഥനായിരിക്കെ പിരിച്ച നികുതി വെട്ടിച്ചതിന്റെ പേരിൽ ശിക്ഷിക്കപ്പെട്ടു. മോഷണക്കുറ്റത്തിനു ശിക്ഷ കൈവെട്ടലാണ ല്ലോ. പഹ്ലവി, അറബി ഭാഷകളിൽ പാണ്ഡിത്യമുണ്ടായിരുന്ന എഴു ത്തുകാരനായ അബ്ദല്ലയ്ക്ക് ഇബ്നു മുഖഫ്ഫ (കുറുകൈയന്റെ മകൻ) എന്ന പേര് ലഭിച്ചത് അങ്ങനെയാണ്.

അറബി ഭാഷയിലെ വാമൊഴിക്കഥകൾ സാഹിത്യഭംഗിയുള്ള ഗദ്യ ത്തിലാക്കലായിരുന്നു ഇബ്നു മുഖഫ്ഫയുടെ സാഹിത്യ പ്രവർത്തനം. ഖലീഫയുടെ ഉത്തരവനുസരിച്ചാണ് ഇബ്നു മുഖഫ്ഫ കലീല വ-ദിമ്ന അറബിയിലേക്ക് ഭാഷാന്തരം ചെയ്തത്. മുഖഫ്ഫയുടെ മനോഹരമായ പരിഭാഷയിലൂടെ *കലീല വ-ദിമ്ന* സ്വതന്ത്ര കൃതിയുടെ പദവി നേടി യെടുത്തു. മൂലകൃതികൾ നഷ്ടപ്പെട്ടതു കാരണം ഇന്ത്യയുടെ മേധയിൽ പിറന്ന *പഞ്ചതന്ത്രം കഥകൾ* ലോകത്തിലെ നാല്പതിലധികം ഭാഷക ളിലേക്ക് വിവർത്തനം ചെയ്യപ്പെട്ടത് അറബിയിൽ നിന്നായിരുന്നു. പേർഷ്യൻ സ്വാധീനത്താൽ അറബി ഗദ്യത്തിനു വന്ന മാറ്റത്തെക്കുറിച്ച് സെമിറ്റിക് ഭാഷാപണ്ഡിതൻ കൂടിയായ ചരിത്രകാരൻ ഇങ്ങനെ പറ യുന്നു:

> അബ്ബാസിയ കാലത്ത് പേർഷ്യൻ ഗദ്യശൈലി അതിന്റെ വർണശ ബളമായ രൂപങ്ങളുടെയും ആഡംബരപൂർണമായ ആശ്രയപ്രകാശ രീതികളുടെയും ധാരാളിത്തമുള്ള ചാരുതയുടെ മുദ്രകൾ അറബി

> ഗദ്യത്തിൽ പതിപ്പിച്ചു. പൗരാണിക അറബി ശൈലി പൗരുഷത്തിന്റെ വീറ് പ്രകടമാക്കുന്ന തരത്തിൽ കൂർത്തതായിരുന്നു. അതൊക്കെ പാടെ മാറ്റി അറബി ഗദ്യം സസാനിയ കാലഘട്ടത്തിന്റെ സവിശേഷതകളായ മസൃണതയും വികാരോഷ്മളമായ വാചോവിന്യാസവും സ്വായത്തമാക്കി...അറബി ചരിത്രരചനാശൈലി പേർഷ്യൻ മാതൃകയിലാണ് വാർത്തെടുക്കപ്പെട്ടത്.[7]

ഖലീഫ അൽ-മൻസൂറിന് ഉദരരോഗം പിടിപെട്ടപ്പോൾ ഗുന്ദെഷാപൂരിൽനിന്നും പ്രധാന വൈദ്യൻ ജിർജിസിനെ ബാഗ്ദാദിൽ കൊണ്ടുവന്ന് ചികിത്സിപ്പിച്ച കാര്യം മുമ്പ് സൂചിപ്പിച്ചല്ലോ. ഗുന്ദെഷാപൂരിന് ഇസ്ലാമിന്റെ ജ്ഞാനോദയത്തിൽ പ്രധാന പങ്കാണുള്ളത്. പൊതുവർഷം 271ലാണ് സസാനി രാജാവ് ഷാപൂർ ഒന്നാമൻ ഗുന്ദെഷാപൂർ സ്ഥാപിച്ചത്. ലോകത്തിലെ ഏറ്റവും പഴക്കമേറിയ വൈദ്യപഠനകേന്ദ്രം ഗുന്ദെഷാപൂരിൽ ആയിരുന്നു. ഇവിടെ ഒരു സർവകലാശാലയും ബൃഹത്തായ ഗ്രന്ഥശേഖരവും ഉണ്ടായിരുന്നു. ഇറാനിലെ ഖുസിസ്ഥാൻ പ്രവിശ്യയിലെ ദെസ്ഫുൽ നഗരത്തിനടുത്തുള്ള ഗ്രാമത്തിൽ പൗരാണിക, മധ്യയുഗങ്ങളിൽ നിലനിന്നിരുന്ന വൈദ്യശാസ്ത്ര പഠനകേന്ദ്രത്തിന്റെയും സർവകലാശാലയുടെയും ശേഷിപ്പുകൾ അടുത്തകാലത്ത് കണ്ടെത്തി.

ക്രിസ്തുമതത്തിലെ നെസ്റ്റോറിയൻ വിഭാഗത്തിൽപ്പെട്ട വൈദികർ എഡിസ്സ നഗരത്തിൽ നടത്തിയിരുന്ന സെമിനാരിയും ശാസ്ത്രപഠനകേന്ദ്രവും അടച്ചുപൂട്ടാൻ ബൈസാന്റിയം ചക്രവർത്തി സീനോ 489ൽ ഉത്തരവിട്ടപ്പോൾ അവർ അഭയം കണ്ടെത്തിയത് ഗുന്ദെഷാപൂരിലായിരുന്നു. ഗ്രീസിലെ ഏതൻസ് നഗരത്തിൽ പ്ലേറ്റോ സ്ഥാപിച്ച അക്കാദമി 'പേഗനിസം' പ്രചരിപ്പിക്കുന്നതിന്റെ പേരിൽ അടച്ചുപൂട്ടാൻ ജസ്റ്റിനിയൻ ചക്രവർത്തി 529 ൽ ഉത്തരവിടുകയും ശാസ്ത്രജ്ഞരെയും തത്വചിന്തകരെയും നാടുകടത്തുകയും ചെയ്തപ്പോൾ അവർക്കും സൊറാഷ്ട്രിയൻ മതവിശ്വാസി ആയിരുന്ന പേർഷ്യൻ ചക്രവർത്തി ഖുസ്രോ അനോഷർവൻ (അനശ്വരൻ) ഗുന്ദെഷാപൂരിൽ അഭയം നൽകി. പ്രശസ്തരായ ചികിത്സകരും ജ്യോതിശാസ്ത്രജ്ഞരും ഗണിതപണ്ഡിതരും താവളമാക്കിയതോടെ ഗുന്ദെഷാപൂർ ലോകത്തിന്റെ ബുദ്ധികേന്ദ്രമായി മാറി. പേർഷ്യൻ സാമ്രാജ്യത്തെ ഇസ്ലാം കീഴടക്കിയപ്പോൾ ഗുന്ദെഷാപൂർ ഇസ്ലാമിന്റെ സ്വന്തമായി. ഇവിടെനിന്നാണ് ഖലീഫയെ ചികിൽസിക്കാൻ വൈദ്യപ്രമുഖൻ ജിർജിസിനെ ബാഗ്ദാദിലേക്ക് കൊണ്ടുവന്നത്. ജിർജിസ് മരുന്നുമാത്രമല്ല ജ്ഞാനോദയത്തിനുള്ള മന്ത്രവും ഖലീഫയിൽ പ്രയോഗിച്ചുവെന്ന് പിൽക്കാല സംഭവങ്ങൾ തെളിയിച്ചു. ക്രിസ്തുമതം വലിച്ചെറിഞ്ഞ ജ്ഞാനദീപങ്ങൾ ഏറ്റുവാങ്ങിയത് സൊറാഷ്ട്രീയൻ മതമായിരുന്നു. അവരിൽ നിന്ന് ഇസ്ലാമിന്റെ കൈകളിൽ എത്തിപ്പെടുകയാണുണ്ടായത്. വിശ്വാസപ്രമാണങ്ങളിൽ വിള്ളലുണ്ടാകുമെന്ന് ഭയന്ന് ഇസ്ലാം ജ്ഞാന

---

7. *How Greek Science Passed to the Arabs* by De Lacy O'Leary, Page 121

ദീപത്തെ വലിച്ചെറിയുകയല്ല, ലോകത്തിനു മുമ്പിൽ അവ തെളിയിക്കുകയാണ് ചെയ്തത്.

ഗ്രീക്ക് ചിന്തയുടെ സ്വാധീനത്താൽ ഖലീഫ അൽ-മഅ്മൂൻ (813-33) ബാഗ്ദാദിൽ 'വിജ്ഞാനഭവനം' (ബെയ്ത് അൽ-ഹിക്മ) സ്ഥാപിക്കാൻ തീരുമാനിച്ചപ്പോൾ മാതൃകയാക്കിയത് ഗുന്ദെഷാപൂർ സർവകലാശാലയാണ്. ഗുന്ദെഷാപ്പൂരിൽ നിന്നും പാണ്ഡിത്യം നേടിയവരെ ബെയ്തിൽ വിവർത്തകരായും എഴുത്തുകാരായും ഖലീഫ നിയമിച്ചു. ക്രമേണ ഗുന്ദെഷാപൂരിന്റെ പ്രാധാന്യം കുറഞ്ഞു. അത് ബാഗ്ദാദിലെ ബെയ്ദ് അൽ-ഹിക്മ കരസ്ഥമാക്കി. ഒമ്പതു മുതൽ പതിമൂന്നുവരെ ദീർഘമായ നാലു നൂറ്റാണ്ടുകാലം ബാഗ്ദാദിൽ നിലനിന്നിരുന്ന ഈ വിജ്ഞാന ഭവനം ഇസ്ലാമിന്റെ ജ്ഞാനപ്രകാശത്തിന്റെ മുഖ്യമായ പ്രഭവകേന്ദ്രമായിരുന്നു. ജ്യോതിശാസ്ത്രം, ഗണിതം, വൈദ്യശാസ്ത്രം, രസതന്ത്രം (alchemi), ജീവശാസ്ത്രം, ഭൂമിശാസ്ത്രം, ദൈവശാസ്ത്രം, തത്വചിന്ത എന്നിങ്ങനെ ശാസ്ത്രീയവും മാനവികവുമായ വിഷയങ്ങളെക്കുറിച്ചുള്ള ഗ്രന്ഥങ്ങളുടെ വിവർത്തനങ്ങളും പഠനങ്ങളും വിജ്ഞാനഭവനിൽ നടന്നു. ഇന്ത്യ, ഗ്രീസ്, പേർഷ്യ എന്നിവിടങ്ങളിൽ നിന്ന് ഗ്രന്ഥങ്ങൾ വിലകൊടുത്തുവാങ്ങി വിജ്ഞാനഭവനത്തിലെത്തിക്കാൻ ഖലീഫമാർ ശ്രദ്ധിച്ചു. പ്ലേറ്റോ, അരിസ്റ്റോട്ടിൽ, പൈതഗോറസ്, ഹിപ്പോക്രേറ്റിസ്, യുക്ലിഡ്, പ്ലോട്ടിനസ്, ഗാലൻ, സുശ്രുതൻ, ചരകൻ, ആര്യഭട്ടൻ, ബ്രഹ്മഗുപ്തൻ തുടങ്ങിയവരുടെ ഗ്രന്ഥങ്ങൾ ബാഗ്ദാദിലെ വിജ്ഞാനഭവനിലെത്തി. മംഗോൾ സേനാനായകൻ ഹലാഗുഖാൻ 1258ൽ ബാഗ്ദാദ് നഗരം അഗ്നിക്കിരയാക്കിയപ്പോൾ വിജ്ഞാനഭവനിലെ ഗ്രന്ഥശേഖരം വെണ്ണീറായി. ഹലാഗുഖാൻ നശിപ്പിച്ച ഗ്രന്ഥശേഖരത്തിനു പകരം മറ്റൊന്ന് കാലാന്തരത്തിൽ ബാഗ്ദാദിൽ മാറിമാറി വന്ന ഭരണാധികാരികൾ രൂപപ്പെടുത്തുകയുണ്ടായി. അതു വീണ്ടും നശിപ്പിക്കപ്പെട്ടത് എഴുന്നൂറ്റി നാൽപ്പത്തിയഞ്ച് വർഷങ്ങൾക്കു ശേഷം ജോർജ് ഡബ്ലിയു ബുഷിന്റെ ആക്രമണത്തിലാണ്.

അബ്ബാസിയ ഖലീഫമാർ ആരംഭിച്ച വിവർത്തന യജ്ഞം ഒരു നൂറ്റാണ്ടോളം കാലം നീണ്ടുനിന്നു. പേർഷ്യൻ ഭാഷയിൽ നിന്നും അറബിയിലേക്കുള്ള വിവർത്തനങ്ങൾ വളരെ ജീവസുറ്റതും അറബി മനസുകളോട് സംവദിക്കുന്നതും ആയിരുന്നെങ്കിൽ ഗ്രീക്ക് ഭാഷയിൽ നിന്നുള്ള വിവർത്തനങ്ങൾ യാന്ത്രികവും ഗ്രീക്ക് നാടകീയത അൽപ്പം പോലും പ്രതിഫലിപ്പിക്കാത്തവയും ആയിരുന്നുവെന്ന് പല ചരിത്രകാരന്മാരും ചൂണ്ടിക്കാണിച്ചിട്ടുണ്ട്. ഗ്രീക്ക് ഭാഷയിലെ പല പദങ്ങൾക്കും തത്തുല്യമായ അറബി പദങ്ങൾ കണ്ടെത്താൻ കഴിയാത്തതുകൊണ്ട് അവയൊക്കെ അറബികൾക്ക് ഉച്ചരിക്കാൻ പാകത്തിൽ അറബി ലിബികളിൽ എഴുതുകയാണ് (transliteration) ചെയ്തത്. ചരിത്രപണ്ഡിതർ ചൂണ്ടിക്കാണിച്ച ഉദാഹരണത്തിൽ ചിലത് ഇവിടെ ചേർക്കുന്നു: അരിതമെറ്റിഖി (arithmetic), ജുമാത്രിയ (geometry), മുസീഖീ (music), ജിഗ്രാഫിയത് (geography),

ഫൽസഫ (philosophy), അതീർ (ether), അസ്തുർലാബ് (astrolabe), ഇക്സീർ (elixir), മഗ്നാത്തിസ് (magnet), ഉർഗുൻ (organ).

ശാസ്ത്രവും സമൂഹവും

ഖലീഫമാർ ശാസ്ത്രങ്ങളിൽ തൽപ്പരരായിരുന്നതുകൊണ്ട് ശാസ്ത്രജ്ഞരെ പ്രോത്സാഹിപ്പിക്കുന്നത് വരേണ്യരുടെയും ഫാഷനായി. ഖലീഫമാരും വരേണ്യരും വിജ്ഞാന കുതുകികളായിരുന്നതുകൊണ്ട് സാമ്രാജ്യത്തിന്റെ മുസ്ലിം സമുദായം വിജ്ഞാനം ഉൾക്കൊണ്ട് ഉദ്ബുദ്ധരായി എന്ന ധാരണ തെറ്റാണ്. കൊട്ടാര സദസുകൾക്ക് പുറത്ത് ബാഗ്ദാദിലും സാമ്രാജ്യത്തിന്റെ മറ്റു ഭാഗങ്ങളിലും സാധാരണ ജനങ്ങൾക്കിടയിൽ ശാസ്ത്രാഭിമുഖ്യമൊന്നും ഉണ്ടായിരുന്നില്ല. വിശ്വാസികൾക്ക് താൽപ്പര്യം *ഖുർആൻ*, ഹദീസ്, ഫിഖ്ഹ് (മതനിയമ ശാസ്ത്രം)[8] തുടങ്ങിയ മതപരമായ വിഷയങ്ങളായിരുന്നു. ഇസ്ലാമിലെ മതപണ്ഡിതർ സ്വതന്ത്രചിന്തകളെ പല്ലും നഖവും ഉപയോഗിച്ച് എതിർത്തുകൊണ്ടിരുന്നു.

ഹാറൂൺ അൽ-റശീദ് 808ൽ അന്തരിച്ചപ്പോൾ ആഭ്യന്തരയുദ്ധം തുടങ്ങി. ബാഗ്ദാദിൽ ഖലീഫയായി സ്ഥാനാരോഹണം ചെയ്തത് അൽ-അമീൻ ആയിരുന്നു. പേർഷ്യയിലെ മർവ് തലസ്ഥാനമാക്കി കിഴക്കു ഭാഗം മറ്റൊരു മകൻ അൽ-മഅ്മൂൻ ഭരിക്കാൻ തുടങ്ങി. അധികം താമസിയാതെ മഅ്മൂൻ അമീനിനെ കൊലപ്പെടുത്തി ബാഗ്ദാദിൽ ഖലീഫയായി. ഗ്രീക്ക് ചിന്തകളുടെയും ഇസ്ലാമിലെ സ്വതന്ത്രചിന്തകനായ മുഅ്തസില വിഭാഗക്കാരുടെയും സ്വാധീനത്തിൽ സ്വതന്ത്രചിന്തയെ പ്രോത്സാഹിപ്പിച്ച ഖലീഫയാണ് അൽ-മഅ്മൂൻ. അതുകൊണ്ട് മതപണ്ഡിതൻ അദ്ദേഹത്തിന് 'അവിശ്വാസികളുടെ രാജകുമാരൻ' എന്ന പരിഹാസപ്പേര് നൽകി.

ഖുർആൻ തർക്കം

ഖലീഫ അൽ-മഅ്മൂന്റെ കാലത്ത് *ഖുർആൻ* സംബന്ധിച്ച് ഒരു തർക്കം മതപണ്ഡിതർക്കിടയിൽ ഉയർന്നുവന്നു. *ഖുർആൻ* അല്ലാഹുവിന്റെ സൃഷ്ടിയല്ല, അല്ലാഹുവിനെപ്പോലെ തന്നെ ആദിയും അന്തവും ഇല്ലാത്ത അല്ലാഹുവിന്റെ ഭാഷണമാണ് എന്ന നിലപാടാണ് യാഥാസ്ഥിതികർ സ്വീകരിച്ചത്. *ഖുർആൻ* വ്യാഖ്യാനിക്കാൻ മതപണ്ഡിതർക്കു മാത്രമേ അവകാശമുള്ളു എന്നായിരുന്നു ഈ വാദത്തിന്റെ അനുബന്ധം.

---

8. ഫിഖ്ഹ് എന്ന അറബി പദത്തിന്റെ അർഥം ആഴത്തിൽ മനസിലാക്കുക എന്നാണ്. *ഖുർആൻ* വചനങ്ങളും നബിചര്യാവിവരണങ്ങളും (ഹദീസുകൾ) ആഴത്തിൽ മനസിലാക്കി അവയുടെ അടിസ്ഥാനത്തിൽ പുതിയ സാഹചര്യങ്ങൾക്കനുസൃതമായി ആരാധന, വ്യക്തിജീവിതം, സാമൂഹിക ജീവിതം, ഭരണനിർവഹണം എന്നീ മണ്ഡലങ്ങളിലേക്കാവശ്യമായ നിയമങ്ങളും ചട്ടങ്ങളും നിർദേശിക്കുക എന്ന അർഥം കാലക്രമത്തിൽ ഈ പദത്തിനു കൈവന്നു. ഇന്ന് ഫിഖ്ഹ് എന്നു പറഞ്ഞാൽ കർമശാസ്ത്രം എന്നാണ്.

ഖുർആൻ അല്ലാഹുവിന്റെ സൃഷ്ടിയാണെന്നും യുക്തിപൂർവം വിശകലനങ്ങൾക്ക് വിധേയമാക്കാമെന്നുമായിരുന്നു സ്വതന്ത്രചിന്തകരുടെ നിലപാട്. ഖലീഫ അൽ-മഅ്മുൻ സ്വതന്ത്രചിന്തകരുടെ പക്ഷത്തായിരുന്നു. ഖുർആൻ അല്ലാഹുവിന്റെ ഒരു സൃഷ്ടിമാത്രമാണെന്ന് ഔദ്യോഗിക പ്രഖ്യാപനം ഇറക്കി. മതപണ്ഡിതർ ഇതിനോട് കടുത്ത പ്രതിഷേധം രേഖപ്പെടുത്തി. ഖലീഫയ്ക്ക് മതശാസനം (ഫത്വ) ഇറക്കാനുള്ള അധികാരമില്ലെന്നായിരുന്നു അവരുടെ നിലപാട്. *ഖുർആൻ* അല്ലാഹുവിന്റെ സൃഷ്ടിയാണെന്ന് എല്ലാ ഉദ്യോഗസ്ഥരും മതപണ്ഡിതരും പരസ്യമായി പ്രതിജ്ഞാരൂപത്തിൽ ആവർത്തിക്കണമെന്ന് കൽപ്പന പുറപ്പെടുവിച്ചു. ചില മതപണ്ഡിതർ കൽപ്പന പാലിച്ചില്ല. അവർക്കെതിരെ ഖലീഫ മതകുറ്റ വിചാരണ (മിൻഹ) നടത്തുകയും അവരെ ശിക്ഷിക്കുകയും ചെയ്തു. സുന്നി മുസ്ലിങ്ങളുടെ നാല് മത്ഹബുകളിൽ ഒന്നായ ഹൻബലി മത്ഹബിന്റെ സ്ഥാപകാധ്യക്ഷൻ അഹ്മദ് ഇബ്നു ഹൻബൽ ഖലീഫയുടെ കൽപ്പന അനുസരിച്ചില്ല. *ഖുർആൻ* അനാദിയും അനന്തവുമാണെന്ന് വിശ്വസിച്ചിരുന്ന അദ്ദേഹത്തോട് ബാഗ്ദാദിലെത്തി മതകുറ്റ വിചാരണ നേരിടാൻ ഖലീഫ കൽപ്പിച്ചു. ഹൻബലിന്റെ ഭാഗ്യാതിരേകത്താൽ ഖലീഫ പെട്ടെന്ന് അന്തരിച്ചു.

വിവർത്തകരുടെ സംഭാവന

രണ്ടാം അബ്ബാസിയ ഖലീഫ അൽ-മൻസൂറിന്റെ കാലത്ത് (754 -775) വൈദ്യശാസ്ത്ര ഗ്രന്ഥങ്ങൾ തർജിമ ചെയ്യാൻ ആരംഭിച്ചു. അരേമിയ ഭാഷയിലുള്ള പതിപ്പുകളാണ് തുടക്കത്തിൽ വിവർത്തനം ചെയ്തത്. പിന്നീടാണ് ഗ്രീക്ക് വൈദ്യന്മാരുടെ ഗ്രന്ഥങ്ങൾ ഗ്രീക്ക് ഭാഷയിൽ നിന്നും അറബിയിലേക്ക് നേരിട്ട് വിവർത്തനം ചെയ്യാൻ തുടങ്ങിയത്. ഗ്രീസിലെ വൈദ്യന്മാരായിരുന്ന ഹിപ്പോക്രേറ്റിസിന്റെയും[9] ഗാലന്റെയും[10] ഗ്രന്ഥങ്ങൾ അബൂ യഹ്യാ ഇബ്നു അൽ-ബത്രിഖ് എന്ന പണ്ഡിതനാണ് വിവർത്തനം ചെയ്തത്. അൽ-ബത്രിഖ്, ഖലീഫയുടെ ഔദ്യോഗിക പരിഭാഷകനായിരുന്നു. ഇദ്ദേഹം തന്നെയാണ് ടോളമിയുടെ

---

9 പുരാതന ഗ്രീസിലെ ചികിൽസാരീതിയിൽ വിപ്ലവകരമായ മാറ്റങ്ങൾ വരുത്തിയത് പൊതുവർഷത്തിനു മുമ്പ് ജീവിച്ചിരുന്ന ഹിപ്പോക്രേറ്റിസ് (460-370) ആയിരുന്നു. ഗ്രീസിലെ വൈദ്യവൃത്തിയെ തത്വശാസ്ത്രം (philosophy), മാന്ത്രികവിദ്യ (theurgy) എന്നിവയിൽ നിന്നു വേർപെടുത്തി ചികിൽസാശാസ്ത്രമാക്കി. അതുകൊണ്ട് ഹിപ്പോക്രേറ്റിസിനെ ആധുനിക വൈദ്യശാസ്ത്രത്തിന്റെ പിതാവായി പാശ്ചാത്യർ കണക്കാക്കുന്നു.

10. ഗാലൻ പൊതുവർഷം രണ്ടാം നൂറ്റാണ്ടിൽ റോമാസാമ്രാജ്യത്തിലെ പെർമാഗമോൺ നഗരത്തിൽ (ഇന്നത്തെ തുർക്കിയിലാണ് ഈ നഗരം) ജീവിച്ചിരുന്ന വൈദ്യനും തത്വചിന്തകനുമായിരുന്നു. അദ്ദേഹമാണ് മനുഷ്യരുടെ ജഡങ്ങൾ കീറി ശരീരശാസ്ത്രം പഠിക്കുന്ന രീതി ആരംഭിച്ചത്. പാശ്ചാത്യർ വൈദ്യത്തിൽ ഗവേഷണത്തിനു പ്രാധാന്യം കൊടുക്കാൻ തുടങ്ങിയത് ഗാലന്റെ കാലം മുതലാണ്. മനുഷ്യന്റെ മസ്തിഷ്കത്തിന്റെ അടിഭാഗത്തുള്ള വലിയ രക്തധമനിയുടെ പേര് 'ഗ്രേറ്റ് വെയിൻ ഓഫ് ഗാലൻ' (ഗാലൻ കണ്ടെത്തിയ മഹാധമനി) എന്നാണ്.

ജ്യോതിശാസ്ത്ര ഗ്രന്ഥങ്ങളും യുക്ലിഡിന്റെ ജ്യാമിതിയും അറബിയിലേക്ക് വിവർത്തനം ചെയ്തത്.

അബൂ യഹ്യാ ഇബ്നു അൽ-ബത്രിഖിനെപ്പോലെ ചരിത്രത്തിൽ സ്ഥാനം പിടിച്ച തർജിമക്കാരനായിരുന്നു ഹുനൈൻ ഇബ്നു ഇസ്ഹാഖും താബിത് ഇബ്നു ഖുർറത്തും. ക്രിസ്തുമത വിശ്വാസിയായിരുന്ന ഹുനൈൻ വലിയ പണ്ഡിതനും വൈദ്യനും ആയിരുന്നു. അതുകൊണ്ടാണ് അദ്ദേഹത്തെ മുസ്ലിം ചരിത്രകാരന്മാർ 'തർജിമക്കാരുടെ രാജാവ്' എന്ന് വിശേഷിപ്പിച്ചത്. കൂഫയ്ക്കടുത്തുള്ള അൽ-ഹിറയിലെ നെസ്റ്റോറിയൻ ക്രിസ്തുമതവിശ്വാസിയായ ഒരു ഫാർമസിസ്റ്റിന്റെ മകനായിരുന്നു ഹുനൈൻ ഇബ്നു ഇസ്ഹാഖ് അൽ-ഇബാദി. നെസ്റ്റോറിയൻ ക്രിസ്ത്യാനികളെ അറബികൾ വിളിച്ചിരുന്നത് ഇബാദികൾ (അല്ലാഹുവിന്റെ ദാസർ) എന്നാണ്. ഹിറയിൽ സ്ഥിരവാസമുറപ്പിച്ച അറബിവംശജരിൽ ചിലർ നെസ്റ്റോറിയൻ ക്രിസ്തുമതം സ്വീകരിച്ചു. അവരിൽ പെട്ടതാണ് ഹുനൈന്റെ കുടുംബം.

കൗമാരത്തിൽ ബാഗ്ദാദിലെത്തിയ ഹുനൈ അവിടത്തെ വൈദ്യവിദ്യാകേന്ദ്രത്തിലെ വിദ്യാർഥിയായി. ഗ്രീക്ക് ഭാഷ സ്വന്തമായി പഠിച്ച് വൈദ്യഗ്രന്ഥങ്ങൾ അറബിയിലേക്ക് വിവർത്തനം ചെയ്യാൻ തുടങ്ങിയ ഹുനൈനെ ഖലീഫ അൽ-മഅ്മൂൻ ബെയത് അൽ-ഹിക്മയിൽ നിയമിച്ചു. ഗാലന്റെ ഏഴു വൈദ്യശാസ്ത്ര ഗ്രന്ഥങ്ങൾ കൂടാതെ പ്ലേറ്റോയുടെ *റിപ്പബ്ലിക്* (അറബിയിൽ *സിയാസത്*), അരിസ്റ്റോട്ടിലിന്റെ *ക്യാറ്റഗറീസ്* (അറബിയിൽ *മഖുലാത്ത്*), *ഫിസിക്സ്* (*ത്വബിഇയാത്*), *മാഗ്ന മൊറാലിയ* (*ഖുൽഖീയാത്ത്*) എന്നീ ഗ്രന്ഥങ്ങളും അദ്ദേഹം വിവർത്തനം ചെയ്തു. ഗാലൻ രചിച്ച മൂലഗ്രന്ഥങ്ങൾ നഷ്ടപ്പെടുകയുണ്ടായി. ഹുനൈന്റെ അറബിപരിഭാഷകൾ ഉണ്ടായിരുന്നതുകൊണ്ടു മാത്രമാണ് മനുഷ്യരാശിക്ക് അവ എന്നന്നേക്കുമായി നഷ്ടപ്പെടാതിരുന്നത്. ശാസ്ത്രഗ്രന്ഥങ്ങൾക്കു പുറമെ ഗ്രീക്ക് *ബൈബിളും* (Septuagint) ഹുനൈൻ അറബിയിലേക്ക് വിവർത്തനം ചെയ്തു. വിവർത്തകർ 500 ദിനാർ ആയിരുന്നു പ്രതിമാസ ശമ്പളം. ഹുനൈന്റെ തർജമയിൽ സന്തുഷ്ടനായ ഖലീഫ വിവർത്തനം ചെയ്ത ഗ്രന്ഥത്തിന്റെ തൂക്കത്തിലുള്ള സ്വർണ നാണയങ്ങളാണ് കൊടുത്തതെന്ന് മുസ്ലിം ചരിത്രകാരന്മാർ രേഖപ്പെടുത്തിയിരിക്കുന്നു.

യാഥാസ്ഥിതിക മതപണ്ഡിതന്മാരുടെ സ്വാധീനത്തിൽപ്പെട്ടുപോയ ഖലീഫ അൽ-മുത്തവക്കീൽ ഒരു മതഭ്രാന്തനായി മാറി. എങ്കിലും ശാസ്ത്രഗ്രന്ഥങ്ങൾ അറബിയിലേക്ക് വിവർത്തനം ചെയ്യിക്കുന്ന പതിവ് തുടർന്നു. ബെയ്ത് അൽ-ഹിക്മയിലെ പണ്ഡിതന്മാരെ പ്രോത്സാഹിപ്പിക്കുകയും ചെയ്തു. ഒരു ചികിത്സകൻ കൂടിയായിരുന്ന ഹുനൈനെ തന്റെ ആസ്ഥാന ഭിഷഗ്വരനായി അൽ-മുത്തവക്കീൽ നിയമിച്ചു. ചികിത്സകൻ എന്ന നിലയിൽ ഹിപ്പോക്രേറ്റിസിന്റെ തത്വങ്ങൾ പാലിച്ച വൈദ്യനായിരുന്നു ഹുനൈൻ. അദ്ദേഹത്തിന്റെ ചികിത്സയിലെ ധർമബോധത്തെ പരീ

ക്ഷിക്കാൻ ഖലീഫ നിശ്ചയിച്ചു. തന്റെ ഒരു ശത്രുവിനെ കൊല്ലാനുള്ള വിഷമരുന്ന് തയാറാക്കി തരണമെന്ന് ഖലീഫ ഹുനൈനോട് രഹസ്യമായി അഭ്യർഥിച്ചു. ഹുനൈൻ ഖലീഫയുടെ അപേക്ഷ നിരസിച്ചു. പരീക്ഷിക്കുവാനായി ഖലീഫ ഹുനൈനെ കുറച്ചു കാലം തുറങ്കലിലടച്ചു. അതിനുശേഷം കൊട്ടാരത്തിൽ വരുത്തി വിഷമരുന്ന് തയാറാക്കി തന്നില്ലെങ്കിൽ വധിക്കുമെന്ന് പറഞ്ഞു. ഹുനൈന്റെ മറുപടി ഇങ്ങനെയായിരുന്നു:

> വിഷമരുന്നുണ്ടാക്കാൻ രണ്ടു തടസങ്ങളുണ്ട്. ഒന്ന് എന്റെ മതം. രണ്ട് എന്റെ തൊഴിൽ. ശത്രുക്കൾക്കു പോലും നന്മ ചെയ്യണമെന്ന് എന്റെ മതം അനുശാസിക്കുന്നു. രണ്ടാമത് എന്റെ തൊഴിൽ മനുഷ്യരാശിക്ക് നല്ലതുവരാനാണ് ഈ തൊഴിൽ മനുഷ്യൻ ആരംഭിച്ചത്. അവരുടെ ആശ്വാസത്തിനും രോഗമുക്തിക്കും വേണ്ടി മാത്രമാണ് അത്. മാത്രവുമല്ല മാരകമായ മരുന്ന് ആർക്കും കൊടുക്കുകയില്ലെന്ന് ഓരോ വൈദ്യനും പ്രതിജ്ഞാബദ്ധനുമാണ്.[11]

പണ്ഡിതനും വൈദ്യനുമായ ഹുനൈന്റെ ധർമബോധത്തിൽ സന്തുഷ്ടനായ മുത്തവക്കീൽ ഹുനൈന് വിലപിടിപ്പുള്ള പാരിതോഷികങ്ങൾ നൽകി. ചരിത്രകാരനായ അബു അൽ-ഫറാജ് ഇബ്നു അൽ-ഐബ്രി ഹുനൈനെ വിലയിരുത്തിയത് 'ശാസ്ത്രത്തിന്റെ സ്രോതസും നന്മയുടെ ഖനിയും' എന്നാണ്.

ഹുനൈൻ-ഇബ്നു ഇസഹാഖ് നെസ്റ്റോറിയൻ ക്രിസ്ത്യാനികളടങ്ങിയ വിവർത്തക സംഘത്തിന്റെ തലവനായിരുന്നു. സാബിയൻ മതക്കാരടങ്ങിയ മറ്റൊരു സംഘം വിവർത്തകർ ബാഗ്ദാദിൽ ഉണ്ടായിരുന്നു. അവരുടെ തലവൻ സാബിത് ഇബ്നു ഖുർറാ ആയിരുന്നു. നക്ഷത്രങ്ങളെ ആരാധിക്കുന്നതുകൊണ്ട് സാബിയന്മാർ പരമ്പരാഗതമായി ജ്യോതിശാസ്ത്രത്തിൽ തൽപ്പരരായിരുന്നു. അവരാണ് ഗ്രീക്കു ഭാഷയിലെ ജ്യോതിശാസ്ത്ര, ഗണിതഗ്രന്ഥങ്ങൾ അറബിയിലേക്ക് വിവർത്തനം ചെയ്തത്. സാബിദിന്റെ പുത്രൻ സിനാനും പൗത്രന്മാരും വിവർത്തകരായിരുന്നു. സാബിതിന്റെ പിന്മുറക്കാർ ഇസ്ലാംമതം സ്വീകരിക്കുകയുണ്ടായി.

പത്താം നൂറ്റാണ്ട് ആരംഭത്തിൽ സിറിയയിലെ മോണോഫിസൈറ്റ് വിഭാഗത്തിൽപ്പെട്ട ക്രിസ്ത്യാനികളും ക്ലാസിക്കുകളുടെ വിവർത്തനത്തിലേർപ്പെടാൻ തുടങ്ങി. ഇവരിൽ പ്രമുഖൻ യഹ്യാ ഇബ്നു ആദി ആയിരുന്നു. ഇദ്ദേഹം മോണോഫിസൈറ്റ് സഭയുടെ ആർച്ച് ബിഷപ്പ് സ്ഥാനത്ത് അവരോധിക്കപ്പെടുകയുണ്ടായി. ഗ്രീസിലെ നവപ്ലേറ്റോണിയൻ തത്വചിന്തകരുടെ കൃതികൾ അറബ് ലോകത്തിന് പരിചയപ്പെടുത്തിയത് മോണോഫിസൈറ്റ് ക്രിസ്ത്യാനികളായ വിവർത്തകരാണ്.

11. *History of the Arabs* by Philp K Hitti, Page 313

ഇസ്ലാമിലേക്ക് നവപ്ലേറ്റോണിസത്തിന്റെ ഗുപ്താധ്യാത്മികത (mysticism) സംക്രമിച്ചത് ഈ കൃതികളിലൂടെയാണ്. വിവർത്തനങ്ങളുടെ കാലഘട്ടം അവസാനിച്ചപ്പോഴേക്ക് ഗ്രീക്ക്, സംസ്കൃതം, ലത്തീൻ, ഹീബ്രു, പഹ്ലവി ഭാഷകളിൽ രചിക്കപ്പെട്ട മിക്കവാറും ശാസ്ത്ര ഗ്രന്ഥങ്ങളും, തത്വചിന്താകൃതികളും അറബിയിലേക്ക് വിവർത്തനം ചെയ്യപ്പെട്ടു കഴിഞ്ഞിരുന്നു. ഇസ്ലാമികലോകം വിജ്ഞാന പ്രസരണത്തിന്റെ സൂര്യപ്രകാശത്തിൽ മേളിക്കുമ്പോൾ യൂറോപ്പ് മതാന്ധതയുടെയും വിജ്ഞാനവിരോധത്തിന്റെയും തമോഗർത്തത്തിൽ മാഴ്കുകയായിരുന്നു.

ഒരു നൂറ്റാണ്ടു കാലത്തോളം നീണ്ടുനിന്ന വിവർത്തന സംരംഭങ്ങൾക്കു ശേഷം ഇസ്ലാം അറബിഭാഷയിലാക്കി സ്വാംശീകരിച്ച വിജ്ഞാന ശാഖകൾക്ക് പുതിയ തളിരുകൾ കിളിർക്കാൻ തുടങ്ങി. അറബികൾ പൗരാണികമായ വിജ്ഞാനങ്ങളെ വിവർത്തനങ്ങളിലൂടെ ശേഖരിച്ചു വയ്ക്കുകയും യൂറോപ്പിനു കൈമാറുകയും മാത്രമാണ് ചെയ്തതെന്ന പാശ്ചാത്യ പണ്ഡിതരുടെ അഭിപ്രായം മനഃശാസ്ത്രത്തിന്റെയും ചരിത്രത്തിന്റെയും വെളിച്ചത്തിൽ നിലനിൽക്കുന്നതല്ല. മനുഷ്യമനസിന് ഒരിക്കലും നിർജീവമായ ദർപ്പണമായോ സഞ്ചികയായോ ഇരിക്കാൻ ആവുകയില്ല. മനസ്സ് സ്വായത്തമാക്കുന്ന അറിവുകളെക്കുറിച്ച് വിചിന്തനം നടത്തുകയും ആശയങ്ങളെ നവീകരിക്കുകയും ചെയ്തുകൊണ്ടേയിരിക്കും. മറ്റു ഭാഷകളിൽ നിന്നും വിവർത്തനം ചെയ്ത് സ്വായത്തമാക്കിയ വിജ്ഞാനങ്ങളെ നവീകരിക്കാനുള്ള സർഗാത്മക പ്രവർത്തനങ്ങളാണ് ഇസ്ലാമിക പണ്ഡിതന്മാർ നടത്തിയത്.

ഇസ്ലാമിന്റെ വിജ്ഞാനോന്മുഖ പ്രവർത്തനങ്ങളുടെ കാലഘട്ടത്തെ വിവർത്തനങ്ങളുടേതെന്നും സർഗാത്മകതയുടേതെന്നും കൃത്യമായി വേർതിരിച്ചു കാണിക്കുക പ്രയാസമായിരിക്കും. തുടക്കം മുതലേ തന്നെ പല വിവർത്തകരും വിവർത്തനങ്ങളോടൊപ്പം സ്വന്തമായ സംഭാവനകളും വൈദ്യശാസ്ത്രം, തത്വചിന്ത, ജ്യോതിശാസ്ത്രം, ഗണിതശാസ്ത്രം, ഭാഷ, സാഹിത്യം തുടങ്ങിയ വിജ്ഞാനമേഖലകൾക്ക് നൽകിക്കൊണ്ടിരുന്നു.

വൈദ്യശാസ്ത്രവും ചികിത്സയും

മരുഭൂമിയിൽ നേത്രരോഗങ്ങളുടെ ആധിക്യം ഉണ്ടായിരുന്നതുകൊണ്ട് മുസ്ലിം വൈദ്യന്മാർ നേത്രരോഗ ചികിത്സയിലും ഗവേഷണത്തിലും കൂടുതൽ ശ്രദ്ധ ചെലുത്തി. അറബി ഭാഷയിൽ നേത്രരോഗങ്ങളെക്കുറിച്ച് പ്രതിപാദിക്കുന്ന ഏറ്റവും പഴക്കമുള്ള ഗ്രന്ഥം യൂഹാനാ രചിച്ച *ദഗൽ അൽ-ഐൻ* (*കണ്ണിൽ ഉണ്ടാകുന്ന മാറ്റങ്ങൾ*) എന്ന ഗ്രന്ഥമാണ്. അദ്ദേഹത്തിന്റെ ശിഷ്യനായിരുന്ന ഹുനൈൻ ഇബ്നു ഇസ്ഹാഖ് അതിനേക്കാൾ കനപ്പെട്ട മറ്റൊരു നേത്രരോഗചികിത്സാ ഗ്രന്ഥം, *അൽ അശർ മഖാലാത്ത് ഫീ അൽ-ഐൻ* (*നേത്രരോഗങ്ങളെക്കുറിച്ചുള്ള പത്ത് പ്രബന്ധങ്ങൾ*) രചിച്ചു. മാക്സ് മേയർ ഹോഫ് ഈ ഗ്രന്ഥം 1928ൽ ഇംഗ്ലീഷിലേക്ക് വിവർത്തനം ചെയ്തു. ഏറ്റവും പഴക്കമുള്ള നേത്രരോഗ

പാഠപുസ്തകം ആയി ഇതിനെ ആധുനിക വൈദ്യശാസ്ത്രം അംഗീകരിച്ചു.

ഇസ്ലാമിക വീക്ഷണത്തിൽ ചികിത്സകൻ തത്വജ്ഞാനികൂടിയാണ്. ഹക്കീം എന്ന അറബി വാക്കിന് ജ്ഞാനിയെന്നും വൈദ്യനെന്നും അർഥം വന്നതങ്ങനെയാണ്. വൈദ്യന്മാർക്ക് ഖലീഫമാർ കൈയയച്ച് പ്രതിഫലം നൽകി. ഹാറൂൺ അൽ-റശീദിന്റെയും അൽ-മഅ്മൂവിന്റെയും കൊട്ടാര വൈദ്യനായിരുന്ന ജിബിരീൽ ഇബ്നു ബക്തീശുവിന് എട്ടുകോടിയിലധികം ദിർഹത്തിന്റെ ആസ്തിയുണ്ടായിരുന്നു. വർഷത്തിൽ ഒരിക്കൽ ഖലീഫയുടെ ശരീരത്തിൽ നിന്നും ദുഷിച്ച രക്തം ചോർത്തിക്കളയുന്ന ചികിത്സ (blood letting) നടത്തുന്നതിന് കൊടുത്തിരുന്ന പ്രതിഫലം ഒരുലക്ഷം ദീർഹമായിരുന്നു.[12] വൈദ്യൻ നെസ്റ്റോറിയൻ ക്രിസ്ത്യാനിയായിരുന്ന കാര്യം ശ്രദ്ധേയമാണ്. ശാസ്ത്രകാര്യങ്ങളിൽ ഖലീഫമാർ പൊതുവെ മതനിരപേക്ഷ നിലപാടാണ് സ്വീകരിച്ചത്.

ഇസ്ലാമിക സാമ്രാജ്യത്തിലെ വൈദ്യന്മാർ പുതിയ ഔഷധങ്ങൾ കണ്ടുപിടിക്കുന്നതിൽ വളരെയധികം മുന്നോട്ടു പോയി. ചരിത്രത്തിൽ ആദ്യമായി ഔഷധ വിൽപ്പനശാലകൾ (അപ്പോത്തിക്കിരിക്കടകൾ) പ്രത്യക്ഷപ്പെട്ടത് ഇസ്ലാമിക സാമ്രാജ്യത്തിലാണ്. വൈദ്യന്മാരും അപ്പോത്തിക്കിരിമാരും ഭരണത്തിനു ശേഷം പരീക്ഷ പാസാകണമെന്ന നിബന്ധന ആദ്യം കൊണ്ടുവന്നത് ഖലീഫ അൽ-മഅ്മൂനാണ്. ബാഗ്ദാദിലെ ഒരു വൈദ്യൻ അശാസ്ത്രീയവും അധാർമികവുമായ ചികിത്സ നടത്തുന്നുവെന്ന് പരാതിയുണ്ടായപ്പോൾ എല്ലാ വൈദ്യന്മാരുടെയും പഠനനിലവാരം പരിശോധിച്ച് ഇജാസത്ത് (certificate) നൽകാൻ ഖലീഫ അൽ-മുഖ്തദീർ കൊട്ടാരം വൈദ്യനായിരുന്ന സീനാൻ ഇബ്നു സാബിത്തിനോട് കൽപ്പിച്ചു. സാബിത്ത് ബാഗ്ദാദിലെ 860 വൈദ്യന്മാരെ പരിശോധിച്ച് യോഗ്യതാപത്രങ്ങൾ നൽകി. പരീക്ഷ പാസാകാത്തവരെ ചികിത്സാരംഗത്തുനിന്നും നിഷ്കാസനം ചെയ്തു. ലോകചികിത്സ കൊട്ടാരങ്ങളിലും വരേണ്യഗൃഹങ്ങളിലും മാത്രമായി ഒതുക്കി നിർത്താതിരിക്കാൻ ഖലീഫമാരും ഗവർണർമാരും ശ്രദ്ധിച്ചു. അൽ-മുഖ്തദീറിന്റെ മന്ത്രിയായിരുന്ന അലി ഇബ്നു ഈസ സീനാൻ വൈദ്യന്മാരെ സംഘടിപ്പിച്ച് രാജ്യത്തിന്റെ പല ഭാഗങ്ങളിലും പോയി ചികിത്സ നൽകുമായിരുന്നു.[13]

ബാഗ്ദാദിൽ ഹാറൂൺ അൽ-റശീദ് സ്ഥാപിച്ച ആശുപത്രിയാണ് ഇസ്ലാമിക ലോകത്തിലെ ആദ്യത്തെ ആതുരാലയം. അറബികൾ കീഴടക്കുന്നതിനു മുമ്പ് പേർഷ്യാ സാമ്രാജ്യത്തിൽ ഉണ്ടായിരുന്ന ആശുപത്രികളുടെ മാതൃകയിലാണ് ബാഗ്ദാദിലെ ആശുപത്രി സ്ഥാപിച്ചത്. അറബിഭാഷയിൽ ആശുപത്രിക്ക് ബിമാരിസ്ഥാൻ എന്ന പേര് വന്നതും പേർഷ്യൻ

12. *Encyclopaedia of Istam* by M Mukarram Ahmed Muzaffar Husain Syed P. 96
13. Early Arabic pharmacology: An introduction Based on Ancient and Medieval Sources By Martin Levey Page 121

ഭാഷയിൽ നിന്നുതന്നെ. ബാഗ്ദാദിൽ മാത്രമല്ല ഇസ്ലാമിക സാമ്രാജ്യത്തിന്റെ എല്ലാ പ്രവിശ്യകളിലും പൊതുജനങ്ങൾക്കു വേണ്ടി ആശുപത്രികൾ സ്ഥാപിക്കപ്പെട്ടു. കെയ്റോയിൽ 872ൽ സ്ഥാപിച്ച ബിമാരിസ്ഥാൻ പതിനഞ്ചാം നൂറ്റാണ്ടിന്റെ അന്ത്യംവരെ നിലനിന്നു.

ഇസ്ലാമിക സാമ്രാജ്യത്തിലെ അനേകം ഭിഷഗ്വരന്മാർ വൈദ്യശാസ്ത്ര ചരിത്രത്തിൽ സ്ഥാനം പിടിച്ചിട്ടുണ്ട്. ഇവരിൽ ഏറ്റവും മഹാനായ ചികിത്സകൻ എന്ന പേര് സമ്പാദിച്ചത് പാശ്ചാത്യലോകത്ത് റേസസ്സ് എന്ന പേരിലറിയപ്പെടുന്ന അബൂബക്കർ മുഹമ്മദ് ഇബ്നു സക്കരിയ അൽ-റാസി (865-925) ആണ്. പേർഷ്യയിലെ ടെഹറാന് സമീപത്തുള്ള അൽ-റഅയ്യ് എന്ന സ്ഥലത്തു ജനിച്ചതുകൊണ്ടാണ് അൽ-റാസി എന്ന വിളിപ്പേര് സിദ്ധിച്ചത്. ഇദ്ദേഹം 113 വൈദ്യശാസ്ത്ര ഗ്രന്ഥങ്ങളും 28 പ്രബന്ധങ്ങളും രചിച്ചു. ശസ്ത്രക്രിയക്ക് വിധേയമായ അവയവത്തിനകത്ത് നീര് കെട്ടി നിൽക്കാതിരിക്കാൻ നീർവാർച്ചയ്ക്കായി തിരുകുന്ന സെറ്റൺ[14] കണ്ടുപിടിച്ചത് അൽ-റാസിയാണ്. അൽ-റാസി വൈദ്യശാസ്ത്രത്തിൽ മാത്രമല്ല പ്രാവീണ്യം നേടിയത്. അദ്ദേഹം രസതന്ത്രജ്ഞൻ കൂടിയായിരുന്നു. അൽ-റാസി രചിച്ച *കിത്താബ് അൽ-അസ്റാർ* (*രഹസ്യങ്ങളുടെ പുസ്തകം*) എന്ന രസതന്ത്രഗ്രന്ഥം ലത്തീൻ ഭാഷയിലേക്ക് വിവർത്തനം ചെയ്യപ്പെട്ടു. ജാബിറിന്റെ രസതന്ത്രഗ്രന്ഥം പതിനാലാം നൂറ്റാണ്ടിൽ പുറത്തിറങ്ങുന്നതുവരെ യൂറോപ്പിൽ ആധാരഗ്രന്ഥമായി കരുതിയത് അൽ-റാസിയുടേതായിരുന്നു. അൽ-റാസിയുടെ ഏറ്റവും പ്രശസ്തമായ വൈദ്യശാസ്ത്രഗ്രന്ഥം വസൂരിയുടെയും അഞ്ചാംപനിയുടെയും വിവരണങ്ങളടങ്ങുന്ന *അൽ-ജുദാരി വാ-അൽ-ഹശ്ബത്ത്* എന്ന ഗ്രന്ഥമാണ്. അറബി വൈദ്യ ശാസ്ത്ര ഗ്രന്ഥങ്ങളുടെ തിലകം എന്നാണതിനെ ചരിത്രകാരന്മാർ വിശേഷിപ്പിച്ചത്. വൈദ്യശാസ്ത്രത്തിന്റെ ചരിത്രത്തിൽ വസൂരിയെക്കുറിച്ചുള്ള ആദ്യത്തെ വിവരണമാണിത്. ഈ ചെറുഗ്രന്ഥം വിവിധ ഭാഷകളിലേക്ക് വിവർത്തനം ചെയ്യപ്പെട്ടതുകൊണ്ടാണ് അൽ-റാസിയുടെ പേര് വൈദ്യശാസ്ത്രത്തിന്റെ ചരിത്രത്തിൽ ഇടം പിടിച്ചത്.

തത്വചിന്ത-ഇബ്നു സീന (ആവിസെന്ന)

അൽ-റാസി കഴിഞ്ഞാൽ വൈദ്യശാസ്ത്രത്തിൽ ഏറ്റവും കേൾവികേട്ട പേരാണ് ഇബ്നു സീന. പാശ്ചാത്യർ ആവിസെന്ന എന്ന് വിളിക്കുന്ന ഇബ്നു സീന (980-1031) തത്വചിന്തകൻ എന്ന നിലയ്ക്കാണ് പാശ്ചാത്യലോകത്ത് അറിയപ്പെടുന്നത്. മധ്യേഷ്യയിലെ ബുഖാറയ്ക്കടുത്തുള്ള ഗ്രാമത്തിലാണ് ഇബ്നു സീന ജനിച്ചത്. ചെറുപ്പം മുതലേ വൈദ്യം പഠിക്കാൻ തുടങ്ങിയ ഇബ്നു സീന ബുഖാറ സുൽത്താൻ നുഹ് ഇബ്നു മൻസൂറിനെ ചികിൽസിച്ച് കഠിനമായ രോഗബാധ

---

14. സിൽക്ക് നാരുകളോ കുതിരരോമങ്ങളോ കൊണ്ട് ഉണ്ടാക്കിയ ശീലക്കഷണം പോലുള്ള ഉപകരണമാണ് seton.

യിൽനിന്നും രക്ഷപ്പെടുത്തിയതോടെ പ്രശസ്തനായി. സന്തുഷ്ടനായ സുൽത്താൻ തന്റെ ഗ്രന്ഥശാല യഥേഷ്ടം ഉപയോഗിക്കാൻ വൈദ്യനെ അനുവദിച്ചു. ധിഷണാശാലിയായ വൈദ്യൻ ആർത്തിയോടെ ഗ്രന്ഥങ്ങൾ വായിച്ചു തീർത്തു. വായന യുവാവിന്റെ സർഗവാസനയെ ഉത്തേജിപ്പിച്ചു. ഇരുപത്തിയൊന്നാം വയസു മുതൽ ഇബ്നു സീന രചന തുടങ്ങി. കുറച്ചു കാലം ഇസ്ഫാനിലെ വിജ്ഞാന കേന്ദ്രത്തിൽ അധ്യാപകവൃത്തി ചെയ്തതിനു ശേഷം ടെഹ്റാനിൽ സ്ഥിരതാമസമാക്കി. നിലവിലുള്ള വിജ്ഞാനങ്ങളെ അടുക്കിലും ചിട്ടയിലുമാക്കി ക്രമപ്പെടുത്തുന്ന ജോലി സ്വയം ഏറ്റെടുത്തു. തത്വചിന്ത. വൈദ്യശാസ്ത്രം, ഭൂമിശാസ്ത്രം, ദൈവ ശാസ്ത്രം, ജ്യോതിശാസ്ത്രം, ഭാഷാശാസ്ത്രം, കല എന്നിങ്ങനെയുള്ള വിവിധ വിഷയങ്ങളിൽ മനുഷ്യനു കൈവന്ന അറിവുകൾ ക്രോഡീകരി ക്കുകയും സ്വന്തം ചിന്തകൾ കൂട്ടിച്ചേർക്കുകയും ചെയ്തുകൊണ്ടുള്ള രചനകൾ നടത്തി. അദ്ദേഹത്തിന്റെ ഗ്രന്ഥങ്ങളിൽ ഏറ്റവും പ്രശസ്ത മായവ *കിത്താബ് അൽ-ശിഫ* (*രോഗശമനത്തിന്റെ പുസ്തകം*) *അൽ-ഖാനൂൻ ഫി അൽ-ത്വിബ്ബ്* (*ചികിത്സയുടെ നിയമങ്ങൾ*) എന്നിവയാണ്. രണ്ടാമതു പറഞ്ഞ ഗ്രന്ഥം വൈദ്യശാസ്ത്ര വിജ്ഞാനകോശമാണ്. മനോരോഗ ചികിത്സയുൾപ്പെടെ എല്ലാ വൈദ്യശാസ്ത്ര ശാഖകളെയും അതിൽ പ്രതിപാദിക്കുന്നുണ്ട്. പന്ത്രണ്ട് മുതൽ പതിനേഴ് വരെ നൂറ്റാണ്ടുകളിൽ ഇബ്നു സീന വൈദ്യശാസ്ത്രത്തിൽ യൂറോപ്പിന് മാർഗദർശ കനായിരുന്നു എന്നാണ് ബർട്രാന്റ് റസലിന്റെ അഭിപ്രായം. മതവിശ്വാസ ശാഠ്യങ്ങൾ ഇല്ലാതിരുന്ന ഇബ്നു സീന ഉലമകൾക്ക് അനഭിമതൻ ആയിരുന്നു. ഖലീഫയുടെ തുർക്കി അംഗരക്ഷകസേനയുമായി ഇടഞ്ഞതു കാരണം ഇടയ്ക്ക് ജയിൽവാസം അനുഭവിക്കേണ്ടി വന്നിട്ടുണ്ട്.

തത്വചിന്തയിൽ ഇബ്നുസീന അരിസ്റ്റോട്ടിലിനെയാണ് ഗുരുവായി സ്വീകരിച്ചത്. അദ്ദേഹത്തിന്റെ ദർശനത്തെ ബർട്രാന്റ് റസൽ ഇങ്ങനെ സംഗ്രഹിക്കുന്നു:

> തത്വചിന്തയിൽ ആവിസെന്ന മുസ്ലിം മുൻഗാമികളെക്കാൾ അരിസ്റ്റോട്ടിലിനോട് അടുത്തായിരുന്നു. കുറഞ്ഞ തോതിൽ മാത്രമേ നവപ്ലേറ്റോണിയനായിരുന്നുള്ളു. പിൽക്കാല ക്രിസ്ത്യൻ വിജ്ഞാന വേദാന്തികൾ (scholastics) ചെയ്തതുപോലെ അദ്ദേഹം സാർവത്രികങ്ങളെ (universals) കുറിച്ചുള്ള ചിന്തകളിലാണ് മുഴുകിയത്. സാർവത്രികങ്ങൾ വസ്തുക്കളുടെ മുൻപിൽ സ്ഥിതി ചെയ്യുന്നു എന്നാണ് പ്ലേറ്റോ പറഞ്ഞത്. സാർവത്രികങ്ങളെക്കുറിച്ച് അരിസ്റ്റോട്ടിലിന് രണ്ട് അഭിപ്രായങ്ങളാണ് ഉണ്ടായിരുന്നത്. അദ്ദേഹം സ്വയം ചിന്തിക്കുമ്പോളൊന്ന്. പ്ലേറ്റോയെ വിമർശിക്കുമ്പോൾ മറ്റൊന്ന്. ഇക്കാരണത്താൽ അരിസ്റ്റോട്ടിലിന്റെ ചിന്തകൾ ഭാഷ്യകാരന്മാർക്ക് ഇഷ്ടവിഷയമായിരുന്നു. ആവ്റോസും ആൽബർട്ട്സ് മാഗ്നസും ആവർത്തിച്ച ഒരു ആപ്തവാക്യം ആവിസെന്ന ആവിഷ്കരിച്ചു.

ചിന്ത രൂപങ്ങൾക്കുമേൽ സാമാന്യത്വം (ഴലില്യമഹശര്യ) ചാർത്തുന്നു. ചിന്തയിൽ നിന്നു വേറിട്ടു നിൽക്കുന്ന സാർവത്രികങ്ങളിൽ അദ്ദേഹം വിശ്വസിച്ചിരുന്നില്ലെന്ന് ഇതിൽ നിന്നും അനുമാനിക്കാവുന്നതാണ്. ഇത്, പക്ഷേ, വളരെ ലളിതവൽക്കരിക്കപ്പെട്ട വീക്ഷണമാണ്. ഗണങ്ങൾ അതായത് സാർവത്രികങ്ങൾ ഒരേസമയം വസ്തുക്കൾക്ക് മുന്നിലും വസ്തുക്കളിലും വസ്തുക്കൾക്ക് പിന്നിലും ഉണ്ടെന്നാണ് ഇബ്നു സീന പറഞ്ഞത്. അദ്ദേഹം ഇങ്ങനെ വിശദീകരിക്കുന്നു: ദൈവത്തിന്റെ ചിന്തയിൽ അവ വസ്തുക്കളുടെ മുന്നിലായിരുന്നു. (ദൈവം പൂച്ചയെ സൃഷ്ടിക്കാൻ തീരുമാനിക്കുന്നു. സൃഷ്ടികർമം നടത്തുന്നതിനു മുമ്പ് പൂച്ച എന്ന ആശയം ദൈവത്തിനുണ്ടാകണം. ഈ അർഥത്തിൽ പൂച്ച എന്ന ആശയം പൂച്ച എന്ന വസ്തുവിന് മുമ്പുണ്ടായി.) പ്രകൃതിയിലെ വസ്തുക്കളിൽ സാർവത്രികങ്ങൾ അഥവാ ഗണിതങ്ങൾ ഉണ്ട്. (പൂച്ചയെ സൃഷ്ടിച്ചു കഴിഞ്ഞാൽ ഓരോ പൂച്ചയിലും മാർജാരകത്വം എന്ന പൊതു സ്വഭാവമുണ്ടല്ലോ.) ഗുണം അഥവാ സാർവത്രികം വസ്തുക്കളുടെ പിന്നിൽ അതായത് മനുഷ്യന്റെ ചിന്തയിൽ ഉണ്ട്. (നാം പല പൂച്ചകളെ കണ്ടു കഴിയുമ്പോൾ അവയുടെ സാദൃശ്യം നാം മനസിലാക്കുകയും പൂച്ച എന്ന പൊതുവായ ആശയത്തിൽ എത്തിച്ചേരുകയും ചെയ്യുന്നു.) ഇത് പല സിദ്ധാന്തങ്ങളേയും സമന്വയിപ്പിക്കാനുള്ള ഇബ്നു സീനയുടെ ശ്രമമായിരുന്നു.[15]

മുസ്ലിം ചിന്തകർക്ക് തത്വചിന്ത (അറബിയിൽ ഫൽസഫ) കാര്യങ്ങളുടെ യഥാർഥ കാരണം കണ്ടെത്താനുള്ള മാർഗമായിരുന്നു. മനുഷ്യന്റെ മനശ്ശക്തി ഉപയോഗിച്ച് യഥാർഥ കാരണം കണ്ടെത്താമെന്നായിരുന്നു അവരുടെ പൊതുവായ നിലപാട്. ഗ്രീക്ക് തത്വചിന്ത സ്വാധീനിച്ചതിന്റെ ഫലമായിരുന്നു ഈ നിലപാട്. ഗ്രീക്ക് തത്വചിന്തയുടെയും ഇസ്ലാംമതവിശ്വാസത്തിന്റെയും ഉദ്ഗ്രഥനം പല ഇസ്ലാമിക തത്വചിന്തകളിലും കാണാൻ കഴിഞ്ഞു. ഗ്രീക്ക് തത്വചിന്തകളുടെ സമാഹാരം അരിസ്റ്റോട്ടിലിന്റെയും ഗ്രീക്ക് വൈദ്യശാസ്ത്രത്തിന്റെ സമാഹാരം ഗാലന്റെയും കൃതികളിൽ കാണാമെന്നായിരുന്നു മുസ്ലിം ചിന്തകരുടെ വിലയിരുത്തൽ. അവർക്ക് പ്ലേറ്റോയെക്കാൾ ഇഷ്ടം അരിസ്റ്റോട്ടിലിനെ ആയിരുന്നു. മുസ്ലിം ചിന്തകർ ദൈവശാസ്ത്രത്തിനും തത്വചിന്തയ്ക്കും ഇടയിലാണ് നിലയുറപ്പിച്ചതെന്ന് ബർട്രാന്റെ റസൽ ഉൾപ്പെടെ പല ആധുനിക ചിന്തകരും ചൂണ്ടിക്കാണിച്ചിട്ടുണ്ട്. മുസ്ലിങ്ങൾക്കു തത്വചിന്തകരെ ഫലാസിഫത്ത് (ഫിലോസഫർമാർ) അല്ലെങ്കിൽ ഹുക്കാമ (ജ്ഞാനികൾ) എന്നും മതവിശ്വാസത്തിന്റെ കാര്യങ്ങൾ കൈകാര്യം ചെയ്യുന്നവരെ മുത്തക്കല്ലിമൂൻ എന്നുമാണ് വിളിച്ചത്. ഇൽമ് (മതപരമായ അറിവ്) വർധി

15. *A History of Western Philosophy* by Bertrant Russell, Page 424, 425

പ്പിക്കുന്നവർ എന്നാണ് അർഥം. മുത്തക്കല്ലിമൂൻ ഇസ്ലാമിലെ ദൈവശാസ്ത്രകാരൻ (theologian) ആണ്. കലാം ദൈവശാസ്ത്രവും (theology) ഇസ്ലാമികദൈവശാസ്ത്രക്കാരുടെ മുൻപന്തിയിൽ നിൽക്കുന്ന ആളാണ് ഇമാം ഗസാലി. ഇസ്ലാമിക തത്വചിന്തകരുടെ മുൻപന്തിയിലുള്ളത് അൽ-കിന്ദി, അൽ-ഫാറാബി, ഇബ്നു സീന, ഇബ്നു റശീദ് എന്നിവരാണ്.

അൽ-കിന്ദി, അൽ-ഫാറാബി

അബു യൂസുഫ് യഅ്ഖൂബ് ഇബ്നു ഇസ്ഹാഖ് അൽ-കിന്ദി (801-873) അറബി വംശജനായതുകൊണ്ട് അറബികളുടെ തത്വജ്ഞാനി എന്നാണ് അറിയപ്പെടുന്നത്. അദ്ദേഹം കൂഫയിലാണ് ജനിച്ചത്. ഗ്രീസിലെ നവപ്ലേറ്റോണിയൻ തത്വചിന്തകരെപ്പോലെ പ്ലേറ്റോയുടെയും അരിസ്റ്റോട്ടിലിന്റെയും ചിന്തകൾ സംശ്ലേഷിപ്പിക്കുവാനാണ് അദ്ദേഹം ശ്രമിച്ചത്. ബഹുമുഖ പ്രതിഭയായിരുന്ന അൽ-കിന്ദി ഭിഷഗ്വരനും, തത്വചിന്തകനും ജ്യോതിശാസ്ത്രജ്ഞനും, രസതന്ത്രജ്ഞനും ആയിരുന്നു. ജെബറിനെ പോലെ രസതന്ത്രത്തിൽ പരീക്ഷണങ്ങൾ നടത്തി.

അൽ-ഫാറാബി തുർക്കി വംശജനായിരുന്നു. ക്രിസ്തുമത വിശ്വാസിയായിരുന്ന ഒരു വൈദ്യന്റെ ശിഷ്യനായാണ് ജീവിതം ആരംഭിച്ചത്. പിൽക്കാലത്ത് ആലിപ്പോയിലെ സൂഫിയായിട്ട് അറിയപ്പെട്ടു. പ്ലേറ്റോയുടെയും അരിസ്റ്റോട്ടിലിന്റെയും ചിന്തകളെ സൂഫിസവുമായി കൂട്ടിയിണക്കാനാണ് അൽ-ഫാറാബി ശ്രമിച്ചത്. അതുകൊണ്ട് അൽ-ഫാറാബി രണ്ടാമത്തെ ഗുരു (അൽ-മുഅല്ലിം അൽ-സാനി) എന്നാണ് അറിയപ്പെട്ടത്. മുസ്ലിംചിന്തകർക്ക് ഒന്നാമത്തെ ഗുരു അരിസ്റ്റോട്ടിലാണ്. ഗ്രീക്ക് ചിന്തകരുടെ കൃതികളുടെ വ്യാഖ്യാനങ്ങൾക്കു പുറമെ മനഃശാസ്ത്രം, ആത്മീയത എന്നീ വിഷയങ്ങളെക്കുറിച്ചുള്ള മൗലിക ഗ്രന്ഥങ്ങളും രചിച്ചു. അദ്ദേഹത്തിന്റെ ഏറ്റവും പ്രശസ്തമായ ഗ്രന്ഥം *രിസാലത്ത് ഫുസൂസ് അൽ-ഹിക്കാം* (*ജ്ഞാനത്തിന്റെ കേവണ ലിഖിതങ്ങൾ*) ആണ്. ആഭരണത്തിൽ രത്നം പതിക്കാനുള്ള കുഴിയാണ് കേവണം. പ്ലേറ്റോയുടെ റിപ്പബ്ലിക്കും അരിസ്റ്റോട്ടിലിന്റെ പൊളിറ്റിക്സും സ്വാധീനിച്ചതിന്റെ ഫലമായി ഫാറാബി രാഷ്ട്രമീമാംസാ ഗ്രന്ഥങ്ങളും രചിച്ചു. മാതൃകാഭരണകൂടം എങ്ങനെ ആയിരിക്കണമെന്നായിരുന്നു രാഷ്ട്രമീമാംസയിൽ ഫാറാബിയുടെ ചിന്താവിഷയം. മനുഷ്യന്റെ ഹൃദയം പോലെയാണത്രെ ഖലീഫ. ശരീരത്തിലെ മറ്റെല്ലാ അവയവങ്ങളും ഹൃദയത്തെ നിലനിറുത്താൻ വേണ്ടിയുള്ളവ ആണെന്നായിരുന്നു ഫാറാബിയുടെ വിശ്വാസം. അതുപോലെ ഭരണകൂടത്തിലെ മറ്റെല്ലാ ഘടകങ്ങളും ഖലീഫയുടെ ഭരണത്തെ നിലനിറുത്താനുള്ളവയാണ്. ഇസ്ലാമിക രാഷ്ട്രസങ്കൽപ്പത്തെയും ഗ്രീക്ക് രാഷ്ട്രമീമാംസയെയും സംയോജിപ്പിക്കുവാനുള്ള ശ്രമമാണ് അൽ-ഫാറാബി നടത്തിയത്. ബഹുമുഖ പ്രതിഭയായിരുന്ന അദ്ദേഹം രചിച്ച *കിത്താബ് അൽ-മുസീഖീ അൽ-കബീർ* (*സംഗീതത്തെക്കുറിച്ചുള്ള മഹദ്ഗ്രന്ഥം*) വളരെയധികം പ്രശസ്തിനേടി.

ഇബ്നു റശീദ് (ആവ്റോസ്)

പാശ്ചാത്യലോകത്തിന്റെ പ്രശംസ ഏറ്റവും കൂടുതൽ പിടിച്ചു പറ്റിയത് ഇബ്നു റശീദ് (1126-1198) എന്ന ഇസ്ലാമിക ചിന്തകനാണ്. ഇദ്ദേഹത്തിന്റെ പിതാവ് അറബിയും മാതാവ് സ്പെയിൻകാരിയും ആയിരുന്നു. കോർദോവയിലെ ഖാദി (ജഡ്ജി) ആയിരുന്നു ഇബ്നു റശീദ്. തത്വചിന്തയിൽ അരിസ്റ്റോട്ടിലിനെ പിന്തുടർന്ന ഇദ്ദേഹം ഭിഷഗ്വരനും ജ്യോതിശാസ്ത്രജ്ഞനും കൂടിയായിരുന്നു. പാശ്ചാത്യലോകത്ത് ഇബ്നു റശീദ് അറിയപ്പെടുന്നത് തത്വചിന്തകൻ എന്ന നിലയ്ക്കാണ്. ഇബ്നു റശീദിന്റെ ഏറ്റവും പ്രശസ്തമായ കൃതി *തഹാഫൂത്ത് അൽ-തഹാഫൂത്ത് (അസാംഗത്യങ്ങളുടെ അസാംഗത്യം)* ആണ്. ഇസ്ലാമിന്റെ ഏറ്റവും പ്രശസ്തനായ ദൈവശാസ്ത്രകാരൻ ഇമാം ഗസ്സാലി (1058-1111) ഗ്രീക്ക് ചിന്തകരെ വിമർശിക്കാൻ *തഹാഫുത്ത് അൽ ഫലാസിഫത്ത്* (തത്വചിന്തകരുടെ അസാംഗത്യം) എന്ന ഗ്രന്ഥം രചിച്ചു. ഇതിനെ ഖണ്ഡിക്കാൻ എഴുതിയതായിരുന്നു തഹാഫുത്ത്, ഇസ്ലാമിക ലോകത്ത് ഗ്രീക്ക് ചിന്തയുടെ സ്വാധീനം വർധിച്ചുവരുന്നത് തടയാനും സ്വതന്ത്രചിന്തയുടെ വേരറുക്കാനും വേണ്ടിയാണ് ഇമാം ഗസ്സാലി തത്വചിന്തകരുടെ അസാംഗത്യം എഴുതിയത്. മനുഷ്യന്റെ ചിന്തകൾ ഖുർആനും ഹദീസിനും വിധേയമായിരിക്കണമെന്നും അല്ലാഹുവിന്റെ വചനങ്ങളുടെ സമാഹാരമായ *ഖുർആൻ* അല്ലാതെ മനുഷ്യന് മറ്റു ജ്ഞാനസ്രോതസുകൾ ഇല്ലെന്നുമായിരുന്നു ഗസാലിയുടെ ശാഠ്യം. കാര്യങ്ങളുടെ കാരണങ്ങൾ അല്ലാഹുവോ അല്ലാഹുവിന്റെ വിശേഷ ദൂതന്മാരായ മലക്കുകളോ വെളിപ്പെടുത്തിയാൽ മാത്രമേ മനുഷ്യന് അറിയാൻ കഴിയൂ എന്നായിരുന്നു ഗസാലിയുടെ നിലപാട്. വെളിപാടുകളും ദൈവവചനങ്ങളും മനുഷ്യന്റെ ജ്ഞാനസ്രോതസ്സുകൾ ആണെന്ന് ഇബ്നു റശീദ് സമ്മതിച്ചുവെങ്കിലും *ഖുർആനെ* ആശ്രയിക്കാതെ മനുഷ്യന് സ്വതന്ത്രമായി ചിന്തിച്ച് പല കാര്യങ്ങളുടെയും കാരണങ്ങൾ കണ്ടെത്താൻ കഴിയുമെന്ന് യുക്തിപൂർവം സ്ഥാപിച്ചുകൊണ്ട് ഇബ്നു റശീദ് ഗസ്സാലിയെ ഖണ്ഡിച്ചു.

മനുഷ്യന്റെ ചിന്ത സ്വതന്ത്രമാണെന്നും അത് മതങ്ങളുടെ വിശ്വാസപ്രമാണങ്ങളിലും വേദവചനങ്ങളിലും നിന്ന് മുക്തമായിരിക്കണമെന്നും ആയിരുന്നു ഇബ്നു റശീദിന്റെ സിദ്ധാന്തം. മനുഷ്യന്റെ മരണാനന്തര ജീവിതത്തെക്കുറിച്ച് അരിസ്റ്റോട്ടിലിന്റെ വാദമാണ് അദ്ദേഹം അംഗീകരിച്ചത്. മനുഷ്യന്റെ മേധാശക്തി (nous, intellect) മാത്രമാണ് അനശ്വരമായത്. ആത്മാവ് അനശ്വരമല്ല എന്നാണ് ഇബ്നു റശീദ് വാദിച്ചത്. ഇത് യഥാർഥത്തിൽ മരണാനന്തര ജീവിതമുണ്ടെന്ന വിശ്വാസത്തിന്റെ നിഷേധമായിരുന്നു. കാരണം മേധാശക്തി അനശ്വരമാണെന്ന് പറഞ്ഞാൽ മനുഷ്യന്റെ ചിന്തകൾ തലമുറകളിലൂടെ കൈമാറപ്പെടുന്നു എന്നു മാത്രമേ അർഥമുള്ളു. ഒരു വ്യക്തിക്ക് മരണാനന്തര ജീവിതമുണ്ടെന്ന് അർഥമില്ല. മനുഷ്യൻ വേദജ്ഞാനത്തെ ആശ്രയിക്കേണ്ടതില്ലെന്നും ആത്മാവിന് മര

ണാനന്തരജീവിതമില്ലെന്നും വാദിച്ചതിന്റെ പേരിൽ ക്രൈസ്തവലോകവും ഇബ്നു റശീദിനെ തള്ളിപ്പറഞ്ഞു. ആത്മാവിന്റെ അനശ്വരത തിരസ്കരിച്ച സ്വതന്ത്രചിന്തകർ ആവ്റോവാദക്കാർ (Averroists) എന്നാണ് യൂറോപ്പിൽ അറിയപ്പെട്ടത്.

അൽ-ഉന്ത്ലൂസിലെ (സ്പെയിൻ) അമവിയ്യ ഖലീഫ അബു യഅ്ഖൂബ് യൂസുഫിന് അരിസ്റ്റോട്ടിലിന്റെ ചിന്തകൾ ഇഷ്ടമായിരുന്നതുകൊണ്ട് ഇബ്നു റശീദിനെ തന്റെ സ്വന്തം വൈദ്യനായി നിയമിച്ചു. ഖലീഫ 1184ൽ അന്തരിച്ചപ്പോൾ അധികാരത്തിലെത്തിയ അൽ-മൻസൂറിനും ഇബ്നു റശീദിനോട് ബഹുമാനമായിരുന്നു. പക്ഷേ, ഇമാം ഗസാലിയെ ഖണ്ഡിച്ച് പുസ്തകമെഴുതിയതിന്റെയും മനുഷ്യന്റെ ചിന്ത *ഖുർആനിൽ* നിന്നും സ്വതന്ത്രമാണെന്ന് വാദിച്ചതിന്റെയും പേരിൽ മതപണ്ഡിതന്മാർ ഒന്നടങ്കം ഇബ്നു റശീദിനെ തള്ളിപ്പറഞ്ഞു. അദ്ദേഹം അവിശ്വാസിയാണെന്ന് പോലും പ്രചരിപ്പിച്ചു. ഉലമകളുടെ സമ്മർദങ്ങൾക്കു വഴങ്ങി ഖലീഫയ്ക്ക് തത്വജ്ഞാനിയെ കൈവിടേണ്ടി വന്നു. ഇബ്നു റശീദിന് കോർദോവയിലെ ജഡ്ജി, കൊട്ടാരം വൈദ്യൻ എന്നീ സ്ഥാനങ്ങളിൽ നിന്നും നീക്കം ചെയ്യുകയും മൊറോക്കോയിലേക്ക് നാടുകടത്തുകയും ചെയ്തു.

ഇസ്ലാംമതപണ്ഡിതരും ക്രിസ്ത്യാനികളും തള്ളിപ്പറഞ്ഞ ഇബ്നു റശീദിന് വേണ്ടി വാദിക്കാൻ ഒരാൾ യൂറോപ്പിലുണ്ടായി. പത്തൊമ്പതാം നൂറ്റാണ്ടിൽ തത്വചിന്തയുടെ ചരിത്രം എഴുതിയ ഫ്രീഡ്റിഹ് യൂബെർവെഗ് (1826-1871) ഇബ്നു റശീദിനുവേണ്ടി വാദിച്ചു. പാണ്ഡിത്യത്തിന്റെ തോതനുസരിച്ച് ഒരാൾക്ക് ഏഴോ എഴുപതോ എഴുന്നൂറോ വ്യാഖ്യാനങ്ങൾ *ഖുർആൻ* വചനങ്ങൾക്ക് നൽകാൻ കഴിയുമെന്നും പാമരന് അക്ഷരാർഥം മാത്രമേയുള്ളുവെന്നും ഇസ്ലാമിലെ അധ്യാത്മദർശകരായ സൂഫികൾ അഭിപ്രായപ്പെട്ടത് ചൂണ്ടിക്കാണിച്ചാണ് ഫ്രീഡ്റിഹ് യൂബെർവെഗ് ഇബ്നു റശീദിന് വേണ്ടി വാദിച്ചത്.[16] ഇബ്നു റശീദിനെ അവിശ്വാസിയും മതവിരുദ്ധനുമായി ചിത്രീകരിച്ച ഉലമകൾ *ഖുർആൻ* വചനങ്ങളുടെ അക്ഷരാർഥം മാത്രം കാണുന്ന പാമരന്മാരാണെന്നായിരുന്നു ഫ്രീഡ്റിഹ് യൂബെർവെഗിന്റെ വാദം. ആധുനിക ഇസ്ലാമിക ചിന്തകനെന്ന് കൊണ്ടാടപ്പെടുന്ന കവി മുഹമ്മദ് ഇഖ്ബാൽ പോലും ഇബ്നു റശീദിനെ തള്ളിപ്പറഞ്ഞു.

> ഗസ്സാലിയുടെ മുഖ്യ എതിരാളി, ഇബ്നു റശീദ് ഗ്രീക്ക് തത്വചിന്തയ്ക്കുവേണ്ടി വാദിച്ച് അരിസ്റ്റോട്ടിലിലൂടെ നയിക്കപ്പെട്ട് എത്തിച്ചേർന്നത് ഫ്രാൻസിലെയും ഇറ്റലിയിലെയും ബൗദ്ധികജീവിതത്തെ ആഴത്തിൽ സ്വാധീനിച്ച മേധാശക്തിയുടെ അനശ്വരത എന്ന സിദ്ധാന്തത്തിലാണ്. പക്ഷേ, ഇത് മനുഷ്യന്റെ അഹംബോധത്തിന്റെ മൂല്യവും വിധിയും *ഖുർആൻ* നിർണയിക്കുമെന്ന വീക്ഷണത്തിനു കടകവിരുദ്ധമാണെന്നാണ് എന്റെ മനസിൽ തോന്നു

---

16. *History of Philosophy* by Friedrich Ueberweg, pages 123

ന്നത്. അങ്ങനെ ഇബ്നു റശീദിന് ഇസ്ലാമിലെ മഹത്തും ഫലവത്തുമായ ആശയത്തിന്റെ കാഴ്ച നഷ്ടപ്പെടുകയും ജീവിതത്തെ അസ്തവീര്യമാക്കുന്നതും മനുഷ്യന് തന്നെക്കുറിച്ചും അവന്റെ ദൈവത്തെക്കുറിച്ചും അവന്റെ ലോകത്തെക്കുറിച്ചും ഉള്ള കാഴ്ച നഷ്ടപ്പെടുത്തുന്നതും ആയ തത്വശാസ്ത്രത്തിന്റെ വളർച്ചയുടെ സഹായി ആകുകയും ചെയ്തു.[17]

കവിയും ചിന്തകനുമായ മുഹമ്മദ് ഇഖ്ബാലിന്റെ മതപരമായ സങ്കുചിതത്വം മുകളിലുദ്ധരിച്ച വരികളിൽ കാണാം. ഈ സങ്കുചിതത്തിന്റെ അനന്തര ഫലമായിരുന്നു 'സാരാ ജഹാം സേ അച്ഛാ ഹമാരാ ഹിന്ദുസ്ഥാൻ' എന്നു പാടിയ കവി ഹിന്ദുസ്ഥാനെ രണ്ടായി പകുക്കാൻ കൂട്ടുനിന്നതും പാകിസ്ഥാന്റെ പാട്ടുകാരനായി ചുരുങ്ങിയതും.

വൈദ്യശാസ്ത്രം, തത്വചിന്ത, ജ്യോതിശാസ്ത്രം, ഭൂമിശാസ്ത്രം, ഗണിതം എന്നീ വിജ്ഞാനശാഖകളിൽ ഇസ്ലാമികലോകം നൽകിയ സംഭാവനകൾപോലെതന്നെ പ്രധാനപ്പെട്ടതാണ് രസതന്ത്രത്തിന് നൽകിയതും. രസതന്ത്രത്തിന് അറബികൾ നൽകിയിരുന്ന പേര് അൽ-കെമി എന്നായിരുന്നു. ഇതിൽനിന്നാണ് കെമിസ്ട്രി എന്ന് പേരുദ്ഭവിച്ചത്. രോഗങ്ങളുടെ ശമനത്തിനുതകുന്ന പുതിയ ഔഷധങ്ങൾ കണ്ടുപിടിക്കുക, ചെമ്പും കാരീയവും സ്വർണമാക്കി മാറ്റുക എന്നിങ്ങനെ രണ്ടു ലക്ഷ്യങ്ങൾ മുൻനിർത്തിയാണ് മുസ്ലിങ്ങൾ അൽ-കെമിയിൽ പരീക്ഷണങ്ങൾ നടത്തിയത്. അൽ-കെമിയുടെ പിതാവ് എന്നറിയപ്പെടുന്ന ജാബിർഇബ്നു ഹൈആൻ (ജെബെർ) എട്ടാം നൂറ്റാണ്ടിന്റെ രണ്ടാം പകുതിയിൽ കൂഫയിലാണ് ജീവിച്ചിരുന്നത്. ലോഹങ്ങൾ കണ്ടുപിടിച്ച കാലത്ത് ഈജിപ്തുകാരും ഗ്രീക്കുകാരും ചെമ്പും കാരീയവും സ്വർണമോ വെള്ളിയോ ആക്കി മാറ്റാൻ കഴിയുമെന്ന് വിശ്വസിച്ചു. ഗ്രീക്ക് ഗ്രന്ഥങ്ങളിലൂടെ പകർന്നു കിട്ടിയ ഈ വിശ്വാസത്തെ പിന്തുടർന്നാണ് മുസ്ലിങ്ങൾ അൽ-കെമി പരീക്ഷണങ്ങൾ നടത്തിയത്. രസതന്ത്രത്തെ ചരിത്രത്തിലാദ്യമായി പരീക്ഷണശാലകളിലെ പരീക്ഷണങ്ങൾക്കു വിധേയമാക്കിയത് ഇസ്ലാമാണ്. ലോഹങ്ങളുടെ ഘടന സംബന്ധിച്ചുള്ള അരിസ്റ്റോട്ടിലിന്റെ സിദ്ധാന്തത്തെ നവീകരിച്ചത് ജാബിർ ഇബ്നു ഹൈആൻ ആയിരുന്നു. പതിനെട്ടാം നൂറ്റാണ്ടിൽ ആധുനിക രസതന്ത്രം പിറവിയെടുക്കുന്നതുവരെയും ജാബിറിന്റെ ലോഹസിദ്ധാന്തം നിലനിന്നു.

രസതന്ത്രത്തിനു പുറമെ ജന്തുശാസ്ത്രം, സസ്യശാസ്ത്രം എന്നീ വിഷയങ്ങളിലും ഇസ്ലാം താൽപ്പര്യം കാണിച്ചിരുന്നു. ശാസ്ത്രവിഷയങ്ങളിൽ കാണിച്ചതുപോലെ ചരിത്രം, കല, സാഹിത്യം തുടങ്ങിയ മാനവിക വിഷയങ്ങളിലും ഇസ്ലാമികലോകം താൽപ്പര്യം കാണിച്ചു. യൂറോപ്പിലെ നവോത്ഥാനത്തിനും ജ്ഞാനോദയത്തിനും പ്രേരകമായത് ഇസ്ലാമിലൂടെ യൂറോപ്പിലേക്ക് സംക്രമിച്ച വിജ്ഞാനമായിരുന്നു.

---

17. The Reconstruction of Religious Thought in Islam by Muhammad Iqbal.

8

തീവ്രവാദവും ഭീകരപ്രവർത്തനവും ഇസ്ലാമിന്റെ പ്രാരംഭത്തിൽ

ഏകദൈവ മതങ്ങൾക്കു മാത്രമേ അസഹിഷ്ണുതയും തീവ്രവാദവും ഉള്ളൂവെന്ന് ചിലർ പറയാറുണ്ട്. ഇന്ത്യയിലെ ഹിന്ദുത്വവാദികൾ മുസ്ലിങ്ങൾക്കും ക്രിസ്ത്യാനികൾക്കും എതിരെയും ശ്രീലങ്കയിൽ ബുദ്ധമതക്കാർ ഹിന്ദുക്കളായ തമിഴർക്കെതിരെയും പ്രകടിപ്പിക്കുന്ന അസഹിഷ്ണുത ഈ സിദ്ധാന്തം തെറ്റാണെന്ന് തെളിയിക്കുന്നു. ചരിത്രത്തിലും ഏകദൈവമതങ്ങൾക്കു മാത്രം അസഹിഷ്ണുത എന്ന സിദ്ധാന്തത്തെ ഖണ്ഡിക്കുന്ന ഉദാഹരണങ്ങളുണ്ട്. ബഹുദൈവവിശ്വാസികളായിരുന്ന റോമാക്കാർ ഏകദൈവവിശ്വാസികളായ ക്രിസ്ത്യാനികൾക്കും ജൂതർക്കും എതിരെ അസഹിഷ്ണുത പ്രകടിപ്പിക്കുകയും പീഡിപ്പിക്കുകയും ചെയ്തിരുന്നു. പുരാതന ഇന്ത്യയിൽ ശൈവമതം, വൈഷ്ണവമതം തുടങ്ങിയ വൈദികമതങ്ങൾ പരസ്പരം സ്പർധ വെച്ചുപുലർത്തിയിരുന്നതിനു പുറമെ ബുദ്ധമതം, ജൈനമതം, ആജീവകമതം തുടങ്ങിയ നാസ്തികമതങ്ങളോട് അസഹിഷ്ണുത പ്രകടിപ്പിക്കുകയും മതാനുയായികളെ പീഡിപ്പിക്കുകയും ചെയ്തതിന് ചരിത്രത്തിൽ തെളിവുകളുണ്ട്.

മതം ഒരു സാമൂഹിക പ്രതിഭാസമാണ്. വ്യക്തികളുടെ വിശ്വാസങ്ങളുടെയും ആചാരങ്ങളുടെയും സമാഹാരം മാത്രമല്ല, ഒരു ജീവിതക്രമം കൂടിയാണ്. ഓരോ മതത്തിനും അതിന്റേതായ ലോകവീക്ഷണമുണ്ട്. മതം സംസ്കാരത്തിന്റെ ഭാഗമാണ്. മതങ്ങൾ രാഷ്ട്രീയാധികാരവും സാമ്പത്തികകോയ്മയുമായി ബന്ധപ്പെട്ടിരിക്കുന്നു. പല മതങ്ങൾ പിന്തുടരുന്ന രാജ്യത്ത് ചിലർ രാഷ്ട്രീയ ലക്ഷ്യത്തോടെ ഏതെങ്കിലും ഒരു മതത്തെ ദേശഭക്തിയുടെ മാനദണ്ഡമാക്കുന്നു. അപ്പോൾ ആ രാജ്യത്തുള്ള മറ്റു മതവിശ്വാസികളോട് തീവ്രമായ അസഹിഷ്ണുത പ്രകടമാകുന്നു.[1]

---

1. *The Sociology of Religion* by George Lundskow, page 210

ഇസ്ലാമിലെ തീവ്രവാദവും വിഭാഗീയതയും അസഹിഷ്ണുതയും അതിന്റെ ഫലമായുണ്ടാകുന്ന ഭീകരപ്രവർത്തനങ്ങളും അതിൽ അന്തർലീനമായ രാഷ്ട്രീയത്തിൽ നിന്നാണുത്ഭവിക്കുന്നത്. മതസ്ഥാപകനായ മുഹമ്മദ്നബിയുടെ ലക്ഷ്യം അറബികളുടെ ഒരു മതരാഷ്ട്രം (religious state) അഥവാ ദൈവാധിപത്യരാഷ്ട്രം (theocratic state) സ്ഥാപിക്കുക എന്നതായിരുന്നുവെന്ന് മുൻ അധ്യായത്തിൽ വ്യക്തമാക്കിയല്ലോ. സ്വാഭാവികമായും ഇസ്ലാമിന്റെ പ്രാരംഭഘട്ടത്തിൽ മതത്തെയും രാഷ്ട്രത്തെയും വേർപെടുത്തുക അസാധ്യമായിരുന്നു. മതരാഷ്ട്രത്തിലെ പ്രജകൾ ഒരൊറ്റ മതസമൂഹമായി (ഉമ്മത്ത്) മതനിയമങ്ങളനുസരിച്ച് സാമൂഹിക ജീവിതം നയിക്കുകയും ചെയ്തു.

മുഹമ്മദ്നബി സ്ഥാപിച്ച ഇസ്ലാമികരാഷ്ട്രം സാമ്രാജ്യമായി വളർന്നതോടെ പ്രജകളിൽ ഭൂരിപക്ഷം ഇസ്ലാംമതവിശ്വാസികളല്ലാത്ത സ്ഥിതി സംജാതമായി. സാമ്രാജ്യത്തിനകത്തെ അധീശത്വം മുസ്ലിങ്ങൾക്കായിരുന്നെങ്കിലും സാമൂഹിക ജീവിതം നിയന്ത്രിച്ചത് ഇസ്ലാംമതം ആയിരുന്നില്ല. സാമ്രാജ്യത്തിന്റെ ആരംഭത്തിൽ ഇസ്ലാംമതം അറബിവംശജരിൽ മാത്രമായൊതുങ്ങി. സാമ്രാജ്യത്തിലെ പ്രജകളിൽ അറബിവംശജരല്ലാത്തവർ (അജമികൾ) മതപരിവർത്തനം ചെയ്യാൻ തുടങ്ങിയതോടെ സാമ്രാജ്യത്തിന്റെ പ്രജകളിൽ ഭൂരിപക്ഷം ഇസ്ലാംമതവിശ്വാസികളാണെന്ന സാഹചര്യം നിലവിൽ വന്നു. ഈ കാലഘട്ടത്തിൽ സാമ്രാജ്യത്തിനകത്തെ ആഭ്യന്തരകലഹങ്ങൾ ഇസ്ലാംമതത്തിലേക്ക് സംക്രമിക്കുകയും ഇസ്ലാമിൽ പല മതവിഭാഗങ്ങൾ രൂപപ്പെടുകയും ചെയ്തു. രാഷ്ട്രീയമായ ഭിന്നതകൾക്ക് ഓരോ വിഭാഗവും മതപരമായ വ്യാഖ്യാനങ്ങൾ നൽകുകയുണ്ടായി. ഈ വ്യാഖ്യാനങ്ങൾ അവർ ഭാവനയിൽനിന്നല്ല രൂപപ്പെടുത്തിയത്. എല്ലാ വ്യാഖ്യാനങ്ങൾക്കും ഉപോദ്ബലകമായി ഖുർആൻ വചനങ്ങളും ഹദീസുകളും ചൂണ്ടിക്കാണിച്ചു. വ്യത്യസ്ത വിഭാഗങ്ങൾ ശത്രുതയോടെ പെരുമാറിയത് ഇസ്ലാമിലെ തീവ്രവാദത്തിനും ഭീകരപ്രവർത്തനങ്ങൾക്കും കാരണമായി.

മുഹമ്മദ്നബിയുടെ പിതൃവ്യപുത്രനും ജാമാതാവുമായ അലി ആയിരുന്നു നബിക്കു ശേഷം ഖലീഫയാകാൻ യോഗ്യനെന്നും അല്ലാഹു അതാണ് നിശ്ചയിച്ചിരുന്നതെന്നും വിശ്വസിച്ചിരുന്ന ഒരു വിഭാഗം മുഹമ്മദ്നബിയുടെ കാലം മുതലേ ഇസ്ലാം എന്ന മതരാഷ്ട്രത്തിൽ ഉണ്ടായിരുന്നു. എങ്കിലും അറബിഗോത്രമര്യാദകൾ പാലിച്ചാണ് ആദ്യത്തെ മൂന്നു ഖലീഫമാരെയും തിരഞ്ഞെടുത്തത്. നാലാമത്തെ ഖലീഫയാകാനേ അലിക്ക് കഴിഞ്ഞുള്ളു. ഖലീഫയുടെ ഉത്തരവുകൾ ധിക്കരിച്ചതിന്റെ പേരിൽ സിറിയ ഗവർണർ മുആവിയയെ സ്ഥാനഭ്രഷ്ടനാക്കാൻ പട നയിക്കേണ്ടിവന്നു! ഖലീഫയായ അലിക്ക്, തുടർന്നുണ്ടായ സംഭവങ്ങൾ മുൻ അധ്യായത്തിൽ പ്രതിപാദിച്ചു.

ഖവാരിജുകൾ

അലിയുടെ സൈന്യത്തിൽ അലിയോട് വൈകാരികമായി അടുപ്പമുള്ള ഒരു വിഭാഗമുണ്ടായിരുന്നു. അവർ ഒത്തുചേർന്ന് 'അലിയുടെ മിത്രങ്ങൾ ഞങ്ങളുടേയും മിത്രങ്ങളായിരിക്കും; അലിയുടെ ശത്രുക്കൾ ഞങ്ങളുടെയും ശത്രുക്കളായിരിക്കും' എന്ന് പ്രതിജ്ഞയെടുത്തു. അലിയെപ്പോലെ ദൈവേച്ഛയാൽ ഖലീഫയും ഇമാമും ആയ ഒരാൾക്ക് തെറ്റുപറ്റുകയില്ലെന്ന് അവർ വിശ്വസിച്ചു. എതിർ വിഭാഗമാകട്ടെ അലിക്ക് തെറ്റു പറ്റാൻ സാധ്യതയുണ്ടെന്നും ഏറ്റവും കുറഞ്ഞത് ഒരു കാര്യത്തിലെങ്കിലും തെറ്റുപറ്റിയെന്നും വാദിച്ചു. ഖലീഫ ഉസ്മാനെ വധിച്ചവരെ ന്യായീകരിക്കാതിരുന്നത് അലിക്കു പറ്റിയ തെറ്റാണെന്ന് അവർ വാദിച്ചു. ഖലീഫ ഉസ്മാന്റെ സ്വജനപക്ഷപാതമാണ് അദ്ദേഹത്തെ 'മരണശിക്ഷയ്ക്ക്' അർഹനാക്കിയതെന്ന് അവർ വിശ്വസിച്ചു. ഉസ്മാന്റെ കുടുംബത്തിൽപ്പെട്ട ഒരു ഉദ്യോഗസ്ഥൻ അഴിമതി ചെയ്തപ്പോൾ ശിക്ഷിക്കാതിരുന്നതുമൂലം ഉസ്മാൻ ഖലീഫാസ്ഥാനത്തിന് അർഹനല്ലാതായി. അർഹതയില്ലാതെ ഖലീഫാസ്ഥാനത്ത് തുടർന്ന ഉസ്മാനെ വധിച്ചത് മതപരമായ ഒരു കടമ നിറവേറ്റലായിരുന്നു. അലിക്ക് തെറ്റുപറ്റില്ലെന്ന് വിശ്വസിച്ചവർ 'ശിയാഅത് അലി' (അലിയുടെ കക്ഷിക്കാർ) എന്നും അലിക്ക് തെറ്റുപറ്റിയെന്ന് വിശ്വസിച്ചവർ 'ഖവാരിജുകൾ' എന്നും അറിയപ്പെട്ടു.

ഖവാരിജ് എന്ന പദത്തിന്റെ അർഥം പുറത്തുപോയവർ എന്നാണ്. അലിയുടെ കക്ഷിയിൽ നിന്നും മുആവിയയെ പിന്തുണയ്ക്കുന്നവരുടെ കൂട്ടത്തിൽ നിന്നും പുറത്തുപോയവരാണ് അവർ. ഖലീഫ അലിയും സിറിയ ഗവർണർ മുആവിയയും തമ്മിലാരംഭിച്ച സൈനികമായ ഏറ്റുമുട്ടൽ അവസാനിപ്പിച്ച് മധ്യസ്ഥതയിൽ തർക്കം പരിഹരിക്കാൻ തീരുമാനിച്ചതിനെ അലിയുടെ സൈനികരിൽ ഒരു വിഭാഗം എതിർത്തു. അവർ 'ലാ ഹുക്കും. ഇല്ലാ ലില്ലാഹ്' (ഭരിക്കാനുള്ള അധികാരം അല്ലാഹുവിനല്ലാതെ മറ്റാർക്കുമില്ല) എന്ന *ഖുർആൻ* വചനം (6.57) ഉദ്ധരിച്ചാണ് മാധ്യസ്ഥ്യത്തെ എതിർത്തത്. അവരുടെ വാദം അംഗീകരിക്കാത്തതുകൊണ്ട് അവർ അലിയെ പിന്തുണയ്ക്കുന്നവരുടെ കൂട്ടത്തിൽ നിന്നും 'പുറത്തുപോയി.' മുആവിയ ഇസ്ലാമിക നിയമങ്ങൾ അനുസരിച്ച് ഭരണം നടത്താത്തതുകൊണ്ട് ഭരണത്തെ പിന്തുണയ്ക്കുന്നവരുടെ കൂട്ടത്തിൽ നിന്നും 'പുറത്തുപോയി' അറബിയിൽ പുറത്തുപോകുക എന്നർഥമുള്ള ക്രിയാധാതുവാണ് ഖർജു. പുറത്തുപോയവൻ ഖവാരിജ്. അങ്ങനെയാണ് അവർ ഖവാരിജുകൾ എന്ന് അറിയപ്പെടാൻ തുടങ്ങിയത്. ഖവാരിജുകൾ അലിക്കെതിരായും മുആവിയക്കെതിരായും കലാപങ്ങൾ നടത്തി. അലിയുടെ ഭരണകാലത്ത് അഞ്ചും മുആവിയയുടെ കാലത്ത് ഇരുപത്തഞ്ചും കലാപങ്ങൾ അവർ സംഘടിപ്പിച്ചു. ഖലീഫമാരുടെ ഭരണം മതതത്വങ്ങളിൽനിന്നും വ്യതിചലിക്കുന്നു എന്നായിരുന്നു ഖവാരിജുകളുടെ ആരോപണം. സാമൂഹികവും മാനസികവുമായ ചില അസ്വസ്ഥതകളാണ് ഖവാ

രിജ് കലാപങ്ങളുടെ രൂപം പ്രാപിച്ചതെന്ന് മോണ്ട്ഗോമറി വാട്ട് ചൂണ്ടിക്കാട്ടുന്നു.[2]

ഖവാരിജ് കലാപങ്ങളിൽ പങ്കെടുത്ത സൈനികർ മക്കയിലേയോ മദീനയിലേയോ സ്ഥിരവാസിഗോത്രങ്ങളിൽനിന്നല്ല മരുഭൂമിയിലെ നാടോടി ഗോത്രങ്ങളിൽനിന്നു വന്നവരായിരുന്നു. മൂന്നു പതിറ്റാണ്ടുകൾക്കു മുമ്പ് ഇവരുടെ മുൻ തലമുറ യാതൊരു അധീശശക്തിക്കും വഴങ്ങാതെ അറേബ്യൻ മരുഭൂമിയിൽ സ്വതന്ത്രമായ ജീവിതമാണ് നയിച്ചിരുന്നത്. ഇസ്ലാമിന്റെ ആരംഭഘട്ടത്തിൽ നാടോടിഗോത്രങ്ങളിൽനിന്നു വന്നവർ 'അല്ലാഹുവിന്റെ മാർഗത്തിൽ' ഒരു യുദ്ധം ചെയ്തുകഴിഞ്ഞാലുടനെ അവരുടെ ഗോത്രത്തിലേക്ക് തിരിച്ചുപോകുമായിരുന്നു. അടുത്ത യുദ്ധത്തിനു പുറപ്പെടുന്നതുവരെ അവർ ഗോത്രത്തോടൊപ്പമാണ് കഴിഞ്ഞത്. ഇസ്ലാമികരാഷ്ട്രം സാമ്രാജ്യമായതോടെ യുദ്ധത്തിനു ശേഷം സൈനികർക്ക് സ്വന്തം ഗോത്രത്തിൽ തിരിച്ചെത്താനായില്ല. അവർക്ക് പട്ടാളപ്പാളയങ്ങളിൽ തങ്ങേണ്ടിവന്നു. ദീർഘകാലം കുടുംബത്തിൽനിന്നും ഗോത്രത്തിൽനിന്നും വിട്ടുനിൽക്കേണ്ടിവന്നതിലുള്ള ഉദ്വിഗ്നതയാണ് കലാപങ്ങളുടെ രൂപം പ്രാപിച്ചത്.

ഗൃഹാതുരത മൂലമുണ്ടായ ക്ഷോഭം തന്നെയായിരുന്നു അലിയുടെ കക്ഷിക്കാർ എന്ന വിഭാഗത്തിന്റെ ആവിർഭാവത്തിനു പിന്നിലും. ത്വരിതഗതിയിലുള്ള സാമൂഹിക മാറ്റങ്ങൾ വ്യക്തികളിൽ മനോമർദവും പിരിമുറുക്കവും (stress) സൃഷ്ടിക്കുമെന്നുള്ളത് മനഃശാസ്ത്രപരമായ യാഥാർഥ്യമാണ്. രണ്ടു വിഭാഗങ്ങളും തമ്മിൽ തീവ്രമായ ശത്രുത വെച്ചുപുലർത്തിയതിന്റെ കാരണവും പൊതുവായ ഉദ്വിഗ്നത തന്നെയാണ്.

സാമൂഹികമായ പ്രതിസന്ധിഘട്ടങ്ങളിൽ ജനങ്ങൾ രക്ഷാമാർഗം തേടുന്നത് സ്വാഭാവിക പ്രതികരണമാണ്. മതാത്മകത അധീശത്വം[3] സ്ഥാപിച്ചു കഴിഞ്ഞ സമൂഹത്തിൽ വ്യക്തികൾ ആത്മീയമായ പരിത്രാണത്തിന്റെ (salvation) മാർഗം അന്വേഷിക്കും. മനുഷ്യൻ ശൂന്യതയിൽനിന്നല്ല പരമമായ രക്ഷാമാർഗം തേടുക. ഉപബോധമനസിൽ സ്വാധീനം ചെലുത്തിക്കൊണ്ടിരിക്കുന്ന പൂർവകാലവുമായി ബന്ധപ്പെട്ട രക്ഷാമാർഗമാണ് വ്യക്തി കണ്ടെത്തുക. മനഃശാസ്ത്രപരമായ ഈ യാഥാർഥ്യമാണ് ഗോത്രങ്ങളിൽനിന്നും വേർപെട്ട് പട്ടാളത്താവളങ്ങളിൽ ദീർഘകാലം തങ്ങേണ്ടിവന്നതിലുള്ള ഉദ്വിഗ്നതയും ത്വരിതഗതിയിലുള്ള സാമൂഹിക മാറ്റങ്ങളുടെ മനോമർദവും പിരിമുറുക്കവും അനുഭവിക്കേണ്ടിവന്ന

---

2. Islamic Surveys-Islamic Philosophy and Theology, Montgomery Watt p. 4
3. സമൂഹത്തിനു മേലുള്ള സാംസ്കാരികമായ അധീശത്വം എന്ന പരികൽപ്പന ആദ്യം മുന്നോട്ടുവച്ചത് ഇറ്റലിയിലെ കമ്യൂണിസ്റ്റ് പാർട്ടിയുടെ ജനറൽ സെക്രട്ടറിയും ചിന്തകനുമായിരുന്ന അന്റോണിയോ ഗ്രാംഷി (1891-1937) ആയിരുന്നു. സമൂഹത്തിന്റെ പൊതുബോധത്തിൽ (common sense) ഏതെങ്കിലും ഒരു സംസ്കാരം അല്ലെങ്കിൽ ആശയധാര മേധാവിത്വം പുലർത്തുന്ന സാമൂഹിക പ്രതിഭാസത്തെയാണ് ഗ്രാംഷി സാംസ്കാരികാധീശത്വം (cultural hegemony) എന്നു പറഞ്ഞത്.

സൈനികരെ രണ്ടു തരത്തിലുള്ള പരിത്രാണമാർഗങ്ങൾ കണ്ടെത്താൻ പ്രേരിപ്പിച്ചത്.

അമാനുഷികതയുള്ള അനുഗൃഹീതനായ ഒരു മാർഗദർശകനെ പിന്തുടർന്നാൽ രക്ഷപ്രാപിക്കാമെന്ന് ഒരു വിഭാഗം വിശ്വസിച്ചു. അവർ അലിയെയാണ് വരദാനശേഷിയുള്ള നേതാവ് അഥവാ രക്ഷകനായി കണ്ടത്. പ്രവാചകനായ മുഹമ്മദിനു ശേഷം അദ്ദേഹത്തിന്റെ കുടുംബാംഗമായ അലിയെയാണ് ഇമാം (മാർഗദർശകൻ) ആയി അല്ലാഹു നിശ്ചയിച്ചതെന്നായിരുന്നു അവരുടെ വാദം. അധികാരസ്ഥാനം പരമ്പരാഗതമായി കൈമാറപ്പെടേണ്ടതാണെന്ന് ഇവർ വിശ്വസിച്ചു.

അല്ലാഹുവിനാൽ നിയുക്തനായ തെറ്റുപറ്റാനിടയില്ലാത്ത മാർഗദർശകനെ (മഹ്ദിഇമാം) പിന്തുടർന്നാൽ സ്വർഗത്തിലെത്തും എന്നായിരുന്നു അലിയുടെ കക്ഷിക്കാരുടെ വിശ്വാസം. ഖവാരിജുകൾ രക്ഷാമാർഗമായി കണ്ടത് ദൈവത്താൽ രൂപകൽപ്പന ചെയ്യപ്പെട്ട വരദാനശേഷിയുള്ള (charismatic) സമുദായത്തിൽ (ഉമ്മത്ത്) അംഗമായിരിക്കുകയും അതിന്റെ നിയമങ്ങൾ പാലിച്ചുകൊണ്ട് ജീവിക്കുകയും ചെയ്യുന്നതിനെയാണ്. ഇങ്ങനെയുള്ള ഒരു സമുദായത്തിലെ അംഗങ്ങളെല്ലാം മരണാനന്തരം സ്വർഗത്തിൽ പ്രവേശിക്കുമെന്ന് അവർ വിശ്വസിച്ചു. സ്വർഗത്തിന്റെ ആളുകൾ (അഹൽ അൽ-ഫിർദൗസ്) എന്നാണ് അവർ സ്വയം വിശേഷിപ്പിച്ചത്. സ്വർഗത്തിന്റെ അവകാശികളായ സമുദായത്തിലെ അംഗങ്ങൾ സമുദായത്തിന്റെ നിയമങ്ങൾ കർശനമായി പാലിക്കണം. അങ്ങനെ ചെയ്യാത്തവർ സമുദായത്തിനു പുറത്തുപോകണം. സമുദായത്തിനു പുറത്താകുന്നവർ മരണാനന്തരം നരകത്തിൽ പ്രവേശിക്കുമെന്ന് അവർ വിശ്വസിച്ചു. അവർ നരകത്തിന്റെ ആളുകൾ (അഹൽ അൽ-ജഹന്നം) ആയി മാറുന്നു. സ്വർഗവാസികളാകാൻ പോകുന്ന സമുദായത്തിന്റെ കേന്ദ്രം തങ്ങളാണെന്നു ഖവാരിജുകളുടെ ഓരോ ചെറുസംഘവും അവകാശപ്പെട്ടു. മറ്റുള്ളവർ ശരിയായ മുസ്ലിങ്ങൾ അല്ലാത്തതുകൊണ്ട് അവരെ കൊല്ലുന്നതിൽ തെറ്റൊന്നുമില്ലെന്നും അവർ വിശ്വസിച്ചു.

ഖവാരിജുകളുടെ സംഘങ്ങൾ അറബി നാടോടിഗോത്രങ്ങളുടെ (ബദവികൾ) രീതിയിലായിരുന്നു പ്രവർത്തിച്ചത്. ഒരു ഗോത്രത്തിലെ അംഗങ്ങൾ മറ്റു ഗോത്രാംഗങ്ങളെ കൊല്ലുന്നതിൽ തെറ്റില്ലെന്നായിരുന്നു ബദവികളുടെ ധാരണ. കാരണം മറ്റുള്ള ഗോത്രങ്ങൾ ഏതു സമയത്തും തങ്ങൾക്കെതിരെ ചാടിവീണ് യുദ്ധം ചെയ്യാൻ സാധ്യതയുണ്ട്. അതുകൊണ്ട് മറ്റു ഗോത്രങ്ങൾ എപ്പോഴും ശത്രുപക്ഷത്താണ്. ശത്രുക്കളെ കൊല്ലുന്നത് തെറ്റല്ല. ശക്തിയുള്ള ഗോത്രാംഗത്തെ കൊല്ലുന്നത് ബുദ്ധിപൂർവമായ പ്രവൃത്തിയല്ലെന്നേയുള്ളു. കാരണം അവർ പകപോക്കാൻ വരും. പഴയ ഗോത്രഘടനയിലേക്ക് സാമൂഹിക പ്രതിസന്ധിയുടെ ഘട്ടത്തിലുണ്ടായ തിരിച്ചു പോക്കായിരുന്നു ഇസ്ലാമിലെ ഖവാരിജ് തീവ്രവാദി സംഘങ്ങളുടെ ആവിർഭാവം. ഗോത്രസംസ്കാരത്തിൽ ദൈവമോ ദൈവികപ്രഭാവമുള്ള രാജാവോ അല്ല ഗോത്രമായിരുന്നു പ്രതിസന്ധി

യുടെ ഘട്ടങ്ങളിൽ രക്ഷാമാർഗം. അതുകൊണ്ടാണ് ഖവാരിജുകൾ ഭരണത്തിലെ മതപരമായ നൈതികത തകർന്നതിനെതിരെ ഗോത്രമാതൃകയിൽ പ്രതികരിച്ചത്.

അറബി നാടോടി ഗോത്രങ്ങളുടെ മാതൃകയിൽ സംഘടിച്ച ഖവാരിജ് സംഘങ്ങൾ നഗരങ്ങളിൽ കലാപങ്ങൾ നടത്തിയതിനുശേഷം അറേബ്യൻ മരുഭൂമിയിലേക്ക് തിരിച്ചു പോവുകയല്ല, സാമ്രാജ്യത്തിന്റെ പ്രവിശ്യകളിലെ ഗ്രാമപ്രദേശങ്ങളിൽ തങ്ങുകയാണ് ചെയ്തത്. ജനങ്ങളിൽ നിന്ന് പണവും ഭക്ഷ്യപദാർഥങ്ങളും പിടിച്ചെടുത്ത് ജീവിതം തുടർന്നു. സാമ്രാജ്യത്തിന്റെ സൈന്യങ്ങളെത്തി തുരത്തുകയോ ഉന്മൂലനം ചെയ്യുകയോ ചെയ്യുന്നതുവരെ അവർ ഗ്രാമങ്ങളിൽ തുടർന്നു.

അലിയുടെ കക്ഷിക്കാരും ഖവാരിജുകളെ പോലെ തീവ്രവാദ നിലപാടുകളാണ് സ്വീകരിച്ചത്. തെറ്റുപറ്റാനിടയുള്ള മതപണ്ഡിതന്മാർ *ഖുർആൻ* വചനങ്ങൾ വ്യാഖ്യാനിക്കുന്നതിനനുസരിച്ച് ജീവിച്ചാൽ യഥാർഥമതത്തിൽ നിന്നും വ്യതിചലിക്കാനും അങ്ങനെ സ്വർഗം നഷ്ടപ്പെടാനും ഇടയുണ്ടെന്ന് അവർ വിശ്വസിച്ചു.

ഒരേ ഭൗതികസാഹചര്യം ഉളവാക്കിയ പൊതുവായ ഉദ്വിഗ്നത രണ്ടു തരത്തിലുള്ള പ്രതികരണങ്ങൾ, ഖവാരിജ് കലാപങ്ങളും ശിയാവിഭാഗീയതയും ഉളവാക്കിയത് എന്തുകൊണ്ടാണെന്ന ചോദ്യം പ്രസക്തമാണ്. ഖവാരിജ് പ്രസ്ഥാനത്തിനും ശിയാവിഭാഗീയതയ്ക്കും തുടക്കം കുറിച്ച അറബി ഗോത്രങ്ങളുടെ ചരിത്രം പരിശോധിച്ചാൽ കാരണം മനസിലാകും. ശിയാവിഭാഗത്തിൽപ്പെട്ടവർ അധികം പേരും തെക്കേ അറേബ്യയിൽ നിന്നു വന്നവയായിരുന്നു. ഖവാരിജ് കലാപങ്ങൾ നടത്തിയവരാകട്ടെ അറേബ്യൻ മരുഭൂമിയിലെ ഗോത്രങ്ങളിൽ നിന്നു വന്നവരും. തെക്കേ അറേബ്യയിൽ പുരാതനകാലം മുതലേ ഒരു നാഗരികത ഉയർന്നുവന്നത് രണ്ടാം അധ്യായത്തിൽ സൂചിപ്പിച്ചല്ലോ. ഒരു സഹസ്രാബ്ദത്തിലേറെ പഴക്കമുള്ള തെക്കേ അറേബ്യൻ നാഗരികതയിൽ ദൈവത്തിന്റെ അവതാരങ്ങളോ ദൈവികപ്രഭാവമുള്ളവരോ ആയ രാജാക്കന്മാരുടെ വാഴ്ചയാണ് നിലവിലുണ്ടായിരുന്നത്. ഈ സംസ്കാരത്തിന്റെ തുടർച്ചയാണ് ദൈവികപ്രഭാവവും അപ്രമാദിത്വവുമുള്ള മാർഗദർശകനിൽ (മഹ്ദി ഇമാം) ഉള്ള വിശ്വാസം.[4] ഈ സ്ഥാനം രാജപദവിയെപോലെ പരമ്പരാഗതമായാണ് ഒരാളിൽ നിന്നു മറ്റൊരാളിലേക്ക് കൈമാറുന്നതെന്നും അവർ വിശ്വസിച്ചു. അങ്ങനെയാണ് അവർ മുഹമ്മദ്നബിയുടെ പിതൃവ്യപുത്രനും ജാമാതാവുമായ അലിയുടെ കക്ഷി (ശിയഅത് അലി) ആയത്. മരുഭൂവാസികളായ അറബികൾ അലിക്ക് അപ്രമാദിത്വം കൽപ്പിച്ചില്ല. അപ്രമാദിത്വമൊന്നുമില്ലാത്തതിനാൽ അലി സമുദായത്തെ ഒന്നടങ്കം തെറ്റായ മാർഗത്തിലൂടെ നയിച്ച് സമുദായാംഗങ്ങളുടെ സ്വർഗപ്രവേശം നഷ്ടപ്പെടുത്താൻ സാധ്യതയുണ്ടെന്ന് ഖവാരിജുകൾ വിശ്വസിച്ചു. തങ്ങളുടെ സ്വർഗം നഷ്ടപ്പെടുത്തിയതിന് ഉത്തരവാദികൾ എന്ന് ആരോപിച്ച്

4. Islam and Integration of Society by W.Montgomery Watt, page 56

ഇരുവിഭാഗവും പരസ്പരം കടുത്ത ശത്രുത പുലർത്തുകയും കൊലകൾ നടത്തുകയും ചെയ്തു.

അസ്റാഖികൾ

ഖവാരിജുകളിൽ ഏറ്റവും തീവ്രവാദപരമായ നിലപാട് സ്വീകരിച്ചത് അസ്റാഖികൾ എന്ന അവാന്തരവിഭാഗമാണ്. ഈ വിഭാഗത്തിന് നേതൃത്വം കൊടുത്ത നഫീ ഇബ്നു അൽ-അസ്റാഖിന്റെ പേരിൽനിന്നുമാണ് അസ്റാഖികൾ (അറബിയിൽ അസാറിഖാ) എന്ന പേര് സിദ്ധിച്ചത്. ഖലീഫ യസീദ് അന്തരിക്കുന്ന സമയത്ത് അസ്റാഖ് ബസ്രയിൽ സജീവമായി രാഷ്ട്രീയപ്രവർത്തനം നടത്തുകയായിരുന്നു. ഖലീഫയുടെ ഭരണത്തിനെതിരായി മക്കയിലെ ഇബ്നു അസ്-സുബൈർ നടത്തിയിരുന്ന കലാപത്തെ അസ്റാഖ് സഹായിച്ചു. പൊതുവർഷം 683ൽ അസ്റാഖ് സുബൈറിന് പിന്തുണയുമായി മക്കയിലെത്തി. പക്ഷേ, അസ്റാഖിന്റെ തീവ്രവാദം സുബൈർ ഇഷ്ടപ്പെടാത്തതുകൊണ്ട് പിന്തുണ സ്വീകരിച്ചില്ല. അസ്റാഖ് കൂഫയിലേക്ക് മടങ്ങി. സുബൈറിന്റെ സൈന്യം അസ്റാഖിന്റെ അനുയായികളെ പിന്തുടർന്ന് വകവരുത്തി. 685ൽ അസ്റാഖും കൊല്ലപ്പെട്ടു. അയാളുടെ അനുയായികൾ ഖവാരിജുകളെ അതിതീവ്രവാദിവിഭാഗമായി തുടർന്നു. മതത്തിന്റെ പരിശുദ്ധി സംരക്ഷിക്കാനെന്ന് പറഞ്ഞ് ഭീകരപ്രവർത്തനങ്ങൾ നടത്തി. ബാഗ്ദാദ് ഗവർണർ അൽ-ഹജ്ജാജിന്റെ സൈന്യം 689ൽ ഉന്മൂലനം ചെയ്യുന്നതുവരെ ഇവർ ഭീകരപ്രവർത്തനം തുടർന്നു.

കലാപത്തിൽ പങ്കെടുക്കാത്തവരെ അസ്റാഖികൾ താരതമ്യം ചെയ്തത് മുഹമ്മദ്നബി നയിച്ച താബൂക്ക് യുദ്ധത്തിൽ[5] പങ്കെടുക്കാൻ മടിച്ച് വീടുകളിൽ തങ്ങിയവരോടാണ്, അവരെ *ഖുർആൻ* വിമർശിച്ചത് ഇങ്ങനെ:

> പിന്നിൽ തങ്ങിയവർ അല്ലാഹുവിന്റെ ദൂതന്റെ പിന്നിൽ നിഷ്ക്രിയരായി ഇരിക്കുന്നതിൽ ആഹ്ലാദിച്ചു. അല്ലാഹുവിന്റെ മാർഗത്തിൽ

---

5. പൊതുവർഷം 630ൽ മുഹമ്മദ്നബി 30,000 സൈനികരുമായി മദീനയിൽ നിന്നും 250 മൈൽ അകലെ ബൈസാന്റിയം സാമ്രാജ്യാതിർത്തിയിലുള്ള താബൂക്ക് എന്ന മരുപ്പച്ചയെ (oasis) ലക്ഷ്യമാക്കി പടനയിച്ചു. അല്ലാഹുവിന്റെ മാർഗത്തിലുള്ള യുദ്ധത്തിന് ആളും അർഥവും നൽകി സഹായിക്കണമെന്ന് മദീനയിലും മക്കയിലുമുള്ള എല്ലാ ഗോത്രങ്ങളോടും അഭ്യർഥിച്ചു. പ്രതീക്ഷയ്ക്ക് വിരുദ്ധമായി മദീനയിലെ ചില ഗോത്രങ്ങൾ സൈന്യത്തിലേക്ക് ആളെ അയക്കുകയോ സാമ്പത്തിക സഹായം നൽകുകയോ ചെയ്തില്ല. വേനൽക്കാലത്ത് യുദ്ധത്തിനു പോകുന്നത് നല്ലതല്ല എന്ന മുടന്തൻന്യായം പറഞ്ഞാണ് ചില ഗോത്രങ്ങൾ ആളെ അയക്കാതിരുന്നത്. അവരെ വിമർശിച്ചുകൊണ്ടാണ് *ഖുർആൻ* വചനം അവതരിപ്പിക്കപ്പെട്ടത്. താബൂക്കിൽ മുഹമ്മദ്നബിയും സൈന്യവും പത്തു ദിവസം തങ്ങി. ചില പ്രാദേശിക ഭരണാധികാരികൾ മുഹമ്മദ്നബിയോട് കൂറ് പ്രഖ്യാപിക്കുകയും കപ്പം കൊടുക്കാമെന്ന് സമ്മതിക്കുകയും ചെയ്തു.

> യുദ്ധംചെയ്യാനും അവരുടെ ശരീരവും ധനവും കൊണ്ട് പരിശ്രമിക്കാനും മടികാണിച്ചു. അവർ പറഞ്ഞു: ചൂടിൽ പോകുന്നത് നന്നല്ല അവരോട് പറയുക: ചൂടിനെക്കാൾ ഭയാനകമാണ് നരകാഗ്നി. അവർക്കത് മനസിലായെങ്കിൽ...." (9.81)

തങ്ങൾ നടത്തുന്നത് അല്ലാഹുവിന്റെ മാർഗത്തിലുള്ള യുദ്ധമാണെന്നും അതിൽ പങ്കെടുക്കാത്തവർ മരണാനന്തരം നരകത്തിൽ പ്രവേശിക്കുമെന്നും ആയിരുന്നു അസ്റാഖികളുടെ വാദം. ഖലീഫയുടെ ഭരണത്തിനെതിരായി അസ്റാഖികളോടൊപ്പം ഭീകരപ്രവർത്തനങ്ങൾ നടത്താൻ തുനിഞ്ഞവരെ താരതമ്യപ്പെടുത്തിയത് മക്കയിൽ നിന്ന് മുഹമ്മദ്നബിയോടൊപ്പം മദീനയിലേക്ക് കുടിയേറിയവരോടാണ്. മുഹമ്മദ്നബിയോടൊപ്പം കുടിയേറ്റത്തിൽ (ഹിജ്റയിൽ) പങ്കെടുക്കാതിരുന്ന ഖുറൈശികൾ അവിശ്വാസികളായിരുന്നല്ലോ. അസ്റാഖികളോടൊപ്പം ഭീകരപ്രവർത്തനങ്ങളിൽ പങ്കെടുക്കാത്തവരും അവിശ്വാസികളാണെന്ന് അവർ മുദ്രകുത്തി. *ഖുർആൻ* ഒമ്പതാം അധ്യായത്തിലെ 29-ാം വചനത്തിൽ അവിശ്വാസികൾക്കെതിരായി യുദ്ധം ചെയ്യാൻ പറയുന്നുണ്ട്. തങ്ങളോടൊപ്പം ഭരണത്തിനെതിരെ കലാപം നടത്താൻ വരാത്തവർ മതം ഉപേക്ഷിച്ചവരായതുകൊണ്ട് അവിശ്വാസികളായി കണക്കാക്കി *ഖുർആൻ* വചനത്തിൽ നിർദേശിച്ച പ്രകാരം അവർക്കെതിരെ യുദ്ധം ചെയ്യണമെന്നായിരുന്നു അസ്റാഖികളുടെ ശാഠ്യം. യുദ്ധം ചെയ്യുക എന്നാൽ കൊല്ലുക എന്നായിരുന്നു അർഥം. അങ്ങനെ അവർ അനേകം മുസ്ലിങ്ങളെ കൊലപ്പെടുത്തി.

അസ്റാഖികളുടെ പ്രവർത്തനശൈലി കൊള്ളസംഘങ്ങളുടേതിന് സമാനമായിരുന്നു. അവരോടൊപ്പം ചേരാൻ തയാറായി വരുന്ന ഒരു ഇസ്ലാം മതവിശ്വാസിയുടെ 'യുദ്ധശേഷി' പരിശോധനയ്ക്ക് (മിഹ്ന)[6] വിധേയമാക്കിയിരുന്നു. തങ്ങളുടെ ബന്ധത്തിലുള്ള ഒരു 'ശത്രുവിനെ' കൊന്ന് യുദ്ധശേഷി തെളിയിക്കണം. ഒരാളെ കൊല്ലുന്നതോടെ അറബിഗോത്രസംസ്കാരമനുസരിച്ച് അയാൾ പകപോക്കൽ കൊലയ്ക്കിരയാകാൻ സാധ്യതയുള്ളവനാകുന്നു. പിന്നെ ഒരിക്കലും അയാൾ സ്വന്തം നാട്ടിലേക്ക് തിരിച്ചുപോകാൻ സാധ്യമല്ല. കഴിയുമെങ്കിൽ സ്വന്തം ഗോത്രത്തിലുള്ള 'ശത്രു'വിനെയാണ് കൊല്ലാൻ കൊടുക്കുക. അതോടെ അയാളുടെ ഗോത്രവുമായുള്ള ബന്ധം വിച്ഛേദിക്കപ്പെടുന്നു.

പ്രവർത്തനശൈലി കൊള്ളസംഘങ്ങളുടേതായിരുന്നെങ്കിലും തങ്ങളുടെ ഭീകരപ്രവർത്തനങ്ങൾക്കും കൊലകൾക്കും മതപരമായ വിശദീകരണങ്ങൾ അസ്റാഖികൾ നൽകി. ഭരണാധികാരികൾ മതനിയമങ്ങൾ ലംഘിച്ചു. മതനിയമങ്ങൾ ലംഘിച്ച ഭരണാധികാരി മതത്തിനു പുറത്താണെന്ന് മാത്രമല്ല മതത്തിന്റെ ശത്രുവുമാണ്. ഭരണാധികാരികളെ പിന്തു

---

6. *Islamic Surveys-Islamic Philosophy and Theology* by W Montgomery. Watt, P. 12

ണയ്ക്കുന്നവർ മാത്രമല്ല ഭരണത്തിനെതിരായി തങ്ങൾ നടത്തുന്ന കലാപങ്ങളിൽ പങ്കെടുക്കാത്തവരും പാപം ചെയ്തവരും മതത്തിൽനിന്നു പുറത്തായവരുമാണെന്ന വിശ്വാസം അവരുടെ ഭീകരപ്രവർത്തനങ്ങൾക്ക് ആത്മീയതയുടെ മാനങ്ങൾ നൽകി. ഇസ്ലാമിന്റെ ഭവനത്തിൽ (ദാറുൽ ഇസ്ലാം) തങ്ങൾ മാത്രമേയുള്ളുവെന്നും മറ്റുള്ള മുസ്ലിങ്ങൾ അതിനു പുറത്താണെന്നുമായിരുന്നു അസ്റാഖികളുടെ വ്യാഖ്യാനം.

നജ്ദിയ്യ (നജ്ദാത്ത്)

ഖവാരിജുകളിലെ രണ്ടാമത്തെ അവാന്തരവിഭാഗമായ നജ്ദാത്തുകൾ സാഹചര്യങ്ങളുടെ സമ്മർദം മൂലം വിശ്വാസകാര്യങ്ങളിൽ താരതമ്യേന മിതവാദ നിലപാടാണ് സ്വീകരിച്ചത്. ഈ വിഭാഗത്തിന്റെ നേതാവായിരുന്ന നജ്ദയുടെ പേരിൽ നിന്നാണ് നജ്ദാത്ത് (നജ്ദിയ്യ) എന്ന പേര് സിദ്ധിച്ചത്. നജ്ദാ മക്കയിലെ സുബൈർ 683ൽ നടത്തിയ കലാപത്തിനു പിന്തുണനൽകിയാണ് പൊതുരംഗത്ത് എത്തിയത്. അധികം താമസിയാതെ സുബൈറിനെ ഉപേക്ഷിച്ച് മധ്യഅറേബ്യയിലെ യമാമ പ്രദേശത്ത് സ്വന്തമായി കലാപങ്ങൾ സംഘടിപ്പിക്കാൻ തുടങ്ങി. ചുരുങ്ങിയ കാലം കൊണ്ട് യമാമ ഉൾപ്പെടെയുള്ള മധ്യഅറേബ്യ മുഴുവനും ബഹ്റൈൻ, ഉമാൻ, ഹദർമൗത്, യമൻ തുടങ്ങിയ പ്രദേശങ്ങൾ ഉൾപ്പെടെ ഉപദ്വീപിന്റെ കിഴക്കും തെക്കും ഭാഗങ്ങളും നജ്ദിന്റെ നിയന്ത്രണത്തിലായി. ഭരണത്തിൽ തൃപ്തിവരാത്ത അനുയായികൾ നജ്ദിനെ സ്ഥാനഭ്രഷ്ടനാക്കി. ബാഗ്ദാദ് ഗവർണർ ഹജ്ജാജ് അതേ വർഷം തന്നെ നജ്ദാത്തുകളെ പരാജയപ്പെടുത്തി ഉന്മൂലനം ചെയ്തു.

ആരംഭത്തിൽ തീവ്രവാദപരമായ നിലപാടാണ് നജ്ദും അനുയായികളും മറ്റു ഖവാരിജ് വിഭാഗങ്ങളെപ്പോലെ എടുത്തത്. ഗൗരവമേറിയ കുറ്റം ചെയ്ത മുസ്ലിമിനെ മതത്യാഗം ചെയ്തവനായിട്ട് കണക്കാക്കുകയും കൊല്ലുകയും ചെയ്യണം എന്നായിരുന്നു ഖവാരിജുകളുടെ പൊതുനയം. ഈ നിലപാട് തന്നെയായിരുന്നു നജ്ദിനും അനുയായികൾക്കും ഉണ്ടായിരുന്നത്. വിശാലമായ ഒരു പ്രദേശത്തിന്റെ ഭരണനിർവഹണം നടത്തേണ്ടിവന്നതുകൊണ്ട് ഈ നയം കർശനമായി നടപ്പാക്കാൻ കഴിയാതെ വന്നു. അറബിഗോത്രങ്ങളെപ്പോലെ കഴിഞ്ഞിരുന്ന അസ്റാഖികൾക്കും മറ്റു ഖവാരിജുകൾക്കും മതത്തിൽനിന്നു വ്യതിചലിച്ചു എന്നു തോന്നുന്നവരെ പുറന്തള്ളാൻ എളുപ്പമായിരുന്നു. വിശാലമായ ഒരു ഭൂഭാഗത്തുനിന്നും അത്തരക്കാരെ നാടുകടത്താനോ മുഴുവൻ കൊന്നൊടുക്കാനോ എളുപ്പമായിരുന്നില്ല. അതുകൊണ്ട് മതത്തിന്റെ നോട്ടപ്പാടിൽ ഗൗരവമുള്ളത്, നിസാരമായത് എന്നിങ്ങനെ കുറ്റങ്ങളുടെ തരംതിരിവ് ആവശ്യമായി വന്നു. എന്തു കുറ്റം ചെയ്താലും മതത്തിനു പുറത്തായി എന്ന നിലപാടെടുക്കാൻ നജ്ദ് മടിച്ചു.

യുദ്ധത്തിൽ കൈവന്ന സ്വത്ത് പങ്കുവയ്ക്കുന്നതിനെ കുറിച്ചുള്ള ഖുർആൻ നിയമങ്ങൾ അനുസരിക്കാതെ യുദ്ധത്തിൽ തടവുകാരാക്ക

പ്പെട്ട സ്ത്രീകളെ സ്വന്തമാക്കുന്ന ഒരാൾ മതം ഉപേക്ഷിച്ചതായി കണക്കാക്കാൻ ആവില്ലെന്നും എന്നാൽ ഒരു മുസ്ലിമിന്റെ സ്വത്ത് തട്ടിയെടുക്കുന്ന മറ്റൊരു മുസ്ലിം മതത്യാഗം ചെയ്തതായി കണക്കാക്കണമെന്നും ആയിരുന്നു നജ്ദിന്റെ വിധി. അതുപോലെ വല്ലപ്പോഴുമൊരിക്കൽ കുറ്റം ചെയ്യുന്നവനെയും പലവട്ടം ആവർത്തിക്കുന്നവനെയും ഒരുപോലെ കാണരുതെന്നും നജ്ദ് വാദിച്ചു. ഒരിക്കൽ മാത്രം മോഷണം നടത്തുകയോ വ്യഭിചരിക്കുകയോ ചെയ്യുന്ന ആൾ മരണാനന്തരം സ്ഥിരമായി നരകത്തിൽ കഴിയേണ്ടിവരില്ലെന്ന് നജ്ദ് സിദ്ധാന്തിച്ചു. ഇസ്ലാമികമല്ലാത്ത ഭരണത്തിനെതിരെ തങ്ങളോടൊപ്പം ഭീകരപ്രവർത്തനം നടത്താൻ വരാത്തവർ അവിശ്വാസികളല്ല, കപടവിശ്വാസികൾ (മുനാഫിഖൂൻ)[7] മാത്രമാണെന്ന മൃദുസമീപനമാണ് നജ്ദ് സ്വീകരിച്ചത്.

ഇസ്ലാമിലെ 'വിവേകപൂർവമായ ഭയം' (തഖിയ്യ) എന്ന സിദ്ധാന്തം ആദ്യമായി അവതരിപ്പിച്ചത് നജ്ദ് ആണ്. *ഖുർആനി*ലെ 16-ാം അധ്യായത്തിലെ 106-ാം വചനത്തിൽ മർദനം ഭയന്ന് ഒരു വിശ്വാസി പുറമേക്ക് വിശ്വാസത്തെ തള്ളിപ്പറയുകയും ഹൃദയത്തിൽ ആത്മാർഥമായ വിശ്വാസം സൂക്ഷിക്കുകയും ചെയ്താൽ അയാൾക്ക് നരകത്തിൽ പോകേണ്ടിവരില്ലെന്ന് പറഞ്ഞിട്ടുള്ളതിന്റെ അടിസ്ഥാനത്തിലാണ് നജ്ദ് ഈ സിദ്ധാന്തം ആവിഷ്കരിച്ചത്. ഇത്തരം മൃദുസമീപനങ്ങൾ കൈക്കൊണ്ടതു കാരണം ഇസ്ലാംമതവിശ്വാസികളുടെ പൊതുസമൂഹത്തിൽ നജ്ദാത്തുകളെ തിരിച്ചറിയാൻ കഴിയാത്ത സ്ഥിതിയായി. നജ്ദാത്തുകളുടെ പല നിലപാടുകളും പിൽക്കാലത്ത് ഇസ്ലാമിക നിയമങ്ങളുടെ ഭാഗമായി. ഇസ്ലാമിക നിയമങ്ങൾ നടപ്പിലാക്കുമ്പോൾ മനുഷ്യന്റെ സ്വാഭാവികമായ ദൗർബല്യങ്ങൾ പരിഗണിക്കേണ്ടതുണ്ടെന്ന നിലപാട് ഭരണകൂടങ്ങൾ കൈക്കൊണ്ടതിനു പിന്നിൽ നജ്ദാത്തുകളുടെ മൃദുസമീപനങ്ങളായിരുന്നു. മുസ്ലിം സമുദായം നല്ലവരെയും അല്ലാത്തവരെയും ഉൾക്കൊള്ളേണ്ടതുണ്ടെന്ന നിലപാടാണ് നജ്ദാത്തുകൾ സ്വീകരിച്ചത്. ഭരണനിർവഹണ രംഗത്ത് അനുഭവപ്പെടുന്ന പ്രായോഗിക പ്രശ്നങ്ങൾ മൂലം മതത്തിന്റെ മൗലികമായ കാര്യങ്ങളേത് അല്ലാത്തവയേത് എന്ന് വേർതിരിക്കുവാൻ അവർ നിർബന്ധിതരായി. വിഗ്രഹാരാധന (ശിർക്ക്) ഇസ്ലാം മതത്തിൽ മൗലികമായ ഒരു കുറ്റമാണ്. അത് ചെയ്തവൻ അവിശ്വാസി (കാഫിർ) ആയിരിക്കും. അവർ നരകവാസികൾ (അഹൽ അൽ-ജഹന്നം) ആയിരിക്കും. അവരെ കൊല്ലുന്നതിൽ തെറ്റില്ല. അതുപോലെയാണ് ആവർത്തിച്ച് മോഷണക്കുറ്റം ചെയ്യുന്നവനും വ്യഭിചരിക്കുന്നവനും. എന്നാൽ സാഹചര്യങ്ങളുടെ സമ്മർദം മൂലം ഒരിക്കൽ ഇത്തരം കുറ്റങ്ങൾ ചെയ്തുപോകുന്നവരെ നരകവാസികളുടെ കൂട്ടത്തിൽ പെടുത്താൻ

7. മുഹമ്മദ്നബി അവതരിപ്പിച്ച ചില ഖുർആൻ വചനങ്ങളെക്കുറിച്ച് സംശയങ്ങൾ ഉന്നയിച്ച മദീനയിലെ കുലപതി അബ്ദല്ല ഇബ്നു ഉബയ്യിനെയും അനുയായികളെയും വിശേഷിപ്പിക്കാനാണ് മുനാഫിഖൂൻ (കപടവിശ്വാസികൾ) പദം ഖുർആനിൽ ഉപയോഗിച്ചത്.

കഴിയുകയില്ല. ഖവാരിജുകളുടെ പൊതുസമീപനം മറിച്ചായിരുന്നു. ഖുർ ആനിൽ പരാമർശിച്ചിട്ടുള്ള കുറ്റം ഒരിക്കൽ ചെയ്താൽ പോലും ചെയ്യുന്നവർ നരകത്തിൽ പോകണം.

ഭരണത്തിനെതിരായ കലാപങ്ങളിൽ പങ്കെടുക്കാതെ സമാധാനമായി ബസ്രയിൽ ജീവിച്ചിരുന്ന ഖവാരിജുകൾ ഉത്തരം കണ്ടെത്തേണ്ടി വന്ന ഒരു പ്രശ്നമാണ് യഥാർഥ വിശ്വാസിയല്ലാത്ത ഒരു മുസ്ലിം ഭരണാധികാരിയുടെ കീഴിൽ എങ്ങനെ ജീവിക്കുമെന്നുള്ളത്. ഖവാരിജിന്റെ വിശ്വാസമനുസരിച്ച് ഒരു മുസ്ലിം ലോകത്തെ കാണേണ്ടത് ദാറുൽ ഇസ്ലാം (ഇസ്ലാമിന്റെ ഭവനം), ദാറുൽ ഹർബ് (യുദ്ധത്തിന്റെ ഭവനം) എന്നിങ്ങനെ രണ്ടായി തിരിച്ചാണ്. മുസ്ലിം ഭരണാധികാരി ഇസ്ലാമിക നിയമങ്ങൾ അനുസരിച്ച് ഭരണം നടത്തുന്ന പ്രദേശമാണ് ദാറുൽ ഇസ്ലാം. അങ്ങനെയൊരു ഭരണം നിലവിലില്ലാത്ത ഇടം ഒരു ഖവാരിജിന് ദാറുൽഹർബ് ആണ്. കാരണം വിജയം ഉറപ്പുണ്ടെങ്കിൽ ഇസ്ലാമിക ഭരണം നിലവിൽ വരാൻ വേണ്ടി യുദ്ധം ചെയ്യാൻ ഒരു മുസ്ലിമിന് മതപരമായ കടമയുണ്ടെന്ന് ഖവാരിജ് വിശ്വസിച്ചു. അതുകൊണ്ടാണ് ഇസ്ലാമിക ഭരണം നിലവിലില്ലാത്ത രാജ്യം യുദ്ധമേഖല (ദാറുൽ ഹർബ്) ആയത്. അന്നത്തെ ബസ്രയിൽ ഇത് രണ്ടുമല്ലാത്ത അവസ്ഥയായിരുന്നു. ഖവാരിജല്ലാത്തവർ അവിശ്വാസികൾ (കാഫിർ) ആണെന്ന് ഖവാരിജുകൾ ആരോപിച്ചെങ്കിലും ഖവാരിജ് അല്ലാത്ത ഭരണാധികാരിക്കെതിരെ തുറന്ന യുദ്ധത്തിന് അവസരമില്ലായിരുന്നു. അതുകൊണ്ട് വിവേകപൂർവമായ ഭയത്തോടെ (തഖിയ്യ) മൗനം പാലിക്കുകയാണ് നല്ലതെന്ന് അവർ തീരുമാനിച്ചു. കുറേക്കാലം പിന്നിട്ടപ്പോൾ മതനിയമങ്ങൾ പാലിക്കാത്തതിന്റെ പേരിൽ ഇസ്ലാംമത വിശ്വാസിയായ ഭരണാധികാരിയെ വിഗ്രഹാരാധകൻ, അവിശ്വാസി എന്നൊക്കെ വിശേഷിപ്പിക്കുന്നതിനോട് ചിലർക്ക് യോജിക്കാൻ കഴിഞ്ഞില്ല. അതുകൊണ്ട് തങ്ങൾ ജീവിക്കുന്നത് ഏകദൈവ വിശ്വാസത്തിന്റെ മേഖലയിലാണെന്ന് ഖവാരിജുകൾക്ക് അംഗീകരിക്കേണ്ടിവന്നു.

ഖവാരിജുകൾക്ക് ഉത്തരം കണ്ടെത്തേണ്ടിവന്ന മറ്റൊരു പ്രശ്നം സ്ത്രീകളുടെ വിവാഹമായിരുന്നു. ഇസ്ലാമിക നിയമമനുസരിച്ച് ഒരു മുസ്ലിം സ്ത്രീയെ അവിശ്വാസിക്ക് വിവാഹം ചെയ്തു കൊടുക്കാൻ പാടില്ല. ഖവാരിജ് അല്ലാത്തവരെല്ലാം വിശ്വാസികളല്ലെന്ന നിലപാടെടുത്തതുകൊണ്ട് ഖവാരിജ് ആയ സ്ത്രീയെ ഖവാരിജ് അല്ലാത്തയാൾക്ക് എങ്ങനെ വിവാഹം ചെയ്തുകൊടുക്കും? ഇതിനു സമാനമായ മറ്റൊരു പ്രശ്നമാണ് അടിമസ്ത്രീകളുടെ വിൽപ്പന. അടിമസ്ത്രീയുമായി ലൈംഗികബന്ധം പുലർത്താൻ ഉടമയ്ക്ക് അവകാശമുണ്ടായിരുന്നു. അതുകൊണ്ട് ഇസ്ലാമിക നിയമമനുസരിച്ച് മുസ്ലിമിന്റെ അടിമസ്ത്രീയെ അവിശ്വാസിക്ക് വിൽക്കാൻ പാടില്ല. അതുകൊണ്ട് ഖവാരിജ് അല്ലാത്ത മുസ്ലിമിന് ഖവാരിജിന്റെ അടിമസ്ത്രീയെ വിൽക്കാനോ ഖവാരിജിന് സ്ത്രീയെ വിവാഹം ചെയ്തു കൊടുക്കാനോ പാടില്ലെന്ന നിലപാടണവർ ആദ്യമൊക്കെ എടുത്തത്. കാലക്രമത്തിൽ സ്ത്രീകളെ ഖവാരിജ്

അല്ലാത്ത മുസ്ലിങ്ങൾക്ക് വിവാഹം ചെയ്തു കൊടുക്കാൻ ഖവാരിജുകൾ നിർബന്ധിതരായി. തങ്ങൾ പരിശുദ്ധരുടെ ഒരു സംഘമാണെന്ന ഭാവം ഉപേക്ഷിച്ച് വിശാലമായ ഒരു സമൂഹത്തിന്റെ ഭാഗമാണെന്ന് മനസിലാക്കാൻ അവർ നിർബന്ധിതരായി.

വാഖിഫിയ്യ (വാഖിഫ)

രാഷ്ട്രീയത്തിൽ സജീവമായി പങ്കെടുക്കാത്ത ഒരു ചെറു വിഭാഗം ഖവാരിജുകൾ ബസ്രനഗരത്തിലുണ്ടായിരുന്നു. അവർ അറിയപ്പെട്ടത് വാഖിഫകൾ (വാഖിഫിയ്യ) എന്നാണ്. വാഖിഫ എന്നാൽ വിധിപ്രസ്താവന മാറ്റിവച്ചവർ എന്നാണ്. ഒരിക്കൽ മാത്രം തെറ്റുചെയ്തു പോയ ഒരു മുസ്ലിം സ്വർഗവാസികളുടെ (അഹൽ അൽ-ഫിർദൗസ്) സമൂഹത്തിൽ നിന്നും പുറം തള്ളപ്പെട്ടതായി കരുതേണ്ടതില്ലെന്ന് തീരുമാനിക്കാൻ ഖവാരിജുകൾ നിർബന്ധിതരായ കാര്യം സൂചിപ്പിച്ചല്ലോ. ഈ തീരുമാനം എടുത്ത ഖവാരിജുകൾ സാമൂഹികമായ അധർമങ്ങളെന്ന് അവർ തന്നെ കരുതിയ പ്രവൃത്തികളുടെ ഗൗരവം കുറച്ചുകാണുകയായിരുന്നു. എങ്കിലും ഇങ്ങനെയൊരു നിലപാടെടുക്കാൻ അവർ നിർബന്ധിതരായി. മനുഷ്യരെ സ്വർഗവാസികൾ, നരകവാസികൾ എന്നിങ്ങനെ രണ്ടായി തിരിച്ചു നിർത്തിക്കൊണ്ട് സമൂഹത്തിനു മുന്നോട്ടു പോകാൻ സാധ്യമല്ലെന്ന് തിരിച്ചറിവിന്റെ ഫലമായിരുന്നു അത്.

'സ്വർഗവാസികൾ' എന്ന സമുദായം, അതായത് മുഹമ്മദ് നബി രൂപം കൊടുത്ത മുസ്ലിം സമുദായം, ഇസ്ലാമിനു മുമ്പുണ്ടായിരുന്ന അറബി സമൂഹത്തിലെ ഗോത്രത്തിന്റെ മാതൃകയിലായിരുന്നു. ഇസ്ലാം പൂർവ ഗോത്രവ്യവസ്ഥയിലെ സങ്കൽപ്പമനുസരിച്ച് ഒരു വ്യക്തിയുടെ ശക്തി വ്യക്തിയുടെ മാത്രം ശക്തിയായിരുന്നില്ല. വ്യക്തിയുടെ ശക്തിയും ശൗര്യവും ഗോത്രത്തിൽനിന്നാണ് വ്യക്തിയിലേക്ക് സംക്രമിക്കുന്നതെന്നായിരുന്നു അറബികളുടെ സങ്കൽപ്പം. ഒരു വ്യക്തിക്ക് ശക്തി സിദ്ധിച്ചത് ശക്തിയുള്ള ഗോത്രത്തിലെ അംഗമായതുകൊണ്ടു മാത്രമാണ്. നാടോടി ഗോത്രങ്ങൾ ധാർമികതയ്ക്കല്ല ഗോത്രത്തോടുള്ള കൂറിനാണ് പ്രാധാന്യം കൽപ്പിച്ചത്. ഗോത്രത്തിന്റെ നിലനിൽപ്പിന് അതാവശ്യമായിരുന്നു. വ്യക്തി കുറ്റം ചെയ്താലും ഗോത്രത്തോടു കൂറുണ്ടെങ്കിൽ അയാൾ ശിക്ഷയിൽനിന്നൊഴിവാകും. ഗോത്രത്തിനോ കുലത്തിനോ കുടുംബത്തിനോ വേണ്ടി എന്തു ചെയ്യാനും വ്യക്തിക്ക് മൗനാനുവാദമുണ്ട്. ഇതു ഗോത്രവ്യവസ്ഥയിലെ വർഗീയമായ ചിന്തനം (communal thinking) ആണ്. ഗോത്രപരമായ വർഗീയ ചിന്തനം തന്നെയാണ് മതത്തിന്റെ വർഗീയതയായി വികസിക്കുന്നത്. ഗോത്രപരമായ വർഗീയതയായിരുന്നു വ്യക്തിയുടെ കുറ്റകൃത്യങ്ങളോട് മൃദുസമീപനം എടുക്കണമെന്ന ഖവാരിജുകളുടെ നിലപാടിൽ നിഴലിച്ചത്. ഖവാരിജുകൾക്ക് വ്യക്തികളുടെ ധാർമിക നിലവാരത്തെക്കാൾ പ്രധാനം സ്വർഗവാസിസമുദായത്തിന്റെ സാമാജിക ഐക്യം (corporate unity) ആയിരുന്നുവെന്ന് പല ചരിത്ര

കാരന്മാരും ചൂണ്ടിക്കാണിച്ചിട്ടുണ്ട്.[8] ഇത്തരമൊരു നിലപാട് യഥാർഥത്തിൽ *ഖുർആന്റെ* നിലപാടിനു വിരുദ്ധമാണ്. അന്ത്യദിനത്തിൽ മനുഷ്യൻ ചെയ്യുന്ന കുറ്റങ്ങൾക്ക് വ്യക്തി എന്ന നിലയിലാണ് വിചാരണ നേടേണ്ടിവരിക എന്നാണ് *ഖുർആൻ* പറയുന്നത്. തെറ്റുകൾക്ക് വ്യക്തിയാണ് ഗോത്രമല്ല ഉത്തരവാദി. ഇങ്ങനെയൊരു വൈരുധ്യം *ഖുർആനിൽ* വരാൻ സാമൂഹികവും സാമ്പത്തികവുമായ കാരണങ്ങളുണ്ടായിരുന്നു. മുഹമ്മദ്നബി ജീവിച്ച കാലഘട്ടത്തിൽ വ്യാപാരമൂലധനം കടന്നു കയറിയതിന്റെ ഫലമായി അറബ് ഗോത്രവ്യവസ്ഥ അറബ് ദേശീയതയായി വികസിക്കാൻ തുടങ്ങിയിരുന്നു. ഈ സാഹചര്യത്തിലാണ് തെറ്റുകൾക്കുത്തരവാദി ഗോത്രമല്ല വ്യക്തിയാണെന്ന നിലപാട് നബി സ്വീകരിച്ചത്.

അടിമസ്ത്രീയെ ഖവാരിജ് അല്ലാത്ത, അതായത് 'അവിശ്വാസി' ആയ, ഒരാൾക്ക് വിൽക്കാമോ എന്നതും അതുപോലുള്ളതുമായ കാര്യങ്ങളിൽ അന്തിമ തീരുമാനം പറയാത്ത ഖവാരിജുകൾ വാഖിഫകൾ (വാഖിഫിയ്യ) എന്നാണ് അറിയപ്പെടുന്നത്. അവരുടെ ഈ നിലപാടിന്റെ അർഥം യഥാർഥത്തിൽ സ്വർഗവാസികളും നരകവാസികളുമാകുന്നത് ആരൊക്കെയാണെന്ന് മനുഷ്യർക്ക് കൃത്യമായി പറയാൻ സാധ്യമല്ലെന്നായിരുന്നു. കുറ്റം ചെയ്തവരെ ശിക്ഷിക്കണം; അവരെ സമുദായത്തിൽ നിന്നും പുറംതള്ളരുത്. കാരണം ഓരോ മനുഷ്യന്റെയും അന്തിമവിധി എന്തെന്ന് മനുഷ്യർക്ക് നിശ്ചയിക്കാൻ സാധ്യമല്ല. ഇതായിരുന്നു വാഖിഫകളുടെ നിലപാട്. കുറ്റകൃത്യങ്ങളുടെ അധാർമികതയ്ക്ക് നേരെ കണ്ണടയ്ക്കുന്നത് ഒഴിവാക്കാനുള്ള മാർഗമാണ് വാഖിഫകൾ സ്വീകരിച്ചത്. വാഖിഫകളുടെ നിലപാടാണ് പിൽക്കാലത്ത് ഇസ്ലാം മതത്തിലെ സുന്നി വിഭാഗത്തിന്റെ നിലപാടായി തീർന്നത്. ഇസ്ലാമിനു മുമ്പുള്ള അറബ് ഗോത്രസംസ്കൃതിയുടെ അംശമായ വർഗീയ നിലപാടും വർഗീയ വീക്ഷണവും ഇസ്ലാമിക സമൂഹത്തിൽ (ഉമ്മത്ത്) നിലനിർത്തിയത് ഇങ്ങനെയാണ്. വർഗീയ നിലപാട് തുടരുമ്പോൾ തന്നെ കുറ്റക്കാരായ സമുദായാംഗങ്ങളെ ശിക്ഷിക്കുന്നതിലൂടെ പരിഷ്കൃത സമൂഹത്തിന്റെ നിലനിൽപ്പിനാവശ്യമായ ക്രമസമാധാനം നിലനിർത്താനും സമുദായത്തിന്റെ ധാർമികനിലവാരം ഉയർത്തിപ്പിടിക്കാനും കഴിഞ്ഞു.

ഖവാരിജുകൾ പൊതുവെ തീവ്രവാദപരമായ നിലപാടാണ് എടുത്തതെങ്കിലും സാഹചര്യങ്ങളിൽ വന്ന മാറ്റങ്ങൾക്കനുസരിച്ച് നിലപാടുകൾ മാറാൻ അവർ നിർബന്ധിതരായി. നിലപാടുകൾ മാറ്റുന്നതിനെക്കുറിച്ച് സജീവമായ ചർച്ചകൾ നടന്നു. ബനു ഉമയ്യ രാജവംശത്തിന്റെ അവസാന ഘട്ടത്തിൽ ബസ്രയിലാണ് ഇത്തരം ചർച്ചകൾ നടന്നത്. ഇസ്ലാമിക ദൈവശാസ്ത്രം (islamic Theology) അവസാനരൂപം പ്രാപിച്ചത് ബസ്രയിൽ 690 മുതൽ 730 വരെയുള്ള നാലു പതിറ്റാണ്ടുകളിൽ നടന്ന ചർച്ചകളിലൂടെയാണ്. അന്നത്തെ ഇസ്ലാമിന്റെ ബൗദ്ധികകേന്ദ്ര

8. Political Theory, and Institutions of the Khawarij by E.A. Salem, page 231

ങ്ങളായ മദീന, മക്ക, അലക്സാണ്ഡ്രിയ, ബാഗ്ദാദ്, ഡമാസ്കസ് തുടങ്ങിയ നഗരങ്ങളിൽ ഇത്തരം ചർച്ചകൾ നടക്കാതിരുന്നതിനു കാരണം അവിടങ്ങളിൽ ഖവാരിജ് പ്രസ്ഥാനം ഇല്ലാതിരുന്നതോ ദുർബലമായതോ കൊണ്ടാണ്. ഖവാരിജുകൾക്കാണ് മതതത്വങ്ങളും ഭരണവും കൂട്ടിയിണക്കി മതരാഷ്ട്രത്തെ എങ്ങനെ മുന്നോട്ടുകൊണ്ടുപോകാമെന്ന പ്രശ്നത്തെ അഭിമുഖീകരിക്കേണ്ടി വന്നത്.

ബനു ഉമയ്യ രാജകുടുംബത്തിന്റെ അവസാന കാലത്ത് നിരവധി ഖവാരിജ് കലാപങ്ങൾ നടന്നു. ഖലീഫ മൂആവിയയുടെ കാലത്ത് നടന്ന കലാപങ്ങളെക്കാൾ ശക്തവും വിപുലവുമായിരുന്നു അവ. ഖവാരിജുകൾ മതതത്വങ്ങളിലെ അതിതീവ്രത ഉപേക്ഷിച്ചതോടെ സാമ്രാജ്യത്തിനകത്തെ മുസ്ലിം ജനസാമാന്യത്തിന് സ്വീകാര്യമായി. കാലക്രമത്തിൽ ഇസ്ലാമിക ലോകത്തുനിന്ന് ഖവാരിജ് പ്രസ്ഥാനം അപ്രത്യക്ഷമായി. ഉമാനിൽ മാത്രം ഖവാരിജുകളുടെ പുതിയ തലമുറ ഇബാദിയ്യ എന്ന പേരിൽ ഇപ്പോഴും നിലവിലുണ്ട്. ഖവാരിജുകൾ തുടങ്ങിവെച്ച മതമൗലിക നിലപാടുകൾ കാലം ചെന്നതോടെ അപ്രസക്തമാകുകയും നവീകരിക്കപ്പെട്ട രീതിയിൽ മറ്റു പ്രസ്ഥാനങ്ങൾ ഏറ്റെടുക്കുകയും ചെയ്തു.

ശിയ വിഭാഗങ്ങൾ

ആധ്യാത്മിക കാര്യങ്ങളിൽ ഖവാരിജുകളുടേതിനു നേരെ എതിരായ ചിന്താഗതിയായിരുന്നു അലിയുടെ കക്ഷിക്കാർക്ക്. (ശിയ അത് അലി) ഉണ്ടായിരുന്നതെന്ന് സൂചിപ്പിച്ചല്ലോ. ഖവാരിജുകൾ നടത്തിയതുപോലെ ശിയകൾ മതനിയമങ്ങളെക്കുറിച്ച് ചർച്ചകളൊന്നും നടത്തിയില്ല. വരദാനശേഷിയും അപ്രമാദിത്വവും ഉള്ള മാർഗദർശകനിൽ വിശ്വസിക്കുന്ന വിഭാഗത്തിന് കൂടുതൽ ചർച്ചകളും വിചിന്തനങ്ങളും ആവശ്യമില്ലല്ലോ.

അലി 661ൽ കൊല്ലപ്പെട്ടപ്പോൾ അലിയുടെ പുത്രൻ ഹസനെ ഖലീഫയാക്കാൻ അനുയായികൾ ശ്രമം നടത്തി. എന്നാൽ ഹസന് രാഷ്ട്രീയത്തിൽ താൽപ്പര്യമില്ലായിരുന്നു. മൂആവിയ നല്ലൊരു തുക മാസപ്പടിയായി നൽകാമെന്ന് പറഞ്ഞപ്പോൾ ഹസൻ സന്തോഷത്തോടെ സ്വീകരിച്ചു. മൂആവിയ 680ൽ അന്തരിച്ചപ്പോൾ ഹസന്റെ അനുജൻ ഹുസൈൻ ഖലീഫ സ്ഥാനത്തിന് അവകാശവാദവുമായി രംഗത്ത് വന്നു. മുസ്ലിം സൈനികരിൽ നല്ലൊരു വിഭാഗത്തിന്റെ പിന്തുണ കിട്ടുമെന്ന പ്രതീക്ഷയിൽ ഹുസൈനും അനുയായികളും ഇറാഖിൽ കലാപം തുടങ്ങി. പക്ഷേ, പ്രതീക്ഷിച്ചതുപോലെ സൈനികരുടെ പിന്തുണ ഉണ്ടായില്ല. എങ്കിലും ഹുസൈനും അനുയായികളും തോൽവി സമ്മതിക്കാൻ തയാറായില്ല. ഖലീഫ യസീദിന്റെ സൈന്യം കർബലയിൽവച്ച് 680ൽ ഹുസൈനെയും അനുയായികളെയും കൂട്ടക്കൊല ചെയ്തു. ഈ ദാരുണ സംഭവം നടന്നത് ഇസ്ലാമിക കലണ്ടറിലെ മുഹർറം മാസം പത്താം തീയതി ആയിരുന്നു. എല്ലാ വർഷവും മുഹർറം പത്താം തീയതി ശിയകൾ കൂട്ടക്കൊ

ലയുടെ രംഗങ്ങൾ അവതരിപ്പിച്ചുകൊണ്ടാണ് രക്തസാക്ഷിദിനം ആച രിക്കാറ്.

പതിനാലാം നൂറ്റാണ്ടിലെ മുസ്ലിം ചരിത്രകാരൻ ഇബ്നു ഖൽദൂൻ ശിയകളെ തന്റെ രചനകളിൽ തീവ്രവാദികൾ (ഗുലാത്ത്) എന്നാണ് വിശേഷിപ്പിച്ചത്. മുഹമ്മദ് നബിയേക്കാൾ പ്രാധാന്യം കൊടുത്തത് അലി ക്കാണ്. അലിക്കും അലിയുടെ സന്താനപരമ്പരയിൽ പെട്ടവർക്കും മാത്രമേ ഇമാം ആകാൻ കഴിയുകയുള്ളു എന്നാണ് ശിയകളുടെ വിശ്വാ സം. ഇമാം എന്ന പദം *ഖുർആനി*ലെ ചില വചനങ്ങളിൽ ഉപയോഗിച്ചി ട്ടുണ്ട്. മുമ്പിലുള്ള 'സ്പഷ്ടമായ മാർഗം', 'നേതാക്കന്മാർ' 'മുൻകൂ റായി സ്പഷ്ടമായി രേഖപ്പെടുത്തിയത്' എന്നീ അർഥങ്ങൾ സൂചിപ്പി ക്കാനാണ് *ഖുർആനി*ലെ 15.79, 25.74, 36.12 എന്നീ വചനങ്ങളിൽ യഥാ ക്രമം ഉപയോഗിച്ചിട്ടുള്ളത്. കൂട്ടമായി നടത്തുന്ന ആരാധനയിൽ (നി സ്കാരം) മുഹമ്മദ്നബിയോ മറ്റാരെങ്കിലുമോ നേതൃസ്ഥാനത്ത് നിൽക്കാ റുണ്ടായിരുന്നു. ഇങ്ങനെ ആരാധനയിൽ നേതൃസ്ഥാനത്ത് മാർഗദർശ കനായി നിൽക്കുന്ന ആളിനെയാണ് സുന്നികൾ ഇമാം എന്ന് വിളിക്കു ന്നത്. സുന്നികളുടെ വിശ്വാസസംഹിതയിൽ ഈ സ്ഥാനത്തിന് ഭരണാ ധികാരവുമായി ബന്ധമൊന്നുമില്ല. മുഹമ്മദ്നബിക്ക് ശേഷം ഖലീഫ മാരും ഖലീഫമാർ നിയോഗിക്കുന്നവരും പള്ളികളിലെ നിസ്കാരത്തിൽ ഇമാം ആകാറുണ്ട്. ഇമാമിന്റെ സ്ഥാനത്തെക്കുറിച്ചുള്ള ശിയ വിഭാഗ ത്തിന്റെ വിശ്വാസത്തെ പതിനാലാം നൂറ്റാണ്ടിലെ മുസ്ലിം ചരിത്രകാര ന്മാർ ഇങ്ങനെ വിലയിരുത്തുന്നു:

> 'ഇമാമത്ത് (ഇമാം ആയിരിക്കുന്ന അവസ്ഥയെന്നും ഇമാമിന്റെ അധികാരം എന്നും അർഥം കൽപ്പിക്കാം.) എന്നത് പൊതുനന്മയെ ലക്ഷ്യമാക്കിയുള്ളതും പൊതുജനങ്ങളുടെ പരിഗണനയ്ക്ക് വരു ന്നതും അങ്ങനെ അവരുടെ തീരുമാനപ്രകാരം ഒരാൾ ആ സ്ഥാനത്ത് നിയോഗിക്കപ്പെടുന്നതും അല്ലാ എന്നാണ് ശിയകളുടെ ഏകകണ്ഠമായ അഭിപ്രായം. അത് മതത്തിന്റെ നെടുംതൂണും ഇസ്ലാംമതത്തിന്റെ വിശ്വാസപ്രമാണവും ആകുന്നു എന്നാണ് അവ രുടെ വിശ്വാസം. നബിക്ക് അത് അവഗണിക്കാൻ പാടുള്ളതോ, സമുദായാംഗങ്ങൾക്ക് ആ വ്യക്തിയെ നിയമിക്കാൻ അധികാരം കൊടുക്കാൻ പാടുള്ളതോ അല്ല. അവർക്കുവേണ്ടി ഇമാമിനെ നിശ്ചയിക്കേണ്ടത് നബിയുടെ ബാധ്യതയാണ്. ആ ഇമാം ചെറുതോ വലുതോ ആയ പാപങ്ങളിൽ നിന്നും ദൈവനിശ്ചയ ത്താൽ മുക്തനുമാണ്. ദൈവത്തിന്റെ രക്ഷയാൽ (ഇസ്മത്) അപ്ര മാദിത്വം ഉള്ള ആളാണ് ഇമാം. നബിതിരുമേനിയാണ് അലിയെ ഈ സ്ഥാനത്തേക്ക് നിശ്ചയിച്ചതെന്ന് അവർ വാദിക്കുന്നു. അതിന് അവർക്കുള്ള അടിസ്ഥാന പ്രമാണങ്ങളായി നബിവചനങ്ങളെ അവ തരിപ്പിക്കുന്നുണ്ട്. എന്നാൽ ഈ നബിവചനങ്ങൾ സുന്നികളുടെ പണ്ഡിതന്മാരോ മതനിയമങ്ങൾ രേഖപ്പെടുത്തിയവരോ അറിഞ്ഞി

ട്ടില്ല. അവയിലധികവും കൽപ്പിതമാണ്. അവ നിവേദനം ചെയ്തവരിൽ ചിലർ അവിശ്വസനീയരാണ്.[9]

ശിയ വിഭാഗത്തിന്റെ വിശ്വാസപ്രമാണമനുസരിച്ച് ഇമാമിന്റെ സ്ഥാനം വഹിക്കുന്നയാൾക്ക് ഭരണാധികാരവും മതകാര്യങ്ങളിൽ തീരുമാനം എടുക്കാനുള്ള ആത്മീയാധികാരവും ഉണ്ട്. അല്ലാഹുവിന്റെ നിർദേശപ്രകാരം മുഹമ്മദ്നബി അന്തരിക്കുന്നതിന് മുമ്പ് അലിയെ ഭരണത്തിലും മതത്തിലും തന്റെ പിന്തുടർച്ചാവകാശിയായി നിശ്ചയിച്ച് അത് രഹസ്യമായി പറയുകയും ചില പ്രവൃത്തികളിലൂടെ പ്രകടമാക്കുകയും ചെയ്തുവെന്ന് ശിയ വിഭാഗം വാദിക്കുന്നു. അവരുടെ വാദം തെളിയിക്കാനായി ഉദ്ധരിക്കുന്ന നബിവചനങ്ങൾ വിശ്വാസയോഗ്യമായവയല്ലെന്ന് സുന്നികൾ പറയുന്നു.

കർബലയിലെ കൂട്ടക്കൊല കഴിഞ്ഞ് നാലുവർഷങ്ങൾക്കു ശേഷം നാലായിരത്തോളം വരുന്ന അലിയുടെ കക്ഷിക്കാർ ഹുസൈന്റെ കൊലയ്ക്ക് പകപോക്കാനായി കൂഫയിൽ കലാപം നടത്തി. സാമ്രാജ്യത്തിന്റെ സൈന്യം കലാപത്തെ നിഷ്കരുണം അടിച്ചമർത്തി. അടുത്ത വർഷം, 685ൽ ശിയകൾ അൽ-മുഖ്ത്താറിന്റെ നേതൃത്വത്തിൽ ആരംഭിച്ച കലാപം 687 വരെ നീണ്ടുനിന്നു. മുഖ്ത്താർ അന്തരിച്ച ശേഷം അരനൂറ്റാണ്ടു കാലത്തേക്ക് ശിയകൾ നിശ്ശബ്ദരായിരുന്നു. മുഖ്ത്താർ നടത്തിയ കലാപത്തിന്റെ സവിശേഷത അറബികളല്ലാത്ത മുസ്ലിങ്ങൾ (മൗലകൾ) കലാപത്തിൽ പങ്കുചേർന്നതാണ്. അതുവരെ ശിയ വിഭാഗത്തിൽ അറബികൾ മാത്രമേ ഉണ്ടായിരുന്നുള്ളു. സാമ്രാജ്യത്തിൽ അറബികളല്ലാത്ത മുസ്ലീങ്ങൾ അനുഭവിച്ച വിവേചനമായിരുന്നു അവരെ ശിയ കലാപങ്ങളിലേക്ക് ആകർഷിച്ചത്.

മൗലകൾ അധികവും പേർഷ്യൻ വംശജരായിരുന്നു. പേർഷ്യൻ വംശജർക്കു പുറമെ പുരാതന മെസൊപ്പോട്ടേമിയൻ സംസ്കാരത്തിന്റെ പിന്മുറക്കാരും ഉണ്ടായിരുന്നു. പേർഷ്യയിലും മെസൊപ്പോട്ടേമിയയിലും പുരാതന കാലം മുതലേ ദൈവിക പ്രഭാവമുള്ള രാജാക്കന്മാരുടെയും ചക്രവർത്തിമാരുടെയും ഭരണമാണ് നിലനിന്നിരുന്നത്. സ്വാഭാവികമായും അവർക്ക് ദൈവനിശ്ചയപ്രകാരം അധികാരം കൈയാളുന്ന അപ്രമാദിയായ ഇമാമിന്റെ നേതൃത്വം വളരെയധികം സ്വീകാര്യമായിരുന്നു.

മുഖ്ത്താറിന്റെ നേതൃത്വത്തിൽ നടന്ന ശിയ കലാപം ഇസ്ലാമിന്റെ ചരിത്രത്തിൽ അറബികളല്ലാത്തവർ ചെലുത്തിയ സ്വാധീനം മൂലമുണ്ടായ വഴിത്തിരിവ് പ്രകടമാക്കി. രാഷ്ട്രീയവും ആത്മീയവുമായ അധികാരം മാത്രം ലക്ഷ്യമാക്കിയായിരുന്നു അതുവരെ ശിയകൾ സംഘടിക്കുകയും കലാപം നടത്തുകയും ചെയ്തത്. മൗലകൾ അതിൽ ചേർന്നതോടെ ശിയകലാപത്തിന് അസമത്വത്തിനെതിരെയുള്ള പോരാട്ടം എന്ന് സാമൂ

9. മുഖദ്ദിമ, ഇബ്നു ഖൽദൂൻ (മലയാള വിവർത്തനം മുട്ടാണിശ്ശേരിൽ എം. കോയകുട്ടി), പുറം 314, 315.

ഹികമായ ഒരു മാനംകൂടി സിദ്ധിച്ചു. മുഖ്താർ 687ൽ അന്തരിച്ചതിനു ശേഷം അരനൂറ്റാണ്ടു കാലത്തേക്ക് ശിയ കലാപമൊന്നും ഉണ്ടായില്ലെന്ന് പറഞ്ഞല്ലോ. കലാപം നടന്നില്ലെങ്കിലും ശിയ വിഭാഗത്തിന്റെ ആശയം സമൂഹത്തിൽ നിശ്ശബ്ദമായി വ്യാപിച്ചുകൊണ്ടിരുന്നു. ബനു ഉമയ്യ ഭരണത്തിനെതിരെ കലാപങ്ങൾ നടത്തുന്നതിലും അബ്ബാസിയ രാജവംശത്തെ അധികാരത്തിലേറ്റുന്നതിലും ശിയവിഭാഗം സജീവമായ പങ്കുവഹിച്ചു. ബനു ഉമയ്യ രാജവംശത്തിന്റെ ഭരണകാലത്ത് അലിയുടെ കക്ഷിക്കാർ ഇസ്ലാമിലെ അവാന്തരവിഭാഗം എന്ന നിലയ്ക്ക് വേറിട്ട മതവിഭാഗമായെങ്കിലും അബ്ബാസിയ ഭരണകാലത്താണ് ശിയകളുടെ ദൈവശാസ്ത്രം വ്യക്തമായ രൂപം പ്രാപിച്ചതും അതിലെ ഭിന്നതകളെ ആധാരമാക്കി ഉപവിഭാഗങ്ങൾ രൂപം കൊണ്ടതും. ചില അബ്ബാസിയ ഖലീഫമാർ ശിയകളോട് അനുഭാവപൂർണമായ സമീപനം സ്വീകരിച്ചു. മറ്റു ചിലരാകട്ടെ ശിയകളെ ഭീകരമായി പീഡിപ്പിച്ചു. ഖലീഫ മഅ്മൂൻ ശിയകളോടെ ഉദാരസമീപനമാണ് സ്വീകരിച്ചത്. എട്ടാമത്തെ ഇമാം ആയ അലി ഇബ്നു മൂസ അൽ-റിദയെ (765-817) കിരീടാവകാശിയായി പ്രഖ്യാപിച്ചെങ്കിലും ഇമാം അകാലത്തിൽ ചരമമടഞ്ഞു. ഖലീഫ മഅ്മൂൻ തന്നെ അലിക്ക് വിഷം കൊടുത്ത് കൊന്നതാണെന്നാണ് ശിയകൾ ആരോപിക്കുന്നത്. ഖലീഫ മുത്തവക്കീലാകട്ടെ ശിയവിഭാഗത്തെ ഉന്മൂലനം ചെയ്യനാണ് ശ്രമിച്ചത്. നജ്ഫിലെ അലിയുടെ ശവകുടീരവും കർബലയിൽ യസീദിന്റെ സൈന്യത്താൽ കൊല ചെയ്യപ്പെട്ട രക്തസാക്ഷി ഹുസൈന്റെ സ്മാരകവും തകർത്തു. മുത്തവക്കീലിന്റെ ഈ നടപടിയാണ് സുന്നികളെയും ശിയകളെയും ആജീവനാന്തവൈരികളാക്കിയത്. സുന്നി ഖലീഫമാരുടെ ശത്രുതയും പീഡനവും കാരണം ശിയകൾ ഇമാമിനോടുള്ള ഭക്തിയും കൂറും (വലായത്ത്) ഗോപ്യമായി സൂക്ഷിച്ചു. ഇമാമുകളുടെ ശവകുടീരസ്ഥാനങ്ങളിലേക്ക് നടത്താറുള്ള തീർഥാടനങ്ങൾ താൽക്കാലികമായി ഉപേക്ഷിച്ചു. ഖവാരിജുകൾ അംഗീകരിച്ച 'തഖിയ്യ' (വിവേകപൂർവമായ ഭയം) അനുസരിച്ച് ജീവിക്കാനും നിർബന്ധിതരായി.

ഇമാമിനു മാത്രമേ മതത്തിന്റെ മാർഗം കാണിച്ചുതരാൻ സാധിക്കുകയുള്ളു എന്നാണ് ശിയകളുടെ വിശ്വാസം. ആദ്യത്തെ ഇമാം മുഹമ്മദ്നബിയുടെ പിതൃവ്യപുത്രനായ അലി ആയിരുന്നു. അലിയുടെ മരണത്തിനുശേഷം ആദ്യപുത്രൻ ഹസനും തുടർന്ന് രണ്ടാമത്തെ പുത്രൻ ഹുസൈനും ഇമാം ആയി. സാധാരണക്കാരിൽ നിന്നും ഹസന്റെയും ഹുസൈന്റെയും സന്തതി പരമ്പരകളെ തിരിച്ചറിയാനായി യഥാക്രമം ശരീഫ് (കുലീനൻ, ശ്രേഷ്ഠൻ) സയ്യിദ് (യജമാനൻ, പ്രഭു) എന്നീ സ്ഥാനപ്പേരുകളും പച്ചത്തലപ്പാവ് അണിയാനുള്ള അവകാശവും ശിയകൾ നൽകി. ശിയകളിൽ ഭൂരിപക്ഷം വരുന്ന 'ഇസ്നാ അശ്രിയത്ത്' (പന്ത്രണ്ടർമാർ) വിഭാഗത്തിൽപ്പെട്ടവർ ഹുസൈനുശേഷം അദ്ദേഹത്തിന്റെ സന്താനപരമ്പരയിൽപ്പെട്ട ഒമ്പതുപേരുൾപ്പെടെ പന്ത്രണ്ട് ഇമാമുകളോട് കൂറ് പുലർത്തുന്നു. ഒമ്പതുപേരിൽ നാലുപേർ വിഷം

കൊടുത്ത് കൊല്ലപ്പെട്ടുവെന്ന് ശിയകൾ വിശ്വസിക്കുന്നു. നാലുപേർ ഖലീഫയ്ക്കെതിരായി നടത്തിയ കലാപങ്ങളിൽ കൊല്ലപ്പെട്ടു. പന്ത്രണ്ടാമത്തെ ഇമാം മുഹമ്മദ് ഇബ്നു അൽ-ഹസൻ അപ്രത്യക്ഷനായെന്ന് വിശ്വസിക്കുന്നു. ഇദ്ദേഹത്തിന് സന്താനം ഇല്ലാതിരുന്നതിനാൽ ഇമാമുകളുടെ പരമ്പര അവസാനിച്ചു. പന്ത്രണ്ടാമത്തെ ഇമാം മരിച്ചിട്ടില്ലെന്നും ലോകാവസാനത്തിനു മുമ്പ് വീണ്ടും ഭൂമിയിൽ മഹ്ദി (ദൈവികമായ മാർഗദർശനം സിദ്ധിച്ച ആൾ) ആയി പ്രത്യക്ഷപ്പെട്ട് സ്വന്തം ഭരണം സ്ഥാപിക്കുമെന്നാണ് വിശ്വാസം. പന്ത്രണ്ടാമത്തെ ഇമാം മുസ്താതീറും (ഗുപ്തൻ) മുൻതസ്സാറും (പ്രതീക്ഷിതനും) ആണ്. കാലത്തിനു പിന്നിൽ താൽക്കാലികമായി മറഞ്ഞിരിക്കുന്ന (ഗയിബത്ത്) പന്ത്രണ്ടാമത്തെ ഇമാം കാലത്തിന്റെ അധിപൻ (ഖായിം അൽ-സമാൻ) ആണത്രേ. ക്രിസ്തുമതത്തിൽ യേശു എന്ന മിശിഹായും ഇസ്ലാംമതത്തിലെ ഈസാ നബിയും സ്വർഗത്തിലാണ് വസിക്കുന്നത്. മറഞ്ഞിരിക്കുന്ന ഇമാം സ്വർഗത്തിലാണ് വസിക്കുന്നതെന്ന് ശിയകൾ അവകാശപ്പെടുന്നില്ല. കാലത്തിന്റെ മറയ്ക്കുള്ളിൽ മറഞ്ഞിരിക്കുന്നു എന്ന സങ്കൽപ്പമാണുള്ളത്.

'മഹദി ഇമാം' (ദൈവനിശ്ചയപ്രകാരമുള്ള മാർഗദർശകൻ) സങ്കൽപ്പം ശിയകളുടെ വിശ്വാസപ്രമാണത്തിലെ പ്രധാനപ്പെട്ട ഘടകമായിത്തീർന്നു. സുന്നികളും ശിയകളും തമ്മിലുള്ള പ്രധാന വ്യത്യാസവും ഇതു തന്നെ. ഇറാനിലെ ഭരണാധികാരിയായിരുന്ന ഷാ ഗുപ്തനായ ഇമാമിന്റെ കീഴുദ്യോഗസ്ഥനോ പകരക്കാരനോ ആണെന്നാണ് സങ്കൽപ്പം. ശിയവിഭാഗത്തിന്റെ ഉന്നതതല മതപണ്ഡിതൻ (മുജ്തഹിദ്)[10] സുന്നി മതപണ്ഡിതനെ (ഉലമ) പോലെ *ഖുർആൻ* വചനങ്ങളും നബിചര്യാവിവരണങ്ങളും (ഹദീസുകൾ) വ്യാഖ്യാനിക്കുന്ന ആളല്ല. മറഞ്ഞിരിക്കുന്ന ഇമാമിന്റെ ഭൂമിയിലെ വക്താവും സാധാരണ മനുഷ്യർക്കും ഇമാമിനും ഇടയിലുള്ള ഇടനിലക്കാരുമാണ്. അതുകൊണ്ട് മുജ്തഹിദിന്റെ വിധി തിരസ്കരിക്കാൻ പാടില്ല. സുന്നികളായ ഉലമകളുടെ ഫത്വ (മതവിധി) സ്വീകരിക്കപ്പെടണമെന്നില്ല.

ഇസ്മാഈലി ശിയ

ഇമാമുകളുടെ അപ്രമാദിത്വത്തിൽ വിശ്വസിക്കുന്ന ശിയവിഭാഗത്തെ ഇമാമിയ്യ എന്നാണ് പൊതുവായി വിളിക്കുന്നത്. ഇമാമിയകളായ ശിയകളിൽ അനേകം ഉപവിഭാഗങ്ങളുണ്ടായി. ഒരു നബിവചനം ഇങ്ങനെയാണ്: "ഇസ്രാഈൽ ഗോത്രങ്ങളുടെ ഇടയിൽ എഴുപത്തി ഒന്നോ എഴു

10. യുദ്ധം, ത്രീവ്രശ്രമം എന്നൊക്കെ അർഥമുള്ള ജിഹാദ് എന്ന പദത്തിൽനിന്നാണ് ഇജ്തിഹാദ് ഉണ്ടായത്. കഠിനമായി പരിശ്രമിക്കുന്ന ആൾ എന്നാണ് അക്ഷരാർഥം. ഇസ്ലാമിക ദൈവശാസ്ത്രത്തിൽ മതനിയമം സൃഷ്ടിക്കുവാനോ മതനിയമം അനുസരിച്ച് വിധി പറയാനോ കഠിനമായി ശ്രമിക്കുക എന്നാണർഥം. കഠിനമായി ശ്രമിക്കാതെ മുൻകാല നിയമനിർമാണത്തെയും വിധികളെയും അനുകരിക്കലാണ് തഖ്ലിദ്. പുതിയ മതനിയമം സൃഷ്ടിക്കാൻ അധികാരമുള്ള ആളാണ് മുജ്തഹിദ്.

പത്തിരണ്ടോ വിഭാഗങ്ങളുണ്ടായി. ക്രിസ്ത്യാനികളും അങ്ങനെ തന്നെ. എന്റെ സമുദായത്തിൽ എഴുപത്തി മൂന്ന് വിഭാഗങ്ങളുണ്ടാകും." ശിയ വിഭാഗീയതയെ ന്യായീകരിക്കാൻ മെനഞ്ഞുണ്ടാക്കിയതായിരിക്കാം പ്രസ്തുത ഹദീസ്. മഹ്ദി ഇമാം ആരാണെന്ന തർക്കത്തിലാണ് ശിയ വിഭാഗത്തിൽ ഭിന്നതകൾ തലപൊക്കിയത്. ശിയകളിൽ ഭൂരിപക്ഷം പന്ത്ര ണ്ടർമാരാണ്. അടുത്ത സ്ഥാനത്ത് നിൽക്കുന്ന ഇസ്മാഈൽ വിഭാഗ ക്കാർ (ഇസ്മാഈലിയ്യ) അലി, ഹസൻ, ഹുസൈൻ, അലി സൈനൽ, അബ്ദീൻ, മുഹമ്മദ് അൽ ബാഖിർ, ജാഫർ അസ്-സാദിഖ് എന്നീ ആറ് ഇമാമുകളെ അംഗീകരിച്ചു. ഏഴാമത്തേതും അവസാനത്തേതുമായ ഇമാം ജാഫറിന്റെ മൂത്ത മകൻ ഇസ്മാഈൽ ആയിരുന്നുവെന്നാണ് ഇവർ വിശ്വസിക്കുന്നത്. ഇമാമുകൾ ഏഴുപേർ മാത്രമാണെന്നാണ് ഇവരുടെ വാദം. അതുകൊണ്ട് ഇവരെ ഏഴർമാർ (സബീയത്) എന്നും വിളിക്കുന്നു. ഏഴാമത്തെ ഇമാം ജാഫറുടെ രണ്ടാമത്തെ മകൻ മൂസാ അൽ-കാസിം ആയിരുന്നുവെന്നാണ് പന്ത്രണ്ടർമാരുടെ വാദം. ജാഫർ മൂത്ത മകൻ ഇസ്മായിലിനെ അടുത്ത ഇമാമായി നാമനിർദേശം ചെയ്തുവെന്നും ആൾ മദ്യപാനിയാണെന്ന് കണ്ടപ്പോൾ രണ്ടാമത്തെ മകൻ മൂസയെ അടുത്ത ഇമാമായി പ്രഖ്യാപിക്കുകയാണുണ്ടായതെന്ന് പന്ത്രണ്ടർമാർ വിശ്വസിക്കുന്നു. ഇമാം ആയ ജാഫറിന് അങ്ങനെ തെറ്റു പറ്റില്ലെന്നും മൂത്ത മകനെ തന്നെയാണ് പിന്തുടർച്ചാവകാശി ആക്കിയതെന്നുമാണ് മറുവാദം. ഇസ്മാഈൽ അന്തരിച്ചിട്ടില്ലെന്നും കാലത്തിനു പിന്നിൽ മറ ഞ്ഞിരിക്കുകയാണെന്നും ഇസ്മാഈലി ശിയകൾ വിശ്വസിക്കുന്നു. ഇമാ മുകൾ ഏഴുപേരായതുകൊണ്ട് ഏഴ് മാന്ത്രികസംഖ്യ ആണെന്ന് ഇവർ വിശ്വസിക്കുന്നു.

ഈജിപ്തിലെ ഫാത്തിമിയ്യൂൻ ഖലീഫമാർ ഇസ്മാഈലിയ ശിയ കളായിരുന്നു. ശിയകളുടെ ആദ്യത്തെ സാമ്രാജ്യമായിരുന്നു ഫാത്തിമി യ്യൂൻ ഖലീഫമാരുടെ ആധിപത്യത്തിലുണ്ടായിരുന്ന ഈജിപ്ത് സാമ്രാജ്യം. ഇമാം ഇസ്മാഈലിനുശേഷം അനേകം ഗുപ്ത ഇമാമു കൾ ഉണ്ടായിട്ടുണ്ടെന്ന് ഇസ്മാഈലികൾ വിശ്വസിക്കുന്നു. ഈജിപ്തിൽ 909ൽ ഫാത്തിമിയ്യൂൻ ഖലീഫ വംശത്തിന്റെ ഭരണത്തിന് ആരംഭം കുറിച്ച ഉബൈയ്ദുല്ല അത്തരമൊരു ഇമാമാണെന്ന് അവകാശപ്പെട്ടുകൊണ്ടാണ് ഈജിപ്തിന്റെ ഭരണത്തിലേറിയത്.

ഇസ്മാഈലി ശിയവിഭാഗം യഥാർഥത്തിൽ ശ്രമിച്ചത് ഇസ്ലാമിക സാമ്രാജ്യത്തിലെ കൈത്തൊഴിൽകാരുടെയും തൊഴിലാളികളുടെയും മറ്റു അധഃസ്ഥിതരുടെയും മോചനത്തിനു വേണ്ടിയാണെന്ന് മോണ്ട് ഗോമറി വാട്ട് ചൂണ്ടിക്കാണിക്കുന്നു.[11] ഇസ്ലാമിക സാമ്രാജ്യത്തെ പൊതുവെ ബാധിച്ച ജീർണത പല വിഭാഗങ്ങളുടെയും ജീവിതം ദുസ്സ ഹമാക്കി. അവരുടെ രോഷത്തിന് സംഘടിതരൂപം നൽകാനും കലാപ

11. *Islamic Surveys-Islamic Philsophy* and Theology by Montgomery Watt P. 100

ങ്ങളിലേക്ക് തിരിച്ചുവിടാനും ഇസ്മാഈലികളുടെ പ്രചാരണത്തിനു കഴിഞ്ഞു. വളരെ ഫലപ്രദവും അതേസമയം അധികാരികളുടെ ശ്രദ്ധ എളുപ്പത്തിൽ പിടിച്ചെടുക്കാത്ത തരത്തിലുള്ളതുമായ മത-രാഷ്ട്രീയ പ്രചാരണ രീതിയാണ് ഇസ്മാഈലികൾ അവലംബിച്ചത്. ഇസ്ലാമിക ലോകം അന്നുവരെ കണ്ടിട്ടില്ലാത്ത നൂതനമായ പ്രചാരണരീതിയായിരുന്നു അത്.[12] സന്യാസത്തോട് അടുത്തു നിൽക്കുന്ന ലളിതജീവിതം സ്വീകരിച്ച മതപണ്ഡിതർ ആശ്രമസമാനമായ വാസസ്ഥാനങ്ങളിലിരുന്നുകൊണ്ട് പ്രചാരകരെ (അറബിയിൽ 'ദഈ'- വിളിക്കുന്ന ആൾ എന്നാണർഥം. മതത്തിലേക്ക് ക്ഷണിക്കുന്ന ആൾ എന്ന് സാരം) സാമ്രാജ്യത്തിന്റെ നാനാഭാഗത്തേക്കും അയച്ച് തങ്ങളുടെ മത-രാഷ്ട്രീയ തത്വങ്ങൾ ജനങ്ങളുടെ ഇടയിൽ പ്രചരിപ്പിച്ചു. ദഈ ക്രിസ്തുമതത്തിലെ മിഷണറിമാരെ പോലെയാണ്. അവർ ഉപനയനത്തിനും പരിശീലനത്തിനും ശേഷം സാമ്രാജ്യത്തിന്റെ വിവിധഭാഗങ്ങളിൽ പോയി മതപ്രചാരണം നടത്തുന്നു. ഇത്തരം മിഷണറി പ്രവർത്തനം ഇസ്ലാമിലെ മറ്റു വിഭാഗങ്ങൾ നടത്തിയിട്ടില്ല. ഇസ്മഈലികളുടെ വിശ്വാസമനുസരിച്ച് *ഖുർആന്* ബാഹ്യമായ ഒരർഥവും (സാഹിർ) ആന്തരികമായ (ബാത്തിൻ) മറ്റൊരർഥവും ഉണ്ട്. പ്രത്യക്ഷമായ അർഥം അന്തസാരത്തിൽ ഒരു മറ മാത്രമാണെന്നായിരുന്നു അവരുടെ വാദം. *ഖുർആനി*ന്റെ അന്തസാരം അറിയാവുന്നവരാണ് ഇസ്മാഈലി ശിയവിഭാഗത്തിലെ ബാത്തിനികൾ. അവർ കാലക്രമത്തിൽ ഇസ്മാഈലികളിൽ ഒരു ഉപവിഭാഗമായിത്തീർന്നു. *ഖുർആന്റെ* രഹസ്യങ്ങൾ മനസിലാക്കിക്കഴിഞ്ഞാൽ മറ്റാരോടും വെളിപ്പെടുത്തുകയില്ലെന്ന് പ്രതിജ്ഞയെടുത്ത് ഉപനയനം നടത്തിയതിനു ശേഷം മാത്രമേ ഒരു വിശ്വാസിയെ ബാത്തിനിയായി അംഗീകരിച്ചിരുന്നുള്ളു. അവരുടെ പ്രപഞ്ചോത്പത്തി സിദ്ധാന്തം ഇന്ത്യയിലെ ഔപനിഷദിക സിദ്ധാന്തത്തോട് സാമ്യമുള്ളതാണ്. പ്രപഞ്ചം ഒരു ദൈവികസത്തയിൽ നിന്നും ഉത്ഭവിച്ചതാണെന്ന് ബാത്തിനികൾ പറഞ്ഞു. മനുഷ്യാത്മാവിന്റെ ദേഹാന്തരപ്രാപ്തിയിലും അവർ വിശ്വസിക്കുന്നു. ഇത്തരം സിദ്ധാന്തങ്ങളിൽ വിശ്വസിച്ചിരുന്നതു കാരണം അവരെ ചില സുന്നി ഉലമകൾ നിരീശ്വരവാദികളായി ചിത്രീകരിച്ചു.

ഖറാമിത്ത ശിയ

ഇറാഖിലെ കർഷകനായ ഹമ്ദാൻ ഖർമാത്ത് പുതിയൊരു ഇസ്മാഈലി പ്രസ്ഥാനത്തിനു തുടക്കം കുറിച്ചു. ഇദ്ദേഹത്തിന്റെ പ്രസ്ഥാനം ഖറാമിത്ത ശിയ എന്ന പേരിലാണ് അറിയപ്പെട്ടത്. ഇറാഖിലെ കർഷകർക്കിടയിലാണ് ഖർമാത്ത് പ്രചാരണം നടത്തിയത്. ഖറാമിത്ത ശിയകളുടെ പ്രധാന പ്രചരണായുധം ഇറാഖി കർഷകരുടെ മേലുള്ള അറബികളുടെ ചൂഷണമായിരുന്നു. സംഘടനയ്ക്ക് രഹസ്യ സ്വഭാവമാ

12. *History of the Arabs* by Philip K Hitti Page 443.

ണുണ്ടായിരുന്നത്. കമ്യൂൺ മാതൃകയിൽ സംഘടിക്കപ്പെട്ട സമൂഹത്തിലേക്ക് പ്രവേശനത്തിനു മുമ്പ് പ്രതിജ്ഞയെടുക്കുന്ന ഉപനയനചടങ്ങുണ്ടായിരുന്നു. സമൂഹത്തിൽ ചേർന്നവർക്ക് സ്വകാര്യസ്വത്ത് പാടില്ലായിരുന്നു. അവർ കൈത്തൊഴിൽകാരെയും കർഷകരെയും സമത്വത്തിലധിഷ്ഠിതമായ സാഹോദര്യസമൂഹങ്ങളായി (സിൻഫ്-guild) സംഘടിപ്പിച്ചു. ചില ആധുനിക ചരിത്രകാരന്മാർ അവരെ 'ഇസ്ലാമിലെ ബൊൾഷെവിക്കുകൾ' എന്ന് വിശേഷിപ്പിച്ചു. ഖറാമിത്തകളുടെ ഗിൽഡുകളെ കുറിച്ചുള്ള അറിവാണ് യൂറോപ്പിലെ പല ഗിൽഡുകളും ഫ്രീമേസണറി എന്ന ഗുപ്തസംഘവും രൂപവൽക്കരിക്കാൻ പ്രേരണയായതെന്ന് ലൂയി മാസിഞ്ഞോൺ ചൂണ്ടിക്കാണിക്കുന്നു.[13]

ബസ്രയിൽ 868നും 883നും ഇടയ്ക്ക് 'സഞ്ജ് യുദ്ധം' എന്ന പേരിൽ ആഫ്രിക്കയിലെ കറുത്ത വംശജരായ അടിമകളുടെ കലാപം നടന്നു. ആഫ്രിക്കയിലെ സാൻസിബാറിൽ (അറബിയിൽ സഞ്ജ്) നിന്നും ഇറക്കുമതി ചെയ്ത കറുത്തവർഗക്കാരായിരുന്നു സഞ്ജ്കൾ. കടുത്ത ചൂഷണത്തിനെതിരെ അടിമകൾ നടത്തിയ കലാപങ്ങൾ ഇസ്ലാമിക സാമ്രാജ്യത്തിന്റെ അടിത്തറ ഇളക്കുമെന്ന സ്ഥിതിയായപ്പോൾ അടിമകളെ കൂട്ടക്കൊല ചെയ്താണ് കലാപത്തിന് വിരാമമിട്ടത്. സഞ്ജുകളെ ആശയപരമായി ആയുധം അണിയിച്ചതും കലാപത്തിനു പ്രേരിപ്പിച്ചതും ഖറാമിത്ത വിഭാഗമായിരുന്നു.

കമ്യൂണിസ്റ്റ് ശൈലിയിൽ സംഘടനാപ്രവർത്തനം നടത്തിയ ഖറാമിത്ത വിഭാഗം പിൽക്കാലത്ത് ഇസ്ലാമിലെ ഏറ്റവും ഭീകരത പ്രകടിപ്പിച്ച പ്രസ്ഥാനമായി രൂപാന്തരപ്പെട്ടു. തങ്ങളുടെ അഭിപ്രായങ്ങളോട് യോജിക്കാത്ത ആരെയും അവർ മുസ്ലിങ്ങളായാൽ പോലും, കൊല്ലുന്നത് നിയമവിധേയ നടപടിയാണെന്നായിരുന്നു ഖറാമിത്ത വിഭാഗത്തിന്റെ പ്രമാണം.

ഖറാമിത്ത വിഭാഗത്തിന്റെ മതപ്രചാരകനായിരുന്ന സഈദ് അൽ-ഹസൻ അൽ-ജന്നാബി പേർഷ്യൻ ഉൾക്കടലിന്റെ പടിഞ്ഞാറേക്കരയിൽ 899 ൽ ഒരു സ്വതന്ത്രരാഷ്ട്രം സ്ഥാപിക്കുന്നതിൽ വിജയിച്ചു. അൽ-ജന്നാബി ചുറ്റുമുള്ള പ്രദേശങ്ങളിലേക്ക് രക്തരൂഷിതമായ അനേകം പടയോട്ടങ്ങൾ നടത്തിയതുകാരണം ബാഗ്ദാദിലെ ഖലീഫയുടെ പേടിസ്വപ്നമായി മാറി ഇസ്മാഈലി ശിയവിഭാഗത്തിലെ അവാന്തരവിഭാഗമായ ഖറാമിത്തകളുടെ ഈ സ്വതന്ത്രരാഷ്ട്രം. അറേബ്യൻ ഉപദ്വീപിന്റെ വിശാലമായ യമാമ പ്രദേശം അൽ-ജന്നാബി കീഴടക്കി. അൽ-ജന്നാബിയുടെ പുത്രൻ അബൂ ത്വാഹിർ 930 ൽ മക്ക കീഴടക്കി. അല്ലാഹു

13. Encyclopaedia of Islam-Article "Karmatians" by Luis Massignon ലൂയി മാസിത്തോൺ (1883-1962) ഇസ്ലാമിനെയും അതിന്റെ ചരിത്രത്തെയും കുറിച്ച് ആഴത്തിൽ പഠിച്ച ഫ്രഞ്ച് പണ്ഡിതനായിരുന്നു. കത്തോലിക്കാ മതവിശ്വാസിയായിരുന്ന മാസിത്തോണിന്റെ രചനകൾ ഇസ്ലാമിനെ കുറിച്ചുള്ള യൂറോപ്പിന്റെ കാഴ്ചപ്പാട് രൂപപ്പെടുത്തുന്നതിൽ നല്ലൊരു പങ്ക് വഹിച്ചിട്ടുണ്ട്.

വിന്റെ ഭവനമെന്ന് വിശ്വസിക്കപ്പെടുന്ന കഅബയുടെ ചുവരിൻമേൽ സ്ഥാപിച്ചിട്ടുള്ള പുണ്യവസ്തുവായ കറുത്ത കല്ല് (ഹജറുൽ അസ്‌വദ്) ഇളക്കിയെടുത്ത് കൊണ്ടുപോയി. ഇരുപതു വർഷങ്ങൾക്കു ശേഷം ഈജിപ്തിലെ ഫാത്തിമിയ്യൂൻ ഖലീഫ അൽ-മൻസൂറിന്റെ ആജ്ഞപ്രകാരമാണ് കറുത്ത കല്ല് കഅബയിൽ പുനഃസ്ഥാപിച്ചത്. പതിനൊന്നും പതിമൂന്നും നൂറ്റാണ്ടുകൾക്കിടയ്ക്കുള്ള ദീർഘമായ കാലയളവിൽ ഖറാമിത്ത വിഭാഗം സിറിയയിലും ഇറാഖിലും രക്തപ്പുഴയൊഴുക്കിയെന്നാണ് മുസ്ലിം ചരിത്രകാരനായ അൽ-തബരി രേഖപ്പെടുത്തിയിരിക്കുന്നത്.

ഖറാമിത്ത ശിയവിഭാഗത്തെക്കുറിച്ചുള്ള മുസ്ലിം ചരിത്രകാരന്മാരുടെയും പാശ്ചാത്യചരിത്രകാരന്മാരുടെയും വിവരണങ്ങൾ വിമർശനബുദ്ധിയോടെ മാത്രമേ കാണാവൂ. ഇസ്ലാമിക സാമ്രാജ്യത്തിന്റെ അധീശത്വത്തിനെതിരായ പോരാട്ടത്തിന്റെ അംശം അവരുടെ ഭീകരപ്രവർത്തനങ്ങളിലുണ്ടായിരുന്നുവെന്നത് തർക്കമില്ലാത്ത കാര്യമാണ്. സാമ്രാജ്യാധീശത്വത്തിനെതിരായ പോരാട്ടങ്ങളെയെല്ലാം ഭീകരപ്രവർത്തനങ്ങളായി മാത്രം കാണാനുള്ള പ്രവണത ബൂർഷ്വാ ചരിത്രകാരന്മാർക്കുണ്ട്. എങ്കിലും ഖറാമിത്ത വിഭാഗത്തിന്റെ പോരാട്ടങ്ങളെ പോരായ്മകളൊന്നുമില്ലാത്ത വിപ്ലവസമരങ്ങളായി കാണുന്നതും ശരിയായിരിക്കുകയില്ല അബ്ബാസിയ്യ ഭരണകൂടം അൽ-ജന്നാബി സ്ഥാപിച്ച രാഷ്ട്രത്തെ കീഴടക്കിയതോടെ ഖറാമിത്ത വിഭാഗത്തിന്റെ രാഷ്ട്രീയാധികാരം അവസാനിച്ചു. ഫാത്തിമിയ്യൂൻ സാമ്രാജ്യം ഈജിപ്തിൽ സ്ഥാപിക്കപ്പെട്ടപ്പോൾ ഇസ്മാഈലി വിഭാഗം വീണ്ടും രാഷ്ട്രീയാധികാരത്തിലെത്തി.

ഇസ്മാഈലി വിഭാഗത്തിൽ നിന്നും ദ്രുസ് (അറബിയിൽ ദർസി അല്ലെങ്കിൽ ദുർസി. ബഹുവചനം ദുരൂസ്) വിഭാഗം ഉത്ഭവിച്ചകാര്യം അറബ്-ഇസ്ലാമിക സാമ്രാജ്യം എന്ന അധ്യായത്തിൽ പരാമർശിച്ചു. ദുരൂസ് വിഭാഗം തങ്ങളുടെ മതദർശനങ്ങളിൽ നവപ്ലേറ്റോണിക് ചിന്തകളും (Neo-platonism) നോസ്റ്റിക് (gnostic) ആശയങ്ങളും ഉൾപ്പെടുത്തിയതു കൊണ്ട് ചില മതപണ്ഡിതർ ഇവരെ ഇസ്ലാംമതവിശ്വാസികളായി കാണുന്നില്ല. ദുരൂസുകൾ സ്വയം വിശേഷിപ്പിക്കുന്നത് അഹൽ അൽ-തൗഹീദ് (ഏകതയുടെ, ഏകദൈവവിശ്വാസത്തിന്റെ ആളുകൾ) എന്നും അൽ-മുഹവഹ്ഹിദൂൻ (അദ്വൈതവിശ്വാസികൾ) എന്നും ആണ്. ദുരൂസ് എന്ന പേര് ഉത്ഭവിച്ചത് നശ്തക്കിൻ അദ്-ദരാസി എന്ന പേർഷ്യക്കാരനിൽ നിന്നാണ്. ഇയാൾ ഖലീഫ അൽ-ഹക്കീമിനെ വാഴ്ത്തിയ ഒരു ഇസ്മാഈലി മതപണ്ഡിതനായിരുന്നു. മഹദി-ഇമാം ആണെന്ന് അവകാശപ്പെട്ട ഖലീഫ അൽ-ഹക്കീമിന്റെ പ്രീതി സമ്പാദിക്കാനായി ഖലീഫ അല്ലാഹുവിന്റെ അംശാവതാരമാണെന്ന് ദരാസി പ്രചാരണം നടത്തി. ഖലീഫ അൽ-ഹക്കീം മാത്രമല്ല അലി മുതലുള്ള ഇമാമുകളെല്ലാം അല്ലാഹുവിന്റെ അംശമുള്ള അവതാരങ്ങളാണെന്ന് പ്രസംഗിച്ചു. ഇത്തരം വിശ്വാസ പ്രമാണങ്ങളെ ശിയവിഭാഗക്കാർ തന്നെ ഗുലുവത് (തീവ്രവാദം, അതിവർണനം) എന്നും ഏകദൈവവിശ്വാസത്തിൽ

വെള്ളം ചേർക്കലാണെന്നും പറഞ്ഞ് തള്ളിക്കളഞ്ഞു. ഖലീഫ അൽ-ഹക്കീം തന്നെ ദരാസിയുടെ വാദത്തെ തള്ളിക്കളഞ്ഞ് ദരാസിയെ മത നിന്ദകനായി മുദ്രകുത്തിയെന്ന് ദൂരൂസ് വിഭാഗത്തിന്റെ അനുകൂലികളായ ചരിത്രകാരന്മാർ പറയുന്നു. എന്തായാലും ഇസ്മാഈലി ശിയകളുടെ ഈ അവാന്തരവിഭാഗത്തിന്റെ പേര് ആദ്യത്തെ പ്രചാരകനായ ദരാസി യുടെപേരിൽ നിന്നാണ് ഉദ്ഭവിച്ചത്, ശിയവിഭാഗങ്ങളിൽ താരതമ്യേന മിതവാദികളായിരുന്ന ദൂരൂസുകളെ അൽ-ഹക്കീമിനു ശേഷം അധികാ രത്തിലേറിയ ഫാത്തിമിയ്യൂൻ ഖലീഫമാരും തുർക്കി ഖലീഫമാരും വിശ്വാ സവ്യതിയാനത്തിന്റെ പേരിൽ പീഡിപ്പിച്ചു.

പൊതുവെ പറഞ്ഞാൽ ശിയവിഭാഗങ്ങൾ സാമ്രാജ്യവാഴ്ചയ്ക്ക് എതിരേയുള്ള പോരാട്ടത്തിന്റെ ചേരിയിലായിരുന്നുവെന്ന് പറയാൻ കഴിയും. അധീശത്വത്തിനെതിരെയുള്ള പോരാട്ടങ്ങളെ ഭീകരപ്രവർത്ത നങ്ങളായി ചാപ്പകുത്താനുള്ള പ്രവണത മുസ്ലിം ചരിത്രകാരന്മാർക്കിട യിലും പാശ്ചാത്യചരിത്രകാരന്മാർക്കിടയിലും ഒരുപോലെയുണ്ട്. ശിയ വിഭാഗങ്ങളിലൊന്നായ നിസാറിയ്യവിഭാഗം നടത്തിയ കൊലകൾ ഏതു മാനദണ്ഡത്തിന്റെ അടിസ്ഥാനത്തിൽ പരിശോധിച്ചാലും അധീശത്വത്തി നെതിരായ പോരാട്ടങ്ങളായി കണക്കാക്കാനാവുകയില്ല. അവർ നടത്തി യത് സ്വന്തമായ നേട്ടങ്ങൾക്കുവേണ്ടിയുള്ള തത്വദീക്ഷയില്ലാത്ത കൊല കൾ മാത്രമായിരുന്നു.

ഈജിപ്തിലെ ഫാത്തിമിയ്യൂൻ ഖലീഫ അൽ-മുസ്തൻസീർ അന ന്തരാവകാശിയായി മൂത്തമകൻ നിസാറിനെയാണ് നിശ്ചയിച്ചത്. ഖലീഫ 1094ൽ അന്തരിച്ചപ്പോൾ ശക്തനായ വസീർ (മന്ത്രി) രണ്ടാമത്തെ മകൻ അൽ-മുസ്തലിയെ ഖലീഫയും ഇമാമും ആക്കി. ഇതിൽ പ്രതിഷേധിച്ച ഒരു വിഭാഗം നിസാർ ആണ് തങ്ങളുടെ ഇമാം എന്ന് വാദിക്കുകയും ഭര ണത്തിനെതിരായി കലാപം നടത്തുകയും ചെയ്തു. കലാപങ്ങൾക്കിട യിൽ നിസാർ അപ്രത്യക്ഷനായി. കൊല്ലപ്പെട്ടതായിരിക്കാമെന്നാണ് പണ്ഡിതമതം. ഇമാം നിസാർ വീണ്ടും പ്രത്യക്ഷപ്പെടുമെന്ന് നിസാറിയ ശിയകൾ എന്നറിയപ്പെടുന്ന അനുയായികൾ വിശ്വസിക്കുന്നു. നിസാറിയ ശിയകളുടെ നേതൃത്വം അൽ-ഹസൻ ഇബ്നു അൽ-സബ്ബാഹ് എന്ന യാൾക്കായി ഇദ്ദേഹം 1090ൽ കാസ്പിയൻ കടലിനു തെക്കുള്ള അൽബോർസ് പർവതത്തിലെ അലാമുത്ത് ദുർഗമന്ദിരം (castle) പിടി ച്ചെടുത്ത് അവിടെ സ്വതന്ത്രനായി കഴിയവേയാണ് നിസാറിയ്യ ശിയവിഭാ ഗത്തിന്റെ നേതൃത്വം ഏറ്റെടുത്തത്. അൽ-സബ്ബാഹ് ഇസ്മാഈലി ശി യവിഭാഗത്തിലെ ബാത്തിനിയായി പരിശീലനം കഴിഞ്ഞ് ഈജിപ്തിൽ കുറച്ചു കാലം മിഷണറി പ്രവർത്തനം നടത്തി. അതിനുശേഷമാണ് അലാ മുത്ത് ദുർഗമന്ദിരം പിടിച്ചെടുത്ത് വാഴ്ച തുടങ്ങിയത്. അലാമുത്തിന്റെ അറബിപ്പേര് മരണത്തിന്റെ ദുർഗമന്ദിരം എന്നർഥമുള്ള 'ഖൽഅത് അൽ -മൗത്ത്' എന്നായിരുന്നു.

അൽ-സബ്ബാഹിന്റെ അനുയായികൾ ഇടയ്ക്കിടയ്ക്ക് സായുധരായി അടുത്ത പ്രദേശങ്ങളിലെ നാടുവാഴികളുടെ ദുർഗമന്ദിരങ്ങളും ഭവനങ്ങളും

കൊള്ളയടിക്കുകയും പിടിച്ചെടുക്കുകയും ചെയ്യും. സൈനികമായ ഏറ്റുമുട്ടലുകൾ നടത്തുകയല്ല എതിരാളികളെ പതിയിരുന്ന് കഠാരകൊണ്ട് കുത്തി കൊലപ്പെടുത്തുക ആയിരുന്നു അവരുടെ പതിവ്. അൽ-സബ്ബാഹിന്റെ അനുയായികൾ കഠാരകൊണ്ടുള്ള കൊല ഒരു കലയാക്കിമാറ്റി. രഹസ്യ സംഘടനയായി പ്രവർത്തിച്ച നിസാറിയ വിഭാഗത്തിന്റെ തലപ്പത്തുള്ള അൽ-സബ്ബാഹ് മുഖ്യ പ്രചാരകൻ (അൽ-ദഈ അൽ-ദുഅത്) ആയിരുന്നു. തൊട്ടുതാഴെയുള്ളവർ ശ്രേഷ്ഠപ്രചാരകർ (അൽ-ദഈ അൽ -അക്ബർ) എന്നും ഏറ്റവും താഴെയുള്ളവർ യോദ്ധാവ് (ഫിദഈൻ) എന്നുമാണ് അറിയപ്പെട്ടിരുന്നത്. യോദ്ധാക്കൾ മുഖ്യപ്രചാരകന്റെ ഏതാജ്ഞയും നിറവേറ്റാൻ തയാറുള്ളവരാണ്. അവരാണ് കൊലകൾ നടത്തിയിരുന്നത്. രഹസ്യസംഘടനയിൽ യോദ്ധാവായി ചേരാൻ വരുന്നവരെ അതിനു സന്നദ്ധരാക്കുവാൻ ഹഷീഷ് (കഞ്ചാവ് കൊണ്ടുണ്ടാക്കുന്ന മയക്കുമരുന്ന്) കൊടുത്ത് മയക്കുമായിരുന്നുവെന്ന് മാർക്കോ പോളോ തന്റെ വിശ്വവിഖ്യാതമായ യാത്രാവിവരണത്തിൽ പറയുന്നു. മാർക്കോ പോളോ 1272ൽ ഈ പ്രദേശത്തുകൂടെ യാത്രചെയ്തപ്പോൾ നാട്ടുകാർ പറഞ്ഞുകേട്ടതിൽ നിന്നാണ് ഇതെഴുതിയത്.[14] ചില മുസ്ലിം ചരിത്രകാരന്മാരും നിസാറിയ വിഭാഗം ഹഷീഷ് ഉപയോഗിച്ചിരുന്നതിനെക്കുറിച്ച് പരാമർശിച്ചിട്ടുണ്ട്. ഹഷീഷ് ഉപയോഗിക്കുന്ന നിസാറിയ വിഭാഗത്തെ അറബികൾ ഹശ്ഹശീൻ എന്ന് വിളിച്ചു. ഈ വാക്കിൽ നിന്നാണ് കൊലപാതകി എന്നർഥമുള്ള assassin എന്ന പദം ഉത്ഭവിച്ചത്. സെൽജുഖ് തുർക്കി സുൽത്താന്റെ വസീറും (മന്ത്രി) നിസാമിയത് എന്ന പേരിൽ മദ്രസസ്ഥാപിച്ച മതപണ്ഡിതനുമായിരുന്ന നിസാമുൽ മുൽക്കിനെ (അബു അലി അൽ-ഹസൻ അൽ-തൂസി നിസാം അൽ-മുൽക്ക് 1018-1092) നിസാറിയ വിഭാഗമാണ് കൊലപ്പെടുത്തിയത്. കൊലപാതകി ഒരു ദെർവീശിന്റെ (സൂഫി) വേഷത്തിൽ അദ്ദേഹത്തിന്റെ അടുത്ത് കൂടി കുത്തി കൊലപ്പെടുത്തുകയാണ് ചെയ്തത്. വയോവൃദ്ധനും ജ്ഞാനവൃദ്ധനുമായിരുന്ന നിസാമുൽമുൽക്കിന്റെ കൊലപാതകം മുസ്ലിം ലോകത്തെയാകെ പിടിച്ചുകുലുക്കിയ അനേകം നിഗൂഢ കൊലപാതകങ്ങളിൽ ആദ്യത്തേതായിരുന്നു. ഖലീഫമാരും സുൽത്താന്മാരും സൈന്യങ്ങളെ അയച്ച് അൽ-സബ്ബാഹിന്റെ ദുർഗമന്ദിരം പിടിച്ചെടുക്കാനും നിസാറിയ വിഭാഗത്തെ ഉന്മൂലനം ചെയ്യാനും ശ്രമങ്ങൾ നടത്തിയെങ്കിലും വിജയിച്ചില്ല. അബ്ബാസിയ്യ രാജവംശത്തിന്റെ അന്ത്യം കുറിച്ച മംഗോൾ സേനാനായകൻ ഹലാഗു ഖാനാണ് 1256ൽ നിസാറിയ വിഭാഗത്തെ അമർച്ച ചെയ്തത്. മംഗോൾ ആക്രമത്തിൽ നിൽക്കക്കള്ളിയില്ലാതായ ഹശ്ഹശീനുകൾ ലോകത്തിന്റെ വിവിധ ഭാഗങ്ങളിലേക്ക് കുടിയേറി. ചിലർ ഇന്ത്യയിലുമെത്തി. ഇന്ത്യയിൽ ആഗാ ഖാന്റെ അനുയായികളായ ഇവർ അറിയപ്പെട്ടത് ഖോജകൾ എന്ന പേരിലാണ്. ഇന്ത്യയിലെ മറ്റൊരു ഇസ്മാഈലി ശിയ വിഭാ

14 The Book of Marco Polo translated by Henry Yule, Vol.1, page 146 from intenet http://www.archive, org/stream/book ofsermarcopo02polouoft.

ഗമാണ് ദാവൂദികൾ. ശിയവിഭാഗങ്ങളെ കുറിച്ചുള്ള വിവരണം മോണ്ട്ഗോമറി വാട്ട് ഉപസംഹരിക്കുന്നത് ഇങ്ങനെയാണ്:

> അങ്ങേയറ്റത്തെ തീവ്രവാദപരമായ നിലപാടുകൾ സ്വീകരിച്ചതു കാരണം ചില വിഭാഗങ്ങൾ ഇസ്ലാംമതത്തിൽ പെടുന്നവയാണോ എന്ന കാര്യം തന്നെ സംശയമാണ്. ലെബനാനിലെ പർവതപ്രദേശങ്ങളിലും ഹവ്റാനിലും (ആധുനിക സിറിയയുടെ തെക്കുഭാഗമാണ് ഹവ്റാൻ) ഡമാസ്കസിനു ചുറ്റും വസിക്കുന്ന ദൂരൂസുകളുടെ (ഡ്രൂസെ) മതം ഫാത്തിമിയ്യൂൻ ഖലീഫ അൽ-ഹക്കീം (996-1021) അവസാനത്തെ ദൈവാവതാരമാണെന്ന വിശ്വാസപ്രമാണം സ്വീകരിച്ചതിനാൽ ഇസ്മാഈലിയ ശിയവിഭാഗത്തിൽ നിന്നും ഉത്ഭവിച്ചതാണെന്ന് പറയാം. പക്ഷേ, അവർ പശ്ചിമേഷ്യയിലെ ചില പൗരാണിക മതങ്ങളുടെ അംശങ്ങളും അതിൽ കൂട്ടിച്ചേർക്കുകയുണ്ടായി. മറ്റൊരു ഇസ്മാഈലിയ വിഭാഗമാണ് നുസയിരിയ. അവർ പശ്ചിമേഷ്യയുടെ പല ഭാഗങ്ങളിലും ചെറുസമൂഹങ്ങളായി ജീവിക്കുന്നു. അലി ദൈവത്തിന്റെ അവതാരമാണെന്ന് അവർ വിശ്വസിക്കുകയും അലിക്ക് മുഹമ്മദിന്റെ മുകളിൽ സ്ഥാനം നൽകുകയും ചെയ്യുന്നു. ഇവരുടെ പേര് മറ്റു പല ചെറിയ മതസമൂഹങ്ങളെയും സൂചിപ്പിക്കാൻ ഉപയോഗിക്കാറുണ്ട്. അവരൊന്നും നുസയിരിയ വിഭാഗത്തിൽ പെട്ടവരല്ല. അവസാനമായി യസീദികൾ അഥവാ പിശാചാരാധകർ എന്നൊരു വിഭാഗമുണ്ട്. ഇവരെല്ലാം കുർദ് വംശജരാണ്. ഈ വിഭാഗത്തിന്റെ പേര് ഇസ്ലാമികമാണെങ്കിലും അവരുടെ മതം ഇസ്ലാമിൽ നിന്നും ഉത്ഭവിച്ചതാണോ അതോ ഇസ്ലാമിനു മുമ്പുള്ള ഏതെങ്കിലും മതത്തിൽനിന്നുണ്ടായതാണോ എന്നു പറയുക പ്രയാസമാണ്. ഇത്തരം ചെറുവിഭാഗങ്ങൾ ഇസ്ലാമിന്റെ ബൗദ്ധികവും സാംസ്കാരികവുമായ ജീവിതത്തിൽ നിന്നും വേർപെടുത്തപ്പെട്ട് കഴിയുകയാണ്.[15]

മോണ്ട്ഗോമറി വാട്ട് സൂചിപ്പിച്ച നുസയിരിയ വിഭാഗം പതിനൊന്നാമത്തെ ശിയ ഇമാം അൽ-ഹസൻ അൽ-ഹസ്കരിയുടെ ശിഷ്യൻ ഇബ്നു നുസയിറാണ് അവസാനത്തെ ഇമാം എന്നു വിശ്വസിക്കുന്നവരാണ്. ആദ്യത്തെ ഇമാം അലി അല്ലാഹുവിന്റെ അവതാരമാണെന്നും അലി സ്വന്തം ആത്മാവിൽ നിന്നും മുഹമ്മദ്നബിയെയും മുഹമ്മദ് സൽമാൻ എന്ന പുണ്യാളനെയും സൃഷ്ടിച്ചുവെന്നും അങ്ങനെ ത്രിത്വ ദൈവമാണ് സൃഷ്ടി, സ്ഥിതി സംഹാരകർമങ്ങൾ നിർവഹിക്കുന്നതെന്നും നുസയിറിയകൾ വിശ്വസിക്കുന്നു. സ്വാഭാവികമായും ഇവരെ ഇസ്ലാമിലെ അവാന്തര വിഭാഗമായി കണക്കാക്കാറില്ല. ഏകനായ ദൈവം ലോകം

15. Islamic Surveys-Islamic Philosophy and Theology by Montgomery Watt P. 104.

സൃഷ്ടിച്ചുവെന്ന് യസീദികൾ വിശ്വസിക്കുന്നു. പക്ഷേ, ലോകത്തെ പരിപാലിക്കുന്നത് ഏഴു മലക്കുകളുടെ ഒരു സംഘമാണത്രെ. ഇവരിൽ മുമ്പനാണ് തൗസി മലക്ക്. തൗസി എന്നാൽ മയിൽ എന്നാണർഥം. ഇവർക്ക് പിശാചാരാധകർ എന്ന ദുഷ്പേര് വരാൻ കാരണം തൗസി മലക്കിന്റെ മറ്റൊരു പേര് ശൈത്താൻ എന്നായതുകൊണ്ടാണ്. ശൈത്താൻ എന്ന പദം *ഖുർആനിൽ* പിശാചിനെ സൂചിപ്പിക്കുവാനാണല്ലോ ഉപയോഗിച്ചിട്ടുള്ളത്.

മംഗോൾ ആക്രമണം മുതൽ ഇരുപതാം നൂറ്റാണ്ടിന്റെ പിറവിവരെയുള്ള കാലഘട്ടത്തിൽ (1256-1900) ഇസ്ലാം എന്ന മതരാഷ്ട്രീയ പ്രസ്ഥാനത്തിലെ ശിയവിഭാഗങ്ങളിലെ അവാന്തരവിഭാഗങ്ങളായ ഇമാമിയ, ഇസ്മാഈലി വിഭാഗങ്ങൾക്ക് സാരമായ മാറ്റങ്ങൾ വന്നു. ശിയവിഭാഗം പൊതു ഇസ്ലാമിക സമൂഹത്തിൽ സുന്നികളുമായി ഇടകലർന്ന് പ്രതിപക്ഷ കക്ഷിയെ പോലെ ജീവിക്കുകയായിരുന്നു. 1500കളുടെ ആരംഭം വരെ ചില നഗരങ്ങളിൽ ശിയകൾക്കായിരുന്നു ഭൂരിപക്ഷം. ചില നഗരങ്ങളിലാകട്ടെ അവർ വിരലിലെണ്ണാവുന്നവർ മാത്രവും.

ഈ കാലഘട്ടത്തിലെ ഏറ്റവും പ്രശസ്തനായ ഇമാമിയ ശിയമത പണ്ഡിതൻ നിസാറുദ്ദീൻ തുസി (1201-1274) ആയിരുന്നു. ഇദ്ദേഹം കുറച്ചു കാലം അലാമുത്ത് ദുർഗമന്ദിരത്തിൽ അൽ-സബ്ബാഹിന്റെ ഉപദേശകനായി കഴിഞ്ഞിട്ടുണ്ടെങ്കിലും ഇസ്മാഈലി വിഭാഗത്തിലേക്ക് പരിവർത്തനം ചെയ്തില്ല. ഹലാഗു ഖാൻ 1256-ൽ ആക്രമിച്ചപ്പോൾ കീഴടങ്ങാൻ അൽ-സബ്ബാഹിനെ ഉപദേശിച്ചത് ഇദ്ദേഹമായിരുന്നു. കീഴടങ്ങിയതിനു ശേഷം ഹലാഗു അൽ-സബ്ബാഹിനെയും അനുയായികളെയും കൂട്ടക്കൊല ചെയ്തു. അവസാനത്തെ അബ്ബാസിയ്യ ഖലീഫയെ വധിക്കാൻ ഹലാഗുവനെ ഉപദേശിച്ചത് തൂസിയാണെന്ന് ചില ചരിത്രകാരന്മാർ പറയുന്നു. ഇതെല്ലാം അദ്ദേഹത്തിന്റെ എതിരാളികളുടെ നുണകളാണെന്നാണ് ചിലരുടെ പക്ഷം. എന്തായിരുന്നാലും തൂസിക്ക് ഹലാഗു ഖാൻ തന്റെ ഭരണത്തിൽ ഉയർന്ന ഉദ്യോഗം നൽകി ബഹുമാനിച്ചുവെന്നത് ചരിത്രവസ്തുതയാണ്. അദ്ദേഹം നല്ലൊരു ജ്യോതിശാസ്ത്രജ്ഞൻ ആയിരുന്നതുകൊണ്ട് ഹലാഗു അദ്ദേഹത്തിന്റെ സേവനം ഉപയോഗപ്പെടുത്തിയതായിരിക്കാം. കാരണം മംഗോളുകൾ ജ്യോതിഷത്തിൽ അമിതമായ വിശ്വാസമുള്ളവരായിരുന്നു. അവർ പല കാര്യങ്ങൾക്കും തുടക്കം കുറിച്ചത് ജ്യോതിഷികളുടെ ഉപദേശം അനുസരിച്ചായിരുന്നു. ജ്യോതിഷവും ജ്യോതിശാസ്ത്രവും ഒന്നാണെന്ന ധാരണയിലായിരിക്കണം തൂസിയെ ഉയർന്ന ഉദ്യോഗത്തിൽ നിയമിച്ചത്.

ഇറാനിൽ സഫാവീൻ രാജവംശത്തിനു (Safavids) തുടക്കം കുറിച്ച ഇസ്മാഈൽ 1502ൽ ഇറാന്റെ ഔദ്യോഗികമതം 'ഇസ്നാ അശ്രിയത്' (പന്ത്രണ്ടർമാർ) ശിയഇസ്ലാം ആണെന്ന് പ്രഖ്യാപിച്ചതോടെയാണ് ഈ വിഭാഗത്തിന് സാരമായ മാറ്റം വന്നത്. ഇസ്മാഈൽ ഇറാനിലെ ഷാ (ചക്രവർത്തി) ആയി സ്ഥാനാരോഹണം ചെയ്യുമ്പോൾ ഇറാന്റെ ഒരു

ഭാഗം മാത്രമേ ഭരണത്തിൻകീഴിൽ ഉണ്ടായിരുന്നുള്ളു. വളരെ വേഗം ഇറാൻ മുഴുവൻ കീഴടക്കാനും പഴയ സസാനിയൻ സാമ്രാജ്യത്തെ (Sassanid Empire) പോലെ വിശാലമായ പേർഷ്യൻ സാമ്രാജ്യം പുനഃസ്ഥാപിക്കാനും കഴിഞ്ഞു. അതോടെ തന്റെ സാമ്രാജ്യത്തിൽ ഔദ്യോഗികമതമായ ശിയ ഇസ്ലാം മതത്തിനു മാത്രമേ സ്ഥാനമുള്ളൂ എന്ന് ഉത്തരവിറക്കി. ഉദ്യോഗങ്ങളിൽ ശിയ പണ്ഡിതരെ മാത്രം നിയമിക്കുക എന്ന സമീപനം സ്വീകരിച്ചു.

9

ശരീഅത്ത് നിയമങ്ങൾ

ഖുർആൻ നിയമങ്ങൾ

ക്രിസ്തുമതം നിലനിൽപ്പിന് വിശ്വാസപ്രമാണങ്ങളെയും ദൈവ ശാസ്ത്രത്തെയും മാത്രം ആധാരമാക്കുമ്പോൾ ജൂതമതവും ഇസ്ലാംമ തവും നിയമങ്ങളെയാണ് ആധാരമാക്കുന്നത്.[1] ജൂത, ഇസ്ലാം മതങ്ങൾ വിശ്വാസം, ആരാധന, ആചാരാനുഷ്ഠാനങ്ങൾ എന്നിവയ്ക്ക് പുറമെ ചില നിയമങ്ങൾ അനുസരിച്ചുള്ള ജീവിതരീതിയും നിർബന്ധമാക്കിയിട്ടുണ്ട്. വിശ്വാസപ്രമാണങ്ങൾ മനസിൽ കൊണ്ടുനടക്കുകയും പ്രാർഥനകൾ ഉരുവിടുകയും ആരാധന നടത്തുകയും ചെയ്താൽ മാത്രം പോര കുടുംബ പരവും സാമൂഹികവുമായ നിയമങ്ങൾ പാലിച്ച് സവിശേഷ ജീവിതക്രമം അംഗീകരിച്ച സമുദായത്തിലെ അംഗമായി ജീവിക്കുകയും ചെയ്യണം. ജൂതനിയമങ്ങളെ ഹലാഖാ എന്നും ഇസ്ലാമിക നിയമങ്ങളെ ശരീഅത്ത് എന്നും പറയുന്നു. രണ്ടിന്റെ അർഥം മാർഗം എന്നാണ്. ജൂത, ഇസ്ലാം മതങ്ങളുടെ ഭാഗമായ രാഷ്ട്രത്തെ അടയാളപ്പെടുത്തുന്നു അവയുടെ നിയമങ്ങൾ.

ഹലാഖാ നിയമങ്ങളുടെ ഉത്ഭവം തോറയിൽ (തൗറാത്ത്) നിന്നാണെങ്കിൽ ശരീഅത്തിന്റേത് *ഖുർആനിൽ* നിന്നാണ്. *ഖുർആനിൽ* ശരീഅത് എന്ന വാക്ക് മാർഗം എന്ന അർഥത്തിൽ ഒരൊറ്റ വചനത്തിൽ മാത്രമേ ഉപയോഗിച്ചിട്ടുള്ളൂ.

പിന്നീട് നിന്നെ നാം ഒരു മാർഗത്തിലാക്കി. അതിൽ തുടരുക.

അറിവില്ലാത്തവരുടെ ആഗ്രഹത്തിനനുസരിച്ച് നീങ്ങരുത് (45.18).

---

1. *The Islamic Threat-Myth or Reality?* by john L. Esposto, Page 32.

ഇവിടെ മാർഗം എന്ന അർഥത്തിൽ ശരീഅത്ത് എന്ന പദമാണുള്ളത്. മുഹമ്മദ്നബി പ്രബോധനം ആരംഭിച്ച പുതിയ മതത്തെയാണ് ശരീഅത്ത് എന്ന പദം കൊണ്ട് സൂചിപ്പിച്ചത്. ഈ ധ്വനിയിൽ നിന്നാണ് ശരീഅത് എന്ന പദത്തിന് മതനിയമങ്ങൾ എന്ന അർഥം സിദ്ധിച്ചത്. ഈ പദത്തിന്റെ സജാതിയായ മറ്റൊരു പദവും (ശിർഅ) *ഖുർആനി*ലെ 5.48 വചനത്തിൽ ഉപയോഗിച്ചിട്ടുണ്ട്. ഇവിടെ ഇസ്ലാമിനു മുമ്പുള്ള മതങ്ങളുടെ നേതാക്കൾക്ക് നൽകിയ നിയമങ്ങൾ എന്ന അർഥത്തിൽ തന്നെയാണ് ഉപയോഗിച്ചത്. ജൂതരുടെ തൗറാത്തിൽ പറഞ്ഞതുപോലെ *ഖുർആനിൽ* നിയമങ്ങൾ എടുത്തു പറഞ്ഞിട്ടില്ല. പക്ഷേ, ഖുർആനിലെ പതിനേഴാം അധ്യായത്തിൽ 23 മുതൽ 40 വരെയുള്ള വചനങ്ങളിലെ കൽപ്പനകൾ *ബൈബിളി*ലെ പത്തു കൽപ്പനകളെ അനുസ്മരിപ്പിക്കുന്നു. *ഖുർആൻ* കൽപ്പനകൾ ഇവയാണ്: (1) അല്ലാഹുവിനെയല്ലാതെ മറ്റൊരു ദൈവത്തെ ആരാധിക്കരുതെന്ന് നിന്റെ നാഥൻ കൽപ്പിക്കുന്നു. (2) മാതാപിതാക്കളെ ബഹുമാനിക്കുകയും അവരോട് ദയയോടെ പെരുമാറുകയും വേണം. (3) ബന്ധുക്കളുടെ ധനം തട്ടിയെടുക്കരുത്; പാവങ്ങൾക്കും പഥികർക്കും സഹായങ്ങൾ നൽകണം. (4) അമിതവ്യയം അരുത്. (5) ദാരിദ്ര്യത്താൽ കുഞ്ഞുങ്ങളെ കൊല്ലരുത്. (6) വ്യഭിചാരത്തോട് അടുത്തു പോകരുത്. (7) അല്ലാഹു നൽകിയ ജീവൻ എടുക്കരുത്; തക്കതായ കാരണമില്ലാതെ. (8) അനാഥന്റെ സ്വത്തിനരികെ പോകുക പോലും ചെയ്യരുത്. (9) കരാറുകൾ പാലിക്കുക. (10) അളവിലും തൂക്കത്തിലും കുറവ് വരുത്തരുത്. (11) അറിവില്ലാത്ത കാര്യങ്ങളെ പിന്തുടരരുത്. (12) അഹന്തയോടെ ഭൂമിയിൽ നടക്കരുത്. ഇവയിൽ പലതിനും ധർമോപദേശങ്ങളുടെ സ്ഥാനം മാത്രമേയുള്ളു. അവ മതനിയമങ്ങളല്ല.

ജൂതനിയമങ്ങൾക്കെന്ന പോലെ ശരീഅത്ത് നിയമങ്ങൾക്കും രണ്ട് തലങ്ങളുണ്ട്. വിശ്വാസത്തിന്റെ മുറകളും ആരാധനയുടെ ക്രമങ്ങളും അടങ്ങിയതാണ് ആദ്യതലം. എപ്പോഴൊക്കെയാണ് ആരാധന (നിസ്കാരം) ചെയ്യേണ്ടതെന്ന് അവ്യക്തമായ നിർദേശങ്ങളാണ് *ഖുർആനി*ലുള്ളത്.

"നിങ്ങൾ സായാഹ്നത്തിലും പ്രഭാതത്തിലും ആയിരിക്കുമ്പോൾ അല്ലാഹുവിനെ പ്രകീർത്തിക്കുക. ആകാശത്തിലും ഭൂമിയിലും സ്തുതിക്കർഹൻ അവനാണ്. മധ്യാഹ്നത്തിലും നിങ്ങൾ മധ്യാഹ്നത്തിനു ശേഷമുള്ള സമയത്ത് ആയിരിക്കുമ്പോഴും (30. 17, 18).

പ്രഭാതം, മധ്യാഹ്നം, സായാഹ്നം എന്നിങ്ങനെയുള്ള സമയസൂചനകൾ മറ്റു ചില വചനങ്ങളിലും ആവർത്തിച്ചിട്ടുണ്ട്. (17, 78, 20. 130, 50. 139) പകലിന്റെ രണ്ടറ്റങ്ങളിലും രാത്രിയുടെ ആരംഭത്തിലും ആരാധന നടത്താനാണ് മറ്റൊരു വചനത്തിലെ (11, 114) നിർദേശം. *ഖുർആൻ* വചനങ്ങൾ വ്യാഖ്യാനിച്ചും നബിചര്യാവിവരണങ്ങൾ (ഹദീസുകൾ) അനുസരിച്ചുമാണ് മുസ്ലിങ്ങൾ ദിവസവും അഞ്ചുനേരം നിസ്കരിക്കണമെന്ന നിയമം രൂപപ്പെടുത്തിയത്.

ആരാധന ആരംഭിക്കുന്നതിനുമുമ്പ് വെള്ളം കൊണ്ട് ശരീരഭാഗങ്ങൾ കഴുകിയും വെള്ളം കിട്ടാതെ വന്നാൽ ഭൂതലത്തിൽ തടകിയ

കൈപ്പത്തികൾ കൊണ്ട് ശരീരത്തിൽ ഉഴിഞ്ഞും ശുചിത്വം വരുത്തണമെന്നും ആർത്തവ സമയത്ത് ആരാധന നടത്തരുതെന്നും അനുശാസിക്കുന്നു. (*ഖുർആൻ* 4.43) കൂട്ടായ ആരാധന നടത്തുന്ന ദിവസം (വെള്ളിയാഴ്ച) ആരാധനയ്ക്കെത്താൻ വിളി കേട്ടാൽ വ്യാപാരം നിറുത്തി പോകണമെന്ന് *ഖുർആൻ* പറയുന്നുണ്ട്. (62.9) മുഹമ്മദ്നബിയും സഹപ്രവർത്തകരും മക്കയിലായിരുന്നപ്പോൾ നിസ്കാരസമയത്ത് എങ്ങോട്ട് തിരിഞ്ഞു നിൽക്കണമെന്ന് നിശ്ചയിച്ചിട്ടില്ലായിരുന്നു. നെസ്റ്റോറിയൻ ക്രിസ്ത്യാനികളെ അനുകരിച്ച് സൂര്യനുദിക്കുന്ന ദിശയിലേക്ക് തിരിഞ്ഞു നിന്നിരുന്നതായി ചില പാശ്ചാത്യ ചരിത്രകാരന്മാർ പറയുന്നു. പക്ഷേ, അതിന് ചരിത്രപരമായ തെളിവില്ല. നിസ്കാര ദിശ (ഖിബ്ല) ഇന്നതാണെന്ന് അനുശാസിക്കുന്ന *ഖുർആൻ* വചനങ്ങളൊന്നും മക്കയിൽ അവതരിപ്പിച്ചില്ല. മദീനയിലെത്തിയപ്പോൾ ജൂതരോടുള്ള ഐക്യം പ്രകടിപ്പിക്കാനായി നിസ്കരിക്കുമ്പോൾ ജൂതരുടെ പുണ്യനഗരമായ ജരുശലേമിനു നേരെ തിരിഞ്ഞു നിൽക്കണമെന്ന് മുഹമ്മദ്നബി നിർദേശിച്ചു. പക്ഷേ, ഇത് വ്യക്തമാക്കുന്ന *ഖുർആൻ* വചനങ്ങളൊന്നുമില്ല. ജൂതരുമായി സംഘർഷത്തിലായതിനുശേഷം നിസ്കാരത്തിന്റെ ദിശ ജരൂശലേമിൽ നിന്നും മാറ്റി അറബികളുടെ തീർഥാടനകേന്ദ്രമായ മക്കയിലെ കഅബ ആയി നിശ്ചയിച്ചുകൊണ്ടുള്ള നിയമം നടപ്പിലാക്കി.

> നമസ്കാരവേളയിൽ മുമ്പ് തിരിഞ്ഞു നിന്നിരുന്ന ദിശയിൽ നിന്നും ജനങ്ങളെ പിന്തിരിപ്പിക്കാൻ കാരണമെന്തെന്ന് വിഡ്ഢികൾ ചോദിക്കും. പറയുക. കിഴക്കും പടിഞ്ഞാറും അല്ലാഹുവിനുള്ളതാണ്. അവനുദ്ദേശിക്കുന്നവരെ അവൻ നേർമാർഗത്തിലേക്ക് നയിക്കുന്നു. നിന്റെ മുഖം ആകാശത്തേക്ക് ഉയർത്തിയത് നാം കണ്ടു. ഇപ്പോൾ നിശ്ചയമായും നിനക്കിഷ്ടപ്പെട്ട നിസ്കാര ദിശയിലേക്ക് നിന്നെ തിരിച്ചു നിറുത്തും. നിന്റെ മുഖം ആദരണീയമായ പ്രാർഥനാമന്ദിരത്തിനു (കഅബ) നേരെ തിരിക്കുക; നിങ്ങൾ എവിടെ ആയിരുന്നാലും (നിസ്കാരവേളയിൽ) മുഖം അതിനുനേരെ തിരിക്കുക നീ എത്ര തന്നെ തെളിവുകൾ നൽകിയാലും അവർ (ജൂതർ) നിന്റെ നിസ്കാരദിശയിലേക്ക് തിരിയുകയില്ല. നിനക്ക് അവരുടെ നിസ്കാര ദിശയിലേക്കും തിരിയാനാവില്ല. അവരിൽ ഒരുവിഭാഗം മറ്റൊന്നിന്റെ നിസ്കാരദിശയിലേക്ക് തിരിയുകയില്ല (*ഖുർആൻ* 2.142-149).

ആരാധന സംബന്ധിച്ചുള്ള മറ്റൊരു നിയമം വ്രതം അനുഷ്ഠിക്കുന്നത് (സൗമ്) സംബന്ധിച്ചാണ്. ജൂതർ അനുഷ്ഠിക്കുന്നതു പോലെ പത്താംപക്കം വ്രതം (അശുറ) അനുഷ്ഠിക്കണമെന്നായിരുന്നു ആദ്യനിയമം. (ഖു. 2.183) ബദർയുദ്ധത്തിലെ വിജയത്തിനുശേഷം അത് റമദാൻ മാസം മുഴുവൻ നീണ്ടു നിൽക്കുന്ന വ്രതമായി നിയമം ഭേദഗതി ചെയ്തു. (ഖു. 2.185) വ്രതാനുഷ്ഠാനം സൂര്യോദയം മുതൽ അസ്തമയം വരെ

നീണ്ടു നിൽക്കണമെന്നും ജലപാനം പോലും പാടില്ലെന്നും നിയമമുണ്ട്. ലൈംഗിക ബന്ധവും വ്രതകാലത്ത് നിരോധിക്കപ്പെട്ടിരിക്കുന്നു. രോഗികളെയും യാത്രക്കാരെയും വ്രതാനുഷ്ഠാനത്തിൽ നിന്നും താൽക്കാലികമായി ഒഴിവാക്കി. അവർ പിന്നീട് വ്രതം അനുഷ്ഠിച്ചാൽ മതി. ഇസ്ലാമിലെ മറ്റൊരു നിയമം സക്കാത്ത് ആണ്. ശുദ്ധീകരിക്കുക എന്നർഥമുള്ള തസക്ക എന്ന ക്രിയാധാതുവിൽ നിന്നാണ് സക്കാത്ത് എന്ന പദം നിഷ്പാദിച്ചത്. ആത്മാവിനെ ശുദ്ധീകരിക്കാനുള്ള കരമായിരുന്നു സക്കാത്ത്. ധനശേഷിയുള്ളവർ സക്കാത്ത് കൊടുക്കേണ്ടത് അലംഘനീയ നിയമമാണ്. ഇസ്ലാമിക രാഷ്ട്രങ്ങളുടെ റവന്യൂ വരുമാനമാർഗമായി ആദായനികുതി പോലെ സക്കാത്ത് പരിണമിച്ചു. ധനശേഷിയും ആരോഗ്യവും ഉള്ളവർ ജീവിതത്തിലൊരിക്കൽ മക്കയിലെ കഅബയിലേക്ക് തീർഥാടനം നടത്തണം. തീർഥാടനം നടത്തേണ്ടതെങ്ങനെയെന്ന് പ്രത്യേകം ചട്ടങ്ങളുണ്ടെങ്കിലും അവയൊന്നും ഖുർആനിൽ പ്രതിപാദിച്ചിട്ടില്ല. വിഗ്രഹാരാധകർ കഅബ പരിസരത്ത് വരുന്നത് നിരോധിച്ചുകൊണ്ടുള്ള നിയമം ഹജ്ജ് നിയമങ്ങളുടെ ഭാഗമാണ്. അത് *ഖുർആനിൽ* പറഞ്ഞിട്ടുണ്ട്.

> വിശ്വാസികളേ! വിഗ്രഹാരാധകർ നിശ്ചയമായും അശുദ്ധരാണ്. ഈ വർഷം മുതൽ അവർ വിശുദ്ധമസ്ജിദിന്റെ പരിസരത്ത് വരാൻ പാടില്ല. നിങ്ങൾ ദാരിദ്ര്യം ഭയപ്പെടുന്നുവോ? അല്ലാഹു ഉദ്ദേശിക്കുന്നുവെങ്കിൽ അവന്റെ ശേഖരത്തിൽ നിന്നും നിങ്ങൾക്ക് സമൃദ്ധി നൽകും. അല്ലാഹു എല്ലാം അറിയുന്നവനും ജ്ഞാനിയുമാണ്. (ഖു. 9.28)

പുതിയ നിയമം നടപ്പിലാക്കുമ്പോൾ വ്യാപാരം കുറയാനിടയുള്ള കാര്യം *ഖുർആൻ* മുൻകൂട്ടിക്കാണുന്നു. അതുകൊണ്ടുണ്ടാകാവുന്ന സാമ്പത്തികമായ തിരിച്ചടി വിശ്വാസികളുടെ എണ്ണം വർധിക്കുമ്പോൾ പരിഹരിക്കപ്പെടുമെന്ന് വചനത്തിൽ സൂചനയുണ്ട്.

ഖുർആനിലെ സാമൂഹിക നിയമങ്ങൾ

ശരീഅത്തിന്റെ രണ്ടാമത്തെ തലത്തിൽ സാമൂഹിക ജീവിതവുമായി ബന്ധപ്പെട്ട നിയമങ്ങളാണ്. ഇസ്ലാമിക രാഷ്ട്രത്തിന്റെ ഭരണകൂടത്തെ നിർവചിക്കുന്ന വചനങ്ങളൊന്നും ഖുർആനിലില്ല. അധികാരസ്ഥാനത്തിന്റെ പിന്തുടർച്ചയും ശ്രേണിയും സംബന്ധിച്ചുള്ള നിയമങ്ങളും ഇല്ല. അതെല്ലാം പിൽക്കാലത്ത് ഉരുത്തിരിയുകയായിരുന്നു. അല്ലാഹുവിന്റെ ദൂതനായ മുഹമ്മദ് ഭരണം നടത്തുമ്പോൾ ദൈവാധിപത്യഭരണം (theocratic Rule) എന്ന സങ്കൽപ്പം മാത്രമേ ഉണ്ടായിരുന്നുള്ളു. ദൈവാധിപത്യരാഷ്ട്രത്തിലെ ഭരണനിർവഹണത്തിന് ആവശ്യമായ നിയമങ്ങൾ അല്ലാഹു നേരിട്ട് മുഹമ്മദിലൂടെ *ഖുർആൻ* വചനങ്ങളുടെ രൂപത്തിൽ നൽകിക്കൊണ്ടിരുന്നു. ഇങ്ങനെ നൽകപ്പെട്ട ചില നിയമങ്ങളാണ് ശരീഅത്തിന്റെ ആധാരം. സിവിലും ക്രിമിനലുമായ നിയമങ്ങളടങ്ങുന്ന *ഖുർ*

ആൻ വചനങ്ങളെയും അവ അവതരിപ്പിക്കപ്പെടാനുണ്ടായ ഭൗതികസാഹചര്യങ്ങളെയും കുറിച്ച് ഇസ്ലാമിക രാഷ്ട്രത്തിന്റെ പിറവി എന്ന അധ്യായത്തിൽ പ്രതിപാദിച്ചു. കൂടുതൽ വിശദീകരണം ആവശ്യമുള്ള കാര്യങ്ങളേ ഈ അധ്യായത്തിൽ വിവരിക്കാനുദ്ദേശിക്കുന്നുള്ളൂ.

സാമൂഹിക പരിഷ്കരണം ലക്ഷ്യമാക്കിയാണ് മുഹമ്മദ്നബി *ഖുർആൻ* നിയമങ്ങൾ അവതരിപ്പിച്ചത്. ഇസ്ലാമിലെ പരുഷമേധാവിത്വം ചില *ഖുർആൻ* നിയമങ്ങൾക്ക് തടസമായി. അത്തരത്തിലുള്ള ഒന്നാണ് വിവാഹ മുക്തയായ സ്ത്രീക്ക് 'മര്യാദയനുസരിച്ച് ജീവിത വിഭവങ്ങൾ നൽകണം (2.241) എന്ന *ഖുർആൻ* നിയമം. സുപ്രീം കോടതി വിവാഹമുക്തയ്ക്ക് ജീവനാംശം കൊടുക്കണമെന്ന് വിധിച്ചപ്പോൾ അതിനെതിരെ യാഥാസ്ഥിതികർ രംഗത്ത് വരികയും ഇന്ത്യാഗവണ്മെന്റിനെക്കൊണ്ട് ഭരണഘടന ഭേദഗതി ചെയ്യിക്കുകയും ചെയ്തു.[2]

ദായക്രമം സംബന്ധിച്ചുള്ള ഖുർആൻ നിയമങ്ങൾ സങ്കീർണമാണ്. തന്റെ മരണശേഷം സ്വത്ത് എങ്ങനെ പങ്കുവെക്കണമെന്ന് നിർദേശം കൊടുക്കുന്ന പതിവ് (വസിയ്യത്ത്) അറബികൾക്കിടയിലുണ്ടായിരുന്നുവെന്ന് ഖുർആൻ 36.50 വചനം തെളിയിക്കുന്നു. ദായക്രമം സംബന്ധിച്ച് വിശദമായ നിയമനിർമാണം നടത്തേണ്ടത് പുതിയ രാഷ്ട്രത്തിന്റെ ഭരണാധികാരിയുടെ പ്രധാന ചുമതലയാണെന്ന് മുഹമ്മദ്നബിക്കു തോന്നി. മരണത്തിനു മുമ്പ് മരണപത്രം (ഒസ്യത്ത്) തയാറാക്കേണ്ടത് സ്വത്തുടമകളായ വിശ്വാസികളുടെ കടമയാണെന്ന് *ഖുർആൻ* അനുശാസിച്ചു. (2.180) ഒസ്യത്ത് തയാറാക്കുവാൻ ചട്ടങ്ങളും നിർമിച്ചു. അത് എഴുതി ത്തയാറാക്കുകയും സാക്ഷികൾ ഒപ്പിടുകയും വേണം. ഭൂസ്വത്ത് പങ്കുവയ്ക്കുമ്പോൾ സന്താനങ്ങൾക്കും മറ്റു അർഹരായ ബന്ധുക്കൾക്കും എത്ര വീതം കൊടുക്കണമെന്ന വിശദമായ നിയമങ്ങളാണ് നിർമിച്ചത്. (ഖു. 4.11-14, 176) സ്ത്രീക്ക് പുരുഷന് ലഭിക്കുന്ന സ്വത്തിന്റെ പകുതിക്കേ അഹർതയുള്ളൂ. വിധവയ്ക്ക് ഭർത്താവിന്റെ സ്വത്തിന്റെ വിഹിതത്തിന് അർഹതയില്ല. എന്നാൽ ഭാര്യ മരിക്കുമ്പോൾ അവർക്ക് സന്താനമില്ലെങ്കിൽ ഭാര്യയുടെ പേരിലുണ്ടായിരുന്ന സ്വത്തിന്റെ പകുതിക്കും സന്താനമുണ്ടെങ്കിൽ നാലിലൊന്നിനും ഭർത്താവിന് അർഹതയുണ്ട്. (4.12) ഭർത്താവിന്റെ മരണശേഷം വിധവ ഭർതൃഭവനം വിട്ടുപോകുന്നില്ലെങ്കിൽ ജീവി

---

2. എഴുപത്തിരണ്ടുകാരിയും അഞ്ചുമക്കളുടെ അമ്മയുമായിരുന്ന ഇൻഡോറിലെ (മധ്യപ്രദേശ്) ഷാബാനുവിനെ ഭർത്താവ് 1978-ൽ തലാക്ക് ചൊല്ലി വിവാഹബന്ധം വേർപെടുത്തി. ഷാബാനു ജീവനാംശം കിട്ടാൻ കേസ് കൊടുത്തു. കീഴ്കോടതികൾ മുസ്ലിം വ്യക്തി നിയമത്തിന്റെ അടിസ്ഥാനത്തിൽ ഷാബാനുവിന്റെ അപേക്ഷ തള്ളി. സുപ്രീം കോടതി ക്രിമിനൽ നിയമപ്രകാരം (Code of Criminal Procedure) ഉപജീവനപ്പടി കൊടുക്കാൻ വിധിച്ചു. മുസ്ലിം യാഥാസ്ഥിതികരുടെ സമ്മർദങ്ങൾക്കു വഴങ്ങിയ ഗവണ്മെന്റ് 1986-ൽ വിവാഹമുക്തയ്ക്ക് ജീവനാംശം നിഷേധിക്കുക എന്ന ലക്ഷ്യത്തോടെ പുതിയ നിയമം (The Muslim Women [Protection Of Rights on Divorce] Act 1986) നിർമിച്ചു.

ക്കാനുള്ള വിഭവങ്ങൾ നൽകണം. (2.240) ഭൂസ്വത്ത് ഗോത്രത്തിന്റെ പൊതു ഉടമസ്ഥതയിലാണെന്ന സങ്കൽപ്പം അറബി ഗോത്രങ്ങൾക്കിടയിൽ നിലനിന്നിരുന്നതുകൊണ്ട് ഉടമയുടെ മരണസമയത്ത് കൈയൂക്കുള്ളവർ സ്വത്ത് കൈക്കലാക്കാതിരിക്കാനാണ് ദായക്രമം സംബന്ധിച്ച് വിശദമായ നിയമം നിർമ്മിച്ചത്.[3]

ഇസ്ലാമിലെ ഭക്ഷണനിയമങ്ങൾ ജൂതനിയമങ്ങളേക്കാൾ ലളിതമാണ്. അറബിഗോത്രങ്ങൾ ഭക്ഷണക്കാര്യത്തിൽ പല വിലക്കുകളും ആചരിച്ചിരുന്നു. മക്കയിൽ അവതരിപ്പിക്കപ്പെട്ട ചില വചനങ്ങളിൽ ഈ വിലക്കുകളെ തള്ളിപ്പറയുന്നുണ്ട്.

> അല്ലാഹു നിങ്ങൾക്ക് അനുവദിച്ചു തന്നിരിക്കുന്ന നല്ല വസ്തുക്കൾ ഭക്ഷിച്ചുകൊള്ളുക...വിലക്കിയിരിക്കുന്നത് രക്തം, ശവം, പന്നിമാംസം, മറ്റുദൈവങ്ങളുടെ നാമത്തിൽ അറുത്തത് എന്നിവ മാത്രം. ആഗ്രഹിച്ചല്ലാതെ കഴിക്കാൻ നിർബന്ധിതരായിപ്പോയാൽ അമിതമായില്ലെങ്കിൽ കുഴപ്പമില്ല. അത് നിഷിദ്ധമാണ്. ഇത് നിഷിദ്ധമാണ് എന്നൊക്കെ അല്ലാഹുവിന്റെ നാമത്തിൽ കൽപ്പിക്കരുത്...(16. 114-116).

മദീനയിൽ വന്നതിനുശേഷമാണ് ജൂതരുടെ ഭക്ഷണവിലക്കുകളെക്കുറിച്ച് മുഹമ്മദ്നബി വ്യക്തമായി മനസിലാക്കിയത്. ജൂതർ മുഹമ്മദിനെ നബിയായി അംഗീകരിക്കുമെന്ന പ്രതീക്ഷയിൽ വേദക്കാർ കഴിക്കുന്ന ഭക്ഷണം കഴിച്ചുകൊള്ളാൻ അനുവദിച്ചു. (ഖു. 5.5) ജൂതരുമായി ഭിന്നിച്ചതിനുശേഷം മുസ്ലിങ്ങളുടെ ഭക്ഷണനിയമങ്ങൾ ലഘൂകരിച്ചു. ജൂതർ ചെയ്ത കുറ്റങ്ങളുടെ പേരിലാണ് വളരെയധികം ഭക്ഷ്യവസ്തുക്കൾ അല്ലാഹു അവർക്ക് നിഷിദ്ധമാക്കിയതെന്ന് ഖുർആൻ പറഞ്ഞു. (4.160) എല്ലാ ഗോത്രസമൂഹങ്ങളെയും പോലെ അറബികളും മദ്യപാനം ഇഷ്ടപ്പെട്ടിരുന്നു. ഇസ്ലാം വീഞ്ഞ് നിരോധിച്ചതിനു പിന്നിൽ സാമ്പത്തിക കാരണങ്ങളായിരുന്നുവെന്ന് ചില പണ്ഡിതന്മാരുടെ നിരീക്ഷണം ശരിയാണെന്ന് *ഖുർആൻ* വചനങ്ങൾ തെളിയിക്കുന്നു. സ്വർഗത്തിൽ മദ്യപിക്കുന്നവർക്ക് പാനം ചെയ്യുവാൻ വീഞ്ഞൊഴുകുന്ന ഒരു നദി തന്നെയുണ്ടെന്നാണ് *ഖുർആൻ* പറയുന്നത്. (ഖു. 47.15) മദീനവചനങ്ങളിലൊന്നിൽ വീഞ്ഞിലും ചൂതുകളിയിലും ചില ഗുണങ്ങളുണ്ടെങ്കിലും ഗുണത്തെക്കാൾ ദോഷമാണെന്ന് നിരീക്ഷണം നടത്തുന്നതേയുള്ളു. (ഖു. 2.219) വെള്ളിയാഴ്ചകളിലെ ജുംഅ നമസ്കാരത്തിനെത്തിയവരിൽ ചിലർ മദ്യപിച്ചിരുന്നത് മുഹമ്മദിന്റെ ശ്രദ്ധയിൽപ്പെട്ടു. മദ്യലഹരിയിൽ പ്രാർഥനകൾ ഹൃദയംഗമമായി ഉരുവിടാൻ കഴിയാത്തതുകൊണ്ട് ലഹരി വിടുന്നതുവരെ ആരാധനയ്ക്ക് വരരുതെന്ന് വിലക്കുകമാത്രമാണ് ചെയ്തത്. (4.43) അറേബ്യൻ നഗരങ്ങളിൽ രണ്ടു തരത്തിലുള്ള മദ്യം ഉപയോഗി

3. *Introduction to Qur'an* by Richard Bell and Montgomery Watt, page 168.

ച്ചിരുന്നു. സാധാരണക്കാർ ഈത്തപ്പഴത്തിൽ നിന്നും വാറ്റിയെടുക്കുന്ന ചാരായവും (നബീത്ത്) ധനാഢ്യർ വിദേശങ്ങളിൽ നിന്നും ഇറക്കുമതി ചെയ്ത വീഞ്ഞും (ഖമ്‌റ്) ആണ് ഉപയോഗിച്ചിരുന്നത്. ഖമ്‌റ് ഇറക്കുമതി ചെയ്ത് വമ്പിച്ച ലാഭം കൊയ്തത് ജൂതരാണ്. മുഹമ്മദ് കപടപ്രവാചകനാണെന്ന് പ്രചരിപ്പിച്ച ജൂതരുടെ വരുമാനത്തിൽ കുറവ് വരുത്തുക എന്ന ലക്ഷ്യത്തോടെ വീഞ്ഞ് (ഖമ്‌റ്) നിരോധിച്ചു. (ഖു. 5.90) പലിശ നിരോധിച്ചതും മദീനയിലെ ജൂതരെ ലക്ഷ്യമിട്ടുകൊണ്ടായിരുന്നുവെന്ന് നാലാമധ്യായത്തിൽ വിവരിച്ചു.

ഋതുക്കളുമായി ബന്ധപ്പെടുത്താൻ 12 ചന്ദ്രമാസങ്ങൾക്ക് പുറമേ ഏതാനും വർഷങ്ങൾ കൂടുമ്പോൾ വർഷത്തിന് ഒരു മാസം കൂടുതലായി ചേർക്കുന്ന സമ്പ്രദായം അറബികൾക്കിടയിലുണ്ടായിരുന്നു. അത് ബഹുദൈവാരാധകരുടെ നടപടിയാണെന്ന കാരണത്താൽ മുഹമ്മദ്നബി നിരോധിച്ചു. ബഹുദൈവാരാധകരിൽ നിന്നു വ്യതിരിക്തത സ്പഷ്ടമാക്കാൻ വേണ്ടി മാത്രമായിരുന്നു പരിഷ്കാരം. അതോടെ മാസങ്ങളും ഋതുക്കളും തമ്മിൽ ബന്ധമില്ലാതായി.

അടിമത്തം ഖുർആൻ അംഗീകരിച്ചുവെങ്കിലും അടിമകളോട് ദയാപൂർവം പെരുമാറണമെന്ന് അനുശാസിച്ചു. (4.36) ഉടമയ്ക്ക് വില കൊടുത്ത് അടിമയെ മോചിപ്പിക്കാൻ അവകാശമുണ്ടെന്നും നിയമം കൊണ്ടുവന്നു. (24.33) സാമൂഹികപരിഷ്കരണം ലക്ഷ്യമിട്ടുകൊണ്ടുള്ള ഒരു നിയമമായിരുന്നു അത്. കരാറുകൾ പാലിക്കണം (5.1) കടം പുസ്തകത്തിൽ രേഖപ്പെടുത്തി വയ്ക്കണം. (2.282) തുടങ്ങിയവയ്ക്ക് പൊതുവായ നിർദേശങ്ങളുടെ സ്വഭാവം മാത്രമേയുള്ളു.

വ്യഭിചാരത്തിനും അവിഹിതലൈംഗികബന്ധങ്ങൾക്കും കടുത്ത ശിക്ഷ കൊടുക്കണമെന്ന് ഖുർആൻ അനുശാസിക്കുന്നു. വ്യഭിചരിക്കുന്ന പുരുഷനും സ്ത്രീക്കും വിശ്വാസികളുടെ സാന്നിധ്യത്തിൽ 100 ചാട്ടവാറടി നൽകണമെന്നാണ് നിയമം. (ഖു. 24.2-10) മോഷണക്കുറ്റത്തിന് കൈകൾ വെട്ടണം. (5.38) കൊലക്കുറ്റത്തിന് വധശിക്ഷ നൽകണം. 'സ്വതന്ത്രനു സ്വതന്ത്രൻ, അടിമയ്ക്ക് അടിമ സ്ത്രീക്ക് സ്ത്രീ എന്നിങ്ങനെയാവണം ശിക്ഷ. വധിക്കപ്പെട്ട ആളിന്റെ ബന്ധുക്കൾ നഷ്ടപരിഹാരം വാങ്ങി ഘാതകന് മാപ്പ് നൽകിയാൽ ശിക്ഷ നടപ്പാക്കേണ്ടതില്ലെന്നാണ് നിയമം. (ഖു. 2.178)

രാഷ്ട്രത്തിന്റെ പ്രധാന ചുമതലകളിൽ ഒന്നായി *ഖുർആൻ* കാണുന്നത് യുദ്ധമാണ്. അല്ലാഹുവിന്റെ മാർഗത്തിലുള്ള പ്രയത്നം എന്നാണ് യുദ്ധത്തെ *ഖുർആൻ* വിശേഷിപ്പിച്ചത്. (60. 1, 22 78) യുദ്ധത്തിൽ പിടിച്ചെടുക്കുന്ന വസ്തുക്കൾ എങ്ങനെ പങ്കുവെക്കണമെന്ന് *ഖുർആൻ* വ്യക്തമായി പറയുന്നുണ്ട്. (8. 1,41; 59.6-10) ജിഹാദിനെ കുറിച്ച് അല്ലാഹുവിന്റെ പടയാളികളും ആഗോളജിഹാദും എന്ന അധ്യായത്തിൽ പ്രതിപാദിക്കുന്നുണ്ട്.

മദീനയിലെ അന്നത്തെ സാഹചര്യത്തിൽ ആവശ്യമായ നിയമങ്ങൾ

ഉണ്ടാക്കുകയായിരുന്നു മുഹമ്മദ്നബിയുടെ ലക്ഷ്യം. മുഹമ്മദിന്റെ നിയമ നിർമാണം മനുഷ്യരുടെ ചില അടിസ്ഥാനാവശ്യങ്ങളെ മുൻനിറുത്തിയും സാമൂഹിക പരിഷ്കരണം ലക്ഷ്യമിട്ടുകൊണ്ടും ആയിരുന്നു. ഒരു രാഷ്ട്ര ത്തിന്റെ പ്രഥമ ചുമതല പ്രജകളുടെ ജീവനും സ്വത്തിനും സംരക്ഷണം നൽകലാണ്. ഗോത്രവ്യവസ്ഥയിൽ ജീവനു ജീവൻ, കണ്ണിനു കണ്ണ്, പല്ലിന് പല്ല് എന്ന പകപോക്കൽ നിയമമാണ് ഗോത്രത്തിനും വ്യക്തിക്കും സംരക്ഷണം നൽകിയത്. എന്നാൽ മക്ക നഗരത്തിലെ വ്യാപാരമൂലധ നത്തിന്റെ ആധിക്യം പകപോക്കൽ നിയമത്തെ ബലപ്പെടുത്തി സംര ക്ഷിച്ചിരുന്ന ഗോത്രമാനവികതയ്ക്ക് ക്ഷതം വരുത്തി തുടങ്ങിയിരുന്നു. *ഖുർആനിലെ* ആദ്യകാല വചനങ്ങൾ ഇതിനെതിരെയുള്ള പ്രതിഷേധ ങ്ങളായിരുന്നു. കാലം അപ്രസക്തമാക്കിക്കൊണ്ടിരുന്ന ഗോത്രമാനവി കതയ്ക്ക് (Tribal humanism) പകരം വ്യക്തിഗത മാനവികത നിലവിൽ വന്നുകൊണ്ടിരുന്ന സാഹചര്യത്തിലായിരുന്നു മുഹമ്മദ്നബിയുടെ നിയ മനിർമാണം നടന്നത്. എങ്കിലും ഗോത്രമെന്ന യാഥാർഥ്യത്തെ നിഷേധി ച്ചുകൊണ്ട് നിയമനിർമാണം നടത്തിയാൽ നിയമങ്ങൾ ആരും അനുസ രിക്കുകയില്ലെന്ന് നബിക്ക് ബോധ്യമുണ്ടായിരുന്നു. അതുകൊണ്ട് അദ്ദേഹം മുസ്ലിം സമുദായത്തെ (ഉമ്മത്ത്) ഒരു ഗോത്രമായി കണ്ടുകൊ ണ്ടാണ് നിയമങ്ങൾ നിർമിച്ചത്.

പുതിയ നിയമങ്ങളുടെ ലക്ഷ്യം വ്യക്തി ഗോത്രത്തിലെ അംഗമാ യിരിക്കുമ്പോൾ തന്നെ വ്യതിരിക്തമായ അസ്തിത്വം വ്യക്തിക്കുണ്ടെന്ന് സ്ഥാപിക്കുക എന്നതായിരുന്നു. ചില നിയമങ്ങൾ വ്യക്തിയുടെ വിശേ ഷിച്ച് സ്ത്രീയുടെ അസ്തിത്വം നിഷേധിക്കുന്ന ആചാരക്രമങ്ങൾ നിരോ ധിക്കുന്നതിനുവേണ്ടി ആവിഷ്കരിച്ചവയായിരുന്നു എന്ന കാര്യം ഇസ്ലാം എന്ന മതരാഷ്ട്രത്തിന്റെ പിറവി എന്ന അധ്യായത്തിൽ വിവരിച്ചു.

സാമ്രാജ്യത്തിന്റെ മതനിയമങ്ങൾ

മുഹമ്മദ് *ഖുർആൻ* വചനങ്ങളിലൂടെ നിർമിച്ച നിയമങ്ങൾക്കു പുറമെ മുസ്ലിം സാമ്രാജ്യത്തിന്റെ ഭരണനിർവഹണത്തിനാവശ്യമായ അനേകം നിയമങ്ങൾ പിൽക്കാലത്ത് ഖലീഫമാർക്ക് നിർമിക്കേണ്ടിവ ന്നു. അലിയുടെ ഭരണകാലത്ത് തീവ്രവാദനിലപാടുകളെടുത്ത അലി യുടെ കക്ഷിക്കാർ (ശിയകൾ), ഖവാരിജുകൾ എന്നീ രണ്ടു വിഭാഗങ്ങ ളെക്കുറിച്ച് മുൻ അധ്യായത്തിൽ പരാമർശിച്ചല്ലോ. ഖലീഫ ഉമറിന്റെ മകൻ അബ്ദല്ല ഇബ്നു ഉമറിന്റെ നേതൃത്വത്തിൽ ഒരു വിഭാഗം രണ്ടിലും പെടാതെ നിഷ്പക്ഷത പാലിച്ചു. ഇവർ മൂആവിയയുടെ ഭരണത്തോട് വിമർശനപരമായ നിലപാടാണ് സ്വീകരിച്ചതെങ്കിലും കലാപത്തിനൊന്നും മുതിർന്നില്ല. വിശ്വാസികളിൽ ഭൂരിപക്ഷത്തിന് ഇവരുടെ നിലപാടായി രുന്നു സ്വീകാര്യം.

മദീനയിലും മക്കയിലും കൂഫയിലും ബസ്രയിലും ഡമാസ്കസിലും നിഷ്പക്ഷമതികളായവർ ഇസ്ലാമിക ഭരണത്തിലെ അപാകതകളെക്കു

റിച്ചും മതകാര്യങ്ങളെക്കുറിച്ചും സജീവമായി ചർച്ചകൾ നടത്തി. ഇവരുടെ ശ്രദ്ധ പ്രധാനമായും കേന്ദ്രീകരിച്ചത് ഇസ്ലാമിക നിയമങ്ങൾ എങ്ങനെ വിപുലപ്പെടുത്താം എന്ന പ്രശ്നത്തിനുത്തരം കണ്ടെത്തുന്നതിലായിരുന്നു. ആരാധനയുടെ നിയമങ്ങളിലായിരുന്നു അവർ കൂടുതൽ ശ്രദ്ധ പതിപ്പിച്ചത്. മറ്റു ചിലർ താൽപ്പര്യം കാണിച്ചത് വിശ്വാസപ്രമാണങ്ങളുടെ കാര്യത്തിലായിരുന്നു. ബനു ഉമയ്യ ഭരണകാലത്ത് വിശ്വാസപ്രമാണങ്ങളും നിയമങ്ങളും യഥാർഥത്തിൽ വ്യതിരിക്തമായിരുന്നില്ല. കാലക്രമത്തിൽ നിയമം, വിശ്വാസപ്രമാണങ്ങൾ, ആരാധന എന്നിവ വേറിട്ട വിഷയങ്ങളായി. ബനു ഉമയ്യ ഭരണകാലത്ത് രൂപപ്പെട്ട നാലാമത്തെ വിഷയമാണ് നബിചര്യാവിവരണം(ഹദീസ്). അബ്ബാസിയ്യ ഭരണകാലത്താണ് (750-950) ഹദീസുകളുടെ ശോധനയും ക്രോഡീകരണവും നടന്നത്.

നബിയുടെ സഹാബികൾ നബി ചെയ്തതും പറഞ്ഞതുമായ കാര്യങ്ങൾ അവരുടെ ജീവിതകാലത്ത് മറ്റുള്ളവരോട് പറഞ്ഞു. അങ്ങനെ നബിയുടെ ജീവചര്യയും ഭാഷണങ്ങളും കർണാകർണികയാ മുസ്ലിം സമുദായത്തിൽ പ്രചരിച്ചു. വിശ്വാസികൾ അതൊക്കെ ഓർമയിൽ സൂക്ഷിച്ച് അടുത്ത തലമുറയോട് പറഞ്ഞു: അവർ അതിനടുത്ത തലമുറയോടും. അങ്ങനെ നബി പറഞ്ഞതും ചെയ്തതുമായ കാര്യങ്ങളുടെ വിവരണങ്ങൾ തലമുറകളായി കൈമാറിപ്പോന്നുവെന്നാണ് മുസ്ലിങ്ങളുടെ വിശ്വാസം. ഇങ്ങനെ തലമുറകളായി കൈമാറിപ്പോന്ന നബിവചനങ്ങളും നബിചര്യാവിവരണങ്ങളുമാണ് ഹദീസുകൾ.

ബനു ഉമയ്യ ഭരണകാലത്ത് ഭരണപരവും മതപരവുമായ തീരുമാനങ്ങൾക്ക് സാധുത വേണമെങ്കിൽ ഹദീസിന്റെ പിൻബലം വേണമെന്ന അലിഖിത നിയമം നിലവിൽ വന്നു. ഏതെങ്കിലും ഒരു തീരുമാനം നിലനിൽക്കുന്നതാണോ എന്ന് പരിശോധിക്കുവാൻ അതിനെക്കുറിച്ചുള്ള ഹദീസ് ഉണ്ടോയെന്ന് ആരായുമായിരുന്നു. ഹദീസ് ഉണ്ടെന്നോ ഇല്ലെന്നോ ഹദീസുകൾ ഹൃദിസ്ഥമാക്കിയ ഒരാൾ (മുഹദ്ദിസ്) സാക്ഷ്യപ്പെടുത്തണം. ഇസ്ലാമിക നിയമജ്ഞനായ ശാഫിഈയുടെ (മരണം 820) കാലമായപ്പോൾ എല്ലാ ശരീഅത്ത് നിയമങ്ങൾക്കും ഹദീസിന്റെ പിൻബലം വേണമെന്നായി.[4] ഈ സാഹചര്യത്തിലാണ് അനേകം വ്യാജ ഹദീസുകൾ പ്രചരിക്കാൻ തുടങ്ങിയത്. ഹദീസുകൾ മാത്രമല്ല അവ പുതിയ തലമുറയ്ക്ക് കൈമാറിയെന്ന് പറയപ്പെട്ട പൂർവികരിൽ പലരും ഭാവനാസൃഷ്ടികളാണെന്നും കണ്ടെത്തി. ഹദീസുകളിൽ വ്യാജമായവയും സത്യമായവയും വേർതിരിക്കാനുള്ള മാനദണ്ഡങ്ങൾ നിശ്ചയിക്കപ്പെട്ടു. ഈ മാനദണ്ഡങ്ങളുടെ അടിസ്ഥാനത്തിൽ സത്യമായവ മാത്രം ശേഖരിക്കാൻ തുടങ്ങി. ഹദീസുകൾ ക്രോഡീകരിച്ച പണ്ഡിതരിൽ പ്രമുഖരാണ് ഇമാം ബുഖാരിയും (810-870). അബു അൽ-ഹുസൈൻ മുസ്ലിമും (821-875) ബുഖാരി ശോധന ചെയ്തത് ക്രോഡീകരിച്ച ഗ്രന്ഥം സഹീ

4. The origins of Muhammadan Jurisprudence by Joseph Schacht Page 39.

ഹുൽ ബുഖാരിയെന്നും മുസ്ലിം ക്രോഡീകരിച്ച ഗ്രന്ഥം സഹീഹുൽ മുസ്ലിം എന്നും ചുരുക്കപ്പേരുകളിൽ അറിയപ്പെടുന്നു.

നിയമകാര്യങ്ങളിൽ തീരുമാനങ്ങളെടുക്കാൻ ഹദീസുകളെ ആശ്രയിച്ചു തുടങ്ങുന്നതിനു മുമ്പ് തീരുമാനം എടുക്കുന്ന ആളിന്റെ യുക്തിയെ ആയിരുന്നു ആശ്രയിച്ചിരുന്നത്. ഇറാഖിലെ മതപണ്ഡിതനായിരുന്ന അബുഹനീഫയും (മരണം 767) അനുയായികളുമാണ് യുക്തിയുടെ അടിസ്ഥാനത്തിൽ തീരുമാനങ്ങൾ എടുക്കാമെന്ന നിലപാട് സ്വീകരിച്ചത്. യഥാർഥത്തിൽ അബുഹനീഫയുടെ യുക്ത്യധിഷ്ഠിത നിയമ നിർമാണത്തിനെതിരായ പ്രതിലോമപരമായ പ്രതികരണമായിട്ടാണ് ഹദീസ് പ്രസ്ഥാനം രൂപപ്പെട്ടത്. വ്യക്തിയുടെ യുക്തിക്കനുസരിച്ച് എടുക്കുന്ന തീരുമാനങ്ങളെക്കാൾ സാധ്യത *ഖുർആൻ* വചനങ്ങളും നബിയുടെ വചനങ്ങളും അനുസരിച്ച് എടുക്കുന്ന തീരുമാനങ്ങൾക്കാണെന്നായിരുന്നു ഇവരുടെ വാദം. നബിയെ മാതൃകയാക്കുവാൻ നബി എങ്ങനെയാണ് തീരുമാനങ്ങൾ എടുത്തതെന്ന് അറിയണം. അതറിയാനുള്ള മാർഗമാണ് ഹദീസുകൾ. തീരുമാനങ്ങൾ എടുക്കുവാൻ ഹദീസുകളെ ആശ്രയിക്കുന്നവർ (മുഹദ്ദിസീനുകൾ) എന്ന് വാഴ്ത്തപ്പെടാനും യുക്ത്യധിഷ്ഠിത തീരുമാനങ്ങൾ എടുക്കുന്നവർ പരിഷ്കരണം (ബിദ്അത്) കൊണ്ടുവരുന്നവർ എന്ന് ഇകഴ്ത്തപ്പെടാനും തുടങ്ങി.

ഇസ്ലാമിക നിയമവ്യവസ്ഥയുമായി ബന്ധപ്പെട്ട് ഉയർന്നുവന്ന ചോദ്യം നിയമങ്ങളനുസരിക്കാത്തവരും കുറ്റം ചെയ്യുന്നവരും ആയ വിശ്വാസികൾ മുസ്ലിം സമുദായത്തിലെ അംഗങ്ങളാണോ എന്നതായിരുന്നു. കുറ്റം ചെയ്യുന്നവരുടെ സമുദായാംഗത്വം നഷ്ടപ്പെടുമെന്നും അവർ മുസ്ലിം അല്ലാതാകുവെന്നും അവരെ കൊല്ലുന്നത് തെറ്റല്ലെന്നുമായിരുന്നു തീവ്രവാദികളായ ഖവാരിജുകളുടെ നിലപാട്. ഖവാരിജുകളുടെ അഭിപ്രായത്തിൽ മുസ്ലിം സമുദായം കുറ്റമൊന്നും ചെയ്യാത്ത വിശുദ്ധന്മാർ മാത്രമടങ്ങുന്നതാണ്. ഇത് പ്രായോഗികമായ നിലപാടല്ലെന്നും കുറ്റം ചെയ്യുന്നവരെ ഇസ്ലാമിക നിയമമനുസരിച്ച് ശിക്ഷിക്കുക, സമുദായാംഗമായി തുടരാൻ അനുവദിക്കുക, മരണാനന്തരം അവർ നരകത്തിലാണോ സ്വർഗത്തിലാണോ പ്രവേശിക്കുക എന്നൊക്കെയുള്ള കാര്യം അല്ലാഹുവിന് വിടുക എന്ന മിതവാദപരമായ നിലപാട് സ്വീകരിച്ച പണ്ഡിതന്മാരെ മുർജിഊൻ എന്നാണ് വിശേഷിപ്പിച്ചത്. മുർജി അത്ത് എന്നാൽ വിധി മാറ്റിവെയ്ക്കൽ എന്നാണർഥം. അന്തിമവിധി അല്ലാഹുവിന്റേത് എന്നായിരുന്നു മുർജിഊനുകളുടെ സിദ്ധാന്തം. മുൻ അധ്യായത്തിൽ വിവരിച്ച മിതവാദികളായ ഖവാരിജുകളുടെ (വാഖിഫിയ്യ) പിന്തുടർച്ചക്കാരാണ് മുർജിഊനുകൾ. ബഹുഭൂരിപക്ഷം വരുന്ന മുസ്ലിം വിശ്വാസികൾ മുർജിഊനുകളുടെ അഭിപ്രായത്തോട് യോജിച്ചു.

അല്ലാഹുവിലും മുഹമ്മദ്നബിയിലും വിശ്വസിച്ചവർ എത്ര വലിയ പാതകം ചെയ്താലും ശാശ്വതമായ നരകവാസം എന്ന ശിക്ഷയ്ക്ക് വിധേയരാവുകയില്ലെന്ന നിലപാടിനെ ചില മതപണ്ഡിതർ വിമർശിക്കാനും

മുർജിഊനുകളെ അഹലുൽ ബിദ്അത് (പരിഷ്കരണത്തിന്റെ ആളുകൾ) എന്ന് പഴിക്കാനും തുടങ്ങി.

മുഅ്തസിലികൾ

ശരീഅത്ത് നിയമങ്ങൾ രൂപപ്പെടുത്തുന്നതിൽ മുസ്ലിങ്ങളിലെ വിവിധ വിഭാഗങ്ങൾ പങ്കുവഹിച്ചിട്ടുണ്ട്. അതിലൊരു വിഭാഗമായിരുന്നു എട്ടാം നൂറ്റാണ്ടിൽ ബസ്ര നഗരത്തിൽ രംഗത്തുവന്ന മുഅ്തസിലികൾ. മുഅ്തസിലി എന്നാൽ പിൻവാങ്ങിയവർ എന്നാണർഥം. ഏകതയുടെയും നീതിയുടെയും ആളുകൾ (അഹൽ അൽ-തൗഹീദ് വ-അൽ-അദ്ൽ) എന്നാണ് അവർ സ്വയം വിശേഷിപ്പിച്ചത്. നിയമങ്ങൾ യുക്തിയുടെ അടിസ്ഥാനത്തിൽ നിർമിക്കണമെന്നായിരുന്നു മുഅ്തസിലികളുടെ വാദം. തീരുമാനങ്ങളിലും നിയമങ്ങളിലും എത്താൻ അവർ ആശ്രയിച്ചത് ഗ്രീക്ക് തത്വചിന്തയെ ആയിരുന്നതുകൊണ്ട് പാശ്ചാത്യർ അവരെ ഇസ്ലാമിലെ സ്വതന്ത്രചിന്തകർ എന്ന് വിശേഷിപ്പിച്ചു. അക്കാരണം കൊണ്ടു തന്നെ യാഥാസ്ഥിതികരായ മുസ്ലിം മതപണ്ഡിതരിൽ ചിലർ അവരെ വിമതരായും ചിത്രീകരിച്ചു. ഗ്രീക്ക് ചിന്തകളോട് മുഅ്തസിലികൾക്ക് ആഭിമുഖ്യമുണ്ടായിരുന്നെങ്കിലും ഇസ്ലാം മതത്തിന്റെ വിശ്വാസപ്രമാണം മാത്രമാണ് അവർ ചർച്ച ചെയ്തത്.

മനുഷ്യന്റെ പ്രവൃത്തികൾക്ക് മനുഷ്യൻ തന്നെയാണ് ഉത്തരവാദി എന്നായിരുന്നു മുഅ്തസിലികളുടെ സിദ്ധാന്തം. അല്ലാഹു മുഹമ്മദ്നബിയിലൂടെ വെളിപ്പെടുത്തിയ വചനങ്ങളിലൂടെ ശരിയായ മാർഗം കാണിച്ചു തന്നിട്ടുണ്ട്. അതിലൂടെ മാത്രം സഞ്ചരിച്ച് സ്വർഗത്തിലെത്തേണ്ടത് മനുഷ്യന്റെ കടമയാണ്. മനുഷ്യൻ സ്വർഗത്തിലോ നരകത്തിലോ പ്രവേശിക്കുന്നത് മനുഷ്യന്റെ തന്നെ പ്രവൃത്തികളെ ആശ്രയിച്ചാണ്. മനുഷ്യൻ അല്ലാഹുവിനെ അനുസരിച്ച് ജീവിച്ചാൽ പ്രതിഫലമായി സ്വർഗത്തിലും അനുസരിക്കാതെ ജീവിച്ചാൽ ശിക്ഷയായി നരകത്തിലും പ്രവേശിപ്പിക്കും. അല്ലാഹു നീതിമാനാണ്. മനുഷ്യരോട് അനീതിയൊന്നും ചെയ്യില്ല. ഇതായിരുന്നു മുഅ്തസിലികളുടെ നിലപാട്.

മുഅ്തസിലികളെ ഉത്തരം മുട്ടിച്ച പല ചോദ്യങ്ങളും എതിർ കക്ഷിയിൽപ്പെട്ട പണ്ഡിതന്മാർ ചോദിക്കുകയുണ്ടായി. ഒരു കുഞ്ഞ് അകാലത്തിൽ അന്തരിച്ചാലോ? പാപമൊന്നും ചെയ്യാത്തതിനാൽ കുഞ്ഞ് സ്വർഗത്തിൽ പ്രവേശിക്കും. ഒരു പ്രവൃത്തിയും ചെയ്യാതെ അല്ലാഹുവിനെ അനുസരിച്ച് ജീവിക്കാതെ തന്നെ സ്വർഗത്തിൽ പ്രവേശിപ്പിക്കുന്നത് അനുസരണയോടെ ജീവിച്ചവരോട് അല്ലാഹു ചെയ്യുന്ന അനീതിയല്ലേ എന്നായിരുന്നു ചോദ്യം. ഈ പ്രശ്നവുമായി ബന്ധപ്പെടുത്തി മൂന്നു സഹോദരന്മാരുടെ കഥ പറയാറുണ്ടായിരുന്നു. മൂന്നു പേരിൽ ഒരാൾ തെമ്മാടിയും രണ്ടാമൻ മര്യാദക്കാരനും ആയിരുന്നു. അവർ യഥാക്രമം നരകത്തിലും സ്വർഗത്തിലും പ്രവേശിച്ചു. മൂന്നാമൻ ബാല്യത്തിൽ മരിച്ചതിനാൽ സ്വർഗത്തിൽ പ്രവേശിപ്പിച്ചു. തനിക്ക് അല്ലാഹുവിനോട് അനുസരണയോടെ

ജീവിച്ച് സ്വർഗത്തിന്റെ അവകാശിയാകാൻ അവസരം തരാഞ്ഞത് അനീതിയാണെന്ന് അകാലത്തിൽ മരിച്ച ആളും ഒരാളെ ബാല്യത്തിൽ ജീവിതം അവസാനിപ്പിച്ച് സ്വർഗത്തിൽ പ്രവേശിച്ചതുപോലെ തന്നെയും അങ്ങനെ ചെയ്യാമായിരുന്നുവെന്ന് നരകത്തിൽ പ്രവേശിച്ച ഒന്നാമനും പരാതി പറഞ്ഞു. അല്ലാഹു നീതി മാത്രമേ ചെയ്യൂ എന്ന മുഅ്തസിലികളുടെ വാദത്തെ ഖണ്ഡിക്കാനാണ് കഥ ചമച്ചത്. അല്ലാഹു മനുഷ്യർക്ക് വാഗ്ദാനവും (അൽ-വഅദ്) താക്കീതും (അൽ-വഈദ്) നൽകിയിട്ടുണ്ടെന്നാണ് മുഅ്തസിലികളുടെ മറ്റൊരു സിദ്ധാന്തം. അനുസരണയുള്ളവർക്ക് സ്വർഗമാണ് വാഗ്ദാനം, അനുസരണയില്ലാത്തവർക്ക് നരകവാസമെന്ന താക്കീതും. വിശ്വാസി, അവിശ്വാസി എന്നിങ്ങനെ രണ്ട് അവസ്ഥയ്ക്കിടയിൽ മൂന്നാമതൊരവസ്ഥ ഉണ്ടെന്നായിരുന്നു മുഅ്തസിലികളുടെ നാലാമത്തെ വാദം. അല്ലാഹുവിലും മുഹമ്മദ്നബിയിലും വിശ്വസിക്കുകയും അല്ലാഹുവിന്റെ നിയമങ്ങൾ (ശരിഅത്ത്) അനുസരിച്ച് ജീവിക്കുകയും ചെയ്യുന്നവനാണ് മുഅമിൻ (വിശ്വാസി). അല്ലാഹുവിലും മുഹമ്മദ്നബിയിലും വിശ്വസിക്കാത്ത ആൾ കാഫിർ (അവിശ്വാസി) ആണ്. വിശ്വസിക്കുകയും ശരിഅത്ത് നിയമങ്ങൾ അനുസരിക്കാതിരിക്കാതെ ജീവിക്കുകയും ചെയ്യുന്ന ഒരാൾ കാഫിർ (അവിശ്വാസി) അല്ല, വിശ്വാസിക്കും അവിശ്വാസിക്കും ഇടയ്ക്കുള്ള ഒരു സ്ഥാനത്ത് (അൽ-മൻസിലത്ത് ബൈന അൽ-മൻസിലത്ത്) ആയിരിക്കുമെന്ന് മുഅ്തസിലികൾ വാദിച്ചു. ഇടയ്ക്കുള്ളവർക്ക് അവിശ്വാസികളെക്കാൾ കുറഞ്ഞ ശിക്ഷ മാത്രമേ ലഭിക്കൂ.

ഖുർആൻ അല്ലാഹുവിന്റെ സൃഷ്ടി (കൃതി) മാത്രമാണെന്നും അതല്ല അനാദിയും അനന്തവുമായ അല്ലാഹുവിന്റെ വചനമാണെന്നും രണ്ടഭിപ്രായങ്ങൾ ഉയർന്നുവന്നപ്പോൾ യുക്തിസഹമായ ആദ്യത്തെ അഭിപ്രായത്തോടാണ് മുഅ്തസിലികൾ യോജിച്ചത്. (ഈ തർക്കത്തെക്കുറിച്ച് പിന്നീട് പ്രതിപാദിക്കുന്നുണ്ട്.) തങ്ങളുടെ നിലപാടിനോട് യോജിക്കാത്തവരെ മതകുറ്റവിചാരണ (മിഹ്ന) നടത്തണമെന്ന് ഖലീഫയെ ഉപദേശിച്ചത് മുഅ്തസിലികളാണ്. അനേകം മതപണ്ഡിതർ മതകുറ്റവിചാരണയ്ക്കും പീഡനങ്ങൾക്കും വിധേയരാകുകയും ചെയ്തു. മറ്റു മതങ്ങളോടും മുഅ്തസിലികൾ അസഹിഷ്ണുക്കളായിരുന്നു.[5] അതുകൊണ്ട് ചില പാശ്ചാത്യ ചിന്തകർ വിശേഷിപ്പിച്ചതുപോലെ സ്വതന്ത്രചിന്തകർ എന്ന പദവിക്ക് അവർ അർഹരാണോ എന്ന് സംശയമുണ്ട്.

മുഅ്തസിലി വിഭാഗത്തിന് ആരംഭം കുറിച്ചത് വസീൽ ഇബ്നു അത്ത (മരണം 748) ആണ്. അദ്ദേഹം മുർജിഊൻ വിഭാഗത്തിൽപ്പെട്ട പണ്ഡിതൻ ഹസൻ അൽ-ബസ്രിയുടെ ശിഷ്യനായിരുന്നു. ഇസ്ലാമിക നിയമം ലംഘിച്ച് കുറ്റം ചെയ്ത ഒരു വിശ്വാസി സമുദായത്തിൽ അംഗമായി തുടരുമോ എന്ന കാര്യത്തെക്കുറിച്ച് അൽ-ബസ്രി സംവാദം നട

5. Islamic Surveys Islamic Theology and philosophy by W Montgomery Watt, P 59

ത്തിയപ്പോൾ തനിക്ക് മുർജിഊനുകളുടെയും ഖവാരിജുകളുടെയും അഭിപ്രായത്തോട് യോജിപ്പില്ലെന്നു പറഞ്ഞുകൊണ്ട് ഇബ്നു അത്ത സദസിൽ നിന്നും പിൻവാങ്ങി. അയാൾ നമ്മളിൽ നിന്നും പിൻവാങ്ങിപ്പോയി (ഇഅ്തസില) എന്ന് അൽ-ബസരി അഭിപ്രായപ്പെട്ടു. അങ്ങനെയാണ് ഇബ്നു അത്തയുടെ അനുയായികൾക്ക് മുഅ്തസിലികൾ (പിൻവാങ്ങിപ്പോയവർ) എന്ന പേര് സിദ്ധിച്ചത്.

അല്ലാഹുവിനെക്കുറിച്ചുള്ള മുഅ്തസിലികളുടെ സങ്കൽപ്പം ഗ്രീക്കുകാരുടെ ദൈവസങ്കൽപ്പത്തോടാണ് അടുത്തു നിൽക്കുന്നത്. അല്ലാഹു അരൂപിയും അതീന്ദ്രിയനുമാണ്. മനുഷ്യന്റെ ഇന്ദ്രിയങ്ങളാൽ സംവേദനം ചെയ്യപ്പെടാൻ സാധ്യമല്ല. അതുകൊണ്ട് അല്ലാഹുവിന് മനുഷ്യരുടെ ഗുണങ്ങൾ ഉണ്ടെന്ന് ധ്വനിപ്പിക്കുന്ന വിശേഷണങ്ങൾ നൽകുന്നത് ശരിയല്ല. കാരുണ്യവാൻ എന്നർഥമുള്ള റഹ്മാൻ എന്ന് അല്ലാഹുവിനെ സംബോധന ചെയ്യാൻ പാടില്ലെന്ന് അവർ വാദിച്ചു. അല്ലാഹുവിൽ വിവിധ ഗുണങ്ങൾ ആരോപിക്കുന്ന 99 പേരുകളാണ് *ഖുർആനി*ലുള്ളത്. മനുഷ്യന്റെ ഗുണവിശേഷങ്ങൾ അല്ലാഹുവിൽ ആരോപിക്കുന്നത് ഏകദൈവ വിശ്വാസത്തിൽ വെള്ളം ചേർക്കലാണെന്നാണ് മുഅ്തസിലികളുടെ വാദം.

അല്ലാഹുവിന്റെ നിയമങ്ങളും രണ്ടു തരത്തിലുണ്ടെന്നായിരുന്നു അവരുടെ വാദം. ഒഴിവാക്കാൻ പാടില്ലാത്തവയും അനുസരിക്കേണ്ടവയും. ഒഴിവാക്കാൻ പാടില്ലാത്തവ ഏതു സാഹചര്യത്തിലും അനുസരിക്കണം. അനുസരിക്കേണ്ടവ വളരെ പ്രതികൂലമായ സാഹചര്യത്തിൽ ഒഴിവാക്കാവുന്നതാണ്.

അബ്ബാസിയ ഭരണത്തിന്റെ ആദ്യഘട്ടം മുഅ്തസിലികളുടെ സുവർണകാലമായിരുന്നു. ഖലീഫ അൽ-മഅ്മുൻ (ഭരണം 813 -833)മുഅ്തസില പക്ഷക്കാരനായിരുന്നു. ബാഗ്ദാദിലെ ചീഫ് ജസ്റ്റീസിന്റെ സ്ഥാനമുൾപ്പെടെ ഭരണരംഗത്തെ പല പ്രമുഖ സ്ഥാനങ്ങളിലും മുഅ്തസിലികളെ നിയമിച്ചു. മഅമൂനു ശേഷം മുത്തവക്കിൽ ഖലീഫയായതോടെ മുഅ്തസിലികളുടെയും ശിയകളുടെയും കഷ്ടകാലം ആരംഭിച്ചു. യാഥാസ്ഥിതികരായ മതചിന്തകർക്ക് മുഅ്തസിലികളോട് കടുത്ത എതിർപ്പ് വരാൻ കാരണം അവർ ഗ്രീക്ക് തത്വചിന്തയെ ആശ്രയിച്ചതാണ്. മുഅ്തസിലികൾ ശിഷ്യരെ കിട്ടാതെ സമൂഹത്തിൽ ഒറ്റപ്പെടുകയും അവരുടെ ചിന്താസരണി അന്യം നിന്നുപോകുകയും ചെയ്തു.

മദ്ഹബുകൾ

ഇസ്ലാമിക നിയമശാസ്ത്രം ഫിഖ്ഹ് എന്നാണറിയപ്പെടുന്നത്. ഫിഖ്ഹിന് ശാഫിഈ, ഹനഫി, മാലിക്കി, ഹൻബിലി എന്നിങ്ങനെ നാല് മദ്ഹബുകൾ (മതധർമ സംഹിതകൾ) ആണുള്ളത്. സുന്നി മുസ്ലീങ്ങൾ ഇതിൽ ഏതെങ്കിലും ഒരു ധർമസംഹിത (മദ്ഹബ്) അനുസരിക്കുന്നവരാണ്. ഏതെങ്കിലും ഒരു ധർമസംഹിത അനുസരിച്ച് ആരാധനകൾ നട

ത്തുന്നതും കുടുംബജീവിതം ചിട്ടപ്പെടുത്തുന്നതും മതത്തിലെ വിഭാഗീയതയല്ല. ആരാധനാക്രമത്തിലെയും കുടുംബബന്ധനിയമങ്ങളിലെയും ചെറിയ വ്യത്യാസങ്ങൾ മാത്രമേയുള്ളു. ഏതെങ്കിലും ഒരു ധർമസംഹിത അനുസരിക്കുന്നവർക്ക് മറ്റു സംഹിതകൾ അനുസരിക്കുന്നവരോട് ശത്രുതയോ വിരോധമോ ഇല്ല.

ധർമസംഹിതകൾക്ക് രൂപം കൊടുത്ത പണ്ഡിതന്മാരുടെ പേരുകളിൽനിന്നാണ് മദ്ഹബുകളുടെ പേരുകൾ ഉത്ഭവിച്ചത്. നാല് മദ്ഹബുകളാണ് സുന്നി മുസ്ലീങ്ങൾക്ക് നിലവിലുള്ളതെങ്കിലും ഇസ്ലാംമത ചരിത്രത്തിന്റെ പൗരാണികഘട്ടത്തിൽ (classical period) അനേകം മദ്ഹബുകൾ ഉണ്ടായിരുന്നു. മുഹമ്മദ്നബിയുടെ സഹപ്രവർത്തകർ തന്നെ വ്യത്യസ്ത ധർമസംഹിതകൾക്ക് രൂപം കൊടുക്കാൻ മുൻകൈ എടുത്തിരുന്നുവെന്ന് മതപണ്ഡിതന്മാർ ചൂണ്ടിക്കാട്ടുന്നു.[6]

സിറയയിലെ ഡമാസ്കസ്, ഇറാഖിലെ കൂഫ, ബസ്റ, അറേബ്യയിലെ മദീന എന്നിവിടങ്ങളിൽ രൂപം കൊണ്ട വിവിധങ്ങളായ ധർമസംഹിതകൾ മാലിഖി മദ്ഹബും ഇറാഖിലെ മറ്റു ഭാഗങ്ങളിൽ രൂപം കൊണ്ടവ ഹനഫി മദ്ഹബും ആയി ഉദ്ഗ്രഥിക്കപ്പെട്ടു. പിന്നീട് രൂപം കൊണ്ടവയാണ് ശാഫിഈ, ഹൻബലി, സാഹിരി, ജരീരി മദ്ഹബുകൾ. അവസാനത്തെ രണ്ടും അനുയായികളില്ലാതെ അന്യം നിന്നുപോയി.

ധർമസംഹിതകൾ രേഖപ്പെടുത്താൻ പണ്ഡിതന്മാർ ആധാരമാക്കിയത് *ഖുർആൻ* വചനങ്ങൾ (ആയത്ത്), നബിവചനങ്ങൾ (ഹദീസ്), രണ്ടിലും പാണ്ഡിത്യമുള്ള ഇമാമുകളുടെ യോജിച്ച അഭിപ്രായം (ഇജ്മാഅ്), മൂന്നു കാര്യങ്ങളും താരതമ്യം ചെയ്ത് എത്തിച്ചേരുന്ന നിഗമനങ്ങൾ (ഖിയാസ്) എന്നിങ്ങനെ നാല് കാര്യങ്ങളാണ്. മുൻകാല വിധികളും തീരുമാനങ്ങളും ഇല്ലാത്ത വിഷയങ്ങളിൽ മേൽപ്പറഞ്ഞ കാര്യങ്ങൾ കണക്കിലെടുത്തുകൊണ്ട് സ്വതന്ത്രമായ തീരുമാനം എടുക്കണം. അഥവാ വിധി പറയണം. ഇങ്ങനെ വിധി പറയുന്ന പ്രക്രിയയാണ് ഇജ്തിഹാദ്. തീവ്രശ്രമം നടത്തുക എന്നാണ് വാക്കിന്റെ അർഥം. ഇതിന്റെ ഉത്ഭവം ജിഹാദ് എന്ന പദത്തിൽനിന്നാണെന്ന് മുൻ അധ്യായത്തിന്റെ കുറിപ്പിൽ ചൂണ്ടിക്കാണിച്ചത് ഓർക്കുമല്ലോ. ഇജ്തിഹാദിലൂടെ പുതിയ നിയമം സൃഷ്ടിക്കാൻ കഴിവുള്ളതും മുസ്ലിം സമുദായത്തിന്റെ അംഗീകാരം ലഭിച്ചതുമായ പണ്ഡിതനാണ് മുജ്തഹിദ്. മുജ്തഹിദുകളായ ഇമാമുകളാണ് ധർമസംഹിതകൾക്ക് (മദ്ഹബുകൾ) രൂപം കൊടുത്തത്.

---

6. റ്റി. എ മുഹമ്മദ് അബ്ദുൽ ഖാദർ രചിച്ച നാല് ഇമാം ചരിത്രം (ഇന്നീ പബ്ലിക്കേഷൻസ് 1995) എന്ന ഗ്രന്ഥത്തിന്റെ അവതാരികയിൽ ഇമാം ഹാഫിസ് പി. എച്ച്. അബ്ദുൽ ഗഫ്ഫാർ മൗലവി എഴുതി: 'ഖുർആൻ, ഹദീസ്, ഇജ്മാഅ്, ഖിയാസ്-ഇവയിൽ നിന്നും ഗവേഷണം ചെയ്തെടുക്കപ്പെട്ട നിയമങ്ങൾക്കാണ് മദ്ഹബ് എന്നു പറയുന്നത്. മദ്ഹബിന്റെ ഉറവിടം നബിയുടെ കാലത്ത് തന്നെ ഉണ്ടായിരുന്നുവെന്ന് വ്യക്തമാണ്. പിന്നെ പിൽക്കാലരായ പണ്ഡിതവര്യർ ഉണ്ടായതും ഉണ്ടാകാവുന്നതുമായ എല്ലാ സംഭവങ്ങൾക്കും അനുയോജ്യമായ നിയമങ്ങൾ കണ്ടുപിടിച്ചു."

ഹനഫി മദ്ഹബിന്റെ ആരംഭകൻ അബു ഹനീഫ (699-765) കൂഫ യിലാണ് ജനിച്ചത്. ഏറ്റവും മഹാനായ ഇമാം (ഇമാം അൽ-അഅ്ദം) എന്നാണ് അനുയായികൾ അദ്ദേഹത്തെ വിശേഷിപ്പിക്കാറ്. മുഹമ്മദ് നബിയുടെ സഹപ്രവർത്തകരുടെ (സഹാബികൾ) തൊട്ടടുത്ത തലമു റയിൽപ്പെട്ട ആളാണ് അബുഹനീഫ. സഹാബികളിൽ ആരെയെങ്കിലും നേരിൽ കണ്ടവരെ താബിഈൗൻ എന്നാണ് വിളിക്കാറ്. ഖലീഫമൻസൂർ 763ൽ അബുഹനീഫയെ പ്രധാന ജഡ്ജി (ഖാദി അൽ-ഖുദാത്ത്) ആയി നിയമിക്കാൻ തീരുമാനിച്ചെങ്കിലും ഇമാം അത് സ്വീകരിച്ചില്ല. ക്രുദ്ധനായ ഖലീഫ അബു ഹനീഫയെ തടവുകാരനാക്കി. തടവറയിലായിരുന്നു അന്ത്യം. അദ്ദേഹത്തിന് അന്തിമാഭിവാദ്യമർപ്പിക്കാൻ അമ്പതിനായിരത്തി ലധികം ആളുകൾ കൂടി.

മാലിക്കി മദ്ഹബിന്റെ സംഹിത രൂപപ്പെടുത്തിയ ഇമാം മാലിക്ക് (711-795) മദീനയിലാണ് ജനിച്ചത്. അദ്ദേഹത്തെ വിശേഷിപ്പിക്കുന്നത് ഇമാമുദാറുൽ ഹിജറത്ത് (കുടിയേറ്റ ഭവനത്തിന്റെ ഇമാം) എന്നാണ്. മക്ക നഗരം തിരസ്കരിച്ച നബിയും അനുയായികളും മദീനയിലേക്കാ ണല്ലോ കുടിയേറിയത്. അതുകൊണ്ട് മദീനയെ കുടിയേറ്റഭവനം (ദാ റുൽ ഹിജറത്ത്) എന്നും വിശേഷിപ്പിക്കാറുണ്ട്. വിശ്വസ്തരായവർ പറ യുന്ന ഹദീസുകൾ മാത്രമേ സ്വീകരിക്കാവൂ എന്ന് ഇമാം മാലിക്കിന് നിർബന്ധമായിരുന്നു. ഇദ്ദേഹത്തിൽ നിന്നു ലഭിച്ച ഹദീസുകളാണ് ഏറ്റവും വിശ്വാസയോഗ്യമായവ എന്ന് ഹദീസുകൾ ക്രോഡീകരിച്ച ഇമാം ബുഖാരി അഭിപ്രായപ്പെട്ടു. മതചിന്തയും (Theology) തത്വചിന്തയും (Philosophy) ചർച്ച ചെയ്യുന്നത് ഇമാം മാലിക്ക് വിലക്കിയിരുന്നു. തത്വ ചിന്തയിൽ നിന്ന് അറിവൊന്നും ലഭിക്കുകയില്ല എന്നായിരുന്നു അദ്ദേഹ ത്തിന്റെ വാദം. മറിച്ചായിരുന്നെങ്കിൽ നബിയുടെ സഹാബികളും അവ രുടെ അടുത്ത തലമുറയും തത്വചിന്തയെ ആധാരമാക്കി മതകാര്യങ്ങൾ ചർച്ച ചെയ്യുമായിരുന്നു എന്നാണ് അദ്ദേഹത്തിന്റെ നിഗമനം. ഇസ്ലാമിക ലോകത്ത് മതചിന്ത (Theology) അറിയപ്പെടുന്നത് കലാം എന്ന പേരി ലാണ്. ഭാഷണം (speech) എന്നാണ് പദത്തിന്റെ അർഥം. തത്വചിന്ത എന്നർഥമുള്ള ഗ്രീക്ക് പദമായ ഫിലോസഫി അറബിയിലേക്ക് ഫൽസഫ എന്ന് ഭാഷാന്തരം ചെയ്യുകയാണ് ചെയ്തത്. തത്വചിന്തയും (ഫിലോ സഫി) മതചിന്തയും (Theology) ആവശ്യമില്ലെന്നായിരുന്നു മദ്ഹബു കളുടെ ആരംഭകരായ ഇമാമുകളുടെ ശാഠ്യം. അവരുടെ അഭിപ്രായത്തിൽ *ഖുർആനി*ലും ഹദീസിലും മനുഷ്യനാവശ്യമായ എല്ലാ ജ്ഞാനവും ഉള്ള തുകൊണ്ട് ചിന്തകൾ ആവശ്യമില്ല. മാത്രമല്ല തത്വചിന്തയിലൂടെ മനു ഷ്യൻ വഴിതെറ്റിപ്പോകാൻ ഇടയുമുണ്ട്. കാരണം തത്വചിന്തയിലൂടെയും മതചിന്തകളിലൂടെയുമാണ് പല പരിഷ്കരണങ്ങളും മതത്തിൽ വന്നു കൂടുന്നത്. പരിഷ്കരണം (ബിദ് അത്) മതത്തിൽ നിന്നുള്ള വ്യതിയാന മാണെന്നായിരുന്നു ഇമാം മാലിക്കിന്റെ ശക്തമായ അഭിപ്രായം. പരിഷ്ക രണക്കാരോട് (അഹൽ അൽ-ബിദ് അത്) യാതൊരു സൗഹൃദവും പാടി

ല്ല. അവരുമായി അഭിവാദ്യപ്രത്യഭിവാദ്യങ്ങൾ പോലും പാടില്ല. ഇതായിരുന്നു ഇമാം മാലിക്കിന്റെ ശക്തമായ അഭിപ്രായം.

മതപണ്ഡിതന്മാർ ഖലീഫമാരുടെ ഇംഗിതത്തിനൊത്ത് ഫത്വകൾ (മതപരമായ വിധിപ്രസ്താവങ്ങൾ) പുറപ്പെടുവിക്കരുതെന്ന് ഇമാം മാലിക്ക് അഭിപ്രായപ്പെട്ടു. ഖലീഫ അൽ-മൻസൂറിനോട് കൂറ് പ്രഖ്യാപിക്കാത്തതിന്റെ പേരിൽ ഇമാം മാലിക്കിന് ചാട്ടവാറടിയേൽക്കേണ്ടിവന്നു. ഖലീഫ ഹാറൂൻ അൽ-റശീദ് അദ്ദേഹത്തെ ബാഗ്ദാദിലേക്ക് ക്ഷണിച്ചെങ്കിലും നബിയുടെ നഗരമായ മദീന വിട്ടുപോകാൻ തയാറായില്ല.

ശാഫിഈ മദ്ഹബിന്റെ സംഹിതാകാരനായ അബു അബ്ദല്ല മുഹമ്മദ് ഇബ്നു ഇദ്‌രീസ് അൽ-ശാഫിഈ (939-1066) മുഹമ്മദ്നബിയുടെയും അബ്ബാസിയ ഖലീഫമാരുടെയും കുലമായ ബനു ഹാശിം കുലത്തിന്റെ സഹോദരകുലമായ ബനു മുത്തലിബ് കുലത്തിലായിരുന്നു ജനിച്ചത്. അതുകൊണ്ട് ഭരണരംഗത്തെ ഉന്നതരുമായി സമ്പർക്കമുണ്ടായിരുന്നു. ഖലീഫ ഹാറൂൻ അൽ-റശീദ് അദ്ദേഹത്തെ യമനിൽ ഖാദി (ജഡ്ജി) ആയി നിയമിച്ചു. ഗവർണരുമായുള്ള അഭിപ്രായവ്യത്യാസം കാരണം അദ്ദേഹത്തെ ബാഗ്ദാദിലേക്ക് സ്ഥലം മാറ്റി. ബാഗ്ദാദിൽ വെച്ചാണ് ധർമശാസ്ത്രസംഹിത (മദ്ഹബ്) രൂപപ്പെടുത്തിയത്. അവസാന കാലത്ത് അദ്ദേഹം ഈജിപ്തിലായിരുന്നു. മാലിക്കി മദ്ഹബ് നിയമനിർമാണത്തിന് ഹദീസുകളെയാണ് ആശ്രയിച്ചത്. ഹനഫി മദ്ഹബാകട്ടെ യുക്തിയെയാണ് കൂടുതലായി ആശ്രയിച്ചത്. ഹദീസ് നഹിയിൽ നിന്നുള്ളതാണെങ്കിൽ മാത്രമേ സ്വീകരിക്കാവൂ എന്ന് അബു ഹനീഫ നിഷ്കർഷിച്ചു. ഖലീഫയായിരുന്ന മൂആവിയ, നബിയുടെ സഹപ്രവർത്തകരായിരുന്ന അമർ ഇബ്നു അൽ-ആസ്, മുഗീറ, സിയാദ് എന്നിവർ സാക്ഷ്യപ്പെടുത്തിയ ഹദീസുകൾ സ്വീകാര്യമല്ലെന്ന് ഇമാം ശാഫിഈ വിധിച്ചു. മനുഷ്യന്റെ യുക്തിയും *ഖുർആൻ* വചനങ്ങളും വിശ്വാസയോഗ്യമായ ഹദീസുകളും സംയോജിപ്പിച്ച് മതധർമസംഹിത രൂപപ്പെടുത്തണമെന്ന അഭിപ്രായക്കാരനായിരുന്നു ഇമാം ശാഫിഈ.

ഹൻബലി മദ്ഹബിന്റെ ഇമാമായിരുന്ന അഹ്മദ് ഇബനു ഹൻബൻ (780-855) മധ്യേഷ്യയിലെ ഖുറാസാനിൽ സ്ഥിരതാമസമാക്കിയ അറബ് കുടുംബത്തിലാണ് ജനിച്ചത്. ഹനഫി മദ്ഹബിൽ പെട്ട ജഡ്ജി അബൂ യൂസുഫിന്റെ കീഴിലാണ് അദ്ദേഹം നിയമശാസ്ത്രം (ഫിഖ്ഹ്) പഠിച്ചത്. പഠനത്തിനുശേഷം ഹൻബൻ സാമ്രാജ്യത്തിനകത്ത് സഞ്ചരിച്ച് ഹദീസുകൾ ശേഖരിച്ചു. അദ്ദേഹം 414 ഹദീസ് പണ്ഡിതരിൽ (മുഹദ്ദിസുകൾ) നിന്നായി അനേകായിരം ഹദീസുകൾ ശേഖരിച്ചുവെന്നാണ് പറയപ്പെടുന്നത്. അതിനു ശേഷം പട്ടാളത്തിൽ ചേർന്ന് സാമ്രാജ്യത്തിന്റെ അതിർത്തി വികസിപ്പിക്കാനായി വിശുദ്ധയുദ്ധവും ചെയ്തു. നാല്പത്

---

7. മുഫ്തി എന്നാൽ ഫത്വ (മതശാസനം) പുറപ്പെടുവിക്കുന്ന ആൾ എന്നാണർഥം. ശരീഅത്ത് നിയമങ്ങളിൽ പാണ്ഡിത്യമുള്ള ആൾക്കേ മുഫ്തി ആകാൻ കഴിയൂ.

വർഷക്കാലത്തെ ഹദീസ് പഠനങ്ങൾക്കുശേഷമാണ് അദ്ദേഹം മുഫ്തി[7] സ്ഥാനം സ്വീകരിച്ചത്. ഖലീഫ അൽ-മഅ്മൂന്റെ കൽപ്പനപ്രകാരം ഖുർ ആൻ അല്ലാഹുവിന്റെ സൃഷ്ടിയാണെന്ന് പരസ്യപ്രസ്താവന ചെയ്യാൻ വിസമ്മതിച്ചതുകൊണ്ട് മതകുറ്റവിചാരണയ്ക്ക് (മിഹ്ന) ഉത്തരവിട്ടെ ങ്കിലും ഖലീഫയുടെ പെട്ടെന്നുണ്ടായ മരണം ഹൻബലിന് രക്ഷയായി.

ഇസ്ലാമിക നിയമവ്യവസ്ഥയുടെ വികസനവുമായി ബന്ധപ്പെട്ട് *ഖുർ ആനെക്കുറിച്ച്* തർക്കം ഉണ്ടായത് ജ്ഞാനോദയം ഇസ്ലാമിലൂടെ എന്ന അധ്യായത്തിൽ പ്രതിപാദിച്ചു. *ഖുർആൻ* വചനങ്ങൾ അല്ലാഹുവിന്റെ ആദിയും അന്തവുമില്ലാത്ത ഭാഷണമാണെന്ന വാദത്തിനു പിന്നിൽ ക്രിസ്തുമത സ്വാധീനമുണ്ടെന്ന് ചില പാശ്ചാത്യ പണ്ഡിതന്മാർ അഭി പ്രായപ്പെടുന്നു. ക്രൈസ്തവ ദൈവശാസ്ത്രത്തിലെ ദൈവത്തിന്റെ വചനം എന്ന പരികൽപ്പനയിൽ നിന്നാണ് കലാം അല്ലാഹ് എന്ന ആശയം ഉടലെടുത്തത് എന്ന വാദം ചരിത്രപരമായി നിലനിൽപ്പുള്ള താണ്. കാരണം ഇസ്ലാമിക ചരിത്രത്തിലെ പൗരാണിക ഘട്ടത്തിൽ ക്രൈസ്തവ പുരോഹിതന്മാരും മുസ്ലിം മതപണ്ഡിതന്മാരും തമ്മിൽ ആരോഗ്യകരമായ സംവാദങ്ങൾ നടന്നിരുന്നു എന്നത് ചരിത്രയാഥാർഥ്യ മാണ്. അബ്ബാസിയ്യ ഖലീഫ അൽ-മഅ്മൂന്റെ ഭരണകാലത്ത് (813–833) ഒരു വിഭാഗം സുന്നി പണ്ഡിതന്മാരാണ് *ഖുർആൻ* അനാദിയും അന്തവു മായ അല്ലാഹുവിന്റെ ഭാഷണം ആണെന്ന വാദം ആദ്യമായി ഉന്നയിച്ച ത്. ഗ്രീക്ക് ചിന്തകളുടെ സ്വാധീനത്തിൽ യുക്തിസഹമായ രീതിയിൽ മതചിന്തകൾ അവതരിപ്പിച്ച മുഅ്തസിലികൾക്ക് തടയിടാനായിരുന്നു ഈ വാദം അവർ ഉന്നയിച്ചത്. അല്ലാഹുവിന്റെ ഭാഷണം അല്ലാഹുവി നെപ്പോലെ തന്നെ അനാദിയും അനന്തവുമാണെന്ന് മാത്രമല്ല മനുഷ്യന്റെ യുക്തിയെ അടിസ്ഥാനപ്പെടുത്തിയുള്ള വ്യാഖ്യാനങ്ങൾക്ക് അതീതമാ ണെന്നും ഉലമകൾ വാദിച്ചു. അല്ലാഹുവിന്റെ വാക്ക് എന്ന പ്രയോഗം രൂപപ്പെടുത്താൻ ഉലമകളെ സഹായിച്ചത് *ഖുർആൻ* വചനത്തിലെ 'അല്ലാ ഹുവിന്റെ വാക്ക്' (കലിമത്ത് അല്ലാഹു) എന്ന പ്രയോഗമാണ്. ഇന്നമൽ മസീഹ് ഈസബ്നു മറിയമ റസൂലില്ലാഹി വ കലിമത്തുഹു (മറിയ മിന്റെ മകൻ ഈസ അല്ലാഹുവിന്റെ ദൂതനും അവന്റെ വാക്കുമാണ്.) എന്നാണ് ഖുർആൻ 4.171 വചനത്തിലുള്ളത്. മസീഹ് (മിശിഹ) ആയ ഈസ അല്ലാഹുവിന്റെ ദൂതനാണ്, ഒപ്പം അല്ലാഹുവിന്റെ കലിമത്തും (വാക്ക്) ആണ്. ഖുർആനിലേക്ക് ഈ ആശയം യോഹന്നാന്റെ സുവി ശേഷത്തിൽ നിന്നാണ് സംക്രമിച്ചത്. സുവിശേഷം ആരംഭിക്കുന്നത് ഇങ്ങനെയാണ്: 'ആദിയിൽ വചനം ഉണ്ടായിരുന്നു, വചനം ദൈവത്തോ ടുകൂടിയായിരുന്നു, വചനം ദൈവമായിരുന്നു.' (യോഹന്നാൻ 1.1.2) യോഹ ന്നാന്റെ സുവിശേഷം ഗ്രീക്ക് മതചിന്തകളുടെ സ്വാധീനത്തിലാണ് രൂപ പ്പെട്ടത്. അതിൽനിന്നാണ് ദൈവത്തിന്റെ വചനം, ദൈവത്തിന്റെ വാക്ക് എന്നൊക്കെയുള്ള പരികൽപ്പനകൾ ക്രിസ്തുമതത്തിന്റെ ദൈവശാസ്ത്ര

ത്തിൽ ഉൾച്ചേർന്നത്. ക്രൈസ്തവ ദൈവശാസ്ത്രത്തിന്റെ സ്വാധീനത്തി ലാണ് മുഅ്തസിലികൾക്ക് മറുപടിയായി ചില ഉലമകൾ *ഖുർആൻ* കലാം അല്ലാഹു (അല്ലാഹുവിന്റെ ഭാഷണം) എന്ന ആശയം അവതരിപ്പിച്ചത്. അബ്ബാസിയ ഖലീഫമാരിൽ മുത്തവക്കീൽ വരെയുള്ളവർ മുഅ്തലിസി കളുടെ വാദം അംഗീകരിച്ചു.

മതചിന്തയുടെ രംഗത്ത് മാത്രം ഒതുങ്ങിനിന്ന തർക്കമാണെന്ന് തോന്നിയേക്കാവുന്ന ഈ പ്രശ്നം ഇസ്ലാമിക സാമ്രാജ്യത്തിലെ രണ്ട് അധികാര ചേരികളുമായി ബന്ധപ്പെട്ടാണ് ഉയർന്നു വന്നത്. ഭരണത്തിന്റെ ഉന്നത തലങ്ങളിൽ രണ്ട് അധികാരി ചേരികൾ ഉണ്ടായിരുന്നു. സ്വേച്ഛാ ധികാരച്ചേരി (autocratic bloc), ഭരണഘടനാചേരി (constitutional bloc) എന്നീ പേരുകളിലാണ് ചരിത്രത്തിൽ അവ അറിയപ്പെടുന്നത്. ഓരോ വിഭാഗത്തിനും അനേകം ഉപവിഭാഗങ്ങളും ഉണ്ടായിരുന്നു. മുസ്ലിം സാമ്രാ ജ്യത്തിലെ ശിയകൾ അധികവും സ്വേച്ഛാധികാരച്ചേരിയിലായിരുന്നു. സ്വേച്ഛാധികാരച്ചേരിയിലുള്ളവർ വാദിച്ചത് *ഖുർആൻ* അല്ലാഹുവിന്റെ സൃഷ്ടി മാത്രമാണെന്നും മനുഷ്യന്റെ യുക്തി ഉപയോഗിച്ച് ഖുർആൻ വചനങ്ങളെ വ്യാഖ്യാനിക്കാമെന്നുമാണ്. മുത്തവക്കീൽ വരെയുള്ള അബ്ബാസിയ ഖലീഫമാർ ഈ വാദത്തെ പിന്തുണച്ചു. *ഖുർആൻ* വചന ങ്ങൾ യഥേഷ്ടം വ്യാഖ്യാനിച്ച് നിയമങ്ങൾ നിർമിക്കാമെന്ന 'ഭരണസൗ കര്യം' ലഭിച്ചതാണ് ഖലീഫമാർ ഈ വാദം അംഗീകരിക്കാൻ കാരണം. അതുകൊണ്ടാണ് ഈ വാദം അംഗീകരിച്ചവർ സ്വേച്ഛാധികാരച്ചേരിയിൽ ഉള്ളവരാണെന്ന് പറഞ്ഞത്. ശിയവിഭാഗം ഈ വാദത്തെ അംഗീകരിച്ചത് മറ്റൊരു വീക്ഷണകോണിലൂടെയാണ്. അവർക്ക് മുഹമ്മദിനെയും മുഹ മ്മദിലൂടെ അവതരിപ്പിക്കപ്പെട്ട *ഖുർആനെ*യുംകാൾ പ്രധാനം അല്ലാഹു വിനാൽ നിയോഗിക്കപ്പെട്ട മഹ്ദി ഇമാം ആയ അലി ആയിരുന്നു. ഖുർ ആന്റെ പ്രാധാന്യം കുറയുന്നത് അവർക്ക് സ്വാഗതാർഹമായ കാര്യമാ യിരുന്നു.

ഖുർആൻ അനാദിയും അനന്തവുമായ അല്ലാഹുവിന്റെ ഭാഷണ ങ്ങളാണെന്ന് വാദിച്ചവർ *ഖുർആൻ* വചനങ്ങളെ വ്യാഖ്യാനിക്കാനുള്ള അവകാശം മതപണ്ഡിതന്മാർക്കു മാത്രമേ ഉള്ളൂവെന്ന നിലപാടും എടു ത്തു. ഖുർആൻ വചനങ്ങളുടെ അക്ഷരാർഥം അനുസരിച്ച് മാത്രമേ നിയ മങ്ങൾ നിർമിക്കാവൂ. *ഖുർആൻ* വചനങ്ങളിൽ പറയാത്ത കാര്യങ്ങൾ നബിവചനങ്ങളിൽ കാണും. ഇതുരണ്ടും പഠിച്ച പണ്ഡിതന്മാരുടെ സഹാ യത്തോടെ മാത്രമേ നിയമങ്ങൾ നിർമിക്കാൻ പാടുള്ളൂ. *ഖുർആനെ* അവർ വീക്ഷിച്ചത് ഇസ്ലാമിക സാമ്രാജ്യത്തിന്റെ ഭരണഘടനയായിട്ടാണ്. അതു കൊണ്ടാണ് *ഖുർആൻ* അല്ലാഹുവിന്റെ ഭാഷണമാണെന്ന് വാദിച്ചവരെ ഭരണഘടനാചേരിയെന്ന് വിശേഷിപ്പിച്ചത്. ഖലീഫ അൽ-മഅ്മൂന്റെ ഉത്ത രവനുസരിച്ച് ചില ഉലമകൾ മനസില്ലാ മനസോടെ *ഖുർആൻ* അല്ലാഹു വിന്റെ സൃഷ്ടിമാത്രമാണെന്ന് പരസ്യപ്രസ്താവന ചെയ്തു. പലരും വിസമ്മതിച്ചു. വിസമ്മതിച്ചവരെ വിമതരെന്ന് മുദ്രകുത്തി മിഹ്നയ്ക്ക്

വിധേയരാക്കി. മിഹ്ന, മധ്യയുഗത്തിൽ കത്തോലിക്കാസഭ നടത്തിയ മതകുറ്റ വിചാരണയ്ക്ക് (inquisition) സമാനമായിരുന്നു.

ഭരണാധികാരികൾ ഇസ്ലാമിന്റെ മാർഗത്തിൽ നിന്നും വ്യതിചലിച്ചുകൊണ്ട് ഭരണനിർവഹണവും നിയമനിർമാണവും നടത്തുന്നതിനെതിരെയും അന്യമായ ആശയങ്ങളെ ഇസ്ലാമിന്റെ വിശ്വാസപ്രമാണങ്ങളിലേക്കും ധർമസംഹിതകളിലേക്കും തിരുകിക്കയറ്റുന്നതിനെതിരെയും ഉലമകൾ ശക്തമായ ചെറുത്തു നിൽപ്പുകളാണ് നടത്തിയത്. ഇത്തരം പോരാട്ടങ്ങളിലൂടെ ഉരുത്തിരിഞ്ഞുണ്ടായ മതധർമസംഹിതകൾ (മദ്ഹബുകൾ) സമ്പൂർണവും നവീകരണം ആവശ്യമില്ലാത്തവിധം അവസാനത്തേതും ആണെന്ന ധാരണ മതപണ്ഡിതരുടെയും മുസ്ലിം സമുദായത്തിന്റെയും പൊതുബോധത്തിൽ മേധാവിത്വം പുലർത്തുവാൻ തുടങ്ങി. ഇസ്ലാമിക നിയമസംഹിത വ്യക്തി പുലർത്തേണ്ട വിശ്വാസം, ആചരിക്കേണ്ട ആരാധനാക്രമം, കുടുംബബന്ധങ്ങളിലും സാമൂഹിക ജീവിതത്തിലും അനുസരിക്കേണ്ട നിയമങ്ങൾ, ഭരണകർത്താക്കൾ കൈക്കൊള്ളേണ്ട നടപടികൾ എന്നിവയൊക്കെ അടങ്ങുന്ന സമഗ്ര നിയമപദ്ധതിയാണ്. പക്ഷേ, ഇവയിൽ മാറ്റങ്ങൾ പാടില്ലെന്ന ശാഠ്യം സമുദായത്തിലെ സാംസ്കാരിക ജീർണതയ്ക്ക് കാരണമായി.

ഇസ്ലാമിക നിയമവ്യവസ്ഥയുടെ ജഡാവസ്ഥ

ഇസ്ലാമിക നിയമവ്യവസ്ഥ ജഡാവസ്ഥയിലാകാൻ പല കാരണങ്ങളും ചിന്തകർ ആരോപിക്കുന്നുണ്ട്. മംഗോളുകളുടെ ആക്രമണവും അബ്ബാസിയ്യ രാജവംശത്തിന്റെ അന്ത്യവും തൽഫലമായി ഇസ്ലാമിക ലോകത്തിനേറ്റ ആഘാതവുമാണ് ആദ്യത്തെ കാരണമായി ചിലർ ചൂണ്ടിക്കാട്ടുന്നത്. മറ്റൊരു കാരണം തുർക്കികളുടെ മുന്നേറ്റവും ഉസ്മാനിയ ഖലീഫമാരുടെ അധീശത്വവുമാണ്. ഇത് അറബികൾക്ക് ഇഷ്ടപ്പെട്ട സിദ്ധാന്തമാണെങ്കിലും യാഥാർഥ്യവുമായി പൊരുത്തപ്പെടാത്ത ഒന്നാണെന്ന് മോണ്ട്ഗോമറി വാട്ട് ചൂണ്ടിക്കാണിക്കുന്നു. പേർഷ്യയും ഇന്ത്യയും ഒരിക്കലും ഉസ്മാനിയ സ്വാധീന വലയത്തിൽ പെട്ടിരുന്നില്ല. ജീർണതയുടെ വിത്തുകൾ ഇസ്ലാമിന്റെ വിശ്വാസപ്രമാണങ്ങളിൽ തന്നെയുണ്ടെന്നുള്ള വാദം ഇസ്ലാം വിരുദ്ധരുടെ മുൻവിധിയിൽനിന്നുണ്ടായതാണെന്നും അത് ഗൗരവമേറിയ വിചിന്തനം അർഹിക്കുന്നില്ലെന്നുമാണ് അദ്ദേഹത്തിന്റെ അഭിപ്രായം[8].

ചക്രവർത്തിമാരോടുള്ള മതപണ്ഡിതരുടെ വിധേയത്വം ഒരു പ്രധാന കാരണമായി പലരും ചൂണ്ടിക്കാണിച്ചിട്ടുണ്ട്. മുഅ്തസിലികൾ പ്രേരണ ചെലുത്തിയതിന്റെ ഫലമായി ചുരുങ്ങിയ കാലയളവിൽ (833-848) ചില മതപണ്ഡിതർ പീഢിപ്പിക്കപ്പെട്ടുവെങ്കിലും ഖലീഫ മുത്തവക്കീലിന്റെ കാലമായപ്പോൾ ഉലമകളുടെ ഭരണതലത്തിലുള്ള സ്വാധീനം വർധിക്കു

8. Montgomery Watt-Islamic Surveys-Islamic Philosophy and The ology, P. 151

കയും ഉലമകളും ഭരണാധികാരികളും ഏകസ്വരത കൈവരിക്കുകയും ചെയ്തു. ഭരണാധികാരികളുടെ ഇംഗിതത്തിനനുസരിച്ച് ഫത്‌വകൾ പുറപ്പെടുവിക്കാൻ പണ്ഡിതന്മാർ തയാറായി. ഭൗതികമായ നേട്ടങ്ങൾക്കു വേണ്ടി മതതത്വങ്ങൾ ബലികഴിക്കുന്നതിലുള്ള മാനസികസംഘർഷം അനുഭവിച്ച ഉലമകൾ ഭരണാധികാരികളുടെ ശാസനകളെ മറികടക്കാനുള്ള അടവായിട്ടാണ് മതനിയമസംഹിതകൾക്ക് മാറ്റമില്ലെന്ന വാദം ഉന്നയിച്ചത്. നിയമങ്ങൾക്ക് മാറ്റമില്ലാത്ത അവസ്ഥ ഭരണാധികാരികളെ ബോധ്യപ്പെടുത്താൻ യുക്ത്യധിഷ്ഠിത ഇജ്തിഹാദ് പാടില്ലെന്ന പൊതു നിലപാട് സ്വീകരിക്കാനും മതപണ്ഡിതർ നിർബന്ധിതരായി.

ഇജ്തിഹാദിന് മുഹമ്മദ്നബിയുടെ തന്നെ അനുവാദമുണ്ടായിരുന്നു എന്ന് സ്ഥാപിക്കുന്ന ഒരു ഹദീസുണ്ട്. യമനിലെ ഗവർണരായി മുആദിനെ നബി നിയമിച്ചു. തന്റെ മുമ്പിൽ വരുന്ന നിയമപ്രശ്നങ്ങൾക്ക് എങ്ങനെ വിധി പറയുമെന്ന് നബി ചോദിച്ചപ്പോൾ *ഖുർആൻ* വചനങ്ങൾ അനുസരിച്ച് എന്ന് മറുപടി പറഞ്ഞു. *ഖുർആനിൽ* നിന്നും നിർദേശമൊന്നും ലഭിച്ചില്ലെങ്കിൽ എന്ന ചോദ്യത്തിന് നബിയുടെ മുൻ തീരുമാനങ്ങൾ അനുസരിച്ചെന്ന് മറുപടി പറഞ്ഞു. മുൻ തീരുമാനങ്ങൾ സഹായകമായില്ലെങ്കിൽ എന്തു ചെയ്യുമെന്ന ചോദ്യത്തിന് താൻ സ്വയം പരിശ്രമിച്ച് പരിഹാരം കണ്ടെത്തുമെന്ന് മറുപടി പറഞ്ഞു. അങ്ങനെ ചെയ്യാനുള്ള അനുവാദത്തോടെയാണ് നബി മുആദിനെ യമനിലേക്കയച്ചത്. ഇങ്ങനെയൊരു ഹദീസുണ്ടായിരുന്നിട്ടു പോലും ഇജ്തിഹാദിന്റെ കാലഘട്ടം അവസാനിച്ചുവെന്ന ശാഠ്യമാണ് ഇസ്ലാമിക നിയമവ്യവസ്ഥയെ ജഡാവസ്ഥയിലാക്കിയത്. നിലവിലുള്ള നാല് ധർമസംഹിതകളോ രൂപപ്പെട്ടത് ഇജ്തിഹാദിലൂടെയാണെന്ന് ചരിത്രയാഥാർഥ്യം മതപണ്ഡിതർ വിസ്മരിച്ചെങ്കിലും 'ഇജ്തിഹാദിന്റെ വാതായനങ്ങൾ അടയ്ക്കപ്പെട്ടു' എന്ന ഉറച്ച നിലപാട് സ്വീകരിച്ചു. ഇസ്ലാമിന്റെ സാമൂഹികമായ ജീർണതയ്ക്ക് കാരണമായ ഈ പ്രശ്നത്തിനു പരിഹാരം കാണാൻ ആധുനികരായ പണ്ഡിതർ പല നിർദേശങ്ങളും മുന്നോട്ടു വച്ചിട്ടുണ്ട്. ഇജ്തിഹാദ് പുനഃസ്ഥാപിക്കുക മാത്രമാണ് ജഡാവസ്ഥയ്ക്ക് മാറ്റം വരുത്താനുള്ള ഏക മാർഗമെന്നാണ് ആധുനിക മതചിന്തകനും കവിയുമായ ഡോ. മുഹമ്മദ് ഇഖ്ബാൽ (1877–1938) അഭിപ്രായപ്പെട്ടത്.[9] ഇസ്ലാമിക നിയമങ്ങളിൽ മാറ്റങ്ങൾ അനിവാര്യമാണെന്ന് പാശ്ചാത്യചിന്തകരും അഭിപ്രായപ്പെട്ടിട്ടുണ്ട്.

> പത്താം നൂറ്റാണ്ടിൽ ഇസ്ലാമിന്റെ സ്മൃതികാരന്മാർ ദൈവനിയമങ്ങൾ നിയമഗ്രന്ഥങ്ങളിൽ മതിയാംവണ്ണം വിവരിക്കപ്പെട്ടു കഴിഞ്ഞെന്ന് പറഞ്ഞ് അവസാനിപ്പിച്ചതോടെ ഇസ്ലാമിക നിയമസം

---

9. *മതചിന്തകളുടെ പുനഃ*സംവിധാനം ഇസ്ലാമിൽ ഡോ. മുഹമ്മദ് ഇഖ്ബാൽ തർജമ ഡോ. എ എൻ പി ഉമ്മർകുട്ടി, ഭാഷാ ഇൻസ്റ്റിറ്റ്യൂട്ട് പ്രസിദ്ധീകരണം. Reconstruction of Religious Thought in Islam എന്ന ഗ്രന്ഥത്തിന്റെ പരിഭാഷ.

> ഹിത സ്ഥായീഭവിച്ചു. ഈടുറ്റ വ്യാഖ്യാനങ്ങൾ (ഇജ്തിഹാദ്) ഉണ്ടാകുന്നതിനെ നിരുത്സാഹപ്പെടുത്തുകയും പകരം ഇസ്ലാമിക നിയമഗ്രന്ഥങ്ങളുടെ അനുധാവനമോ അനുകരണമോ (തഖ്ലീദ്) മാത്രം മതിയെന്ന് ശഠിക്കുകയും ചെയ്യുന്നു. പുതിയ രീതികളെയും ചിന്തകളെയും ദൈവത്താൽ വെളിപ്പെടുത്തപ്പെട്ട നിയമങ്ങളിൽ നിന്നുള്ള വ്യതിയാനങ്ങളായും (ബിദ്അത്) മതനിന്ദ പോലെ അനാവശ്യമായ പരിഷ്കാരങ്ങളായും മുദ്രകുത്തി ഉപേക്ഷിക്കുകയും ചെയ്യുന്നു. ഇതിന്റെ ഫലമായി വേദഗ്രന്ഥത്തിലെ അവ്യയമായ ദൈവിക നിയമങ്ങളും മനുഷ്യരുടെ പ്രമാദിയായ യുക്തി ഉപയോഗിച്ച് നിർമിച്ചവയും പ്രാദേശികമായ സംസ്കാരങ്ങളിൽ നിന്നുത്ഭവിച്ചതുമായ ചട്ടങ്ങളും തമ്മിലുള്ള വ്യത്യാസം തേഞ്ഞുമാഞ്ഞു പോയിരിക്കുന്നു.[10]

ശരീഅത്തും സ്ത്രീകളും

എല്ലാ സംഘടിത മതങ്ങളെയും പോലെ ഇസ്ലാമും പുരുഷമേധാവിത്വമുള്ള മതമാണ്. മധ്യകാല ക്രിസ്തുമതത്തെപ്പോലെ ഇസ്ലാം സ്ത്രീവിദ്വേഷിയായ മതമല്ല, ഒരിക്കലുമായിരുന്നില്ല. ഇസ്ലാമിലെ പുരുഷമേധാവിത്വം അറബ് ഗോത്രസമൂഹത്തിലെ പുരുഷമേധാവിത്വത്തിന്റെ തുടർച്ചയാണ്. മക്കത്തായവും പുരുഷമേധാവിത്വവും ഇടയഗോത്ര തനിമയുടെ ഭാഗമാണെന്ന കാര്യം സുവിദിതമാണല്ലോ. അറബ് ഗോത്രവ്യവസ്ഥയിൽ പുരുഷമേധാവിത്വം അതിന്റെ പാരമ്യതയിലാകുന്നു. സ്ത്രീയുടെ സ്വത്വം തന്നെ നിഷേധിക്കുന്ന പല സമ്പ്രദായങ്ങളും നിലനിന്നിരുന്നു. കുടുംബനാഥൻ മരിച്ചാൽ അയാളുടെ ഭാര്യമാരെല്ലാം ആദ്യജാതന്റെ ഭാര്യമാരാകുന്ന സമ്പ്രദായം ഒരുദാഹരണമാണ്. ഇത്തരത്തിൽ സ്ത്രീയുടെ സ്വത്വം പോലും നിഷേധിക്കുന്ന സമ്പ്രദായങ്ങളെ നിരോധിക്കുക എന്ന ലക്ഷ്യത്തോടെയാണ് *ഖുർആൻ* കുടുംബബന്ധ നിയമങ്ങൾ നിർമിച്ചതെന്ന കാര്യം ഈ അധ്യായത്തിന്റെ ആരംഭത്തിൽ ചൂണ്ടിക്കാണിച്ചിരുന്നു. സ്ത്രീസ്വാതന്ത്ര്യത്തിന്റെ കാര്യത്തിൽ ഇസ്ലാം ഏഴാം നൂറ്റാണ്ടിലെ സാമൂഹിക പരിഷ്കരണങ്ങളിൽ സംതൃപ്തി കൊള്ളുന്നത് അതിന്റെ പുരുഷമേധാവിത്വത്തിന് നിദർശകമാണ്. ഗോത്രപരമായ പുരുഷമേധാവിത്വം *ഖുർആൻ* പൂർണമായിത്തന്നെ അംഗീകരിച്ചു.

> പുരുഷന്മാർക്ക് സ്ത്രീകളുടെ മേൽ നിയന്ത്രണാധികാരമുണ്ട്. അവരിൽ ചിലർക്കു (പുരുഷന്മാർക്ക്) ചിലരേക്കാൾ കൂടുതലായി അല്ലാഹു നൽകിയതുകൊണ്ടും അവരുടെ (പുരുഷന്മാരുടെ) ധനത്തിൽ നിന്നു ചെലവു ചെയ്യുന്നതുകൊണ്ടുമാണ്. അതുകൊണ്ട്

10. *The Islamic Threat-myth or Reality* by John L, Esposito, Page 34.

> നല്ല സ്ത്രീകൾ അനുസരണയുള്ളവരും സ്വകാര്യതയിൽ അല്ലാഹു സംരക്ഷിച്ചതിനെ (ചാരിത്ര്യം) സംരക്ഷിക്കുന്നവരുമാണ്. അനുസരണയില്ലാത്തവളെന്ന് നിങ്ങൾ ഭയപ്പെടുന്നെങ്കിൽ ഉപദേശിക്കുക, കൂടെ ശയിക്കാതിരിക്കുക, അടിക്കുക...(4.34) വിശ്വാസിനികളോട് അവരുടെ നോട്ടം താഴ്ത്തുവാനും ഗുഹ്യഭാഗങ്ങൾ സൂക്ഷിക്കുവാനും പറയുക. സ്ത്രീകൾ സൗന്ദര്യം പുറത്തു കാണിക്കരുത്. ശിരോവസ്ത്രം മാറ് മറയുന്നതുവരെ താഴ്ത്തുക, ഭർത്താക്കന്മാർ, പിതാക്കൾ, പുത്രർ, ഭർത്താവിന് (മറ്റു സ്ത്രീകളിലുള്ള) പുത്രർ, സഹോദരർ, സഹോദരപുത്രർ, സഹോദരീപുത്രർ, അവരുടെ ഭാര്യമാരും അവരുടെ വലംകൈ സ്വന്തമാക്കിയവരും (അടിമവെപ്പാട്ടികൾ), ഷണ്ഡരായ ഭൃത്യന്മാർ, ലൈംഗികാവബോധമാകാത്ത കുട്ടികൾ എന്നിവരുടെ മുമ്പിലല്ലാതെ. ഗോപ്യമാക്കപ്പെട്ട സൗന്ദര്യം പ്രകടമാക്കുന്ന ചുവടുവയ്പ്പുകളും അരുത് (24, 31).

മറ്റൊരു വചനത്തിലും സ്ത്രീകൾ മേൽവസ്ത്രം കൊണ്ട് ശരീരമാകെ മറയ്ക്കണമെന്ന് പറയുന്നുണ്ട്.

> നബീ! നിങ്ങളുടെ ഭാര്യമാരോടും പുത്രിമാരോടും വിശ്വാസിനികളോടും മേൽവസ്ത്രം കൊണ്ട് ശരീരം മറയ്ക്കാൻ പറയുക, അവരെ തിരിച്ചറിയാനും മറ്റുള്ളവർ ശല്യപ്പെടുത്താതിരിക്കാനും ഏറ്റവും നല്ല മാർഗമതാണ്. (33.59)

സ്ത്രീകൾ സൗന്ദര്യം പ്രദർശിപ്പിക്കാതെ ശരീരം മറയ്ക്കണമെന്ന ഖുർആൻ നിയമം മനുഷ്യന്റെ ലൈംഗികതയുടെ സവിശേഷതകളുമായി ബന്ധപ്പെട്ടതാണെന്ന് മുകളിലുദ്ധരിച്ചു ചേർത്ത വചനങ്ങൾ അസന്നിഗ്ധമായി തെളിയിക്കുന്നു. ഇടയഗോത്രങ്ങളിൽ സ്ത്രീകൾ സന്താനോൽപ്പാദനത്തിനുള്ള ഉപകരണങ്ങൾ മാത്രമാണെന്ന പൊതുധാരണയാണുണ്ടായിരുന്നത്. *ഖുർആൻ* അവതരിപ്പിച്ച കാലഘട്ടമായപ്പോൾ സ്ത്രീകൾ സന്താനോൽപ്പാദനോപകരണങ്ങൾ മാത്രമല്ല, പുരുഷന്മാർക്ക് ലൈംഗികസംതൃപ്തി നൽകുന്ന സംയോഗത്തിലെ പങ്കാളികളാണെന്ന ധാരണയിലേക്ക് പുരോഗമിച്ചിരുന്നു. ലൈംഗികസംയോഗത്തിലെ പങ്കാളിയുടെ മേൽ ഉടമാവകാശ വ്യഗ്രത (possessiveness) മനുഷ്യസഹജമാണ്. മൃഗങ്ങളിൽ ഇത് മിഥുന കാലത്തു മാത്രമായി പരിമിതപ്പെടുത്തപ്പെട്ടപ്പോൾ മനുഷ്യരിൽ ചിരന്തനമായി.

പുരുഷ ലൈംഗികതയുടെ ആരോഹണാവരോഹണങ്ങൾ വളരെ വേഗത്തിലും സ്ത്രീയുടേത് താരതമ്യേന സാവധാനത്തിലുമാണെന്ന കാര്യം സുവിദിതമാണ്; മനഃശാസ്ത്രവും ശരീരശാസ്ത്രവും അംഗീകരിച്ചതുമാണ്. എന്നാൽ കാമത്തിന്റെ ഉണർവ് സ്ത്രീകൾക്കും പുരുഷന്മാർക്കും ഒരുപോലെയാണ്. പുരുഷനെ കാണുമ്പോൾ സ്ത്രീയുടെയും സ്ത്രീയെ കാണുമ്പോൾ പുരുഷന്റേയും കാമം ഉണരുന്നു. അതുകൊ

ണ്ടാണല്ലോ പ്രഥമ ദർശനത്തിൽ തന്നെ ചിലർ ആകർഷിക്കപ്പെടുന്നതും പ്രണയബദ്ധരാകുന്നതും. ലൈംഗികസംയോഗ പങ്കാളിയുടെ മേലുള്ള ഉടമാവകാശവ്യഗ്രത പുരുഷന്മാർക്കെന്ന പോലെ സ്ത്രീകൾക്കുമുണ്ട്. പുരുഷമേധാവിത്വമുള്ള സമൂഹത്തിൽ സ്ത്രീയുടെ ലൈംഗികതയുമായി ബന്ധപ്പെട്ട ആഗ്രഹങ്ങളും വ്യഗ്രതകളും സാക്ഷാത്കരിക്കപ്പെടുക പ്രയാസമോ അസാധ്യം തന്നെയോ ആയിരിക്കും. അതുകൊണ്ടാണ് സ്ത്രീകൾ മാത്രം സൗന്ദര്യം പ്രദർശിപ്പിക്കാതെ ശരീരം മറയ്ക്കണമെന്നും ബഹുഭർത്തൃത്വം പാടില്ലെന്നും ഇസ്ലാമിൽ നിയമമുണ്ടായത്. മുഹമ്മദ്നബി സമൂഹത്തിൽ സ്ത്രീകളുടെ പദവി ഉയർത്തുവാൻ ചില നിയമങ്ങൾ കൊണ്ടുവന്നു. സ്ത്രീകൾക്ക് പ്രമാണങ്ങളിൽ സാക്ഷിയാകാമെന്ന നിയമം അത്തരത്തിലുള്ള ഒന്നാണ്. സാക്ഷികളാകാൻ രണ്ടു പുരുഷന്മാരെ കിട്ടിയില്ലെങ്കിൽ ഒരു പുരുഷനും രണ്ടു സ്ത്രീകളും ആകാമെന്ന് 2.282 വചനത്തിൽ പറയുന്നു. പിതാവിന്റെ സ്വത്തിൽ പുത്രന് നൽകുന്നതിന്റെ പകുതിക്ക് പുത്രിക്ക് അർഹതയുണ്ടെന്നും നിയമം കൊണ്ടുവന്നു. ഗോത്രവ്യവസ്ഥയിൽ നിലനിന്നിരുന്ന ലിംഗവിവേചനം അതേപടി തുടർന്നെങ്കിലും സ്ത്രീയുടെ സ്വത്വം നിഷേധിക്കുന്ന ചില ഗോത്രസമ്പ്രദായങ്ങൾ *ഖുർആൻ* നിരോധിച്ച കാര്യം മുമ്പ് ചൂണ്ടിക്കാണിച്ചിരുന്നു. ഈ *ഖുർആൻ* വചനങ്ങളിൽ സാമൂഹിക പരിഷ്കരണത്തിന്റെ ഉറച്ച ചുവടുവയ്പ്പുകൾ വ്യക്തമായി കാണാം. മുഹമ്മദ്നബി *ഖുർആനി*ലൂടെയും തന്റെ ജീവിതത്തിലൂടെയും കാണിച്ചു കൊടുത്ത മാതൃക പിന്തുടർന്ന് കൂടുതൽ ചുവടുകൾ വെച്ച് മുമ്പോട്ടു പോകുന്നതിനു പകരം പുരുഷമേധാവിത്വത്തിന്റെ നിലപാടുകൾ കൂടുതൽ കർക്കശമാക്കുകയാണ് യാഥാസ്ഥിതികരായ ഉലമകൾ ചെയ്തത്.

പിൽക്കാലത്ത് പുരുഷമേധാവിത്വത്തിന്റെ ന്യായീകരണത്തിനായി ഹദീസുകാരന്മാർ (മുഹദ്ദിസീൻ) മുഹമ്മദ്നബിയുടെ അസാധാരണമായ പൗരുഷത്തിന്റെയും ലൈംഗികശേഷിയുടെയും കഥകൾ മെനഞ്ഞുണ്ടാക്കി. ഇസ്ലാമിക ചരിത്രത്തിന്റെ പൗരാണിക ഘട്ടത്തിലെ ചരിത്രകാരന്മാർ മുഹമ്മദ്നബിയുടെ ജീവിതത്തിലെ സൂക്ഷ്മാംശങ്ങൾ ശേഖരിക്കുന്നതിൽ വ്യാപൃതരായിരുന്നു. ചിലർ അദ്ദേഹത്തിലെ നന്മകളെക്കുറിച്ച് സ്തുതിഘോഷണം നടത്തി. മറ്റു ചിലർ അദ്ദേഹത്തിന്റെ പ്രവൃത്തികളും ഭാഷണങ്ങളും ജീവിതചര്യകളും വിവരിച്ചു. ഇതെല്ലാം തന്നെ ഓരോ വിശ്വാസിക്കും മാതൃകയാകണമെന്ന ലക്ഷ്യത്തോടെയാണ് അവർ അവതരിപ്പിച്ചതും പാണ്ഡിത്യവ്യഗ്രതയോടെ ചർച്ച ചെയ്തതും. കൂട്ടത്തിൽ അദ്ദേഹത്തിന്റെ ലൈംഗിക ജീവിതവും ചർച്ചചെയ്യപ്പെട്ടു. ആദ്യത്തെ നബിചരിത കർത്താവായ ഇബ്നു സഅദ്[11] ശേഖരിച്ച ഹദീസുകളിൽ

11. മുഹമ്മദ് ഇബ്നു സഅദ് (784-845) 8 വാല്യങ്ങളുള്ള കിത്താബ് തബാഖത്ത് അൽ-കുബ്റ (കുലീനരുടെ പുസ്തകം) രചിച്ചു. അതിൽ ആദ്യത്തെ രണ്ടു വാല്യങ്ങൾ മുഹമ്മദ്നബിയുടെ ജീവചരിത്രമാണ്. ഹദീസുകൾ അറിയാവുന്നവരിൽ നിന്നും അവ ശേഖരിച്ചാണ് ജീവചരിത്ര രചന നടത്തിയത്.

എട്ടെണ്ണം മുഹമ്മദ്നബിയുടെ ഉയർന്ന തോതിലുള്ള ലൈംഗിക ശേഷിയെ കുറിച്ചുള്ളവയാണ്. ഒരു ഹദീസിൽ പറയുന്നത് നബി ഒരു രാത്രി ഒമ്പതു ഭാര്യമാരുടെ ഭവനങ്ങൾ സന്ദർശിച്ച് അവരോടൊപ്പം ശയിച്ചുവെന്നാണ്. മറ്റൊന്നിൽ മുഹമ്മദ്നബിക്ക് 40 പുരുഷന്മാരുടെ ലൈംഗിക ശേഷിയുണ്ടെന്ന് പറയുന്നു.[12] മുഹമ്മദ്നബിയുടെ അതിലൈംഗികതയെ ക്കുറിച്ചുള്ള കഥകൾ മെനഞ്ഞത് പുരുഷമേധാവിത്വം സ്ഥാപിക്കാൻ വേണ്ടിയായിരുന്നു.

ഇസ്ലാമിക ശിക്ഷകൾ

ശരീഅത്ത് നിയമങ്ങളനുസരിച്ച് നാല് തരത്തിലുള്ള ശിക്ഷകളുണ്ട്.

1. **ഖിസ്വാസ് (പകപോക്കൽ)** ഈ വിഭാഗത്തിൽപ്പെട്ട ശിക്ഷകൾക്കാധാരം ജീവനു ജീവൻ, കണ്ണിനു കണ്ണ്, പല്ലിന് പല്ല് എന്ന വിധത്തിൽ ശിക്ഷ വിധിക്കണമെന്ന് അനുശാസിക്കുന്ന *ഖുർആൻ* വചനമാണ് (5, 45). ഇതനുസരിച്ച് കൊലപാതകത്തിന് വധശിക്ഷയാണ്. വധശിക്ഷ എങ്ങനെ നടപ്പാക്കണമെന്ന് *ഖുർആനിൽ* പറയുന്നില്ല. കൊല്ലപ്പെട്ട ആളിന്റെ ബന്ധു കൊലപാതകിക്ക് മാപ്പു കൊടുത്താൽ വധശിക്ഷ നടപ്പിലാക്കേണ്ടതില്ല. വിവാഹിതയായ സ്ത്രീ വ്യഭിചരിച്ചാലും വധശിക്ഷ നൽകണം. പക്ഷേ, വാൾകൊണ്ട് തല വെട്ടിയല്ല കല്ലെറിഞ്ഞാണ് കൊല്ലേണ്ടത്! മോഷണം, കൊള്ള, പിടിച്ചുപറി എന്നീ കുറ്റങ്ങൾക്ക് കൈവെട്ടലാണ് ശിക്ഷ. ഇതിനെ ഖിസ്വാസ് (പകപോക്കൽ) വിഭാഗത്തിലും ഹുദൂദ് വിഭാഗത്തിലും പെടുത്തിയിട്ടുണ്ട്. ഏതു വിഭാഗത്തിൽ പെടുത്തിയാണ് ശിക്ഷ വിധിക്കുന്നതെന്ന കാര്യം ശിക്ഷ വിധിക്കുന്ന ഖാദിയുടെ (ജഡ്ജിയുടെ) കാഴ്ചപ്പാടനുസരിച്ചിരിക്കും.

2. **ദിയ്യത്ത് (നഷ്ടപരിഹാരം)** കൊല്ലപ്പെട്ട ആളിന്റെ ബന്ധുക്കൾക്കാണ് നഷ്ടപരിഹാരം കൊടുക്കേണ്ടത്. നഷ്ടപരിഹാരം മതിയെന്ന് തീരുമാനിച്ചാൽ കൊലപാതകിയെ വധശിക്ഷയ്ക്ക് വിധേയനാക്കാൻ ഖാദിക്ക് അധികാരമില്ല.

3. **ഹുദൂദ് ശിക്ഷകൾ** ഹുദൂദ് എന്ന വാക്കിന്റെ അർഥം നിയന്ത്രിക്കൽ എന്നാണ്. ഹുദൂദ് ശിക്ഷകൾ അല്ലാഹു നിശ്ചയിച്ചതാണെന്നാണ് വിശ്വാസം. അതിൽ മാറ്റം വരുത്താൻ മനുഷ്യർക്കവകാശമില്ലത്രെ. മദ്യപാനം, മോഷണം, വഴിയിൽ കൊള്ളയടിക്കൽ, നിയമവിരുദ്ധമായ ലൈംഗികബന്ധങ്ങൾ, അടിസ്ഥാനരഹിതമായ വ്യഭിചാരക്കുറ്റം ആരോപിക്കൽ, മതത്യാഗം, മതനിന്ദ എന്നീ കുറ്റങ്ങൾക്കാണ് ഹുദൂദ് ശിക്ഷ വിധിക്കേണ്ടത്. ശിക്ഷ എല്ലാവർക്കും ഒരുപോലെയല്ല. മുസ്ലിം കുറ്റവാളികൾക്ക് മറ്റുള്ളവരെക്കാൾ കഠിനശിക്ഷ നൽകണമെന്നാണ് മതപണ്ഡിതന്മാരുടെ അഭിപ്രായം. വ്യഭിചാരക്കുറ്റത്തിന് വിവാഹിതർക്ക് അവിവാ

---

12. Alternate Images of the prophet Muhammed S'birility by Ruth Roded in Islamic Maseulinities Edited by Lahoucine Quzagane page 58

ഹിതർക്കു നൽകുന്നതിനെക്കാൾ കഠിനമായ ശിക്ഷ നൽകണം. കുറ്റകൃത്യങ്ങൾ അല്ലാഹുവിനെതിരായ പ്രവൃത്തിയാണെന്നും അതുകൊണ്ട് ശിക്ഷ നടപ്പാക്കേണ്ടത് ഭരണകൂടത്തിന്റെ കടമയാണെന്നുമാണ് ഇസ്ലാമിക വീക്ഷണം. ഹുദൂദ് ശിക്ഷകൾ ഇസ്ലാമിന്റെ ആരംഭകാലത്തെ സാമൂഹിക സാഹചര്യങ്ങൾക്കനുസരണമായിട്ടുള്ളവയാണെന്നും ആധുനിക യുഗത്തിൽ അവ അതേപടി നടപ്പാക്കേണ്ടതില്ലെന്നും മതപരിഷ്കർത്താക്കളായ പണ്ഡിതന്മാർ വാദിക്കുന്നു.

4. **തഅ്സീർ** ചാട്ടവാറടിയോ മറ്റു തരത്തിലുള്ള ശാരീരിക പീഡനങ്ങളോ അടങ്ങുന്ന ശിക്ഷകളാണ് തഅ്സീർ. *ഖുർആൻ* വചനങ്ങളിലൂടെ അല്ലാഹു ശിക്ഷ നിശ്ചയിക്കാത്ത കുറ്റകൃത്യങ്ങൾക്കാണ് തഅ്സീർ ശിക്ഷകൾ വിധിക്കാറ്. ഹുദൂദ് ശിക്ഷകൾ യഥാർഥത്തിൽ ആധുനിക യുഗത്തിന്റെ മാനദണ്ഡം വെച്ച് അളന്നാൽ കിരാതവും മനുഷ്യത്വഹീനവുമാണ്.

10

ഇസ്ലാമും പാശ്ചാത്യലോകവും

സ്പെയിനും സിസിലിയും

യൂറോപ്പിന്റെ തെക്കുപടിഞ്ഞാറൻ കവാടമെന്ന് വിശേഷിപ്പിക്കപ്പെടുന്നതും സ്പെയിനും പോർട്ടുഗലും അടങ്ങുന്നതുമായ ഐബീരിയ ഉപദ്വീപിനു നേരെയുള്ള മുസ്ലിം സൈന്യത്തിന്റെ ആക്രമണമായിരുന്നു ഇസ്ലാമിന്റെ യൂറോപ്പുമായുള്ള ആദ്യ സമ്പർക്കം.

ഇസ്ലാമിക സാമ്രാജ്യത്തിന്റെ ആഫ്രിക്ക പ്രവിശ്യയിലെ ഗവർണരായിരുന്ന മൂസ ഇബ്നു നുസയിർ സേനാനായകൻ താരീഖ് ഇബ്നു സിയാദിനെ 711 ൽ സ്പെയിൻ ആക്രമിക്കാനായി നിയോഗിച്ചു. താരീഖിന്റെ കപ്പൽപ്പട ചെന്നിറങ്ങിയത് യൂറോപ്പ് ഭൂഖണ്ഡത്തിന്റെ തൊട്ടടുത്ത് സ്ഥിതി ചെയ്യുന്നതും ചെറു ദ്വീപിന്റെ വലിപ്പമുള്ളതുമായ വലിയ പാറയിലാണ്. പാറയ്ക്ക് 'താരീഖ് മല' (ജബൽ താരീഖ്) എന്ന പേര് സിദ്ധിച്ചു. ജബൽ താരീഖ് ആണ് ഇംഗ്ലീഷിലെ ജിബ്രാൾട്ടർ. അറബി സൈന്യം സ്പെയിൻ രാജാവ് റോഡെറിക്കിന്റെ സൈന്യത്തെ പരാജയപ്പെടുത്തി. ഗവർണർ മൂസ വലിയൊരു സൈന്യവുമായി സ്പെയിനിൽ എത്തിയതോടെ മുസ്ലിം സൈന്യത്തിന്റെ മുന്നേറ്റം വളരെ വേഗത്തിലായി.

സ്പെയിൻ കീഴടക്കിയതിനു ശേഷം രണ്ടാമത്തെ മകൻ അബ്ദുൽ അസീസിനെ ഭരണച്ചുമതല ഏൽപ്പിച്ച് മൂസ സാമ്രാജ്യത്തിന്റെ തലസ്ഥാനമായ ഡമാസ്കസിലേക്ക് നടത്തിയ ജൈത്രയാത്രയെ ആടോപത്തോടെയാണ് മുസ്ലിം ചരിത്രകാരന്മാർ വർണിച്ചിട്ടുള്ളത്. തടവുകാരായി പിടിക്കപ്പെട്ട വിസിഗോത്ത് രാജകുമാരന്മാരെ അവരുടെ രാജകീയമായ വേഷഭൂഷകളോടെയാണത്രെ ഡമാസ്കസിന്റെ വീഥികളിലൂടെ നടത്തിച്ചത്. കണക്കറ്റ രത്നാഭരണങ്ങളും അമൂല്യവസ്തുക്കളും കൂടാതെ ആയിരക്കണക്കിന് വെള്ളക്കാരായ അടിമകളും യുദ്ധത്തിൽ പിടിച്ചെടുക്കപ്പെട്ട

സമ്പത്തിൽ പെടുന്നു. കൂട്ടത്തിൽ സോളമൻ രാജാവ് പണികഴിപ്പിച്ച തെന്ന് വിശ്വസിക്കുന്ന ഒരു മേശയും ഉണ്ടായിരുന്നു. ഈ മേശ സോള മന്റെ രാജധാനിയായിരുന്ന ജറുശലേമിൽ നിന്നും റോമിലേക്ക് കൊണ്ടു പോയതായിരുന്നു. വിസിഗോത്തുകൾ റോമാസാമ്രാജ്യം കീഴടക്കിയ പ്പോൾ മേശ കൈക്കലാക്കി.

ഖലീഫ അൽ-വാലിദിന്റെ മരണശേഷം മകൻ സ്ഥാനാരോഹണം ചെയ്ത ഉടനെ ഇസ്ലാമിനു വേണ്ടി ജൈത്രയാത്ര നടത്തിയ മൂസയെ അനുസരണക്കേടിന്റെ പേരിൽ സ്ഥാനഭ്രഷ്ടനാക്കി. അറേബ്യയിലെ ഹിജാസിലെ ഒരു ചെറു നഗരത്തിൽ ഭിക്ഷയാചിച്ചാണ് അന്ത്യം വരെ മൂസ കഴിഞ്ഞത്. ഇസ്ലാമിക സാമ്രാജ്യത്തിന്റെ യൂറോപ്പിലെ പ്രവിശ്യ യായ സ്പെയിൻ അറിയപ്പെട്ടത് അൽ-അന്തലൂസ് എന്നാണ്. സ്പെയി നിലെ മുസ്ലിം ആധിപത്യത്തെക്കുറിച്ച് ചരിത്രകാരൻ ഫിലിപ്പ് കെ ഹിറ്റി ഇങ്ങനെയാണ് നിരീക്ഷിച്ചത്:

> മധ്യകാല യൂറോപ്പിന്റെ ചരിത്രത്തിലെ ഏറ്റവും ജാജ്വല്യമാനമായ അധ്യായം എഴുതിച്ചേർത്തത് സ്പെയിനിലെ മുസ്ലിം ഭരണമാണ്. എട്ടാം നൂറ്റാണ്ടിന്റെ മധ്യത്തിനും പതിമൂന്നാം നൂറ്റാണ്ടിന്റെ ആരം ഭത്തിനും ഇടയ്ക്കുള്ള കാലഘട്ടത്തിൽ ലോകത്തിലാകെ പ്രകാശം പരത്തിയ സംസ്കാരത്തിന്റെയും നാഗരികതയുടെയും ദീപശിഖ ഉയർത്തിപ്പിടിച്ചത് അറബി സംസാരിക്കുന്ന ജനതകളാ യിരുന്നു. പൗരാണിക ശാസ്ത്രവും തത്വചിന്തയും നഷ്ടപ്പെടാതെ സംരക്ഷിക്കുകയും സ്വന്തം സംഭാവനകൾ കൂട്ടിച്ചേർത്ത് സമ്പുഷ്ട മാക്കുകയും ഭാവി തലമുറയ്ക്ക് കൈമാറുകയും ചെയ്തുകൊണ്ട് പടിഞ്ഞാറൻ യൂറോപ്പിലുണ്ടായ നവോത്ഥാനം സാധിതമാക്കി യതും അവർ തന്നെയാണ്. ഇതിനെല്ലാം സ്പെയിനിലെ മുസ്ലിം ഭരണം വലിയ പങ്കാണ് വഹിച്ചത്.[1]

ഇസ്ലാമിക സാമ്രാജ്യത്തിൽ ബനു ഉമയ്യ ഭരണം അവസാനിപ്പിച്ച് അബ്ബാസിയ്യ ഭരണം തുടങ്ങിയപ്പോഴും സ്പെയിനിൽ ഉമയ്യ രാജവംശ ത്തിന്റെ പിൻതുടർച്ചാവകാശി തന്നെ അധികാരത്തിൽ തുടർന്നത് മുൻ അധ്യായത്തിൽ വിവരിച്ചിട്ടുണ്ട്.

സ്പെയിനിന്റെ തിരിച്ചുപിടിക്കൽ (reconquista) ഇസ്ലാമിക സാമ്രാ ജ്യത്തിന്റെ ഭരണം അബ്ബാസിയ്യ രാജവംശം പിടിച്ചെടുത്ത കാലഘട്ട ത്തിൽ ആരംഭിച്ചു. പതിമൂന്നാം നൂറ്റാണ്ടിന്റെ മധ്യത്തോടെ ഗ്രനഡ ഒഴി ച്ചുള്ള സ്പെയിൻ മുസ്ലിങ്ങൾക്ക് നഷ്ടപ്പെട്ടു. പതിമൂന്നാം നൂറ്റാണ്ടിന്റെ രണ്ടാം പകുതിയിൽ സ്പെയിനിന്റെ ക്രൈസ്തവത്കരണവും ഏകീക രണവും നടന്നു. മുസ്ലിംഭരണകാലത്ത് ഇസ്ലാംമതം സ്വീകരിച്ച യൂറോ പ്യൻ വംശജരെ ബലപ്രയോഗത്തിലൂടെ തിരിച്ച് ക്രിസ്തുമതത്തിലേക്ക്

1. History of the Arabs by Philip K Hitti, page 635.

കൊണ്ടുവരാൻ സ്പെയിൻ തിരിച്ചുപിടിച്ച ക്രിസ്ത്യൻ ഭരണാധികാരികൾ ശ്രമിച്ചില്ല. ഇസ്ലാം മതത്തിൽ തുടർന്നവർ മുദെജാർമാർ എന്നാണ് അറിയപ്പെട്ടിരുന്നത്. മുദജ്ജൻ എന്ന അറബിവാക്കിൽ നിന്നാണ് ഈ പേരുണ്ടായത്. മുദജ്ജൻ എന്നാൽ താമസിച്ചിരുന്ന സ്ഥലത്ത് തന്നെ താമസം തുടരാൻ അനുവദിക്കപ്പെട്ടവൻ എന്നാണ്. മുദെജാറുകൾ പിൽക്കാലത്ത് അറബിഭാഷ മറക്കുകയും ഇസ്ലാം മതം ഉപേക്ഷിച്ച് ക്രിസ്തുമതത്തിൽ ചേരുകയും ചെയ്തു.

ഇസ്ലാമിക സാമ്രാജ്യത്തിന്റെ യൂറോപ്പിലേക്കുള്ള വ്യാപനത്തിന്റെ അവസാനത്തെ അലയായിരുന്നു ബൈസാന്റിയം സാമ്രാജ്യത്തിന്റെ ഭാഗമായ സിസിലി ദ്വീപിന്റെ (അറബിയിൽ സിഖിലിയത്ത്) കീഴടക്കൽ. ഫാത്തിമിയ്യൂൻ ഖലീഫമാരുടെ ആധിപത്യം സ്ഥാപിക്കുന്നതിനുമുമ്പ് ഈജിപ്തിൽ അധികാരത്തിലുണ്ടായിരുന്ന അഗ്ലാബിയ സുൽത്താന്മാരാണ് സിസിലി ആക്രമിച്ച് കീഴടക്കിയത്. അഗ്ലാബിയ സുൽത്താന്മാരുടെ ആക്രമണങ്ങൾ സിസിലിയെ മാത്രം ലക്ഷ്യമിട്ടായിരുന്നില്ല. ഇറ്റലിയുടെ കടലോരങ്ങളിലെ പല നഗരങ്ങളും മുസ്ലിം കപ്പൽപടകളുടെ ആക്രമണങ്ങൾക്കിരയായി. റോമിനു നേരെ ഭീഷണി ഉയർത്തിക്കൊണ്ട് ഓസ്റ്റിയ തുറമുഖത്ത് 846 ൽ മുസ്ലിം കപ്പൽപ്പടയെത്തി. റോമിന്റെ കോട്ടകൾ ഭേദിച്ച് അകത്ത് കടക്കാൻ കഴിയാത്തതുകൊണ്ട് കോട്ടയ്ക്ക് പുറത്തുള്ള വത്തിക്കാനിൽ സ്ഥിതി ചെയ്തിരുന്ന വിശുദ്ധ പത്രോസിന്റെയും പൗലോസിന്റെയും ദേവാലയങ്ങൾ കൊള്ളയടിക്കുകയും വിശുദ്ധ കല്ലറകൾ തകർക്കുകയും ചെയ്തു. ആക്രമണങ്ങളിൽ നിന്നൊഴിവാകാൻ കപ്പം കൊടുക്കുന്നതായിരിക്കും ബുദ്ധിപൂർവമെന്ന് കരുതി പോപ്പ് ജോൺ എട്ടാമൻ (872-882) രണ്ട് വർഷക്കാലം മുസ്ലിങ്ങൾക്ക് കപ്പം കൊടുത്തു.

അഗ്ലാബിയ രാജവംശത്തെ സ്ഥാനഭ്രഷ്ടരാക്കി ഫാത്തിമിയ്യൂൻ ഖലീഫമാർ ഈജിപ്തിൽ സാമ്രാജ്യം സ്ഥാപിച്ചപ്പോൾ സിസിലി ഫാത്തിമിയ്യൂൻ സാമ്രാജ്യത്തിന്റെ ഭാഗമായി. സിസിലിയിലെ മുസ്ലിം സമൂഹത്തിലെ ഭിന്നിപ്പും ആഭ്യന്തരകലഹങ്ങളും മുസ്ലിം ഭരണത്തെ ദുർബലപ്പെടുത്തി. കൗണ്ട് റോജരുടെ നോർമൻ സൈന്യം 1090 ൽ സിസിലി പിടിച്ചെടുത്തതോടെ 180 വർഷക്കാലം നീണ്ടു നിന്ന മുസ്ലിം ഭരണം അവസാനിച്ചു. സിസിലി പിടിച്ച റോജർ വിദ്യാഭ്യാസമില്ലാത്ത ക്രിസ്ത്യാനിയായിരുന്നെങ്കിലും മുസ്ലിങ്ങളുടെ വിജ്ഞാനസമ്പത്തിൽ ആകൃഷ്ടനാകുകയും അവരുടെ വിജ്ഞാനവർധനമാതൃക പിന്തുടരുകയും ചെയ്തു. മുസ്ലിങ്ങൾ നടപ്പിലാക്കിയ ഭരണവ്യവസ്ഥ അതേപടി നിലനിറുത്തി മുസ്ലിങ്ങളായ ഉന്നതോദ്യോഗസ്ഥന്മാരെ തൽസ്ഥാനങ്ങളിൽ തുടരാൻ അനുവദിച്ചു. ശാസ്ത്രജ്ഞർക്കും പണ്ഡിതർക്കും മതപരിഗണന കൂടാതെ സ്ഥാനമാനങ്ങൾ നൽകി പ്രോത്സാഹിപ്പിച്ചു. റോജർ പ്രകടിപ്പിച്ച അറബ് സംസ്കാരാഭിമുഖ്യം അദ്ദേഹത്തിന്റെ പുത്രൻ റോജർ രണ്ടാമനും തുടർന്നു. റോജർ രണ്ടാമനും അദ്ദേഹത്തിന്റെ പൗത്രൻ ഫ്രെഡറിക് രണ്ടാമനും പ്രകടിപ്പിച്ച ഇസ്ലാമിക സംസ്കാരാഭിമുഖ്യം കാരണം ചരി

ത്രത്തിൽ അറിയപ്പെടുന്നത് 'ജ്ഞാനസ്നാനം ചെയ്യപ്പെട്ട രണ്ട് സുൽത്താന്മാർ' എന്നാണ്. ഫ്രെഡറിക് രണ്ടാമൻ (1215-50) സിസിലിയുടെയും ജർമനിയുടെയും ഭരണാധിപനായിരുന്നു. ജർമനിയുടെ ഭരണാധികാരം അമ്മയുടെ താവഴിയായി ലഭിച്ച ഇദ്ദേഹത്തിന് വിശുദ്ധ റോമാസാമ്രാജ്യത്തിന്റെ ചക്രവർത്തി എന്ന സ്ഥാനം കൂടിയുണ്ടായിരുന്നു. ഇസ്ലാമിക സംസ്കാരത്തോട് ആഭിമുഖ്യം കാണിച്ച ഫ്രെഡറിക്ക് രണ്ടാമൻ പിൽക്കാലത്ത് കുരിശുയുദ്ധത്തിന് നേതൃത്വം കൊടുക്കുകയുണ്ടായി.

കുരിശുയുദ്ധങ്ങൾ

ഇസ്ലാമിന്റെ യൂറോപ്പുമായുള്ള രണ്ടാമത്തെ സമ്പർക്കം കുരിശുയുദ്ധങ്ങളുടെ രൂപത്തിലായിരുന്നു. രണ്ട് ലോകമതങ്ങൾ തമ്മിലുള്ള ഏറ്റുമുട്ടൽ, രണ്ട് സംസ്കാരങ്ങൾ തമ്മിലുള്ള സംഘർഷം തുടങ്ങി പല രൂപത്തിലും കുരിശുയുദ്ധങ്ങളെ വിശേഷിപ്പിക്കാറുണ്ട്.

ശരിയായ ചരിത്രവീക്ഷണകോണിലൂടെ നോക്കിയാൽ കുരിശുയുദ്ധങ്ങൾ പാശ്ചാത്യരും പൗരസ്ത്യരും തമ്മിലുള്ള സംഘർഷങ്ങളുടെ മധ്യകാലാധ്യായവും ആധുനിക പശ്ചിമ യൂറോപ്പ് സാമ്രാജ്യാധിപത്യം സ്ഥാപിച്ചതിന്റെ മുന്നോടിയും ആയിരുന്നുവെന്ന് കാണാം. അതിന്റെ പൗരാണിക അധ്യായങ്ങളായിരുന്നു ട്രോജൻ, പേർഷ്യൻ യുദ്ധങ്ങൾ... കുറെക്കൂടി വ്യക്തമാക്കിപ്പറഞ്ഞാൽ 632 മുതൽ സിറിയ, ഏഷ്യമൈനർ എന്നിവിടങ്ങളിലേക്ക് മാത്രമല്ല, സ്പെയിൻ, സിസിലി എന്നീ യൂറോപ്യൻ പ്രദേശങ്ങളിലേക്കും കടന്നു കയറിയ ഇസ്ലാമിക ഏഷ്യക്ക് എതിരെയുള്ള ക്രൈസ്തവ യൂറോപ്പിന്റെ പ്രതിപ്രവർത്തനമായിരുന്നു കുരിശുയുദ്ധങ്ങൾ.[2]

കുരിശുയുദ്ധങ്ങളുടെ പ്രഖ്യാപിത ലക്ഷ്യം മുസ്ലിങ്ങളുടെ കൈവശമുള്ള വിശുദ്ധഭൂമി പിടിച്ചെടുക്കുകയായിരുന്നു. പക്ഷേ, പോപ്പിന്റെ അപ്രമാദിത്വം അംഗീകരിക്കാതിരുന്ന സ്ലാവ് വംശജരെയും ജൂതരെയും ഓർത്തഡോക്സ് സഭക്കാരെയും ഗ്രീക്കുകാരെയും പോപ്പ് ശത്രുക്കളുടെ പട്ടികയിൽ പെടുത്തി. ഇവരെല്ലാം കുരിശുയുദ്ധക്കാരുടെ ആക്രമണങ്ങൾക്ക് വിധേയരായി. ക്രിസ്തുമതത്തിന്റെ ശത്രുക്കളെ നിഗ്രഹിക്കുന്നവർക്ക് പാപമോചനം പോപ്പ് വാഗ്ദാനം ചെയ്തു.[3]

യേശുവിന്റെ കുരിശുമരണത്തിനുശേഷം ശവശരീരം സൂക്ഷിച്ചുവെന്ന് ക്രിസ്ത്യാനികൾ വിശ്വസിക്കുന്ന വിശുദ്ധ ശവക്കല്ലറയുടെ മുകളിൽ പണിതിട്ടുള്ള ദേവാലയം (Church of the Holy Sepulchre) ഫാത്തിമിയ്യൂൻ ഖലീഫ അൽ-ഹക്കീമിന്റെ ഉത്തരവനുസരിച്ച് 1009ൽ നശിപ്പിച്ചതായിരുന്നു കുരിശുയുദ്ധം തുടങ്ങാനുണ്ടായ ഒരു നിമിത്തം. മറ്റൊരു

---

2. *Ibid, page 670*
3. *The oxford History of the Crusades* by Riley-Smith Jonathan page 135

നിമിത്തം സെൽജുഖ് തുർക്കികൾ ബൈസാന്റിയം സാമ്രാജ്യത്തിന്റെ അനറ്റോളിയ പ്രവിശ്യ പിടിച്ചെടുക്കുന്നത് ചെറുക്കാൻ സഹായിക്കണമെന്ന ചക്രവർത്തി അലക്സിയസിന്റെ സഹായാഭ്യർഥനയായിരുന്നു. യൂറോപ്പിലെ രാജ്യങ്ങളെ തന്റെ അധികാരം ബോധ്യപ്പെടുത്തുന്നതിനും റോമൻ കത്തോലിക്കാസഭയുടെ ആത്മീയാധികാരം അംഗീകരിക്കാത്ത കിഴക്കൻ ഗ്രീക്ക് സഭയെ തന്റെ വരുതിക്കുള്ളിലാക്കാനും കിട്ടിയ അവസരമായിട്ടാണ് അലെക്സിയസ് ചക്രവർത്തിയുടെ അഭ്യർഥനയെ പോപ്പ് കണ്ടത്.

വിശുദ്ധ സ്ഥാനങ്ങളിലേക്ക് തീർഥാടനം നടത്തുമ്പോൾ ക്രിസ്ത്യാനികൾ അനുഭവിക്കുന്ന പ്രയാസങ്ങളെ കുറിച്ചുള്ള കഥകൾ പൊടിപ്പും തൊങ്ങലും വെച്ച് പ്രചരിപ്പിച്ചിരുന്നു. പോപ്പ് അർബൻ രണ്ടാമൻ ഫ്രാൻസിലെ ക്ലെർമോണ്ടിൽ 1095 നവംബർ 26ന് നടത്തിയ കുർബാന പ്രസംഗത്തിൽ ക്രിസ്ത്യാനികളോട് ഇങ്ങനെ ആഹ്വാനം ചെയ്തു: "വിശ്വാസികൾ വിശുദ്ധ കല്ലറയുടെ മാർഗത്തിൽ സഞ്ചരിച്ച് അത് ദുഷ്ട വർഗത്തിന്റെ കൈകളിൽ നിന്ന് പിടിച്ചെടുത്ത് സ്വന്തമാക്കുക. ഇത് ദൈവ നിശ്ചയമാണ്." ലോകചരിത്രത്തിൽ ഏറ്റവും കൂടുതൽ ആളുകൾ ചെവിക്കൊണ്ട ആഹ്വാനം എന്നാണ് പോപ്പിന്റെ പ്രസംഗത്തെ ചരിത്രകാരന്മാർ വിശേഷിപ്പിച്ചത്. പോപ്പിന്റെ ആഹ്വാനത്തെ തുടർന്ന് 'ദൈവം നിശ്ചയിച്ചു' (Deus vult) എന്നാണ് ക്രൈസ്തവലോകത്ത് കർണാകർണികയാ വാർത്ത പരന്നത്. സമൂഹത്തിന്റെ എല്ലാ തലത്തിലുമുള്ള ക്രിസ്തുമതവിശ്വാസികൾ ഉത്തേജിതരായി.

ഫ്രാൻസ്, ഇറ്റലി, ജർമനി, സിസിലി തുടങ്ങിയ രാജ്യങ്ങളിലെ സാധാരണ ജനങ്ങൾ ദാരിദ്ര്യം കൊണ്ട് പൊറുതി മുട്ടുകയായിരുന്നു. അവരെ സംബന്ധിച്ചിടത്തോളം കുരിശുയുദ്ധം മരണാനന്തരം സ്വർഗപ്രാപ്തിക്കല്ല ഇഹലോകത്ത് താൽക്കാലികമായ ആശ്വാസത്തിനായിരുന്നു. വെനീസ് ജെനോവ, പിസ തുടങ്ങിയ നഗരങ്ങളിലെ വ്യാപാരികൾക്ക് കച്ചവടമായിരുന്നു കുരിശുയുദ്ധത്തിൽ പങ്കെടുക്കാൻ പ്രേരണ നൽകിയത്. വിശുദ്ധഭൂമിയിലും അതിനോട് ചേർന്നു കിടക്കുന്ന ദേശങ്ങളിലും സ്വന്തമായി ഭരിക്കാൻ ഒരു നാട്ടുരാജ്യം (principality) സ്ഥാപിക്കുകയായിരുന്നു കുരിശുയുദ്ധങ്ങൾക്കു നേതൃത്വം കൊടുത്ത ഫ്യൂഡൽ നാടുവാഴി പ്രഭുക്കളുടെ ഉന്നം.

വിശുദ്ധ സ്ഥാനങ്ങൾ മുസ്ലിങ്ങളുടെ കൈയിൽ നിന്നും പിടിച്ചെടുക്കാൻ വരുന്നവർ തിരിച്ചറിയാനുള്ള അടയാളമായി ചെറിയ കുരിശ് ധരിക്കണമെന്ന് നിബന്ധന ചെയ്തു. കുരിശുയുദ്ധം (crusade) എന്ന പേര് സിദ്ധിച്ചതങ്ങനെയാണ്. പോപ്പ് അർബന്റെ ആഹ്വാനം വന്ന് രണ്ടു കൊല്ലം തികയുന്നതിനു മുമ്പ് 1097 ആരംഭത്തിൽ ഒന്നര ലക്ഷം പേർ യൂറോപ്പിന്റെ പല ഭാഗങ്ങളിൽ നിന്നായി കോൺസ്റ്റാന്റിനോപ്പിളിൽ എത്തിച്ചേർന്നു. ഒന്നിനു പുറമെ മറ്റൊന്ന് എന്ന രീതിയിൽ 1095 മുതൽ1270 വരെയുള്ള കാലയളവിൽ ഏഴ് കുരിശുയുദ്ധങ്ങൾ നടത്തിയെന്നാണ്

പൊതുവെ പറയാറ്. പക്ഷേ, പല കുരിശുയുദ്ധങ്ങളും ഒന്നിന്റെ അനുസ്യൂതിയായി മറ്റൊന്ന് എന്ന രീതിയിലാണ് സംഭവിച്ചത്.

കോൺസ്റ്റാന്റിനോപ്പിളിൽ 1097 ആരംഭത്തിൽ ഒത്തുകൂടിയ കുരിശുയുദ്ധക്കാർ ഏഷ്യമൈനറിലൂടെ ജറുശലേമിനെ ലക്ഷ്യമാക്കി പുറപ്പെട്ടു. സെൽജുഖ് തുർക്കി സേനാനായകൻ ഖിലിജിയുടെ സൈന്യത്തെ തോൽപ്പിച്ച് നിസിയ പട്ടണം പിടിച്ചു. നാടുവാഴിപ്രഭു അലെക്സിയസ് ഏഷ്യാമൈനറിന്റെ പടിഞ്ഞാറു ഭാഗം സ്വന്തമാക്കി ആദ്യത്തെ കുരിശുയുദ്ധ രാഷ്ട്രം[4] സ്ഥാപിച്ച് ഭരണം തുടങ്ങി. കുരിശുയുദ്ധക്കാർ പല ദളങ്ങളായി പലരുടെയും നേതൃത്വത്തിൽ പല ഉദ്ദേശലക്ഷ്യങ്ങളോടെയാണ് മുന്നോട്ട് നീങ്ങിയത്. ബാൾഡ്വിൻ എന്ന ഇടപ്രഭുവിന്റെ നേതൃത്വത്തിലുള്ളവർ ഓർത്തഡോക്സ് വിഭാഗം ക്രിസ്ത്യാനികൾ അധിവസിച്ചിരുന്ന അർമീനിയയെ ലക്ഷ്യമാക്കി നീങ്ങി. സെൽജുഖ് തുർക്കികളെ തോൽപ്പിച്ച് അൽ-റുഹ പട്ടണം പിടിച്ച് അത് തലസ്ഥാനമാക്കി മറ്റൊരു കുരിശുയുദ്ധരാഷ്ട്രം സ്ഥാപിച്ച് വാഴ്ച തുടങ്ങി. ഇറ്റലിയിലെ ഒരു ഇടപ്രഭുവായ റ്റാൻക്രെഡ് വിശുദ്ധ പൗലോസിന്റെ ജന്മനാടായ റ്റാഴ്സസാണ് സ്വന്തമാക്കിയത്. ഒക്ടോബർ മാസത്തിൽ കുരിശുയുദ്ധക്കാർ അന്ത്യോക്യ ഉപരോധിച്ചു. ആറുമാസത്തോളം നീണ്ടു നിന്ന ഉപരോധത്തിനു ശേഷം അന്ത്യോക്യാ കീഴടങ്ങി. തുടർന്നുള്ള ഒന്നര നൂറ്റാണ്ടിലധികം കാലം അന്ത്യോക്യാ ക്രിസ്ത്യാനികളുടെ കൈവശം ആയിരുന്നു.

കുരിശുയുദ്ധക്കാർ ജൈത്രയാത്ര തുടർന്നു. കോൺസ്റ്റാന്റിനോപ്പിളിൽ നിന്ന് യാത്ര ആരംഭിച്ച് രണ്ടര വർഷങ്ങൾക്കു ശേഷം 1099ൽ 40,000 കുരിശുയുദ്ധക്കാർ ജറുശലേം നഗരം കീഴടക്കി. സ്ത്രീപുരുഷ ഭേദമെന്യേ ആബാലവൃദ്ധം ജനങ്ങളും കൊലചെയ്യപ്പെട്ടു. അൽ അഖ്സാ പള്ളിയിൽ അഭയം പ്രാപിച്ച 70,000 പേരെ കൊന്നുവെന്ന് മുസ്ലിം ചരിത്രകാരനായ ഇബ്നു അൽ-അസീറും 65,000 പേരെ കൊന്നുവെന്ന് ക്രൈസ്തവ ചരിത്രകാരനായ എഡീസയിലെ മാത്യുവും രേഖപ്പെടുത്തിയതായി ഫിലിപ്പ് കെ ഹിറ്റി ചൂണ്ടിക്കാണിക്കുന്നു.[5]

കുരിശുയുദ്ധക്കാർ കീഴടക്കിയ നഗരങ്ങളിലെല്ലാം ആക്രമണത്തെ ചെറുക്കാൻ ഓർത്തഡോക്സ് ക്രിസ്ത്യാനികളും ജൂതരും മുസ്ലീങ്ങളും ഒന്നിച്ചു നിന്നാണ് പോരാടിയത്. കുരിശുയുദ്ധക്കാരുടെ ഇരകളായവരിൽ അധികം പേരും ജൂതരായിരുന്നു. യൂറോപ്പിലൂടെ വന്ന വഴിയിലെല്ലാം അവർ ജൂതരെ കൊന്നു. പ്രാദേശിക ബിഷപ്പുമാർ കുരിശുയുദ്ധക്കാരിൽ

---

4. കുരിശുയുദ്ധക്കാർ ഏഷ്യാമൈനറിലും പാലസ്തീനിലും സ്ഥാപിച്ച സ്വതന്ത്രനാട്ടുരാജ്യങ്ങൾ അറിയപ്പെടുന്നത് കുരിശുയുദ്ധരാഷ്ട്രങ്ങൾ (Crusader states) എന്നാണ്. ചില ചരിത്രകാരന്മാർ ഇവയെ ലത്തിൻ രാഷ്ട്രങ്ങൾ (Latin States) എന്നും വിശേഷിപ്പിക്കാറുണ്ട്. കത്തോലിക്കാ സഭയുടെ സാമന്തരാഷ്ട്രങ്ങൾ എന്ന അർഥത്തിലാണ് ലത്തിൻ രാഷ്ട്രങ്ങൾ എന്നു പറയുന്നത്. റോമൻ കത്തോലിക്കാസഭയുടെ ഔദ്യോഗിക ഭാഷ ലത്തീനാണ്.
5. History of the Arabs by philip K Hitti-Footnote on page 639

നിന്ന് ജൂതരെ രക്ഷിക്കാൻ പരമാവധി ശ്രമിച്ചു. ജരുശലേം നഗരം പിടിച്ചടക്കിയ കുരിശുയുദ്ധക്കാരുടെ നേതാവ് ഗോഡ്ഫ്രേ രാജാവ് എന്ന സ്ഥാനം സ്വീകരിക്കാൻ വിസമ്മതിച്ചതിനാൽ 'വിശുദ്ധകല്ലറയുടെ സംരക്ഷകൻ' എന്ന സ്ഥാനം നൽകി ഭരണാധികാരിയാക്കി. തങ്ങളുടെ ലക്ഷ്യം നിറവേറ്റിയെന്ന സംതൃപ്തിയോടെ കുരിശുയുദ്ധക്കാരിൽ ഒരു ഭാഗം സ്വന്തം രാജ്യങ്ങളിലേക്ക് കപ്പൽ കയറി. വളരെയധികം ഫ്രഞ്ചുകാരും ജർമൻകാരും പുതുതായി സ്ഥാപിക്കപ്പെട്ട കുരിശുയുദ്ധ രാഷ്ട്രങ്ങളിൽ സ്ഥിരവാസമുറപ്പിച്ചു.

ഇസ്ലാമിക സാമ്രാജ്യത്തിന്റെ തലസ്ഥാനമായ ബാഗ്ദാദിൽ കുരിശുയുദ്ധത്തെ കണ്ടത് അതിർത്തി പ്രദേശത്തുണ്ടായ നിസാരപ്രശ്നം എന്ന നിലയ്ക്കാണ്. മുസ്ലിങ്ങൾക്കിടയിലെ അനൈക്യം കാരണം കുരിശുയുദ്ധക്കാർ വിശുദ്ധഭൂമിയിൽ സ്ഥാപിച്ച കുരിശുയുദ്ധരാജ്യങ്ങൾ അരനൂറ്റാണ്ടോളം കാലം സമാധാനത്തിൽ കഴിഞ്ഞു. ജെരുശലേം, എഡിസ്സ, അന്ത്യോക്യാ, ട്രിപോളി എന്നീ നാല് കുരിശുയുദ്ധരാജ്യങ്ങളായിരുന്നു പോപ്പിന്റെ ആത്മീയവും രാഷ്ട്രീയവുമായ നിയന്ത്രണത്തിൽ. മറ്റുള്ളവ സ്വതന്ത്രരാജ്യങ്ങളായിരുന്നു. മുസ്ലിങ്ങൾ അനൈക്യം മാറ്റിവെച്ച് കുരിശുയുദ്ധരാജ്യങ്ങൾ തിരിച്ചു പിടിക്കാനുള്ള ശ്രമങ്ങൾ ആരംഭിച്ചു. ഇമാദദ്ദീൻ സങ്കിയുടെ നേതൃത്വത്തിലുള്ള സൈന്യം 1144ൽ എഡിസ്സ തിരിച്ചു പിടിച്ചപ്പോൾ പോപ്പ് രണ്ടാമത്തെ കുരിശുയുദ്ധത്തിന് ആഹ്വാനം ചെയ്തു. രണ്ടു കൊല്ലക്കാലം നീണ്ടുനിന്ന രണ്ടാം കുരിശുയുദ്ധം തികഞ്ഞ പരാജയമായിരുന്നു. കുരിശുയുദ്ധക്കാർ നാലു ദിവസം ഡമാസ്കസ് ഉപരോധിച്ചതിനുശേഷം പരാജയം സമ്മതിച്ച് പിൻവാങ്ങി.

ഈജിപ്തിലെ സുൽത്താൻ സലാഹുദ്ദീൻ ജരുശലേം 1187ൽ തിരിച്ചുപിടിച്ചു. ക്രിസ്ത്യാനികളുടെ പള്ളികളും വീടുകളും നശിപ്പിക്കരുതെന്നും യുദ്ധത്തിൽ പങ്കെടുക്കാത്ത സാധാരണ പൗരന്മാരെ കൊല്ലരുതെന്നും ഉത്തരവിട്ടു. മോചനദ്രവ്യം കൊടുത്താൽ തടവുകാരെ മോചിപ്പിക്കുവാൻ സൈന്യത്തിനു നിർദേശം കൊടുത്തു. മോചനദ്രവ്യം കൊടുക്കാൻ കഴിവില്ലാത്ത കുടുംബങ്ങളിൽ നിന്നുള്ളവരെ സൗജന്യമായി മോചിപ്പിച്ചു ക്രൈസ്തവ ചരിത്രകാരന്മാരും മുസ്ലിം ചരിത്രകാരന്മാരും ഒരുപോലെ സലാഹുദ്ദീന്റെ മഹാമനസ്കതയെ പുകഴ്ത്തി.[6]

വിശുദ്ധ നഗരം നഷ്ടപ്പെട്ടപ്പോൾ യൂറോപ്പ് ഞെട്ടിയുണർന്നു. ജർമൻ ചക്രവർത്തി ഫ്രെഡറിക്ക് ബാർബറോസ, ഇംഗ്ലണ്ടിലെ രാജാവ് റിച്ചാർഡ് ഒന്നാമൻ (സിംഹഹൃദയൻ), ഫ്രാൻസിലെ രാജാവ് ഫിലിപ്പ് അഗസ്റ്റസ് എന്നിവർ ചേർന്ന് 1189 മുതൽ മൂന്നു കൊല്ലക്കാലം നീണ്ടുനിന്ന മൂന്നാം കുരിശുയുദ്ധത്തിന് നേതൃത്വം കൊടുത്തു. കരമാർഗം സഞ്ചരിച്ച ജർമൻ ചക്രവർത്തി ഫ്രെഡറിക് അനാറ്റോളിയയിലെ ഒരു നദി കടക്കുമ്പോൾ മുങ്ങിമരിച്ചു. ചക്രവർത്തിയുടെ അനുയായികളിൽ

6. *Islam: The Straight Path* by John L, Esposito, Page 59

അധികം പേരും ജർമനിയിലേക്ക് തിരിച്ചു പോയി. റിച്ചാർഡ് രാജാവിന്റെ നേതൃത്വത്തിലുള്ള കുരിശുയുദ്ധക്കാർ കടൽമാർഗം സഞ്ചരിച്ച് വിശുദ്ധ ഭൂമിയിലെത്തി. ഹൈഫ ഉൾക്കടൽ തീരത്തുള്ള അക്കാ (അക്ര) നഗരം ഉപരോധിച്ചു. കുരിശുയുദ്ധക്കാരെ നേരിടാൻ സലാഹുദ്ദീൻ സൈന്യം എത്തിച്ചേർന്നു. സഹായത്തിനായി സൈന്യത്തെ അയക്കാൻ ബാഗ്ദാദിലെ ഖലീഫയോട് അഭ്യർഥിച്ചെങ്കിലും ഫലമുണ്ടായില്ല. രണ്ടുകൊല്ല ക്കാലം നീണ്ട ഉപരോധത്തിനൊടുവിൽ 1191 ൽ മുസ്ലിങ്ങൾ കീഴടങ്ങി. കീഴടങ്ങിയാൽ യുദ്ധം ചെയ്യാത്ത പൗരാവലിയെ ഒന്നും ചെയ്യുകയി ല്ലെന്നും രണ്ടു ലക്ഷം സ്വർണനാണയങ്ങൾ നൽകിയാൽ തടവുകാരായി പിടിച്ച സൈനികരെ മോചിപ്പിക്കാമെന്നും കുരിശുയുദ്ധക്കാർ പറഞ്ഞത് വിശ്വസിച്ചാണ് സലാഹുദ്ദീന്റെ സൈന്യം കീഴടങ്ങിയത്. ഒരു മാസമാ യിട്ടും മോചനദ്രവ്യം കിട്ടാതായപ്പോൾ 2700 മുസ്ലിം സൈനികരെയും നഗരത്തിലെ സാധാരണ പൗരന്മാരെയും കൂട്ടക്കൊല ചെയ്തു. ക്രിസ്ത്യാനികളല്ലാത്തവർക്ക് കൊടുത്ത വാക്ക് പാലിക്കാൻ ബാധ്യത യില്ലെന്നായിരുന്നു ക്രിസ്ത്യൻ ചരിത്രകാരന്മാരുടെ വാദം[7]. അവർ സാധാ രണ ജനങ്ങളെ കൂട്ടക്കൊല ചെയ്തതിൽ തെറ്റൊന്നും കണ്ടില്ല. അക്ക കീഴടക്കിയ ഉടനെ ഫിലിപ്പ് രാജാവ് ഫ്രാൻസിലേക്ക് തിരിച്ചുപോയി. തീർഥാടകർക്ക് സൗകര്യങ്ങൾ ചെയ്തു കൊടുക്കണമെന്ന് സുൽത്താൻ സലാഹുദ്ദീനുമായി കരാറിലേർപ്പെട്ട് റിച്ചാർഡ് രാജാവും കുരിശുയുദ്ധം അവസാനിപ്പിച്ച് മടക്കയാത്ര ആരംഭിച്ചു.

പോപ്പ് ഇന്നസന്റ് മൂന്നാമന്റെ ആഹ്വാനപ്രകാരം 1202ൽ ആരംഭിച്ച നാലാം കുരിശുയുദ്ധം ക്രിസ്തുമതത്തിന്റെ ഭിന്നിപ്പിലാണ് (The Great Schism)[8] അവസാനിച്ചത്. ഈജിപ്തുവഴി വന്ന് വിശുദ്ധഭൂമി പിടിച്ചട ക്കാൻ തീരുമാനിച്ചാണ് ഇത്തവണ കുരിശുയുദ്ധക്കാർ വന്നത്. അതു പേക്ഷിച്ച് അവർ കോൺസ്റ്റാന്റിനോപ്പിളിലിറങ്ങി. നഗരം കീഴടക്കിയതി നുശേഷം ബൈസാന്റിയം ചക്രവർത്തി നാടുകടത്തിയ ഒരുവനെ ചക്ര വർത്തിയായി അവരോധിച്ചു. അങ്ങനെ കുരിശുയുദ്ധക്കാർ ഒരു കിഴക്കൻ

7. *Chronicles of the Crusades*: Eye-Witness Accounts of the wars Between Christianity and Islam by Hallam, Elizabeth, page 155

8. ക്രൈസ്തവ സഭയുടെ അധികാരഘടനയിലും കൂദാശക്രമങ്ങളിലും വന്ന ഭിന്നിപ്പാണ് (schism). മുമ്പുണ്ടായിരുന്ന ക്രൈസ്തവ സഭയിൽ നിന്നും വേറിട്ട മറ്റൊരു സഭ രൂപം കൊണ്ടു. ക്രിസ്തുമത ചരിത്രത്തിൽ അനേകം മത ഭിന്നതകൾ സംഭവിക്കു കയും അനേകം സഭകൾ രൂപം കൊള്ളുകയും ചെയ്തിട്ടുണ്ട്. മതഭിന്നതയും പാഷ ണ്ഡതയും (heresy) വ്യത്യസ്തമാണ്. തെറ്റായ വിശ്വാസപ്രമാണത്തെ പിന്തുടരലാണ് പാഷണ്ഡത. പാഷണ്ഡരെ സഭയിൽ നിന്നും പുറംതള്ളും. നാലാം കുരിശുയുദ്ധകാ ലത്തുണ്ടായ മതഭിന്നത കിഴക്ക്-പടിഞ്ഞാറ് മതഭിന്നത (East-West Schism) എന്നാണ് അറിയപ്പെടുന്നത്. അത് മധ്യകാലക്രൈസ്തവ ലോകത്തെ കിഴക്കൻ (ഗ്രീക്ക്) പടിഞ്ഞാറൻ (ലത്തീൻ) ശാഖകളിലായി വിഭജിച്ചു. കിഴക്കൻ ശാഖ ഓർത്ത ഡോക്സ് സഭയെന്നും പടിഞ്ഞാറൻ ശാഖ റോമൻ കത്തോലിക്കാ സഭയെന്നും അറി യപ്പെടാൻ തുടങ്ങിയത് അതുമൂലമാണ്.

ലാറ്റിൻ സാമ്രാജ്യം സ്ഥാപിച്ചു. ഇതാണ് യഥാർഥത്തിൽ ക്രിസ്തുമതത്തിന്റെ വിഭജനത്തിന് കാരണമായത്. നാലുവർഷക്കാലം (1217-1221) നീണ്ടു നിന്ന അഞ്ചാം കുരിശുയുദ്ധം ഈജിപ്തിന്റെ ശക്തനായ സുൽത്താൻ അൽ-കാമിലിന്റെ ആക്രമണത്തിൽ പരാജയം സമ്മതിച്ച് പിൻവാങ്ങി.

ആറാം കുരിശുയുദ്ധം തുടങ്ങിയത് വിശുദ്ധറോമാസാമ്രാജ്യത്തിന്റെ ചക്രവർത്തി ഫ്രെഡറിക് രണ്ടാമനാണ്. ഇദ്ദേഹം കുരിശുയുദ്ധത്തിന് നേതൃത്വം കൊടുക്കാമെന്ന് പല തവണ പറഞ്ഞെങ്കിലും ഒരു കുരിശുയുദ്ധത്തിലും പങ്കെടുക്കാതിരുന്നതിനാൽ പോപ്പ് ഗ്രിഗറി ഒമ്പതാമൻ ഇദ്ദേഹത്തെ 1228 ൽ സഭയിൽ നിന്നു പുറത്താക്കി. എങ്കിലും ചക്രവർത്തി അക്കൊല്ലം തന്നെ കുരിശുയുദ്ധത്തിനു പുറപ്പെട്ടു. ആക്രമണം നടത്താതെ സുൽത്താൻ അൽ- കാമിലുമായുള്ള നയതന്ത്രചർച്ചകളിലൂടെ ജരുശലേം നസറേത്ത്, ബത്‌ലഹേം എന്നീ വിശുദ്ധസ്ഥാനങ്ങൾ പത്തു വർഷം ക്രിസ്ത്യാനികളുടെ കൈവശം വയ്ക്കാനുള്ള അനുവാദം സമ്പാദിച്ചു. ജരുശലേമിന്റെ ഭൂരിഭാഗം ക്രിസ്ത്യാനികൾക്കും അൽ-അഖ്സാ മസ്ജിദും[9] ശിലാകുംഭഗോപുര മസ്ജിദും (Dome of the Rock)[10] സ്ഥിതി ചെയ്യുന്ന ഭാഗങ്ങൾ മുസ്ലിങ്ങൾക്കും കൈവശം വയ്ക്കാമെന്നായിരുന്നു കരാർ.

ആറു വർഷം നീണ്ടുനിന്ന (1248-1254) ഏഴാമത്തെ കുരിശുയുദ്ധം നയിച്ചത് ഫ്രാൻസിലെ രാജാവ് ലൂയി ഒമ്പതാമനാണ്. ഈജിപ്തിലെ

---

9. മക്കയിലെ കഅബയുടെ ചുറ്റുമായി പണിതിട്ടുള്ള അൽ-മസ്ജിദ് അൽ-ഹറം, മദീനയിൽ മുഹമ്മദ്നബിയുടെ ശവകുടീരത്തിനു മുകളിൽ പണിതിട്ടുള്ള അൽ-മസ്ജിദ് അൻ-നബിയ്യ് എന്നിവ കഴിഞ്ഞാൽ ഇസ്ലാമിന്റെ ഏറ്റവും പ്രധാനപ്പെട്ട ആരാധനാലയമാണ് ജരുശലേമിലെ അൽ-മസ്ജിദ് അൽ-അഖ്സ. (അകലെയുള്ള പള്ളി). ഈ പള്ളി നിൽക്കുന്ന സ്ഥാനത്താണ് സോളമന്റെ ക്ഷേത്രം നിന്നിരുന്നത് എന്ന് ജൂതർ വിശ്വസിക്കുന്നു. ഇസ്ലാമിന്റെ നിസ്കാര ദിശ (ഖിബ്‌ല) കഅബ ആയി നിശ്ചയിക്കുന്നതിനു മുമ്പ് മുഹമ്മദ്നബിയും അനുയായികളും ആരാധനാവേളയിൽ മുഖം തിരിച്ചു നിന്നത് ജരുശലേമിലെ സോളമന്റെ ക്ഷേത്രം നിന്നിരുന്ന സ്ഥാനത്തേക്കായിരുന്നു. ഖലീഫ ഉമറാണ് ഈ സ്ഥാനത്ത് മസ്ജിദ് പണി കഴിപ്പിച്ചത്.
10. ശിലാകുംഭഗോപുരം മസ്ജിദ് (മസ്ജിദ് ഖുബ്ബത്ത് അസ്-സഖ്റ) പണി കഴിപ്പിച്ചത് 691ലാണ്. ഇസ്ലാമിക ലോകത്തിലെ ഏറ്റവും പഴക്കമേറിയ വാസ്തുശിൽപ്പവും ഇതു തന്നെ. അൽ-അഖ്സ മസ്ജിദിനോടടുത്ത് തന്നെയാണ് കുംഭഗോപുരവും സ്ഥിതി ചെയ്യുന്നത്. മുഹമ്മദ്നബി ജിബിരീൽ എന്ന മലക്കിനോടൊപ്പം സ്വർഗയാത്ര ആരംഭിച്ചത് ഈ സ്ഥാനത്തുനിന്നാണെന്ന് മുസ്ലിങ്ങൾ വിശ്വസിക്കുന്നു. *ഖുർആൻ* വചനത്തിലെ സൂചനകളനുസരിച്ച് മുഹമ്മദ് നബിയുടെ സ്വർഗയാത്രയ്ക്ക് ഇസ്റാ എന്നും മിഅ്റാജ് എന്നും രണ്ടു ഭാഗങ്ങളുണ്ട്. ആദ്യം മക്കയിലെ പള്ളിയിൽ നിന്നും 'അകലെയുള്ളപള്ളി'യിലേക്കു കൊണ്ടുപോകുന്നു (*ഖുർആൻ* 17.1) ഈ യാത്രയാണ് ഇസ്റാ. അകലെയുള്ള പള്ളിയോടു ചേർന്നുള്ള പാറപ്പുറത്തു നിന്നാണ് സ്വർഗത്തിലേക്കുള്ള യാത്ര. (മിഅ്റാജ്) ചെയ്യുന്നത്. (*ഖുർആൻ* 17.60) ഇതെല്ലാം യഥാർഥത്തിൽ സംഭവിച്ചതായിട്ടാണ് മുസ്ലിങ്ങൾ വിശ്വസിക്കുന്നത്. ചില ഖുർആൻ വ്യാഖ്യാതാക്കളാകട്ടെ യുക്തിബോധം അനുവദിക്കാത്തതിനാൽ അത് മുഹമ്മദ്നബിയുടെ സ്വപ്നമായിരുന്നുവെന്ന് വ്യാഖ്യാനിക്കുന്നു.

സുൽത്താൻ ലൂയി ഒമ്പതാമനെയും ആയിരക്കണക്കിന് കുരിശുയുദ്ധക്കാരെയും തടവുകാരായി പിടിച്ചു. അവരെ മോചിപ്പിക്കാൻ ഫ്രാൻസിന്റെ ഒരുകൊല്ലത്തെ മൊത്തം വരുമാനത്തിനു തുല്യമായ തുക മോചനദ്രവ്യമായി കൊടുക്കേണ്ടി വന്നു. പതിനാറു വർഷങ്ങൾക്കു ശേഷം 1270ൽ ലൂയി ഒമ്പതാമൻ വീണ്ടും കുരിശുയുദ്ധത്തിനു പുറപ്പെട്ടു. സിറിയയിലെത്തിയ ലൂയി അവിടെ നിന്നും ടുണീസിനെ ലക്ഷ്യമാക്കി യാത്ര തുടർന്നു. ടുണീസിലെത്തി രണ്ടു മാസം കഴിഞ്ഞപ്പോൾ ലൂയി ഒമ്പതാമൻ രോഗം ബാധിച്ചു മരിച്ചു. കുരിശുയുദ്ധരംഗത്ത് വെച്ച് രോഗം ബാധിച്ച് മരിച്ച ലൂയിയെ കത്തോലിക്കാസഭ പുണ്യവാളനാക്കി. ലൂയിയുടെ കൂടെ കുരിശുയുദ്ധത്തിനുണ്ടായിരുന്ന ഇംഗ്ലണ്ടിലെ രാജകുമാരൻ എഡ്വേഡ് 1271 ൽ വീണ്ടും കുരിശുയുദ്ധത്തിനു പുറപ്പെട്ടു. അതും പരാജയത്തിൽ കലാശിച്ചതോടെ കുരിശുയുദ്ധങ്ങൾ അവസാനിച്ചു. കുരിശുയുദ്ധങ്ങളെപ്പോലെ മുസ്ലിം-ക്രിസ്ത്യൻ ബന്ധങ്ങളെ ദീർഘകാലത്തേക്ക് തകർത്തുകളഞ്ഞ സംഭവങ്ങൾ വേറെയില്ലെന്ന് പറയാം. പാശ്ചാത്യരുടെ സംവേദനങ്ങളിൽ കുരിശുയുദ്ധങ്ങളെക്കുറിച്ച് രണ്ട് മിഥ്യകൾ മേധാവിത്വം പുലർത്തുന്നു. ക്രൈസ്തവ ലോകം വിജയിച്ചു എന്നതാണ് ഒന്നാമത്തേത്. ജറുശലേം നഗരത്തെ വീണ്ടെടുക്കാൻ മാത്രമാണ് കുരിശുയുദ്ധങ്ങൾ നടത്തിയതെന്ന ധാരണയാണ് രണ്ടാമത്തേത്. പാശ്ചാത്യലോകത്ത് പലർക്കും കുരിശുയുദ്ധങ്ങളെക്കുറിച്ചുള്ള വസ്തുതകൾ അവ്യക്തമായേ അറിയാവൂ. ആക്രമണോത്സുകമായ ക്രിസ്തുമതത്തിന്റെ ഭീതിത ചിത്രങ്ങളായും യൂറോപ്പ് ഇസ്ലാമിക ലോകത്തിനു മേൽ നടത്തിയ കോളനിവത്കരണത്തിന്റെ മുന്നോടിയായും ആണ് കുരിശുയുദ്ധങ്ങളുടെ ഓർമകൾ മുസ്ലിം മനസുകളിൽ തങ്ങി നിൽക്കുന്നത്.[11]

കുരിശു യുദ്ധങ്ങളെക്കുറിച്ചുള്ള ഒരു മിഥ്യ അത് മുസ്ലിങ്ങളെ മാത്രമേ ലക്ഷ്യമിട്ടുള്ളു എന്നതാണ്. ക്രൈസ്തവ യൂറോപ്പിന്റെ നൃശംസതയ്ക്ക് ആദ്യം ഇരയായത് ജൂതരാണ്. തത്വചിന്തകൻ ബർട്രാൻഡ് റസൽ എഴുതി:

> കുരിശുയുദ്ധങ്ങളുടെ മറ്റൊരു പ്രധാന ദുഷ്ഫലം ജൂതരുടെ വംശഹത്യയാണ്. കൂട്ടക്കൊല ചെയ്യപ്പെടാത്ത ജൂതരുടെ സർവസ്വവും പിടിച്ചുപറിക്കുകയും അവരെ ജ്ഞാനസ്നാനം ചെയ്യുകയും ചെയ്തു. ഒന്നാം കുരിശുയുദ്ധകാലത്ത് ജർമനിയിൽ വിപുലമായ തോതിലാണ് ജൂതരുടെ കൂട്ടക്കൊല നടന്നത്. മൂന്നാം കുരിശുയുദ്ധകാലത്ത് ഇംഗ്ലണ്ടിൽ സിംഹഹൃദയനായ റിച്ചാർഡിന്റെ സ്ഥാനാരോഹണ സമയത്ത്, ആദ്യത്തെ ക്രിസ്ത്യൻ ചക്രവർത്തി തന്റെ ഭരണം ആരംഭിച്ച അതേ സ്ഥാനത്ത്, യോർക്കിൽ ജൂതർക്കെതിരെ ഏറ്റവും ഭീതിദമായ കൂട്ടക്കൊലയാണ് നടന്നത്. കുരിശുയുദ്ധങ്ങൾക്കു മുമ്പ് കിഴക്കൻ ദേശങ്ങളിലേക്കാവശ്യമായ ഉപഭോഗവ

---

11. *The Islamic Threat Myth or reality* by John L Esposito, page 37.

സ്തുക്കളുടെ വ്യാപാരത്തിന്റെ കുത്തക ഏതാണ്ട് പൂർണമായും ജൂതർക്കായിരുന്നു. കുരിശുയുദ്ധങ്ങൾക്കു ശേഷം ജൂതർക്കെതിരെ നടത്തിയ കൊടിയ ആക്രമണങ്ങളുടെ ഫലമായി വ്യാപാരക്കുത്തക ക്രിസ്ത്യൻ കൈകളിലായി.[12]

കുരിശുയുദ്ധങ്ങളുടെ അനന്തരഫലം പോപ്പുമാരുടെ രാഷ്ട്രീയാധികാരവും റോമൻ കത്തോലിക്കാസഭയുടെ സമ്പത്തും വർധിച്ചതാണ്. ക്രിസ്തുമതം അപകടത്തിലായി എന്ന പ്രചണ്ഡമായ പ്രചാരണമാണ് പോപ്പുമാരുടെ രാഷ്ട്രീയാധികാരം വർധിക്കാൻ വഴിവെച്ചത്. കുരിശുയുദ്ധങ്ങളുടെ അടിസ്ഥാനകാരണം മതപരമോ രാഷ്ട്രീയമോ ആയിരുന്നില്ലെന്ന് തിരിച്ചറിഞ്ഞ ചരിത്രകാരൻ പറയുന്നു:

> രാഷ്ട്രീയവും ആത്മീയവുമായ മുകൾപ്പരപ്പിനു താഴെ അടിത്തട്ടിൽ കുരിശുയുദ്ധങ്ങൾക്ക് കാരണമായത് യൂറോപ്പിലെ ജനങ്ങളുടെ ദാരിദ്ര്യമായിരുന്നു. പാശ്ചാത്യലോകം 1000-മാണ്ട് വരെ കടൽമാർഗവും കരമാർഗവും ഉണ്ടായിക്കൊണ്ടിരുന്ന ഗോത്രവർഗാക്രമണങ്ങളെ ദുർബലമായി ചെറുത്തുകൊണ്ടിരുന്ന, ദാരിദ്ര്യവും പിന്നാക്കാവസ്ഥയിലുള്ളതും നിരക്ഷരവുമായ ഭൂഭാഗമായിരുന്നു.... നാലു നൂറ്റാണ്ടുകൾ നീണ്ടുനിന്ന ഈ കാലത്തെല്ലാം സാമ്രാജ്യത്തിലെ ചില ആഭ്യന്തര കലഹങ്ങളൊഴിച്ചാൽ ഇസ്ലാം ആന്തരികമായ ശാന്തിയും സമാധാനവും അനുഭവിക്കുകയും അതിലൂടെ ജാജ്വല്യമാനവും ഹൃദയകാരിയുമായ ഒരു നാഗരിക സംസ്കാരം പടുത്തുയർത്തുന്നതിൽ വിജയിക്കുകയും ചെയ്തു. ഈ സന്ദർഭത്തിലാണ് സ്ഥിതി നാടകീയമാം വിധം മാറി മറിഞ്ഞത്.[13]

ഉസ്മാനിയ സാമ്രാജ്യം

കുരിശുയുദ്ധങ്ങൾക്കു ശേഷം യൂറോപ്പ് ഇസ്ലാമുമായി സംഘർഷത്തിലായത് ഉസ്മാനിയ്യ സാമ്രാജ്യത്തിന്റെ (Ottoman Empire) ആക്രമണങ്ങൾ തുടങ്ങിയപ്പോഴായിരുന്നു. മധ്യകാലഘട്ടത്തിൽ ഇസ്ലാമിന് മൂന്നു സാമ്രാജ്യങ്ങളാണുണ്ടായിരുന്നത്; തുർക്കിയിലെ ഉസ്മാനിയ സാമ്രാജ്യം, ഇറാനിലെ സഫവീൻ സാമ്രാജ്യം (Safavid Empire) ഇന്ത്യയിലെ മുഗൾ സാമ്രാജ്യം. ഉസ്മാനിയ സാമ്രാജ്യത്തെ പാശ്ചാത്യചിന്തകർ വിശേഷിപ്പിച്ചത് യൂറോപ്പിനുമേൽ പതിച്ച കൊരടാവ് (The Scourge of Europe) എന്നാണ്. എലിസബത്തൻ കാലത്തെ (1558-1603) ചരിത്രകാരൻ റിച്ചാഡ് നോളിസ് ഉസ്മാനിയ സാമ്രാജ്യത്തെ 'കാലഘട്ടത്തിന്റെ ഭീകരത' എന്ന് വിശേഷിപ്പിച്ചു. സി ഇ ബോസ് വർത്ത് എന്ന ആധുനിക ചരിത്രകാരൻ

12. *A History of the Western Philosophy* by Bertrand Russell, page 434.
13. *A History of Medieval Islam* by J J Saunders, Page 154.

അത് ശരിവയ്ക്കുന്നു. [14] ഉസ്മാനിയ്യ തുർക്കികൾ 1453ൽ ബൈസാന്റിയം സാമ്രാജ്യത്തിന്റെ തലസ്ഥാനമായിരുന്ന കോൺസ്റ്റാന്റിനോപ്പിൾ പിടിച്ചടക്കിയതിനു ശേഷം ഏഷ്യ, യൂറോപ്പ്, ആഫ്രിക്ക എന്നീ മൂന്നു ഭൂഖണ്ഡങ്ങളിലായി വ്യാപിച്ചു കിടന്ന വലിയ സാമ്രാജ്യം സ്ഥാപിച്ചത് മുൻ അധ്യായത്തിൽ പ്രതിപാദിച്ചിരുന്നു. കിഴക്കൻ യൂറോപ്പിലെ ബാൾക്കൻ പ്രദേശങ്ങൾ കീഴടക്കിയതോടെയാണ് തുർക്കികൾ പാശ്ചാത്യരുടെ ഉറക്കം കെടുത്താൻ തുടങ്ങിയത്. യൂറോപ്യൻ ചരിത്രകാരന്മാരിൽ ചിലർ അവരെ ഭീകരർ എന്ന് ചാപ്പ കുത്തിയെങ്കിലും ഉസ്മാനിയ സാമ്രാജ്യം ജൂതരോടും ക്രിസ്ത്യാനികളോടും സഹിഷ്ണുതയോടെയാണ് പെരുമാറിയിരുന്നത്. നിഷ്പക്ഷമതിയായ ഒരു ചരിത്രകാരൻ ഇങ്ങനെയാണ് ഉസ്മാനിയ സാമ്രാജ്യത്തെക്കുറിച്ച് എഴുതിയത്:

> ജീവിക്കുകയും ജീവിക്കാൻ അനുവദിക്കുകയും ചെയ്യുക എന്ന ഓട്ടോമൻ സാമ്രാജ്യത്തിന്റെ നയം അന്നത്തെ കാലത്തെ ക്രൈസ്തവ രാഷ്ട്രങ്ങളുടെ മതഭ്രാന്തിന്റെ നയവുമായി താരതമ്യം ചെയ്യാനാവുകയില്ല. ബാൾക്കൻ പ്രദേശത്തെ കൃഷിക്കാരുടെ ഇടയിൽ ഒരു ചൊല്ലുണ്ടായിരുന്നു: സുൽത്താൻ മുഹമ്മദിന്റെ തലപ്പാവാണ് പോപ്പിന്റെ ത്രിക കിരീടത്തെക്കാൾ (Tiara) നല്ലത്[15].

ബാൾക്കൻ പ്രദേശത്തെ ജനങ്ങൾ തുർക്കികളെ വിമോചകരായി കണ്ടപ്പോൾ യൂറോപ്പിലെ മറ്റു പ്രദേശങ്ങളിലെ ജനങ്ങൾ തുർക്കികളുടെ ആക്രമണം ഭയപ്പെട്ടു കഴിയാൻ കാരണം തുർക്കികളുടെ ആക്രമണം സമീപഭാവിയിൽ ഉണ്ടാകുമെന്ന രാജാക്കന്മാരുടെ പ്രചാരണമായിരുന്നു. ഇത് യൂറോപ്പിലെ ജനങ്ങളിൽ യൂറോപ്പുകാർ എന്ന പുതിയൊരു സ്വത്വം സൃഷ്ടിക്കാനും ഇസ്ലാം പേടി ഉളവാക്കാനും പര്യാപ്തമായി. ഇസ്ലാമിക സാമ്രാജ്യത്തിന്റെ യൂറോപ്പിലേക്കുള്ള വികസനവും കുരിശുയുദ്ധങ്ങളും ഉസ്മാനിയ സാമ്രാജ്യത്തിന്റെ കടന്നുകയറ്റവും ഗുണപരമായ പല സാംസ്കാരിക കൈമാറ്റങ്ങളും ഉണ്ടാക്കിയിട്ടുണ്ടെങ്കിലും ഇസ്ലാമിനെക്കുറിച്ച് തെറ്റായ ധാരണകളും ഇസ്ലാം വിരുദ്ധ മനോഭാവവും സാധാരണ ജനങ്ങളിൽ രൂഢമൂലമാകാനും ഇടയാക്കിയിട്ടുണ്ട്. ഇസ്ലാമിനെക്കുറിച്ചുള്ള ഭയവും ഇസ്ലാം വിരുദ്ധ മനോഭാവവും പശ്ചിമയൂറോപ്പിന്റെ പൊതുബോധത്തിൽ ഇപ്പോഴും സജീവമാണെന്നാണ് പശ്ചിമേഷ്യയുടെ ചരിത്രത്തെക്കുറിച്ച് പഠനങ്ങൾ നടത്തിയ ആൽബർട്ട് ഖുറാനി (1915–1993) പറഞ്ഞത്.[16]

---

14. "*The Historical Background of Isalamic Civilization*" by C.E. Bowsworth *in Introducation to Islamic Civlization* Ed. by R. M. Savov page 25.
15. *Concise History of the Middle East 3rd ed*, by Arthur Goldschrnidt Jr P. 132
16. *Europe and Middle East* by Albert Hourani, Page 10

ഇസ്ലാം യൂറോപ്പിന്റെ കോളനിവാഴ്ചയിൽ

വിശുദ്ധ റോമാസാമ്രാജ്യവും യൂറോപ്പിലെ രാജ്യങ്ങളും ക്രിസ്തുമതത്തിന് നഷ്ടപ്പെട്ട പ്രദേശങ്ങൾ തിരിച്ചുപിടിക്കാനുള്ള ശ്രമങ്ങൾ എട്ടാം നൂറ്റാണ്ടു മുതലേ ആരംഭിച്ചു. എണ്ണൂറു വർഷക്കാലം നീണ്ടുനിന്ന 'തിരിച്ചു പിടിക്കൽ' (The Reconquista അറബിയിൽ അൽ-ഇസ്തിർദാദ്) പൂർത്തിയായത് 1492-ൽ ഗ്രനഡ തിരിച്ചു പിടിച്ചതോടെയാണ്. മുസ്ലിങ്ങളെ നിർബന്ധിച്ച് ക്രിസ്തുമതത്തിലേക്ക് പരിവർത്തനം ചെയ്യുകയില്ലെന്ന് ഗ്രനഡയിലെ സുൽത്താൻ അബു അബ്ദല്ല മുഹമ്മദും ഫെർഡിനാന്റ് രാജാവും ഒപ്പുവെച്ച സന്ധിയിൽ പറഞ്ഞിരുന്നു. അതനുസരിച്ച് ഗ്രനഡയിലെ ആർച്ച് ബിഷപ്പ് ടലവെറ ബോധവൽക്കരണത്തിലൂടെ മുദെജാറുകളെ (ഇസ്ലാംമതത്തിൽ തന്നെ തുടർന്ന യൂറോപ്യർ) ക്രിസ്തുമത്തിലേക്ക് പരിവർത്തനം ചെയ്യിക്കാൻ ശ്രമിച്ചു. സ്പെയിനിലെ കർദിനാളായിരുന്ന ഫ്രാൻസിസ്കോ ജിമെനെസ് ഡി-സിസ്നെറോ 1499-ൽ ഗ്രനഡ സന്ദർശിച്ചപ്പോൾ ആർച്ച് ബിഷപ്പിന്റെ മൃദുല സമീപനത്തിൽ അതൃപ്തനായി. മുസ്ലിങ്ങളെ മതകുറ്റ വിചാരണയ്ക്ക് വിധേയരാക്കി നിർബന്ധിത മതപരിവർത്തനം ചെയ്യുകയോ നാടുകടത്തുകയോ ചെയ്യാൻ ഉത്തരവിട്ടു. തുടർന്നു നടന്നത് സാംസ്കാരികമായ 'തിരിച്ചു പിടിക്കൽ' ആയിരുന്നു. സ്പെയിനിൽ നിലനിന്നിരുന്ന മതസൗഹാർദത്തിന്റെ അന്തരീക്ഷം തകർന്നു. ക്രൈസ്തവ സഭ അതിന്റെ മേധാവിത്വം സ്ഥാപിക്കാൻ ഉരുക്കുമുഷ്ടി ഉപയോഗിച്ചു. ജൂതരെയും മുസ്ലിങ്ങളെയും നിർബന്ധപൂർവം ജ്ഞാനസ്നാനം ചെയ്യിച്ചു. സ്പെയിനിലെ ജൂത സമൂഹം രണ്ടു മാർഗങ്ങളാണ് തേടിയത്. ഒരു വിഭാഗം യൂറോപ്പിന്റെ മറ്റു ഭാഗങ്ങളിലേക്ക് കുടിയേറി. മറ്റൊരു വിഭാഗം ഇസ്ലാമിക രാജ്യത്തിന്റെ പ്രവിശ്യകളിലാണ് അഭയം തേടിയത്.[17]

ഇൻക്വിസിഷനിൽ നിന്നും രക്ഷപ്പെട്ട മുസ്ലിങ്ങൾ ഈജിപ്തിലേക്കും ഉത്തരാഫ്രിക്കയിലെ മറ്റു പ്രദേശങ്ങളിലേക്കും രക്ഷപ്പെട്ടു. സ്പെയിൻ തിരിച്ചുപിടിച്ചെങ്കിലും കിഴക്കൻ യൂറോപ്പിന്റെ ഭാഗമായ ബാൾക്കൻ പ്രദേശങ്ങൾ ഉസ്മാനിയ സാമ്രാജ്യത്തിന്റെ ഭാഗമായിത്തന്നെ തുടർന്നു. സ്പെയിൻ തിരിച്ചുപിടിച്ച് മുന്നൂറു വർഷങ്ങൾക്കുശേഷം യൂറോപ്പ് ഇസ്ലാമിക സാമ്രാജ്യങ്ങളുടെ ഭൂഭാഗങ്ങൾ കീഴടക്കി കോളനികളാക്കാനുള്ള ശ്രമങ്ങൾ ആരംഭിച്ചു. നെപ്പോളിയൻ 1798ൽ ഈജിപ്തിനെ കീഴടക്കിയതും കുറച്ചുകാലം കോളനിയാക്കി വെച്ചതുമായിരുന്നു തുടക്കം. ലോകത്തിന്റെ വിവിധ ഭാഗങ്ങളിൽ കോളനികൾ സ്ഥാപിക്കാൻ യൂറോപ്പിലെ രാജ്യങ്ങൾ പരസ്പരം പോരാടി. ചരിത്രകാരനായ എറിക് ഹോബ്സ്ബോം എഴുതി: "1880 കളിൽ തങ്ങൾക്ക് സ്വന്തമാക്കണമെന്ന് തോന്നിയ രാജ്യങ്ങളെ കീഴടക്കി സ്വന്തമാക്കുന്നതിൽനിന്നും യൂറോപ്പിലെ രാജ്യങ്ങളെയും കച്ചവടക്കാരെയും തടയുവാൻ കെൽപ്പുള്ള ഒരു ശക്തിയും

17. *A History of the Islamic Societies* by I M Lapidus, Page 389

ഇല്ലായിരുന്നു."[18] പത്തൊമ്പതാം നൂറ്റാണ്ടിൽ ഇസ്ലാമിക ലോകം മുഴുവൻ നേരിട്ടോ അല്ലാതെയോ യൂറോപ്പിന്റെ കോളനിവാഴ്ചയിലായി. യൂറോപ്പിന്റെ കോളനി വാഴ്ച ഇസ്ലാമിന്റെ മാത്രമല്ല ലോകത്തിന്റെ മുഴുവൻ ഭൂപടവും മാറ്റിവരച്ചു. അത് എല്ലാ ജനതകളുടെയും സംസ്കാരങ്ങളിലേക്കും സ്വത്വങ്ങളിലേക്കും അതിക്രമിച്ചു കടന്നു. ലോകചരിത്രത്തിലെ ഏറ്റവും ഇരുണ്ടതും ഭീതിദവുമായ അധ്യായമാണ് ലോകത്തിന്റെമേലുള്ള യൂറോപ്പിന്റെ കോളനിവാഴ്ച. അത് മാനവികതയുടെ പരിപ്രേക്ഷ്യത്തിൽ അടിസ്ഥാനപരമായ മാറ്റം വരുത്തി.

ഉസ്മാനിയ്യ സാമ്രാജ്യത്തിന്റെ ഉത്തരാഫ്രിക്കയിലെയും പശ്ചിമേഷ്യയിലെയും പ്രവിശ്യകൾ യൂറോപ്പിലെ രാജ്യങ്ങൾ പങ്കിട്ടെടുത്തത് ഇസ്ലാമിക സാമ്രാജ്യം എന്ന അധ്യായത്തിൽ വിവരിച്ചിട്ടുണ്ട്. 1876 മുതൽ ഈജിപ്ത് ബ്രിട്ടന്റെയും ഫ്രാൻസിന്റെയും സംയുക്തമായ മേധാവിത്വത്തിലായിരുന്നു. ഇന്ത്യയിൽ ചെയ്തതുപോലെ ഈജിപ്തിനെ നേരിട്ടുള്ള ഭരണത്തിൻകീഴിലാക്കുകയല്ല, പാവകളായ ഭരണാധികാരികളെ ഉപയോഗപ്പെടുത്തി ജനങ്ങളെ ചൂഷണം ചെയ്യുക എന്ന നയമാണ് ബ്രിട്ടനും ഫ്രാൻസും സംയുക്തമായി സ്വീകരിച്ചത്. സാമ്രാജ്യശക്തികളുടെ ദാസരായിരുന്നു രാജ്യത്തിനകത്തുള്ള വരേണ്യവർഗം. സാമ്രാജ്യശക്തികളും രാജ്യത്തിനകത്തെ ചൂഷകവർഗവും ചേർന്ന് കൊള്ളയടിച്ചതിന്റെ ഫലമായി ജനങ്ങളുടെ ജീവിതം ദുസ്സഹമായി. രണ്ടു ശക്തികൾക്കും എതിരെ ഒരേസമയം ജനരോഷമുയർന്നു.

ഈജിപ്തിൽ ആദ്യത്തെ കലാപം നടന്നത് 1879 ലായിരുന്നു. കലാപത്തിന്റെ കുന്തമുന സുൽത്താന്റെ പ്രധാനമന്ത്രി എന്ന നിലയിൽ യഥാർഥ ഭരണനിർവഹണം നടത്തിയിരുന്ന അർമീനിയ ക്രിസ്ത്യാനി നൂബർ പാഷയ്ക്കും ധനമന്ത്രിയായിരുന്ന ഇംഗ്ലീഷുകാരൻ റിവേഴ്സ് വിൽസണും നേരെയാണ് തിരിച്ചത്. ഇവർ രണ്ടുപേരുമായിരുന്നു ഈജിപ്തിന്റെ അധികാരസിരാകേന്ദ്രം. കലാപകാരികൾ ഉയർത്തിയ മുദ്രാവാക്യം 'ക്രിസ്ത്യാനി നായ്ക്കൾക്ക് മരണം'[19] എന്നായിരുന്നു. തികച്ചും രാഷ്ട്രീയമായ മുദ്രാവാക്യമായിരുന്നു അത്. വിദേശികളുടെ ദുർഭരണം അവസാനിപ്പിക്കുക എന്ന അർഥം മാത്രമേ ഉണ്ടായിരുന്നുള്ളു അതിന്. കലാപം അടിച്ചമർത്തപ്പെട്ടു. 1882 അലക്സാണ്ട്രിയയിൽ നടന്ന കലാപത്തിൽ 50 വെള്ളക്കാർ കൊല്ലപ്പെട്ടു. പകപോക്കാനായി ബ്രിട്ടീഷ് നേവി ഷെൽ ആക്രമണം നടത്തിയതിനു ശേഷം 25000 അംഗബലമുള്ള കരസേന നഗരത്തെ നിലംപരിശാക്കി. ഒന്നാം ലോകയുദ്ധത്തിനു ശേഷം 1922-ൽ ബ്രിട്ടൻ ഈജിപ്തിന്റെ മേൽ നേരിട്ടുള്ള കോളനിവാഴ്ച അവസാനിപ്പിച്ചുവെങ്കിലും 1952 വരെ ബ്രിട്ടന്റെ നിയന്ത്രണം തുടർന്നു.

---

18. *The Age of Empire* by Eric Hobsbawm, Page 342
19. *The Scramble Africa* by Pakenham Quoted in Introduction of *Pioneers of Islamic* Revival Edited by Ali Rehnema, Page xxviii

സുഡാന്റെ തെക്കുഭാഗം 1892-ൽ ബെൽജിയവും മറ്റു വിഭാഗങ്ങൾ ഫ്രഞ്ചുകാരും കീഴടക്കി. ബ്രിട്ടനും ബെൽജിയവും തമ്മിലുണ്ടായ കരാറിന്റെ അടിസ്ഥാനത്തിൽ ബെൽജിയം കീഴടക്കിയ ഭാഗങ്ങൾ ബ്രിട്ടനു കൈമാറി. അധികം താമസിയാതെ സുഡാന്റെ മേലുള്ള അവകാശ തർക്കത്തിന്റെ പേരിൽ ബ്രിട്ടനും ബെൽജിയവും ഏറ്റുമുട്ടി. പരാജയം സമ്മതിച്ച ബെൽജിയം 1896-ൽ സുഡാന്റെ ഭാഗങ്ങൾ ബ്രിട്ടനു കൈമാറി. അന്നുമുതൽ സുഡാനെ തെക്കുംവടക്കും ഭാഗങ്ങളായി വിഭജിച്ച് രണ്ട് കോളനികളാക്കി. വടക്കുഭാഗം ബ്രിട്ടൻ നേരിട്ടും തെക്കുഭാഗം ഈജിപ്തിലെ ബ്രിട്ടീഷ് പാവകളും ചൂഷണം ചെയ്തു. ചൂഷണത്തിന്റെ കാഠിന്യം മൂലം കോളനിവാഴ്ച ആരംഭിച്ച് അധികം താമസിയാതെ തന്നെ സുഡാനിലെ ജനങ്ങൾ അതിനെതിരെ പ്രതിരോധിക്കാൻ തുടങ്ങി. കോളനിവിരുദ്ധ പോരാട്ടങ്ങൾക്ക് നേതൃത്വം കൊടുത്തത് ശിയ വിഭാഗത്തിൽപ്പെട്ട മുഹമ്മദ് അഹമ്മദ് (1844-1885) ആയിരുന്നു. അദ്ദേഹം ലളിതജീവിതം നയിച്ച മതപണ്ഡിതനായിരുന്നു. ഇസ്ലാമിന്റെ മതപരമായ വ്യതിചലനങ്ങൾ മൂലമാണ് കോളനിവാഴ്ചയ്ക്ക് അടിമപ്പെടേണ്ടി വന്നത് എന്നായിരുന്നു മുഹമ്മദ് അഹമ്മദിന്റെ സിദ്ധാന്തം. അതുകൊണ്ട് പരിശുദ്ധമായ മതം നിലനിന്ന പൂർവികരുടെ (സലഫ്) സുവർണ കാലത്തിലേക്ക് ഇസ്ലാം തിരിച്ചുപോകണമെന്ന് വാദിച്ചു. സുഡാനെ മോചിപ്പിക്കാൻ അല്ലാഹു നിയോഗിച്ച മഹ്ദിയാണ് താനെന്ന് മുഹമ്മദ് അഹമ്മദ് പ്രഖ്യാപിച്ചു. ചൂഷകരായ ഈജിപ്തുകാർക്കും ബ്രിട്ടീഷുകാർക്കും എതിരായി മഹ്ദിജിഹാദ് (വിശുദ്ധയുദ്ധം) പ്രഖ്യാപിച്ചു. എല്ലാ വിശ്വാസികൾക്കും ജിഹാദിൽ പങ്കെടുക്കാൻ മതപരമായ ബാദ്ധ്യതയുണ്ടെന്നും മഹ്ദി കൽപ്പിച്ചു. മഹ്ദി വലിയൊരു സൈന്യത്തെ സംഘടിപ്പിച്ചു. വാളും കുന്തവുമായിരുന്നു മഹ്ദി സൈന്യത്തിന്റെ ആയുധം. പക്ഷേ, 1882-ൽ മഹ്ദിയുടെ സൈന്യം തോക്കേന്തിയ ഈജിപ്ത് സൈന്യത്തെ പരാജയപ്പെടുത്തി. അധികം താമസിയാതെ മഹ്ദിയുടെ സൈന്യം സുഡാന്റെ തലസ്ഥാനമായ ഖാർത്തും പിടിച്ചു. യൂറോപ്യൻ രാജ്യങ്ങളുടെ കോളനിവാഴ്ചയ്ക്ക് കൂട്ടു നിൽക്കുന്ന മുസ്ലിം രാജ്യങ്ങളിലെ ഭരണാധികാരികൾക്കെതിരെ ജിഹാദ് നടത്തുമെന്ന് മഹ്ദി പ്രഖ്യാപിച്ചു. 1885-ൽ മഹ്ദി ടൈഫസ് ബാധിച്ച് മരിച്ചു. 1898-ൽ മഹ്ദിയുടെ അനുയായികളിൽ നിന്നും ബ്രിട്ടൻ സുഡാൻ തിരിച്ചുപിടിച്ച് കോളനിവാഴ്ച പുനഃസ്ഥാപിച്ചു.

അൾജീരിയയെ ഫ്രഞ്ചു സൈന്യം കീഴടക്കിയത് 1830 ൽ ആയിരുന്നു. ആഫ്രിക്കൻ ഭൂഖണ്ഡത്തിലെ അൾജീരിയ ആയിരത്തിലധികം കിലോമീറ്റർ അകലത്തിലുള്ള യൂറോപ്പിലെ രാഷ്ട്രമായ ഫ്രാൻസിന്റെ പ്രകൃതിദത്തമായ വ്യാപനമാണെന്ന് (Natural Extension) 1871 ലെ നിയമനിർമാണത്തിലൂടെ ഫ്രഞ്ച് ഗവണ്മെന്റ് പ്രഖ്യാപിച്ചു. അൾജീരിയ 1962ൽ സ്വതന്ത്രമാകുന്നതു വരെ ഈ നില തുടർന്നു. അൾജീരിയയിലേക്ക് കുടിയേറാൻ ഫ്രഞ്ചു ഗവണ്മെന്റ് വെള്ളക്കാരെ പ്രോത്സാഹിപ്പിച്ചു. കുടിയേറ്റക്കാർ തദ്ദേശവാസികളുടെ ഭൂമി കൈയടക്കി കൃഷി ചെയ്യാൻ തുടങ്ങി.

നാട്ടുകാർ കുടിയേറ്റക്കാരുടെ കൂലിഅടിമകൾ എന്ന സ്ഥിതിയിലായി. കോളനിവാഴ്ചയെ സാധൂകരിക്കാനുള്ള ഫ്രാൻസിന്റെ യുക്തിരഹിതമായ സമീപനം തന്നെയായിരുന്നു യൂറോപ്പിലെ രാജ്യങ്ങൾക്കെല്ലാം ഉണ്ടായിരുന്നത്.

ഫ്രഞ്ച് അധിനിവേശത്തിനെതിരെയുള്ള അൾജീരിയയുടെ ചെറുത്തുനിൽപ്പ് കോളനിവാഴ്ചയുടെ തുടക്കം മുതലേ ആരംഭിച്ചു. കോളനിവിരുദ്ധ പോരാട്ടങ്ങൾക്ക് നേതൃത്വം കൊടുത്തവർ ഇസ്ലാമിന്റെ കൊടിക്കീഴിലാണ് ജനങ്ങളെ അണിനിരത്തിയത്. സമരനായകൻ മതപണ്ഡിതനായ അബ്ദൽ ഖാദിർ അൽ-ജസാഇർ[20] (1808-1883) ആയിരുന്നു. താൻ 'വിശ്വാസികളുടെ സേനാനായകർ' (അമീർ അൽ-മുഅ്മിനീൻ) ആണെന്ന് അബ്ദൽ ഖാദിർ പ്രഖ്യാപിച്ചു. അപ്രതിരോധ്യമായ ഫ്രഞ്ചു സൈന്യത്തിന്റെ മുമ്പിൽ അബ്ദൽ ഖാദിറിന് കീഴടങ്ങേണ്ടിവന്നു. തുടർന്ന് ഫ്രഞ്ചു സൈന്യം നടത്തിയ കൂട്ടക്കൊല ലോകത്താകെ ജനരോഷം ആളിക്കത്തിച്ചു. സൈന്യം നടത്തിയ കൂട്ടക്കൊലകളെക്കുറിച്ച് അന്വേഷണം നടത്താൻ ഒരു സമിതിയെ നിശ്ചയിക്കാൻ ഫ്രഞ്ചു ഗവണ്മെന്റ് നിർബന്ധിതമായി. അന്വേഷണം പൂർത്തിയായപ്പോൾ സമിതിയിലെ ഒരംഗം അഭിപ്രായപ്പെട്ടതിങ്ങനെയാണ്: "ലോകത്തെങ്ങുമുള്ള കിരാതരെ പരിഷ്കൃതരാക്കാൻ തുനിഞ്ഞിറങ്ങിയ നാം കിരാതരെയും കടത്തിവെട്ടിയിരിക്കുന്നു."[21] അൾജീരിയയുടെ സുരക്ഷ ഉറപ്പു വരുത്താനാണെന്ന് പറഞ്ഞ് ഫ്രഞ്ചു സൈന്യം 1881-ൽ ടുണീസ്യയും കീഴടക്കി.

ഇസ്ലാമിന്റെ സ്വന്തമായിരുന്ന മൂന്നു സാമ്രാജ്യങ്ങളിൽ രണ്ടാമത്തേതായ പേർഷ്യയുടെ മേൽ ബ്രിട്ടനും ഫ്രാൻസും റഷ്യൻ സാമ്രാജ്യവും താൽപ്പര്യം കാണിക്കാൻ തുടങ്ങിയത് പതിനേഴാം നൂറ്റാണ്ടിലാണ്. പതിനെട്ടാം നൂറ്റാണ്ടിന്റെ ആരംഭത്തിൽ റഷ്യ പേർഷ്യയെ ആക്രമിച്ചു. യുദ്ധങ്ങളിൽ പരാജയപ്പെട്ട പേർഷ്യയുടെ പല പ്രവിശ്യകളും റഷ്യയ്ക്ക് വിട്ടുകൊടുത്തുകൊണ്ട് 1813 ലും 1828 ലും സന്ധിചെയ്യാൻ പേർഷ്യൻ സാമ്രാജ്യം നിർബന്ധിതമായി. ഇരുപതാം നൂറ്റാണ്ടിന്റെ ഉദയത്തിൽ ഇസ്ലാമിക സാമ്രാജ്യമായ ഇറാനിൽ ഒരു അത്ഭുതം നടന്നു. അതിന്റെ പേരാണ് ഇറാൻ ഭരണഘടനാ വിപ്ലവം. ഭരണനിർവഹണാധികാരം ജനപ്രതിനിധി സഭയ്ക്ക് (മജ്ലിസ്) കൈമാറി ബ്രിട്ടനിലെ പോലെ ഭരണഘടനാനുസൃതമായ രാജവാഴ്ച (constitutional monarchy) എന്ന സമ്പ്രദായം അംഗീകരിക്കാൻ ഇറാനിലെ ഷാ 1906-ൽ നിർബന്ധിതനായി. ഇതിന്റെ പിന്നിൽ ബ്രിട്ടന്റെ കൈകളായിരുന്നു. റഷ്യയെ പിന്തള്ളി തങ്ങളുടെ സ്വാധീനം ഇറാനിൽ ഉറപ്പിക്കുകയായിരുന്നു ബ്രിട്ടന്റെ ലക്ഷ്യം.

---

20. അബ്ദൾ ഖാദിർ അൽ-ജസാഇർ എന്നാൽ അൾജീരിയക്കാരൻ അബ്ദുൽ ഖാദിർ എന്നാണർഥം. അൾജീരിയയുടെ അറബിഭാഷാ രൂപം അൽ-ജസാഇർ എന്നാണ്.

21. *Algeria, 1830-2000 A Short History* by Benjamin Stora Translated to English by Jane Marie Todd, Page 5.

മധ്യേഷ്യയിൽ കോളനികൾ സ്ഥാപിക്കാൻ റഷ്യയും ബ്രിട്ടനും തമ്മിൽ മത്സരം നടക്കുമ്പോഴാണ് ആംഗ്ലോ-ഇറാനിയൻ ഓയിൽക്കമ്പനി 1908-ൽ ഇറാനിൽ എണ്ണ കണ്ടെത്തിയത്. അതോടെ പേർഷ്യ സ്വന്തമാക്കാൻ റഷ്യയും ബ്രിട്ടനും തമ്മിലുള്ള മത്സരം രൂക്ഷമായി. ബ്രിട്ടന്റെ കുടിലതന്ത്രങ്ങളുടെ സൂത്രധാരകൻ ഇംഗ്ലീഷ് ഈസ്റ്റ് ഇന്ത്യാ കമ്പനിയുടെ സൈന്യത്തിലെ ചാരനായിരുന്ന ആർതർ കൊണോലി ആയിരുന്നു. ഒന്നാം ലോകയുദ്ധത്തിൽ പേർഷ്യ ബ്രിട്ടന്റെയും റഷ്യയുടെയും സൈന്യങ്ങളുടെ ആധിപത്യത്തിലായി. യുദ്ധം നടക്കുന്നതിനിടയ്ക്ക് 1919ൽ പേർഷ്യയെ സംരക്ഷിതരാഷ്ട്രം (protectorate) എന്ന പേരിൽ കോളണിയാക്കാൻ ബ്രിട്ടൻ ശ്രമം തുടങ്ങി. ബ്രിട്ടന്റെ സംരംഭം പൂർത്തീകരിക്കുന്നതിനുമുമ്പ് 1921ൽ റേസാ ഖാൻ പഹ്‌ലവി എന്ന സൈനികമേധാവി അട്ടിമറിയിലൂടെ അധികാരം പിടിച്ചെടുത്ത് പട്ടാളഭരണം സ്ഥാപിച്ചു. നാലു വർഷത്തിനുശേഷം റേസാ ഖാൻ പഹ്‌ലവി, ഷാ (ചക്രവർത്തി) എന്ന പദവിയിൽ സ്വയം അവരോധിച്ചു. ഇതിനു ഒത്താശ ചെയ്തുകൊടുത്തത് ബ്രിട്ടനായിരുന്നു. അരനൂറ്റാണ്ടിനുശേഷം 1979ൽ ഇസ്ലാമിക വിപ്ലവം നടക്കുന്നതുവരെ ബ്രിട്ടന്റെയും അമേരിക്കയുടെയും പാവയായ പഹ്‌ലവി രാജവംശമായിരുന്നു അധികാരത്തിൽ. ഇസ്ലാമിന്റെ മൂന്നാമത്തെ സാമ്രാജ്യമായ മുഗൾ സാമ്രാജ്യം ബ്രിട്ടന്റെ കോളനിയായത് 'ഇന്ത്യയും ഇസ്ലാമും' എന്ന അധ്യായത്തിൽ വിവരിക്കുന്നുണ്ട്.

ഇന്തോനേഷ്യയിലും തെക്കുകിഴക്കൻ ഏഷ്യയിലും ഇസ്ലാംമതം സ്ഥപിച്ചത് ദക്ഷിണേന്ത്യൻ തീരങ്ങളിൽ സംഭവിച്ചതുപോലെ വ്യാപാരബന്ധങ്ങളിലൂടെയാണ്. ഇസ്ലാമിന്റെ ആദ്യശതകങ്ങളിൽ തന്നെ ഇന്തോനേഷ്യയിലെ ജനങ്ങൾ ഇസ്ലാംമതം സ്വീകരിച്ചു തുടങ്ങി. പതിനാറാം നൂറ്റാണ്ടായപ്പോൾ ബാലി, സുമാത്രാ, ജാവ എന്നീ ദ്വീപുകളിൽ ഹിന്ദു ബുദ്ധമത വിശ്വാസികളെക്കാൾ കൂടുതൽ മുസ്ലിങ്ങളാണെന്ന സ്ഥിതി വന്നു. പതിനാറാം നൂറ്റാണ്ടിന്റെ ആരംഭത്തിൽ ഇന്തോനേഷ്യയിലെ സുഗന്ധദ്രവ്യ വ്യാപാരത്തിന്റെ കുത്തക ഡച്ച് ഈസ്റ്റ് ഇന്ത്യാ കമ്പനി കരസ്ഥമാക്കി. ഇന്ത്യയിൽ ഇംഗ്ലീഷ് ഈസ്റ്റ് ഇന്ത്യാ കമ്പനി ചെയ്തതുപോലെ പ്രാദേശിക രാഷ്ട്രീയത്തിൽ ഇടപെട്ടും ചതിപ്രയോഗങ്ങൾ നടത്തിയും ഇന്തോനേഷ്യ മുഴുവനും ഡച്ച് ഈസ്റ്റ് ഇന്ത്യാ കമ്പനിയുടെ കോളനിയാക്കി. ഡച്ച് ഈസ്റ്റ് ഇൻഡീസ് എന്നായിരുന്നു കോളനിയുടെ പേര്. 1800-ൽ ഇന്തോനേഷ്യയുടെ ഭരണം നെതർലന്റ് ഗവണ്മെന്റ് നേരിട്ട് ഏറ്റെടുത്തതോടെ ഇന്ത്യ ബ്രിട്ടീഷ് സാമ്രാജ്യത്തിന്റെ ഭാഗമായതുപോലെ ഇന്തോനേഷ്യ ഡച്ചു സാമ്രാജ്യത്തിന്റെ ഭാഗമായി. ഇസ്ലാം ഇന്ത്യയിൽ ചെയ്തതുപോലെ ദേശീയ പ്രസ്ഥാനങ്ങളോടൊപ്പം നിന്ന് കോളനിവാഴ്ചയെ ചെറുക്കാൻ ശ്രമിക്കുകയാണ് ചെയ്തത്.

കോളനിവാഴ്ചയുടെ അനന്തരഫലമായി ലോകജനതയുടെ സാംസ്കാരികാവബോധത്തിൽ മാറ്റങ്ങളുണ്ടായി. വെള്ളക്കാരന്റെ മഹത്വം, വരേണ്യത, ലോകജനതകളെ സംസ്കൃതചിത്തരാക്കുവാനുള്ള വെള്ളക്കാരന്റെ ചുമതലാഭാരം, കോളനിവാഴ്ചയുടെ അടിമത്തത്തിലൂടെ ലോകജനതകൾക്ക് കൈവന്ന നേട്ടങ്ങൾ തുടങ്ങിയുള്ള മിഥ്യകൾ ലോകജ

നതകളുടെ പൊതുബോധത്തിൽ മേധാവിത്വം പുലർത്താൻ തുടങ്ങി. ആ മേധാവിത്വം കോളനി അനന്തര യുഗത്തിലും തുടരാനുള്ള ശ്രമത്തിന്റെ ഭാഗമാണ് ആധുനികമായ ആഗോളീകരണം.

പൗരാണിക, മധ്യകാല സാമ്രാജ്യങ്ങളുടെ അടിത്തറ അടിമത്തവും ജന്മിനാടുവാഴിത്തവും ആയിരുന്നെങ്കിൽ യൂറോപ്യൻ കോളനിവാഴ്ചയുടെ അടിത്തറ മൂലധന വ്യവസ്ഥ (capitalism) ആയിരുന്നു. കച്ചവടത്തിനായി ചെന്നിറങ്ങി തദ്ദേശീയരുടെ തർക്കങ്ങളിൽ നേരിട്ടിടപെട്ട് സൈനികമായ ബലപ്രയോഗത്തിലൂടെ പിടിച്ചടക്കുക എന്ന യുദ്ധതന്ത്രമാണ് കോളനിവാഴ്ച സ്ഥാപിക്കാൻ സ്വീകരിച്ച മാർഗം. പിടിച്ചെടുത്ത ഭൂഭാഗങ്ങൾ സാമ്രാജ്യത്തിന്റെ പ്രവിശ്യകളാക്കി ഉൾച്ചേർക്കാതെ മുതലാളിത്തചൂഷണത്തിനുള്ള കോളനികളാക്കുകയാണ് യൂറോപ്യൻ രാജ്യങ്ങൾ ചെയ്തത്. ഏകപക്ഷീയമായ വ്യാപാരനിയമങ്ങളിലൂടെയും കൂലി അടിമത്തത്തിലൂടെയും കീഴാളരാജ്യങ്ങളുടെ സമ്പത്തു ചോർത്തിക്കൊണ്ടു പോയി സ്വന്തം രാജ്യത്തിലെ മുതലാളി വർഗത്തിന്റെ സമ്പദ്സമൃദ്ധി ഉറപ്പു വരുത്തുകയായിരുന്നു യൂറോപ്പിലെ രാജ്യങ്ങളുടെ ലക്ഷ്യം. സ്വന്തം രാജ്യങ്ങളിൽ സമത്വം, സാഹോദര്യം, സ്വാതന്ത്ര്യം എന്നുരുവിട്ടുകൊണ്ടും ജനാധിപത്യത്തിന്റെ മഹത്വങ്ങൾ പ്രകീർത്തിച്ചുകൊണ്ടുമാണ് കോളനിവാഴ്ചയും ചൂഷണവും അനുബന്ധമായ നൃശംസതയും യജമാനരാജ്യങ്ങൾ തുടർന്നുകൊണ്ടു പോയത്. പ്രശസ്ത മാർക്സിയൻ സാമ്പത്തിക ശാസ്ത്രജ്ഞൻ സമീർ അമീൻ *ലൂ 'മാനിത്തെ'* (*I Humanite- മാനവികത*) എന്ന ഫ്രഞ്ച് ദിനപത്രത്തിന് 2008 ഡിസംബർ മുപ്പത്തിയൊന്നിൽ അനുവദിച്ച അഭിമുഖ സംഭാഷണത്തിൽ ഇങ്ങനെ പറഞ്ഞു:

> കോളനിവൽക്കരണം ബീഭത്സമാണ്. അടിമത്തം പോലെ മൗലികാവകാശങ്ങളുടെ മേലുള്ള ആക്രമണമാണത്. എന്തുകൊണ്ട് കൊളോണിയലിസം ഈ മൗലികാവകാശങ്ങൾ നിഷേധിക്കുന്നുവെന്നും എന്തുകൊണ്ട് ഇന്നും അതു തുടരുന്നുവെന്നും മനസിലാക്കണമെങ്കിൽ കൊളോണിയലിസം ഏതോ തരത്തിലുള്ള ഗൂഢാലോചനയുടെ ഫലമാണെന്ന വിശ്വാസം ഉപേക്ഷിക്കണം. സാമൂഹികവും സാമ്പത്തികവുമായ യുക്തിയെ അപകടത്തിലാക്കിയ അതിനെ അതിന്റെ യഥാർഥപേരിൽ തന്നെ വിളിക്കണം: മുതലാളിത്തം. കൊളോണിയലിസത്തെയും മുതലാളിത്തത്തെയും വേർതിരിക്കാനാവില്ല. മുതലാളിത്തം അതിന്റെ പ്രധാന വികാസഘട്ടങ്ങളിൽ കൊളോണിയലിസം-കുറേക്കൂടി വ്യക്തമായിപ്പറഞ്ഞാൽ സാമ്രാജ്യത്വം—ആയിരുന്നു. പതിനാറാം നൂറ്റാണ്ടിൽ ആദ്യം സ്പെയിൻകാരും പോർട്ടുഗീസുകാരും അമേരിക്ക പിടിച്ചടക്കിയതും പിന്നെ ഫ്രഞ്ചുകാരും ബ്രിട്ടീഷുകാരും രംഗത്ത് വന്നതും ആയിരുന്നു ആധുനിക കൊളോണിയലിസത്തിന്റെ ആദ്യരൂപം. അത് വടക്കേ അമേരിക്കയിലെ ഇന്ത്യൻവംശജരെ വംശഹത്യ ചെയ്തതും ലാറ്റിൻ അമേരിക്കയിലെ ജനസമൂഹങ്ങളെ

അടിമത്തത്തിലേക്ക് എടുത്തെറിഞ്ഞതുമായ പരമമായ മൃഗീയത യുടെ രൂപമായിരുന്നു. അസമമായ ക്രയവിക്രയത്തെ-അതായത് ഉൽപ്പാദിപ്പിക്കപ്പെട്ട വസ്തുക്കൾ കോളനികളിൽ ഭരണകൂടത്തിന്റെ പിന്തുണയോടെ നിലനിൽക്കുന്ന കുത്തകകളിലൂടെ ഉയർന്ന വിലയ്ക്ക് വിൽക്കുകയും അസംസ്കൃത വസ്തുക്കൾ തുച്ഛവി ലയ്ക്ക് വാങ്ങുകയും ചെയ്യുന്ന പ്രക്രിയയിലൂടെയാണ് കൊളോ ണിയലിസം സ്ഥാനമുറപ്പിക്കുന്നത്.

യൂറോപ്പിന്റെ കോളനിവാഴ്ച മൂലം ഇസ്ലാമിന് രാഷ്ട്രീയവും ആത്മീ യവുമായ പ്രതിസന്ധികളാണ് നേരിടേണ്ടിവന്നത്. പ്രവാചകനായ മുഹ മ്മദ്നബിയുടെ കാലം മുതൽ കോളനിവാഴ്ച തുടങ്ങുന്നതുവരെ ഇസ്ലാം ഒരിക്കലും അടിമത്തത്തിൽ കഴിയേണ്ടി വന്നിട്ടില്ല. മംഗോളുകൾ ഘോര മായ ആക്രമണം നടത്തി അബ്ബാസിയ ഖിലാഫത്തിന് അന്ത്യം കുറി ച്ചെങ്കിലും ചുരുങ്ങിയ കാലത്തിനുശേഷം അവർ ഇസ്ലാംമതം സ്വീകരി ച്ചതു കാരണം ഇസ്ലാമിന് അന്യമതത്തിന്റെ ആധിപത്യത്തിൽ കഴിയേണ്ടി വന്നില്ല. ഇസ്ലാമിന്റെ മേൽ കോളനിവാഴ്ച സ്ഥാപിച്ച യൂറോപ്പിന്റെ മനോ ഭാവം എന്തായിരുന്നുവെന്ന് ആൽബർട്ട് ഹുറാനി തന്റെ ഗ്രന്ഥത്തിലൂടെ ലോകത്തിനു മുമ്പിൽ അവതരിപ്പിച്ചിട്ടുണ്ട്. ഈജിപ്തിലെ ബ്രിട്ടീഷ് നയ തന്ത്രപ്രതിനിധിയായി 1883 മുതൽ 1907 വരെ കെയ്റോയിൽ കഴിഞ്ഞ ക്രോമർ പ്രഭു (Lord Cromer) ഇസ്ലാമിനെ കുറിച്ച് പറഞ്ഞ കാര്യങ്ങൾ അവതരിപ്പിച്ചുകൊണ്ടാണ് ഹൂറാനി അത് വ്യക്തമാക്കിയത്.

ക്രോമർ പ്രഭുവിന്റെ അഭിപ്രായമിതായിരുന്നു:

> ഇസ്ലാം മഹത്തായ ഏകദൈവമതമാണ്. പക്ഷേ, ഒരു സാമൂഹി കവ്യവസ്ഥ എന്ന നിലയിൽ അത് പൂർണ പരാജയമായിരുന്നു. ഇസ്ലാം സ്ത്രീകളെ അടിമത്തത്തിൽ കഴിയാൻ നിർബന്ധിതരാ ക്കുന്നു. അത് മതത്തെയും രാഷ്ട്രീയത്തെയും കൂട്ടിക്കുഴച്ചതുമൂലം ദൃഢീകരിച്ച് മാറ്റങ്ങൾക്ക് സാധ്യതയില്ലാതാക്കി. അത് അടിമ വ്യവസ്ഥ അംഗീകരിക്കുന്നു. പൊതുവെ പറഞ്ഞാൽ അന്യമത ങ്ങളോട് അത് അസഹിഷ്ണുത പ്രകടിപ്പിക്കുന്നു. അത് യുക്തി ചിന്തയുടെ ശക്തി അംഗീകരിക്കുന്നില്ല. അതുകൊണ്ട് മുസ്ലീ ങ്ങൾക്ക് സ്വതന്ത്രമായ ഭരണം നടത്താനോ സ്വയം പരിഷ്കരി ക്കാനോ നവീകരിക്കാനോ കഴിയുകയില്ല[22]...

യൂറോപ്പിൽ നിന്നെത്തിയ ക്രിസ്ത്യൻ മിഷണറിമാരും ഭരണനിർവ ഹണം നടത്താനെത്തിയ ഉദ്യോഗസ്ഥന്മാരും ക്രിസ്തുമതത്തിന്റെ മേധാ വിത്വം ഉറപ്പിക്കാനുള്ള കാലാൾപ്പടയായാണ് വർത്തിച്ചത്. കോളനിവാ ഴ്ചയിൽ നിന്നുള്ള വിമോചനത്തിനുവേണ്ടി പോരാടേണ്ടത് ഇസ്ലാമിന്റെ കടമയാണെന്ന് ചില വിശ്വാസികൾക്ക് തോന്നിയത് ഈ സാഹചര്യത്തി ലാണ്.

---

22. Europe and Middle East by Albert Hourani, page 12.

11

കോളനിവിരുദ്ധ ഇസ്ലാമിന്റെ പോരാട്ടങ്ങൾ

യൂറോപ്പിന്റെ കോളനിവാഴ്ചയിൽ തങ്ങളുടെ മതപരമായ സ്വത്വം അപകടത്തിലാണെന്ന ഭയം ഇസ്ലാംമതവിശ്വാസികളുടെ മനസിലുണ്ടായി. ക്രിസ്തുമത വിശ്വാസികളും വെള്ളക്കാരുമായ യജമാനന്മാരുടെ കീഴിലുള്ള അടിമത്തജീവിതം മാത്രമായിരുന്നില്ല കാരണം. യൂറോപ്പിലെ ക്രിസ്ത്യൻ മിഷണറിമാരുടെ മതപരിവർത്തനശ്രമങ്ങളും ഇസ്ലാമിന്റെ ജീർണതയെ കുറിച്ചുള്ള പ്രചണ്ഡമായ പ്രചാരങ്ങളും മുസ്ലിം മനസുകളിൽ ഭയാശങ്കകളും സംശയങ്ങളും ഉണ്ടാക്കി. ഫ്രഞ്ച് ചിന്തകനും ഹിബ്രുഭാഷാ പണ്ഡിതനുമായ മാക്സിം റോഡിൻസൺന്റെ അഭിപ്രായം ചരിത്രപരമായും മനഃശാസ്ത്രപരമായും പ്രസക്തമാണ്.

> കോളനിവാഴ്ചയിലായ മുസ്ലിംലോകത്തിന്റെ അധഃസ്ഥിതാവസ്ഥ ക്രിസ്ത്യൻ മിഷണറിമാർക്ക് ഇസ്ലാമിനെ തരംതാഴ്ത്തി കാണിച്ച് മതപ്രചാരണം നടത്താൻ അവസരം നൽകി. മതപരിവർത്തന കുരിശുയുദ്ധം (proselytizing crusade) ആരംഭിക്കുകയും വളരെ വേഗത്തിൽ വ്യാപിപ്പിക്കുകയും ചെയ്തു. അന്നത്തെ കാലത്തെ പൊതുവായ വിശ്വാസങ്ങളെ അടിസ്ഥാനമാക്കി ക്രിസ്ത്യൻ മിഷണറിമാർ യൂറോപ്പിലെ രാജ്യങ്ങളുടെ ശാസ്ത്ര സാങ്കേതികമുന്നേറ്റം ക്രിസ്തുമതത്തിന്റെ നേട്ടങ്ങളുടെ പട്ടികയിൽ പെടുത്തുകയും മുസ്ലിം ലോകത്തിന്റെ നഷ്ടങ്ങൾക്ക് കാരണം ഇസ്ലാംമതമാണെന്ന് ഇകഴ്ത്തുകയും ചെയ്തു. ക്രിസ്തുമതം പ്രകൃത്യാ തന്നെ പുരോഗതിക്ക് അനുകൂലമാണെന്നും ഇസ്ലാംമതം സാംസ്കാരികവും വികസനപരവുമായ നിശ്ചലാവസ്ഥയെ പ്രോത്സാഹിപ്പിക്കുന്നു എന്നുമായിരുന്നു മിഷണറിമാരുടെ പ്രചാരണം.[1]

1. *Europe and the Mystique of Islam* by Maxim Rodinson, Page 66.

ക്രിസ്ത്യൻ മിഷണറിമാരുടെ ആത്മീയ തലത്തിലുള്ള ആക്രമണവും കോളനിവാഴ്ച വരുത്തിയ ദുരവസ്ഥയും ഇസ്ലാമിന്റെ ഭാഗത്തു നിന്നുള്ള പ്രതികരണം അനിവാര്യമാക്കി. കോളനിവാഴ്ചയോട് നാലു വിധത്തിലാണ് ഇസ്ലാം പ്രതികരിച്ചത്. ചെറുത്തുനിൽപ്പും വിശുദ്ധ യുദ്ധവും നിഷ്ഫലമാണെന്ന് തോന്നിയ വിഭാഗം നിഷ്ക്രിയത്വത്തിലേക്കും നിസ്സഹകരണത്തിലേക്കും പിൻവലിഞ്ഞു.[2] ക്രിസ്ത്യാനികളെയും ജൂതരെയും അവിശ്വാസികൾ (കാഫിറുകൾ) ആയല്ല, വേദക്കാർ (അഹലുൽ-കിത്താബ്) ആയാണ് *ഖുർആൻ* വിശേഷിപ്പിച്ചത്. പക്ഷേ, ഇസ്ലാമിനെ കോളനിഅടിമത്തത്തിലാക്കിയ ക്രിസ്ത്യാനികളെ കാഫറുകളായിത്തന്നെ മുസ്ലിങ്ങൾ വീക്ഷിക്കാൻ തുടങ്ങി. അതുകൊണ്ട് അവർക്കെതിരെ യുദ്ധം (ജിഹാദ്) ചെയ്യേണ്ടത് മതപരമായ കടമയായി. കോളനികൾ ഇസ്ലാമിന് യുദ്ധമേഖല (ദാറുൽ-ഹർബ്) തന്നെയായിരുന്നു. യുദ്ധം ചെയ്യാൻ സാധ്യമല്ലാത്തതുകൊണ്ട് വിവേകപൂർവം പിൻവാങ്ങുന്നു. ഇതായിരുന്നു ഒരു വിഭാഗത്തിന്റെ പ്രതികരണം. ഇങ്ങനെ പിൻവാങ്ങൽ നയം സ്വീകരിച്ചവർ പാശ്ചാത്യമായ എല്ലാത്തിനോടും അകന്നുമാറി. പാശ്ചാത്യരുമായി ആശയവിനിമയം നടത്തുന്നതും സൗഹൃദം പുലർത്തുന്നതും അവർ നടത്തുന്ന പാഠശാലകളിൽ കുട്ടികളെ അയച്ച് പഠിപ്പിക്കുന്നതും ഇസ്ലാം വിരുദ്ധമാണെന്ന് ഉലമകൾ വിധിച്ചു..

ശക്തിയാർജിക്കാൻ പാശ്ചാത്യരെപ്പോലെ ആധുനികരാവുകയാണ് വേണ്ടതെന്ന് മറ്റൊരു വിഭാഗം വാദിച്ചു. ഉസ്മാനിയ സാമ്രാജ്യത്തിലെയും ഇറാനിലെയും ഈജിപ്തിലെയും ഭരണാധികാരികൾ പാശ്ചാത്യരുടെ ശക്തിയിൽ ആകൃഷ്ടരായി തങ്ങളുടെ സൈന്യത്തെയും ഭരണകൂടത്തെയും പാശ്ചാത്യമാതൃകയിൽ പരിഷ്കരിക്കുവാൻ പാശ്ചാത്യരെ തന്നെ ആശ്രയിച്ചു. ഇന്ത്യയിലെ വരേണ്യ വിഭാഗത്തിൽപ്പെട്ട മുസ്ലിങ്ങൾ പാശ്ചാത്യവിദ്യാഭ്യാസം നേടാനും പാശ്ചാത്യ മാതൃകകൾ സ്വീകരിക്കാനും വ്യഗ്രത കാണിച്ചു. യൂറോപ്പിൽ നിന്നും അധ്യാപകരെ വരുത്തി ഇംഗ്ലീഷ് സ്കൂളുകൾ നടത്തി കുട്ടികളെ വിദ്യാഭ്യാസം ചെയ്യിച്ചു. ഉപരിപഠനത്തിനായി കുട്ടികളെ പാശ്ചാത്യനാടുകളിലേക്കയച്ചു. കോളനിവാഴ്ചയിലെ അടിമത്തത്തെ മറികടക്കാൻ ഏറ്റവും നല്ല മാർഗം യജമാനരുമായി താദാത്മ്യം പ്രാപിക്കലാണെന്ന് അവർ ചിന്തിച്ചു. മുസ്ലിം ഭരണാധികാരികൾ തങ്ങളുടെ കൈവശമുള്ള പരമാധികാരത്തിന് കോട്ടം തട്ടാത്ത വിധത്തിൽ ഭരണനിർവഹണരംഗം പാശ്ചാത്യരീതിയിൽ പുനഃക്രമീകരിക്കാനും മതനിരപേക്ഷം (secular) ആക്കാനും ശ്രമിച്ചു. ഉസ്മാനിയാ സാമ്രാജ്യാധിപൻ സുൽത്താൻ അബ്ദുൽ ഹമീദ് രണ്ടാമൻ 1876ൽ ഉസ്മാനിയ്യ ഭരണഘടനയ്ക്ക് (Ottoman Constitution) രൂപം കൊടുത്തു. ഇറാനിലെ ഷാ ബ്രിട്ടന്റെ നിർബന്ധത്തിനു വഴങ്ങി 1906-ൽ ദേശീയ ആലോചനാ സഭ (National Consultative Assembly) രൂപവൽക്കരിച്ചു.

---

2. *The Islamic Threat Myth or Reality?* by john L Exposito, Page 51.

അന്ധമായ പാശ്ചാത്യവൽക്കരണത്തിന്റെ അനന്തരഫലം ഇസ്ലാമിൽ പുതിയൊരു വരേണ്യവർഗം രൂപപ്പെട്ടതാണ്. അവർ ഭാഷയിലും വേഷ ഭൂഷാദികളിലും പാശ്ചാത്യരെ അനുകരിച്ചു. ഇസ്ലാമിൽ രണ്ടുതരം പാഠ ശാലകളും രണ്ടുതരം ജീവിതരീതികളുമുണ്ടായി. ഇസ്ലാമിക സാമ്രാജ്യം നിലനിന്നിരുന്ന കാലത്ത് സമൂഹത്തിൽ വർഗവിഭജനം ഉണ്ടായിരുന്നെ ങ്കിലും വിദ്യാഭ്യാസത്തെ വർഗീകരിച്ചില്ല. ഇസ്ലാമിക സമൂഹത്തിൽ സാംസ്കാരികമായ ഭിന്നതയും ഇല്ലായിരുന്നു.

മതത്തിന്റെ പ്രതിലോമപരമായ പുനരുജ്ജീവനശ്രമങ്ങളായിരുന്നു (revivalism) മൂന്നാമത്തെ പ്രതികരണം. പഴയ ഇസ്ലാമിനെ പുനരുജ്ജീ വിപ്പിച്ച് കോളനിവാഴ്ചയ്ക്കെതിരെ പോരാടാൻ സജ്ജമാക്കുകയായി രുന്നു ഈ വിഭാഗത്തിന്റെ ലക്ഷ്യം. എല്ലാ മതവും പ്രതിസന്ധികളെ നേരിടുമ്പോൾ വിശ്വാസികളിൽ ഒരു വിഭാഗം മതത്തിന്റെ മൗലികതത്വ ങ്ങളിൽനിന്നും വ്യതിചലിച്ചതുകൊണ്ടാണ് പ്രതിസന്ധി ഉണ്ടായതെന്ന് ധരിച്ച് പഴയ മതത്തെ പുനരുജ്ജീവിപ്പിക്കാൻ ശ്രമിക്കും. മറ്റൊരു വിഭാഗം നിലവിലുള്ള മതത്തെ കാലത്തിനനുയോജ്യമായ വിധത്തിൽ നവീകരി ക്കാൻ ശ്രമിക്കും. ഈ പൊതു തത്വം ഇസ്ലാമിനും ബാധകമാണ്. ഇസ്ലാം മതത്തിന് മാറ്റങ്ങളുടെ നീണ്ട ചരിത്രമാണുള്ളത്. എക്കാലത്തും യാഥാ സ്ഥിതികർ നവീകരണ ശ്രമങ്ങളെ എതിർക്കുകയും പുനരുജ്ജീവ നത്തെ പ്രോത്സാഹിപ്പിക്കുകയും ചെയ്യും. ഇരുപതാം നൂറ്റാണ്ടിന്റെ രണ്ടാം ദശകം മുതൽ അരനൂറ്റാണ്ടു കാലമായി ലോകത്തുള്ള എല്ലാ മതങ്ങ ളിലും പുനരുജ്ജീവനത്വര കണ്ടുവരുന്നതായി കത്തോലിക്കാ മത ത്തിലെ കന്യാസ്ത്രീയായിരുന്ന ബ്രിട്ടീഷ് എഴുത്തുകാരി കരെൻ ആംസ്ട്രോങ് പറയുന്നു.[3] എന്തുകൊണ്ട് എല്ലാ മതത്തിലും മൗലിക വാദം തലപൊക്കി എന്ന് വിശദീകരിക്കാൻ അവർക്ക് കഴിയുന്നില്ല. റഷ്യൻ വിപ്ലവത്തിനുശേഷം മതങ്ങൾ അപകടത്തിലാണെന്ന അവ ബോധം മതവിശ്വാസികളിൽ ഉണ്ടായിട്ടുണ്ട്. ഇതിന്റെ പ്രതിഫലനമാണ് യഥാർഥത്തിൽ കരെൻ ആംസ്ട്രോങ് ചൂണ്ടിക്കാണിച്ച മതങ്ങളിലെ മൗലികവാദപ്രവണതയും പുനരുജ്ജീവനത്വരയും.

വഹ്ഹാബിയ്യത്ത് (വഹ്ഹാബിസം)

പതിനെട്ടാം നൂറ്റാണ്ടിൽ സൗദി അറേബ്യയിൽ ജീവിച്ചിരുന്ന മുഹ മ്മദ് ഇബ്നു അബ്ദൽ വഹ്ഹാബും (1703-1792) അനുയായികളും അവ രുടെ ഇസ്ലാംമതപുനരുജ്ജീവന പ്രസ്ഥാനത്തെ വിശേഷിപ്പിച്ചത് മുവഹ്ഹിദീൻ (ഏകദൈവ മതക്കാർ) എന്നാണ്. മറ്റുള്ള മുസ്ലിങ്ങൾ ഏക ദൈവ മതക്കാരല്ലെന്ന ധ്വനിയുണ്ട് ഈ വിശേഷണത്തിൽ. അറേബ്യ യിലെ നജ്ദിൽ ജനിച്ച വഹ്ഹാബിന്റെ വിദ്യാഭ്യാസം തെക്കൻ ഇറാ ഖിലെ ബസ്രയിലായിരുന്നു. മതപണ്ഡിതന്മാരുമായി മതപരിഷ്കര

3. *The Battle For God* by Karen Amstrong, Page 56

ണത്തെക്കുറിച്ചുള്ള സംവാദങ്ങളിൽ വഹ്ഹാബ് സജീവമായി പങ്കെടുത്തു. നജ്ദിലെ മുസ്ലിങ്ങൾ ഹൻബലി മദ്ഹബിൽ ഉൾപ്പെട്ടവരായിരുന്നു. ശാഫിഈ, ഹനഫി, മാലിക്കി എന്നീ മൂന്നു മദ്ഹബുക്കാരെക്കാളും കൂടുതലായി സ്വതന്ത്ര മതവിധി (ഇജ്തിഹാദ്) വേണമെന്ന് വാദിക്കുന്നവരാണ് ഹൻബലികൾ. മുൻ തലമുറയിൽപ്പെട്ട നിയമനിർമാതാക്കളെയും വിധികർത്താക്കളെയും അനുകരിച്ചു മാത്രം മതവിധികൾ പുറപ്പെടുവിക്കുന്ന സമ്പ്രദായത്തെ (തഖ്ലീദ്) ഹൻബലികൾ ശക്തിയായി എതിർത്തു. വിദ്യാഭ്യാസത്തിനുശേഷം നജ്ദിലെ നഗരമായ ഉയയ്നയിൽ തിരിച്ചെത്തിയ വഹ്ഹാബ് മതവിദ്യാഭ്യാസ സ്ഥാപനം ആരംഭിച്ചു. തന്റെ മതചിന്തകൾ പൊതുജന മധ്യത്തിൽ അവതരിപ്പിക്കാനും തുടങ്ങി. നഗരാധിപതി ഉസ്മാൻ ഇബ്നു മുഅമ്മർ, ഇബ്നു വഹ്ഹാബിന്റെ മതചിന്തകൾ അംഗീകരിച്ചു. മുഅമ്മറിന്റെ സഹായത്തോടെ വഹ്ഹാബ് മതത്തിന്റെ പുനരുജ്ജീവനം പ്രാവർത്തികമാക്കാൻ തുടങ്ങി.

വഹ്ഹാബിന്റെ ആദ്യത്തെ പ്രവൃത്തി മുഹമ്മദ്നബിയുടെ സഹാബിയും രണ്ടാം ഖലീഫ ഉമ്മർ ഇബ്നു അൽ-ഖത്താബിന്റെ സഹോദരനുമായിരുന്ന സെയ്ദ് ഇബ്നു അൽ-ഖത്താബിന്റെ മഖ്ബറ (ശവകുടീരം) തകർക്കലായിരുന്നു. കപടപ്രവാചകനെന്ന് മുഹമ്മദ്നബിയും അനുയായികളും മുദ്രകുത്തിയ മുസയ്ലിമത്തിനെതിരെ ഒന്നാം ഖലീഫ അബൂബക്കർ നടത്തിയ യുദ്ധത്തിൽ പങ്കെടുത്ത് വീരചരമമടഞ്ഞ ആളാണ് സെയ്ദ് ഇബ്നു അൽ-ഖത്താബ്. വിശ്വാസികൾ ഉയയ്നനഗരത്തിൽ സ്ഥിതി ചെയ്തിരുന്ന അദ്ദേഹത്തിന്റെ മഖ്ബറ സന്ദർശിച്ച് പ്രാർഥന നടത്തുക പതിവായിരുന്നു. മരണത്തിനുശേഷം ചിലരെ പുണ്യാളന്മാരാക്കി അവരുടെ മഖ്ബറകളിൽ പോയി പ്രാർഥിക്കുന്നത് ഏകദൈവ വിശ്വാസത്തിൽ വെള്ളം ചേർക്കലാണെന്നായിരുന്നു വഹാബിന്റെ സിദ്ധാന്തം. സിദ്ധാന്തം പ്രാവർത്തികമാക്കുന്നതിന്റെ ഭാഗമായാണ് സെയ്ദ് ഇബ്നു അൽ-ഖത്താബിന്റെ മഖ്ബറ തകർത്തത്. അല്ലാഹുവിന്റെ മാർഗത്തിൽ ജിഹാദ് ചെയ്ത് വീരചരമമടഞ്ഞ രക്തസാക്ഷിയുടെ ശവകുടീരം തകർത്തത് സാധാരണ ജനങ്ങളെ കുപിതരാക്കി.

വ്യഭിചാരിണിയെന്ന് സംശയിക്കപ്പെട്ട ഒരു വനിതയെ കല്ലെറിഞ്ഞ് കൊന്നതായിരുന്നു വഹ്ഹാബിന്റെ രണ്ടാമത്തെ ചെയ്തി. രണ്ടു ചെയ്തികളും ഉയയ്ന നഗരം ഉൾപ്പെട്ട അൽ-അഹ്സാ മരുപ്പച്ചയുടെ (oasis) ഭരണാധികാരിയും നജ്ദ് പ്രദേശത്താകെ സ്വാധീനമുള്ള ബനീ ഖാലിദ് ഗോത്രത്തിന്റെ തലവനുമായ സുലൈമാൻ ഇബ്നു ഗുറൈർനെ കുപിതനാക്കി. വഹ്ഹാബിനെ കൊല്ലാൻ സുലൈമാൻ നഗരാധിപനോട് കൽപ്പിച്ചു. അദ്ദേഹം വഹ്ഹാബിനെ നഗരത്തിൽ നിന്നു പുറത്താക്കുക മാത്രം ചെയ്തു. തൊട്ടടുത്ത നഗരമായ അൽ-ദിരിയാത്തിന്റെ അധിപതി മുഹമ്മദ് ഇബ്നു സഉദ് 1740-ൽ വഹാബിന് അഭയം കൊടുത്തു. ഇബ്നു സഉദിന്റെ രണ്ട് സഹോദരന്മാരെ ഉയയ്ൻ നഗരത്തിലെ വിദ്യാലയത്തിൽ വഹാബ് പഠിപ്പിച്ചിട്ടുണ്ടായിരുന്നു. അവരുടെ പ്രേരണയിലാണ് ഇബ്നു

സഊദ് വഹാബിന് അഭയം നൽകിയത്. ഇബ്നു സഊദും വഹാബും തമ്മിൽ ഒരു ധാരണയിൽ എത്തിച്ചേർന്നു. മതത്തിന്റെ സൈദ്ധാന്തിക കാര്യങ്ങൾ വഹാബ് നിർണയിക്കും. സിദ്ധാന്തങ്ങൾ പ്രയോഗത്തിൽ വരുത്താനുള്ള ചുമതല ഇബ്നു സഊദിനായിരിക്കും. തുടർന്ന് ഇബ്നു സഊദും കുടുംബാംഗങ്ങളും ചേർന്ന് വഹാബിന്റെ തത്വങ്ങൾ അൽ-ദിരിയാത്തിലും അടുത്ത നഗരങ്ങളിലും ബലപ്രയോഗത്തിലൂടെ നടപ്പാക്കാൻ തുടങ്ങി. ക്രമേണ അത് നഗരങ്ങളുടെയും ഭൂപ്രദേശങ്ങളുടെയും പിടിച്ചടക്കലുകളായി മാറി. ഇസ്ലാമിന്റെ പുണ്യനഗരങ്ങളായ മക്കയും മദീനയും സഊദ് കുടുംബത്തിന്റെ കൈവശമായതോടെ ഇസ്ലാം മതത്തിന്റെ പുതിയൊരു രാഷ്ട്രം സ്ഥാപിക്കുകയായി സഊദ് കുടുംബത്തിന്റെ ലക്ഷ്യം.

സഊദി ഭരണകൂടം മക്കയിലും മദീനയിലും വരുത്തിയ പ്രധാന പരിഷ്കാരം ചരിത്രപ്രാധാന്യമുള്ള സ്മാരകങ്ങളുടെ നശീകരണമായിരുന്നു. മുഹമ്മദ്നബിയുടെ മകൾ ഫാത്തിമയുടെ ശവകുടീരവും നശിപ്പിക്കപ്പെട്ട സ്മാരകങ്ങളിൽപ്പെടും.[4]

ഇസ്ലാംമതം അപകടത്തിലാണെന്ന ധാരണ ഇബ്നു വഹാബിന്റെ മനസിൽ ഉടലെടുക്കാൻ കാരണം ഉസ്മാനിയ സാമ്രാജ്യം അറേബ്യൻ ഉപദ്വീപ് സ്വന്തമാക്കാൻ നടത്തിയ നീക്കങ്ങളാണ്. തുർക്കികൾ മുസ്ലിങ്ങളാണെങ്കിലും അറബികളേക്കാൾ തരംതാണവരാണെന്ന പൊതുബോധമാണ് അറബികൾക്കുണ്ടായിരുന്നത്. തുർക്കികളുടെ ആധിപത്യം അറബികൾക്ക് അസ്വീകാര്യമായിരുന്നു.

പതിനെട്ടാം നൂറ്റാണ്ടിന്റെ അവസാന വർഷങ്ങളിൽ ഇബ്നു സഊദിന്റെ കുടുംബം ആരംഭിച്ച സൈനിക നീക്കങ്ങൾ 140 വർഷക്കാലം തുടർന്നു. സഊദ് കുടുംബം പിടിച്ചടക്കിയ അറേബ്യയുടെ ഭാഗങ്ങൾ 1922ൽ ലീഗ് ഓഫ് നേഷൻസ് മാൻഡേറ്റ് അനുസരിച്ച് ബ്രിട്ടനും മറ്റു യൂറോപ്യൻ രാജ്യങ്ങളും സൗദി അറേബ്യ എന്ന പേരിൽ രാഷ്ട്രമായി അംഗീകരിച്ചു. വഹ്ഹാബി പ്രസ്ഥാനം സൗദി അറേബ്യയുടെ ഔദ്യോഗിക മതമായി. എണ്ണ കണ്ടെത്തുന്നതുവരെ ഹജ്ജ്, ഉംറ തീർഥാടനങ്ങളിൽ നിന്നുള്ള വരുമാനം മാത്രമേ സഊദി അറേബ്യ എന്ന വഹ്ഹാബി രാഷ്ട്രത്തിന് ഉണ്ടായിരുന്നുള്ളൂ. സൗദി അറേബ്യയിൽ എണ്ണ കണ്ടെത്തിയതോടെ രാഷ്ട്രത്തിന്റെ വരുമാനം വർധിച്ചു. ലോകത്തെങ്ങും വഹ്ഹാബി ഇനത്തിലുള്ള ഇസ്ലാംമതം പ്രചരിപ്പിക്കാൻ നിർലോഭം പണം ചെലവഴിക്കാൻ തുടങ്ങി. അതുകൊണ്ടാണ് സൗദി മാതൃകയിലുള്ള ഇസ്ലാമിന് ഇസ്ലാം വിരോധികൾ 'പെട്രോ ഇസ്ലാം'[5] എന്ന പേര് നൽകിയത്. ലോകത്തിന്റെ എല്ലാ ഭാഗത്തുമുള്ള ഇസ്ലാമിക തീവ്രവാദി പ്രസ്ഥാനങ്ങൾക്ക് സൗദി അറേബ്യയിൽ നിന്ന് സഹായം എത്തുന്നുണ്ട്.

---

4. *The Destruction of Holy Sites in Mecca and Medina* By Irfan Ahmed in *Islamica* Magazine http://www. islamicamagazine. com/Issue-15 The-Destruction-of-Holy-Sites-in-Mecca-and-Medina.html

മതതീവ്രവാദവും പുനരുജ്ജീവന ത്വരയും പ്രോത്സാഹിപ്പിക്കുന്നതിലൂടെ യഥാർഥ സാമ്രാജ്യവിരുദ്ധ നിലപാടെടുക്കാനുള്ള ഇസ്ലാമിന്റെ സാധ്യതകളെ തടയുകയാണ് അമേരിക്കയുടെ മുഖ്യകക്ഷിയായ സൗദി അറേബ്യയുടെയും അതിന്റെ ഔദ്യോഗികമതമായ വഹ്ഹാബിയിസത്തിന്റെയും ഇന്നത്തെ ലക്ഷ്യം.

സലഫിയ (സലഫിസം)

ഇസ്ലാമിലെ പുനരുജ്ജീവനത്തെ തജ്ദീദ് എന്നും നവീകരണത്തെ ഇസ്‌ലാഹ് എന്നും പറയുന്നു. പതിനെട്ടാം നൂറ്റാണ്ടിൽ ആരംഭിച്ച ഇസ്ലാമിക പുനരുജ്ജീവന പ്രസ്ഥാനങ്ങൾക്ക് പൊതുവിൽ കൊടുത്തിരിക്കുന്ന പേരാണ് സലഫിയ. ഇംഗ്ലീഷിൽ സലഫിസം എന്നാണ് പറയാറ്. സലഫ് എന്ന വാക്കിനർഥം പൂർവികർ എന്നാണ്. സലഫ് അസ്-സാലിഹ് (ധർമനിഷ്ഠരായ പൂർവികർ) എന്നാണ് പൂർണരൂപം. പൂർവികരുടെ കാലത്തേക്ക് തിരിച്ചു പോകണമെന്നാണ് സലഫ് പ്രസ്ഥാനക്കാരുടെ മുദ്രാവാക്യം. മുഹമ്മദ്നബിയുടെയും സഹാബികളുടെയും (സഖാക്കൾ) തലമുറയാണ് മുസ്ലിങ്ങളുടെ ആദ്യത്തെ തലമുറ. അടുത്ത രണ്ടു തലമുറകളോട് ഇസ്ലാം മതം അതിന്റെ എല്ലാ നിയമങ്ങളോടും ചട്ടങ്ങളോടും കൂടി പൂർണമായി എന്നാണ് സലഫിയക്കാരുടെ വാദം. രണ്ടാമത്തെ തലമുറ 'താബിഈൻ' എന്നും മൂന്നാമത്തെ തലമുറ 'തബാഅത്ത് താബിഈൻ' എന്നുമാണ് അറിയപ്പെടുന്നത്. ഈ മൂന്നു തലമുറകൾക്കുശേഷം ജീവിച്ചിരുന്നവർ മതത്തിൽ അനുചിതമായ പല പരിഷ്കരണങ്ങളും (ബിദ്അത്ത്) വരുത്തിയതുകൊണ്ട് വിശ്വാസികൾ യഥാർഥ മതത്തിൽ നിന്നു വ്യതിചലിച്ചുവെന്നും അതുകൊണ്ട് പൂർവികരുടെ കാലത്തുണ്ടായിരുന്ന മതത്തിലേക്ക് തിരിച്ചുപോകണമെന്നുമാണ് സലഫിയ പ്രസ്ഥാനക്കാരുടെ ശാഠ്യം. സലഫിയ പ്രസ്ഥാനം ആരംഭിച്ചത് പത്തൊൻപതാം നൂറ്റാണ്ടിന്റെ മധ്യത്തോടെ ഈജിപ്തിലാണ്. കെയ്റോയിലെ അൽ-അസ്ഹർ ഇസ്ലാമിക സർവകലാശാലയിലെ പണ്ഡിതന്മാരാണ് പുതിയ മതചിന്തയ്ക്ക് തുടക്കം കുറിച്ചത്. വാഷിങ്ടൺ യൂണിവേഴ്സിറ്റിയിലെ ലോസ്കൂളിലെ നിയമപണ്ഡിതൻ അലി ഖാൻ പുതിയ പ്രസ്ഥാനത്തെ വിശേഷിപ്പിച്ചത് ഇജ്തിഹാദിന്റെ (സ്വതന്ത്രനിയമ വിധിയുടെ) രണ്ടാം യുഗമെന്നാണ്. മുഹമ്മദ് അബ്ദു, റശീദ് റിദ, ജമാൽ അദ്-ദീൻ അഫ്ഗാനി തുടങ്ങിയവർ സലഫിയ പ്രസ്ഥാനത്തിന്റെ ഭാഗമായിരുന്നു. ഇവർക്കു മുമ്പ് പതിനെട്ടാം നൂറ്റാണ്ടിൽ അറേബ്യയിൽ ഇസ്ലാംമത പുനരുജ്ജീവന പ്രസ്ഥാനം തുടങ്ങിയ മുഹമ്മദ് ഇബ്നു അബ്ദൽ വഹ്ഹാബിനെ സലഫിയ പ്രസ്ഥാനത്തിന്റെ ആരംഭകനായിട്ടും വഹ്ഹാബിയ്യ പ്രസ്ഥാനം (വഹ്ഹാബിസം) സലഫിയ പ്രസ്ഥാനത്തിന്റെ ഭാഗമായും ചിലർ അവതരിപ്പിക്കാറുണ്ട്. രണ്ടു പ്രസ്ഥാനങ്ങളും സാരാംശത്തിൽ ഒന്നാണെങ്കിലും വഹ്ഹാബിന്റെ പ്രസ്ഥാനം ആരംഭിക്കാൻ കാരണം

5. *Jihad* By Gilles Kepel, Anthony F Roberts, Page 61

യൂറോപ്പിന്റെ കോളനിവാഴ്ചയായിരുന്നില്ല മറിച്ച് ഉസ്മാനിയ സാമ്രാജ്യം അറേബ്യ കീഴടക്കുമെന്ന ഭയമായിരുന്നു.

സലഫികൾ പല വിഭാഗങ്ങളായി ഭിന്നിച്ചു നിൽക്കുന്നു. ചില വിഭാഗങ്ങൾ ഇസ്ലാമിക ഭരണകൂടം വേണ്ടെന്ന് വാദിക്കുന്നവരാണ്. പക്ഷേ, എല്ലാ വിഭാഗങ്ങളും ഒരുപോലെ ഇസ്ലാമിനെ രക്ഷിക്കാൻ, അതായത് ശരീഅത്ത് നിയമങ്ങൾ നടപ്പിലാക്കാൻ ജിഹാദ് (യുദ്ധം) ചെയ്യണമെന്ന് അഭിപ്രായപ്പെടുന്നു. യൂറോപ്പിന്റെ കോളനിവാഴ്ചയിൽ അമർന്നുകൊണ്ടിരുന്ന ഇസ്ലാമിന് നഷ്ടപ്പെട്ട സാമ്രാജ്യങ്ങളും രാഷ്ട്രങ്ങളും പുനഃസ്ഥാപിക്കുക അസാധ്യമാണെന്ന നൈരാശ്യബോധമാണ് ഇസ്ലാമിക ഭരണകൂടം ആവശ്യമില്ലെന്ന ചിന്തയിൽ അവരെ കൊണ്ടുചെന്നെത്തിച്ചത്. ഇസ്ലാംമതത്തിന് രാഷ്ട്രീയം വേണമെന്ന് തന്നെയാണ് എല്ലാ സലഫികളുടെയും അഭിപ്രായം. ശരീഅത്ത് നിയമങ്ങൾ സംരക്ഷിക്കാനും നടപ്പിലാക്കാനും ജിഹാദ് ചെയ്യണമെന്ന വാദം ഇസ്ലാംമതത്തിൽ രാഷ്ട്രീയം അന്തർലീനമാണെന്ന വസ്തുതയാണ് തെളിയിക്കുന്നത്.

ഇസ്ലാംമതം ശരിയായ മാർഗത്തിൽ നിന്നും വ്യതിചലിച്ചതുകൊണ്ടാണ് കോളനിവാഴ്ചയ്ക്കടിമപ്പെട്ട് മുസ്ലിങ്ങൾക്ക് കഴിയേണ്ടി വന്നത് എന്ന ചിന്തയാണ് സലഫിയ പ്രസ്ഥാനം ഉത്ഭവിക്കാനുണ്ടായ യഥാർഥ കാരണം. അല്ലാഹുവിന്റെ നിർദേശാനുസരണം അല്ലാഹുവിന്റെ ദൂതനായ മുഹമ്മദ്നബി നേരിട്ടു രൂപം കൊടുത്ത മതത്തിന് ഇങ്ങനെയൊരു അധഃസ്ഥിതാവസ്ഥ വരാൻ മറ്റൊരു കാരണവുമില്ലെന്നായിരുന്നു സലഫികളെ നയിച്ച ചിന്ത. ബാബിലോണിലെ പ്രവാസ കാലത്ത് ജൂതരെ നയിച്ചിരുന്ന ചിന്തയും ഇതുതന്നെയായിരുന്നു. യഹോവയുടെ ദത്തുജനതയായ ഇസ്രായേല്യർ യഹോവയുടെ മാർഗത്തിൽ നിന്നും വ്യതിചലിച്ചതുകൊണ്ടാണ് ബാബിലോണിൽ അടിമകളായി പ്രവാസജീവിതം നയിക്കേണ്ടി വന്നത്.

സയ്യിദ് ജമാലുദ്ദീൻ അഫ്ഗാനിയും പാൻ ഇസ്ലാമിസവും

പൂർവികരുടെ കാലത്തേക്കുള്ള പിന്നോക്കം പോക്കും മതത്തിന്റെ പ്രതിലോമപരമായ പുനരുജ്ജീവനവും ലക്ഷ്യമാക്കിയ വഹാബിയ്യത്തിൽ നിന്നും തികച്ചും വ്യത്യസ്തമായി യൂറോപ്പിന്റെ കോളനിവാഴ്ചയ്ക്കെതിരെ പോരാടുവാൻ ഇസ്ലാംമതത്തെ നവീകരിക്കുകയും രാഷ്ട്രീയ തലത്തിൽ പ്രയോഗിക്കുകയും ചെയ്യണമെന്ന് വാദിക്കുകയും അതിനുവേണ്ടി ശ്രമിക്കുകയും ചെയ്ത മതപണ്ഡിതനായിരുന്നു സയ്യിദ് ജമാലുദ്ദീൻ[6] അഫ്ഗാനി (1838-1897). ഇദ്ദേഹം ജനിച്ചതും വളർന്നതും ഇറാനിലാണ്. അദ്ദേഹം സുന്നിമുസ്ലിം ആണെന്ന് ചിലർ രചിച്ച ജീവചരിത്രങ്ങളിൽ അഭിപ്രായപ്പെട്ടിട്ടുണ്ടെങ്കിലും ശിയ വിഭാഗത്തിന്റെ മതവിദ്യാഭ്യാസമാണ് അദ്ദേഹത്തിന് ലഭിച്ചതെന്ന് അലി റഹ്നിമ തെളിവുകൾ സഹിതം

6. മുഹമ്മദ്നബിയുടെ പൗത്രന്മാരായ ഹസന്റെയും ഹുസൈന്റെയും സന്തതിപരമ്പരകളിലെ പുരുഷന്മാരെ തിരിച്ചറിയാനാണ് സയ്യിദ് എന്ന പദവിപേര് ഉപയോഗിക്കുന്നത്. പ്രഭു അഥവാ നാഥൻ എന്നാണ് വാക്കിന്റെ അർഥം.

ചൂണ്ടിക്കാണിക്കുന്നു.[7] ശിയവിഭാഗത്തിന്റെ പുണ്യനഗരങ്ങളായ നജഫിലും കർബലയിലുമാണ് അഫ്ഗാനി മതകാര്യങ്ങളിൽ ഉപരിപഠനം നടത്തിയത്. ഉപരിപഠനം പൂർത്തിയാക്കി മുജ്തഹിദ് സ്ഥാനം ലഭിച്ചതിനു ശേഷം ഇന്ത്യയിലേക്കാണ് വന്നത്.

1857-ലെ ഒന്നാം സ്വാതന്ത്ര്യസമരം ആരംഭിക്കുന്നതിനു തൊട്ടു മുമ്പാണ് അഫ്ഗാനി ഇന്ത്യയിലെത്തിയത്. ബ്രിട്ടീഷ് ഈസ്റ്റ് ഇന്ത്യാ കമ്പനി പട്ടാളത്തെ ഉപയോഗിച്ച് സ്വാതന്ത്ര്യസമരത്തെ ക്രൂരമായി അടിച്ചമർത്തിയതിന് അഫ്ഗാനി സാക്ഷിയായി. ബ്രിട്ടീഷുകാരുടെ നൃശംസത അഫ്ഗാനിയെ ഞെട്ടിച്ചു. അതുമുതൽ യുവാവായ അഫ്ഗാനിയെ നയിച്ച വികാരം ഇസ്ലാമിക ലോകത്തെയാകെ അടിമത്തത്തിലാഴ്ത്തിയ യൂറോപ്പിന്റെ കൊളോണിവാഴ്ചയോടുള്ള വിരോധമായിരുന്നു. പ്രസംഗങ്ങളിലും സ്വകാര്യസംഭാഷണങ്ങളിലും രചനകളിലും അഫ്ഗാനി സാമ്രാജ്യത്വ വിരോധം പ്രകടമാക്കിയിരുന്നു. മുസ്ലിങ്ങൾ ഉൾപ്പെടെ ഇന്ത്യയിലെ ജനങ്ങളെയാകെ ക്രിസ്തുമതത്തിലേക്ക് പരിവർത്തനം ചെയ്യിക്കാൻ ബ്രിട്ടൻ പ്രവർത്തിച്ചുകൊണ്ടിരിക്കുകയാണെന്ന് അഫ്ഗാനി ധരിച്ചു. ഇന്ത്യയിലെ മുസ്ലിങ്ങളും അതുതന്നെയാണ് ഭയപ്പെട്ടിരുന്നത്. ഇന്ത്യയിൽ നിന്നാണ് അഫ്ഗാനി മക്കയിൽ ഹജ്ജിനു പോയത്. ഹജ്ജിനു ശേഷം അദ്ദേഹം ഇറാഖ്, തുർക്കി, പേർഷ്യ എന്നീ രാജ്യങ്ങളിലൂടെ സഞ്ചരിച്ച് അഫ്ഗാനിസ്ഥാനിൽ എത്തി. അഫ്ഗാനിസ്ഥാനിലെ ഭരണാധികാരി (അമീർ) അഅ്സം ഖാനുമായി അഫ്ഗാനി അടുത്ത സൗഹൃദത്തിലായി. ബ്രിട്ടീഷുകാർക്കെതിരായി പോരാടാൻ റഷ്യയുമായി സഖ്യത്തിലേർപ്പെടാൻ അഫ്ഗാനി അമീറിനെ ഉപദേശിച്ചു. അഅ്സം ഖാനെ സ്ഥാനഭ്രഷ്ടനാക്കി അമീർ സ്ഥാനത്ത് എത്തിയ ശേർ അലി ബ്രിട്ടീഷ് അനുകൂലിയായിരുന്നു. ശേർ അലി ഭരണം ഏറ്റെടുത്ത ഉടനെ അഫ്ഗാനിയെ നാടുകടത്തി. അദ്ദേഹം ബോംബെ, കെയ്റോ എന്നിവിടങ്ങളിൽ കുറച്ചുകാലം തങ്ങിയതിനു ശേഷം 1869-ൽ ഇസ്താംബൂളിലെത്തി. ഇസ്താംബൂളിലെ ബുദ്ധിജീവി മുസ്ലിങ്ങൾ പാശ്ചാത്യ ജീവിതരീതി സ്വീകരിക്കണമെന്നും നിരപേക്ഷ ഭരണകൂടം സ്ഥാപിക്കണമെന്നും വാദിച്ചിരുന്നു. അഫ്ഗാനി അവരുമായി സുഹൃദ്ബന്ധം സ്ഥാപിച്ചു. ഇസ്താംബൂളിലെ വിദ്യാഭ്യാസ സമിതിയുടെ അധ്യക്ഷൻ മുനീഫും പുതുതായി സ്ഥാപിക്കപ്പെട്ട സർവകലാശാലയുടെ മേധാവി തഹ്സീനും വിദ്യാഭ്യാസരംഗത്ത് മതനിരപേക്ഷ പരിഷ്കാരങ്ങൾ നടപ്പാക്കുന്നതിനെതിരെ ഉലമകളുടെ ശക്തമായ എതിർപ്പുകൾ നേരിട്ടു വരികയായിരുന്നു. ശാസ്ത്രോൻമുഖതയ്ക്കും ആധുനികതയ്ക്കും ഭംഗം വരാത്ത രീതിയിൽ വിദ്യാഭ്യാസ പദ്ധതിയിൽ മതകാര്യങ്ങൾ കൂട്ടിച്ചേർക്കാനും അതുവഴി യാഥാസ്ഥിതികരായ മതപണ്ഡിതന്മാരുടെ എതിർപ്പുകളെ തരണം ചെയ്യാനും വിദ്യാഭ്യാസ വിചക്ഷണരെ ഉപദേശിച്ചത് അഫ്ഗാനിയാണ്. പുതിയ യൂണിവേഴ്സിറ്റിയിൽ പ്രസംഗിക്കുവാനായി അഫ്ഗാനി ക്ഷണിക്കപ്പെട്ടു.

---

7. *Pioneers of Islamic Revival* edited by Ali Rahnema, page 12

യൂറോപ്യരെപ്പോലെ ശക്തരാകാൻ മുസ്ലിങ്ങൾ പാശ്ചാത്യസമ്പ്രദായങ്ങളും ശാസ്ത്രങ്ങളും സ്വായത്തമാക്കണമെന്നാണ് പ്രസംഗത്തിൽ അഫ്ഗാനി ഉപദേശിച്ചത്. മറ്റൊരു പ്രസംഗത്തിൽ പ്രവാചകത്വം സർഗാത്മകതയുടെ കൗശലമാണെന്ന് പറഞ്ഞത് വിവാദത്തിനും അതിരൂക്ഷമായ എതിർപ്പിനും കാരണമായി. സർവകലാശാല അധിപനെ തൽസ്ഥാനത്തുനിന്നു നീക്കം ചെയ്തു. അഫ്ഗാനിയെ 1871-ൽ നാടുകടത്തി. ഇസ്താംബൂളിൽ നിന്നും കെയ്റോയിലെത്തിയ അഫ്ഗാനി 1879 വരെ അവിടെ തങ്ങി. ഇവിടെ അദ്ദേഹം യുവാക്കളെ വിദ്യാഭ്യാസം ചെയ്യിക്കുന്നതിലാണ് ശ്രദ്ധ ചെലുത്തിയത്. അഫ്ഗാനിയുടെ ശിഷ്യരിൽ ഒരാളായ മുഹമ്മദ് അബ്ദു പിൽക്കാലത്ത് ഈജിപ്തിലെ മതപരിഷ്കരണ പ്രസ്ഥാനത്തിന്റെ സാരഥ്യം ഏറ്റെടുത്തു.

അഫ്ഗാനി കെയ്റോയിൽ തങ്ങിയ 1870 കളിൽ അധികാരത്തിൽ ഉണ്ടായിരുന്ന സുൽത്താൻ കെദീവ് ഇസ്മാഈൽ ബ്രിട്ടീഷുകാരുടെ പാവയായിരുന്നു. അയാൾ ബ്രിട്ടീഷുകാരുടെ പ്രേരണകൾക്കു വഴങ്ങി പണം ധൂർത്തടിച്ച് ഖജനാവ് കാലിയാക്കി. സുൽത്താന്റെ ചെലവുകൾക്ക് പണം കടം കൊടുത്ത് ധൂർത്തിനെ പ്രോത്സാഹിപ്പിച്ചിരുന്നത് ബ്രിട്ടീഷുകാരാണ്. ബ്രിട്ടൻ ഈജിപ്തിന്റെ സമ്പദ്വ്യവസ്ഥയെ ചൂഷണം ചെയ്തത് കടം കൊടുപ്പിലൂടെയായിരുന്നു. കടം തിരിച്ചടയ്ക്കാനായി നികുതികൾ വർധിപ്പിക്കാൻ ബ്രിട്ടീഷുകാർ നിർബന്ധിച്ചു. ദുരിതമനുഭവിക്കാൻ തുടങ്ങിയ ജനങ്ങളെ ബോധവൽക്കരിച്ച് പാശ്ചാത്യർക്കെതിരായി സംഘടിപ്പിക്കുവാൻ അഫ്ഗാനി അനുയായികളെ ഉപദേശിച്ചു. ജനകീയ പ്രക്ഷോഭങ്ങൾക്ക് ആശയപരമായ ആയുധം കണ്ടെത്താൻ അഫ്ഗാനി ആശ്രയിച്ചത് *ഖുർആനെയും* ഹദീസുകളെയുമാണ്. *ഖുർആനും* ഹദീസും വ്യാഖ്യാനിക്കാൻ മനുഷ്യന്റെ യുക്തിബോധം ഉപയോഗപ്പെടുത്തണമെന്ന് അദ്ദേഹം ശക്തിയായി വാദിച്ചു. ആധുനിക യുഗത്തിന് അനുയോജ്യമാം വിധം സജീവമായ രാഷ്ട്രീയ പ്രവർത്തനങ്ങൾക്കു കൂടി മതത്തെ ഉപയോഗിക്കത്തക്ക രീതിയിൽ ഇസ്ലാമിനെ നവീകരിക്കണമെന്നും അതിനായി മനുഷ്യന്റെ യുക്തി ഉപയോഗിക്കണമെന്നുമായിരുന്നു അഫ്ഗാനിയുടെ നിലപാട്. മധ്യകാലത്തെ മുസ്ലിം തത്വചിന്തകർ *ഖുർആനെ* വ്യാഖ്യാനിക്കാൻ ഗ്രീക്ക് ചിന്തകനായ അരിസ്റ്റോട്ടിലിന്റെ യുക്ത്യധിഷ്ഠിത വ്യാഖ്യാന രീതികൾ ഉപയോഗിച്ചതാണ് അഫ്ഗാനി മാതൃകയാക്കിയത്. മധ്യകാലത്തെ ചിന്തകരായ മുഅ്തസിലികളുടെ രീതിശാസ്ത്രമാണ് അഫ്ഗാനി സ്വീകരിച്ചത്. ജീവിതത്തിൽ ആധുനിക ശാസ്ത്രത്തിനും ഭരണത്തിൽ ജനാധിപത്യത്തിനും പാർലമെന്റ് സമ്പ്രദായത്തിനും സ്ഥാനമുണ്ടെന്ന് *ഖുർആനും* ഹദീസുകളും അനുശാസിക്കുന്നതായി അദ്ദേഹം വ്യാഖ്യാനിച്ചു.

പാശ്ചാത്യരുടെ ആശയങ്ങൾ സ്വീകാര്യമായിരുന്നെങ്കിലും അടിമത്ത മനോഭാവത്തോടെ അവ സ്വീകരിക്കുന്നതിനെ അഫ്ഗാനി എതിർത്തു. പാശ്ചാത്യവും ഇസ്ലാമികവുമായ ആശയങ്ങളെ സംയോജി

പ്പിച്ച് സാമ്രാജ്യത്വത്തിനെതിരെ പടപൊരുതാനുള്ള നൂതനമായ ആശയങ്ങൾ രൂപപ്പെടുത്തുക എന്നതായിരുന്നു അഫ്ഗാനിയുടെ ലക്ഷ്യം. മതത്തെ നവീകരിക്കുകയും കൊളോണിയൽവാഴ്ചയ്ക്കെതിരെ പടപൊരുതാൻ സജ്ജമാക്കുകയും ചെയ്യുന്നതിന് മാത്രമേ പാശ്ചാത്യലോകത്തു നിന്നുള്ള ആശയങ്ങളും മാതൃകകളും സ്വീകരിക്കാവൂ എന്നായിരുന്നു അഫ്ഗാനിയുടെ നിലപാട്. ഈ നിലപാടാണ് അദ്ദേഹത്തെ വിശ്വാസികൾക്കിടയിൽ സ്വീകാര്യനാക്കിയത്. ആശയപ്രചാരണത്തിനായി പാശ്ചാത്യമാതൃകയിൽ പത്രമാസികകൾ പ്രസിദ്ധീകരിക്കുവാൻ അഫ്ഗാനി അനുയായികളെ ഉപദേശിച്ചു. അഫ്ഗാനിയുടെ മതപ്രഭാഷണ പരമ്പരകൾ പ്രചണ്ഡമായ സാമ്രാജ്യത്വവിരുദ്ധ പ്രചാരണങ്ങളായിരുന്നു.

അഫ്ഗാനിയുടെ ഈജിപ്തിലെ രാഷ്ട്രീയ പ്രവർത്തനം യൂറോപ്പിലെ ഫ്രീമേസൺമാരുടേതുപോലെ രഹസ്യസ്വഭാവത്തിലുള്ളതായിരുന്നുവെന്ന് അലി ഹറ്നീമ പറയുന്നു.[8] രഹസ്യപ്രവർത്തനങ്ങളുടെ ലക്ഷ്യം ധൂർത്തനും ബ്രിട്ടീഷുകാരുടെ പാവയുമായിരുന്ന സുൽത്താൻ കെദീവ് ഇസ്മാഈലിനെ സ്ഥാനഭ്രഷ്ടനാക്കി പുത്രൻ തൗഫീഖിനെ അധികാരത്തിലേറ്റുകയായിരുന്നു. തൗഫീഖിനെ ഭരണത്തിലേറ്റാൻ ബ്രിട്ടീഷുകാരും ഫ്രഞ്ചുകാരും രഹസ്യമായി പ്രവർത്തിക്കുന്നുണ്ടായിരുന്നു. തൗഫീഖ് അധികാരത്തിൽ വന്നപ്പോൾ ബ്രിട്ടീഷ് വിരുദ്ധ പ്രചാരണങ്ങളുടെ പേരിൽ ബ്രിട്ടീഷുകാരുടെ പ്രേരണയില്ലാതെ തന്നെ 1879ൽ അഫ്ഗാനിയെ നാടുകടത്തുകയാണ് ചെയ്തത്. തുടർന്നുള്ള രണ്ടു വർഷം അഫ്ഗാനി ഇന്ത്യയിലെ മുസ്ലിം നാട്ടുരാജ്യമായിരുന്ന ഹൈദരാബാദിലായിരുന്നു.

ഇന്ത്യയിൽ അദ്ദേഹം എതിർത്തത് ബ്രിട്ടീഷുകാരെ അനുകൂലിച്ചിരുന്ന പരിഷ്കരണവാദി സയ്യിദ് അഹമ്മദ് ഖാനെയാണ്. ഇന്ത്യയിൽ നിന്ന് അഫ്ഗാനി ലണ്ടനിലെത്തി. അവിടെവെച്ച് ഈജിപ്തിലെ ശിഷ്യൻ മുഹമ്മദ് അബ്ദുവുമായി ചേർന്ന് അനുഭാവികളുടെ സാമ്പത്തിക സഹായത്തോടെ *അൽ-ഉർവ അൽ-വുസ്ഗ* (ശക്തിയുള്ള ചങ്ങലക്കണ്ണി) എന്ന അറബി ഭാഷാപത്രം ആരംഭിച്ചു. അറബി ഭാഷയിലുള്ള പത്രം അറബി ലോകത്താകെ ആശയപ്രചാരണത്തിന് ഉപകരിച്ചു. കോളനിവാഴ്ചയിലൂടെ ഇസ്ലാമിക ലോകത്തെ കൊള്ളയടിച്ചുകൊണ്ടിരിക്കുന്ന പാശ്ചാത്യരാജ്യങ്ങളെയാണ് അഫ്ഗാനി ആക്രമിച്ചുകൊണ്ടിരുന്നത്. ഈജിപ്തിനെയും സുഡാനെയും പാവകളായ ഭരണാധികാരികളെ ഉപയോഗപ്പെ

---

8. *Pioneers of Islamic Revival* edited by Ali Rahnema, page 18. പരസ്പര സഹായം സാമൂഹികക്ഷേമം എന്നിവ ലക്ഷ്യമാക്കി യൂറോപ്പിൽ പതിനാറാം നൂറ്റാണ്ടിന്റെ അന്ത്യത്തിലും പതിനേഴാം നൂറ്റാണ്ടിന്റെ ആരംഭത്തിലും പ്രവർത്തിച്ചിരുന്ന രഹസ്യ സംഘടനയാണ് ഫ്രീമേസണറി (Freemasonry). അംഗങ്ങൾ ഒരു പരമ ദൈവത്തിൽ വിശ്വസിക്കണമെന്നല്ലാതെ ഇന്നമതവിശ്വാസി ആയിരിക്കണമെന്നില്ല. ഏതു മതത്തിലും പെട്ടവർക്ക് അംഗമാകാമെങ്കിലും ഫ്രീമേസണറിയുടെ തനതായ ചില ആചാര മര്യാദകൾ പാലിക്കണമായിരുന്നു.

ടുത്തി ചൂഷണം ചെയ്തുകൊണ്ടിരുന്ന ബ്രിട്ടനെയാണ് ഏറ്റവും കൂടുതൽ ശരവ്യമാക്കിയത്. ആശയപ്രചാരണത്തിന് പത്രം നടത്തിയത് കൂടാതെ അഫ്ഗാനി പല രാജ്യങ്ങളിലും സഞ്ചരിച്ച് പ്രഭാഷണങ്ങൾ ചെയ്യുകയുമുണ്ടായി. അദ്ദേഹത്തിന്റെ പ്രസംഗങ്ങളും ലേഖനങ്ങളും ഈജിപ്തിലെ അനുയായികൾ അറബിഭാഷയിൽ അച്ചടിച്ച് പ്രസിദ്ധപ്പെടുത്തിയതോടെ ഇസ്ലാമിക ലോകത്താകെ അഫ്ഗാനി അറിയപ്പെടാൻ തുടങ്ങി. ലോകത്തിന്റെ എല്ലാ ഭാഗത്തും അഫ്ഗാനിക്ക് ശിഷ്യരുണ്ടായി.

തുർക്കിയിലെ യുവജനപ്രസ്ഥാനത്തിന്റെ (യുവതുർക്കി പ്രസ്ഥാനം) പ്രവർത്തകൻ നമിക് കമാൽ[9] സാർവലൗകിക ഇസ്ലാമിക ഐക്യം എന്ന ആശയം മുന്നോട്ടുവെച്ചു. കവിയും സാമൂഹികപ്രവർത്തകനുമായിരുന്ന നമിക് കമാലിന്റെ പ്രവർത്തനം തുർക്കിയിൽ മാത്രം ഒതുങ്ങിനിന്നു. അദ്ദേഹം തുർക്കി ഭാഷയിൽ രചനകൾ നടത്തിയതിനാൽ മറ്റു ഭാഷകൾ സംസാരിക്കുന്നവർ അതിനെക്കുറിച്ചറിഞ്ഞില്ല. അഫ്ഗാനി നമിക് കമാലിന്റെ ആശയം സ്വായത്തമാക്കുകയും അതിന് വ്യാപകമായ പ്രചാരണം നൽകുകയും ചെയ്തു. സാർവലൗകിക ഇസ്ലാമിക ഐക്യം എന്ന പരികൽപ്പനയെ പാശ്ചാത്യർ പാൻ-ഇസ്ലാമിസം എന്നാണ് വിളിച്ചത്. യൂറോപ്പിന്റെ കോളനിവാഴ്ചയിൽ നിന്നും ഇസ്ലാമിനു മോചനം കിട്ടണമെങ്കിൽ ലോകത്തെങ്ങുമുള്ള മുസ്ലിങ്ങൾ ഐക്യത്തിലാകണം. ഇതായിരുന്നു പാൻ-ഇസ്ലാമിസത്തിന്റെ സന്ദേശം. പാൻ-ഇസ്ലാമിസത്തിനു പിന്നിൽ 1848-ൽ പ്രസിദ്ധീകരിക്കപ്പെട്ട *കമ്യൂണിസ്റ്റ് മാനിഫെസ്റ്റോ*യിലെ ആശയങ്ങളുടെ സ്വാധീനമുണ്ടായിരുന്നു.

യൂറോപ്പിന്റെ കോളനിവാഴ്ചയിൽ നിന്നും ഇസ്ലാമിന്റെ മോചനം എന്ന ആശയം സാധിതമാകണമെങ്കിൽ ഇസ്ലാം ശാസ്ത്ര വിരുദ്ധമാണെന്ന പാശ്ചാത്യരുടെ പ്രചാരണത്തെ എതിർത്ത് തോൽപ്പിക്കുകയും ഇസ്ലാം ശാസ്ത്രത്തെ സ്വീകരിക്കുകയും ചെയ്യേണ്ടത് ആവശ്യമാണെന്ന് അഫ്ഗാനിക്കു മനസിലായി. പാശ്ചാത്യസമൂഹം ശക്തി സംഭരിച്ച് ലോകത്തെ മുഴുവൻ കോളനികളാക്കിയത് ആധുനിക ശാസ്ത്രത്തിന്റെ നേട്ടമായ സാങ്കേതിക വിദ്യകളിലൂടെയാണെന്ന് അദ്ദേഹം തിരിച്ചറിഞ്ഞു. ഇസ്ലാം ശാസ്ത്രവിരുദ്ധമാണെന്ന ഏണസ്റ്റ് റെനാങിന്റെ[10] ലേഖനത്തിന് എഴുതിയ മറുപടി സാധാരണ യാഥാസ്ഥിതികരായ മതപണ്ഡിതർ നൽകാറുള്ള മറുപടിയിൽ നിന്നും തികച്ചും വ്യത്യസ്തമായിരുന്നു. *ഖുർആനിൽ* ആധുനിക ശാസ്ത്രം അന്തർലീനമാണെന്ന മറുപടിയാണ് യാഥാ

9. നമിക് കമാൽ (മുഹമ്മദ് കമാൽ) 1840-1888) കവിയും നോവലിസ്റ്റും മാധ്യമ പ്രവർത്തകനും സാമൂഹിക പരിഷ്കർത്താവുമായിരുന്നു. തുർക്കിയുടെ പാശ്ചാത്യവൽക്കരണത്തിലും തുർക്കിയിൽ മതനിരപേക്ഷ ഭരണകൂടം സ്ഥാപിക്കുന്നതിലും നമിക് കമാൽ വലിയ പങ്ക് വഹിച്ചിട്ടുണ്ട്.

10. ഏണസ്റ്റ് റെനാങ് (Ernest Renan 1823-1892) ഫ്രഞ്ചു ചിന്തകനും എഴുത്തുകാരനുമായിരുന്നു. ക്രിസ്തുമത ചരിത്രത്തിന്റെ രാഷ്ട്രീയ ചരിത്രം രചിച്ച റെനാങ് ഇസ്ലാംമതം ശാസ്ത്രവിരുദ്ധമാണെന്ന് എഴുതുകയുണ്ടായി.

സ്ഥിതികരായ പണ്ഡിതന്മാർ അവതരിപ്പിച്ചത്. മറിച്ച് ക്രിസ്തുമതം ഉൾപ്പെടെ എല്ലാ മതങ്ങളും ശാസ്ത്രവിരുദ്ധമാണെന്നായിരുന്നു അഫ്ഗാനിയുടെ മറുപടി. വിശ്വാസപ്രമാണങ്ങൾ ശാസ്ത്രവിരുദ്ധം ആയിരിക്കുമ്പോൾ തന്നെ ശാസ്ത്രത്തിന്റെ നേട്ടങ്ങൾ സ്വീകരിക്കുവാൻ ശാസ്ത്രോന്മുഖത കൈവരിക്കുകയാണ് ക്രിസ്തുമതം ചെയ്തത്. ക്രിസ്തുമതത്തെക്കാൾ താരതമ്യേന പ്രായക്കുറവുള്ള മതമായതിനാലാണ് ശാസ്ത്രോന്മുഖത കൈവരിക്കുന്നതിൽ ഇസ്ലാംമതം പിന്നിലായിപ്പോയത് എന്നായിരുന്നു അഫ്ഗാനിയുടെ മറുപടി.

തുർക്കിയിൽ കഴിയുമ്പോഴായിരുന്നു അഫ്ഗാനിയുടെ അന്ത്യം. കീഴ്ത്താടിയെല്ലിനു ക്യാൻസർ ബാധിച്ചാണ് അന്തരിച്ചത്. ഇസ്ലാമിനെതിരെ പാശ്ചാത്യലോകം നടത്തിയ തേജോവധത്തിന്റെ ഫലമായി ഇസ്ലാമിന്റെ സൽപ്പേരിനു വന്നുപോയ കളങ്കം മാറ്റുന്നതോടൊപ്പം ഇസ്ലാമിക സാർവലൗകികത വളർത്തിയെടുത്ത് യൂറോപ്പിന്റെ കോളനിവാഴ്ചയിൽ നിന്നും ഇസ്ലാമിനെ മോചിപ്പിക്കുക എന്നതായിരുന്നു ജമാലുദ്ദീൻ അഫ്ഗാനിയുടെ സ്വപ്നം. സ്വപ്ന സാക്ഷാൽക്കാരത്തിന് അന്ധമായി പാശ്ചാത്യാശയങ്ങളെയും ശാസ്ത്രസാങ്കേതിക വിദ്യകളെയും സ്വായത്തമാക്കുക എന്നതായിരുന്നില്ല കാര്യപരിപാടി. ഇസ്ലാമിന്റെ വേദഗ്രന്ഥത്തിലേയും നബിചര്യകളിലെയും ആശയങ്ങളും മാതൃകകളും ആധുനിക യുഗത്തിലെ സാമ്രാജ്യവിരുദ്ധ പോരാട്ടങ്ങൾക്കുതകും വിധം പാശ്ചാത്യാശയങ്ങളുമായി സംയോജിപ്പിച്ച് നവീകരിച്ച് ഇസ്ലാമിന് ആശയപരമായി ആയുധമണിയിക്കുക എന്നതായിരുന്നു ആശയരംഗത്തും പ്രായോഗികരംഗത്തും അഫ്ഗാനി നടത്തിയ പ്രവർത്തനങ്ങളുടെ ലക്ഷ്യം. വിശ്വാസ പ്രമാണങ്ങളെ തിരസ്കരിച്ച് ഭൗതികവാദം സ്വീകരിച്ചുകൊണ്ടല്ല മതത്തിനകത്ത് തന്നെ നിന്നുകൊണ്ടാണ് അദ്ദേഹം സാമ്രാജ്യവിരുദ്ധ പോരാട്ടങ്ങൾ നടത്തിയത്. ഇസ്ലാംമതത്തെ വിശ്വാസപ്രമാണങ്ങളും മതപണ്ഡിതർ മാത്രം നിയന്ത്രിക്കുന്ന മതനിയമങ്ങളും അടങ്ങുന്ന വിശ്വാസപദ്ധതി എന്ന അവസ്ഥയിൽ നിന്നും ഉയർത്തിക്കൊണ്ടുവന്ന് മത-രാഷ്ട്രീയ പ്രത്യയശാസ്ത്രം (politico-religious ideology) ആക്കി മാറ്റുകയും ആ പ്രത്യയശാസ്ത്രത്തെ കൊളോണിയൽ വാഴ്ചയ്ക്കെതിരെയുള്ള പോരാട്ടത്തിന്റെ ആയുധമാക്കി മാറ്റുകയും ചെയ്തതായിരുന്നു അഫ്ഗാനിയുടെ സംഭാവന.

മുഹമ്മദ് അബ്ദു

നൈൽനദീമുഖത്തെ ഗ്രാമത്തിലെ കർഷകകുടുംബത്തിൽ ജനിച്ച മുഹമ്മദ് അബ്ദു (1849-1905) പഠിച്ച് മതപണ്ഡിതനും (ഉലമ) മുഫ്ത്തിയും ആയപ്പോൾ മതപരിഷ്കരണത്തിൽ ശ്രദ്ധാലുവാകാൻ കാരണം കുടുംബപശ്ചാത്തലമാണെന്ന് അബ്ദുവിന്റെ മതപരിഷ്കരണ ശ്രമങ്ങളെക്കുറിച്ച് പഠനം നടത്തിയ യ്വോൻ ഹദ്ദാദ് പറയുന്നു. അദ്ദേഹത്തിന്റെ പിതാവിന് രണ്ടു ഭാര്യമാരായിരുന്നു. ബഹുഭാര്യത്വം മൂലം

കുടുംബത്തിലുണ്ടാകുന്ന കാലുഷ്യങ്ങളെക്കുറിച്ച് അബ്ദുവിന് നേരിട്ട് അനുഭവങ്ങളുണ്ടായിരുന്നു. ഇസ്ലാമിലെ ബഹുഭാര്യത്വത്തെ പാടെ നിരാകരിക്കാൻ അബ്ദുവിന് കഴിഞ്ഞില്ലെങ്കിലും ശരീഅത്ത് നിയമങ്ങളിൽ കുടുംബബന്ധങ്ങളെക്കുറിച്ച് പരാമർശിക്കുന്ന ഭാഗങ്ങൾ, വിശേഷിച്ച് സ്ത്രീകളുടെ അവകാശങ്ങൾ സംബന്ധിച്ചുള്ളവ പരിഷ്കരിക്കണമെന്ന് ശക്തിയായി വാദിച്ച മതപണ്ഡിതനാണ് അബ്ദു.[11]

അബ്ദുവിന്റെ പ്രാഥമിക വിദ്യാഭ്യാസം വീട്ടിൽ തന്നെയായിരുന്നു. അറബിഭാഷ എഴുതാനും വായിക്കാനും *ഖുർആൻ* ഓതാനും പഠിക്കൽ മാത്രമായിരുന്നു അന്നത്തെ പ്രാഥമിക വിദ്യാഭ്യാസം. ബാല്യത്തിൽ തന്നെ അബ്ദു *ഖുർആൻ* മുഴുവൻ ഹൃദിസ്ഥമാക്കി. പതിമൂന്നാം വയസിൽ അബ്ദുവിനെ താന്താ[12] നഗരത്തിലെ അഹ്മദി മസ്ജിദിൽ പഠിക്കാനയച്ചു. ഈ മസ്ജിദിനോടനുബന്ധിച്ചുള്ള വിദ്യാഭ്യാസ സ്ഥാപനത്തിന് കെയ്റോയിലെ അസ്ഹർ യൂണിവേഴ്സിറ്റി കഴിഞ്ഞാൽ അടുത്ത സ്ഥാനമാണുള്ളത്. *ഖുർആനും* മറ്റു മതഗ്രന്ഥങ്ങളും പാരായണം ചെയ്ത് ഹൃദിസ്ഥമാക്കൽ മാത്രമായിരുന്നു അവിടത്തെ പഠനം. മടുപ്പു തോന്നിയ അബ്ദു അതുപേക്ഷിച്ചു. താന്തയിലെ അനുഭവമാണ് പിൽക്കാലത്ത് ഈജിപ്തിലെ വിദ്യാഭ്യാസ സമ്പ്രദായം ഉടച്ചുവാർക്കണമെന്ന് വാദിക്കാനും അതിനു വേണ്ടി പരിശ്രമിക്കാനും അബ്ദുവിനെ പ്രേരിപ്പിച്ചത്.

സൂഫിയായ അമ്മാവൻ ശെയ്ഖ് ദർവീശ് ഖദറുമായുള്ള സഹവാസം ഇസ്ലാംമതത്തെയും സൂഫിസത്തെയും കുറിച്ച് കൂടുതൽ പഠിക്കാൻ അബ്ദുവിനെ പ്രേരിപ്പിച്ചു. അൽ-അസ്ഹർ സർവകലാശാലയിൽ പഠിക്കുമ്പോഴാണ് അബ്ദു ജമാലുദ്ദീൻ അഫ്ഗാനിയുടെ സ്വാധീന വലയത്തിലായത്. അൽ-അസ്ഹറിലെ പഠനം പൂർത്തിയാക്കിയപ്പോൾ പുതുതായി സ്ഥാപിച്ച ദാർ അൽ-ഉലൂം കോളേജിൽ അധ്യാപകജോലി സ്വീകരിച്ചു. ഇവിടെ വെച്ചാണ് അബ്ദു തന്റെ ആശയങ്ങൾ രചനകളിലൂടെയും പ്രഭാഷണങ്ങളിലൂടെയും പ്രകാശിപ്പിക്കാൻ തുടങ്ങിയത്. ദേശീയത, സ്വാതന്ത്ര്യം എന്നീ വിഷയങ്ങളോടൊപ്പം വിദ്യാഭ്യാസ പരിഷ്കാരത്തെക്കുറിച്ചും അബ്ദു പ്രചാരണം നടത്തി. ബ്രിട്ടീഷ് വിരുദ്ധ പ്രസംഗങ്ങൾ നടത്തിയതിന്റെ പേരിൽ അബ്ദുവിന്റെ ഗുരുസ്ഥാനീയനായ ജമാലുദ്ദീൻ അഫ്ഗാനിയെ 1879-ൽ ഈജിപ്തിൽ നിന്നും നാടുകടത്തിയ കാര്യം മുമ്പ് സൂചിപ്പിച്ചല്ലോ. ഒപ്പം തന്നെ അബ്ദുവിനെയും അധ്യാപക ജോലിയിൽ നിന്നും പിരിച്ചുവിട്ടു. നിർഭയനായ അബ്ദു ബ്രിട്ടീഷ് വിരുദ്ധ പ്രചാരണം ശക്തിയായി തുടർന്നു. ഗുരുവിനെ നാടുകടത്തിയതിന്റെ മൂന്നാം വർഷം 1882-ൽ ശിഷ്യനെയും നാടുകടത്തി. ലബനോന്റെ തലസ്ഥാന

11. *Muhammad Abdu: Pioneer of Islamic Reform* by Yvonne Haddad in *Pioneers of Islamic Revival,* Edited by Ali Rehnema, page 30.

12. താന്ത നഗരം ഈജിപ്തിലെ അഞ്ചാമത്തെ വൻനഗരമാണിന്ന്. കെയ്റോയിൽ നിന്നും 94 കിലോമീറ്റർ വടക്കാണ് താന്ത.

മായ ബെയ്റൂട്ടിൽ നിഷ്ക്രിയനായി രണ്ടുകൊല്ലം കഴിഞ്ഞപ്പോൾ അഫ്ഗാനി അബ്ദുവിനെ പാരീസിലേക്ക് ക്ഷണിച്ചു. അവിടെവെച്ചാണ് രണ്ടു പേരും ചേർന്ന് *അൽ-ഉർവ അൽ-വുസ്ഖ* (ശക്തമായ ചങ്ങലക്കണ്ണി) എന്ന അറബി പ്രസിദ്ധീകരണം തുടങ്ങിയത്. പ്രസിദ്ധീകരണത്തിന്റെ പതിനെട്ട് ലക്കങ്ങൾ മാത്രമേ പുറത്തിറങ്ങിയുള്ളു. സാമ്പത്തിക ബുദ്ധിമുട്ട് കാരണമാണ് നിന്നു പോയത്. പതിനെട്ട് ലക്കങ്ങളെ പുറത്തിറങ്ങിയുള്ളുവെങ്കിലും യൂറോപ്യൻ രാജ്യങ്ങളുടെ കോളനിവാഴ്ചയ്ക്കെതിരെ ശക്തമായ സന്ദേശങ്ങളാണ് 'ചങ്ങലക്കണ്ണി' ലോകത്തിന്റെ നാനാഭാഗത്തുമുള്ള മുസ്ലിങ്ങളിൽ എത്തിച്ചത്. പ്രസിദ്ധീകരണം നിലച്ചപ്പോൾ അബ്ദു ബെയ്റൂട്ടിൽ തിരിച്ചെത്തി ഒരു മുസ്ലിം സ്കൂളിലെ അധ്യാപകജോലി സമ്പാദിച്ചു. സായാഹ്നങ്ങളിൽ യുവാക്കൾ അബ്ദുവിന്റെ വീട്ടിൽ സമ്മേളിക്കുക പതിവാക്കി. അബ്ദുവിന്റെ സംഭാഷണ ചാതുരി അനുഭവിക്കാൻ മുസ്ലിങ്ങൾ മാത്രമല്ല ജൂതരും ക്രിസ്ത്യാനികളും ദ്രൂസുകളും[13] കൂടുമായിരുന്നു. ബെയ്റൂട്ടിൽ വെച്ചാണ് അബ്ദു *രിസാലത്ത് അത്-തൗഹീദ്*[14] (ഏകത്വത്തെക്കുറിച്ചുള്ള സന്ദേശങ്ങൾ) എന്ന ദൈവശാസ്ത്രഗ്രന്ഥം രചിച്ചത്. *The Theology of Unity* എന്ന പേരിൽ ഈ ഗ്രന്ഥം ഇംഗ്ലീഷിലേക്ക് വിവർത്തനം ചെയ്തിട്ടുണ്ട്. കെയ്റോയിലേക്ക് തിരിച്ചു വരാൻ 1888-ൽ അബ്ദുവിന് അനുവാദം കിട്ടി. അധ്യാപകവൃത്തിയിൽ ഏർപ്പെടാൻ പാടില്ലെന്ന നിബന്ധനയോടെ ആയിരുന്നു അനുവാദം. ഈജിപ്തിന്റെ മുഫ്തിയായി നിയമിക്കപ്പെട്ട അബ്ദു 1905-ൽ അന്തരിക്കുന്നതുവരെയും വിദ്യാഭ്യാസ പരിഷ്കരണത്തിനു വേണ്ടി യത്നിച്ചു. സൗമ്യനും സഹിഷ്ണുവുമായിരുന്ന അബ്ദുവിന്റെ മരണത്തിൽ അനുശോചിക്കാൻ മുസ്ലിങ്ങളും ക്രിസ്ത്യാനികളും ജൂതരും ഒത്തുകൂടി.

അബ്ദുവിന്റെ മനസിനെ അലട്ടിയ പ്രശ്നം ഇസ്ലാമിന്റെ അധഃസ്ഥിതമായ അവസ്ഥയായിരുന്നു. ആന്തരികവും ബാഹ്യവുമായ കാരണങ്ങളാലാണ് ഇസ്ലാം അങ്ങനെയൊരവസ്ഥയിലായതെന്ന് അബ്ദു മനസിലാക്കി. ഇസ്ലാമിനു മേലുള്ള യൂറോപ്പിന്റെ കൊളോനിവാഴ്ചയാണ് ബാഹ്യമായ കാരണം. ഇസ്ലാമിലെ അനൈക്യമാണ് ആന്തരികമായകാരണമെന്നും അതുമൂലമാണ് യൂറോപ്പിന് ഇസ്ലാമിന്റെ മേൽ കോളനിവാഴ്ച സ്ഥാപിക്കാൻ കഴിഞ്ഞതെന്നുമായിരുന്നു അബ്ദുവിന്റെ

13. ഇസ്മാഈലി ശിയവിഭാഗത്തിൽ നിന്നും വിഘടിച്ചുപോയ വിഭാഗമാണ് ദ്രൂസുകൾ. ഇസ്ലാം വിശ്വാസപ്രമാണങ്ങളോടൊപ്പം നോസ്റ്റിക് തത്വങ്ങളും നവപ്ലേറ്റോണിക് ആശയങ്ങളും കൂട്ടിക്കലർത്തിയതു കാരണം ദ്രൂസുകളെ ചിലർ മുസ്ലിങ്ങളായി കണക്കാക്കാറില്ല. സിറിയ, ലബനാൻ, ജോർദാൻ, ഇസ്റായേൽ എന്നീ രാജ്യങ്ങളിലാണ് ദ്രൂസുകളുള്ളത്. ഔദ്യോഗികമായി ഈ രാജ്യങ്ങളെല്ലാം അവരെ മുസ്ലിങ്ങളുടെ പട്ടികയിലാണ് രേഖപ്പെടുത്തിയിട്ടുള്ളത്.

14. തൗഹീദ് എന്ന വാക്കിന്റെ അർഥം ഏകത്വം എന്നാണ്. പക്ഷേ, ഈ പദം അല്ലാഹുവിന്റെ ഏകത്വത്തെ കുറിച്ച് പറയാൻ മാത്രമേ ഉപയോഗിക്കാറുള്ളു. തൗഹീദ് ഇസ്ലാമിലെ വിശ്വാസപ്രമാണത്തിന്റെ ആധാരശിലയാണ്.

സിദ്ധാന്തം. ഒരു *ഖുർആൻ* വചനത്തെ ആധാരമാക്കിയാണ് അബ്ദു ഈ സിദ്ധാന്തം ആവിഷ്കരിച്ചത്.

"അല്ലാഹുവിനെയും അവന്റെ ദൂതനെയും അനുസരിക്കുക; പരസ്പരം തർക്കിക്കരുത്; അങ്ങനെ ചെയ്താൽ നിങ്ങളുടെ ധൈര്യം ക്ഷയിക്കുകയും വീര്യം നശിക്കുകയും ചെയ്യും. ക്ഷമാശീലരാകുക; നിശ്ചയമായും അല്ലാഹു ക്ഷമാശീലരോടൊപ്പമാണ്" (*ഖുർആൻ* 8.46).

തർക്കങ്ങളും വിഭാഗീയതയും കാരണം ഇസ്ലാമിന്റെ ശക്തി ക്ഷയിച്ചു; യുക്തി ഉപയോഗിച്ച് സ്വതന്ത്രമായി വിധി കൽപ്പിക്കുന്ന സമ്പ്രദായം (ഇജ്തിഹാദ്) ഉപേക്ഷിച്ചതു കാരണം ഇസ്ലാം നിശ്ചലാവസ്ഥയിലുമായി. ഇക്കാരണങ്ങളാലാണ് ഇസ്ലാമിന്റെ മേൽ യൂറോപ്പിന് കോളനിവാഴ്ച ഉറപ്പാക്കാൻ കഴിഞ്ഞത്. ശക്തി വീണ്ടും സംഭരിച്ച് കോളനിവാഴ്ചയിൽ നിന്നും മോചനം നേടാൻ ഇസ്ലാം പൂർവികരുടെ (സലഫ്) കാലത്തേക്ക് തിരിച്ചു പോകണം. സലഫിയ സിദ്ധാന്തം അബ്ദു അംഗീകരിച്ചെങ്കിലും മതത്തിന്റെ പ്രതിലോമപരമായ പുനരുജ്ജീവനമായിരുന്നില്ല അബ്ദുവിന്റെ ലക്ഷ്യം. മുസ്ലിങ്ങൾ മുഹമ്മദ്നബിയെയും സഹാബികളെയും മാത്രമേ മാതൃകയാക്കാവൂ. വിശ്വാസയോഗ്യമായ പാഠം *ഖുർആൻ* മാത്രമാണെന്നും മറ്റെല്ലാ ഗ്രന്ഥങ്ങളും *ഖുർആൻ* വചനങ്ങളെ അടിസ്ഥാനമാക്കി സത്യാവസ്ഥപരിശോധിച്ച് ബോധ്യപ്പെട്ടതിനുശേഷം മാത്രമേ സ്വീകരിക്കാവൂ എന്നും അബ്ദു അഭിപ്രായപ്പെട്ടു. മനുഷ്യന്റെ യുക്തി ഉപയോഗിച്ച് *ഖുർആൻ* വചനങ്ങളെ ആധാരമാക്കി നിയമനിർമാണം നടത്തുകയും വിധി കൽപ്പനകൾ പുറപ്പെടുവിക്കുകയും വേണം. അബ്ദു ഗുരുവായ ജമാലുദ്ദീൻ അഫ്ഗാനിയെക്കാൾ കൂടുതലായി വ്യക്തിജീവിതത്തിലും സാമൂഹിക പ്രവർത്തനങ്ങളിലും *ഖുർആന്* പ്രാധാന്യം നൽകി.

ഫ്രാൻസിലെ വിദേശമന്ത്രിയായിരുന്ന ഗാബ്രിയേ ഹേനോത്തോ (Gabriel Hanoteaux)[15] ഇസ്ലാമിനെതിരെ ചില ആരോപണങ്ങൾ ഉന്നയിച്ചു. ആര്യവംശത്തിൽ നിന്നുത്ഭവിച്ച യൂറോപ്യൻ സംസ്കാരം മഹത്തായതും സെമിറ്റിക് വംശത്തിന്റെ അധമമായ സംസ്കാരമാണ് ഇസ്ലാമിനുള്ളതെന്നുമായിരുന്നു ഹേനോത്തോയുടെ വാദം. പാശ്ചാത്യർ ഇസ്ലാമിനു മേൽ മേധാവിത്വം സ്ഥാപിച്ചത് സാംസ്കാരികമായ മഹത്വത്തിന്റെ തെളിവാണത്രെ. പാശ്ചാത്യരുടെ മഹത്വത്തിന്റെ അടിസ്ഥാനം ക്രിസ്തുമതവും. പാശ്ചാത്യസംസ്കാരത്തിന്റെ സർഗാത്മകതയും നൈപുണിയും ഉത്ഭവിച്ചത് ആര്യവംശപാരമ്പര്യത്തിൽ നിന്നാണെന്നും ഹേനോത്തോ സിദ്ധാന്തിച്ചു. ക്രിസ്തുമതവും ആര്യവംശമേന്മയും സമ്മേളിച്ചതിന്റെ ഫലമായിട്ടാണ് പാശ്ചാത്യർക്ക് ഇസ്ലാമിനു മേൽ ആധിപത്യം സ്ഥാപിക്കാൻ കഴിഞ്ഞത്. ഇസ്ലാമിന്റെ അധസ്ഥിതാവസ്ഥയുടെ പ്രധാന

15. അൽബേർ ഓഗുസ്തെ ഗാബ്രിയേ ഹേനോത്തോ (Albert Auquste Gabriel Hanoteaux 1853-1944) ഫ്രഞ്ചു ഗവൺമെന്റിന്റെ കീഴിലുള്ള ഒരു നയതന്ത്ര ഉദ്യോഗസ്ഥനായിരുന്നു.

കാരണം അത് സെമിറ്റിക് വംശത്തിന്റെ പാരമ്പര്യം ഉൾക്കൊള്ളുന്നതു കൊണ്ടാണെന്നും ഹേനോത്തോ അഭിപ്രായപ്പെട്ടു.

യൂറോപ്പിന്റെ സംസ്കാരം യഥാർഥത്തിൽ സെമിറ്റിക് വംശപാരമ്പര്യത്തിൽ നിന്നുത്ഭവിച്ചതാണെന്നായിരുന്നു അബ്ദുവിന്റെ മറുപടി. പേർഷ്യ, ഈജിപ്ത്, റോം, ഗ്രീസ് എന്നീ പുരാതനസംസ്കാരങ്ങളിൽ നിന്നും സ്വായത്തമാക്കിയ വിജ്ഞാനത്തെ ശുദ്ധീകരിക്കുകയും നവീകരിക്കുകയും ചെയ്തത് ഇസ്ലാമാണ്. അതിന്റെ ഒരു ഭൂമിക അന്തലൂസ് (സ്പെയിൻ) ആയിരുന്നു. അവിടത്തെ ക്രൈസ്തവ പുരോഹിത വർഗം അവരുടെ അധികാരം നഷ്ടപ്പെടുമെന്ന് കണ്ട് അതിനെ ഉന്മൂലനം ചെയ്യാൻ പരമാവധി ശ്രമിച്ചു. സെമിറ്റിക് വംശത്തിന്റെ മതം ഏകദൈവ വിശ്വാസം ആയതുകൊണ്ടാണ് സാംസ്കാരികമായ അഭ്യുന്നതി നേടാൻ കഴിഞ്ഞതെന്നായിരുന്നു അബ്ദുവിന്റെ സിദ്ധാന്തം. ക്രിസ്തുമതത്തിന്റെ വേദഗ്രന്ഥത്തിലെ സുവിശേഷങ്ങൾ ജീവിതത്തിൽ നിന്നും പിൻതിരിഞ്ഞുപോയി സന്യാസമനുഷ്ഠിക്കാൻ ഉപദേശിക്കുമ്പോൾ ഇസ്ലാമിന്റെ *ഖുർആൻ* ജീവിതോന്മുഖത നിലനിർത്താനാണ് അനുശാസിക്കുന്നതെന്നും അബ്ദു വാദിച്ചു. ക്രിസ്തുമതത്തിന്റെ അടിത്തറ ദിവ്യാത്ഭുതങ്ങളുടെ കഥകളിലാണ് കെട്ടിപ്പടുത്തിരിക്കുന്നത്. മറിച്ച് ഇസ്ലാമിന്റെ അടിത്തറ യാഥാർഥ്യങ്ങളിൽ ആണത്രെ നിലകൊള്ളുന്നത്. ഇതെല്ലാം ഒരു മതവിശ്വാസിയുടെ വാചാടോപം മാത്രമാണ്.

പക്ഷേ, പാശ്ചാത്യസംസ്കാരത്തിനെതിരെയുള്ള അബ്ദുവിന്റെ മറ്റൊരു വിമർശനം കഴമ്പുള്ളതായിരുന്നു. പാശ്ചാത്യരുടെ അവകാശ വാദങ്ങൾ പൊള്ളയാണെന്നായിരുന്നു അബ്ദുവിന്റെ വിമർശനം. സമത്വം സാഹോദര്യം, സ്വാതന്ത്ര്യം, ജനാധിപത്യം തുടങ്ങിയ മഹത്തായ കാര്യങ്ങളെക്കുറിച്ച് പറയുമ്പോഴും പാശ്ചാത്യർ ലോകത്തെങ്ങുമുള്ള ജനതകളെ ചൂഷണം ചെയ്യുകയും കൊള്ളയടിക്കുകയും അടിമത്തത്തിൽ അടിച്ചമർത്തുകയും ചെയ്തുകൊണ്ടിരിക്കുകയാണെന്ന് അബ്ദു രോഷത്തോടെ ചൂണ്ടിക്കാണിച്ചു.

ഇസ്ലാംമതത്തിനെതിരായി പാശ്ചാത്യർ നടത്തിയ ആക്രമണം അബ്ദുവിനെ പ്രകോപിപ്പിക്കുകയും കൊളോണിയൽ വിരുദ്ധപോരാട്ടങ്ങളിൽ നിന്നും ശ്രദ്ധ മതത്തെ രക്ഷിക്കുവാനുള്ള ആശയപരമായ പ്രത്യാക്രമണങ്ങൾ നടത്തുന്നതിലേക്ക് വഴിതിരിച്ചു വിടുകയും ചെയ്തുവെന്ന് ഈ വാദപ്രതിവാദങ്ങൾ വ്യക്തമാക്കുന്നു. യാഥാസ്ഥിതികരായ ഉലമകളിൽ നിന്നും വ്യത്യസ്തമായി ഇസ്ലാംമതചിന്തകളെ നവീകരിച്ചുകൊണ്ടു വേണം മതത്തെ രക്ഷിക്കേണ്ടത് എന്ന നിലപാടാണ് മുഹമ്മദ് അബ്ദു സ്വീകരിച്ചത്. ഇസ്ലാമിന് ശാസ്ത്രസാങ്കേതിക രംഗങ്ങളിലെ നേട്ടങ്ങൾ അന്യമല്ലെന്നും അവയെല്ലാം സ്വായത്തമാക്കി ഇസ്ലാം ആധുനികയുഗത്തിന് അനുയോജ്യമായ മതമാണെന്ന് തെളിയിക്കണമെന്നുമായിരുന്നു അബ്ദുവിന്റെ അഭിപ്രായം. വിമർശനങ്ങൾക്ക് മറുപടി പറഞ്ഞുകൊണ്ട് അബ്ദു ഇസ്ലാമിന്റെ മതചിന്ത (theology) നവീകരിക്കാനുള്ള ശ്രമം നടത്തി.

അബ്ദു ഇസ്ലാമിനു നൽകിയ സംഭാവനകളിൽ ഏറ്റവും പ്രധാനപ്പെട്ടത് മതവിദ്യാഭ്യാസം കാലോചിതമായി പരിഷ്കരിക്കണമെന്നും ശരീഅത്ത് നിയമങ്ങൾ സ്ത്രീകൾക്കനുകൂലമായി ഭേദഗതി ചെയ്യണമെന്നും ഉള്ള ആശയങ്ങളാണ്.

രാഷ്ട്രീയത്തിൽ അബ്ദുവിന്റെ മുഖ്യ എതിരാളി ഫറാഹ് അന്തൂൻ (1874-1922) ആയിരുന്നു. ലബനനിലെ ട്രിപ്പോളിയിൽ ജനിച്ച അന്തൂൻ ജീവിതത്തിന്റെ അധികഭാഗവും ചെലവഴിച്ചത് കെയ്റോയിലായിരുന്നു. ക്രിസ്ത്യാനിയായ അന്തൂൻ ഇസ്ലാമിനെക്കുറിച്ച് അവഗാഹമായി പഠിച്ചു. അറബിഭാഷയിൽ *അൽ-ജാമിഅ* (സമൂഹം) എന്ന പേരിൽ ഒരു പ്രസിദ്ധീകരണം നടത്തിയിരുന്നു. പാശ്ചാത്യരുടെ ആക്രമണങ്ങളിൽ നിന്ന് ഇസ്ലാമിനെ രക്ഷിക്കേണ്ടത് അത്യാവശ്യമാണെന്ന് വാദിച്ച അന്തൂൻ രാഷ്ട്രീയത്തിന്റെ കാര്യത്തിൽ അബ്ദുവുമായി ഏറ്റുമുട്ടി.[16] ഭരണകൂടം മതനിരപേക്ഷമായിരിക്കണം എന്നായിരുന്നു അന്തൂൻന്റെ ശക്തമായ അഭിപ്രായം. പാശ്ചാത്യർക്ക് മുന്നേറാൻ കഴിഞ്ഞത് മതത്തെയും ഭരണകൂടത്തെയും വേർപെടുത്തിയതുകൊണ്ടാണെന്നും അന്തൂൻ വാദിച്ചു. പാശ്ചാത്യർ മതത്തെയും ഭരണകൂടത്തെയും വേർപെടുത്തിയെന്ന് പറയുന്നത് മിഥ്യയാണെന്നായിരുന്നു അബ്ദുവിന്റെ മറുപടി. പള്ളി ഭരണകൂടത്തെ നേരിട്ടല്ലെങ്കിലും നിയന്ത്രിക്കുന്നുണ്ട്. പള്ളി തന്നെ ഒരു ഭരണകൂടമാണ്. ഇസ്ലാം സാമൂഹിക പുരോഗതിക്ക് എതിരല്ല. ഉമ്മത്ത് (സമുദായം) ആണ് ഭരണാധികാരിയുടെ അധികാരത്തിന്റെ സ്രോതസ്സ്. അതുകൊണ്ട് ഭരണകൂടം ലക്ഷ്യമാക്കേണ്ടത് ഉമ്മത്തിന്റെ (സമൂഹത്തിന്റെ) നന്മയായിരിക്കണമെന്ന് ഇസ്ലാം അനുശാസിക്കുന്നുണ്ടെന്നായിരുന്നു അബ്ദുവിന്റെ വാദം. ഭരണാധികാരികൾ മതപണ്ഡിതന്മാരുടെ ഫത്വകൾക്ക് (മതവിധി) അനുസൃതമായി ഭരണനിർവഹണം നടത്തിയാൽ സാമൂഹികമായ അഭ്യുന്നതി കൈവരിക്കാൻ കഴിയുമെന്ന് അബ്ദുവിന് ഉറപ്പുണ്ടായിരുന്നു. ഫലത്തിൽ ജനാധിപത്യം, മതനിരപേക്ഷ ഭരണകൂടം തുടങ്ങിയ ആധുനിക രാഷ്ട്രമീമാംസാ തത്വങ്ങളുടെ നിഷേധമായിരുന്നു അബ്ദുവിന്റെ മതരാഷ്ട്രീയ സിദ്ധാന്തങ്ങൾ. എങ്കിലും കോളനിവാഴ്ചയ്ക്കെതിരെ പോരാടുന്ന ഒരു പ്രത്യയശാസ്ത്രായുധമായി മതത്തെ ഉപയോഗിക്കണമെന്ന അബ്ദുവിന്റെ വാദത്തിന് പ്രസക്തിയുണ്ട്.

മുഹമ്മദ് റശീദ് റിദ

മുഹമ്മദ് അബ്ദുവിന്റെ ശിഷ്യരിൽ ഏറ്റവും പ്രമുഖനായിരുന്ന റിദ (1865-1935) ജനിച്ചത് സിറിയയിലാണെങ്കിലും ജീവിതത്തിന്റെ അധികഭാഗവും കഴിച്ചത് ഈജിപ്തിന്റെ തലസ്ഥാനമായ കെയ്റോയിലാണ്. റിദയുടെ പ്രാഥമിക വിദ്യാഭ്യാസം ഗ്രാമത്തിലെ കുത്തബിൽ (*ഖുർആൻ പാഠശാല*) ആയിരുന്നു. *ഖുർആൻ* ഓതി ഹൃദിസ്ഥമാക്കലായിരുന്നു

16. *Arabic Thought in the Liberal Age*, 1798-1939 by Albert Hourani, P 231.

കുത്തബുകളിലെ പ്രധാന പഠനം. കൂടാതെ അറബിഭാഷ എഴുതാനും വായിക്കാനും കണക്ക് കൂട്ടാനും പഠിക്കണം. പ്രാഥമിക വിദ്യാഭ്യാസത്തിനുശേഷം ട്രിപ്പോളിയിലെ ദേശീയ പ്രാഥമിക വിദ്യാലയത്തിൽ ചേർന്നു. അവിടെ അധ്യയനമാധ്യമം തുർക്കിഭാഷയായിരുന്നതുകൊണ്ട് റിദ പഠനം ഉപേക്ഷിച്ച് അറബിഭാഷയിൽ അധ്യയനം നടത്തിയിരുന്ന ദേശീയ ഇസ്ലാമികപാഠശാലയിൽ ചേർന്നു. പഠിക്കുന്ന കാലത്ത് ജമാലുദ്ദീൻ അഫ്ഗാനിയുടെയും മുഹമ്മദ് അബ്ദുവിന്റെയും ആശയങ്ങളിൽ ആകൃഷ്ടനായി. 1894ൽ മുഹമ്മദ് അബ്ദു ട്രിപ്പോളി സന്ദർശിച്ചപ്പോളാണ് നേരിട്ടു പരിചയപ്പെട്ടതും അനുയായിയായതും. അബ്ദു റിദയെ കെയ്റോയിലേക്ക് ക്ഷണിച്ചു. റിദ കെയ്റോയിലെത്തിയ ഉടനെ രണ്ടുപേരും ചേർന്ന് *അൽ-മനാർ* (ദീപസ്തംഭം) എന്ന മാസികയുടെ പ്രസിദ്ധീകരണം ആരംഭിച്ചു. 1905-ൽ അബ്ദു അന്തരിച്ച ശേഷം റിദ തനിയെയാണ് *അൽ-മനാറി*ന്റെ പ്രസിദ്ധീകരണം തുടർന്നത്.

റിദയുടെ ആശയങ്ങൾ അബ്ദുവിന്റെ ആശയങ്ങളുടെ തുടർച്ചയായിരുന്നു. റിദയുടെ മനസിനെ അലട്ടിയ പ്രശ്നം ഇസ്ലാമിക മതപണ്ഡിതന്മാരുടെ സാമ്പത്തികവും വിദ്യാഭ്യാസപരവുമായ പിന്നോക്കാവസ്ഥയും കടുത്ത യാഥാസ്ഥിതിക മനോഭാവവുമായിരുന്നു. മതവിദ്യാഭ്യാസം പരിഷ്കരിക്കുന്നതിന്റെ ആവശ്യകതയെക്കുറിച്ച് റിദ നിരന്തരം പ്രചാരണം നടത്തി. അബ്ദുവിനെപ്പോലെ റിദയും സലഫിയ പ്രസ്ഥാനത്തിൽ വിശ്വാസം അർപ്പിച്ചു. പൂർവികരെ മാതൃകയാക്കുമ്പോൾ ഭൂതകാലത്തേക്ക് തിരിച്ചുപോകുകയല്ല ആധുനികകാലത്തിന് അനുയോജ്യമായ രീതിയിൽ മതത്തെ നവീകരിക്കുകയാണ് വേണ്ടതെന്ന് റിദ വാദിച്ചു. ഇസ്ലാമിന്റെ ആദിമരൂപം മാനവികതയും യുക്തിചിന്തയും ഉയർത്തിപ്പിടിച്ചിരുന്നു എന്ന് റശീദ് റിദ വാദിച്ചു.[17] മുഹമ്മദ്നബിയുടെയും സഹചരന്മാരുടെയും മാതൃക സ്വീകരിച്ച് ആധുനികയുഗത്തിന് ഇണങ്ങുന്ന വിധത്തിൽ മതത്തെ നവീകരിക്കാൻ മനുഷ്യർ യുക്തി ഉപയോഗിക്കണം. റിദ തന്റെ ആശയങ്ങൾക്കനുസരണമായി സമകാലികപ്രശ്നങ്ങളോട് പ്രതികരിച്ചുകൊണ്ടിരുന്നു. റഷ്യൻ വിപ്ലവം ഇസ്ലാമിന് നിഷിദ്ധമാണെന്ന് വിധിച്ചുകൊണ്ട് ഈജിപ്തിലെ ഗ്രാന്റ് മുഫ്തി 1919 ബോൾഷെവിക് (കമ്യൂണിസ്റ്റ്) വിരുദ്ധ ഫത്വ പുറപ്പെടുവിച്ചു. അതിനോട് റശീദ് റിദ ഒരു ലേഖനത്തിലൂടെ പ്രതികരിച്ചതിങ്ങനെയാണ്:

> റഷ്യയിലും സമീപരാഷ്ട്രങ്ങളിലും വ്യാപിച്ച ബോൾഷെവിസത്തെ ഇകഴ്ത്തുന്നത് പത്രങ്ങളും പ്രസിദ്ധീകരണങ്ങളും പതിവാക്കിയിരിക്കുകയാണ്. അവിടങ്ങളിൽ അരാജകത്വവും അക്രമവും കൊലകളും നടമാടുകയാണെന്ന് അവ പ്രചരിപ്പിക്കുന്നു. മനുഷ്യന്റെ അഭിമാനം ഹനിക്കപ്പെടുകയും സ്വത്ത് അപഹരിക്കപ്പെടുകയും ചെയ്യുന്നു എന്നാണ് അവ പ്രചരിപ്പിക്കുന്നത്. ഇംഗ്ലണ്ടും സഖ്യരാ

17. *Modern Islamic Political Thought* by H Enayath, page 69.

ജ്യങ്ങളും ബോൾഷെവിസത്തിനെതിരെ പ്രചാരണം നടത്താൻ വാക്കും പ്രവൃത്തിയും പണവും മതവും ഉപയോഗിക്കുന്നു. ഈജിപ്തിലെ മുഫ്തി മുഹമ്മദ് ബക്ഹിതിനെക്കൊണ്ട് ബോൾഷെവിസത്തെ ഇസ്ലാം നിരോധിച്ചിരിക്കുന്നുവെന്ന് ഫത്വ ഇറക്കിച്ചിരിക്കുകയാണ്. എല്ലാ മതങ്ങളും ബോൾഷെവിസത്തെ നിരോധിച്ചിരിക്കുന്നു എന്നാണ് പ്രചാരണം. തങ്ങളുടെ രാഷ്ട്രീയത്തിലേക്ക് ബോൾഷെവിസം വ്യാപിക്കുമെന്നും അതിന്റെ ഭരണസംവിധാനവും നിയമങ്ങളും ധർമനീതിയും മേധാവിത്വം സ്ഥാപിക്കുമെന്നും വികസിതരാഷ്ട്രങ്ങൾ ഭയപ്പെടുന്നു. അവരുടെ ഈ ഭയം തന്നെയാണ് ബോൾഷെവിസ വിരുദ്ധ പ്രചാരണങ്ങളുടെ വിശ്വാസ്യതയെക്കുറിച്ച് നമ്മിൽ സംശയം ജനിപ്പിക്കുന്നത്. ബോൾഷെവിസം എല്ലാ മതങ്ങളെയും ധർമനീതികളെയും ധ്വംസിക്കുന്ന തരത്തിലുള്ള ഘോരമാംവിധം ഭയജനകമായ ഒന്നാണെങ്കിൽ അത് നിലവിലുള്ള മതത്തിനോ ധർമനീതിക്കോ വ്യവസ്ഥിതിക്കോ ഭീഷണിയാവുകയില്ല. കാരണം നന്മയുള്ളതിനെ നിലനിർത്തുക എന്നതാണ് അല്ലാഹുവിന്റെ പ്രവർത്തന മാർഗം. ബോൾഷെവിസത്തെ കുറിച്ച് എന്താണഭിപ്രായമെന്ന് പലരും നമ്മോട് ചോദിക്കുന്നു. യഥാർഥത്തിൽ അതെന്താണ്? ചില രാഷ്ട്രീയക്കാരും ഫത്വയും പറയുന്നതുപോലെ അതിൽ തിന്മയും ദ്രോഹവും മാത്രമാണോ? അത് ഒരു വിഭാഗത്തിനു മാത്രം നന്മ ചെയ്യുന്നതും മറ്റുള്ളവർക്കെല്ലാം തിന്മയും ദ്രോഹവും വരുത്തുന്നതുമാണോ? നമുക്ക് പറയാനുള്ളതിതാണ്. നാം വായിച്ചു പഠിച്ചതിൽ നിന്നു മനസിലാക്കിയത് അത് ധനാർഥിയുള്ള പ്രഭുക്കന്മാരെയും അവരുടെ പിണിയാളുകളെയും അവരെ പിന്തുണയ്ക്കുകയും സ്വന്തം രാജ്യത്തിലെ തൊഴിലാളികളുടെ അവകാശങ്ങളെ ധ്വംസിക്കുകയും മറ്റുള്ള രാജ്യങ്ങളെ കോളനിവാഴ്ചയിൽ അടിമപ്പെടുത്തുകയും ചെയ്യുന്ന ഭരണാധികാരികളെയും സ്ഥാനഭ്രഷ്ടരാക്കുന്നു എന്നാണ്. ബോൾഷെവിക്ക് എന്ന വാക്കിന്റെ അർഥം ഭൂരിപക്ഷം എന്നാണ്. യഥാർഥ ഭരണം രാഷ്ട്രത്തിലെ ഭൂരിപക്ഷത്തിന്റെ കൈകളിലാണെന്ന് അതിന്റെ സാരം. ഉസ്മാനിയ, പേർഷ്യ ഭൂഭാഗങ്ങളെ പങ്കുവെച്ചെടുത്ത ഇംഗ്ലീഷുകാരെയും ഫ്രഞ്ചുകാരെയും സഖ്യകക്ഷികളാക്കിയ സ്വേച്ഛാധിപതിയും ഭീകരനുമായ സാറിനെ സ്ഥാനഭ്രഷ്ടനാക്കിയിട്ടാണ് അത് അധികാരത്തിൽ വന്നത്. അതിന്റെ പ്രവർത്തനങ്ങളും സംവിധാനങ്ങളും ഇസ്ലാമിക നിയമങ്ങൾക്ക് അനുസൃതമാണെന്ന് ധരിക്കുക സാധ്യമല്ല. മതത്തെ പിന്തുടരുന്ന ഒരു മുസ്ലിമിന് അതിന്റെ എല്ലാ തത്വങ്ങളും സിദ്ധാന്തങ്ങളും അംഗീകരിക്കാനും കഴിയുകയുമില്ല. പക്ഷേ, ഇത് ബോൾഷെവിസത്തിനു മാത്രം ബാധകമായ കാര്യമല്ല. യൂറോപ്പിലും ഈജിപ്ത്, ഉസ്മാനിയ രാഷ്ട്രം തുടങ്ങിയ പൂർവ ദേശങ്ങളിലും നിലനിൽക്കുന്നതും

ഇസ്ലാമിക നിയമങ്ങളെ നിരാകരിക്കുന്നതുമായ നിയമങ്ങൾക്കും ബാധകമാണ്. ജനതകളെ (അവരെല്ലാം തന്നെ തൊഴിലാളികളാണ്). അടിമത്തത്തിലാഴ്ത്തുന്ന വ്യവസ്ഥിതിയെ തൂത്തെറിഞ്ഞ് സോഷ്യലിസം വിജയിക്കണമെന്ന് മുസ്ലിങ്ങൾ ആഗ്രഹിക്കുന്നു. അതേസമയം ഇസ്ലാമിക നിയമങ്ങളെ നിഷേധിക്കുന്നതായ പ്രവർത്തനങ്ങളെയും തിരസ്കരിക്കുകയും ചെയ്യുന്നു. അവർ (ബോൾഷെവിക്കുകൾ) മുസ്ലിങ്ങളല്ലാത്തതുകൊണ്ട് ഇസ്ലാമിക നിയമങ്ങൾ അതേപടി നടപ്പിലാക്കുമെന്ന് കരുതുന്നുമില്ല.[18]

മനുഷ്യസമൂഹത്തിന്റെ നന്മയെ ലാക്കാക്കിയുള്ള നിരവധി കാര്യങ്ങൾ ബോൾഷെവിസത്തിൽ ഉണ്ടെന്നും അതൊക്കെ സ്വീകരിക്കുകയും അതിന്റെ ദൈവനിഷേധം തിരസ്കരിക്കുകയും ചെയ്യണമെന്നാണ് റശീദ് റിദ ലേഖനത്തിൽ അഭിപ്രായപ്പെട്ടത്.

പൂർവികരുടെ കാലത്തുണ്ടായിരുന്ന പരിശുദ്ധ മതത്തിലേക്ക് തിരിച്ചു പോകണമെന്ന് റശീദ് റിദ വാദിച്ചെങ്കിലും ആധുനിക യുഗത്തിലെ മാനവികതയും യുക്തിചിന്തയും കൈവിടാതെ വേണം മതത്തിന്റെ പരിശുദ്ധി വീണ്ടെടുക്കേണ്ടതെന്നായിരുന്നു റിദയുടെ അഭിപ്രായം.[19] സലഫിയ പ്രസ്ഥാനത്തിന് ആധുനികതയുടെ മാനം റിദ നൽകി. യാഥാസ്ഥിതികരായ ഉലമകൾ റശീദ് റിദയുടെ നിശിത വിമർശനത്തിന് വിധേയരായി. റിദയുടെ അഭിപ്രായത്തിൽ ഉലമകൾ ആധുനിക യുഗത്തിന് നിരക്കാത്ത വിധം ജനാധിപത്യവിരുദ്ധ ഭരണത്തെയും ഖലീഫയുടെ സ്വേച്ഛാധിപത്യത്തെയും ന്യായീകരിക്കാനും സ്ഥാപനവൽക്കരിക്കാനും സഹായിക്കുകയാണ് ചെയ്തത്. ഇസ്ലാമിന് ഭരണഘടനാനുസൃതമായ ഗവണ്മെന്റാണ് വേണ്ടതെന്ന് റിദ വാദിച്ചു. ഇത് യൂറോപ്പ് പൗരസ്ത്യ ലോകത്തിനും ഇസ്ലാമിനും നൽകിയ ഏറ്റവും മഹത്തായ സംഭാവനയാണെന്നും റിദ അഭിപ്രായപ്പെട്ടു. ഇസ്ലാമിക രാഷ്ട്രങ്ങൾ ഭരണഘടനയിൽ ശരീഅത്ത് നിയമങ്ങൾ ഉൾപ്പെടുത്തണമെന്നും റിദയ്ക്ക് അഭിപ്രായമുണ്ടായിരുന്നു.[20] പക്ഷേ, ശരീഅത്ത് നിയമങ്ങൾ പ്രകാരമുള്ള വിധികൾ സ്വതന്ത്രമായ നിയമങ്ങളെ (ഇജ്തിഹാദ്) അടിസ്ഥാനപ്പെടുത്തിയുള്ളവ ആയിരിക്കണമെന്നും പൂർവികരുടെ മതനിയമ വിധികളെ അതേപടി അനുകരിച്ചുള്ളവ ആയിരിക്കരുതെന്നും റിദ അഭിപ്രായപ്പെട്ടു. നബിചര്യകളും നബി വചനങ്ങളും വിവരിക്കുന്ന പല ഹദീസുകളെക്കുറിച്ചും റിദ സംശയാലുവായിരുന്നു. പൊതുജന നന്മയ്ക്ക് വിരുദ്ധമായ ഹദീസുകൾ വ്യാജ ഹദീസുകളാണെന്നും അവ തിരസ്കരിക്കണമെന്നും റിദ വാദിച്ചു. പാശ്ചാത്യമായ എല്ലാത്തിനെയും തിരസ്കരിക്കണമെന്നല്ല മറിച്ച്

---

18. *Socialism, Bolshevism and Religion* By Muhammad Rashid Rida in Al-Manar, vol.21 no. 5. 29 Dhi al-Qa'dah 1337 Hijera; 26August 1919 C. E. Pages 252-256 Translated from Arabic by Muhammad Abu.
19. *Modern Islamic Political Thought* by Hamid Enayath Nasr Page 69.
20. അതേ പുസ്തകം പുറം 80.

അതിൽ സ്വീകാര്യമായതിനെ ഇസ്ലാമിക ചിന്തകളുമായി സംശ്ലേഷിപ്പിച്ച് ഇസ്ലാമിനെ നവീകരിക്കണമെന്ന പുതിയ സിദ്ധാന്തമാണ് റശീദ് റിദ ഇസ്ലാമിക ലോകത്തിനു കാഴ്ചവെച്ചത്. റശീദ് റിദ തന്റെ ആശയങ്ങൾ പ്രചരിപ്പിക്കുവാൻ സ്വന്തം പത്രാധിപത്യത്തിൽ നടത്തിയ *അൽ-മനാർ* മാസിക 1935ൽ അന്തരിക്കുന്നതുവരെയും മുടക്കം കൂടാതെ നടത്തി. മതപരിഷ്കരണത്തിന്റെ പ്രധാന ലക്ഷ്യം സാമ്രാജ്യവിരുദ്ധ പോരാട്ടങ്ങളിലൂടെ യൂറോപ്പിന്റെ കോളനിവാഴ്ചയിൽ നിന്നും ഇസ്ലാമിനെ മോചിപ്പിക്കുകയാണെന്ന വീക്ഷണത്തിൽനിന്നും റിദ അൽപ്പം പോലും വ്യതിചലിച്ചില്ല. ജമാലുദ്ദീൻ അഫ്ഗാനിയും മുഹമ്മദ് അബ്ദുവും കോളനിവാഴ്ചയ്ക്കെതിരെയുള്ള പോരാട്ടങ്ങൾക്ക് മതനിരപേക്ഷ നിലപാടുകൾ സ്വീകരിക്കണമെന്ന ആശയക്കാരായിരുന്നെങ്കിൽ റശീദ് റിദ മതത്തെയാണ് പ്രധാന ആയുധമായി കണ്ടത്. റശീദ് റിദയുടെ നോട്ടപ്പാടിലൂടെ കുറെക്കൂടി മുന്നോട്ടു പോയി മതപരമായ യുദ്ധം (ജിഹാദ്) ചെയ്ത് ഇസ്ലാമിക രാഷ്ട്രം സ്ഥാപിക്കുക എന്ന സിദ്ധാന്തത്തിൽ ഹസൻ അൽ-ബന്നയും മൗലാനാ മഅ്ദൂതിയും എത്തിച്ചേർന്നു.

12

ഇസ്ലാമിസം: ബദൽവാദം

മൗലാന മൗദൂദി, ഹസൻ അൽ-ബന്ന, സയ്യിദ് ഖുത്തുബ് തുടങ്ങിയുള്ള ആധുനികരായ പുനരുജ്ജീവന വാദികൾ (revivalists) ഇസ്ലാം മതത്തെ ലോകത്തിനു മുമ്പിൽ അവതരിപ്പിച്ചത് സാമ്രാജ്യത്വമായി വളർച്ച പ്രാപിച്ച മുതലാളിത്തത്തിനും 'നിരീശ്വരവാദത്തിൽ' അധിഷ്ഠിതമായ സോഷ്യലിസത്തിനും ബദലായിട്ടുള്ള രാഷ്ട്രീയ പ്രസ്ഥാനമായിട്ടാണ്. ബോൾഷെവിസത്തിൽ 'നിരീശ്വരവാദം' ഉണ്ടെങ്കിലും അതിൽ മനുഷ്യസമൂഹത്തിന്റെ നന്മയ്ക്കാവശ്യമായ അനേകം കാര്യങ്ങളുണ്ടെന്ന് ഈജിപ്തിലെ ഗ്രാന്റ് മുഫ്തിയുടെ കമ്യൂണിസ്റ്റ് വിരുദ്ധ ഫത്വയെ വിമർശിച്ചുകൊണ്ട് റശീദ് റിദ *അൽ-മനാർ* മാസികയിൽ എഴുതിയ ലേഖനത്തിൽ ചൂണ്ടിക്കാണിച്ച കാര്യം മുൻ അധ്യായത്തിൽ വിവരിച്ചത് ഓർക്കുമല്ലോ. എത്ര നന്മയുണ്ടെങ്കിലും നിരീശ്വരവാദികളെ അംഗീകരിക്കാൻ കഴിയുകയില്ലെന്ന് മാത്രമല്ല അവർക്കെതിരെ ജിഹാദ് നടത്തേണ്ടത് ഓരോ മുസ്ലിമിന്റെയും മതപരമായ ബാധ്യതയാണെന്ന് മൗദൂദി പ്രഭൃതികൾ ശഠിച്ചു. തങ്ങളുടെ രാഷ്ട്രീയ ലക്ഷ്യം നേടാനായി അൽ-ബന്ന രൂപം കൊടുത്ത ഇഖ്വാൻ അൽ-മുസ്ലിമൂൻ (Muslim Brotherhood) എന്ന സംഘടനയുടെയും മൗലാനാ മൗദൂദി രൂപവൽക്കരിച്ച ജമാഅത്ത്-ഇഇസ്മാലിയുടെയും ആശയങ്ങളാണ് അന്ന് നിലവിലുള്ള അനേകം ഇസ്മാലിക ഭീകരസംഘങ്ങളുടെ പ്രത്യയശാസ്ത്ര ആയുധം.

> ഇന്നത്തെ ഇസ്ലാമിക കർമസിദ്ധാന്തം (Islamic activism) പ്രത്യയശാസ്ത്രത്തിനും സംഘടനാമാതൃകയ്ക്കും മുസ്ലിം ബ്രദർഹുഡിനോടും ജമാഅത്തെ- ഇ ഇസ്ലാമിയോടും കടപ്പെട്ടിരിക്കുന്നു. അവയുടെ സ്ഥാപകരും പ്രത്യയശാസ്ത്രപടുക്കളും ആയ

ബ്രദർഹുഡിന്റെ ഹസൻ അൽ-ബന്നയ്ക്കും സയ്യിദ് ഖുത്തുബിനും ജമാഅത്തെ-ഇ ഇസ്ലാമിയുടെ മൗലാനാ മൗദൂദിക്കും മുസ്ലിം ലോകത്താകെ അപരിമേയമായ സ്വാധീനം ചെലുത്താൻ കഴിഞ്ഞിട്ടുണ്ട്. അവരുടെ ആശയങ്ങളും രീതിശാസ്ത്രവും സുഡാൻ മുതൽ ഇന്തോനേഷ്യ വരെയുള്ള രാജ്യങ്ങളിൽ സശ്രദ്ധം പഠിക്കുകയും അനുകരിക്കുകയും ചെയ്തുകൊണ്ടിരിക്കുന്നു.[1]

അബൂൽ അഅ്ലാ മൗദൂദിയും മതമൗലികവാദവും

ഡൽഹിയിൽ നിന്നും തെക്കേ ഇന്ത്യയിലെ ഔറംഗബാദിലേക്ക് കുടിയേറിയ ഒരു കുലീന കുടുംബത്തിലായിരുന്നു മൗദൂദിയുടെ (1903 -79) ജനനം. തന്റെ പൂർവികർ മുഹമ്മദ്നബിയുടെ കുടുംബത്തിന്റെ ശാഖയിൽപ്പെട്ടവരാണെന്ന് മൗദൂദി തന്നെ അവകാശപ്പെടുന്നു.[2]

അറബിഭാഷ പഠിക്കാതെ *ഖുർആൻ* വചനങ്ങൾ ഉരുവിടാൻ പഠിക്കലായിരുന്നു മൗദൂദിയുടെ പ്രാഥമിക വിദ്യാഭ്യാസം. പിൽക്കാലത്ത് അറബിഭാഷ പഠിച്ചെങ്കിലും *ഖുർആൻ* വചനങ്ങളുടെ ആശയങ്ങൾ ഗ്രഹിക്കാൻ വിശേഷമായ ശ്രദ്ധ ചെലുത്തേണ്ടിവന്നുവത്രെ. തന്നെ ഒരു മൗലവിയാക്കാൻ ജനിച്ചപ്പോൾ തന്നെ പിതാവ് തീരുമാനിച്ചുവെന്നും 'ആംഗലഭാഷയുടെയോ പാശ്ചാത്യമായ ചിന്താഗതികളുടെയോ വിജ്ഞാനങ്ങളുടെയോ കാറ്റേൽക്കാൻ പോലും അനുവദിച്ചില്ല'[3] എന്നും മൗദൂദി പറയുന്നു. പതിനൊന്നാം വയസിൽ ഔറംഗബാദിലെ ഒരു സ്കൂളിൽ ചേർന്നപ്പോഴാണ് ആധുനിക ശാസ്ത്രവിഷയങ്ങൾ പഠിക്കാൻ അവസരം ലഭിച്ചത്. അഞ്ചു വർഷത്തിനുശേഷം പിതാവ് അന്തരിച്ചതിനാൽ മൗദൂദിക്ക് സ്കൂളിലെ പഠനം ഉപേക്ഷിക്കേണ്ടി വന്നെങ്കിലും സ്വന്തമായ ബൗദ്ധികാന്വേഷണം തുടർന്നു.

യൗവനത്തിൽ മൗദൂദി ആകർഷിക്കപ്പെട്ടത് ഇന്ത്യയിലെ ദേശീയ പ്രസ്ഥാനത്തിലേക്കായിരുന്നു. മഹാത്മാഗാന്ധിയെയും മദൻമോഹൻ മാളവ്യയെയും പുകഴ്ത്തിക്കൊണ്ടുള്ള ലേഖനങ്ങൾ 1918 ലും 1919 ലും എഴുതുകയുണ്ടായി. ജ്യേഷ്ഠൻ അബൂൽ ഖൈർ ബിജ്നൂരിൽ ഒരു പത്രം തുടങ്ങിയപ്പോൾ മൗദൂദിയുടെ ശ്രദ്ധ പത്രപ്രവർത്തന രംഗത്തേക്ക് തിരിഞ്ഞു. അധികം താമസിയാതെ മൗദൂദി സഹോദരന്മാർ ഡൽഹിയിൽ താമസമാക്കി. അവിടെവച്ചാണ് ദേശീയപ്രസ്ഥാനത്തിന്റെ നേതാക്കളുമായി ബന്ധപ്പെട്ടത്. അവരുടെ ഇംഗിതമനുസരിച്ച് മൗദൂദി കോൺഗ്രസ് അനുകൂല വാരികയായ *താജിന്റെ* പ്രസിദ്ധീകരണത്തിൽ

1. *The Islamic Threat Myth or Reality?* by John L Esposito, page 129.
2. *ജീവിതത്തിൽനിന്നുള്ള ഏടുകൾ*-മൗദൂദി, *മൗദൂദി സ്മൃതിരേഖകൾ* -എഡിറ്റർ വി. എ കബീർ- ഇസ്ലാമിക് പബ്ലിഷിങ് ഹൗസ്, പുറം 23.
3. അതേ പുസ്തകം, പുറം 30.

സഹായിക്കാൻ ജബൽപൂരിലേക്ക് പോയി. അവിടെ അദ്ദേഹം ഖിലാഫത്ത്[4] പ്രസ്ഥാനത്തിൽ പങ്കെടുക്കുകയും മുസ്ലിങ്ങളെ കോൺഗ്രസ് അനുകൂലികളാക്കുവാൻ പരിശ്രമിക്കുകയും ചെയ്തു. മൗദൂദിയുടെ ലേഖനങ്ങൾ ബ്രിട്ടീഷ് ഭരണാധികാരികളുടെ കോപത്തിനു കാരണമായി. *താജ്* വാരികയുടെ പ്രസിദ്ധീകരണം നിരോധിച്ചു. ഡൽഹിയിൽ തിരിച്ചെത്തിയ മൗദൂദി ഖിലാഫത്ത് നേതാവായ മൗലാന മുഹമ്മദലിയുമായി പരിചയപ്പെട്ടു. മുഹമ്മദലി നടത്തിയിരുന്ന *ഹംദർദ്* ദിനപത്രത്തിൽ കുറച്ചുകാലം പ്രവർത്തിച്ചു. ഇക്കാലത്താണ് മൗദൂദിയുടെ വീക്ഷണം കൂടുതൽ മതാത്മകമാകാൻ തുടങ്ങിയത്. മുസ്ലിങ്ങളെ ഇന്ത്യയിൽനിന്നും അഫ്ഗാനിസ്ഥാനിലേക്ക് കുടിയേറാൻ പ്രേരിപ്പിച്ചുകൊണ്ടിരുന്ന തഹ്രീഖ്-ഇ-ഹിജ്റത്ത് (കുടിയേറ്റ പ്രസ്ഥാനം)വുമായി മൗദൂദി സഹകരിച്ചു.[5] ഇസ്ലാമിന് ഇന്ത്യ യുദ്ധമേഖല (ദാറൂൽ ഹർബ്) ആണെന്നും അഫ്ഗാനിസ്ഥാൻ ദാറൂൽ ഇസ്ലാം (ഇസ്ലാമിന്റെ ഭവനം) ആണെന്നുമായിരുന്നു കുടിയേറ്റ പ്രസ്ഥാനക്കാരുടെ വാദം.

കുടിയേറ്റ പ്രസ്ഥാനക്കാരിലൂടെയാണ് മൗദൂദി ജാമിഅത്-ഇ ഉലമ-ഇഹിന്ദിലെ (ഹിന്ദുസ്ഥാനിലെ മതപണ്ഡിതസമിതി) മതപണ്ഡിതന്മാരുമായി ബന്ധപ്പെടാൻ തുടങ്ങിയത്. മൗദൂദിയുടെ മാധ്യമപ്രവർത്തനരംഗത്തെ കഴിവുകളെക്കുറിച്ച് മനസിലാക്കിയ ഉലമകൾ 1921ൽ ജാമിയത്തിന്റെ മുഖപത്രത്തിന്റെ (മുസ്ലിം എന്നായിരുന്നു ആദ്യത്തെ പേര്. പിന്നീട് അൽ-ജാമിഅത്ത് എന്ന പേര് സ്വീകരിച്ചു) പത്രാധിപരാക്കി. മൂന്നു വർഷക്കാലമാണ് മൗദൂദി *ജാമിഅത്തിന്റെ* പത്രാധിപരായിരുന്നത്. ഇക്കാലത്താണ് മൗദൂദി തന്റെ മതചിന്തകൾ അവതരിപ്പിക്കാൻ തുടങ്ങിയത്. ഇന്ത്യയിലെ മുസ്ലിങ്ങളുടെ അവസ്ഥ, ബ്രിട്ടീഷ് സാമ്രാജ്യത്തിന്റെ കടന്നാക്രമണങ്ങളുടെ ഫലമായി ഉസ്മാനിയ സാമ്രാജ്യത്തിനുണ്ടായ തകർച്ച, ഇന്ത്യയിലെ ഇസ്ലാമിക ഭരണത്തിന്റെ മഹത്വങ്ങൾ തുടങ്ങിയവയായിരുന്നു അക്കാലത്ത് മൗദൂദി കൈകാര്യം ചെയ്ത വിഷയങ്ങൾ. ജാമിഅത്തുമായുള്ള അടുപ്പം മതപണ്ഡിതൻ (ഉലമ) എന്ന സ്ഥാനത്തിനർഹനാക്കുന്ന പഠനം നടത്താനും ബിരുദം നേടാനും മൗദൂ

---

4. തെക്കേ ഏഷ്യയിലെ മുസ്ലിങ്ങൾ 1919 മുതൽ 1924 വരെ നടത്തിയ രാഷ്ട്രീയ പ്രക്ഷോഭമാണ് ഖിലാഫത്ത് പ്രസ്ഥാനം. ഒന്നാം ലോകയുദ്ധത്തിൽ തുർക്കി (ഉസ്മാനിയ സാമ്രാജ്യം) ജർമനിയുടെ സഖ്യകക്ഷിയായതിന്റെ പേരിൽ തത്വത്തിൽ ഇസ്ലാമിക ലോകത്തിന്റെയാകെ രാഷ്ട്രീയാധ്യക്ഷ സ്ഥാനത്തിരുന്ന ഖലീഫയെ സ്ഥാനഭ്രഷ്ടനാക്കുമെന്നും ഉസ്മാനിയ സാമ്രാജ്യത്തെ വെട്ടിമുറിച്ച് യൂറോപ്യൻ രാജ്യങ്ങൾ പങ്കിട്ടെടുക്കുമെന്നും മുസ്ലിങ്ങൾ ഭയപ്പെട്ടു. ഈ ഉദ്യമത്തിൽ നിന്നും ബ്രിട്ടനെ പിന്തിരിപ്പിക്കാൻ ആരംഭിച്ചതാണ് ഖിലാഫത്ത് പ്രസ്ഥാനം. ചില രാജ്യങ്ങളിൽ അത് ഇസ്ലാമിക മൗലികവാദത്തിൽ ചെന്നെത്തി. ഇന്ത്യയിൽ സ്വാതന്ത്ര്യസമര പ്രസ്ഥാനവുമായി സഹകരിച്ചു. തുർക്കിയിൽ ദേശീയ പ്രസ്ഥാനം ശക്തി പ്രാപിക്കുകയും തുർക്കിയുടെ പ്രസിഡന്റ് മുസ്തഫാ കമാൽ തന്നെ ഖലീഫ സ്ഥാനം 1923ൽ അവസാനിപ്പിക്കുകയും ചെയ്തതോടെ ഖിലാഫത്ത് പ്രസ്ഥാനം ചരമഗതി പ്രാപിച്ചു.
5. *Pioneers of Islamic Revival, Edted* by Ali Rehnnema, page 100

ദിയെ സഹായിച്ചു. ഖിലാഫത്ത് പ്രസ്ഥാനം 1924ൽ അവസാനിച്ചതോടെ മൗദൂദിയുടെ വീക്ഷണത്തിൽ സാരമായ മാറ്റം വന്നു. പരാജയത്തിനു കാരണം ദേശീയ പ്രസ്ഥാനങ്ങളാണെന്ന ധാരണയിൽ ദേശീയ പ്രസ്ഥാനങ്ങൾ ഇസ്ലാം വിരുദ്ധമാണെന്ന നിലപാട് സ്വീകരിച്ചു.

> തുർക്കി ദേശീയതയിൽ അധിഷ്ഠിതമായിരുന്നു തുർക്കി ജനതയുടെ നേതൃത്വം. തുർക്കിയിലെ അഭ്യസ്തവിദ്യരായ യുവജനങ്ങൾ പടിഞ്ഞാറു നിന്ന് ഇറക്കുമതി ചെയ്ത മതേതരത്വത്തിലും ദേശീയതയിലും ആകൃഷ്ടരായിരുന്നു. മറുവശത്ത് ഇസ്ലാമിന്റെ ശത്രുക്കൾ തുർക്കിക്കെതിരെ അറബികളിൽ ശക്തമായ ഒരറബ് ദേശീയതാബോധം കുത്തിപ്പൊക്കുകയും തത്ഫലമായി ഒന്നാം ലോകയുദ്ധത്തിൽ ഒന്നിച്ചു നിൽക്കേണ്ടിയിരുന്ന തുർക്കികളും അറബികളും പരസ്പരം ശത്രുക്കളായി പരിണമിക്കുകയും ചെയ്തുവെന്ന് ഞാൻ മനസിലാക്കി. തങ്ങളുടെ സാമ്രാജ്യം ഇസ്ലാമിക ഖിലാഫത്തിന്റെ ചുമതല വഹിക്കുമ്പോൾ അതിനെ മതേതരത്വത്തിലൂടെ നയിക്കാൻ ശ്രമിച്ച തുർക്കി നേതാക്കന്മാർ മൂഢന്മാരായിരുന്നു...മറുവശത്ത് ജൂതരുടെയും ക്രൈസ്തവരുടെയും വഞ്ചനയിൽ അകപ്പെട്ട് തുർക്കി ദേശീയതയ്ക്കെതിരെ അറബ് ദേശീയത നിലപാട് സ്വീകരിക്കുകയും യുദ്ധത്തിൽ ഇംഗ്ലീഷുകാരോടൊപ്പം ചേർന്ന് നമ്മുടെ പുണ്യഗേഹങ്ങൾ ഉൾപ്പെടെയുള്ള അറബ് രാജ്യങ്ങളുടെ മേൽ അവരുടെ ആധിപത്യം സ്ഥാപിക്കാൻ പിന്തുണ നൽകുകയും ചെയ്ത അറബ് നേതാക്കന്മാരും മഹാവിഡ്ഢികൾ തന്നെ.[6]

ഇന്ത്യയുടെ സ്വാതന്ത്ര്യത്തിനുവേണ്ടി സമരം ചെയ്തുകൊണ്ടിരുന്ന കോൺഗ്രസിനോട് മാത്രമല്ല കോൺഗ്രസിനെ പിന്താങ്ങിയിരുന്ന ഇസ്ലാം മതപണ്ഡിതന്മാരോടും മൗദൂദി ശത്രുതാപരമായ നിലപാട് സ്വീകരിച്ചു. ദേവബന്ദി ഉലമകളുടെ[7] കൂട്ടായ്മയായിരുന്ന ജാമിയത്തുമായുള്ള എല്ലാ ബന്ധവും വേർപെടുത്തി. ദേശീയ പ്രസ്ഥാനത്തോടും സാമ്രാജ്യത്വത്തോടും ഒരുപോലെ ശത്രുത എന്നതായിരുന്നു മൗദൂദിയുടെ നിലപാട്. ഈ നിലപാടിന്റെ സ്വാഭാവിക പരിണതിയായിരുന്നു മൗദൂദിയുടെ മതരാഷ്ട്രസിദ്ധാന്തം.

---

6. *ജീവിതത്തിൽ നിന്നുള്ള ഏടുകൾ*-മൗദൂദി, *മൗദൂദിസ്മൃതി രേഖകൾ,* പുറം 36.
7. ദേവബന്ദി പ്രസ്ഥാനം ബ്രിട്ടന്റെ കോളനിവാഴ്ചയ്ക്കെതിരെ ആരംഭിച്ച മതപുനരുജ്ജീവന സംരംഭമാണ്. കോളനിവാഴ്ച ഇസ്ലാംമതത്തെ കളങ്കപ്പെടുത്തുന്നുവെന്ന് മനസിലാക്കിയ സുന്നി ഉലമകൾ ഉത്തർപ്രദേശിലെ (ഇപ്പോൾ ഉത്തരാഖണ്ഡിൽ) ദേവബന്ദ് എന്ന നഗരത്തിൽ ഖാസിം നാനോത്വിയുടെ നേതൃത്വത്തിൽ ദാറുൽ ഉലൂം ദേവബന്ദ് (ദേവബന്ദിലെ വിജ്ഞാനഭവനം) എന്ന പേരിൽ ഒരു മതപാഠശാല ആരംഭിച്ചു. ഇതു വളർന്നു വികസിച്ചതാണ് ദേവബന്ദി പ്രസ്ഥാനം. ബ്രിട്ടന്റെ കോളനിവാഴ്ചയ്ക്കെതിരെ സമരം നടത്തിയ കോൺഗ്രസിനോട് അനുകൂല സമീപനമാണ് ദേവബന്ദി ഉലമകൾ സ്വീകരിച്ചത്.

അക്കാലത്തുണ്ടായ ചില സംഭവങ്ങൾ തീവ്രമായ മതരാഷ്ട്രീയ നിലപാട് സ്വീകരിക്കാൻ മൗദൂദിയെ പ്രേരിപ്പിച്ചു. ഇസ്ലാംമതം സ്വീകരിച്ച താണജാതിക്കാരെയെല്ലാം തിരിച്ച് ഹിന്ദുമതത്തിലേക്ക് പരിവർത്തനം ചെയ്യിക്കുക എന്ന ലക്ഷ്യത്തോടെ 1925ൽ ശുദ്ധിപ്രസ്ഥാനം തുടങ്ങിയ സ്വാമി ശ്രദ്ധാനന്ദൻ ഇസ്ലാമിന് അപകീർത്തികരമായ രീതിയിൽ പ്രചാരണം നടത്തി. അതിൽ പ്രകോപിതനായ ഒരു മുസ്ലിം സ്വാമിയെ വധിച്ചു. മാധ്യമങ്ങൾ ഇസ്ലാമിനെ സഹിഷ്ണുതയില്ലാത്ത മതമായി ചിത്രീകരിക്കാൻ തുടങ്ങിയപ്പോൾ ആശയപരമായി ഇസ്ലാമിനെ പ്രതിരോധിക്കാൻ മൗദൂദി രചിച്ച ഗ്രന്ഥമാണ് *അൽ-ജിഹാദ് ഫിൽ ഇസ്ലാം*. ജിഹാദിനെക്കുറിച്ച് മൗദൂദിയുടെ ആശയങ്ങൾ ഈ ഗ്രന്ഥത്തിലാണ് ആദ്യം അവതരിപ്പിക്കപ്പെട്ടത്.

1928ൽ മൗദൂദി ഹൈദരാബാദിൽ തിരിച്ചെത്തി. രാഷ്ട്രീയവും മതപരവുമായ വിഷയങ്ങളെക്കുറിച്ച് തുടർച്ചയായി എഴുതാൻ തുടങ്ങി. ഇവിടെവെച്ചാണ് *രിസാല-ഇ ദീനിയാത്*[8] എന്ന വിഖ്യാത ഗ്രന്ഥം രചിച്ചത്. ഒറ്റപ്പെട്ടു നിൽക്കുന്ന ഒരു മുസ്ലിം രാഷ്ട്രമായ ഹൈദരാബാദിന്റെ ഭാവിയെ സംബന്ധിച്ച് മൗദൂദി ആശങ്കാകുലനായി. ഇസ്ലാംമതത്തെ സംരക്ഷിക്കാനും മുസ്ലിം രാഷ്ട്രമായ ഹൈദരാബാദിൽ ഇസ്ലാമിക ഭരണം ഉറപ്പുവരുത്താനും മൗദൂദി പല നിർദേശങ്ങളും നൈസാമിന്റെ മുമ്പിൽ അവതരിപ്പിച്ചു. പക്ഷേ, അതൊക്കെ നടപ്പാക്കാൻ നൈസാം ശുഷ്കാന്തി കാണിച്ചില്ല. നിലവിലുള്ള മുസ്ലിം രാഷ്ട്രങ്ങൾ ഇസ്ലാമിനെ സംരക്ഷിക്കാൻ പര്യാപ്തങ്ങളല്ലെന്ന നിഗമനത്തിലാണ് നിരാശനായ മൗദൂദി എത്തിച്ചേർന്നത്. മതത്തിന്റെ പരിശുദ്ധി നിലനിർത്താൻ മുസ്ലിങ്ങൾ പാശ്ചാത്യരും ഹിന്ദുക്കളും ഉൾപ്പെടെയുള്ള അന്യമതവിശ്വാസികളുമായുള്ള സാംസ്കാരികമായ കൊള്ളക്കൊടുക്കുകൾ അവസാനിപ്പിക്കണമെന്ന് മൗദൂദി വാദിക്കാൻ തുടങ്ങിയത് ഈ ഘട്ടത്തിലാണ്. ഇസ്ലാംമതത്തിന്റെ പരിശുദ്ധി നിലനിർത്താനുതകുന്ന ഒരു ഇസ്ലാമിക രാഷ്ട്രം എന്ന ആദർശരാഷ്ട്ര സങ്കൽപ്പം (utopia) മൗദൂദി അവതരിപ്പിച്ചു. തന്റെ മതരാഷ്ട്രീയാശയങ്ങൾ അവതരിപ്പിക്കാൻ തർജമാനുൽ *ഖുർആൻ* എന്ന പ്രസിദ്ധീകരണം 1932ൽ ആരംഭിച്ചു. 1979ൽ അന്തരിക്കുന്നതുവരെ നാൽപ്പത്തിയേഴു വർഷം സ്വന്തം പത്രാധിപത്യത്തിൽ പ്രസിദ്ധീകരണം തുടർന്നു. ആശയപ്രചാരണം കൊണ്ടു മാത്രം മതരാഷ്ട്രീയ സിദ്ധാന്തങ്ങൾ സാധിതമാകുകയില്ലെന്ന് മനസിലാക്കിയ മൗദൂദി തന്റെ സിദ്ധാന്തങ്ങൾക്ക് പ്രായോഗിക രൂപം നൽകാൻ തീരുമാനിച്ചു. പഞ്ചാബിലെ കവിയും ഇസ്ലാമിക ചിന്തകനുമായിരുന്ന മുഹമ്മദ് ഇഖ്ബാൽ പത്താൻകോട്ട് സ്ഥാപിച്ച വിദ്യാഭ്യാസസ്ഥാപനമായ ദാറുൽ ഇസ്ലാം (ഇസ്ലാമിന്റെ ഭവനം) മാതൃകാ സമൂഹമായി പുനരുജ്ജീവിപ്പിക്കുക എന്ന ലക്ഷ്യത്തോടെ മൗദൂദി പത്താൻകോട്ടേക്ക് പോയി.

---

8. മതത്തെ ഗ്രഹിക്കൽ എന്നാണ് അർഥം. Towards Understanding Islam എന്ന പേരിൽ ഈ ഗ്രന്ഥം ഖുർശിദ് അഹമ്മദ് ഇംഗ്ലീഷിലേക്ക് വിവർത്തനം ചെയ്തിട്ടുണ്ട്.

ദാറുൽ ഇസ്ലാമിന്റെ പ്രവർത്തനങ്ങളിൽ മാത്രം ഒതുങ്ങി നിൽക്കാൻ മൗദൂദിക്ക് കഴിഞ്ഞില്ല. പാകിസ്ഥാൻ പ്രശ്നത്തിൽ മൗദൂദി സജീവമായി ഇടപെടാൻ തുടങ്ങി. പാകിസ്ഥാൻ സ്ഥാപിക്കാനായി പ്രവർത്തിച്ച മുസ്ലിം ലീഗും അതിനെ എതിർത്തുകൊണ്ട് കോൺഗ്രസിനോടൊപ്പം നിന്ന മുസ്ലിങ്ങളും തമ്മിലുള്ള തർക്കത്തിൽ ലീഗിനെ പിന്തുണച്ചുകൊണ്ട് മൗദൂദി സജീവമായി ഇടപെട്ടു. കോൺഗ്രസ് അനുകൂലികളെ എതിർത്ത കൂട്ടത്തിൽ മതചിന്തകൾ രൂപപ്പെടുത്തുന്നതിൽ സ്വന്തം ഗുരുക്കന്മാരായിരുന്ന ദേവബന്ദി ഉലമകളെയും എതിർത്തു. ബ്രിട്ടന്റെ കോളനിവാഴ്ചയെ എതിർക്കുന്നതിന്റെ പേരിൽ ഉലമകൾ മതത്തെ അഗണ്യകോടിയിൽ തള്ളിയെന്നായിരുന്നു മൗദൂദിയുടെ ആരോപണം. അധികം താമസിയാതെ രാഷ്ട്രീയത്തിൽ മതനിരപേക്ഷമായ സമീപനം കൈക്കൊള്ളുന്നുവെന്ന കാരണം പറഞ്ഞ് മൗദൂദി ലീഗിനെയും എതിർക്കാൻ തുടങ്ങി.

രാഷ്ട്രീയത്തിൽ സജീവമായി ഇടപെടാനായി ദാറുൽ ഇസ്ലാം പദ്ധതി ഉപേക്ഷിച്ച് മൗദൂദി 1939ൽ ലാഹോറിലേക്ക് പോയി. തന്റെ ആശയങ്ങൾ പ്രാവർത്തികമാക്കാനുതകുന്ന മതരാഷ്ട്രീയ സംഘടനയായ ജമാഅത്ത്-ഇ ഇസ്ലാമിക് 1941ൽ രൂപവൽക്കരിച്ചു. പാകിസ്ഥാൻ പ്രസ്ഥാനത്തിന്റെ നേതൃത്വം മുസ്ലിം ലീഗിൽ നിന്നും പിടിച്ചെടുക്കാനുള്ള ശ്രമം പുതിയ സംഘടന നടത്തിയെങ്കിലും വിജയിച്ചില്ല. ജമാഅത്തിന്റെ പ്രവർത്തനം ഇന്ത്യൻ ഭൂഖണ്ഡത്തിലാകെ വ്യാപിപ്പിക്കാനുള്ള ശ്രമങ്ങൾ ആരംഭിച്ചു. ഇന്ത്യാ വിഭജനത്തെ തുടർന്ന് ജമാഅത്ത് ഇന്ത്യയിലും പാകിസ്ഥാനിലും പ്രവർത്തിക്കുന്ന രണ്ടു സ്വതന്ത്രസംഘടനകളായി വിഭജിക്കപ്പെട്ടു. മൗദൂദിയും 385 അംഗങ്ങളും പാകിസ്ഥാൻ പൗരത്വമാണ് സ്വീകരിച്ചത്. തുടർന്നുള്ള മൗദൂദിയുടെ ജീവിതം പാകിസ്ഥാനിലെ ജമാഅത്ത്-ഇ ഇസ്ലാമിയുടെ ഗതിവിഗതികളോടൊപ്പമാണ് മുന്നോട്ടു നീങ്ങിയത്.

മൗദൂദിയുടെ മത-രാഷ്ട്രീയ കാഴ്ചപ്പാടിന്റെ മൂർത്ത രൂപമാണ് ജമാഅത്ത്-ഇഇസ്ലാമി. ഈ മത-രാഷ്ട്രീയ സംഘടനയുടെ പ്രവർത്തനം തെക്കേ ഏഷ്യയിലാകെ വ്യാപിച്ചിട്ടുണ്ട്. ഓരോ രാജ്യത്തും ഉള്ള സംഘടന പ്രത്യേകം അമീറിന്റെ കീഴിൽ സ്വതന്ത്രമായാണ് പ്രവർത്തിക്കുന്നതെങ്കിലും എല്ലാ രാജ്യങ്ങളിലേയും ജമാഅത്തുകളുടെയും സംഘടനാ രൂപവും പ്രവർത്തന രീതിയും ഉദ്ദേശ്യ ലക്ഷ്യങ്ങളും ഒരുപോലെയാണ്. സംഘടനയിൽ അംഗങ്ങളും ഔദ്യോഗിക അനുഭാവികളും ഉണ്ടായിരിക്കും. അംഗങ്ങൾക്കു മാത്രമേ ഔദ്യോഗിക സ്ഥാനങ്ങളിലേക്ക് തിരഞ്ഞെടുക്കപ്പെടാൻ അർഹതയുള്ളു. സംഘടനയുടെ തലപ്പത്ത് അമീറും[9] അമീറിനു താഴെ ഭാരവാഹികളുടെ ശ്രേണിയുമുണ്ട്. തലപ്പത്തുള്ള ഔദ്യോഗിക ഭാരവാഹികളും തിരഞ്ഞെടുക്കപ്പെട്ട അംഗങ്ങളുമടങ്ങിയ ആലോ

---

9. അമീർ എന്ന അറബി വാക്ക് ആജ്ഞാപിക്കുക (command) എന്നർഥമുള്ള അമറ് എന്ന ധാതുവിൽ നിന്ന് നിഷ്പാദിച്ചതാണ്.സേനാനായകൻ എന്നായിരുന്നു അർഥം. രണ്ടാം ഖലീഫ ഉമർ ഇബ്നു അൽ-ഖത്താബ് വിശ്വാസികളുടെ സേനാനായകൻ എന്ന അർഥത്തിൽ അമീർ അൽ മുഅ്മിനീൻ എന്ന സ്ഥാനപ്പേര് സ്വയം സ്വീകരിച്ച കാര്യം മുൻ അധ്യായത്തിൽ വിവരിച്ചിട്ടുണ്ട്.

ചനാസമിതിയുമായി (മജ്ലിസ്-ഇ ശൂറ) കൂടിയാലോചിച്ച് അമീറാണ് തീരുമാനങ്ങൾ എടുക്കുന്നതും ഭരണ നിർവഹണത്തിന് നേതൃത്വം കൊടുക്കുന്നതും. കമ്യൂണിസ്റ്റ് പാർട്ടികളെപ്പോലെ ഉൾപ്പാർട്ടി ജനാധിപത്യവും ജനാധിപത്യകേന്ദ്രീകരണവും ഇമാഅത്തെ-ഇ ഇസ്ലാമി അംഗീകരിച്ചിട്ടുണ്ട്. സംഘടനയൊന്നാകെ ഒരു ഉമ്മത്ത് (മുസ്ലിം സമുദായം) ആണെന്നാണ് അവകാശപ്പെടുന്നത്. ലോകത്തെവിടെയും ഇസ്ലാമിനെതിരെ ആക്രമണമുണ്ടായാൽ പ്രതിരോധിക്കാനും ജിഹാദ് നടത്താനും ഓരോ മുസ്ലിമിനും ബാധ്യതയുണ്ടെന്നുള്ള മൗദൂദിയുടെ ജിഹാദ് തത്വം അംഗീകരിച്ചിട്ടുണ്ടെങ്കിലും പരസ്യമായി പറയാൻ ഇപ്പോൾ അവർ ആർജവം കാണിക്കുന്നില്ല.

പാകിസ്ഥാനിൽ ഇസ്ലാമിക സമൂഹത്തിന്റെ സംസ്ഥാപനത്തിന് ഉതകുന്ന ഭരണഘടനയോടു കൂടിയ ഇസ്ലാമിക രാഷ്ട്രമായിരുന്നു മൗദൂദിയുടെ സ്വപ്നം. ഈ ലക്ഷ്യത്തോടെ മൗദൂദി പാകിസ്ഥാനിലെ ഉലമകളുമായി സഖ്യമുണ്ടാക്കി. ഗവണ്മെന്റിനോട് കൂറ് പ്രഖ്യാപിക്കരുതെന്ന് മുസ്ലിങ്ങളോട് മൗദൂദി ആഹ്വാനം ചെയ്തു. മുസ്ലിങ്ങളുടെ കൂറ് പ്രഖ്യാപനം (ബയ്അത്ത്) ഇല്ലാത്ത ഭരണകൂടത്തിന് നിയമസാധുത (Legitimacy) ഇല്ലെന്നായിരുന്നു ഇസ്ലാമിക സങ്കൽപ്പം.[10] നിയമസാധുതയില്ലാത്ത ഭരണകൂടം നടത്തുന്ന ജിഹാദിനും നിയമസാധുത ഇല്ലെന്ന് മൗദൂദി വാദിച്ചു. മൗദൂദിയുടെ പ്രഖ്യാപനവും വിശദീകരണവും പാകിസ്ഥാൻ ഗവൺമെന്റിനെ വിഷമത്തിലാക്കി.

ഇന്ത്യാ വിഭജനത്തെ തുടർന്ന് കാശ്മീർ പാകിസ്ഥാന് കിട്ടേണ്ടതാണെന്ന് അവകാശമുന്നയിച്ചുകൊണ്ട് സൈനികാക്രമണം തുടങ്ങി. ഇന്ത്യ-കാശ്മീർ പ്രശ്നം ഐക്യരാഷ്ട്രസഭയുടെ സെക്യൂരിറ്റി കൗൺസിലിൽ ഉന്നയിക്കുകയും പാകിസ്ഥാൻ വെടിനിർത്തലിന് നിർബന്ധിതമാകുകയും ചെയ്തു. വെടിനിർത്തലിനുശേഷം പാകിസ്ഥാൻ കാശ്മീരിൽ ഒളിയുദ്ധം തുടങ്ങി. ഒളിയുദ്ധം ജിഹാദാണെന്നായിരുന്നു പാകിസ്ഥാന്റെ വാദം. നിയമവിധേയത്വമുള്ള ഇസ്ലാമിക ഭരണകൂടം പരസ്യമായി പ്രഖ്യാപിച്ച് നടത്തേണ്ടതാണ് ജിഹാദ് എന്നും പാകിസ്ഥാൻ ഗവണ്മെന്റ് കാശ്മീരിനു വേണ്ടി നടത്തുന്ന ഒളിയുദ്ധം ജിഹാദല്ലെന്നും മൗദൂദി പ്രഖ്യാപിച്ചു. ഒന്നുകിൽ ഇന്ത്യയുമായുള്ള വെടിനിർത്തൽ കരാർ റദ്ദാക്കി പരസ്യമായി പ്രഖ്യാപിച്ചതിനുശേഷം ജിഹാദ് നടത്തണം. അല്ലെങ്കിൽ വെടിനിർത്തൽ പൂർണമായും അംഗീകരിച്ച് ഒളിയുദ്ധം അവസാനിപ്പിക്കണം. ഇതായിരുന്നു മൗദൂദിയുടെ നിലപാട്.[11] പാകിസ്ഥാൻ ഭര

10. മുഹമ്മദ്നബി മദീന കേന്ദ്രമാക്കി അറബ് രാഷ്ട്രം സ്ഥാപിച്ചതിനു ശേഷം ഗോത്രങ്ങളെ ഒന്നൊന്നായി കീഴടക്കി. കീഴടങ്ങിയ ഗോത്രം ഒന്നടങ്കം ഇസ്ലാംമതം സ്വീകരിക്കുകയും ഭരണത്തലവനെന്ന നിലയിൽ തന്നോട് ബയ്അത്ത് (കൂറ് പ്രഖ്യാപനം) ചെയ്യുകയും വേണമെന്ന് ശഠിച്ചു. അറബ് ഗോത്രസംസ്കാരത്തിന്റെ ഭാഗമാണ് ഗോത്രത്തലവനോടോ ഭരണാധികാരിയോടോ ബയ്അത്ത് ചെയ്യൽ. ഭരണത്തലവനെ അനുസരിച്ചു കൊള്ളാമെന്ന് ശപഥം ചെയ്യലാണ് ബയ്അത്ത്.

11. *Mawdui and the Jama'at-i Islami* by Seyyid Vali Reza Nasr in *Pioneers of Islamic Revival,* Edited by Ali Rahmema-Zed books London, page 113-114

ണകൂടം മൗദൂദിയെ രാജ്യദ്രോഹക്കുറ്റം ചുമത്തി ജയിലിലടച്ചു. രണ്ടു വർഷങ്ങൾക്കുശേഷം ജനകീയ പ്രക്ഷോഭത്തിനു മുമ്പിൽ ഗത്യന്തരമില്ലാതെ വന്നപ്പോൾ മൗദൂദിയെ സ്വതന്ത്രനാക്കി. പാകിസ്ഥാനിൽ നടന്ന തിരഞ്ഞെടുപ്പുകളിൽ ജമാഅത്തിന് നേട്ടമുണ്ടാക്കാൻ കഴിഞ്ഞില്ലെങ്കിലും നിരവധി ജനകീയപ്രക്ഷോഭങ്ങൾ നടത്താൻ സാധിച്ചു. അഹമ്മദിയ്യ.[12] വിഭാഗത്തെ ഇസ്ലാമേതര മതന്യൂനപക്ഷമായി പ്രഖ്യാപിക്കുക, അഹമ്മദീയ വിഭാഗത്തിൽപ്പെട്ട വിദേശമന്ത്രി സഫറുല്ലാഖാനെ പിരിച്ചുവിടുക എന്നീ ആവശ്യങ്ങൾ ഉന്നയിച്ചുകൊണ്ട് സമരം നടത്തിയതിന്റെ പേരിൽ 1953ൽ മൗദൂദിയെ രാജ്യദ്രോഹക്കുറ്റം ചുമത്തി മരണശിക്ഷയ്ക്കു വിധിച്ചു. സുപ്രീം കോടതി 1955ൽ മരണശിക്ഷ റദ്ദാക്കുകയും ജയിലിൽ നിന്ന് മോചിപ്പിക്കുകയും ചെയ്തു. പാകിസ്ഥാൻ ഭരണഘടന 1956-ൽ നടപ്പിലാക്കിയപ്പോൾ മൗദൂദി മുമ്പോട്ടുവെച്ച പല നിർദേശങ്ങളും ഉൾക്കൊള്ളിച്ചു. അതിൽ സന്തുഷ്ടനായ മൗദൂദി പാകിസ്ഥാൻ ഗവണ്മെന്റ് നിയമവിധേയമാണെന്ന് പ്രഖ്യാപിക്കുകയും തിരഞ്ഞെടുപ്പുകളിൽ മത്സരിക്കാൻ തീരുമാനിക്കുകയും ചെയ്തു.

പട്ടാള അട്ടിമറിയിലൂടെ ഭരണം പിടിച്ചെടുത്ത അയൂബ്ബ് ഖാൻ മത സംഘടനകൾ രാഷ്ട്രീയത്തിലിടപെടുന്നത് നിരോധിച്ചു. ജമാഅത്തെ ഇസ്ലാമി തന്ത്രപൂർവം പിന്നണിയിലേക്ക് നീങ്ങിനിന്നു. എങ്കിലും 1963ൽ അയൂബ്ബ് ഖാൻ മൗദൂദിയെ ജയിലിലടച്ചു. മതസംഘടനകൾ രാഷ്ട്രീയത്തിൽ ഇടപെടാതിരിക്കാൻ അയൂബ്ബ് ഖാൻ തന്നെ ഇസ്ലാമിക നിയമങ്ങൾ നടപ്പിലാക്കാൻ തുടങ്ങി. അതോടെ അയൂബ്ബ് ഖാനെ പുറത്താക്കി

---

12. പത്തൊമ്പതാം നൂറ്റാണ്ടിന്റെ അന്ത്യത്തിൽ ആവിർഭവിച്ച ഒരു ഇസ്ലാംമത വിഭാഗമാണ് അഹമ്മദിയ്യ. മിർസഗുലാം അഹമ്മദ് (1835-1908) 1889ൽ 'അഹമ്മദിയ്യ മുസ്ലിം ജമാഅത്ത്' എന്ന പേരിലാണ് പുതിയ മതവിഭാഗത്തിന് തുടക്കം കുറിച്ചത്. മിർസ ഗുലാം അഹമ്മദ് ഇസ്ലാം മതത്തെ ശാക്തീകരിക്കുക മാത്രമേ ചെയ്തുള്ളൂ എന്നാണ് അവകാശപ്പെടുന്നത്. മുഹമ്മദ്നബി അന്ത്യപ്രവാചകനാണെങ്കിലും മുഹമ്മദിനു ശേഷവും അല്ലാഹു തിരഞ്ഞെടുക്കുന്ന ചിലർക്ക് സന്ദേശങ്ങൾ നൽകുമെന്നും അങ്ങനെ ദൈവികമായ ജ്ഞാനം സൃഷ്ടിച്ച ഒരാളാണ് താനെന്നും അഹമ്മദ് അവകാശപ്പെട്ടു. യേശുവിനെ കുരിശിൽ തറയ്ക്കാൻ അനുവദിക്കാതെ അല്ലാഹു മുകളിലേക്കുയർത്തിയെന്നാണ് മുസ്ലീം വിശ്വാസം. യേശുവിനെ കുരിശിൽ തറച്ചുവെന്നും മരിച്ചെന്ന ധാരണയിൽ കല്ലറയിൽ വെച്ച യേശു മരിക്കാതെ രക്ഷപ്പെട്ടുവെന്നുമാണ് അഹമ്മദിന്റെ വാദം. യേശു പിന്നീട് കാശ്മീരിൽ എത്തി വാർധക്യത്തിൽ അന്തരിക്കുകയാണ് ചെയ്തത്. അതുകൊണ്ട് മുസ്ലിങ്ങൾ വിശ്വസിക്കുന്നതുപോലെ ഇനി യേശുവിന്റെ രണ്ടാം വരവുണ്ടാകുകയില്ല. മസീഹ് (മിശിഹ-രക്ഷകൻ) വരുമെന്ന് പറഞ്ഞത് തന്നെക്കുറിച്ചാണെന്നായിരുന്നു അഹമ്മദിന്റെ മറ്റൊരു വാദം. സുന്നികളും ശിയകളും വിശ്വസിക്കുന്നതിൽനിന്നും വ്യത്യസ്തമായ വിശ്വാസങ്ങൾ വെച്ചുപുലർത്തുന്നതിനാൽ ഭൂരിപക്ഷം മുസ്ലിങ്ങളും അഹമ്മദിയ്യ വിഭാഗത്തെ ഇസ്ലാംമതവിശ്വാസികളായി കണക്കാക്കുന്നില്ല. ജമാഅത്ത്-ഇ ഇസ്ലാമിയുടെ പ്രക്ഷോഭത്തിന്റെ ഫലമായി പാകിസ്ഥാൻ ഗവണ്മെന്റ് 1974ൽ അഹമ്മദിയ വിഭാഗത്തെ ഇസ്ലാമേതര മതന്യൂനപക്ഷമായി പ്രഖ്യാപിച്ചു. തുടർന്ന് അവർ ഘോരമായ മതപീഡനങ്ങൾക്കിരയായി.

ജനാധിപത്യം പുനഃസ്ഥാപിക്കണമെന്നായി മൗദൂദിയുടെ ആവശ്യം. മത സംഘടനകളെ നിഷ്കാസനം ചെയ്യുക സാധ്യമല്ലെന്ന് മനസിലാക്കിയ പട്ടാളമേധാവി ജമാഅത്തിനെ പ്രീണിപ്പിക്കാൻ ശ്രമിച്ചു. ജമാഅത്തെ ഇസ്ലാമി ഇന്ത്യയ്ക്കെതിരെ ജിഹാദ് പ്രഖ്യാപിച്ചുകൊണ്ട് ഇന്ത്യയ്ക്കെതിരെയുള്ള യുദ്ധത്തിൽ തന്നെ സഹായിക്കണമെന്ന് മൗദൂദിയോടപേക്ഷിച്ചു. ജിഹാദ് പ്രഖ്യാപനം രാഷ്ട്രീയ രംഗത്തെ ജമാഅത്തിന്റെ പ്രശസ്തി വർദ്ധിപ്പിച്ചു. അധികാരം പിടിച്ചെടുക്കുക എന്ന ലക്ഷ്യത്തോടെ ജമാഅത്ത് 1970ലെ തിരഞ്ഞെടുപ്പിൽ മത്സരിച്ചെങ്കിലും നാല് സീറ്റ് നേടാനെ സാധിച്ചുള്ളു.

സുൾഫിഖർ അലി ഭൂട്ടോയുടെ പാകിസ്ഥാൻ പീപ്പിൾസ് പാർട്ടി സോഷ്യലിസം നടപ്പാക്കുന്നു എന്ന് പ്രചരിപ്പിച്ചുകൊണ്ട് ദേശസാൽക്കരണം തുടങ്ങിയ ചില നടപടികൾ സ്വീകരിക്കാൻ തുടങ്ങിയപ്പോൾ മൗദൂദി ഉലമകളെ സംഘടിപ്പിച്ച് അതിനെതിരായി രംഗത്തു വന്നു. സിയാവുൽ ഹഖിന്റെ പട്ടാള അട്ടിമറിക്ക് വഴിവെച്ചത് മൗദൂദിയുടെ സോഷ്യലിസ്റ്റ് വിരുദ്ധപ്രക്ഷോഭമായിരുന്നു. സിയാവുൽ ഹഖ് മൗദൂദിക്ക് മുതിർന്ന രാജ്യതന്ത്രജ്ഞൻ (Senior Statesman) എന്ന ഔദ്യോഗിക പദവി നൽകി ആദരിച്ചു. ആ പദവിയിലിരുന്നുകൊണ്ട് അമേരിക്ക സന്ദർശിക്കവെ മൗദൂദി ന്യൂയോർക്കിൽ അന്തരിച്ചു. സിയാവുൽ ഹഖ് അധികാരത്തിലുണ്ടായിരുന്ന 1977 മുതൽ 1988 വരെയുള്ള പന്ത്രണ്ടു വർഷക്കാലം മൗദൂദിയുടെയും പാകിസ്ഥാൻ ജമാഅത്ത്-ഇ ഇസ്ലാമിയുടെയും സുവർണകാലമായിരുന്നു.

മൗദൂദിയുടെ ഇസ്ലാമിസം

മുതലാളിത്തത്തിനും സോഷ്യലിസത്തിനും ബദലായി സാമൂഹിക രാഷ്ട്രീയ മണ്ഡലങ്ങളിൽ ഇസ്ലാംമതത്തെ പ്രതിഷ്ഠിച്ച് മാതൃകാപരമായ ഇസ്ലാമിക രാഷ്ട്രം സ്ഥാപിക്കുകയായിരുന്നു മൗദൂദിയുടെ ലക്ഷ്യം. മത സ്ഥാപകനായ മുഹമ്മദ്നബി വിഭാവനം ചെയ്തതുപോലെ ഇസ്ലാമിനെ മത-രാഷ്ട്ര പ്രസ്ഥാനമായി കണ്ട മതപണ്ഡിതനും രാഷ്ട്രീയ പ്രവർത്തകനും ആയിരുന്നു മൗലാന അബ്ദുൽ അഅ്ലാ മൗദൂദി.

മാർക്സിസത്തിന്റെ വർഗസമര സിദ്ധാന്തവും ലെനിനിസ്റ്റ് സംഘടനാ തത്വവും സോഷ്യലിസത്തിന്റെ സാമൂഹിക സമത്വത്തിലധിഷ്ഠിതമായ രാഷ്ട്രമീമാംസയും മൗദൂദിയിൽ വികലമായ രീതിയിൽ സ്വാധീനം ചെലുത്തിയതിന് തെളിവാണ് ജമാഅത്തെ-ഇ ഇസ്ലാമിയുടെ സംഘടനാരൂപവും അതിന്റെ പ്രത്യയശാസ്ത്രവും. കമ്യൂണിസത്തിൽ തൊഴിലാളിവർഗവും ചൂഷകവർഗവും തമ്മിലാണ് വർഗസമരം. ഇസ്ലാമും ഖാഫറും തമ്മിൽ നിരന്തരസമരം നടന്നുകൊണ്ടിരിക്കുകയാണെന്നാണ് മൗദൂദിയുടെ സിദ്ധാന്തം. കുഫർ എന്നാൽ കാഫിർ ആയിരിക്കുന്ന അവസ്ഥയാണ്. കാഫിർ എന്ന അറബി പദത്തിന്റെ ആദ്യകാല അർഥം നന്ദികേട് കാണിച്ചവൻ എന്നാണ്. അല്ലാഹു ഏകനാണെന്ന് വിശ്വസിക്കാതെ അല്ലാഹുവിനോട് നന്ദികേട് കാണിച്ചവൻ എന്നായിരുന്നു ഇസ്ലാമിന്റെ

ഉത്ഭവകാലത്തെ അർഥം. പിന്നീട് അല്ലാഹുവിന്റെ ഏകതയെ മറയ്ക്കുന്നവൻ എന്ന അർഥം സിദ്ധിച്ചു. ഒടുവിൽ അവിശ്വാസി എന്നായി അർഥം. വിശ്വസിച്ചവനും (മുഅ്മിൻ) വിശ്വസിക്കാത്തവനും (കാഫിർ) തമ്മിലാണത്രെ വൈരുധ്യം. വിശ്വസിച്ചവർ ഇസ്ലാം ആണ്. ഇസ്ലാം എന്നാൽ അല്ലാഹുവിന് കീഴടങ്ങൽ എന്നാണർഥം. അല്ലാഹുവിന് കീഴടങ്ങിയ ആളാണ് മുസ്ലിം. അല്ലാഹുവിന് കീഴടങ്ങിയവരും കീഴടങ്ങാത്തവരും തമ്മിൽ നിരന്തരസമരത്തിലാണെന്ന് മൗദൂദി കരുതുന്നു.

ലോകത്തുള്ള സകല ചരാചരങ്ങളും 'മുസ്ലിം' (അല്ലാഹുവിന് കീഴടങ്ങിയത് എന്ന അർഥത്തിൽ) ആണെന്നും മനുഷ്യരിൽ കുറച്ചുപേർ മാത്രമേ മുസ്ലിം അല്ലാതെയുള്ളുവെന്നുമാണ് മൗദൂദിയുടെ ദർശനം. മുസ്ലിം ആകാതെ അവശേഷിക്കുന്ന മനുഷ്യരെക്കൂടി മുസ്ലിം ആക്കുകയാണ് ഓരോ മുസ്ലിമിന്റെയും കടമ. ഈ കടമ നിറവേറ്റലാണ് ജിഹാദ്. ജിഹാദാണ് ഇസ്ലാമിന്റെ 'വർഗസമരം.' ജിഹാദിനെക്കുറിച്ച് *രിസാല-ഇ ദീനിയാത്* എന്ന ഗ്രന്ഥത്തിൽ മൗദൂദി പറഞ്ഞത് ഇങ്ങനെയാണ്:

> ജിഹാദ് എന്നാൽ ഒരു മനുഷ്യന്റെ കഴിവിന്റെ പരമാവധി വരെയും സമരം ചെയ്യുക എന്നാണ്. തന്റെ ശരീരം കൊണ്ടോ മനസുകൊണ്ടോ ശ്രമിക്കുകയോ തന്റെ ധനം അല്ലാഹുവിന്റെ മാർഗത്തിൽ ചെലവഴിക്കുകയോ ചെയ്യുന്ന ഒരാൾ നിശ്ചയമായും ജിഹാദ് ചെയ്യുകയാണ്. പക്ഷേ, ഇസ്ലാമിന്റെ ശത്രുക്കൾ ഇസ്ലാമിനെ അടിച്ചമർത്തുന്നതിനെതിരെ അല്ലാഹുവിന്റെ നാമത്തിൽ ചെയ്യുന്ന യുദ്ധത്തെ മാത്രമാണ് ജിഹാദ് എന്ന് പറയാറ്. ഈ പരമമായ ത്യാഗം ചെയ്യാനുള്ള ബാധ്യത എല്ലാ മുസ്ലിങ്ങളുടെയും മേൽ സംക്രമിച്ചിരിക്കുന്നു. സമുദായത്തിലെ ഒരു വിഭാഗം ജിഹാദിൽ പങ്കെടുക്കാൻ മുന്നോട്ടു വന്നാൽ സമുദായം ഒന്നടങ്കം ചുമതല നിർവഹിച്ചുവെന്നാകും. പക്ഷേ, ആരും മുന്നോട്ടു വന്നില്ലെങ്കിൽ സമുദായം ഒന്നടങ്കം കുറ്റക്കാരാകും. ഈ സൗജന്യം ഒരു ഇസ്ലാമിക രാഷ്ട്രത്തിനെതിരെ അനിസ്ലാമിക രാഷ്ട്രം ആക്രമണം നടത്തുന്ന സന്ദർഭത്തിൽ ഇല്ലാതാകുന്നു. അങ്ങനെയുള്ള അവസരങ്ങളിൽ മുസ്ലിം സമുദായത്തിലെ എല്ലാ അംഗങ്ങളും ജിഹാദ് ചെയ്യാൻ മുന്നോട്ട് വരണം. ആക്രമിക്കപ്പെടുന്ന മുസ്ലിം രാഷ്ട്രത്തിന് ചെറുത്തു നിൽക്കാനുള്ള ശേഷിയില്ലെങ്കിൽ അയൽപ്പക്കത്തുള്ള മുസ്ലിം രാജ്യങ്ങൾ മുന്നോട്ടു വരണം. അവർക്കും ആക്രമണത്തെ പരാജയപ്പെടുത്താൻ കഴിയുന്നില്ലെങ്കിൽ ലോകത്തുള്ള മുസ്ലിങ്ങൾ ഒന്നടങ്കം പൊതുശത്രുവിനെ നേരിടാൻ മുന്നോട്ടു വരണം. ഇത്തരം എല്ലാ സന്ദർഭങ്ങളിലും ഓരോ മുസ്ലിമും ചെയ്യേണ്ട ആരാധനകളും അനുഷ്ഠിക്കേണ്ട വ്രതവും പോലെ തന്നെ നിർബന്ധമാണ് ജിഹാദും. ഇതിൽ പരാജയപ്പെടുന്നവർ

നടത്തുന്ന ആരാധനയും പ്രകടിപ്പിക്കുന്ന ഭക്തിയും എല്ലാം തന്നെ കപടമാണ്.[13]

വർഗസമരത്തിൽ തൊഴിലാളി വർഗത്തിന്റെ വിജയം കുറിക്കുന്ന വിപ്ലവം നടക്കുകയും തൊഴിലാളി വർഗ സർവാധിപത്യം നിലവിൽ വരികയും ചെയ്യുമെന്നാണ് കമ്യൂണിസം വിഭാവനം ചെയ്യുന്നത്. ഇസ്ലാമും കുഫറും തമ്മിലുള്ള സമരത്തിൽ ഇസ്ലാം വിജയംവരിക്കുന്ന വിപ്ലവം (ഇസ്ലാമിക വിപ്ലവം) നടക്കുമെന്നും ഇസ്ലാമിക രാഷ്ട്രം നിലവിൽ വരുമെന്നും മൗദൂദി പ്രവചിക്കുന്നു.

കോളനിവാഴ്ചയിലൂടെ വികസിച്ച് സാമ്രാജ്യത്വമായി മാറിയ മുതലാളിത്തത്തിനും അല്ലാഹുവിനെ അംഗീകരിക്കാത്ത സോഷ്യലിസത്തിലും ബദലായാണ് മൗദൂദി ഇസ്ലാമികരാഷ്ട്രസിദ്ധാന്തം അവതരിപ്പിച്ചത്. സോഷ്യലിസവും കമ്യൂണിസവും പ്രത്യയശാസ്ത്രപരമായി ഭൗതികവാദത്തിൽ അധിഷ്ഠിതമായതുകൊണ്ട് ഇസ്ലാം വിരുദ്ധമാണെന്ന ധാരണ ചില മുസ്ലിങ്ങൾക്കുണ്ട്. എന്നാൽ മൗദൂദിയെ കമ്യൂണിസ്റ്റ് വിരോധത്തിൽ എത്തിച്ചത് അതിന്റെ പ്രത്യയശാസ്ത്രമായിരുന്നില്ല: ഹൈദരാബാദ് എന്ന മുസ്ലിം നാട്ടുരാജ്യമുൾക്കൊള്ളുന്ന ആന്ധ്രയിൽ ഇന്ത്യയിലെ കമ്യൂണിസ്റ്റ് പാർട്ടി 1930 കളിലും 1940 കളിലും നടത്തിയ തെലങ്കാനാ സമരമായിരുന്നു. തെലങ്കാനാസമരത്തിന്റെ കുന്തമുന തിരിച്ചത് ഹൈദരാബാദ് നൈസാമിനും നൈസാമിന്റെ കീഴിൽ ജനങ്ങളെ ചൂഷണം ചെയ്തിരുന്ന നാടുവാഴി പ്രഭുക്കൾക്കും, സമരത്തെ ചോരയിൽ മുക്കിക്കൊല്ലാൻ നൈസാം നിയോഗിച്ച മുസ്ലിങ്ങളായ റസാഖർമാർക്കും (റസാഖർ എന്ന പേർഷ്യൻ വാക്കിന്റെ അർഥം സന്നദ്ധസേവകൻ എന്നാണ്) എതിരായിട്ടായിരുന്നു. തെലങ്കാന സമരത്തെ മൗദൂദി കണ്ടത് നിരീശ്വരവാദികളായ കമ്യൂണിസ്റ്റുകാർ ഇസ്ലാമിക രാഷ്ട്രത്തിനെതിരെ നടത്തിയ യുദ്ധമായിട്ടാണ്. ഈ മാനസികാവസ്ഥയിലാണ് മൗദൂദി മുതലാളിത്തത്തിനും സോഷ്യലിസത്തിനും ബദലായി ഇസ്ലാമിസം എന്ന സിദ്ധാന്തം അവതരിപ്പിച്ചത്. മൗദൂദി ഇസ്ലാമിസം എന്ന പദം ഒരിക്കലും ഉപയോഗിച്ചിട്ടില്ല. പകരം ഇസ്ലാമിക രാഷ്ട്രം (Islamic State) എന്നാണ് പ്രയോഗിച്ചത്.

മൗദൂദിയുടെ വീക്ഷണത്തിൽ ഇസ്ലാമും കാഫിറും രണ്ടു വർഗങ്ങളാണ്. അവർ തമ്മിൽ വർഗസമരം നടന്നുകൊണ്ടിരിക്കുകയാണ്. പക്ഷേ, തൊഴിലാളിവർഗ വിപ്ലവത്തെപ്പോലെ ഒരു വിപ്ലവത്തിലൂടെ ആയിരിക്കും ഇസ്ലാമിക രാഷ്ട്രത്തിന്റെ സംസ്ഥാപനം എന്ന് മൗദൂദി വിശ്വസിച്ചില്ല. സമൂഹമാകെ ഇസ്ലാംവൽക്കരിക്കപ്പെട്ടു കഴിയുമ്പോൾ സ്വാഭാവികമായ മാറ്റത്തിലൂടെ ഇസ്ലാമികരാഷ്ട്രം സ്ഥാപിതമായിക്കൊള്ളും എന്നായിരുന്നു മൗദൂദിയുടെ സങ്കൽപ്പം. ഇസ്ലാംമതത്തിന്റെ ആവിർഭാവത്തെ വിപ്ലവമായും മുഹമ്മദ്നബിയെ വിപ്ലവകാരിയായും മൗദൂദി ചിത്രീകരിക്കു

13. *Towards Understanding Islam* by Mawdudi-Http//www.witnpsseioneer.org/

ന്നുണ്ടെങ്കിലും റഷ്യയിൽ നടന്നതുപോലുള്ള ഒരു വിപ്ലവം നടക്കുമെന്ന് മൗദൂദി വിശ്വസിക്കുന്നില്ല. ഒരു നിശ്ശബ്ദ വിപ്ലവത്തിലൂടെ ഇസ്ലാമിക രാഷ്ട്രം നിലവിൽ വരും. ഇസ്ലാമിക രാഷ്ട്രം സ്ഥാപിതമായാൽ അത് മാതൃകാപരമായ ഇസ്ലാമിക സമൂഹം രൂപപ്പെടുത്തും. മാതൃകാപരമായ ഇസ്ലാമിക സമൂഹത്തിലെ (ഉമ്മത്ത്) അംഗങ്ങളെല്ലാവരും മരണാനന്തരം സ്വർഗത്തിൽ പ്രവേശിക്കും. ഇസ്ലാമിന്റെ ക്ലാസിക്കൽ കാലഘട്ടത്തിലെ തീവ്രവാദികളായ ഖവാരിജുകളുടെ സിദ്ധാന്തത്തിന്റെ പുതിയ രൂപമായിരുന്നു മൗദൂദിയുടേത്.

ഇസ്ലാമിക രാഷ്ട്രത്തിന്റെ അടിത്തറ ഇസ്ലാമിക ശരീഅത്ത് നിയമങ്ങളാണെന്ന് മൗദൂദി പറയുന്നു. ശരീഅത്ത് നിയമങ്ങൾ നിർമിക്കുകയും നീതിനിർവഹണം നടത്തുകയും ചെയ്യുന്ന പരമമായ അധികാരമുള്ള നീതിന്യായ സംവിധാനമാണ് ഇസ്ലാമിക രാഷ്ട്രത്തിന്റെ സവിശേഷത. ദൈവത്തിന്റെ ഭരണം (ഹുക്മെ ഇലാഹ്) എന്ന സങ്കൽപ്പത്തിൽ ആണ് പരമാധികാരമുള്ള നീതിന്യായസംവിധാനം എന്ന ഘടന മൗദൂദിയുടെ മനസിൽ രൂപപ്പെട്ടത്. നിയമങ്ങൾ അല്ലാഹുവിൽ നിന്നാണ്. മുഹമ്മദ്നബി ഭരണാധികാരിയായിരുന്നപ്പോഴും യഥാർഥ ഭരണം അല്ലാഹുവിനായിരുന്നു. അല്ലാഹുവിന്റെ നിയമങ്ങൾ മുഹമ്മദ്നബിയിലൂടെ വിക്ഷേപണം ചെയ്യപ്പെട്ടു. അതേ നിയമങ്ങൾ തന്നെയാണ് ഇസ്ലാമിക രാഷ്ട്രത്തിന്റെ അടിത്തറ. പുതിയ നിയമങ്ങൾ ആവശ്യമായി വരികയാണെങ്കിൽ അവ നിർമിക്കേണ്ടത് നിയമനിർമാണ സഭയോ അതുപോലെ ഏതെങ്കിലും ജനാധിപത്യസംവിധാനമോ അല്ല. മതപണ്ഡിതന്മാരായിരിക്കും പുതിയ നിയമങ്ങൾ നിർമിക്കുക. മുതലാളിത്തവ്യവസ്ഥയിലെ പാർലമെന്റും തിരഞ്ഞെടുപ്പും ഇസ്ലാമിക രാഷ്ട്രത്തിലും ഉണ്ടായിരിക്കുമെന്ന് മൗദൂദി പറയുന്നുണ്ടെങ്കിലും ഫലത്തിൽ പരമാധികാരം മതപണ്ഡിതന്മാർക്കായിരിക്കും. കാരണം ഭരണം അല്ലാഹുവിന്റേതാണ്. അല്ലാഹുവിന്റെ ഇംഗിതം മതപണ്ഡിതന്മാർക്കല്ലേ മനസിലാകൂ. മുഹമ്മദ്നബിയുടെ കാലത്ത് ഭരണം അല്ലാഹുവിന് ആയിരുന്നെങ്കിലും യഥാർഥത്തിൽ നബിയായിരുന്നു സർവാധിപതി. അതുപോലെ മൗദൂദിയുടെ ഇസ്ലാമിക രാഷ്ട്രത്തിൽ മതപണ്ഡിതന്മാർ ആയിരിക്കും സർവാധിപതികൾ. മതപണ്ഡിതന്മാരിൽ പ്രധാനിയിൽ എല്ലാ അധികാരങ്ങളും കേന്ദ്രീകരിക്കും. അയാൾ ഹിറ്റ്ലറുടെ ഇസ്ലാമിക രൂപമായിരിക്കും. ഫലത്തിൽ ഇസ്ലാമിക രാഷ്ട്രത്തിൽ ഫാസിസ്റ്റ് ഭരണമായിരിക്കും നടക്കുക.

സമൂഹത്തെ ഇസ്ലാംവൽക്കരിക്കുന്നതിന് മുമ്പ് ഇസ്ലാമിക രാഷ്ട്രം സ്ഥാപിക്കണമെന്ന് മൗദൂദിക്ക് അഭിപ്രായമില്ലായിരുന്നു. കാരണം ഇസ്ലാമിക സമൂഹത്തെക്കുറിച്ച് ധാരണയില്ലാത്തവരുടെ മേൽ ഇസ്ലാമിക നിയമങ്ങൾ അടിച്ചേൽപ്പിക്കേണ്ടിവരും. സ്വാഭാവികമായും ഭരണകൂടം മർദനോപകരണം ആയിത്തീരും. സമൂഹത്തെ ഇസ്ലാംവൽക്കരിച്ചാൽ നിയമങ്ങൾ സ്വമേധയാ സ്വീകരിക്കപ്പെടും. ഇസ്ലാംവൽക്കരിക്കപ്പെടാത്ത സമൂഹത്തിൽ ഹുദൂദ് നിയമങ്ങൾ നടപ്പിലാക്കുന്നത് ശരിയല്ലെന്നായിരുന്നു

മൗദൂദിയുടെ അഭിപ്രായം. പാകിസ്ഥാനിലെ പട്ടാള ഭരണാധികാരി സിയാവൽ ഹഖ് ഹൂദൂദ് നിയമങ്ങൾ നടപ്പിലാക്കിയതിനോട് മൗദൂദിക്ക് യോജിപ്പില്ലായിരുന്നു.

ജനങ്ങളുടെ സാമൂഹിക സാമ്പത്തിക പ്രശ്നങ്ങളെക്കുറിച്ച് മൗദൂദിക്ക് തീരെ ആശങ്കയില്ലായിരുന്നു. ഇസ്ലാമിക രാഷ്ട്രം സ്ഥാപിതമായാൽ അത്തരം പ്രശ്നങ്ങൾ അപ്രത്യക്ഷമാകുമെന്നായിരുന്നു മൗദൂദിയുടെ ദർശനം. അതുകൊണ്ടാണ് പാകിസ്ഥാൻ ഗവൺമെന്റ് 1951ൽ കൊണ്ടുവന്ന ഭൂപരിഷ്കരണ നിയമത്തെ മൗദൂദി എതിർത്തത്. ഭൂട്ടോ ഗവൺമെന്റ് 1970കളിൽ നടപ്പിലാക്കിയ ദേശവൽക്കരണ നടപടികളെയും മൗദൂദി എതിർത്തു.

ഇസ്ലാമിക രാഷ്ട്രത്തിലെ സ്ത്രീകളുടെയും 'ദിമ്മി'കളുടെയും (സംരക്ഷകർ-മതന്യൂനപക്ഷങ്ങൾ) അവസ്ഥ സംബന്ധിച്ച് ഖുർആനും ഹദീസും വ്യക്തമായ നിർദേശങ്ങൾ നൽകിയിട്ടുണ്ടെന്നായിരുന്നു മൗദൂദിയുടെ വാദം. അതുകൊണ്ട് പുതിയ നിയമങ്ങളൊന്നും ഉണ്ടാക്കേണ്ടതില്ല; ശരീഅത്ത് നിയമങ്ങൾ കർശനമായി നടപ്പിലാക്കിയാൽ മാത്രം മതി. മതന്യൂനപക്ഷങ്ങൾക്ക് പൊതുവായ മനുഷ്യാവകാശങ്ങൾക്ക് അപ്പുറം അവകാശങ്ങൾ നൽകാൻ പാടില്ല. കാരണം ഇസ്ലാമിക രാഷ്ട്രം ആശയശുദ്ധിയുള്ള ഒന്നാണ്. മതന്യൂനപക്ഷങ്ങൾക്ക് ഭരണതലത്തിലും നീതിന്യായവ്യവസ്ഥയുടെ തലത്തിലും അധികാരാവകാശങ്ങൾ നൽകിയാൽ ഇസ്ലാമിക രാഷ്ട്രത്തിന്റെ പരിശുദ്ധി നഷ്ടപ്പെടുമെന്ന് മൗദൂദി സംപ്രഖ്യാപിക്കുന്നു.

സ്ത്രീകൾക്ക് സമൂഹത്തിൽ ഒരു സ്ഥാനമുണ്ടെന്നായിരുന്നു മൗദൂദിയുടെ അഭിപ്രായം. ഇതു മാനിച്ചുകൊണ്ടാണ് സംഘടനയിൽ സ്ത്രീകളുടേതായ പ്രത്യേക വിഭാഗം ഏർപ്പെടുത്തിയത്. സ്ത്രീകൾക്ക് രാഷ്ട്രീയത്തിൽ പ്രവർത്തിക്കാനും തിരഞ്ഞെടുപ്പുകളിൽ മത്സരിക്കാനും അവകാശമുണ്ടെന്നും മൗദൂദി വാദിച്ചു. പക്ഷേ, സ്ത്രീകൾ പർദ ധരിക്കണമെന്ന് വിധിക്കുകയും പുരുഷന്മാരുമായി ഇടപെടുന്നത് വിലക്കുകയും ചെയ്തു. സ്ത്രീകൾക്ക് കൂടുതൽ സ്വാതന്ത്ര്യം അനുവദിച്ച് പുരുഷന്മാരുമായി ഇടപെടാൻ അവസരം നൽകിയാൽ സമൂഹത്തിൽ അധാർമികത വർധിക്കുമത്രെ. കിഴക്കും പടിഞ്ഞാറും ഉണ്ടായിരുന്ന പല സാമ്രാജ്യങ്ങളും തകർന്നടിയാൻ കാരണം സ്ത്രീകൾക്ക് അധികം സ്വാതന്ത്ര്യം കൊടുത്തതും അവർ പുരുഷന്മാരുമായി കൂടുതൽ ഇടപഴകിയതുമായിരുന്നു.[14] സ്ത്രീകളെ പർദയ്ക്കുള്ളിൽ അടച്ചിടേണ്ടതും വളർത്തുമൃഗങ്ങളെപ്പോലെ നിയന്ത്രിക്കേണ്ടതും ഇസ്ലാമിക രാഷ്ട്രത്തിന്റെ നിലനിൽപ്പിന് അത്യാവശ്യമാണെന്നാണ് മൗദൂദിയുടെ വാദം. സ്ത്രീകളെ സംബന്ധിച്ചുള്ള മൗദൂദിയുടെ ആശയങ്ങൾ ബാലിശമാണ്. മൗദൂദിയുടെ പ്രതിലോമപരമായ യാഥാസ്ഥിതികമനോഭാവവും മറനീക്കി ഇവിടെ പുറത്തു വന്നു. എന്നാൽ സ്ത്രീകളെക്കുറിച്ചുള്ള മൗദൂദിയുടെ ആശയ

14. *Idem, Purdah and Status of Women in Islam* by Sayyid Abul A'ala Maududi-Translated To English by Khurshid Ahmad.

ങ്ങൾ മാത്രമല്ല, അപകടകരം. കാലോചിതമായ ഇസ്ലാമിക നിയമങ്ങൾ പരിഷ്കരിക്കുന്നതിനും പുതിയ നിയമങ്ങൾ ഉണ്ടാക്കുന്നതിനും അദ്ദേഹം എതിരായിരുന്നതിനാലും സമൂഹത്തെ ഇസ്ലാമികവൽക്കരിക്കുക എന്ന ആശയത്തിന് ഊന്നൽ നൽകിയതിനാലും ഇസ്ലാംമതമൗലികവാദത്തെ ശക്തിപ്പെടുത്തുകയാണ് മൗദൂദിസം ചെയ്തത്.

ഇസ്ലാമിക സാമ്പത്തികശാസ്ത്രം

ഇരുപതാം നൂറ്റാണ്ടിൽ മനുഷ്യന്റെ ബൗദ്ധിക മണ്ഡലത്തിൽ 'ഇസ്ലാമിക സാമ്പത്തിക ശാസ്ത്രം' (Islamic Economics) എന്ന പേരിൽ പുതിയൊരു സാമ്പത്തികസിദ്ധാന്തം പ്രത്യക്ഷപ്പെട്ടു. മുസ്ലിങ്ങളായ സാമ്പത്തിക ശാസ്ത്രജ്ഞരിൽ ചെറിയൊരു ന്യൂനപക്ഷം മാത്രമേ ഇസ്ലാമിക സാമ്പത്തിക ശാസ്ത്രത്തിന്റെ ഏതെങ്കിലുമൊരു വകഭേദത്തെ അംഗീകരിക്കുകയും തങ്ങൾ 'ഇസ്ലാമിക സാമ്പത്തിക ശാസ്ത്രജ്ഞർ' (Islamic Economists) ആണെന്ന് അവകാശപ്പെട്ടുകൊണ്ട് സംവാദങ്ങളിൽ ഏർപ്പെടുകയും ചെയ്തിട്ടുള്ളുവെന്ന് സാമ്പത്തിക ശാസ്ത്രത്തിൽ പ്രൊഫസറും എഴുത്തുകാരനുമായ തിമൂർ കുറാൻ പറയുന്നു.[15] ഇസ്ലാമിക സാമ്പത്തിക ശാസ്ത്രജ്ഞർ എന്നവകാശപ്പെടുന്നവരുടെ പ്രധാന ലക്ഷ്യം മൗദൂദിയുടെ ഇസ്ലാമിക രാഷ്ട്രത്തിന് തനതായ സാമ്പത്തികാടിത്തറ ഉണ്ടെന്നും അതിന്റെ ഉദ്ഭവം ഖുർആൻവചനങ്ങളും ഹദീസുകളും ആണെന്നും വരുത്തിത്തീർക്കുകയാണ്. *ഖുർആനിൽ* പറഞ്ഞിട്ടുള്ള പലിശ നിരോധനം, സക്കാത്ത് പിരിക്കൽ, അതിന്റെ വിതരണം തുടങ്ങിയ കാര്യങ്ങൾ നടപ്പിലാക്കുന്നതിനപ്പുറമുള്ള സാമ്പത്തിക നടപടികളെയോ സിദ്ധാന്തങ്ങളെയോ കുറിച്ച് മൗദൂദി വിഭാവന ചെയ്തില്ലെങ്കിലും മുതലാളിത്തത്തിനും സോഷ്യലിസത്തിനും ബദലായി അവതരിപ്പിച്ച ഇസ്ലാമിസത്തിന് സാമ്പത്തികാടിത്തറ ഇല്ലെന്നു വന്നാൽ ഉപരിപ്ലവമായ രാഷ്ട്രമീമാംസാ സിദ്ധാന്തമാണ് മൗദൂദിയുടേതെന്ന് വിലയിരുത്തപ്പെടും.

ഇസ്ലാമിക സാമ്പത്തികശാസ്ത്രം എന്ന പേരിലുള്ള ഉപരിപ്ലവ സാമ്പത്തിക സിദ്ധാന്തം ഉരുത്തിരിഞ്ഞത് 1940 കളിൽ ഇന്ത്യയിലാണ്. മൗദൂദിയുടെ ചിന്തകളിൽനിന്നു തന്നെയാണ് അത് രൂപം കൊണ്ടതും മൂന്നു പതിറ്റാണ്ടുകൾക്കു ശേഷം വിവിധ രാജ്യങ്ങളിൽ പുതിയ സാമ്പത്തിക സിദ്ധാന്തത്തെ സ്ഥാപനവൽക്കരിക്കാനുള്ള ശ്രമങ്ങൾ നടന്നു. പാകിസ്ഥാനിലെയും മലേഷ്യയിലെയും ഗവണ്മെന്റുകൾ സക്കാത്ത് നിയമങ്ങൾ നടപ്പിലാക്കി. അറുപതോളം രാജ്യങ്ങളിൽ പലിശരഹിത പണമിടപാടുകൾ നടത്താൻ സൗകര്യമുള്ള 'ഇസ്ലാമിക ബാങ്കുകൾ' ആരംഭിച്ചു. *ഖുർആൻ* വചനങ്ങളെ ആധാരമാക്കി പല മുസ്ലിം രാജ്യങ്ങളും പലിശ നിരോധിച്ചു. വില നിയന്ത്രണം, വേതനവ്യവസ്ഥ നടപ്പാക്കൽ

---

15. *Islam and Mammon-The Economic Predicaments of Islam* by Tmur Kuran Tulika Books, Page 82.

തുടങ്ങിയ നടപടികൾ ഇസ്ലാമിക സാമ്പത്തിക നിയമങ്ങൾ അനുസരിച്ചാണെന്ന് പറഞ്ഞുകൊണ്ട് നടപ്പാക്കി. ഇസ്ലാമിക സാമ്പത്തികശാസ്ത്രമനുസരിച്ച് നടപടികൾ സ്വീകരിച്ച രാജ്യങ്ങളിൽ അതിന്റെ ഫലമായി സമ്പദ്വ്യവസ്ഥയിലുണ്ടായിരുന്ന മാറ്റങ്ങളെക്കുറിച്ച് പഠനങ്ങളൊന്നും ഇതുവരെയും നടത്തിയിട്ടില്ലെന്ന് അഭിജ്ഞർ ചൂണ്ടിക്കാണിക്കുന്നു. കാരണം ഇസ്ലാമിക സാമ്പത്തിക ശാസ്ത്രം ഇസ്ലാമിന്റെ വിശ്വാസപ്രമാണത്തിന്റെ ഭാഗമാണെന്നും അവ അനാദിയും അനന്തവുമാണെന്നും പഠനവിധേയമാക്കേണ്ടതില്ലെന്നും ആണ് വാദം. ഇസ്ലാമിക സാമ്പത്തിക ശാസ്ത്രം ഇസ്ലാമിന്റെ ഉത്ഭവകാലം മുതലേ ഉണ്ടെന്ന വാദം നിലനിൽക്കുന്നതല്ല. കാരണം പല സാമ്പത്തിക സ്ഥാപനങ്ങളും ആവിർഭവിച്ചതു തന്നെ ആധുനിക യുഗത്തിലാണ്. ബാങ്കിങ് സമ്പ്രദായം തന്നെയാണ് ഏറ്റവും നല്ല ഉദാഹരണം.

ഇസ്ലാമിക സാമ്പത്തിക ശാസ്ത്രത്തിന് തുടക്കം കുറിച്ചത് ബ്രിട്ടീഷ് ഇന്ത്യയിലാണെന്ന് പറഞ്ഞല്ലോ. കോളനിവാഴ്ചയിൽ ഇസ്ലാമികമായ സ്വത്വം നിലനിർത്താനുള്ള ശ്രമങ്ങളുടെ ഭാഗമായാണ് ഇസ്ലാമിക സാമ്പത്തിക സിദ്ധാന്തങ്ങൾ അനുസരിച്ച് ജീവിക്കാൻ മുസ്ലിങ്ങളെ അനുവദിക്കണമെന്ന ആവശ്യം ഉന്നയിക്കാൻ തുടങ്ങിയത്. സ്വാതന്ത്ര്യസമരം ഹിന്ദുക്കളുടെ നേതൃത്വത്തിലാണ് മുന്നോട്ടു നീങ്ങുന്നത് എന്ന ധാരണയിൽ സ്വതന്ത്ര്യ ഇന്ത്യയിൽ തങ്ങളുടെ ഇസ്ലാമിക സ്വത്വം നഷ്ടപ്പെടുമെന്ന് ചില മുസ്ലിങ്ങൾ ഭയപ്പെട്ടു. അവരുടെ ഭയം അടിസ്ഥാനരഹിതമായിരുന്നില്ല. ഹിന്ദുത്വവാദികൾ ഇന്ത്യയുടെ ദേശീയതയും ഹിന്ദുത്വവും പര്യായങ്ങളാണെന്ന് വാദിക്കാൻ തുടങ്ങിയിരുന്നു.[16]

മുസ്ലിം കൃഷിക്കാർക്ക് ഹിന്ദുക്കളായ പണമിടപാടുകാരോട് ഉണ്ടായിരുന്ന കടബാധ്യത മറ്റൊരു കാരണമായിരുന്നു. കടം തിരിച്ചു നൽകാത്തതിന്റെ പേരിൽ ഭൂമി ഒഴിപ്പിക്കുന്ന നടപടികൾ ചിലർ ആരംഭിച്ചു. ബ്രിട്ടീഷ് ഗവണ്മെന്റ് ഭൂമി ഒഴിപ്പിക്കലിനെ നിരുത്സാഹപ്പെടുത്തി. സ്വാഭാവികമായും ഇന്ത്യ സ്വതന്ത്രയായാൽ തങ്ങളുടെ ഭാവി അപകടത്തിലാവുമെന്ന് മുസ്ലിം കർഷകർ ഭയപ്പെട്ടു. ഈ സാഹചര്യത്തിലാണ് മുസ്ലിങ്ങൾ വ്യത്യസ്ത രാഷ്ട്രമാണെന്ന് ചില മുസ്ലിം നേതാക്കൾ വാദിക്കാൻ തുടങ്ങിയത്. ഇങ്ങനെ വാദിച്ച പല മുസ്ലിം നേതാക്കളും രാജ്യം വിഭജിക്കുന്നതിന് എതിരായിരുന്നു. ഒരു രാജ്യത്ത് രണ്ട് രാഷ്ട്രങ്ങൾ എന്നായിരുന്നു അവരുടെ കാഴ്ചപ്പാട്. അവരാവശ്യപ്പെട്ടത് സാംസ്കാരിക രംഗത്തെ സ്വയം നിർണയാവകാശം (cultural autonomy) മാത്രമായിരുന്നു. ഇങ്ങനെ വാദിച്ചവരിൽ പ്രധാനി മൗലാന അബുൽ അഅ്ലാ മൗദൂദി ആയിരുന്നു. ഇസ്ലാംമതതത്വങ്ങൾ അനുസരിച്ച് ജീവിക്കാനുള്ള അവസരം മാത്രം മതിയെന്നായിരുന്നു മൗദൂദിയുടെ ആവശ്യം. അതിനുള്ള അവസരം കിട്ടിയാൽ സമൂഹത്തെ ഇസ്ലാംവൽക്കരിക്കാനുള്ള അവസരം മുസ്ലിങ്ങൾക്ക് കൈവരുമെന്നായിരുന്നു മൗദൂദിയുടെ കാഴ്ചപ്പാട്.

16. അതേ പുസ്തകം, പുറം 81

മൗദൂദിയുടെ സിദ്ധാന്തമനുസരിച്ച് ഓരോ മുസ്ലിമും വ്യത്യസ്തമായ ജീവിതമാതൃകയിലൂടെയും ഉയർന്ന ധാർമിക നിലവാരത്തിലൂടെയും മതപ്രചാരണം നടത്തുന്ന മിഷണറിപ്രവർത്തകനാകും. ഇന്ത്യയിലെ മുസ്ലിങ്ങൾക്കെതിരെ ഭീഷണിയുണ്ടെന്നും അതിന്റെ പരിഹാരം ഇന്ത്യയുടെ മതാടിസ്ഥാനത്തിലുള്ള വിഭജനമല്ല പരിപൂർണമായ മതസ്വാതന്ത്ര്യം അനുവദിക്കലാണ്.[17] പാകിസ്ഥാൻ വാദികളും കോൺഗ്രസ് അനുകൂലികളും ആയ മുസ്ലിം നേതാക്കൾ തമ്മിലുള്ള സംവാദങ്ങളിൽ മൗദൂദി ഇടപെട്ടു. ബ്രിട്ടീഷുകാരെ എതിർക്കുന്നതിന്റെ പേരിൽ മതത്തെ അവഗണിച്ച കോൺഗ്രസുകാരായ മുസ്ലിങ്ങളെ എതിർത്ത് നിരന്തരം ലേഖനങ്ങളെഴുതിയും പ്രഭാഷണങ്ങൾ നടത്തിയുമാണ് മൗദൂദി പാകിസ്ഥാൻ അനുകൂലിയായി മാറിയത്.

ഇസ്ലാം ആദ്യശതകങ്ങളിൽ സാമ്രാജ്യമായി വികസിക്കുകയും സാമ്പത്തികാഭിവൃദ്ധി കൈവരിക്കുകയും ചെയ്ത കാര്യം മുൻ അധ്യായത്തിൽ ചൂണ്ടിക്കാണിച്ചല്ലോ. ഇസ്ലാമിന്റെ പൈതൃകം ആധുനിക സമ്പദ്വ്യവസ്ഥയ്ക്ക് പ്രസക്തമായ പല സാമ്പത്തികതത്വങ്ങളും നയങ്ങളും സംഭാവന ചെയ്തിട്ടുണ്ടെന്ന കാര്യത്തിൽ തർക്കമില്ല. പക്ഷേ അവയെല്ലാം ആധുനിക യുഗത്തിലും അനുവർത്തിക്കണമെന്ന മൗദൂദിയുടെ വാദം നിരർഥകമാണ്. ഇസ്ലാമിലെ ജീർണതയകറ്റി അതിനെ ഒരു സമഗ്രജീവിത പദ്ധതിയും രാഷ്ട്രമീമാംസയും ആക്കുവാനുള്ള ശ്രമത്തിന്റെ ഭാഗമായാണ് കാലഹരണം വന്ന പലിശനിരോധനവും സക്കാത്ത് സമ്പ്രദായവും അതേപടി ഇസ്ലാമിക രാഷ്ട്രത്തിൽ നടപ്പാക്കണമെന്ന് മൗദൂദി വാദിച്ചത്. പലിശ നിരോധനവും സക്കാത്ത് വ്യവസ്ഥയും അടങ്ങുന്ന ശരീഅത്ത് നിയമം നടപ്പിലാക്കുമ്പോൾ ഇസ്ലാമിക രാഷ്ട്രത്തിലെ സാമൂഹികസാമ്പത്തിക പ്രശ്നങ്ങൾ അപ്രത്യക്ഷമാക്കാൻ സർവശക്തനായ അല്ലാഹു തന്നെ മുൻകൈയെടുക്കുമെന്നാണ് ജമാഅത്തെ ഇസ്ലാമിയുടെ സാമ്പത്തിക സിദ്ധാന്തം. അല്ലാഹുവിന്റെ കാരുണ്യത്തെയും ഇസ്ലാമിന്റെ ധർമനീതിയെയും മാത്രം അടിസ്ഥാനമാക്കി പ്രവർത്തിച്ച് വിജയം കൈവരിക്കുമെന്ന് മൗദൂദിയും അനുയായികളും വിശ്വസിക്കുന്നു. ഈ വിശ്വാസത്തെ അടിസ്ഥാനമാക്കി സമ്പദ്വ്യവസ്ഥയെ നിയന്ത്രിക്കുന്ന ഇസ്ലാമിസമാണ് അവർ മുതലാളിത്തത്തിനും സോഷ്യലിസത്തിനും ബദലായി അവതരിപ്പിക്കുന്നത്.

ഹസൻ അൽ-ബന്ന

തുർക്കിയിലെ കമാൽ പാഷ 1924ൽ ഖിലാഫത്ത് (ഖലീഫയുടെ സ്ഥാനം) അവസാനിപ്പിച്ചു. ഭൂമിയിൽ മുഹമ്മദ്നബിയുടെ പ്രതിനിധി (ഖലീഫ) ഇല്ലാതായി. കമാൽ പാഷയുടെ മറ്റൊരു പരിഷ്കാരം ലിപിമാറ്റമായിരുന്നു. മുസ്ലിങ്ങളുടെ ദേവഭാഷയാണല്ലോ അറബി. തുർക്കികൾ ഇസ്ലാംമതം സ്വീകരിച്ചതു മുതൽ തുർക്കിഭാഷയുടെ ലിപി അറബിലി

17. അതേ പുസ്തകം പുറം 89.

പിയായിരുന്നു. മറ്റു പല ഭാഷകളുടെയും ലിപി അറബി ലിപിയാക്കിയിരുന്നു. പാശ്ചാത്യഭ്രമത്തിൽ പെട്ട കമാൽ പാഷ തുർക്കി ഭാഷയുടെ അറബി ലിപി മാറ്റി ലത്തീൻ ലിപിയാക്കി. സ്ത്രീകളും പുരുഷന്മാരും പാശ്ചാത്യരുടെ വേഷഭൂഷകൾ അണിയുന്നത് പ്രോത്സാഹിപ്പിച്ചു. ഇറാനിലെ ഷായും ഈജിപ്തിലെ പ്രസിഡന്റും അന്ധമായി പാശ്ചാത്യരെ അനുകരിച്ച് മതത്തെയും രാഷ്ട്രത്തെയും വേർപെടുത്തി ഭരണം മതനിരപേക്ഷമാക്കാൻ ശ്രമിച്ചു. മുസ്ലിം രാഷ്ട്രങ്ങളുടെ തലവന്മാർ അന്ധമായി പാശ്ചാത്യമാതൃക സ്വീകരിച്ച് ഇസ്ലാംമതത്തെ ചരമഗതിയിൽ തള്ളുന്നത് കണ്ട് മനംനൊന്താണ് ഈജിപ്തിലെ പ്രൈമറി സ്കൂൾ ഭാഷാധ്യാപകനായിരുന്ന ഹസൻ അൽ-ബന്ന (1906-1949) പുതിയ മത-രാഷ്ട്ര സിദ്ധാന്തവുമായി രംഗത്തു വന്നത്. ഇസ്ലാംമതത്തെ ശുദ്ധീകരിച്ച് അതിനെ സമഗ്രജീവിത പദ്ധതിയും രാഷ്ട്രവും ആക്കണമെന്നായിരുന്നു അൽ-ബന്നയുടെ സ്വപ്നം.

ഇന്ത്യയെ ബ്രിട്ടീഷ് സാമ്രാജ്യത്തിന്റെ ഭാഗമാക്കിയതുപോലെ ഈജിപ്തിനെ ബ്രിട്ടൻ നേരിട്ട് ഭരിക്കുകയല്ല റസിഡന്റിലൂടെ ആധിപത്യം നിലനിർത്തുകയാണ് ചെയ്തത്. ഉസ്മാനിയ സാമ്രാജ്യത്തിന്റെ മേൽക്കോയ്മ പേരിന് അംഗീകരിക്കുന്ന രാജകുടുംബത്തിന്റെ കൈകളിലായിരുന്നു ഭരണമെങ്കിലും റസിഡന്റ് സായ്പ്പിന്റെ ഇംഗിതങ്ങൾക്കൊത്തല്ലാതെ ഖെദിവ് (ഉസ്മാനിയ സാമ്രാജ്യത്തിന്റെ വൈസ്രോയി) എന്ന പേരിൽ അറിയപ്പെട്ടിരുന്ന ഈജിപ്ത് ഭരണാധികാരികൾക്ക് ഭരണനിർവഹണം നടത്താൻ സാധ്യമല്ലായിരുന്നു. സമ്പദ്വ്യവസ്ഥയെ ചൂഷണം ചെയ്ത് ജനങ്ങളെ പാപ്പരാക്കിയതിനു പുറമെ സാംസ്കാരികാധീശത്വം (cultural Hegemony) സ്ഥാപിക്കാനുള്ള ശ്രമങ്ങളും നടത്തി. ക്രൈസ്തവ മിഷണറിമാർ ഇസ്ലാമിനെ ഇകഴ്ത്തി. ഇതെല്ലാം മുസ്ലിം രാജ്യങ്ങളിലെ ജനങ്ങളുടെ ഇസ്ലാമികമായ ഭാവുകത്വങ്ങളെ അസ്വസ്ഥമാക്കി. ഈ സാഹചര്യത്തിലാണ് ഇരുപതാം നൂറ്റാണ്ടിന്റെ ഉദയത്തോടെ ഈജിപ്തിലും തുർക്കിയിലും മറ്റു മുസ്ലിം രാജ്യങ്ങളിലും ദേശീയ പ്രസ്ഥാനങ്ങൾ ഉയർന്നുവന്നത്. ഒന്നാം ലോകയുദ്ധത്തിന്റെ കാലമായപ്പോഴേക്ക് ഈജിപ്തിലെ ദേശീയപ്രസ്ഥാനം ഉച്ചസ്ഥായിയിലെത്തിയെങ്കിലും ഫലസിദ്ധി ഉണ്ടാകാത്തതിനാൽ അവരോഹണം ആരംഭിച്ചിരുന്നു. ഒന്നാം ലോകയുദ്ധത്തിൽ ഉസ്മാനിയ സാമ്രാജ്യം ജർമനിയുടെ സഖ്യകക്ഷിയാകുകയും ബ്രിട്ടനെതിരെ യുദ്ധം പ്രഖ്യാപിക്കുകയും ചെയ്തപ്പോൾ ഈജിപ്തിനെ ഉസ്മാനിയ സാമ്രാജ്യത്തിന്റെ കോയ്മയിൽ നിന്നും വേർപെടുത്തി ബ്രിട്ടന്റെ സംരക്ഷിതരാജ്യം (protectorate) ആക്കി. യുദ്ധം അവസാനിച്ചപ്പോൾ ഈജിപ്തിൽ ഒരു സ്വാതന്ത്ര്യസമരപ്രസ്ഥാനം രൂപം കൊണ്ടു. അന്ന് പതിമൂന്നുകാരനായിരുന്ന ഹസ്സൻ അൽ-ബന്ന ബ്രിട്ടീഷ് വിരുദ്ധപ്രകടനങ്ങളിൽ സജീവമായി പങ്കെടുത്തു.

ബ്രിട്ടൻ ഈജിപ്തിന് സ്വാതന്ത്ര്യം നൽകാതെ ബഹുകക്ഷി സമ്പ്രദായത്തിലുള്ള തിരഞ്ഞെടുപ്പ്, പാർലമെന്റ് തുടങ്ങിയ അലങ്കാരങ്ങളുള്ള

ഭരണഘടനാനുസൃതമായ രാജവാഴ്ച (constitutional monarchy) അനുവദിച്ചു. അധികം താമസിയാതെ കൊട്ടാരവും ബ്രിട്ടീഷ് ഗവണ്മെന്റും രാഷ്ട്രീയ പാർട്ടികളും തമ്മിൽ അധികാരവടംവലികൾ ആരംഭിച്ചു. അധികാരവടംവലി ജനങ്ങളിൽ പുതിയ ഭരണസംവിധാനത്തോട് ജുഗുപ്സയും വർധിച്ചുകൊണ്ടിരുന്ന സാമ്പത്തികാസമത്വം രോഷവും വളർത്തി. ദേശീയബോധവും സാമൂഹിക നീതിക്കുവേണ്ടിയുള്ള ആഗ്രഹവും സ്വാതന്ത്ര്യവാഞ്ഛകളെ ശക്തിപ്പെടുത്തി. മേധാവിത്വം സ്ഥാപിക്കാനുള്ള പാശ്ചാത്യസംസ്കാരത്തിന്റെ ശ്രമങ്ങളെ ചെറുക്കാൻ മതത്തെ ശക്തിപ്പെടുത്തണമെന്ന് മതചിന്തകരിൽ ഒരു വിഭാഗം വാദിച്ചു. ഇസ്ലാം ആധുനിക ശാസ്ത്രത്തെയും സാങ്കേതിക വിദ്യകളെയും ഉൾക്കൊള്ളണമെന്ന് ഇവർ വാദിച്ചു. മുൻ അധ്യായത്തിൽ വിവരിച്ച മുഹമ്മദ് അബ്ദു, റശീദ് റിദ തുടങ്ങിയവർ ഈ അഭിപ്രായക്കാരായിരുന്നു. അവർ നടത്തിയിരുന്ന *അൽ-മനാർ* എന്ന മാസികയിലൂടെ 1898 മുതൽ 1935 വരെ ഈ ആശയങ്ങളാണ് പ്രചരിപ്പിച്ചത്. സാധാരണക്കാരാകട്ടെ അൽ-അസ്ഹർ ഇസ്ലാമിക സർവകലാശാല ഉൽപ്പാദിച്ച യാഥാസ്ഥിതികരായ മതപണ്ഡിതന്മാരെയാണ് പിന്തുടർന്നത്. അവർക്ക് ആധുനികശാസ്ത്ര സാങ്കേതിക വിദ്യകളോട് വിമുഖതയായിരുന്നു.

ഈജിപ്തിലെ ബുദ്ധിജീവികൾ മതനിരപേക്ഷ വീക്ഷണങ്ങളാണ് ഉയർത്തിപ്പിടിച്ചത്. തുർക്കിയിലെ മുസ്തഫ കമാൽ 1924 ൽ ഖിലാഫത്ത് അവസാനിപ്പിച്ചതിനെ അവർ സ്വാഗതം ചെയ്തു. ഈജിപ്തിൽ പാശ്ചാത്യരീതിയിൽ നടപ്പിലാക്കിയ ഭരണപരിഷ്കാരങ്ങളും അവർക്ക് ഹൃദ്യമായിരുന്നു. മുസ്ലിങ്ങൾ ശാസ്ത്രവിഷയങ്ങൾ പഠിക്കണമെന്നും ഡാർവിന്റെ പരിണാമസിദ്ധാന്തമുൾപ്പെടെ വിശ്വാസപ്രമാണങ്ങൾക്ക് വിരുദ്ധമായിട്ടുള്ള കാര്യങ്ങൾ അംഗീകരിക്കണമെന്നും പ്രചരിപ്പിച്ചു. ചിലർ ശാസ്ത്രവിഷയങ്ങൾ പഠിക്കുക മാത്രമല്ല പാശ്ചാത്യരുടെ ജീവിതമാതൃകകൾ സ്വീകരിക്കണമെന്നും വാദിച്ചു. ഈ സാഹചര്യത്തിൽ ഇസ്ലാം മതം അപകടത്തിലാകുമെന്ന ഭയത്തിൽ നിന്നാണ് ഹസൻ അൽ-ബന്നയുടെ പുതിയ ജിഹാദ് സിദ്ധാന്തം ഉത്ഭവിച്ചത്.

ഹസൻ അൽ-ബന്ന ഈജിപ്തിലെ ഒരു സാധാരണ കുടുംബത്തിലാണ് ജനിച്ചത്. പിതാവ് താഴെതട്ടിലുള്ള മതാധ്യാപകനായിരുന്നു. ഉപജീവനത്തിനായി വാച്ച് നന്നാക്കുന്ന ജോലിയും ചെയ്തിരുന്നു. അൽ-ബന്ന പിതാവിന്റെ മാർഗം സ്വീകരിച്ച് വാച്ച് നന്നാക്കുന്ന പണി പഠിച്ചു. യാഥാസ്ഥിതിക രീതിയിലുള്ള മതവിദ്യാഭ്യാസമാണ് ലഭിച്ചത്. പതിനഞ്ചാം വയസിൽ ബന്ന ഹസഫിയ സൂഫി ത്വരീഖത്തുമായി (ഹസഫിയ സൂഫി വിഭാഗം) ബന്ധപ്പെടുകയും അതിലെ അംഗമാകുകയും ചെയ്തു. ശരീഅത്ത് നിയമങ്ങൾ കർശനമായി നടപ്പിലാക്കണമെന്ന ശാഠ്യക്കാരാണ് ഹസഫിയ സൂഫി വിഭാഗം. ക്രിസ്ത്യൻ മിഷണറിമാരുടെ മതപ്രചാരണങ്ങളെ ശക്തിയായി എതിർക്കുകയും ഇസ്ലാംമതം അപടത്തിലാവാതിരിക്കാൻ മുസ്ലിങ്ങൾ മതപരമായ ആചാരമര്യാദകൾ കർശനമായി പാലിക്കണമെന്ന് വാദിക്കുകയും ചെയ്തവരാണ് ഹസ

ഫിയ സൂഫികൾ. ബന്ന കുറച്ചുകാലം ഈ സൂഫി വിഭാഗത്തിന്റെ കാര്യാലയത്തിലെ കാര്യദർശിയായി ജോലി ചെയ്തു. സൂഫികൾ നേതാവിനെ ചോദ്യംചെയ്യാതെ അനുസരിക്കുന്നു. സൂഫി വിഭാഗത്തിൽ നിന്നും സ്വായത്തമാക്കിയ സംഘടനാ തത്വങ്ങളാണ് പിൽക്കാലത്ത് രൂപവൽക്കരിച്ച 'ഇഖ്വാനുൽ മുസ്ലിമീൻ' എന്ന സംഘടനയുടെ ഘടനയും നിയമങ്ങളും നിശ്ചയിക്കാൻ ഹസൻ അൽ-ബന്ന ഉപയോഗപ്പെടുത്തിയത്.

പതിനേഴാം വയസിൽ ബന്ന കെയ്റോയിലെ മതാധ്യാപക കോളേജായ ദാറുൽ ഉലൂമിൽ ചേർന്ന് പഠിച്ചു. കെയ്റോയിലെ പഠനകാലത്ത് പല മതപണ്ഡിതന്മാരുമായി പരിചയപ്പെട്ടു. അവരിൽ പലരും ഇസ്ലാംമതത്തെ ശുദ്ധീകരിച്ച് ശാക്തീകരിക്കേണ്ടതിന്റെ ആവശ്യകതയെക്കുറിച്ച് ബന്നയോട് പറഞ്ഞു. ശൈഖ് യൂസഫ് അൽ-ദിജ്വി എന്ന പണ്ഡിതൻ മതത്തിന്റെ പുനരുജ്ജീവനത്തിന് ഒരു സമിതി രൂപവൽക്കരിച്ചു. സമിതിയുടെ പ്രവർത്തനം വിജയിക്കുന്നില്ലെന്ന് കണ്ട് നിരാശനായി. സാധാരണക്കാരായ വിശ്വാസികളിൽ സന്ദേശമെത്തിച്ച് ബഹുജനപ്രസ്ഥാനമാക്കി മാറ്റിയാലേ മതത്തിന്റെ പുനരുജ്ജീവനപ്രസ്ഥാനം വിജയിക്കുകയുള്ളുവെന്ന് ബന്ന മനസിലാക്കി. മതശാക്തീകരണത്തിന്റെ സന്ദേശം ജനങ്ങളിലെത്തിക്കാൻ മതപണ്ഡിതന്മാരെ മാധ്യമങ്ങളാക്കുന്ന കാര്യം ബന്ന ആദ്യം ആലോചിച്ചു. മതപണ്ഡിതന്മാരുടെ നേതൃത്വത്തിൽ ചെറുസംഘങ്ങൾ രൂപവൽക്കരിക്കുന്ന പദ്ധതി നടപ്പിലാക്കാൻ ശ്രമിച്ചു. സിറിയയിൽ നിന്നും കെയ്റോയിലെത്തി സലഫിയ പ്രസ്ഥാനത്തെ വളർത്താനായി ഒരു ഗ്രന്ഥശാല നടത്തിയിരുന്ന മുഹിബ്ബുദ്ദീൻ അൽ-ഖാത്തിബ് 1927-ൽ വൈ എം സി എ (Young Men's Christian Association) മാതൃകയിൽ യുവജനമുസ്ലിം സംഘടന ((Young Men's Muslim Association- YMMA) രൂപവൽക്കരിച്ചു. ഈ സംഘടന 1928ൽ ബന്ന രൂപം കൊടുത്ത 'അൽ-ജമാഅത് അൽ-ഇഖ്വാനുൽ മുസ്ലിമീൻ' (Muslim brotherhood) എന്ന സംഘടനയുടെ ആദിരൂപം ആയിരുന്നു. മതനിയമങ്ങൾ കർശനമായി പാലിക്കുന്നതിലൂടെ മതത്തെ ശുദ്ധീകരിച്ച് ശാക്തീകരിക്കുക, ക്രൈസ്തവ മിഷണറിമാരുടെ ഇസ്ലാംമത നിന്ദയെ പ്രതിരോധിക്കുക, പാശ്ചാത്യസംസ്കാരത്തിന്റെ അധീശത്വത്തിന് എതിരെ ചെറുത്തുനിൽപ്പുകൾ സംഘടിപ്പിക്കുക തുടങ്ങിയ കർമപരിപാടികളാണ് വൈ എം എം എ ഏറ്റെടുത്തത്.

പഠനം പൂർത്തിയാക്കിയ ഉടനെ ബന്നയെ ഇസ്മാഈലി നഗരത്തിലെ ഒരു പാഠശാലയിൽ അറബിഭാഷാധ്യാപകനായി ഗവണ്മെന്റ് നിയമിച്ചു. ഇസ്മാഈലി നഗരം സൂയസ് കനാൽ പ്രദേശത്താണ്. സൂയസ് കനാൽ കമ്പനിയുടെ മാനേജർമാരുടെയും മറ്റുദ്യോഗസ്ഥന്മാരുടെയും ബംഗ്ലാവുകൾ ഇസ്മാഈലിയിലായിരുന്നു. അവരുടെ ആർഭാടപൂർണമായ ജീവിതത്തിന്റെ വിപരീതമായിരുന്നു ദാരിദ്ര്യത്തിൽ ഉഴറിയിരുന്ന നാട്ടുകാരുടെ ജീവിതം. ഈ ഭൗതികസാഹചര്യമാണ് ഹസൻ അൽ-ബന്ന എന്ന മതപണ്ഡിതന്റെ ബോധമണ്ഡലത്തിനും ചിന്തകൾക്കും

രൂപം നൽകിയത്. കോളനിവാഴ്ച അവസാനിപ്പിക്കാൻ മതത്തെ ആധാരമാക്കിയുള്ള ബഹുജനപ്രസ്ഥാനം ആവശ്യമാണെന്ന് മനസിലാക്കിയ ബന്ന 1928ൽ മുസ്ലിം സഹോദര സംഘടന രൂപവൽക്കരിച്ചു. ബന്നയെ 1932ൽ കെയ്റോയിലേക്ക് സ്ഥലം മാറ്റുന്നതുവരെയുള്ള നാലു വർഷം കൊണ്ട് സൂയസ് കനാൽ പ്രവിശ്യയിലാകെ സംഘടനയുടെ ശാഖകൾ സ്ഥാപിക്കാൻ ബന്നയ്ക്ക് കഴിഞ്ഞു. കെയ്റോയിലെത്തിയ ബന്ന സംഘടനയെ ഈജിപ്തിലാകെ വ്യാപിപ്പിക്കാനുള്ള ശ്രമം നടത്തി. വളരെ വേഗത്തിൽ മുസ്ലിം സഹോദരസംഘടന ഈജിപ്തിലാകെ വ്യാപിച്ചു. ഈജിപ്തിലെ രാജാവിനും പ്രധാനമന്ത്രിക്കും മറ്റു ഭരണാധികാരികൾക്കും ബന്ന ഒരു തുറന്ന കത്തെഴുതി. അതിൽ ഇസ്ലാമിക മൂല്യങ്ങൾ ഉയർത്തിപ്പിടിക്കണമെന്നും ഈജിപ്തിലെ രാഷ്ട്രീയപാർട്ടികളെ നിരോധിക്കണമെന്നുമായിരുന്നു പ്രധാന ആവശ്യം.

രണ്ടാം ലോകയുദ്ധത്തിനുശേഷം മുസ്ലിം ബ്രദർഹുഡിന്റെ കോളനിവാഴ്ചയ്ക്കെതിരെയുള്ള പ്രവർത്തനങ്ങൾ ഭീകരപ്രവർത്തനങ്ങളുടെ രൂപത്തിലായി. അവർ 1948ൽ ഈജിപ്ത് പ്രധാനമന്ത്രിയെ വധിച്ചു. പകരം 1949ൽ ഹസൻ അൽ-ബന്നയെ ഈജിപ്തിലെ രഹസ്യപൊലീസ് വധിച്ചു.[18] രക്തസാക്ഷിയായ ഹസൻ അൽ-ബന്നയുടെ സംഘടന കാട്ടുതീപടരുന്നതുപോലെ അറബ് ലോകത്താകെ വ്യാപിച്ചു.

ഹസൻ അൽ-ബന്നയുടെ ജിഹാദ്

ജമാലുദ്ദീൻ അഫ്ഗാനി, മുഹമ്മദ് അബ്ദു, മുഹമ്മദ് റശീദ് റിദ തുടങ്ങിയ മതപരിഷ്കർത്താക്കളുടെ ആശയങ്ങളാണ് ഹസൻ അൽ-ബന്നയെ ആദ്യകാലത്ത് സ്വാധീനിച്ചത്. തന്റെ ആശയങ്ങളെ ബഹുജന പ്രസ്ഥാനമാക്കി വളർത്താൻ ശ്രമിച്ചതാണ് ബന്നയും മുൻഗാമികളായ പരിഷ്കർത്താക്കളും തമ്മിലുള്ള ഒരു വ്യത്യാസം. മുൻഗാമികൾ പാശ്ചാത്യ സംസ്കാരത്തിലെ നല്ല വശങ്ങൾ ഇസ്ലാമിന് അന്യമല്ലെന്ന് വാദിച്ചപ്പോൾ ശാസ്ത്രത്തിന്റെ സാങ്കേതിക നേട്ടങ്ങളൊഴികെ മറ്റെല്ലാം തന്നെ ഇസ്ലാമിന് വർജ്യമാണെന്ന് ബന്ന ശഠിച്ചു. മനുഷ്യന്റെ വ്യക്തിപരവും സാമൂഹികവുമായ ജീവിതത്തിന് ആവശ്യമായ സകലതും ഖുർആനിലും ഹദീസുകളിലും ഉണ്ടെന്നായിരുന്നു ബന്നയുടെ വാദം.

പൂർവികരുടെ (സലഫ്) കാലത്തേക്ക് തിരിച്ചുപോയി മതത്തെ ശുദ്ധീകരിച്ചെങ്കിൽ മാത്രമേ മതത്തെ ശാക്തീകരിക്കാൻ സാധിക്കുകയുള്ളു എന്നായിരുന്നു ബന്നയുടെ സിദ്ധാന്തം. പേർഷ്യയിലെയും തുർക്കിയിലെയും ഈജിപ്തിലെയും മുസ്ലിം ഭരണാധികാരികളുടെ അന്ധമായ പാശ്ചാത്യവൽക്കരണ ശ്രമങ്ങളും കോളനിവാഴ്ചയോടുള്ള ദാസ്യമനോഭാവവുമാണ് ബന്നയെ തീവ്രവാദത്തിലെത്തിച്ചത്. യാഥാസ്ഥിതിക മതപണ്ഡിതന്മാർ ഇസ്ലാംമതത്തെ ആചാരാനുഷ്ഠാനങ്ങളുടെയും വിശ്വാസത്തിന്റെയും ആത്മീയ മണ്ഡലത്തിൽ മാത്രമായി ഒതുക്കി

18. The Society of the Muslim Brothers by Richard Mitchel, Page 12

നിറുത്താൻ ശ്രമിച്ചപ്പോൾ മതസ്ഥാപകനായ മുഹമ്മദ്നബിയുടെ മാതൃക സ്വീകരിച്ച് ഇസ്ലാമിനെ മത-രാഷ്ട്രീയ പ്രസ്ഥാനമായി പുനരുജ്ജീവിപ്പിക്കാനും മുതലാളിത്തം, സോഷ്യലിസം, നാസിസം എന്നീ മൂന്ന് വ്യവസ്ഥകൾക്കും ബദലായി ഇസ്ലാമിസത്തെ പ്രതിഷ്ഠിക്കാനുമാണ് ഹസൻ അൽ-ബന്ന ശ്രമിച്ചത്. മുതലാളിത്തത്തിൽ നിന്നും സോഷ്യലിസത്തിൽ നിന്നും വ്യത്യസ്തമായ ഒരു രാഷ്ട്രീയ സാമ്പത്തിക വ്യവസ്ഥിതിയായാണ് അൽ-ബന്ന ഫാഷിസത്തെ അഥവാ നാസിസത്തെ കണ്ടത്. ഫാസിസത്തിന്റെ ആക്രാമകമായ വംശീയതയും അന്യരാജ്യങ്ങളെ കീഴടക്കാനുള്ള വ്യഗ്രതയും ഒഴിച്ചുള്ള കാര്യങ്ങൾ ബന്നയ്ക്ക് സ്വീകാര്യമായിരുന്നുവെന്ന് ബന്നയുടെ രാഷ്ട്രമീമാംസാതത്വങ്ങളും ജിഹാദ് സിദ്ധാന്തങ്ങളും തെളിയിക്കുന്നു. ഫാസിസത്തിലെ അച്ചടക്കവും നേതൃത്വത്തോടുള്ള വിധേയത്വവുമാണ് ബന്നയെ വിശേഷിച്ച് ആകർഷിച്ചത്. തന്റെ ഭാവനയിലുള്ള ഇസ്ലാമിക രാഷ്ട്രവും ഹിറ്റ്ലറുടെ ജർമനിയുടെ മാതൃകയിൽ ആയിരിക്കുമെന്നാണ് ബന്ന വിഭാവനം ചെയ്തത്.[19]

രാഷ്ട്രീയരംഗത്ത് തിരഞ്ഞെടുപ്പാകാമെങ്കിലും രാഷ്ട്രീയകക്ഷികളും ബഹുകക്ഷി സമ്പ്രദായവും പാടില്ലെന്നായിരുന്നു ബന്നയുടെ വാദം. അത് സമൂഹത്തിൽ വിഭാഗീയത വളർത്തും. ഇസ്ലാമിന്റെ 'ഉമ്മത്ത്' (ഏകശിലാരൂപത്തിലുള്ള മുസ്ലിം സമുദായം) എന്ന ഇസ്ലാമിക സങ്കൽപ്പത്തിന് വിരുദ്ധമാണ് ബഹുകക്ഷി സമ്പ്രദായത്തിലുള്ള തിരഞ്ഞെടുപ്പ്. തിരഞ്ഞെടുപ്പ് നടത്തുന്നതിൽ ബന്നയ്ക്ക് വിരോധമില്ല. പക്ഷേ, മത്സരിക്കാൻ അർഹതയുള്ളവരെ ഇസ്ലാമിക ഭരണകൂടം നിശ്ചയിക്കും. ജനങ്ങളുടെ 'സ്വാഭാവിക' നായകന്മാരും മതപണ്ഡിതന്മാരും മാത്രമേ തിരഞ്ഞെടുപ്പിൽ മത്സരിക്കാവൂ. ഗോത്രത്തലവന്മാർ, കുലപതികൾ, പ്രമാണിമാർ എന്നിവരാണ് സ്വാഭാവിക ജനനായകന്മാർ. തിരഞ്ഞെടുക്കപ്പെടുന്നവർ ആലോചനാസമിതി (ശൂറ) മാത്രമായിരിക്കും. അവരുടെ ഉപദേശപ്രകാരം ഭരണാധികാരി ഭരണം നടത്തണം. ഇസ്ലാമിക ലോകത്തിനാകെ ബാധകമാകുന്ന 'ഖിലാഫത്ത്' (ഖലീഫാഭരണം) പുനഃസ്ഥാപിക്കുക എന്നതായിരുന്നു ബന്നയുടെ രാഷ്ട്രീയ ലക്ഷ്യം.

ഭരണാധികാരിയുടെ പ്രധാന ചുമതല മുസ്ലിം സമുദായത്തെയും ഇസ്ലാംമതത്തെയും സംരക്ഷിക്കലാണ്. ശരീഅത്ത് നിയമങ്ങൾ കർശനമായി നടപ്പിലാക്കലാണ് മതത്തെ രക്ഷിക്കാനുള്ള ഏകമാർഗം. ഒപ്പം ജനങ്ങൾക്ക് മതവിദ്യാഭ്യാസം നൽകണം. ജനങ്ങളുടെ ധാർമിക നിലവാരം താഴാതെ നോക്കണം. സ്വകാര്യസ്വത്തിന് സംരക്ഷണം നൽകണം. കമ്യൂണിസത്തെയും സോഷ്യലിസത്തെയും ബന്ന എതിർത്തത് നിരീശ്വരവാദം എന്ന ഒറ്റക്കാരണത്താലായിരുന്നില്ല, സ്വകാര്യസ്വത്ത് അനുവദിക്കാത്തതുകൊണ്ട് കൂടിയായിരുന്നു. ഇസ്ലാംമതം സ്വീകരിക്കാത്തവരെ ഇസ്ലാമിലേക്ക് ക്ഷണിക്കുന്ന മിഷണറി പ്രവർത്തനങ്ങളും ഗവണ്മെന്റിന്റെ ചുമതലയിൽ നടത്തണം. ഭരണം തൃപ്തികരമല്ലെന്ന് അതായത് അല്ലാ

---

19. *Hasan al-Banna'* by David Commins in *Pioneers of Islamic Revival* Edited by Ali Rahnema, Zed Books page 133 -135

ഹുവിന്റെ ഇച്ഛകൾക്കനുസരിച്ചല്ല ഭരണം നടത്തുന്നതെന്ന് ജനങ്ങൾക്ക് തോന്നിയാൽ ഭരണാധികാരിയെ മാറ്റാനുള്ള അവകാശം ജനങ്ങൾക്കുണ്ട്. പക്ഷേ, എങ്ങനെയാണ് മാറ്റുക എന്ന് ബന്ന വ്യക്തമാക്കുന്നില്ല.[20]

സ്ത്രീകളുടെ കാര്യത്തിൽ ബന്ന യാഥാസ്ഥിതിക പണ്ഡിതന്മാരുടെ വീക്ഷണഗതിയിൽ തന്നെയായിരുന്നു. സ്ത്രീയും പുരുഷനും തമ്മിൽ ലൈംഗികതയുടെ ഇടപാടല്ലാതെ മറ്റൊന്നുമില്ല. സ്ത്രീകളും പുരുഷന്മാരും സമൂഹത്തിൽ ഇടപഴകുന്നത് ലൈംഗികാരാജകത്വത്തിനും അധാർമികതയ്ക്കും വഴിവെക്കുമെന്നുള്ളതുകൊണ്ട് സ്ത്രീകൾ വീട്ടിനകത്ത് തന്നെ കഴിച്ചുകൂട്ടണമെന്നായിരുന്നു ബന്നയുടെ അഭിപ്രായം. അവർ പുറത്തിറങ്ങുമ്പോൾ പർദ ധരിക്കണം.

ഇസ്ലാമിക രാഷ്ട്രത്തിന്റെ ഘടനയും പ്രവർത്തന രീതികളും വിവരിച്ചതല്ലാതെ ബന്ന ഈജിപ്തിലെ ഗവണ്മെന്റിനെ ഇസ്ലാമിക വിപ്ലവത്തിലൂടെ മാറ്റണമെന്ന് ആഹ്വാനം ചെയ്തില്ല. ഇസ്ലാമികമായ രീതിയിൽ ഭരണം നടത്താൻ നിലവിലുണ്ടായിരുന്ന ഗവണ്മെന്റിനെ നിർബന്ധിച്ചാൽ മതിയെന്നായിരുന്നു അഭിപ്രായം. ബന്നയുടെ സംഘടനയ്ക്ക് ഈജിപ്തിലാകെ ശാഖകളുണ്ടായിരുന്നെങ്കിലും ബന്നയുടെ രാഷ്ട്രമീമാംസ സിദ്ധാന്തങ്ങൾ ജനങ്ങൾക്ക് സ്വീകാര്യമായില്ല. ഈജിപ്തിലെ ജനങ്ങളുടെ പൊതുബോധത്തിൽ അന്നുണ്ടായിരുന്ന ദേശീയതാബോധമായിരുന്നു അതിനു പ്രധാന തടസമായി നിന്നത്. ബന്നയുടെ രാഷ്ട്രമീമാംസ സിദ്ധാന്തത്തെക്കാൾ ആധുനിക സമൂഹത്തിന് വിനയായി തീർന്നത് ജിഹാദ് സിദ്ധാന്തമാണ്.

എല്ലാ മുസ്ലിങ്ങളും ജിഹാദ് ചെയ്യാൻ മതപരമായി ബാധ്യതയുള്ളവരാണെന്നായിരുന്നു ബന്നയുടെ അഭിപ്രായം. അല്ലാഹുവിന്റെ ആജ്ഞയാണത്രെ ജിഹാദ്. ഹസൻ അൽ-ബന്ന തന്റെ വാദം സ്ഥാപിക്കാൻ ജിഹാദ് സംബന്ധിച്ചുള്ള എല്ലാ *ഖുർആൻ* വചനങ്ങളും ഹദീസുകളും ഉദ്ധരിച്ചു. സമാധാനകാംക്ഷികളായ മതപണ്ഡിതന്മാർ ജിഹാദ് അൽ-അസ്ഗർ (ചെറിയ ജിഹാദ്), ജിഹാദ് അൽ-അക്ബർ (മഹത്തായ ജിഹാദ്) എന്നിങ്ങനെ രണ്ടുതരം ജിഹാദുക്കളുണ്ടെന്ന് വാദിക്കുന്നു. അല്ലാഹുവിന്റെ മാർഗത്തിൽ യഥാർഥ യുദ്ധം ചെയ്യൽ ചെറിയ ജിഹാദാണ്. അത് എക്കാലത്തും ചെയ്യാൻ അല്ലാഹു കൽപ്പിച്ചിട്ടില്ല. എല്ലാവർക്കും ബാധകവുമല്ല. അനിസ്ലാമികമായ കാമനകൾക്കും അല്ലാഹുവിനു പൂർണമായും കീഴടങ്ങാതെയുള്ള ഞാനെന്ന ഭാവത്തിനും എതിരായിട്ടുള്ള പോരാട്ടമാണത്രെ വലിയ ജിഹാദ്. അതാണ് എല്ലാ കാലത്തും എല്ലാ വിശ്വാസികൾക്കും ബാധകമായിട്ടുള്ളത്. മതപണ്ഡിതന്മാരുടെ ഈ വ്യാഖ്യാനം *ഖുർആന്റെ*യും ഹദീസുകളുടെയും വെളിച്ചത്തിൽ നിലനിൽക്കുന്നതല്ലെന്ന് ഹസൻ അൽ-ബന്ന വാദിക്കുന്നു. ബന്ന എഴുതി:

> ശത്രുവിനോട് യുദ്ധം ചെയ്യുന്നത് ചെറിയ ജിഹാദാണെന്നും സ്വന്തം അഹംഭാവത്തിനെതിരായി യുദ്ധം ചെയ്യലാണ് വലിയ

20. *Ibid,* page 139

ജിഹാദെന്നും ധാരാളം മുസ്ലിങ്ങൾ തെറ്റായി ധരിച്ചിരിക്കുന്നു. താഴെ കൊടുത്തിരിക്കുന്ന ഹദീസ് തെളിവായി അവർ ഉദ്ധരിക്കുകയും ചെയ്യുന്നു. നബി പറഞ്ഞു: 'നാം ചെറിയ ജിഹാദ് കഴിഞ്ഞ് തിരിച്ചെത്തിയിരിക്കുന്നു. ഇനി വലിയ ജിഹാദ് ചെയ്യണം.' അവർ ചോദിച്ചു: 'എന്താണ് വലിയ ജിഹാദ്?' അദ്ദേഹം പറഞ്ഞു: 'ഹൃദയത്തിലെ ജിഹാദ്, സ്വന്തം അഹന്തയ്ക്കെതിരായുള്ള യുദ്ധം' ഇത് സഹീഹ് ആയ (സത്യമായ) ഹദീസ് അല്ല. പ്രമുഖനായ മുഹദ്ദിസ് (ഹദീസ് പണ്ഡിതൻ) അൽ-ഹാഫിസ് ഇബ്നു ഹജ്ജർ അൽ-അസ്ഖലാനി *തസ്ദിദ് അൽ-ഖൗസ്* എന്ന ഗ്രന്ഥത്തിൽ പറഞ്ഞു: 'ഇത് സത്യമായതല്ലെന്ന് പരക്കെ അറിയപ്പെട്ടതും പലപ്പോഴും ഉദ്ധരിക്കപ്പെട്ടതുമായ ഇബ്രാഹിം ഇബ്നു അബ്ലയുടെ ഹദീസാണ്...ഇനി അത് സത്യമായ ഹദീസാണെങ്കിൽ പോലും മുസ്ലിങ്ങളുടെ രാജ്യം ശത്രുക്കൾ കീഴടക്കി വെച്ചിരിക്കുമ്പോൾ ശത്രുക്കൾക്കെതിരായ ജിഹാദ് ഉപേക്ഷിക്കണമെന്നോ അവിശ്വാസികളുടെ ആക്രമണമുണ്ടാകുമെന്ന് ഉറപ്പാകുമ്പോൾ ജിഹാദ് ചെയ്യാനുള്ള ഒരുക്കങ്ങൾ ചെയ്യരുതെന്നോ അതിന് അർഥമില്ല.' സ്വന്തം അഹങ്കാരത്തിനെതിരെ പോരാടണമെന്ന തത്വത്തിന്റെ പ്രാധാന്യം വ്യക്തമാക്കാനും എല്ലാ പ്രവൃത്തികളും അല്ലാഹുവിന്റെ പേരിലായിരിക്കണമെന്ന് ഉദ്ബോധിപ്പിക്കാനും വേണ്ടിയുള്ള ഹദീസ് മാത്രമാണത്.

ഹസൻ അൽ-ബന്ന രചിച്ച *ജിഹാദ്* എന്ന ലഘു ഗ്രന്ഥത്തിൽ നിന്നാണ് മുകളിലെ ഉദ്ധരണി. പ്രസ്തുത ലഘുഗ്രന്ഥം ഇംഗ്ലീഷിലേക്ക് വിവർത്തനം ചെയ്ത് പ്രസിദ്ധീകരിച്ച ഇന്റർനാഷണൽ ഇസ്ലാമിക് ഫോറത്തിന്റെ കാര്യദർശി ഡോ. എം എ ഫഹ്മി ആമുഖത്തിൽ പറയുന്നു:

ഇസ്ലാമിക ലോകം ഇന്ന് മർദനഭരണവും അനീതിയും നേരിടുകയാണ്. യഥാർഥത്തിൽ മുസ്ലിം ലോകം മാത്രമല്ല അനേകം ഇസ്ലാമേതര രാജ്യങ്ങളും സൈനിക, സാമ്പത്തിക ശക്തികളുടെ കൈകളാൽ അടിച്ചമർത്തലും ചൂഷണവും നേരിട്ടുകൊണ്ടിരിക്കുകയാണ്. ഇതിനെക്കുറിച്ച് അവബോധമുള്ളവരെല്ലാം ദുഃഖിതരുമാണ്. അടിച്ചമർത്തലിനും അനീതിക്കും പരിഹാരമായി ഇസ്ലാം നിർദേശിക്കുന്നത് ജിഹാദാണ്. അക്കാര്യം കുറെക്കാലമായി മുസ്ലിങ്ങൾ മറന്നു പോയിരിക്കുകയാണ്. മുസ്ലിം സമുദായം നേരിടുന്ന പ്രശ്നങ്ങൾക്കുള്ള പരിഹാരത്തിന്റെ ഒരു ഭാഗം മാത്രമാണ് ജിഹാദ് എങ്കിലും അത് ഏറ്റവും പ്രധാനപ്പെട്ട ഭാഗമാണ്. അല്ലാഹുവിനു വേണ്ടി നാം നമ്മെ തന്നെ സമർപ്പിക്കലാണ് ജിഹാദ്. ഇസ്ലാമിക സിദ്ധാന്തമനുസരിച്ച് ഓരോ വ്യക്തിയും സ്വയം സമർപ്പണത്തിനായി അല്ലാഹു ക്ഷണിക്കുന്ന ദിവസവും കാത്തിരിക്കണം.[21]

21. http://web.youngmuslims. ca/online library/books/jihad/

അൽ-ബന്നയുടെ ജിഹാദ് സന്ദേശം ചില മുസ്ലിങ്ങൾ ഉൾക്കൊണ്ടതെങ്ങനെ എന്നതിന് നല്ല ഉദാഹരണമാണ് ഡോ. എം ഫഹ്മിയുടെ ആമുഖം.

ഹസൻ അൽ-ബന്ന നല്ല സംഘാടകനായിരുന്നു. സംഘടനയ്ക്ക് സൂഫി ശാഖയുടെ സവിശേഷതകൾ വേണമെന്നായിരുന്നു ബന്നയുടെ ശാഠ്യം. നേതാവിന്റെ അപ്രമാദിത്വത്തിലുള്ള വിശ്വാസമായിരുന്നു അതിന്റെ ഒരു സവിശേഷത. നേതാവിനെ ചോദ്യം ചെയ്യാതെ അനുസരിക്കുന്ന അംഗങ്ങളായിരുന്നു രണ്ടാമത്തെ സവിശേഷത. ഈ രണ്ട് സവിശേഷതകളും കാരണം മുസ്ലിം ബ്രദർഹുഡിന് ഫാസിസ്റ്റ് സംഘടനയുടെ രൂപഭാവങ്ങൾ കൈവന്നു.

സയ്യിദ് ഖുത്തുബ്

സയ്യദ് ഖുത്തുബ് (1906-1966) ഈജിപ്തിലെ ഒരു മധ്യവർത്തി കുടുംബത്തിലാണ് ജനിച്ചത്. പ്രാഥമിക വിദ്യാഭ്യാസം പൂർത്തിയാക്കിയതിനുശേഷം പഠനം തുടരാനായി പതിനാലാം വയസിൽ കെയ്റോയിൽ വന്നു. കെയ്റോയിൽ വെച്ച് ചില എഴുത്തുകാരുമായി പരിചയപ്പെട്ടത് കാരണം ഖുത്തുബിന്റെ താൽപ്പര്യം സാഹിത്യവിമർശനത്തിലും എഴുത്തിലുമായി. കെയ്റോയിലെ സാഹിത്യചർച്ചകളിൽ ഖുത്തുബ് സജീവമായി പങ്കെടുത്തു. കലയുടെയും സാഹിത്യത്തിന്റെയും പ്രതിബദ്ധത സമൂഹത്തോടോ സൗന്ദര്യത്തോടോ എന്നതായിരുന്നു അക്കാലത്ത് ഈജിപ്തിലെ ചർച്ചാവിഷയം. പത്തൊമ്പതാം നൂറ്റാണ്ടിന്റെ അവസാനദശകങ്ങളിൽ ജനങ്ങളുടെ അവബോധത്തിൽ ദേശീയത മേധാവിത്വം പുലർത്താൻ തുടങ്ങിയിരുന്നു. ഇതിന്റെ പരിണതഫലമായിരുന്നു സാഹിത്യത്തിന്റെ സാമൂഹികപ്രതിബദ്ധതയെ കുറിച്ചുള്ള ചർച്ചകൾ.

രാഷ്ട്രീയരംഗത്ത് മറ്റൊരു ചർച്ച നടക്കുന്നുണ്ടായിരുന്നു. ക്രമാനുഗതമായി വർധിച്ചുവന്ന രാഷ്ട്രീയ സ്വാതന്ത്ര്യം[22] പൂർണമാകുമ്പോൾ ഈജിപ്തിന്റെ ഭരണരംഗം മതനിരപേക്ഷമാകണം എന്ന അഭിപ്രായം ബുദ്ധിജീവികൾക്കിടയിൽ വ്യാപിക്കാൻ തുടങ്ങിയിരുന്നു. സാഹിത്യരംഗത്ത് നടന്ന ചർച്ചകളിലും ഇക്കാര്യം പൊന്തിവന്നു. സയ്യിദ് ഖുത്തുബ് ഈ ചർച്ചകളിൽ സജീവമായി പങ്കെടുത്തു. ഒരു ധർമപ്രബോധകന്റെ നിലപാടാണ് ഖുത്തുബ് ഈ ഘട്ടത്തിൽ സ്വീകരിച്ചത്. സമൂഹത്തിലെ ധാർമികാധഃപതനത്തിനു കാരണം ബ്രിട്ടന്റെ കോളനിവാഴ്ചയിൽ മതത്തിന്റെ സദാചാരമൂല്യങ്ങൾ ഉപേക്ഷിച്ചതാണെന്ന് ഖുത്തുബ് അഭിപ്രായപ്പെട്ടു. സാഹിത്യാഭിരുചിയുണ്ടായിരുന്ന ഖുത്തുബ് *ഖുർആന്റെ* പുനർവായന ആരംഭിച്ചു. *ഖുർആനി*ലെ ബിംബകൽപ്പനകളെ കുറിച്ച്

22. ഈജിപ്തിനെ ബ്രിട്ടീഷ് സാമ്രാജ്യത്തിന്റെ ഭാഗമാക്കാതെ വിധേയത്വമുള്ള ഭരണാധികാരികളെ ഉപയോഗിച്ച് ചൂഷണം ചെയ്യുക എന്ന സമീപനമാണ് സ്വീകരിച്ചത്. രണ്ടാം ലോകയുദ്ധത്തിനു ശേഷം ഈജിപ്തിനെ പ്രൊട്ടക്റ്ററേറ്റ് ആക്കി. മുൻ അധ്യായത്തിൽ ഈജിപ്തിന്റെ മേലുള്ള കോളനിവാഴ്ച വിശദീകരിച്ചു.

പഠനം നടത്താൻ ശ്രമിച്ചെങ്കിലും പൂർത്തിയാക്കാൻ കഴിഞ്ഞില്ല. സൗന്ദര്യശാസ്ത്രപരമായ കാര്യങ്ങളെക്കാൾ കൂടുതൽ ഖുത്തുബിനെ ആകർഷിച്ചത് *ഖുർആനി*ലെ ധർമശാസനകളാണ്.

ഇസ്ലാമിക സമുദായവും (ഉമ്മത്തും) വ്യക്തികളും തമ്മിലുള്ള ബന്ധം എങ്ങനെ ആയിരിക്കണമെന്ന ചിന്തകൾക്ക് ഖുത്തുബ് പ്രാധാന്യം കൊടുക്കാൻ തുടങ്ങി. സമുദായത്തിന്റെ സുരക്ഷയും കളങ്കരാഹിത്യവും ഉറപ്പ് വരുത്താൻ വ്യക്തികളുടെ സ്വാതന്ത്ര്യത്തിനു പരിമിതികൾ ഏർപ്പെടുത്തേണ്ടി വരും. മതത്തിന്റെ ധർമശാസനകൾ കർശനമായി പാലിക്കപ്പെടണം. ഇതായിരുന്നു ഖുത്തുബിന്റെ അഭിപ്രായം. മുസ്ലിം സമുദായം ജീർണതയിലാണെന്ന് ഖുത്തുബ് മനസിലാക്കി. അത് ഒരു ജാഹിലിയ്യത്ത്[23] സമൂഹമായി അധഃപതിച്ചിരിക്കുന്നു. സമുദായത്തിന്റെ അധഃപതനത്തിനു കാരണം ബ്രിട്ടന്റെ കോളണിവാഴ്ചയാണെന്ന കാര്യത്തിൽ ഖുത്തുബിന് തെല്ലും സംശയമില്ലായിരുന്നു.

വിദ്യാഭ്യാസത്തിനു ശേഷം ഖുത്തുബ് ഈജിപ്ത് ഗവണ്മെന്റിന്റെ വിദ്യാഭ്യാസവകുപ്പിൽ ഇൻസ്പെക്റ്ററായി ജോലി ആരംഭിച്ചു. ഗവണ്മെന്റ് ഔദ്യോഗികാവശ്യത്തിനായി ഖുത്തുബിനെ 1948-ൽ അമേരിക്കയിലയച്ചു. രണ്ടു വർഷക്കാലം അമേരിക്കയിൽ തങ്ങിയപ്പോഴാണ് ബ്രിട്ടന്റെ സംസ്കാരം മാത്രമല്ല പാശ്ചാത്യസംസ്കാരമാകെ ഇസ്ലാംവിരുദ്ധവും അധാർമികവും ആണെന്ന് ഖുത്തുബിന് തോന്നിയത്. ഈജിപ്തിൽ തിരിച്ചെത്തിയ ഖുത്തുബ് മുസ്ലിം സമൂഹത്തെ ജാഹിലിയ്യത്തിൽ നിന്നും മോചിപ്പിക്കാൻ ജിഹാദ് നടത്തേണ്ടതുണ്ടെന്ന് പ്രചരിപ്പിക്കാൻ തുടങ്ങി. ജിഹാദ് വിജയിക്കുവാൻ ഇസ്ലാം നിലവിലുള്ള മുതലാളിത്തത്തിനും സോഷ്യലിസത്തിനും പാശ്ചാത്യമായ എല്ലാത്തിനും ബദലായ ഒരു സമഗ്ര ജീവിതപദ്ധതിയാണെന്ന് സ്ഥാപിക്കേണ്ടതുണ്ടായിരുന്നു. ഈ ലക്ഷ്യത്തോടെ ഖുത്തുബ് രചനകൾ നടത്തി. *അൽ-അദാലത്ത് അൽ-ഇജ്തിമാഇയ്യത്ത് ഫിൽ ഇസ്ലാം* (ഇസ്ലാമിലെ സാമൂഹിക നീതി), *മഅറഖാത്ത് അൽ-ഇസ്ലാം വ-ൽ-അസ്മാലിയ്യത്ത്* (ഇസ്ലാമും മുതലാളിത്തവും തമ്മിലുള്ള പോരാട്ടം), *അൽ-സലാം അൽ-ആലമി വ-ൽ-ഇസ്ലാം* (ഇസ്ലാമും ലോകസമാധാനവും) എന്നീ ഗ്രന്ഥങ്ങൾ ഈ ലക്ഷ്യത്തോടെ രചിച്ചവയാണ്. മുസ്ലിം ബ്രദർഹുഡുമായി ഖുത്തുബ് അടുത്തത് ഈ ഘട്ടത്തിലാണ്.[24] ഔദ്യോഗിക അംഗത്വമെടുത്തത് 1952ലായിരുന്നു. പ്രചാരണവിഭാഗത്തിന്റെ ചുമതലയാണ് ഖുത്തുബിനെ ഏൽപ്പിച്ചത്.

---

23. ജാഹിൽ എന്ന അറബി പദത്തിന്റെ അർഥം അജ്ഞൻ അഥവാ ദൈവികമായ ജ്ഞാനം ലഭിക്കാത്തവൻ എന്നാണ്. ഇസ്ലാംമതം ദൈവികമായ ജ്ഞാനോദയം (divine enlightenment) ആണെന്ന് വിശ്വാസികൾ കരുതുന്നു. ഇസ്ലാംമതത്തിന്റെ ആവിർഭാവത്തിനു മുമ്പ് അറബ് സമൂഹം ജ്ഞാനോദയം ഉണ്ടാകാത്ത സമൂഹം (ജാഹിലിയ്യത്ത്) ആയിരുന്നുവെന്നാണ് മുസ്ലിങ്ങളുടെ വാദം.

24. *Sayyid Qutd: the Political Vision* by Charles Tripin *Pioneers of Islamic Rvivale* Edited by ali Rahnema page 159

സയ്യിദ് ഖുത്തുബ് മുസ്ലിം ബ്രദർഹുഡിൽ അംഗത്വമെടുത്ത വർഷം തന്നെയാണ് ഈജിപ്ത് പട്ടാളവിപ്ലവത്തിലൂടെ ഭരണഘടനാനുസൃതമായ രാജഭരണം അവസാനിപ്പിച്ച് റിപ്പബ്ലിക്കായത്.[25] പട്ടാളവിപ്ലവത്തിന് നേതൃത്വം കൊടുത്ത സ്വതന്ത്ര ഓഫീസർ പ്രസ്ഥാനവുമായി ഖുത്തുബ് അടുപ്പത്തിലായിരുന്നു. നാസർ പ്രസിഡന്റായപ്പോൾ എല്ലാ രാഷ്ട്രീയ പാർട്ടികളെയും നിരോധിച്ചെങ്കിലും മുസ്ലിം ബ്രദർഹുഡിനെ നിരോധിച്ചില്ല. നാസർ പുതുതായി രൂപം കൊടുത്ത ലിബറേഷൻ റാലി എന്ന പാർട്ടിയുടെ ജനറൽ സെക്രട്ടറിയാകാനും മുസ്ലിം ബ്രദർഹുഡിനെ ഫ്രീഡം റാലിയിൽ ലയിപ്പിക്കാനും നാസർ ഖുത്തുബിനെ ക്ഷണിച്ചു. മുസ്ലിം ബ്രദർഹുഡിന്റെ സാമൂഹികനീതി എന്ന തത്വത്തോട് നാസറിന് യോജിപ്പുണ്ടായിരുന്നു. മതനിരപേക്ഷമായി വേണം സാമൂഹികനീതി നടപ്പിലാക്കേണ്ടത് എന്നായിരുന്നു നാസറുടെ അഭിപ്രായം. നാസറുമായുള്ള അഭിപ്രായവ്യത്യാസം മൂലം ഖുത്തുബ് ക്ഷണം നിരസിക്കുകയാണ് ചെയ്തത്. നാസറുടെ മതനിരപേക്ഷ നിലപാടുകളെ പരസ്യമായി എതിർക്കാൻ തുടങ്ങിയതോടെ മുസ്ലിം ബ്രദർഹുഡിനെ നിരോധിച്ചു. നാസറെ വധിക്കാൻ പരിപാടി ആവിഷ്കരിച്ചെന്ന് ആരോപിച്ച് ബ്രദർഹുഡിനെ തകർക്കാൻ തുടങ്ങി. ഖുത്തുബിനെ ജയിലിലിലടച്ചു.

ജയിൽ വാസകാലത്ത് ഖുത്തുബ് അനുസ്യൂതമായി എഴുതി. ജാഹിലിയ്യ സമൂഹത്തിനെതിരെയുള്ള ജിഹാദ് തന്നെയായിരുന്നു മുഖ്യവിഷയം. ക്യാപിറ്റലിസത്തിനും കമ്യൂണിസത്തിനും സോഷ്യലിസത്തിനും പകരം വെക്കാവുന്ന സമസാമൂഹിക സാമ്പത്തിക വ്യവസ്ഥയാണ് ഇസ്ലാം എന്ന് സ്ഥാപിക്കാൻ ഖുത്തുബ് ശ്രമിച്ചു. അവസാനത്തെ ഗ്രന്ഥമായ *മഅലിം ഫിൽ തരീഖിൽ* (വഴിയിലെ സൂചനങ്ങൾ) ഈജിപ്തിലെ ഗവണ്മെന്റ് ഇസ്ലാമിക സമൂഹത്തിന്റെ അജ്ഞതയും ജീർണതയും നിലനിറുത്തുവാൻ മാത്രമേ ഉപകരിക്കുകയുള്ളു, അതുകൊണ്ട് അതിനെ അട്ടിമറിച്ച് പുതിയ ഇസ്ലാമിക സമൂഹം കെട്ടിപ്പടുക്കാനുള്ള ജിഹാദ് ചെയ്യണം എന്ന് ആഹ്വാനം ചെയ്തു. പത്ത് വർഷത്തിനു ശേഷം 1964-ൽ അനാരോഗ്യം കാരണം ഖുത്തുബിനെ ജയിലിൽ നിന്നു മോചിപ്പിച്ചു. അടുത്ത വർഷം 1966ൽ മുസ്ലിം ബ്രദർഹുഡിന്റെ പ്രവർത്തകരെ വീണ്ടും അറസ്റ്റ് ചെയ്ത് ജയിലിലിലടയ്ക്കാൻ തുടങ്ങി. ഖുത്തുബിനെയും രണ്ട് അനുയായികളെയും അറസ്റ്റ് ചെയ്ത് രാജ്യദ്രോഹക്കുറ്റം ചുമത്തി. കുറ്റം തെളിയിക്കാൻ ഖുത്തുബിന്റെ അവസാനത്തെ ഗ്രന്ഥം തന്നെയാണ്

25. ഈജിപ്തിലെ പട്ടാളവിപ്ലവം 'ജൂലൈ 23 വിപ്ലവം' എന്നും അറിയപ്പെടുന്നു. സ്വതന്ത്രഓഫീസർമാർ (Free Officers) എന്ന പേരിൽ രഹസ്യമായി സംഘടിച്ച യുവാക്കളായ പട്ടാള ഓഫീസർമാരാണ് അട്ടിമറിയിലൂടെ ഫാറുഖ് ഒന്നാമൻ രാജാവിനെ സ്ഥാനഭ്രഷ്ടനാക്കി ഈജിപ്തിനെ റിപ്പബ്ലിക്കായി പ്രഖ്യാപിച്ചത്. അട്ടിമറിക്ക് നേതൃത്വം കൊടുത്തത് മുഹമ്മദ് നഗീബ് എന്ന ഓഫീസറായിരുന്നു. നേതൃനിരയിലുണ്ടായിരുന്നവരിൽ ഗമാൽ അബ്ദുൽ നാസർ പ്രധാനിയായിരുന്നു. അദ്ദേഹം പിന്നീട് നഗീബിനെ വീട്ടുതടങ്കലിലാക്കി ഈജിപ്തിന്റെ പ്രസിഡന്റായി.

തെളിവായി കൊണ്ടുവന്നത്. കോടതി ഖുത്തുബിനെയും രണ്ട് അനുയായികളെയും തൂക്കിക്കൊല്ലാൻ വിധിച്ചു. രണ്ടുപേരും 1966ൽ തൂക്കിലേറ്റപ്പെട്ടു.

ജമാലുദ്ദീൻ അഫ്ഗാനി, മുഹമ്മദ് അബ്ദു, റശീദ് റിദ തുടങ്ങിയ പരിഷ്കർത്താക്കൾ തുടങ്ങിവെച്ച യൂറോപ്പിന്റെ കോളണിവാഴ്ചാവിരുദ്ധ പോരാട്ടങ്ങളെ ഫാഷിസ്റ്റ് സ്വഭാവമുള്ള ഇസ്ലാമിക രാഷ്ട്രത്തിന്റെ സംസ്ഥാപനത്തിനായുള്ള ജിഹാദ് ആയി പരിവർത്തനം ചെയ്യിച്ചത് ഹസൻ അൽ-ബന്ന, അബുൽ അഅ്ലാ മൗദൂദി, സയ്യിദ് ഖുത്തുബ് എന്നീ മതരാഷ്ട്രവാദികളാണ്. ഇവരുടെ ജിഹാദ് ആശയങ്ങളാണ് 'അല്ലാഹുവിന്റെ പടയാളികൾ' എന്ന് സ്വയം അവകാശപ്പെട്ടുകൊണ്ട് ലോകത്തിന്റെ വിവിധ ഭാഗങ്ങളിൽ ഭീകരപ്രവർത്തനങ്ങൾ നടത്തിക്കൊണ്ടിരിക്കുന്നവരുടെ ജിഹാദ് സംഘടനകൾക്ക് പ്രേരകമായി നിൽക്കുന്നത്.

13

ജൂതരാഷ്ട്രവും ഇസ്ലാമും

ജൂതർക്കെതിരെ നടന്ന പീഡനങ്ങൾ

ആധുനിക യുഗത്തിൽ ഇസ്ലാം പ്രകോപിതമാകുന്നതിന്റെ കാരണങ്ങളിൽ പ്രധാനപ്പെട്ടതാണ് ഇസ്രായേൽ എന്ന ജൂതരാഷ്ട്രവും അമേരിക്കൻ സാമ്രാജ്യത്വം അതിനോടെടുക്കുന്ന സമീപനങ്ങളും.

ജൂതമതത്തിന്റെ രാഷ്ട്രീയത്തെക്കുറിച്ച് മതവും രാഷ്ട്രവും എന്ന അധ്യായത്തിൽ സംക്ഷിപ്തമായി പ്രതിപാദിച്ചിട്ടുണ്ട്. പാലസ്തീൻ പ്രദേശത്ത് ഇസ്രായേൽ ഗോത്രങ്ങളുടെ സാന്നിധ്യം 3400 വർഷങ്ങൾക്കു മുമ്പ് തുടങ്ങിയെന്നാണ് ചിലരുടെ അഭിപ്രായം. ജൂതർ (ഏബ്രായർ) കാനാൻ (പലസ്തീൻ) ദേശത്ത് എത്തിച്ചേർന്നത് പൊതുവർഷത്തിനു മുമ്പ് പതിനൊന്നാം നൂറ്റാണ്ടിലാണെന്നാണ് അഭിജ്ഞമതം. ആര്യന്മാർ ഇന്ത്യയിലേക്ക് കുടിയേറ്റം തുടങ്ങി ഏതാണ്ട് എഴുന്നൂറു വർഷങ്ങൾക്കു ശേഷമാണ് ഏബ്രായരുടെ കാനാൻ കുടിയേറ്റം നടന്നത്. ദൈവമായ യഹോവ വാഗ്ദാനം ചെയ്തിരുന്നതാണെങ്കിലും പാലും തേനും ഒഴുകുന്ന കാനാൻ ദേശത്ത് എത്തിയപ്പോൾ അവിടെ തലമുറകളായി അധിവസിച്ചിരുന്ന ജനങ്ങളിൽ നിന്ന് അതിശക്തമായ ചെറുത്തുനിൽപ്പാണ് എബ്രായർക്ക് നേരിടേണ്ടിവന്നത്. ഏബ്രായർ സാവൂൽ എന്ന നേതാവിന്റെ കീഴിൽ അണിനിരന്ന് യുദ്ധം ചെയ്താണ് കുടിയേറ്റം വിജയിപ്പിച്ചത്. സാവൂലിനെ ഏബ്രയാർ സ്വന്തം രാജാവായി വാഴിച്ചു. പൊതുവർഷത്തിനു മുമ്പ് (Before Common Era- BCE) 1020 മുതലാണ് സാവൂലിന്റെ ഭരണം തുടങ്ങിയതെന്ന് ഹീബ്രു ചരിത്രകാരന്മാർ അവകാശപ്പെടുന്നു. സാവൂൽ പലസ്തീനിൽ തലമുറകളായി അധിവസിച്ചിരുന്ന ജനതയെ കീഴടക്കി ഭരണം തുടങ്ങിയെന്ന് അനുമാനിക്കാവുന്നതാണ്.

ബാബിലോണിലെ പ്രവാസത്തിനുശേഷം പുനഃസ്ഥാപിക്കപ്പെട്ട ജൂതരാഷ്ട്രം ഒരു മതരാഷ്ട്രമായി പരിണമിച്ച ചരിത്രവും മതവും രാഷ്ട്രവും എന്ന അധ്യായത്തിൽ പ്രതിപാദിച്ചു. ജൂതർ പല തവണ പാലസ്തീനിൽ നിന്നും ആട്ടിപ്പായിക്കപ്പെട്ടിട്ടുണ്ട്. പൊതുവർഷത്തിനു മുമ്പ് 64 ൽ റോമാ സാമ്രാജ്യത്തിന്റെ സൈനികത്തലവൻ പോംപീ ജൂതിയ കീഴടക്കിയപ്പോൾ ജൂതരാഷ്ട്രം റോമാസാമ്രാജ്യത്തിന്റെ പ്രവിശ്യയായി. പൊതുവർഷം 66ൽ ജരുശലേമിലെ ജൂതർ കലാപം നടത്തി. അവർ ജരുശലേം തലസ്ഥാനമാക്കി രൂപവൽക്കരിച്ച സ്വതന്ത്രരാജ്യത്തിനു ഇസ്രയേൽ എന്ന് പേരിട്ടു. റോമാസാമ്രാജ്യത്തിന്റെ പ്രവിശ്യയായ ജൂതിയയിൽ നിന്നും വേറിട്ടതാണ് തങ്ങളുടെ രാഷ്ട്രം എന്ന് വ്യക്തമാക്കാനായിരുന്നു ഇസ്രയേൽ എന്ന് പേരിട്ടത്. റോമാ ചക്രവർത്തി ടൈറ്റസ് പൊതുവർഷം 70ൽ ജരുശലേം കീഴടക്കി യഹോവയുടെ ക്ഷേത്രം നശിപ്പിച്ചു. പൊതുവർഷം 135ൽ ജൂതർ വീണ്ടും കലാപം നടത്തിയപ്പോൾ ചക്രവർത്തി ഹേഡ്രിയൻ കലാപം അടിച്ചമർത്തിയതിനു ശേഷം ജൂതരെ ജരുശലേമിൽ നിന്നും ജൂതിയപ്രവിശ്യയിൽ നിന്നും നിഷ്കാസനം ചെയ്യാൻ ശ്രമിച്ചു. ജരുശലേമിന്റെ പേരു മാറ്റി 'ഈലിയ ക്യാപിറ്റോലീന' എന്നും ജൂതിയ പ്രവിശ്യയുടെ പേര് 'പാലസ്തീന' എന്നും മാറ്റി[1]. പാലസ്തീന എന്ന ലത്തീൻ പേരിൽ നിന്നാണ് പാലസ്റ്റീൻ എന്ന ഇംഗ്ലീഷ് പേരും ഫിലിസ്തീൻ എന്ന അറബിപ്പേരും ഉണ്ടായത്. ജൂതരിൽ ഒരു വിഭാഗം ലോകത്തിന്റെ വിവിധ ഭാഗങ്ങളിലേക്ക് പലായനം ചെയ്തു. അവർ എത്തിച്ചേർന്ന ഇടങ്ങളിൽ സ്ഥിരവാസമാക്കി.

പൊതുവർഷം നാലാം നൂറ്റാണ്ടിൽ ജൂതർ വീണ്ടും കലാപം നടത്തി. കിഴക്കൻ റോമാസാമ്രാജ്യത്തിന്റെ ചക്രവർത്തി ഗാലസ് ജൂതരെ കഠിനമായി പീഡിപ്പിച്ചതായിരുന്നു ഹേതു. ഗലീലി പ്രദേശത്തായിരുന്നു കലാപം പൊട്ടിപ്പുറപ്പെട്ടത്. കലാപകാരികൾ ചില പട്ടണങ്ങൾ പിടിച്ചെങ്കിലും വളരെ വേഗം കലാപം അടിച്ചമർത്തപ്പെട്ടു. തുടർന്നുണ്ടായ പീഡനങ്ങളിൽ നിന്നും രക്ഷപ്പെടാൻ ജൂതരിൽ കുറെപേർ അന്യദേശങ്ങളിലേക്കു പലായനം ചെയ്തു.[2] ഏഴാം നൂറ്റാണ്ടിൽ ജൂതർ ഹെറാക്ലിയസ് ചക്രവർത്തിക്കെതിരായി കലാപം നടത്തി. ഇത്തവണ ബൈസാന്റിയം സാമ്രാജ്യത്തിന്റെ ശത്രുവായ പേർഷ്യയുമായി ചേർന്നായിരുന്നു കലാപം. പേർഷ്യ ജൂതരുടെ സഹായത്തോടെ പലസ്തീൻ കീഴടക്കി. ക്രിസ്ത്യാനികളെ കൊന്നൊടുക്കി പാലസ്തീന്റെ ഭരണം (613-617) ജൂതരെ ഏൽപ്പിച്ചു. അന്ന് പാലസ്തീനിൽ 1,50,000 ജൂതരുണ്ടായിരുന്നു

1 *Rome and Jerusalem: The Clash of Ancient Civilizactions*. by Martin Goodman/ P 490

2. *Anti-Semitism: Its History and Causes by Bernard Lazare 1894* See http:// www, fordham. edu/halsall/jewish/Iazare-anti, html accessed February 2009 ഈ വെബ്സൈറ്റിൽ ബർണാഡ് ലാസേറിന്റെ ഗ്രന്ഥം ലഭ്യമാണ്.

എന്നാണ് ഒരു കണക്ക്.[3] ബൈസാന്റിയം പേർഷ്യക്കാരിൽ നിന്നും പലസ്തീൻ തിരിച്ചു പിടിക്കുമെന്ന് മുൻകൂട്ടിക്കണ്ട ജൂതർ പൊതുമാപ്പ് നൽകണമെന്ന ഉപാധിക്ക് വിധേയമായി ബൈസാന്റിയത്തെ സഹായിക്കാൻ സന്ധിചെയ്തു. ജൂതർ പ്രതീക്ഷിച്ചതു പോലെ ബൈസാന്റിയം സേന 625ൽ പലസ്തീൻ തിരിച്ചു പിടിച്ചു. കരാറനുസരിച്ച് ഹെറാക്ലിയസ് ജൂതർക്ക് പൊതുമാപ്പ് നൽകി. പക്ഷേ, മതഭ്രാന്തരായ ക്രൈസ്തവ സന്യാസിമാരുടെ നിർബന്ധപ്രേരണയ്ക്ക് വഴങ്ങി ഹെറാക്ലിയസ് ജൂതരെ നിർബന്ധ മതപരിവർത്തനം നടത്താനും വഴങ്ങാത്ത ജൂതരെ കൊല്ലാനും ഉത്തരവിട്ടു. വളരെയധികം ജൂതർ പലസ്തീനിൽ നിന്നും പലായനം ചെയ്തു.

പേർഷ്യാ സാമ്രാജ്യത്തെ തോൽപ്പിച്ചു കഴിഞ്ഞപ്പോൾ ബൈസാന്റിയത്തിനു നേരിടേണ്ടി വന്നത് ഇസ്ലാമിക സാമ്രാജ്യത്തിന്റെ ആക്രമണമാണ്. അറബികൾ ആക്രമിക്കുമ്പോൾ ജൂതർ എന്ത് നിലപാടെടുക്കുമെന്ന് ഉറപ്പില്ലാതിരുന്നതിനാൽ പലസ്തീനിലെ ജൂതരെ മുഴുവൻ നാടുകടത്തുക എന്ന നയം സ്വീകരിച്ചു. നയം പ്രയോഗത്തിൽ വരുത്തുന്നതിനു മുമ്പ് തന്നെ അറബികളുടെ പലസ്തീൻ ആക്രമണം തുടങ്ങി. ഖലീഫ ഉമ്മർ ഇബ്നു അൽഖത്താബ് 638 ൽ ജരുസലേം കീഴടക്കി. കുരിശുയുദ്ധക്കാർ ജരുശലേം കീഴടക്കുന്നതുവരെ പലസ്തീനിലെ ജൂതർ ഇസ്ലാമികഭരണത്തിൽ ശാന്തിയിലും സമാധാനത്തിലും കഴിഞ്ഞു. *ഖുർആനിൽ* മദീനയിലെ ജൂതരുടെ പെരുമാറ്റം കണക്കിലെടുത്ത് ജൂതരെ മോശമായി ചിത്രീകരിച്ചെങ്കിലും ഖലീഫമാർ ജൂതരോട് സഹിഷ്ണുതയോടെ പെരുമാറുക മാത്രമല്ല സാമ്രാജ്യത്തിന്റെ ഭരണനിർവഹണത്തിലും വിജ്ഞാനഗ്രന്ഥങ്ങൾ അറബിഭാഷയിലേക്ക് വിവർത്തനം ചെയ്യുന്നതിലും ജൂതരുടെ സേവനം ഉപയോഗപ്പെടുത്തുകയും ചെയ്തു.

കുരിശുയുദ്ധക്കാർ ജൂതരെ കൊന്നൊടുക്കാൻ ശ്രമിക്കുകയും ജീവനോടെ ചുട്ടെരിക്കുക, അടിമച്ചന്തയിൽ വിൽക്കുക തുടങ്ങിയ മനുഷ്യത്വരഹിതമായ പീഡനങ്ങൾക്കിരയാക്കുകയും ചെയ്തു. ഒരു ചരിത്രകാരന്റെ വിവരണം ഇങ്ങനെയാണ്: "നഗരകേന്ദ്രത്തിലെ സിനഗോഗിൽ ജൂതരെ ഒന്നിച്ചുകൂട്ടി അഗ്നിക്കിരയാക്കി. നഗരത്തിൽ ആകെ 40,000 ജൂതരുണ്ടായിരുന്നതിൽ ഏതാനും ആയിരംപേർ മാത്രമാണ് രക്ഷപ്പെട്ടത്. അവരെ നഗരകവാടത്തിൽവെച്ച് അടിമകളായി വിൽക്കുകയും ചെയ്തു."[4] ക്രിസ്തുവിനെ ഒറ്റിക്കൊടുത്തവർ എന്നായിരുന്നു മതഭ്രാന്തരായ കുരിശുയുദ്ധക്കാരുടെ ജൂതർക്കെതിരെയുള്ള പരാതി. കുരിശുയുദ്ധകാലത്ത് പലസ്തീനിൽ മാത്രമല്ല യൂറോപ്പിലാകെ ജൂതർക്കെതിരെ കൂട്ടക്കൊലകളും പീഡനങ്ങളും അരങ്ങേറി.

---

3. *God's Crucible: Islam and the Making of Europe* by David Lewis, Page69
4. *Jerusalem in the Crusader Period: Jerusalem: Life throughout the ages in a holy city* by David Eisenstadt 1997-http:/ www. biu.ac. il/js/rennert/ history.

കുരിശുയുദ്ധങ്ങൾക്കു ശേഷം പലസ്തീനിലെ ജൂതർ സമാധാനത്തിൽ ജീവിക്കാൻ തുടങ്ങിയെങ്കിലും യൂറോപ്പിലെ ജൂതർ പീഡനങ്ങൾക്കിരയായിക്കൊണ്ടിരുന്നു. ഇംഗ്ലണ്ടിലെ ജൂതരെ മുഴുവൻ നാടുകടത്താൻ 1290 ൽ എഡ്വേഡ് രാജാവ് ഉത്തരവിട്ടു. ഫ്രാൻസിൽനിന്നും ജൂതരെ നാടുകടത്താൻ 1306 ലും സ്പെയിനിൽ നിന്നു നാടുകടത്താൻ 1492 ലും (അൽ ഹമ്പ്ര ഡിക്രി) പോർട്ടുഗലിൽ നിന്നും നാടുകടത്താൻ 1497 ലും ഉത്തരവുകൾ പുറപ്പെടുവിച്ചു.[5] കുരിശുയുദ്ധങ്ങളുടെ കാലത്തും അതിനുശേഷവും യൂറോപ്പിലെ ജൂതർ പീഡനങ്ങൾക്ക് ഇരയായി. പീഡനങ്ങൾക്കു പിന്നിലെ ഒരു കാരണം റോമൻ കത്തോലിക്കാ സഭ ജൂതരെ യേശുവിന്റെ ഘാതകരെന്ന് മുദ്രകുത്തിയതാണ്. മതപരമായ കാര്യങ്ങളിൽ വിരുദ്ധ ധ്രുവങ്ങളിലായിരുന്ന റോമൻ കത്തോലിക്കാ സഭയും കിഴക്കൻ ഓർത്തഡോക്സ് സഭകളും ജൂതരെ ക്രിസ്തുവിന്റെ ഘാതകരായി മുദ്രകുത്തുന്നതിലും പീഡിപ്പിക്കുന്നതിലും ഒരേ മനോഭാവക്കാരായിരുന്നു.[6] മറിച്ച് ഇസ്ലാമിക സാമ്രാജ്യത്തിനകത്ത് ജൂതർ മതസ്വാതന്ത്ര്യവും പൗരാവകാശങ്ങളും അനുഭവിച്ചു. ബനു ഉമയ്യ ഖലീഫ ഉമ്മർ രണ്ടാമനെ (രണ്ടാം ഖലീഫ ഉമ്മർ ഇബ്നു അൽ-ഖത്താബ് അല്ല) പോലുള്ള മതഭ്രാന്തന്മാർ ജൂതരോടും ക്രിസ്ത്യാനികളോടും അസഹിഷ്ണുതയോടെ പെരുമാറിയെങ്കിലും പൊതുവെ ഖലീഫമാർ ജൂതരോട് അനുഭാവപൂർവമാണ് പെരുമാറിയത്.

പത്തൊമ്പതാം നൂറ്റാണ്ടിൽ പലസ്തീൻ പ്രദേശത്ത് മുസ്ലിങ്ങളും ക്രിസ്ത്യാനികളുമായ അറബികൾക്കായിരുന്നു ഭൂരിപക്ഷം. ജൂതർ, ഗ്രീക്കുകാർ, ദ്രൂസുകൾ എന്നീ വിഭാഗങ്ങൾ ചെറുന്യൂനപക്ഷം മാത്രമായിരുന്നു. പത്തൊമ്പതാം നൂറ്റാണ്ടിൽ ജൂതർ ജറുശലേമിലേക്ക് കുടിയേറാൻ തുടങ്ങി. 1844 ൽ ജറുശലേം നഗരത്തിൽ ജൂതരായിരുന്നു പ്രധാന വിഭാഗം. 1890 ൽ ജറുശലേം നഗരത്തിൽ ജൂതർ ഭൂരിപക്ഷമായി. എന്നാൽ പലസ്തീൻ പ്രദേശം ആകെയെടുത്താൽ ജനസംഖ്യയുടെ 10 ശതമാനത്തിൽ താഴെ മാത്രമേ ജൂതരുണ്ടായിരുന്നുള്ളു.[7]

രണ്ടായിരം വർഷങ്ങളായി ചരിത്രത്തിന്റെ വിവിധ ദശാസന്ധികളിൽ പലസ്തീനിൽ നിന്നും പുറന്തള്ളപ്പെട്ടും പലായനം ചെയ്തും ജൂതർ ലോകത്തിന്റെ വിവിധ ഭാഗങ്ങളിൽ എത്തുകയും അവിടങ്ങളിൽ സ്ഥിരവാസം ഉറപ്പിക്കുകയും അവിടങ്ങളിലെ സംസ്കാരങ്ങളുമായി ഇഴുകിച്ചേർന്ന് ജീവിക്കുകയും ചെയ്തുവരികയായിരുന്നു. സാംസ്കാരികമായ ഇഴുകിച്ചേരൽ സംഭവിച്ചെങ്കിലും മതപരമായ സ്വത്വം ജൂതർ നിലനിർത്തി എന്നത് യാഥാർഥ്യമാണ്.

---

5. *Anti-Semitic Stereotypes Without Jews:Images of the Jews in England 1290-1700,* Glassman, David, page 16.
6. *The Israeli-Palestininian Conflict by* Stewart Ross, page 19.
7. *The Population of Palestine. Prior to 1948* from MidEast Web, org http: // www.mideastweb, Org/palpop.htm.

ഖലീഫമാർ നിർബന്ധിത മതപരിവർത്തനം വിലക്കിയതു കാരണം ഇസ്ലാമിക സാമ്രാജ്യത്തിലെ പ്രവിശ്യയായ പലസ്തീനിൽ ചെറുന്യൂന പക്ഷമായിരുന്ന ജൂതർക്ക് മതപരമായ സ്വത്വം നിലനിർത്താനും സാമ്രാജ്യത്തിനകത്തെ സംരക്ഷിതർ (ധിമ്മികൾ) ആയി സമാധാനജീവിതം നയിക്കാനും കഴിഞ്ഞു. പാലസ്തീനിൽ ജൂതർ പൊതുവർഷം ഒന്നാം നൂറ്റാണ്ടുമുതൽ ഇരുപതാം നൂറ്റാണ്ടിന്റെ പകുതിവരെ ന്യൂനപക്ഷമായിരുന്നു.

സയണിസം എന്ന വർഗീയ ഫാസിസം

ജൂതരുടെ ചരിത്രം ജൂത, ക്രൈസ്തവ വേദഗ്രന്ഥങ്ങളിൽ പുരാവൃത്തങ്ങളുമായി കൂടിക്കുഴഞ്ഞ് കിടക്കുകയാണ്. പുരാവൃത്തങ്ങളെ ചരിത്രമായി വ്യാഖ്യാനിച്ചാണ് പലസ്തീൻ തങ്ങളുടെ മതരാഷ്ട്രമാണെന്നുള്ള വാദം ജൂതരിലെ ഫാസിസ്റ്റ് മനോഭാവക്കാരായ സയണിസ്റ്റുകൾ ഉന്നയിക്കുകയും പലസ്തീനിലേക്ക് കുടിയേറ്റം ആരംഭിക്കുകയും ചെയ്തത്. ജൂതർ ഒരേസമയം തന്നെ മതവുമാണ് രാഷ്ട്രവുമാണ്.

സയണിസം ജൂതരുടെ അന്താരാഷ്ട്ര തലത്തിലുള്ള മത-രാഷ്ട്രീയ പ്രസ്ഥാനമാണെന്ന് എൻസൈക്ലോപീഡിയ ബ്രിട്ടാനിക്ക വെള്ള പൂശുന്നു.[8] പക്ഷേ, 1975-ൽ ഐക്യരാഷ്ട്രസഭയുടെ ജനറൽ അസംബ്ലി അംഗീകരിച്ച 3379-ാമത്തെ പ്രമേയത്തിൽ 'സയണിസം വംശീയഭ്രാന്തും വംശവിവേചനവും രൂപം പ്രാപിച്ചതാണ്' എന്നു പറഞ്ഞു. ഭീകരപ്രവർത്തനങ്ങളെ സാമൂഹിക ശാസ്ത്രത്തിന്റെ അടിസ്ഥാനത്തിൽ വിലയിരുത്തുന്ന ഗ്രന്ഥത്തിൽ സിയണിസത്തെക്കുറിച്ച് പറയുന്നുണ്ട്:

> ജൂതകുടിയേറ്റക്കാർ 1880കൾ മുതലേ അവരുടെ ആത്മീയ മാതൃഭൂമിയായ പലസ്തീനിലേക്ക് കുടിയേറാൻ തുടങ്ങിയിരുന്നു. കുടിയേറ്റങ്ങൾക്കു പിന്നിൽ പ്രവർത്തിച്ച പ്രസ്ഥാനവും പ്രത്യയശാസ്ത്രവും സയണിസമാണ്. ആധുനിക യുഗത്തിലെ മറ്റെല്ലാ പ്രത്യയശാസ്ത്രങ്ങളെയും പോലെ സിയണിസവും ഫ്രഞ്ചു വിപ്ലവത്തിന്റെ ഒരു പൈതൃകം ഉൾക്കൊള്ളുന്നുണ്ട്. ഭീകരപ്രവർത്തനമാണ് ആ പൈതൃകം. പക്ഷേ, സിയണിസം ഒരു മതനിരപേക്ഷ പ്രസ്ഥാനമല്ല. അത് ജൂതമതത്തിന്റെ ചരിത്രത്തിലും അതിന്റെ മരണാനന്തര ജീവിത സിദ്ധാന്തത്തിലും വേരൂന്നിയ പ്രസ്ഥാനമാണ്. അങ്ങനെ സയണിസത്തിന്റെ ഭീകരതയുടെ ഉത്ഭവം പുരാതന കാലത്തെ യഹൂദമതഭ്രാന്തന്മാരുടെ ഭീകരതയിൽ നിന്നാണെന്ന് കാണാൻ കഴിയും. എന്തിനേറെ, ദൈവം തന്നെയല്ലേ തന്റെ ദത്തു ജനതയുടെ ശത്രുക്കൾക്കെതിരെ ഭീകരത അഴിച്ചുവിടുമെന്ന് പറഞ്ഞത്. (എന്റെ ഭീകരതയെ ഞാൻ നിന്റെ മുമ്പിൽ

8. "Zionism" in encyclopaedia Britanica http://www. britannica, Com/EBchecked/topic/657475/Zionism.

അയച്ച് നീ ചെല്ലുന്നേടത്തുള്ള ജാതികളെ ഒക്കെയും അമ്പരപ്പിക്കുകയും നിന്റെ സകല ശത്രുക്കളെയും നിന്റെ മുമ്പിൽനിന്നു ഓടിക്കയും ചെയ്യും. പുറപ്പാട് 23.27). തലമുറകളായി ഒരു ജനത തിങ്ങിപ്പാർത്തിരുന്ന പലസ്തീനെ ഒഴിപ്പിച്ചെടുക്കാൻ ഭീകരതയല്ലാതെ മറ്റൊരു മാർഗവും സയണിസത്തിന്റെ മുമ്പിലില്ലായിരുന്നു.[9]

പത്തൊമ്പതാം നൂറ്റാണ്ടിന്റെ ആരംഭത്തിൽ മില്ലെനേറിയൻ ക്രിസ്ത്യാനികൾ (Christian millenarians) ജൂതരെ പലസ്തീനിലേക്ക് കുടിയേറാൻ പ്രോത്സാഹിപ്പിച്ചു. ക്രിസ്തുവിന്റെ രണ്ടാം വരവ് കുരിശുമരണത്തിനുശേഷം ഏതെങ്കിലും ഒരു സഹസ്രാബ്ദം പൂർത്തിയാകുന്ന ദശാസന്ധിയിൽ ആയിരിക്കുമെന്ന് വിശ്വസിക്കുന്ന ക്രിസ്ത്യാനികളാണ് മില്ലെനേറിയന്മാർ. കുരിശുമരണത്തിനുശേഷമുള്ള രണ്ടാം സഹസ്രാബ്ദം പൂർണമാകുന്ന 2000-ൽ യേശുവരുമെന്ന് മില്ലെനേറിയന്മാർ വിശ്വസിച്ചു. ആ സന്ദർഭത്തിൽ വേദവാക്യത്തിൽ പറഞ്ഞിട്ടുള്ള കാര്യങ്ങൾ യാഥാർഥ്യമാകാൻ ജൂതരുടെ സാന്നിധ്യം പലസ്തീനിൽ ആവശ്യമാണെന്ന് അവർ ചിന്തിച്ചു. കുടിയേറ്റത്തിനു പ്രേരകമായ മറ്റൊരു ഘടകം യൂറോപ്പിൽ വ്യാപകമായിത്തീർന്ന ജൂതവിരുദ്ധതയാണ്.

സിയണിസം എന്ന പദം ഉത്ഭവിച്ചത് ജരുശലേമിലെ സിയൺ മലയുടെ പേരിൽ നിന്നാണ്. ദാവീദ് രാജാവിന്റെ കാലത്ത് സിയൺ മലയുടെ പേര് ജരുശലേം നഗരത്തിന്റെയും പലസ്തീൻ ദേശത്തിന്റെയും പേരുകൾക്കു പകരമായി ഉപയോഗിക്കുന്നത് പതിവായി. പല *ബൈബിൾ* വാക്യങ്ങളിലും ഇസ്രായേല്യരെ 'സിയണിന്റെ പുത്രിമാരും പുത്രരും' എന്ന് വിശേഷിപ്പിച്ചിട്ടുണ്ട്.

ഓസ്ട്രിയയിലെ മാധ്യമപ്രവർത്തകനും നാടകകൃത്തുമായിരുന്ന തിയോഡോർ ഹെർസൽ (1860-1904) *ജൂതരാഷ്ട്രം* (*Jewish State*) എന്ന പേരിൽ ഒരു ഗ്രന്ഥം രചിച്ചു. യൂറോപ്പിൽ ജൂതവിരോധം വർധിച്ചതിനാൽ ജൂതർക്ക് ഒരു സ്വതന്ത്രരാജ്യം അത്യാവശ്യമായിത്തീർന്നുവെന്നായിരുന്നു ഹെർസലിന്റെ വാദം. ജൂതർ യൂറോപ്പിലെ ജനതകളോടൊപ്പം ജീവിക്കാൻ സന്നദ്ധരാണെന്നും ജൂതവിരുദ്ധപ്രസ്ഥാനം അതിന് അനുവദിക്കുന്നില്ലെന്നും ഉള്ള ഹെർസലിന്റെ വാദം അടിസ്ഥാനരഹിതമായിരുന്നില്ല. ബാഹ്യസമ്മർദം കാരണം ജൂതരാഷ്ട്രത്തിന് ഇടം തേടാൻ അവർ നിർബന്ധിതരായി എന്നാണ് ഹെർസൽ വാദിച്ചത്.

ഒന്നാം സിയണിസ്റ്റ് കോൺഗ്രസ് സ്വിറ്റ്സർലണ്ടിലെ ബാസെൽ നഗരത്തിൽ 1897 ൽ ഹെർസൽ വിളിച്ചു ചേർത്തു. എല്ലാ രാജ്യങ്ങളുടെയും അംഗീകാരത്തോടെ പലസ്തീനിൽ ജൂതർക്ക് ഒരു സ്വതന്ത്ര രാഷ്ട്രം സ്ഥാപിക്കണം. ഇതായിരുന്നു ബാസൽ പ്രമേയത്തിലെ ആവശ്യം. ആവശ്യം ഉസ്മാനിയ്യ സാമ്രാജ്യത്തിന്റെ മുമ്പിലാണ് അപേക്ഷ

---

9. *Terrorism: The New World Disorder* by Nicholas Fotion, Boris Kashnikove, Joanne. K. Lekea, P. 64.

സമർപ്പിച്ചത്. കാരണം അന്ന് പലസ്തീൻ ഉസ്മാനിയ്യ സാമ്രാജ്യത്തിന്റെ പ്രവിശ്യയായിരുന്നു. പലസ്തീനിൽ ജൂതരാഷ്ട്രം സ്ഥാപിക്കാനുള്ള സാധ്യതകളെക്കുറിച്ച് അന്വേഷിക്കാൻ സിയണിസ്റ്റ് കോൺഗ്രസ് ഒരു സമിതിയെ നിയമിച്ചു. സമിതിയുടെ കണ്ടെത്തൽ ഇങ്ങനെയായിരുന്നു: "വിവാഹമാലോചിച്ച പെണ്ണ് സുന്ദരിയാണ്. പക്ഷേ, അവൾ മറ്റൊരാളുടെ ഭാര്യയാണ്..."[10] പാലസ്തീനിൽ നൂറ്റാണ്ടുകളായി അറബി വംശജരായ പാലസ്തീൻ ജനതയാണ് അധിവസിക്കുന്നത് എന്ന യാഥാർഥ്യം അവിടെ ജൂതരാഷ്ട്രം സ്ഥാപിക്കുന്നതിന് ഒരു തടസമായി സിയണിസ്റ്റുകൾക്ക് തോന്നിയില്ല. ഉസ്മാനിയ്യ സുൽത്താനെക്കൊണ്ട് ആവശ്യം അംഗീകരിപ്പിക്കാൻ ഹെർസൽ പലവട്ടം ശ്രമിച്ചു. പാലസ്തീൻ ഒന്നാകെ വിലയ്ക്കെടുത്ത് കൊള്ളാമെന്ന് പോലും ഹെർസൽ പറഞ്ഞു നോക്കി. സുൽത്താൻ ഹെർസലിന്റെ ആവശ്യം നിരാകരിച്ചെന്ന് മാത്രമല്ല 1900 ൽ ജൂതർ പലസ്തീനിലേക്ക് കുടിയേറുന്നത് നിരോധിക്കുകയും ചെയ്തു.[11]

ബ്രിട്ടീഷ് സാമ്രാജ്യം സിയണിസ്റ്റുകളുടെ ആവശ്യം തത്വത്തിൽ അംഗീകരിച്ചു. ആദ്യം തെക്കേ അമേരിക്കയിലെ അർജന്റീനയിൽ ജനവാസം വളരെ കുറവായ ഒരു സ്ഥലമാണ് നൽകാമെന്ന് ബ്രിട്ടൺ പറഞ്ഞത്. അത് ജൂതപുരോഹിതന്മാർക്ക് സ്വീകാര്യമല്ലാത്തതിനാൽ ആഫ്രിക്കയിലെ ഉഗാണ്ടയിൽ ജനവാസമില്ലാത്ത 6000 ചതുരശ്രമൈൽ ഭൂമി നൽകാമെന്നായി. ലോകത്ത് എവിടെയെങ്കിലും ഒരു ജൂതരാഷ്ട്രം എന്നായിരുന്നു ഹെർസലിന്റെ ആവശ്യം. ജൂതർക്ക് പലസ്തീൻ മാത്രമേ സ്വീകാര്യമാവുകയുള്ളുവെന്ന് പറഞ്ഞ് സിയണിസ്റ്റുകൾ ബ്രിട്ടന്റെ വാഗ്ദാനം തള്ളിക്കളഞ്ഞു. യൂറോപ്പിലെ പീഢനങ്ങളിൽ നിന്ന് രക്ഷപ്പെടാൻ മാത്രമായി സ്വന്തമായൊരു രാഷ്ട്രം എന്ന ഹെർസലിന്റെ സമീപനത്തെ തീവ്രവാദികൾ എതിർത്തു. ജൂതരാഷ്ട്രം ജൂതമതത്തിന്റെ പുനരുജ്ജീവനത്തിനുള്ള ഉപാധി കൂടിയാവണം എന്നായിരുന്നു അവരുടെ വാദം. സിയണിസത്തിന് വർഗീയ ഫാസിസത്തിന്റെ ഭാവം കൈവന്നത് ഇങ്ങനെയാണ്.

ഒന്നാം ലോകയുദ്ധത്തിനുമുമ്പ് യൂറോപ്പിലെ ജൂതരിൽ ന്യൂനപക്ഷം മാത്രമേ പലസ്തീനിലേക്ക് കുടിയേറാൻ ആഗ്രഹം പ്രകടിപ്പിച്ചുള്ളു. സിയണിസ്റ്റുകളോടൊപ്പം ബ്രിട്ടനും ഫ്രാൻസും ജർമനിയും റഷ്യയും ഒരുപോലെ ജൂതരിൽ നിർബന്ധപ്രേരണ ചെലുത്തിയതിന്റെ ഫലമായാണ് കുടിയേറ്റ തരംഗങ്ങൾ ആരംഭിച്ചത്. കുടിയേറ്റങ്ങളുടെ ഫലമായി നിസാര ന്യൂനപക്ഷം മാത്രമായിരുന്ന ജൂതർ ഒന്നാം ലോകയുദ്ധത്തിനു മുമ്പ് തന്നെ പലസ്തീനിലെ ജനസംഖ്യയുടെ ഏഴിലൊന്നോളം വരുന്ന ഗണനീയന്യൂനപക്ഷമായി വർധിച്ചു. കുടിയേറ്റക്കാർക്ക് യൂറോപ്പിൽ നിന്നു പാലസ്തീനിലെത്താനും അറബികളും തുർക്കികളുമായ പലസ്തീൻ ഭൂവുടമകളിൽ നിന്നും കൃഷിഭൂമി വിലകൊടുത്ത് വാങ്ങി കൃഷിയിറ

10. *The History of Zionism* by Walter Laqueur, Page 40
11. *The Israeli-palestininian Conflict* by Stewart Ross, page 23

ക്കാനും ആവശ്യമായ സാമ്പത്തിക സഹായം നൽകിയത് യൂറോപ്പിലെ വമ്പൻ പണക്കാരായ ജൂതരായിരുന്നു.

ജൂതർ വാങ്ങിക്കൂട്ടിയ ഭൂമിയിൽ കൃഷിയിറക്കുകയും വിദ്യാലയങ്ങളും ആശുപത്രികളും സ്ഥാപിക്കുകയും ചെയ്തു. ഒരു രാഷ്ട്രത്തിനകത്ത് മറ്റൊരു രാഷ്ട്രം എന്ന തരത്തിൽ ജൂതർ പലസ്തീനിൽ ജൂതരാഷ്ട്രം കെട്ടിപ്പടുത്തുകൊണ്ടിരുന്നു. തുർക്കികളിൽ നിന്നും വിലകൊടുത്തുവാങ്ങിയ ഭൂമിയിലാണ് ടെൽ അവീവ് നഗരം പണിതത്. കുടിയേറ്റക്കാർ ജന്മികളിൽ നിന്നും വിലകൊടുത്ത് ഭൂമി കൈക്കലാക്കി തുടങ്ങിയപ്പോൾ തദ്ദേശവാസികളും കുടിയേറ്റക്കാരും തമ്മിൽ കലഹങ്ങൾ ആരംഭിച്ചു. മതത്തിന്റെയോ ദേശീയതയുടെയോ വംശീയതയുടെയോ പേരിലായിരുന്നില്ല സംഘട്ടനങ്ങൾ തുടങ്ങിയത്, വസ്തുതർക്കങ്ങളുടെ രൂപത്തിലായിരുന്നു. ഫ്യൂഡൽ വ്യവസ്ഥ നിലനിന്നിരുന്ന പലസ്തീനിലെ കൃഷിഭൂമി മുഴുവൻ അറബി, തുർക്കി ജന്മികളുടെ വകയായിരുന്നു. ജന്മികളിൽനിന്നും ഭൂമിവാങ്ങി കൃഷിക്കാരായ പലസ്തീൻ അറബികളെ ഒഴിപ്പിക്കുക എന്ന തന്ത്രമാണ് ജൂതർ പ്രയോഗിച്ചത്. ഒഴിഞ്ഞുപോകാൻ വിസമ്മതിച്ച പലസ്തീനികളെ മൃഗീയമായി പീഡിപ്പിച്ചു. പാലസ്തീനികളായ കൃഷിക്കാരെ ഭൂമിയിൽനിന്ന് ഒഴിപ്പിക്കുവാൻ ഭീകരപ്രവർത്തനം നടത്തുക എന്ന ലക്ഷ്യത്തോടെ സിയണിസ്റ്റുകൾ 'ഹഗാന' (സ്വരക്ഷാസേന) എന്ന പേരിൽ ഭീകരസംഘടനയ്ക്ക് രൂപം കൊടുത്തു. ഹഗാന ഭീകരാന്തരീക്ഷം സൃഷ്ടിച്ചാണ് കൃഷിഭൂമിയിൽ നിന്നും കൃഷിക്കാരായ പലസ്തീൻകാരെ ഒഴിപ്പിച്ചത്. ജൂതരിൽ വംശീയതയും ദേശീയതയും മതഭ്രാന്തും വളർത്തുവാൻ സിയണിസ്റ്റുകൾ ഭീകരപ്രവർത്തനങ്ങളോടൊപ്പം ജൂതവംശത്തിന്റെയും ജൂതമതത്തിന്റെയും മഹിമകളെക്കുറിച്ച് പ്രചാരണവും നടത്തി.

സിയണിസവും ജൂതഭീകരതയും

പ്രസിദ്ധനായ യാഥാസ്ഥിതിക സൈദ്ധാന്തികനായിരുന്ന ഇംഗ്ലീഷുകാരൻ എഡ്മണ്ട് ബർക്ക് (Edmund Burke 1729-1797) ആണ് ടെററിസം എന്ന പദം ആവിഷ്കരിച്ചതും ഉപയോഗിച്ചതും. 1789 ലെ ഫ്രഞ്ചുവിപ്ലവത്തെ അധിക്ഷേപിക്കാനാണ് ഈ പദം അദ്ദേഹം ആവിഷ്കരിച്ചത്. യാഥാസ്ഥിതിക പ്രതിലോമ രാഷ്ട്രീയത്തിന്റെ ലക്ഷ്യങ്ങൾ സാക്ഷാൽക്കരിക്കാൻ ഈ പദം പിൽക്കാലത്തും ഉപയോഗിച്ചുപോന്നു. ഇപ്പോഴും അങ്ങനെ ഉപയോഗിക്കുന്നുണ്ട്. ഇന്ത്യയുടെ സ്വാതന്ത്ര്യസമരത്തിൽ അഹിംസാവാദം അംഗീകരിക്കാതെ ധീരമായി പോരാടുകയും ആത്മബലിയർപ്പിക്കുകയും ചെയ്ത ഭഗത്സിങ്ങിനെയും ജതീൻ ദാസിനെയും അനുശീലൻ, ഗദ്ദർ, ഹിന്ദുസ്ഥാൻ റിപ്പബ്ലിക്കൻ തുടങ്ങിയ പ്രസ്ഥാനങ്ങളെയും ബ്രിട്ടീഷുകാർ ഭീകരവാദികൾ എന്നു വിളിച്ചാക്ഷേപിച്ചിരുന്നു. ജനശത്രുക്കളും മർദകവീരന്മാരുമായ ഉദ്യോഗസ്ഥന്മാരും പട്ടാളമേധാവികളുമായിരുന്നു അവരുടെ ലക്ഷ്യം. പത്തൊമ്പതാം നൂറ്റാണ്ടിൽ മുത

ലാളിത്തത്തിനും നാടുവാഴിത്തത്തിനും സ്വേച്ഛാധിപത്യത്തിനുമെതിരായി പോരാടിയ ക്രോപ്പോട്ട്കിൻ, ബാക്കുനിൻ തുടങ്ങിയ അരാജകവാദികൾ സ്വാതന്ത്ര്യത്തിനും സമത്വത്തിനും വേണ്ടി പോരാടിയത് ഒറ്റപ്പെട്ട അക്രമപ്രവർത്തനങ്ങളിലൂടെ ആയിരുന്നു.

ഒന്നാം ലോകയുദ്ധത്തിന് (1914-18) തിരികൊളുത്തിയത് മധ്യയൂറോപ്പ് ബാൽക്കൻ പ്രദേശവും മറ്റും അടക്കിവാണിരുന്ന ആസ്ട്രോ-ഹംഗേറിയൻ സാമ്രാജ്യത്തിലെ കിരീടാവകാശി ആർച്ച് ഡ്യൂക്കിനെ ബാൾക്കൻസിലെ സരായവോയിൽവെച്ച് ഒരു യുവസ്വാതന്ത്ര്യപ്പോരാളി വധിച്ചതാണ്. ഇങ്ങനെ ലോകചരിത്രത്തിൽ ഒറ്റപ്പെട്ട ഹിംസാപ്രയോഗങ്ങൾ മഹനീയ ആദർശങ്ങളെ മുൻനിർത്തി നടന്നിട്ടുണ്ട്. എങ്കിലും രണ്ടാം ലോകയുദ്ധത്തിനു ശേഷമാണ് (1939-45) ഭീകരവാദം എന്ന് വിശേഷിപ്പിക്കാവുന്ന സംഭവങ്ങൾ വർധിക്കാൻ തുടങ്ങിയത്. അതോടൊപ്പം അതിനായി ദേശീയമായും സാർവദേശീയമായും പ്രവർത്തിക്കുന്ന സംഘടനകളും നിലവിൽ വന്നു. ആദ്യഘട്ടത്തിൽ ഇവയിൽ പലതും സ്വാതന്ത്ര്യത്തിനും സമത്വത്തിനും വേണ്ടിയുള്ള സമരത്തിനായി രൂപവൽക്കരിച്ചവയാണ്.

ഭീകരതയ്ക്ക് നൂറിലധികം നിർവചനങ്ങളുണ്ടെന്നാണ് അമേരിക്കൻ ചരിത്രകാരനും രാഷ്ട്രീയ നിരീക്ഷകനുമായ വാൾട്ടർ ലാക്വെർ പറയുന്നത്.[12] യുദ്ധം പോലെതന്നെ ഭീകരതയും നീതിയുക്തമോ (Just war) നീതിയുക്തമല്ലാത്തതോ ആകാം. യുദ്ധത്തിൽ അനീതി ചെയ്യുന്നതു പോലെ തന്നെ ഭീകരപ്രവർത്തനത്തിലും അനീതി ചെയ്തേക്കാം. ഉദാഹരണമായി സാധാരണ പൗരന്മാരെ കൊന്ന് ഭീകരത സൃഷ്ടിക്കുക എന്ന ലക്ഷ്യത്തോടെയുള്ള ഭീകരപ്രവർത്തനങ്ങൾ നീതിയുക്തമല്ലാത്തതാണെന്ന് ഭീകരതയുടെ ധർമാധർമ വശങ്ങളെക്കുറിച്ച് ചിന്തിച്ചവർ പറയുന്നു.[13] ലോകചരിത്രത്തിൽ അരങ്ങേറിയ ഭീകരപ്രവർത്തനങ്ങളിൽ വെച്ച് ഏറ്റവും നീതിരഹിതമായ ഒന്നാണ് പത്തൊമ്പതാം നൂറ്റാണ്ടിന്റെ അന്ത്യപാദം മുതൽ ഇതുവരെ സിയണസ്റ്റുകൾ നടത്തിയതും ഇപ്പോഴും നടത്തിക്കൊണ്ടിരിക്കുന്നതുമായ ഭീകരത.

അറബി അനൈക്യം

പത്തൊമ്പതാം നൂറ്റാണ്ടിന്റെ രണ്ടാം പകുതിയോടെ യൂറോപ്പിൽ ഉണർന്നെഴുന്നേറ്റ ദേശീയതാബോധം പശ്ചിമേഷ്യയിലേക്കും വ്യാപിച്ചു. തുർക്കിയിലായിരുന്നു തുടക്കം. ഒരു ഭരണഘടന അംഗീകരിച്ച് അതനുസരിച്ച് ഭരണം നടത്താൻ യുവതുർക്കി പ്രസ്ഥാനം സുൽത്താനെ നിർബ

12. *The New Terrorism: Fanaticism and the Arms of Mass Destruction* by Walter Laqueur-Oxford University Press page 5
13. *Terrorism: The New World Disorder* by Nicholas Fotion, Boris Kashnikove, Joanne K. Lekea, page 2

ന്ധിച്ചു. വിസമ്മതിച്ച സുൽത്താനെ സ്ഥാനഭ്രഷ്ടനാക്കുകയും 'ഖിലാഫത്ത്' (ഖലീഫ ഭരണം) അവസാനിപ്പിക്കുകയും ചെയ്തു. തുർക്കികളിൽ നിന്നു അറബികളിലേക്ക് ദേശീയതാബോധം വ്യാപിച്ചപ്പോൾ തുർക്കികളുടെ സാമ്രാജ്യാധിപത്യം (ഉസ്മാനിയ സാമ്രാജ്യം) അവസാനിപ്പിച്ച് വിശാല അറബ് രാഷ്ട്രം രൂപവൽക്കരിക്കണമെന്ന ആശയമായി രൂപാന്തരം പ്രാപിച്ചു. പക്ഷേ, അറബികളെ ഒന്നിപ്പിക്കുവാൻ അറബിഭാഷയും ഇസ്ലാംമതവും മാത്രമേ ഉണ്ടായിരുന്നുള്ളു. അറബിഭാഷ സംസാരിക്കുന്നവരും ഇസ്ലാംമതത്തിൽ വിശ്വസിക്കുന്നവരും വംശീയമായും സാംസ്കാരികമായും ഭിന്നരായിരുന്നു. വിശാലമായ അറബ് ദേശീയതയ്ക്കുള്ളിൽ അനേകം ഉപദേശീയതകളുണ്ട്. അതുകൊണ്ടാണ് അറബ് ഐക്യം ഒരു മരീചികയായി തുടരുന്നത്. പലസ്തീൻ ദേശീയത വിശാലമായ അറബ് ദേശീയതയ്ക്കകത്തെ ഉപദേശീയതയാണ്.

ഒന്നാം ലോകയുദ്ധത്തോടെ പാലസ്തീന്റെ രാഷ്ട്രീയ ഘടനയിൽ മാറ്റം വന്നു. പലസ്തീൻ തുർക്കിസാമ്രാജ്യത്തിന്റെ പ്രവിശ്യയായിരുന്നല്ലോ. യുദ്ധത്തിൽ തുർക്കി ജർമനിയുടെ സഖ്യകക്ഷിയായി. തുർക്കിയെ പരാജയപ്പെടുത്താൻ ബ്രിട്ടൻ അറബികളെ കൂട്ടുപിടിച്ചു. മുഹമ്മദ്നബി ജനിച്ച ഹാശിം കുലത്തിൽപ്പെട്ട ഹുസൈൻ ഇബ്നു അലി ആയിരുന്നു അറേബ്യയുടെ ഹിജാസ് ഭാഗത്തിന്റെ അമീറും (ഗവർണർ) മക്കയുടെ ശരീഫും.[14] അബ്ബാസിയ്യ ഖലീഫമാരുടെ കാലം മുതൽ (1201) സഊദ് രാജാവ് ഹിജാസ് കീഴടക്കുന്നതുവരെ (1923) മക്കശരീഫ് മുഹമ്മദ്നബിയുടെ കുലമായ ഹാശിം കുലത്തിൽപ്പെട്ട ആളായിരുന്നു. ഈജിപ്തിലെ ബ്രിട്ടീഷ് സൈനികമേധാവി ഹെൻറി മക്മഹോൺ ഹുസൈൻ ഇബ്നു അലിയുമായി രഹസ്യധാരണയിലെത്തി. യുദ്ധത്തിൽ ബ്രിട്ടനെ സഹായിച്ചാൽ യുദ്ധം അവസാനിക്കുമ്പോൾ ഹുസൈനെ അറേബ്യയുടെ ഭരണാധികാരിയാക്കാം എന്നായിരുന്നു രഹസ്യധാരണ. അതനുസരിച്ച് ഹുസൈൻ തുർക്കിയിലെ ഖലീഫയ്ക്കെതിരായി 1916 ൽ കലാപം സംഘടിപ്പിച്ചു. യുദ്ധം തീരാറായപ്പോൾ ബ്രിട്ടന്റെ നയതന്ത്രപ്രതിനിധി മാർക്ക് സൈക്ക്സും ഫ്രഞ്ച് നയതന്ത്രപ്രതിനിധി ഫ്രാൻസ്വാ ഷൊർഷെ-പിക്കോയും (Francois Georges-picot) തമ്മിൽ ഉസ്മാനിയ്യ സാമ്രാജ്യത്തിന്റെ പ്രവിശ്യകൾ പങ്കുവയ്ക്കുന്നതിനെക്കുറിച്ച് സൈക്ക്-ഹിക്കോട്ട് എന്ന കുപ്രസിദ്ധമായ രഹസ്യക്കരാർ ഉണ്ടാക്കിയ കാര്യം മുൻ അധ്യായത്തിൽ ചൂണ്ടിക്കാണിച്ചിരുന്നു.

14. അറബ് ഗോത്രസംസ്കാരത്തിൽ ഗോത്രത്തെയും വസ്തുവകകളെയും സംരക്ഷിക്കുവാൻ ചുമതലയുള്ള ആളാണ് ശരീഫ്. ഇസ്ലാം മതത്തിന്റെ ആവിർഭാവത്തിനു ശേഷം മുഹമ്മദ്നബിയുടെ പൗത്രൻ ഹസന്റെ സന്താനപരമ്പരയിൽ പെട്ടവർക്കു മാത്രമേ ശരീഫ് എന്ന സ്ഥാനം സുന്നി മുസ്ലിങ്ങൾ നൽകാറുള്ളു. മറ്റൊരു പൗത്രൻ ഹുസൈന്റെ സന്താനപരമ്പരയിൽപ്പെട്ടവർക്ക് സയ്യിദ് എന്ന സ്ഥാനവും നൽകുന്നു. ശിയ വിഭാഗം ഹസന്റെയും ഹുസൈന്റെയും സന്താനപരമ്പരകളിൽ പെട്ടവർക്ക് സയ്യിദ് എന്ന സ്ഥാനം നൽകുന്നു.

രഹസ്യക്കരാറനുസരിച്ച് പശ്ചിമേഷ്യയെ അഞ്ചു ഖണ്ഡങ്ങളായി തിരിച്ചു. അതിലൊരു ഖണ്ഡമായ പലസ്തീൻ ഫ്രാൻസിന്റെയും ബ്രിട്ടന്റെയും സംയുക്ത നിയന്ത്രണത്തിലുള്ള പ്രദേശമായിരിക്കുമെന്നായിരുന്നു ധാരണ.

സൈക്ക്-പിക്കോ രഹസ്യധാരണ യുദ്ധത്തിനുശേഷം നിലവിൽ വന്ന ലീഗ് ഓഫ് നേഷൻസിന്റെ മാൻഡേറ്റ് (ശാസന) ആക്കിമാറ്റി. അങ്ങനെ പശ്ചിമേഷ്യയിലെ അറബ് രാജ്യങ്ങൾ ബ്രിട്ടന്റെയും ഫ്രാൻസിന്റെയും ഭരണത്തിലുള്ള 'മാൻഡേറ്റ് രാജ്യങ്ങൾ' (കോളനികൾ എന്നതിന് മറ്റൊരു ഭാഷ്യം) ആയി മാറി. പശ്ചിമേഷ്യയിലെ രാജ്യങ്ങളെ ആധുനിക രീതിയിലുള്ള ജനാധിപത്യം പഠിപ്പിച്ച് തിരഞ്ഞെടുപ്പ് നടത്തി ഭരണമേൽപ്പിക്കണം. ഇതായിരുന്നു മാൻഡേറ്റ്. പലസ്തീനിലും അങ്ങനെ ചെയ്യണമെന്നായിരുന്നു ശാസനം. പക്ഷേ, 1917 ലെ കുപ്രസിദ്ധമായ ബാൽഫർ ഡിക്ലറേഷൻ നിലവിലുണ്ടായിരുന്നു. ബ്രിട്ടീഷ് വിദേശകാര്യ സെക്രട്ടറി ആയിരുന്ന ആർതർ ജയിംസ് ബാൽഫർ ബ്രിട്ടണിലെ ജൂതരുടെ നേതാവ് വാൾട്ടർ റോത്സ്ചൈൽഡിനയച്ച കത്തിൽ ജൂതർക്ക് പലസ്തീനിൽ സ്വന്തമായി ഒരു രാഷ്ട്രം സൃഷ്ടിക്കുന്നതിന് എല്ലാ സഹായവും ചെയ്യാമെന്ന് ഉറപ്പു നൽകി.[15] ഇതാണ് ബാൽഫർ ഡിക്ലറേഷൻ. ബ്രിട്ടീഷ് സാമ്രാജ്യം സിയണിസത്തിന് രഹസ്യവും പരസ്യവുമായ പിന്തുണ നൽകിയതിനു പിന്നിൽ അറബികളെ ഭിന്നിപ്പിച്ച് തമ്മിലടിപ്പിച്ച് പശ്ചിമേഷ്യയിൽ തങ്ങളുടെ കോളനിവാഴ്ച നിലനിർത്തണമെന്ന ലക്ഷ്യമായിരുന്നു. ബാൽഫർ ഡിക്ലറേഷനെയും അതിന്റെ ചുവടു പിടിച്ചുള്ള ഇസ്രായേൽ രാഷ്ട്രരൂപവൽക്കരണത്തെയും നയതന്ത്രപരമായ ഒരു അബദ്ധം മാത്രമായിട്ടാണ് പാശ്ചാത്യചരിത്രകാരന്മാർ ഇന്നു കാണുന്നത്.

യുദ്ധത്തിനു ശേഷം പലസ്തീൻ കൈക്കലാക്കിയ ബ്രിട്ടീഷ് സൈന്യം ജൂത കുടിയേറ്റത്തെ പ്രോത്സാഹിപ്പിക്കുകയും സിയണിസ്റ്റ് ഭീകര പ്രവർത്തനങ്ങൾക്ക് ചൂട്ടുപിടിക്കുകയും ചെയ്തുകൊണ്ടിരുന്നു. ലീഗ് ഓഫ് നേഷൻസിന്റെ മാൻഡേറ്റ് അനുസരിച്ച് പലസ്തീൻ ജനതയുടെ ഇംഗിതം നിറവേറ്റാൻ ബ്രിട്ടന് ബാധ്യതയുണ്ടായിരുന്നു. ഒന്നുകിൽ സിറിയയുമായി ലയിപ്പിക്കുക അല്ലെങ്കിൽ സ്വതന്ത്രരാഷ്ട്രമാകാൻ അനുവദിക്കുക എന്നായിരുന്നു പലസ്തീൻ ജനതയിൽ 90 ശതമാനത്തിന്റെയും ആവശ്യം. പലസ്തീന്റെ ഭാവി നിർണയിക്കാൻ ആവശ്യമായ നിർദേശം നൽകാൻ അമേരിക്കൻ പ്രസിഡന്റ് വുഡ്രോ വിൽസൺ നിയമിച്ച കിങ് ക്രെയിൻ കമ്മീഷന്റെ (King Crane Commission 1919) കണ്ടെത്തൽ അതായിരുന്നു. എന്നാൽ സിയണിസ്റ്റുകളുടെ ആവശ്യപ്രകാരം പലസ്തീന്റെ ഭാവി അനിശ്ചിതത്വത്തിൽ തുടരാൻ വിടുകയായിരുന്നു ബ്രിട്ടീഷ് സാമ്രാജ്യം ചെയ്തത്. കുടിയേറ്റങ്ങളിലൂടെ ജൂതരുടെ

15. *The Making of the Modern Near East 1792 -1923* by M.E Yapp, Page 290

എണ്ണം വർധിപ്പിച്ച് സിയണിസ്റ്റുകളുടെ ആഗ്രഹപ്രകാരം പലസ്തീനിൽ ജൂതരാഷ്ട്രം സ്ഥാപിക്കാൻ കഴിയുമെന്ന് ബ്രിട്ടൻ കണക്കുകൂട്ടി. കുടിയേറ്റം വർധിച്ചതിന് ആനുപാതികമായി സിയണിസ്റ്റ് ഭീകരതയും അറബ്, ജൂത സംഘട്ടനങ്ങളും വർധിച്ചുകൊണ്ടിരുന്നു.

പലസ്തീൻ വിഭജനം

പലസ്തീനെ വിഭജിച്ച് ജൂതർക്ക് അനുകൂല സാഹചര്യം സൃഷ്ടിക്കാനുള്ള ഗൂഢാലോചന സിയണിസ്റ്റുകളും ബ്രിട്ടീഷ് ഭരണാധികാരികളും ചേർന്ന് നടത്തി. പാലസ്തീൻ വിഭജിക്കാൻ 1921ലാണ് അവസരം കിട്ടിയത്. ഹെൻറി മക്മഹോനുമായി ഉണ്ടാക്കിയ രഹസ്യധാരണപ്രകാരം 1918 ൽ തുർക്കിസാമ്രാജ്യം കീഴടങ്ങിയ ഉടനെ മക്ക ശരീഫ് ഹുസൈൻ ഇബ്നു അലി അറേബ്യയുടെ ഖലീഫയായി സ്വയം അവരോധിച്ചു. ബ്രിട്ടീഷുകാർ പുതുതായി രൂപവൽക്കരിച്ച ഇറാഖ് രാജ്യത്തിന്റെ രാജാവായി ഹുസൈന്റെ പുത്രൻ ഫൈസലിനെ വാഴിച്ചു. രണ്ടാമത്തെ പുത്രൻ അബ്ദല്ല ചെറു സൈന്യവുമായി സിറിയയിലെ രാജാവാകാൻ പുറപ്പെട്ടു. ജോർദാൻ നദിയുടെ കിഴക്കെ കരയിലെത്തിയപ്പോൾ ബ്രിട്ടീഷുകാർ തടഞ്ഞു. പലസ്തീൻ വിഭജിച്ച് ജോർദാൻ നദിയുടെ കിഴക്കെ തീരം ട്രാൻസ് ജോർദാൻ എന്ന പേരിൽ ഒരു പുതിയ രാജ്യമാക്കി അതിന്റെ രാജാവാക്കാമെന്ന് ഉറപ്പു കൊടുത്തപ്പോൾ അബ്ദല്ല സമ്മതിച്ചു. മുഹമ്മദ്നബിയുടെ കുലമായ ഹാശിം കുലത്തിൽ ജനിച്ച അബ്ദല്ല രാജാവായ ജോർദാൻ രാജ്യത്തിന്റെ പിറവി അങ്ങനെയായിരുന്നു. ജോർദാന്റെ പടിഞ്ഞാറെ കര പലസ്തീനായി തുടർന്നു. അതാണ് പിന്നീട് വിഭജിച്ച് ഇസ്രായേൽ രാഷ്ട്രം രൂപവൽക്കരിച്ചത്.

ഒന്നാം ലോകയുദ്ധകാലത്ത് മന്ദഗതിയിലായ ജൂതകുടിയേറ്റം യുദ്ധത്തിനു ശേഷം വർധിച്ചു. 1931 ൽ ബ്രിട്ടീഷുകാരുടെ കാനേഷുമാരി അനുസരിച്ച് പാലസ്തീനിലെ മൊത്തം ജനസംഖ്യ പത്തുലക്ഷം ആയിരുന്നു. അതിൽ 1,69,000 മാത്രമായിരുന്നു (16.9 ശതമാനം) ജൂതർ. നാലുകൊല്ലം കഴിഞ്ഞപ്പോൾ, 1935 ൽ ജൂതരുടെ എണ്ണം 4,67,000 ആയി ഉയർന്നു. കുടിയേറ്റം വർധിക്കാൻ കാരണം ഇറ്റലിയിലെ ഫാസിസ്റ്റുകളുടെയും ജർമനിയിലെ നാസികളുടെയും ജൂതർക്കെതിരെയുള്ള ആക്രമണങ്ങളായിരുന്നു.

ജൂതരുടെ എണ്ണം ക്രമാതീതമായി വർധിച്ചപ്പോൾ ജൂതർക്കും അവരെ സഹായിക്കുന്ന ബ്രിട്ടീഷുകാർക്കും എതിരായി പലസ്തീൻകാർ കലാപം നടത്തി. 1936 മുതൽ 39 വരെ നീണ്ടുനിന്ന കലാപത്തിന് നേതൃത്വം കൊടുത്തത് ജറുശലേമിലെ മുഫ്തി ഹുസൈനി അധ്യക്ഷനായ സുപ്രീം മുസ്ലിം കൗൺസിൽ എന്ന രാഷ്ട്രീയ സംഘടനയാണ്. കലാപത്തിൽ ബ്രിട്ടീഷ് പൊലീസ് കമ്മീഷണർ കൊല്ലപ്പെട്ടപ്പോൾ തിരിച്ചടി ഭയന്ന് മുഫ്തി ലെബനോനിലേക്ക് കടന്നെങ്കിലും കലാപം തുടർന്നു. കലാപത്തെ അടിച്ചമർത്താൻ ബ്രിട്ടീഷുകാർ സൈന്യത്തിന്റെ എണ്ണം

കൂട്ടുകയും പട്ടാളനിയമം പ്രഖ്യാപിക്കുകയും ചെയ്തു. കലാപം അമർച്ച ചെയ്യാൻ ബ്രിട്ടീഷ് പട്ടാളം കൂട്ടുപിടിച്ചത് ജൂതരുടെ ഭീകരസംഘടന യായ ഹഗാനയെയാണ്. അതുവരെയും നിയമവിരുദ്ധ ഭീകരസംഘടന യായി പ്രവർത്തിച്ച ഹഗാനയ്ക്ക് ബ്രിട്ടീഷ് ഗവണ്മെന്റിന്റെ അംഗീകാരം ലഭിച്ചു. നാലുവർഷത്തെ കലാപത്തിൽ 10,000 അറബികൾ കൊല്ലപ്പെടു കയും 15,000 പേർക്ക് മുറിവേൽക്കുകയും ചെയ്തുവെന്നാണ് ഔദ്യോ ഗിക കണക്ക്.

ബ്രിട്ടന്റെ ഔദ്യോഗികാംഗീകാരം ലഭിച്ച ഹഗാന പഴയതുപോലെ കൊടും ഭീകരപ്രവർത്തനങ്ങൾ ചെയ്യാൻ മടിച്ചു നിന്നപ്പോൾ തീവ്രവാ ദികളായ സിയണിസ്റ്റുകൾ 'ഇർഗുൻ' എന്ന പേരിൽ മറ്റൊരു ഭീകരസം ഘടനയ്ക്ക് രൂപം കൊടുത്തു. കലാപകാലത്ത് ഇർഗുൻ കൊലയാളി കൾ ഹൈഫയിൽ ഒരു ബസ് ബോംബ് വെച്ച് തകർത്തു. യാത്രക്കാ രുൾപ്പെടെ 74 പേർ കൊല്ലപ്പെട്ടു. കൊലയാളിയെ പിടികിട്ടിയപ്പോൾ വധ ശിക്ഷയ്ക്ക് വിധേയനാക്കിയതിന്റെ പേരിൽ ഇർഗുൻ ബ്രിട്ടനെതിരെ തിരി ഞ്ഞു. പലസ്തീൻ കലാപത്തെക്കുറിച്ച് അന്വേഷിക്കാൻ ബ്രിട്ടൻ റോബർട്ട് പീലിന്റെ നേതൃത്വത്തിൽ ഒരു സമിതിയെ നിയോഗിച്ചു. പല സ്തീനെ മൂന്നായി വിഭജിച്ച് ഒരു ഭാഗം ജൂതർക്കും രണ്ടാമത്തെ ഭാഗം പലസ്തീനികൾക്കും നൽകുക; ജറുശലേം നഗരം ഉൾക്കൊള്ളുന്ന മൂന്നാ മത്തെ ഭാഗം അന്താരാഷ്ട്ര ട്രസ്റ്റിയുടെ കീഴിലാക്കുക; ഇതായിരുന്നു സമതിയുടെ നിർദേശം. ബെൻ ഗുറിയൺന്റെ നേതൃത്വത്തിലുള്ള ജൂതർ നിർദേശം അംഗീകരിച്ചു. തീവ്രവാദികളായ സിയണിസ്റ്റുകൾക്ക് സ്വീകാ ര്യമായില്ല. സിയൺ എന്നാൽ ജോർദാൻ നദിയുടെ കിഴക്കും പടിഞ്ഞാറും കരകളടക്കമുള്ള വിശാല പലസ്തീൻ ആണെന്നും തങ്ങൾക്കാവശ്യം അതാണെന്നുമായിരുന്നു അവരുടെ ശാഠ്യം. ജറുശലേമിലെ മുഫ്തിയുടെ നേതൃത്വത്തിലുള്ള അറബ് ഉന്നതാധികാര സമിതിയും പീൽ കമ്മിറ്റി യുടെ നിർദേശം തള്ളി. നൂറ്റാണ്ടുകളായി തങ്ങൾ അധിവസിച്ചു വരുന്ന ഭൂഭാഗം അടുത്ത കാലത്ത് നിയമവിരുദ്ധമായി കുടിയേറിയവർക്കുവേണ്ടി വിഭജിക്കുന്നത് തികഞ്ഞ അനീതിയാണെന്നായിരുന്നു അറബികളുടെ വാദം. രണ്ടാം ലോകയുദ്ധം ആസന്നമായതിനാൽ അറബികൾ എതിർക്കുന്ന പലസ്തീൻ വിഭജന നിർദേശം നടപ്പിലാക്കാതെ ബ്രിട്ടൻ മാറ്റിവച്ചു.

യുദ്ധം തുടങ്ങിയപ്പോൾ അറബ്-ജൂത സംഘട്ടനങ്ങൾക്ക് ശമനമു ണ്ടായി. അറബികളും ജൂതരും ഫാസിസ്റ്റ് ശക്തികൾക്കെതിരായി ബ്രിട്ട നോടൊപ്പം യുദ്ധം ചെയ്തു. യുദ്ധം അവസാനിച്ചതോടെ പലസ്തീനിലെ അറബ്-ജൂത സംഘർഷം പുനരാരംഭിച്ചു. പലസ്തീനിലെ അറബികൾക്ക് ആത്മീയവും രാഷ്ട്രീയവുമായ നേതൃത്വം കൊടുത്തത് ജറുശലേം നഗരത്തിലെ മുഫ്തിഹുസൈനിയായിരുന്നു. പലസ്തീനിൽ നിന്ന് ജൂ തരെ നിഷ്കാസനം ചെയ്യാനും ഒരു സ്വതന്ത്ര പലസ്തീൻ രാഷ്ട്രം

സ്ഥാപിക്കാനും സഹായിക്കണമെന്ന് ഹുസൈനി എല്ലാ അറബ് രാഷ്ട്ര ങ്ങളോടും അഭ്യർത്ഥിച്ചു.

യുദ്ധത്തിനു മുമ്പും യുദ്ധകാലത്തും നാസികളും ഫാസിസ്റ്റുകളും യൂറോപ്പിലെ ജൂതരോടു കാണിച്ച കൊടുംക്രൂരതകളുടെയും ജൂതരുടെ വംശനാശം വരുത്താൻ ലക്ഷ്യമിട്ട് 60 ലക്ഷത്തോളം ജൂതരെ ഹിറ്റ്ലർ കൊന്നൊടുക്കിയതിന്റെയും ചിത്രങ്ങൾ ലോകത്തിന്റെ മുമ്പിൽ തെളി യാൻ തുടങ്ങിയപ്പോൾ ലോകജനതയുടെ സഹാനുഭൂതി മുഴുവൻ ജൂ തരുടെ നേരെയായി. യുദ്ധത്തിനുശേഷം ലോകഗതി നിർണയിക്കുന്ന പുത്തൻ സാമ്രാജ്യത്വ ശക്തിയായ അമേരിക്കയുടെ വിദേശനയത്തിൽ ജൂതരോടുള്ള സഹാനുഭൂതി തരംഗം സാരമായ മാറ്റം വരുത്തി. പശ്ചി മേഷ്യയിലെ എണ്ണ കൈക്കലാക്കാനും അറബ് രാഷ്ട്രങ്ങൾക്ക് സോവി യറ്റ് യൂണിയനോട് ചായ്വ് വരാതിരിക്കാനും അറബ് അനുകൂല വിദേ ശനയം സ്വീകരിക്കാൻ ആഗ്രഹിച്ച ട്രൂമാന് ജനഹിതമനുസരിച്ച് ജൂതർക്ക നുകൂലമായി തീരുമാനങ്ങൾ എടുക്കേണ്ടിവന്നു.

ഇസ്രയേൽ എന്ന ഭീകരരാഷ്ട്രം പിറക്കുന്നു

രണ്ടാം ലോകയുദ്ധത്തിനുശേഷവും പലസ്തീൻ ബ്രിട്ടന്റെ കോള നിയായി തുടരുകയായിരുന്നു. പലസ്തീനികളുടെ ചെറുത്തുനിൽപ്പ് ശക്തമായിരുന്ന സാഹചര്യത്തിൽ കുടിയേറ്റം മാസംപ്രതി 1500 ൽ പരി മിതപ്പെടുത്താൻ ബ്രിട്ടൻ നിർബന്ധിതമായി. നാസികളുടെ കൊലക്കള ങ്ങളിൽ നിന്നും രക്ഷപ്പെട്ട ലക്ഷക്കണക്കിനു ജൂതർ സുരക്ഷിതസ്ഥാന മെന്ന് കരുതിയ പലസ്തീനിലെത്താൻ യൂറോപ്പിന്റെ വിവിധ ഭാഗങ്ങ ളിൽ അഭയാർഥിക്യാമ്പുകളിൽ കാത്തു കഴിയുകയായിരുന്നു. ജ്യൂയിഷ് ഏജൻസി എന്ന പേരിലുള്ള സംഘടനയുടെ നേതാവ് ബെൻഗുറിയൺ നിയമവിരുദ്ധ കുടിയേറ്റങ്ങൾ സംഘടിപ്പിച്ചു. പാലസ്തീനിൽനിന്നും ബ്രിട്ടനെ കെട്ടുകെട്ടിക്കുക എന്നതായി സിയണിസ്റ്റുകളുടെ ലക്ഷ്യം. ബ്രിട്ടൻ പോയിക്കഴിഞ്ഞാൽ നിരാലംബരായ പലസ്തീനികളെ കൊന്നൊടുക്കിയും ആട്ടിയോടിച്ചും പാലസ്തീൻ മുഴുവൻ സ്വന്തമാക്കാം എന്നായിരുന്നു കണക്കുകൂട്ടൽ. സിയണിസ്റ്റുകൾ ബ്രിട്ടനെതിരെ ഭീകര പ്രവർത്തനങ്ങൾ നടത്തി. റെയിൽവേകൾ, പാലങ്ങൾ, ഓയിൽ റിഫൈ നറികൾ തുടങ്ങിയവ ബോംബുവെച്ചു തകർത്തു. ബ്രിട്ടന്റെ സുരക്ഷാ കേന്ദ്രം പ്രവർത്തിച്ചിരുന്ന ജറുശലേമിലെ കിങ് ഡേവിഡ് ഹോട്ടലിൽ 1946ൽ സിയണിസ്റ്റുകൾ ബോംബു സ്ഫോടനം നടത്തിയതിന്റെ ഫല മായി 91 പേർ മരിച്ചു. ജൂതരുടെ ഭീകരപ്രവർത്തനങ്ങളുടെ ഫലമായി 1946ൽ ആകെ 373 പേർ കൊല്ലപ്പെട്ടു.[16] ബ്രിട്ടൻ പാലസ്തീൻ പ്രശ്നം ഐക്യരാഷ്ട്രസഭയിൽ ഉന്നയിച്ചു. പലസ്തീന്റെ ഭാവി നിർണയിക്കാ നായി ഒരു സമിതിയെ (United Nations Special Committe on Pales-

16. *The Israeli-Palestininian Conftict* by stewart Ross, Page 23

tine-UNSCOP) നിയോഗിച്ചു. കമ്മിറ്റിയിലെ ഭൂരിപക്ഷം അംഗങ്ങളും പലസ്തീൻ വിഭജിച്ച് ഒരു ജൂതരാഷ്ട്രം സ്ഥാപിക്കണമെന്ന് നിർദേശിച്ചു. നിർദേശത്തെ 10 രാഷ്ട്രങ്ങൾ എതിർത്തപ്പോൾ 33 രാഷ്ട്രങ്ങൾ അനുകൂലിച്ചു. അങ്ങനെയാണ് ഇസ്രായേൽ എന്ന പുതിയ രാഷ്ട്രം പിറവിയെടുത്തത്. പാലസ്തീൻ വിഭജിക്കുവാൻ തീരുമാനമെടുത്ത 1947 ൽ പലസ്തീനിലെ ഭൂമിയുടെ ഏഴു ശതമാനം മാത്രമേ ജൂതരുടെ കൈവശമുണ്ടായിരുന്നുള്ളു. പലസ്തീനിലെ ജനസംഖ്യയിൽ ആറു ലക്ഷം ജൂതരും 12 ലക്ഷം പലസ്തീനികളുമായിരുന്നു. ഈ അവസ്ഥയിലും പലസ്തീൻ പ്രദേശത്തിന്റെ 56.5 ശതമാനം പുതുതായി നിലവിൽ വരുന്ന ഇസ്രായേൽ രാഷ്ട്രത്തിനും 43.5 ശതമാനം മാത്രം പലസ്തീൻ രാഷ്ട്രത്തിനും നൽകാനായിരുന്നു ഐക്യരാഷ്ട്രസഭയുടെ തീരുമാനം. അമേരിക്കയുടെയും ബ്രിട്ടന്റെയും അവിഹിത സ്വാധീനമായിരുന്നു നീതിരഹിതമായ ഈ തീരുമാനത്തിനു പിന്നിൽ. ഇസ്രായേൽ രാഷ്ട്രത്തിനു വേണ്ടി അടയാളപ്പെടുത്തിയ ഭൂഭാഗത്തിലെ കൃഷിഭൂമിയുടെ 85 ശതമാനവും തലമുറകളായി കൃഷിചെയ്ത് ഉപജീവനം നടത്തിയിരുന്ന പാസ്തീൻ അറബി കുടുംബങ്ങളുടെ കൈവശമായിരുന്നു. ഈ കൃഷിക്കാർക്കെല്ലാം ഇസ്രായേൽ രാഷ്ട്രത്തിൽ പൗരത്വം കൊടുക്കണമെന്നായിരുന്നു ഐക്യരാഷ്ട്രസഭയുടെ നിർദേശം. ജരുശലേം നഗരം ഒരു അന്താരാഷ്ട്ര ട്രസ്റ്റിയുടെ ചുമതലയിലാക്കണമെന്നും നിർദേശിക്കപ്പെട്ടു. അടുത്ത വർഷം, 1948, മെയ് മാസത്തിൽ ബ്രിട്ടൻ പലസ്തീൻ വിടണമെന്നും തീരുമാനിച്ചു. ഐക്യരാഷ്ട്രസഭ പ്രമേയം അംഗീകരിച്ച 1947 നവംബർ മുതൽ 1948 മെയ് വരെ ഒരു താൽക്കാലിക ഗവണ്മെന്റ് ഇസ്രായേലിന്റെ ഭരണം നടത്തണമെന്നും തീരുമാനിച്ചു. ഭീകരപ്രവർത്തനങ്ങൾക്ക് കുപ്രസിദ്ധി നേടിയ ബെൻഗുറിയൺ ആയിരുന്നു താൽക്കാലിക ഗവണ്മെന്റിന്റെ തലവൻ. ഐക്യരാഷ്ട്രസഭയുടെ തീരുമാനം പുറത്തുവന്ന നിമിഷം മുതൽ ജൂതരും അറബികളും തമ്മിൽ യുദ്ധം തുടങ്ങി. യുദ്ധം 1948 ജൂലൈ വരെ നീണ്ടുനിന്നു. അറബ്-ഇസ്രായേൽ യുദ്ധത്തെ ജൂതർ വിളിക്കുന്നത് സ്വാതന്ത്ര്യസമരമെന്നാണ്. ഇസ്രായേൽ രാഷ്ട്രരൂപവൽക്കരണത്തെ പലസ്തീൻകാർ വിശേഷിപ്പിക്കുന്നത് നക്ബത്ത് (കൊടുംവിപത്ത്) എന്നുമാണ്. സിയണിസത്തിന്റെ കൊടുംഭീദിത ദംഷ്ട്രകൾ പുറത്തു കാണിക്കാൻ തുടങ്ങിയത് ആദ്യത്തെ അറബ് ഇസ്രായേൽ യുദ്ധം മുതലാണ്. ജൂതരുടെ യുദ്ധം നയിച്ചത് ബെൻഗുറിയൺന്റെ നേതൃത്വത്തിലുള്ള ജ്യൂയിഷ് ഏജൻസി എന്ന കുപ്രസിദ്ധ സംഘടനയാണ്. പലസ്തീനിലെ അറബികൾക്കു വേണ്ടി യുദ്ധം ചെയ്യാൻ അറബ് ലീഗ് അറബ് ലിബറേഷൻ ആർമി എന്ന പേരിൽ ഒരു സംയുക്ത സൈന്യത്തിന് രൂപം കൊടുത്തു. ജരുശലേം മുഫ്തി ഹുസൈനിയുടെ മരുമകൻ ജൂതർക്കെതിരെ ജിഹാദ് നടത്തുവാൻ ഒരു സംഘവുമായെത്തി. ഈജിപ്തിലെ ഇഖ്വാനുൽ മുസ്ലിമീൻ (മുസ്ലിം ബ്രദർഹുഡ്) എന്ന തീവ്രവാദി സംഘടന 2000 പേരെ പലസ്തീനിലെ

ജിഹാദിന് അയച്ചു. ജ്യൂയിഷ് ഏജൻസിയുടെ കീഴിൽ ഹഗാന, ഇർഗുൻ, ലെഹി എന്നീ ഭീകരസംഘടനകൾ അണിനിരന്നു.

ഹഗാനയും മറ്റു ഭീകരസംഘടനകളും ആദ്യം ശ്രദ്ധ കേന്ദ്രീകരിച്ചത് ഇസ്രായേലിന് നീക്കിവെച്ച ഭൂഭാഗത്ത് കൃഷിചെയ്തു ജീവിച്ചിരുന്ന മുസ്ലിങ്ങളും ക്രിസ്ത്യാനികളുമായ അറബി കുടുംബങ്ങളെ ഇസ്രായേലിന്റെ അതിർത്തിക്കുള്ളിൽ നിന്ന് ആട്ടിപ്പായിക്കുകയും പലായനം ചെയ്യാൻ വിസമ്മതിക്കുന്നവരെ കൊന്നൊടുക്കുകയും ചെയ്യുക എന്ന പദ്ധതി നടപ്പിലാക്കാനാണ്. ഇതാണ് കുപ്രസിദ്ധമായ ദാലെത്ത് പദ്ധതി (Plan D or plan Dalet). ഇത് നടപ്പാക്കുന്നതോടൊപ്പം തന്നെ ഇസ്രായേലിന് ആവശ്യമെന്നു തോന്നുന്ന ഭൂഭാഗങ്ങൾ പിടിച്ചെടുത്ത് കൂട്ടിച്ചേർക്കുകയും ചെയ്യുക എന്ന ലക്ഷ്യവുമുണ്ടായിരുന്നു. ഐക്യരാഷ്ട്ര സഭ തയാറാക്കിയ ഭൂപടമനുസരിച്ച് ജരുശലേം നഗരം പലസ്തീൻ ഭൂപ്രദേശത്തിനകത്താണ്. ജൂതർക്ക് പലസ്തീന്റെ അനുവാദത്തോടെ മാത്രമേ ജരുശലേം നഗരത്തിനകത്ത് കടക്കാൻ ഒക്കുകയുള്ളു. അതുകൊണ്ട് ഇസ്രായേൽ പ്രദേശത്തുനിന്നും ജരുശലേം നഗരത്തിലേക്ക് ഒരു ഇടനാഴി ഉണ്ടാക്കത്തക്കവണ്ണം ഭൂഭാഗങ്ങൾ പിടിച്ചെടുത്ത് ഇസ്രായേലിനോട് കൂട്ടിച്ചേർക്കാനും ലക്ഷ്യമിട്ടു. പ്ലാൻ ഡി നടപ്പിലാക്കാൻ തുടങ്ങിയതിന്റെ ഫലമായി ലക്ഷക്കണക്കിന് പലസ്തീനികൾ പലായനം തുടങ്ങി.

ജൂതഭീകര സംഘടനകളുടെ ഫാസിസ്റ്റ് സ്വഭാവം പ്രകടമായത് പ്ലാൻ ഡി നടപ്പിലാക്കി തുടങ്ങിയപ്പോഴാണ്. ദായിർ യാസീൻ എന്ന പാലസ്തീൻ ഗ്രാമത്തിൽ സിയണിസ്റ്റ് ഭീകരപ്രവർത്തകർ നടത്തിയ കൂട്ടക്കൊല ചരിത്രത്തിൽ സ്ഥാനം പിടിച്ചു. ഈ ചെറു ഗ്രാമം സ്ഥിതി ചെയ്തിരുന്നത് ജരുശലേം നഗരത്തിനടുത്താണ്. അവിടെ ജൂതരും ക്രിസ്ത്യാനികളും മുസ്ലിങ്ങളും തലമുറകളായി അധിവസിച്ചു വരികയായിരുന്നു. യൂറോപ്പിൽനിന്നുള്ള ജൂതകുടിയേറ്റങ്ങളും ജൂത, അറബി സംഘർഷങ്ങളും ആരംഭിച്ചപ്പോൾ തങ്ങൾ അത്തരം വികാരങ്ങൾക്കടിമപ്പെടാതെ സൗഹൃദത്തോടെ കഴിയുമെന്ന് ഗ്രാമവാസികൾ തീരുമാനിച്ചു. വിഭജനം നടക്കുമെന്നുറപ്പായപ്പോഴും അവർ നിശ്ചയം പുതുക്കി. സംഘർഷം ഉണ്ടാവുകയില്ലെന്ന് ഉറപ്പായപ്പോൾ അറബ് വിമോചനസേന ദായിൽ യാസ്സീനിൽ നിന്നും പോയി. അറബ് സേന പോയ ഉടനെ ബെൻഗുറിയൺന്റെ നേതൃത്വത്തിലുള്ള ഹഗാനയും മെനാഹെം ബെഗിന്റെ നേതൃത്വത്തിലുള്ള ഇർഗുനും യിസ്ഹാക്ക് ഷമീറിന്റെ നേതൃത്വത്തിലുള്ള ലെഹിയും ഗ്രാമത്തിൽ പ്രവേശിച്ച് സ്ത്രീകളും കുട്ടികളും അടക്കം അറബികളെ കൂട്ടക്കൊല ചെയ്യാൻ തുടങ്ങി. ഭീകരത കണ്ട് നടുങ്ങിയ ഗ്രാമവാസികൾ കൂട്ടത്തോടെ പലായനം ചെയ്തു. ഇരുന്നൂറ്റമ്പതോളം പേരെ കൊന്നെന്നാണ് അന്നത്തെ പത്രറിപ്പോർട്ടുകൾ വെളിപ്പെടുത്തിയത്. അത്രയും പേരെ കൊന്നില്ലെന്നും നൂറോളം പേരെ മാത്രമേ കൊന്നൊള്ളുവെന്നും സ്ഥാപിക്കാൻ പിൽക്കാലത്ത് ചിലർ 'ചരിത്രഗവേ

ഷണം' നടത്തി.[17] ഇസ്രായേൽ രാഷ്ട്രം നിലവിൽ വന്ന് ഒരു വർഷം തികഞ്ഞപ്പോൾ രണ്ടുലക്ഷം അറബികൾക്ക് പലസ്തീനിൽ നിന്നു പലായനം ചെയ്യേണ്ടിവന്നു.

സിയണിസ്റ്റുകൾ പലസ്തീനികളെ കൂട്ടക്കൊല ചെയ്യുമ്പോഴും ജന്മദേശത്ത് നിന്നു ആട്ടിപ്പായിക്കുമ്പോഴും പലസ്തീനോടും ചേർന്നു കിടക്കുന്ന അറബ് രാഷ്ട്രങ്ങളുടെ നോട്ടം പലസ്തീന്റെ ഒരു കഷണം തങ്ങൾക്ക് കിട്ടുമോ എന്നായിരുന്നു. മുഹമ്മദ്നബിയുടെ കുലത്തിൽ ജനിച്ചവനെന്ന് അഭിമാനിക്കുന്ന ജോർദാൻ രാജാവ് അബ്ദല്ല സിയണിസ്റ്റ് രാഷ്ട്രീയക്കാരി ഗോൾഡാമേയറുമായി പലസ്തീൻ പങ്കിടുന്നതിനെപ്പറ്റി ഗൂഢാലോചന നടത്തി. ഇസ്രായേൽ-പലസ്തീൻ യുദ്ധം കൊടുമ്പിരി കൊള്ളുമ്പോൾ ജോർദാൻ നദിയുടെ പടിഞ്ഞാറെക്കര താൻ സ്വന്തമാക്കുമെന്നും ബാക്കി ഭാഗങ്ങൾ ഇസ്രായേലിനു സ്വന്തമാക്കാമെന്നും ആയിരുന്നു അബ്ദല്ല രാജാവ് ഗോൾഡാമെയറുമായി ഉണ്ടാക്കിയ രഹസ്യധാരണ. ജറുശലേമിന്റെ കാര്യം പിന്നീട് തീരുമാനിക്കാമെന്നും ധാരണയായി. ജോർദാൻ രാജാവിനെ വിശ്വാസമില്ലാതിരുന്ന അറബ് രാഷ്ട്രങ്ങൾ ഇസ്രായേൽ പലസ്തീൻ യുദ്ധം ആരംഭിക്കുന്നതിനു മുമ്പായി അറബ് വിമോചനസൈന്യത്തിന്റെ സർവസൈന്യാധിപനാക്കി, യുദ്ധതന്ത്രങ്ങളൊന്നും വശമില്ലാതിരുന്ന രാജാവിനെ ഇങ്ങനെയൊരു ആലങ്കാരിക സ്ഥാനത്ത് അവരോധിച്ചത് യുദ്ധം നടക്കുമ്പോൾ കൂറു മാറാതിരിക്കാനായിരുന്നു.

യുദ്ധത്തിൽ പലസ്തീനികളുടെ രക്ഷയ്ക്കായി 23000 സൈനികരുള്ള ഒരു സൈന്യത്തെയാണ് അറബ് ലീഗ് ഒരുക്കിയത്. അതേസമയം ഇസ്രായേലിന്റെ ഹഗാനയിൽ 35000 പേരുണ്ടായിരുന്നു. യുദ്ധം നടക്കുമ്പോൾ അത് 96000 ആയി വർധിച്ചു. യൂറോപ്യൻ രാജ്യങ്ങളിൽ നിന്നും അമേരിക്കയിൽ നിന്നും ഇസ്രായേലിന് ആയുധങ്ങളെത്തി. അമേരിക്കയിൽ നിന്ന് മൂന്ന് പോർവിമാനങ്ങൾ ഇസ്രായേൽ സ്വന്തമാക്കി. ഈ വിമാനങ്ങളുപയോഗിച്ചാണ് കെയ്റോയിൽ ബോംബിട്ടത്. സൈനിക ശക്തിയിൽ മേൽക്കൈ ഉണ്ടായിരുന്നിട്ടും 1948 മേയ്മാസത്തിൽ ആരംഭിച്ച ഇസ്രയേൽ അറബ് യുദ്ധം 1949 ജൂലൈയിൽ ഐക്യരാഷ്ട്രസഭയുടെ നിർദേശപ്രകാരം വെടി നിറുത്തുമ്പോൾ ഇസ്രായേലിന് കാര്യമായ നേട്ടമൊന്നും ഉണ്ടാക്കാൻ കഴിഞ്ഞില്ല. ഒരുമാസത്തെ ഇടവേളയാണ് യു. എൻ നിർദേശിച്ചത്. ഈ ഇടവേളയിൽ ഇസ്രയേൽ സൈനിക നിലയും ആയുധശേഷിയും അമേരിക്കയുടെയും യൂറോപ്യൻ രാജ്യങ്ങളുടെയും സഹായത്തോടെ മെച്ചപ്പെടുത്തി. അതിന്റെ ഫലമായി വീണ്ടും യുദ്ധം തുടങ്ങിയപ്പോൾ ഇസ്രായേൽ അതിവേഗം മുന്നേറി. ഇസ്രായേലിന് ഐക്യരാഷ്ട്രസഭ നൽകിയ ഭൂഭാഗത്തിന്റെ നാലിൽ മൂന്നോളം വിസ്തൃ

17. *The Birth of the Palestinian Refugee Problem Revisited* by Benny Morris Cambridge University Press page 604

തിയുള്ള പ്രദേശങ്ങൾകൂടി പലസ്തീനിൽ നിന്നും ഇസ്രായേൽ പിടിച്ചെടുത്തു. പലസ്തീൻ രാഷ്ട്രം എന്നൊന്ന് ഭൂപടത്തിൽ ഇല്ലാതായി. ജോർദാൻ നദിയുടെ പടിഞ്ഞാറേക്കര ഇസ്രായേലുമായുണ്ടാക്കിയ രഹസ്യധാരണയുടെ അടിസ്ഥാനത്തിൽ അബ്ദല്ല രാജാവ് ജോർദാനോട് കൂട്ടിച്ചേർത്തു. ജരുശലേമിന്റെ പടിഞ്ഞാറു ഭാഗം ഇസ്രായേലും കിഴക്കു ഭാഗം ജോർദാനും കൈക്കലാക്കി. ഗാസ ചീന്ത് ഈജിപ്തിന്റെ വകയായി. പലസ്തീനികൾ വിവിധ അറബ് രാജ്യങ്ങളിലേക്ക് പലായനം ചെയ്തു. ഏറ്റവും കൂടുതൽ പലസ്തീൻ അഭയാർഥികൾ എത്തിയത് കുവൈത്തിലായിരുന്നു. നാല് ലക്ഷം പേർ. അമേരിക്കയിൽ ഒരു ലക്ഷം പേരെത്തി. പത്ത് ശതമാനം അറബികൾ ഇസ്രായേലിൽ തന്നെ തങ്ങി. അവരുടെ ജീവിതം ഇസ്രായേൽ പട്ടാളത്തിന്റെ നിയന്ത്രണത്തിലായി. അവർക്ക് സഞ്ചാരസ്വാതന്ത്ര്യം പോലും നിഷേധിക്കപ്പെട്ടു. കുടുംബങ്ങൾ ചിന്നിച്ചിതറി. അവർക്ക് സ്വന്തം നാട്ടിൽ ഒരിടത്ത് നിന്ന് മറ്റൊരിടത്തേക്ക് യാത്ര ചെയ്യണമെങ്കിൽ ഇസ്രായേൽ പട്ടാളത്തിന്റെ അനുമതി വാങ്ങണം. സ്വന്തം രാജ്യം അവർക്ക് തുറന്ന ജയിലായിത്തീർന്നു.

യുദ്ധം അവസാനിക്കുന്നതിനു മുമ്പായി ജരുശലേമിലെ മുഫ്തി ഹുസൈനിയുടെ നേതൃത്വത്തിലുള്ള അറബ് ഉന്നതസമിതി സ്വയം പലസ്തീൻ ഗവണ്മെന്റാണെന്ന് പ്രഖ്യാപിച്ചു. ജോർദാൻ രാജാവ് അബ്ദുല്ലയെ “പലസ്തീൻ സിയണിസ്റ്റുകൾക്ക് വിറ്റ പട്ടി” എന്നാണ് അറബ് രാഷ്ട്രങ്ങൾ വിശേഷിപ്പിച്ചത്. രാജാവ് ജരുശലേമിലെ അൽ-അഖ്സ പള്ളി സന്ദർശിച്ച അവസരത്തിൽ ഒരു പലസ്തീനി വെടിവെച്ചു കൊന്നു.

ഫിദായീൻ ആക്രമണങ്ങൾ-പലസ്തീനികളുടെ വിമോചനപ്പോരാട്ടം

പലസ്തീൻ അറബികൾ സിയണിസ്റ്റുകൾക്കെതിരായ വിമോചനപ്പോരാട്ടം ആരംഭിച്ചത് 1950കളിൽ തുടങ്ങിയ ഫിദായീൻ ആക്രമണങ്ങളുടെ രൂപത്തിലാണ്. ഫിദയി എന്നാൽ ബലി കൊടുക്കപ്പെട്ടവൻ എന്നാണ് അർഥം. ചാവേർപോരാളികളാണ് ഫിദായീൻ. ഈജിപ്തിലെ മതമൗലിക സംഘടനയായ ഇഖ്വാനുൽ മുസ്ലിമിന്റെ (മുസ്ലിം ബ്രദർഹുഡ്) പ്രത്യയശാസ്ത്രം ഉൾക്കൊണ്ടാണ് പലസ്തീൻകാർ ഇസ്രായേലിൽ ഫിദായീൻ ആക്രമണങ്ങൾ ആരംഭിച്ചത്. ആക്രമണകാരി ജീവൻ ബലിയർപ്പിക്കാൻ തയാറായി പോകുന്നതുകൊണ്ടാണ് ഫിദായീൻ എന്ന പേര് കൊടുത്തത്. അല്ലാഹുവിന്റെ മാർഗത്തിലുള്ള വിശുദ്ധയുദ്ധമായിട്ടാണ് ഇഖ്വാനുൽ മുസ്ലിമീൻ പലസ്തീന്റെ വിമോചനത്തെ കണ്ടത്. അറബികളുടെ അനൈക്യം മൂലം നടക്കാതെപോയ പാലസ്തീൻ വിമോചനത്തിനു വേണ്ടിയുള്ള പലസ്തീൻ അറബികളുടെ രാഷ്ട്രീയ പോരാട്ടത്തെ ഇസ്ലാമികമായ ‘ജിഹാദ് ഫീ സബീലില്ലാഹ്’ (അല്ലാഹുവിന്റെ മാർഗത്തിലുള്ള യുദ്ധം) ആക്കി മാറ്റാൻ രാഷ്ട്രീയ ഇസ്ലാമിനു കഴിഞ്ഞു.

പലസ്തീനികളുടെ ചാവേർ ആക്രമണങ്ങളെ തടയാൻ ഇസ്രായേൽ സൈനികോദ്യോഗസ്ഥനായ ഏരിയൽ ഷാരോണിന്റെ നേതൃത്വത്തിൽ 'യൂണിറ്റ് 101' എന്ന കൊടും ഭീകരസംഘടനയ്ക്ക് രൂപം കൊടുത്തു. ചാവേർ പോരാളികളെ ഒരുക്കി വിടുന്ന അഭയാർഥി ക്യാമ്പുകൾക്കു നേരെ ഭീകരാക്രമണം നടത്തുക എന്ന തന്ത്രമാണ് ഏരിയൽ ഷാരോൺ സ്വീകരിച്ചത്. യൂണിറ്റ് 101 ന്റെ പ്രവർത്തനങ്ങളെക്കുറിച്ച് ഇസ്രായേലിൽ തന്നെ വിമർശനമുണ്ടായി. യൂണിറ്റ് 101 ലെ സൈനികർ സിവിലിയൻ വേഷത്തിലാണ് ഭീകരാക്രമണങ്ങൾ നടത്തിയത്. ഇസ്രായേൽ ഗവണ്മെന്റിനും സൈന്യത്തിനും ഭീകരപ്രവർത്തനങ്ങളിൽ പങ്കില്ല എന്ന് ലോകത്തെ ബോധ്യപ്പെടുത്താനുള്ള കുതന്ത്രമായിരുന്നു അത്. ഒരു ഫിദായീൻ പോരാളി ഒരു ജൂതസ്ത്രീയെയും അവരുടെ രണ്ട് മക്കളെയും കൊന്നതിന് പകപോക്കാനായി ഒരു ജോർദാൻ ഗ്രാമത്തെ മുഴുവൻ യൂണിറ്റ് 101 ചുട്ടെരിച്ചു. കൊല്ലപ്പെട്ടത് എഴുപതോളം പേരായിരുന്നു. അതിൽ പകുതിയോളം സ്ത്രീകളും കുട്ടികളുമായിരുന്നു. കൂട്ടക്കൊല നടത്തിയത് യൂണിറ്റ് 101 ലെ സൈനികരല്ല. ജൂതസ്ത്രീയുടെയും മക്കളുടെയും കൊലയിൽ പ്രകോപിതരായ ആളുകളാണെന്ന് ഇസ്രായേൽ പ്രസിഡന്റ് ബെൻ ഗുറിയൺ ലോകത്തോട് നുണ പറഞ്ഞു.[18] ഇസ്രായേലിനെതിരെ ലോകാഭിപ്രായം ശക്തമായപ്പോൾ ഏഴുകോടി 50 ലക്ഷം ഡോളറിന്റെ പ്രഖ്യാപിത സഹായം തൽക്കാലത്തേക്ക് നിറുത്തിവയ്ക്കാൻ അമേരിക്ക നിർബന്ധിതമായി. പിൽക്കാലത്ത് ഇസ്രായേൽ പ്രധാനമന്ത്രിസ്ഥാനത്തെത്തിയ ഏരിയൽ ഷാരോണിന് 'അറവുകാരൻ' (The Butcher) എന്ന പേരു വീണത് ഈ സംഭവത്തോടെയാണ്.

ഫത്തഹും പി എൽ ഒ യും

മരണാനന്തര സ്വർഗപ്രാപ്തിക്കുവേണ്ടിയുള്ള മതാത്മകമായ ചാവേർ പോരാട്ടങ്ങൾ വിജയത്തിലെത്തുമെന്ന് വിശ്വാസം വരാത്ത പാലസ്തീനികൾ ഗറില്ല രീതിയിലുള്ള സായുധസമരത്തിന് തയാറെടുത്തു. കുവൈത്തിലെ അഭയാർഥിക്യാമ്പിലെ പലസ്തീനികളാണ് തുടക്കം കുറിച്ചത്. യാസർ അരാഫത്ത് എന്ന യുവ എൻജിനീയറുടെ നേതൃത്വത്തിൽ ഫത്തഹ് എന്ന സംഘടന 1959 ൽ രൂപവൽക്കരിച്ച ഫത്തഹ് എന്നു അറബിവാക്കിന് തുറക്കൽ എന്നും വിജയം എന്നും അർഥമുണ്ട്. അറബിഭാഷയിൽ 'പലസ്തീൻ വിമോചന പ്രസ്ഥാനം' എന്ന പേരിന്റെ ആദ്യാക്ഷരങ്ങൾ തിരിച്ചിട്ടും ഫത്തഹ് എന്ന പദം രൂപപ്പെടുത്താം. ആദ്യാക്ഷരങ്ങൾ തിരിച്ചിടാതെ വായിച്ചാൽ 'ഹത്തഫ' എന്ന വാക്കാണ് ലഭിക്കുക. അതിന്റെ അർഥം 'പെട്ടെന്നുള്ള മരണം' എന്നാണ്.

സിയണിസ്റ്റുകളും ബ്രിട്ടീഷ്-അമേരിക്കൻ സാമ്രാജ്യത്വവും സായുധാക്രമണങ്ങളിലൂടെയാണ് പലസ്തീൻ പിടിച്ചെടുത്ത ഇസ്രായേൽ എന്ന

---

18. *The Israeli-Palestininion Conflict* by Stewart Ross, page 78.

ജൂതരാഷ്ട്രം സ്ഥാപിച്ചത്. അതുകൊണ്ട് പലസ്തീന്റെ വിമോചനത്തിന് സായുധപ്പോരാട്ടം തന്നെ വേണ്ടിവരുമെന്നായിരുന്നു ഫത്തഹിന്റെ സിദ്ധാന്തം. ക്യൂബ, ചൈന എന്നിവിടങ്ങളിലെ സോഷ്യലിസ്റ്റ് വിപ്ലവങ്ങളും ഗ്രീസ്, അൾജീരിയ തുടങ്ങിയ രാജ്യങ്ങളിലെ സായുധപ്പോരാട്ടങ്ങളും യാസർ അരാഫത്തിനെയും അനുയായികളെയും സ്വാധീനിച്ചതിന്റെ ഫലമായിട്ടാണ് ഗറില്ലാസമരത്തിലൂടെ പലസ്തീൻ മോചനം എന്ന ഫത്തഹ് സിദ്ധാന്തം രൂപപ്പെട്ടത്. പലസ്തീനെ മോചിപ്പിച്ച് അറബികളും ജൂതരും ക്രിസ്ത്യാനികളും ഒരുമിച്ച് ജീവിക്കുന്ന ഒരു മതനിരപേക്ഷ രാഷ്ട്രം സ്ഥാപിക്കുകയായിരുന്നു യാസർ അരാഫത്തിന്റെ ലക്ഷ്യം. സായുധപ്പോരാട്ടം അംഗീകരിച്ച സംഘടനയായതുകൊണ്ട് സാമ്രാജ്യത്വം ഫത്തഹിനെ ഭീകരസംഘടനയായി തുടക്കത്തിൽ തന്നെ മുദ്രകുത്തി. യാസർ അരാഫത്തിനെ അന്ത്യം വരെയും ഭീകരവാദിയായിട്ടാണ് സിയണിസ്റ്റുകൾ വിശേഷിപ്പിച്ചിരുന്നത്.

ഫത്തഹിന്റെ പ്രവർത്തനങ്ങൾ മുന്നേറുന്നത് കണ്ട് 1964 ൽ ഈജിപ്ത് പ്രസിഡന്റ് നാസർ അറബ് ഉന്നതതലയോഗം വിളിച്ചു ചേർക്കുകയും പലസ്തീൻ വിമോചന സംഘടന (Palestine Liberation Organisation-PLO) എന്ന പേരിൽ ഒരു സംഘടനയും രണ്ടു വർഷത്തിനുശേഷം പലസ്തീൻ വിമോചന സേനയും (Palestine Liberation Army-PLA) രൂപവൽക്കരിച്ചു. സേനയുടെ തലവനായി പലസ്തീൻ അഭിഭാഷകനായിരുന്ന അഹ്മദ് ശുകായിരിയെ നിയോഗിച്ചു. പി എൽ ഓയുടെയും പി എൽ എയുടെയും രൂപവൽക്കരണം പലസ്തീൻകാർക്ക് വേണ്ടി മറ്റുള്ള അറബികൾ മനസില്ലാമനസോടെ ചെയ്യുന്ന കർമങ്ങൾ മാത്രമായിരുന്നു. വിവിധ അറബ് രാജ്യങ്ങളിൽ അഭയാർഥികളായി കഴിയുന്ന പലസ്തീൻകാരെ ഇസ്രായേലിനെ പ്രകോപിപ്പിക്കുന്ന പ്രവർത്തനങ്ങളിൽ നിന്നും പിന്തിരിപ്പിക്കുവാനുള്ള സംരംഭമായിട്ടാണ് ഫത്തഹ് പി എൽ ഒയെ കണ്ടത്. അതുകൊണ്ട് ജറുശലേമിൽ ചേർന്ന പി എൽ ഒ കൺവൻഷനിൽ നിന്നും യാസർ അരാഫത്ത് വിട്ടുനിന്നു. പലസ്തീനികളുടെയും ലോകത്തിന്റെയും ശ്രദ്ധ ഫത്തഹിലേക്ക് തിരിക്കാൻ ആവശ്യമായ പ്രവർത്തനം നടത്താൻ ഫത്തഹിന്റെ ഗറില്ലാ വിഭാഗമായ അസ്സിഫ (കൊടുങ്കാറ്റ്) തീരുമാനിച്ചു. സിറിയയുടെയും ജോർദാന്റെയും എതിർപ്പുകൾ വകവയ്ക്കാതെ ഗലീലി തടാകത്തിൽ നിന്നും ഇസ്രയേലിന്റെ തെക്കു ഭാഗത്തുള്ള നെഗേവ് മരുഭൂമിയിലേക്ക് ജലം കൊണ്ടുപോകാൻ നാഷണൽ വാട്ടർ ക്യാരിയർ കനാൽ എന്ന പേരിൽ വലിയ കനാൽ ഇസ്രായേൽ പണികഴിപ്പിച്ചിരുന്നു. ഈ കാനൽ ബോംബുവെച്ച് തകർക്കാനാണ് അസ്സിഫ തീരുമാനിച്ചത്. പക്ഷേ, ബോംബ് പൊട്ടുന്നതിനു മുമ്പ് ഇസ്രായേൽ സുരക്ഷാസേന കണ്ടെത്തി നശിപ്പിച്ചു. പലസ്തീനികളുടെ ഭീകരപ്രവർത്തനങ്ങൾക്ക് തെളിവായി ഈ സംഭവത്തിന് അന്താരാഷ്ട്രതലത്തിൽ വലിയ പ്രചാരണം നൽകി. പക്ഷേ, പലസ്തീനികൾ ഫത്തഹിന്റെ പ്രവർത്തനത്തെ സ്വാഗതം ചെയ്യുകയാണ്

ചെയ്തത്. ഫത്തഹും നേതൃസ്ഥാനത്തുണ്ടായിരുന്ന യാസർ അരാഫത്തും പ്രശസ്തിയിലേക്കുയർന്നു. പതിനഞ്ചുവർഷങ്ങൾക്കു ശേഷം പലസ്തീന്റെ സ്വാതന്ത്ര്യത്തിനുവേണ്ടി പോരാടാൻ ഒരു പലസ്തീൻകാരൻ തന്നെ മുന്നോട്ടുവന്നതായിട്ടാണ് ലോകം മുഴുവൻ ഈ സംഭവത്തെ വീക്ഷിച്ചത്. തുടർന്ന് ഫത്തഹ് നൂറോളം ആക്രമണങ്ങൾ ഇസ്രായേലിൽ നടത്തി.

ആറുദിവസ യുദ്ധം

അറബ് രാഷ്ട്രങ്ങൾ ഇസ്രായേലിനെ ആക്രമിക്കാനൊരുങ്ങുന്നുവെന്ന് പറഞ്ഞുകൊണ്ട് അമേരിക്കയുടെ മൗനാനുവാദത്തോടെ ഇസ്രായേൽ 1967 ജൂണിൽ അറബ് രാജ്യങ്ങൾക്കെതിരെ യുദ്ധം തുടങ്ങി. ആറുദിവസം മാത്രം നീണ്ടുനിന്ന യുദ്ധത്തിൽ ഈജിപ്തിന്റെ സീനായിയും സിറിയയുടെ ഗോലാൻ കുന്നുകളും ജോർദാൻ കൈവശം വെച്ചിരുന്ന പലസ്തീൻ പ്രദേശമായ വെസ്റ്റ് ബാങ്കും ജറുശലേം നഗരവും ഈജിപ്ത് കൈവശം വെച്ചിരുന്ന ഗാസയും ഇസ്രായേൽ പിടിച്ചെടുത്തു. ഇസ്രായേൽ എന്ന ജൂതരാഷ്ട്രത്തിന്റെ വിസ്തീർണം 1948 ൽ ഐക്യരാഷ്ട്രസഭ അനുവദിച്ചതിനേക്കാൾ മൂന്നിരട്ടി വർധിച്ചു. ജോർദാൻ കൂടി പിടിക്കാൻ കഴിഞ്ഞിരുന്നെങ്കിൽ സിയണിസ്റ്റുകൾ സ്വപ്നം കണ്ടിരുന്ന വിശാല പലസ്തീൻ പൂർണമാകുമായിരുന്നു. യൂറോപ്യൻ രാജ്യങ്ങളും അമേരിക്കയും ആയുധമണിയിച്ചതു കൊണ്ടാണ് ഇസ്രായേലിന് മിന്നൽപിണരിന്റെ വേഗത്തിൽ മുന്നേറാൻ കഴിഞ്ഞതും പലസ്തീന്റെ ഭൂഭാഗങ്ങൾ പിടിച്ചടക്കാൻ സാധിച്ചതും. സോവിയറ്റ് യൂണിയനിൽ നിന്നും ലഭിച്ച വിമാനങ്ങളും ആയുധങ്ങളും അറബ് രാജ്യങ്ങൾക്ക് ഫലപ്രദമായ രീതിയിൽ ഉപയോഗിക്കാൻ കഴിഞ്ഞില്ല.

പിടിച്ചെടുത്ത പലസ്തീൻരാഷ്ട്രം ഇസ്രായേലിന്റെ ഭാഗമാക്കുന്ന കാര്യത്തിൽ ഇസ്രായേലിൽ തന്നെ തർക്കങ്ങൾ ഉണ്ടായി. ജറുശലേം നഗരത്തിലെ മുസ്ലിം ഭവനങ്ങൾ ഇടിച്ചു നിരത്തുകയും ജനങ്ങളെ ആട്ടിയോടിക്കുകയും ചെയ്തതിനുശേഷം ഇസ്രായേലിന്റെ തലസ്ഥാനം അങ്ങോട്ടേക്ക് മാറ്റി. വെസ്റ്റ് ബാങ്ക് ഇസ്രായേൽ രാഷ്ട്രത്തിന്റെ ഭാഗമാക്കുവാനുള്ള ശ്രമങ്ങൾ ആരംഭിച്ചു. ഇസ്രായേൽ സൈന്യം ഭീകരത സൃഷ്ടിച്ച് ജനങ്ങളെ പലായനം ചെയ്യാൻ നിർബന്ധിച്ചു. ഇസ്രായേൽ സൈന്യത്തിന്റെ ടാങ്കുകൾ വന്ന് ഷെൽവർഷം നടത്തി കെട്ടിടങ്ങളെല്ലാം ഇടിച്ചുനിരത്തുമെന്ന് വ്യാപകമായ പ്രചാരണം സൈനികർ തന്നെ നടത്തുകയും പാർപ്പിടങ്ങൾ ഉപേക്ഷിച്ചു ജോർദാനിലേക്ക് ഓടിപ്പോകാൻ ജനങ്ങളുടെ മേൽ നിർബന്ധപ്രേരണ ചെലുത്തുകയും ചെയ്തതിന്റെ ഫലമായി ലക്ഷക്കണക്കിന് പലസ്തീനികൾ വെസ്റ്റ് ബാങ്കിൽ നിന്നും ജോർദാനിലെ അഭയാർഥിക്യാമ്പുകളിൽ അഭയം തേടി. വെസ്റ്റ് ബാങ്കും ഗാസയും ഇസ്രായേലിന്റെ ഭാഗമാക്കണമെന്ന് സിയണിസ്റ്റുകൾ വാദിച്ചെങ്കിലും ഭരണകൂടം അങ്ങനെ തീരുമാനമെടുക്കാതിരുന്നതിന് രണ്ടു

കാരണങ്ങൾ[19] ഉണ്ടായിരുന്നു. ഇസ്രായേൽ രാഷ്ട്രത്തിന്റെ ഭാഗമാക്കിയാൽ ലക്ഷക്കണക്കിന് പലസ്തീൻകാർ ഇസ്രായേൽ പൗരന്മാരായിത്തീരുകയും അവർക്കെല്ലാം വോട്ടവകാശവും നൽകേണ്ടിവരികയും ചെയ്യും. പൗരന്മാരായതിനുശേഷം വോട്ടവകാശം നൽകാതിരുന്നാൽ ഗവണ്മെന്റിനുമേൽ വംശവിവേചനം (Apartheid) ആരോപിക്കപ്പെടും. ഭാവിയിൽ സമാധാന ചർച്ച നടക്കുമ്പോൾ വിട്ടുകൊടുക്കാൻ വേണ്ടി വെസ്റ്റ് ബാങ്കും ഗാസയും മാറ്റിവെക്കാമെന്ന അഭിപ്രായം ശക്തിപ്പെട്ടതായിരുന്നു രണ്ടാമത്തെ കാരണം.

യുദ്ധത്തിന്റെ ഫലമായി നാല് ലക്ഷത്തോളം പലസ്തീനികൾ അഭയാർഥികളായി മാറി. അതോടെ പലസ്തീൻ അഭയാർഥികളുടെ എണ്ണം പത്ത് ലക്ഷത്തോളമായി. സ്വദേശത്ത് അവശേഷിച്ച പലസ്തീനികൾ ഇസ്രായേൽ പട്ടാളത്തിന്റെ കിരാതഭരണത്തിൻകീഴിലുമായി. ഇസ്രായേൽ എന്ന സിയണിസ്റ്റ് രാഷ്ട്രം പശ്ചിമേഷ്യയിലെ വൻശക്തിയാണെന്ന് അംഗീകരിക്കപ്പെട്ടു. പലസ്തീൻ പ്രശ്നം സമാധാനപൂർവം പരിഹരിക്കണമെന്ന് അമേരിക്കൻ സാമ്രാജ്യത്വവും യൂറോപ്യൻ കോയ്മകളും ഇസ്രായേലിനോട് 'അപേക്ഷിക്കാൻ' തുടങ്ങി. ഇസ്രായേൽ പ്രധാനമന്ത്രി എഷ്കോളും ഈജിപ്ത് പ്രസിഡന്റ് നാസറും ജോർദാനിലെ ഹുസൈൻ രാജാവും 'സമാധാന ചർച്ചകളിലെ' പ്രധാന കഥാപാത്രങ്ങളായി. എല്ലാ ചർച്ചകളിലും ഇസ്രായേലിന്റെ വാദങ്ങളെല്ലാം കണ്ണുമടച്ച് പിന്തുണയ്ക്കുക എന്ന നയമാണ് അമേരിക്കയും യൂറോപ്യൻ രാഷ്ട്രങ്ങളും കൈക്കൊണ്ടത്. പലസ്തീൻകാർക്കും അറബികൾക്കും വേണ്ടി എന്തെങ്കിലും പറയാനുണ്ടായിരുന്നത് സോവിയറ്റ് യൂണിയൻ മാത്രമായിരുന്നു. സോവിയറ്റ് യൂണിയന്റെ ഇടപെടൽ കാരണം ഇസ്രയേൽ യുദ്ധത്തിലൂടെ പാലസ്തീൻ പ്രദേശങ്ങൾ പിടിച്ചെടുത്തത് നിയമവിരുദ്ധമാണെന്നും പിടിച്ചെടുത്ത ഭൂമി തിരിച്ചു നൽകി പലസ്തീൻ അഭയാർഥി പ്രശ്നം പരിഹരിക്കണമെന്നും ഇസ്രായേലിനോട് ആവശ്യപ്പെടുന്ന പ്രമേയം അംഗീകരിക്കാൻ യു എൻ സെക്യൂരിറ്റി കൗൺസിൽ നിർബന്ധിതമായി.

അറബ്‌രാഷ്ട്രങ്ങൾ ഒന്നിച്ച് പോരാടിയാൽ പാലസ്തീന് മോചനം ലഭിക്കുമെന്ന പലസ്തീൻകാരുടെ പ്രതീക്ഷ 1967ലെ യുദ്ധത്തോടെ അസ്തമിച്ചു. പലസ്തീൻകാർ അവരുടെ രാഷ്ട്രം നേടാൻ സ്വന്തമായി പോരാടണമെന്ന യാഥാർഥ്യം പി എൽ ഒയ്ക്ക് മനസിലായി. വെസ്റ്റ് ബാങ്കും ഗാസയും ചേർന്നുള്ള പലസ്തീൻ രാഷ്ട്രത്തിനു വേണ്ടിയുള്ള ശ്രമങ്ങൾ ആരംഭിച്ചു.

യോം കിപ്പോർ യുദ്ധം

അമേരിക്ക ഇസ്രായേലിനെ വീണ്ടും ആയുധമണിയിക്കാൻ തുടങ്ങി. ഇസ്രായേൽ പിടിച്ചെടുത്ത സീനായിയും ഗോലാൻ കുന്നുകളും

19. *The Israeli-Palestininion Conftict* by Stewart Ross page 102.

തിരിച്ചു പിടിക്കണമെന്ന ലക്ഷ്യത്തോടെ ഈജിപ്തും സിറിയയും സംയുക്തമായി ഇസ്രായേലിനെതിരെ 1973 ഒക്ടോബറിൽ യുദ്ധം തുടങ്ങി. യുദ്ധം ആരംഭിച്ചത് ജൂതരുടെ വിശേഷദിനമായ യോം കിപ്പോറിൽ (പാപപരിഹാരദിനം) ആയിരുന്നു. ആദ്യം സിറിയയും ഈജിപ്തും മുന്നേറിയെങ്കിലും ഇസ്രായേലിന് തോൽവി സംഭവിക്കാതിരിക്കാൻ 220 കോടി ഡോളർ വിലപിടിപ്പുള്ള പുതിയ ആയുധങ്ങളും യുദ്ധവിമാനങ്ങളും അമേരിക്ക ഇസ്രായേലിനു നൽകി. അതിന്റെ ഫലമായി യുദ്ധത്തിന്റെ ഗതി മാറുകയും ഇസ്രായേൽ കൂടുതൽ സ്ഥലങ്ങൾ പിടിച്ചെടുക്കുകയും ചെയ്തു. ഈജിപ്തും സിറിയയും തോൽവി സമ്മതിച്ചു.

യുദ്ധത്തിനുശേഷം അൾജീരിയയിൽ ചേർന്ന അറബ് ഉച്ചകോടി പശ്ചിമേഷ്യയിൽ സമാധാനം സ്ഥാപിക്കാൻ ഇസ്രായേൽ പിടിച്ചെടുത്ത അറബ് പ്രദേശങ്ങൾ വിട്ടുകൊടുക്കുക, 1948 ൽ ഐക്യരാഷ്ട്രസഭ അംഗീകരിച്ച ദ്വിരാഷ്ട്ര സിദ്ധാന്തം നടപ്പിലാക്കാൻ ഇസ്രായേൽ സഹകരിക്കുക പലസ്തീൻ ജനതയുടെ പ്രാതിനിധ്യം പി എൽ ഒയ്ക്കാണെന്ന് ഐക്യരാഷ്ട്രസഭ അംഗീകരിക്കുക എന്നീ ഉപാധികൾ മുന്നോട്ടു വെച്ചു. പി. എൽ ഒ ഈ നിർദേശങ്ങൾ അംഗീകരിച്ചു. പി എൽ ഓ നേതാവ് യാസർ അരാഫത്ത് 1974 നവംബറിൽ ഐക്യരാഷ്ട്രസഭയുടെ പൊതുസഭയിൽ പ്രസംഗിക്കാൻ ക്ഷണിക്കപ്പെട്ടു. അമേരിക്ക ഇതിനെ എതിർത്തുവെങ്കിലും അരാഫത്ത് യു എൻ അസംബ്ലിയിൽ പ്രസംഗിച്ചു. തന്റെ കൈയിൽ തോക്കും ഒലിവിലയും ഉണ്ടെന്നും ഒലിവില തന്റെ കൈയിൽ നിന്നും തട്ടിത്തെറിപ്പിക്കരുതെന്നുമായിരുന്നു ലോകജനതയോട് അരാഫത്ത് അഭ്യർഥിച്ചത്. മുപ്പത്തഞ്ച് വർഷങ്ങൾ പിന്നിട്ടിട്ടും സിയണിസ്റ്റുകളുടെയും അമേരിക്കൻ സാമ്രാജ്യത്വത്തിന്റെയും കുതന്ത്രങ്ങൾ കാരണം വെസ്റ്റ് ബാങ്കും ഗാസയും ചേർന്നുള്ള പലസ്തീൻ രാഷ്ട്രം എന്ന തത്വം ഇന്നും നടപ്പിലാക്കാൻ കഴിഞ്ഞിട്ടില്ല.

ഇസ്രായേൽ ജനത

സിയണിസ്റ്റുകൾ പാലസ്തീനികളോട് ചെയ്യുന്ന ക്രൂരതകൾക്ക് ഇസ്രായേൽ ജനത ഒന്നടങ്കം കൂട്ടുനിൽക്കുകയാണെന്ന ധാരണ തെറ്റാണ്. യൂറോപ്പിലെ യാഥാസ്ഥിതിക ക്രിസ്ത്യാനികളുടെ ജൂതവിരോധം നാസികളുടെ വരവോടു കൂടി ശക്തിപ്പെടുകയും അറുപതുലക്ഷത്തോളം യഹൂദരെ നാസി വാഴ്ചക്കാലത്ത് കൊന്നൊടുക്കുകയും ചെയ്തുവെന്ന് സൂചിപ്പിച്ചല്ലോ. നാസികൾക്കും ആന്റി സെമിറ്റിസത്തിനുമെതിരെയുള്ള സമരത്തിൽ എക്കാലത്തും മുന്നിൽ നിന്നിരുന്നത് സോഷ്യലിസ്റ്റുകളും കമ്യൂണിസ്റ്റുകളും മറ്റ് ഇടതുപക്ഷക്കാരും ആയിരുന്നു. സ്വാഭാവികമായി ജൂതരിൽ ഒരു വലിയ ശതമാനം ഇടതുപക്ഷത്തേക്ക് ചാഞ്ഞുനിന്നിരുന്നു. ഈ സാഹചര്യമാണ് ഇസ്രായേൽ രൂപം കൊണ്ടതുമുതൽ അവർക്കിടയിൽ ഇടതുപക്ഷത്തിന് ഗണ്യമായ സ്വാധീനം ഉണ്ടാകാൻ കാരണമായത്. ഇസ്രായേൽ രൂപംകൊണ്ട 1948

മുതൽ മുപ്പതു വർഷത്തോളംകാലം അവിടത്തെ ഏറ്റവും വലിയ കക്ഷി സോഷ്യലിസ്റ്റ് ചായ്‌വുള്ള ലേബർ പാർട്ടിയായിരുന്നു. പല തവണ ഇസ്രായേൽ പ്രധാനമന്ത്രിയായിരുന്ന ഗോൾഡാമെയറും ഇപ്പോഴത്തെ പ്രസിഡന്റായ ഷിമോൻ പെരസും മറ്റും ഇസ്രായേലിന്റെ ആധുനിക ചരിത്രത്തിലെ പ്രശസ്ത നേതാക്കളാണ്. എന്നാൽ അമേരിക്കൻ ഇടപെടലും സ്വാധീനവും വർധിച്ചുവന്നതോടെ ഇസ്രായേലിന്റെ അറബിവിരോധം വർധിക്കുകയും ലിക്കുഡ് പോലുള്ള വലതുകക്ഷികൾ ശക്തിയാർജിക്കുകയും ചെയ്തു.

അമേരിക്കയുടെ പിന്തുണയോടുകൂടി 1967ലും 1973ലും ഇസ്രായേലിലെ വലതുപക്ഷ സർക്കാരുകൾ പലസ്തീൻ പ്രദേശങ്ങൾ ആക്രമിച്ചു കൈയടക്കിയപ്പോൾ, സമാധാനത്തിനുവേണ്ടി ഷിമോൻ പെരസിന്റെ ലേബർ പാർട്ടി അർധമനസോടെ വാദിച്ചു. യഹൂദരുടെ ഭീകരപ്രവർത്തനങ്ങളെ വിട്ടുവീഴ്ചയില്ലാതെ എതിർക്കാൻ തയാറാവുകയും ചെയ്തു. സമാധാനത്തിനുവേണ്ടി വാക്കാൽ വാദിക്കുകയെങ്കിലും ചെയ്തതിന്റെ പേരിൽ സമാധാനത്തിനുള്ള നോബൽ സമ്മാനം ഷിമോൻ പെരസിന് കിട്ടുകയും ചെയ്തു. ഇസ്രായേൽ രാഷ്ട്രീയത്തിൽ ഒന്നാംസ്ഥാനത്തും രണ്ടാം സ്ഥാനത്തും മാറിമാറി വർത്തിച്ചിരുന്ന ലേബർ പാർട്ടി 2009 ഫെബ്രുവരിയിൽ നടന്ന പൊതുതിരഞ്ഞെടുപ്പിൽ നാലാം സ്ഥാനത്തേക്ക് തള്ളപ്പെടുകയും വലതുപക്ഷവും തീവ്രവലതുപക്ഷവും ഒന്നും രണ്ടും മൂന്നും സ്ഥാനങ്ങൾ കൈക്കലാക്കുകയും ചെയ്തു. അറബികളെയും യഹൂദരെയും ഒരുപോലെ ഉൾക്കൊള്ളുകയും ജനാധിപത്യ സോഷ്യലിസ്റ്റ് വ്യവസ്ഥയ്ക്ക് വേണ്ടി ഇരുഭാഗത്തുമുള്ള മതഭ്രാന്തന്മാരെ എതിർക്കുകയും ചെയ്യുന്ന കമ്യൂണിസ്റ്റ് പാർട്ടിയും ഇസ്രായേലിലുണ്ട്. 'മകി' എന്നാണ് ഇസ്രായേൽ കമ്യൂണിസ്റ്റ് പാർട്ടി അറിയപ്പെടുന്നത്. ഇസ്രായേൽ കമ്യൂണിസ്റ്റ് പാർട്ടി എന്നതിന് തത്തുല്യമായ ഹീബ്രു പദങ്ങളുടെ ആദ്യാക്ഷരങ്ങൾ ചേർത്തുണ്ടാക്കിയ ചുരുക്കപ്പേരാണ് മകി. ഇസ്രായേൽ കമ്യൂണിസ്റ്റ് പാർട്ടിയുടെ ഇപ്പോഴത്തെ നിലയെക്കുറിച്ച് മാർക്സിസ്റ്റ് പണ്ഡിതൻ പി ഗോവിന്ദപ്പിള്ളയുടെ നിരീക്ഷണം ഇങ്ങനെയാണ്:

> ഇസ്രായേലിന്റെ 120 അംഗ പാർലമെന്റായ നെസെറ്റിൽ അവർക്ക് മുമ്പുണ്ടായിരുന്ന നാലു സീറ്റുകൾ 2009 ഫെബ്രുവരി 10ലെ തിരഞ്ഞെടുപ്പിൽ ഉണ്ടായ വലതുപക്ഷ മുന്നേറ്റത്തിലും നിലനിർത്തിയിട്ടുണ്ട്. ബുദ്ധിജീവികളും അധ്യാപകരും പ്രൊഫഷണലുകളും കുറേ ട്രേഡ് യൂണിയനുകളും അവരോടൊപ്പമുണ്ട്. ഇസ്രായേലിൽ നിന്ന് വല്ലപ്പോഴും ഉയരുന്ന സൗമനസ്യത്തിന്റെയും മതനിരപേക്ഷതയുടെയും ജനാധിപത്യത്തിന്റെയും സ്വരങ്ങളുടെ ഉടമയെന്ന നിലയിൽ ഇസ്രായേൽ കമ്യൂണിസ്റ്റ് പാർട്ടി അവരുടെ

നാലംഗസാന്നിധ്യം സൂചിപ്പിക്കുന്നതിനേക്കാൾ സ്വാധീനശക്തിയുള്ളതാണ്.[20]

ഇന്തിഫദയും ഇസ്ലാമിസ്റ്റുകളും

ഇന്തിഫദ എന്ന അറബിവാക്കിന്റെ അർഥം കുടഞ്ഞുകളയൽ എന്നാണ്. വിദേശമേൽക്കോയ്മയ്ക്കോ സ്വേച്ഛാധിപതികളായ ഭരണാധികാരികൾക്കോ എതിരായുള്ള ജനങ്ങളുടെ വിമോചനസമരങ്ങളെയാണ് ഇന്തിഫദ എന്ന പദം അർഥമാക്കുന്നത്. ഇസ്രായേൽ അധിനിവേശത്തിനെതിരെ പലസ്തീനികൾ ഗറില്ല സമരങ്ങളാണ് നടത്തിപ്പോന്നത്. ഇന്തിഫദ എന്ന പേരിൽ അറിയപ്പെടുന്ന ബഹുജനസമരം പി എൽ ഒയോ ഇസ്ലാമിസ്റ്റ് തീവ്രവാദി സംഘടനകളോ ആഹ്വാനം ചെയ്തതിന്റെ ഫലമായി ആരംഭിച്ചതല്ല. വർഷങ്ങളായി ഉമിത്തീയ് പോലെ നീറിക്കൊണ്ടിരുന്ന പാലസ്തീനിലെ ജനങ്ങളുടെ രോഷം പെട്ടെന്ന് ആളിപ്പടർന്നതായിരുന്നു ഇന്തിഫദ.

ഗാസയിലെ ഒരു മാർക്കറ്റിൽവെച്ച് 1987 ഡിസംബർ ആറിന് ഒരു ജൂതവ്യാപാരി പലസ്തീൻകാരന്റെ കുത്തേറ്റ് മരിച്ചു. പിറ്റേന്ന് ഗാസയിലെ ഒരു അഭയാർഥി ക്യാമ്പിൽനിന്നും ഫാക്റ്ററിയിലെ ജോലിക്ക് കൊണ്ടുപോയിരുന്ന തൊഴിലാളികളെ ജോലികഴിഞ്ഞ് തിരികെ അഭയാർഥി ക്യാമ്പിലേക്ക് രണ്ട് വാനുകളിലായി കൊണ്ടുവരുമ്പോൾ ഇസ്രായേലി സൈന്യത്തിന്റെ ടാങ്ക് വഹിച്ചുകൊണ്ടുപോകുന്ന ഭീമൻ ട്രക്ക് വന്നിടിച്ച് നാലു തൊഴിലാളികൾ കൊല്ലപ്പെടുകയും ഏഴുപേർക്ക് ഗുരുതരമായി പരിക്കേൽക്കുകയും ചെയ്തു. ജൂതവ്യാപാരിയെ കുത്തിക്കൊന്നതിനുള്ള പകപോക്കലായിരുന്ന അതെന്ന് പലസ്തീനികൾ വിശ്വസിച്ചു. അവരുടെ പ്രതിഷേധപ്രകടനങ്ങൾ ആക്രാമകമായി. പ്രകടനങ്ങളെ അടിച്ചമർത്താൻ ഇസ്രായേൽ സൈന്യം രംഗത്തിറങ്ങി. പ്രതിഷേധം കാട്ടുതീപോലെ ആളിപ്പടരാൻ തുടങ്ങി. ഗാസയിൽ നിന്ന് വെസ്റ്റ്ബാങ്കിലേക്കും ജെരുശലേം നഗരത്തിലേക്കും പ്രതിഷേധം വ്യാപിച്ചു. സ്വാഭാവികമായും പ്രതിഷേധപ്രകടനങ്ങൾ ഇസ്രായേൽ അധിനിവേശത്തിനെതിരെയുള്ള പോരാട്ടമായി പരിണമിച്ചു.

ഇസ്രായേലി സൈന്യത്തിന്റെ ടാങ്കിനു നേരെ കല്ലെറിയുന്ന പലസ്തീൻ ബാലൻ ലോകത്തെമ്പാടും അധിനിവേശത്തിനെതിരെ നടക്കുന്ന ചെറുത്തുനിൽപ്പ് പോരാട്ടങ്ങളുടെ പ്രതീകമായി മാറി. ലോകജനത ഇസ്രായേലിന്റെ മനുഷ്യത്വഹീനമായ ആക്രമണങ്ങളെ അപലപിച്ചു. പ്രശസ്ത ചിന്തകനും ഓറിയന്റിലിസത്തിന്റെ വിമർശകനുമായിരുന്ന എഡ്വേർഡ് സെയ്ത് അമേരിക്കയിൽ നിന്നും വന്ന് പലസ്തീനി ബാലന്മാരോടൊപ്പം നിന്ന് ഇസ്രായേലി ടാങ്കിനു നേരെ കല്ലെറിഞ്ഞ് രോഷവും

---

20. *ഇസ്രായേൽ വലത്തോട്ട് വെനസ്വേല ഇടത്തോട്ട്*, പി ഗോവിന്ദപ്പിള്ള, *ദേശാഭിമാനി*, 2009 മാർച്ച് 9.

പ്രതിഷേധവും പ്രകടിപ്പിച്ചു. സിയണിസ്റ്റുകളും അമേരിക്കൻ സാമ്രാജ്യത്വത്തിന്റെ പിണിയാളുകളും അദ്ദേഹത്തെ 'പ്രൊഫസർ ഓഫ് ടെറർ' എന്ന് വിളിച്ചാക്ഷേപിച്ചു. ജനമുന്നേറ്റം ഫലപ്രദമാകുന്നുവെന്ന് കണ്ടപ്പോൾ പി എൽ ഒ ഇന്തിഫദയുടെ നേതൃത്വം ഏറ്റെടുത്തു. അതോടെ അത് പലസ്തീനിന്റെ വിമോചനത്തിനുവേണ്ടിയുള്ള ലക്ഷ്യബോധമുള്ള പോരാട്ടമായി മാറി.

അഞ്ചുകൊല്ലക്കാലം നീണ്ടുനിന്ന ഇന്തിഫദ അടിച്ചമർത്താൻ ഇസ്രായേൽ സൈന്യം നാസി രീതിയിലുള്ള മർദനങ്ങളും അക്രമങ്ങളുമാണ് നിരായുധരായ പലസ്തീൻ ജനതയ്ക്ക് നേരെ അഴിച്ചുവിട്ടത്. സാധാരണ ജനങ്ങൾക്കു നേരെ ആക്രമണങ്ങൾ നടത്താൻ ഇസ്രയേലി സൈന്യം ടാങ്കുകളും സൈനികവാഹനങ്ങളുമാണ് ഉപയോഗിച്ചത്. വെസ്റ്റ് ബാങ്കിലെയും ഗാസയിലെയും വിദ്യാലയങ്ങൾ, ആശുപത്രികൾ തുടങ്ങിയ പൊതുസ്ഥാപനങ്ങളെല്ലാം അടച്ചുപൂട്ടി. ഗാസയും വെസ്റ്റ്ബാങ്കും അക്ഷരാർഥത്തിൽ തുറന്ന ജയിലായി. പ്രതിഷേധക്കാർക്കു നേരെ സൈന്യം വെടിവെച്ചു. ഗ്രാമപ്രദേശങ്ങളിലെ ജനങ്ങളുടെ പ്രധാന ഉപജീവനമാർഗം ഓറഞ്ച് തോട്ടങ്ങളായിരുന്നു. ഇസ്രായേലി സൈന്യം ബുൾഡോസറുകൾ ഉപയോഗിച്ച് മരങ്ങൾ പിഴുതുകളയുകയും ഭവനങ്ങൾ നിലം പരിശാക്കുകയും ചെയ്തു. ലോകരാഷ്ട്രങ്ങളെല്ലാം ഇസ്രായേലിന്റെ ഭീകരാക്രമണങ്ങളെ അപലപിച്ചു. ഇസ്രായേലിന്റെ ഭീകരതയെ അപലപിച്ചുകൊണ്ടും ഉടനെ അത് അവസാനിപ്പിക്കണമെന്ന് ആവശ്യപ്പെട്ടുകൊണ്ടും യു എൻ സെക്യൂരിറ്റി കൗൺസിൽ പ്രമേയം പാസാക്കി. ഇസ്രായേലിനെതിരെ വരുന്ന എല്ലാ പ്രമേയങ്ങളും വീറ്റോ ചെയ്യുന്നത് പതിവാക്കിയിരുന്ന അമേരിക്കയ്ക്ക് ഭീകരതയെ അപലപിക്കുന്ന പ്രമേയത്തെ വീറ്റോ ചെയ്യാൻ കഴിഞ്ഞില്ല.

യൂറോപ്പിൽ നിന്ന് ജൂതരുടെ കുടിയേറ്റം ആരംഭിക്കുന്നതിനു മുമ്പ് പലസ്തീനിൽ മുസ്ലിങ്ങളും ക്രിസ്ത്യാനികളും ജൂതരും ഒരുമിച്ച് സഹവർത്തിത്വത്തോടെ, സഹിഷ്ണുതയോടെ ജീവിക്കുകയായിരുന്നു. ജൂതരാഷ്ട്രം സ്ഥാപിക്കുകയും പലസ്തീൻ മുഴുവൻ പിടിച്ചടക്കുകയും ചെയ്തതിനുശേഷം ആരംഭിച്ച പലസ്തീൻ വിമോചനസമരത്തിന് മുസ്ലിങ്ങളുടെ മതാത്മക സമരം എന്നൊരു നിറമില്ലായിരുന്നു. പലസ്തീന്റെ മോചനസമരം സംഘടിപ്പിക്കുവാൻ രൂപവൽക്കരിക്കപ്പെട്ട ഫത്തഹും പി എൽ ഒയും മതനിരപേക്ഷ സമരങ്ങൾക്കാണ് നേതൃത്വം കൊടുത്തത്. ജൂതരും മുസ്ലിങ്ങളും ക്രിസ്ത്യാനികളും ഒരുമിച്ച് ജീവിക്കുന്ന മതനിരപേക്ഷ പലസ്തീൻ രാഷ്ട്രം എന്ന സങ്കൽപ്പമാണ് ഫത്തഹും അതിന്റെ നേതാവായിരുന്ന യാസർ അരാഫത്തും മുന്നോട്ട് വെച്ചത്. ഇസ്ലാമിസ്റ്റുകൾ രംഗത്ത് വന്നതോടെ ഈ ചിത്രം മാറുകയും പലസ്തീൻ പ്രശ്നവും പശ്ചിമേഷ്യയിലെ സമാധാന പ്രശ്നവും സങ്കീർണമാവുകയും ചെയ്തു. മതനിരപേക്ഷ സമരങ്ങൾ നടത്തിയിരുന്ന പാലസ്തീൻ ജനതയിൽ സ്വാധീനം ചെലുത്താനുള്ള അവസരമായാണ് ഇസ്ലാമിസ്റ്റുകൾ ഇന്തിഫദയെ കണ്ടത്.

ഹമാസ്

ഇന്തിഫദ ആരംഭിച്ച ഉടനെ, 1987 ഡിസംബറിൽ ഈജിപ്തിലെ ജിഹാദിസ്റ്റ് സംഘടനയായ ഇഖ്വാനുൽ മുസ്ലിമീൻ അതിന്റെ പാലസ്തീൻ ഘടകം എന്ന നിലയിൽ ഹമാസിന് രൂപം കൊടുത്തു. അഹ്മദ് യാസീൻ, അബ്ദൽ അസീസ് അൽ-റാന്റിസ്സി, മുഹമ്മദ് താഹ എന്നിവരായിരുന്നു സ്ഥാപകനേതാക്കൾ. ഹർക്കത്ത് അൽ-മുഖാവമത്ത് അൽ-ഇസ്ലാമിയ്യ (ഇസ്ലാമിക പ്രതിരോധ പ്രസ്ഥാനം) എന്നാണ് സംഘടനയുടെ മുഴുവൻ പേര്. അറബിപദങ്ങളുടെ ആദ്യാക്ഷരങ്ങൾ ചേർത്തുണ്ടാക്കിയ ചുരുക്കപ്പേരാണ് ഹമാസ്. അതിന് രൂപം കൊടുത്ത സന്ദർഭത്തിൽ അംഗീകരിച്ച അവകാശപത്രികയിൽ പറയുന്നത് നിലവിലുള്ള ഇസ്രായേൽ, വെസ്റ്റ്ബാങ്ക്, ഗാസ എന്നീ ഭൂഭാഗങ്ങൾ ചേർത്ത് പലസ്തീൻ എന്ന പേരിൽ ഒരു ഇസ്ലാമിക രാഷ്ട്രം സ്ഥാപിക്കണമെന്നാണ്. തങ്ങൾക്ക് ജൂതവിരോധം ഇല്ലെന്നാണ് ഹമാസ് പറയുന്നത്. ജൂതർക്ക് അള്ളാഹു വാസസ്ഥാനം വാഗ്ദത്തം ചെയ്തിട്ടുണ്ട്. അതു സംരക്ഷിക്കപ്പെടും. എന്നുവെച്ചാൽ ഹമാസ് സ്ഥാപിക്കുന്ന ഇസ്ലാമിക രാഷ്ട്രത്തിൽ ജൂതർ ധിമ്മികൾ (സംരക്ഷിതർ) ആയിരിക്കുമെന്നാണ് സാരം.

രണ്ട് ഇസ്രായേൽ സൈനികരെ തട്ടിക്കൊണ്ടുപോയി വധിച്ചുകൊണ്ടായിരുന്നു ഹമാസിന്റെ രംഗപ്രവേശം. തുടർന്ന് ഇന്തിഫദയുടെ ഭാഗമാണെന്ന് അവകാശപ്പെട്ടുകൊണ്ട് ഹമാസ് ചാവേർ ആക്രമണങ്ങൾ സംഘടിപ്പിച്ചു. ഹമാസിനു പിന്നാലെ ഇസ്ലാമിക് ജിഹാദ് എന്നൊരു സംഘടനയും പലസ്തീനിൽ രൂപം കൊണ്ടു. ഹമാസിന്റെ നേതാക്കന്മാരെ തരം കിട്ടുമ്പോൾ കൊല്ലണമെന്ന് ഇസ്രായേൽ ഭരണകൂടം പ്രഖ്യാപിച്ചു. അരയ്ക്കു താഴോട്ട് ചലനമില്ലാത്ത ആളും അന്ധനും വയോവൃദ്ധനുമായിരുന്ന ഹമാസിന്റെ സ്ഥാപകനേതാവ് ശൈഖ് അഹമ്മദ് യാസീനെ സ്വന്തം വീട്ടിൽ വിശ്രമിക്കുമ്പോൾ ഹെലികോപ്ടറിൽ നിന്നും മിസൈൽ അയച്ച് കൊലപ്പെടുത്തി. തുടർന്ന് ഹമാസിന്റെ പല നേതാക്കളെയും ഇസ്രായേൽ വകവരുത്തി. ഒരു രാഷ്ട്രം നഗ്നമായ രീതിയിൽ കൊലകൾ ചെയ്ത് ഭീകരപ്രവർത്തനം നടത്തുന്നതിനെ അപലപിക്കാൻ ആരും മുമ്പോട്ടു വന്നതായി കണ്ടില്ല. ഇസ്രായേലിൽ ചാവേർ ആക്രമണങ്ങൾ നടത്തുന്ന ഹമാസിന്റെ നേതാക്കളെ കൊല്ലുന്നതിൽ തെറ്റില്ലെന്നായിരിക്കാം ന്യായവാദം.

ഇന്തിഫദ ആരംഭിച്ച് അധികം കഴിയുന്നതിനു മുമ്പ് പലസ്തീനെ രാഷ്ട്രമായി പ്രഖ്യാപിക്കാൻ യാസർ അരാഫത്തിന് ഐക്യരാഷ്ട്രസഭയുടെ അംഗീകാരം ലഭിച്ചു. അദ്ദേഹം താൽക്കാലിക ഗവണ്മെന്റായ പലസ്തീൻ നാഷണൽ അതോറിറ്റിയുടെ തലവനായി. ഇസ്രായേൽ, പലസ്തീൻ എന്നിങ്ങനെ രണ്ടു രാഷ്ട്രങ്ങൾ എന്ന തത്വം അംഗീകരിച്ചുകൊണ്ട് സമാധാന ശ്രമങ്ങൾക്ക് മുൻകൈ എടുത്തു. അത് ഓസ്ലോ കരാറിൽ വന്നെത്തി നിൽക്കുകയാണ്. പതിനാറ് വർഷങ്ങൾക്കു

ശേഷവും ഓസ്‌ലോ കരാർ പൂർണമായും നടപ്പിലാക്കിയിട്ടില്ല. സോവിയറ്റ് യൂണിയന്റെ തകർച്ചയെ തുടർന്ന് നിരാലംബരായ പലസ്തീനികൾക്ക് സ്വാതന്ത്ര്യവും സമാധാനവും ഇന്നും മരീചികയാണ്.

ഓസ്‌ലോ കരാർ

ഇന്തിഫദ എന്ന ജനകീയ മുന്നേറ്റത്തെ ശാന്തമാക്കാൻ പാലസ്തീൻ ജനതയുടെ ചില ആവശ്യങ്ങൾ അംഗീകരിക്കേണ്ടതുണ്ടെന്ന ചിന്ത ഇസ്രായേലിൽ ശക്തമായി. 1992 ജൂലൈയിൽ യിത്സ്ഹാക്ക് റബിൻ വീണ്ടും പ്രധാനമന്ത്രിയായതോടെ സമാധാന സംരംഭങ്ങൾക്ക് ഉണർവുണ്ടായി. അമേരിക്കയിൽ ഡമോക്രാറ്റിക് പാർട്ടി നേതാവ് ബിൽ ക്ലിന്റൺ 1993 ജനുവരിയിൽ പ്രസിഡന്റായത് കൂടുതൽ സഹായകമായി. പി എൽ ഒയുമായി ചർച്ച നടത്തുന്നത് നിയമ വിരുദ്ധമാണെന്ന സിയണിസ്റ്റ് നിയമം ഇസ്രായേൽ പാർലമെന്റായ നെസറ്റ് റദ്ദാക്കി. പി എൽ ഒയെ അംഗീകരിച്ചില്ലെങ്കിൽ മതമൗലികവാദികൾ പലസ്തീൻ ജനതയിൽ സ്വാധീനം ചെലുത്തുമെന്ന് ഇസ്രായേൽ ഗവണ്മെന്റ് മനസിലാക്കി. പലസ്തീനികൾക്ക് ആലംബമായിരുന്ന സോവിയറ്റ് യൂണിയൻ തകർന്നതോടെ ഗറില്ലാ സമരങ്ങളിലൂടെ പാലസ്തീൻ രാഷ്ട്രം പുനഃസ്ഥാപിക്കുക എന്ന ലക്ഷ്യം നിറവേറ്റപ്പെടുകയില്ലെന്ന യാഥാർഥ്യം പി എൽ ഒയും തിരിച്ചറിഞ്ഞു.

വെസ്റ്റ് ബാങ്കും ഗാസയും മാത്രം ഉൾപ്പെടുന്ന പലസ്തീന്റെ ഭരണനിർവഹണം നടത്തുന്നതിന് ഒരു താൽക്കാലിക സംവിധാനമെന്ന നിലയിൽ പലസ്തീൻ അതോറിറ്റി രൂപവൽക്കരിക്കുക, ജരുശലേം നഗരത്തിന്റെ ഭാവി, അറബ് രാജ്യങ്ങളിൽ കഴിയുന്ന അഭയാർഥികളുടെ തിരിച്ചുവരവും പുനരധിവാസവും, വെസ്റ്റ് ബാങ്കിൽ നിയമവിരുദ്ധമായി കടന്ന് അധിവാസ കേന്ദ്രങ്ങൾ (Jewish settlements) സ്ഥാപിച്ച ജൂതരെ ഒഴിപ്പിക്കൽ തുടങ്ങിയ പ്രശ്നങ്ങൾ അഞ്ചുകൊല്ലത്തിനുള്ളിൽ തീരുമാനിക്കുക എന്നീ വ്യവസ്ഥകളുള്ള ഉഭയകക്ഷികരാറിന് ഇസ്രായേലും പി എൽ ഒയും ചേർന്ന് 1993 ആഗസ്റ്റിൽ നോർവേയുടെ തലസ്ഥാനമായ ഓസ്ട്രേലിയയിൽ വെച്ച് രൂപംകൊടുത്തു. അതേ വർഷം സെപ്തംബറിൽ വാഷിങ്ടണിൽ വെച്ച് അമേരിക്കൻ പ്രസിഡന്റ് ബിൽ ക്ലിന്റന്റെ സാന്നിധ്യത്തിൽ ഇസ്രായേൽ പ്രസിഡന്റ് യിത്സ്ഹാക് റബിനും പി എൽ ഒ നേതാവ് യാസർ അരാഫത്തും ഒപ്പുവെച്ചു. അരാഫത്ത് പലസ്തീൻ അതോറിറ്റി എന്ന താൽക്കാലിക ഗവണ്മെന്റിന്റെ തലവനായി. യിത്സ്ഹാക് റബിൻ, ഷിമോൺ പെരെസ്, യാസർ അരാഫത്ത് എന്നിവർക്ക് സമാധാനത്തിനുള്ള നോബൽ സമ്മാനം ലഭിച്ചു. സിയണിസ്റ്റുകൾ ഓസ്‌ലോ കരാറിനെ എതിർത്തു. വെസ്റ്റ്ബാങ്കും ഗാസയും ജരുശലേമും ഇസ്രായേലിന്റെ ഭാഗമാണെന്നായിരുന്നു സിയണിസ്റ്റുകളുടെ വാദം. കരാർ ഒപ്പിട്ട് അധികം താമസിയാതെ 1995 ൽ യിത്സ്ഹാക് റബിനെ സിയണിസ്റ്റുകൾ വെടിവെച്ചു കൊന്നു.

സിയണിസ്റ്റുകൾക്കു മുമ്പിലുള്ള കീഴടങ്ങലാണ് ഓസ്‌ലോ കരാറെന്നായിരുന്നു പി എൽ ഒയ്ക്കെതിരായി ഉയർന്ന വിമർശം. ഹമാസും ഇസ്ലാമിക് ജിഹാദും ഓസ്‌ലോ കരാർ അംഗീകരിച്ചില്ല. പലസ്തീൻ ജനതയോട് സഹാനുഭൂതിയുള്ള പല ബുദ്ധിജീവികളും ഓസ്‌ലോ കരാർ കീഴടങ്ങലാണെന്ന് വിമർശിച്ചു. ഓസ്‌ലോ കരാർ ഒപ്പിട്ടതിന്റെ പേരിൽ പി എൽ ഒയ്ക്കെതിരെ അതിരൂക്ഷമായ വിമർശനമാണ് എഡ്വേഡ് സെയ്ത് ഉയർത്തിയത്. "പി എൽ ഒ ചെയ്തതുപോലെ ഒരു വിമോചന പ്രസ്ഥാനവും സ്വന്തം ജനതയെ വിറ്റിട്ടില്ല" എന്നാണ് സെയ്ത് അധിക്ഷേപിച്ചത്.[21] ഓസ്‌ലോ കരാർ ഒപ്പിട്ടതിനുശേഷം ഒന്നാം ഇന്തിഫദ പി എൽ ഒ ഔദ്യോഗികമായി അവസാനിപ്പിച്ചു.

പലസ്തീൻ അതോറിട്ടി എന്ന താൽക്കാലിക ഗവണ്മെന്റിനെ നിശ്ശബ്ദസാക്ഷിയാക്കി നിറുത്തിക്കൊണ്ട് വെസ്റ്റ് ബാങ്കും ഗാസയും പൂർവ ജെരുശലേമും സമ്പൂർണാധിപത്യത്തിലുള്ള കോളണിയാക്കിമാറ്റുകയാണ് ഇസ്രായേൽ ചെയ്തത്. ഇസ്രായേൽ എന്ന ജൂതരാഷ്ട്രം നിലവിൽ വന്ന കാലം മുതൽ കുടിയേറ്റങ്ങളിലൂടെ വെസ്റ്റ് ബാങ്ക് കൂടി സ്വന്തമാക്കണമെന്ന ലക്ഷ്യത്തോടെ വെസ്റ്റ്ബാങ്കിന്റെ വിവിധ പ്രദേശങ്ങളിലേക്ക് കുടിയേറാനും കൃഷിഭൂമിയും വാസയോഗ്യമായ ഭൂമിയും കൈയടക്കി അധിവാസകേന്ദ്രങ്ങൾ (Jewish Settlements) സ്ഥാപിക്കാനും ജൂതകുടുംബങ്ങളെ ഇസ്രായേൽ ഗവണ്മെന്റും സൈന്യവും സഹായിച്ചുകൊണ്ടിരുന്നു. ഓസ്‌ലോ കരാർ ഒപ്പിടുകയും 1993 ൽ താൽക്കാലിക പലസ്തീൻ ഗവണ്മെന്റ് നിലവിൽ വരികയും ചെയ്ത ഉടനെ തന്നെ വെസ്റ്റ്ബാങ്കിലെ ജൂതകുടിയേറ്റ കേന്ദ്രങ്ങളുടെ സംരക്ഷണം ഇസ്രായേൽ സൈന്യം ഏറ്റെടുത്തു. കൂടുതൽ കുടുംബങ്ങളെ വെസ്റ്റ് ബാങ്കിലേക്ക് കുടിയേറാൻ പ്രേരിപ്പിച്ചു. കുടിയേറ്റ കേന്ദ്രങ്ങൾ സംരക്ഷിത മേഖലകളാക്കി. കുടിയേറ്റ കേന്ദ്രത്തിലേക്ക് പോകുന്ന റോഡുകളിലൂടെ പലസ്തീൻകാർക്ക് പ്രവേശനം നിരോധിച്ചു. വെസ്റ്റ് ബാങ്കിനകത്ത് 543 ചെക്ക് പോസ്റ്റുകൾ സ്ഥാപിച്ചു. പലസ്തീൻ ജനതയ്ക്ക് സ്വന്തം രാജ്യത്ത് സഞ്ചാരസ്വാതന്ത്ര്യം നിഷേധിച്ചു. ഓരോ കുടിയേറ്റ കേന്ദ്രവും വെസ്റ്റ് ബാങ്കിനകത്തെ ഒരു ചെറിയ ഇസ്രായേൽ രാഷ്ട്രമായി മാറി. വെസ്റ്റ് ബാങ്കും കിഴക്കൻ ജെരുശലേമും അനേകം തുണ്ടുകളാക്കി ശിഥിലീകരിക്കപ്പെട്ടു. വെസ്റ്റ് ബാങ്കിലെയും ഗാസയിലെയും ജനങ്ങൾക്ക് അങ്ങോട്ടുമിങ്ങോട്ടും പോകാൻ അനുവാദമില്ലാതായി. പലസ്തീൻ രാഷ്ട്രത്തിലെ 40 ശതമാനം പ്രദേശങ്ങളിൽ പാലസ്തീൻ പൗരന്മാർക്ക് സഞ്ചരിക്കാൻ അനുവാദമില്ലെന്ന സ്ഥിതിയായി. ഇതിനൊക്കെ പുറമെ ആയിരുന്നു പാലസ്തീന്റെ മേലുള്ള സാമ്പത്തിക ചൂഷണം. തൊഴിലില്ലായ്മ രൂക്ഷമായി.

21. *The End of peace process: Oslo and After* by Edward Said, page 345

ഐക്യരാഷ്ട്രസംഘടനയുടെ കണക്കനുസരിച്ച് പലസ്തീൻ ജനതയിൽ 70 ശതമാനവും ദാരിദ്ര്യരേഖയ്ക്ക് താഴെയായി.[22]

പലസ്തീൻ ജനതയുടെ ദാരിദ്ര്യത്തിനും ദുരിതങ്ങൾക്കും ഒന്നാമത്തെ കാരണം ഇസ്രായേലിന്റെ ഉപരോധവും കോളനിവാഴ്ചയുമാണ്. എങ്കിലും പലസ്തീനിലെ വരേണ്യവർഗം ഇക്കാര്യത്തിൽ കുറ്റവിമുക്തരല്ല എന്നാണ് ബശീർ അബു-മന്നേഹിനെ പോലുള്ള ചിന്തകരുടെ അഭിപ്രായം. അന്താരാഷ്ട്ര വ്യവഹാരങ്ങളിലും വാർത്തകളിലും ഇന്ന് ഇസ്രായേലും പലസ്തീനും രണ്ട് രാഷ്ട്രങ്ങളാണെങ്കിലും ഇസ്രായേൽ എന്ന ഒരൊറ്റ രാഷ്ട്രം രണ്ട് ജനതകളുടെ ഭാഗധേയം നിർണയിക്കുന്ന സ്ഥിതിയാണ് നിലവിലുള്ളത്.[23]

രണ്ടാം ഇന്തിഫദ

പലസ്തീൻ ജനതയുടെ രോഷം വീണ്ടുമൊരു ഇന്തിഫദയായി ആളിക്കത്തി. ഇസ്രായേൽ പാർലമെന്റിലെ പ്രതിപക്ഷനേതാവായിരുന്ന ഏരിയൽ ഷാരോൺ ജറുശലേമിൽ സോളമൻ പണി കഴിപ്പിച്ച യഹോവയുടെ ഭവനം നിന്നിരുന്ന സ്ഥാനം (Temple Mount) സന്ദർശിക്കാൻ 2000 സെപ്തംബറിൽ വന്നതായിരുന്നു തുടക്കം. ജൂതരുടെ ഒന്നാമത്തെ പുണ്യസ്ഥാനമാണിത്. സോളമന്റെ ക്ഷേത്രം ബാബിലോണിയക്കാർ നശിപ്പിച്ചതിനുശേഷം പേർഷ്യൻ ചക്രവർത്തിയുടെ സഹായത്തോടെ രണ്ടാമത്തെ യഹോവ ഭവനം പണിതതും അവിടെത്തന്നെ ആയിരുന്നു. രണ്ടാമത്തെ ക്ഷേത്രം ഹെരോദ് രാജാവ് പുതുക്കി പണിതു. പൊതുവർഷം ഒന്നാം നൂറ്റാണ്ടിൽ റോമാക്കാർ ക്ഷേത്രം നശിപ്പിച്ചതിനുശേഷം ക്ഷേത്രം പണിതിട്ടില്ല. ലോകാവസാനകാലത്ത് രക്ഷകൻ വരുമ്പോൾ മൂന്നാമത്തെ ക്ഷേത്രം പണിയാനുള്ള സ്ഥലം അതാണെന്ന് ജൂതർ വിശ്വസിക്കുന്നു. മാത്രവുമല്ല ജൂതവിശ്വാസപ്രകാരം ലോകം ഉത്ഭവിച്ചത് യഹോവയുടെ ഭവനം നിന്നിരുന്ന സ്ഥാനത്തു നിന്നാണ്. മുസ്ലിങ്ങളുടെ വിശ്വാസപ്രമാണമനുസരിച്ച് ജറുശലേമിനു പ്രാധാന്യം വന്നതെങ്ങനെയെന്ന് മുമ്പ് വിവരിച്ചിട്ടുണ്ട്. മുസ്ലിങ്ങൾക്ക് മക്കയിലെയും മദീനയിലെയും പള്ളികൾ കഴിഞ്ഞാൽ ഏറ്റവും പുണ്യമുള്ള ദേവാലയമാണ് ജറുശലേമിലേത്. ജൂതരുടെ പുണ്യസ്ഥാനം സന്ദർശിക്കാൻ എല്ലാ ജൂതർക്കും അവകാശമുണ്ടെന്ന് സ്ഥാപിക്കാനായിരുന്നു ഏരിയൽ ഷാരോൺ പുറപ്പെട്ടത്. ഷാരോൺ ഇസ്രായേൽ സേനയിലെ രക്ഷാഭടൻമാരോടൊപ്പമാണ് ദേവാലയസ്ഥാനം സന്ദർശിക്കാനെത്തിയത്. സന്ദർശനത്തെ

---

22. *Israel's Colonial Seige and Palestinians* by Bashir Abu-Manneh in *Global Flash Points-socialist Register 2008* Edited by Leo Panitch and Colin Leys, page 101. ബശീർ അബു-മന്നേഹ് ഇസ്രായേലിൽ ജനിച്ച് ഹൈഫയിൽ വിദ്യാഭ്യാസം ചെയ്തു. 'ഇസ്രായേലിലെ പലസ്തീൻകാരൻ' എന്നാണ് ഇദ്ദേഹം സ്വയം വിശേഷിപ്പിക്കുന്നത്.

23. അതേ പുസ്തകം, പുറം 102.

തുടർന്ന് ശക്തമായ പ്രതിഷേധ പ്രകടനങ്ങൾ ആരുടെയും ആഹ്വാനമില്ലാതെ തന്നെ ആരംഭിച്ചു. അത് വെസ്റ്റ്ബാങ്കിലേക്കും ഗാസയിലേക്കും വ്യാപിച്ചു. ഇതാണ് രണ്ടാം ഇന്തിഫദ. തുടക്കം അൽ-അഖ്സാ മസ്ജിദിൽ നിന്നായതുകൊണ്ട് രണ്ടാമത്തേത് അൽ-അഖ്സ ഇന്തിഫദ എന്ന പേരിലും അറിയപ്പെടുന്നു.

അൽ-അഖ്സ മസ്ജിദ് സന്ദർശനത്തിനെതിരെ ആരംഭിച്ച ബഹുജന സമരം പാലസ്തീൻ വിമോചനസമരമായി മാറി. രണ്ടാം ഇന്തിഫദ ആരംഭിച്ചതിനു കാരണക്കാരനായ ഏരിയൽ ഷാരോൺ അടുത്ത വർഷം തന്നെ ഇസ്രായേൽ പ്രധാനമന്ത്രിയായി. ഹമാസിന്റെ സ്വാധീനവും വർധിച്ചു. ഒന്നാം ഇന്തിഫദയുടെ അടയാളം ഇസ്രായേൽ സൈന്യത്തിന്റെ ടാങ്കിനു നേരെ കല്ലെറിയുന്ന ബാലനായിരുന്നെങ്കിൽ അൽ-അഖ്സ ഇന്തിഫദയുടെ പ്രതീകം ശരീരത്തിൽ ബോംബു വെച്ച് ഇസ്രായേലിലെ ജനങ്ങൾക്കിടയിൽ നിന്നുകൊണ്ട് സ്വയം ചിന്നിച്ചിതറി ആത്മഹത്യ ചെയ്യുകയും ചുറ്റും നിൽക്കുന്ന നിരപരാധികളായ മനുഷ്യരെ മരണത്തിലേക്ക് തള്ളിയിടുകയും ചെയ്യുന്ന സ്യൂയിസൈഡ് ബോംബറായിരുന്നു. രണ്ടാം ഇന്തിഫദയ്ക്ക് മൂന്ന് വിഭാഗങ്ങളാണ് നേതൃത്വം കൊടുത്തത്. പലസ്തീന്റെ വിമോചനത്തിനു വേണ്ടി ഗറില്ലാരീതിയിൽ പോരാട്ടമാരംഭിച്ച ഫത്തഹ് എന്ന സംഘടനയുടെ അടിത്തട്ടിൽ നിന്ന് ഉയർന്നു വന്ന അൽ-അഖ്സ ബ്രിഗേഡ് ആണ് ഒരു വിഭാഗം. ഇതിന് നേതൃത്വം കൊടുത്ത മർവാൻ ബർഗൂട്ടി 2002 ൽ ഇസ്രായേൽ സേനയുടെ പിടിയിലായി. രണ്ടാമത്തെ വിഭാഗം ഇസ്ലാമിക് ജിഹാദ് എന്ന മതമൗലിക സംഘടനയായിരുന്നു. ഏറ്റവും പ്രബലമായ വിഭാഗം ഹമാസായിരുന്നു. സാമൂഹികസേവനവും പൊതുജനങ്ങൾക്കിടയിൽ രാഷ്ട്രീയപ്രവർത്തനവും നടത്തുന്ന മുന്നണിയും ചാവേർ പോരാളികളെ തയാറാക്കി ഇസ്രായേലിലേക്കയക്കുകയും ഇസ്രായേലിനെതിരെ റോക്കറ്റാക്രമണം നടത്തുകയും ചെയ്യുന്ന സായുധാക്രമണവിഭാഗവും ഹമാസ് രൂപപ്പെടുത്തി. സാമൂഹികപ്രവർത്തനങ്ങളിലൂടെ ഹമാസ് ജനസ്വാധീനം വർധിപ്പിച്ചു.

രണ്ടാം ഇന്തിഫദ ആരംഭിച്ച് അഞ്ചുവർഷങ്ങൾക്കുശേഷം നടന്ന തിരഞ്ഞെടുപ്പിൽ ഹമാസിന് ഭൂരിപക്ഷം കിട്ടി. ഇസ്ലാമിസ്റ്റ് സംഘടനയെ തിരഞ്ഞെടുത്ത പലസ്തീൻ ജനതയെ കൂട്ടത്തോടെ ശിക്ഷിക്കുക എന്ന നയമാണ് അമേരിക്കയും ഇസ്രായേലും സ്വീകരിച്ചിരിക്കുന്നത്. തിരഞ്ഞെടുപ്പിൽ ജയിച്ച ഹമാസ് അധികാരത്തിലെത്തിയപ്പോൾ കടുംപിടിത്തങ്ങൾ ഉപേക്ഷിച്ച് ഇസ്രായേലിനെ അംഗീകരിക്കാമെന്ന നിലപാട് അനൗദ്യോഗികമായി സ്വീകരിച്ചെങ്കിലും അതൊന്നും സിയണിസ്റ്റുകൾക്കും ബുഷ് ഭരണകൂടത്തിനും സ്വീകാര്യമായില്ല. രണ്ടാം ഇന്തിഫദ ഇന്നും തുടരുകയാണെന്ന് പറയാം. ഇസ്രായേൽ നടത്തിയ ലബനൻ ആക്രമണവും ഗാസയുദ്ധവും അതിനെതിരെയുള്ള ആക്രമണങ്ങളായിരുന്നു.

ഇസ്രായേലിന്റെ നാസി ഭരണം

രണ്ടാം ഇന്തിഫദ ആരംഭിച്ചപ്പോൾ അടിച്ചമർത്താൻ അതിഭീകരമായ മർദനമുറകളാണ് ഇസ്രായേൽ പ്രയോഗിക്കുന്നതെന്ന് ലോകം മുഴുവൻ മുറവിളി ഉയർന്നു. പലസ്തീൻ പ്രദേശങ്ങളിൽ നടക്കുന്ന മനുഷ്യാവകാശ ലംഘനങ്ങളെ കുറിച്ച് പഠിച്ച് റിപ്പോർട്ട് സമർപ്പിക്കാൻ ഐക്യരാഷ്ട്ര മനുഷ്യാവകാശ കമ്മീഷൻ അമേരിക്കയിലെ പ്രിൻസ്റ്റൺ യൂണിവേഴ്സിറ്റിയിലെ അന്താരാഷ്ട്ര നിയമങ്ങളുടെ പ്രൊഫസർ റിച്ചാഡ് ഫാക്കിനെ നിയമിച്ചു. അദ്ദേഹം 2001 മാർച്ചിൽ കൊടുത്ത റിപ്പോർട്ടിൽ പറഞ്ഞത് പലസ്തീനിൽ ഇസ്രായേൽ മനുഷ്യാവകാശസംബന്ധിയായ എല്ലാ നിയമങ്ങളും ലംഘിക്കുന്നുവെന്നാണ്. അദ്ദേഹത്തിന്റെ പിൻഗാമി ജോൺ ദുഗാർദ് 2008 ജനുവരിയിൽ കൊടുത്ത റിപ്പോർട്ടിൽ സ്ഥിതി കൂടുതൽ വഷളായതായി ചൂണ്ടിക്കാണിച്ചു. അദ്ദേഹം 2007 സെപ്തംബർ 25 മുതൽ ഒക്റ്റോബർ 1 വരെ പലസ്തീനിലെ വിവിധ സ്ഥലങ്ങൾ സന്ദർശിച്ച് പഠനം നടത്തുകയും പാലസ്തീനിലെയും ഇസ്രായേലിലെയും സന്നദ്ധ സംഘടനകളുമായി ആശയവിനിമയം നടത്തുകയും ചെയ്തതിനുശേഷമാണ് റിപ്പോർട്ട് കൊടുത്തത്.

ഏറ്റവുമൊടുവിൽ ഗാസയിൽ 2009 ജനുവരിയിൽ 23 ദിവസം തുടർച്ചയായി കടന്നാക്രമണം നടത്തിയ ഇസ്രായേലി സൈന്യം നിരായുധരായ ജനങ്ങൾക്കു നേരെ ഭീകരമായ യുദ്ധക്കുറ്റം ചെയ്തുവെന്ന് ഐക്യരാഷ്ട്രസമിതിയുടെ അന്വേഷക സംഘം കണ്ടെത്തി. സമിതിയുടെ പ്രതിനിധി രാധിക കുമാരസ്വാമി സമർപ്പിച്ച റിപ്പോർട്ടിലാണ് യുദ്ധക്കുറ്റങ്ങൾ വിവരിച്ചിട്ടുള്ളത്. *ഗാർഡിയൻ* പത്രത്തിന്റെ പ്രതിനിധി ജോൺ ഡെന്നിസ് ഇസ്രായേൽ സൈന്യം നടത്തിയ അക്രമങ്ങളുടെ ദൃശ്യങ്ങളടങ്ങുന്ന ഡോക്യുമെന്ററി പുറത്തുവിട്ടു. ഹമാസ് പോരാളികൾ തിരിച്ച് വെടിവയ്ക്കാതിരിക്കാൻ പതിനൊന്ന് വയസായ ഒരു ബാലനെ ടാങ്കിനു മുമ്പിൽ മനുഷ്യകവചമായി നിറുത്തിയാണ് ഷെൽവർഷം നടത്തിയത്. വീടുകളിൽ കയറി സ്ത്രീകളും കുട്ടികളും അടക്കമുള്ള സാധാരണ ജനങ്ങളെ വെടിവെച്ചുകൊന്ന നിരവധി സംഭവങ്ങളുണ്ടായി. ഒരു യുവതിയും കുഞ്ഞും അകത്തുണ്ടായിരിക്കെ ഒരു വീട് ബുൾഡോസർ കയറ്റി അരച്ചു. ഐക്യരാഷ്ട്ര രക്ഷാസമിതി ഏർപ്പെടുത്തിയ താൽക്കാലിക അഭയാർഥിക്യാമ്പിനു നേരെ ഇസ്രായേൽ സൈനികർ മെഷീൻഗൺ ഉപയോഗിച്ച് ഷെൽ വർഷം നടത്തി. ഗാസയുദ്ധത്തിൽ ആകെ 1440 പാലസ്തീൻകാർ കൊല്ലപ്പെട്ടതായിട്ടാണ് യു എൻ റിപ്പോർട്ടിൽ പറഞ്ഞത്. അവരിൽ 431 പേർ കുട്ടികളും 114 സ്ത്രീകളും ഉൾപ്പെടെ 960 പേരും സാധാരണ പൗരന്മാരായിരുന്നു.

ഇസ്രായേൽ സൈന്യത്തിൽ സേവനമനുഷ്ഠിച്ചിരുന്ന ആളും ഇപ്പോൾ ഓക്സ്ഫഡ് സർവകലാശാലയിലെ അന്താരാഷ്ട്ര നിയമങ്ങളുടെ പ്രൊഫസറുമായ എവി ഷ്ളെയിം ഇസ്രായേലിന്റെ നൃശംസതയെക്കുറിച്ച് എഴുതിയതിങ്ങനെയാണ്:

ഞാൻ 1960കളിൽ ഇസ്രായേലിന്റെ സൈന്യത്തിൽ കൂറോടെ സേവനം അനുഷ്ഠിച്ചവനും ആറുദിനയുദ്ധം നടന്ന 1967നു മുമ്പുള്ള അതിർത്തിക്കുള്ളിൽ ഇസ്രായേലിനു നിലനിൽക്കാനുള്ള അവകാശത്തെ ഒരിക്കലും ചോദ്യം ചെയ്തിട്ടില്ലാത്തവനും ആയ ആളെന്ന നിലയിലാണ് ഇതെഴുതുന്നത്. ഞാൻ അതിശക്തിയായി എതിർക്കുന്നത് ഹരിതരേഖയ്ക്കപ്പുറത്ത്[24] ഇസ്രായേൽ ചെയ്തു കൊണ്ടിരിക്കുന്ന സിയണിസ്റ്റ് കോളനിവാഴ്ചയെയാണ്. 1967 ജൂണിൽ നടന്ന യുദ്ധത്തിനുശേഷം വെസ്റ്റ്ബാങ്കിലും ഗാസയിലും അധിനിവേശം തുടരുന്നത് ഇസ്രായേലിന്റെ രാജ്യരക്ഷയുമായി യാതൊരു ബന്ധവുമില്ലാത്ത നടപടിയാണ്. അതിന്റെ ലക്ഷ്യം ഗാസയും വെസ്റ്റ്ബാങ്കും എല്ലാം ഉൾക്കൊള്ളുന്ന വിശാല ഇസ്രായേൽ രാഷ്ട്രം സ്ഥാപിക്കുകയാണ്. ഇപ്പോൾ ആക്രമണത്തിനു വിധേയമായ ഗാസയുടെ കാര്യം മാത്രമെടുക്കാം. നാൽപ്പത് വർഷത്തെ അധിനിവേശം ഗാസയുടെ സമ്പദ്വ്യവസ്ഥ പാടെ തകർത്തിരിക്കുന്നു. *ബൈബിളിലെ* പ്രയോഗം കടമെടുത്ത് പറഞ്ഞാൽ ഇസ്രായേൽ ഗാസയിലെ ജനങ്ങളെ വിറക് വെട്ടികളും വെള്ളം കോരികളുമാക്കി മാറ്റിയിരിക്കുന്നു.... കോളനിഅനന്തര യുഗത്തിലെ കോളനിവാഴ്ചയുടെ ഉത്തമ നിദർശനമാണ് ഗാസയിലെ അധിനിവേശം. ലക്കുഡ് പ്രധാനമന്ത്രി ഏരിയൽ ഷാരോൺ 2005 ആഗസ്റ്റിൽ ഗാസയിൽ നിന്നും ഒരു പിൻവാങ്ങൽ നാടകം കളിച്ചു. എണ്ണായിരം കുടിയേറ്റക്കാരെ ഗാസയിൽനിന്നും പിൻവലിച്ചതിനുശേഷം അവർ പണിയിച്ച എല്ലാ ഭവനങ്ങളും ഗാസക്കാർക്ക് ഉപകാരപ്പെടാതിരിക്കാൻ ഇസ്രായേൽ സൈന്യത്തെക്കൊണ്ട് തകർത്തു. അത് ഇസ്രായേൽ സൈന്യത്തിനു തന്നെ അപമാനമായിരുന്നു. രണ്ടു രാഷ്ട്രങ്ങൾ എന്ന സിദ്ധാന്തത്തിന്റെ അടിസ്ഥാനത്തിൽ സമാധാനം കൈവരിക്കാൻ വേണ്ടിയുള്ള നടപടിയാണെന്നായിരുന്നു ഷാരോൺ ലോകത്തോട് പറഞ്ഞത്. പക്ഷേ, അടുത്ത വർഷം 12000 പേരെ വെസ്റ്റ്ബാങ്കിൽ കുടിയിരുത്തി. വെസ്റ്റ്ബാങ്കിലെ ഭൂമി മുഴുവൻ പിടിച്ചെടുക്കുക എന്ന ലക്ഷ്യമായിരുന്നു മുന്നിൽ. ഗാസയിൽനിന്നും കുടിയേറ്റക്കാർ ഒഴിഞ്ഞുപോയെങ്കിലും സൈന്യത്തിന്റെ നിയന്ത്രണം നീങ്ങിയില്ല. ഗാസയിലേക്കുള്ള എല്ലാ വഴികളും സൈന്യത്തിന്റെ നിയന്ത്രണത്തിലായിരുന്നു. സ്വേച്ഛാധിപത്യത്തിന്റെ മഹാസമുദ്രത്തിൽ ജനാധിപത്യത്തിന്റെ ചെറുതുരുത്താണ് തങ്ങളെന്ന് സ്ഥാപിക്കാനുള്ള വ്യഗ്രതയിലാണ് ഇസ്രായേൽ നേതൃത്വം. പക്ഷേ, അറബികൾക്കിടയിൽ ജനാധിപത്യം സ്ഥാപിക്കാൻ സഹായകമായ നിലപാടല്ല

24. ഇസ്രായേലിനെയും പലസ്തീൻ പ്രദേശങ്ങളെയും വേർതിരിക്കുന്ന അതിർത്തിരേഖയാണ് ഹരിതരേഖ (green line).

ഇസ്രായേൽ ഇന്നുവരെ സ്വീകരിച്ചത്. പലസ്തീനെ അടിമത്തത്തിൽ നിറുത്താൻ പ്രതിലോമകാരികളായ അറബിഭരണനേതൃത്വങ്ങളുമായി രഹസ്യമായി പ്രവർത്തിച്ച ചരിത്രമാണ് ഇസ്രായേലിനുള്ളത്, എല്ലാ പ്രതിബന്ധങ്ങളെയും തരണം ചെയ്ത് ജനാധിപത്യം സ്ഥാപിക്കാൻ കഴിഞ്ഞ ജനതയാണ് പലസ്തീൻ. അറബ് ലോകത്ത് ലബനാൻ കഴിഞ്ഞാൽ പലസ്തീനു മാത്രമേ അതിനു കഴിഞ്ഞിട്ടുള്ളു. പലസ്തീൻ അതോറിറ്റിയുടെ ലെജിസ്ലേറ്റീവ് കൗൺസിലിലേക്ക് 2006 ജനുവരിയിൽ നീതിപൂർവവും സ്വതന്ത്രവുമായ തിരഞ്ഞെടുപ്പ് നടത്തിയപ്പോൾ ഹമാസിന് ഭൂരിപക്ഷം കിട്ടി അധികാരത്തിൽ വന്നു. ഹമാസ് ഭീകരസംഘടനയാണെന്ന മുടന്തൻ ന്യായം പറഞ്ഞ് ജനാധിപത്യപ്രക്രിയയിലൂടെ അധികാരത്തിൽ വന്ന ഗവൺമെന്റിനെ അംഗീകരിച്ചില്ല. ഹമാസ് ഗവൺമെന്റിനെ ഒറ്റപ്പെടുത്തുന്നതിനും പൈശാചികം എന്ന് മുദ്രകുത്തുന്നതിനും അമേരിക്കയും യൂറോപ്യൻ യൂണിയനും നിർലജ്ജം ഇസ്രായേലിനു കൂട്ടുനിന്നു... അധിനിവേശത്തിലും ഉപരോധത്തിലും നരകിക്കുന്ന ഒരു ജനതയ്ക്കെതിരെ ചരിത്രത്തിലാദ്യമായി അന്താരാഷ്ട്ര സമൂഹം സാമ്പത്തികോപരോധവും ഏർപ്പെടുത്തി... എല്ലാ തീവ്രവാദി സംഘടനകളെയും പോലെ ഹമാസും അധികാരത്തിൽ വന്നപ്പോൾ തങ്ങളുടെ തീവ്രനിലപാടുകൾക്ക് അയവ് വരുത്തി... ഫത്തഹും ഹമാസും ചേർന്ന് 2007 മാർച്ചിൽ നാഷണൽ യൂണിറ്റി ഗവൺമെന്റിന് രൂപം കൊടുത്തു. ഹമാസ് ആ ഗവൺമെന്റിൽ പങ്കാളിയാണെന്ന് പറഞ്ഞ് ഗവൺമെന്റുമായി ചർച്ച ചെയ്യാൻ ഇസ്രായേൽ തയാറായില്ല. അമേരിക്കയുടെ സഹായത്തോടെ ഫത്തഹ് അട്ടിമറിക്കുമെന്ന് മുൻകൂട്ടിക്കണ്ട് ഹമാസ് ഗാസയുടെ അധികാരം 2007 ജൂണിൽ പിടിച്ചെടുത്തു, ഡിസംബർ മാസത്തിൽ ഹമാസിനെ മുട്ടുകുത്തിക്കാനായി ഇസ്രായേൽ ഗാസയ്ക്കെതിരെ ആക്രമണം തുടങ്ങി. ഇസ്രായേലിൽ വരാനിരിക്കുന്ന തിരഞ്ഞെടുപ്പ് മുൻകൂട്ടിക്കണ്ടാണ് ഗാസയ്ക്കെതിരെ ആക്രമണം തുടങ്ങിയത്. *ബൈബിളിൽ* പറഞ്ഞിട്ടുള്ള ഡേവിഡും ഗോലിയാത്തും തമ്മിലുള്ള ഏറ്റുമുട്ടൽ പോലെയായിരുന്നു അത്....

ഈ ഏറ്റുമുട്ടലിൽ ഹമാസ് അത്ര നിരപരാധിയല്ലെന്ന കാര്യം ഉറപ്പാണ്. ഹമാസിലെയും ഇസ്ലാമിക് ജിഹാദിലെയും യുദ്ധകുതുകികൾ ഇസ്രായേൽ അതിർത്തിക്കുള്ളിലേക്ക് ഖസ്സാം റോക്കറ്റുകൾ അയച്ചുകൊണ്ടിരുന്നു. അവസാനം ഈജിപ്തിന്റെ ഇടപെടൽ മൂലം 2008 ജൂണിൽ ആറുമാസത്തെ വെടിനിറുത്തൽ നിലവിൽ വന്നു. കാലഹരണപ്പെട്ട ഖസ്സാം റോക്കറ്റുകൾ അയച്ചതുകൊണ്ടുണ്ടായ നാശനഷ്ടങ്ങൾ വളരെ ലഘുതരമാണെങ്കിലും ജനങ്ങളിൽ ഭയം സൃഷ്ടിച്ചു. സ്വയം രക്ഷയ്ക്കായി തിരിച്ചടിക്കാൻ ഇസ്രായേൽ ഗവൺമെന്റിന് കടമയുണ്ടായിരുന്നു.

പക്ഷേ, സൂചികൊണ്ട് കുത്തിയതിനു പകരം വീട്ടിയതിന്റെ നാശം ഭയാനകമായിരുന്നു. കണക്കുകൾ സ്വയം സംസാരിക്കും. ഗാസയിൽ നിന്നും ഇസ്രായേൽ പിൻവാങ്ങിയതു മുതൽ മൂന്നു കൊല്ലത്തിനുള്ളിൽ റോക്കറ്റാക്രമണം കൊണ്ട് ആകെ കൊല്ലപ്പെട്ടത് 11 ഇസ്രായേലികളാണ്. അതേ സമയം 2005-2007 കാലത്ത് ഇസ്രായേൽ സൈന്യം കൊന്നത് 1290 പലസ്തീൻകാരെയാണ്; അതിൽ 222 കുട്ടികളായിരുന്നു. എത്ര കുറഞ്ഞ എണ്ണം പേരെയായാലും സിവിലിയന്മാരെ കൊല്ലുന്നത് തെറ്റാണ്. ഈ നിയമം ഇസ്രായേലിനും ബാധകമാണ്... വെടിനിറുത്തൽ ലംഘിച്ചത് ഹമാസല്ല, ഇസ്രായേലാണെന്ന വസ്തുത ഇസ്രായേലിന്റെ കുറ്റം ഗൗരവമുള്ളതാക്കുന്നു... കണ്ണിനു പകരം കണ്ണ് എന്ന പകപോക്കൽ നിയമം കിരാതമാണ്. പക്ഷേ, ഇസ്രായേൽ നടപ്പിലാക്കിയത് കൺപീലിക്കു പകരം കണ്ണ് എന്ന നിയമമാണ്... കഴിഞ്ഞ ആറു പതിറ്റാണ്ട് കാലയളവിൽ ഇസ്രായേൽ ചെയ്തുകൂട്ടിയ അക്രമങ്ങളാകെ കണക്കിലെടുത്താൽ ഒരു കാര്യം വ്യക്തമാകും. ഇസ്രായേൽ ഒരു തെമ്മാടിരാഷ്ട്രമാണ്. തെമ്മാടിരാഷ്ട്രം അന്താരാഷ്ട്ര നിയമങ്ങളൊന്നും പാലിക്കുകയില്ല.[25]

സിയണിസ്റ്റ് വിരുദ്ധജൂതൻ എന്ന് സ്വയം വിശേഷിപ്പിക്കുന്ന എഴുത്തുകാരൻ മൈക്ക് മാർക്യൂസി പലസ്തീൻകാരെ അനുസ്യൂതമായി പീഡിപ്പിച്ചു കൊണ്ടിരിക്കുന്ന ഇസ്രായേലിനെതിരെ തൊഴിലാളിവർഗം പ്രതികരിച്ചതിനെക്കുറിച്ച് ഇങ്ങനെയെഴുതി:

> ഡർബനിൽ വിശേഷമായ ഒരു സംഭവമുണ്ടായി. കഴിഞ്ഞ മാസം സൗത്ത് ആഫ്രിക്കൻ ട്രാൻസ്പോർട്ട് ആൻഡ് അലൈഡ് വർക്കേഴ്സ് യൂണിയൻ (SATAWU) അംഗമായ തുറമുഖത്തൊഴിലാളികൾ ഇസ്രായേലിൽ നിന്നും വന്ന ചരക്കു കപ്പലിൽനിന്നും ചരക്കിറക്കാൻ വിസമ്മതിച്ചു. ലോകരാഷ്ട്രീയത്തിൽ താഴെ നിന്നുള്ള ആദ്യത്തെ ഇടപെടലായിരുന്നു അത്. മതത്തിന്റെയോ വംശത്തിന്റെയോ അടിസ്ഥാനത്തിലല്ല. പൊതുവായ മാനവികതയുടെ അടിസ്ഥാനത്തിലുള്ള ഇടപെടലായിരുന്നു അത്. പലസ്തീൻകാരും ഇസ്രായേലികളും അടങ്ങുന്ന സന്നദ്ധസംഘടനകൾ സംയുക്തമായി ഇസ്രായേലിനെ ബഹിഷ്കരിക്കണമെന്ന് ആഹ്വാനം ചെയ്തതിനോട് അനുകൂലമായി പ്രതികരിക്കുകയായിരുന്നു ഡർബനിലെ തൊഴിലാളികൾ.[26]

ലോകത്തെങ്ങുമുള്ള ഇസ്ലാമിസ്റ്റുകൾക്ക് ഉത്തേജനം നൽകിക്കൊണ്ടിരിക്കുന്ന അന്താരാഷ്ട്ര പ്രശ്നങ്ങളിൽ ഏറ്റവും പ്രധാനപ്പെട്ടതാണ് അമേരിക്കയുടെ സഹായത്തോടെ പലസ്തീൻ ജനതയുടെ മേലുള്ള

25. "How Israel brought Gaza to the brink of humanitarian catastrophe" by Avi Shlaim-*Guardian News Paper*, january 2009.
26. "Intervention from below" by Mike Marqusee-*The Hindu,* 8 March 2009.

ഇസ്രായേലിന്റെ അധിനിവേശം. ലോകത്തെങ്ങുമുള്ള മുസ്ലിങ്ങൾ ഒരൊറ്റ സമുദായം (ഉമ്മത്ത്) ആണെന്നുള്ള മതാത്മകമായ അവബോധം എല്ലാ ഇസ്ലാംമത വിശ്വാസികൾക്കുമുണ്ട്. പലസ്തീനിലെ മുസ്ലിങ്ങൾക്കെതിരെയുള്ള ആക്രമണം തങ്ങളുടെ സഹോദർക്കു നേരെയുള്ള ആക്രമണമായി കാണാനുള്ള പ്രവണത എല്ലാ രാജ്യങ്ങളിലെയും മുസ്ലിങ്ങൾക്കുണ്ടാവുക സ്വാഭാവികമാണ്. ലളിതമായ ഈ സാർവദേശീയ സാഹോദര്യമനോഭാവത്തോടെയാണ് ഇസ്ലാമിസ്റ്റുകൾ തങ്ങളുടെ കാൽപ്പനികവും ഫലശൂന്യവുമായ ആക്രാമക പ്രതികരണങ്ങളുടെ ന്യായീകരണത്തിനായി ദുരുപയോഗം ചെയ്യുന്നത്. അമേരിക്ക സിയണിസത്തെ കണ്ണുമടച്ച് പിന്തുണയ്ക്കുന്നതിനു പിന്നിൽ അറബികളെ ഭിന്നിപ്പിച്ചു നിറുത്തി സമ്പത്ത് ചൂഷണം ചെയ്യുകയെന്ന സാമ്രാജ്യത്വ രാഷ്ട്രീയം കാണാൻ ഇസ്ലാമിസ്റ്റുകൾക്ക് കഴിയുകയില്ല. പലസ്തീന്റെ മോചനമാർഗം ഏതാണെന്ന് ഡർബനിലെ തുറമുഖത്തൊഴിലാളികൾ ലോകത്തിന് കാണിച്ചുകൊടുത്തു. ലോക തൊഴിലാളിവർഗം ഇടപെടുകയാണെങ്കിൽ സിയണിസ്റ്റുകൾക്ക് അടിയറവ് പറയേണ്ടിവരും.

ഇസ്രായേലും ഇന്ത്യയും

ഇന്ത്യ ഇസ്രായേൽ രാഷ്ട്രത്തെ 1950 ൽ തന്നെ അംഗീകരിച്ചെങ്കിലും ഇന്ത്യയുടെ ചേരിചേരാ നയവും അറബ് രാഷ്ട്രങ്ങളോടുള്ള ഉറ്റ സൗഹൃദബന്ധവും കാരണം ജൂതരാഷ്ട്രവുമായി നയതന്ത്രബന്ധം സ്ഥാപിക്കാനും സഹകരിക്കാനും 1992 വരെ തയാറായില്ല. നരസിംഹറാവു ഗവണ്മെന്റ് 1991-ലെ തിരഞ്ഞെടുപ്പിൽ അധികാരത്തിൽ വന്നതോടെ ഇന്ത്യയുടെ വിദേശനയത്തിലും ആഭ്യന്തരനയത്തിലും സാരമായ മാറ്റം വന്നു. ചേരിചേരാനയം ഉപേക്ഷിച്ച് അമേരിക്കൻ സാമ്രാജ്യത്വത്തിന്റെ ചേരിയോട് അടുക്കാൻ ശ്രമം തുടങ്ങി. അതിന്റെ തുടക്കമായിട്ടായിരുന്നു 1992 ജനുവരിയിൽ സിയണിസ്റ്റ് ഇസ്രായേലുമായി പൂർണമായ നയതന്ത്രബന്ധം സ്ഥാപിച്ചത്. ആഭ്യന്തരരംഗത്ത് മൃദുഹിന്ദുത്വ നയം സ്വീകരിച്ചതിന്റെ സാക്ഷ്യമാണ് ബാബറി മസ്ജിദ് തകർക്കാൻ ആർ എസ് എസിന് അനുവാദം കൊടുത്തത്. ആഭ്യന്തരനയത്തിന്റെ പ്രലംബനം തന്നെയായിരിക്കും ഒരു രാജ്യത്തിന്റെ വിദേശനയവും. പൂർണ ഹിന്ദുത്വം നയമായി അംഗീകരിച്ച ബി ജെ പി ഗവണ്മെന്റ് അധികാരത്തിൽ വന്നപ്പോൾ ഇസ്രായേലുമായി സൈനിക സഹകരണവും തുടങ്ങി. മൈക്ക് മാർകിസിയുടെ നിരീക്ഷണം ഇങ്ങനെയാണ്:

ഇസ്രായേൽ ഇന്ന് പശ്ചിമേഷ്യയിലെ മാത്രമല്ല ലോകത്തിലെ തന്നെ ഏറ്റവും വലിയ സൈനികശക്തികളിൽ ഒന്നാണ്. ഇസ്രായേലിനെ ലോകസൈനിക ശക്തിയാക്കുന്നതിൽ അമേരിക്കയോടും ബ്രിട്ടനോടും ഒപ്പം വലിയ പങ്കാണ് ഇന്ത്യക്കുള്ളത്.[27]

27. 'Existential threat'- Mike Marqusee-*The Hindu,* 11 Jan.2009

2002 മുതൽ 2008 വരെയുള്ള കാലയളവിൽ ഇരുപത്തയ്യായിരത്തിലധികം കോടി രൂപ (US$5 billion) വിലയ്ക്കുള്ള ആയുധങ്ങളാണ് ഇന്ത്യ ഇസ്രായേലിൽ നിന്നും ഇറക്കുമതി ചെയ്തത്. ഇസ്രായേലിന്റെ ചാര ഉപഗ്രഹം ഇന്ത്യയുടെ ബഹിരാകാശകേന്ദ്രത്തിൽ നിന്നുമാണ് വിക്ഷേപണം ചെയ്തത്. രണ്ടു രാഷ്ട്രങ്ങൾ തമ്മിലുള്ള നയതന്ത്ര ബന്ധവും സൈനിക സഹകരണവും എന്നതിലപ്പുറത്ത് ഒരു ഭാവം ഇപ്പോൾ ഇന്ത്യയും ഇസ്രായേലും തമ്മിലുള്ള ബന്ധത്തിനുണ്ട്. അത് ഹിന്ദുത്വ വാദവും സിയണിസവും തമ്മിലുള്ള മമതയാണ്. ഇതിനെക്കുറിച്ച് മൈക്ക് മാർക്യൂസി എഴുതി:

> ഇസ്രായേലിലെ മുഖ്യപുരോഹിതൻ (റബ്ബി) യോന മെറ്റ്സ്ഗർ മുൻ ഉപപ്രധാനമന്ത്രിയായിരുന്ന, ഇപ്പോഴത്തെ പാർലമെന്റിലെ പ്രതിപക്ഷ നേതാവ്, വലതുപക്ഷ ഹിന്ദുത്വ നേതാവ് എൽ കെ അദ്വാനിയെ അദ്ദേഹത്തിന്റെ ഭവനത്തിൽപോയി സന്ദർശിച്ചു. 1998 –2004 കാലത്തെ ബി ജെ പി ഗവണ്മെന്റിലെ ആഭ്യന്തരമന്ത്രി എന്ന നിലയിൽ 2002 ൽ ഗുജറാത്തിൽ നടന്ന പോഗ്രോമിൽ (pogrom) 2500 മുസ്ലിങ്ങളെ കൂട്ടക്കൊല ചെയ്തതിനും ഏറ്റവും കുറഞ്ഞത് 1,50,000 പേരെ ഭവനരഹിതമാക്കിയതിനും കൂട്ടുനിന്ന ആളായിരുന്നു അദ്വാനി. പക്ഷേ, മെറ്റസ്ഗർക്ക് അദ്വാനി ഒരു ഹീറോ ആയിരുന്നു. അദ്ദേഹം പറഞ്ഞു: "ഞാൻ വിരളമായേ മറ്റൊരാളുടെ ഭവനത്തിലെ സ്വീകരണത്തിൽ പങ്കെടുക്കാൻ പോകാറുള്ളു. ഞങ്ങളുടെ മതാചാരം അതിനനുവദിക്കുന്നില്ല. പക്ഷേ, ഇവിടെ, അദ്വാനിയുടെ ഭവനത്തിൽ വന്നത് എന്റെ സ്വന്തം ഭവനത്തിൽ വന്നതുപോലെയാണ്. ഒരു നേതാവിനോടുള്ള ഞങ്ങളുടെ കടപ്പാടാണത്. ഇന്ത്യയുടെ ആഭ്യന്തരമന്ത്രി എന്ന നിലയിൽ അദ്ദേഹം ഇസ്രായേൽ സന്ദർശിച്ചു. ഇന്ത്യയിൽ നിന്നും അത്ര ഉന്നതനായി ഒരു ഭരണാധികാരി ആദ്യമായാണ് ഇസ്രായേലിൽ വരുന്നത്. ഞങ്ങൾ ഈ സൗഹൃദഭാവത്തെ അങ്ങേയറ്റം വിലമതിക്കുന്നു.

ഭീകരവാദത്തിനും മതപരമായ ആക്രാമകതയ്ക്കും എതിരായ ഹിന്ദു-ജൂത സംയുക്തപ്രസ്താവന എന്ന മറ്റൊരു ശമനൗഷധം തയ്യാറാക്കുന്നതിന് സന്ദർശനം വഴിവെച്ചു. അതിന്റെ പ്രാധാന്യത്തെക്കുറിച്ച് മെറ്റ്സ്ഗർ *ജെറുശലേം പോസ്റ്റ്* പത്രത്തിലെഴുതി:

> മുസ്ലിം ഭീകരതയെക്കുറിച്ച് പല ഹിന്ദു നേതാക്കളും അവരുടെ ഭയം പ്രകടിപ്പിച്ചു. മറ്റെല്ലാ മതങ്ങളും അമ്മിഞ്ഞപ്പാൽ കുടിച്ച അമ്മമാരാണ് ജൂത, ഹിന്ദു മതങ്ങളെന്ന് അവരെന്നോട് പറഞ്ഞു. പക്ഷേ, ചില സന്തതികൾ അമ്മിഞ്ഞ കുടിച്ച മുലകൾ തന്നെ കടിച്ചു മുറിക്കും. അമേരിക്കൻ ജൂതസമിതിയുടെ നേതാവ് റബ്ബി ഡേവിഡ്

> റോസനും എന്നോടൊപ്പം ഉണ്ടായിരുന്നു. മുസ്ലിം തീവ്രവാദത്തെക്കുറിച്ച് ആരും പേരെടുത്ത് പറഞ്ഞില്ലെങ്കിലും എല്ലാവരുടെയും മനസിന്റെ മുകൾത്തട്ടിലുണ്ടായിരുന്നത് അത് തന്നെയായിരുന്നു.
>
> ഹിന്ദുത്വവും സിയണിസവും ഒരു പൊതുവേദി കണ്ടെത്തിയിരിക്കുന്നു. നാസിസത്തെ പുകഴ്ത്തുന്നതിലും രണ്ടും ഒരേ തട്ടിൽ തന്നെയാണ്.[28]

ഇന്ത്യയിലെ മതനിരപേക്ഷ ശക്തികളെ ആകുലപ്പെടുത്തുന്ന ഒന്നാണ് ഇന്ത്യയും ഇസ്രായേലും തമ്മിലുള്ള സഖ്യവും രഹസ്യവും പരസ്യവുമായ സൈനിക ഇടപാടുകളും ഇസ്ലാമിസ്റ്റുകൾക്ക് അതൊരു ഉത്തേജനൗഷധമാണ്.

28. Palestine News http://www.palestinecampaign.org/

14

ഇസ്ലാമിക വിപ്ലവം

വിപ്ലവം: ഒരു വിഹഗവീക്ഷണം

'ഇസ്ലാമിക വിപ്ലവം' എന്ന പരികൽപ്പനയ്ക്ക് രൂപം കൊടുത്തത് ജമാഅത്തെ ഇസ്ലാമിയുടെ സ്ഥാപകൻ മൗലാന അബൂൽ അഅ്ലാ മൗദൂദിയാണ്. മുഹമ്മദ്നബി ഇസ്ലാംമതം സ്ഥാപിച്ചത് ഒരു വിപ്ലവമായിരുന്നുവെന്നാണ് മൗദൂദിയുടെ സിദ്ധാന്തം. വിപ്ലവം ഒരു രാഷ്ട്രീയ പ്രക്രിയയാണ്. സാമൂഹിക ശാസ്ത്രത്തിലും രാഷ്ട്രമീമാംസയിലും വിപ്ലവം എന്ന സംജ്ഞകൊണ്ട് അർഥമാക്കുന്നത് ഭരണകൂടത്തിലും അനുബന്ധ സംവിധാനങ്ങളിലും സമൂഹത്തിലും പെട്ടെന്നുള്ളതും പ്രചണ്ഡവുമായ മാറ്റം ഭരണസംവിധാനത്തിൽ മാറ്റം ഉണ്ടാക്കുന്ന പ്രക്രിയ എന്നാണ്. വരുത്താതെ സാമൂഹിക സാമ്പത്തിക മേഖലകളിൽ മാത്രം ഒതുങ്ങി നിൽക്കുന്ന മാറ്റങ്ങളെയും ഇപ്പോൾ വിപ്ലവം എന്ന പദവുമായി സമാസിച്ച് പറയാറുണ്ട്. വ്യവസായ വിപ്ലവം, ഹരിതവിപ്ലവം, ധവള വിപ്ലവം ആദിയായവ അത്തരത്തിലുള്ള പ്രയോഗങ്ങളാണ്.

ഭരണകൂടത്തിന്റെ രൂപത്തിൽ ചാക്രികമാറ്റമുണ്ടാകുമെന്ന അരിസ്റ്റോട്ടിലിന്റെ ആശയത്തോട് ബന്ധപ്പെടുത്തിയാണ് revolution എന്ന പദം പാശ്ചാത്യർ ഉപയോഗിച്ചു തുടങ്ങിയത്. നിലവിലുള്ള വ്യവസ്ഥിതിയുടെയും ഭരണകൂടത്തിന്റെയും സമൂലമായ മാറ്റം ഉൾക്കൊള്ളുന്ന രാഷ്ട്രീയ പ്രക്രിയ എന്ന അർഥം പിൽക്കാലത്ത് കൈവന്നു. യൂറോപ്പിൽ നടന്ന ഇംഗ്ലീഷ്, ഫ്രഞ്ച്, റഷ്യൻ വിപ്ലവങ്ങൾ ഭരണകൂടങ്ങളെയും സാമൂഹിക സാമ്പത്തിക വ്യവസ്ഥിതികളെയും ഉടച്ചുവാർക്കുകയുണ്ടായി. പൗരാണിക കാലം മുതൽ മധ്യയുഗം വരെ വിപ്ലവങ്ങളെ വിനാശകരമായ പ്രക്രിയകളായാണ് വീക്ഷിച്ചിരുന്നത്. ധർമനീതിയും മതവും ജീർണമാകുമ്പോഴാണ് വിപ്ലവം നടക്കുന്നതെന്ന് പുരാതന ഗ്രീക്കുകാർ

വിശ്വസിച്ചു. സ്ഥായീഭാവമുള്ളതും സുരക്ഷിതമായി നിലകൊള്ളുന്നതുമായ ആശയങ്ങളും വിശ്വാസപ്രമാണങ്ങളും വിപ്ലവത്തെ ചെറുക്കുമെന്നാണ് പ്ലേറ്റോ പറഞ്ഞത്. അരിസ്റ്റോട്ടിൽ ഈ ആശയത്തെ സമ്പുഷ്ടമാക്കി. ഒരു സമൂഹത്തിന്റെ മൂല്യവ്യവസ്ഥ ജീർണമാകുമ്പോൾ ആ സമൂഹം വിപ്ലവത്തിനു വിധേയമാകാൻ സാധ്യതയുണ്ടെന്ന് അദ്ദേഹം പറഞ്ഞു. അടിസ്ഥാന മൂല്യങ്ങളിൽ മാറ്റം വരുമ്പോൾ വിപ്ലവത്തിന്റെ കേളികൊട്ട് തുടങ്ങും.

മധ്യയുഗത്തിൽ മതത്തെയും ഭരണകൂടങ്ങളെയും അതേപടി നിലനിർത്തുന്നതിനായിരുന്നു മുൻഗണന. വിപ്ലവ സംരംഭങ്ങളെ ചോരയിൽ മുക്കിക്കൊല്ലാൻ മതവും ഭരണകൂടവും ഒത്തുശ്രമിച്ചു. നവോത്ഥാനകാലത്ത് മാനവികത പുനർജനിച്ചതോടെയാണ് വിപ്ലവചിന്തകൾക്ക് പ്രസക്തി കൈവന്നത്. പതിനാറാം നൂറ്റാണ്ടിലെ രാഷ്ട്രമീമാംസാ ചിന്തകൻ നിക്കോളോ മാക്യവെല്ലി വിപ്ലവത്തെ അതിജീവിക്കാൻ രാഷ്ട്രങ്ങൾക്ക് കരുത്തുണ്ടാകണമെന്ന് പറഞ്ഞെങ്കിലും ചില സന്ദർഭങ്ങളിൽ വിപ്ലവം അനിവാര്യമാകുമെന്ന് പ്രവചിച്ചു. വിപ്ലവം എന്ന പദം ഒരിക്കൽപ്പോലും മാക്യവെല്ലി ഉപയോഗിച്ചിട്ടില്ല. പ്രചണ്ഡമായ മാറ്റത്തെ അതിജീവിക്കാൻ കരുത്തുള്ള ഭരണകൂടം എങ്ങനെ രൂപപ്പെടുത്താം എന്നതായിരുന്നു മാക്യവെല്ലിയുടെ ചിന്താവിഷയം. എങ്കിലും മാറ്റത്തിന്റെ അനിവാര്യതയെക്കുറിച്ച് പറഞ്ഞ മാക്യവെല്ലി തന്നെയാണ് ആധുനികരായ വിപ്ലവചിന്തകരുടെ മുൻഗാമി.

അധികാരം ദുർവിനിയോഗം ചെയ്യുന്ന സ്വേച്ഛാധിപതിയെ വിപ്ലവത്തിലൂടെ മാറ്റാനുള്ള അവകാശം ജനങ്ങൾക്കുണ്ടെന്ന് ആദ്യം പറഞ്ഞത് പതിനേഴാം നൂറ്റാണ്ടിലെ ഇംഗ്ലീഷ് കവിയും ചരിത്രകാരനുമായിരുന്ന ജോൺ മിൽട്ടൺ (1608-1676) ആയിരുന്നു. ജനതയ്ക്ക് സ്വാതന്ത്ര്യം നേടാനുള്ള മാർഗമായിരുന്നു മിൽട്ടന്റെ കാഴ്ചപ്പാടിൽ വിപ്ലവം. പതിനെട്ടാം നൂറ്റാണ്ടിൽ നടന്ന ഫ്രഞ്ച്, അമേരിക്കൻ വിപ്ലവങ്ങൾ യഥാർഥത്തിൽ സ്വാതന്ത്ര്യത്തിനുവേണ്ടിയുള്ള പോരാട്ടങ്ങളായിരുന്നു. ആധുനിക വിപ്ലവങ്ങളുടെ അനുബന്ധമായി മാതൃകാരാഷ്ട്രത്തിന്റെ (utopia) സംസ്ഥാപനം എന്ന അടിസ്ഥാനപരമായ മാറ്റത്തിന്റെ ആശയം കൂടി ഉൾച്ചേർന്നിരിക്കുന്നു.

പത്തൊമ്പതാം നൂറ്റാണ്ടിലെ ജർമൻ തത്വചിന്തകനായിരുന്ന ഇമ്മാനുവൽ കാന്റിന് വിപ്ലവം മനുഷ്യരാശിയുടെ ധാർമികമായ ഉന്നമനത്തിനുവേണ്ടിയുള്ള മാറ്റമായിരുന്നു. ഈ ധാർമികതയുടെ നിലപാടുതറയിൽ നിന്നുകൊണ്ടാണ് ഫ്രഞ്ച് വിപ്ലവവും അമേരിക്കൻ വിപ്ലവവും നടത്തിയത്.

ഇരുപതാം നൂറ്റാണ്ടിലെ വിപ്ലവ ചിന്തകൾക്ക് രാസത്വരകമായി ഭവിച്ചത് പത്തൊമ്പതാം നൂറ്റാണ്ടിലെ ജർമൻ തത്വചിന്തകൻ ഹെഗലിന്റെ ചിന്തകളാണ്. മനുഷ്യരാശിയുടെ ചരിത്രപരമായ അനിവാര്യതയായിട്ടാണ് ഹെഗൽ വിപ്ലവങ്ങളെ കണ്ടത്. വിപ്ലവനായകർ സമൂഹത്തിൽ

ഗുണപരമായ മാറ്റങ്ങൾ വരുത്തുവാനുള്ള അനിവാര്യ ഘടകങ്ങളാണെന്നും പറഞ്ഞു. ഹെഗലിന്റെ സിദ്ധാന്തങ്ങളാണ് ചരിത്രത്തിലെ ഏറ്റവും വലിയ വിപ്ലവകാരിയായ കാൾ മാർക്സിന്റെ ചിന്തകൾക്ക് അടിത്തറ പാകിയത്. വിരുദ്ധശക്തികളുടെ സംഘട്ടനങ്ങളിലൂടെയാണ് ചരിത്രം മുന്നോട്ടു പോകുന്നതെന്ന ഹെഗലിന്റെ അമൂർത്താശയത്തെ കാൾ മാർക്സ് മുതലാളിത്ത വ്യവസ്ഥയിലെ തൊഴിലാളി, മുതലാളി വർഗങ്ങൾ തമ്മിലുള്ള വർഗസമരത്തിന്റെ സിദ്ധാന്തമായി വികസിപ്പിച്ചു. മുതലാളി, തൊഴിലാളി വർഗങ്ങൾ ഉൽപ്പാദനോപാധികളുടെ ഉടമസ്ഥതയ്ക്ക് വേണ്ടിയുള്ള പോരാട്ടമാണ് നടത്തിക്കൊണ്ടിരുന്നത്. എല്ലാ വ്യവസ്ഥിതിയിലും ഇത് തന്നെയാണ് നടന്നത്. മനുഷ്യന്റെ ചരിത്രം വർഗസമരങ്ങളുടെ ചരിത്രമാണെന്ന നിഗമനത്തിൽ കാൾ മാർക്സ് എത്തിച്ചേർന്നു. ഉൽപ്പാദനോപാധികളുടെ ഉടമസ്ഥത കൈയാളുന്ന വർഗത്തിനാണ് ആധിപത്യം. മുതലാളിത്ത വ്യവസ്ഥയിൽ ഉടമസ്ഥത കൈയാളുന്ന വർഗത്തിന്റെ ആധിപത്യത്തിനെതിരായി തൊഴിലാളി വർഗം സമരം ചെയ്ത് വിപ്ലവത്തിലൂടെ ആധിപത്യം സ്ഥാപിക്കുമ്പോൾ മുതലാളിത്ത വ്യവസ്ഥമാറി സോഷ്യലിസ്റ്റ് വ്യവസ്ഥ നിലവിൽ വരുന്നു. തൊഴിലാളി വർഗം ആധിപത്യം സ്ഥാപിച്ചു കഴിഞ്ഞാൽ ചൂഷണം അവസാനിപ്പിക്കുകയും മനുഷ്യനെ മനുഷ്യൻ ചൂഷണം ചെയ്യാത്ത വർഗരഹിത സമൂഹം നിലവിൽ വരാൻ പരിശ്രമിക്കും. ചരിത്രകാരനായ ക്രെയിൻ ബ്രിന്റൺ (1898-1968) *The Anatomy of Revolution* എന്ന ഗ്രന്ഥത്തിൽ ഒരു വലിയ വിപ്ലവത്തിനു മുമ്പ് സമൂഹത്തിൽ കണ്ടുതുടങ്ങുന്ന പ്രവണതകളെ വിശകലനം ചെയ്തിട്ടുണ്ട്. വിപ്ലവപൂർവ സമൂഹത്തിൽ മൂല്യച്യുതികൾ മൂലം സാമൂഹികവും രാഷ്ട്രീയവുമായ അസ്വസ്ഥതകൾ തലപൊക്കാൻ തുടങ്ങുന്നു. അസ്വസ്ഥതകൾ വർധിക്കുമ്പോൾ അവയെ നേരിടാൻ ഭരണകൂടം കൂടുതൽ ശക്തി പ്രയോഗിക്കുന്നു. അപ്പോൾ രാഷ്ട്രീയാധികാര ഘടനയിൽ വിള്ളലുകൾ ഉണ്ടാകുന്നു. ഭരണകൂടത്തിൽ ഗുണപരമായ മാറ്റങ്ങൾ ആവശ്യപ്പെടുന്ന പരിഷ്കരണവാദികൾ സമൂഹമധ്യത്തിൽ പ്രത്യക്ഷപ്പെടുന്നു. ഭരണകൂടത്തോട് എതിർപ്പുള്ള വിവിധ വിഭാഗങ്ങളുടെ ഒത്തുചേരൽ സംഭവിക്കുന്നതോടെ ഭരണകൂടം നിഷ്കാസനം ചെയ്യപ്പെടുന്നു.

ഇസ്ലാമിക വിപ്ലവത്തിന്റെ സൂത്രധാരകർ

ഇസ്ലാമിക വിപ്ലവത്തെക്കുറിച്ച് സൈദ്ധാന്തിക തലത്തിൽ ചിന്തിച്ചെങ്കിലും ഏതെങ്കിലും ഒരു രാജ്യത്ത് ഇസ്ലാമിനെ ആധാരമാക്കി പ്രചണ്ഡമായ രാഷ്ട്രീയ മാറ്റം എന്ന ആശയത്തോട് മൗദൂദിക്ക് യോജിപ്പില്ലായിരുന്നു. സമൂഹത്തെ ഇസ്ലാമീകരിക്കുമ്പോൾ സമൂഹത്തിന്റെ തലപ്പത്ത് ഇസ്ലാമിക ഭരണകൂടം സ്വാഭാവികമായി വന്നുകൊള്ളും എന്നായിരുന്നു മൗദൂദിയുടെ സിദ്ധാന്തം. പാകിസ്ഥാനിൽ ഇസ്ലാമിക രാഷ്ട്രം സ്ഥാപിക്കണമെന്ന ലക്ഷ്യത്തോടെ രാഷ്ട്രീയ പ്രവർത്തനം നടത്തിയ

കാലത്ത് ഇസ്ലാമികമായ സായുധ വിപ്ലവത്തിലൂടെയുള്ള (ജിഹാദിലൂടെ) ഭരണമാറ്റം പ്രായോഗികമായി നടപ്പുള്ള കാര്യമാണെന്ന് മൗദൂദിക്ക് തോന്നിയില്ല. മാത്രവുമല്ല, 'കമ്യൂണിസ്റ്റ് വിപ്ലവ'ത്തിന്റെ രീതിയിലുള്ള ഇസ്ലാമിക വിപ്ലവമല്ല മൗദൂദി വിഭാവനം ചെയ്തത്.

'ഇസ്ലാമിക വിപ്ലവം' (പേർഷ്യൻ ഭാഷയിൽ ഇങ്കിലാബ്-ഇ ഇസ്ലാമി) പ്രയോഗത്തിൽ വരുത്തിയത് ഇറാനിലെ ശിയ മതപണ്ഡിതൻ അയാത്തുല്ല റൂഹല്ല ഖൊമേനിയാണ്. ഇസ്ലാമിലെ ശിയവിഭാഗത്തിന്റെ ഉത്ഭവപരിണാമങ്ങളും വിശ്വാസപ്രമാണവും വിപ്ലവം എന്ന പരിപ്രേക്ഷ്യത്തെ സ്വാംശീകരിക്കാനും പ്രയോഗത്തിൽ വരുത്താനും അനുയോജ്യമായിരുന്നു. ഇസ്ലാമിക സമൂഹത്തിൽ (ഉമ്മത്ത്) ശിയവിഭാഗം ഉത്ഭവിച്ചതിന്റെ ചരിത്രം മുൻ അധ്യായത്തിൽ വിവരിച്ചിട്ടുണ്ട്. ഇസ്ലാമിന്റെ മതപരവും രാഷ്ട്രീയവുമായ കാര്യങ്ങൾ ഭൂരിപക്ഷാഭിപ്രായം അനുസരിച്ച് തീരുമാനിക്കേണ്ടതല്ലെന്ന അഭിപ്രായക്കാരാണ് ശിയവിഭാഗം. മുസ്ലിം സമുദായത്തിന്റെ നായകത്വം (ഇമാമത്ത്) തീരുമാനിക്കുന്നത് അല്ലാഹുവാണ്. ശിയകളെ സംബന്ധിച്ചിടത്തോളം ഇമാമിന്റെ അധികാരം മതകാര്യങ്ങളിൽ മാത്രമല്ല, രാഷ്ട്രീയകാര്യങ്ങളിലുമുണ്ട്. ഖലീഫ തന്നെയാണ് ഇമാം.

ശിയകളുടെ വിശ്വാസമനുസരിച്ച് മുഹമ്മദ്നബിയുടെ കുടുംബാംഗമായ ഇമാം അലിയെ അധികാരസ്ഥാനത്ത് അവരോധിക്കാതെ സ്ഥാനം തട്ടിയെടുക്കുകയായിരുന്നു അലിക്കു മുമ്പ് ഖലീഫയായ അബൂബക്കറും ഉമറും ഉസ്മാനും. ഖലീഫ അലി 660ൽ കൊല്ലപ്പെട്ടതിനു ശേഷം യഥാർഥത്തിൽ ഖലീഫയാകേണ്ടിയിരുന്നത് മൂത്ത മകനായ ഹസൻ ആയിരുന്നു. രാഷ്ട്രീയത്തിൽ താൽപ്പര്യമില്ലാതിരുന്ന ഹസന് അടുത്തൂൺ നൽകി ഒഴിവാക്കുകയായിരുന്നു ബനു ഉമയ്യ രാജവംശത്തിന് തുടക്കം കുറിച്ച ഖലീഫ മൂആവിയ്യ ചെയ്തത്. ഹസൻ താമസിയാതെ മരിച്ചു. മൂആവിയ വിഷം കൊടുത്ത് കൊല്ലിച്ചതാണെന്ന് ശിയവിഭാഗം വിശ്വസിക്കുന്നു. ഹസനെ ഒഴിവാക്കിയതിനുശേഷം പുത്രൻ യസീദിനെ കിരീടാവകാശിയായി പ്രഖ്യാപിച്ചു. മൂആവിയ്യ അന്തരിച്ച ഉടനെ തനിക്കാണ് ഖലീഫാ സ്ഥാനത്തിന് അർഹത എന്ന അവകാശവാദവുമായി അലിയുടെ രണ്ടാമത്തെ പുത്രൻ ഹുസൈൻ രംഗത്തു വന്നു. ഹുസൈനും 72 അനുയായികളും അധികാരം പിടിക്കാൻ ഡമാസ്കസ് ലക്ഷ്യമാക്കി പുറപ്പെട്ടു. ഖലീഫയായി സ്ഥാനാരോഹണം ചെയ്ത യസീദിന്റെ സൈന്യം ഇറാഖിലെ കർബല എന്ന വിജന പ്രദേശത്തുവെച്ച് ഹുസൈനെയും അനുയായികളെയും വളഞ്ഞു. അന്ത്യംവരെയും കീഴടങ്ങാതെ പൊരുതണമെന്ന് ഹുസൈൻ അനുയായികളോടാഹ്വാനം ചെയ്തു. യസീദിന്റെ സൈന്യം ഹുസൈനെയും അനുയായികളെയും കൂട്ടക്കൊല ചെയ്തു. ഹുസൈന്റെ ശിരസ്സ് ഛേദിച്ചെടുത്ത് ഖലീഫ യസീദിന്റെ മുമ്പിൽ സമർപ്പിച്ചു. കബന്ധം മരുഭൂമിയിൽ ഉപേക്ഷിക്കപ്പെട്ടു.

ഹുസൈൻ കൊല്ലപ്പെട്ടതിനുശേഷം ഏക പുത്രൻ അലീ സൈൻ

അൽ-അബ്ദീൻ ഇമാമായി. അദ്ദേഹത്തെ യാസീദ് ബന്ധിയാക്കിയെങ്കിലും വധിക്കാതെ മദീനയിൽ ഇമാമായി കഴിയാൻ അനുവദിച്ചു. ലോകം എപ്പോഴും ഒരു ഇമാമിന്റെ മാർഗദർശനത്തിലേ മുന്നോട്ടു പോവുകയുള്ളുവെന്ന് ശിയ വിഭാഗം വിശ്വസിക്കുന്നു. ഇമാം ഇല്ലാത്ത അവസ്ഥ ഉണ്ടാകുവാൻ അല്ലാഹു അനുവദിക്കുകയില്ല. അലിയാണ് ഒന്നാമത്തെ ഇമാം. അലിയുടെ സന്തതിപരമ്പരകളിൽപ്പെട്ട പന്ത്രണ്ട് ഇമാമുകളെയാണ് അല്ലാഹു ലോകത്തിനു മാർഗദർശകരായി അയച്ചത്. പക്ഷേ, അലി ഉൾപ്പെടെ പതിനൊന്ന് ഇമാമുകളും വധിക്കപ്പെടുകയാണുണ്ടായത്. ശിയകളുടെ വിശ്വാസപ്രകാരം ഇമാമിനാണ് രാഷ്ട്രീയാധികാരം (ഖലീഫ സ്ഥാനം) ലഭിക്കേണ്ടത്. അതുകൊണ്ട് ഖലീഫ സ്ഥാനത്തിന് അർഹതയില്ലെങ്കിലും അധികാരത്തിൽ വാഴുന്ന ഖലീഫമാർ സ്ഥാനം നഷ്ടപ്പെടാതിരിക്കാൻ ഇമാമുകളെ വധിച്ചുവെന്ന് ശിയവിഭാഗം വിശ്വസിക്കുന്നു. ഈ വിശ്വാസത്തിൽ നിന്നാണ് ശിയകളുടെ ലോകവീക്ഷണം രൂപപ്പെട്ടത്. അവരുടെ നോട്ടപ്പാടിൽ ലോകത്ത് രണ്ട് വിഭാഗം ആളുകളേയുള്ളു. അർഹതയില്ലാതെ അധികാരസ്ഥാനങ്ങളിൽ കയറിപ്പറ്റി അധികാരം ദുരുപയോഗപ്പെടുത്തിക്കൊണ്ടിരിക്കുന്ന അധീശർ ഒരു വശത്ത്. അധികാരത്തിലിരിക്കാൻ അർഹരല്ലെങ്കിലും വധിക്കപ്പെട്ട ഇമാമുകളും നിന്ദിതരും പീഡിതരുമായ അവരുടെ അനുയായികളും മറുവശത്ത്.

പന്ത്രണ്ടാമത്തെ ഇമാം മുഹമ്മദ് ഇബ്നു അൽ-ഹസൻ വധത്തിൽ നിന്നും രക്ഷപ്പെടാനായി ഇമാം അൽ-ഗൈബ് (അപ്രത്യക്ഷനായ ഇമാം) ആയി. അദ്ദേഹത്തിന് സന്താനങ്ങളൊന്നും ഇല്ലാതിരുന്നതിനാൽ ഇമാമുകളുടെ പരമ്പര അവസാനിച്ചു. പന്ത്രണ്ടാമത്തെ ഇമാം ഇപ്പോഴും ജീവിച്ചിരിക്കുന്നുവെന്ന് ശിയകൾ വിശ്വസിക്കുന്നു. കാലത്തെ അതിജീവിച്ച ആൾ എന്നാണ് മറഞ്ഞിരിക്കുന്ന ഇമാമിനെ വിശേഷിപ്പിക്കുന്നത്. ലോകാവസാനം അടുക്കുമ്പോൾ ഇമാം വീണ്ടും പ്രത്യക്ഷപ്പെട്ട് ലോകം മുഴുവൻ കീഴടക്കി ദൈവിക നീതി പുലരുന്ന ഇസ്ലാമിക സാമ്രാജ്യം സ്ഥാപിക്കുമെന്ന് ശിയകൾ വിശ്വസിക്കുന്നു. രക്ഷകനായി വീണ്ടും വരുമെന്ന് പ്രതീക്ഷിക്കപ്പെടുന്നതുകൊണ്ട് പന്ത്രണ്ടാമത്തെ ഇമാമിനെ മഹ്ദി (പ്രതീക്ഷിക്കപ്പെടുന്നവൻ) ഇമാം എന്നാണ് വിളിക്കുന്നത്. മഹ്ദി ഇമാം സ്വയം രക്ഷാർഥം മറഞ്ഞിരിക്കുമ്പോഴും മേഘത്തിൽ മറഞ്ഞിരിക്കുന്ന സൂര്യൻ ഭൂമിക്ക് ചൂടും വെളിച്ചവും പകർന്നു കൊടുക്കുന്നതുപോലെ ലോകത്തിന് മാർഗദർശനം നൽകിക്കൊണ്ടിരിക്കും.[1]

ജൂതരുടെയും ക്രിസ്ത്യാനികളുടെയും മിശിഹാസങ്കൽപ്പവുമായി സാമ്യമുള്ളതാണ് മഹ്ദി ഇമാം രക്ഷകനായി വീണ്ടും വരുമെന്ന വിശ്വാസം. ജൂതർ അടിമത്തത്തിൽ കഴിഞ്ഞ കാലത്താണ് മിശിഹ സങ്കൽപ്പം വിശ്വാസപ്രമാണത്തിൽ ഉൾച്ചേർന്നത്. ക്രിസ്ത്യാനികളുടെ രക്ഷകസങ്കൽപ്പവും ഉരുവം കൊണ്ടത് റോമാസാമ്രാജ്യത്തിന്റെ പീഡ

1. *An Introduction to Shi'i Islam: The History and Doctrine of twelver Islam* by Moojan Momen, Page 165

നങ്ങളുടെ പശ്ചാത്തലത്തിലാണ്. ശിയ വിഭാഗത്തിന്റെ ആത്മീയ നേതാക്കളായ ഇമാമുകൾ അധികാരത്തിൽ നിന്നും മാറ്റി നിർത്തപ്പെടുകയും പിന്നീട് വധിക്കപ്പെടുകയും ചെയ്തവരാണ്. ഇസ്ലാമിക സാമ്രാജ്യത്തിന്റെ അധിപതികൾ ശിയകളെ സംശയത്തോടുകൂടി വീക്ഷിക്കുകയും മത പീഡനങ്ങൾക്കിരയാക്കുകയും ചെയ്തു. ഈ ചരിത്ര പശ്ചാത്തലത്തിലാണ് രക്ഷാസങ്കൽപ്പം ശിയകളുടെ വിശ്വാസപ്രമാണത്തിന്റെ ഭാഗമായത്. മഹ്ദി ഇമാം സങ്കൽപ്പത്തിന്റെ അനുബന്ധമാണ് തഖിയ്യ സിദ്ധാന്തം. തഖിയ്യ എന്ന പദത്തിന്റെ അർഥം വിവേകപൂർവമായ ഭയം എന്നാണ്. മതവിശ്വാസത്തിന്റെ പേരിൽ പീഡിപ്പിക്കപ്പെടാനും കൊല്ലപ്പെടാനും സാധ്യതയുണ്ടെങ്കിൽ ജീവൻ നഷ്ടപ്പെടാതിരിക്കാൻ മതവിശ്വാസത്തെ ഗോപ്യമാക്കിവയ്ക്കാം. ഇതാണ് തഖിയ്യ. തീവ്രവാദവും ഭീകരപ്രവർത്തനവും ഇസ്ലാമിൽ എന്ന അധ്യായത്തിൽ വിവരിച്ച മൗലികവാദികളായ ഖവാരിജ് വിഭാഗം അംഗീകരിച്ച സിദ്ധാന്തമാണ് തഖിയ്യ. അതു സ്വയംരക്ഷാർഥം ശിയകളും സ്വീകരിച്ചു.

ചില ചരിത്രകാരന്മാർ ശിയവിഭാഗത്തെയാകെ വിപ്ലവകാരികളായി ചിത്രീകരിച്ചിട്ടുണ്ട്. ഇരുപതാം നൂറ്റാണ്ടിൽ ഇറാനിൽ നടന്ന ഇസ്ലാമിക വിപ്ലവത്തിന്റെ പശ്ചാത്തലത്തിൽ ശിയ മുസ്ലിങ്ങൾ വിപ്ലവപാരമ്പര്യമുള്ള മതവിഭാഗമാണെന്ന വിലയിരുത്തൽ നടത്തിയാൽ അതും എട്ടാം നൂറ്റാണ്ടുമുതൽ ഇരുപതാം നൂറ്റാണ്ടുവരെയുള്ള പന്ത്രണ്ടു നൂറ്റാണ്ടുകാലം ശിയവിഭാഗങ്ങൾ സ്വീകരിച്ച സ്വയംരക്ഷയ്ക്കായുള്ള ശാന്തിമാർഗം (തഖിയ്യ) കണ്ടില്ലെന്നു നടിക്കലാവും എന്നാണ് പ്രശസ്ത നരവംശശാസ്ത്രജ്ഞനും ചിന്തകനുമായ അഗസ്റ്റസ് റിച്ചാഡ് നോർട്ടൻ അഭിപ്രായപ്പെട്ടത്.[2]

കൊല്ലപ്പെട്ട പന്ത്രണ്ട് ഇമാമുകളിൽ ഏറ്റവും ധീരോദാത്തവും നാടകീയവുമായ രീതിയിൽ രക്തസാക്ഷിത്വം വരിച്ചത് അലിയുടെ രണ്ടാമത്തെ മകൻ ഇമാം ഹുസൈനായിരുന്നു. ഹുസൈന്റെ രക്തസാക്ഷിദിനം ലോകത്തെമ്പാടുമുള്ള ശിയകൾ നൂറ്റാണ്ടുകളായി ഭക്ത്യാദരങ്ങളോടെ ആദരിച്ചു വരുന്നു. ഹുസൈൻ രക്തസാക്ഷിത്വം വരിച്ചത് മുഹറം മാസത്തിലെ പത്താം ദിനമായിരുന്നു. സ്വന്തം ശരീരത്തിൽ ഇരുമ്പു ചങ്ങലകളാൽ ആഞ്ഞടിച്ചും ആയുധങ്ങൾകൊണ്ട് മുറിവേൽപ്പിച്ചും സ്വയം പീഡനം ചെയ്തുകൊണ്ടുള്ള രക്തരൂഷിതപ്രകടനങ്ങൾ നടത്തിയാണ് എല്ലാ വർഷവും മുഹറം പത്തിന് ശിയകൾ ഹുസൈന്റെ രക്തസാക്ഷിദിനമായ അശൂറ ആചരിക്കാറ്. അശൂറ എന്ന അറബി വാക്കിന്റെ അർഥം പത്താമത് എന്നായിരുന്നു. ഇപ്പോൾ അശൂറ എന്നാൽ മുഹറംമാസത്തിലെ രക്തസാക്ഷിദിനം എന്നാണർഥം.

ഇമാമുകൾക്കർഹതപ്പെട്ട അധികാരസ്ഥാനം തട്ടിയെടുത്ത സുന്നി ഖലീഫമാരുടെയും സ്വേച്ഛാധിപതികളായ ശിയഭരണാധികാരികളുടെയും

2. *Musa al-Sadr* by Augustus Richard Norton in *Pioneers of Islamic Revival,* Edited by Ali Rahnema, page 185

ആധിപത്യത്തിനു കീഴടങ്ങി പീഡനങ്ങൾ സഹിച്ച് ജീവിക്കുന്നതിന്റെ രൂപകമായി തീർന്നു സ്വയം പീഡിപ്പിക്കുന്ന ദൃശ്യങ്ങളോടെയുള്ള രക്ത സാക്ഷിദിനാചരണം. ഇറാനിലെ ചിന്തകൻ അലി ശരിഅത്തി 'എല്ലാ ദിവസവും അശൂറയാണ് എല്ലാ ദേശവും കർബലയാണ്'[3] എന്ന കവിതാ രൂപത്തിലുള്ള മുദ്രാവാക്യം രൂപപ്പെടുത്തിയത് ഈ ചിന്താഗതിയുടെ അടിസ്ഥാനത്തിലായിരുന്നു. രണ്ടാം ലോകയുദ്ധത്തിനുശേഷം രാഷ്ട്രീയ പ്രതിഭകളായ ചില ശിയ മതപണ്ഡിതർ മുഹറം പത്തിന് നടത്താറുള്ള അശൂറ ആചരണത്തിന് ആധാരമായ ചരിത്ര സംഭവങ്ങളുടെ പുനരവ ലോകനം നടത്തുകയും പുതിയ വ്യാഖ്യാനങ്ങൾ അവതരിപ്പിക്കുകയും ചെയ്തു. കോളനിവാഴ്ചയ്ക്കെതിരെ സുന്നികൾ നടത്തിയ പോരാട്ട ങ്ങൾ, റഷ്യൻ വിപ്ലവം, സോഷ്യലിസത്തിന്റെ മുന്നേറ്റം, പാശ്ചാത്യകോ യ്മകൾക്ക് അറബികളെ (ഇസ്ലാമിനെയും) അടിക്കാനുള്ള കൊരടാവായ ജൂതരാഷ്ട്രത്തിന്റെ രൂപവൽക്കരണം, പലസ്തീനിലെ മുസ്ലിം സഹോ ദരർക്കെതിരെയുള്ള പീഡനങ്ങൾ എന്നിവ ലോകമുസ്ലിങ്ങളുടെ ഭാവുക ത്വത്തിൽ വരുത്തിയ മാറ്റമാണ് ശിയ മതപണ്ഡിതന്മാരെ മുഹറം പത്തിലെ അശൂറ ആചരണത്തിന് വിപ്ലവപരമായ വ്യാഖ്യാനങ്ങൾ കൊടുക്കാൻ പ്രേരിപ്പിച്ചത്. ഇറാനിലെ ഭരണഘടനാ വിപ്ലവത്തിന്റെ കാലം (1905–1911) മുതലേ ഇറാനിലെ അശൂറ ആചരണങ്ങൾക്ക് രാഷ്ട്രീയ നിറം പക രാൻ തുടങ്ങിയിരുന്നു.

ഖലീഫ സ്ഥാനത്തിന് താനാണ് അർഹനെന്ന് പ്രഖ്യാപിച്ചുകൊണ്ട് ഇമാം ഹുസൈൻ അനുയായികളുമായി സാമ്രാജ്യത്തിന്റെ തലസ്ഥാന മായ ഡമാസ്കസിലേക്ക് പുറപ്പെട്ട സംഭവം പുതിയ ലോകസാഹചര്യ ത്തിൽ പരിശോധിച്ചപ്പോൾ അധീശത്വത്തിന് വിധേയരായി തഖിയ്യ എന്ന ശാന്തി തത്വം അംഗീകരിച്ച് നിഷ്ക്രിയരായി ഇരിക്കാനല്ല മറിച്ച് അധീ ശത്വത്തിനെതിരായി പോരാടണമെന്ന സന്ദേശമാണ് നൽകുന്നതെന്ന് ശിയപണ്ഡിതന്മാർ കണ്ടെത്തി. മുഹറം പത്തിലെ രക്തരൂഷിത പ്രകട നങ്ങൾ സ്വയം പീഡനത്തിന്റെയല്ല, വിപ്ലവപരമായ മുന്നേറ്റത്തിന്റെ രൂപ കമായി മാറി.

ശിയകളുടെ വിപ്ലവപ്രസ്ഥാനം

ഇമാം ഹുസൈന്റെ രക്തസാക്ഷിത്വത്തെ ചുറ്റിപ്പറ്റി വളർന്ന ആചാ രങ്ങൾക്ക് നൽകിയ വിപ്ലവപരമായ വ്യാഖ്യാനത്തെ ആശയതലത്തിൽ നിന്നും പ്രായോഗിക രംഗത്ത് പകർത്തിയതിന്റെ സംഘടനാ രൂപമായി രുന്നു ഹസൈനിയ്യ പ്രസ്ഥാനം. മുഹറം പത്തിന്റെ രക്തസാക്ഷിദിനാച രണത്തോടനുബന്ധിച്ച് പള്ളികളിൽ ചേർന്ന യോഗങ്ങളിൽ സമകാലിക രാഷ്ട്രീയ പ്രശ്നങ്ങൾ മതനേതാക്കൾ അവതരിപ്പിക്കുക പതിവായി. ഇത്തരം യോഗങ്ങളിൽ ഇമാം ഹുസൈനെയും അനുയായികളെയും കൂട്ട

3. *Collected Works* by Ali Shariati Vol. 7 page 263

ക്കൊല ചെയ്ത യസീദിന്റെ പ്രതിരൂപങ്ങളായിട്ടാണ് രാഷ്ട്രീയ പ്രതിയോഗികൾ അവതരിപ്പിക്കപ്പെട്ടത്. കമ്യൂണിസ്റ്റ് വിപ്ലവ നേതാവ് ഏണസ്റ്റോ ചെ ഗുവേര 1968ൽ കൊല്ലപ്പെട്ടപ്പോൾ ഇമാം ഹുസൈന്റെ ജീവചരിത്രകാരന്മാർ അദ്ദേഹത്തെ ഇമാം ഹുസൈന് തുല്യനായിട്ടാണ് അവതരിപ്പിച്ചത്. ചെ ഗുവേരയെ വധിക്കാൻ ഗൂഢാലോചന നടത്തിയ സി ഐ എ ചാരന്മാർ ഇമാമിനെ വധിച്ച യസീദിന്റെ പടയാളികളായിട്ടും ചിത്രീകരിക്കപ്പെട്ടു.[4]

ശിയകളുടെ വിപ്ലവ പ്രസ്ഥാനങ്ങൾക്ക് രൂപം കൊടുത്തതും അവയെ നയിച്ചതും മതപണ്ഡിതന്മാരായിരുന്നു. ഇറാനിലെ ഇസ്ലാമിക വിപ്ലവം, ലബനോനിലെ ആഭ്യന്തരയുദ്ധം, ഇസ്രായേലിലെ പലസ്തീൻ അധിനിവേശത്തിനെതിരെ നടത്തിയ പോരാട്ടം, ബഹ്റൈനിൽ 1990ൽ നടന്ന കലാപം എന്നിവയാണ് ആധുനികയുഗത്തിൽ ശിയ പണ്ഡിതർ നേതൃത്വം കൊടുത്ത രാഷ്ട്രീയ മുന്നേറ്റങ്ങൾ. സുന്നികളുടേതിൽ നിന്നു വ്യത്യസ്തമായി ശിയവിഭാഗത്തിന്റെ സാമൂഹികവും രാഷ്ട്രീയവുമായ കാര്യങ്ങളിൽ മതപണ്ഡിതന്മാർ സജീവമായി ഇടപെടുന്നു. ശിയസമൂഹത്തിൽ മതപണ്ഡിതന്മാരുടെ കോയ്മ നിലനിർത്തിയത് പുതിയ ശരീഅത്ത് നിയമങ്ങൾ നിർമിക്കാനുള്ള അധികാരമാണ്. സുന്നി വിഭാഗത്തിലെ മുജ്തഹിദുക്കൾ പത്താം നൂറ്റാണ്ടുവരെ രൂപം കൊടുത്ത ശരീഅത്ത് നിയമങ്ങൾ ക്രോഡീകരിച്ചു. അതിന്റെ അടിസ്ഥാനത്തിൽ ശാഫിഈ, അനഫി, ഹമ്പിലി, മാലിക്കി എന്നിങ്ങനെ നാല് മദ്ഹബുകൾ (കർമശാസ്ത്രവിഭാഗങ്ങൾ) നിലവിൽ വന്നു. അതോടെ ഇജ്തിഹാദ് അവസാനിച്ചു എന്നാണ് സുന്നികൾ അവകാശപ്പെടുന്നത്. ഇജ്തിഹാദിന്റെ വാതായനങ്ങൾ അടയ്ക്കപ്പെട്ടു എന്നാണവർ പറയാറ്.

ശിയകൾ ഇജ്തിഹാദ് അവസാനിപ്പിച്ചില്ല. കാരണം അവരുടെ വിശ്വാസപ്രകാരം എല്ലാ കാലത്തും സമുദായത്തിന് മാർഗദർശനം നൽകാൻ ഒരു ഇമാം ഉണ്ടായിരിക്കും. ആ ഇമാമിന് *ഖുർആൻ* വചനങ്ങളുടെയും ഹദീസുകളുടെയും അടിസ്ഥാനത്തിൽ പുതിയ നിയമങ്ങൾ സൃഷ്ടിക്കാനുള്ള മാർഗനിർദേശം അല്ലാഹുവിൽ നിന്ന് കിട്ടും. പതിനൊന്ന് ഇമാമുകളും കൊല്ലപ്പെടുകയും പന്ത്രണ്ടാമൻ സ്വയം രക്ഷാർഥം അദൃശ്യനാവുകയും ചെയ്ത കാര്യം മുമ്പ് സൂചിപ്പിച്ചല്ലോ. പന്ത്രണ്ടാമത്തെ ഇമാമാണ് ഇപ്പോൾ സമുദായത്തിന് മാർഗദർശനം നൽകിക്കൊണ്ടിരിക്കുന്നത്. ഇമാം നേരിട്ടല്ല, മതപണ്ഡിതന്മാരിലൂടെ. ഇജ്തിഹാദ് നിർവഹിക്കാൻ കഴിവുള്ള മതപണ്ഡിതർ ഇമാമിന്റെ പ്രതിപുരുഷന്മാരാണ്. സ്വാഭാവികമായും മതപണ്ഡിതന്മാർക്ക് (മുജ്തഹിദുക്കൾക്ക്) ശിയകളുടെ സാമൂഹികവും രാഷ്ട്രീയവുമായ ജീവിതത്തെ നിയന്ത്രിക്കാൻ കഴിയുന്നു. മുജ്തഹിദിന്റെ വിധി അനുസരിക്കാത്ത വ്യക്തി ശിയ അല്ലാതാവുന്നു. ഇസ്ലാമിൽ പൗരോഹിത്യം ഇല്ലെന്ന് പറയാറുണ്ടെങ്കിലും ശിയ

4. http://www.islamonline.net/English/Art Culture/2004/03/ article 06. shtml

വിഭാഗത്തിന്റെ മുജ്തഹിദുകൾ ക്രൈസ്തവ പുരോഹിതരെക്കാൾ ശക്തരാണ്. ആധുനിക യുഗത്തിൽ ക്രൈസ്തവ പുരോഹിതർക്ക് രാഷ്ട്രീയത്തിൽ പിൻവാതിലിലൂടെ മാത്രമേ ഇടപെടാൻ സാധിക്കുകയുള്ളു. ശിയകളുടെ മുജ്തഹിദുക്കൾക്കാകട്ടെ രാഷ്ട്രീയത്തിൽ നേതൃത്വപരമായ പങ്കുവഹിക്കാൻ സാധിക്കുന്നു. ഈ സാഹചര്യത്തിലാണ് ശിയകൾ നടത്തിയ വിപ്ലവസംരംഭങ്ങളുടെ നേതൃത്വം മതപണ്ഡിതരുടെ കൈകളിലായത്.

അയാത്തുല്ല എന്ന വിപ്ലവനേതാവ്

ഇറാനിലെ ഇസ്ലാമിക വിപ്ലവത്തിന് നേതൃത്വം കൊടുത്തത് ശിയ മതപണ്ഡിതൻ റൂഹല്ലാ മുസവി ഖൊമേനി (1902–1989) ആയിരുന്നു. മതപണ്ഡിത ശ്രേണിയിൽ അദ്ദേഹത്തിന്റെ സ്ഥാനപ്പേരാണ് അയാത്തുല്ല. അയാത്തുല്ല എന്ന പദത്തിന്റെ അർഥം അല്ലാഹുവിന്റെ അടയാളം എന്നാണ്. ഏറ്റവും ഉന്നത ശ്രേണിയിലുള്ള ശിയ മുജ്തഹിദുകളാണ് അയാത്തുല്ലമാർ. ഈ സ്ഥാനത്ത് അവരോധിക്കപ്പെടാൻ നിശ്ചിത മത വിദ്യാഭ്യാസ യോഗ്യതകൾ വേണം. മതശാസനകൾ പുറപ്പെടുവിക്കാനും മതവിദ്യാഭ്യാസ സ്ഥാപനങ്ങളിൽ അധ്യാപകരാകാനും പുതിയ മതനിയമങ്ങൾ സൃഷ്ടിക്കാനും നിലവിലുള്ള നിയമങ്ങൾ വ്യാഖ്യാനിക്കാനും അയാത്തുല്ലമാർക്ക് അധികാരമുണ്ട്. അയാത്തുല്ലമാരുടെ മുമ്പനാണ് അയാത്തുല്ല ഉസ്മ (Grand Ayatollah). അയാത്തുല്ലമാർക്ക് താഴെ ഹൊജാത്തുല്ലമാരാണ്. ഹൊജാത്തുൽ ഇസ്ലാം (ഇസ്ലാമിന്റെ അധികാര ലക്ഷ്യം) എന്നാണ് സ്ഥാനപ്പേര്.

ഇറാനിലെ ശിയ മതപണ്ഡിതർക്ക് മറ്റു രാജ്യങ്ങളിലുള്ളവരെക്കാൾ കൂടുതൽ സ്വാധീനം സമൂഹത്തിൽ ഉണ്ടായിരുന്നു. വിശ്വാസികൾ കൊടുക്കുന്ന സക്കാത്ത് ഇറാനിലെ മുജ്തഹിദുകൾ നേരിട്ടാണ് സ്വീകരിക്കുന്നത്. മതനിയമങ്ങളുടെ നിർമാണാധികാരവും സാമ്പത്തിക സ്വാശ്രയത്വവും ഇറാനിലെ മതപണ്ഡിതസമൂഹത്തെ സമാന്തര ഭരണകൂടത്തിന്റെ പദവിയിലേക്കുയർത്തി. അറബ് രാഷ്ട്രങ്ങളിലെ ശിയ മതപണ്ഡിതന്മാർക്ക് വരുമാനമാർഗങ്ങളൊന്നും ഇല്ലാതിരുന്നതിനാൽ സാമ്പത്തികമായ നിലനിൽപ്പിന് സുന്നികളായ ഭരണാധികാരികളെ ആശ്രയിക്കേണ്ടിവന്നു. ശിയ സമൂഹത്തിനുമേൽ മതപരമായ നിയന്ത്രണാധികാരം മാത്രമേ അറബ് രാജ്യങ്ങളിലെ മുജ്തഹിദുകൾക്കുണ്ടായിരുന്നുള്ളു.

ഇറാനിൽ നടന്ന ഇസ്ലാമിക വിപ്ലവത്തിന്റെ പ്രത്യയശാസ്ത്രം രൂപപ്പെടുത്തിയത് ശിയ മതപണ്ഡിതന്മാരായിരുന്നു. ഇറാഖിലെ നജഫ് ശിയ വിഭാഗത്തിന്റെ മതപഠന കേന്ദ്രമാണ്. ഇമാം അലിയുടെ ശവകുടീരത്തിനോടു ചേർന്നുള്ള മസ്ജിദും വിദ്യാലയവും മതപഠനത്തിനുള്ള അന്താരാഷ്ട്ര സർവകലാശാലയാണ്. വിവിധ രാജ്യങ്ങളിലെ ശിയ പണ്ഡിതന്മാർ രാഷ്ട്രീയ കാരണങ്ങളാൽ 1960 കളിൽ നജഫിൽ എത്തിച്ചേരാനിടയായി. അങ്ങനെ നജഫ് ശിയകളുടെ വിപ്ലവപ്രത്യയശാസ്ത്രം രൂപ

പ്പെട്ട ബുദ്ധികേന്ദ്രമായി മാറി. ഇറാനിൽ നിന്നും നാടുകടത്തപ്പെട്ട അയാത്തുല്ല റൂഹല്ല ഖൊമേനിയാണ് 'അൽ വിലായത്ത് അൽ-ഫഖീഹ്' (നിയമശാസ്ത്ര പണ്ഡിതന്മാരുടെ രക്ഷാകർതൃത്വം) എന്ന തത്വത്തിന്റെ അടിസ്ഥാനത്തിലുള്ള ഭരണകൂടം സ്ഥാപിക്കാൻ ജിഹാദ് നടത്തണമെന്ന ആശയത്തിന് രൂപം കൊടുത്തത്.

അയാത്തുല്ല ഖൊമേനി 1970ൽ ഇസ്ലാമിക വിപ്ലവത്തിനുശേഷം നിലവിൽ വരുന്ന ഇസ്ലാമിക ഭരണകൂടത്തെക്കുറിച്ച് ഒരു പ്രഭാഷണ പരമ്പര നടത്തി. ഈ പ്രഭാഷണങ്ങളിലൂടെയാണ് ഇസ്ലാമിക വിപ്ലവത്തെ തുടർന്ന് നിലവിൽ വരുന്ന ഇസ്ലാമിക ഭരണകൂടം എങ്ങനെയായിരിക്കണമെന്ന രാഷ്ട്രമീമാംസാ സിദ്ധാന്തം ഖൊമേനി ആവിഷ്കരിച്ചത്. പ്രഭാഷണങ്ങൾ സമാഹരിച്ച് 1970ൽ തന്നെ *ഹുക്മത്ത് -ഇ ഇസ്ലാമി- വിലായത്ത്-ഇ ഫഖീഹ്* (ഇസ്ലാമിക ഭരണകൂടം-മതനിയമ ശാസ്ത്രപണ്ഡിതരുടെ രക്ഷാകർതൃത്വം) എന്ന പേരിൽ ഗ്രന്ഥരൂപത്തിൽ പ്രസിദ്ധപ്പെടുത്തി.

ഖൊമേനിയുടെ അഭിപ്രായത്തിൽ ഭരണകൂടത്തിന് നിയമസാധുത ലഭിക്കണമെങ്കിൽ അല്ലാഹുവിന്റെ ശരീഅത്ത് നിയമങ്ങൾ നടപ്പിലാക്കണം. ശരീഅത്ത് നിയമങ്ങൾക്ക് നിരക്കാത്ത എല്ലാ നിയമങ്ങളും റദ്ദാക്കണം. ഗവണ്മെന്റ് ശരീഅത്ത് നിയമങ്ങൾ തന്നെയാണ് നടപ്പിലാക്കുന്നത് എന്നുറപ്പ് വരുത്താനും ആവശ്യമായി വരുമ്പോൾ പുതിയ ശരീഅത്ത് നിയമം നിർമിക്കാനും ഭരണകൂടത്തിനുമേൽ മതനിയമപണ്ഡിതന്മാരുടെ രക്ഷാകർതൃത്വം (വിലായത്ത്-ഇ ഫഖീഹ്) ഉണ്ടായിരിക്കണം. ഭരണകൂടത്തിനു മേലുള്ള മതപണ്ഡിതന്മാരുടെ രക്ഷാകർതൃത്വം വെറും മേൽനോട്ടമല്ല ഒരു കുഞ്ഞിന്റെ മേൽ ജനയിതാവിനോ ജനയിതാവിന്റെ സ്ഥാനത്തുള്ള ആൾക്കോ ഉള്ളതുപോലെ സമ്പൂർണ രക്ഷാകർതൃത്വം തന്നെയാണ്. ശരീഅത്ത് നിയമങ്ങൾ നടപ്പാക്കുന്ന ഗവണ്മെന്റിന്റെ രൂപം എന്തായിരിക്കണമെന്ന് ഖൊമേനിക്ക് നിർബന്ധമില്ലായിരുന്നു. രാജഭരണവും പ്രസിഡന്റെ ഭരണവും പാർലമെന്റ് ഭരണവും എല്ലാം ഒരുപോലെയാണ്; ശരീഅത്ത് നിയമം നടപ്പിലാക്കുകയും മതപണ്ഡിതന്മാരുടെ രക്ഷാകർതൃത്വം അംഗീകരിക്കുകയും ചെയ്താൽ മതി. രാജാവ് ശരീഅത്ത് നിയമം നടപ്പിലാക്കാതിരുന്നാൽ രാജാവിനെ മാറ്റി മറ്റൊരാളെ ഭരണമേൽപ്പിക്കാൻ രക്ഷകർത്താക്കളുടെ സമിതിക്ക് അവകാശമുണ്ടായിരിക്കും. തിരഞ്ഞെടുപ്പിലൂടെ അധികാരത്തിൽ വന്ന ഗവണ്മെന്റ് ശരീഅത്ത് നിയമങ്ങൾ നടപ്പിലാക്കാതിരുന്നാൽ നിയമപണ്ഡിതന്മാരുടെ നിയമങ്ങളും കൽപ്പനകളും അനുസരിക്കാതിരുന്നാൽ പിരിച്ചുവിടാനുള്ള അധികാരം രക്ഷാകർതൃസമിതിക്കുണ്ടായിരിക്കും. മൗദൂദിയുടെ ഹുക്ക്മ്-ഇ ഇലാഹിന് (ദൈവത്തിന്റെ ഭരണം) പകരമുള്ള ഖൊമേനിയുടെ ഹുക്മത്ത് -ഇ ഇസ്ലാമി (ഇസ്ലാമിന്റെ ഭരണം) ഇതാണ്.

അല്ലാഹുവിന്റെ നിയമങ്ങൾ നടപ്പിലാക്കുക മാത്രമല്ല സർക്കാരിന്റെ ചുമതല. മതനിന്ദയും മതനിരാസവും പ്രോത്സാഹിപ്പിക്കുകയും അല്ലാ

ഹുന്റെ നിയമങ്ങളെ എതിർക്കുകയും ചെയ്യുന്ന പ്രസിദ്ധീകരണങ്ങളെ നിരോധിക്കുന്നതും പ്രസിദ്ധീകരിക്കുന്നവരെ തൂക്കിലിടുന്നതും[5] ഇസ്ലാമിക സർക്കാരിന്റെ ചുമതലയാണെന്ന് മറയൊന്നുമില്ലാതെ ഖൊമേനി പറഞ്ഞു. ഖൊമേനി വിഭാവനം ചെയ്ത ഇസ്ലാമിക ഭരണകൂടത്തിന്റെ ഫാസിസ്റ്റ് സ്വഭാവത്തെക്കുറിച്ച് കൂടുതലൊന്നും ഉപന്യസിക്കേണ്ടതില്ലല്ലോ.

ഇറാനിലെ വിപ്ലവം

ഇറാനിൽ സഫാവീൻ രാജവംശത്തിന് തുടക്കം കുറിച്ച് ഇസ്മാഈൽ ഷാ (ചക്രവർത്തി) ആയതിനുശേഷം ശിയവിഭാഗത്തെ ഔദ്യോഗിക മതമായി പ്രഖ്യാപിച്ചതും ക്രമേണ ശിയവിഭാഗം ഭൂരിപക്ഷമായതും 'തീവ്രവാദവും ഭീകരതയും ഇസ്ലാമിൽ' എന്ന അധ്യായത്തിൽ പ്രതിപാദിച്ചു. പേർഷ്യ യൂറോപ്പിന്റെ കോളനിവാഴ്ചയിലായതും പഹ്‌ലവി രാജവംശം അധികാരത്തിലെത്തിയതും 'ഇസ്ലാമും പാശ്ചാത്യലോകവും' എന്ന അധ്യായത്തിൽ വിവരിച്ചിട്ടുണ്ട്.

200 വർഷക്കാലം പാശ്ചാത്യശക്തികൾ ഇറാനുമേൽ മേധാവിത്വം പുലർത്തി. പത്തൊമ്പതാം നൂറ്റാണ്ടിൽ റഷ്യൻ സാമ്രാജ്യവും ബ്രിട്ടീഷ് സാമ്രാജ്യവും പേർഷ്യയെ രണ്ടായി വിഭജിച്ചാണ് കോളനിവാഴ്ചയ്ക്ക് വിധേയമാക്കിയത്. ഇരുപതാം നൂറ്റാണ്ടിന്റെ ഉദയത്തോടെ ഇറാനിൽ സാമ്രാജ്യവിരുദ്ധ സമരങ്ങൾ ആരംഭിച്ചു. പ്രക്ഷോഭത്തെ ശമിപ്പിക്കാൻ ഭരണഘടനാനുസൃതമായ രാജഭരണവ്യവസ്ഥ നടപ്പിലാക്കാനും ഭരണഘടന അംഗീകരിക്കാനും 1905ൽ ബ്രിട്ടൻ ഇറാനിലെ ചക്രവർത്തിയെ നിർബന്ധിച്ചു. ഭരണഘടന നിലവിൽ വരുന്നതുകൊണ്ട് ഈ പ്രക്ഷോഭം അറിയപ്പെടുന്നത് 'ഭരണഘടനാ വിപ്ലവം' (Constitutional Revolution of Iran) എന്നാണ്. ഒന്നാം ലോകയുദ്ധകാലത്ത് ഇറാനിലെ സൈനിക മേധാവിയായിരുന്ന റേസാഖാൻ പഹ്‌ലവിയെ ഷാ ആയി വാഴിക്കാൻ ബ്രിട്ടൻ മുൻകൈ എടുത്തത് അയാൾ തങ്ങളുടെ പാവയായി ഭരണം നടത്തുമെന്ന കണക്കുകൂട്ടലിലായിരുന്നു.

രണ്ടാം ലോകയുദ്ധം നടക്കുമ്പോൾ ഷാ റേസാ ഖാൻ പഹ്‌ലവി ജർമനിയുമായി രഹസ്യധാരണയിലെത്തി. അത് മണത്തറിഞ്ഞ ബ്രിട്ടീഷുകാർ 1941ൽ ഷായെ സ്ഥാനഭ്രഷ്ടനാക്കി. പകരം ബ്രിട്ടീഷ് പക്ഷപാതിയായിരുന്ന മകൻ മുഹമ്മദ് റേസാ പഹ്‌ലവിയെ ചക്രവർത്തിയായി വാഴിച്ചു. ഭരണഘടനയനുസരിച്ചുള്ള തിരഞ്ഞെടുപ്പിൽ മുഹമ്മദ് മൊസ്സാദെഖ് (1882-1967) ഇടതുപക്ഷമതനിരപേക്ഷ ശക്തികളുടെ പിന്തുണയോടെ 1951ൽ പ്രധാനമന്ത്രിയായി. ദേശീയവാദിയായിരുന്ന മൊസ്സാദെഖ് സാമ്രാജ്യത്വവിരുദ്ധ നടപടികൾക്ക് തുടക്കം കുറിച്ചു. ബ്രിട്ടീഷ് കുത്തകകളുടെ ഉടമസ്ഥതയിലായിരുന്ന എണ്ണ വ്യവസായം ദേശസാൽക്കരി

5. *Khomeini's Search for Perfection: Theory and Reality* by Baqer Moin in *Pioneers of Islamic Revival,* Edited by Ali Rahnema, page 81

ച്ചതോടെ മൊസ്സാദെഖിനെ സ്ഥാനഭ്രഷ്ടനാക്കാൻ ബ്രിട്ടനും അമേരിക്കയും ഒന്നിച്ച് രംഗത്തെത്തി. സി ഐ എയുടെ ഒത്താശയോടെ 1953ൽ മൊസ്സാദെഖിനെ സ്ഥാനഭ്രഷ്ടനാക്കി. തുടർന്ന് ഷാ മുഹമ്മദ് റേസാ പഹ്‌ലവിയുടെ പൂർണ സ്വേച്ഛാധിപത്യഭരണമായിരുന്നു. സോവിയറ്റ് യൂണിയനും സോഷ്യലിസ്റ്റ് ചേരിക്കും എതിരായി 'നേറ്റോ'യുടെ (North Atlantic Treaties Organisation-NATO) മാതൃകയിൽ രൂപം കൊടുത്ത സൈനിക സഖ്യമായ 'സെന്റോ'യിൽ (Central Treaty Organisation-CENTO) അംഗമാവുകയും ചെയ്തു. അമേരിക്കയുടെ സൈനികത്താവളമായി ഇറാൻ. മാത്രവുമല്ല ഇസ്രായേൽ പലസ്തീനെതിരായി നടത്തിയ ആക്രമണങ്ങൾക്ക് ഇറാൻ പിന്തുണ നൽകുകയും ചെയ്തു.

സാമൂഹിക രംഗത്ത് പാശ്ചാത്യവൽക്കരണം ലക്ഷ്യമാക്കി ഷാ വരുത്തിയ പരിഷ്കാരങ്ങൾ മതപണ്ഡിതന്മാരെയും വിശ്വാസികളെയും പ്രകോപിപ്പിച്ചു. ഷായുടെ പരിഷ്കാരങ്ങൾ അറിയപ്പെട്ടത് 'ധവള വിപ്ലവം' എന്ന പേരിലായിരുന്നു. അയാത്തുല്ലമാരും ഹൊജാത്തുല്ലമാരും ഉൾപ്പെടെയുള്ള മതപണ്ഡിതന്മാരും വിശ്വാസികളും പൊതുസ്ഥലങ്ങളിൽ മതപരമായ സ്വത്വം വെളിവാക്കുന്ന വേഷം ധരിക്കാൻ പാടില്ല. സ്ത്രീകൾ പർദ ധരിക്കാൻ പാടില്ലെന്ന് വിലക്കിയതാണ് മുജ്തഹിദുകളെ വല്ലാതെ പ്രകോപിപ്പിച്ചത്.

ഭരണഘടനയിൽ ശിയവിഭാഗത്തെ ഇറാന്റെ ഔദ്യോഗിക മതമായി പ്രഖ്യാപിച്ചിരുന്നു. മജ്‌ലിസ് (പാർലമെന്റ്) പാസാക്കുന്ന എല്ലാ നിയമങ്ങളും മതപണ്ഡിതർ അംഗീകരിക്കണമെന്നും ഭരണഘടന അനുശാസിച്ചു. ഷാ ഇതെല്ലാം അവഗണിച്ചുകൊണ്ടാണ് പാശ്ചാത്യവൽക്കരണം ലക്ഷ്യമാക്കിയുള്ള പരിഷ്കാരങ്ങൾ വരുത്തിയത്. പാശ്ചാത്യ സംസ്കാരത്തിനെതിരെ പ്രചണ്ഡമായ പ്രചാരണമാണ് മതപണ്ഡിതന്മാർ പള്ളികൾ കേന്ദ്രീകരിച്ച് നടത്തിയത്. പാശ്ചാത്യ ശക്തികളുടെ സഹായത്തോടെ ഇസ്ലാമിനെ നശിപ്പിക്കുവാൻ ശൈത്താന്റെ പ്രതിനിധിയായ ഷാ പദ്ധതിയിട്ടിരിക്കുകയാണെന്ന് ഖൊമേനി പരസ്യമായി പ്രഖ്യാപിച്ചു. പള്ളികൾ കേന്ദ്രീകരിച്ച് നടത്തിയ പ്രചാരണങ്ങളെ തടയാൻ ഷായുടെ രഹസ്യപൊലീസിന് (സവാക്ക്) കഴിഞ്ഞില്ല.

മതത്തെ നശിപ്പിക്കുന്നതിന്റെ പേരിൽ ഷായെ എതിർത്തെങ്കിലും ദേശീയവാദിയായ പ്രധാനമന്ത്രി മൊസ്സാദെഖിനെ സ്ഥാനഭ്രഷ്ടനാക്കുവാൻ സി ഐ എക്ക് കൂട്ടുനിൽക്കുകയാണ് മതപണ്ഡിതന്മാർ ചെയ്തത്. കാരണം മൊസ്സാദെഖ് അധികാരത്തിൽ തുടർന്നാൽ നിരീശ്വരവാദികളായ കമ്യൂണിസ്റ്റുകാർക്ക് സമൂഹത്തിൽ മേൽക്കൈ കിട്ടുമെന്നായിരുന്നു അവരുടെ ഭയം. മൊസ്സാദെഖിനെ സ്ഥാനഭ്രഷ്ടനാക്കിയതിനുശേഷം ശക്തമായി തീർന്ന ഷാ വിരുദ്ധ പ്രക്ഷോഭങ്ങളിൽ ഇടതുപക്ഷക്കാരോടും ദേശീയ പ്രതിരോധ പ്രസ്ഥാനക്കാരോടും (National Resistance Movement) ഒപ്പം നിൽക്കാൻ മതപണ്ഡിതന്മാർ നിർബന്ധിതരായി. മതപണ്ഡിതന്മാരുടെ പ്രചാരണം പള്ളികൾ കേന്ദ്രീകരിച്ചായിരുന്നതുകൊണ്ട് ഷാ

വിരുദ്ധ സമരങ്ങൾക്ക് ഇസ്ലാമിക പരിവേഷം സിദ്ധിച്ചു. യഥാർഥത്തിൽ നഗരങ്ങളിൽ ഷാ വിരുദ്ധ സമരങ്ങൾക്ക് മുൻപന്തിയിൽ നിന്നത് ഇറാനിലെ കമ്യൂണിസ്റ്റ് പാർട്ടിയും ദേശീയ പ്രതിരോധപ്രസ്ഥാനവുമായിരുന്നു.

ഇറാനിലെ കമ്യൂണിസ്റ്റ് പാർട്ടി

ഇറാനിൽ കമ്യൂണിസ്റ്റ് പാർട്ടി രൂപവൽക്കരിക്കപ്പെട്ടത് 1920കളിലാണ്. ഇസ്ഫഹാനിലെ തുണിമിൽ തൊഴിലാളികളെ സംഘടിപ്പിച്ചുകൊണ്ടാണ് പാർട്ടിപ്രവർത്തനങ്ങൾ ആരംഭിച്ചത്. അധികം താമസിയാതെ തുണിമിൽ തൊഴിലാളികളുടെ സമരം സംഘടിപ്പിക്കുവാൻ പാർട്ടിക്കു കഴിഞ്ഞു. ചക്രവർത്തി സമരത്തെ ചോരയിൽ മുക്കിക്കൊല്ലാൻ ശ്രമിച്ചു. ഇരുന്നൂറോളം കമ്യൂണിസ്റ്റുകാരെ തുറങ്കിലടച്ചു. അതിനുശേഷം തുദെ പാർട്ടി (ജനങ്ങളുടെ പാർട്ടി) എന്ന പേരിൽ കമ്യൂണിസ്റ്റ് പാർട്ടി പുനഃസംഘടിക്കപ്പെട്ടത് 1941ലാണ്. തുടർന്ന് സാമ്രാജ്യവിരുദ്ധ പോരാട്ടങ്ങളിൽ പങ്കെടുത്തതിന്റെ ഫലമായി ത്യൂദെ പാർട്ടിക്ക് ജനങ്ങളുടെ ഇടയിൽ സ്വാധീനം വർധിപ്പിക്കാൻ കഴിഞ്ഞു.

പശ്ചിമേഷ്യയിലെ ഏറ്റവും വലുതും സുസംഘടിതവുമായിരുന്ന കമ്യൂണിസ്റ്റ് പാർട്ടിയായി വളർന്നു ഇറാനിലെ ത്യൂദെപാർട്ടി. ബ്രിട്ടീഷ് എണ്ണക്കമ്പനികളുടെ ദേശസാൽക്കരണം ത്യൂദെ പാർട്ടി വളരെ കാലമായി ഉന്നയിച്ചുകൊണ്ടിരുന്ന ഒരാവശ്യമായിരുന്നു. ഇറാനിലെ അബദാൻ പ്രവിശ്യയിലെ എണ്ണക്കിണറുകളിലെ തൊഴിലാളികൾ 1946ൽ പണിമുടക്കിന് ആധാരമായി മുന്നോട്ടുവെച്ച ആവശ്യങ്ങളിലൊന്ന് എണ്ണക്കമ്പനികളുടെ ദേശസാൽക്കരണമായിരുന്നു. ചുരുങ്ങിയ കാലം ഇറാൻ ഭരണത്തിൽ പങ്കാളിയാകാനും ത്യൂദെ പാർട്ടിക്കു കഴിഞ്ഞു. ത്യൂദെ പാർട്ടിയെ അധികാരം പങ്കിടുവാൻ അനുവദിച്ചാൽ സൈനികമായി ഇടപെടുമെന്ന് ബ്രിട്ടൻ ഭീഷണിമുഴക്കി. ഇറാന്റെ ഭാഗമായ ഖുസിസ്ഥാൻ ഇറാഖിന്റേതാണെന്ന് ബ്രിട്ടന്റെ നിയന്ത്രണത്തിലായിരുന്ന അന്നത്തെ ഇറാഖ് ഗവൺമെന്റ് അവകാശപ്പെട്ടു. അബദാൻ എണ്ണ ശുചീകരണശാല ഖുസിസ്ഥാനിലാണുള്ളത്. ബ്രിട്ടന്റെ ഭീഷണിക്കു വഴങ്ങി ഇറാൻ ഗവൺമെന്റ് ത്യൂദെ പാർട്ടി അംഗങ്ങളായ മന്ത്രിമാരെ പുറത്താക്കി. ബ്രിട്ടന്റെ സാമ്രാജ്യാധിപത്യത്തിനും അതിനു വിധേയനായി ജനങ്ങളെ ചൂഷണം ചെയ്യുന്ന ഷായുടെ ഭരണത്തിനും എതിരായ പ്രക്ഷോഭങ്ങൾ നഗരങ്ങളിൽ ശക്തിപ്പെട്ടതിന്റെ പിന്നിൽ ത്യൂദെ പാർട്ടിയായിരുന്നു. ഷായെ വധിക്കാൻ ശ്രമിച്ചുവെന്ന കുറ്റമാരോപിച്ച് 1949ൽ ത്യൂദെ പാർട്ടിയെ നിരോധിച്ചു. അതിനുശേഷം ഒളിവിലാണ് പാർട്ടി പ്രവർത്തിച്ചത്.

പ്രക്ഷോഭം ശക്തിപ്പെടുന്നത് കണ്ട ഷാ 1964ൽ ഖൊമേനിയെ നാടുകടത്തി. ഖൊമേനി നജഫിൽ അഭയം പ്രാപിച്ച കാര്യം മുമ്പ് ചൂണ്ടിക്കാണിച്ചല്ലോ. നജഫിൽ വെച്ചാണ് ഖൊമേനി ഇസ്ലാമിക രാഷ്ട്രം എന്ന സിദ്ധാന്തം ആദ്യമായി അവതരിപ്പിച്ചത്. ഖൊമേനിയെ നാടുകടത്തിയതിനുശേഷം ഷാവിരുദ്ധസമരം തളരാതെ നിലനിർത്തിയത് ദേശീയ

പ്രതിരോധ പ്രസ്ഥാനവും ഒളിവിൽ പ്രവർത്തിച്ചിരുന്ന തൂദെ പാർട്ടിയും മറ്റ് ഇടതുപക്ഷക്കാരുമായിരുന്നു. ഷായുടെ രഹസ്യപൊലീസ് കമ്യൂണിസ്റ്റുകാരെ വേട്ടയാടാൻ തുടങ്ങി. കമ്യൂണിസ്റ്റുപാർട്ടി 1970 കളിൽ ഗറില്ലാ പോരാട്ടം ആരംഭിച്ചത് ഈ സാഹചര്യത്തിലാണ്. ഒളിവിൽ പ്രവർത്തിച്ചിരുന്ന പാർട്ടി നിരവധി തൊഴിലാളി സമരങ്ങൾ ഷാവിരുദ്ധ പോരാട്ടങ്ങളുടെ ഭാഗമായി സംഘടിപ്പിച്ചു.

അലി ശരീഅത്തി

പുരോഗമനവാദികളായ ഒരു വിഭാഗം ശിയവിശ്വാസികൾ അയാത്തുല്ല റൂഹുല്ല ഖൊമേനിയുടെ തീവ്ര യാഥാസ്ഥിതിക നിലപാടുകളെ ശക്തമായി എതിർത്തിരുന്നു. അവരുടെ മുൻപന്തിയിൽ നിന്നിരുന്ന ആളായിരുന്നു ചിന്തകനും എഴുത്തുകാരനുമായിരുന്ന അലി ശരീഅത്തി (1933 -77). തലമുറകളായി ശിയ മതപണ്ഡിതവൃത്തി സ്വീകരിച്ചിരുന്ന കുടുംബത്തിലാണ് അലി ശരീഅത്തി ജനിച്ചത്. പിതാവ് മുഹമ്മദ്-തഖി ശരീഅത്തി പൂർവികരുടെ പാത വിട്ട് സഞ്ചരിച്ച ആളായിരുന്നു. അദ്ദേഹം പൂർവികരെ പോലെ മതപണ്ഡിതവൃത്തി സ്വീകരിക്കാതെ ഗവൺമെന്റുടമയിലുള്ള വിദ്യാലയത്തിലെ അധ്യാപകനായി. കോട്ടും ടൈയും ഷാപോയും (തൊപ്പി) അടങ്ങുന്ന പാശ്ചാത്യവേഷം ധരിക്കുകയും ചെയ്തു. ഷാ മുഹമ്മദ് റേസാ പഹ്‌ലവിയുടെ ധവളവിപ്ലവ പരിപാടികളോട് യോജിച്ചതുകൊണ്ടല്ല പാശ്ചാത്യവേഷം സ്വീകരിച്ചത്. മുസ്ലിങ്ങൾ യാഥാസ്ഥിതികത്വം വെടിഞ്ഞ് ആധുനികത കൈവരിക്കണം എന്ന അഭിപ്രായമുണ്ടായിരുന്നതുകൊണ്ടാണ്.

രണ്ടാം ലോകയുദ്ധത്തിനുശേഷം സോവിയറ്റ് യൂണിയന്റെയും സോഷ്യലിസ്റ്റ് ചേരിയുടെയും സ്വാധീനം വർധിച്ചതിന്റെ ഫലമായി ലോകത്തെങ്ങുമുള്ള കോളനികളിൽ സ്വാതന്ത്ര്യസമര പ്രസ്ഥാനങ്ങൾ ശക്തിപ്രാപിച്ചു. ഇസ്ലാമിനുമേൽ പാശ്ചാത്യസംസ്കാരത്തിന്റെ അധീശത്വത്തിന് എതിരെയുള്ള പ്രചാരണം ഇറാനിലെ ശിയ മതപണ്ഡിതന്മാർ ആരംഭിച്ചത് ഈ സാഹചര്യത്തിലായിരുന്നു. ശിയകളുടെ പുണ്യനഗരമായ മശ്ഹദിൽ പരിഷ്കരണവാദികളായ മതപണ്ഡിതന്മാർ ചേർന്ന് 'ഇസ്ലാമിക സത്യപ്രചാരണകേന്ദ്രം' (കാനുൻ-ഇ നശ്റ്-ഇ ഹഖയെഖ്-ഇ ഇസ്ലാമി) എന്നൊരു പ്രസ്ഥാനം ആരംഭിച്ചു. യാഥാസ്ഥിതിക മതപണ്ഡിതന്മാരുടെ വിജ്ഞാനവിരുദ്ധ സമീപനങ്ങളെ എതിർക്കുകയായിരുന്നു ലക്ഷ്യം. ഒപ്പം കമ്യൂണിസം സ്വാധീനം ചെലുത്തിയതുമൂലം വ്യാപിച്ചുകൊണ്ടിരുന്ന നിരീശ്വരവാദത്തിൽ നിന്നും ബുദ്ധിജീവികളെ മതവിശ്വാസത്തിലേക്ക് കൊണ്ടുവരിക എന്ന ഉദ്ദേശ്യം കൂടിയുണ്ടായിരുന്നു. പക്ഷേ, പുരോഗമനവാദികളായ അവർ യാഥാസ്ഥിതികരായ പണ്ഡിതന്മാരുടെ രൂക്ഷവിമർശനത്തിനും ശാരീരികമായ ആക്രമണങ്ങൾക്കും വിധേയരായി. സി ഐ എയുടെ സഹായത്തോടെ മൊസ്സാദെഖിനെ പുറത്താക്കിയപ്പോൾ പ്രതിഷേധിക്കാൻ രൂപവൽക്കരിച്ച ദേശീയ പ്രതിരോധ പ്രസ്ഥാനത്തിൽ

സത്യപ്രചാരണകേന്ദ്രം ലയിച്ചു. അവരിൽ ഒരു വിഭാഗം 'ദൈവാരാധക രായ സോഷ്യലിസ്റ്റുകൾ' എന്ന പേരിൽ ഒരു പ്രസ്ഥാനം തുടങ്ങി. മുഹമ്മദ്-തഖി ശരീഅത്തിയും ഇരുപതുകാരനായ മകൻ അലി ശരീഅത്തിയും അതിൽ ചേർന്ന് പ്രവർത്തിക്കാൻ തുടങ്ങി.

പഠിക്കുന്ന കാലത്ത് തത്വചിന്തയോട് ആഭിമുഖ്യം പുലർത്തിയിരുന്ന അലി ശരീഅത്തി പഠിത്തം കഴിഞ്ഞ ഉടനെ രചന ആരംഭിച്ചു. പ്രസിദ്ധീകരിച്ച ആദ്യത്തെ കൃതി *തത്വചിന്തയുടെ വികാസ ചരിത്രം* ആയിരുന്നു. ഇസ്ലാംമതത്തെയും സോഷ്യലിസ്റ്റ് പ്രത്യയശാസ്ത്രത്തെയും സംശ്ലേഷിപ്പിക്കാൻ കഴിയുമെന്നാണ് അലി ശരീഅത്തിയുടെ ദാർശനിക നിലപാട്. വിമർശകർ ഗ്രന്ഥത്തെ വിശേഷിപ്പിച്ചത് 'ഇസ്ലാമിലെ മധ്യമ മാർഗം' എന്നായിരുന്നു. ഇസ്ലാമിന്റെ സാമൂഹികവും സാമ്പത്തികവുമായ സിദ്ധാന്തങ്ങളും ശാസ്ത്രീയ സോഷ്യലിസത്തിന്റെ സിദ്ധാന്തങ്ങളും ഒന്നാണെന്നായിരുന്നു അലി ശരീഅത്തിയുടെ കണ്ടെത്തൽ. ഏകദൈവ വിശ്വാസത്തിലധിഷ്ഠിധമായ സോഷ്യലിസം[6] എന്നായിരുന്നു അദ്ദേഹത്തിന്റെ കാഴ്ചപ്പാട്.

ചൂഷണവ്യവസ്ഥയെ നിലനിർത്താനും അതിൽനിന്നുള്ള മോചന മാർഗങ്ങളെ പ്രതിരോധിക്കാനുമുള്ള മതങ്ങളുടെ സഹജവാസനയെക്കുറിച്ചുള്ള അജ്ഞതയാണ് വിശ്വാസിയായ അലി ശരീഅത്തിയെ ഏകദൈവവിശ്വാസത്തിലധിഷ്ഠിധമായ സോഷ്യലിസം എന്ന സിദ്ധാന്തം ആവിഷ്കരിക്കാൻ പ്രേരിപ്പിച്ചത്. മതത്തിന്റെ പ്രതിലോമത ഉപേക്ഷിച്ച് വിശ്വാസികളായ ചൂഷിതരുടെ മോചനത്തിന് വിമോചന പ്രസ്ഥാനങ്ങളോടൊപ്പം പോരാടണമെന്ന സിദ്ധാന്തം അലി ശരീഅത്തിക്ക് ആവിഷ്കരിക്കാൻ കഴിയാതെ പോയത് മതത്തെക്കുറിച്ച് വസ്തുനിഷ്ഠമായി മനസിലാക്കാതിരുന്നതുകൊണ്ടാണ്.

ദേശീയവാദിയായ മൊസ്സാദെഖിന്റെ ഗവണ്മെന്റിനെ അട്ടിമറിക്കാൻ സി ഐ എക്ക് ശിയ മതപണ്ഡിതന്മാർ കൂട്ടു നിന്നത് അലി ശരീഅത്തിയെ പോലുള്ള പുരോഗമനവാദികളായ വിശ്വാസികളെ രോഷാകുലരാക്കി. മതപണ്ഡിതന്മാർ എക്കാലത്തും സ്വേച്ഛാധിപതികളുടെ സേവകരായിരുന്നുവെന്ന് അലി ശരീഅത്തി തുറന്നു വിമർശിച്ചു. 'സർ-ഓ, സൂർ-ഓ, തസ്വീർ' (പൊന്ന്, ചങ്ങല, ചതി) എന്നായിരുന്നു അലി ശരീഅത്തി ഉയർത്തിയ വിമർശം. പൊന്ന് സമ്പത്തിന്റെയും ചങ്ങല സ്വേച്ഛാധിപത്യത്തിന്റെയും രൂപകങ്ങളായിരുന്നു. ചതി എന്നതുകൊണ്ട് അദ്ദേഹം സാമ്രാജ്യത്വം ഇറാനിലെ ജനങ്ങളെ വീഴ്ത്തിയ ചതിക്കുഴി എന്നാണർഥമാക്കിയത്. മതപണ്ഡിതന്മാർ പൊന്നിന്റെ മിന്നലിൽ കണ്ണഞ്ചിപ്പോയവരാണെന്നായിരുന്നു ശരീഅത്തിയുടെ വിമർശം.

കവിതകളും ലേഖനങ്ങളും എഴുതിക്കൊണ്ടിരുന്ന അലി ശരീഅത്തി *ഖൊറാസാൻ* എന്ന പത്രത്തിന്റെ പത്രാധിപരായി ജോലി ചെയ്യു

6. *Ali Shariati" in Pioneers of Islamic Revival,* Edited by Ali Rahnema, page 215

മ്പോൾ മശ്ഹദ് സർവകലാശാലയിൽ അധ്യാപകനായി ജോലി സ്വീക രിച്ചു. ദേശീയ പ്രതിരോധ പ്രസ്ഥാനത്തിനെതിരെ ഷാ ആഞ്ഞടിക്കാൻ തുടങ്ങി. പ്രസ്ഥാനത്തിന്റെ പ്രവർത്തനങ്ങളിൽ പങ്കാളിയായിരുന്ന അലി ശരീഅത്തിയെ ജോലിയിൽ നിന്നും പിരിച്ചുവിട്ടു. ഒരുമാസക്കാലം ജയി ലിൽ കഴിയേണ്ടിവന്നു. ജയിൽ മോചിതനായ ഉടനെ പാരീസിലേക്ക് കുടിയേറി. പാരീസിൽ കഴിയുമ്പോൾ പാശ്ചാത്യസംസ്കാരത്തിൽ ലയിച്ച് ചേർന്ന് ഇസ്ലാമികസ്വത്വം ഉപേക്ഷിച്ച ശിയ ബുദ്ധിജീവികളെ രൂക്ഷമായി വിമർശിച്ചു. ഇറാനിൽ തിരിച്ചെത്തിയപ്പോൾ സർവകലാശാലയിലെ ജോലി തിരിച്ചുകിട്ടി.

അധ്യാപകനായിരിക്കെ നടത്തിയ പ്രഭാഷണങ്ങൾ സമാഹരിച്ച് 1969ൽ ഇസ്ലാം പഠനം (Islamolgy) എന്ന പേരിൽ ഗ്രന്ഥമായി പ്രസിദ്ധീ കരിച്ചു. ഈ ഗ്രന്ഥത്തിൽ അദ്ദേഹം പാശ്ചാത്യസംസ്കാരത്തോട് താദാത്മ്യം പ്രാപിച്ച് ഇസ്ലാമിക സ്വത്വം ഉപേക്ഷിക്കുന്നവരെയും വിജ്ഞാന വിരുദ്ധരായ യാഥാസ്ഥിതിക പണ്ഡിതന്മാരെയും ഒരുപോലെ ആക്രമിച്ചു. ഇസ്ലാം വ്യക്തികളുടെ അവകാശങ്ങൾ സംരക്ഷിക്കുന്നതി നുവേണ്ടി മാത്രമുള്ളതല്ല, അത് സാമൂഹികമായ മാറ്റങ്ങൾ ലക്ഷ്യമാ ക്കിയുള്ള പ്രസ്ഥാനമാണ്. സ്ഥാപനവൽക്കരിക്കപ്പെട്ട നിശ്ചലമായ ഇസ്ലാമും സമൂഹത്തിൽ മാറ്റങ്ങൾ വരുത്താൻ വെമ്പുന്ന ചലനാത്മക മായ ഇസ്ലാമും ഉണ്ട്. നിശ്ചലമായ ഇസ്ലാം ഭരണവർഗത്തിന്റെ ഭാഗമാണ്.[7]

ഇറാനിൽ സമൂലമായ മാറ്റം അനിവാര്യമാണെന്ന വിപ്ലവസിദ്ധാന്തം ഈ ഗ്രന്ഥത്തിൽ അലി ശരീഅത്തി അവതരിപ്പിച്ചു. ഇസ്ലാമിനെ ചലനാ ത്മകമാക്കുവാൻ ഇറാനിലെ ശിയകൾ 'അലവിശിയകൾ' (അലവി എന്നാൽ ഇമാം അലിയുടെ അനുയായി എന്നാണർഥം) ആകണമെന്ന് ആഹ്വാനം ചെയ്തു. ഷായുടെ ഭരണത്തിനെതിരെ പോരാട്ടത്തിനിറങ്ങാ ത്തവർ സഫാവീൻ ശിയകളാണെന്ന് അലി ശരീഅത്തി സിദ്ധാന്തിച്ചു. സഫാവീൻ രാജവംശമാണ് ഇറാൻ സാമ്രാജ്യം സ്ഥാപിച്ചതും ശിയവിഭാ ഗത്തെ സാമ്രാജ്യത്തിന്റെ ഔദ്യോഗികമതമായി പ്രഖ്യാപിച്ചതും. സഫാ വീൻ ശിയ എന്നാൽ സാമ്രാജ്യത്വത്തെ സേവിക്കുന്ന ശിയകൾ എന്നാണ് അദ്ദേഹം അർഥമാക്കിയത്. അലി ശരീഅത്തിയുടെ വിപ്ലവസിദ്ധാന്തം സ്വാംശീകരിച്ച ശിയകൾ ഷായുടെ ഭരണത്തിനെതിരെ ഗറില്ലാ സമരം നടത്താൻ ജനകീയ മുജാഹിദീൻ (People's Mujahideen) രൂപവൽക്ക രിച്ച് പോരാട്ടം തുടങ്ങി.

ഷായുടെ സ്വേച്ഛാധിപത്യത്തിനും പാശ്ചാത്യസംസ്കാരത്തിന്റെ മേധാവിത്വത്തിനും എതിരെയുള്ള ബഹുജനസമരം 1970കളുടെ ആരം ഭത്തിൽ ശക്തിപ്രാപിച്ചു. കമ്യൂണിസ്റ്റുകാരും ജനകീയ മുജാഹിദീനു കളും ഗറില്ലാ രീതിയിലുള്ള ആക്രമണങ്ങൾ ശക്തമാക്കി. പേർഷ്യൻ സാമ്രാജ്യം സ്ഥാപിച്ചതിന്റെ രണ്ടായിരത്തഞ്ഞൂറാമത് വാർഷികം എന്ന

---

7. *Collected Works Ali* Shariati, Vol 9, page 37.

പേരിൽ 1971ൽ അത്യാർഭാടപൂർവമായി നടത്തിയ ചടങ്ങിൽ ലോകത്താകെ ജനാധിപത്യം കയറ്റിയയക്കാൻ കച്ചകെട്ടി നടക്കുന്ന അമേരിക്കയുടെയും ബ്രിട്ടന്റെയും പ്രതിനിധികളും പങ്കെടുത്തു. ജനങ്ങളുടെ ധനം ധൂർത്തടിച്ച ഷായ്ക്കെതിരെ ജനരോഷം ആളിക്കത്തി. പ്രക്ഷോഭങ്ങളെ അടിച്ചമർത്താൻ ഷാ ശ്രമിച്ചതിന്റെ ഫലമായി ഇറാനിലെങ്ങും നൃശംസത താണ്ഡവനൃത്തം ചെയ്തു. അനേകം കമ്യൂണിസ്റ്റ് വിപ്ലവകാരികളെയും ജനകീയ മുജാഹിദീൻ പോരാളികളെയും വെടിവെച്ചു കൊന്നു. അലി ശരീഅത്തിയെ സർവകലാശാലയിൽ നിന്നും പിരിച്ചുവിട്ടു. മശ്ഹദിൽ നിന്ന് ടെഹറാനിലേക്ക് കൊണ്ടുവന്ന് രഹസ്യപ്പൊലീസിന്റെ നിരീക്ഷണത്തിലാക്കി. ടെഹ്റാനിലെത്തിയ അദ്ദേഹം അവിടെയുള്ള മതപഠനസ്ഥാപനമായ ഹുസൈനിയ ഇർശാദിൽ അധ്യാപകവൃത്തിയിൽ ഏർപ്പെട്ടു. പ്രസ്തുത സ്ഥാപനത്തെ പുരോഗമനപരമായ മതപഠനത്തിനുള്ള അന്താരാഷ്ട്ര സർവകലാശാലയാക്കി ഉയർത്തണമെന്ന ലക്ഷ്യത്തോടെ പ്രവർത്തിക്കാൻ തുടങ്ങി.

അലി ശരീഅത്തിയുടെ പ്രഭാഷണങ്ങൾ ജനകീയസമരങ്ങൾക്ക് ഉത്തേജനം നൽകുന്നുവെന്ന് മനസിലാക്കിയ ഷാ 1973ൽ ഹുസൈനിയ ഇർശാദ് അടച്ചുപൂട്ടുകയും അലി ശരീഅത്തിനെ തടവിലാക്കുകയും ചെയ്തു. തടവിൽ കഴിഞ്ഞ കാലത്ത് അദ്ദേഹത്തിന്റെ ചിന്തയിൽ സാരമായ മാറ്റം വന്നു. ഇസ്ലാംമതവും സോഷ്യലിസവും സമന്വയമോ സംശ്ലേഷണമോ സാധ്യമല്ലെന്ന നിഗമനത്തിലാണ് അദ്ദേഹം എത്തിച്ചേർന്നത്. കാരണം രണ്ടും പൂർണത പ്രാപിച്ച സാമൂഹികവ്യവസ്ഥകളത്രെ. അതുകൊണ്ട് ഒന്നിൽ നിന്ന് മറ്റേതിന് സ്വീകരിക്കാനൊന്നുമില്ല. ലോകത്ത് മുതലാളിത്തം, സോഷ്യലിസം, ഇസ്ലാം എന്നിങ്ങനെ സമ്പൂർണതയിലെത്തിയ മൂന്ന് സാമൂഹികവ്യവസ്ഥകളാണെന്ന് അലി ശരീഅത്തിക്ക് തോന്നി. അവയിൽ മുതലാളിത്തവും ഇസ്ലാമും പരസ്പരം നശിപ്പിക്കാൻ പോരുന്ന ശത്രുതയിലാണ്. ഇസ്ലാമും സോഷ്യലിസവും സമൂഹത്തിന് മേൽക്കൈ നേടാൻ പരസ്പരം മത്സരിക്കുന്ന പ്രതിയോഗികളാണ്. പരസ്പരം നശിപ്പിക്കാൻ ശ്രമിക്കുന്ന ശത്രുക്കളല്ല.[8] അലി ശരീഅത്തി എത്തിച്ചേർന്നത് മൗദൂദിയുടെ സിദ്ധാന്തത്തിന്റെ അരികിലാണ്. നിരീശ്വരവാദത്തിൽ അധിഷ്ഠിതമായ സോഷ്യലിസം ഇസ്ലാമിന്റെ ശത്രുവാണെന്ന് മൗദൂദി പറഞ്ഞപ്പോൾ ശത്രുവല്ല, പ്രതിദ്വന്ദിയാണെന്ന് ശരീഅത്തി പറഞ്ഞു.

അലി ശരീഅത്തിയുടെ സിദ്ധാന്തങ്ങളിൽ ആകൃഷ്ടനായ അൾജീരിയയിലെ വിദേശകാര്യമന്ത്രി അബ്ദൽ അസീസ് ബുത്തഫ്ലക്കയുടെ അഭ്യർഥന മാനിച്ച് ഷാ അദ്ദേഹത്തെ സ്വതന്ത്രനാക്കി. പക്ഷേ, ടെഹ്റാനിൽ തന്റെ ജീവിതം സുരക്ഷിതമല്ലെന്ന് മനസിലാക്കി ഇംഗ്ലണ്ടിലേക്ക് രഹസ്യമായി രക്ഷപ്പെടുകയാണ് ചെയ്തത്. ഇംഗ്ലണ്ടിലെത്തി

8. *Collected Works* Ali Shariati, Vol 10, page 98

അധികം താമസിയാതെ ഹൃദയാഘാതം മൂലം നാൽപ്പത്തിനാലാം വയസിൽ അന്തരിച്ചു. ഷായുടെ രഹസ്യപൊലീസ് കൊലപ്പെടുത്തിയതാണെന്ന് അലി ശരീഅത്തിയുടെ അനുയായികൾ വിശ്വസിക്കുന്നു.[9]

സോഷ്യലിസത്തെക്കുറിച്ച് പല തെറ്റായ ധാരണകളും വെച്ചുപുലർത്തിയിരുന്ന ചിന്തകനായിരുന്നു അലി ശരീഅത്തി. എങ്കിലും അദ്ദേഹത്തിന്റെ രചനകളും പ്രഭാഷണങ്ങളും ഇറാനിൽ ജനകീയ പ്രക്ഷോഭങ്ങൾ ശക്തിപ്പെടാൻ സഹായിച്ചിട്ടുണ്ട്. അകാലത്തിൽ അന്തരിച്ചില്ലായിരുന്നെങ്കിൽ അയാത്തുല്ല ഖൊമേനിയുടെ മാനവികതാ വിഹീനമായ അതിതീവ്ര നിലപാടുകൾക്ക് ഒരു പ്രതിയോഗി ഉണ്ടാകുമായിരുന്നു.

ഇറാൻ ഇസ്ലാമിക വിപ്ലവത്തിലേക്ക്

ഖൊമേനിയെയും ശിയ മതപണ്ഡിതന്മാരെയും അസ്വസ്ഥരാക്കിയത് ഷായുടെ പാശ്ചാത്യകോയ്മകളോടുള്ള ദാസ്യമനോഭാവമായിരുന്നെങ്കിൽ ജനങ്ങളെ അസ്വസ്ഥരാക്കിയത് വർധിച്ചുകൊണ്ടിരുന്ന വിലക്കയറ്റവും പണപ്പെരുപ്പവും ദുസ്സഹമായ ജീവിതസാഹചര്യങ്ങളുമായിരുന്നു. ജനങ്ങൾ ദുരിതമനുഭവിച്ചുകൊണ്ടിരിക്കുമ്പോഴാണ് നാലുകോടി അമേരിക്കൻ ഡോളറിന് തുല്യമായ തുക ചെലവഴിച്ച് പേർഷ്യൻ സാമ്രാജ്യത്തിന്റെ രണ്ടായിരത്തഞ്ഞൂറാമത് വാർഷികം 1971 ഒക്ടോബറിൽ അത്യാർഭാടപൂർവം ഷാ കൊണ്ടാടിയത്. പഴയ സാമ്രാജ്യത്തിന്റെ പ്രൗഢി ഇറാൻ വീണ്ടെടുക്കുമെന്നായിരുന്നു പ്രഖ്യാപനം.

എണ്ണ ഉൽപ്പാദിപ്പിക്കുന്ന രാജ്യങ്ങൾ 1970 കളിൽ എണ്ണവില കുത്തനെ ഉയർത്തിയതോടെ ഇറാന്റെ വരുമാനം വർധിച്ചെങ്കിലും സാധാരണ ജനങ്ങൾ ദുരിതത്തിൽ തന്നെ കഴിയേണ്ടിവന്നു. എണ്ണവില വർധനവിന്റെ ഫലമായി ഉള്ളവനും ഇല്ലാത്തവനും തമ്മിലുള്ള വിടവ് വർധിക്കുകയാണ് ചെയ്തത്.[10] പണപ്പെരുപ്പത്തിന് പരിഹാരമായി ഷാ ഗവണ്മെന്റിന്റെ ചെലവുകൾ വെട്ടിച്ചുരുക്കി. അതിന്റെ ഫലമായി തൊഴിലില്ലായ്മ വർധിച്ചു. ഇതെല്ലാം ഇസ്ലാമിക സംസ്കാരം തിരസ്കരിച്ച് പാശ്ചാത്യസംസ്കാരം സ്വീകരിച്ചതിന്റെ അനന്തരഫലമാണെന്നായിരുന്നു മതപണ്ഡിതന്മാരുടെ വ്യാഖ്യാനം. ഷായ്ക്കെതിരെ സമരം ചെയ്ത് ഇമാം ഹുസൈനെപ്പോലെ രക്തസാക്ഷികളാകാൻ മുന്നോട്ടു വരാൻ അയാത്തുല്ല ഖൊമേനി പാരീസിൽ നിന്ന് വിശ്വാസികളോട് ആഹ്വാനം ചെയ്തു.[11] ഒപ്പം തന്നെ താൻ പറയുമ്പോൾ മാത്രമേ ജിഹാദ് തുടങ്ങാൻ പാടുള്ളൂവെന്നും ഖൊമേനി വിശ്വാസികളെ ഓർമിപ്പിച്ചു. ഖൊമേനിയുടെ മകൻ മുസ്തഫ 1977ൽ പെട്ടെന്ന് അന്തരിച്ചു. ഷായുടെ രഹസ്യപൊലീസ് കൊന്നതാണെന്ന വാർത്ത പരന്നു. മുസ്തഫയെ ശഹീദ് (രക്ത

9. "Ali Shariati" by Ali Rahnema in pioneers of Islamic Revivalism, page 240
10. Iran: Illusion of power by Robert Graham, page 94
11. അതേ പുസ്തകം, പുറം 226

സാക്ഷി) ആയി ജനങ്ങൾ കണക്കാക്കി. അതോടെ ബഹുജനരോഷം വലിയ ജ്വാലയായി ആളിപ്പടർന്നു. പ്രക്ഷോഭത്തിൽ കമ്യൂണിസ്റ്റുകാരും ദേശീയ വാദികളും പങ്കെടുത്തു.

പാരീസിൽ പ്രവാസിയായി കഴിഞ്ഞിരുന്ന ഖൊമേനിയെ അപകീർത്തിപ്പെടുത്തുന്ന ഒരു ലേഖനം 1978 ജനുവരിയിൽ ഖുമിലെ ഒരു പത്രത്തിൽ ഷായുടെ പിണിയാളുകൾ പ്രസിദ്ധീകരിച്ചതോടെ പ്രതിഷേധ പ്രകടനങ്ങൾ വ്യാപകമായി. പ്രക്ഷോഭം അടിച്ചമർത്താൻ ഷാ പൊലീസിനെയും പട്ടാളത്തെയും നിയോഗിച്ചു. സമരങ്ങളോട് നിസ്സംഗത പുലർത്തിയിരുന്ന അയാത്തുല്ല കാസ്സെം ശരീഅത്ത്മദാരി എന്ന മതപണ്ഡിതന്റെ വീട്ടിലേക്ക് ഷായുടെ രഹസ്യപൊലീസ് അതിക്രമിച്ചു കയറുകയും അയാത്തുല്ലയുടെ അംഗരക്ഷകരെ വെടിവെച്ചു കൊല്ലുകയും ചെയ്തു. മിതവാദിയായിരുന്ന ശരീഅത്ത്മദാരിയും ഷാ വിരുദ്ധപോരാട്ടത്തിൽ പങ്കെടുക്കാൻ എല്ലാ വിശ്വാസികളോടും ആഹ്വാനം ചെയ്തു.[12] പൊലീസിനും പട്ടാളത്തിനും പ്രക്ഷോഭത്തെ അടിച്ചമർത്താൻ കഴിയാതെ വന്നപ്പോൾ ഇറാൻ ഒരു വിപ്ലവത്തിന്റെ വക്കിലാണെന്നും സഹായിക്കണമെന്നും ഷാ അമേരിക്കൻ പ്രസിഡന്റ് ജിമ്മികാർട്ടറോട് അഭ്യർഥിച്ചു. പക്ഷേ, സി ഐ എയുടെ വിലയിരുത്തലിൽ ഇറാൻ ഒരു വിപ്ലവത്തിന്റെ വക്കിലൊന്നുമായിരുന്നില്ല. അതുകൊണ്ടു തന്നെ ഇറാനിൽ ഇടപെടേണ്ടതില്ലെന്ന് അമേരിക്ക തീരുമാനിച്ചു.[13]

അക്കൊല്ലം മുഹറം പത്തിന്റെ രക്തസാക്ഷി ദിനാചരണത്തിനായി ഇരുപതുലക്ഷം പേരാണ് ടെഹറാനിലെ ആസാദ് ചത്വരത്തിൽ ഒത്തുചേർന്നത്. കമ്യൂണിസ്റ്റുകാരും മറ്റ് ഇടതുപക്ഷക്കാരും ആഹ്വാനം ചെയ്ത പണിമുടക്കങ്ങൾ രാഷ്ട്രത്തെ നിശ്ചലമാക്കി. ഗത്യന്തരമില്ലാതെ 1979 ജനുവരിയിൽ ഷാ നാടുവിട്ടു. ഫെബ്രുവരി ഒന്നിന് അയാത്തുല്ല ഖൊമേനി പാരീസിൽ നിന്നും ടെഹറാനിലെത്തി. ഫെബ്രുവരി 4ന് മെഹ്ദി ബെസർഗനെ പ്രധാനമന്ത്രിയായി അയാത്തുല്ല ഖൊമേനി നിയമിച്ചു. തന്നെ രാഷ്ട്രത്തിന്റെ രക്ഷാധികാരി (വിലായത്ത്) ആയി 'സാർവലൗകികവിലായത്തായ' മുഹമ്മദ്നബി നിയമിച്ചതാണെന്നും അതുകൊണ്ട് താൻ നിയമിച്ച പ്രധാനമന്ത്രി ബെസർഗനെ അനുസരിക്കേണ്ടത് വിശ്വാസികളുടെ മതപരമായ കടമയാണെന്നുമായിരുന്നു അയാത്തുല്ല റൂഹുല്ല ഖൊമേനിയുടെ ആദ്യത്തെ ശാസനം.[14] ഇറാനിൽ നടന്ന ജനകീയവിപ്ലവം ഇസ്ലാമിക വിപ്ലവം ആയിത്തീർന്നത് അങ്ങനെയാണ്.

ലോകത്തിലെ മർദിതജനത പ്രത്യാശയോടെയാണ് ഇറാനിലെ വിപ്ലവത്തെ കണ്ടത്. റഷ്യൻ വിപ്ലവത്തെപ്പോലെ യുഗപ്പിറവി കുറിച്ച സംഭവമായിട്ടാണ് പലരും ഇറാൻ വിപ്ലവത്തെ വിലയിരുത്തിയത്. പല

12. *Iran Between Two Revolutions* by Ervand Abrahamian page 502-13 Ibid P. 510
13. അതേ പുസ്തകം
14. *The History of Modern Iran* by Ervand Abrahamian, page 160

ചരിത്രകാരന്മാരും അയാത്തുല്ല ഖൊമേനിയെ നെൽസൺ മണ്ടേലയോട് താരതമ്യപ്പെടുത്തി.[15] ഉപരിപ്ലവമായ നൈമിഷിക പ്രതികരണങ്ങൾ മാത്ര മായിരുന്നുവെന്ന് ഇന്ന് തിരിഞ്ഞു നോക്കുമ്പോൾ മനസിലാകും.

അമേരിക്കയുമായുള്ള സൈനികസഖ്യം റദ്ദാക്കലായിരുന്നു ഖൊമേ നിയുടെ ആദ്യ നടപടി. അമേരിക്കയ്ക്ക് അവിചാരിതമായ തിരിച്ചടിയാ യിരുന്നു ഷായുടെ പോക്കും ഖൊമേനിയുടെ വരവും. വിയത്നാം യുദ്ധ ത്തിൽ 1975ൽ സംഭവിച്ച തോൽവിയോടാണ് പലരും അതിനെ താരത മ്യപ്പെടുത്തിയത്. മറ്റു പല മുസ്ലിം രാജ്യങ്ങളിലേക്കും ഇസ്ലാമിക വിപ്ലവം വ്യാപിക്കുമെന്ന് അമേരിക്ക ഭയപ്പെട്ടു.

ഖൊമേനിയുടെ രണ്ടാമത്തെ നടപടി ഇസ്ലാമിക വിപ്ലവത്തിന്റെ ഫാസിസ്റ്റ് സ്വഭാവം സ്പഷ്ടമാക്കി. കമ്യൂണിസ്റ്റുകാരെയും അവരോട് ആഭിമുഖ്യം പുലർത്തിയിരുന്ന ജനകീയ മുജാഹിദീനുകളെയും കൊ ന്നൊടുക്കാനും തുറങ്കിലടയ്ക്കാനും ഖൊമേനി അനുയായികളോട് കൽ പ്പിച്ചു. തുടർന്നു നടന്നത് നൃശംസതയുടെ താണ്ഡവനടനമായിരുന്നു. അനേകം കമ്യൂണിസ്റ്റുകാർ പരസ്യമായി വെടിവെച്ച് കൊല്ലപ്പെട്ടു. ആയി രക്കണക്കിന് ഇടതുപക്ഷക്കാർ തുറങ്കിലടയ്ക്കപ്പെടുകയും ഘോരമായി പീഡിപ്പിക്കപ്പെടുകയും ചെയ്തു. ഫ്രഞ്ച് വിപ്ലവത്തിനുശേഷം വിപ്ലവ ത്തിന്റെ ശത്രുക്കളെ കൂട്ടക്കൊല ചെയ്തു. റഷ്യൻ വിപ്ലവത്തിനു ശേഷം വിപ്ലവത്തെ എതിർത്ത വർഗശത്രുക്കളെ വിചാരണ ചെയ്ത് വധശി ക്ഷയ്ക്ക് വിധിച്ചിട്ടുണ്ട്. ഇറാനിലെ ഇസ്ലാമിക വിപ്ലവത്തെത്തുടർന്ന് നടന്ന കൂട്ടക്കൊല ഇതിൽനിന്നൊക്കെ വ്യത്യസ്തമായിരുന്നു. ഷായെ പുറത്താക്കാൻ കൂടെനിന്ന് സമരം ചെയ്ത വിപ്ലവത്തിന്റെ സഖ്യകക്ഷി കളായവരെയാണ് കൂട്ടക്കൊല ചെയ്യാൻ അയാത്തുല്ല ഖൊമേനി ഉത്ത രവിട്ടത്. അവർ കമ്യൂണിസ്റ്റുകാർ ആയിരുന്നു എന്ന ഒറ്റക്കാരണം മാത്രമേ ഉണ്ടായിരുന്നുള്ളു.

ഇസ്ലാമിക വിപ്ലവത്തിന്റെ ദംഷ്ട്രകൾ പുറത്തുകാണിച്ച മറ്റൊരു സംഭവം അമേരിക്കൻ എംബസിയിലെ 63 ഉദ്യോഗസ്ഥന്മാരെ 444 ദിവ സങ്ങൾ ബന്ധികളാക്കിവെച്ചതാണ്. നാടുവിട്ട ഷായെ കുറ്റവിചാരണ നടത്തുവാൻ വിട്ടുതരണമെന്നായിരുന്നു എംബസി ഉദ്യോഗസ്ഥരെ ബന്ധികളാക്കിയ വിദ്യാർഥികളുടെ പ്രധാന ആവശ്യം. പ്രധാനമന്ത്രി മഹ്ദി ബെസർഗൻ ബന്ധികളെ മോചിപ്പിക്കണമെന്ന് വിദ്യാർഥികളോ ടാവശ്യപ്പെട്ടു. അവർ അമേരിക്കയ്ക്കു വേണ്ടി ചാരപ്പണി ചെയ്തവരാ ണെന്നും അവരെ മോചിപ്പിക്കേണ്ടതില്ലെന്നും പറഞ്ഞ് ഖൊമേനി വിദ്യാർഥികളെ പിന്താങ്ങി. ബന്ധിപ്രശ്നം ലോകത്താകെ ഇസ്ലാമിനെ ക്കുറിച്ച് മോശമായ അഭിപ്രായമുണ്ടാക്കാനാണ് ഉതകിയത്. ബ്രിട്ടീഷ് സാമ്രാജ്യത്തിനെതിരെ പ്രതിഷേധിക്കാൻ 1953ൽ ബ്രിട്ടീഷ് എംബസി അടച്ചുപൂട്ടുകയും ബ്രിട്ടനുമായുള്ള നയതന്ത്രബന്ധങ്ങൾ വിച്ഛേദിക്കു

15. "Tumultuous Run" by John Cheriyan in *Frontline,* Vol. 25, Issue 5-2009

കയുമാണ് അന്നത്തെ പ്രധാനമന്ത്രി മൊസ്സാദെഖ് ചെയ്തത്. അമേരിക്കൻ സാമ്രാജ്യത്വത്തിനെതിരെ പ്രതിഷേധിക്കാൻ അതുപോലുള്ള നടപടികൾ സ്വീകരിക്കാതെ നിരപരാധികളായ എംബസി ഉദ്യോഗസ്ഥരെ ഒരു കൊല്ലത്തിലധികം കാലം ബന്ധികളാക്കി പീഡിപ്പിച്ചത് ഇസ്ലാമിക ഭരണകൂടത്തെക്കുറിച്ച് ലോകത്തിനു മുമ്പിൽ ഭീകരചിത്രം വരച്ചുകാണിക്കാൻ മാത്രമേ ഉതകിയുള്ളൂ എന്നാണ് മിതവാദികളായ ഇറാൻകാർ അഭിപ്രായപ്പെട്ടത്.[16] ഖൊമേനിയുടെ ഭീകരമുഖം വെളിവാക്കിയ മറ്റൊരു സംഭവമായിരുന്നു സൽമാൻ റശ്ദിയെ കൊല്ലാൻ കൽപ്പിക്കുന്ന ഫത്വ. റശ്ദി മുഹമ്മദ്നബിയെ അധിക്ഷേപിച്ചുവെന്നായിരുന്നു ഖൊമേനിയുടെ ആരോപണം. ആരോപണം ശരിയാണെന്ന് വാദത്തിനുവേണ്ടി സമ്മതിച്ചാൽ തന്നെയും ലോകത്ത് എവിടെയെങ്കിലും ആരെങ്കിലും മുഹമ്മദ് നബിയെ നിന്ദിച്ചാൽ അവരെ കൊല്ലുവാൻ ഫത്വ പുറപ്പെടുവിക്കാനുള്ള അധികാരം ആര് നൽകിയെന്ന ചോദ്യം അവശേഷിക്കുന്നു. ഇറാനിൽ താൻ സ്ഥാപിച്ച ഇസ്ലാമിക ഭരണകൂടത്തിന് ലോകം മുഴുവൻ നിയമാധികാരം (Jurisdiction) ഉണ്ടെന്നായിരുന്നു ഖൊമേനിയുടെ വിശ്വാസം. അത്തരം മതമിഥ്യാ വിശ്വാസങ്ങൾ (religious delusions) ആണ് ഇസ്ലാമിക ഭീകരതയുടെ നിദാനം.

രാഷ്ട്രത്തിന്റെ വിലായത്ത് (രക്ഷാധികാരി) ആയി സ്വയം നിയോഗിച്ച ഖൊമേനി രൂപപ്പെടുത്തിയ ഇസ്ലാമിക ഭരണഘടന മതപണ്ഡിതന്മാരുടെ സ്വേച്ഛാധിപത്യമാണ് വിഭാവനം ചെയ്തത്. സ്വാഭാവികമായി എല്ലാ അധികാരവും അയാത്തുല്ല ഉസ്മ (Grand Ayatollah) എന്ന പരമോന്നത നേതാവിനായി. ഖൊമേനി തന്നെയായിരുന്നു അയാത്തുല്ല ഉസ്മ. ജനങ്ങൾ തിരഞ്ഞെടുത്ത പാർലമെന്റ് പാസാക്കുന്ന നിയമങ്ങൾ 'അനിസ്ലാമികം' എന്നു പറഞ്ഞ് റദ്ദ് ചെയ്യാനുള്ള അധികാരം മതപണ്ഡിതന്മാർക്കുണ്ട്. തിരഞ്ഞെടുക്കപ്പെട്ട പാർലമെന്റംഗം മതഭക്തിയില്ലാത്ത ആളാണെന്ന് കണ്ടാൽ അയാളുടെ തിരഞ്ഞെടുപ്പ് നിരസിക്കാനുള്ള അധികാരവും അയാത്തുല്ലയ്ക്കുണ്ട്. ഖൊമേനി ഷായെക്കാൾ ഭീകരനായ സ്വേച്ഛാധിപതിയായി മാറി. നാലുവർഷത്തിലൊരിക്കൽ പൊതുതിരഞ്ഞെടുപ്പ് നടത്തുകയും ഭരണത്തലവനായി പ്രസിഡന്റിനെ തിരഞ്ഞെടുക്കുകയും ചെയ്യുന്നുണ്ട്. പക്ഷേ, ഇറാനിൽ ഭരണനിർവഹണത്തിന്റെ അവസാന വാക്ക് അയാത്തുല്ലയ്ക്കാണ്. ഇതാണ് ഇസ്ലാമിക വിപ്ലവത്തിന്റെയും അതിന്റെ ഫലമായി നിലവിൽവന്ന ഇസ്ലാമിക ഭരണകൂടത്തിന്റെയും യഥാർഥ സ്ഥിതി.

അയാത്തുല്ല ഖൊമേനി അമേരിക്കയെ ശൈത്താൻ എന്ന് വിശേഷിപ്പിച്ചെങ്കിലും ഇസ്ലാമിക രാഷ്ട്രത്തിന്റെ മുഖ്യശത്രു കമ്യൂണിസവും സോഷ്യലിസവുമാണെന്ന് തെളിയിക്കുന്ന പല നടപടികളും ഇറാനിലെ ഇസ്ലാമിക ഭരണകൂടത്തിന്റെ ഭാഗത്തുനിന്നുണ്ടായിട്ടുണ്ട്. ഇറാൻ വിപ്ല

16. Ali Rahnema in "Introduction" in *Pioneers of Islamic Revival,* page x

വത്തിന് മുപ്പത് വർഷം തികഞ്ഞ സന്ദർഭത്തിൽ ഒരു നിരീക്ഷകൻ എഴുതിയതിങ്ങനെയാണ്:

> കുറച്ചു സന്ദർഭങ്ങളിലെങ്കിലും ഇറാൻ അമേരിക്കയുമായി സഹകരിച്ചിട്ടുണ്ട്. ഏറ്റവും കുപ്രസിദ്ധമായ സംഭവം ഇറാൻ-കോൺട്രാ ഗേറ്റ് എന്നറിയപ്പെടുന്ന ഒന്നാണ്. അമേരിക്കയുടെയും ഇസ്രായേലിന്റെയും ചാരസംഘടനകൾ നികരാഗ്വയിലെ പ്രതിവിപ്ലവകാരികൾക്ക് ആയുധമെത്തിക്കാനുള്ള പാത്തി ആയി ഇറാനെ ഉപയോഗിച്ചു. 1990 കളുടെ രണ്ടാം പകുതിയിൽ ഇന്ത്യയും അമേരിക്കയും ഇറാനും കാബൂളിൽ അധികാരത്തിലുണ്ടായിരുന്ന താലിബാന് ഒരു മറുഭാരം എന്ന നിലയിൽ വടക്കൻ സഖ്യത്തെ താങ്ങിനിർത്തി. 2001ൽ അഫ്ഗാനിസ്ഥാൻ ആക്രമണം നടത്താൻ ഇറാന്റെ സഹായം നിർണായകമായിരുന്നു.[17]

ശാസ്ത്രസാങ്കേതിക രംഗങ്ങളിൽ മുന്നേറാൻ ഇസ്ലാമിക ഭരണകൂടത്തിന് കഴിഞ്ഞുവെങ്കിലും ഇസ്ലാമിക സമ്പദ്‌വ്യവസ്ഥയെന്ന പേരിൽ മുതലാളിത്ത വ്യവസ്ഥിതി തുടരുന്നതിന്റെ ഫലമായി ഇസ്ലാമിക ഭരണകൂടം നിലവിൽ വന്ന 30 വർഷങ്ങൾക്കുശേഷം പണപ്പെരുപ്പം ഭയാനകമായ 24 ശതമാനത്തിൽ എത്തി നിൽക്കുന്നു. സാമൂഹിക ക്ഷേമ പദ്ധതികൾക്കുള്ള സബ്സിഡികൾ അവസാനിപ്പിച്ചുകൊണ്ട് പ്രസിഡന്റ് അഹ്മദി നിജാദ് തന്റെ 'സാമ്പത്തിക വിപ്ലവം' നടപ്പിലാക്കുന്നു.[18]

സോഷ്യലിസത്തിന് ബദലാണ് ഇസ്ലാം എന്ന അവകാശവാദം പൊള്ളയാണെന്ന് ഇസ്ലാമികവിപ്ലവം നടന്ന് 30 വർഷങ്ങൾക്കുശേഷമുള്ള ഇറാനിലെ ജനങ്ങളുടെ ജീവിതനിലവാരം വ്യക്തമാക്കുന്നു. ഇതിനും പുറമെയാണ് മതത്തിന്റെ പേരിലുള്ള മനുഷ്യാവകാശലംഘനങ്ങൾ. പർദ (ഏറ്റവും കുറഞ്ഞത് ശിരോവസ്ത്രം) ധരിക്കാതെ സ്ത്രീകൾ പുറത്തിറങ്ങാൻ പാടില്ല.

വിപ്ലവം എന്ന സംജ്ഞ അർഥമാക്കുന്നത് ഒരു ജനതയെ സാമ്പത്തികമായും സാംസ്കാരികമായും പുരോഗതിയിലേക്ക് നയിക്കുന്ന മാറ്റമാണ്. ഇസ്ലാമികവിപ്ലവം ഇറാനിലെ ജനതയെ വിപരീത ദിശയിലേക്കാണ് നയിക്കുന്നത്. 'ഇസ്ലാമിക വിപ്ലവം' യഥാർഥത്തിൽ വിപ്ലവത്തിന്റെ അയുക്താഭാസം (paradox) ആണ്.

---

17. "Tumultuous Run" by John Cheriyan in *Frontline,* Vol. 26 No-05-2009
18. അതേ ലേഖനം

15

അല്ലാഹുവിന്റെ പടയാളികളും ആഗോള ജിഹാദും

കോളനിഅനന്തര കാലഘട്ടത്തിലെ സാമ്രാജ്യമായ അമേരിക്ക നിരന്തരം യുദ്ധത്തിലാണ്. കൊറിയൻ യുദ്ധം, വിയത്നാം യുദ്ധം, ശീത യുദ്ധം...അങ്ങനെ പോകുന്നു അമേരിക്കയുടെ യുദ്ധങ്ങളുടെ പട്ടിക. ശീത യുദ്ധത്തിന്റെ ഭാഗമായി അമേരിക്ക പല രാജ്യങ്ങളിലും ഒളിയുദ്ധങ്ങളും അട്ടിമറികളും ഭീകരപ്രവർത്തനങ്ങളും നടത്തിയിട്ടുണ്ട്. ശീതയുദ്ധം അവ സാനിച്ചപ്പോൾ നടത്തിയ യുദ്ധങ്ങളാണ് ഇറാഖ് യുദ്ധങ്ങളും അഫ്ഗാൻ യുദ്ധവും. ശീതയുദ്ധത്തിന്റെ ഭാഗമായി അമേരിക്ക നടത്തിയ ഒളിയുദ്ധ മാണ് അഫ്ഗാനിസ്ഥാനിലെ ജിഹാദ്. ശീതയുദ്ധത്തിനുശേഷം അമേ രിക്ക നടത്തിക്കൊണ്ടിരിക്കുന്ന ദീർഘകാലാടിസ്ഥാനത്തിലുള്ള യുദ്ധ മാണ് ഭീകരതയ്ക്കെതിരെയുള്ള യുദ്ധം (വാർ ഓൺ ടെററിസം). ഇത് യഥാർഥത്തിൽ കുരിശുയുദ്ധത്തിന്റെ ആധുനിക രൂപമാണ്. അമേരിക്ക സംഘടിപ്പിച്ച ജിഹാദിൽ പങ്കെടുത്തവർ അമേരിക്ക തന്നെ നൽകിയ പാഠങ്ങൾ ഉൾക്കൊണ്ട് നടത്തിയ ഭീകരപ്രവർത്തനങ്ങളുടെ പേരിലാണ് അവർക്കെതിരെ വാർ ഓൺ ടെററിസം എന്ന പേരിൽ അഭിനവ കുരിശു യുദ്ധം ആരംഭിച്ചത്. അഫ്ഗാനിസ്ഥാനിൽ അമേരിക്ക നടത്തിയ ജിഹാ ദിനെക്കുറിച്ച് പറയുന്നതിനുമുമ്പ് ഇസ്ലാംമതത്തിൽ ജിഹാദ് എന്താ ണെന്ന് പരിശോധിക്കേണ്ടിയിരിക്കുന്നു.

ജിഹാദിന്റെ രൂപഭാവങ്ങൾ

ഇന്ന് ജിഹാദിന് രണ്ട് അർഥതലങ്ങളുണ്ട്. ഒന്ന് ധാർമികതയുടേ താണ്. രണ്ടാമത്തെ അർഥം മതത്തിന്റെ രക്ഷയ്ക്കായുള്ള സായുധസ മരം അഥവാ വിശുദ്ധയുദ്ധം എന്നാണ്. മൂന്നാമതൊരു അർഥം കൂടി അഭിനവ കുരിശുയുദ്ധക്കാർ നൽകിയിട്ടുണ്ട്. അത് 'ഭീകരത' എന്നാണ്.

ധാർമികത നിലനിർത്താനുള്ള കഠിനയജ്ഞം എന്ന അർഥത്തിൽ ആയാലും മതത്തെ രക്ഷിക്കാനുള്ള യുദ്ധമെന്ന നിലയിലായാലും ജിഹാദ് ഇസ്ലാംമതത്തിന്റെ അവിഭാജ്യഘടകമാണെന്ന കാര്യത്തിൽ എല്ലാ വ്യാഖ്യാതാക്കളും നിരീക്ഷകരും യോജിക്കും. 'അനഭിലഷണീയനായ എതിരാളിക്കെതിരെ ഏറ്റുമുട്ടുക' എന്ന് അർഥമുള്ള ധാതുവിൽ നിന്നാണ് ജിഹാദ് എന്ന പദം ഉത്ഭവിച്ചത്. ഇസ്ലാമിനു മുമ്പ് അറബിഗോത്രങ്ങൾ 'മൂല്യവത്തായ ഒരു കാര്യത്തിനുവേണ്ടി ഉദ്യമിക്കുക' എന്ന അർഥത്തിൽ ജിഹാദ് എന്ന പദം ഉപയോഗിച്ചിരുന്നതായി ചരിത്രകാരന്മാർ ചൂണ്ടിക്കാണിക്കുന്നു.[1] യുദ്ധം എന്ന അർഥത്തിൽ ഖിത്തല്, ഹർബ് എന്നീ പദങ്ങളും ഉപയോഗിച്ചിരുന്നു.

മുഹമ്മദ്നബിയും അനുയായികളും മദീനയിലേക്കു കുടിയേറിയ ഉടനെ മദീനയിലെ വിവിധ ഗോത്രങ്ങളുമായി ഉണ്ടാക്കിയ ഉടമ്പടിയുടെ ആമുഖത്തിൽ, ഉടമ്പടിയിൽ കക്ഷിചേർന്നിട്ടുള്ള വിശ്വാസികളും അല്ലാത്തവരുമായ എല്ലാ ആളുകളും മദീനയുടെ രക്ഷയ്ക്ക് വേണ്ടി കൂട്ടായി യത്നിക്കണമെന്ന് പറഞ്ഞിട്ടുണ്ടായിരുന്നു. ഇവിടെ ജിഹാദ്[2] എന്ന പദമാണ് നബി ഉപയോഗിച്ചതെന്ന് അഭിജ്ഞർ ചൂണ്ടിക്കാണിക്കുന്നു. വിശ്വാസികൾക്ക് യുദ്ധം നിർബന്ധമാക്കിക്കൊണ്ടുള്ള *ഖുർആൻ* വചനം താമസിയാതെതന്നെ അവതരിപ്പിക്കപ്പെട്ടു.

> യുദ്ധം നിങ്ങൾക്ക് നിർബന്ധമാക്കിയിരിക്കുന്നു. നിങ്ങൾക്കത് അനിഷ്ടമാകാൻ സാധ്യതയുണ്ട്. നിങ്ങൾക്ക് നന്മ വരുന്ന കാര്യത്തിൽ അനിഷ്ടം തോന്നാം. നിങ്ങൾക്ക് തിന്മ വരുന്ന കാര്യത്തിൽ ഇഷ്ടം തോന്നാം, അള്ളാഹുവിന് അറിവുണ്ട്, നിങ്ങൾക്ക് അറിവില്ല. (*ഖുർആൻ* 2.216)[3]

ഈ വചനത്തിൽ യുദ്ധം എന്ന അർഥത്തിൽ ഖിത്താലു എന്ന പദമാണ് ഉപയോഗിച്ചിരിക്കുന്നത്. ജിഹാദ് മതവിശ്വാസത്തിന്റെ ഭാഗമായതുകൊണ്ട് *ഖുർആനിൽ* പറഞ്ഞിരിക്കുന്ന ജിഹാദ് യുദ്ധം ചെയ്യാനുള്ള ആഹ്വാനമല്ല മറിച്ച് വിശ്വാസിയുടെ ധാർമിക നിലവാരം ഉയർത്താൻ സ്വന്തമായ പ്രയത്നം, കാമാർഥമോഹങ്ങൾക്കെതിരെ മനസിൽ യുദ്ധം ചെയ്യാനുള്ള ആഹ്വാനം മാത്രമാണെന്ന് മിതവാദികളായ മതപണ്ഡിതന്മാരും സമാധാനകാംക്ഷികളായ ചിന്തകരും പറയുന്നു. തെക്കനേഷ്യയിൽ ഇന്ന് ജിഹാദിന്റെ പേരിൽ നടക്കുന്ന ഭീകരപ്രവർത്തനങ്ങളെ തുറന്നുകാട്ടാൻ ശ്രമിക്കുന്ന ചരിത്രപണ്ഡിത ആയിശ ജലാൽ എഴുതി:

---

1. *Partisans of Allah-Jihad in South Asia* by Ayesha Jalal, page 6
2. *Jihad: Origin of Holy War in Islam* by Reuven Firestone, page 121
3. അബ്ദുല്ല യൂസഫലിയുടെ (1872-1953) ഇംഗ്ലീഷ് വിവർത്തനത്തിൽ നിന്ന് മലയാളത്തിലേക്ക് ഭാഷാന്തരം ചെയ്തത്.

ജിഹാദിന്റെ മൂലപദം *ഖുർആനിലെ* പതിനെട്ട് അധ്യായങ്ങളിലായി നാൽപ്പത്തൊന്ന് തവണയാണ് കാണപ്പെടുന്നത്. ഓരോ തവണയും വിശുദ്ധ യുദ്ധം എന്ന അർഥത്തിലല്ല പദം ഉപയോഗിച്ചിട്ടുള്ളത്. അതേസമയം യുദ്ധത്തിനെതിരായ വിലക്ക് എഴുപത്തൊന്ന് തവണ *ഖുർആനിൽ* പ്രത്യക്ഷപ്പെടുന്നുണ്ട്. ദൈവത്തിനുവേണ്ടി യുദ്ധം ചെയ്യണമെന്ന അർഥത്തിൽ ജിഹാദ് എന്ന പദം ഉപയോഗിച്ചിട്ടുള്ള വചനങ്ങൾക്കു പുറമെ അതിൽനിന്നുത്ഭവിച്ച മറ്റു പദങ്ങളും മതത്തിനുവേണ്ടി യത്നിക്കണമെന്ന അർഥത്തിലാണ് ഉപയോഗിച്ചിട്ടുള്ളത്. പൊതുവെ, യുദ്ധം ചെയ്യുക എന്ന അർഥം വരാൻ ഖിത്തൽ, ഹർബ് എന്നീ പദങ്ങളോടാണ് ആഭിമുഖ്യം കാണിച്ചിട്ടുള്ളത്. ദൈവത്തിനുവേണ്ടി യുദ്ധം ചെയ്യുക എന്ന അർഥത്തിലും ഉപയോഗിച്ച ഉദാഹരണങ്ങൾ ഉണ്ടെങ്കിലും. *ഖുർആനിൽ* നിയമാനുസൃതമായ സായുധയുദ്ധം എന്ന് വ്യക്തമാക്കാനായി ജിഹാദ് എന്ന പദം ഉപയോഗിച്ചിട്ടുള്ളത് ജിഹാദ് ഫീ സബിൽ അല്ലാഹ്-അതായത്, അല്ലാഹുവിന്റെ മാർഗത്തിലുള്ള ജിഹാദ് എന്ന് പരാമർശിക്കുന്ന സന്ദർഭത്തിൽ മാത്രമാണ്.[4]

മറ്റൊരു ചിന്തകൻ ജിഹാദിനെക്കുറിച്ച് എഴുതിയതിങ്ങനെയാണ്:

ജിഹാദ് എന്ന പദത്തിന്റെ അർഥം 'യത്നിക്കുക' എന്നു മാത്രമാണ്. ഇജ്തിഹാദ് എന്നാൽ ബൗദ്ധികമായ യത്നം എന്നാണ്. ഇസ്ലാമിക നിയമമായ ശരീഅത്ത് രൂപപ്പെട്ടത് ഇതിലൂടെയാണ്.[5]

കുറേക്കൂടി യുക്തിസഹവും വസ്തുനിഷ്ഠവുമായ വ്യാഖ്യാനം നൽകിയത് ഇസ്ലാം മതത്തിനു പുറത്തുള്ള നിഷ്പക്ഷരായ പണ്ഡിതന്മാരാണ്. ജോൺ എൽ എസ്പോസിറ്റോയുടെ അഭിപ്രായം ഇതാണ്:

ഏറ്റവും വിശാലമായ അർഥത്തിൽ ജിഹാദ് തിന്മയ്ക്കും സാത്താനും എതിരായുള്ള യുദ്ധത്തെ, മൂന്ന് ഏബ്രഹാമിക മതങ്ങൾക്കും പൊതുവായുള്ള സ്വയം ശിക്ഷണത്തെയാണ് സൂചിപ്പിക്കുന്നത്. അതിലൂടെ വിശ്വാസി ദൈവഹിതത്തെ അനുസരിക്കുകയും നല്ല മുസ്ലിം ആകുകയും ചെയ്യുന്നു. സദാചാരനിഷ്ഠനും ദൈവത്തിന്റെ സത്യമാർഗത്തിൽ നിന്നും വ്യതിചലിക്കാത്തവനുമായി ജീവിക്കുക എന്നുള്ളത് ഒരു ആജീവനാന്ത സമരമാണ്. നിത്യജീവിതത്തിൽ ഇസ്ലാംമതവിശ്വാസത്തിന്റെ ഒന്നാമത്തെ സംരംഭത്തിന് സാക്ഷിയാകാൻ അല്ലെങ്കിൽ അതിനെ സാക്ഷാൽക്കരിക്കാനുള്ള പ്രഥമമായ മാർഗമതാണ്. ഇസ്ലാമിന്റെ വ്യാപനത്തിനായി നാക്ക് കൊണ്ടും കൈകൾകൊണ്ടും യത്നിക്കുക

---

4. *Partisans of Allah-Jihad in South Asia* by Ayesha Jalal, page 7
5. *Islam and Jihad* by A G Noorani, page 35

എന്നാൽ *ഖുർആൻ* കൽപ്പിച്ച പ്രകാരം നന്മ നടപ്പിലാക്കലും തിന്മയെ ചെറുക്കലും (ഖു. 3.110) ആണ്. അവസാനമായി ജിഹാദ് എന്നാൽ ഇസ്ലാമിനെ വ്യാപിപ്പിക്കാനും രക്ഷിക്കാനുമുള്ള സമര മാണ്. മതവും രാഷ്ട്രവും സംയോജിപ്പിക്കുവാൻ പ്രവാചകന്റെ ഉദാഹരണം മാതൃകയും അടിസ്ഥാനവും നൽകുന്നതുപോലെ തന്നെ മുഹമ്മദിന്റെ പ്രസ്ഥാനം സമൂഹത്തെയും ലോകത്തെയും പരിഷ്കരിക്കുന്നതിന് എല്ലാ ഇസ്ലാമിക പ്രസ്ഥാനങ്ങൾക്കും രൂപ മാതൃക നൽകുന്നുണ്ട്. വിശ്വാസികളും അവിശ്വാസികളും ദൈവ ത്തിന്റെ മിത്രങ്ങളും ശത്രുക്കളും അഥവാ സാത്താന്റെ അനുയാ യികളും അഥവാ മിത്രങ്ങളും തമ്മിൽ യുദ്ധം ചെയ്തുകൊണ്ടിരി ക്കുന്ന ഒരു യുദ്ധക്കളമാണ് ലോകം. വിശ്വാസികൾ ദൈവത്തിന്റെ മാർഗത്തിൽ യുദ്ധം ചെയ്യുന്നു; അവിശ്വാസികൾ വിഗ്രഹങ്ങളുടെ മാർഗത്തിൽ യുദ്ധം ചെയ്യുന്നു. അതുകൊണ്ട് നിങ്ങൾ ശൈത്താന്റെ മിത്രങ്ങൾക്കെതിരെ യുദ്ധം ചെയ്യുക. (ഖു. 4.76) മുഹമ്മദും പിൻഗാമികളും പ്രബോധനത്തിലൂടെയും നയതന്ത്ര ത്തിലൂടെയും യുദ്ധത്തിലൂടെയും ഇസ്ലാമിന്റെ ഭരണം വ്യാപിപ്പി ക്കുകയും രക്ഷിക്കുകയും ചെയ്തതുപോലെ ആഗോളതലത്തിൽ ഇസ്ലാമിന്റെ വാഴ്ച അഥവാ ഇസ്ലാമിക മേഖല (ദാറൂൽ ഇസ്ലാം) വ്യാപിപ്പിക്കലാണ് ഇസ്ലാമിക സമൂഹത്തിന്റെ ദൗത്യം. ബഹുദൈ വാരാധകർക്കും മതത്യാഗം ചെയ്തവർക്കും മുസ്ലിം ഭരണത്തിനു വിധേയരാകാത്ത വേദക്കാർക്കും (ക്രിസ്ത്യാനികളും ജൂതരും) മുസ്ലിമിന്റെ ഇടങ്ങളെ ആക്രമിക്കുന്നവർക്കും എതിരായി യുദ്ധം ചെയ്യേണ്ടത് മുസ്ലിമിന്റെ കടമയാണെന്ന് ഇസ്ലാമിക നിയമം അനു ശാസിക്കുന്നു. ദൈവത്തിനും സ്വന്തം മതത്തിനും സാക്ഷിയാകു ന്നതിന്റെ ഏറ്റവും ഉദാത്ത മാതൃകയാണ് യുദ്ധത്തിൽ ജീവഹാനി സംഭവിക്കൽ. ശഹീദ് (രക്തസാക്ഷി) എന്ന അറബിവാക്ക് നിഷ്പാ ദിച്ചത് തന്നെ മതത്തിൽ വിശ്വസിക്കൽ (ശഹാദ) എന്ന ധാതു വിൽ നിന്നാണ്. ക്രിസ്തുമതത്തിലെന്നപോലെ ഇസ്ലാമിലും രക്ത സാക്ഷിത്വത്തിന്റെ പ്രതിഫലം സ്വർഗമാണ്.[6]

ക്രാന്തദർശിയും ദാർശനികനും അസാമാന്യ പ്രതിഭാശാലിയുമാ യിരുന്ന മുഹമ്മദ്നബി സ്ഥാപിച്ചത് മതം മാത്രമായിരുന്നില്ല. മതരാഷ്ട്ര മായിരുന്നു. അതിന്റെ സ്ഥാപനത്തിനുവേണ്ടി മുഹമ്മദ്നബിക്ക് ചെറുതും വലുതുമായ അറുപത്തഞ്ചോളം യുദ്ധങ്ങൾ ചെയ്യേണ്ടി വന്നു. സ്വാഭാ വികമായും മതാനുയായികൾക്ക് യുദ്ധം നിർബന്ധമാക്കുകയും യുദ്ധത്തെ മഹത്വവൽക്കരിക്കുകയും ചെയ്യുന്ന നിരവധി വചനങ്ങൾ *ഖുർ ആനിൽ* ഉൾക്കൊള്ളിച്ചു. യുദ്ധത്തെ സൂചിപ്പിക്കുവാൻ ചില വചനങ്ങ ളിൽ ജിഹാദ് എന്ന പദം ഉപയോഗിച്ചു. ഇസ്ലാമിനു മുമ്പ് അറബ് സമൂ

6. *The Islamic Threat: Myth or Reality* by John L.Esposito 3rd Edition page 31

ഹത്തിൽ ജിഹാദ് എന്ന പദത്തിന് സാധാരണ യുദ്ധം എന്നതിനെക്കാൾ മൂല്യവത്തായ ഒരു കാര്യം നേടുന്നതിനു വേണ്ടിയുള്ള യത്നം എന്ന അർഥം കൂടി ഉണ്ടായിരുന്നു. യുദ്ധത്തെ മഹത്വവൽക്കരിക്കുക എന്ന ഉദ്ദേശ്യത്തോടെ മുഹമ്മദ്നബി യുദ്ധങ്ങളെ ജിഹാദ് എന്ന പദം കൊണ്ട് സൂചിപ്പിക്കുവാൻ തുടങ്ങി.

മുഹമ്മദ്നബി നടത്തിയ എല്ലാ യുദ്ധങ്ങളും ഇസ്ലാമിന്റെ വളർച്ചയ്ക്കോ നിലനിൽപ്പിനോ വേണ്ടിയുള്ളവയായിരുന്നതുകൊണ്ട് അതെല്ലാം തന്നെ ജിഹാദ് (വിശുദ്ധ യുദ്ധം) ആയി പിൻതലമുറ കണക്കാക്കി. നബിയുടെ മാതൃക അനുകരിക്കലാണ് ഒരു മുസ്ലിമിന്റെ കടമ. അതുകൊണ്ടു തന്നെ മതത്തിനുവേണ്ടി യുദ്ധം ചെയ്യലാണ് മതവിശ്വാസത്തിന്റെ ഉദാത്തമായ സാക്ഷാൽക്കാരം. മുഹമ്മദ്നബിയുടെ പിൻഗാമികളായ ഖലീഫമാരും നബിയുടെ പാതതന്നെ പിന്തുടർന്നതിന്റെ ഫലമായി വളരെ ചുരുങ്ങിയ കാലം കൊണ്ട് ഇസ്ലാം എന്ന മതരാഷ്ട്രം സാമ്രാജ്യമായി വളർന്നു. യുദ്ധങ്ങളിലൂടെ സാമ്രാജ്യം സ്ഥാപിച്ചത് ഇസ്ലാമിന്റെ ഒരു പോരായ്മയായി ചിലർ കണക്കാക്കുന്നു.

> ബനു ഉമയ്യ രാജവംശത്തിന്റെ കാലഘട്ടത്തിലും (661-750) അബ്ബാസിയ്യ രാജവംശത്തിന്റെ കാലഘട്ടങ്ങളിലും (750-1258) നടത്തിയ വെട്ടിപ്പിടുത്ത യുദ്ധങ്ങളുടെ നിയമസാധുതയ്ക്കുതകുന്ന ഒരു പ്രത്യയശാസ്ത്രത്തിന്റെ ആവശ്യകത ജിഹാദിന്റെ ധാർമിക വശത്തെ പരിത്യജിച്ച് സായുധയുദ്ധം മാത്രമായി നിർവചിക്കുവാൻ നിയമപണ്ഡിതന്മാരെ നിർബന്ധിതരാക്കി.[7]

ഇവിടെ ചരിത്രകാരി ചില ചരിത്ര വസ്തുതകളെ തമസ്കരിച്ചിരിക്കുകയാണ്. ഇസ്ലാം സാമ്രാജ്യമായി വളർന്നത് ബനുഉമയ്യ, അബ്ബാസിയ്യ രാജവംശങ്ങളുടെ കാലത്താണെന്ന് പറയുന്നത് വസ്തുതാപരമല്ല. 'സന്മാർഗികളായ ഖലീഫമാർ' (ഖുലാഫ് റാശിദൂൻ) എന്നറിയപ്പെടുന്ന ആദ്യത്തെ നാല് ഖലീഫമാരുടെ കാലത്ത് തന്നെ ഇസ്ലാം വെട്ടിപ്പിടുത്തങ്ങളിലൂടെ സാമ്രാജ്യമായി കഴിഞ്ഞിരുന്നു. സാമ്രാജ്യത്തിന്റെ തുടർന്നുള്ള വികസനമാണ് ബനു ഉമയ്യ, അബ്ബാസിയ്യ രാജവംശങ്ങളുടെ കാലത്ത് നടന്നത്.

ഇസ്ലാമിക സാമ്രാജ്യം സ്ഥാപിതമായതുകൊണ്ടാണ് ഇസ്ലാം ലോകമതമായതെന്ന കാര്യം ചില ചരിത്രപണ്ഡിതർ വിസ്മരിക്കുന്നു. ഒരു കൈയിൽ വാളും മറുകൈയിൽ *ഖുർആനും* ആയിട്ട് വെട്ടിപ്പിടുത്തങ്ങൾ നടത്തിയാണ് ഇസ്ലാംമതത്തെ വളർത്തിയത് എന്ന അർഥത്തിലല്ല പറഞ്ഞത്. ചരിത്രത്തിൽ ഏറ്റവും കൂടുതൽ മതസഹിഷ്ണുത പുലർത്തുകയും ഇതര മതങ്ങളോട് ഉദാര സമീപനം സ്വീകരിക്കുകയും ചെയ്ത സാമ്രാജ്യമാണ് ഇസ്ലാമിക സാമ്രാജ്യം. പക്ഷേ, ഇസ്ലാംമതം വ്യാപിക്കാ

---

7. *Partisans of Allah-Jihad in South Asia* by Ayesha Jalal page 9

നുള്ള സാഹചര്യം ഉണ്ടായത് അതിവിശാലമായ സാമ്രാജ്യം ഉണ്ടായ താണെന്ന വസ്തുത വിസ്മരിച്ചുകൂട.

കാലാനുസൃതമായി വേദവാക്യങ്ങളുടെയും വേദപുസ്തകങ്ങളിലെ പദപ്രയോഗങ്ങളുടെയും അർഥങ്ങളിൽ മാറ്റം വരിക സ്വാഭാവികമാണ്. ഇസ്ലാമിക സാമ്രാജ്യത്തിന്റെ സംസ്ഥാപനം ഏതാണ്ട് പൂർത്തിയായതിനു ശേഷമാണ് ജിഹാദ് എന്ന പദത്തിന്റെ ധാർമികമുഖത്തിന് മതപണ്ഡിത ന്മാർ ഊന്നൽ കൊടുക്കാൻ തുടങ്ങിയത്. ഇസ്ലാമിക ലോകം യൂറോ പ്പിന്റെ കോളനിവാഴ്ചയിൽ അമർന്നപ്പോൾ ജിഹാദിന്റെ യൗധമുഖത്തിന് പ്രവാചകന്റെയും ആദ്യകാല ഖലീഫമാരുടെയും കാലത്തെപ്പോലെ തിളക്കം കൂടി. അതുകൊണ്ടാണ് ഹസൻ അൽ ബന്നയും അബുൽ അഅ്ല മൗദൂദിയും സയ്യിദ് ഖുത്തുബും ജിഹാദ് സംബന്ധിയായ *ഖുർ ആൻ* വചനങ്ങളെ അക്ഷരാർഥത്തിൽ വ്യാഖ്യാനിക്കാൻ തുടങ്ങിയത്. അവരുടെ വ്യാഖ്യാനങ്ങളുടെ ദുരുപയോഗം ആദ്യം ചെയ്തത് അമേരി ക്കൻ സാമ്രാജ്യത്വമാണ്. അതിന്റെ തുടർച്ചയായാണ് ഭീകരപ്രവർത്ത കരുടെ ജിഹാദ് നടന്നു കൊണ്ടിരിക്കുന്നത്. ഭീകരപ്രവർത്തകരുടെ ജിഹാ ദിനെ ഞാൻ ഭീകര ജിഹാദ് (terror jihad) എന്നു പറയും. ഇന്നത്തെ സാഹചര്യത്തിൽ ജിഹാദിന്റെ ധാർമികമുഖത്തെ പ്രകാശിപ്പിക്കേണ്ടത് ആവശ്യം തന്നെ. പക്ഷേ, ചരിത്രവസ്തുതകളെ നിഷേധിച്ചുകൊണ്ടും ആത്മീയതയിൽ ഊന്നിക്കൊണ്ടും ആയാൽ വിപരീതഫലം മാത്രമേ ഉണ്ടാകൂ. കാരണം തങ്ങൾ ജിഹാദ് ചെയ്യുന്നത് മതത്തിന്റെ രക്ഷയ്ക്ക് വേണ്ടിയാണെന്നാണ് ഭീകര ജിഹാദുകാരുടെ അവകാശവാദം.

അഫ്ഗാനിസ്ഥാനിൽ അമേരിക്കയുടെ ഭീകര ജിഹാദ്

അഫ്ഗാനിസ്ഥാനിലെ സോഷ്യലിസ്റ്റ് ഭരണത്തിനെതിരെ ആരംഭിച്ച പ്രതിവിപ്ലവത്തെ ആഗോളതലത്തിലുള്ള ജിഹാദാക്കി മാറ്റിയത് അമേ രിക്കയാണ്. അഫ്ഗാനിസ്ഥാന്റെ രാഷ്ട്രീയ ചരിത്രത്തിലേക്ക് ഒന്നു കണ്ണോടിക്കേണ്ടിയിരിക്കുന്നു.

ഇന്നത്തെ അഫ്ഗാനിസ്ഥാന്റെ അതിർത്തികൾ രൂപപ്പെട്ടത് പത്തൊ മ്പതാം നൂറ്റാണ്ടിലാണ്. പാകിസ്ഥാൻ, ഇറാൻ, മുൻ സോവിയറ്റ് റിപ്പ ബ്ലിക്കുകൾ എന്നിവയാൽ ചുറ്റപ്പെട്ടു കിടക്കുന്ന അഫ്ഗാനിസ്ഥാന്റെ വിസ്തീർണം 6,47,500 ചതുരശ്ര കിലോമീറ്ററും ജനസംഖ്യ മൂന്നര കോടി യോളവുമാണ്. ചരിത്രാതീതകാലം മുതൽ ഇന്ത്യയും പശ്ചിമേഷ്യയും സംഗമിക്കുന്ന തന്ത്രപ്രധാന സ്ഥാനമായ അഫ്ഗാനിസ്ഥാൻ പേർഷ്യൻ ചക്രവർത്തിമാരുടെയും അലക്സാണ്ഡറുടെയും ഉത്തരമധ്യേഷ്യയിൽ നിന്നെത്തിയ തുർക്കികളുടെയും മംഗോളുകളുടെയും പെരുവഴി സത്ര മായിരുന്നു. ക്രിസ്തുവർഷത്തിനു തൊട്ടുമുമ്പും പിമ്പുമായി ഇന്ത്യ ഭരി ച്ചിരുന്ന കുശാൻ വംശത്തിന്റെ സാമ്രാജ്യത്തിൽ അഫ്ഗാനിസ്ഥാനും പെടുമായിരുന്നു.

ബ്രിട്ടന്റെ കോളനിയായിരുന്ന അഫ്ഗാനിസ്ഥാനെ അമാനുല്ല രാജാവ് സ്വതന്ത്രരാജ്യമായി 1919ൽ പ്രഖ്യാപിച്ചിരുന്നതു മുതലാണ് ആധുനിക ചരിത്രം ആരംഭിക്കുന്നത്.[8] പിന്തുണ അഭ്യർഥിച്ചുകൊണ്ട് അഫ്ഗാൻ രാജാവ് റഷ്യയിലേക്ക് പ്രതിനിധിസംഘത്തെ അയച്ചു. റഷ്യയിലെ വിപ്ലവ ഗവണ്മെന്റ് അഫ്ഗാൻ പ്രതിനിധിസംഘത്തെ ഹൃദ്യമായി സ്വീകരിച്ചു. തൊഴിലാളിവർഗ വിപ്ലവത്തിലൂടെ അധികാരം പിടിച്ചെടുത്ത സോഷ്യലിസ്റ്റ് ഭരണകൂടത്തെ അംഗീകരിക്കുന്ന ആദ്യത്തെ രാജ്യമായിരുന്നു അഫ്ഗാനിസ്ഥാൻ. സോവിയറ്റ് യൂണിയനും അഫ്ഗാനിസ്ഥാനുമായുള്ള സൗഹൃദബന്ധം വളർന്നു. വ്യാവസായികമായി പിന്നോക്കം നിന്നിരുന്ന അഫ്ഗാനിസ്ഥാന്റെ വികസനത്തിന് സോവിയറ്റ് യൂണിയൻ സഹായിച്ചു. ഒരു പതിറ്റാണ്ടിലേറെ കാലം ഈ ബന്ധം തുടർന്നു.

സോഷ്യലിസ്റ്റ് റഷ്യയുമായുള്ള അഫ്ഗാനിസ്ഥാന്റെ സുഹൃദ്ബന്ധം ബ്രിട്ടീഷ് സാമ്രാജ്യത്തെയും യാഥാസ്ഥിതികരായ ഇസ്ലാംമത പണ്ഡിതന്മാരെയും ഒരുപോലെ അസ്വസ്ഥരാക്കി. പുരോഗമനവാദിയായ അമാനുല്ല രാജാവിനെ സ്ഥാനഭ്രഷ്ടനാക്കി നാദിർഷാ 1929ൽ ഭരണം പിടിച്ചെടുത്തു. മതപണ്ഡിതന്മാരെ ഭയന്ന് നാദിർഷായും തുടർന്ന് അധികാരമേറ്റെടുത്ത സാഹിർഷായും സോവിയറ്റ് യൂണിയനുമായുള്ള ബന്ധം നയതന്ത്ര ബന്ധത്തിൽ മാത്രമായി പരിമിതപ്പെടുത്തി. രണ്ടാം ലോകയുദ്ധത്തിലും തുടർന്നുള്ള കാലത്തും അഫ്ഗാനിസ്ഥാൻ നിഷ്പക്ഷത പാലിക്കുകയാണ് ചെയ്തത്. പാകിസ്ഥാന്റെ രൂപവൽക്കരണത്തിനു ശേഷം കാശ്മീരിനുമേൽ അവകാശമുന്നയിച്ചതുപോലെ അഫ്ഗാനിസ്ഥാന്റെ ഭാഗമായ പഷ്ത്തൂൺ ഗോത്രവർഗ പ്രദേശത്തിനുമേൽ പാകിസ്ഥാൻ അവകാശമുന്നയിച്ചു. തർക്കത്തിൽ സാഹിർഷാ അമേരിക്കയുടെ സഹായം അഭ്യർഥിച്ചെങ്കിലും അമേരിക്ക പാകിസ്ഥാന്റെ പക്ഷം പിടിച്ചു.

പ്രധാനമന്ത്രിയും രാജകുടുംബാംഗവുമായ മുഹമ്മദ് ദാവൂദ് 1953ൽ കാബൂൾ സന്ദർശിച്ച അമേരിക്കൻ പ്രസിഡന്റ് നിക്സണോട് അഫ്ഗാനിസ്ഥാന്റെ വികസനത്തിന് സാമ്പത്തികസഹായവും പഷ്ത്തൂൺ പ്രശ്നത്തിൽ പിന്തുണയും ആവശ്യപ്പെട്ടു. അഫ്ഗാനിസ്ഥാന്റെ ചേരിചേരാ നയം ഉപേക്ഷിച്ച് അമേരിക്കയുടെ കാർമികത്വത്തിലുള്ള സെന്റോ (CENTO), സിയാറ്റോ (SEATO) എന്നീ സൈനിക സഖ്യങ്ങളിൽ ഏതെങ്കിലും ഒന്നിൽ ചേർന്നാൽ മാത്രമേ സഹായം പ്രതീക്ഷിക്കേണ്ടതുള്ളുവെന്ന മറുപടിയാണ് നിക്സൺ നൽകിയത്. പ്രധാനമന്ത്രി മുഹമ്മദ് ദാവൂദ് സോവിയറ്റ് യൂണിയന്റെ സഹായം സ്വീകരിക്കാൻ തുടങ്ങി. സോവിയറ്റ് യൂണിയൻ അഫ്ഗാനിസ്ഥാനെ യാതൊരുപാധിയുമില്ലാതെ സഹായിച്ചു.

അഫ്ഗാൻ രാജാവ് സാഹിർഷായുടെ പിതൃവ്യപുത്രൻ മുഹമ്മദ് ദാവൂദ് 1973ൽ കൊട്ടാരവിപ്ലവത്തിലൂടെ ഭരണം പിടിച്ചെടുത്തു. രാജകു

8. *The Price of liberty:The Tragedy of Afghanistan* by Sayed Qasim Reshtya, Bardi editore and Roma Italy (1984) page 31

ടുംബാംഗമായിരുന്നെങ്കിലും ഒരാധുനിക റിപ്പബ്ലിക് സ്ഥാപിക്കാനാണ് ദാവൂദ് മുതിർന്നത്. പക്ഷേ അധികാരത്തിൽ എത്തിയശേഷം നാടുവാഴിത്തരീതികൾ തുടർന്നതുകൊണ്ട് ദാവൂദ് ഇടതുപക്ഷ കക്ഷിയായ പീപ്പിൾസ് ഡമോക്രാറ്റിക് പാർട്ടിയുമായി സംഘർഷത്തിലായി. പീപ്പിൾസ് ഡമോക്രാറ്റിക് പാർട്ടി നേതാവ് നൂർ മുഹമ്മദ് തരാഖി 1978ൽ പ്രസിഡന്റ് പദം ഏറ്റെടുത്തു.

ഈ സന്ദർഭത്തിൽ ഇറാനിൽ അമേരിക്കൻ പക്ഷപാതിയായ റേസാ ഷാ പഹ്ലവിയുടെ ഭരണത്തിനെതിരെ അയാത്തുല്ല ഖൊമേനിയുടെയും കമ്യൂണിസ്റ്റ് പാർട്ടിയുടെയും നേതൃത്വത്തിൽ സമരം കൊടുമ്പിരിക്കൊണ്ട് വിജയത്തിലേക്ക് നീങ്ങുകയായിരുന്നു. 1979ൽ പഹ്ലവി നാടുവിട്ടു. ഇറാൻ അമേരിക്കൻപിടിയിൽ നിന്ന് സ്വതന്ത്രമായി. ഇറാഖ് തുടങ്ങിയ മറ്റു പശ്ചിമേഷ്യൻ രാജ്യങ്ങളിലും ജനാധിപത്യപ്രസ്ഥാനം ശക്തിയാർജിച്ചു. ഈ രാജ്യങ്ങളിലെ ദേശീയ ജനാധിപത്യപ്രസ്ഥാനങ്ങളുടെ മുഖ്യലക്ഷ്യം അമേരിക്കയുടെയും യൂറോപ്യൻ കോയ്മകളുടെയും പിടിയിൽ നിന്ന് തങ്ങളുടെ എണ്ണ, പ്രകൃതിവാതക സമ്പത്തുകളുടെ ഉടമാവകാശം തിരിച്ചെടുക്കുക എന്നതായിരുന്നു. ഈ പ്രസ്ഥാനങ്ങൾക്ക് സോവിയറ്റ് യൂണിയന്റെ പിന്തുണയും ഉണ്ടായിരുന്നു. അമേരിക്കൻ സാമ്രാജ്യവാദികളെ ഈ സംഭവവികാസങ്ങൾ വിളറി പിടിപ്പിച്ചതിൽ അതിശയമില്ല. അഫ്ഗാനിസ്ഥാന്റെ ഇടത്തോട്ടുള്ള നീക്കവും അതിനു സോവിയറ്റ് യൂണിയൻ നൽകിയ പിന്തുണയും അമേരിക്കയെ പരിഭ്രാന്തിയിലാക്കി. അമേരിക്കയുടെ ഒത്താശയോടെ ഇടതുപക്ഷഭരണം അട്ടിമറിക്കാൻ ശ്രമിച്ചപ്പോൾ സോവിയറ്റ് യൂണിയന്റെ സൈന്യം അഫ്ഗാനിസ്ഥാനിൽ പ്രവേശിച്ചു. വലതുപക്ഷ ശക്തികൾ അതിനെതിരെ ചെറുത്തുനിൽപ്പ് സമരവും ആരംഭിച്ചു.

അഫ്ഗാനിസ്ഥാനിൽ സോവിയറ്റ് സൈന്യം പ്രവേശിച്ചത് പാകിസ്ഥാനിലെ ജമാഅത്ത്-ഇ ഇസ്ലാമിക്ക് പാകിസ്ഥാൻ രാഷ്ട്രീയത്തിൽ പുതിയ സ്ഥാനം നൽകി. അഫ്ഗാനികളുടെ പ്രതിവിപ്ലവത്തെ നിരീശ്വരവാദികളായ കമ്യൂണിസ്റ്റുകാർക്കെതിരെയുള്ള ഇസ്ലാമിന്റെ ജിഹാദാക്കി മാറ്റാൻ അമേരിക്കയുടെ ചാരസംഘടനയായ സി ഐ എ യും പാകിസ്ഥാന്റെ ചാരസംഘടനയായ ഐ എസ് ഐയും പാകിസ്ഥാൻ ജമാഅത്ത്-ഇ ഇസ്ലാമിയും ഒറ്റക്കെട്ടായാണ് പ്രവർത്തിച്ചത്. പട്ടാള അട്ടിമറിയിലൂടെ പാകിസ്ഥാനിലെ ഭരണം പിടിച്ച സിയാവുൽ ഹഖ് ജമാഅത്ത്-ഇ ഇസ്ലാമിയെ അഫ്ഗാനിലെ ജിഹാദിന് നേതൃത്വം കൊടുക്കുന്നതിന്റെ കേന്ദ്രസ്ഥാനത്തു തന്നെ അവരോധിച്ചു.

മധ്യേഷ്യയിലെ മുസ്ലിം രാഷ്ട്രങ്ങളിൽ സോവിയറ്റ് യൂണിയന്റെ സ്വാധീനം വർധിച്ചു വരുന്നത് തടയാനും സോവിയറ്റ് യൂണിയനെ തകർക്കാനും അമേരിക്കൻ പ്രസിഡണ്ട് ജിമ്മി കാർട്ടർ 1979ൽ ഒരു രഹസ്യ പദ്ധതി തയാറാക്കി. ഇസ്ലാമിക മതമൗലികവാദം മേഖലയിലാകെ വളർത്തലായിരുന്നു ജിമ്മി കാർട്ടറുടെ രഹസ്യപദ്ധതി. ഈ പദ്ധ

തിയുടെ ഭാഗമായിട്ടാണ് അഫ്ഗാനിസ്ഥാനിലെ ജിഹാദിനു വേണ്ടി കോടിക്കണക്കിന് ഡോളർ അമേരിക്ക ഒഴുക്കാൻ തുടങ്ങിയത്. പണം ഒഴുക്കിയത് പാകിസ്ഥാൻ ഗവൺമെന്റിന്റെ ചാരസംഘടനയായ ഐ എസ് ഐയിലൂടെയാണ്. അമേരിക്കയുടെ ഗൂഢപദ്ധതിയുടെ ഭാഗമായി ഐ എസ് ഐ ആയിരക്കണക്കിന് മദ്രസകൾ പാകിസ്ഥാൻ-അഫ്ഗാനിസ്ഥാൻ അതിർത്തി പ്രദേശങ്ങളിൽ സ്ഥാപിച്ചു.[9] ഒരാൾ പതിനേഴോ പതിനെട്ടോ വയസുവരെ പഠിച്ച് മദ്രസകളിൽ നിന്ന് പുറത്തിറങ്ങുമ്പോൾ അഫ്ഗാനിസ്ഥാനിൽ പോയി ഇസ്ലാമിന്റെ ശത്രുക്കൾക്കെതിരെ ജിഹാദ് ചെയ്ത് രക്തസാക്ഷി (ശഹീദ്) ആകാൻ തയാറുള്ള മുജാഹിദ് (ജിഹാദ് ചെയ്യുന്ന ആൾ) ആകണം എന്നതായിരുന്നു മദ്രസ വിദ്യാഭ്യാസത്തിന്റെ ലക്ഷ്യം. ലോകത്തെ കറുപ്പും വെളുപ്പും മാത്രമായി കാണുന്ന മനോഘടനയോടുകൂടിയവരായിരുന്നു പുതുതായി സ്ഥാപിക്കപ്പെട്ട മദ്രസകളിൽ നിന്നിറങ്ങിയ യുവാക്കൾ. തങ്ങൾ വിശ്വസിക്കുന്നതരം ഇസ്ലാം വെളുത്തതും അതിൽ നിന്ന് വ്യത്യസ്തമായ ഇസ്ലാം ഉൾപ്പെടെ എല്ലാ മതങ്ങളും സാമൂഹിക പ്രസ്ഥാനങ്ങളും കറുത്തതും ആയിരിക്കും അവരുടെ നോട്ടത്തിൽ. പാകിസ്ഥാൻ സമൂഹത്തിന്റെ താഴെ തട്ടിൽ നിന്നായിരുന്നു മദ്രസ പഠനത്തിന് തെരഞ്ഞെടുത്തവരിൽ ഭൂരിഭാഗവും.

അഫ്ഗാനിസ്ഥാനിലെ ജിഹാദിനു വേണ്ടി അമേരിക്കൻ പണം പാകിസ്ഥാനിലേക്കൊഴുകാൻ തുടങ്ങിയതോടെ സിയാവുൽ ഹഖ് പാകിസ്ഥാന്റെ സൈന്യത്തിന്റെ നിലപാടിൽ വ്യതിയാനം വരുത്തി. പാകിസ്ഥാൻ സ്ഥാപിക്കപ്പെട്ടത് ഇസ്ലാമിക രാഷ്ട്രമായിട്ടായിരുന്നെങ്കിലും രാഷ്ട്രപിതാവായ മുഹമ്മദലി ജിന്നയുടെ മുദ്രാവാക്യം "ഏകത, വിശ്വാസം, അച്ചടക്കം" എന്നായിരുന്നു. ഭരണകൂടം മതകാര്യങ്ങളിൽ ഇടപെടരുതെന്നും എല്ലാ മതവിശ്വാസികൾക്കും അവരുടെ മതത്തിൽ വിശ്വസിക്കാനുള്ള സ്വാതന്ത്ര്യം നൽകണമെന്നും ആയിരുന്നു ജിന്നയുടെ കാഴ്ചപ്പാട്. സുൾഫിക്കർ അലി ഭൂട്ടോ രാഷ്ട്രീയ നേട്ടത്തിനുവേണ്ടി മതം ഉപയോഗിക്കാൻ തുടങ്ങിയെങ്കിലും മതസഹിഷ്ണുതയുടെ കാര്യത്തിൽ വലിയ വ്യതിയാനമൊന്നും വന്നില്ല. അമേരിക്കയുടെ അഫ്ഗാൻ നയവുമായി പാകിസ്ഥാൻ ഭരണകൂടത്തെയും സൈന്യത്തെയും ബന്ധപ്പെടുത്തിയതോടെയാണ് സാരമായ വ്യതിയാനം വന്നത്. പട്ടാള അട്ടിമറിയിലൂടെ ഭരണം കയ്യടക്കിയ സിയാവുൽ ഹഖ് തന്റെ സ്ഥാനത്തിന് നിയമസാധ്യത ലഭിക്കാൻ മതത്തെ ഉപയോഗപ്പെടുത്തി. പാകിസ്ഥാൻ സൈന്യത്തിന്റെ മുദ്രാവാക്യം "ഇസ്ലാം, ദൈവഭക്തി, ജിഹാദ്"[10] എന്നാക്കി.

മദ്രസകളിൽ വച്ച് ജിഹാദ് മനോഘടന രൂപപ്പെട്ട യുവാക്കൾക്ക് സി ഐ ഐയും ഐ എസ് എയും ആയുധപരിശീലനം നൽകി അല്ലാഹുവിന്റെ പടയാളിയായ മുജാഹിദ് (ബഹുവചനം മുജാഹിദീൻ) ആക്കി അഫ്ഗാനിലേക്കയക്കാൻ തുടങ്ങി. സോവിയറ്റ് യൂണിയന്റെ സൈന്യം

9. *Partisans of Allah- Jihad in South Asia* by Ayesha Jalal, page 274.
10. അതേ പുസ്തകം, പുറം 275.

അഫ്ഗാനിൽ പ്രവേശിച്ചതു മുതലാണ് പാകിസ്ഥാനിൽ പരിശീലനം ലഭിച്ച മുജാഹിദീൻ അഫ്ഗാനിസ്ഥാനിലേക്ക് പോകാൻ തുടങ്ങിയത് എന്നായിരുന്നു പൊതുധാരണ. ജിമ്മി കാർട്ടറുടെ കാലത്ത് അമേരിക്കയുടെ സുരക്ഷാമേധാവി ആയിരുന്ന ബ്രസിൻസ്കി *ലെ നുവേ ഒബസർവത്തോർ (Le Nouvel Observateur)* വാരികയ്ക്കു നൽകിയ അഭിമുഖത്തിൽ ഇങ്ങനെ പറഞ്ഞു:

> ഔദ്യോഗിക ഭാഷ്യമനുസരിച്ച് മുജാഹിദീന് സി ഐ എ പിന്തുണ കൊടുക്കാൻ തുടങ്ങിയത് 1980ൽ അതായത് 1979 ഡിസംബർ 24 ന് സോവിയറ്റ് യൂണിയന്റെ സൈന്യം അഫ്ഗാനിസ്ഥാനിൽ പ്രവേശിച്ചതിനുശേഷം ആണ്. പക്ഷേ, ഇന്നുവരെ രഹസ്യമായി സൂക്ഷിച്ച യാഥാർഥ്യം മറ്റൊന്നാണ്. കാബൂളിലെ സോവിയറ്റ് അനുകൂല ഭരണത്തിന് എതിരായി നടക്കുന്ന ചെറുത്തുനിൽപ്പിന് രഹസ്യമായി പിന്തുണ കൊടുക്കാനുള്ള ഉത്തരവിൽ പ്രസിഡണ്ട് കാർട്ടർ 1979 ജൂലൈയിൽ ഒപ്പുവെച്ചു. അന്നേ ദിവസം ഈ നടപടി സോവിയറ്റ് യൂണിയന്റെ ഭാഗത്തുനിന്നും സൈനിക ഇടപെടൽ വിളിച്ചു വരുത്തുമെന്ന് ഞാൻ പ്രസിഡണ്ടിന് ഒരു കുറിപ്പെഴുതി...രഹസ്യപിന്തുണ ഏറ്റവും നല്ല ഒരാശയമായിരുന്നു. അത് സോവിയറ്റ് യൂണിയനെ അഫ്ഗാനിസ്ഥാനിലെ സൈനിക ഇടപെടൽ എന്ന ഊരാക്കുടുക്കിലേക്ക് വലിച്ചിഴക്കുകയായിരുന്നു. സോവിയറ്റ് സൈന്യം അഫ്ഗാനിസ്ഥാനിൽ പ്രവേശിച്ച ദിവസം യു എസ് എസ് ആറിന് അവരുടെ വിയത്നാം യുദ്ധം നടത്താനുള്ള അവസരം നാം നൽകിയെന്ന് ഞാൻ പ്രസിഡണ്ടിന് കുറിപ്പ് അയച്ചു.[11]

അഫ്ഗാൻ മുജാഹിദീനുകൾക്കുള്ള സഹായത്തിന്റെ രൂപത്തിൽ അമേരിക്കൻ ഡോളർ ഒഴുകാൻ തുടങ്ങിയതോടെ പാകിസ്ഥാൻ ഭീകര ജിഹാദിന്റെ കേന്ദ്രമായി മാറി. എഴുപതുകളുടെ അവസാനം വരെ മിതവാദ ഇസ്ലാമിക ഭരണം നിലനിന്നിരുന്ന പാകിസ്ഥാനെ തീവ്രഇസ്ലാമിക ഭരണകൂടമാക്കി മാറ്റാൻ അമേരിക്കയ്ക്ക് കഴിഞ്ഞു. മുജാഹിദീന്റെ ആയുധ പരിശീലനം സി ഐ എയും ഐ എസ് ഐയും സംയുക്തമായാണ് നടത്തിയത്. അമേരിക്കയിൽ നിന്നും ധാരാളം പണം ലഭിച്ചിരുന്നതുകൊണ്ട് അഫ്ഗാൻ മുജാഹിദീൻ പ്രസ്ഥാനം പലർക്കും ആകർഷകമായി.

പ്രതിവിപ്ലവത്തെ ചെറുക്കാൻ സോവിയറ്റ് സൈന്യം അഫ്ഗാനിസ്ഥാനിൽ പ്രവേശിച്ചതിനു ശേഷം1980 കളുടെ ആദ്യത്തിൽ മുപ്പത് ലക്ഷത്തോളം അഫ്ഗാൻ അഭയാർഥികൾ പാകിസ്ഥാനിലേക്ക് വന്നു. അഫ്ഗാൻ ജിഹാദിനുള്ള മുജാഹിദീനുകളെ തിരഞ്ഞെടുത്തത് ഈ അഭ

11. http://www.emperors-clothes. com/interviews/brz.htm.

യാർഥികളിൽ നിന്നായിരുന്നു. അഫ്ഗാൻ നേതാവ് ഗുൽബുദ്ദീൻ ഹിക്മത്യാർ അബുൽ അഅ്ലാ മൗദൂദിയുടെ ഒരു ആരാധകനായിരുന്നു. അതുകൊണ്ട് അഫ്ഗാൻ മുജാഹിദീൻ പ്രസ്ഥാനത്തിന്റെ സിരാകേന്ദ്രം ജമാഅത്ത്-ഇ ഇസ്ലാമിയായി മാറി.

ഇസ്ലാമിക വിദ്യാഭ്യാസവും താലിബാനും

സാധാരണ മുസ്ലിം ബാലന്മാരെ അഫ്ഗാൻ മുജാഹിദീൻ പ്രസ്ഥാനത്തിന്റെ അംഗങ്ങളാക്കി മാറ്റിയത് 1980 കളിൽ പാകിസ്ഥാനിൽ കൂണുകൾ പോലെ മുളച്ചുപൊന്തിയ മദ്രസകളിൽ വെച്ചായിരുന്നു. ഇതേ മദ്രസകളിൽ നിന്നുതന്നെയാണ് യാഥാസ്ഥിതിക ഇസ്ലാമിസത്തിന്റെ കിരാത രൂപമായ താലിബാനും ഉത്ഭവിച്ചത്. ഭീകരതയ്ക്കെതിരെയുള്ള യുദ്ധം എന്ന പേരിൽ ഇസ്ലാമിനെതിരെ കുരിശുയുദ്ധം തുടങ്ങാൻ അമേരിക്കയ്ക്ക് പ്രേരകമായ അൽ-ഖയിദ രൂപം കൊണ്ടത് സൗദി അറേബ്യയിലെ വഹ്ഹാബിയ്യ പ്രസ്ഥാനം നടത്തുന്ന മദ്രസകളിലാണെങ്കിലും വളർച്ചയെത്തിയത് പാകിസ്ഥാനിലെ മദ്രസകളിലായിരുന്നു. അതുകൊണ്ടാണ് ഇസ്ലാമിന്റെ വിദ്യാഭ്യാസസ്ഥാപനങ്ങളായ മദ്രസകൾ ഭീകര ജിഹാദികളെ വാർത്തെടുക്കുന്ന മൂശകളാണെന്ന ധാരണ ലോകമെങ്ങും വ്യാപിച്ചത്.

ഇസ്ലാമിക വിദ്യാഭ്യാസത്തിന്റെ കാതൽ മതപഠനമാണ്. മതസ്ഥാപകൻ മുഹമ്മദ്നബിയുടെ ജീവിതകാലത്ത് *ഖുർആൻ* പാരായണവും സ്വലാത്തും (നിസ്കാരം) പഠിക്കുന്നതായിരുന്നു മതപഠനം. വിശ്വാസം സ്വീകരിച്ചവരെ മതം പഠിപ്പിക്കുന്നതിന് *ഖുർആൻ* പാരായണത്തിൽ പ്രവീണരായവരെ നബി നിയോഗിച്ചിരുന്നു. *ഖുർആൻ* പാരായണം ചെയ്യുന്നവർ 'ഖുർറാഅ' എന്നാണ് അറിയപ്പെട്ടത്. രണ്ടാം ഖലീഫ ഉമ്മർ സാമ്രാജ്യത്തിന്റെ നാനാഭാഗത്തേക്കും വിശ്വാസികളെ മതം പഠിപ്പിക്കാൻ ഖുർറാഅമാരെ നിയോഗിച്ചയച്ചു. അബ്ബാസിയാ ഖലീഫമാരുടെ കാലത്ത് പള്ളികളോടനുബന്ധിച്ച് മതപഠനത്തിനുള്ള പ്രാഥമിക വിദ്യാലയങ്ങൾ (മക്താവ് എന്നും കുത്താബ് എന്നും പറയും. സ്കൂൾ എന്നാണ് അർഥം) നിലവിൽ വന്നു. പ്രാഥമിക വിദ്യാലയങ്ങളിലെ അധ്യാപകർക്ക് *ഖുർആനും* ഹദീസും വായിക്കാൻ കഴിയുമെന്നല്ലാതെ മറ്റൊന്നും തന്നെ അറിഞ്ഞുകൂടായിരുന്നു. അതുകൊണ്ട് സമൂഹത്തിലെ ഏറ്റവും മതിപ്പു കുറഞ്ഞ തൊഴിൽ ചെയ്യുന്നവരായിരുന്നു പ്രാഥമികാധ്യാപകർ. വഖഫ് (സമുദായത്തിന്റെ പൊതു സ്വത്ത്) ധനത്തിൽ നിന്നായിരുന്നു കുത്താബുകളിലെ ചെലവുകൾ നിർവഹിച്ചിരുന്നത്. പ്രാഥമിക വിദ്യാഭ്യാസം കഴിഞ്ഞാൽ ഔപചാരിക വിദ്യാഭ്യാസം തുടരാൻ മാർഗമൊന്നും ഇല്ലായിരുന്നു.[12]

നഗരങ്ങളിലെ ജുംഅ മസ്ജിദുകൾ അനൗപചാരിക മതപഠന

12. *History of the Arabs* by Philip K Hitti Page 253.

കേന്ദ്രങ്ങളായി വർത്തിച്ചിരുന്നു. പള്ളികളിൽ മതപണ്ഡിതർ (ഉലമ) നടത്തിയിരുന്ന മതപ്രഭാഷണങ്ങളിലൂടെയാണ് അനൗപചാരിക വിദ്യാഭ്യാസം നടന്നത്. മതപ്രസംഗങ്ങളിലെ വിഷയം *ഖുർആനും* ഹദീസും നബിചരിതവും ശരീഅത്ത് നിയമങ്ങളുമായിരുന്നു. ചില നഗരങ്ങളിലെ പള്ളികളിൽ പ്രശസ്തരായ മതപണ്ഡിതരെ കേന്ദ്രീകരിച്ച് മതപഠന വൃത്തങ്ങളോ (ഹൽഖത്ത്) സദസുകളോ (മജ്ലിസ്) ഉണ്ടായി. പണ്ഡിതൻ മജ്ലിസിൽ പങ്കെടുക്കുന്നവരെ നിത്യവും സൗജന്യമായി മതകാര്യങ്ങൾ പഠിപ്പിച്ചു. സുന്നി വിഭാഗത്തിലെ നാല് മദ്ഹബുകൾ സ്ഥാപിച്ച മതപണ്ഡിതർ ഇത്തരത്തിൽ മജ്ലിസുകൾ നടത്തിയിരുന്നവരായിരുന്നു.[13] ചില പണ്ഡിതന്മാർ മതകാര്യങ്ങൾക്കു പുറമെ മാനവിക വിഷയങ്ങളെക്കുറിച്ചും ഭാഷണങ്ങൾ നടത്തിയിരുന്നു. മതപഠന സദസുകൾക്കു പുറമെ സാഹിത്യ സാംസ്കാരിക സദസുകളും (മജാലിസ് അൽ-അദബ്) ചില നഗരങ്ങളിൽ ഉണ്ടായിരുന്നു. ഹൽഖത്തുകളിലൂടെയും മജ്ലിസുകളിലൂടെയും ലഭിച്ചിരുന്ന വിദ്യാഭ്യാസം തികച്ചും സൗജന്യമായിരുന്നു. പതിനൊന്നാം നൂറ്റാണ്ടുവരെ ഇത്തരത്തിലുള്ള അനൗപചാരിക വിദ്യാഭ്യാസസമ്പ്രദായമാണ് തുടർന്നത്.

ഔപചാരികമായ പൊതുവിദ്യാഭ്യാസം പ്രാഥമിക തലത്തിനപ്പുറം ഉണ്ടായിരുന്നെങ്കിലും അബ്ബാസിയ്യ ഖലീഫമാർ ഉന്നത വിദ്യാഭ്യാസത്തിലും അക്കാദമി കാര്യങ്ങളിലും താൽപ്പര്യം കാണിച്ചിരുന്നു. ജ്ഞാനോദയം ഇസ്ലാമിലൂടെ എന്ന അധ്യായത്തിൽ ഈ വിഷയം പ്രതിപാദിച്ചിട്ടുണ്ട്. ഖലീഫ അൽ-മഅ്മൂൻ 830ൽ ബാഗ്ദാദിൽ സ്ഥാപിച്ച വിജ്ഞാന ഭവനമാണ് (ബെയ്ത്ത് അൽ-ഹിക്മ) ഇസ്ലാമിക ലോകത്തിലെ ആദ്യത്തെ അക്കാദമിക കേന്ദ്രം.

സൽജൂഖ് സുൽത്താന്മാരായ അൽപ് അർസലമിന്റെയും മാലിക് ഷായുടെയും പ്രധാനമന്ത്രിയായിരുന്ന പേർഷ്യക്കാരൻ നിസാം അൽ-മുൽക്ക് (1018-1092) നിസാമിയത്ത് എന്ന പേരിൽ 1065ൽ ബാഗ്ദാദിൽ സ്ഥാപിച്ച മതവിദ്യാഭ്യാസ സ്ഥാപനമാണ് ഇസ്ലാമിക ലോകത്തിലെ ആദ്യത്തെ മദ്രസ. (വയോധികനായ നിസാം അൽ-മുൽക്ക് ശിയ വിഭാഗത്തിലെ ഭീകരരായ ഹശ്ഹശീനുകളാൽ വധിക്കപ്പെട്ട കാര്യം തീവ്രവാദവും ഭീകരതയും ഇസ്ലാമിൽ എന്ന അധ്യായത്തിൽ പറഞ്ഞിട്ടുണ്ട്). പഠിപ്പിക്കൽ എന്നർഥമുള്ള ദർസ് എന്ന ധാതുവിൽ നിന്നാണ് മദ്രസ നിഷ്പാദിച്ചത്. പഠനം നടക്കുന്ന സ്ഥലം എന്നാണർഥം. മതപഠനം നടത്തുന്ന സ്ഥാപനം 'മദ്രസത്ത് ദീനിയാത്ത്' ആണ്. *ഖുർആൻ*, തഫ്സീർ (ഖുർആൻ വ്യാഖ്യാനം), ഹദീസ്, ഫിഖ്ഹ് (മതനിയമശാസ്ത്രം), ഇസ്ലാമിന്റെ ചരിത്രം തുടങ്ങിയ മതപരമായ വിഷയങ്ങൾക്കു പുറമെ സാഹിത്യം, ലോകചരിത്രം തുടങ്ങിയ മാനവിക വിഷയങ്ങളും (ഇൽമ് അൽ-അദ്ബ്) നിസാമിയ്യത്ത് മദ്രസയുടെ പാഠ്യവിഷയങ്ങളിൽ ഉൾപ്പെ

---

13. Ibid, page 413

ടുത്തിയിരുന്നു. അധ്യാപകനെ (മുദർരിസ്) നിയമിച്ചത് ഖലീഫയുടെ അംഗീകാരത്തോടു കൂടി മാത്രമായിരുന്നു. യാഥാസ്ഥിതിക മതപണ്ഡിതൻ ഇമാം ഗസാലി (1058-1111) നാലു വർഷക്കാലം നിസാമിയത്തിലെ അധ്യാപകനായിരുന്നു. മതകാര്യങ്ങൾ വെറുതെ പകർന്നു കൊടുത്താൽ മാത്രം പോര മതവിദ്യാഭ്യാസത്തിലൂടെ ധാർമികബോധം വളർത്താനുള്ള ബോധനം കൂടി ഉൾപ്പെടുത്തണമെന്ന ആശയം മുന്നോട്ടുവെച്ചത് ഇമാം ഗസാലിയാണ്. പക്ഷേ, ഇസ്ലാമിക മതവിദ്യാഭ്യാസത്തിൽ നിന്നും സ്വതന്ത്ര ചിന്തയെയും മാനവിക വിഷയങ്ങളെയും നിഷ്കാസനം ചെയ്തതും ഇമാം ഗസാലി തന്നെ.

നിസാമിയ്യത്തിന്റെ മാതൃകയിൽ സാമ്രാജ്യത്തിന്റെ നാനാഭാഗത്തും അനേകം മദ്രസകൾ സ്ഥാപിക്കപ്പെട്ടു. ഒരു മദ്രസ സ്ഥാപിക്കുന്നത് ഭരണാധികാരിയുടെ മതത്തോടുള്ള കൂറിന് തെളിവായി ഗണിക്കപ്പെട്ടു. അതുകൊണ്ടാണ് സാമ്രാജ്യത്തിന്റെ മുക്കിലും മൂലയിലും മദ്രസകൾ സ്ഥാപിക്കപ്പെട്ടത്. മധ്യയുഗത്തിലെ മദ്രസകൾ ഇന്നത്തെ പൊതുവിദ്യാഭ്യാസ സ്ഥാപനങ്ങളുടെ നിലവാരത്തിന്റെ അടിസ്ഥാനത്തിൽ പറഞ്ഞാൽ കോളേജുകളായിരുന്നു. ഇന്ന് മുസ്ലിങ്ങളുടെ മതപഠനം പ്രാഥമിക തലം മുതൽ നടക്കുന്ന എല്ലാ സ്ഥാപനങ്ങളെയും മദ്രസ എന്നാണ് പറയാറ്.

ഇന്ത്യയിലെ മുഗൾ ഭരണകാലത്ത് സാമ്രാജ്യത്തിന്റെ പണം ചെലവിട്ട് നടത്തുന്ന വിദ്യാഭ്യാസസ്ഥാപനമെന്ന നിലയിൽ മദ്രസകൾക്ക് സമൂഹത്തിൽ ഉയർന്ന സ്ഥാനമാണുണ്ടായിരുന്നത്. മദ്രസകളിൽ പഠിച്ച് ആലിം (മതപണ്ഡിതൻ) എന്ന ബിരുദം അഥവാ ഇജ്ജാസത്ത് (സർട്ടിഫിക്കറ്റ്) നേടിയവരെയാണ് മുഫ്തി (ഫത്വ പുറപ്പെടുവിക്കുന്ന ഉദ്യോഗസ്ഥൻ), ഖാദി (ജഡ്ജി) തുടങ്ങിയ ഉയർന്ന ഉദ്യോഗങ്ങളിൽ നിയമിച്ചിരുന്നത്. ഭരണനിർവഹണ രംഗത്ത് ആവശ്യമായ ഗുമസ്തരെയും താഴെ തട്ടിലുള്ള ഉദ്യോഗസ്ഥരെയും നിയമിച്ചത് മദ്രസകളിൽ നിന്നു പഠിച്ചിറങ്ങുന്നവരിൽ നിന്നായിരുന്നു. 1857 ലെ ഒന്നാം സ്വാതന്ത്ര്യസമരത്തെ പരാജയപ്പെടുത്തി ബ്രിട്ടീഷ് ഭരണം നിലവിൽവന്നതിനു ശേഷവും മദ്രസകളിൽ നിന്ന് ബിരുദമെടുക്കുന്നവരെ ഉദ്യോഗങ്ങളിൽ നിയമിച്ചുകൊണ്ടിരുന്നു. ബ്രിട്ടീഷ് സ്വാധീനം മതവിദ്യാഭ്യാസത്തെ വഴിതെറ്റിക്കുമെന്ന് തോന്നിയ ചില മതപണ്ഡിതർ മുഹമ്മദ് ഖാസിം നാനോത്വിയുടെ (1832-1880) നേതൃത്വത്തിൽ ദേവ്ബന്ദ് (ഇപ്പോൾ ഉത്തരാഖണ്ഡിൽ) എന്ന സ്ഥലത്ത് ദാറുൽ ഉലൂം ദേവ്ബന്ദി എന്ന പേരിൽ 1866ൽ ഒരു മദ്രസ സ്ഥാപിച്ചു. മതകാര്യങ്ങൾ മാത്രമടങ്ങിയ പതിനേഴാം നൂറ്റാണ്ടിലെ പാഠ്യപദ്ധതിയാണ് ദേവ്ബന്ദിലെ മദ്രസ അംഗീകരിച്ചത്.

മദ്രസകളിൽനിന്ന് പഠനം കഴിഞ്ഞിറങ്ങുന്നവരെ ഉദ്യോഗങ്ങളിൽ നിയമിക്കുന്നത് ബ്രിട്ടീഷ് ഗവണ്മെന്റ് തുടരുന്നുണ്ടായിരുന്നു. അതുകൊണ്ട് ബ്രിട്ടീഷുകാർ അംഗീകരിച്ച പാഠ്യപദ്ധതി പ്രകാരം വിദ്യാഭ്യാസം പൂർത്തിയാക്കിയവരെ നിയമനത്തിന് ലഭിക്കുന്നതിനായി നദ്വത്തുൽ ഉലമ (പണ്ഡിതരുടെ കൂട്ടായ്മ) എന്നൊരു സ്ഥാപനം ഗവണ്മെന്റിന്റെ

ആശിർവാദത്തോടെ 1893ൽ കാൺപൂരിൽ തുടങ്ങി. താമസിയാതെ അതിന്റെ ആസ്ഥാനം ലഖ്നൗവിലേക്ക് മാറ്റി. പ്രസ്തുത മതസ്ഥാപനം ദാറൂൽ ഉലും (അറിവിന്റെ ഭവനം) എന്ന പേരിൽ 1906ൽ ഒരു മദ്രസ ആരംഭിച്ചു. അതിന്റെ തറക്കല്ലിട്ടത് ഇന്ത്യയുടെ ലഫ്റ്റനന്റ് ഗവർണറായിരുന്ന ജോൺ ബ്രിസ്കോട്ട് ഹ്യൂവിറ്റായിരുന്നു. നദ്വത്തൂൽ ഉലമയുടെ ദാറൂൽ ഉലുമിൽ നിന്നും വിദ്യാഭ്യാസം പൂർത്തിയാക്കി പുറത്തിറങ്ങുന്ന വരെ മാത്രമേ ഗവണ്മെന്റ് ഉദ്യോഗങ്ങളിൽ നിയമിക്കുകയുള്ളുവെന്ന നയം സ്വീകരിച്ച് ദേവ്ബന്ദി ദാറൂൽ ഉലുമിൽ നിന്നിറങ്ങുന്നവരെ ഗവണ്മെന്റ് അകറ്റി നിർത്തി.

ഖിലാഫത്ത് പ്രസ്ഥാനവും മഹാത്മാഗാന്ധിയുടെ നേതൃത്വത്തിലുള്ള ഇന്ത്യൻ നാഷണൽ കോൺഗ്രസും സഹകരിച്ച് പ്രവർത്തിക്കാൻ തുടങ്ങിയതോടെ നദ്വത്തൂൽ ഉലമയെയും ദാറൂൽ ഉലും മദ്രസയെയും ബ്രിട്ടീഷ് ഗവണ്മെന്റ് കൈവെടിഞ്ഞു.[14] നദ്വത്തൂൽ ഉലമയുടെ ദാറുൽ ഉലൂം ബിരുദധാരികളെ ഉദ്യോഗങ്ങളിൽ നിയമിക്കുന്നത് നിർത്തി. അതോടെ അതിന്റെ പ്രസക്തി കുറഞ്ഞു. ദാറുൽ ഉലൂം ദേവ്ബന്ദിയാകട്ടെ ഒരു മദ്രസ എന്നതിൽ നിന്നും മുസ്ലിങ്ങളുടെ സാമൂഹികപ്രസ്ഥാനമായി വളർന്നു. ഇന്ത്യൻ ഭൂഖണ്ഡത്തിലെ മതവിദ്യാഭ്യാസം പൂർണമായും ദേവ്ബന്ദി പ്രസ്ഥാനത്തിന്റെ ചുമതലയിലായി.

ദേവ്ബന്ദി പ്രസ്ഥാനം കോളണിവാഴ്ചയ്ക്കെതിരെ ശക്തമായ നിലപാടെടുക്കുകയും ഇന്ത്യൻനാഷണൽ കോൺഗ്രസിനോടും സ്വാതന്ത്ര്യസമരപ്രസ്ഥാനത്തോടും അനുകൂല സമീപനം സ്വീകരിക്കുകയും ചെയ്തു. മുസ്ലിം ലീഗിന്റെ ദ്വിരാഷ്ട്രവാദത്തെയും ഇന്ത്യാവിഭജനത്തെയും എതിർത്തു. പക്ഷേ, മതവിദ്യാഭ്യാസത്തിന്റെ കാര്യത്തിൽ കടുത്ത യാഥാസ്ഥിതിക നയമാണ് ദേവ്ബന്ദി പ്രസ്ഥാനം സ്വീകരിച്ചത്. കോളണിവാഴ്ചയ്ക്കെതിരെ പോരാടുവാൻ മതത്തെ പരിശുദ്ധമാക്കണം; മതത്തെ പരിശുദ്ധമാക്കുവാൻ പൂർവികരുടെ കാലത്തേക്ക് തിരിച്ചു പോകണം. ദേവബന്ദി പ്രസ്ഥാനത്തിന് സൗദി അറേബ്യയിൽ രൂപം കൊണ്ട വഹ്ഹാബിയ്യത്തിനോടും ഉത്തരാഫ്രിക്കയിൽ രൂപം കൊണ്ട സലഫിയ പ്രസ്ഥാനത്തോടും ആയിരുന്നു അടുപ്പം.[15]

ദേവ്ബന്ദി പ്രസ്ഥാനത്തിലെ ഉലമകളും ഉത്തർപ്രദേശിലെ ബറേലിയിലെ അഹമ്മദ് റിദാ ഖാൻ ബറെൽവിയും (1856-1921) തമ്മിൽ രൂക്ഷമായ അഭിപ്രായവ്യത്യാസം ഉടലെടുത്തു. റിദാ ഖാനും അനുയായികളും രൂപം കൊടുത്ത ബറെൽവി പ്രസ്ഥാനം സൂഫികളുടെ പൂർവികാരാധനയെ അംഗീകരിച്ചതാണ് അഭിപ്രായവ്യത്യാസത്തിന്റെ കാതൽ. മൺമറഞ്ഞുപോയ പുണ്യാത്മാക്കളുടെ ശുപാർശകൾ അല്ലാഹു സ്വീകരിക്കു

14. "Modernist View of Madrasa Education in Late Mughal India" by Sayyid Naqi Hussain Jafri in *Islamic Education, Diversity, and National Identity,* Edited by Jan-Peter Hartung and Helmut Refeld, page 40
15. *Max Weber & Islam* By Toby E Huff, Wolfgang Sehluchter page 19.

മെന്നും അതുകൊണ്ട് അവരുടെ ഖബർസ്ഥാനങ്ങൾ സന്ദർശിച്ച് പ്രാർഥനകൾ നടത്തുന്നത് അനുവദനീയമാണെന്നുമായിരുന്നു ബറെൽവികളുടെ വാദം. പുണ്യാത്മാക്കളുടെ ഖബറിടങ്ങളിൽ പ്രാർഥന നടത്തുന്നത് ബഹുദൈവാരാധന തന്നെയാണെന്നായിരുന്നു ഇസ്ലാമിലെ ശുദ്ധിവാദികളായ (puritans) ദേവബന്ദികളുടെ സിദ്ധാന്തം. ബറെൽവി പ്രസ്ഥാനത്തിന്റെ സ്ഥാപകനായ അഹമ്മദ് റിദാ ഖാൻ ഒരു ചിന്തകനും ശാസ്ത്രാഭിമുഖ്യമുള്ള എഴുത്തുകാരനുമായിരുന്നു. സ്വാഭാവികമായും ബറെൽവി പ്രസ്ഥാനം മതസഹിഷ്ണുതയും പുരോഗമന ചിന്തകളും വെച്ചുപുലർത്തുന്ന പ്രസ്ഥാനമായി. അവർ ദേവബന്ദികളുടെ മതമൗലിക നിലപാടുകളെയും തീവ്രവാദത്തെയും ശക്തിയായി എതിർത്തു. രണ്ടു പ്രസ്ഥാനങ്ങൾക്കും ഇടയിലായിരുന്നു മൗദൂദിയുടെ ജമാഅത്തെ ഇസ്ലാമി.

ഇന്ത്യാവിഭജനത്തിനുശേഷം ഇന്ത്യയിലെ ദേവബന്ദി, ബറെൽവി പ്രസ്ഥാനങ്ങളുടെ സ്ഥിതിയും അവർ നടത്തുന്ന മദ്രസകളുടെ കാര്യവും ഇന്ത്യയും ഇസ്ലാമും എന്ന അധ്യായത്തിൽ പ്രതിപാദിക്കുന്നുണ്ട്. പാകിസ്ഥാനിൽ ബറെൽവികൾക്കായിരുന്നു ഭൂരിപക്ഷം. അഫ്ഗാൻ ജിഹാദിനു വേണ്ടി അമേരിക്ക പാകിസ്ഥാനിലേക്ക് ഡോളർ ഒഴുക്കാൻ തുടങ്ങിയപ്പോൾ ദേവബന്ദികൾക്ക് ഭൂരിപക്ഷമായി. കാരണം അഫ്ഗാനിസ്ഥാനിലേക്ക് അയക്കാനുള്ള മുജാഹിദീനുകൾക്ക് മതവിദ്യാഭ്യാസം കൊടുക്കാൻ പുതിയ മദ്രസകൾ സ്ഥാപിക്കാനുള്ള ചുമതല പാകിസ്ഥാൻ പട്ടാളഭരണാധികാരി സിയാവുൽ ഹഖ് ഏൽപ്പിച്ചത് യാഥാസ്ഥിതികരും ജിഹാദിനെ അംഗീകരിക്കുന്ന മതമൗലികവാദികളും ആയ ദേവബന്ദി പ്രസ്ഥാനക്കാരെയാണ്. മദ്രസ സ്ഥാപിക്കലും മതവിദ്യാഭ്യാസം കൊടുക്കലും ആകർഷകമായ വ്യവസായമായി വളർന്നതോടെ കൂടുതൽ ഉലമകൾ ദേവബന്ദി പക്ഷത്തായി.

താലിബാന്റെ ജനനം

അറബിയിൽ താലിബ് എന്നാൽ വിദ്യാർഥി എന്നാണർഥം. പഷ്ത്തൂൺ ഭാഷ ഈ അറബിപ്പദം സ്വായത്തമാക്കി. പഷ്ത്തൂൺ രൂപത്തിന്റെ ബഹുവചനമാണ് താലിബാൻ. ഇസ്ലാമികമൗലികവാദം അംഗീകരിച്ച രാഷ്ട്രീയ പ്രസ്ഥാനത്തെയാണ് ഈ പദം സൂചിപ്പിക്കുന്നത്. പാകിസ്ഥാനിലെ ദേവബന്ദി പ്രസ്ഥാനക്കാർ അഫ്ഗാൻ അതിർത്തി പ്രദേശങ്ങളിൽ അമേരിക്കയുടെ ധനസഹായത്തോടെ പാകിസ്ഥാന്റെ ചാരസംഘടനയായ ഐ എസ് ഐയുടെ മേൽനോട്ടത്തിൽ അഫ്ഗാൻ മുജാഹിദീനുകളെ ജിഹാദിന് സന്നദ്ധരാക്കുന്ന തരത്തിലുള്ള മതവിദ്യാഭ്യാസം നൽകുന്നതിനായി പ്രത്യേകം സ്ഥാപിച്ച നൂറുകണക്കായ മദ്രസകളിലാണ് താലിബാൻ ജനിച്ചു വളർന്നത്.

അഫ്ഗാനിസ്ഥാനിലെ ജിഹാദ് കാലത്ത് പാകിസ്ഥാനിൽ എത്ര മദ്രസകൾ പുതുതായി ഉണ്ടായി എന്നതിന് വ്യക്തമായ കണക്കുക

ളൊന്നും ഇതുവരെ ആരും അവതരിപ്പിച്ചിട്ടില്ല. അധികം മദ്രസകളും രജിസ്റ്റർ ചെയ്യാത്തവയായിരുന്നു. ഒരു കണക്കനുസരിച്ച് 1971ൽ 563 മദ്രസകളുണ്ടായിരുന്നത് 1980 ആയപ്പോൾ 893 ആയും 1986ൽ 7000 ആയും ഉയർന്നുവെന്ന് അഫ്ഗാൻ ജിഹാദിനെക്കുറിച്ച് പഠനം നടത്തിയ അയിഷ ജലാൽ ചൂണ്ടിക്കാണിക്കുന്നു.[16]

താലിബാന്റെ ആശയങ്ങൾ രൂപപ്പെടുത്തുന്നതിൽ പാകിസ്ഥാനിലെ ജമാഅത്തെ ഇസ്ലാമി, ഉസാമാ ബിൻ ലാദന്റെ അൽ-ഖാഇദ, അഫ്ഗാനിലെ ഹിസ്ബെ ഇസ്ലാമി (ഇസ്ലാമിന്റെ കക്ഷി) എന്നീ മൂന്നു സംഘടനകൾക്ക് കൂട്ടുത്തരവാദിത്ത്വമായിരുന്നു. ഹിസ്ബെ ഇസ്ലാമി സ്ഥാപിച്ചത് അഫ്ഗാനിസ്ഥാനിലെ മിലിട്ടറി അക്കാദമിയിൽ പരിശീലനം നേടിയ ഗുൽബുദ്ദീൻ ഹിക്മത്യാർ എന്ന മതമൗലികവാദിയാണ്. ഇടതുപക്ഷത്തോട് ആഭിമുഖ്യം പുലർത്തിയിരുന്നതുകൊണ്ട് മിലിട്ടറി അക്കാദമിയിൽ നിന്നും പുറംതള്ളപ്പെട്ട ഹിക്മത്യാർ കാബൂൾ യൂണിവേഴ്സിറ്റിയിൽ ചേർന്നു. കാബൂൾ യൂണിവേഴ്സിറ്റിയിൽ പഠിക്കുന്ന കാലത്ത് അഫ്ഗാനിസ്ഥാനിലെ കമ്യൂണിസ്റ്റ് പാർട്ടിയായ പീപ്പിൾസ് ഡമോക്രാറ്റിക് പാർട്ടിയുടെ അർധസൈനിക വിഭാഗത്തിൽ പ്രവർത്തിച്ചു. പാർട്ടിയെ എതിർത്തിരുന്ന മാവോയിസ്റ്റ് തീവ്രവാദിഗ്രൂപ്പിൽപ്പെട്ട ഒരു വിദ്യാർഥിയുടെ കൊലപാതകത്തിൽ പങ്കുണ്ടെന്നാരോപിച്ച് ഹിക്മത്യാരെ ജയിലിലടച്ചു. ഇടതുപക്ഷ അനുഭാവി മുഹമ്മദ് ദാവൂദ് അധികാരമേറ്റപ്പോൾ ഹിക്മത്യാർക്ക് മോചനം ലഭിച്ചു. അതിനുശേഷം ഹിക്മത്യാർ അഫ്ഗാനിസ്ഥാനിലെ ജമാഅത്തെ ഇസ്ലാമിയുമായി ബന്ധപ്പെട്ടു. സോഷ്യലിസ്റ്റുകൾക്കെതിരെ ഒളിയുദ്ധം നടത്തിയിരുന്ന രഹസ്യസംഘടനയായ മുസ്ലിം യൂത്തിൽ ചേർന്ന് പ്രവർത്തിക്കാൻ തുടങ്ങി.

മുഹമ്മദ് ദാവൂദ് പഷ്ത്തൂൺ ഗോത്രവർഗപ്രദേശങ്ങൾ മുഴുവൻ അഫ്ഗാന്റെ ഭാഗമാണെന്ന് അവകാശപ്പെട്ടപ്പോൾ പാകിസ്ഥാനുമായി സംഘർഷം തുടങ്ങി. പാക് പ്രസിഡന്റ് സുൾഫിഖർ അലി ഭൂട്ടോ ദാവൂദിനെ നേരിടാൻ ഇസ്ലാം മതത്തെയാണുപയോഗിച്ചത്. സോഷ്യലിസ്റ്റ് അനുകൂലിയായ ദാവൂദ് നിരീശ്വരവാദിയും ഇസ്ലാം വിരുദ്ധനുമാണെന്ന് ജമാഅത്തെ ഇസ്ലാമിയുടെ സഹായത്തോടെ ഭൂട്ടോ പ്രചാരണം നടത്തി. ഈ സന്ദർഭത്തിൽ ഹിക്മത്യാർ സോഷ്യലിസ്റ്റുകൾക്കെതിരെ ജിഹാദ് നടത്താൻ ഹിസ്ബെ ഇസ്ലാമി (ഇസ്ലാമിന്റെ പാർട്ടി) രൂപവൽക്കരിച്ചു. ഹിക്മത്യാരും അനുയായികളും പാകിസ്ഥാനിലേക്ക് കടന്നു. പാകിസ്ഥാൻ ചാരസംഘടനയായ ഐ എസ് ഐയുടെ സഹായത്തോടെ ഹിക്മത്യാർ ദാവൂദ്ഗവൺമെന്റിനെ അട്ടിമറിക്കാൻ ശ്രമം നടത്തി പരാജയപ്പെട്ടു.[17]

അഫ്ഗാനിസ്ഥാനിൽ സോഷ്യലിസ്റ്റ് ഭരണം നിലവിൽ വന്നപ്പോൾ ഹിക്മത്യാരുടെ ഹിസ്ബെ ഇസ്ലാമി അട്ടിമറിപ്രവർത്തനം തുടങ്ങി.

16. Partisans of Allah-Jihad in South Asia by Ayesha Jalal, page 277
17. *The New Great Game: Blood And Oil In Central Asia* By Lutz Kleveman, p. 239.

സോഷ്യലിസ്റ്റ് ഭരണത്തെ തകിടം മറിക്കാൻ അമേരിക്ക പണമിറക്കിയപ്പോൾ ഹിക്മത്യാർക്ക് കോടിക്കണക്കിന് ഡോളറാണ് ലഭിച്ചത്. മാധ്യമപ്രവർത്തകൻ പീറ്റർ ബർഗന്റെ അഭിപ്രായത്തിൽ 600 മില്യൻ അമേരിക്കൻ ഡോളർ (ഉദ്ദേശം 2500 കോടി രൂപ) ഹിക്മത്യാർ അഫ്ഗാൻ ജിഹാദിനുവേണ്ടി സി ഐ എ യിൽ നിന്നും കൈപ്പറ്റിയിട്ടുണ്ട്.[18] വിവിധ മുസ്ലിം രാഷ്ട്രങ്ങളിൽ നിന്നെത്തിയ മുജാഹിദീനുകൾ ഗുൽബുദ്ദീൻ ഹിക്മത്യാരുടെ കീഴിലാണ് ആയുധപരിശീലനം നേടിയത്.[19] സി ഐ എ, ഐ എസ് ഐ എന്നീ ചാരസംഘടനകളുടെയും അൽ-ഖാഇദയുടെയും സൈനിക സഹായം ഹിക്മത്യാർക്ക് ലഭിച്ചു.

മതനിയമങ്ങളിൽ ഉപദേശം നൽകിയിരുന്നത് അഫ്ഗാൻ ജമാഅത്തെ ഇസ്‌ലാമി നേതാവ് ബർഹാനുദ്ദീൻ റബ്ബാനിയായിരുന്നു. ഹിക്മത്യാർ റബ്ബാനിയുമായി തെറ്റിപ്പിരിഞ്ഞു. മുജാഹിദീൻ ഗ്രൂപ്പുകളുമായി കലഹിച്ച് ആ ഗ്രൂപ്പുകളിൽപ്പെട്ടവരെ കൂട്ടക്കൊല ചെയ്യുന്നത് ഹിക്മത്യാർ പതിവാക്കി. സോഷ്യലിസ്റ്റു വിരുദ്ധ ജിഹാദിന് ഹിക്മത്യാറും ഒസാമാ ബിൻ ലാദനും ചേർന്നാണ് നേതൃത്വം കൊടുത്തതെങ്കിലും പല മുജാഹിദീൻ ഗ്രൂപ്പുകളും ഹിക്മത്യാരെ അനഭിമതനായി കരുതി.

താലിബാൻ സ്ഥാപിച്ചത് കാൺഡഹാറിനടുത്തുള്ള ഗ്രാമത്തിലെ മദ്രസ അധ്യാപകനായിരുന്ന മുഹമ്മദ് ഉമറാണ്. മുല്ല ഉമർ സോഷ്യലിസ്റ്റ് ഗവൺമെന്റിനെ അട്ടിമറിക്കാൻ മുജാഹിദീന്റെ കൂടെ ചേർന്നു. യുദ്ധത്തിനിടയിൽ മുറിവേറ്റ് ഒരു കണ്ണ് നഷ്ടപ്പെട്ടതിനാൽ ജിഹാദ് നിറുത്തി പാകിസ്ഥാനിലെ ഒരു മദ്രസയിൽ അധ്യാപകനായി. അപ്പോഴാണ് താലിബാൻ പ്രസ്ഥാനത്തിന് രൂപം കൊടുത്തത്. അനേകം ഗ്രൂപ്പുകളായി തിരിഞ്ഞ് ജിഹാദ് നടത്തിയിരുന്ന മുജാഹിദീൻ ഗ്രൂപ്പുകളിൽ ചിലത് നടത്തിക്കൊണ്ടിരുന്ന കൊള്ളയും കൊലയും അവസാനിപ്പിക്കുക എന്ന ലക്ഷ്യത്തോടെയാണ് മുല്ല ഉമർ രംഗത്ത് വന്നത്. റോയിട്ടർ ന്യൂസ് ഏജൻസിയുടെ വിവരണമനുസരിച്ച് താലിബാന്റെ തുടക്കം ഇങ്ങനെയാണ്: ഒരു മുജാഹിദ്ദീൻ കമാൻഡർ ഗ്രാമത്തിൽനിന്നും രണ്ടു യുവതികളെ തട്ടിക്കൊണ്ടുപോയി ബലാൽസംഗം ചെയ്തു. മുല്ല ഉമറും 30 വിദ്യാർഥികളും പതിനാറ് തോക്കുകളുമായി മുജാഹിദീൻ ഗ്രൂപ്പിന്റെ ആസ്ഥാനം ആക്രമിച്ച് കീഴടക്കി പെൺകുട്ടികളെ മോചിപ്പിച്ചു.[20] തിരിച്ചടി ഭയന്ന ഉമർ കറാച്ചിയിലെ ഒരു മദ്രസയിക്കേ് മാറി. അവിടെ വെച്ചാണ് ഒസാമ ബിൻ ലാദനുമായി പരിചയപ്പെട്ടതും താലിബാൻ പ്രസ്ഥാനത്തെ ശക്തിപ്പെടുത്താൻ തീരുമാനിച്ചതും. അഫ്ഗാൻ യുദ്ധത്തിന്റെ നേതൃത്വം മുല്ല ഉമർ ഒസാമയോടും ഹിക്മത്യാരോടും ഒപ്പം ഏറ്റെടുത്തു.

---

18. *Holy War Incorporated: Inside The Secret World of Osama Bin Laden* by Peter L. Bergen, P. 69
19. "Backgrounder on Afghanistan: History of the war" Human Rights Watch accessed through www.hrw.org/legacy backgrounder/asia/afghan-bck 1023 htm
20. "The mysterious Mullah behind the Taliban" http://tvnz. co.nz/view/news

ലോകത്തുള്ള ഇസ്ലാമിക സംഘടനകളിൽ ഏറ്റവും യാഥാസ്ഥിതികവും പ്രതിലോമ സ്വഭാവമുള്ളതും ആണ് താലിബാൻ. ശരീഅത്ത് നിയമങ്ങളിൽ എന്തെങ്കിലും മാറ്റം വരുത്തുന്നത് ഇസ്ലാമിന് വിരുദ്ധമാണെന്ന് മാത്രമല്ല മാറ്റം വരുത്തുവാൻ ശ്രമിക്കുന്നവർ കാഫിറുകളാണെന്നും താലിബാൻ കരുതുന്നു. വഹ്ഹാബികളുടെയും ദേവ്ബന്ദികളുടെയും ജമാഅത്തെ ഇസ്ലാമികളുടെയും പ്രതിലോമാശയങ്ങൾ സംശ്ലേഷിച്ചാണ് താലിബാൻ ആശയങ്ങൾ രൂപപ്പെട്ടത്. സിനിമ, ടിവി തുടങ്ങിയ മാധ്യമങ്ങളും നിഷിദ്ധമാക്കി. കലകളും സംഗീതവും വിലക്കി. സ്ത്രീകൾ *ഖുർആൻ* പാരായണമൊഴികെ മറ്റൊരു വിദ്യാഭ്യാസവും ചെയ്യാൻ പാടില്ല. ഇസ്ലാമിന് വിഗ്രഹങ്ങൾ നിഷിദ്ധമാണെന്ന സിദ്ധാന്തമനുസരിച്ചാണ് ബാമിയാനിലെ ലോകചരിത്രപൈതൃകങ്ങളായി ഐക്യരാഷ്ട്രസഭ അംഗീകരിച്ചതും വിശ്വവിഖ്യാതവുമായിരുന്ന ബുദ്ധപ്രതിമകളെ പീരങ്കി ഉപയോഗിച്ച് തകർത്തു കളഞ്ഞത്. ബാമിയാൻ പ്രതിമകളെ തകർത്തതിനെ വഹ്ഹാബികളും ദേവ്ബന്ദികളും ശരിവെക്കുകയാണ് ചെയ്തത്.

അൽ-ഖാഇദ

അൽ-ഖാഇദത്ത് എന്ന അറബിവാക്കിന്റെ അർഥം അടിത്തറ എന്നാണ്. തന്റെ പ്രസ്ഥാനത്തിന്റെ പേരിനെക്കുറിച്ച് ഒസാമ ബിൻ ലാദൻ 2001-ൽ അൽ-ജസീറ എന്ന അറബി ടെലിവിഷനിലെ തയിസീർ അലൂനിക്ക് അനുവദിച്ച അഭിമുഖത്തിൽ ഇങ്ങനെ പറഞ്ഞു:

> അൽ-ഖാഇദ എന്ന പേര് വളരെ മുമ്പ് തന്നെ യാദൃച്ഛികമായി സ്ഥാപിതമായതാണ്. റഷ്യയുടെ ഭീകരതയ്ക്കെതിരെ പോരാടുന്ന ഞങ്ങളുടെ മുജാഹിദീനുകൾക്ക് പരിശീലനം കൊടുക്കാനുള്ള ട്രെയിനിങ് ക്യാമ്പുകൾ അബൂ ഉബൈദ അൽ-ബനശിരി സ്ഥാപിച്ചിരുന്നു. ഞങ്ങൾ ഈ ക്യാമ്പുകളെ അൽ-ഖാഇദത്ത് എന്നു വിളിച്ചിരുന്നു. ആ പേരങ്ങ് സ്ഥിരമായി."[21]

കെനിയയുടെ തലസ്ഥാനമായ നയ്റോബിയിലെ അമേരിക്കൻ എംബസി ബോംബ് പൊട്ടിച്ച് തകർത്ത കേസ് അമേരിക്കൻ കോടതിയിൽ വിചാരണ ചെയ്തപ്പോൾ ഒസാമാ ബിൻ ലാദനുമായി തെറ്റിപ്പിരിഞ്ഞ ജമാൽ അഹ്മദ് ഫദൽ പ്രോസിക്യൂഷൻ സാക്ഷിയായിരുന്നു. ഒസാമ ബിൻ ലാദന്റെ അൽ-ഖാഇദ പാകിസ്ഥാനും അഫ്ഗാനിസ്ഥാനും ഉൾപ്പെടെ ലോകത്തിന്റെ വിവിധ ഭാഗങ്ങളിൽ നിലനിന്നിരുന്ന മെഖ്ത്താബ് അൽ-കിദ്മത്ത് (സേവനകാര്യാലയം) എന്ന പേരിലുള്ള ഇസ്ലാമിക പ്രസ്ഥാനം രൂപാന്തരം പ്രാപിച്ചതാണെന്ന് ഫദൽ സാക്ഷിമൊഴിയിൽ പറഞ്ഞു.[22] മെഖ്ത്താബ് അൽ-കിദ്മത്ത് പ്രസ്ഥാനം ആരം

21. "Transcript of Bin Laden 's October interview", feb. 5,2002 cnn. com/world
22. *Looming Tower: Al Qaeda and the Road* to9/11 by Lawrence Wright, p. 270

ഭിച്ചത് പലസ്തീൻകാരൻ അബ്ദല്ല യൂസുഫ് അസ്സം (1941-1989) ആയിരുന്നു. ഹസൻ അൽ-ബന്ന, മൗദൂദി, ഖുത്തുബ് എന്നീ മതമൗലികവാദികളുടെ ജിഹാദ് സിദ്ധാന്തം അംഗീകരിച്ച ആളായിരുന്നു മതപണ്ഡിതനായിരുന്ന അസ്സം. മുസ്ലിങ്ങളടങ്ങുന്ന ദാറുൽ ഇസ്ലാം, അവിശ്വാസികളടങ്ങുന്ന യുദ്ധമേഖല (ദാറുൽ ഹർബ്) എന്നിങ്ങനെ ലോകം രണ്ടായി വിഭജിക്കപ്പെട്ടിരിക്കുകയാണ്. ഇസ്ലാമിന്റെ കൈവശമുണ്ടായിരുന്ന അഫ്ഗാനിസ്ഥാൻ നിരീശ്വരവാദികളായ കമ്യൂണിസ്റ്റുകാർ പിടിച്ചെടുത്തതുകൊണ്ട് അഫ്ഗാനെ മോചിപ്പിക്കാനായി ജിഹാദ് ചെയ്യാൻ ലോകത്തുള്ള എല്ലാ മുസ്ലിങ്ങൾക്കും മതപരമായ കടമയുണ്ട്. കെയ്റോയിലെ അൽ-അസ്ഹർ യൂണിവേഴ്സിറ്റിയിൽ നിന്നും ഇസ്ലാമിക നിയമശാസ്ത്രത്തിൽ പി എച്ച് ഡി എടുത്ത ഡോ. അബ്ദല്ല യൂസുഫ് അസ്സമിന്റെ പ്രചാരണം അതായിരുന്നു. കുറച്ചുകാലം യാസർ അരാഫത്ത് നേതൃത്വം കൊടുത്ത പി എൽ ഒയുടെ അർധസൈനിക വിഭാഗത്തിൽ ഇസ്രായേലിന്റെ പലസ്തീൻ അധിനിവേശത്തിനെതിരെ പോരാടി. അരാഫത്തും പി എൽ ഒയും എടുത്ത മതനിരപേക്ഷ നിലപാടിലും സോവിയറ്റ് യൂണിയന്റെ സഹായം സ്വീകരിച്ച നടപടിയിലും പ്രതിഷേധിച്ച് പി എൽ ഒയിൽ നിന്നും വിട്ടുപോന്നു. ഈജിപ്തിലെ മതമൗലികസംഘടനയായ ഇഖ്വാനുൽ മുസ്ലിമിന്റെ (മുസ്ലിം ബ്രദർഹുഡ്) പലസ്തീൻ ഘടകമായ ഹമാസ് രൂപവൽക്കരിക്കുന്നതിൽ നേതൃത്വപരമായ പങ്കുവഹിച്ചു. ഇസ്രായേലിന്റെ പലസ്തീൻ അധിനിവേശം ഇസ്ലാമിനെതിരെയുള്ള ആക്രമണമായി കാണണമെന്നും അതിനെതിരെയുള്ള പോരാട്ടം പലസ്തീനിൽ മാത്രം ഒതുക്കി നിറുത്താതെ ലോകംഒത്താങ്ങുമുള്ള മുസ്ലിങ്ങൾ ജിഹാദിന് തയാറാകണമെന്നുമായിരുന്നു ഡോ. അസ്സമിന്റെ സിദ്ധാന്തം.

അഫ്ഗാനിസ്ഥാനിലെ സോഷ്യലിസ്റ്റ് ഗവൺമെന്റിനെ അട്ടിമറിക്കാൻ അഫ്ഗാൻ മതതീവ്രവാദികൾ അമേരിക്കയുടെ സഹായത്തോടെ ശ്രമം തുടങ്ങിയപ്പോൾ സോവിയറ്റ് സൈന്യം അഫ്ഗാനിസ്ഥാനിൽ പ്രവേശിച്ചത് ഇസ്ലാമിനെതിരെയുള്ള ആക്രമണമായിട്ടാണ് മുസ്ലിം മതമൗലികവാദികൾ വ്യാഖ്യാനിച്ചത്. ഇസ്ലാമിന്റെ ഇടം തിരിച്ചുപിടിക്കാൻവേണ്ടിയുള്ള ജിഹാദ് ലോകത്തുള്ള എല്ലാ മുസ്ലിങ്ങൾക്കും നിസ്കാരം, നോമ്പ്, ഹജ്ജ് തുടങ്ങിയ കർമങ്ങൾ പോലെ നിർബന്ധം (ഫർദ്) ആണെന്നായിരുന്നു അസ്സമിന്റെ ഫത്വ. നിസ്കാരവും മറ്റു കർമങ്ങളും വ്യക്തികൾ നിർവഹിക്കേണ്ട നിർബന്ധകർമങ്ങൾ (ഫർദ് ഐയിൻ) ആണെങ്കിൽ ജിഹാദ് ഇസ്ലാമിക സമൂഹം (ഉമ്മത്ത്) ഒന്നടങ്കം പങ്കെടുക്കേണ്ട നിർബന്ധകർമം (ഫർദ് കിഫായ) ആണെന്നായിരുന്നു അസ്സമിന്റെ ഫത്വ.[23] ജിഹാദിൽ പങ്കെടുക്കാൻ ശേഷിയുള്ളവർ പങ്കെടുത്തില്ലെങ്കിൽ ഇസ്ലാമിക സമൂഹം ഒന്നടങ്കം കുറ്റക്കാരാണെന്ന് അല്ലാഹു വിധിക്കുമെന്നും ഡോ. അസ്സം മുസ്ലിങ്ങളെ ഓർമപ്പെടുത്തി. അസ്സമിന്റെ ഫത്വ

23. "Defence of the Muslim Lands- The First Obligation After Iman" http://www.religioscope.com/info/doc/jihad/azzam_defence_5_chap3.htm

സൗദി അറേബ്യയിലെ ഗ്രാന്റ് മുഫതി അബ്ദൽ അസീസ് ബിൻ ബാസ്സ് അംഗീകരിച്ചു.

ഹസൻ അൽ-ബന്ന, സയ്യിദ് ഖുത്തുബ്, അബുൽ അഅ്ലാ മഅ്ദൂദി തുടങ്ങിയ ജിഹാദിസ്റ്റുകളുടെ സിദ്ധാന്തങ്ങളിൽ വിശ്വസിച്ചു വശായ മത മൗലികവാദികൾക്ക് തങ്ങളുടെ സിദ്ധാന്തം പ്രയോഗിക്കാനുള്ള ആദ്യത്തെ അവസരമായിരുന്നു അഫ്ഗാനിസ്ഥാനിൽ സോവിയറ്റ് സൈന്യം പ്രവേശിച്ചത്. ഇസ്രായേലിന്റെ സ്ഥാപനവും പലസ്തീൻ അധിനിവേശവും ലോകവ്യാപക ജിഹാദാക്കി മാറ്റാൻ ഇസ്ലാമിസ്റ്റുകൾക്ക് കഴിഞ്ഞില്ല. കാരണം പലസ്തീൻ വിമോചനസമരം മതനിരപേക്ഷ രാഷ്ട്രീയ സമരമായി തുടരാൻ പി എൽ ഒ യും യാസർ അരാഫത്തും അവർക്ക് സഹായം നൽകിയ സോവിയറ്റ് യൂണിയനും ശ്രദ്ധിച്ചിരുന്നു. അതുകൊണ്ടാണ് പി എൽ ഒ യിൽ പ്രവർത്തിച്ചിരുന്ന ഡോ. അസ്സം യാസർ അരാഫത്തുമായി തെറ്റിപ്പിരിഞ്ഞ് പലസ്തീൻ മോചനം ആഗോള ജിഹാദാക്കി മാറ്റണമെന്ന് ആഹ്വാനം ചെയ്തത്. പക്ഷേ, അസ്സമിന്റെ ആഹ്വാനം വിലപ്പോയില്ല. അങ്ങനെയിരിക്കുമ്പോഴാണ് അഫ്ഗാൻ ജിഹാദിനുള്ള അവസരം വീണുകിട്ടിയതും ആഗോള ജിഹാദിനുള്ള ഫത്വ പുറപ്പെടുവിച്ചതും. സ്വന്തം ഫത്വ നടപ്പിലാക്കാനായി അസ്സം പാകിസ്ഥാനിലെത്തി. കുറച്ചുകാലം ഇസ്ലാമാബാദിലെ ഇന്റർനാഷണൽ ഇസ്ലാമിക് യൂണിവേഴ്സിറ്റിയിൽ അധ്യാപകനായി ജോലിചെയ്തതിനുശേഷം അഫ്ഗാൻ അതിർത്തിക്ക് അടുത്തുള്ള പെഷവാറിലെത്തി. അവിടെ മെഖ്താബ് അൽ-കിദ്മത്ത് (സേവന കാര്യാലയം) തുടങ്ങി. വിവിധ മുസ്ലിംരാജ്യങ്ങളിൽ നിന്ന് ജിഹാദിനെത്തുന്നവരെ സ്വീകരിക്കുകയും പരിശീലന ക്യാമ്പുകളിലെത്തിച്ച് പരിശീലനം കൊടുക്കുകയുമായിരുന്നു സേവന കാര്യാലയത്തിന്റെ ചുമതല. പാകിസ്ഥാൻ ചാര സംഘടനയുടെയും സി ഐ എ യുടെയും സഹായത്തോടെ അനേകം 'സേവനകാര്യാലയങ്ങൾ' തുടങ്ങി. ജിഹാദ് ചെയ്യാൻ തയാറുള്ള മുസ്ലിങ്ങളെ അഫ്ഗാൻ മുജാഹിദീൻ എന്ന കൂലിപ്പടയിൽ ചേർക്കാനുള്ള റിക്രൂട്ടിങ് കേന്ദ്രങ്ങളായിരുന്നു ലോകത്തിന്റെ വിവിധഭാഗങ്ങളിലുള്ള 'സേവനകാര്യാലയങ്ങൾ.' അവ സ്ഥാപിക്കാൻ ആളും അർഥവും നൽകിയത് സി ഐ എ ആയിരുന്നു.

സൗദി അറേബ്യയിലെ കിംഗ്അബ്ദൽ അസീസ് സർവകലാശാലയിൽ ബിസിനസ് അഡ്മിനിസ്ട്രേഷൻ പഠിച്ചുകൊണ്ടിരുന്ന ഒസാമ ബിൻ ലാദനെ ഡോ. അസ്സം പെഷവാറിലേക്ക് ക്ഷണിച്ചു വരുത്തി. സൗദി രാജാവുമായി ബന്ധമുള്ള ബിൻ ലാദൻ കുടുംബത്തിന് അന്താരാഷ്ട്രതലത്തിൽ പ്രവർത്തിക്കുന്ന നിർമാണക്കമ്പനി സ്വന്തമായുണ്ടായിരുന്നു. കോടീശ്വരനും തീവ്രവാദിപ്രസ്ഥാനമായ വഹ്ഹാബിസത്തോട് ആഭിമുഖ്യമുള്ള ആളുമായ ഒസാമ ബിൻ ലാദനോട് അഫ്ഗാനിസ്ഥാനെ മോചിപ്പിക്കാനുള്ള ജിഹാദിൽ പങ്കെടുക്കണമെന്ന് ഡോ. അസ്സം ഉപദേശിച്ചു. ഒസാമ ഡോ. അസ്സമിനെ തന്റെ ഗുരുവായി അംഗീകരിച്ചു.

ഇസ്ലാമിന്റെ ഇടം നിരീശ്വരവാദികളായ കമ്യൂണിസ്റ്റുകാർ പിടിച്ചടക്കിയത് തിരിച്ചുപിടിക്കാനുള്ള ജിഹാദിൽ പങ്കെടുക്കാൻ തീവ്രവാദി അറബികൾ അഫ്ഗാനിസ്ഥാനിലും പാകിസ്ഥാനിലും കൂട്ടത്തോടെ എത്തി. 'അറബ്-അഫ്ഗാനികൾ' 'അഫ്ഗാൻ അറബികൾ' എന്നീ പേരുകളിൽ അറിയപ്പെട്ട പുതിയൊരു ജിഹാദ്സമൂഹം തന്നെ രൂപംകൊണ്ടു. ഏത് അറബ് രാജ്യത്തുനിന്നാണ് വന്നതെന്നറിയാൻ അഫ്ഗാൻ-സൗദി, അഫ്ഗാൻ-മിസ്റി (ഈജിപ്ത്), അഫ്ഗാൻ-അൽ-സാഇർ (അൾജീരിയ), അഫ്ഗാൻ-ലിബിയ എന്നിങ്ങനെ തരം തിരിച്ചും പറയുമായിരുന്നു. വിവിധ രാജ്യങ്ങളിൽ നിന്ന് ജിഹാദികളെ പാകിസ്ഥാനിൽ എത്തിക്കാനും ആയുധ പരിശീലനം കൊടുക്കാനും സി ഐ എ യുടെ സഹായത്തോടെ ഡോ. അസ്സമും ഒസാമ ബിൻ ലാദനും തുടങ്ങിയ മെഖ്താബ് അൽ-കിദ്മത്താണ് അൽ-ഖാഇദ എന്ന് അറിയപ്പെടാൻ തുടങ്ങിയത്. യഥാർഥത്തിൽ അൽ-ഖാഇദയുടെ സ്ഥാപകർ സി ഐ എ യാണ്. അതിന്റെ പൂർവരൂപമായ മെഖ്താബ് രൂപവൽക്കരിച്ച ഡോ. അസ്സമും രണ്ട് പുത്രന്മാരും പെഷവാറിൽ വെച്ച് 1989ൽ ഒരു ബോംബ് സ്ഫോടനത്തിൽ കൊല്ലപ്പെട്ടു. അഫ്ഗാൻ മുജാഹിദീൻ ഗ്രൂപ്പുകൾ തമ്മിലുള്ള കലഹമായിരുന്നു അസ്സമിന്റെ വധത്തിനു കാരണം. അസ്സമിന്റെ ജാമാതാവ് അബ്ദല്ല അനസിന്റെ അഭിപ്രായത്തിൽ 'ഈജിപ്ത് ഇസ്ലാമിക് ജിഹാദ്' എന്ന ഭീകരസംഘടയായിരുന്നു അസ്സമിനെ വധിച്ചത്. ഇസ്ലാമിന്റെ അടിസ്ഥാന തത്വങ്ങളിൽ നിന്നും അസ്സം വ്യതിചലിച്ചു എന്നായിരുന്നു ആരോപണം. കാരണം അഫ്ഗാൻ ജിഹാദ് വിജയിച്ചതിനുശേഷം അഫ്ഗാനിസ്ഥാനിൽ താലിബാന്റെ നേതൃത്വത്തിലുള്ള ഇസ്ലാമിക ഭരണകൂടം സ്ഥാപിക്കുന്നതിനോട് ഡോ. അസ്സമിന് യോജിപ്പില്ലായിരുന്നു. ഈജിപ്തിൽ നിന്നും അഫ്ഗാൻ ജിഹാദിനെത്തിയ 'ഇസ്ലാമിക് ജിഹാദിന്റെ' നേതൃത്വം വഹിച്ചിരുന്ന സർജൻ ഡോ. അയ്മൻ അൽ-സവാഹിരിയാണ് കൊല ചെയ്യിച്ചതെന്നും അനസ് ആരോപിച്ചു. കാരണം ഡോ. അസ്സം ജീവിച്ചിരുന്നാൽ സവാഹരിക്ക് അൽ ഖാഇദയിൽ രണ്ടാം സ്ഥാനക്കാരനാവാൻ സാധ്യമല്ലായിരുന്നു.[24]

ജിഹാദ് നടത്തുന്നത് കാര്യപരിപാടിയിൽ ഉൾപ്പെടുത്താത്ത ചില ധർമസ്ഥാപനങ്ങളും സി ഐ എ യുടെയും ഐ എസ് ഐ യുടെയും പ്രലോഭനങ്ങളിൽ പെട്ട് ജിഹാദിൽ പങ്കെടുത്തതിന് ഏറ്റവും നല്ല ഉദാഹരണം അന്തർദേശീയ ഇസ്ലാമിക മിഷണറി സംഘടനയായ തബ്ലീഗി ജമാഅത്താണ്. ഈ സംഘടന ജിഹാദിൽ പങ്കെടുക്കാനുണ്ടായ സാഹചര്യം ജോൺ കൂലീ (John Kent Cooley. 1927-2008) തന്റെ ഗ്രന്ഥത്തിൽ (*Unholy War*) വിവരിച്ചിട്ടുണ്ട്. മതപണ്ഡിതൻ മൗലാനാ മുഹമ്മദ് ഇലിയാസ് 1926ലാണ് ഈ പ്രസ്ഥാനം ആരംഭിച്ചത്. പുതുതായി മതം മാറി ഇസ്ലാമിലേക്ക് വരുന്നവരെ അവരുടെ പൂർവമതത്തിന്റെ ആചാരാനുഷ്ഠാ

24. *Looming Tower: Al Qaeda and the Road to9/11* by Lawrence Wright, p. 130

നശീലങ്ങളിലും ധാരണകളിലും നിന്ന് പൂർണമായും മുക്തരാക്കി ഇസ്ലാമിക അവബോധം സൃഷ്ടിക്കുകയായിരുന്നു ലക്ഷ്യം. തബ്ലീഗി ജമാഅത്ത് ഒരു മഹാപ്രസ്ഥാനമായി വളർന്നു. ലോകത്തിലെ മിക്കവാറും രാജ്യങ്ങളിൽ തബ്ലീഗിന് ഘടകങ്ങളുണ്ടായിരുന്നു. തങ്ങളുടെ ഒളിയുദ്ധത്തിന് ഒരു മറയായിട്ടാണ് സി ഐ എ തബ്ലീഗിനെ ഉപയോഗിച്ചത്. മതപഠനത്തിനെന്ന് പറഞ്ഞ് വിശ്വസിപ്പിച്ചാണ് സി ഐ എ ഏജന്റുമാർ തബ്ലീഗി ജമാഅത്തിലെ അംഗങ്ങളെ പാകിസ്ഥാനിലെത്തിച്ചത്. അവരിൽ ചിലർ മാത്രമേ മുജാഹിദ് ആകാൻ സമ്മതിച്ചുള്ളു. അമേരിക്കയിൽ നിന്ന് ജിഹാദിന് മുസ്ലിങ്ങളെ റിക്രൂട്ട് ചെയ്യാൻ നിയമാനുസൃത മത-ധർമ സ്ഥാപനങ്ങളെയാണ് സി ഐ എ ഉപയോഗിച്ചതെന്ന് മഹ്മൂദ് മമ്ദനി സാക്ഷ്യപ്പെടുത്തുന്നു. 'ന്യൂയോർക്കിലെ ബ്രൂക്ലിനിൻ അറ്റ്ലാന്റിക് എവന്യൂവിൽ പ്രവർത്തിക്കുന്ന അൽകിഫാ അഫ്ഗാൻ അഭയാർഥികേന്ദ്രം (Al Kifa Afghn Refugee Center) ഒരു പ്രധാന റിക്രൂട്ടിങ് കേന്ദ്രമായി മാറ്റപ്പെട്ടിരുന്നു.'[25]

അഫ്ഗാൻ സോഷ്യലിസ്റ്റ് ഗവൺമെന്റിനെതിരെ തുടങ്ങിയ പ്രതിവിപ്ലവത്തെ ആഗോള ജിഹാദാക്കി മാറ്റിയതിനെക്കുറിച്ച് ചിന്തകനും എഴുത്തുകാരനുമായ അലി റഹ്നീമ ഇങ്ങനെ എഴുതി:

> അഫ്ഗാനിസ്ഥാനിലെ സോവിയറ്റ് വിരുദ്ധയുദ്ധത്തെ മതതീവ്രവാദികളായ അറബികൾ കണ്ടത് മതപരമായ യുദ്ധമായിട്ടാണ്. അവരുടെ സ്വന്തം രാജ്യങ്ങളിലെ പാശ്ചാത്യശക്തികളോട് ദാസ്യമനോഭാവമുള്ള ഗവൺമെന്റുകൾ അവർക്കു നേരെ പ്രകടിപ്പിച്ചിരുന്ന ഉഗ്രകോപത്തെ ശമിപ്പിക്കാനും തീവ്രവാദിമുസ്ലിങ്ങളും അമേരിക്കയും തമ്മിൽ ഈടുറ്റ ബന്ധം സ്ഥാപിക്കാനും അവരുടെ ഈ നിലപാട് ഉപകരിച്ചു. തങ്ങളുടെ ശത്രുവായ സോവിയറ്റ് യൂണിയനെതിരെ പോരാടിയിരുന്ന കാലത്തോളം മുസ്ലിം തീവ്രവാദികളായ മുജാഹിദീനുകളെ തങ്ങളുടെ സുഹൃത്തുക്കളായ സ്വാതന്ത്ര്യസമരപ്പോരാളികൾ എന്ന നിലയ്ക്കാണ് അമേരിക്ക കണ്ടിരുന്നത്. മതപരമായ വിശുദ്ധയുദ്ധം നടന്നിരുന്ന ഈ രംഗത്തേക്ക് കോപിഷ്ഠരായ മുസ്ലിം യുവാക്കളെ ആകർഷിക്കാനായി ഇടതുപക്ഷഗവൺമെന്റിനെതിരായി അഫ്ഗാൻകാർ നടത്തിയിരുന്ന അട്ടിമറി സമരത്തെ കമ്യൂണിസത്തിനെതിരെ നടക്കുന്ന മതപരമായ ജിഹാദ് ആക്കി മാറ്റേണ്ടതുണ്ടായിരുന്നു. ഈ കുരിശുയുദ്ധം പുതിയ തരത്തിലുള്ളതായിരുന്നു. തീവ്രവാദവും മതമൗലികവാദവും സൈനിക മനോഭാവവും തീവ്രമായ സദാചാരനിഷ്ഠയും ആക്രാമകതയും ഉൾച്ചേർന്ന ഇസ്ലാമികശക്തിയുടെ ആവിർഭാവത്തിന് അത് കാരണമായി. ആ വിശുദ്ധയുദ്ധത്തിന്റെ എതിർദിശയിലേക്ക് കൂട്ടത്തോടെ വന്ന ഫിദായീനുകളുടെയും (ചാവേറുകൾ) മുജാ

25. Good Muslim Bad Muslim by Mahmood Mamdani, വിവർത്തനം ഡോ. എ. എൻ. പി. ഉമ്മർകുട്ടി, പുറം 125.

ഹിദുകളുടെയും (ജിഹാദ് ചെയ്യുന്നവർ) വേഷം കെട്ടിയ ഇസ്ലാമിന്റെ സൈനികർ എണ്ണയൊഴിച്ച് ആളിച്ചുകൊണ്ടിരുന്നു.[26]

വിയത്നാം യുദ്ധത്തിൽ അമേരിക്കൻ സാമ്രാജ്യത്വം ഏറ്റുവാങ്ങിയ നാണംകെട്ട പരാജയത്തിന്റെ മുറിവുകൾ നക്കിത്തോർത്തിക്കൊണ്ടിരിക്കുമ്പോഴാണ് ആകാശത്തുനിന്നൊരു കോടാലി വീണു കിട്ടിയതുപോലെ സോവിയറ്റ് യൂണിയനെതിരെ ജിഹാദ് നടത്താൻ രംഗത്തെത്തിയ ഇസ്ലാമിസ്റ്റുകളെ കിട്ടിയത്. അഫ്ഗാനിസ്ഥാനിലെ പഷ്ത്തൂണുകൾ പാകിസ്ഥാന്റെ ഒത്താശയോടെ ആരംഭിച്ച പ്രതിവിപ്ലവത്തെ ആഗോള ജിഹാദാക്കി മാറ്റിയത് സി ഐ എ ആണെന്നും അതിന്റെ ഉൽപ്പന്നമാണ് അൽ-ഖാഇദയെന്നും ഉള്ള കാര്യത്തിൽ ഇന്ന് ആർക്കും തർക്കമില്ല. സി ഐ എ അഫ്ഗാൻ ജിഹാദിന് 'ഓപ്പറേഷൻ സൈക്ലോൺ' എന്ന രഹസ്യപ്പേര് നൽകിയിരുന്ന കാര്യംപോലും ഇന്ന് സുവിദിതമാണ്. നരവംശശാസ്ത്രജ്ഞനും രാഷ്ട്രീയചിന്തകനുമായ മഹ്മൂദ് മമ്ദാനി *നല്ല മുസ്ലിം ചീത്ത മുസ്ലിം* എന്ന ഗ്രന്ഥത്തിൽ എഴുതി:

> *ഡോൺ* ദിനപത്രത്തിലെഴുതിയ ഒരു ലേഖനത്തിൽ പാകിസ്ഥാനിലെ രാഷ്ട്രീയ പ്രവർത്തകനും ചിന്തകനുമായ ഇക്ബാൽ അഹമ്മദ് 1985ൽ അദ്ദേഹം കണ്ട ഒരു അമേരിക്കൻ ടെലിവിഷൻ ഡോക്യുമെന്ററി ചിത്രത്തിലെ രംഗത്തിലേക്ക് ശ്രദ്ധ ക്ഷണിക്കുന്നുണ്ട്. വൈറ്റ് ഹൗസ് പുൽത്തകിടിയിൽ പ്രസിഡന്റ് റീഗൻ തികഞ്ഞ ആഹ്ലാദത്തോടെ അഫ്ഗാൻ മുജാഹിദീൻ നേതാക്കളെ മാധ്യമപ്രവർത്തകർക്ക് പരിചയപ്പെടുത്തിക്കൊടുക്കുകയായിരുന്നു. "ഈ ബഹുമാന്യർ അമേരിക്കയുടെ സ്ഥാപകപിതാക്കന്മാരുടെ Moral Equivalents ആണ്." സോവിയറ്റ് യൂണിയനെതിരായ 'വിശുദ്ധയുദ്ധത്തിൽ' ഏർപ്പെട്ടുകൊണ്ടിരുന്ന രാഷ്ട്രീയ ഇസ്ലാമിന്റെ ഭീകരരൂപങ്ങളെ പടച്ചട്ട അണിയിക്കുവാൻ അമേരിക്ക ശ്രമിച്ചുകൊണ്ടിരുന്ന സമയമായിരുന്നു അത്.[27]

അമേരിക്കയുടെ ജിഹാദിന്റെ അനന്തരഫലങ്ങൾ

അഫ്ഗാൻ മുജാഹിദീൻ ഏഴു ഗ്രൂപ്പുകളായി തിരിഞ്ഞാണ് ജിഹാദ് നടത്തിയത്. ഓരോ ഗ്രൂപ്പിനും പ്രാദേശികമോ ഭാഷാപരമോ ഗോത്രപരമോ, വംശീയമോ ആയ പ്രത്യേക താൽപ്പര്യം ഉണ്ടായിരുന്നു. സോവിയറ്റ് യൂണിയനെ പരാജയപ്പെടുത്തണമെന്നും സോഷ്യലിസ്റ്റ് ഭരണകൂടത്തെ അട്ടിമറിക്കണമെന്നും അല്ലാതെ അഫ്ഗാനിസ്ഥാന്റെ ഭാവി

---

26. Pioneers of Islamic Revival-by Ali Rahnema-Introduction page Ixii
27. Good Muslim Bad Muslim by Mahmood Mamdani വിവർത്തനം ഡോ. എ. എൻ. പി. ഉമ്മർകുട്ടി, പുറം 112

എങ്ങനെ കരുപ്പിടിപ്പിക്കണം എന്ന ചിന്തയൊന്നും സി ഐ എക്കില്ലായിരുന്നു. സോവിയറ്റ് യൂണിയൻ പിൻവാങ്ങിയ ഉടനെ സോഷ്യലിസ്റ്റ് ഗവൺമെന്റ് നിലം പതിക്കുകയും അഫ്ഗാനിസ്ഥാനിൽ ആഭ്യന്തരയുദ്ധം ആരംഭിക്കുകയും ചെയ്തു. അഫ്ഗാൻ-അറബികൾ (അഥവാ അറബി-അഫ്ഗാനികൾ) ഭൂരിപക്ഷവും അവരവരുടെ നാടുകളിലേക്ക് തിരിച്ചുപോയി. ഗുൽബുദ്ദീൻ ഹിക്മത്യാരുടെ ഹിസ്ബെ ഇസ്ലാമി ഒരുവശത്തും ബുർഹാനുദ്ദീൻ റബ്ബാനിയുടെ ജമാഅത്തെ ഇസ്ലാമിയും അഹമ്മദ് ഷാ മസൂദിന്റെ അനുയായികളും മറുവശത്തുമായിട്ടായിരുന്നു അധികാരത്തർക്കം. ഇതിനിടയിൽ പാകിസ്ഥാൻ താലിബാനെ പിന്തുണയ്ക്കുകയും താലിബാൻ അധികാരത്തിലെത്തുകയും ചെയ്തു. അമേരിക്കയുടെ പിന്തുണയും അന്ന് താലിബാനുണ്ടായിരുന്നുവെന്ന് പല നിരീക്ഷകരും ചൂണ്ടിക്കാണിച്ചിട്ടുണ്ട്.

മധ്യേഷ്യയിൽ ഇസ്ലാമിനെയും ആധുനിക രീതിയിലുള്ള ഭീകരതയെയും തമ്മിൽ ബന്ധിപ്പിക്കുന്നതിനും ജിഹാദിനെ ആഗോള ഭീകരതയാക്കി മാറ്റുന്നതിനും മുഖ്യപങ്ക് വഹിച്ചത് അമേരിക്കയാണെന്ന കാര്യം നിഷ്പക്ഷമതികൾ അംഗീകരിച്ചതാണ്. അഫ്ഗാൻ ജിഹാദിൽ പരിശീലനം നേടിയ പതിനായിരക്കണക്കിന് ജിഹാദികൾ പല രാജ്യങ്ങളിലായി ചിതറി. അതിന്റെ അനന്തരഫലങ്ങൾ പല മുസ്ലിം രാഷ്ട്രങ്ങളിലും കണ്ടുതുടങ്ങി. അറബ് രാഷ്ട്രമായ അൾജീരിയയിൽ ഇസ്ലാമിസ്റ്റുകളുടെ മുന്നേറ്റത്തിനു പിന്നിൽ അഫ്ഗാൻ ജിഹാദിൽ പങ്കെടുത്ത് തിരിച്ചെത്തിയ ജിഹാദികളുടെ സ്വാധീനം പ്രകടമായിരുന്നു. ഒരു നൂറ്റാണ്ട് നീണ്ടുനിന്ന ഫ്രഞ്ച് കോളനിവാഴ്ചയിൽ നിന്നും സായുധ പോരാട്ടത്തിലൂടെ സ്വാതന്ത്ര്യം നേടിയ അറബ് രാഷ്ട്രമാണ് അൾജീരിയ (അൽ-ജസാഇർ). ദേശീയ വിമോചന മുന്നണി എന്ന മതനിരപേക്ഷ പ്രസ്ഥാനം 1954 മുതൽ ആരംഭിച്ച സായുധപോരാട്ടത്തിനു മുമ്പിൽ ഫ്രാൻസ് 1962ൽ മുട്ടുമടക്കി അൾജീരിയ വിട്ടുപോന്നു. അൾജീരിയയിലെ മുസ്ലിങ്ങൾ സാമ്രാജ്യവിരുദ്ധ പോരാട്ടത്തിനുള്ള പ്രത്യയശാസ്ത്രപരമായ ആയുധമായിട്ടാണ് ഇസ്ലാമിനെ കണ്ടിരുന്നത്. സ്വാതന്ത്ര്യത്തിനുശേഷം ഇസ്ലാമിക ഭരണം സ്ഥാപിക്കാതെ വിമോചന മുന്നണിയുടെ നേതൃത്വത്തിൽ (FLN) മതനിരപേക്ഷ ഭരണകൂടമാണ് സ്ഥാപിച്ചത്. എസ്പോസിറ്റോ എഴുതി:

> അൾജീരിയയുടെ രാഷ്ട്രീയത്തിന്റെ വികാസത്തിൽ ഇസ്ലാം ഒരു പ്രധാന പങ്കാണ് വഹിച്ചത്. അത് മഹാഭൂരിപക്ഷം അൾജീരിയക്കാരുടെയും മതവിശ്വാസം മാത്രമായിരുന്നില്ല; മുസ്ലിം ലോകത്തിന്റെ ഭൂരിഭാഗം ദേശങ്ങളിലും ചെയ്തതുപോലെ അത് ജനങ്ങൾക്ക് ദേശീയബോധവും ഐക്യബോധവും പ്രദാനം ചെയ്യുകയും ചെയ്തു. ഇത് ഫ്രഞ്ച് കോളനിവാഴ്ചയുടെ കാലത്ത് (1830 -1962) തികച്ചും സത്യമായിരുന്നു. അൾജീരിയൻ ജനതയുടെ സ്വാതന്ത്ര്യസമരത്തിന്റെയും ദേശീയ പ്രസ്ഥാനത്തിന്റെയും അവി

> ഭാജ്യഘടകമായിരുന്ന ഇസ്ലാം ജനങ്ങൾക്ക് അഭയസ്ഥാനമായിരുന്നു. അത് ജനതയ്ക്ക് പോർവിളിയും പ്രചോദനവും സംഘടനാബോധവും നൽകി. ഫ്രഞ്ച് വാഴ്ച 1830ൽ ആരംഭിച്ച നിമിഷം മുതൽ ഇസ്ലാം അൾജീരിയക്കാർക്ക് അഭയവും പൊതുവായ സ്വത്വബോധവും കോളനിവാഴ്ചയ്ക്കെതിരെ പോരാടാനുള്ള പ്രചോദനവും നൽകാൻ തുടങ്ങി.[28]

സാമ്രാജ്യത്വത്തിനും കോളനിവാഴ്ചയ്ക്കുമെതിരെ പോരാടുന്ന വിമോചനപ്രസ്ഥാനമായി വർത്തിക്കുവാനും വിമോചനത്തിനുശേഷം മതനിരപേക്ഷ ഭരണകൂടത്തിന് നേതൃത്വം കൊടുക്കുവാനും ഇസ്ലാമിനു കഴിയുമെന്നതിന് ചരിത്രത്തിലെ ഏറ്റവും നല്ല ഉദാഹരണമാണ് അൾജീരിയ. അൾജീരിയയുടെ സ്വാതന്ത്ര്യസമര പോരാട്ടത്തെയും സാമ്രാജ്യത്വപക്ഷപാതികളായ നിരീക്ഷകർ ഇസ്ലാമിന്റെ 'ഭീകരത' ആയിട്ടാണ് വിലയിരുത്തിയത്.

മതനിരപേക്ഷ ഗവൺമെന്റിനെതിരെ മുസ്ലിം തീവ്രവാദികളുടെ സംഘടനയായ ഇസ്ലാമിക രക്ഷാമുന്നണി (Islamic Salvation Front - FIS) നടത്തിയ പ്രചാരണങ്ങൾ എൺപതുകളുടെ അന്ത്യം വരെയും അൾജീരിയൻ ജനതയിൽ ഏശിയിരുന്നില്ല. അഫ്ഗാൻ ജിഹാദിനു വേണ്ടി സി ഐ എ ജിഹാദികളെ റിക്രൂട്ട് ചെയ്യാൻ തുടങ്ങിയതു മുതലാണ് ഇസ്ലാമിക തീവ്രവാദികളുടെ പ്രചാരണം ജനങ്ങളിൽ സ്വാധീനം ചെലുത്തിത്തുടങ്ങിയത്. അഫ്ഗാൻ ജിഹാദിൽ നിന്നും തിരിച്ചെത്തിയ ജിഹാദികൾ ഗവൺമെന്റിനെതിരെ അട്ടിമറി പ്രവർത്തനങ്ങൾ ആരംഭിച്ചതോടെ ചിത്രം ആകെ മാറി മറിഞ്ഞു. 1991ൽ നടന്ന തിരഞ്ഞെടുപ്പിൽ ഇസ്ലാമിക രക്ഷാമുന്നണി അധികാരം പിടിച്ചെടുക്കുമെന്നായപ്പോൾ സൈന്യം ഇടപെട്ട് തിരഞ്ഞെടുപ്പ് മാറ്റി വയ്ക്കുകയാണുണ്ടായത്. ജിഹാദികൾ ഭീകരപ്രവർത്തനങ്ങളുടെ പരമ്പര തന്നെ ആരംഭിച്ചു. എട്ടു വർഷക്കാലം നീണ്ടുനിന്ന ഇസ്ലാമിസ്റ്റ് ഭീകരപ്രവർത്തനങ്ങളുടെ ഫലമായി ഒരു ലക്ഷത്തോളം പേർ കൊല്ലപ്പെട്ടു. തൊണ്ണൂറുകളുടെ ഒടുവിൽ ഗവൺമെന്റ് മുൻകൈ നേടി. ഇസ്ലാമിക രക്ഷാമുന്നണിയുടെ സൈനിക വിഭാഗമായ ഇസ്ലാമിക രക്ഷാസൈന്യം പിരിച്ചുവിട്ടു. ഗവൺമെന്റ് സൈന്യം അബ്ദൽ അസീസ് ബുത്തെഫ്ലിക്കയെ പ്രസിഡന്റാക്കി. 2004ലും 2009ലും നടന്ന തിരഞ്ഞെടുപ്പുകളിൽ ബുത്തെഫ്ലിക് ഭൂരിപക്ഷം നേടി.

അൾജീരിയയിലെ ഇസ്ലാമിക രക്ഷാസൈന്യത്തിന്റെ ഭീകരപ്രവർത്തനങ്ങൾക്ക് അഫ്ഗാൻ ജിഹാദിന്റെ സ്വഭാവമാണുണ്ടായിരുന്നതെന്ന് അൾജീരിയൻ സാമൂഹികശാസ്ത്രജ്ഞനായ മഹ്ഫൂദ് ബെന്നോയ്നെ ചൂണ്ടിക്കാണിക്കുന്നു. ആയിരത്തോളം അഫ്ഗാൻ അൾജീരിയൻ മുജാഹിദീനുകളാണ് അഫ്ഗാൻ ജിഹാദിനുശേഷം

28. *The Islamic Threat-Myth or Reality* by John L Esposito, page 172

അൾജീരിയയിൽ തിരിച്ചെത്തിയതെന്ന് മാധ്യമപ്രവർത്തൻ കൂലി നടത്തിയ പഠനത്തിൽ കണ്ടെത്തി. ഇവരിൽ ഏറ്റവും പ്രധാനിയായ കമറുദ്ദീൻ ഖേർബാനെ അൾജീരിയൻ സൈന്യത്തിൽ നിന്നും 1983ൽ സ്വയം പിരിഞ്ഞുപോയാണ് അഫ്ഗാൻ മുജാഹിദീനിൽ ചേർന്നത്. അൾജീരിയയിൽ തിരിച്ചെത്തുമ്പോൾ ഒരു ഇസ്ലാമിക ഭരണകൂടം സ്ഥാപിക്കുന്ന കാര്യം അയാൾ ഒസാമ ബിൻ ലാദനുമായി ചർച്ച ചെയ്തിരുന്നു. ലാദന്റെ ഉപദേശപ്രകാരമാണ് ഇസ്ലാമിക രക്ഷാസൈന്യത്തിൽ പ്രവർത്തിക്കാൻ തുടങ്ങിയത്. മറ്റൊരു ജിഹാദി കുപ്രസിദ്ധനായിത്തീർന്ന അയിസ മെസ്സൂദിയാണ്. 1991ലെ തിരഞ്ഞെടുപ്പിൽ തീവ്രവാദികൾ മുന്നേറുന്നത് കണ്ട് സൈന്യമിടപെട്ട് തിരഞ്ഞെടുപ്പ് മാറ്റിവെച്ചതിന് പകപോക്കാനായി ഗുമർ മരുപ്പച്ചയിലെ (oasis) അതിർത്തിരക്ഷാസൈന്യത്തിന്റെ താവളം ആക്രമിച്ച് സൈനികരെ ഒന്നടങ്കം കൂട്ടക്കൊല ചെയ്തത് അയിസ മെസ്സൂദിയായിരുന്നു. അൾജീരിയയിലെ ഇസ്ലാമിക ഭീകരതയുടെ ഉൽഘാടനം കുറിച്ച സംഭവമായിരുന്നു അത്. മറ്റൊരു ഭീകരജിഹാദി അഹമ്മദ് മുറാദ് സ്ത്രീകളും കുട്ടികളും അടക്കമുള്ള വിദേശിവിനോദ സഞ്ചാരികളെ കൊല്ലുന്നത് പതിവാക്കി. മുറാദിന്റെ നൃശംസതയെക്കുറിച്ച് മൗലികവാദികളായ മതപണ്ഡിതർ മൗനം പാലിക്കുകയാണ് ചെയ്തത്. നിഷ്പക്ഷരും നിഷ്ക്രിയരുമായിരിക്കുന്ന സാധാരണക്കാരെ ജിഹാദിലേക്ക് കൊണ്ടുവരുവാൻ ഭീകരത ആവശ്യമാണെന്നായിരുന്നു മുറാദിന്റെ ജിഹാദ് സിദ്ധാന്തം. ചില അഫ്ഗാൻ-അൾജീരിയക്കാർ സാർവദേശീയ തലത്തിൽ ഇസ്ലാമിന്റെ ശത്രുക്കൾക്കെതിരായി ജിഹാദ് ചെയ്യണമെന്ന അഭിപ്രായക്കാരായിരുന്നു. ഇവരുടെ ഭീകരപ്രവർത്തനങ്ങളിൽ സി ഐ എ നിക്വാരാഗ്വയിലും അഫ്ഗാനിസ്ഥാനിലും നടത്തിയ ഭീകരപ്രവർത്തനങ്ങളുടെ അടയാള മുദ്രകൾ കാണാം.[29]

ഈജിപ്തിലുണ്ടായ രാഷ്ട്രീയ സംഭവങ്ങൾ നാട്ടിൽ തിരിച്ചെത്തിയ മുജാഹിദീനുകളുടെ സ്വാധീനത്തിന്റെ ഫലമായിരുന്നു. അമേരിക്കയിലെ ക്യാമ്പ് ഡേവിഡിൽ വെച്ച് ഇസ്രായേലുമായി സന്ധിചെയ്തതിന്റെ പേരിൽ ഈജിപ്ത് പ്രസിഡന്റ് അൻവർ സാദത്ത് കൊല്ലപ്പെട്ടതിനു പിന്നിൽ അഫ്ഗാൻ ജിഹാദികളായിരുന്നു. സാദത്തിന്റെ കൊലയെ തുടർന്ന് ഒസാമാ ബിൻ ലാദന്റെ വലംകൈയായി അഫ്ഗാൻ ജിഹാദിൽ പങ്കെടുത്ത അയ്മൻ അൽ-സവാഹിരി ഈജിപ്തിൽ നിന്നും രക്ഷപ്പെട്ടു. മറ്റുള്ള അഫ്ഗാൻ-ഈജിപ്തുകാർ സ്വന്തം നാട്ടിൽ തന്നെ ഭീകരപ്രവർത്തനങ്ങൾ തുടർന്നു. 1996ലും 97ലും നടന്ന 150 ഭീകരാക്രമണങ്ങൾക്കു പിന്നിൽ അഫ്ഗാനിസ്ഥാനിൽ നിന്നും വന്ന ജിഹാദികളായിരുന്നു. നൈൽ നദീതീരത്തെ വിനോദസഞ്ചാര കേന്ദ്രമായ ലുക്സൂറിൽ അമ്പത്തെട്ട് വിദേശ സഞ്ചാരികളെയും നാല് നാട്ടുകാരെയും കൂട്ടക്കൊല

29. *Good Muslim Bad Muslim* by Mahmood Mamdani, വിവർത്തനം ഡോ. എ എൻ പി ഉമ്മർകുട്ടി, പുറം 149

ചെയ്തതോടെയാണ് അഫ്ഗാൻ-ഈജിപ്ത് ജിഹാദികൾ ലോകശ്രദ്ധയിൽ വന്നത്.

അമേരിക്കയുടെ അഫ്ഗാൻ ജിഹാദിന്റെ ദുരന്തഫലങ്ങൾ അനുസ്യൂതമായി അനുഭവിച്ചുകൊണ്ടിരിക്കുന്ന രാജ്യങ്ങളാണ് പാകിസ്ഥാനും ഇന്ത്യയും. ഇന്ത്യ അനുഭവിക്കേണ്ടിവന്ന ദുരന്താനുഭവങ്ങളെക്കുറിച്ച് ഇന്ത്യയും ഇസ്ലാമും എന്ന അധ്യായത്തിൽ പ്രതിപാദിക്കുന്നുണ്ട്. പാകിസ്ഥാനെ ഇന്ന് ഒരു പരാജയപ്പെട്ട ഭരണകൂടം (failed state) എന്ന രാഷ്ട്രീയ ദുരന്തത്തിന്റെ ഭീഷണാവസ്ഥയുടെ വക്കിലെത്തിച്ചത് അമേരിക്ക നടത്തിയ അഫ്ഗാൻ ജിഹാദിലെ പങ്കാളിത്തമാണ്. അഫ്ഗാൻ ജിഹാദിനുള്ള അമേരിക്കൻ പണം പാകിസ്ഥാനിലൂടെ ഒഴുകുമ്പോൾ അതിന്റെ നനവ് തങ്ങളുടെ മണ്ണിലേക്കും ഊറുമെന്ന മോഹമാണ് പട്ടാളമേധാവിയായ സിയാവുൽ ഹഖിനെ അഫ്ഗാൻ ജിഹാദിലേക്ക് ആകർഷിച്ച മുഖ്യഘടകം. രണ്ടാമത്തെ പ്രധാനഘടകം തന്റെ പട്ടാളഭരണത്തിന് രാഷ്ട്രീയ ഇസ്ലാമിന്റെ നിയമസാധുത (legitimacy) കിട്ടുമെന്ന പ്രതീക്ഷയായിരുന്നു. ഭരണം എത്രതന്നെ ശക്തമായിരുന്നാലും ഏതെങ്കിലും തരത്തിലുള്ള നിയമസാധുത ലഭിച്ചില്ലെങ്കിൽ ഭരണാധികാരിയുടെ സ്ഥാനം ഉറപ്പില്ലാത്തതായിരിക്കും. അഫ്ഗാൻ ജിഹാദിൽ സി ഐ എ യുടെ കൂട്ടുപ്രതിയാകാൻ സ്വന്തം പട്ടാളത്തിന്റെ ചാരസംഘടനയായ ഐ എസ് ഐ വിട്ടുകൊടുത്തതുമൂലം സിയാവുൽ ഹഖിന് രാഷ്ട്രീയഇസ്ലാമിന്റെയും അമേരിക്കയുടെയും അംഗീകാരം ഒപ്പം ലഭിച്ചു. പക്ഷേ, രാഷ്ട്രത്തെ അസ്ഥിരപ്പെടുത്താനും അതിന്റെ ഭാവി അനിശ്ചിതത്വത്തിലാക്കാനും മാത്രമേ അത് ഉപകരിച്ചുള്ളുവെന്ന് പാകിസ്ഥാന്റെ ഇന്നത്തെ ചിത്രം കാണുന്ന ഏതൊരാൾക്കും മനസിലാകും.

അഫ്ഗാൻ മുജാഹിദീനുകളെ വാർത്തെടുക്കാൻ ആയിരക്കണക്കിന് മദ്രസകൾ ആരംഭിച്ചകാര്യം മുമ്പ് സൂചിപ്പിച്ചല്ലോ. ജമാഅത്തെ ഉലമ ഇസ്ലാമി (ജെ യു ഐ) എന്ന സംഘടനയെ ആണ് മദ്രസകൾ സ്ഥാപിക്കുവാനുള്ള ചുമതല ഐ എസ് ഐ ഏൽപ്പിച്ചത്. ജമാഅത്തെ ഉലമ ഇസ്ലാമി എന്നാൽ ഇസ്ലാമിക മതപണ്ഡിതന്മാരുടെ സംഘടന എന്നാണർഥം. പാകിസ്ഥാനിലെ ദേവ്ബന്ദി വിഭാഗത്തിൽപ്പെട്ട പണ്ഡിതന്മാരുടെ സംഘടനയാണിത്. ഇന്ത്യാവിഭജനത്തിനു മുമ്പ് ദേവ്ബന്ദി പ്രസ്ഥാനത്തിലെ ഉലമകളുടെ സംഘടനയായ ജമാഅത്ത് ഉലമ ഹിന്ദ് (ഹിന്ദുസ്ഥാനത്തിലെ ഇസ്ലാമിക മതപണ്ഡിതന്മാരുടെ സംഘടന) രണ്ടായി പിളർന്നിരുന്നു. സ്വാതന്ത്ര്യസമരത്തിൽ ഇന്ത്യൻ നാഷണൽ കോൺഗ്രസിന് പിന്തുണകൊടുക്കാനും മുസ്ലിം ലീഗിന്റെ ദ്വിരാഷ്ട്ര സിദ്ധാന്തത്തെ എതിർക്കാനും തീരുമാനിച്ചതായിരുന്നു ഭിന്നിപ്പിനു കാരണം. ഭിന്നാഭിപ്രായമുണ്ടായിരുന്നവർ 1945-ൽ അല്ലാമ ശബീർ ഉസ്മാനിയുടെ നേതൃത്വത്തിൽ ജമാഅത്തെ ഉലമ ഇസ്ലാമി (ജെ യു ഐ) രൂപവൽക്കരിച്ചു. ഇന്ത്യ വിഭജിക്കപ്പെട്ടപ്പോൾ പാകിസ്ഥാനിലെ ദേവ്ബന്ദി ഉലമകൾ എല്ലാവരും തന്നെ ജെ യു ഐ അംഗങ്ങളായി. പട്ടാള മേധാവി അയ്യൂബ്

ഖാന്റെ കാലം വരെ. ജെ യു ഐ രാഷ്ട്രീയത്തിൽ ഇടപെടാതെ മത കാര്യങ്ങളിൽ മാത്രം ഒതുങ്ങിക്കഴിഞ്ഞു. അയ്യുബ് ഖാൻ ഇസ്ലാമിക നിയമങ്ങൾ നടപ്പാക്കുന്നില്ലെന്നാരോപിച്ച് ജെ യു ഐ പ്രക്ഷോഭം നടത്തി. അയ്യൂബ് ഖാനുശേഷം നടന്ന പൊതുതിരഞ്ഞെടുപ്പിൽ മതസംഘടന മത്സരിച്ചു. സിയാവുൽ ഹഖ് പാകിസ്ഥാനെ ഇസ്ലാമിക രാഷ്ട്രമാക്കാനുള്ള ശ്രമം നടത്തിയതിനെ ജെ യു ഐ സ്വാഗതം ചെയ്തു. സ്വാഭാവികമായും അഫ്ഗാൻ മുജാഹിദീനുകളെ വാർത്തെടുക്കാനുള്ള മദ്രസകൾ സ്ഥാപിക്കാനുള്ള ചുമതല സിയാവുൽ ഹഖ് ഏൽപ്പിച്ചത് മൗലികവാദികളായ ജെ യു ഐയെ ആണ്. സൗദി അറേബ്യയിൽ നിന്നും ഒസാമ ബിൻ ലാദൻ പാകിസ്ഥാനിലെത്തിയതോടെ ദേവ്ബന്ദി-വഹാബി ബന്ധം ശക്തപ്പെട്ടു. ഒരു കണക്കനുസരിച്ച് ദേവബന്ദി മദ്രസകളിൽ നിന്നും 80,000 പേരെയാണ് അഫ്ഗാൻ ജിഹാദിനുവേണ്ടി മതപരമായ പഠനവും ആയുധപരിശീലനവും നൽകി അഫ്ഗാനിലേക്ക് അയച്ചത്. പാകിസ്ഥാൻ ഇസ്ലാമിക മതമൗലിക വാദത്തിന്റെയും ഭീകരപ്രവർത്തനങ്ങളുടെയും ലോകകേന്ദ്രമായി മാറി.

കാശ്മീർ മോചിപ്പിച്ച് പാകിസ്ഥാനോട് ചേർക്കാൻ വേണ്ടി പ്രവർത്തിച്ചിരുന്ന ജമാഅത്തെ ഇസ്ലാമിയുടെ സായുധസംഘടനയായ ഹിസ്ബുൽ മുജാഹിദീൻ, ദേവ്ബന്ദികളുടെ ഹർക്കത്തുൽ അൻസാർ എന്നീ മത സംഘടനകൾ പാകിസ്ഥാനിൽ പ്രവർത്തിക്കുന്നുണ്ടായിരുന്നു. കാശ്മീർ ജിഹാദിനെയും അഫ്ഗാൻ ജിഹാദിനെയും പരസ്പരം ബന്ധിപ്പിക്കാനും സഹായിക്കാനുമായി പാകിസ്ഥാൻ ചാരസംഘടനയായ ഐ എസ് ഐ ലസ്കർ-ഇ തയ്യിബ (വിശുദ്ധരുടെ സേന) എന്ന ജിഹാദ് സംഘടനയ്ക്ക് രൂപം കൊടുത്തു. വഹ്ഹാബിയത്ത് അംഗീകരിച്ചിരുന്ന ഹാഫിസ് മുഹമ്മദ് സഈദ് എന്ന അധ്യാപകനെയാണ് ലസ്ക്കർ രൂപവൽക്കരിക്കാൻ ചുമതലപ്പെടുത്തിയത്. സ്വാഭാവികമായും വഹ്ഹാബിയായ ഉസാമ ബിൻ ലാദന്റെ അൽ-ഖാഇദയുമായി ലസ്കർ സഹകരിച്ചാണ് പ്രവർത്തിച്ചത്. രണ്ടു സംഘടനകളും തമ്മിലുള്ള ധാരണപ്രകാരം മധ്യേഷ്യയിലും കാശ്മീരിലും ഭീകരപ്രവർത്തനങ്ങൾ നടത്താനുള്ള ചുമതല ഐ എസ് ഐ രൂപംകൊടുത്ത ലസ്കറിനും മറ്റിടങ്ങളിൽ അൽ-ഖാഇദയ്ക്കും ആയിരുന്നു. പാകിസ്ഥാൻ സൈന്യവും കാശ്മീരിലും മധ്യേഷ്യൻ രാജ്യങ്ങളിലും പ്രവർത്തിക്കുന്ന ഇസ്ലാമിക ഭീകരസംഘടനകളും തമ്മിലുള്ള പൊക്കിൾക്കൊടി ബന്ധമാണ് ലസ്കർ തയ്യിബയുടെ രൂപവൽക്കരണം തെളിയിക്കുന്നത്.

അഫ്ഗാൻ ജിഹാദ് പത്തുവർഷം പിന്നിട്ട ഘട്ടത്തിൽ, 1989ലാണ് കാശ്മീർ ജിഹാദ് ആരംഭിച്ചത്. അതുവരെയും കാശ്മീർ സ്വന്തമാക്കാനുള്ള ശ്രമങ്ങൾ താരതമ്യേന മതനിരപേക്ഷ തലത്തിലാണ് പാകിസ്ഥാൻ നടത്തിയിരുന്നത്. ജമ്മു-കാശ്മീർ ലിബറേഷൻ ഫ്രണ്ട് മതനിരപേക്ഷ രാഷ്ട്രീയ സമരമാണ് നടത്തിയിരുന്നത്. കാരണം തങ്ങളുടെ സ്വയംനിർണയാവകാശത്തിന്റെ രാഷ്ട്രീയപ്രശ്നത്തിന് മതപരമായ

ഛരായ കൊടുക്കാൻ കാശ്മീരികൾ ഇഷ്ടപ്പെട്ടിരുന്നില്ല. അഫ്ഗാനിസ്ഥാനിൽ നിന്നു മടങ്ങുന്ന മുജാഹിദീനുകളെ ഐ എസ് ഐ കാശ്മീരിലേക്കയക്കാൻ തുടങ്ങിയതോടെ അത് കാശ്മീർ ജിഹാദായി മാറി. ജെ കെ എൽ എഫിനെ നശിപ്പിക്കാൻ ഐ എസ് ഐ മുൻകൈയെടുത്തു. പാകിസ്ഥാൻ ഗവൺമെന്റും സൈന്യവും ഇസ്ലാമിക ഭീകരപ്രവർത്തനങ്ങളിൽ നേരിട്ട് പങ്കാളിത്തം വഹിച്ചതിനെക്കുറിച്ച് ഒരു നിരീക്ഷണം ഇങ്ങനെയാണ്:

> മതഭീകരസംഘടനകൾ രൂപവൽക്കരിക്കാനും സ്വന്തം ഖജനാവിൽ നിന്നു ധനസഹായം നൽകാനും സൗദി അറേബ്യ, ഇറാൻ, പാശ്ചാത്യനാടുകൾ എന്നിവിടങ്ങളിൽ നിന്നും സാമ്പത്തികസഹായം ലഭ്യമാക്കാനും പാകിസ്ഥാൻ ഭരണകൂടം രണ്ടുപതിറ്റാണ്ടിലേറെക്കാലം നിരന്തരമായി ശ്രമിച്ചതിന്റെ ഫലമായി ആ രാഷ്ട്രത്തിന് അന്താരാഷ്ട്ര സമൂഹത്തിനുപുറത്ത് ഉഴലേണ്ടിവന്നിരിക്കുന്നു. അഫ്ഗാനിസ്ഥാനിൽ സ്വാധീനം വർധിപ്പിക്കുവാൻ ശ്രമിക്കുകയും സ്വന്തം ഒളിപ്പോരാളികളെ ഉപയോഗിച്ച് കാശ്മീരിൽ ഒളിയുദ്ധം നടത്തി ഇന്ത്യയുമായി സംഘട്ടനത്തിലേർപ്പെടുകയും ചെയ്തുകൊണ്ട് തൊണ്ണൂറുകളിൽ പാകിസ്ഥാൻ സൈന്യം അതിന്റെ ജിഹാദ് നയത്തെ 'യുദ്ധതലത്തിൽ' എത്തിക്കുവാൻ ശ്രമം നടത്തിക്കൊണ്ടിരുന്നു. 1979നും 1990നും ഇടയ്ക്ക് ഭീകരസംഘടനകളുടെ എണ്ണം പാകിസ്ഥാനിൽ 100 ശതമാനം വർധിച്ചു. മതസംഘടനകളുടെ വളർച്ച 90 ശതമാനമായിരുന്നു. സാമൂഹികമായി പ്രാന്തീകരിക്കപ്പെട്ട ജനതകളുടെ വികാരങ്ങളെ ചൂഷണം ചെയ്ത് ഈ മതസംഘടനകൾ ആയുധം ഉപയോഗിച്ചുള്ള ചെറിയ ജിഹാദിനെ മഹത്തായ ജിഹാദാക്കി മാറ്റി മതതത്വങ്ങളെ കീഴ്മേൽ മറിച്ചു.[30]

പാകിസ്ഥാന്റെ ഇന്നത്തെ അവസ്ഥയെക്കുറിച്ചും അതിന്റെ കാരണത്തെക്കുറിച്ചും ഇസ്ലാമാബാദിലെ ഖാഇദെ അസം യൂണിവേഴ്സിറ്റിയിലെ ഫിസിക്സ് വകുപ്പിന്റെ ചെയർമാനും പ്രൊഫസറും എഴുത്തുകാരനുമായ പർവേസ് അമീറലി ഹുദ്ഭോയി പറയുന്നതിങ്ങനെയാണ്:

> കഴിഞ്ഞ ഇരുപതോ അതിലധികമോ വർഷങ്ങളായി മുങ്ങുന്ന കപ്പലിലുള്ളവർ സന്ദേശം അയക്കുന്നതുപോലെ ഞങ്ങളുടെ ആത്മാവിനെ രക്ഷിക്കണേ (Save Our Soul - SOS) എന്ന് പാകിസ്ഥാനിലുള്ള ഞങ്ങളിൽ കുറേപ്പേർ വരാനിരിക്കുന്ന ഭീകരദിനങ്ങളെക്കുറിച്ച് മുന്നറിയിപ്പുകളടങ്ങുന്ന സന്ദേശം പുറംലോകത്തേക്ക് അയച്ചുകൊണ്ടിരിക്കുകയായിരുന്നു. ഞങ്ങളുടെ ഘോര പ്രവചനങ്ങൾ ഇത്ര കൃത്യമായും ശീഘ്രഗതിയിലും സംഭവിക്കുമെന്ന് ആരും

30. *Partisans of Allah-Jihad in South Asia* by Ayesha Jalal, page 281

പ്രതീക്ഷിച്ചില്ല. ഭീകരതയുടെ അഗ്നിനാളങ്ങൾ മുംബൈനഗരത്തിൽ ആളിപ്പടർന്നതും പാകിസ്ഥാൻ ക്രിക്കറ്റിന്റെ ഭാവി കരിച്ചുകളഞ്ഞതും പതിനേഴരക്കോടി ജനങ്ങളുള്ള പാകിസ്ഥാൻ എന്ന രാഷ്ട്രത്തിന്റെ നിലനിൽപ്പിന്റെ പ്രശ്നവുമായി താരതമ്യപ്പെടുത്തുമ്പോൾ നിസാരമായ കാര്യങ്ങളാണ്.....പാകിസ്ഥാന്റെ കേന്ദ്രഭരണത്തിൻ കീഴിലുള്ള ഗോത്രവർഗമേഖലയിലെ സ്വാത് താഴ്വരയിൽ ഇസ്ലാമിക നിയമങ്ങൾ നടപ്പിലാക്കുന്ന ശരീഅത്ത് കോടതികൾ സ്ഥാപിക്കാൻ പാകിസ്ഥാനിലെ താലിബാൻ പ്രസ്ഥാനത്തിന് (തെഹ്‌രീഖ്-ഇ താലിബാൻ പാകിസ്ഥാൻ - TeTP) പാകിസ്ഥാൻ ഗവൺമെന്റ് അനുമതി കൊടുത്തിരിക്കുകയാണ്....താലിബാന്റെ ഭീകരത പെഷവാറിൽ എത്തിക്കഴിഞ്ഞു. വീഡിയോ കടകൾ അടപ്പിച്ചു. ബസാറുകളിൽ സ്ത്രീകൾക്ക് പ്രവേശനമില്ലെന്ന ബാനറുകൾ പ്രത്യക്ഷപ്പെട്ടു. പാട്ടുകാർക്ക് തൊഴിലില്ലാതായി. മോചനദ്രവ്യത്തിനുവേണ്ടിയുള്ള തട്ടിക്കൊണ്ടുപോകൽ പതിവായി....ലാൽ മസ്ജിദും മാരിയോട്ട് ബോംബിങ്ങും ഇസ്ലാമാബാദ് കണ്ടുകഴിഞ്ഞു. പൊലീസുകാരെയും സൈനികരെയും ലക്ഷ്യമാക്കി ചാവേർ ബോംബുകൾ പൊട്ടിത്തെറിക്കുന്നു. നിരത്തുകളിലെ ബാരിക്കേഡുകൾ നഗരം ഉപരോധത്തിലാണെന്ന് വിളിച്ചു പറയുന്നു.... കറാച്ചിയിലാകട്ടെ വംശീയപ്പാർട്ടിയെങ്കിലും മതനിരപേക്ഷ നിലപാട് സ്വീകരിച്ചിട്ടുള്ള മുത്തഹിദ ഖൗമി മൂവ്മെന്റ് (എം ക്യൂ എം) താലിബാനെതിരെ ആയുധമെടുക്കാൻ ആഹ്വാനം ചെയ്തിരിക്കുകയാണ്. ആത്മഹത്യാ ബോംബറുകളുടെ ആക്രമണവും മുഖംമൂടിയണിഞ്ഞവരുടെ തട്ടിക്കൊണ്ടുപോകലും നഗരജീവിതം താറുമാറാക്കിയിരിക്കുന്നു.... സൈനികരും പൊലീസുകാരും ഫാക്റ്ററിത്തൊഴിലാളികളും ആശുപത്രിജീവനക്കാരും അന്ത്യകർമങ്ങളിൽ പങ്കെടുക്കുന്ന തിരക്കിലാണ്. പള്ളികളിൽ നിസ്കരിക്കാൻ വരുന്നവരുടെ എണ്ണം കുറഞ്ഞിട്ടുണ്ട്.....കഴിഞ്ഞ മൂന്നു പതിറ്റാണ്ടായി പാകിസ്ഥാനെ ഇന്ത്യൻ ഉപഭൂഖണ്ഡത്തിൽ നിന്നും അടർത്തിമാറ്റി അറേബ്യൻ ഉപദ്വീപിനോട് ചേർക്കാൻ ശ്രമങ്ങൾ നടന്നുവരികയാണ്. ഈ മാറ്റം ഭൂതലമാറ്റമല്ല; സാംസ്കാരികമാണ്. റീഗന്റെ അമേരിക്കയുടെ മേൽനോട്ടത്തിൽ പാകിസ്ഥാൻ ഭരണകൂടം ഇസ്ലാമിക മൗലികവാദം ജനതയുടെ മേൽ അടിച്ചേൽപ്പിച്ചു. സോവിയറ്റ് യൂണിയൻ 1979ൽ അഫ്ഗാനിസ്ഥാനിൽ പ്രവേശിച്ചപ്പോൾ സൗദി അറേബ്യ-അമേരിക്ക-പാകിസ്ഥാൻ മഹാസഖ്യം ആഗോളജിഹാദ് ആരംഭിച്ചതുമുതലാണ് പാകിസ്ഥാനിലെ മതഭീകരതയും ആരംഭിച്ചതെന്ന് ഒരാൾക്ക് കൃത്യമായി കാണാൻ കഴിയും.[31]

31. "Towards Theocracy? State and Society in Pakistan Today" by Pervez Amirali Hoodbhoy in *Frontline,* Vol 26, No. 6, March 14-27, 2009, page 16-21

പല രാഷ്ട്രീയ നിരീക്ഷകരുടെയും അഭിപ്രായത്തിൽ പാകിസ്ഥാനിലെ ഇസ്ലാമിക ഭീകരസംഘടനകളെ നിരായുധരാക്കാൻ ശ്രമിച്ചാൽ പാകിസ്ഥാൻ ആഭ്യന്തരയുദ്ധത്തിലേക്ക് നിപതിക്കും. അമേരിക്കയുടെ നിർബന്ധത്തിനുവഴങ്ങി സ്വാത് താഴ്വരയിൽ നിന്നും പാകിസ്ഥാൻ-താലിബാനെ അധികാരഭ്രഷ്ടരാക്കാൻ സൈന്യം ശ്രമിച്ചതുമുതൽ ആരംഭിച്ച സംഘട്ടനങ്ങൾ പലരും പ്രവചിച്ചതുപോലെ ആഭ്യന്തരയുദ്ധത്തിന്റെ മാനങ്ങൾ കൈവരിച്ചുകഴിഞ്ഞു. ജയിശെ മുഹമ്മദ് എന്ന ഭീകര സംഘടനയുടെ ഒരംഗം കാശ്മീർ ജിഹാദിനോടൊപ്പം പാകിസ്ഥാൻ സർക്കാരിനെതിരായ ജിഹാദും നടത്തേണ്ടിവരുമെന്നും ഗവണ്മെന്റിന്റെ ഇസ്ലാമിനോടുള്ള അനീതി അത്രത്തോളമായിട്ടുണ്ടെന്നും സൂചിപ്പിച്ചതായി പത്രപ്രവർത്തകനായ ഖാലിദ് അഹ്മദ് ലാഹോറിലെ *ഫ്രൈഡെ റൈംസ്* എന്ന പത്രത്തിൽ 2001 ആഗസ്റ്റ് 26-ന് എഴുതിയ ലേഖനത്തിൽ വെളിപ്പെടുത്തി.[32]

ശീതയുദ്ധത്തിനുശേഷം കുരിശുയുദ്ധം

സോവിയറ്റ് യൂണിയനും സോഷ്യലിസ്റ്റ് ചേരിയും തകരുകയും ശീതയുദ്ധം അവസാനിക്കുകയും ചെയ്തതോടെ അഫ്ഗാൻ ജിഹാദ് അമേരിക്ക അവസാനിപ്പിച്ചു. പക്ഷേ, ഒരു പുതിയ കുരിശുയുദ്ധം ആരംഭിക്കാൻ അമേരിക്കയ്ക്ക് അവസരം കിട്ടി.

ജോർജ് ഡബ്ലിയു ബുഷ് കുരിശുയുദ്ധപ്രഖ്യാപനം നടത്തിയത് 2001 സെപ്തംബർ പതിനൊന്നിന് ന്യൂയോർക്കിലെ ലോകവ്യാപാരകേന്ദ്രത്തിൽ ജിഹാദികൾ വിമാനങ്ങൾ ഇടിച്ചു കയറ്റി തകർത്തപ്പോഴാണെങ്കിലും അമേരിക്കയിൽ അതിനു മുമ്പുതന്നെ കുരിശുയുദ്ധത്തിന്റെ ആശയതലത്തിലുള്ള ഒരുക്കങ്ങൾ ആരംഭിച്ചിരുന്നു. ഇസ്രായേലിന്റെ പലസ്തീൻ അധിനിവേശത്തിനെതിരെ പലസ്തീൻ ജനത നടത്തുന്ന പോരാട്ടത്തിന് ഇസ്ലാമിക ലോകം പിന്തുണ കൊടുത്തതായിരുന്നു പ്രകോപനം. അമേരിക്കയിലെ ജൂതലോബിയുടെ ബുദ്ധിജീവികൾ ഇസ്ലാമിനെക്കുറിച്ച് പുതിയ സിദ്ധാന്തങ്ങൾ അവതരിപ്പിക്കാൻ തുടങ്ങി. ഓറിയന്റലിസ്റ്റും ചരിത്രകാരനുമായ ബെർണാഡ് ലെവിസ് പറഞ്ഞത് ഇസ്ലാമിന്റെ ജീർണത പതിനൊന്നാം നൂറ്റാണ്ടു മുതലേ ആരംഭിച്ചിരുന്നുവെന്നാണ്. ഇസ്ലാമിക ലോകത്തിന്റെ പിന്നോക്കാവസ്ഥയ്ക്ക് കാരണം യൂറോപ്പിന്റെ കോളനിവാഴ്ചയും ചൂഷണവും ആയിരുന്നില്ലെന്നും ലെവി വാദിക്കുന്നു. ഇസ്ലാംമതവും ഇസ്ലാമിക സംസ്കാരവും തന്നെയാണ് ഇസ്ലാമിന്റെ പിന്നോക്കാവസ്ഥയ്ക്ക് കാരണം. കുരിശുയുദ്ധക്കാർ വിജയിക്കാനുള്ള കാരണവും ഇസ്ലാമിന്റെ ക്ഷീണിതാവസ്ഥ തന്നെയായിരുന്നുവെന്ന് ബെർണാഡ് ലെവിസ് 1982ൽ രചിച്ച ഗ്രന്ഥത്തിൽ സ്ഥാപി

32. *Partisans of Allah-Jihad in South Asia* by Ayesha Jalal pages 284, 353

ക്കാൻ ശ്രമിച്ചു.[33] ഇസ്ലാമിന്റെ സാംസ്കാരിക ധാർഷ്ട്യമാണ് ജീർണത യുടെ ഹേതുവെന്ന് അമേരിക്കയിലെ ജൂതലോബിയുടെ വക്താവും ജോർജ് ഡബ്ലിയു ബുഷിന്റെ പശ്ചിമേഷ്യാനയരൂപവൽക്കരണ ഉപദേ ഷ്ടാവുമായിരുന്ന ലെവിസ് വിലയിരുത്തിയതിൽ യാതൊരത്ഭുതവുമില്ല. തകർന്നുകൊണ്ടിരുന്ന ഇസ്ലാമിക സാമ്രാജ്യത്തിൽ നിന്നും ഇസ്ലാം മത ത്തെയും ഇസ്ലാമിന്റെ സംസ്കാരത്തെയും വേർതിരിച്ചു കാണാൻ ബെർണാഡ് ലെവിസ് വിസമ്മതിച്ചത് ബോധപൂർവം തന്നെയായിരുന്നു. പലസ്തീനെതിരെ സിയണിസ്റ്റ് ഇസ്രായേൽ നടത്തുന്ന അധിനിവേശ ത്തിനും ആക്രമണങ്ങൾക്കും അമേരിക്കയെക്കൊണ്ട് പിന്തുണ കൊടു പ്പിക്കുന്ന ജൂതലോബിയുടെ വക്താവിന് ഇസ്ലാമിക സാമ്രാജ്യത്തെയും സംസ്കാരത്തെയും വേർതിരിച്ച് കാണാൻ സാധ്യമല്ല. ഇസ്ലാമിനെക്കു റിച്ച് നല്ലതൊന്നും ലെവിസ് പറഞ്ഞിട്ടില്ലെന്ന് ധരിക്കരുത്. ബോബി ഘോഷ് എന്ന മാധ്യമപ്രവർത്തകനുമായി അടുത്തകാലത്ത് നടത്തിയ അഭിമുഖ സംഭാഷണത്തിൽ ഇങ്ങനെ പറഞ്ഞു:

> പൊതുവെ പറഞ്ഞാൽ പതിനേഴാം നൂറ്റാണ്ടിൽ മതനിരപേക്ഷത വ്യാപകമാകുന്നതിനു മുമ്പുണ്ടായിരുന്ന ക്രൈസ്തവലോകവു മായി താരതമ്യപ്പെടുത്തുമ്പോൾ അവിശ്വാസികളോട് മുസ്ലിങ്ങൾ ക്കായിരുന്നു കൂടുതൽ സഹിഷ്ണുത.[34]

ബർണാഡ് ലെവിസ് ഇസ്ലാമിനെ കാണുന്നത് ഏകശിലാരൂപത്തി ലുള്ള ഒന്നായിട്ടാണെന്ന് ചിന്തകനും സാഹിത്യവിമർശകനുമായിരുന്ന എഡ്വേഡ് സെയ്തിന്റെ വിലയിരുത്തൽ ശ്രദ്ധേയമാണ്.[35] നാൽപ്പത് വർഷ ത്തിനിടയിൽ ഒരിക്കൽപോലും പശ്ചിമേഷ്യയിൽ കാല് കുത്താത്ത ലെവി സിന് ഇസ്ലാമിക സംസ്കാരത്തെക്കുറിച്ച് ശരിയായ ധാരണയില്ലെന്നും എഡ്വേഡ് സെയ്ദ് വിമർശിച്ചു. ഒരുപക്ഷേ, സെയ്ദിന്റെ വിമർശം ഉൾക്കൊണ്ടതുകൊണ്ടാകാം ലെവിസ് നിലപാടുകളിൽ ചില മാറ്റങ്ങൾ വരുത്തി. *ദി അറ്റ്ലാന്റിക്* എന്ന പ്രസിദ്ധീകരണത്തിൽ 1990 സെപ്തം ബർ മാസത്തിലെഴുതിയ 'മുസ്ലിം രോഷത്തിന്റെ വേരുകൾ' എന്ന ലേഖ നത്തിൽ മുസ്ലിം ലോകം ഏകശിലാരൂപമാണെന്ന കാഴ്ചപ്പാട് തിരുത്തി ക്കൊണ്ട് ഇങ്ങനെ എഴുതി:

> ഇസ്ലാം മറ്റു മതങ്ങളെപ്പോലെ ചില കാലഘട്ടങ്ങളിൽ അതിന്റെ അനുയായികളിൽ മറ്റുള്ളവരോട് പകയും അക്രമവും പ്രകടിപ്പി ക്കാൻ പ്രചോദിപ്പിച്ചിട്ടുണ്ട്. നമ്മുടെ നിർഭാഗ്യത്താൽ മുസ്ലിം ലോക ത്തിന്റെ ഒരുഭാഗം, എങ്ങനെ നോക്കിയാലും അത് ഇസ്ലാം മുഴുവ

33. *Muslim Discovery of Europe* by Bernard Lewis, page 22
34. *Q&A: Bernard Lewis on Islam's Crisis* By Bobby Ghosh *Time* Sept 20, 2008
35. "Resources of hope" by Edward Said in *Al-Ahram Weekly,* April 2, 2003

> നുമോ ഭൂരിഭാഗം പോലുമോ അല്ല, ന്യൂനപക്ഷം മാത്രമുള്ള ഒരു ഭാഗം. അത്തരത്തിൽ നമുക്കെതിരായ പകയും അക്രമവും പ്രകടിപ്പിക്കുവാൻ അതിന്റെ അനുയായികളെ പ്രേരിപ്പിച്ചുകൊണ്ടിരിക്കുന്നു.[36]

പ്രസ്തുത ലേഖനത്തിൽ ലോകത്തെ ജൂത-ക്രൈസ്തവം (Judeo-Christian), ഇസ്ലാമികം എന്നിങ്ങനെ രണ്ട് സാംസ്കാരിക ഖണ്ഡങ്ങളായാണ് ബർണാഡ് ലെവിസ് വിഭജിച്ചിരിക്കുന്നത്. വരാനിരിക്കുന്ന നാളുകളിൽ ഈ രണ്ടു സംസ്കാരങ്ങളെ പ്രതിനിധാനം ചെയ്യുന്ന നാഗരികതകൾ ഏറ്റുമുട്ടുമെന്നും പ്രവചിക്കുന്നു. *ദി അറ്റ്ലാറ്റിക്* ലേഖനത്തിന്റെ അവസാനത്തെ ഉപശീർഷകം തന്നെ നാഗരികതകളുടെ സംഘട്ടനം (A Clash of Civilizations) എന്നാണ്. ലെവിസിന്റെ നോട്ടപ്പാടിലൂടെ മുന്നേറിയാണ് സാമുവൽ പി ഹണ്ടിങ്ടൺ സംസ്കാരങ്ങളുടെ സംഘട്ടനം (Clash of Civilizations) എന്ന പ്രകോപനപരമായ സിദ്ധാന്തത്തിലെത്തിയത്. ബെർണാഡ് ലെവിസ് 1990ൽ എഴുതിയ ലേഖനം അവസാനിപ്പിച്ചിടത്തുനിന്നാണ് സാമുവൽ പി ഹണ്ടിങ്ടൺന്റെ 1993ലെ ലേഖനം ആരംഭിക്കുന്നത്. *ഫോറിൻ അഫയേഴ്സ്* എന്ന മാസികയിൽ 1993ൽ പ്രസിദ്ധപ്പെടുത്തിയ ലേഖനത്തെ ആധാരമാക്കി ഹണ്ടിങ്ടൺ ഒരു ഗ്രന്ഥം തന്നെ രചിച്ചു. ലേഖനത്തിലെയും ഗ്രന്ഥത്തിലെയും പ്രധാന ആശയം ഇതാണ്:

> ഇന്നത്തെ ലോകത്തിലെ അടിസ്ഥാന വൈരുധ്യവും സംഘട്ടനത്തിന്റെ ഉറവിടവും പ്രാഥമികമായി ധാർമികമോ സാമ്പത്തികമോ ആയിരിക്കുകയില്ല എന്നാണ് എന്റെ പ്രമേയം. മാനവരാശിയുടെ മഹാവിഭജനവും സംഘട്ടനത്തിന്റെ മുഖ്യ ഉറവിടവും സാംസ്കാരികമായിരിക്കും. ലോകകാര്യങ്ങളിൽ ശക്തരായ വക്താക്കൾ ദേശരാഷ്ട്രങ്ങൾ ആയിരിക്കും. എന്നാൽ ആഗോള രാഷ്ട്രീയത്തിൽ പ്രഥമവും പ്രധാനവുമായ കാര്യങ്ങളിൽ സംഘട്ടനങ്ങളിൽ ഏർപ്പെടുന്നത് വിവിധ നാഗരികതകളിൽ ഉൾപ്പെടുന്ന രാഷ്ട്രങ്ങളും അവയുടെ കൂട്ടായ്മകളും തമ്മിലായിരിക്കും. നാഗരികതകളുടെ സംഘട്ടനങ്ങൾ ലോകരാഷ്ട്രീയത്തിലെ പ്രബലഘടകമായിരിക്കും. നാഗരികതകളുടെ സംഘർഷനിർഭരമായ അതിർവരമ്പുകൾ (fault lines) കേന്ദ്രീകരിച്ചായിരിക്കും ഭാവിയിലെ സംഘട്ടനങ്ങൾ നടക്കുക.[37]

ഇസ്രായേലിന്റെ പലസ്തീൻ അധിനിവേശത്തിന്റെയും ഇസ്ലാമിക ലോകം പലസ്തീന് പിന്തുണ കൊടുത്തതിന്റെയും പശ്ചാത്തലത്തിൽ ജൂതലോബിയുടെ ബുദ്ധിജീവിയായ ബെർണാഡ് ലെവിസ് അവതരി

---

36. "The Roots of Muslim Rage" By Bernard Lewis *The Atlantic,* Sept1 990
37. *The Clash of Civilizations?* by Samuel P. Huntington in *Foreign Affairs* 1993

പ്പിച്ച നാഗരികതകളുടെ സംഘട്ടനം എന്ന സിദ്ധാന്തത്തെ സോവിയറ്റ് യൂണിയന്റെ പതനത്തിനുശേഷം സാമ്രാജ്യത്വ വാദികൾ അവതരിപ്പിച്ച ഏകധ്രുവലോകം, ചരിത്രത്തിന്റെ അന്ത്യം തുടങ്ങിയ സിദ്ധാന്തവൈകൃതങ്ങൾക്ക് അനുരൂപമായ വിധത്തിൽ വികസിപ്പിക്കുകയാണ് സാമുവൽ പി ഹണ്ടിങ്ടൺ ചെയ്തത്. ഫ്രാൻസിസ് ഫുക്കുയാമ ചരിത്രം അവസാനിച്ചു എന്ന് പറഞ്ഞതിനെ മറ്റൊരു രൂപത്തിൽ അവതരിപ്പിക്കുകയാണ് ഹണ്ടിങ്ടൺ ചെയ്തത്. മൂന്നു വർഷങ്ങൾക്കുശേഷം 1996-ഹണ്ടിങ്ടൺ തന്റെ ആശയത്തെ വിപുലീകരിച്ച് *The Clash of Civilizations and the Remaking of World Order* എന്നപേരിൽ ഒരു ഗ്രന്ഥം പ്രസിദ്ധീകരിച്ചു. അതിൽ ലോകത്തെ പടിഞ്ഞാറൻ നാഗരികത (Western Civilization), കിഴക്കൻ ലോകം (Eastern World), മുസ്ലിം ലോകം, സഹാറയ്ക്കപ്പുറത്തെ ആഫ്രിക്കൻ നാഗരികത എന്നിങ്ങനെയാണ് വിഭജിച്ചത്. ഭാവിയിൽ ഒരു സാർവലൗകിക സംസ്കാരം ഉരുത്തിരിയുമെന്ന പ്രതീക്ഷ കാഴ്ചവെച്ച നവോത്ഥാന ചിന്തകരെ ഹണ്ടിങ്ടൺ ലോകത്തിനു മുമ്പിൽ ഒരു മായക്കാഴ്ച (illusion) അവതരിപ്പിച്ചവരാണെന്ന് പറഞ്ഞ് കുറ്റപ്പെടുത്തി. ഇരുപത്തൊന്നാം നൂറ്റാണ്ട് സംസ്കാരങ്ങൾ (സംസ്കാരം - culture, നാഗരികത - civilisation എന്നീ പദങ്ങൾ ഹണ്ടിങ്ടൺ ഒരേ അർഥത്തിലാണ് ഉപയോഗിച്ചത്) തമ്മിലുള്ള സംഘട്ടനങ്ങളുടെ നൂറ്റാണ്ടായിരിക്കുമെന്നാണ് പ്രവചനം. പുസ്തകത്തെക്കുറിച്ച് ഐജാസ് അഹമ്മദ് ഇങ്ങനെ പറയുന്നു:

> സിദ്ധാന്തത്തിന്റെ ഹൃദയഭാഗത്ത് ഹണ്ടിങ്ടൺ പാശ്ചാത്യനാഗരികതയെ കാത്തോലിക്കാ, പ്രൊട്ടസ്റ്റന്റ് വിഭാഗങ്ങൾ മാത്രമടങ്ങുന്ന പാശ്ചാത്യക്രിസ്തുമതമായി താദാത്മ്യം ചെയ്യുന്നു. അതിനെ ഇസ്ലാമിക ലോകവുമായി മാത്രമല്ല വേർപെടുത്തുന്നത്; ഓർത്തഡോക്സ് ക്രിസ്തുമതത്തിൽ നിന്നുപോലും വേർതിരിക്കുന്നു. കാരണം അത് റഷ്യ, സെർബിയ, പൗരസ്ത്യ ക്രിസ്തുമതം എന്നിവയെക്കൂടി കൊണ്ടുവരുന്നു. ലാറ്റിൻഅമേരിക്കയിലെ മഹാഭൂരിപക്ഷം ജനങ്ങളും കാത്തോലിക്കാ, പ്രൊട്ടസ്റ്റന്റ് മതവിശ്വാസികൾ ആയതിനാൽ ലാറ്റിൻഅമേരിക്ക ഹണ്ടിങ്ടണ് ഒരു പ്രശ്നമായിത്തീർന്നു. ലാറ്റിനമേരിക്ക അടിസ്ഥാനപരമായി വ്യത്യസ്തമാണെന്നും അതിനെ ഒരു സ്വാശ്രയ നാഗരികതയാണെന്നോ പാശ്ചാത്യ നാഗരികതയുടെ സഹായകഘടകമാണെന്നോ, ഏതാണെന്ന് അദ്ദേഹത്തിന് തീർച്ചയില്ല, പറഞ്ഞുവയ്ക്കാൻ ഹണ്ടിങ്ടൺ പല തരത്തിലുള്ള വളച്ചൊടിക്കലുകളും നടത്തിനോക്കുന്നുണ്ട്....ആഫ്രിക്കയെക്കുറിച്ച് പറയുമ്പോൾ ഭൂഖണ്ഡത്തിന്റെ കിഴക്കൻ തീരപ്രദേശങ്ങൾ ഒഴിവാക്കി തെക്കുഭാഗത്തെ മാത്രമാണ് പരാമർശിക്കുന്നത്. കാരണം ബാക്കി ഭാഗങ്ങൾ ഇസ്ലാമിക ലോകത്തിന്റെ ഭാഗമാണ്. ആഫ്രിക്കയിലെ ക്രിസ്ത്യാനികളെ ഒരു

> സംസ്കാരത്തിലും നാഗരികതയിലും പെടുത്തിയിട്ടില്ല. ഇരുപതു കോടി മറ്റു മതവിഭാഗങ്ങളിൽ പെട്ടവരുണ്ടായിട്ടും, ഇന്ത്യ ഒരു മത നിരപേക്ഷ ഭരണഘടന അംഗീകരിച്ചിട്ടും ഇന്ത്യയെ മുഴുവനായി ഹിന്ദു നാഗരികതയായിട്ടാണ് ഹണ്ടിങ്ടൺ അവതരിപ്പിച്ചിട്ടുള്ളത്. അദ്ദേഹം ഇതെഴുതുമ്പോൾ ഇന്ത്യയ്ക്ക് ഒരു മുസ്ലീം പ്രസിഡന്റാ യിരുന്നു....മതമാണ് നാഗരികതയുടെ അടയാളമെന്ന് അദ്ദേഹം ശഠി ക്കുന്നു. നാഗരികതകളെ കുറിച്ചുള്ള സംവാദമെന്ന രൂപത്തിൽ അവതരിപ്പിച്ചത് ദീർഘമായ ഒരു യുദ്ധരംഗത്തിന്റെ ഭൂരാഷ്ട്രീയ (geopolitical) ചിത്രമാണ്. അതിൽ വ്യക്തമായ ശത്രു, മിത്രം, നമ്മൾ, അവർ എന്ന വേർതിരിവുണ്ട്: 'നാം നമ്മെ അറിയുന്നത് നമ്മുടെ ശത്രുക്കൾ ആരെന്ന് തിരിച്ചറിയുമ്പോഴാണ്.'[38]

ശീതയുദ്ധത്തിന്റെ അന്ത്യംവരെ രണ്ട് പ്രത്യയശാസ്ത്രങ്ങൾ (മുത ലാളിത്തവും സോഷ്യലിസവും) തമ്മിലായിരുന്നു സംഘട്ടനമെങ്കിൽ ഇനി യങ്ങോട്ട് രണ്ട് നാഗരികതകൾ, അഥവാ രണ്ട് സംസ്കാരങ്ങൾ, പാശ്ചാ ത്യനാഗരികതയും മുസ്ലിം ലോകവും തമ്മിലായിരിക്കും സംഘട്ടനം എന്നാണ് ഹണ്ടിങ്ടൺന്റെ സിദ്ധാന്തം. ഇസ്ലാമിക മതമൗലികവാദികളും തീവ്രവാദികളും ലോകത്തെ വീക്ഷിച്ചതുപോലെ തന്നെയാണ് ഹണ്ടിം ങ്ടണും ലോകത്തെ വീക്ഷിച്ചത്. ഇസ്ലാമിക തീവ്രവാദികൾ ലോകത്തെ ഇസ്ലാമിന്റെ ഭവനം (ദാറുൽ ഇസ്ലാം), യുദ്ധമേഖല (ദാറുൽ ഹർബ്) എന്നിങ്ങനെ രണ്ടായി വിഭജിച്ചാണ് ദർശിച്ചതെങ്കിൽ ഹണ്ടിങ്ടൺ പാശ്ചാത്യ (ജൂത-ക്രിസ്ത്യൻ) നാഗരികതയും അല്ലാത്തതും (പ്രധാന മായി മുസ്ലിം) എന്നിങ്ങനെ രണ്ടായി പകുത്താണ് കണ്ടത്. പാശ്ചാത്യ നാഗരികത മാത്രമാണ് പരിഷ്കൃത ലോകം (civilised world). പാശ്ചാത്യ സംസ്കാരത്തിന്റെ ഭാഗമല്ലാത്തതായി ഇസ്ലാമിനെ കൂടാതെ പലതുണ്ടെ ങ്കിലും പരിഷ്കൃതലോകത്തിന്റെ ശത്രുപക്ഷത്തുള്ളത് ഇസ്ലാമിക ലോകം മാത്രമാണെന്നാണ് ഹണ്ടിങ്ടൺന്റെ കാഴ്ചപ്പാട്. ഇസ്ലാമിക ലോകം ഒഴികെയുള്ള പാശ്ചാത്യേതര ജനതകൾ എല്ലാം തന്നെ പാശ്ചാ ത്യവൽക്കരണം ആഗ്രഹിക്കുന്നവരാണ്. അതുകൊണ്ട് അവരെല്ലാം പാശ്ചാത്യരുടെ മിത്രങ്ങളും മുസ്ലിംലോകം പാശ്ചാത്യസംസ്കാരത്തിന്റെ ശത്രുക്കളുമാണ്.

ഹണ്ടിങ്ടൺന്റെ സിദ്ധാന്തം അവതരിപ്പിക്കപ്പെട്ടപ്പോൾ അമേരി ക്കയും യൂറോപ്പും ഉൾപ്പെടെ ലോകത്തിന്റെ വിവിധഭാഗങ്ങളിൽ നിന്നും ശക്തമായ വിമർശനങ്ങളാണ് ഉയർന്നുവന്നത്. നാഗരികതകളെകുറിച്ചും സംസ്കാരത്തെക്കുറിച്ചും ഹണ്ടിങ്ടൺന്റെ അപകടകരമായ അജ്ഞത യാണ് നാഗരികതകളുടെ സംഘട്ടനം എന്ന സിദ്ധാന്തത്തിലൂടെ വെളി വാകുന്നതെന്ന് 'അജ്ഞതകളുടെ സംഘട്ടനം' (The Clash of Igno-

38. "Islam Islamisms and The West" by Aijaz Ahmad in *Global Flash Points, Socialist Register*, Edited by Leo Panitch and Colin Leys, page 21

rance) എന്ന ശീർഷകത്തിൽ *ദി നേഷൻ* മാസികയിൽ പ്രസിദ്ധപ്പെടുത്തിയ പ്രബന്ധത്തിൽ എഡ്വേഡ് സെയ്ദ് അഭിപ്രായപ്പെട്ടു. ലോകത്തെ സ്ഥായിയായി നിൽക്കുന്ന ചില സംസ്കാരഖണ്ഡങ്ങളായി വിഭജിച്ചതാണ് സംസ്കാരത്തെക്കുറിച്ചുള്ള അജ്ഞതയുടെ തെളിവായി സെയ്ദ് ചൂണ്ടിക്കാണിച്ചത്. അദ്ദേഹത്തിന്റെ അഭിപ്രായത്തിൽ നാഗരികതകളുടെ സംഘട്ടനം എന്ന സിദ്ധാന്തം യുദ്ധമനോഭാവത്തെ ഉത്തേജിപ്പിക്കുകയും അമേരിക്കയുടെ നിയമവിരുദ്ധ ഇടപെടലുകളെ ന്യായീകരിക്കുകയും ചെയ്യുന്നു. അത് ലോകസമാധാനത്തെ നിഷേധിക്കുന്നതും ശീതയുദ്ധത്തിന്റെ തുടർച്ചയായി അമേരിക്കയ്ക്ക് മറ്റൊരു യുദ്ധം തുടങ്ങാനുള്ള അനുമതി നൽകുന്നതുമായ ഒന്നാണ്.[39] കുരിശുയുദ്ധം എന്ന പദം എഡ്വേഡ് സെയ്ദ് തന്റെ പ്രബന്ധത്തിൽ ഉപയോഗിച്ചില്ല. പക്ഷേ ഇസ്ലാമിനെതിരെ കുരിശുയുദ്ധം ആരംഭിക്കണമെന്ന് അമേരിക്കൻ ഭരണകൂടത്തോടുള്ള ആഹ്വാനമായിരുന്നു യഥാർഥത്തിൽ ഹണ്ടിങ്ടൺന്റെ നാഗരികതകളുടെ സംഘട്ടനം എന്ന സിദ്ധാന്തം. അങ്ങനെയൊരു കുരിശുയുദ്ധം പ്രഖ്യാപിക്കാൻ ആഗോളജിഹാദികൾ തന്നെ ജോർജ് ഡബ്ലിയു ബുഷിന് അവസരം നൽകി.

ഹണ്ടിങ്ടൺന്റെ സിദ്ധാന്തം രണ്ടാം ലോകമഹായുദ്ധത്തിനുശേഷം പാശ്ചാത്യലോകത്ത് വളർന്നുവന്ന ഇസ്ലാംവിരുദ്ധ മനോഭാവത്തിന്റെ (Islamophobia) ഫലമായിരുന്നു. പാശ്ചാത്യലോകത്ത് ഇസ്ലാം വിരുദ്ധ മനോഭാവം വളർന്നു വരാൻ കാരണം മുസ്ലിം ലോകം ഇസ്രായേലിനെതിരായും പലസ്തീനികൾക്കനുകൂലമായും നിലപാടെടുത്തത് മാത്രമായിരുന്നില്ല. സാമൂഹിക കാരണങ്ങൾ കൂടിയുണ്ടായിരുന്നുവെന്ന് ഐജാസ് അഹമ്മദ് അഭിപ്രായപ്പെടുന്നു. ഇസ്ലാമും യൂറോപ്പും സംഘട്ടനാത്മകമായ ബന്ധമാണ് ഇസ്ലാം ഒരു സാമ്രാജ്യമായി വികസിക്കാൻ തുടങ്ങിയതുമുതൽ നിലനിന്നത്. ബൈസാന്റിയം സാമ്രാജ്യത്തിന്റെ ഇടങ്ങളിലേക്കും സ്പെയിനിലേക്കും അതിക്രമിച്ചു കയറിയ ഇസ്ലാമിനെ ഭയത്തോടും വെറുപ്പോടും കൂടിയാണ് യൂറോപ്പ് വീക്ഷിച്ചത്. മധ്യയുഗത്തിലെ കുരിശുയുദ്ധങ്ങളുടെ പല കാരണങ്ങളിൽ പ്രധാനമായവ ഇസ്ലാമിനോടുള്ള ഭയവും വെറുപ്പും ആയിരുന്നു. ആധുനികയുഗപ്പിറവിയോടെ ഇസ്ലാമികലോകം യൂറോപ്പിന്റെ കോളനിവാഴ്ചയിലമർന്നു. കോളനിവാഴ്ചയിൽ സ്വത്വപ്രതിസന്ധി നേരിട്ട ഇസ്ലാം യൂറോപ്പിനെതിരെ പ്രതികരിച്ചു.

രണ്ടാം ലോകയുദ്ധത്തോടെ കോളനിയുഗം അവസാനിച്ച് പുത്തൻ സാമ്രാജ്യത്വം ആരംഭിച്ചു. കോളനിവാഴ്ചയിൽ നിന്നു മുക്തമായ ഇസ്ലാമിക രാഷ്ട്രങ്ങളുടെ പിന്നോക്കാവസ്ഥ ഇസ്ലാമിക ലോകത്തുനിന്നും അമേരിക്കയുൾപ്പെടെ പാശ്ചാത്യനാടുകളിലേക്ക് കുടിയേറുവാൻ പ്രേരിപ്പിച്ചു. വംശവിവേചനം പ്രകടമായിരുന്ന പാശ്ചാത്യസമൂഹത്തിൽ എത്തിച്ചേർന്ന മുസ്ലിങ്ങൾക്ക് സ്വത്വപ്രതിസന്ധി അനുഭവപ്പെട്ടു.

39. "The Clash of Ignorance" by Edward Said in *The Nation, October* 2001.

അതിൽനിന്നു മുക്തിനേടാനായി അവർ സ്വന്തമായി പുതിയ കാൽപ്പനിക സമുദായം രൂപപ്പെടുത്തി.[40] പ്രത്യേകമായ വസ്ത്രധാരണം, ഭക്ഷണ പാനീയങ്ങളുടെ പരിശുദ്ധി ഉറപ്പ് വരുത്തൽ, പുരുഷന്മാരുടെ പള്ളി സമ്മേളനം, പ്രകടനാത്മകമായ ആചാരാനുഷ്ഠാനങ്ങൾ എന്നിവയെല്ലാം പുതിയ സ്വത്വത്തിന്റെ അടയാളങ്ങളായി. വിവിധ ദേശങ്ങളിൽ നിന്നെത്തിയവരും വിവിധ വംശങ്ങളിൽ പെട്ടവരും ഒരു സമുദായത്തിലെ അംഗങ്ങളാണെന്ന അവബോധം വളർത്തി. മുസ്ലിങ്ങൾ മാത്രമല്ല പാശ്ചാത്യ നാടുകളിലേക്ക് കുടിയേറിയ ഹിന്ദുക്കളും സ്വത്വപ്രതിസന്ധിയിൽ നിന്നു രക്ഷപ്പെടാൻ ഇതൊക്കെത്തന്നെയാണ് അവലംബിച്ചത്. വസ്ത്രധാരണ രീതി, ആചാരാനുഷ്ഠാനങ്ങൾ, ക്ഷേത്രങ്ങൾ എന്നിവയെല്ലാം പുതിയ സ്വത്വത്തിന്റെ അടയാളങ്ങളായി.

വംശീയത മറച്ചുപിടിക്കാൻ സംസ്കാരം എന്ന പദം വംശത്തിനു പകരമായി വ്യവഹാരങ്ങളിൽ പാശ്ചാത്യഗവൺമെന്റുകളും സംവാദങ്ങളിൽ മാധ്യമങ്ങളും ഉപയോഗിച്ചു. മുസ്ലിം നാടുകളിൽ നിന്നു വന്നവരുടെ കാര്യത്തിൽ സംസ്കാരവും മതവും പര്യായങ്ങളായി ഉപയോഗിച്ചു. വൈവിധ്യമാർന്ന സാംസ്കാരിക പശ്ചാത്തലങ്ങളിൽ നിന്നു വരുന്നവരെയെല്ലാം ഇസ്ലാമിക സമുദായം (Islamic community) എന്ന ഒരൊറ്റ ചട്ടക്കൂട്ടിൽ ഒതുക്കി. ബാക്കിയുള്ളവരെ ജൂത-ക്രൈസ്തവ (Judeo-Christian) സമൂഹത്തിലും ഉൾപ്പെടുത്തി. വിവിധ രാജ്യങ്ങളിൽ നിന്നും പാശ്ചാത്യനാടുകളിലേക്ക് കുടിയേറിയ മുസ്ലിങ്ങളാകട്ടെ പുതുതായി കൽപ്പിക്കപ്പെട്ട ഇസ്ലാമിക സമൂഹവുമായി താദാത്മ്യം പ്രാപിക്കുകയും പൊതുവായ പൈതൃകത്തെ ഭാവനയിൽ സൃഷ്ടിക്കുകയും ചെയ്തു. ഇസ്ലാമിക സമൂഹങ്ങൾ പൊതുസമൂഹത്തിൽ ഇഴുകിച്ചേരാതെ വ്യതിരിക്തതയോടെ നിലനിൽക്കുന്നവയാണെന്നും അതിലെ അംഗങ്ങൾ തീവ്രമായ മതഭക്തിയുള്ളവരാണെന്നും തീവ്രമായ മതഭക്തിയുള്ളവർ തീവ്രവാദികളാണെന്നുമുള്ള ധാരണകൾ പരത്താൻ പാശ്ചാത്യനാടുകളിലെ മാധ്യമങ്ങൾ മുൻകൈയെടുത്തു. അവരിൽ അന്യഥാത്വം അടിച്ചേൽപ്പിക്കപ്പെട്ടു. എല്ലാ മുസ്ലിങ്ങളും ഭീകരരല്ല; നല്ല മുസ്ലിങ്ങളും ചീത്ത മുസ്ലീങ്ങളും ഉണ്ട് തുടങ്ങിയ ആപ്തവാക്യങ്ങൾ മുസ്ലിങ്ങളെ സഹായിക്കാനെന്ന ഭാവത്തിൽ പ്രചരിപ്പിച്ചുകൊണ്ടാണ് ബെർണാഡ് ലെവിസിനെപോലുള്ള പണ്ഡിതന്മാർ ഇസ്ലാം വിരോധം (Islamophobia) പാശ്ചാത്യ സമൂഹത്തിൽ വളർത്തിയത്. ഇതെല്ലാം പാശ്ചാത്യനാടുകളിൽ കുടിയേറിയ മുസ്ലിങ്ങളുടെ മനസിൽ അവജ്ഞ, ഭയം, കോപം എന്നീ വികാരങ്ങളാണുളവാക്കിയത്. സ്വാഭാവികമായും ആയുധമെടുക്കാനുള്ള ആഹ്വാനങ്ങൾ സ്വീകരിക്കപ്പെട്ടു.[41]

---

40. "Islam Islamisms and The West" by Aijaz Ahmad in *Global Flash Points, Socialist Register*, 2008 Edited by Leo Panitch and Colin Leys, page11
41. "Islam Islamisms and The West" by.... Aijaz Ahmad in *Global Flash Points, Socialist Register*, Edited by *Leo Panitch and Colin Leys, page 11*

ആഗോള ജിഹാദും കുരിശുയുദ്ധവും

അഫ്ഗാൻ യുദ്ധം അവസാനിച്ചപ്പോൾ ഒസാമ ബിൻ ലാദൻ സൗദിയിൽ തിരിച്ചെത്തി. ഇറാഖ് പ്രസിഡന്റ് സദ്ദാം ഹുസൈൻ 1990ൽ കുവൈറ്റ് പിടിച്ചടക്കിയപ്പോൾ സൗദിഅറേബ്യയുടെ എണ്ണപ്പാടങ്ങളും പിടിച്ചെടുക്കുമോ എന്ന് സൗദിരാജാവ് ഭയപ്പെട്ടു. സദ്ദാമിനെ പ്രതിരോധിക്കാൻ അഫ്ഗാൻ മുജാഹിദീന്റെ സേവനം നൽകാമെന്ന് ഒസാമ ബിൻ ലാദൻ ഫഹദ് രാജാവിനോട് പറഞ്ഞെങ്കിലും തിരസ്കരിക്കപ്പെട്ടു. സദ്ദാമിനെ തുരത്താൻ അമേരിക്കൻ സൈന്യത്തെയാണ് രാജാവ് ക്ഷണിച്ചത്. ഇസ്ലാമിന്റെ പുണ്യനഗരങ്ങളായ മക്കയും മദീനയും സ്ഥിതിചെയ്യുന്ന വിശുദ്ധഭൂമിയിൽ അവിശ്വാസികളായ വിദേശസൈന്യത്തെ പ്രവേശിപ്പിച്ചതിന് ഒസാമ സൗദിരാജാവിനെ വിമർശിച്ചു. ഒസാമയുടെ സൗദി പൗരത്വം റദ്ദ് ചെയ്ത് നാടുകടത്തി. ഒസാമ താവളം സുഡാനിലേക്ക് മാറ്റി. അൽ-ഖാഇദ ആഗോളജിഹാദ് ആരംഭിച്ചത് 1992ൽ യെമന്റെ തലസ്ഥാനമായ ഏദനിലെ രണ്ട് ഹോട്ടലുകളിൽ ബോംബ് പൊട്ടിച്ചുകൊണ്ടാണ്. സോമാലിയിലെ ക്ഷാമത്തിൽ ജനങ്ങൾക്ക് ദുരിതാശ്വാസം എത്തിക്കാൻ പോയ അമേരിക്കൻ സൈനികരെ ലക്ഷ്യമാക്കിയായിരുന്നു ബോംബ് സ്ഫോടനങ്ങൾ. മറ്റൊരു ഹോട്ടലിലായിരുന്നതുകൊണ്ട് അമേരിക്കൻ സൈനികരാരും കൊല്ലപ്പെട്ടില്ല. എട്ടു യമനികളും ഒരു ഓസ്ട്രേലിയക്കാരനുമാണ് കൊല്ലപ്പെട്ടത്. സാധാരണ പൗരരെ കൊന്നതിനെ ന്യായീകരിച്ചുകൊണ്ട് അൽ-ഖാഇദ രണ്ട് ഫത്വകൾ പുറപ്പെടുവിച്ചു. ഒസാമ ബിൻ ലാദനും അയ്മൻ അൽ-സവാഹിരിയും അംഗീകൃത മത പണ്ഡിതന്മാരല്ലാത്തതുകൊണ്ട് അൽ-ഖാഇദയിലെ മതപണ്ഡിതന്മാരായ മമ്ദൂഹ് മഹ്മൂദ് സലിം, അബു ഹജിർ അൽ-ഇറാഖി എന്നീ ഉലമകളെക്കൊണ്ടാണ് ഫത്വ ഇറക്കിച്ചത്. ഫത്വ പതിമൂന്നാം നൂറ്റാണ്ടിലെ മത പണ്ഡിതനായിരുന്ന ഇബ്നു തൈമിയ്യയെ (1263-1328) ഉദ്ധരിച്ചുകൊണ്ടാണ് ആരംഭിച്ചത്. മംഗോൾ വംശജർ ഇസ്ലാമിക സാമ്രാജ്യത്തെ ആക്രമിച്ച് തോൽപ്പിക്കുകയും തലസ്ഥാനമായ ബാഗ്ദാദ് ചുട്ടെരിക്കുകയും ചെയ്ത കാലഘട്ടത്തിലായിരുന്നു ഇബ്നു തൈമിയ്യയുടെ ജനനം. മംഗോളുകളുടെ ആക്രമണത്തിന്റെയും ക്രൂരതകളുടെയും കഥകൾ കേട്ട് വളർന്ന ആളാണ് ഇബ്നു തൈമിയ്യ. അതുകൊണ്ട് ഉലമയായപ്പോൾ പുറപ്പെടുവിച്ച ഫത്വയിൽ മംഗോളുകളെ എവിടെ കണ്ടാലും കൊല്ലേണ്ടത് മുസ്ലിമിന്റെ മതപരമായ കടമയാണെന്ന് പറഞ്ഞു. സൗദി അറേബ്യയിലെ മതമൗലിക പ്രസ്ഥാനമായ വഹ്ഹാബിയത്ത് പ്രസ്ഥാനക്കാർ ഇബ്നു തൈമിയ്യയെയാണ് ഗുരുവായി അംഗീകരിച്ചത്. ഇബ്നു തൈമിയ്യയുടെ മാതൃകയാണ് ഫത്വ പുറപ്പെടുവിക്കാൻ അൽ-ഖാഇദ സ്വീകരിച്ചത്.

ഇസ്ലാമിന്റെ പുണ്യനഗരങ്ങളായ മക്കയും മദീനയും സ്ഥിതിചെയ്യുന്ന അറേബ്യയിൽ സൈന്യത്തെ ഇറക്കുകയും ജറൂശലേം നഗരം സ്വന്തമാക്കാൻ ജൂതരെ സഹായിക്കുകയും ചെയ്ത അമേരിക്കക്കാരെ

എവിടെവെച്ച് കണ്ടാലും കൊല്ലേണ്ടത് മുസ്ലിമിന്റെ മതപരമായ കടമ ആണെന്നായിരുന്നു ആദ്യത്തെ ഫത്വ. രണ്ടാമത്തെ ഫത്വയും ഇബ്നു തൈമിയ്യയെ ഉദ്ധരിച്ചുകൊണ്ട് തന്നെയാണ് തുടങ്ങിയത്. മംഗോളുകളെ മാത്രമല്ല അവരെ സഹായിക്കുന്നവരെയും അവരുടെ സഖ്യകക്ഷിക ളെയും കൊല്ലുന്നത് മുസ്ലിങ്ങളുടെ കടമയാണെന്ന് ഇബ്നു തൈമിയ്യ പറഞ്ഞിട്ടുള്ളതുകൊണ്ട് അമേരിക്കൻ സൈനികർക്ക് അഭയം നൽകിയ യമനികൾ കൊല്ലപ്പെട്ടതിൽ തെറ്റില്ലെന്നായിരുന്നു രണ്ടാമത്തെ ഫത്വ.[42]

അൽ-ഖാഇദയുടെ രണ്ടാമത്തെ ആക്രമണം ന്യൂയോർക്കിലെ ലോകവ്യാപാര കേന്ദ്രത്തിനു നേരെയായിരുന്നു. റെമി യൂസുഫ് എന്ന യാൾ ഒരു ട്രക്കിൽ ബോംബ് നിറച്ച് വ്യാപാരകേന്ദ്രത്തിന്റെ പാർക്കിങ് സ്ഥലത്ത് ഉപേക്ഷിച്ചു. സ്ഫോടനത്തിൽ ആയിരത്തിലധികം പേർക്ക് പരിക്കേൽക്കുകയും ആറുപേർ കൊല്ലപ്പെടുകയും ചെയ്തു. റെമി യൂസുഫ് പാകിസ്ഥാനിലേക്കും അവിടെ നിന്ന് ഫിലിപ്പൈൻസിലേക്കും രക്ഷപ്പെട്ടു. പിന്നീടയാൾ പാകിസ്ഥാനിൽ വെച്ച് പിടിക്കപ്പെട്ടു.

അടുത്ത സ്ഫോടനം 1995ൽ സൗദിയുടെ തലസ്ഥാനമായ റിയാദി നടുത്തുള്ള സൗദി ദേശീയ രക്ഷാസൈന്യത്തിന്റെ കേന്ദ്രത്തിലായിരു ന്നു. അവിടെ അമേരിക്കൻ സൈനികോദ്യോഗസ്ഥർ സൗദികൾക്ക് പരി ശീലനം കൊടുക്കുന്നുണ്ടായിരുന്നു. സ്ഫോടനത്തിൽ ഏഴുപേർ കൊല്ല പ്പെട്ടു. സൗദി ഗവൺമെന്റ് നാലുപേരെ പിടിച്ച് കുറ്റസമ്മതം നടത്തിച്ച തിനുശേഷം ശരീഅത്ത് നിയമമനുസരിച്ച് കഴുത്തുവെട്ടിക്കൊന്നു. അടുത്ത വർഷം വീണ്ടും സൗദി അറേബ്യയിൽ തന്നെ ബോംബ് സ്ഫോടനം നടത്തി. ഒസാമ ബിൻ ലാദനും അയ്മൻ അൽ-സവാഹി രിയും മറ്റു മൂന്നു അൽ-ഖാഇദ നേതാക്കന്മാരും ചേർന്ന് ഫത്വ പുറപ്പെ ടുവിച്ചു. പട്ടാളക്കാരും അല്ലാത്തവരുമായ അമേരിക്കക്കാരെ ജറൂശലേ മിലെ അൽ-അഖ്സാ മസ്ജിദും മക്കയിലെ വിശുദ്ധദേവാലയവും മോചി പ്പിക്കപ്പെടുന്നത് വരെ വധിക്കണമെന്ന് ആഹ്വാനം ചെയ്തു. അവിശ്വാ സികൾ കീഴടങ്ങുന്നതുവരെ അവരോട് യുദ്ധം ചെയ്യണമെന്ന സന്ദേശ മടങ്ങുന്ന *ഖുർആൻ* വചനമാണ് അവരുടെ ഫത്വയ്ക്ക് ആധാരമായി ഉദ്ധരിച്ചത്. "ജൂതർക്കും കുരിശുയുദ്ധക്കാർക്കും എതിരെ ജിഹാദ് ചെയ്യുന്ന ലോക ഇസ്ലാമിക മുന്നണി" എന്ന പേരിലായിരുന്നു ഫത്വ പുറപ്പെടുവിച്ചത്.[43]

ഒസാമ ബിൻ ലാദൻ സുഡാൻ വിട്ടുപോകാൻ നിർബന്ധിതനായി. അഫ്ഗാനിസ്ഥാനിലെ താലിബാൻ ഭരണകൂടത്തിന്റെ ആത്മീയനേതാവ് മുല്ല ഉമർ ഒസാമായ്ക്ക് അഭയം നൽകി. അൽ-ഖാഇദയുടെ ഫത്വ പുറത്ത് വന്നതിനുശേഷം തുണീസിയയുടെ തലസ്ഥാനമായ ദാർ എസ് -സലാം, കെനിയയുടെ തലസ്ഥാനമായ നെയ്റോബി എന്നിവിടങ്ങളിലെ

---

42. *Looming Tower: Al Qaeda and the Road to9/11 by* Lawrence Wright p. 174
43. *Unholy War* By John L EsPosito, page 21

അമേരിക്കൻ എംബസികളിൽ ബോംബു സ്ഫോടനങ്ങൾ നടന്നു. മുന്നൂറിലധികം എംബസി ഉദ്യോഗസ്ഥരാണ് കൊല്ലപ്പെട്ടത്. ഈ ആക്രമണങ്ങൾ സംഘടിപ്പിച്ച അൽ-ഖാഇദയുടെ ആസ്ഥാനം തകർക്കാനെന്ന് പറഞ്ഞ് അഫ്ഗാനിസ്ഥാനിലെ ഖോസ്റ്റ് നഗരത്തിൽ അമേരിക്ക ക്രൂയിസ് മിസൈൽ ആക്രമണം നടത്തിയെങ്കിലും ഒസാമ ബിൻ ലാദനും സംഘത്തിനും അപകടമൊന്നും സംഭവിച്ചില്ല.

അമേരിക്ക ഒരിക്കലും മറക്കാത്ത രീതിയിൽ തിരിച്ചടി നൽകുമെന്ന് ഒസാമ ബിൻ ലാദൻ പരസ്യപ്രഖ്യാപനം നടത്തി, തുടർന്നാണ് 2001 സെപ്തംബർ പതിനൊന്നിന്റെ ലോകവ്യാപാരകേന്ദ്രത്തിൽ വിമാനം ഇടിച്ചിറക്കിയത്. മൂവായിരത്തോളം പേർ കൊല്ലപ്പെട്ടു. ജോർജ് ഡബ്ലിയു ബുഷ് ഇസ്ലാമിനെതിരെ എന്ന് പറയാതെ കുരിശുയുദ്ധം പ്രഖ്യാപിച്ചു. പിന്നീട് കുരിശുയുദ്ധം എന്ന വാക്ക് പിൻവലിച്ച് 'ഭീകരതയ്ക്കെതിരെ യുദ്ധം' (war on terrorism) എന്നാക്കി. അന്താരാഷ്ട്ര തലത്തിൽ പ്രവർത്തിക്കുന്ന ഒരു കുറ്റവാളി സംഘം (criminal gang) നടത്തിയ അന്താരാഷ്ട്ര സ്വഭാവമുള്ള കുറ്റകൃത്യം (international crime) മാത്രമായിരുന്ന സംഭവത്തെ ആ രീതിയിൽ കണ്ട് കുറ്റവാളികളെ പിടികൂടി ശിക്ഷിക്കാൻ അന്താരാഷ്ട്ര നിയമങ്ങളനുസരിച്ചുള്ള നടപടികൾ സ്വീകരിക്കാതെ യുദ്ധം പ്രഖ്യാപിക്കാനുള്ള അവസരമായിട്ടാണ് അമേരിക്ക എടുത്തത്.[44]

അതിന്റെ വിശകലനത്തിലേക്ക് കടക്കുന്നതിനുമുമ്പ് ലോക വ്യാപാരകേന്ദ്രം ആക്രമിച്ച സംഭവത്തിൽ ഒസാമ ബിൻ ലാദന് നേരിട്ട് ഉത്തരവാദിത്തമുണ്ടോ എന്ന് വസ്തുനിഷ്ഠമായി പരിശോധിക്കേണ്ടതുണ്ട്. സംഭവം നടന്നതിന്റെ തൊട്ടടുത്ത മാസം, 2001 ഒക്ടോബറിൽ അൽ-ജസീറ ടെലിവിഷൻ ചാനലിന്റെ പ്രതിനിധി തൈസീർ അലൗണിയുമായി നടത്തിയ അഭിമുഖത്തിൽ ആക്രമണം താൻ ആസൂത്രണം ചെയ്തതല്ലെന്ന് ഒസാമ ബിൻ ലാദൻ പറയുകയുണ്ടായി.

> അമേരിക്ക ഞങ്ങൾക്കും ലോകത്തെമ്പാടുമുള്ള മുസ്ലിങ്ങൾക്കും എതിരെ നിരവധി കുറ്റാരോപണങ്ങൾ നടത്തിയിട്ടുണ്ട്. ഞങ്ങൾ ഭീകരപ്രവർത്തനങ്ങൾ നടത്തുകയാണെന്ന കുറ്റപ്പെടുത്തൽ ആവശ്യമില്ലാത്തതാണ്. ഒരു കോടതി അതിന്റെ മുമ്പിലുള്ള രഹസ്യതെളിവുകളുടെ അടിസ്ഥാനത്തിൽ ആരെയെങ്കിലും ശിക്ഷിച്ചതായിട്ട് ഞങ്ങൾ കേട്ടിട്ടില്ല. യുക്തിക്കു നിരക്കുന്ന കാര്യം കോടതിയുടെ മുമ്പിൽ തെളിവ് നിരത്തുക എന്നുള്ളതാണ്. പല നേതാക്കളും ഇതുവരെ പറഞ്ഞത് ചില സൂചനകളുണ്ടെന്നാണ്. സ്പഷ്ടമായ തെളിവൊന്നുമില്ല. അമേരിക്കയുടെ ഹൃദയഭൂമിയിലേക്ക് യുദ്ധം എത്തിച്ച ധീരന്മാർ അമേരിക്കയുടെ ഏറ്റവും പ്രശസ്ത

44. "Islam Islamisms and The West" by Aijaz Ahmad in *Global Flash Points, Socialist Register*, 2008 Edited by Leo Panitch and Colin Leys, page5

മായ സാമ്പത്തിക, സൈനിക സ്ഥാപനങ്ങളെ നശിപ്പിച്ചുവെന്നാണ് പറയുന്നത്. അവരത് ചെയ്തു; ഞങ്ങൾ മുമ്പ് സ്വരക്ഷയ്ക്കായും ഞങ്ങളുടെ മതസ്ഥാപനങ്ങളെ മോചിപ്പിക്കാനുമായി യത്നിച്ചതു പോലെ. അതൊക്കെ ചെയ്യാൻ ആളുകളെ ഉത്തേജിപ്പിക്കുന്നത് ഭീകരതയാണെങ്കിൽ, ഞങ്ങളുടെ മക്കളെ കൊല്ലുന്നവരെ കൊല്ലുന്നത് ഭീകരതയാണെങ്കിൽ, എങ്കിൽ ചരിത്രം ഞങ്ങൾ ഭീകരരാണോ എന്ന് സാക്ഷി പറയട്ടെ...പലസ്തീൻ ജനതയ്ക്ക് സമാധാനം അനുഭവിക്കാനാവുന്നതുവരെ അമേരിക്കയെ സമാധാനം അനുഭവിക്കാൻ അനുവദിക്കുകയില്ലെന്ന് ഞാൻ ശപഥം ചെയ്യുന്നു എന്ന് ഞാൻ പറഞ്ഞതുതന്നെ. ആളുകളെ ഉത്തേജിപ്പിക്കുന്നതിന്റെ ഭാഗമായിട്ടാണത് പറഞ്ഞത്. റിയാദിനടുത്തുള്ള ഉലയ്യയിലെ അമേരിക്കൻ കേന്ദ്രം ബോംബുവെച്ച് തകർത്ത നാല് യുവാക്കളുടെ വിചാരണവേളയിൽ അത് വെളിവാക്കപ്പെട്ടതാണ്. സൗദി സർക്കാർ അത് പ്രസിദ്ധീകരിക്കുകയും ചെയ്തു. ആ യുവാക്കളെ ഞങ്ങൾ പുറപ്പെടുവിച്ച ഫത്വയും പ്രസ്താവനകളും ഉത്തേജിപ്പിച്ചുവെന്ന് അവർ സമ്മതിച്ചതുമാണ്. മാത്രമല്ല, യോഗങ്ങളിലും മാധ്യമ പ്രസിദ്ധീകരണങ്ങളിലും ഉത്തേജിപ്പിക്കൽ തുടരുകയും ചെയ്യും. ഞങ്ങളുടെ പ്രബോധനങ്ങൾക്കും അവരുടെ പ്രവൃത്തികൾക്കും തമ്മിൽ ബന്ധമുണ്ടെന്ന് അവർ പറയുകയാണെങ്കിൽ അത് സത്യമാണ്. ഞങ്ങൾ പ്രബോധനം നൽകുന്നത് ഞങ്ങളോട് അല്ലാഹു കൽപ്പിച്ചതുകൊണ്ടാണ്. അമേരിക്കക്കാർക്കും ജൂതർക്കും എതിരെ യുദ്ധം ചെയ്യാൻ ഞങ്ങൾ ആളുകളെ പ്രേരിപ്പിച്ചിട്ടുണ്ട്. അത് സത്യമാണ്. യുദ്ധം അൽ-ഖാഇദയും അമേരിക്കയും തമ്മിലല്ല. ഇത് ആഗോള കുരിശുയുദ്ധക്കാർക്കെതിരെയുള്ള യുദ്ധമാണ്. മുമ്പ് അൽ-ഖാഇദ സോവിയറ്റ് യൂണിയനെതിരെ യുദ്ധം ചെയ്തപ്പോൾ അവർ ചോദിച്ചു: നിങ്ങൾക്ക് സോവിയറ്റ് യൂണിയനെ തോൽപ്പിക്കാൻ കഴിയുമോ? അന്ന് സോവിയറ്റ് യൂണിയൻ ലോകത്തെ മുഴുവൻ പേടിപ്പിച്ചു. സോവിയറ്റ് യൂണിയനെ കണ്ട് നേറ്റോ വിറച്ചു. ആ ശക്തി എവിടെ ഇപ്പോൾ? അല്ലാഹുവിന്റെ സഹായത്തോടെ സോവിയറ്റ് യൂണിയനെ തകർത്തു. അല്ലാഹുവിന്റെ സഹായത്തോടെ ഞങ്ങൾക്ക് അമേരിക്കയെയും തകർക്കാൻ കഴിയും.[45]

സാധാരണ കുറ്റവാളിയുടെ കുറ്റകൃത്യത്തിൽ നിന്നുള്ള ഒഴിഞ്ഞുമാറലായി ബിൻ ലാദന്റെ നിഷേധത്തെ കാണാൻ കഴിയില്ല. പ്രേരണക്കുറ്റമല്ലാതെ ലോകവ്യാപാരകേന്ദ്രം ആക്രമിച്ചതിന്റെ ഗൂഢാലോചനയിൽ ബിൻ ലാദൻ നേരിട്ട് പങ്കെടുക്കുകയുണ്ടായിട്ടില്ലെന്ന് മനഃശാസ്ത്രത്തിന്റെ വെളിച്ചത്തിൽ പരിശോധിച്ചാൽ മനസിലാകും. ബിൻ ലാദന്

45. *Transcript of Bin Laden's October interview* February 5, 2002 CNN.com

അഭയം കൊടുത്തിരുന്ന താലിബാൻ ഗവൺമെന്റിനും ഇറാഖിലെ സദ്ദാം ഗവൺമെന്റിനും ലോകവ്യാപാരകേന്ദ്രം തകർത്ത സംഭവത്തിൽ പങ്കുള്ളതായി യാതൊരു തെളിവുമില്ലായിരുന്നു. എന്നിട്ടും അതിന്റെ പേരിൽ രണ്ട് സ്വതന്ത്ര രാഷ്ട്രങ്ങളെ ആക്രമിച്ച് കീഴടക്കുകയാണ് അമേരിക്ക ചെയ്തത്. ഐജാസ് അഹ്മദ് എഴുതി:

> ആ ഭാഗത്തുള്ള മറ്റ് രാഷ്ട്രങ്ങളെ ഭീഷണിപ്പെടുത്തുകയും തങ്ങളോടൊപ്പം നിൽക്കാൻ അമേരിക്ക നിർബന്ധിക്കുകയും ചെയ്തു. അധിനിവേശ പ്രദേശങ്ങളിൽ ഇഷ്ടമുള്ളത് ചെയ്തുകൊള്ളുവാൻ ഇസ്രായേലിനെ കയറൂരിവിട്ടു. പിടികൂടാൻ ലോകം മുഴുവൻ ഉറ്റുനോക്കിക്കൊണ്ടിരിക്കുന്ന കുറ്റവാളികളെപോലെ അവരെ നശിപ്പിക്കുകയോ അവർ വിസ്മൃതിയിൽ ആണ്ടുപോകുകയോ ചെയ്യുമായിരുന്നു. ആഗോളതലത്തിൽ നടക്കുന്ന നാഗരികതകളുടെ യുദ്ധത്തിലെ പങ്കാളികൾ എന്ന ഉത്തുംഗതയിലേക്ക് അവർ ഉയർത്തപ്പെട്ടു. അവരുടെ ശിരസുകൾക്കു ചുറ്റും പുണ്യാത്മാക്കൾക്കുള്ളതുപോലെ പ്രകാശവലയങ്ങളുണ്ടായി. ലോകത്ത് കുറച്ചുപേർ മാത്രമേ ഒസാമ ബിൻ ലാദന്റെ പേര് കേട്ടിരുന്നുള്ളു; ചില മുസ്ലിം രാജ്യങ്ങളിലെ ഭ്രാന്തരായ ഒരുപിടി ആളുകൾ മാത്രമേ ലോകവ്യാപാരകേന്ദ്രം ഇടിച്ചു തകർത്ത സംഭവത്തിൽ ആഹ്ലാദിച്ചുകൊണ്ട് പ്രകടനങ്ങൾ നടത്തിയുള്ളു. അമേരിക്കൻ ജനതയോട് സഹതപിച്ചുകൊണ്ട് ടെഹറാന്റെ തെരുവുകളിൽ പ്രകടനങ്ങൾ നടന്നു. അരാഫത്തിനെപോലുള്ള നേതാക്കൾ അനുഭാവം അറിയിച്ചുകൊണ്ട് സന്ദേശങ്ങൾ അയച്ചു. താലിബാൻ തന്നെയും സംഭവത്തെ അപലപിച്ചു.[46]

ഒസാമ ബിൻ ലാദന്റെ വാക്കുകളും അമേരിക്കയുടെ യുദ്ധങ്ങളും തമ്മിൽ താരതമ്യപ്പെടുത്തുമ്പോൾ യുക്തിസഹമായത് ആദ്യത്തേതാണെന്ന് തോന്നുന്നു. ചരിത്രത്തിന്റെ പാഠങ്ങൾ വായിക്കുന്ന ഒരാൾക്ക് പെട്ടെന്ന് മനസിൽ പതിയുന്ന ഒരു കാര്യമുണ്ട്. എല്ലാ യുദ്ധങ്ങളും അത് ചെയ്തവർക്കുമാത്രമേ യുക്തിസഹമായി തോന്നിയിട്ടുള്ളു. മനുഷ്യന്റെ ഏറ്റവും യുക്തിരഹിതമായ പ്രവൃത്തി എന്തെന്ന് ചോദിച്ചാൽ യുദ്ധം എന്ന ഒറ്റ ഉത്തരമേയുള്ളൂ.

കുരിശുയുദ്ധത്തിനു പോപ്പിന്റെ അംഗീകാരം

മധ്യകാലത്തെ കുരിശുയുദ്ധം തുടങ്ങാൻ ആഹ്വാനം ചെയ്തത് പോപ്പാണ്. അഭിനവ കുരിശുയുദ്ധം അമേരിക്കൻ പ്രസിഡന്റ് തുടങ്ങുകയും റോമിലെ പോപ്പ് അഞ്ചു വർഷങ്ങൾക്കുശേഷം ഭംഗ്യന്തരേണ

46. "Islam Islamisms and The West" by Aijaz Ahmad in Global Flash Points, Socialist Register, 2008 Edited by Leo Panitch and Colin Leys, page 5

അംഗീകാരം കൊടുക്കുകയുമാണുണ്ടായത്. ജർമനിയിലെ റെഗെൻസ്ബർഗ് യൂണിവേഴ്സിറ്റിയിൽ 2006 സെപ്തംബർ 12ന് "ഗ്രീക്ക് സ്വാധീനം ഇല്ലാതാക്കുന്ന പദ്ധതിയുടെ മൂന്നു ഘട്ടങ്ങൾ" (Three Stages in the Program of De-Hellenization) എന്ന പ്രബന്ധം അവതരിപ്പിക്കുന്നതിനിടയിലാണ് പോപ്പ് ബെനഡിക്റ്റ് പതിനാറാമൻ ഭംഗ്യന്തരേണ അഭിനവ കുരിശുയുദ്ധത്തിന് അംഗീകാരം കൊടുത്തത്. ദൈവശാസ്ത്രപഠനത്തിന് രണ്ട് പ്രത്യേകാധ്യയന വിഭാഗം ഏർപ്പെടുത്തിയതിന് റെഗെൻസ്ബർഗ് യൂണിവേഴ്സിറ്റിയെ അഭിനന്ദിച്ച ഉടനെ യാതൊരു സാംഗത്യവുമില്ലാതെ പോപ്പ് പതിന്നാലാം നൂറ്റാണ്ടിലെ ബൈസാന്റിയം ചക്രവർത്തി മാനുവൽ രണ്ടാമൻ പാലിയോലോഗസ് (ഭരണം 1391-1425) മുഹമ്മദ്നബിയെ തരം താഴ്ത്തി സംസാരിച്ച കാര്യം അവതരിപ്പിച്ചു. ഒരു പേർഷ്യൻ പണ്ഡിതനുമായി സംവാദം നടത്തിയവേളയിൽ ചക്രവർത്തി പറഞ്ഞ കാര്യത്തെക്കുറിച്ച് പോപ്പ് അവതരിപ്പിച്ചതിങ്ങനെയാണ്:

> പ്രൊഫസർ ഖൗറി എഡിറ്റ് ചെയ്ത ഏഴാമത്തെ സംഭാഷണത്തിൽ ചക്രവർത്തി വിശുദ്ധയുദ്ധത്തിന്റെ വിഷയം സ്പർശിക്കുന്നു. മതത്തിൽ നിർബന്ധമില്ല എന്ന വചനം, 2.256, ചക്രവർത്തിക്ക് അറിയാമായിരിക്കണം. ചില പണ്ഡിതരുടെ അഭിപ്രായത്തിൽ ഇത് മുഹമ്മദിന് ശക്തിയൊന്നുമില്ലാതിരുന്ന ഭീഷണി നേരിട്ടുകൊണ്ടിരുന്ന ഘട്ടത്തിലെ വചനമായിരിക്കണം. പക്ഷേ, സ്വാഭാവികമായും പിൽക്കാലത്ത് വിശുദ്ധയുദ്ധത്തെ സംബന്ധിച്ചുള്ള വചനങ്ങൾ അവതരിപ്പിച്ചതിനെക്കുറിച്ച് ചക്രവർത്തി മനസിലാക്കിയിരിക്കണം. അവിശ്വാസികളെയും വേദക്കാരെയും വേർതിരിച്ചുകാണുന്ന വിശദാംശങ്ങളിലേക്കൊന്നും ഇറങ്ങിച്ചെല്ലാതെ ചക്രവർത്തി കിടിലം കൊള്ളിക്കുന്ന വേഗത്തോടെ, മതങ്ങളും ആക്രാമകതയും തമ്മിലുള്ള ബന്ധം ചർച്ച ചെയ്യുമ്പോൾ അസ്വീകാര്യമായ രീതിയിൽ ഇങ്ങനെ പറഞ്ഞു: മുഹമ്മദ് കൊണ്ടുവന്നതിൽ പുതിയതായി എന്താണുള്ളതെന്ന് കാണിക്കൂ. അവിടെ നിങ്ങൾ വാളുപയോഗിച്ച് മതം വ്യാപിപ്പിക്കണമെന്ന് ആജ്ഞാപിക്കുന്നതുപോലുള്ള തിന്മയുള്ളതും മനുഷ്യത്വരഹിതവുമായ കാര്യങ്ങൾ മാത്രമേ കാണൂ. ചക്രവർത്തി ഇങ്ങനെ തന്റെ ആശയം ശക്തമായി അവതരിപ്പിച്ചതിനുശേഷം അക്രമമാർഗങ്ങളിലൂടെ മതം വ്യാപിപ്പിക്കുന്നത് യുക്തിരാഹിത്യമാണെന്ന് വിശദീകരിക്കുന്നു. അക്രമം ദൈവത്തിന്റെയും ആത്മാവിന്റെയും പ്രകൃതിക്കു നിരക്കുന്നതല്ല.[47]

പോപ്പിന്റെ വ്യാഖ്യാനം നിരുപദ്രവമാണെന്ന് കരുതാൻ വയ്യ. കാരണം മതത്തിൽ നിർബന്ധമില്ലെന്ന *ഖുർആൻ* വചനം മുഹമ്മദിന്

47. "Papel Address at University of Regensburg" http..//www.zenit.org/

സ്വാധീനമൊന്നും ഇല്ലാതിരുന്ന ഘട്ടത്തിൽ അവതരിപ്പിച്ചവയാണെന്ന് പല പണ്ഡിതന്മാരും ചൂണ്ടിക്കാണിച്ചിട്ടുണ്ടെന്ന് പറഞ്ഞുകൊണ്ടാണ് പോപ്പ് *ഖുർആനെ*ക്കുറിച്ചുള്ള പാണ്ഡിത്യം പ്രകടിപ്പിച്ചത്. എന്നാൽ മോണ്ട്ഗോമറിവാട്ട്, റിച്ചാഡ് ബെൽ തുടങ്ങിയ നിഷ്പക്ഷമതികളായ പണ്ഡിതന്മാർ *ഖുർആൻ* രണ്ടാമധ്യായത്തിലെ 256-ാം വചനം മദീനയിൽ (മുഹമ്മദ്നബി ഭരണാധികാരി ആയിരുന്നപ്പോൾ) തന്നെയാണ് അവതരിപ്പിക്കപ്പെട്ടതെന്ന് വചനങ്ങളുടെ ഘടന, പദവിന്യാസം, താളക്രമം എന്നിവയെല്ലാം പഠിച്ചതിനുശേഷം സ്ഥാപിച്ചിട്ടുണ്ട്. പണ്ഡിതന്മാർ പ്രബന്ധങ്ങൾ അവതരിപ്പിക്കുമ്പോൾ 'ചില പണ്ഡിതന്മാരുടെ അഭിപ്രായത്തിൽ' എന്ന് ഒഴുക്കൻ മട്ടിൽ പറയാറില്ല. പോപ്പിന്റെ ഉദ്ദേശ്യം ആക്രാമകതയും യുക്തിരാഹിത്യവും ഇസ്ലാമിന്റെ ജന്മവാസനകളുടെ ഭാഗമാണെന്നും മറിച്ച് ക്രിസ്തുമതം സമാധാനവും യുക്തിയും അന്തർലീനമായിട്ടുള്ള മതമാണെന്നും സ്ഥാപിക്കുകയായിരുന്നു. പോപ്പ് ഇസ്ലാം മതത്തിന്റെ ആക്രാമകതയെക്കുറിച്ച് പറയുമ്പോൾ മധ്യയുഗത്തിൽ ക്രിസ്തുമതം നടത്തിയ ഇങ്കിസിഷന്റെ കാര്യം ഓർത്തതേയില്ല!

ബൈസാന്റിയം ചക്രവർത്തി മുഹമ്മദ്നബിയെ തരം താഴ്ത്തുന്ന അഭിപ്രായം പറഞ്ഞതും ഇസ്ലാം ആക്രാമകവും യുക്തിരഹിതവുമായ മതമാണെന്ന് സ്ഥാപിക്കാൻ ശ്രമിച്ചതും ആയ സാഹചര്യങ്ങൾ എന്തായിരുന്നുവെന്ന് പരിശോധിക്കേണ്ടതുണ്ട്. തുർക്കിയുമായി യുദ്ധത്തിലേർപ്പെട്ട് പരാജയം മുന്നിൽ കണ്ട് യൂറോപ്പിലെ ക്രൈസ്തവരായ രാജാക്കന്മാരോട് സഹായം അഭ്യർഥിച്ചുകൊണ്ടിരുന്ന അവസരത്തിലായിരുന്നു പേർഷ്യൻ പണ്ഡിതനുമായി സംവാദം നടത്തിയതും മുഹമ്മദ് നബിയെക്കുറിച്ച് അഭിപ്രായം പറഞ്ഞതും. അമേരിക്ക ഭീകരതയ്ക്കെതിരെ യുദ്ധം നടത്തിക്കൊണ്ടിരിക്കുമ്പോഴാണ് പോപ്പ് ബെനഡിക്റ്റ് പതിനാറാമന്റെ വിവാദം സൃഷ്ടിച്ച പ്രബന്ധം അവതരിപ്പിച്ചത്. പോപ്പ് ആകുന്നതിനു മുമ്പ് കർദിനാൾ റാറ്റ്സിങ്ങർ ആയിരുന്ന ഇദ്ദേഹം *ലെഫിഗാറോ* എന്ന ഫ്രഞ്ച് മാസികയിൽ ഒരു മുസ്ലിം രാഷ്ട്രമായതുകൊണ്ട് തുർക്കിയെ യൂറോപ്യൻ യൂണിയനിൽ ചേർക്കരുതെന്ന് അഭിപ്രായം പ്രകടിപ്പിച്ചിരുന്നു.[48] അതുകൊണ്ടായിരിക്കണം പോപ്പിനെതിരെ ആദ്യം പ്രതിഷേധവുമായി തുർക്കി പ്രധാനമന്ത്രി രംഗത്തുവന്നത്. ഉടനെ ജർമൻ ചാൻസലർ ആഞ്ജെലാ മെർക്കൻ പോപ്പിന്റെ രക്ഷയ്ക്കായെത്തി. രണ്ട് രാഷ്ട്രത്തലവരും തങ്ങളുടെ രാഷ്ട്രങ്ങളിൽ മതനിരപേക്ഷ ഭരണകൂടങ്ങളാണുള്ളതെന്ന് അഭിമാനിക്കുമ്പോൾ തന്നെയാണ് മതാധ്യക്ഷന്മാരെപോലെ പോപ്പിന്റെ പ്രബന്ധത്തിൽ പിടിച്ച് വിവാദം നടത്തിയത്. രൂക്ഷ വിമർശനങ്ങൾക്ക് വിധേയമായ ഹണ്ടിങ്ടൺ സിദ്ധാന്തം ശരിയാണെന്ന് തോന്നിക്കുന്ന രീതിയിലായിരുന്നു പടർന്നുകത്തിയ വിവാദം.

---

48. "Islam Islamisms and The West" by Aijaz Ahmad in *Global Flash Points, Socialist Register*, 2008 Edited by Leo Panitch and Colin Leys, page13

അമേരിക്കയുടെ ഭീകരത

ആഗോള ജിഹാദ് തുടരാനുള്ള പ്രകോപനം അമേരിക്കയും ഇസ്രായേലും തുടരുന്ന ഭീകരതയാണെന്ന കാര്യത്തിൽ ഭൂരിപക്ഷം അമേരിക്കക്കാർക്കും ഒരു വിഭാഗം ജൂതർക്കും സംശയമില്ല. ഖത്തർ ഫൗണ്ടേഷനുവേണ്ടി ബി ബി സി യുടെ മുതിർന്ന മാധ്യമപ്രവർത്തകൻ ടിം സെബാസ്റ്റ്യൻ മാസംതോറും ദോഹയിൽ വെച്ച് നടത്താറുള്ള ദോഹ ഡിബേറ്റ് 2009 ഏപ്രിൽ മാസത്തിലേത് നടത്തിയത് അമേരിക്കയിലെ ജോർജ്ടൗൺ യൂണിവേഴ്സിറ്റിയിൽ വച്ചായിരുന്നു. അമേരിക്ക ഇസ്രായേലിനോട് കർക്കശമായ നിലപാടെടുക്കണം എന്നായിരുന്നു പ്രമേയം. പ്രമേയം അവതരിപ്പിച്ചത് സി ഐ എ യുടെ ബിൻ ലാദനെ കണ്ടുപിടിക്കാനുള്ള സംഘത്തിന്റെ മുൻ തലവൻ മൈക്കൽ ഷായർ (Michael Scheuer) ആയിരുന്നു. ഇസ്രായേലിനുള്ള സൈനിക സഹായം തുടരുന്നത് അമേരിക്കയുടെ സുരക്ഷയ്ക്ക് കേടാണെന്നാണ് ഷായറുടെ വാദം. പ്രമേയത്തെ പിന്താങ്ങിയത് ഇസ്രായേൽ പാർലമെന്റ് സ്പീക്കറായിരുന്ന ലേബർ പാർട്ടി അംഗം അവ്രഹാം ബർഗ് (Avraham Burg) ആണ്. പങ്കെടുത്ത 350 പേരിൽ ഭൂരിപക്ഷവും അമേരിക്കൻ പൗരത്വമുള്ളവരായിരുന്നു. അറുപത്തിമൂന്നു ശതമാനം പേർ പ്രമേയത്തെ പിന്തുണച്ചപ്പോൾ 37 ശതമാനം മാത്രമാണ് എതിർത്തത്. ഇസ്രായേലിനെ കണ്ണുമടച്ച് അമേരിക്കൻ ഭരണകൂടം സഹായിക്കുന്നതിനെ അമേരിക്കൻ ജനതയിൽ ഭൂരിപക്ഷം എതിർക്കുന്നു എന്നാണ് ഇത് സൂചിപ്പിക്കുന്നത്. പക്ഷേ ബറാക്ക് ഒബാമയ്ക്ക് നയം മാറ്റുവാൻ കഴിയുമോ എന്ന കാര്യം കണ്ടറിയണം. ഇസ്രായേൽ ഭരണകൂടത്തിന്റെ ഭീകരതയുടെ ഒരു ചിത്രം മുൻ അധ്യായത്തിൽ അവതരിപ്പിച്ചിട്ടുണ്ട്.

'ഞെട്ടലും ഭീതിയും' (Shock and Awe) ഉണ്ടാക്കാൻ വേണ്ടിയാണ് ബോംബിടുന്നത് എന്നു പറഞ്ഞുകൊണ്ടാണ് ഇറാഖിൽ ബോംബ് വർഷം തുടങ്ങിയത്. ലോകത്തിന്റെ എല്ലാ ഭാഗത്തും 1993 മുതൽ 2004 വരെ നടന്ന ഭീകരാക്രമണങ്ങളിൽ കൊല്ലപ്പെട്ടവരുടെ എണ്ണത്തേക്കാൾ 103 ഇരട്ടി എണ്ണം ആളുകൾ അമേരിക്കൻ ആക്രമണങ്ങളിൽ കൊല്ലപ്പെട്ടുവെന്നാണ് ഒരു കണക്ക്. ലോകവ്യാപാരകേന്ദ്രത്തിൽ നടന്ന ഭീകരാക്രമണത്തിന്റെ ഫലമായി മൂവായിരത്തോളം പേർ കൊല്ലപ്പെട്ടുവെന്നാണ് കണക്ക്. പ്രസ്തുത ആക്രമണത്തിന് ഉത്തരവാദിയെന്ന് അമേരിക്ക പറയുന്ന ഒസാമ ബിൻ ലാദനെ പിടിക്കാൻ വേണ്ടിയാണല്ലോ അഫ്ഗാനിസ്ഥാന്റെ മേൽ ആക്രമണം തുടങ്ങിയത്. ന്യൂയോർക്കിലെ ഭീകരാക്രമണത്തിൽ കൊല്ലപ്പെട്ടവരുടെ എണ്ണത്തിന്റെ 241 ഇരട്ടി എണ്ണം ആളുകൾ 2006 അവസാനം വരെ അഫ്ഗാനിസ്ഥാനിലും ഇറാഖിലും കൊല്ലപ്പെട്ടു.[49] ഏറ്റവും കുറഞ്ഞത് 7,23,206 പേർ കൊല്ലപ്പെട്ടിട്ടുണ്ടെന്നാണ് കണക്ക്.

49. "Casualities in Afghanistan&Iraq" Unknown News-http..//www. unknownnews.net/casualties.html

അഫ്ഗാനിസ്ഥാനിൽ താലിബാൻ ഗവൺമെന്റിന്റെ സൈനികരും സാധാരണ പൗരരും ഉൾപ്പെടെ 19,529 പേർ കൊല്ലപ്പെട്ടു. മുറിവേറ്റത് 51,924 പേർക്കാണ്. ഭവനരഹിതരായത് ലക്ഷക്കണക്കിനാളുകളാണ്. ഇറാഖിൽ കൊല്ലപ്പെട്ടതാകട്ടെ 7,03,677 പേരും മുറിവേറ്റത് 14,57,851 പേരുമാണ്. അമേരിക്കൻ പ്രസിഡന്റ് ബുഷും ബ്രിട്ടീഷ് പ്രധാനമന്ത്രി ടോണി ബ്ലെയറും നടത്തിയ സംയുക്ത പത്രസമ്മേളനത്തിൽ ബ്ലെയർ പറഞ്ഞു:

> ഭീകരതയാണ് ഇരുപത്തൊന്നാം നൂറ്റാണ്ടിലെ ഭീഷണി. അത് നമുക്ക് പ്രിയപ്പെട്ട എല്ലാത്തിന്റെയും ഹൃദയത്തിൽ തന്നെ പ്രഹരിക്കുന്നു. ഭീകരതക്കെതിരെ പ്രതികരണം അതിനെ പരാജയപ്പെടുത്തുന്നതായ ഇച്ഛാശക്തിയാണ്. അവരുടെ വെറുപ്പിന്റെ തത്വശാസ്ത്രത്തെ നമ്മുടെ സഹിഷ്ണുതയുടെ തത്വശാസ്ത്രത്താൽ നേരിടണം. നമ്മെ ഭയപ്പെടുത്താനും വിഭജിക്കാനും നമ്മുടെ സപ്തനാഡികളെയും തളർത്താനുമുള്ള അവരുടെ ഉദ്യമങ്ങളെ നമ്മുടെ അചഞ്ചലമായ ലക്ഷ്യബോധം കൊണ്ട് വെല്ലുവിളിക്കണം. അമേരിക്കൻ ഐക്യനാടുകളും മറ്റു സഖ്യകക്ഷികളുമായി തോളോടു തോൾ ചേർന്ന് ഈ തിന്മയെ എന്നന്നേക്കുമായി പരാജയപ്പെടുത്താൻ നമുക്ക് കഴിയണം.[50]

അഫ്ഗാനിസ്ഥാനിലും ഇറാഖിലും ഇന്നും അനസ്യൂതം തുടരുന്ന അമേരിക്കയുടെ ഭീകരപ്രവർത്തനങ്ങൾ അവരുടെ വാക്കും പ്രവൃത്തിയും തമ്മിലുള്ള അന്തരം പ്രകടമാക്കുന്നു. ആക്രമണങ്ങൾക്ക് ഭീകരത വർധിപ്പിക്കാനായി അടുത്ത കാലത്ത് അമേരിക്കൻ-നേറ്റോ സൈന്യങ്ങൾ ക്ലസ്റ്റർ ബോംബുകൾ ഉപയോഗിച്ചതിനെതിരെ വ്യാപകമായ പ്രതിഷേധമാണ് ഉയർന്നത്. അഫ്ഗാൻ യുദ്ധം ആരംഭിച്ച ഉടനെ പ്രശസ്തചിന്തകൻ നോം ചോംസ്കി കനേഡിയൻ ബ്രോഡ്കാസ്റ്റിങ് കോർപ്പറേഷന്റെ പ്രതിനിധിക്കനുവദിച്ച അഭിമുഖസംഭാഷണത്തിൽ പറഞ്ഞു:

> അഫ്ഗാനിസ്ഥാനിൽ ബോംബാക്രമണമാരംഭിച്ചതിന്റെ രണ്ടാം ദിവസം ജോർജ് ഡബ്ലിയു ബുഷ് അഫ്ഗാൻ ജനതയോട് പറഞ്ഞു: നിങ്ങളുടെ ഗവൺമെന്റ് ഒസാമാ ബിൻ ലാദനെ വിട്ടുതരുന്നതുവരെ ഞങ്ങൾ നിങ്ങളുടെ മേൽ ബോംബുകൾ വർഷിച്ചുകൊണ്ടിരിക്കും. പ്രശ്നം ചർച്ചചെയ്യാമെന്ന് നിങ്ങളുടെ നേതാക്കൾ പറഞ്ഞത് ഞങ്ങൾ അതേപടി തള്ളിക്കളയുന്നു...
>
> ഭീകരതയെക്കുറിച്ച് പാഠപുസ്തകങ്ങളിൽ പറഞ്ഞിരിക്കുന്നത് അതേപടി നടപ്പാക്കുകയാണ് ബുഷ്. ഒരു കാര്യം ആവശ്യപ്പെടുകയും അത് ലഭ്യമാകുന്നതുവരെ അക്രമം പ്രവർത്തിക്കുമെന്ന്

50. Transcript of the Bush-Blair press conference *The Guardian*, 20 Nov 2003

> പറയുകയും ചെയ്തുകൊണ്ട് ആക്രമണം നടത്തുന്നതാണ് ഭീകരപ്രവർത്തനം. ഒസാമ ബിൻ ലാദൻ ചെയ്തതും ബുഷ് ചെയ്തതും തമ്മിൽ വ്യത്യാസമില്ല. അവർ ചെയ്യുമ്പോൾ ടെററിസവും നമ്മൾ ചെയ്യുമ്പോൾ കൗണ്ടർ ടെററിസവും...
>
> ഇവിടെ ഭീകരത അതിന്റെ പരമകാഷ്ഠയിലാണ്. മൂന്നാഴ്ച കഴിഞ്ഞപ്പോൾ ഒക്ടോബർ അവസാനത്തിൽ, അഫ്ഗാൻ യുദ്ധത്തിന്റെ ലക്ഷ്യം തന്നെ മാറി. ബ്രിട്ടീഷ് പ്രതിരോധമന്ത്രി സർ അഡ്മിറൽ ബോയ്സ് അഫ്ഗാൻ ജനതയോട് പറഞ്ഞത് നിങ്ങളുടെ ഭരണനേതൃത്വത്തെ മാറ്റുന്നതുവരെ നിങ്ങളെ ഞങ്ങൾ ബോംബിടുമെന്നാണ്. അന്താരാഷ്ട്ര ഭീകരതയുടെ കൂടുതൽ സ്പഷ്ടമായ ഉദാഹരണമാണത്.... ആ ലക്ഷ്യം തന്നെയാണ് പിന്തുടർന്നത്. ഇത് ഒരു കുറ്റവാളിയെ കണ്ടെത്തുന്നതും പിടികൂടി നിയമത്തിന്റെ മുമ്പിലെത്തിക്കുന്നതും ആയി യാതൊരു ബന്ധവുമില്ല.[51]

അഫ്ഗാനിസ്ഥാനിൽ അമേരിക്കയും നാറ്റോയും നടത്തുന്ന ഭീകരപ്രവർത്തനങ്ങളെക്കുറിച്ച് തുടക്കം മുതൽ പഠനം നടത്തുന്ന മാർക്ക് ഹാരോൾഡ് ഉയർത്തുന്ന അടിസ്ഥാനപരമായ ചോദ്യം ആരാണ് കൊടുംഭീതി പരത്തുന്നത് എന്നാണ്.

> അടുത്ത കാലത്ത് നാഷണൽ പബ്ലിക് റേഡിയോയുടെ റിപ്പോർട്ടർ സാറാ ചെയിസ് പ്രഖ്യാപിച്ചു: താലിബാൻ അഫ്ഗാനിസ്ഥാനിൽ കൊടുംഭീതി പരത്തുന്നു. അമേരിക്കയിലെ കുത്തക മാധ്യമങ്ങൾ നുണപറയുകയും ചില യാഥാർഥ്യങ്ങൾ വിട്ടുകളയുകയും ചെയ്യുന്നു. താലിബാൻകാരെന്ന് ആരോപിക്കപ്പെട്ടവരെ വെടിവെച്ചു കൊന്നതിനുശേഷം മക്കയുടെ നേർക്ക് തിരിച്ചു കിടത്തി ജഡം കത്തിച്ചു കളഞ്ഞ കാര്യം എത്ര അമേരിക്കക്കാർക്ക് അറിയാം? ജഡം കത്തിക്കുന്നത് അനിസ്ലാമികമാണ്.
>
> ആരാണ് കൊടുംഭീതി പരത്തുന്ന രീതിയിൽ പ്രവർത്തിക്കുന്നത്? അർധരാത്രി അമേരിക്കയുടെയും നേറ്റോയുടെയും സൈന്യം നടത്തുന്ന വിമാനാക്രമണങ്ങളും കാലാൾ ആക്രമണങ്ങളും കൂടുതൽ ഇരകളാക്കുന്നത് സ്ത്രീകളെയും കുഞ്ഞുങ്ങളെയുമാണ്. പാതിരാത്രിയുള്ള ഭവനഭേദനങ്ങളും പീഡനങ്ങളും ബോംബുവർഷങ്ങളേക്കാൾ കൂടുതൽ രോഷവും വെറുപ്പും ഉളവാക്കുന്നു. 2008 ജൂലൈ മാസത്തിൽ രാവിലെ നാങ്കർഹർ മലവാരത്തിൽ ബോംബിട്ട് ഒരു വിവാഹഘോഷയാത്രയിലെ 50-ലധികം പേരെ

---

51. "Noam Chomsky on the Middle East and the US War on Terrorism" Interview with Evan Solomon, April 16, 2002 http:// dissidentvoice.org/

> ഒന്നിച്ചുകൊന്നു. വരന്റെ പിതാവ് ആ സംഭവം വിവരിച്ചത് ഇങ്ങനെയാണ്: ഞാൻ സംഭവസ്ഥലത്തെത്തിയപ്പോൾ ശരീരങ്ങളുടെ കഷണങ്ങൾ ചിന്നിച്ചിതറി കിടക്കുന്നതാണ് കണ്ടത്. ശരീരത്തിന്റെ ഏതു ഭാഗമാണെന്നുപോലും തിരിച്ചറിയാൻ കഴിഞ്ഞില്ല. എല്ലാം മാംസക്കഷണങ്ങൾ. എല്ലായിടത്തും മാംസം ചിതറിക്കിടന്നിരുന്നു.[52]

ഭീകരത അമേരിക്കയുടെ ജനിതകത്തിൽ ഉൾച്ചേർന്നതാണ്. ബറാക്ക് ഒബാമ പ്രസിഡന്റായാൽ അമേരിക്ക ഭീകരപ്രവർത്തനങ്ങൾ അവസാനിപ്പിക്കുമെന്ന് പ്രത്യാശ പ്രകടിപ്പിച്ചവരെ ഐജാസ് അഹ്മദ് ഓർമിപ്പിക്കുന്നു: "അമേരിക്കൻ ഐക്യനാടുകൾ എന്ന രാഷ്ട്രസംഘടന (Polity) അടിസ്ഥാനപരമായി ഒരു വംശത്തിന്റെ വംശഹത്യയുടെയും മറ്റൊരു വംശത്തിന്റെ അടിമപ്പണിയുടെയും അടിത്തറമേൽ കെട്ടിപ്പടുത്തതാണ്."[53]

വിമോചന ജിഹാദ്

ഇസ്ലാമിനെ ആധുനികവൽക്കരിക്കുന്നതിനെക്കുറിച്ച് പല പണ്ഡിതന്മാരും അഭിപ്രായങ്ങൾ രേഖപ്പെടുത്തിയിട്ടുണ്ട്. ലോകത്തുള്ള എല്ലാ മതങ്ങളെയുംപോലെ ഇസ്ലാമും സാമൂഹികജീവിതത്തെക്കുറിച്ച് ഒരു കാഴ്ചപ്പാട് മുന്നോട്ട് വയ്ക്കുന്നുണ്ട്. ഓരോ മതവും മുന്നോട്ടു വയ്ക്കുന്ന ജീവിതമാതൃക അതാതു മതത്തിന്റെ ഉത്ഭവകാലത്തെ സാമൂഹിക ജീവിതവുമായി ബന്ധപ്പെട്ടതാണ്. ഇസ്ലാമും ഈ പൊതുനിയമത്തിന് വിധേയമാണ്. *ഖുർആനി*ലും ഹദീസിലും പറയുന്ന സിവിൽ ക്രിമിനൽ നിയമങ്ങളും കുടുംബബന്ധനിയമങ്ങളും പലിശ നിരോധനം പോലുള്ള സാമ്പത്തിക നിബന്ധനകളും ആധുനികയുഗത്തിലും അതേപടി അനുസരിക്കണമെന്ന് ശഠിക്കുന്നത് സാമൂഹികപുരോഗതിക്ക് തടസം നിൽക്കുന്നു. സാമൂഹിക പുരോഗതി ലക്ഷ്യംവെച്ച് മതപ്രബോധനം ആരംഭിച്ച മുഹമ്മദ്നബിയുടെ കാഴ്ചപ്പാടിനും *ഖുർആന്റെ* അന്തസത്തയ്ക്കും നിരക്കുന്നതല്ല അത്. ഇസ്ലാമിക ഭരണം നിലവിലില്ലാത്ത രാജ്യങ്ങളിലെ പൗരരായ മുസ്ലിങ്ങൾ മതശാസനകൾ പൂർണമായും അനുസരിക്കണമെന്ന ആദേശങ്ങൾ ചില രാഷ്ട്രീയ പ്രശ്നങ്ങൾ സൃഷ്ടിക്കുന്നുണ്ട്. എങ്കിലും മതശാസനകൾ അനുസരിച്ച് ജീവിക്കണമെന്ന് വാദിക്കുന്നവരെയെല്ലാം മതമൗലികവാദികളായും ഭീകരപ്രവർത്തകരായും ചിത്രീകരിക്കുന്നത് സാമ്രാജ്യവാദികളുടെ നയമാണ്.

അമേരിക്കയിലെ ചരിത്രപണ്ഡിതൻ ഇറാ ലാപിഡസ് വ്യക്തമായ രാഷ്ട്രീയ ലക്ഷ്യങ്ങളുള്ളവരെ മാത്രമേ ഇസ്ലാമിസ്റ്റുകളായി കാണാവൂ എന്ന അഭിപ്രായക്കാരനാണ്. അമേരിക്കയിലെ ഇൻസ്റ്റിറ്റ്യൂട്ട് ഓഫ്

52. Terror, U S Style" by Marc W.Herold in *Frontline* March 27,2009
53. "Obama presidency and some question marks" by Aijaz Ahmad-The Hindu, November 18, 2008

ഇന്റർനാഷണൽ സ്റ്റഡീസിലെ ഹാരി ക്രീസ്ലറുമായുള്ള അഭിമുഖത്തിൽ ലാപിഡസ് പറഞ്ഞു:

> ഒരു സമുദായത്തിൽ പെട്ടവരാണെന്ന അവബോധം ലോകത്തുള്ള എല്ലാ മുസ്ലിങ്ങളുടെയും മനസിൽ ശക്തമാണ്. എങ്കിലും ലോകത്തിന്റെ വിവിധ ഭാഗങ്ങളിലുള്ള ഇസ്ലാം ഭിന്നരൂപങ്ങളിലാണ്. പ്രായോഗിക തലത്തിൽ മുസ്ലിങ്ങളെ നോക്കൂ, നിങ്ങൾ അവരോട് സംസാരിച്ചാൽ ഭിന്നത മനസിലാകും. ഇന്ന് നിങ്ങൾക്ക് മുസ്ലിം മൗലികവാദികളെയും രാഷ്ട്രീയലക്ഷ്യങ്ങളുള്ളവരെയും ഇതൊന്നുമില്ലാത്ത ഉദാരമനസ്കരെയും കാണാൻ കഴിയും. യൂറോപ്പിലും അമേരിക്കയിലും മാത്രമല്ല പാകിസ്ഥാനിലും ഇൻഡോനേഷ്യയിലും ഈജിപ്തിലുമെല്ലാം കാണാൻ കഴിയും. സമകാലിക രാഷ്ട്രീയ സംവിധാനങ്ങളുമായി ഇസ്ലാം യോജിച്ചു പോകണമെന്നും ജനാധിപത്യപരവും മനുഷ്യാവകാശസംബന്ധിയും ആയ മൂല്യങ്ങൾ ഉയർത്തിപ്പിടിക്കേണ്ടതാണെന്നും ഉദാരമതികളായ മുസ്ലിങ്ങൾക്കഭിപ്രായമുണ്ട്. ആചാരാനുഷ്ഠാനങ്ങളിലുള്ള കൃത്യതയാണ് ഇസ്ലാം എന്നു വിശ്വസിക്കുന്നവരുണ്ട്. വിശുദ്ധരെ ആദരിക്കലും അവരോട് പ്രാർഥിക്കലുമാണ് ഇസ്ലാം എന്നു കരുതുന്നവരുമുണ്ട്. അവർ ഒരു രാഷ്ട്രീയപ്രശ്നത്തെ കുറിച്ചും ചിന്തിക്കുന്നില്ല. ഇതെല്ലാം തന്നെ വ്യത്യസ്തങ്ങളായ മതങ്ങളാണ്. എല്ലാം ഇസ്ലാമിന്റെ ചട്ടക്കൂടിനകത്തുമാണ്.[54]

യൂറോപ്പിന്റെ കോളനിവാഴ്ചക്കാലത്ത് ഇസ്ലാം സാമ്രാജ്യാധിപത്യത്തോട് പ്രതികരിച്ചത് എങ്ങനെയെന്ന് നാം കണ്ടു. ജമാലുദ്ദീൻ അഫ്ഗാനി, മുഹമ്മദ് അബ്ദു, മുഹമ്മദ് റശീദ് റിദ ആദിയായവർ തുടങ്ങിവെച്ച സാമ്രാജ്യത്വവിരുദ്ധ സമരങ്ങളെ കമ്യൂണിസ്റ്റ് വിരോധത്തിന്റെ മാർഗത്തിലേക്ക് തിരിച്ചു വിട്ടത് ഹസ്സൻ അൽ-ബന്ന, സയ്യിദ് ഖുത്തുബ്, അബുൽ അഅ്ലാ മൗദൂദി തുടങ്ങിയവരാണ്. അവരുടെ കമ്യൂണിസ്റ്റ് വിരുദ്ധ ജിഹാദ് സിദ്ധാന്തങ്ങളാണ് ഇന്നത്തെ ഒറ്റപ്പെട്ടതും കാൽപ്പനികവുമായ ഭീകരപ്രവർത്തനങ്ങൾ മാത്രം ലക്ഷ്യമാക്കിയുള്ള ആഗോളജിഹാദിന്റെ ചളിക്കുണ്ടിലേക്ക് ഒരു വിഭാഗം ഇസ്ലാമിസ്റ്റുകളെ തള്ളിവിട്ടത്. അതിന്റെ പാപഭാരവും കളങ്കവും ഇസ്ലാമിക സമൂഹം ഒന്നടങ്കം പേറി നിൽക്കുകയാണിന്ന്.

ഇസ്ലാമിന് രാഷ്ട്രീയമേ ഇല്ല; അത് വിശ്വാസപ്രമാണങ്ങളും ആചാരാനുഷ്ഠാനങ്ങളും മാത്രമടങ്ങുന്ന ഒരു ശുദ്ധമതമാണ്; അതിൽ രാഷ്ട്രീയം പിൽക്കാലത്ത് കടന്നുകൂടിയതാണ് എന്നൊക്കെയാണ് ചില പണ്ഡിതന്മാരുടെ അഭിപ്രായം. അവർക്ക് ഇസ്ലാമിന്റെ ഉത്ഭവത്തെക്കു

54. "Islamic Societies" Conversation with Ira Lapidus, professor Emeritus of History http..// globetrotter. berkeley. edu/people 3/Lapidus/lapidus-con0.html

റിച്ചും വികാസപരിണാമങ്ങളെക്കുറിച്ചും അറിയില്ലെന്നേയുള്ളു. മുഹമ്മദ് നബി സ്ഥാപിച്ച ഇസ്ലാം എന്ന മതരാഷ്ട്ര പ്രസ്ഥാനത്തിന് (religio-political movement) രാഷ്ട്രീയാധികാരം നഷ്ടപ്പെട്ടത് യൂറോപ്പിന്റെ കോളനിവാഴ്ചയിൽ അമർന്നപ്പോഴാണ്. ഇസ്ലാമിനെ തിരിച്ച് ഒരു സാമ്രാജ്യമാക്കാമെന്നോ ഇസ്ലാമിക രാഷ്ട്രങ്ങൾ പുനർനിർമിക്കാമെന്നോ വ്യാമോഹിക്കുന്നത് പുതിയ കാലഘട്ടത്തിന് അനുയോജ്യമല്ല.

നവോദാര സാമ്രാജ്യത്വ (Neoliberal Imperialism) ഘട്ടത്തിൽ സാമ്രാജ്യത്തിന്റെ ആക്രമണങ്ങളോട് ഇസ്ലാം എങ്ങനെ പ്രതികരിക്കണം എന്നതാണ് ഇന്നത്തെ ഇസ്ലാമിനെ അഭിമുഖീകരിക്കുന്ന യഥാർഥ പ്രശ്നം. ഇസ്ലാം സമാധാനത്തിന്റെ മതമാണ്, ഇസ്ലാമിന് ആത്മീയതയുടെ തലം മാത്രമേയുള്ളു, രാഷ്ട്രീയം ഇസ്ലാമിക സാമ്രാജ്യത്തിന്റെ പൈതൃകത്തിൽനിന്നു ലഭിച്ചതാണ്, ഇസ്ലാമിസം, രാഷ്ട്രീയ ഇസ്ലാം തുടങ്ങിയ വകഭേദങ്ങളൊന്നുമില്ല തുടങ്ങിയ 'തഖിയ്യ'[55] സിദ്ധാന്തങ്ങൾ പ്രകടമാക്കുന്നത് ആഗോള ജിഹാദികൾ നടത്തിക്കൊണ്ടിരിക്കുന്ന ലക്ഷ്യബോധമില്ലാത്തതും കാൽപ്പനികവുമായ ഭീകരപ്രവർത്തനങ്ങളിൽ മുസ്ലിങ്ങൾ പൊതുവെയും പാശ്ചാത്യരാജ്യങ്ങളിലെയും ഇന്ത്യയിലെയും മുസ്ലിങ്ങൾ വിശേഷിച്ചും അസ്വസ്ഥരാണെന്നാണ്. ജിഹാദികൾ നടത്തുന്ന ഭീകരപ്രവർത്തനങ്ങൾ ഘോരമായ കുറ്റകൃത്യങ്ങളുടെ (heinous crimes) പട്ടികയിൽ പെടുത്താവുന്ന കണ്ണിനു കണ്ണ്, പല്ലിനു പല്ല് എന്ന ക്രമത്തിലുള്ള പകപോക്കൽ നടപടികളാണ്. *ഖുർആനിലെ* 5.45-ാം വചനം അനുസരിച്ച് തങ്ങൾക്ക് പകപോക്കലിനുള്ള അവകാശമുണ്ടെന്നാണ് ജിഹാദികളുടെ വാദം. "ഞങ്ങളുടെ മക്കളെ കൊല്ലുന്നവരെ കൊല്ലുന്നത് ഭീകരതയാണെങ്കിൽ, എങ്കിൽ ചരിത്രം ഞങ്ങൾ ഭീകരരാണോ എന്ന് സാക്ഷി പറയട്ടെ" എന്നാണല്ലോ 2001 സെപ്തംബർ 11 -ന് ലോകവ്യാപാരകേന്ദ്രത്തിൽ വിമാനം ഇടിച്ചിറക്കി 3000 പേരെ കൊന്നതിനെക്കുറിച്ച് ഒസാമ ബിൻ ലാദൻ പറഞ്ഞത്. ജീവനു ജീവൻ, കണ്ണിനു കണ്ണ് എന്നിങ്ങനെ പകപോക്കുന്നത് ഇസ്ലാമിൽ അനുവദനീയമാണെന്നാണ് ജിഹാദികളുടെ വാദം. ഇത് ഏഴാം നൂറ്റാണ്ടിലെ അറബ്, ജൂതഗോത്രസംസ്കൃതികളിൽ നിലനിന്നിരുന്ന പകപോക്കൽ നിയമവ്യവസ്ഥ (lex talionis) ആയിരുന്നെന്നും ആധുനികസമൂഹത്തിൽ അത് അനഭിലഷണീയമാണെന്നും അംഗീകരിക്കാൻ അൽ-ഖാഇദക്കാർ മാത്രമല്ല ജമാഅത്തെ ഇസ്ലാമികളും ഇഖ്വാനുൽ മുസ്ലിമീൻകാരും ഹമാസും തയ്യാറല്ല. ഇസ്ലാമിക വിപ്ലവം ലക്ഷ്യമാക്കിയ ഇസ്ലാമിസ്റ്റുകളാകട്ടെ ലക്ഷ്യമിടുന്നത് ശരീഅത്ത് നിയമങ്ങൾ കർശനമായി നടപ്പിലാക്കുന്ന ഇസ്ലാമിക

---

55 തഖിയ്യ മുൻ അധ്യായത്തിൽ വിവരിച്ചിട്ടുണ്ട്. ഇസ്ലാം മതതത്വങ്ങൾ അനുസരിച്ച് ജീവിച്ചാൽ പീഡിപ്പിക്കപ്പെടുന്ന സാഹചര്യത്തിൽ ഗോപ്യമായ രീതിയിൽ മതവിശ്വാസം പുലർത്തി ജീവിക്കുക എന്ന തത്വമാണ് തഖിയ്യ. പാശ്ചാത്യർ ഈ പദത്തിന് ദൗശലശോ (നിവൃത്തിമാർഗം) എന്ന് അർഥം കൽപ്പിക്കാറുണ്ട്. അയാത്തുല്ല, ഖൊമേനി തഖിയ്യ ഉപേക്ഷിച്ച് വിപ്ലവത്തിൽ പങ്കെടുക്കാനാണ് ഇറാനിലെ വിപ്ലവത്തിന്റെ കാലത്ത് ആഹ്വാനം ചെയ്തത്.

രാഷ്ട്രമാണ്. ശരീഅത്ത് നിയമം താലിബാൻ നടപ്പിലാക്കിയ രീതി അടുത്തയിടെ ലോകം മുഴുവൻ ടി വി ചാനലുകളിലൂടെ കാണുകയുണ്ടായി. അതിനെക്കുറിച്ച് അമേരിക്കയിലെ അഭിഭാഷക റാഫിയ സക്കറിയ നൽകുന്ന വിവരണം ഇങ്ങനെയാണ്:

> രംഗം വിറയലുണ്ടാക്കുന്നതാണ്. മുഖംമൂടിയണിഞ്ഞ ഒരു പുരുഷൻ ചാട്ടവാറ് കൊണ്ട് അടിക്കുമ്പോൾ പതിനേഴ് വയസുകാരിയായ ഒരു പെൺകുട്ടി വേദനയാലും അപമാനഭാരത്താലും ദീനരോദനം പുറപ്പെടുവിക്കുന്നത് ഒരുകൂട്ടം ആളുകൾ നോക്കിനിൽക്കുന്നു. അവളുടെ പ്രതിഷേധങ്ങൾ അവളെ ശിക്ഷിക്കുന്ന ആൾ ശ്രദ്ധിക്കുന്നേയില്ല; അയാൾ തെല്ലു പോലും അയയുന്നുമില്ല; നിറുത്തലില്ലാതെ ശിക്ഷ തുടരുകയാണ്. വേദന കൊണ്ട് പുളയുന്ന അവളെ മറ്റൊരാൾ പിടിച്ചു വെക്കുന്നു. ഇതാണ് താലിബാൻ നീതിയുടെ ഏറ്റവും നല്ല രൂപം; ഇരയായ ഒരു പെണ്ണ് വേദനകൊണ്ട് ദീനരോദനം പുറപ്പെടുവിക്കുന്നു. ഹർഷോന്മാദം പൂണ്ട ജനക്കൂട്ടം നോക്കി നിൽക്കുന്നു. ലോകം ഞെട്ടലിൽ നിശ്ശബ്ദമായി നിൽക്കുന്നു. രംഗത്തെക്കുറിച്ച് കൂടുതൽ പറയാനുണ്ട്; അതിന്റെ കിരാതത്വം, അതിന്റെ നാടകീയത, അതിന്റെ മധ്യയുഗഭാവങ്ങളുടെ ചാലിടൽ എല്ലാം ഒരു നിശ്ചലദൃശ്യത്തിലെന്നപോലെ താലിബാനും അതിനോട് സഖ്യം പുലർത്തുന്ന വിഭാഗങ്ങളും ലോകത്തിന്റെ മുമ്പിൽ അവതരിപ്പിച്ചു.[56]

ലോകം മുഴുവൻ ജനാധിപത്യം നടപ്പിലാക്കാൻ യുദ്ധം ചെയ്തുകൊണ്ടിരിക്കുന്ന അമേരിക്കയുടെ ഏറ്റവും അടുത്ത സഖ്യകക്ഷിയായ സൗദി അറേബ്യയിലും ശരീഅത്ത് നിയമങ്ങൾ നടപ്പിലാക്കുന്നത് ഇങ്ങനെ തന്നെയാണെന്ന കാര്യം അമേരിക്കയിലെ ഒരു അറ്റോർണിയായ ലേഖിക സൗകര്യപൂർവം മറന്നുകളഞ്ഞു. സാമ്രാജ്യത്വത്തിനെതിരെ ഇസ്ലാമിക വിപ്ലവം നടത്തുകയാണെന്ന് അവകാശപ്പെടുന്ന ഇസ്ലാമിസ്റ്റുകൾ ലക്ഷ്യമിടുന്നത് ശരീഅത്ത് നിയമങ്ങൾ നടപ്പിലാക്കുന്ന ഇസ്ലാമിക രാഷ്ട്രമാണ്.

ഇസ്ലാം നടത്തിക്കൊണ്ടിരിക്കുന്ന കാൽപ്പനികവും നിഷ്ഫലവുമായ സാമ്രാജ്യവിരുദ്ധ പ്രതികരണങ്ങൾക്കെതിരെയുള്ള വിമർശനങ്ങൾ മൂന്നു തരത്തിലാണ്. ഇസ്ലാം ജനിതകമായിത്തന്നെ പ്രതിലോമപരമാണെന്നും ആധുനികതയ്ക്കും ജനാധിപത്യമൂല്യങ്ങൾക്കും എതിരാണെന്നും സാമ്രാജ്യത്വത്തിന്റെ വക്താക്കളായ ബുദ്ധിജീവികൾ പറയുന്നു. അവരുടെ കാഴ്ചപ്പാടിൽ ഇസ്ലാം ഫാസിസത്തെപ്പോലെ സമഗ്രാധിപത്യമാണ് ലക്ഷ്യമിടുന്നത്. അതുകൊണ്ട് ഇസ്ലാമിസത്തിനു യോജിക്കുന്ന വിശേഷണം ഇസ്ലാമോഫാസിസം എന്നാണ്.

---

56. "Taliban a response to Modernity by Rafia Zakaria in *The Hindu* 10/4/2009

ഇടതുപക്ഷക്കാർ രണ്ടുവിധത്തിലാണ് കാണുന്നതെന്ന് നെതർല ണ്ടിലെ ലേഡെനിലുള്ള 'ഇന്റർനാഷണൽ ഇൻസ്റ്റിറ്റ്യൂട്ട് ഫോർ ദി സ്റ്റഡി ഓഫ് ഇസ്ലാം ഇൻ മോഡേൺ വേൾഡ്' എന്ന സ്ഥാപനത്തിന്റെ ഡയറ ക്റ്റർ അസിഫ് ബയാത്ത് ചൂണ്ടിക്കാണിക്കുന്നു. ഒരു വിഭാഗം ഇടതു പക്ഷ ചിന്തകർ ഇസ്ലാം സാമ്രാജ്യവിരുദ്ധ പോരാട്ടങ്ങളിലൂടെ ലക്ഷ്യമി ടുന്നത് ഫാസിസ്റ്റ് ഭരണകൂടത്തിന്റെ സംസ്ഥാപനമാണെന്ന് വിലയിരു ത്തുന്നു. അവരെ സോഷ്യലിസ്റ്റ് രീതിയിലേക്ക് കൊണ്ടുവരാൻ സാധ്യ മാണ്.

മറ്റൊരു വിഭാഗം ചിന്തിക്കുന്നത് ഇടതുപക്ഷത്തിനും ഇസ്ലാമിസ ത്തിനും പൊതുവായ ചില കാര്യങ്ങളുണ്ടെന്നാണ്. അതുകൊണ്ട് യോജി ക്കാവുന്ന മേഖലകളിൽ യോജിക്കണമെന്ന് അവർ വാദിക്കുന്നു.[57] ഇസ്ലാം സാമ്രാജ്യത്വത്തിനെതിരെ പ്രതികരിക്കാൻ തുടങ്ങിയത് സോവിയറ്റ് യൂണിയന്റെ തകർച്ചക്കുശേഷമാണ്. അതിനു മുമ്പ് ഇസ്ലാമും സാമ്രാ ജ്യത്വവും ഒരുമിച്ച് നിന്ന് സോഷ്യലിസത്തിനെതിരെ പൊരുതുകയായി രുന്നു. ഇസ്ലാം സാമ്രാജ്യത്വവുമായി സഹകരിക്കാൻ തുടങ്ങിയത് 1979ൽ സോവിയറ്റ് സൈന്യം അഫ്ഗാനിസ്ഥാനിൽ പ്രവേശിച്ചതുമുതൽ മാത്ര മല്ല. രണ്ടാം ലോകയുദ്ധത്തിനുശേഷം പശ്ചിമേഷ്യയിലെയും ഉത്തരാ ഫ്രിക്കയിലെയും ചില മുസ്ലിം രാഷ്ട്രങ്ങൾ സാമ്രാജ്യവിരുദ്ധ, മതനിര പേക്ഷ ഭാവങ്ങൾ പ്രകടിപ്പിക്കാൻ തുടങ്ങിയതുമുതൽ അതിനെ നേരി ടാൻ സാമ്രാജ്യത്വവും ഇസ്ലാമിസവും കൈകോർക്കാൻ തുടങ്ങി. ലോക മെമ്പാടും ഇസ്ലാമിക പുനരുജ്ജീവനപ്രസ്ഥാനമായ വഹ്ഹാബിയത്ത് വ്യാപിപ്പിക്കാൻ സൗദി അറേബ്യയ്ക്ക് അമേരിക്ക രഹസ്യമായ ഒത്താ ശകൾ ചെയ്തുകൊടുത്തു. അഫ്ഗാനിസ്ഥാനിൽ സോവിയറ്റ് സൈന്യം പ്രവേശിച്ചപ്പോൾ രഹസ്യമായ കൂട്ടുകെട്ട് മറനീക്കി പുറത്ത് വന്ന് ആഗോള ജിഹാദ് സംഘടിപ്പിക്കുകയാണ് ചെയ്തത്.

സാമ്രാജ്യത്വവും വഹ്ഹാബിയത്തും ചേർന്ന് അഫ്ഗാൻ ജിഹാദ് ആരംഭിച്ച കാലത്ത് തന്നെയാണ് ഇറാനിൽ ജനകീയപ്രക്ഷോഭം സാമ്രാ ജ്യത്വ ഏജന്റായ ഷായുടെ ഭരണം അട്ടിമറിച്ചത്. ഇറാൻ വിപ്ലവം വിജ യിച്ചതോടെ അത് ഇസ്ലാമിന്റെ വിപ്ലവമായി ഏറ്റെടുത്ത കാര്യം മുൻ അധ്യായത്തിൽ വിവരിച്ചല്ലൊ. ഇവിടെ ഇസ്ലാം സാമ്രാജ്യത്വ വിരുദ്ധ നില പാടാണ് എടുത്തതെങ്കിലും ശിയമുസ്ലിം പണ്ഡിതന്റെ സ്വേച്ഛാധിപത്യം നടമാടുന്ന ഇസ്ലാമിക ഭരണകൂടത്തിനാണ് രൂപം കൊടുത്തത്.

കാതലായ ചോദ്യം ഇസ്ലാമിന് സാമ്രാജ്യത്വ വിരോധം ഉണ്ടോ ഇല്ലയോ എന്നല്ല; ഇപ്പോൾ സാമ്രാജ്യത്വവിരോധം ഉണ്ടെന്നുള്ള കാര്യ ത്തിൽ തർക്കമില്ല. പക്ഷേ ഇസ്ലാമിന്റെ സാമ്രാജ്യത്വവിരുദ്ധസമരങ്ങൾ കീഴാള (Subaltern) മുസ്ലിം സമൂഹങ്ങളുടെ മോചനത്തിന് എത്രമാത്രം ഉപകരിക്കും എന്നുള്ളതാണ്. മധ്യേഷ്യൻ ഇസ്ലാമിസത്തിനും ലാറ്റിൻ അമേരിക്കൻ വിമോചന ദൈവശാസ്ത്രത്തിനും പൊതുവായ ചില മതാ

57. "Islam and Embire" by Asef Bayat in *Global Flash Points-Socialist Register* 2008 Edited by Leo Panithc and Colin Leys, page 38

ത്മകഭാഷയും സാമ്രാജ്യത്വവിരുദ്ധ നിലപാടുകളും ഉണ്ടെങ്കിലും അവ രണ്ടും തമ്മിലുള്ള കാതലായ വ്യത്യാസം കിടക്കുന്നത് കീഴാള സമൂഹങ്ങളുടെ മോചനം സംബന്ധിച്ചുള്ള കാഴ്ചപ്പാടിലാണ്.[58]

ശരീഅത്ത് നിയമങ്ങൾ കർശനമായി നടപ്പാക്കുന്ന ഇസ്ലാമിക ഭരണകൂടം സ്ഥാപിക്കുന്നതിലൂടെ നന്മകൾ മുകൾത്തട്ടിൽ നിന്ന് താഴേക്ക് അരിച്ചിറങ്ങി അടിത്തട്ടിലുള്ളവർക്കും ലഭ്യമാകുമെന്നാണ് ഇസ്ലാമിസം വിഭാവനം ചെയ്യുന്നത്. വിമോചന ദൈവശാസ്ത്രമാകട്ടെ ലക്ഷ്യമിട്ടത് പാവങ്ങളുടെ മോചനമാണ്. അതിനായി സുവിശേഷങ്ങളുടെ (gospels) പുനർവായന നടത്താൻ ശ്രമിക്കുന്നു. അവർ ഉയർത്തിയ പ്രധാന ചോദ്യം ഇതാണ്: "ദുരിതങ്ങളുടെ ഈ ലോകത്ത് നമുക്കെങ്ങനെ ക്രിസ്ത്യാനികളാകാം?" ഉത്തരം ഇതായിരുന്നു: "താഴെത്തട്ടിലുള്ളവരെ മോചിപ്പിക്കുന്ന മാർഗത്തിലൂടെ സഞ്ചരിച്ചുകൊണ്ട് മാത്രമേ നമുക്ക് ക്രിസ്ത്യാനികൾ, യഥാർഥ ക്രിസ്ത്യാനികൾ ആകാൻ കഴിയൂ."[59] ലാറ്റിനമേരിക്കയിൽ ക്രൈസ്തവ സഭയുടെ സാമ്രാജ്യത്വപരമായ നിലപാടുകൾക്കെതിരെയുള്ള പ്രതികരണമായിട്ടാണ് വിമോചന ദൈവശാസ്ത്രം രൂപം കൊണ്ടത്. കോളനിവാഴ്ചയ്ക്കെതിരെയുള്ള പോരാട്ടത്തിൽ നിന്നാണ് ഇസ്ലാമിസം ഉത്ഭവിച്ചത്. പ്രധാന ഹേതു സ്വത്വപ്രതിസന്ധിയായിരുന്നു. ലാറ്റിനമേരിക്കയിലെ ക്രിസ്ത്യാനികൾക്ക് മതപരമായ സ്വത്വപ്രതിസന്ധി അനുഭവിക്കേണ്ടി വന്നില്ല. സ്വന്തം മതത്തിന്റെ കൂട്ടുത്തരവാദിത്തത്തോടെ നടക്കുന്ന ചൂഷണത്തിനെതിരെയുള്ള പോരാട്ടമായിരുന്നു വിമോചന ദൈവശാസ്ത്രം.

ഇസ്ലാമിസത്തിന് വിമോചന ദൈവശാസ്ത്രത്തിൽ നിന്നും ഏറെ പഠിക്കാനുണ്ട്. അന്ധമായ കമ്യൂണിസ്റ്റ് വിരോധം അവസാനിപ്പിച്ച് സാമ്രാജ്യത്വത്തിനെതിരെ പോരാടിക്കൊണ്ടിരിക്കുന്ന പുരോഗമന ശക്തികളുമായി കൈകോർക്കാൻ ഇസ്ലാം സന്നദ്ധമാകണം. കാൽപ്പനികവും നിഷ്ഫലവുമായ ജിഹാദുകൾ അവസാനിപ്പിച്ച് വിശ്വാസികളെയാകെ പങ്കെടുപ്പിച്ചുകൊണ്ടും ഇടതുപക്ഷവുമായി ചേർന്നുകൊണ്ടും ഉള്ള വിമോചന ജിഹാദിനു സന്നദ്ധമാകണം. ഇസ്ലാമിക ഭരണകൂടം സ്ഥാപിക്കുക എന്ന ലക്ഷ്യം ഇസ്ലാം ഉപേക്ഷിക്കണം. മതനിരപേക്ഷ ഭരണകൂടത്തിലെ പൗരസമൂഹത്തിന്റെ ഭാഗമായി ജീവിക്കാൻ ഒരു മുസ്ലിമിനെ അനുവദിക്കുന്ന നിലവാരത്തിലേക്ക് ഇസ്ലാംമതം നവീകരിക്കപ്പെടണം.

---

58. "Islam and Embire" by Asef Bayat in *Global Flash Points-Socialist Register* 2008 Edited by Leo Panithc and Colin Leys, page 46
59. *Salvation and Liberation: In Search of a Balance Between Faith and Politics* by Leonardo Boff and Clodovis Boff, page 13

16

ഇന്ത്യയും ഇസ്ലാമും

ഇസ്ലാം ഇന്ത്യയിലേക്കു വന്ന രണ്ടു വഴികൾ

ഇസ്ലാം രണ്ടു വഴികളിലൂടെയാണ് ഇന്ത്യയിലേക്ക് കടന്നു വന്നത്; വ്യാപാരത്തിലൂടെയും പടയോട്ടങ്ങളിലൂടെയും. ഇസ്ലാമിനു മുമ്പ് ഇന്ത്യയും അറേബ്യയും തമ്മിൽ വ്യാപാരബന്ധങ്ങളുണ്ടായിരുന്നു. അതിന്റെ ഫലമായാണ് ഇന്ത്യയുടെ പടിഞ്ഞാറും കിഴക്കും കടലോരങ്ങളിലും ഉൾനാടുകളിലും അറബികളുടെ കുടിപ്പാർപ്പുകൾ ഉണ്ടായത്. അറേബ്യ ഇസ്ലാംമതം സ്വീകരിച്ചപ്പോൾ ഇന്ത്യയിലെ അറബികളും മുസ്ലിങ്ങളായി. പതിനൊന്നാം നൂറ്റാണ്ടിന്റെ തുടക്കത്തിലാണ് പടയോട്ടങ്ങൾ ആരംഭിച്ചത്. അതിനു മുമ്പ് സിന്ധിൽ കടൽമാർഗമുള്ള ഒരാക്രമണം മാത്രമേ ഉണ്ടായുള്ളു. ഏഴാം നൂറ്റാണ്ടിന്റെ രണ്ടാം പകുതി മുതൽ പതിനൊന്നാം നൂറ്റാണ്ടിന്റെ ആരംഭം വരെയുള്ള ദീർഘമായ കാലയളവിൽ ഇസ്ലാംമതം ഇന്ത്യയുടെ എല്ലാ ഭാഗങ്ങളിലും വിശേഷിച്ച് തെക്കുഭാഗത്ത് നിശ്ശബ്ദമായി, സാവകാശം, ശാന്തിയോടെ, സൗഹൃദത്തോടെ വ്യാപിച്ചുകൊണ്ടിരുന്നു. താരാ ചന്ദ് എഴുതി:

> മുസ്ലിം സ്വാധീനം വളരെ വേഗത്തിൽ വ്യാപിച്ചു. അവരെ വ്യാപാരികളെന്ന നിലയ്ക്ക് സ്വാഗതം ചെയ്തു. സ്വാഭാവികമായും അവർക്ക് ഭൂമി വാങ്ങാനും വീട് വെച്ച് താമസിക്കാനും അവരുടെ മതാനുഷ്ഠാനങ്ങൾ യഥേഷ്ടം ആചരിക്കാനും അനുവാദം കൊടുത്തു. താമസമാക്കിയ ഉടനെ അവർ മതപ്രബോധനം തുടങ്ങിയിരിക്കാനിടയുണ്ട്. കാരണം ഓരോ മുസൽമാനും അയാളുടെ മതത്തിന്റെ പ്രചാരകനാണ്. നിസ്സംശയമായും അവരിൽ പലരെയും ജനങ്ങൾ ബഹുമാനാദരങ്ങളോടെ സ്വീകരിച്ചിരിക്കും. സിറിയൻ ക്രിസ്ത്യൻ സമുദായങ്ങൾ അവരുടെ നാട്ടിൽ നിന്ന് ഇന്ത്യയിലേക്ക്

വന്നത് സ്വന്തം നാടുകളിൽ നിന്ദിതരും പീഡിതരുമായിട്ടാണ്. അതു പോലെയല്ല മുസ്ലിങ്ങൾ വന്നത്. പുതിയമതത്തിന്റെ ആവേശവും അത് കൈവരിച്ച വിജയങ്ങളുടെ കീർത്തിയും വഹിച്ചുകൊണ്ടാണ് അവർ വന്നത്. ഒമ്പതാം നൂറ്റാണ്ട് അധികം പിന്നിടുന്നതിനുമുമ്പ് അവർ ഇന്ത്യയുടെ പശ്ചിമതീരത്താകെ വ്യാപിച്ചിരുന്നു. മതവിശ്വാസത്തിലും അനുഷ്ഠാനങ്ങളിലുമുള്ള അവരുടെ ആവേശം ഹിന്ദു സമൂഹങ്ങളിൽ ചലനം സൃഷ്ടിച്ചു.

അക്കാലത്ത് തെക്കേ ഇന്ത്യ മതസംഘർഷങ്ങളാൽ കലുഷിതമായിരുന്നു. കാരണം നവീകൃത ഹിന്ദുമതവും ബുദ്ധ, ജൈന മതങ്ങളും സമൂഹത്തിൽ മേൽക്കൈ കിട്ടാൻ പയറ്റിക്കൊണ്ടിരുന്നു. ചേരൻമാരുടെ ശക്തി ക്ഷയിക്കുകയും പുതിയ രാജകുടുംബങ്ങൾ അധികാരത്തിലേക്ക് ഉയർന്നുവരികയും ചെയ്തു. സ്വാഭാവികമായും ജനങ്ങളുടെ മനസ്സ് അസ്വസ്ഥമായി. അവർ പുതിയ ആശയങ്ങൾ എവിടെ നിന്നു വന്നാലും സ്വീകരിക്കാൻ തയാറായി. ഈ സന്ദർഭത്തിലാണ് കൃത്യതയുള്ള വിശ്വാസപ്രമാണവും ആരാധനമുറയും ജനകീയമായ സാമൂഹിക വീക്ഷണങ്ങളുമുള്ള ഇസ്ലാം രംഗത്തുവന്നത്. ഒമ്പതാം നൂറ്റാണ്ടിന്റെ ആദ്യദശകത്തിൽ കൊടുങ്ങല്ലൂർ ഭരിച്ചിരുന്ന അവസാനത്തെ ചേരവംശരാജാവായ ചേരമാൻ പെരുമാൾ പുതിയ മതം സ്വീകരിച്ചു. ഈ കാലഘട്ടത്തിൽ മുസ്ലിങ്ങൾ സമൂഹത്തിൽ പ്രാധാന്യം നേടി. രാജാവ് അവർക്ക് പല സ്ഥാനമാനങ്ങളും നൽകി. ഒരു നായർക്ക് നമ്പൂതിരി ബ്രാഹ്മണനോടൊപ്പം ഇരിക്കാൻ പാടില്ലായിരുന്നു. എന്നാൽ മുസൽമാന് നമ്പൂതിരിയോടൊപ്പം ഇരിക്കാമെന്ന് രാജാവ് കൽപ്പിച്ചു. അവരുടെ മതാധ്യക്ഷനായ തങ്ങൾക്ക് പല്ലക്കിൽ സഞ്ചരിക്കാൻ അനുവാദം കൊടുത്തു. മുസ്ലിങ്ങൾ വിശേഷിപ്പിക്കപ്പെട്ടത് മഹാപിള്ള എന്നോ വരൻ എന്നോ അർഥമുള്ള മാപ്പിള[1] എന്ന പദത്താലാണ്. ക്രിസ്ത്യാനികൾക്കും ഈ വിശേഷണം കൽപ്പിച്ചു കൊടുത്തിരുന്നു. അവർ നസ്രാണിമാപ്പിള എന്ന് അറിയപ്പെടാൻ തുടങ്ങി.

സാമൂതിരിയുടെ ആശീർവാദത്തോടും പ്രോത്സാഹനത്തോടും കൂടി രാജ്യത്തിന്റെ പലഭാഗത്തും അറബി വ്യാപാരികൾ കുടിപ്പാർപ്പുകൾ ആരംഭിച്ചു. അവരുടെ വ്യാപാരത്തിലൂടെ രാജ്യത്തിന് സമൃദ്ധി ഉണ്ടായെന്ന് മാത്രമല്ല സാമൂതിരിയുടെ യശസ്സ് വർധിക്കുകയും ചെയ്തു....കിഴക്കൻ തീരത്ത് അവരുടെ കുടിയിരിപ്പുകൾ തിരുനെൽവേലി ജില്ലയിൽ താമ്രപർണി നദിയുടെ പതനസ്ഥാനത്തിനടുത്തുള്ള കായൽ പട്ടണത്തിലായിരുന്നു. അവിടെ ഇപ്പോഴും ഭൂരിപക്ഷം ലബ്ബമാർക്കാണ്....മുസ്ലിങ്ങൾ കുടിപ്പാർപ്പുകൾ സ്ഥാപിച്ച സ്ഥലങ്ങളിൽ മതപരിവർത്തനങ്ങളും നടത്തി. മധു

1. മാപ്പിള എന്ന പദത്തിന്റെ ഉത്ഭവത്തെക്കുറിച്ച് പല സിദ്ധാന്തങ്ങളുമുണ്ട്. കേരള സാഹിത്യ അക്കാദമി പ്രസിദ്ധപ്പെടുത്തിയ പി കെ മുഹമ്മദ് കുഞ്ഞിയുടെ *മുസ്ലിങ്ങളും കേരളസംസ്കാരവും* എന്ന പുസ്തകം നോക്കുക.

രയിൽ മുസ്ലിങ്ങൾ എത്തിയത് ക്രി വ 1050-ലാണ്. ഹസ്രത്ത് അലിയാർ ശൈഖ് സാഹിബ് എന്ന വിശുദ്ധനോടൊപ്പം വന്ന മാലിക്കുൽ മുൽക്കിന്റെ നേതൃത്വത്തിലാണ് അവർ എത്തിയത്.[2]

പടയോട്ടങ്ങളിലൂടെ കടന്നുവന്ന് അധികാരം സ്ഥാപിക്കുന്നതിനു മുമ്പ് ദക്ഷിണേന്ത്യയിൽ മാത്രമല്ല, ഇന്ത്യയുടെ എല്ലാ ഭാഗങ്ങളിലും മുസ്ലിം സമുദായങ്ങൾ ജനതകൾക്കിടയിൽ വാസമുറപ്പിച്ചുവെന്ന് 1931 ലെ കാൺപൂർ കലാപത്തെക്കുറിച്ച് പഠിക്കാൻ ഇന്ത്യൻ നാഷണൽ കോൺഗ്രസ് നിയോഗിച്ച കമ്മിറ്റിയുടെ റിപ്പോർട്ടിൽ പറഞ്ഞിട്ടുണ്ട്.[3]

> നർമദയുടെയും മഹാനദിയുടെയും തെക്കുഭാഗത്തു കാണുന്ന അതേ സ്ഥിതി തന്നെയായിരുന്നു യഥാർഥത്തിൽ ഇന്ത്യമുഴുവനും. മുസ്ലിങ്ങൾ രാഷ്ട്രീയാധികാരം സ്ഥാപിക്കുന്നതിനു മുമ്പ് ഇന്ത്യയിലെ ഓരോ പ്രവിശ്യയിലും മുസ്ലിം സമുദായങ്ങൾ വാസമുറപ്പിക്കുകയും ജീവിതത്തിന്റെ എല്ലാ മണ്ഡലങ്ങളിലും മറ്റു ജനതകളുമായി സഹകരിക്കുകയും ചെയ്തു. ദായ്ബുൽ, ബ്രോച്ച്, കാംബേ, സിന്ധാൻ, ചൗൾതു, കച്ച്, കത്തിയവാർ തുടങ്ങിയ സ്ഥലങ്ങളിൽ മുസ്ലിം സമുദായങ്ങൾ വസിച്ചിരുന്നു. മഹാരാഷ്ട്രയിലെ സോപോറയിലും കനൗജ് നാട്ടുരാജ്യത്തിലും ബനാറസിലും മുസ്ലീം സമുദായങ്ങളുണ്ടായിരുന്നു. ഗുജറാത്തിൽ മലബാറിലെ പോലെ അവർ തമ്മിലുള്ള ബന്ധം സൗഹൃദപൂർണമായിരുന്നു.[4]

ഇന്ത്യയുടെ വിവിധഭാഗങ്ങളിൽ വാസമുറപ്പിച്ച അറബി മുസ്ലിങ്ങൾ ഇസ്ലാംമതം പ്രചരിപ്പിച്ചു. മതപ്രചാരണത്തെ ഹിന്ദുരാജാക്കന്മാർ എതിർത്തിരുന്നില്ല. താരാ ചന്ദ് എഴുതി:

> മുസ്ലിങ്ങളോട് പ്രകടിപ്പിച്ച സൗഹൃദത്തിന്റെ പേരിൽ സുലൈമാനും മസൂദിയും ഇബ്നു ഹൗക്കലും അബു സെയ്ദും[5] ഒരേ സ്വരത്തി

---

2. *Influence of Islam on Indian culture* by Tara Chand, page 31
3. 1931മാർച്ചിൽ കാൺപൂർ നഗരത്തിൽ വർഗീയകലാപം നടന്നു. കലാപത്തെക്കുറിച്ച് അന്വേഷിച്ച് പരിഹാരം നിർദേശിക്കാൻ ഇന്ത്യൻ നാഷണൽ കോൺഗ്രസിന്റെ സമ്മേളനം അതേവർഷം കറാച്ചിയിൽ ചേർന്നപ്പോൾ ഒരു കമ്മിറ്റിയെ നിയോഗിച്ചു. ഭഗവാൻദാസ് ചെയർമാനും സുന്ദർലാൽ സെക്രട്ടറിയും പുരുഷോത്തം ദാസ് ടണ്ഡൻ, മനസാർ അലി സഖ്ത, അബ്ദൽ ലത്തീഫ് ബിജ്നോരി, സഫറുൽ മുൽക്ക് എന്നിവർ അംഗങ്ങളായിരുന്നു. കമ്മിറ്റിയുടെ റിപ്പോർട്ട് നാഷണൽ ബുക്ക് ട്രസ്റ്റ് 2005-ൽ *The Communal Problem* എന്ന പേരിൽ പുസ്തകരൂപത്തിൽ പ്രസിദ്ധപ്പെടുത്തി.
4. *The Communal Problem*, page 6
5. ഇവർ ഒമ്പതും പത്തും നൂറ്റാണ്ടുകളിൽ ജീവിച്ചിരുന്ന മുസ്ലിം ചരിത്രകാരന്മാരാണ്. മസൂദി (896-956) അറബികളുടെ ഹെറഡോട്ടസ് എന്നാണ് അറിയപ്പെട്ടിരുന്നത്. ഇദ്ദേഹം ഹെറഡോട്ടസ് ചെയ്തതുപോലെ ലോകചരിത്രം (World history) എഴുതി. അതിന്റെ പേര് *സുവർണ ശാദ്വലങ്ങളും രത്നഖനികളും* (മുറൂജ് അദ്-ദഹാബ് വ മ' അദിൻ അൽ-ജവാഹിർ) എന്നാണ്. മുഹമ്മദ് അബുൽ കാസ്സിം ഇബ്നു ഹൗക്കൽ (മരണം 969) ഭൂമിശാസ്ത്രകാരനും ഒപ്പം ചരിത്രകാരനുമായിരുന്നു. ഇദ്ദേഹം രചിച്ച ഗ്രന്ഥത്തിന്റെ പേര് *സുറത്ത് അൽ-അർദ്* (ഭൂമിയുടെ മുഖം) എന്നാണ്.

ലാണ് ഗുജറാത്തിലെ വലഭി രാജാവായിരുന്ന ബൽഹാരയെ പുകഴ്ത്തിയത്. സുലൈമാൻ എഴുതുന്നു: 'ബൽഹാരയെക്കാൾ കൂടുതൽ അറബികളെ ഇഷ്ടപ്പെട്ട മറ്റൊരു രാജാവുണ്ടായിരുന്നില്ല. അദ്ദേഹത്തിന്റെ പ്രജകളും രാജാവിന്റെ മാതൃക സ്വീകരിച്ചു. 'തന്റെ മതത്തിൽ പെട്ടവർ അവരുടെ ആചാരങ്ങൾ വളരെ സ്വാതന്ത്ര്യത്തോടെ അനുഷ്ഠിക്കുന്നതാണ് മസൂദി കണ്ടത്. ഗുജറാത്തിലെ രാജാവിനെക്കുറിച്ച് അദ്ദേഹം ഇങ്ങനെ പറയുന്നു:

'അദ്ദേഹത്തിന്റെ രാജ്യത്ത് ഇസ്ലാം ബഹുമാനിക്കപ്പെടുകയും സംരക്ഷിക്കപ്പെടുകയും ചെയ്യുന്നു. രാജ്യത്തിന്റെ എല്ലാ ഭാഗത്തും അഞ്ചുനേരം നിസ്കരിക്കാനുള്ള തക്ക്യാവുകളും (നിസ്കാരപ്പള്ളി) പകിട്ടേറിയ ജുംഅ മസ്ജിദുകളും ഉയർന്നു.' അൽ-ഇസ്തഖരി (ക്രിവ 951) ബൽഹാര രാജ്യത്തിലെ നഗരങ്ങളിൽ മുസ്ലിങ്ങളെ കണ്ടു. അദ്ദേഹം പറഞ്ഞു: 'ബൽഹാര ഭാഗത്ത് മുസ്ലിങ്ങളുടെ മേൽ മുസ്ലിങ്ങൾ മാത്രമാണ് ആധിപത്യം പുലർത്തുന്നത്.'[6]

ഗസ്നിയിലെ മഹ്മൂദിന്റെ ആക്രമണത്തിന് രണ്ടു നൂറ്റാണ്ടുകൾ മുമ്പ് തന്നെ ഇസ്ലാം ഇന്ത്യയുടെ എല്ലാ ഭാഗങ്ങളിലും വിശേഷിച്ച് പടിഞ്ഞാറ് ഭാഗത്ത് സംസ്കാരത്തിന്റെ ഭാഗമായിക്കഴിഞ്ഞിരുന്നു. ഹിന്ദു രാജാക്കന്മാരിൽ നിന്ന് മുസ്ലിങ്ങൾക്ക് സംരക്ഷണം ലഭിച്ചിരുന്നു. കാംബേയിലെ ഒരു മുസ്ലിം പള്ളി ഹിന്ദുക്കൾ തകർത്തപ്പോൾ ഗുജറാത്ത് രാജാവ് ഖജനാവിൽ നിന്നു പണം മുടക്കി പുതിയ പള്ളി പണിതുകൊടുത്തു.[7]

സൂഫികളുടെ മതപ്രചാരണം

ഉത്തരേന്ത്യയിൽ സൂഫികളായിരുന്നു ഇസ്ലാംമതം പ്രചരിപ്പിക്കുന്നതിൽ മുന്നിട്ടു നിന്നത്. സൂഫിയായ ബാബാ രത്തനും അനുയായികളായ ദർവീശുകളും ബ്രോച്ചിലെത്തി സ്ഥിരതാമസമാക്കുകയും മതപ്രചാരണം നടത്തുകയും ചെയ്തു. ശിയ വിഭാഗത്തിലെ ബോറ മുസ്ലിങ്ങളുടെ പൂർവികർ യമനിൽ നിന്നെത്തി ഗുജറാത്തിൽ സ്ഥിരവാസമുറപ്പിച്ചവരാണ്. നൂർ സത്തഗോർ എന്ന സൂഫിയാണ് ഗുജറാത്തിലെ കുൻബികൾ, ഖെർവാസ്, കോയെറികൾ എന്നീ ഗോത്രവർഗങ്ങളെ ഇസ്ലാം മതത്തിലേക്ക് പരിവർത്തനം ചെയ്യിച്ചത്. ഹിന്ദുക്കളും മുസ്ലിങ്ങളും മതസൗഹാർദത്തോടെ ജീവിച്ചിരുന്ന കാര്യം കാൺപൂർ കലാപത്തെക്കുറിച്ച് അന്വേഷിച്ച സമിതി പറഞ്ഞത് ഇങ്ങനെയാണ്:

6. *Influence of Islam on Indian culture* by Tara Chand, page 45
7. *The Communal Problem,* page 9

ക്രിസ്തുവർഷം പത്താം നൂറ്റാണ്ടായപ്പോഴേക്കും കന്യാകുമാരി മുതൽ ഹിന്ദുക്കുഷ് പർവതനിരകൾ വരെ ഇന്ത്യയുടെ എല്ലാ ഭാഗത്തും അറബി വ്യാപാരികളും ഇസ്ലാംമത പ്രബോധകരും എത്തുകയും മുസ്ലീംസമൂഹങ്ങൾ രൂപപ്പെടുകയും ചെയ്തിരുന്നു. ചരിത്രത്തിന്റെ ഒരു ഏകദേശ വായനയിൽ നിന്നുപോലും ഗസ്നിയിലെ മഹ്മൂദിന്റെ ആക്രമണങ്ങളുണ്ടാകുന്നതിന് രണ്ട് നൂറ്റാണ്ടുകൾക്കു മുമ്പു മുതലേ ഇന്ത്യയിൽ മുസ്ലിം സമൂഹങ്ങളും ഹിന്ദുക്കളും മതസൗഹാർദത്തോടെ ജീവിക്കുകയായിരുന്നു എന്നു മനസിലാക്കാൻ കഴിയും. എല്ലായിടത്തും രാജാക്കന്മാർ അവരെ സഹായിക്കുന്നതാണ് നാം കാണുന്നത്. വ്യാപാരികളെന്ന നിലയിൽ രാജ്യത്തിന്റെ സമ്പദ്വ്യവസ്ഥ വികസിക്കുന്നതിന് ഗണ്യമായ സംഭാവനയാണ് അവർ നൽകിയത്. ഖജനാവിലേക്കുള്ള വരുമാനവും അവർ വർധിപ്പിച്ചു. പല രാജ്യങ്ങളിലും അവർ മന്ത്രിമാരായും രാജാക്കന്മാരുടെ ഉപദേശകരായും പ്രവർത്തിച്ചു. എന്തു തൊഴിൽ ചെയ്യുന്നതിനും അവർക്കവസരം ലഭിച്ചു. മതപ്രചാരണം നടത്താൻ പൂർണസ്വാതന്ത്ര്യമായിരുന്നു അവർക്ക്. മതം മാറുന്നതിന് എന്തെങ്കിലും തരത്തിലുള്ള വിലക്കുകളോ തടസമോ ഉണ്ടായിരുന്നില്ല. മുസ്ലിം സമൂഹങ്ങളിലുള്ളവർ നാട്ടുകാരുമായി വിവാഹബന്ധങ്ങളിലേർപ്പെട്ടിരുന്നു. ആക്രമണമുണ്ടാകുമ്പോൾ ആക്രമണകാരി മുസ്ലിം രാജാവാണെങ്കിൽപോലും മുസ്ലിങ്ങൾ സ്വന്തം രാജാവിന്റെ പക്ഷത്ത് നിന്ന് യുദ്ധം ചെയ്തു. ഹിന്ദുരാജാക്കന്മാർക്ക് മുസ്ലിം സൈന്യവും സേനാനായകരും മറിച്ചും ഉണ്ടായിരുന്നു. മഹ്മൂദിന്റെ ഭരണത്തിനുമുമ്പ് തന്നെ ഗസ്നിയുടെ സൈന്യത്തിൽ ഹിന്ദു സൈനികരും സേനാനായകരും ഉണ്ടായിരുന്നു. ഇന്ത്യൻ പ്രദേശങ്ങളിൽ മുസ്ലിങ്ങൾക്ക് സ്വന്തമായി നാട്ടുരാജ്യങ്ങളും ഉണ്ടായി. മുസ്ലിം രാജാക്കന്മാരും ഹിന്ദുരാജാക്കന്മാരും പ്രജകൾക്കിടയിൽ മതഭേദമൊന്നും കൽപ്പിച്ചിരുന്നില്ല. സിന്ധിലെ മുസ്ലിം വാഴ്ചക്കാലത്ത് നികുതി വ്യവസ്ഥയിൽ മാറ്റമുണ്ടായി എന്നത് വാസ്തവം തന്നെ. ഹിന്ദുക്കൾക്ക് ജിസ്യയും മുസ്ലിങ്ങൾ സക്കാത്തും കൊടുക്കണമായിരുന്നു. പക്ഷേ ജിസ്യ നിരക്ക് സക്കാത്തിന്റെ നിരക്കുകളേക്കാൾ കുറവായിരുന്നു. മുസ്ലിങ്ങളും ഹിന്ദുക്കളും സമ്പൂർണ സൗഹാർദത്തിലാണ് ജീവിച്ചത്. ഇസ്ലാം മതവും ഇന്ത്യയിലെ മതങ്ങളും തമ്മിൽ എന്തെങ്കിലും തരത്തിലുള്ള ആജന്മശത്രുതയുണ്ടായിരുന്നെങ്കിൽ അത് ഏറ്റവും കൂടുതൽ പ്രകടമാകേണ്ടിയിരുന്നത് ആ കാലത്തായിരുന്നല്ലോ. നേരെ മറിച്ച് ഇസ്ലാം വളരെ സൗഹൃദത്തോടെ ജനങ്ങൾക്കിടയിൽ വ്യാപിച്ചതായിട്ടാണ് ചരിത്രം രേഖപ്പെടുത്തിയിരിക്കുന്നത്.[8]

---

8. *The Communal Problem,* page 9

ആക്രമണത്തിന്റെ വഴികൾ

ഇന്ത്യയിലെ ആദ്യത്തെ മുസ്ലിം ആക്രമണമുണ്ടായത് കടൽ മാർഗ മായിരുന്നു. രണ്ടാമത്തെ ഖലീഫ ഉമറിന്റെ കാലത്ത് ബഹ്റൈൻ ഗവർണറായിരുന്ന ഉസ്മാൻ സികിജി സിന്ധിലെ തുറമുഖമായിരുന്ന ദായ്ബൂൽ (ദേബാൽ) കീഴടക്കാൻ 631ൽ കപ്പൽ സൈന്യത്തെ അയച്ചു. ഖലീഫ ഉമ്മർ അതിനെക്കുറിച്ചറിഞ്ഞപ്പോൾ വിലക്കിയെന്നാണ് പത്താം നൂറ്റാണ്ടിലെ ചരിത്രകാരനായ തബരി രേഖപ്പെടുത്തിയിരിക്കുന്നത്. സിന്ധ് കീഴടക്കാനുള്ള ആദ്യശ്രമം പരാജയപ്പെട്ടിരിക്കാനാണ് സാധ്യത. തുടർന്ന് ഒരു നൂറ്റാണ്ടോളം കാലം ആക്രമണങ്ങളൊന്നുമുണ്ടായില്ല. ബനു ഉമയ്യ ഖലീഫ ഉമർ രണ്ടാമന്റെ (ഭരണം 711-720) കാലത്താണ് വിജയകരമായ ആക്രമണം സിന്ധിനു നേരെ നടന്നത്. സാമ്രാജ്യത്തിന്റെ കിഴക്കൻ പ്രവിശ്യയുടെ ഗവർണറായിരുന്ന ഹജ്ജാജ് ഇബ്നു യൂസുഫ് അൽ-സഖാഫി 711ൽ സ്വന്തം ജാമാതാവുകൂടി ആയിരുന്ന സൈന്യാധിപൻ മുഹമ്മദ് ഇബ്നു ഖാസിമിന്റെ നേതൃത്വത്തിൽ നാവിക സൈന്യത്തെയും കരസേനയെയും സിന്ധിലെ ദേബാൽ കീഴടക്കാൻ നിയോഗിച്ചു.

മുഹമ്മദ് ഇബ്നു ഖാസിം ദാഹിർ രാജാവിനെ കീഴടക്കി സിന്ധും പഞ്ചാബിന്റെ ചില ഭാഗങ്ങളും പിടിച്ചെടുത്തു. സിന്ധിൽ അക്കാലത്ത് ഹിന്ദുക്കളും ബുദ്ധരും ജൈനരും ഏതാണ്ട് തുല്യ ശക്തികളായിരുന്നു. ബുദ്ധരും ജൈനരും ചെറുത്തുനിൽപ്പൊന്നുമില്ലാതെ കീഴടങ്ങി. ഹിന്ദുക്കൾ ചെറുത്തുനിൽപ്പിനുശേഷമാണ് കീഴടങ്ങിയത്. എങ്കിലും കീഴടങ്ങിയതിനുശേഷം എല്ലാ മതവിഭാഗങ്ങളോടും സഹിഷ്ണുതയോടെയാണ് മുഹമ്മദ് ബിൻ കാസിം പെരുമാറിയതെന്ന് ബുദ്ധമതക്കാരായ ചരിത്രകാരൻ അലക്സാണ്ടർ ബെർസിൻ പറയുന്നു.[9] ഹിന്ദുക്കൾ കീഴടങ്ങുന്നതിനു മുമ്പ് തങ്ങളുടെ മതവിശ്വാസം നിലനിറുത്താനുള്ള അവകാശം അനുവദിക്കണമെന്നും ക്ഷേത്രങ്ങൾ നശിപ്പിക്കരുതെന്നും ആവശ്യപ്പെട്ടിരുന്നു. രണ്ടാവശ്യങ്ങളും മുഹമ്മദ് ബിൻ കാസിം അനുവദിച്ചുവെന്ന് ചരിത്രകാരൻ ഈശ്വരിപ്രസാദ് പറയുന്നു:

> ബ്രാഹ്മണാബാദിലെ ജനങ്ങൾ മുഹമ്മദ് ബിൻ കാസിമിനോട് തങ്ങൾക്ക് ആരാധനാ സ്വാതന്ത്ര്യം അനുവദിക്കണമെന്നാവശ്യപ്പെട്ടപ്പോൾ അക്കാര്യത്തിൽ എന്തു തീരുമാനമെടുക്കണമെന്ന് ഗവർണർ ഹജ്ജാജിനോട് ആരായുകയുണ്ടായി. ഹജ്ജാജ് ഇങ്ങനെയാണ് മറുപടി കൊടുത്തത്: 'അവർ കീഴടങ്ങുകയും നികുതി തരാൻ സമ്മതിക്കുകയും ചെയ്തതിനാൽ അവരിൽ നിന്നും കൂടുതലൊന്നും ആവശ്യപ്പെടേണ്ടതില്ല. അവരെ നാം സംരക്ഷണ

9. "The Historical Interaction between the Buddhist and Islamic Cultures before the Mongol Empire" by Alexander Berzin available from www. berzinarchives. com

ത്തിൽ എടുത്തിരിക്കുന്നു. അവരുടെ മേൽ നമ്മുടെ കൈകൾ പതിയേണ്ടതില്ല. അവരുടെ ദൈവങ്ങളെ ആരാധിക്കാനുള്ള സ്വാതന്ത്ര്യം നൽകിയിരിക്കുന്നു. അവരുടെ മതം പിന്തുടരുന്നതിൽ നിന്നും ആരെയും വിലക്കേണ്ടതില്ല. അവർ ഇതുവരെ കഴിഞ്ഞതുപോലെ തന്നെ അവരുടെ ഭവനങ്ങളിൽ വസിക്കട്ടെ.'[10]

സിന്ധിലെ മുസ്ലിം ഭരണത്തിന്റെ സവിശേഷത മതസഹിഷ്ണുതയായിരുന്നു എന്ന് എല്ലാ ചരിത്രകാരന്മാരും അംഗീകരിച്ച കാര്യമാണ്. ഇസ്ലാമിക സാമ്രാജ്യത്തിന്റെ ചരിത്രത്തിൽ സിന്ധ് ആക്രമണം അപ്രധാനമായ ഒരു സംഭവമായിരുന്നു. പക്ഷേ, ഇസ്ലാമിക സംസ്കാരം ഉൽഫുല്ലമാകാൻ പ്രഥമവും പ്രധാനവുമായ കാരണം ഇന്ത്യയുമായുള്ള സമ്പർക്കമായിരുന്നു എന്ന കാര്യത്തിൽ മുസ്ലിം ചരിത്രകാരന്മാർക്കും തർക്കമില്ല. ഇന്ത്യയിലെ ശാസ്ത്രങ്ങളും തത്വചിന്തയും അറബികളെ ആകർഷിച്ചു. ഭരണ നിർവഹണരംഗത്തും അറബികൾക്ക് ഇന്ത്യക്കാരിൽനിന്നും വളരെയധികം പഠിക്കാനുണ്ടായിരുന്നു. സിന്ധിലെ ഭരണ നിർവഹണം കാര്യക്ഷമമാക്കാൻ ബ്രാഹ്മണരെയാണ് അറബികൾ ആശ്രയിച്ചത്. അബ്ബാസിയ ഭരണകാലത്ത് അറബിയിലേക്ക് തർജമ ചെയ്യാൻ ഇന്ത്യയിൽ നിന്നും സംസ്കൃത ഗ്രന്ഥങ്ങൾ കൊണ്ടുവന്നതും ബ്രഹ്മഗുപ്തന്റെ ബ്രഹ്മസ്ഫുട സിദ്ധാന്തവും ഖണ്ഡഘടീയകവും അറബിയിലേക്ക് വിവർത്തനം ചെയ്ത് അറബികൾ ജ്യോതിശാസ്ത്രം വികസിപ്പിച്ചതും ജ്ഞാനോദയം ഇസ്ലാമിലൂടെ എന്ന അധ്യായത്തിൽ വിവരിച്ചിട്ടുണ്ട്.

ഇന്ത്യയിലെ മതസഹിഷ്ണുത

മുഹമ്മദ്നബിയുടെയും ആദ്യത്തെ നാല് ഖലീഫമാരുടെയും ഭരണകാലത്താണ് ഇന്ത്യയിൽ ഗുപ്തസാമ്രാജ്യം തകർന്നതിനുശേഷം ഹർഷവർധനൻ (590 -647) പുതിയ സാമ്രാജ്യം പടുത്തുയർത്തിയത്. ഹർഷൻ ഇന്ത്യാ ഉപഭൂഖണ്ഡമാകെ തന്റെ സാമ്രാജ്യത്തിനു കീഴിലാക്കാൻ ആഗ്രഹിച്ചെങ്കിലും നടന്നില്ല. ഹർഷന്റെ മരണശേഷം സാമ്രാജ്യം ശിഥിലമായി. ഇന്ത്യയിൽ പരസ്പരം കലഹിക്കുന്ന അനേകം രാജ്യങ്ങളുണ്ടായി. ഓരോ രാജ്യവും അടുത്തുള്ള രാജ്യങ്ങളെ കീഴടക്കി സ്വന്തം രാജ്യത്തിന്റെ ഭാഗമാക്കാൻ ശ്രമിച്ചുകൊണ്ടിരുന്നു. ഒരിക്കൽ കാശ്മീർ കന്യാകുബ്ജത്തിന്റെ (കനൗജ്) കീഴിലായിരുന്നെങ്കിൽ പിന്നൊരിക്കൽ കന്യാകുബ്ജം കാശ്മീരിന്റെ കീഴിലായി. മിഹിർ ഭോജൻ എന്ന രാജാവ് കന്യാകുബ്ജത്തെ ഒരു സാമ്രാജ്യമായി വികസിപ്പിച്ചെങ്കിലും 916ൽ അതും തകർന്നു. അജ്മീറും ഒരു സാമ്രാജ്യമാകാൻ ശ്രമിച്ചു. ചൗഹാൻമാർ, ചാണ്ടലർമാർ (രജപുത്രർ), റാത്തോർമാർ, മാൾവയിലെ പരമാരർ തുടങ്ങിയ രാജവംശ

10. *History of Medieval India from 647 AD to the Mughal conquest* by Ishwari Prassad (The Indian Press Ltd. 1925) page 89

ങ്ങൾ ഉത്തരേന്ത്യയിലും ചാലൂക്യരും രാഷ്ട്രകൂടരും പാണ്ഡ്യരും ചോളരും ചേരരും ദക്ഷിണേന്ത്യയിലും അവരവരുടെ സാമ്രാജ്യങ്ങൾ സ്ഥാപിക്കാൻ ശ്രമിച്ചു.

മധ്യയുഗത്തിൽ വൈദികമതങ്ങളും (വൈഷ്ണവ, ശൈവമതങ്ങൾ) ശ്രമണമതങ്ങളും (ബുദ്ധ, ജൈനമതങ്ങൾ) സമൂഹത്തിൽ മേൽക്കോയ്മ നേടാൻ ശ്രമിച്ചുകൊണ്ടിരുന്നു. രാജാക്കന്മാർ സ്വാഭാവികമായും സ്വന്തം മതത്തെ പ്രോത്സാഹിപ്പിച്ചു. ഹർഷവർധനൻ ബുദ്ധമതാനുയായി ആയിരുന്നെങ്കിലും വൈദികമതങ്ങളോട് അസഹിഷ്ണുത പ്രകടിപ്പിച്ചില്ല. ഹർഷന്റെ കാലശേഷം ബുദ്ധമതം ക്ഷയിക്കാൻ തുടങ്ങി. മധ്യകാലഘട്ടത്തിലെ മതകലഹങ്ങളെക്കുറിച്ച് ചരിത്രകാരൻ എഴുതി:

> എല്ലാ വൈദികമതങ്ങളും, ശരിക്കു പറഞ്ഞാൽ വൈദികമതവിഭാഗങ്ങൾ തങ്ങളുടെ മതത്തിന്റെ ആധികാരികത വേദങ്ങളിൽ അധിഷ്ഠിതമാണെന്ന് വാദിച്ചു. അതേ സമയം എല്ലാ വൈദികമതങ്ങളും ജാതിവ്യവസ്ഥയുമായി ദൃഢമായി ബന്ധിക്കപ്പെട്ടിരുന്നു. ജാതിവ്യവസ്ഥയുടെ ഉത്ഭവം വേദങ്ങളിൽ നിന്നാണെന്ന് വൈദികമതങ്ങൾ പ്രചരിപ്പിച്ചു.[11]

പോയ കാലത്ത് ഹിന്ദുമതം എല്ലാ മതങ്ങളോടും സഹിഷ്ണുത പുലർത്തിയെന്നും ഇപ്പോഴും അങ്ങനെ തുടരുന്നുവെന്നും ചിലർ അവകാശപ്പെടാറുണ്ട്. യഥാർഥത്തിൽ അങ്ങനെ ആയിരുന്നില്ലെന്നാണ് ചരിത്രം തെളിയിക്കുന്നത്. വൈദിക മതവിഭാഗങ്ങൾ പരസ്പരവും അവയും ശ്രമണമതങ്ങളും (ബുദ്ധ, ജൈന, ആജീവകമതങ്ങൾ) തമ്മിലും ഉള്ള രൂക്ഷമായ ആശയഭേദങ്ങൾ പലപ്പോഴും ആക്രാമകമായി മാറുകയും ചിലപ്പോഴൊക്കെ രക്തരൂഷിത സംഘട്ടനങ്ങളിൽ കലാശിക്കുകയും ചെയ്തിരുന്നു. ഹിന്ദുമതം സഹിഷ്ണുതയുടെ മതമാണെന്ന ധാരണ പരന്നത് യൂറോപ്പിലെ ചിലരുടെ രചനകളിൽ നിന്നാണെന്ന് ഡൽഹി യൂണിവേഴ്സിറ്റിയിലെ ചരിത്രം പ്രൊഫസറായിരുന്ന ഡി. എൻ. ഝാ അഭിപ്രായപ്പെടുന്നു. തന്റെ വാദം തെളിയിക്കാനായി അദ്ദേഹം നിരവധി ഉദാഹരണങ്ങൾ ചൂണ്ടിക്കാണിക്കുന്നുണ്ട്. ഇമ്മാനുവൽ കാന്റിന്റെ വാക്കുകൾ അദ്ദേഹം ഉദ്ധരിക്കുന്നു. "അവർ (ഹിന്ദുക്കൾ) മറ്റു മതങ്ങളെ വെറുക്കുന്നില്ല. തങ്ങളും ശരിയാണെന്ന് മാത്രം വിശ്വസിക്കുന്നു." ഓറിയന്റലിസ്റ്റ് വില്യം ജോൺസ് പറഞ്ഞു. "*ബൈബിൾ* സുവിശേഷങ്ങളിലെ സത്യം ഹിന്ദുക്കൾ പൂർണമായി അംഗീകരിക്കുന്നു. അവയും തങ്ങളുടെ ശാസ്ത്രങ്ങളും പൂർണമായും പരസ്പരാനുയുക്തങ്ങളാണെന്നും അവർ അവകാശപ്പെടുന്നു."

ഓറിയന്റലിസ്റ്റുകളുടെ ചുവടുപിടിച്ച് പത്തൊമ്പതാം നൂറ്റാണ്ടിൽ ഇന്ത്യയിലെ മതപരിഷ്കർത്താക്കളും ഹിന്ദുമതത്തിന്റെ സഹിഷ്ണുതയെ ഉദ്ഘോഷിക്കാൻ തുടങ്ങി. പ്രൊഫസർ ഝാ എഴുതി:

---

11. *History of Medieval Hindu India* by C V Vaidya, Vol. 1, page 100

> ഉദാഹരണമായി, വിവേകാനന്ദൻ (1863-1904) ഇന്ത്യ മാത്രമാണ് മതസഹിഷ്ണുതയുടെ നാടെന്ന് സ്ഥാപിക്കാനായി 'ഏകം സദ് വിപ്രഃ ബഹുധഃ വദന്തി' എന്ന ഋഗ്വേദസൂക്തമാണ് ഉയർത്തിക്കാണിച്ചത്. എല്ലാ മതങ്ങളും തുല്യമാണെങ്കിലും ഹിന്ദുമതം കൂടുതൽ തുല്യമാണെന്നും എല്ലാ മതങ്ങളുടെയും ആധ്യാത്മികവും തത്വചിന്താപരവുമായ ഉള്ളടക്കങ്ങൾക്ക് ഒരു മാനദണ്ഡം ഹിന്ദുമതമാണെന്നും ഉള്ള അദ്ദേഹത്തിന്റെ വീക്ഷണങ്ങൾക്ക് നിരക്കുന്നതല്ല ഉദ്ധരിക്കപ്പെട്ട ഋഗ്വേദസൂക്തം. പ്രസ്തുത സൂക്തമാകട്ടെ ഉപയോഗിച്ചുപയോഗിച്ച് ഒരു പിഷ്ടോക്തി ആയിരിക്കുകയാണ്. വിവേകാനന്ദന്റെ പ്രഖ്യാപനങ്ങൾ യഥാർഥത്തിൽ അടിസ്ഥാനരഹിതങ്ങളാണ്. ഇക്കാര്യം ആവർത്തിച്ച് തെളിയിക്കപ്പെട്ടതാണ്.[12]

ഇരുപതാം നൂറ്റാണ്ടിലും ചില പണ്ഡിതൻമാർ ഹിന്ദുമതം സഹിഷ്ണുതയുടെ മതമാണെന്ന വാദം ആവർത്തിക്കുകയുണ്ടായി. ചിലർ ഇതിനെ ചോദ്യം ചെയ്തിട്ടുമുണ്ട്. സ്വാതന്ത്ര്യസമരക്കാലത്ത് ഹിന്ദുമതത്തിന്റെ സഹിഷ്ണുതയെ എല്ലാ നേതാക്കളും പ്രകീർത്തിക്കുകയുണ്ടായി. ജീവിക്കുക, ജീവിക്കാൻ അനുവദിക്കുക എന്നതാണ് ഹിന്ദുമതത്തിന്റെ അടിസ്ഥാനതത്വം എന്നാണ് ജവഹർലാൽ നെഹ്റു പറഞ്ഞത്. അനുസ്യൂതവും അനന്തവുമായ സത്യാന്വേഷണമാണ് ഹിന്ദുമതമെന്ന് മഹാത്മാഗാന്ധി പറഞ്ഞു. പണ്ഡിതസമൂഹം ഇത്തരം ധാരണകളെ ചരിത്രവസ്തുതകളുടെ അടിസ്ഥാനത്തിൽ തന്നെ ചോദ്യം ചെയ്തിട്ടുമുണ്ട്. നീരദ് ചൗധരി 1965ൽ പ്രസിദ്ധപ്പെടുത്തിയ പുസ്തകത്തിൽ ഇങ്ങനെയാണ് പറഞ്ഞത്.

> ഹിന്ദുമതത്തിന്റെ സഹിഷ്ണുതയെക്കുറിച്ചും എല്ലാം ഉൾക്കൊള്ളുന്ന മികവിനെക്കുറിച്ചും പറഞ്ഞു കേൾക്കുന്ന വാക്കുകൾ അതേ പടി വിശ്വസിക്കുന്നവർ ഇന്നത്തെ സമൂഹത്തിൽ വിവിധ മതവിഭാഗങ്ങൾ വെച്ചു പുലർത്തുന്ന സ്പർധയുടെയും കലഹങ്ങളുടെയും കാരണങ്ങൾ വിവരിക്കാൻ ബുദ്ധിമുട്ടും.[13]

മധ്യയുഗത്തിന്റെ ആരംഭത്തിൽ മതവിഭാഗങ്ങൾ ഏറെക്കുറെ സഹിഷ്ണുത പുലർത്തിയെന്നത് യാഥാർഥ്യമാണ്. വൈദിക മതങ്ങളെ എതിർത്ത ബുദ്ധനെ വിഷ്ണുവിന്റെ അവതാരമായി സ്വീകരിച്ചത് മധ്യയുഗത്തിന്റെ ആരംഭത്തിലാണെന്ന് ഡി എൻ ഝാ ചൂണ്ടിക്കാണിക്കുന്നു:

> അതുപോലെ ആദിനാഥൻ (ഋഷഭൻ) മറ്റൊരു പാഷണ്ഡമതമായ ജൈനമതത്തിന്റെ ഒന്നാമത്തെ തീർഥങ്കരനാണ്. ഋഷഭനെ ഭാഗ

---

12. "Conflict and Conversion: Religious Trends in Early Medieval India by D N Jha in *Mind Over Matter* (Thoolika Books 2009) Edited by D N Jha, Euginia Vanina, page 224
13. *The Continent of Circe* by Nirad C Chaudhari page 39

> വതപുരാണത്തിൽ വിഷ്ണുവിന്റെ അവതാരമായി സ്വീകരിക്കുന്നുണ്ട്. സൗന്ദര്യം വേണമെന്നാഗ്രഹിക്കുന്നവർക്ക് ബുദ്ധന് ബലി നൽകാൻ (രൂപകാമോ യജദ് ബുദ്ധം) കൽപ്പിക്കുകയും, അങ്ങനെ ബ്രാഹ്മണ പുരോഹിതന്മാർക്ക് ബുദ്ധക്ഷേത്രങ്ങളിൽ കാർമികത്വത്തിന് അവസരം നൽകുകയും ചെയ്തെങ്കിലും ബുദ്ധാവതാരത്തോട് യുദ്ധംചെയ്യാനാണ് ശിവൻ ശങ്കരന്റെ രൂപത്തിൽ ഭൂമിയിൽ പ്രത്യക്ഷപ്പെട്ടതെന്ന കാര്യം നാം മറക്കുന്നു.[14]

ഋഗ്വേദത്തിൽ നിന്നുത്ഭവിച്ച് ബ്രാഹ്മണ സാഹിത്യത്തിലൂടെ *മഹാഭാരതത്തിൽ* എത്തുന്ന ദക്ഷന്റെ കഥ ശൈവ-വൈഷ്ണവ സംഘട്ടനങ്ങളുടെ ഇതിഹാസമാണെന്ന് സുകുമാരി ഭട്ടാചാർജി പറയുന്നു.[15] ശൈവരും വൈഷ്ണവരും തമ്മിലുള്ള ഏറ്റുമുട്ടലുകൾപോലെതന്നെ വൈദികമതങ്ങളും ബുദ്ധ, ജൈനമതങ്ങളും തമ്മിൽ ഏറ്റുമുട്ടിയത് പുരാണങ്ങളിലൂടെ പ്രകടമാകുന്നുണ്ട്. ദേവീപുരാണത്തിൽ ബുദ്ധരെ തിന്മയുടെ പ്രതീകങ്ങളായിട്ടാണ് ചിത്രീകരിച്ചിട്ടുള്ളത്. അവരെ സ്വപ്നത്തിൽ ദർശിക്കുന്നതുപോലും പാപമാണത്രേ. ബുദ്ധരെപോലെ ജൈനന്മരെയും കാപാലികരെയും ചാർവാകരെയും ദേവീഭാഗവതപുരാണത്തിൽ തിന്മകളുടെ രൂപങ്ങളായിട്ടാണ് എണ്ണിയിട്ടുള്ളത്.[16]

മതങ്ങളും മതവിഭാഗങ്ങളും കലഹിക്കുന്നതിനിടയിൽ എല്ലാവരും ശൂദ്രരെയും വർണവ്യവസ്ഥയ്ക്കു പുറത്തുള്ള വിഭാഗങ്ങളെയും അകറ്റി നിർത്തി. ബ്രാഹ്മണരും, ക്ഷത്രിയരും, വൈശ്യരും സമൂഹത്തിന്റെ രാഷ്ട്രീയവും സാമ്പത്തികവുമായ പ്രവർത്തനങ്ങളിൽ ഏർപ്പെട്ടപ്പോൾ ശൂദ്രരെ അതിൽ നിന്നെല്ലാം അകറ്റി നിർത്തി. സമൂഹത്തിന്റെ എല്ലാ പ്രവൃത്തിമണ്ഡലങ്ങളിൽ നിന്നും അകറ്റി നിർത്തിയെങ്കിലും ശൂദ്രർ ഹിന്ദുസമൂഹത്തിന്റെ ഭാഗമാണെന്ന അവസ്ഥയുണ്ടായിരുന്നു. എന്നാൽ വലിയൊരു ജനവിഭാഗം ഹിന്ദുസമൂഹത്തിന്റെ ജാതിവ്യവസ്ഥയ്ക്ക് പുറത്തുള്ളവരായിരുന്നു. അവരെ സാമൂഹികജീവിതത്തിന്റെ എല്ലാമേഖലകളിലും നിന്നകറ്റിനിർത്തുകയും തൊട്ടുകൂടായ്മ കൽപ്പിക്കുകയും ചെയ്തു. കോട്ടനഗരങ്ങൾക്കു പുറത്തായിരുന്നു അവരുടെ വാസസ്ഥലങ്ങൾ. നഗരത്തിനകത്ത് ശുചീകരണപ്രവർത്തനങ്ങൾക്കു മാത്രമാണവരെ നിയോഗിച്ചിരുന്നത്.

ബുദ്ധമതവും വൈദികമതങ്ങളും പോരടിച്ചുകൊണ്ടിരുന്നപ്പോഴാണ് ഇസ്ലാം രംഗത്തുവന്നത്. ഹിന്ദു ബുദ്ധമതങ്ങളുടെ തത്വങ്ങളെ അപേക്ഷിച്ച് ഇസ്ലാമിന്റെ തത്വങ്ങൾ വളരെ ലളിതമായിരുന്നു. മാത്രവുമല്ല സാർവജനീനമായ സാഹോദര്യം ഉയർത്തിപ്പിടിക്കുകയും ചെയ്തു. ഇത്

---

14. "Conflict and Conversion: Religious Trends in Early Medieval India by D N Jha in *Mind Over Matter* (Thoolika Books 2009) Edited by D N Jha, Euginia Vanina, page 275
15. *The Indian Theogony* by Sukumari Bhattacharji (Penguin Books) page 124
16. *Religious Process: The Puranas and the Making of a Regional Tradition* by Kunal Chakraborti (2001) page 149

താഴ്ന്നജാതിക്കാരെ ആകർഷിച്ചു. ഇന്ത്യയിൽ ഇസ്ലാം വ്യാപിക്കാനുണ്ടായ യഥാർഥകാരണമിതാണ്. കീഴ്ജാതിക്കാർ മറ്റേതെങ്കിലും മതം, അത് പുറത്തുനിന്ന് വന്നതായാലും ശരി, സ്വീകരിക്കുന്നതിൽ മേൽജാതിക്കാർക്ക് എതിർപ്പൊന്നുമില്ലായിരുന്നു. സമൂഹത്തിൽ നിന്ന് കുറെ അശുദ്ധി മാറിക്കിട്ടി എന്ന് ചിന്തിക്കുന്നവരും ഉണ്ടായിരുന്നു. വാളുപയോഗിച്ചാണ് ഇന്ത്യയിൽ ഇസ്ലാംമതം പ്രചരിപ്പിച്ചതെന്ന വാദം ചരിത്രപരമായി നിലനിൽപ്പുള്ളതല്ല.

ഗസ്നിയിലെ മഹ്മൂദ്

പേർഷ്യയിലെ സമാനിയാൻ (Samanids) രാജവംശത്തിന്റെ അടിമയും തുർക്കി വംശജനുമായിരുന്ന അൽപ്തിജീൻ ആണ് ഗസ്നവി രാജവംശത്തിന് (Ghaznavids) തുടക്കം കുറിച്ചതെന്ന് ഇസ്ലാമിക സാമ്രാജ്യം എന്ന അധ്യായത്തിൽ തുർക്കി ഖലീഫമാർ എന്ന ഉപശീർഷകത്തിൽ വിവരിച്ചു. അൽപ്തിജീന്റെ മരണശേഷം അയാളുടെ അടിമയും ജാമാതാവുമായ സുബുക്തിജീൻ ഭരണമേറ്റു. സുബുക്തിജീനുശേഷം പതിനാറ് പേർ ഗസ്നി സാമ്രാജ്യത്തിന്റെ അധിപരായി. ഇവരിൽ ഏറ്റവും പ്രഗത്ഭൻ സുബുക്തിജീന്റെ മകനായ മഹ്മൂദ് (ഭരണം 999 മുതൽ 1030 വരെ ആയിരുന്നു.) മഹ്മൂദ് പതിനേഴ് പ്രാവശ്യം ഇന്ത്യയിലേക്ക് പടയോട്ടങ്ങൾ നടത്തിയിട്ടുണ്ട്. പഞ്ചാബ് മുഴുവനും മുൾത്താനും സിന്ധിന്റെ ഭൂരിഭാഗവും പിടിച്ചടക്കി ഗസ്നിസാമ്രാജ്യത്തോട് ചേർത്തു.

പടയോട്ടങ്ങൾക്കിടയിൽ മഹ്മൂദ് നിരവധി ഹിന്ദുക്ഷേത്രങ്ങൾ ആക്രമിക്കുകയും അവയുടെ ഭണ്ഡാരങ്ങൾ കൊള്ളയടിക്കുകയും ചെയ്തു. മുസ്ലീം ചരിത്രകാരന്മാർ മഹ്മൂദിന് വിഗ്രഹഭഞ്ജകൻ, അൽ-ഗാസി (യുദ്ധവീരൻ) എന്നീ കീർത്തിനാമങ്ങൾ നൽകിയിട്ടുണ്ട്. മഹ്മൂദ് ഇന്ത്യയിലേക്ക് മാത്രമല്ല പടിഞ്ഞാറോട്ടും പടയോട്ടങ്ങൾ നടത്തി. ഇറാഖിന്റെ ഒരു ഭാഗവും ശിയമുസ്ലിങ്ങളുടെ ഭരണത്തിലുണ്ടായിരുന്ന ഇസ്ഫഹാനും കീഴടക്കി. ഒരു യാഥാസ്ഥിതിക സുന്നി മുസ്ലിം ആയിരുന്നതുകൊണ്ട് മഹ്മൂദ് ബാഗ്ദാദിലെ അബ്ബാസിയ ഖലീഫ അൽ-ഖാദറിന്റെ (991-1031) ഖിലാഫത്ത് അംഗീകരിച്ചു. ഖലീഫ, മഹ്മൂദിന് യമീൻ അദ്-ദൗലത്ത് (സാമ്രാജ്യത്തിന്റെ വലംകൈ) എന്ന സ്ഥാനം നൽകി. ഇസ്ലാമിക സാമ്രാജ്യാധിപനായ ഖലീഫയുടെ കീഴിലുള്ള പ്രവിശ്യഭരണാധികാരികൾ അമീർ (സേനാനായകൻ), സയ്യിദ് (അധിപൻ) എന്നീ സ്ഥാനപ്പേരുകളാണ് സ്വീകരിക്കാറ്. ഗസ്നിയിലെ മഹ്മൂദ് സുൽത്താൻ (ഭരണാധികാരി) എന്ന സ്ഥാനപ്പേരാണ് സ്വീകരിച്ചത്. മഹ്മൂദ് ഇസ്ലാമിക ഭരണത്തിലെ ആദ്യത്തെ സുൽത്താനാണെന്ന് മുസ്ലിം ചരിത്രകാരന്മാർ പുകഴ്ത്തുന്നുണ്ടെങ്കിലും മഹ്മൂദിനു മുമ്പ് സൽജൂഖ് തുർക്കികളും സുൽത്താൻ എന്ന സ്ഥാനപ്പേര് സ്വീകരിച്ചതായി ചരിത്രകാരൻ ഫിലിപ് കെ ഹിറ്റി ചൂണ്ടിക്കാണിക്കുന്നു.[17] മഹ്മൂദിന്റെ മരണശേഷം ഗസ്നി സാമ്രാജ്യം ശിഥിലമാകാൻ തുടങ്ങി.

---

17. *History of The Arabs* by Philip K Hitti, page 464

വിഗ്രഹഭഞ്ജനങ്ങളും ക്ഷേത്രധ്വംസനങ്ങളും

മുസ്ലിം ഭരണാധികാരികൾ ക്ഷേത്രധ്വംസനങ്ങളും വിഗ്രഹഭഞ്ജനങ്ങളും നടത്തിയിട്ടുണ്ടെന്ന കാര്യത്തിൽ സംശയമില്ല. പക്ഷേ, ക്ഷേത്രധ്വംസനങ്ങൾ മുസ്ലിങ്ങൾ മാത്രമല്ല ഹിന്ദുക്കളും നടത്തിയിരുന്നു. ഹർഷന്റെ കാലശേഷം ബുദ്ധക്ഷേത്രങ്ങൾ തകർക്കുകയും ബുദ്ധമതക്കാരെ ആട്ടിയോടിക്കുകയും ചെയ്തുവെന്നത് ചരിത്ര യാഥാർഥ്യമാണ്. ബുദ്ധമതത്തോട് വിരോധമുണ്ടാകാൻ കാരണം ഹർഷന്റെ ചില നടപടികളായിരുന്നു. യാഗങ്ങളിൽ മൃഗബലി നിരോധിച്ചത് ബ്രാഹ്മണരെയും ക്ഷത്രിയരെയും കോപാകുലരാക്കി. ഹർഷനെ വധിക്കാൻ ഗൂഢാലോചന നടത്തിയ അമ്പത് ബ്രാഹ്മണരെ നാടുകടത്തുകയും ചെയ്തു. അതിന്റെയൊക്കെ പകപോക്കലായിരുന്നു ഹർഷനു ശേഷം നടന്ന ബുദ്ധക്ഷേത്രധ്വംസനങ്ങൾ. കാൺപൂർ കലാപത്തെക്കുറിച്ച് അന്വേഷിച്ച സമിതിയുടെ റിപ്പോർട്ടിൽ പറയുന്നു.

> ഗസ്നിയിലെ മഹ്മൂദ് വരുന്നതിനു മുമ്പ് തന്നെ മിക്കവാറും എല്ലാ ബുദ്ധക്ഷേത്രങ്ങളും നശിപ്പിക്കപ്പെടുകയും ബുദ്ധമതത്തെ പൂർണമായിത്തന്നെ കീഴ്പ്പെടുത്തുകയും ചെയ്തു... ഇന്ത്യയുടെ വിവിധഭാഗങ്ങളിൽ എണ്ണമറ്റ ബുദ്ധവിഗ്രഹങ്ങൾ കൈകാലുകൾ ഒടിച്ചും മൂക്കുമുറിച്ചും വികൃതമാക്കിയതിന്റെ ഉത്തരവാദിത്തം മുഴുവൻ മഹ്മൂദ്, ഔറംഗസീബ് എന്നിവരുടെയും പൊതുവിൽ മുസ്ലിങ്ങളുടെയും തലയിൽ കെട്ടിവെക്കുകയാണ് ചെയ്തത്. ഉപേക്ഷിക്കപ്പെട്ട വിഗ്രഹങ്ങൾ തെരഞ്ഞുപിടിച്ച് അവയുടെ കൈകാലുകൾ ഒടിക്കാനും മൂക്കുമുറിക്കാനും അവരെല്ലാം പരക്കംപായുകയായിരുന്നുവെന്ന് കരുതുന്നത് മൗഢ്യമാണ്. ഇനി, അങ്ങനെ അവർ ചെയ്തിട്ടുണ്ടെങ്കിൽ തന്നെ അവരോട് ക്ഷമിക്കുകയാണ് വേണ്ടത്. കാരണം ആരുടെയും വികാരങ്ങളെ വ്രണപ്പെടുത്താതെ സ്വന്തം മതത്തിന്റെ മഹിമ സ്ഥാപിച്ചെടുക്കാനല്ലേ അവർ ഉപേക്ഷിക്കപ്പെട്ട വിഗ്രഹങ്ങളെ വികൃതമാക്കിയത്. പഴയ വ്രണങ്ങൾ തുറക്കാൻ ഈ വിഗ്രഹങ്ങൾ പെറുക്കിയെടുത്ത് പ്രദർശിപ്പിക്കുകയാണ് ചിലർ ചെയ്തത്. അധിക്ഷേപവാക്കുകൾ അറബി ലിപികളിൽ എഴുതപ്പെട്ട ചില വിഗ്രഹങ്ങൾ കൽക്കത്ത മ്യൂസിയത്തിൽ പ്രദർശിപ്പിച്ചിട്ടുണ്ട്. അതിലെ എഴുത്തുകൾ കൃത്രിമമാണ്. കാരണം മുസ്ലിം മതഭ്രാന്തൻ ദൈവികഭാഷയെന്ന് അയാൾ വിശ്വസിക്കുന്ന അറബി അക്ഷരങ്ങൾ ആ വിഗ്രഹങ്ങളുടെമേൽ പതിയാൻ അനുവദിക്കുകയില്ല... ഇത്തരത്തിലുള്ള കഥകളുടെ രാഷ്ട്രീയമായ അനന്തരഫലങ്ങളെക്കുറിച്ച് അവബോധമുള്ള എഴുത്തുകാർ പോലും അനുവാചകന്റെ മനസിൽ അങ്ങനെയൊരു ചിത്രം രൂപപ്പെടുന്ന രീതിയിലാണ് വിഷയം അവതരിപ്പിച്ചത്. വളരെ ആവേശത്തോടെ മതവ്യാപനം നടത്തുന്ന മുസ്ലിം രാജക്കന്മാർ മതം

> വ്യാപിപ്പിക്കാനുള്ള മാർഗമായിട്ടാണ് ക്ഷേത്രങ്ങൾ തകർത്തതെന്ന ധാരണയാണ് പരത്തുന്നത്. അങ്ങനെ രാഷ്ട്രീയസംഭവങ്ങളെ യഥാതഥമായ വീക്ഷണകോണിൽ നിന്ന് അകറ്റുകയും ഒടുവിൽ യാഥാർഥ്യങ്ങളെ തന്നെ തമസ്കരിക്കുകയും ചെയ്യുന്നു. മതാത്മകവീക്ഷണത്തിനെതിരായി ഇന്ത്യയിൽ നില നിന്നിരുന്ന സാഹചര്യങ്ങളെയും വസ്തുതകളെയും മതാത്മകതയുടെ ചെളിപുരട്ടി മറയ്ക്കുന്നു.[18]

കഴിഞ്ഞ 200 കൊല്ലമായി ആവർത്തിച്ചുകൊണ്ടിരിക്കുന്ന സോമനാഥ ക്ഷേത്രധ്വംസനത്തിന്റെ കഥകളുടെ ഉത്ഭവസ്ഥാനം തുർക്കികളും പേർഷ്യക്കാരും ആയ മുസ്ലിം വൃത്താന്തരചയിതാക്കളുടെ രചനകൾ തന്നെയാണ്. ചരിത്രപണ്ഡിത റോമില ഥാപ്പറുടെ അഭിപ്രായത്തിൽ സോമനാഥക്ഷേത്രത്തെക്കുറിച്ച് മറ്റു രേഖകളിൽ പറയുന്നതു കൂടി ചേർത്തുവെച്ച് വായിച്ചിരുന്നെങ്കിൽ തെറ്റായ ധാരണകൾ തിരുത്തപ്പെടുമായിരുന്നു. സോമനാഥക്ഷേത്രത്തെക്കുറിച്ച് അറിയുവാൻ തുർക്കി-പേർഷ്യൻ വൃത്താന്തങ്ങൾ, ജൈനമതഗ്രന്ഥങ്ങൾ, സോമനാഥക്ഷേത്രത്തിലെ സംസ്കൃതഭാഷാ മുദ്രണങ്ങൾ, സാധാരണ ജനങ്ങളുടെ ധാരണകൾ, ബ്രിട്ടീഷ് പാർലമെന്റിൽ നടന്ന ചർച്ചകൾ, ദേശീയവാദികളായ ചരിത്രകാരന്മാരുടെ രചനകൾ എന്നിങ്ങനെ അഞ്ചു സ്രോതസുകളുണ്ടെന്ന് അവർ പറയുന്നു. വൃത്താന്ത രചയിതാക്കൾ മഹ്മൂദ് നടത്തിയ ക്ഷേത്രധ്വംസനങ്ങളോടൊപ്പം ഹിന്ദുക്കളെയും ശിയമുസ്ലിങ്ങളെയും കൂട്ടത്തോടെ കൊന്നതിനെയും കുറിച്ച് പറയുന്നുണ്ട്. ക്ഷേത്രധ്വംസനങ്ങളുടെ പേരിൽ ഹിന്ദുക്കൾക്ക് മുസ്ലിങ്ങളുടെ മേൽ അളവറ്റ വിരോധം ഉണ്ടായിരുന്നുവെന്നും അതിന്നും തുടരുന്നുവെന്നുമാണ് ചിലരുടെ ഭാഷ്യം. റോമില ഥാപ്പർ പറയുന്നു:

> ഞാൻ സോമനാഥിന്റെ പശ്ചാത്തലത്തെക്കുറിച്ച് ചുരുക്കിപ്പറയട്ടെ. മഹാഭാരതത്തിൽ അതിനെ പ്രഭാസം എന്നാണ് പറഞ്ഞിരിക്കുന്നത്.... അതൊരു തീർഥാടനകേന്ദ്രമായിരുന്നു. ഇന്ത്യാ ഉപഭൂഖണ്ഡത്തിന്റെ വിവിധ ഭാഗങ്ങളിലെന്ന പോലെ അവിടെയും ബുദ്ധരും ജൈനരും ശൈവരും മുസ്ലിങ്ങളും ഉണ്ടായിരുന്നു. ചിലർ ഒന്നിനു പുറകേ ഒന്ന് എന്ന ക്രമത്തിലും ചിലർ ഒരേ കാലത്തും ഉണ്ടായിരുന്നു. പ്രഭാസിലെ സോമനാഥക്ഷേത്രം എന്ന പേരിൽ ശൈവരുടെ ക്ഷേത്രം ഒമ്പതോ പത്തോ നൂറ്റാണ്ടു മുതൽ ഉണ്ടായിരുന്നു. ചാലൂക്യർ അഥവാ സോളാങ്കികൾ ആയിരുന്നു പതിനൊന്നാം നൂറ്റാണ്ടു മുതൽ പതിമൂന്നാം നൂറ്റാണ്ടുവരെ ആധിപത്യത്തിൽ...സൗരാഷ്ട്രം കാർഷികസമ്പത്തുള്ള പ്രദേശമായിരുന്നു. അതിലുപരിയായി അവിടത്തെ സമ്പത്ത് വന്നത് വ്യാപാരത്തിൽ

18. The *Communal Problem,* page 9

നിന്നുമായിരുന്നു. സോമനാഥിലെ വരാവൽ തുറമുഖം അന്താരാഷ്ട്ര തുറമുഖമായിരുന്നു...അറബികളുമായി നൂറ്റാണ്ടുകൾ തുടർന്ന വ്യാപാരബന്ധമുണ്ടായിരുന്നു സോമനാഥിന്. അറബി വ്യാപാരികളും കപ്പലുടമകളും പശ്ചിമതീരത്ത് സ്ഥിരവാസമുറപ്പിക്കുകയും നാട്ടുകാരുമായി വിവാഹബന്ധങ്ങളിലേർപ്പെടുകയും ചെയ്തിരുന്നു. അവരുടെ സന്തതിപരമ്പരകളാണ് ഇന്നത്തെ പല സമൂഹങ്ങളുടെയും പൂർവികർ. ചില അറബികൾ നാട്ടുരാജാക്കന്മാരുടെ ഉദ്യോഗസ്ഥന്മാരായി. രാഷ്ട്രകൂട ശിലാലിഖിതങ്ങളിൽ അവരെ താജിക ഉദ്യോഗസ്ഥന്മാർ എന്നാണ് വിശേഷിപ്പിച്ചിരിക്കുന്നത്. ഇവിടെ അറബി വ്യാപാരികൾ സ്ഥിരവാസമുറപ്പിച്ചതുപോലെ ഹോർമൂസിലും ഗസ്നിയിലും ഇന്ത്യക്കാരും വാസമുറപ്പിച്ചിരിക്കുകയും വ്യാപാരത്തിലൂടെ വലിയ സമ്പത്ത് ആർജിക്കുകയും ചെയ്തിരുന്നു. തുറമുഖ നഗരങ്ങളായ വരാവൽ-സോമനാഥും കാംബേയും ഭീമമായ സമ്പത്താണ് ആർജിച്ചത്. സോമനാഥിന് വ്യാപാരത്തിനു പുറമെ തീർഥാടനത്തിൽ നിന്നും വരുമാനമുണ്ടായിരുന്നു. ഈ പശ്ചാത്തലത്തിലാണ് 1026ൽ ഗസ്നിയിലെ മഹ്മൂദ് സോമനാഥ ക്ഷേത്രം ആക്രമിച്ചത്. ഇതിനെക്കുറിച്ച് സമചിത്തതയോടെയുള്ള വിവരണം അൽ-ബറൂണിയുടേതാണ്. കോട്ടപോലുള്ള മതിൽക്കെട്ടിനകത്താണ് ലിംഗം പ്രതിഷ്ഠിച്ചിരുന്നതെന്ന് അൽ-ബറൂണി വിശദീകരിക്കുന്നു. ക്ഷേത്രത്തിന്റെ ഭീമമായ സമ്പത്ത് സംരക്ഷിക്കാനായിരിക്കണം കോട്ടപോലുള്ള മതിൽ പണിതത്. മഹ്മൂദിന്റെ ആവർത്തിച്ചുള്ള ആക്രമണങ്ങൾ സാമ്പത്തിക തകർച്ചയുണ്ടാക്കിയെന്ന് അൽ-ബറൂണി പറയുന്നുണ്ട്. പേർഷ്യൻ-തുർക്കി വൃത്താന്തങ്ങൾ ഈ സംഭവത്തെ ചുറ്റിപ്പറ്റി മിത്ത് സൃഷ്ടിക്കുന്നതിനുതകുന്ന വിവരണങ്ങളാണ് നൽകിയിട്ടുള്ളത്. ഇസ്ലാമികലോകത്ത് ബഹുമാനിതനായ കവി ഫറൂഖി സിസ്താനി താൻ മഹ്മൂദിന്റെ കൂടെ സഞ്ചരിച്ചുവെന്ന് അവകാശപ്പെട്ടുകൊണ്ട് വിഗ്രഹഭഞ്ജനത്തെക്കുറിച്ച് വിവരിക്കുന്നു. ആധുനിക ചരിത്രകാരന്മാർ ഈ വിവരണങ്ങൾ ഭാവനാസൃഷ്ടിയായി തള്ളിക്കളഞ്ഞിട്ടുണ്ട്. പക്ഷേ, വിഗ്രഹഭഞ്ജനത്തിന്റെ പ്രചാരകർക്ക് ഇത് പ്രധാനപ്പെട്ട രേഖയാണ്. ഫാറൂഖിയുടെ അഭിപ്രായത്തിൽ സോമനാഥക്ഷേത്രത്തിലെ വിഗ്രഹം ഹിന്ദു ദൈവത്തിന്റേതല്ല; മറിച്ച് ഇസ്ലാമിനു മുമ്പുണ്ടായിരുന്ന അറബ് ദേവതയുടേതാണ്. സൊമനാത്ത് (പേർഷ്യൻ ഭാഷയിൽ സോമനാഥ് എഴുതുന്നതങ്ങനെയാണ്) എന്നാൽ സൂ-മനാത്ത(മനാത്തിന്റെ ഇടം) എന്നാണെന്നും കവി പറയുന്നു. ലാത്ത്, ഉസ്സ, മനാത്ത് എന്നിവ ഇസ്ലാമിനു മുമ്പ് അറബികൾ ആരാധിച്ചിരുന്ന ദേവതകളായിരുന്നല്ലോ. അവയുടെ വിഗ്രഹങ്ങൾ നശിപ്പിക്കുവാൻ മുഹമ്മദ്നബി കൽപ്പിച്ചു. രണ്ടെണ്ണം നശിപ്പിക്കപ്പെട്ടു. പക്ഷേ, മനാത്തിനെ രഹ

സ്യമായി ഗുജറാത്തിലേക്ക് കടത്തിക്കൊണ്ടുവന്ന് ക്ഷേത്രത്തിൽ പ്രതിഷ്ഠിച്ചുവെന്നാണ് കവി പറയുന്നത്. ചില വിവരണങ്ങളിൽ മനാത്ത് മനുഷ്യരൂപം കൊത്താത്ത ശിലാഖണ്ഡമാണ്. അതിന് ശിവലിംഗവുമായി സാമ്യമുണ്ട്. ഈ കഥ തുർക്കി-പേർഷ്യൻ കഥ കളിലെല്ലാം ചിറകുവിരുത്തി പറക്കുന്നുണ്ട്. മറ്റുചിലർ വിഗ്രഹം ഹിന്ദുദൈവത്തിന്റേത് തന്നെയാണെന്ന് സ്ഥാപിക്കാൻ ശ്രമിക്കു ന്നു...[19]

മഹ്മൂദിന്റെ ആക്രമണത്തെത്തുടർന്നുള്ള ഓരോ നൂറ്റാണ്ടിലും മുസ്ലിം വൃത്താന്തകാരന്മാരുടെ രചനകൾ ഉണ്ടായി. കാലം ചെല്ലുന്തോറും രചനകളിലെ ഭാവനകൾ വർണശബളമായിക്കൊണ്ടിരുന്നു. എല്ലാ രച നകളുടെയും ലക്ഷ്യം ഗസ്നിയിലെ മഹ്മൂദിനെ ഒരു മാതൃകാ മുസ്ലിം ഭരണാധികാരിയായി അവതരിപ്പിക്കലായിരുന്നു. മാതൃകാ മുസ്ലിം ഭര ണാധികാരി തന്റെ രാജ്യത്ത് വിഗ്രഹാരാധന (ശിർഖ്) പാടെ ഇല്ലാതാ ക്കണം. ആ നിലയ്ക്ക് മഹ്മൂദിന്റെ ക്ഷേത്രധ്വംസനങ്ങളും വിഗ്രഭഞ്ജ നങ്ങളും മുസ്ലിം വൃത്താന്തകാരന്മാരുടെ കണ്ണിൽ മഹത്തായ കാര്യങ്ങ ളായിരുന്നു. പതിനാലാം നൂറ്റാണ്ടിൽ ഡൽഹി സുൽത്താന്മാരുടെ ശമ്പളം പറ്റി വൃത്താന്തങ്ങൾ രചിച്ച ബാരാനിയും ഡക്കാനിലെ ബാഹ്മനി സുൽത്താന്റെ ആസ്ഥാനകവിയും വൃത്താന്തകാരനുമായിരുന്ന ഇസാ മിയും ഇന്ത്യയിൽ ആദ്യമായി ഇസ്ലാമിക സുൽത്താനിയത്ത് (സുൽത്താൻ ഭരണം) സ്ഥാപിച്ച മാതൃകാ സുൽത്താനായിട്ടാണ് മഹ്മൂ ദിനെ അവതരിപ്പിച്ചത്. ദില്ലിയിലെ സുൽത്താന്മാർക്ക് മാതൃകയാകണം എന്ന ലക്ഷ്യത്തോടെയാണ് താൻ രചന നിർവഹിച്ചതെന്ന് ബാരാനി പരസ്യമായി പ്രഖ്യാപിക്കുന്നുണ്ട്. മഹ്മൂദ് തന്റെ പുത്രനും മറ്റു സുൽത്താന്മാർക്കും നൽകുന്ന ഉപദേശങ്ങളും ബാരാനി ഭാവനയിൽ സൃഷ്ടിച്ചിരിക്കുന്നു. ബാരാനിയുടെ അഭിപ്രായത്തിൽ സുൽത്താൻ ജന ങ്ങളുടെ ഭൗതിക കാര്യങ്ങൾ മാത്രമല്ല മതപരമായ കാര്യങ്ങളും ശ്രദ്ധി ക്കണം. അതിന്റെ ഭാഗമായി ശരീഅത്ത് നിയമങ്ങൾ കർശനമായി നട പ്പിലാക്കണം.[20]

പതിനാലാം നൂറ്റാണ്ടിനുശേഷമുള്ള മുസ്ലിം രചനകളിൽ മഹ്മൂ ദിന്റെ ആക്രമണത്തിൽ സോമനാഥക്ഷേത്രം ഇനിയൊരിക്കലും പുനരു ദ്ധരിക്കാൻ പറ്റാത്ത വിധത്തിൽ നിലം പരിശാക്കപ്പെട്ടുവെന്ന് പറയുന്നു. ചിലരാകട്ടെ ക്ഷേത്രത്തെ മഹ്മൂദ് മുസ്ലിംപള്ളിയാക്കി മാറ്റിയെന്ന് അവ കാശപ്പെട്ടു. ജൈനഗ്രന്ഥങ്ങളിലുള്ള പരാമർശങ്ങളെക്കുറിച്ച് റോമിലെ ഥാപ്പർ:

---

19. "SOMANTHA Narratives of a History"by Romila Thapar in *Demolishing Myths or Mosques and Temples* Edited by Sunil Kumar, page 67-69
20. *Somanatha* by Romila Thaper (Verso 2005), Page 58

ജൈനഗ്രന്ഥങ്ങളിൽ ചിലത് ഈ സംഭവത്തിന്റെ മറ്റു ചില വശങ്ങളാണ് പറയുന്നത്. മറ്റുചിലത് ഈ സംഭവത്തെ അവഗണിച്ചു. പതിനൊന്നാം നൂറ്റാണ്ടിൽ മാൾവയിലെ പരമാരരുടെ രാജസദസിലുണ്ടായിരുന്ന മഹ്മൂദിന്റെ സമകാലികനായിരുന്ന കവി ധനപാലൻ തന്റെ രചനകളിൽ ഗുജറാത്തിൽ മഹ്മൂദ് നടത്തിയ ആക്രമണങ്ങളെക്കുറിച്ചും സോമനാഥക്ഷേത്രം ഉൾപ്പെടെ ചില ക്ഷേത്രങ്ങൾ അശുദ്ധമാക്കിയതിനെ കുറിച്ചും സംക്ഷിപ്തമായി പരാമർശിക്കുന്നുണ്ട്. ഹിന്ദുക്ഷേത്രങ്ങളിലെ വിഗ്രഹങ്ങൾ മഹ്മൂദിന് തകർക്കാൻ കഴിഞ്ഞപ്പോൾ ജൈനവിഗ്രഹങ്ങളുടെ മുമ്പിൽ മഹ്മൂദ് പരാജയപ്പെട്ട കഥയാണ് ധനപാലൻ പറയുന്നത്. പാമ്പിന് ഗരുഡനെ വിഴുങ്ങാനാവില്ലെന്നും നക്ഷത്രങ്ങൾക്ക് സൂര്യന്റെ ശോഭ കുറയ്ക്കാനാവില്ലെന്നും ഉള്ള ഉപമകളാണ് തന്റെ വാദം സ്ഥാപിക്കാനായി ധനപാലൻ പ്രയോഗിക്കുന്നത്. അദ്ദേഹത്തിന് മഹ്മൂദിന്റെ ആക്രമണം ശിവക്ഷേത്രങ്ങളിലെ വിഗ്രഹങ്ങളുടെ അശക്തിയും ജൈനവിഗ്രഹങ്ങളുടെ ശക്തിയും തെളിയിച്ച സംഭവമായിരുന്നു. പന്ത്രണ്ടാം നൂറ്റാണ്ടിന്റെ ആരംഭത്തിൽ ജൈനകവി ഹേമചന്ദ്രൻ രചിച്ച *ദിവ്യാശ്രായ കാവ്യം* എന്ന ഗ്രന്ഥത്തിൽ രാക്ഷസനും ദൈത്യരും അസുരരും ഋഷിമാരെ ദ്രോഹിക്കുകയും ക്ഷേത്രങ്ങൾ നശിപ്പിക്കുകയും ചെയ്തതിനാൽ ചാലൂക്യ രാജാവ് കോപിഷ്ഠനായ കാര്യം പറയുന്നുണ്ട്. അക്രമികളുടെ കൂട്ടത്തിൽ തുരുഷ്കരുടെ പേരും (തുർക്കികൾ) നാം പ്രതീക്ഷിച്ചു. പക്ഷേ, കണ്ടത് പ്രാദേശിക രാജാക്കളുടെ പേരാണ്. ചാലൂക്യ രാജാവ് സോമനാഥക്ഷേത്രം സന്ദർശിച്ചപ്പോൾ അത് കാലപ്പഴക്കത്താൽ നാശോന്മുഖമായത് കണ്ടുവത്രേ. പ്രാദേശിക രാജാക്കൾ തീർഥാടകരെ കൊള്ളയടിക്കുന്നതുകാരണം ക്ഷേത്രത്തിന്റെ വരുമാനം കുറഞ്ഞ് ക്ഷേത്രോദ്ധാരണത്തിന് വകയില്ലാതായി എന്നും പറയുന്നു. ഇതേ രാജാവ് തന്നെയാണ് കാംബേയിൽ മുസ്ലിംപള്ളി പണിതത്. മാൾവയിലെ പരമാരർ ചാലൂക്യരെ ആക്രമിച്ചപ്പോൾ ഈ പള്ളി തകർത്തു. പകരം പരമാര രാജാവ് ജൈനക്ഷേത്രങ്ങളും ചാലൂക്യരുടെ കാർമികത്വത്തിൽ പണി കഴിപ്പിച്ച ഹിന്ദുക്ഷേത്രങ്ങളും കൊള്ളയടിച്ചു. ക്ഷേത്രങ്ങൾ അധികാരത്തിന്റെ അടയാളങ്ങളാകുമ്പോൾ മതത്തിന്റെ പരിഗണനകളൊന്നുമില്ലാതെ ആക്രമണ ലക്ഷ്യങ്ങളാകുന്നുവെന്ന് കാണാൻ കഴിയും.... തുർക്കി-പേർഷ്യൻ രചനകളിലെ പ്രധാന വിഷയമായ മഹ്മൂദിന്റെ വിഗ്രഹഭഞ്ജനത്തിന് ജൈനകൃതികളിൽ അപ്രധാന സ്ഥാനമേയുള്ളുവെന്ന കാര്യമാണ് വിചിത്രമായി തോന്നുന്നത്.[21]

---

21. "SOMANATHA Narratives of a History"by Romila Thapar in *Demolishing Myths or Mosques and Temples* Edited by Sunil Kumar, page 74-77.

സോമനാഥിലെ സംസ്കൃത ലിഖിതങ്ങളാണ് മഹ്മൂദിന്റെ ക്ഷേത്ര ധ്വംസനങ്ങളുടെ നിജസ്ഥിതിയിലേക്ക് വെളിച്ചം വീശുന്ന മൂന്നാമത്തെ ചരിത്രരേഖകൾ. പന്ത്രണ്ടാം നൂറ്റാണ്ടിലെ ചാലൂക്യ രാജാവ് കുമാരപാലന്റെ ശിലാലിഖിതത്തിൽ സോമനാഥക്ഷേത്രത്തെ കടൽക്കൊള്ളക്കാരുടെയും ഇടപ്രഭുക്കളുടെയും കൊള്ളകളിൽ നിന്നും രക്ഷിക്കുവാൻ ഒരു മേൽനോട്ടക്കാരനെ നിയമിച്ചതായി പറയുന്നു. ഒരുനൂറ്റാണ്ടിനു ശേഷമുള്ള മറ്റൊരു ലിഖിതത്തിൽ മാൾവയിലെ രാജാക്കൻമാരിൽ നിന്നും രക്ഷിക്കാനായി ഒരു രക്ഷകനെ നിയോഗിച്ചെന്ന് പറയുന്നു. ഇതുപോലുള്ള പല ലിഖിതങ്ങളിലും രാജാക്കൻമാർ ക്ഷേത്രം കൊള്ളയടിക്കുന്നതായി പറയുന്നുണ്ട്. ഈ ലിഖിതങ്ങളിലൊന്നും മഹ്മൂദിന്റെ ആക്രമണത്തെക്കുറിച്ച് പരമാർശമില്ല. സോമനാഥിലെ ലിഖിതങ്ങളിലൊന്ന് 1264 ലെ ഒരു വസ്തുകൈമാറ്റ പ്രമാണമാണ്. സംസ്കൃതത്തിലും അറബിയിലും ആണ് പ്രമാണം രേഖപ്പെടുത്തിയിട്ടുള്ളത്. ഹോർമൂസിലെ ഖോജ, നാവ് അബൂ ബ്രാഹിമയുടെ മകൻ നൂറുദ്ദീൻ ഫിറോസ് എന്നയാൾക്ക് സോമനാഥക്ഷേത്രത്തിന്റെ പ്രാന്തത്തിൽ പള്ളി പണിയാൻ സ്ഥലം വിറ്റതിന്റെ പ്രമാണമാണിത്. നാനാസിംഹന്റെ മകൻ ശ്രീചാള എന്ന ഇടപ്രഭുവിന്റെ വസ്തുവാണ് നൂറുദ്ദീൻ വാങ്ങിയത്. പ്രമാണത്തിലെ സ്വരം സൗഹൃദപരമാണെന്ന് റോമിലെ ഥാപ്പർ ചൂണ്ടിക്കാണിക്കുന്നു. മഹ്മൂദിന്റെ ആക്രമണത്തിന് 200 വർഷങ്ങൾക്കുശേഷം ഈ പ്രമാണം ചമയ്ക്കുമ്പോൾ ഇന്നുള്ള ശത്രുതാ മനോഭാവം ഇല്ലായിരുന്നോ എന്നാണവർ ചോദിക്കുന്നത്. അറബി ഭാഷയിൽ രേഖപ്പെടുത്തിയ പ്രമാണത്തിൽ സ്ഥലവാസികൾ ഇസ്ലാം മതം സ്വീകരിക്കുമെന്ന പ്രതീക്ഷ പ്രകടിപ്പിക്കുമ്പോൾ സംസ്കൃതത്തിലുള്ളതിൽ ആ ഭാഗം ബുദ്ധിപൂർവം ഒഴിവാക്കി. പേർഷ്യൻ ഭാഷ ഉപയോഗിക്കാതെ അറബി ഉപയോഗിച്ചതിലും ഒരു പാഠമുണ്ടെന്നാണ് റോമിലെ ഥാപ്പറുടെ അഭിപ്രായം. ഇന്നത്തെപ്പോലെ എല്ലാവരെയും മുസ്ലിം എന്ന വിശേഷണത്തിൽ ഒതുക്കിയിരുന്നില്ല. പതിനഞ്ചാം നൂറ്റാണ്ടിൽ ഗുജറാത്തിന്റെ വിവിധഭാഗങ്ങളിൽ സൃഷ്ടിക്കപ്പെട്ട ലിഖിതങ്ങളിൽ തുർക്കികൾക്കെതിരെ നടന്ന യുദ്ധങ്ങളെക്കുറിച്ച് പരമാർശിക്കുന്നുണ്ട്. അവർ ഒരു ലിഖിതത്തെക്കുറിച്ച് പറയുന്നു:

> ഹൃദയസ്പൃക്കായ ഒരു ലിഖിതം സോമനാഥിൽ തന്നെയാണുള്ളത്. അത് സംസ്കൃതത്തിലാണ് ആലേഖനം ചെയ്തിട്ടുള്ളതെങ്കിലും ബിസ്മില്ലാഹി റഹ്മാനി റഹീം എന്ന ഇസ്ലാമിക അനുഗ്രഹവചനത്തോടെയാണ് ആരംഭിക്കുന്നത്. അറബി വംശജനായ വോഹാര (ബോറ) ഫരീതിന്റെ കുടുംബത്തിന്റെ കാര്യമാണ് ലിഖിതത്തിൽ പറയുന്നത്. സോമനാഥപട്ടണം തുർക്കികൾ ആക്രമിച്ചുവെന്നാണ് ലിഖിതം നമ്മോട് പറയുന്നത്. വോഹാര മുഹമ്മദിന്റെ മകൻ വോഹാര ഫരീത് പ്രാദേശിക ഭരണാധികാരി ബ്രഹ്മ

ദേവനു വേണ്ടി തുർക്കികൾക്കെതിരെ യുദ്ധം ചെയ്തു. യുദ്ധത്തിൽ ഫരീത് കൊല്ലപ്പെട്ടു. ശിലാലിഖിതം ഫരീതിന്റെ സ്മാരകമാണ്.[22]

ബഹുജനങ്ങളുടെ ഇടയിൽ പ്രചാരത്തിലുള്ള കഥകളാണ് ഗസ്നി മഹ്മൂദിന്റെ ആക്രമണത്തെക്കുറിച്ച് വിലയിരുത്താനുള്ള മറ്റൊരു സൂചകം. അവയിൽ നിന്ന് ചില നിഗമനങ്ങളിലെത്താനാവുമെന്ന് റോമിലെ ഥാപ്പർ അഭിപ്രായപ്പെടുന്നു. ഒരു കഥ സലാർ മസൂദിനെ കുറിച്ചുള്ളതാണ്. ഇദ്ദേഹം ഗാസി മിയാൻ (പോരാളി സഹോദരൻ) എന്ന ഓമനപ്പേരിലാണ് അറിയപ്പെടുന്നത്. ഇദ്ദേഹം ഗസ്നി മഹ്മൂദിന്റെ മരുമകനായിരുന്നുവെന്നും നാടോടിക്കഥയിൽ പറയുന്നു. ഇങ്ങനെയൊരാൾ ജീവിച്ചിരുന്നുവെന്നതിന് ചരിത്രപരമായ തെളിവുകളൊന്നുമില്ല. ക്ഷേത്രധ്വംസകനും വിഗ്രഹ ഭഞ്ജകനുമായ മഹ്മൂദിന്റെ യുദ്ധവീരനായ മരുമകനെ ഗാസി മിയാൻ എന്ന ഓമനപ്പേരിൽ വിളിച്ച് അദ്ദേഹത്തിന്റെ ശവകുടീരത്തിലേക്ക് ആണ്ടുതോറും തീർഥാടനം നടത്തുന്നു എന്നുള്ളതാണ് പ്രധാനപ്പെട്ട കാര്യം. ഗസ്നി മഹ്മൂദിനോടും മുസ്ലിങ്ങളോടും ഇന്നുള്ള വിരോധം ഇല്ലായിരുന്നുവെന്നാണ് ഇത് സൂചിപ്പിക്കുന്നത്.

പതിനാറാം നൂറ്റാണ്ടിനുശേഷം ഹിന്ദു, ഇസ്ലാം മതങ്ങളുടെ സമ്പർക്കമേഖല ഭക്തിപ്രസ്ഥാനമായിരുന്നു. ഭക്തിപ്രസ്ഥാനത്തിന്റെ ഉൽപ്പന്നമായ ഗോരക് നാഥന്റെ ഐതിഹ്യത്തിലും *ശാബരതന്ത്രം* എന്ന താന്ത്രിക കൃതിയിലും മഹ്മൂദിനെ ആവാഹിക്കുന്നുണ്ട്. ഇവിടെ മഹ്മൂദ് അത്ഭുതസിദ്ധികളുള്ള പീർ (മുസ്ലിം സന്യാസി) ആണ്. ഈ കൃതികളുടെ രചയിതാക്കളുടെ മനസിൽ ഗസ്നിയിലെ മഹ്മൂദ് ഒരു ക്ഷേത്രധ്വസകൻ ആയിരുന്നില്ലെന്ന വസ്തുതയാണല്ലോ തെളിയുന്നത്. പേർഷ്യൻ വൃത്താന്തങ്ങളിൽ തെളിയുന്ന മഹ്മൂദിന്റെ ചിത്രത്തിൽ നിന്നും തികച്ചും വ്യത്യസ്തമായ ചിത്രമാണ് ഭക്തിപ്രസ്ഥാനകാലത്തെ കൃതികളിൽ തെളിയുന്നത്.[23]

ഈ സാഹചര്യത്തിൽ ശാശ്വതമായ ഹിന്ദു- മുസ്ലിം വൈരത്തിനു നിദാനമായ സംഭവമായി ഗസ്നിയിലെ മഹ്മൂദിന്റെ ക്ഷേത്രധ്വംസനം മാറിയതെങ്ങനെ എന്നതിനെക്കുറിച്ച് വസ്തുനിഷ്ഠമായ അന്വേഷണം ആവശ്യമാണെന്ന കാര്യം ചരിത്രകാരൻമാർ അംഗീകരിച്ചതാണ്. മഹ്മൂദിന്റെ ആക്രമണം മൂലം "ഹിന്ദുക്കളുടെ മനസിന് ആഴത്തിൽ മുറിവേറ്റ" കാര്യം ആദ്യമായി ലോകം അറിയുന്നത് 1843ൽ ബ്രിട്ടീഷ് പാർലമെന്റിൽ നടന്ന ചർച്ചയിലൂടെയാണെന്ന രസകരമായ കാര്യം റോമിലെ ഥാപ്പർ ചൂണ്ടിക്കാണിക്കുന്നു. ഗസ്നിയിൽ മഹ്മൂദിന്റെ ശവകുടീരത്തിലുള്ള ചന്ദനക്കവാടം ഇന്ത്യയിലേക്ക് തിരിച്ചു കൊണ്ടുവന്ന് സോമനാഥക്ഷേത്ര

22. "SOMANATHA Narratives of aHistory"by Romila Thapar in *Demolishing Myths or Mosques and Temples Edited* by Sunil Kumar page 81
23. അതേ പുസ്തകം, പുറം 85

ത്തിന്റെ ഭാരവാഹികളെ ഏൽപ്പിക്കണമെന്ന് ഇന്ത്യയുടെ ഗവർണർ ജന റലായിരുന്ന എല്ലെൻ ബറോ പ്രഭു 1842ൽ അഫ്ഗാനിസ്ഥാനിലെ ബ്രിട്ടീഷ് സൈന്യത്തിന് ഉത്തരവ് നൽകി. ചന്ദനക്കവാടം മഹ്മൂദ് സോമനാഥിൽ നിന്നും കടത്തിയതാണെന്നായിരുന്നു എല്ലെൻ ബറോയുടെ വാദം. ഈ ഉത്തരവിനെക്കുറിച്ചാണ് 1843ൽ ബ്രിട്ടീഷ് പാർലമെന്റിൽ ചർച്ച നടന്നത്. ചർച്ചാവേളയിലാണ് മഹ്മൂദിന്റെ ക്ഷേത്രധ്വംസനം ഹിന്ദുക്കളുടെ മന സിൽ ആഴത്തിലുള്ള മുറിവുണ്ടാക്കിയതെന്ന് ചില അംഗങ്ങൾ അഭിപ്രാ യപ്പെട്ടത്. ചന്ദനകവാടം മഹ്മൂദ് സോമനാഥിൽ നിന്നും കടത്തിയതാ ണെന്ന വാദം സി വി വൈദ്യയെപ്പോലുള്ള ആധുനിക ചരിത്രകാരൻമാർ മുമ്പ് തന്നെ തള്ളിക്കളഞ്ഞിട്ടുള്ളതാണ്. ഇന്ത്യയിലേക്ക് തിരിച്ചു കൊണ്ടു വന്ന ചന്ദനക്കവാടം യഥാർഥത്തിൽ ഇന്ത്യയിൽ നിന്നുള്ളവയായിരുന്നി ല്ലെന്ന് മനസിലായപ്പോൾ അവ ആഗ്രക്കോട്ടയിൽ ഉപേക്ഷിക്കപ്പെട്ടുവെന്ന് അദ്ദേഹം പറയുന്നു.[24] ബ്രിട്ടീഷ് പാർലമെന്റിലെ ചർച്ചയ്ക്ക് ശേഷം സോമനാഥിനെ കുറിച്ചുള്ള രചനകളിൽ ചർച്ചയിലെ കാര്യങ്ങൾ പ്രതി ഫലിക്കാൻ തുടങ്ങി.

> ബ്രിട്ടീഷ് പാർലമെന്റിലെ ചർച്ചയ്ക്ക് ശേഷം മഹ്മൂദിന്റെ ആക്ര മണം ഹിന്ദു-മുസ്ലിം ബന്ധങ്ങളിലെ കേന്ദ്രബിന്ദുവായി. ഇന്ത്യ സ്വതന്ത്രയായ ഉടനെ കെ. എം മുൻഷി സോമനാഥക്ഷേത്രപുന രുദ്ധാരണം എന്ന ആവശ്യം ഉന്നയിച്ചു. ഹിന്ദുമതത്തിന്റെ മഹത്വ ങ്ങളെ പ്രകീർത്തിക്കുവാനുള്ള അദ്ദേഹത്തിന്റെ ആഗ്രഹങ്ങൾ സ്വന്തം ചരിത്രനോവലുകളിൽ പ്രതിഫലിച്ചു. തുടർന്ന് അദ്ദേഹം ഇസ്ലാമിന്റെ വരവിനു മുൻപ് ഉണ്ടായിരുന്ന ആര്യവംശത്തിന്റെ മഹി മകൾ വർണിക്കാൻ തുടങ്ങി. വാൾട്ടർ സ്കോട്ടും അലക്സാണ്ടർ ഡ്യൂമാസും മാതൃകകൾ നൽകിയതിനുശേഷം ചരിത്രനോവലു കൾ ഇന്ത്യയിലും ഫാഷനായി. കെ. എം. മുൻഷിയുടെ ചരിത്ര നോവൽ *ജയ് സോനമനാഥ* 1937ൽ പ്രസിദ്ധീകരിക്കപ്പെട്ടു. ബങ്കിം ചന്ദ്രചാറ്റർജി രചിച്ച *ആനന്ദമഠത്തിന്റെ* അംശങ്ങൾ മുൻഷിയുടെ നോവലിലും കാണാം. ചരിത്രകാരൻ ആർ സി മജൂംദാർ അഭി പ്രായപ്പെട്ടതുപോലെ ബങ്കിം ചന്ദ്രന്റെ ദേശീയത മുസ്ലിങ്ങൾ ഇന്ത്യ കീഴടക്കിയതിലുള്ള കോപം ഉൾക്കൊള്ളുന്ന ഹിന്ദുദേശീയത യാണ്. അദ്ദേഹത്തിന്റെ *സോമനാഥ- അനശ്വരമായ ക്ഷേത്രം* എന്ന ഗ്രന്ഥത്തിന് മുൻഷി എഴുതിയ അവതാരികയിൽ ബ്രിട്ടീഷ് പാർല മെന്റിലെ പ്രസ്താവനകൾ പ്രതിധ്വനിക്കുന്നുണ്ട്...ഒരു ഗതകാല സംഭവത്തെക്കുറിച്ച് വീണ്ടും പറയുന്നത് ഓർമകളെ അടിസ്ഥാന മാക്കിയാണ്. പുതിയൊരു സ്വത്വത്തെ നിർമിക്കാൻ ഈ ഓർമകൾ യഥാർഥമാണെന്നുള്ള അവകാശവാദം ഉന്നയിച്ചേക്കാം. പുതിയ

24. *History of Medieval Hindu India* by C V Vaidya Vol.iii page 92

താായി നിർമിക്കപ്പെട്ട സ്വത്വത്തെ ന്യായീകരിക്കാൻ അത്തരം ഓർമ കളെ അടിസ്ഥാനമാക്കിയുള്ള ചരിത്രം ഉപയോഗപ്പെടുത്തും. സംഭ വത്തെക്കുറിച്ച് പൂർണമായി മനസിലാക്കാനുള്ള പര്യവേക്ഷണം ഈ ചരിത്രപ്രകിയയുടെ വാസ്തവികത നിർണയിക്കാൻ അത്യാ വശ്യമാണ്. ഇന്ന് മുസ്ലിം ഭരണാധികാരികളുടെ ക്ഷേത്രധ്വംസന ങ്ങളെക്കുറിച്ച് ആവർത്തിച്ച് പറയുകയും ഹിന്ദു ഭരണാധികാരിക ളുടെ ക്ഷേത്രധ്വംസനങ്ങളെക്കുറിച്ച് മൗനം പാലിക്കുകയും ചെയ്യു ന്നത് ഈ ചരിത്രമെഴുത്തിലെ രാഷ്ട്രീയലക്ഷ്യം കൂടുതൽ വ്യക്ത മാക്കുന്നുണ്ട്.[25]

ഗസ്നിയിലെ മഹ്മൂദ് എന്ന ഭീകരൻ

ഇന്നത്തെ ഇസ്ലാമിക ഭീകരർ ഗസ്നിയിലെ മഹ്മൂദിന്റെ പിൻമുറ ക്കാരാണെന്ന ധാരണ അനുവാചകരുടെ മനസിലുണ്ടാകുന്ന രീതിയി ലാണ് ചില ചരിത്രകാരന്മാരുടെ വിവരണങ്ങൾ. നിഷ്പക്ഷമതികളായ ചരിത്രകാരന്മാരുടെ വിവരണങ്ങൾ തമസ്കരിക്കപ്പെടുന്നു. സി വി വൈദ്യ മഹ്മൂദിനെക്കുറിച്ച് ഇങ്ങനെയാണ് പറഞ്ഞത്:

> മഹ്മൂദ് ലോകത്തിലെ ഏറ്റവും മഹാനായ രാജാക്കൻമാരിൽ ഒരാ ളായിരുന്നുവെന്ന് ഗിബ്ബൺ[26] പറഞ്ഞത് വാസ്തവമാണെന്ന് എനിക്കു തോന്നുന്നു. അദ്ദേഹം നിർഭയനായ യോദ്ധാവും ഉത്തുംഗതയിലെത്തിയ സേനാനായകനും നീതിമാനും പണ്ഡിത ന്മാരെ ആദരിക്കുന്ന ആളും സ്വന്തം ജനങ്ങളുടെ ക്ഷേമൈശ്വര്യ ങ്ങൾ കാക്കുവാൻ താൽപ്പര്യമുള്ള ഭരണാധികാരിയും ആയിരു ന്നു. പൊതുവിദ്യഭ്യാസവും വ്യാപാരവും വർധിക്കുവാൻ സഹാ യങ്ങൾ ചെയ്തു. ഒരു വ്യക്തി എന്ന നിലയിൽ മഹ്മൂദ് കർശന മായ അച്ചടക്കം പാലിക്കുന്നവനും ക്രൂരതയും അത്യാഗ്രഹവും ഇല്ലാത്തവനും സംയമശീലനും ഉദാരമതിയും ആയിരുന്നു. അദ്ദേഹം അങ്ങേയറ്റത്തെ മതഭക്തനും മതത്തിന്റെ ദൃഢവിശ്വാ സിയും ആയിരുന്നു. എന്റെ നോട്ടത്തിൽ അദ്ദേഹത്തിന്റെ വ്യക്തി ത്വത്തിലെ ഏക കളങ്കം മതഭ്രാന്തിൽ നിന്നുളവായ അസഹി ഷ്ണുത മാത്രമായിരുന്നു.[27]

മറ്റൊരു ചരിത്രകാരനായ ഡോ. ഈശ്വരിപ്രസാദ് മഹ്മൂദിൽ മത ഭ്രാന്ത് കാണുന്നില്ല.

---

25. "SOMANATHA Narratives of a History"by Romila Thapar in *Demolishing Myths or Mosques and Temples,* Edited by Sunil Kumar, page 89
26. എഡ്വേഡ് എമിലി ഗിബ്ബൺ (Edward Emily Gibbon) 1737-1794 ഇംഗ്ലീഷ് ചരിത്ര കാരനായിരുന്നു. ഇദ്ദേഹത്തിന്റെ ഏറ്റവും വിഖ്യാതമായ ഗ്രന്ഥം *The History of the Decline and Fall of the Roman Empire* ആണ്.
27. *History of Medieval Hindu India* by C V Vaidya, Vol.iii page 104.

ചരിത്രത്തിൽ മഹ്മൂദിന്റെ സ്ഥാനം നിർണയിക്കാൻ എളുപ്പമാണ്. ചരിത്രത്തിലെ മുൻകാല പരാമർശങ്ങൾ അദ്ദേഹം ഒരു മഹാനായിരുന്നുവെന്ന് തെളിയിക്കുന്നു. ഇന്നത്തെ മുസൽമാന്മാർക്ക് അദ്ദേഹം മതത്തിന്റെ സംരക്ഷകനും അവിശ്വാസികളുടെ നാട്ടിൽ നിന്നും അവിശ്വാസത്തെ നിർമാർജനം ചെയ്യാൻ ശ്രമിച്ചവനും ആയിരുന്നു. ഹിന്ദുക്കൾക്കാകട്ടെ തങ്ങളുടെ ക്ഷേത്രങ്ങൾ തകർക്കുകയും മതവികാരത്തെ വ്രണപ്പെടുത്തുകയും ചെയ്ത മനുഷ്യത്വമില്ലാത്ത സ്വേച്ഛാധിപതി. ശരിയായ ഹൂണൻ, ആയിരുന്നു. അക്കാലത്തെ സാഹചര്യങ്ങളെക്കുറിച്ച് അവബോധമുള്ള നിഷ്പക്ഷമതിയായ അന്വേഷകന് മറ്റൊരു അഭിപ്രായമാണുള്ളത്. അയാളുടെ കാഴ്ചപ്പാടിൽ മഹ്മൂദ് വലിയൊരു ജനനായകനും ധർമനിഷ്ഠനായ ഭരണാധികാരിയും നിർഭയനും സിദ്ധിയുള്ളവനുമായ യോദ്ധാവും നീതിയുടെ നിർവാഹകനും ഭാഷാപ്രേമിയും ലോകത്തിലെ മഹാന്മാരായ രാജാക്കന്മാരിൽ ഒരാളായി എണ്ണപ്പെടാൻ അർഹതയുള്ള ആളുമായിരുന്നു.[28]

സുൽത്താൻമാരുടെ ഭരണവും മുഗൾ സാമ്രാജ്യവും

ഗസ്നിയിലെ മഹ്മൂദ് ഇന്ത്യയുടെ ചില ഭാഗങ്ങൾ കീഴടക്കി സ്വന്തം സാമ്രാജ്യത്തോട് ചേർത്തതല്ലാതെ ഇന്ത്യയിൽ ഒരു മുസ്ലിം രാജ്യം സ്ഥാപിച്ചില്ല. രണ്ടു നൂറ്റാണ്ടുകൾക്കുശേഷമാണ് ഇന്ത്യയിൽ മുസ്ലിം ഭരണം തുടങ്ങിയത്. 1206ൽ തുർക്കിവംശജനായ മുഹമ്മദ് ഗോറി പ്രിഥ്വിരാജ് ചൗഹാനെ ഹരിയാനയ്ക്കടുത്തുള്ള തരൗറിൽ നടന്ന രണ്ടാമത്തെ യുദ്ധത്തിൽ തോൽപ്പിച്ചു. തന്റെ അടിമയായ ഖുത്തുബുദ്ദീൻ ഐബക്കിനെ ഡൽഹിയുടെ ഭരണച്ചുമതല ഏൽപ്പിച്ചു. ഖുത്ത്ബുദ്ദീൻ ഐബക്കിന്റെ പിൻമുറക്കാർ അടിമരാജവംശം എന്നാണറിയപ്പെട്ടത്. അവരുടെ ഭരണം 1206 മുതൽ 1290 വരെ നീണ്ടു നിന്നു. മൂന്നു നൂറ്റാണ്ടിലേറെക്കാലം നീണ്ടു നിന്ന ദില്ലി സുൽത്താനിയത്ത് (സുൽത്താൻ ഭരണം) ആരംഭിച്ചതങ്ങനെയാണ്.

അടിമരാജവംശത്തിൽ നിന്നും ദില്ലി സുൽത്താനിയത്ത് പിടിച്ചെടുത്തത് അഫ്ഗാനിസ്ഥാനിലെ തുർക്കിവംശജരായ ഗിൽസായി ഗോത്രത്തിലെ ഖൽജികളാണ്. ഇഖ്തിയാറുദ്ദീൻ മുഹമ്മദ് ബിൻ ബക്ത്യാർ ഖൽജി ഗോറിയുടെ സൈന്യത്തിലെ ഒരു സേനാനായകനായിരുന്നു. അയാൾ 1193ൽ ബീഹാറും 1205ൽ ബംഗാളും കീഴടക്കി. സ്വന്തമായി ഭരണം തുടങ്ങി. ബക്ത്യാർ ഖൽജിയാണ് ബംഗാളിലെ ആദ്യത്തെ മുസ്ലിം ഭരണാധികാരി. ജലാലുദ്ദീൻ ഫിറുസ് ഖൽജി 1290ൽ ദില്ലി സിംഹാസനം പിടിച്ചെടുത്തു. 1320 വരെ ഖൽജികളുടെ കൈകളിലായിരുന്നു ദില്ലി. ഖൽജികൾ മാൾവയും ഗുജറാത്തും പിടിച്ചടക്കി. നർമദയ്ക്കപ്പുറം തെക്കേ ഇന്ത്യയിലേക്ക് ആദ്യമായി മുസ്ലിം പടയോട്ടം നടത്തിയത്

28. *History of Medieval India from 647 AD to the Mughal conquest* by Ishwari Prassad (The Indian Press Ltd 1925) page 91.

ഖൽജികളായിരുന്നു. അവർ തമിഴ്നാട് വരെയും എത്തി. ഗിയാസുദ്ദീൻ തുഗ്ലഖ് 1321ൽ ദില്ലി സുൽത്താൻ ആയതുമുതൽ 1413 വരെ തുർക്കി വംശജരായ തുഗ്ലഖുകളായിരുന്നു ഭരണം. തുടർന്ന് സയ്യിദ് രാജകുടുംബം 1451 വരെ ഡൽഹി ഭരിച്ചു. അതിനുശേഷം 1526 വരെ ലോധികളായിരുന്നു. ദില്ലിയിലെ സുൽത്താന്മാർ കാബൂളിലെ ഭരണാധികാരിയായിരുന്ന ബാബർ ഇബ്രാഹിം ലോധിയെ 1526ൽ പാനിപ്പത്ത് യുദ്ധത്തിൽ തോൽപ്പിച്ചതോടെ ദില്ലി സുൽത്താനിയത്തിനെ ബാബർ ഇന്ത്യയിൽ സ്ഥാപിച്ച മുഗൾ സാമ്രാജ്യത്തിൽ ലയിപ്പിച്ചു. ബാബറുടെ പൗത്രൻ ജലാലുദ്ദീൻ മുഹമ്മദ് അക്ബറുടെ കാലത്ത് മുഗൾ സാമ്രാജ്യം ഉത്തുംഗതയിലെത്തി. തുടർന്ന് സാമ്രാജ്യത്തിന്റെ ശക്തി ക്ഷയിക്കാൻ തുടങ്ങിയെങ്കിലും 1857വരെയും നാമമാത്രമായെങ്കിലും നിലനിന്നു. അവസാനത്തെ മുഗൾ ചക്രവർത്തി ബഹദൂർ ഷാ സഫർ രണ്ടാമനെ ബ്രിട്ടീഷുകാർ ബർമയിലേക്ക് നാടുകടത്തുകയും അവിടെവച്ച് അന്തരിക്കുകയും ചെയ്തു. ദില്ലി സുൽത്താനിയത്തും മുഗൾ സാമ്രാജ്യവും ഉൾപ്പെടെ ആറ് നൂറ്റാണ്ടിലേറെക്കാലം നീണ്ടു നിന്ന മുസ്ലിം ഭരണം ഇന്ത്യയുടെ രാഷ്ട്രീയ സാംസ്കാരിക മണ്ഡലങ്ങളിൽ മായാത്ത മുദ്രകൾ പതിപ്പിച്ചു. ഇന്ത്യയുടെ സുപ്രീം കോടതിയിലെ ജഡ്ജിയായ മാർക്കണ്ഡേയ കട്ജു എഴുതി:

> ആധുനിക ഇന്ത്യയുടെ ശിൽപ്പി മഹാനായ മുഗൾ ചക്രവർത്തി അക്ബർ ആയിരുന്നു. അദ്ദേഹം എല്ലാ മതവിഭാഗങ്ങളെയും ഒരുപോലെ ബഹുമാനിച്ചു. എല്ലാ വിഭാഗത്തിലും പെട്ടവരെ ജാതിയും മതവും നോക്കാതെ ഉയർന്ന ഉദ്യോഗങ്ങളിൽ നിയമിക്കുകയും ചെയ്തു. കേംബ്രിഡ്ജ് ഹിസ്റ്ററി ഓഫ് ഇന്ത്യ (നാലാം വാള്യം-മുഗൾ കാലഘട്ടം) എന്ന ഗ്രന്ഥത്തിൽ പറഞ്ഞതുപോലെ അക്ബർ ചക്രവർത്തി എല്ലാ പ്രജകളുടെയും പിതാവാകണം എന്ന ആശയം ഉൾക്കൊണ്ടിരുന്നു. അല്ലാതെ മുസ്ലിങ്ങളുടെ നേതാവിന്റെ ഭാവമായിരുന്നില്ല അദ്ദേഹത്തിന്. സുൽഹ്-ഇ കുൽ, അതായത് എല്ലാ മതങ്ങളോടും സാർവലൗകിക സഹിഷ്ണുതയാണ് തന്റെ നയമെന്ന് അദ്ദേഹം പരസ്യമായി പ്രഖ്യാപിച്ചത് യൂറോപ്പിൽ കത്തോലിക്കരും പ്രൊട്ടസ്റ്റന്റുകളും പരസ്പരം കൂട്ടക്കൊല ചെയ്യുകയും വിശ്വാസത്തിന്റെ പേരിൽ മനുഷ്യരെ കുറ്റിയിൽ കെട്ടിനിർത്തി അഗ്നിക്കിരയാക്കുകയും ചെയ്തുകൊണ്ടിരുന്നപ്പോഴായിരുന്നു.[29]

സുൽത്താൻമാരുടെ ഭരണകാലത്തെ യഥാർഥ സാമൂഹിക സാഹചര്യങ്ങൾ വായിച്ചെടുക്കാൻ ഉപകരിക്കുന്നവയാണ് മധ്യകാല ചരിത്രകാരൻ സിയാവുദ്ദീൻ ബറനിയുടെ ഗ്രന്ഥങ്ങളെന്ന് അവയെ ആധാര

---

29. *The task of taking India forward* by Justice Markandey Katju, Judge of the Supreme Court of India, The *Hindu,* November24, 2008.

മാക്കി പഠനങ്ങൾ നടത്തിയ ചരിത്രപണ്ഡിതൻ ഇർഫാൻ ഹബീബ് ചൂണ്ടിക്കാണിക്കുന്നു. ഡൽഹിക്കടുത്തുള്ള ബറനിയിൽ (ഇന്നത്തെ ബുലന്ദ്ശഹർ) 1285ൽ ജനിച്ച സിയാവുദ്ദീൻ ബറനി പതിനേഴു കൊല്ലം സുൽത്താൻ മുഹമ്മദ് ബിൻ തുഗ്ലഖിന്റെ കൊട്ടാരത്തിൽ സഹായി (മുഖർറബ്) എന്ന ഔദ്യോഗിക പദവിലിരുന്നതുകൊണ്ട് ഭരണത്തിന്റെ അകത്തളങ്ങളിൽ നടക്കുന്ന കാര്യങ്ങളെക്കുറിച്ച് മനസിലാക്കാൻ കഴിഞ്ഞു.മുഹമ്മദ് ബിൻ തുഗ്ലഖിന്റെ മരണശേഷം ഫിറൂസ് ഷാ അധികാരമേറ്റപ്പോൾ ബറനി പുറം തള്ളപ്പെടുക മാത്രമല്ല കുറച്ചു കാലം ജയിൽ വാസമനുഭവിക്കേണ്ടി വരികയും ചെയ്തു. അതുകൊണ്ട് സുൽത്താൻമാരുടെ ഭരണത്തെക്കുറിച്ച് വിമർശനപരമായാണ് യാഥാസ്ഥിതിക മതപണ്ഡിതനായിരുന്ന ബറനി രചനകൾ നടത്തിയത്. ഗസ്നിയിലെ മഹ്മൂദ് മുതൽ ഫിറൂസ് ഷാ വരെയുള്ള സുൽത്താൻമാരുടെ ചരിത്രം വിവരിക്കുന്ന ഗ്രന്ഥമാണ് താരീഖ്-ഇ ഫിറൂസ് ഷാഹി. മാതൃകാപരമായ ഇസ്ലാമിക ഭരണകൂടം എങ്ങനെ ആയിരിക്കണമെന്ന് വിവരിക്കുന്ന ഗ്രന്ഥമാണ് ഫത്താവാ-ഇ ജഹാൻദാരി (ലോകപാലനത്തെക്കുറിച്ചുള്ള വിധികൾ). ഗസ്നിയിലെ മഹ്മൂദ് തന്റെ പുത്രന് നൽകുന്ന ഉപദേശങ്ങളുടെ രൂപത്തിലാണ് മാതൃകാഭരണത്തെ ബറനി അവതരിപ്പിച്ചത്. ബറനിയുടെ മാതൃകാ സുൽത്താൻ മഹ്മൂദ് ആയിരുന്നുവെന്ന് ഇതിൽനിന്നും തെളിയുന്നു. ഒരു മാതൃകാസുൽത്താൻ ശരീഅത്ത് നിയമങ്ങൾ കർശനമായി നടപ്പിലാക്കണം. ശരീഅത്ത് നിയമങ്ങൾ നടപ്പാക്കാനുള്ള പ്രാഥമികമായ ചുമതല ഇസ്ലാമികലോകത്തിന്റെയാകെ ഭരണത്തലവനെന്ന് കരുതപ്പെട്ടിരുന്ന ഖലീഫയ്ക്കല്ലെന്നും അതത് പ്രദേശങ്ങളുടെ ഭരണം നടത്തുന്ന സുൽത്താൻമാർക്കാണെന്നും ബറനി പറയുന്നു. കാരണം ബറനിയുടെ കാലമായപ്പോഴേക്കും ഖലീഫ്സ്ഥാനം ആലങ്കാരികം മാത്രമാവുകയും മംഗോൾ ആക്രമണത്തിൽ ഖലീഫയുടെ ആസ്ഥാനമായ ബാഗ്ദാദ് നിലംപരിശാക്കപ്പെടുകയും ഖലീഫ വധിക്കപ്പെടുകയും ചെയ്തിരുന്നു. ബറനിയുടെ രാഷ്ട്രീയ സിദ്ധാന്തങ്ങളെക്കുറിച്ച് പ്രൊഫസർ ഇർഫാൻ ഹബീബ് എഴുതി:

> ഇസ്ലാമിന്റെ ശത്രുക്കളെ അമർത്തുന്ന കാര്യത്തിൽ ബറനി ശാഠ്യം കാണിക്കുന്നു. അദ്ദേഹം ലക്ഷ്യമിടുന്ന ശത്രുക്കൾ രണ്ടു തരമാണ്. പുറത്തുനിന്നുള്ളവരും അകത്തുള്ളവരും. പുറത്തു നിന്നുള്ള ശത്രുക്കൾ ഹിന്ദുക്കളാണ്. ഇസ്ലാമിനുള്ളിൽ തന്നെയുള്ള ശത്രുക്കൾ മുസ്ലിങ്ങളായ തത്വചിന്തകർ (ഫലാസിഫാ-philosophers) തന്നെയാണ്. സ്വാഭാവികമായും ബറനിയുടെ അഭിപ്രായത്തിൽ മഹ്മൂദാണ് ഇക്കാര്യത്തിൽ വിട്ടുവീഴ്ചയില്ലാത്ത നിലപാടെടുത്ത ആൾ. ഹിന്ദുക്കളെ സംബന്ധിക്കുന്ന കാര്യത്തിൽ ഇസ്ലാമിക നിയമത്തിൽ അവ്യക്തതയുണ്ടായിരുന്നു. അവരെ ക്രിസ്ത്യാനികളെയും ജൂതരെയും പോലെ ധിമ്മികൾ ആയാണോ കാഫിറുകൾ

ആയാണോ കരുതേണ്ടത് എന്ന കാര്യത്തിലായിരുന്നു തർക്കം. ഇക്കാര്യത്തിൽ മഹ്മൂദ് ശാഫി മദ്ഹബ് അനുസരിച്ചുള്ള നിയമങ്ങളാണ് അനുസരിച്ചത്. ശാഫി മദ്ഹബ് പ്രകാരം ഹിന്ദുക്കളെ കാഫിറുകളായി കരുതണം. അതുകൊണ്ട് അവരെ കൊല്ലുകയോ കൂട്ടത്തോടെ ഇസ്ലാമിലേക്ക് മതപരിവർത്തനം ചെയ്യിക്കുകയോ വേണം. അവരിൽ നിന്നും ജിസ്യ ഈടാക്കി ജീവിക്കാൻ അനുവദിക്കുന്നത് ശരീഅത്ത് പ്രകാരം ശരിയല്ല. തന്റെ മന്ത്രി അഹ്മദ് ഹസൻ മൈമന്ദിയുടെ ഉപദേശം സ്വീകരിച്ച് ബ്രാഹ്മണരെ കൊല്ലാതെ വിട്ടതിൽ മഹ്മൂദ് ഖേദിച്ചതായി ബറനി എഴുതി. സുൽത്താൻ ഇൽത്തുമിഷ് ഉലമകളുടെ ഫത്‌വ തള്ളിക്കളഞ്ഞ് മന്ത്രി നിസാമുൽ മുൽക്ക് ജുനൈദിയുടെ ഉപദേശപ്രകാരം ഹിന്ദുക്കളെ കൊല്ലുകയോ മതപരിവർത്തനം ചെയ്യിക്കുകയോ ചെയ്യാത്ത നയം കൈക്കൊണ്ടുവെന്ന് മറ്റൊരവസരത്തിൽ ബറനി സങ്കടപ്പെടുന്നുണ്ട്. രണ്ടവസരത്തിലും ശരീഅത്ത് നടപ്പാക്കുന്നതിൽ നിന്ന് ഭരണാധികാരികളെ പിന്തിരിപ്പിച്ചത് ഔചിത്യമാണെന്ന് കാണാം. ഫത്താവായിലെന്നപോലെ താരീഖിലും ഭരണകൂടത്തിന്റെ താൽപ്പര്യമനുസരിച്ച് ഹിന്ദുക്കളോട് സഹിഷ്ണുത കാണിക്കേണ്ടത് ആവശ്യമാണെന്ന് ബറനി സമ്മതിക്കുന്നുമുണ്ട്.... തന്റെ അധികാരത്തിലുള്ള ദേശങ്ങളിൽ ഹിന്ദുക്കൾ ധനവാന്മാരും ഐശ്വര്യങ്ങളുള്ളവരും വിഗ്രഹങ്ങളെ യഥേഷ്ടം ആരാധിക്കുന്നവരും ഉത്സവങ്ങളിൽ വാദ്യഘോഷങ്ങൾ മുഴക്കുന്നവരുമാണെന്ന് ജലാലുദ്ദീൻ ഖൽജിയെക്കൊണ്ട് ബറനി പറയിക്കുന്നുമുണ്ട്.തന്റെ ജീവിതകാലത്ത് ഇസ്ലാമിന്റെ ഭരണാധികാരികൾ ഹിന്ദുക്കളോടും മംഗോളുകളോടും അവിശ്വാസികളോടും ബഹുമാനം കാണിക്കുകയും അവരെ മെത്തയിട്ട ഇരിപ്പിടങ്ങളിൽ ഇരിക്കാനും വേഷപ്പകിട്ടുകൾ കാണിക്കാനും അനുവദിക്കുകയും മറ്റുവിധത്തിൽ ബഹുമാനിക്കുകയും ചെയ്യുന്നത് കാണേണ്ടി വന്നതിൽ ബറനി ഫത്താവായിൽ വിലപിക്കുന്നുണ്ട്. പക്ഷേ,ഗ്രാമങ്ങളിലെ ഹിന്ദു കുലീനർക്ക് സ്ഥാനമാനങ്ങൾ കൊടുക്കുന്നതിനെയും ഹിന്ദു ഉദ്യോഗസ്ഥർക്ക് ഉയർന്ന സ്ഥാനങ്ങളിലേക്ക് കയറ്റം കൊടുക്കുന്നതിനെയും ബറനി യുക്തിയുക്തമെന്ന് വിശേഷിപ്പിക്കുന്നുമുണ്ട്; അത്തരം ഭരണനടപടികൾ ബറനിയിൽ പ്രതിഷേധമുളവാക്കിയില്ല..... ബറനിയുടെ രണ്ടാമത്തെ ശത്രുക്കൾ തത്വചിന്തകർ ആണ്. മഹ്മൂദ് അവരെ ബ്രാഹ്മണർക്ക് തുല്യരായി (അതായത് കൊല്ലപ്പെടേണ്ടവർ) കണക്കാക്കിയെന്ന് ബറനി പറയുന്നു.[30]

ബറനിക്ക് രണ്ടര നൂറ്റാണ്ടുകൾക്കുശേഷം ജീവിച്ചിരുന്ന ചരിത്ര

30. *Two Indian Theorists of state* by Irfan Hagbib in *Mind Over Matter Essays on Mentalitities in Medieval India* Edited by D N Jha, Euginia Vanina (2009) p.27

കാരൻ അബുൽ ഫസലിന്റെ (1551-1602) ഗ്രന്ഥങ്ങൾ *അക്ബർ നാമ*യും *ഐൻ-ഇ അക്ബരി*യും മുഗൾ സാമ്രാജ്യകാലഘട്ടത്തിലെ സാമൂഹിക വ്യവസ്ഥയെക്കുറിച്ച് മനസിലാക്കാൻ സഹായിക്കുന്നുവെന്ന് ഇർഫാൻ ഹബീബ് പറയുന്നു. അബുൽ ഫസലിന്റെ മാതൃകാ ഭരണാധികാരി അക്ബറാണ്. മാതൃകാഭരണാധികാരി ദിവ്യപ്രകാശം ലഭിച്ച ആളത്രേ. അത്തരമൊരു ഭരണാധികാരി മനുഷ്യകുലത്തിന്റെ പിതാവാണ്. മാതൃകാ ഭരണാധികാരിയിൽ നിന്ന് വിവിധ മതവിശാസികൾക്ക് കാര്യണ്യത്തിന്റെ സുഖാനുഭൂതി ലഭിക്കുന്നു. അപ്പോൾ വിവിധമതങ്ങൾ തമ്മിലുള്ള സംഘർഷങ്ങളുടെ പൊടിപടലം ഉയരുന്നില്ല. അബുൽ ഫസലിന്റെ രചനയെക്കുറിച്ച് ഇർഫാൻ ഹബീബ് എഴുതുന്നു:

> ഇതാണ് പരസ്പരം ഏറ്റുമുട്ടുന്ന മതങ്ങൾ തമ്മിലുള്ള സഹിഷ്ണുത. ഇതിനെ അബുൽ ഫസലും അദ്ദേഹത്തിന്റെ ആരാധ്യ പുരുഷനും സുൽഹ്-ഇ കുൽ (കേവലശാന്തി) എന്നാണ് വിശേഷിപ്പിച്ചത്. ഇത് ആവാഹിക്കുന്നത് ഇബനു ആറബിയുടെ തത്വചിന്തയിലെ മുഹബ്ബത്ത്-ഇ കുൽ (കേവലപ്രേമം) എന്ന സങ്കൽപ്പനത്തെയാണ്. ദൈവവുമായുള്ള അതീന്ദ്രിയമായ ഏകത പ്രാപിക്കലാണ് മുഹബ്ബത്ത്-ഇ കുൽ. അതിലേക്കെത്താൻ കഴിയാത്തവർക്കുള്ളതാണ് എല്ലാ വൈവിധ്യങ്ങളോടും സഹിഷ്ണുത പ്രകടിപ്പിക്കുന്ന കേവലശാന്തിയുടെ മാർഗം.... സുൽഹ്-ഇ കുൽ തത്വം അംഗീകരിച്ചതിനുശേഷമാണ് അക്ബർ എല്ലാ മതനേതാക്കളുമായും (ക്രിസ്ത്യാനികളും ബ്രാഹ്മണരും ഉൾപ്പെടെ) സംവാദം ആരംഭിച്ചതും വിവിധ മതവിശ്വാസികളായവരെ (ശിയകളായ ഇറാനികളും സുന്നികളായ തുറാനികളും ഹിന്ദുക്കളും) ഉദ്യോഗങ്ങളിൽ നിയമിക്കാൻ തുടങ്ങിയതും എന്ന് അബുൽ ഫസൽ വിവരിക്കുന്നുണ്ട്.[31]

മുസ്ലിം പടയേറ്റങ്ങളെ മതപരമായ യുദ്ധങ്ങളായും വിദേശാക്രമണങ്ങളായും എണ്ണുന്നത് ചരിത്രയാഥാർഥ്യങ്ങൾക്ക് നിരക്കുന്നതല്ലെന്നാണ് കാൺപൂർ കലാപത്തെക്കുറിച്ചന്വേഷിച്ച സമിതിയുടെ റിപ്പോർട്ടിൽ പറയുന്നത്.

> വടക്കു നിന്നുണ്ടായ രാഷ്ട്രീയമായ നീക്കങ്ങളെ മതപരമായ യുദ്ധങ്ങളായി മാത്രമല്ല വിദേശാക്രമണങ്ങളായും ചില ചരിത്രകാരന്മാർ ചിത്രീകരിച്ചു; അത് ഇന്നും തുടരുകയുമാണ്. ആറായിരത്തിലധികം മൈൽ അകലെയുള്ള വിദേശികളായ ബ്രിട്ടീഷുകാർ ഇന്ത്യയെ വിദേശാധിപത്യത്തിൽ നിന്നു മോചിപ്പിച്ചവരായും വടക്കു നിന്നുള്ള ആക്രമണങ്ങളിൽ നിന്നു നമുക്ക് സംരക്ഷണം നൽകിയവരായും ചരിത്രത്തിൽ ചിത്രീകരിക്കപ്പെട്ടത് വിരോധാ

31. Ibid page 29

> ഭാസം തന്നെ.... മതപരമായ പക്ഷപാതിത്വവും സ്ഥാപിത താൽപ്പര്യങ്ങളും മാത്രം മുൻനിറുത്തി പതിനൊന്നാം നൂറ്റാണ്ടിലെ മഹ്മൂദിന്റെ ആക്രമണം മുതലിങ്ങോട്ടുള്ള എല്ലാ മുസ്ലിം പടയേറ്റങ്ങളെയും വിദേശാക്രമണങ്ങളായാണ് ചിത്രീകരിച്ചത്. ഇസ്ലാം വിദേശത്ത് ഉത്ഭവിച്ച മതമാണെന്ന കാരണത്താൽ മുസ്ലിങ്ങളെ വിദേശികളായും ചിത്രീകരിച്ചു. വിദേശത്തു നിന്നു കുടിയേറിയ ആര്യൻമാരുടെ പിൻമുറക്കാരാണ് ഹിന്ദുക്കളെന്ന് പഠിപ്പിക്കുമ്പോൾ തന്നെയാണ് മുസ്ലിങ്ങൾ വിദേശികളാണെന്നവാദം ഉന്നയിക്കുന്നത്. വടക്കു നിന്നുള്ളവരെല്ലാം വിദേശികളാണെന്ന് വീറോടെ പ്രചാരണം നടത്തിയതിനാൽ ജനങ്ങൾ ഒരു ഹിപ്നോട്ടിക്ക് അവസ്ഥയിലായിരിക്കയാണ്. താൻ വിദേശിയാണെന്ന് മുസ്ലിമും സ്വയം കരുതാൻ തുടങ്ങി. മഹാഭൂരിപക്ഷം മുസ്ലിങ്ങളും ഇവിടെത്തന്നെ ജനിച്ചുവളർന്നവരാണ്. ഏതാനും ലക്ഷം പേരാണ് വിദേശത്ത് നിന്നു വന്ന മുസ്ലിങ്ങൾ.അവർ കാലക്രമത്തിൽ ഇവിടത്തെ ജനതയിൽ ലയിച്ചുചേരുകയും ചെയ്തു. യഥാർഥത്തിൽ ഗസ്നികളും ഗോറികളും അവരുടെ രക്തത്തിലും സംസ്കാരത്തിലും ഇന്ത്യക്കാർ തന്നെയാണ്. അതിപുരാതന കാലം മുതൽ ബ്രിട്ടീഷ് ആധിപത്യത്തിന്റെ അന്ത്യം വരെയും അഫ്ഗാനിസ്ഥാൻ ഇന്ത്യയുടെ ഭാഗമായിരുന്നു. ഇന്ത്യയുടെ സംസ്കാരത്തിന്റെ തൊട്ടിലായിട്ടാണ് അതിനെ കരുതിയിരുന്നത്.[32]

മുസ്ലിം ആക്രമണങ്ങൾ എന്നു പറയുന്നത് യഥാർഥത്തിൽ ഇന്ത്യയിൽ നടന്നിരുന്ന ഇന്ത്യയെ ഏകീകരിക്കാനുള്ള രജപുത്രരുടെ ശ്രമങ്ങളുടെ തുടർച്ച തന്നെയായിരുന്നു. മുമ്പ് ശൈവരും വൈഷ്ണവരും ബുദ്ധരും ജൈനരും തമ്മിൽ പോരാടിയിരുന്നതുപോലെ തന്നെയാണ് ഹിന്ദുക്കളും മുസ്ലിങ്ങളും തമ്മിൽ നടന്ന യുദ്ധങ്ങളും. ഈ യുദ്ധങ്ങളിൽ അധികവും മുസ്ലിങ്ങൾ ജയിക്കാൻ കാരണം അവരുടെ മതം അവർക്കു നൽകിയ ഐക്യബോധമായിരുന്നു.[33]

ഇന്ത്യയുടെ ഏകീകരണം

മുസ്ലിങ്ങളുടെ വരവിന് മുമ്പ് ഇന്ത്യയെ ഭൂമിശാസ്ത്രപരമായി ഏകീകരിച്ചത് മൗര്യവംശവും (പൊതുവർഷത്തിനു മുമ്പ് 321 മുതൽ 184 വരെ) ഗുപ്തവംശവും (പൊതുവർഷം 280 മുതൽ 550 വരെ) ഹർഷവർധനനും (പൊതുവർഷം 590 മുതൽ 657 വരെ) ആയിരുന്നു. ഹർഷനുശേഷം ഇന്ത്യയുടെ ഏകീകരണത്തിന് ഇസ്ലാമിന്റെ പടയേറ്റങ്ങൾ സഹായിച്ചതെങ്ങനെയെന്ന് കാൺപൂർ കലാപത്തെക്കുറിച്ചന്വേഷിച്ച സമിതിയുടെ റിപ്പോർട്ടിൽ ഇങ്ങനെ പറയുന്നു:

32. *The Communal Problem,* page 56
33. *Ibid,* 62, 63

ക്രിസ്തുവർഷം പതിനൊന്നാം നൂറ്റാണ്ടിന്റെ ആരംഭത്തിൽ ഗസ്നിയിലെ മഹ്മൂദിന്റെ ആക്രമണങ്ങൾ നടന്നതു മുതൽ ആരംഭിച്ച രാഷ്ട്രീയമായ മുന്നേറ്റങ്ങൾ ഇന്ത്യയിലേക്കിറങ്ങി വന്നത് നശീകരണ നിർഝരമോ നിപാതമോ ആയിട്ടല്ല, അതിന്റെ പുരോഗമനം ഒരു നദിയുടെ ഒഴുക്കുപോലെ ആയിരുന്നു. ഒഴുകുന്നിടങ്ങളിൽ ചില നാശനഷ്ടങ്ങൾ ഉണ്ടാകുമെങ്കിലും നദി അന്തിമവിശകലനത്തിൽ ജീവദായിനിയാണ്. ഒരു നൂറ്റാണ്ടോളം കാലമെടുത്ത് മുസ്ലിം പടയേറ്റങ്ങൾ ആദ്യം പഞ്ചാബിനെ ഏകീകരിച്ചു. അതിന്റെ അതിരുകൾ ഹിന്ദുക്കുഷ് വരെയെത്തിച്ചു. അടുത്ത നൂറ്റാണ്ടിൽ പൂർവഭാഗത്തുള്ള ബംഗാളും മഹാനദിയും നർമദയും കടന്ന് ഇന്ത്യയുടെ ദക്ഷിണഭാഗവും ഇന്ത്യയുടെ ഭാഗമാക്കി. പതിമൂന്നാം നൂറ്റാണ്ടിന്റെ അന്ത്യത്തിലും പതിനാലാം നൂറ്റാണ്ടിന്റെ ആരംഭത്തിലുമായി അലാവുദ്ദീൻ ഖിൽജിയുടെ കീഴിൽ ഇന്ത്യ തെക്കേ അറ്റം വരെ വ്യാപിച്ച സാമ്രാജ്യമാവുകയും ചരിത്രത്തിൽ ആദ്യമായി ഭൂമിശാസ്ത്രപരമായ സംജ്ഞയിലെ ഇന്ത്യ ഒന്നാകുകയും ഒരൊറ്റ ഭരണത്തിൻകീഴിലാവുകയും ചെയ്തു. ചന്ദ്രഗുപ്ത മൗര്യനും അദ്ദേഹത്തിന്റെ പൗത്രൻ അശോകനും ഒരു വലിയ സാമ്രാജ്യം ഭരിച്ചു എന്നതിൽ സംശയമില്ല. ശിഥിലീകരണ ശക്തികൾ സജീവമായി പ്രവർത്തിച്ചിരുന്ന കാലമായതുകൊണ്ട് ആ സാമ്രാജ്യം കഷ്ടിച്ച് ഒരു നൂറ്റാണ്ടുകാലം മാത്രമേ നിലനിന്നുള്ളൂ. ഗുപ്തസാമ്രാജ്യം നാലാം നൂറ്റാണ്ടു മുതൽ ഏഴാം നൂറ്റാണ്ടുവരെ മൂന്നു നൂറ്റാണ്ടിലധികം കാലം നിലനിന്നു. ഹർഷന്റേത് മറ്റൊരു ശ്രമമായിരുന്നു. പക്ഷേ അത് അദ്ദേഹത്തിന്റെ വ്യക്തിസാമർഥ്യത്തിന്റെ ഫലമായിരുന്നതുകൊണ്ട് അദ്ദേഹത്തിന്റെ കാലശേഷം ശിഥിലമായി.അലാവുദ്ദീന്റെ സാമ്രാജ്യവും അലാവുദ്ദീനുശേഷം ശിഥിലമായെങ്കിലും അതിന്റെ രൂപവൽക്കരണം മുസ്ലിങ്ങളുടെ വരവോടെ ആരംഭിച്ച ഒരു പ്രക്രിയയുടെ ഫലമായതുകൊണ്ട് അലാവുദ്ദീനുശേഷവും ആ പ്രക്രിയ തുടർന്നു. സ്ഥിരമായ ഒരു രാഷ്ട്രീയാധികാര കേന്ദ്രമായി ദില്ലി അംഗീകരിക്കപ്പെട്ടു. ഭരണാധികാരികൾ മാറി വന്നേക്കാം. പ്രവിശ്യകൾ വിട്ടുപോയേക്കാം. എങ്കിലും ശിക്ഷിക്കാനും കീഴ്പ്പെടുത്താനും ഉള്ള ദില്ലിയുടെ അധികാരം ഇന്ത്യ മുഴുവനുമുള്ള ജനങ്ങളുടെ പൊതുമനസിൽ സ്ഥിരപ്രതിഷ്ഠ നേടി, ക്രമേണ ശിഥിലീകരണ ശക്തികൾ അമർത്തപ്പെടുകയും ഡൽഹിയുടെ കേന്ദ്രീകൃതമായ പരമാധികാരം അംഗീകരിക്കപ്പെടുകയും ചെയ്തു. മുഗളർ ഈ ബൃഹത്തായ സംരംഭമാണ് ഏറ്റെടുത്ത്. മഹാനായ അശോകന്റെ കാലശേഷം ചരിത്രത്തിൽ ഒരിക്കലുമുണ്ടാകാത്തത്ര വലിപ്പത്തിൽ രൂപപ്പെട്ട ഏറ്റവും ബൃഹത്തായ ഇന്ത്യ യാഥാർഥ്യമാകുകയും ചെയ്തു. തുടക്കം മുതലേ ഇന്ത്യയുടെ ശ്രമം എണ്ണമറ്റ അവളുടെ സന്താനങ്ങളെ രാഷ്ട്രീ

യവും സാമ്പത്തികവും സാംസ്കാരികവുമായി ഒരൊറ്റ ജനത യാക്കി വാർത്തെടുക്കാനായിരുന്നു.മുഗൾ കാലഘട്ടത്തിൽ അങ്ങ നെയൊരു ദേശീയസംശ്ലേഷണത്തിനുള്ള ശക്തവും ആഴത്തിലു ള്ളതുമായ അടിത്തറ പണിതു.[34]

സാംസ്കാരിക സംശ്ലേഷണം

ഇന്ത്യയെ ഏകീകരിക്കുവാൻ ഇന്ത്യയിലെ ഹിന്ദുക്കളും മുസ്ലി ങ്ങളും സഹകരിച്ചതുകൊണ്ടാണല്ലോ ഇന്ത്യൻ ഉപഭൂഖണ്ഡം മുഴുവനും അടങ്ങുന്ന സാമ്രാജ്യം പടുത്തുയർത്താൻ മുഗളർക്ക് കഴിഞ്ഞതും രണ്ടു നൂറ്റാണ്ടുകാലം അത് പൂർണരൂപത്തിൽ തന്നെ നിലനിന്നതും. ഹിന്ദു ക്കളുടെയും മുസ്ലിങ്ങളുടെയും രാഷ്ട്രീയ രംഗത്തെ സഹകരണം സ്വാഭാ വികമായും സാംസ്കാരികമായ സംശ്ലേഷണത്തിന് വഴിവെച്ചു. മതം സംസ്കാരത്തിന്റെ ഭാഗമാണല്ലോ. രണ്ടു മതങ്ങളിലും വിശ്വസിച്ചിരുന്ന ജനതകളുടെ സാംസ്കാരികവും സാമൂഹികവുമായ സംഘാടനങ്ങളിൽ വ്യത്യസ്തത ഉണ്ടായിരുന്നു. ജാതിവ്യവസ്ഥ ഹിന്ദുമതത്തിന്റെ സംഘാ ടനരീതി ആയിരുന്നെങ്കിൽ വിശ്വാസികൾ ഒന്നടങ്കം ഒരു സമുദായത്തിലെ (ഉമ്മത്ത്) അംഗങ്ങൾ എന്ന സങ്കൽപ്പമായിരുന്നു ഇസ്ലാമിന്റേത്.രണ്ടു മതവിഭാഗങ്ങളിലെയും ജനതകൾ ഒരു രാജ്യത്ത് തലമുറകളായി ജീവി ച്ചതിന്റെ അനന്തരഫലങ്ങൾ ഉളവായി. ഒരു മതവിഭാഗത്തിന്റെ സാംസ്കാ രികാംശങ്ങൾ മറ്റേ വിഭാഗത്തിലേക്ക് അരിച്ചിറങ്ങി. ഹിന്ദുക്കൾ മുസ്ലി ങ്ങളിൽ നിന്നാണോ മുസ്ലിങ്ങൾ ഹിന്ദുക്കളിൽ നിന്നാണോ കൂടുതൽ സ്വീകരിച്ചതെന്ന ചോദ്യം പ്രസക്തമാണ്.

ഇസ്ലാം ഇന്ത്യയിലെത്തിയപ്പോൾ ഹൈന്ദവസംസ്കാരം ഇസ്ലാമിക സംസ്കാരത്തേക്കാൾ തത്വചിന്തയുടെയും, ശാസ്ത്രത്തിന്റെയും കാര്യ ത്തിൽ വളരെയധികം മുന്നിലായിരുന്നു. താഴ്ന്ന സംസ്കാരമാണല്ലോ ഉയർന്ന സംസ്കാരത്തിൽ നിന്നും കൂടുതൽ സ്വീകരിക്കുക. റോമാ സാമ്രാജ്യത്തെ ആക്രമിച്ചു കീഴടക്കിയ ഗോത്രവർഗങ്ങൾ മതമുൾപ്പെടെ റോമയുടെ സംസ്കാരമാകെ സ്വീകരിക്കുകയാണ് ചെയ്തത്. സാംസ്കാ രികമായി പിന്നണിയിലായിരുന്ന ആര്യൻമാർ ഇന്ത്യയിലേക്ക് കുടിയേ റിയപ്പോൾ ഇവിടെ നിന്നിരുന്ന സിന്ധുതട സംസ്കാരം സ്വാംശീകരി ക്കുകയാണ് ചെയ്തത്. ഇസ്ലാമാകട്ടെ വിശ്വാസപ്രമാണം ഉപേക്ഷിക്കാതെ ഇന്ത്യയിലെ സാംസ്കാരികാംശങ്ങൾ സ്വീകരിക്കുകയാണ് ചെയ്തത്. മുസ്ലിങ്ങളുടെ പല സാംസ്കാരികാംശങ്ങളും ഹിന്ദുക്കളും സ്വീകരിക്കു കയുണ്ടായി. പരസ്പരമുള്ള കൊള്ളലും കൊടുക്കലുമാണ് ഇന്ത്യയിലെ ഹിന്ദുക്കളും മുസ്ലിങ്ങളും തമ്മിൽ നടന്നത്. യൂറോപ്യരുടെ ആധിപത്യ ത്തിന്റെ ഫലമായും സാംസ്കാരികമായ കൈമാറ്റം നടന്നിട്ടുണ്ട്. പക്ഷേ, അത് ഏകപക്ഷീയമായ ഒന്നായിരുന്നു. യൂറോപ്യൻ സംസ്കാരം

---

34. Ibid page, 70

ഇന്ത്യയിലെ വരേണ്യർ ഉൾക്കൊണ്ടതല്ലാതെ യൂറോപ്യർ ഇന്ത്യൻ സംസ്കാരത്തിൽ നിന്നും സ്വീകരിക്കാൻ സന്നദ്ധരായില്ല. ഇന്ത്യക്കാരുടെ സംസ്കാരം അധമമാണെന്ന ശാഠ്യത്തിലായിരുന്നു യൂറോപ്യർ അവസാനം വരെയും. മുസ്ലിങ്ങളുടെ രാഷ്ട്രീയാധിപത്യം യൂറോപ്യരുടേതു പോലെ ഏകപക്ഷീയമായിരുന്നില്ല. ഇസ്ലാമിന്റെ വരവിന്റെ ആരംഭത്തിൽ ഇന്ത്യയിലെത്തിയ വിദേശികൾ പോലും കാലക്രമത്തിൽ ഇന്ത്യയിലെ ജനതയുമായി അലിഞ്ഞു ചേരുകയാണുണ്ടായത്.

ഇന്ത്യയിലെ മുസ്ലിങ്ങളും ഹിന്ദുക്കളും തമ്മിലുള്ള സാംസ്കാരിക സംശ്ലേഷണം സാവധാനത്തിലാണ് പുരോഗമിച്ചത്. മതങ്ങൾ തമ്മിലുള്ള അഗാധമായ അന്തരമായിരുന്നു അതിനു കാരണം. സാവധാനത്തിൽ ആയിരുന്നെങ്കിലും ഹിന്ദുക്കളും മുസ്ലിങ്ങളും ഒരൊറ്റജനതയാണെന്ന അവബോധം പൊതുമനസിൽ ആഴത്തിൽ പതിയത്തക്കവിധം അത് പുരോഗമിച്ചു. ഇന്ത്യയിലെ ഹിന്ദുക്കളുടെയും മുസ്ലിങ്ങളുടെയും ഭാവിഭാഗധേയം ഒന്നാണെന്ന ധാരണ സാർവത്രികവും സാർവജനീനവുമായി. രണ്ടു വിഭാഗങ്ങളുടെയും തത്വചിന്തയും കലയും ശാസ്ത്രവും വാസ്തുവിദ്യയും സംയോജിച്ചു. ഇതെല്ലാം രണ്ടു വിഭാഗങ്ങളുടെയും ജീവിതം സമ്പുഷ്ടമാക്കുകയാണ് ചെയ്തത്. ഇസ്ലാമിന്റെ സമ്പർക്കത്താൽ ഇന്ത്യയുടെ സസ്യജാലങ്ങളും മൃഗസമ്പത്തും പോലും സമ്പുഷ്ടമാക്കപ്പെട്ടു. സംഗീതവും കലയും അങ്ങനെ തന്നെ. ഭക്ഷണം,വസ്ത്രം, പാർപ്പിടം എന്നിവയിലെല്ലാം ഹിന്ദുമുസ്ലിം സങ്കലനം കാണാം. രോഗശാന്തിക്കും ഉദ്ദിഷ്ടകാര്യങ്ങൾ സാധിക്കാനും ഭാവിഫലമറിയാനും ഹിന്ദുക്കളും മുസ്ലിങ്ങളും മതഭേദം നോക്കാതെ ഹിന്ദു സന്യാസിമാരെയും ജ്യോതിഷികളെയും സൂഫിവര്യന്മാരെയും സമീപിക്കുന്നത് പതിവാക്കി. ഹിന്ദു-മുസ്ലിം ഏകത താഴെത്തട്ടിലെ കുടിലുകളിലെന്നപോലെ തന്നെ മുഗൾ കൊട്ടാരങ്ങളിലും പ്രകടമായിരുന്നു. ഹിന്ദുക്കളായ കവികളും വൈദ്യന്മാരും ജ്യോതിഷികളും കൊട്ടാരസദസുകളിലെ ഔദ്യോഗികമായി നിയമിക്കപ്പെടുകയോ ക്ഷണിക്കപ്പെടുകയോ ചെയ്ത അംഗങ്ങളായിരുന്നു. അവർക്ക് നൽകുന്ന പാരിതോഷികങ്ങളിലും യാതൊരു വിവേചനവും കാണിച്ചിരുന്നില്ല. വേഷഭൂഷകളിൽ ഹിന്ദുരാജാക്കൻമാരും മുഗൾ ചക്രവർത്തിമാരും ഒരുപോലെ ആയിരുന്നുവെന്ന് അക്ബർ, ഔറംഗസീബ്, പ്രതാപ് സിംഹ്, ശിവജി തുടങ്ങിയവരുടെ ചിത്രങ്ങളിൽ നിന്ന് വ്യക്തമാവുന്നു. ഹിന്ദുക്കളുടെയും മുസ്ലിങ്ങളുടെയും ഉത്സവങ്ങൾ യാതൊരു വ്യത്യാസവുമില്ലാതെ ഒരുപോലെയാണ് മുഗൾ കൊട്ടാരങ്ങളിൽ കൊണ്ടാടിയത്.[35]

ആത്മീയതയിലെ ഐക്യം

ഹിന്ദുമതവും ഇസ്ലാം മതവും വിരുദ്ധധ്രുവങ്ങളിലായിരുന്നെങ്കിലും രാഷ്ട്രീയത്തിലും സാമൂഹിക, സാംസ്കാരിക മണ്ഡലങ്ങളിലും രണ്ടു

35. *History of Jahangir* by Beni Prasad, Page 99

മതവിഭാഗങ്ങളും ഏകതയിൽ ദീർഘകാലം കഴിഞ്ഞതിന്റെ ഫലമായി ആത്മീയരംഗത്തും സംശ്ലേഷണത്തിനുള്ള ശ്രമങ്ങൾ നടക്കുകയുണ്ടായി. ഹിന്ദുമതം പുനരുജ്ജീവനത്തിന്റെയും വർണവ്യവസ്ഥയുടെയും പ്രതിലോമ വഴികളിലൂടെ സഞ്ചരിക്കുകയും ബുദ്ധ, ജൈന മതങ്ങളെ വിരോധിക്കുകയും ചെയ്തുകൊണ്ടിരുന്ന സന്ദർഭത്തിലാണ് ഇസ്ലാം ഇന്ത്യയിലേക്ക് കടന്നു വന്നത്. ബുദ്ധമതത്തെ പരാജയപ്പെടുത്തിയെങ്കിലും അതിന്റെ പല അംശങ്ങളും ഹിന്ദുമതത്തിന്റെ ആത്മാവിൽ ലയിച്ചു ചേർന്നു. വേദാന്തങ്ങളിലൂടെയും ഗീതയിലെ ഭക്തി, കർമ യോഗങ്ങളിലൂടെയും ഇന്ത്യയുടെ ആത്മീയതയിൽ അതെല്ലാം തഴച്ചു വളർന്നു. ഇസ്ലാമിന്റെ വരവിനു തൊട്ടടുത്താണ് ആദിശങ്കരൻ അദ്വൈതത്തിന്റെ ദീപശിഖ കൊളുത്തിയത്. ശങ്കരന്റെ അദ്വൈതവും ഇസ്ലാമിന്റെ ഏകദൈവവും രൂപത്തിൽ വ്യത്യസ്തമായിരുന്നെങ്കിലും ഭാവത്തിൽ ഏകദേശം ഒരുപോലെയായിരുന്നു. വേദപാഠങ്ങൾ ശരിയാംവണ്ണം വായിക്കാത്തതുകൊണ്ടാണ് ഒന്നിനെ പലതായി കാണുന്നതെന്നായിരുന്നു രത്നച്ചുരുക്കത്തിൽ ശങ്കരന്റെ അദ്വൈതം. സനാതനധർമം ഒരൊറ്റ പരംപൊരുളിനെ മാത്രമേ ഭജിക്കുവാൻ പറയുന്നുള്ളൂ. ശങ്കരന് രണ്ടു നൂറ്റാണ്ടുകൾക്കുശേഷം രാമാനുജൻ ഭക്തിമാർഗത്തിലൂടെ അദ്വൈതത്തിന്റെ പ്രയോഗതലം ജനങ്ങളുടെ മുമ്പിൽ അവതരിപ്പിച്ചു. ഇസ്ലാമിലെ ആധ്യാത്മികതലം സൂഫികളുടെ മാർഗത്തിലൂടെയാണ് ഇന്ത്യയിൽ വ്യാപിച്ചത്. അദ്വൈതം ഇന്ത്യയുടെ മേധയുടെ വരേണ്യതലത്തിലാണ് വിഹരിച്ചതെങ്കിൽ ഭക്തിമാർഗം ജനസാഗരത്തിലാണ് അലകൾ ഉയർത്തിയത്. പുതുതായി രൂപം കൊണ്ട ആത്മീയ ഐക്യം സാമൂഹികമായ എല്ലാ അതിർവരമ്പുകളെയും മറികടന്ന് ജനമനസുകളിലേക്ക് വ്യാപിച്ചു. ആയിരക്കണക്കിന് ഗുരുക്കന്മാരും ഭക്തഗായകരും സൂഫിവര്യന്മാരും ജനങ്ങളുടെ ഇടയിൽ ജീവിച്ചുകൊണ്ട് ഒരേ സന്ദേശമാണ് ജനങ്ങളിലെത്തിച്ചത്. അവരുടെ സന്ദേശങ്ങളിലൂടെ മനുഷ്യവംശത്തിന്റെ ഏകത ബോധ്യപ്പെട്ട ഇന്ത്യൻജനത മതങ്ങളുടെ മതിൽക്കെട്ടുകൾ വകവെക്കാതെ ഒരുമിച്ച് പരസ്പരം കൊണ്ടും കൊടുത്തും ജീവിച്ചു. ഇന്ത്യയിൽ സംഭവിച്ച ആത്മീയമായ ഏകതയുടെ ഉദാത്തരൂപമായിരുന്നു കബീർ (1398-1518) യാഗങ്ങളും ബലികളും വിഗ്രഹങ്ങളും ജാതിചിന്തയും ഉപേക്ഷിക്കാൻ ഹിന്ദുക്കളോടും അന്യമത നിരാകരണം ഉപേക്ഷിക്കാൻ മുസ്ലിങ്ങളോടും കബീർ ഉപദേശിച്ചു. കബീറിന്റെ തത്വങ്ങൾക്ക് മുഗൾഭരണകാലത്ത് ഔദ്യോഗികമായ അംഗീകാരം തന്നെ ലഭിച്ചു. പക്ഷേ, എല്ലാ മതതത്വങ്ങളും ഉൾക്കൊള്ളുന്ന ഏകമതം രൂപവൽക്കരിക്കാനുള്ള അക്ബറുടെ ശ്രമം പരാജയപ്പെട്ടു. കാരണം മതങ്ങൾ രൂപപ്പെടുന്നത് രാജകീയമായ ആദേശങ്ങളുടെ മാത്രം അടിസ്ഥാനത്തിലല്ല.

ഇന്ത്യയുടെ വിഭജനം

ഒരൊറ്റ ജനതയായി മാറിക്കഴിഞ്ഞിരുന്ന ഇന്ത്യയിലെ മുസ്ലിങ്ങളെയും ഹിന്ദുക്കളെയും മാനസികമായി അകറ്റിയത് ബ്രിട്ടീഷുകാരുടെ

കോളനിവാഴ്ചയാണ്. കോളനിവാഴ്ചക്കാലത്ത് തങ്ങളുടെ മതപരമായ സ്വത്വം നഷ്ടപ്പെടുമോ എന്ന് മുസ്ലിങ്ങൾ ഭയപ്പെട്ടു. മതപരിവർത്തനത്തെ ലക്ഷ്യമാക്കിയുള്ള ക്രിസ്ത്യൻ മിഷണറിമാരുടെ പ്രവർത്തനങ്ങളായിരുന്നു ഈ ഭയത്തിനു ഒരു പ്രധാന കാരണം. ഒന്നാം സ്വാതന്ത്ര്യസമരത്തിനു മുമ്പ് തന്നെ ഭിന്നിപ്പിച്ചു ഭരിക്കുക എന്ന നയം ബ്രിട്ടൻ സ്വീകരിച്ചിരുന്നു. ഭന്നിപ്പിച്ചു ഭരിക്കുക (Dividde et impera) എന്നത് ഒരു പഴയ റോമൻ തത്വമായിരുന്നെങ്കിലും ഇന്ത്യയിൽ അത് പ്രയോഗിക്കണമെന്ന് ബോംബെ ഗവർണരായിരുന്ന എൽഫിസ്റ്റൺ പ്രഭു 1848 മേയ് 14 ന് നടന്ന ഒരു ഔദ്യോഗികയോഗത്തിന്റെ കുറിപ്പുകളിൽ രേഖപ്പെടുത്തിയതായി കാൺപൂർ കലാപത്തെക്കുറിച്ച് പഠിച്ച സമതിയുടെ റിപ്പോർട്ടിൽ പറയുന്നു.[36] ഹിന്ദുക്കളെയും മുസ്ലിങ്ങളെയും മാറി മാറി പ്രീണിപ്പിച്ച് സമുദായങ്ങളെ തമ്മിലകറ്റുക എന്ന നയമാണ് ബ്രിട്ടൻ സ്വീകരിച്ചത്. ഈ നയം നടപ്പിലാക്കുന്നതിന്റെ ഭാഗമായാണ് ഗസ്നിയിലെ മഹ്മൂദ് സോമനാഥിലെ ക്ഷേത്രത്തിന്റെ കവാടം കടത്തിക്കൊണ്ടു പോയതാണെന്നാരോപിച്ച് അത് തിരിച്ചു കൊണ്ടുവരാൻ അഫ്ഗാനിസ്ഥാനിലെ ബ്രിട്ടീഷ് സൈന്യത്തിന് ഉത്തരവ് കൊടുത്തത്. ഇന്ത്യയിലെത്തിച്ചപ്പോൾ അത് ക്ഷേത്ര കവാടം അല്ലെന്ന് മനസിലാക്കി ആഗ്രക്കോട്ടയിലുപേക്ഷിച്ചത് മുമ്പ് വിവരിച്ചു. കോടതി വ്യവഹാരങ്ങളിലും ഭരണനിർവഹണത്തിലും ഉപയോഗിച്ചിരുന്ന പേർഷ്യൻ ഭാഷ ഉപേക്ഷിച്ച് പകരം ഇംഗ്ലീഷ് കൊണ്ടുവന്നത് മുസ്ലിങ്ങളെയാണ് ബാധിച്ചത്.

പേർഷ്യൻ, വിദേശഭാഷ ആയിരുന്നെങ്കിലും നൂറ്റാണ്ടുകളായി ഭരണനിർവഹണത്തിനും കോടതിവ്യവഹാരങ്ങൾക്കും ഉപയോഗിച്ചതുകാരണം സമൂഹത്തിലെ മുകൾത്തട്ടിലുള്ള ഹിന്ദുക്കളുടെയും മുസ്ലിങ്ങളുടെയും പൊതുഭാഷയായി മാറിക്കഴിഞ്ഞിരുന്നു. അവർ വളരെ ചെറുപ്പം മുതലേ പാഠശാലകളിൽ പേർഷ്യൻ ഭാഷ പഠിക്കുമായിരുന്നു. അതുകൊണ്ട് രണ്ടു സമുദായങ്ങളെയും ബന്ധിപ്പിച്ചിരുന്ന ശക്തമായ കണ്ണിയായി പേർഷ്യൻ ഭാഷ മാറിക്കഴിഞ്ഞിരുന്നു. പേർഷ്യൻ ഭാഷയ്ക്ക് പകരം ദേശത്തിലെ ഭാഷയായ ഹിന്ദുസ്ഥാനിയോ പ്രാദേശികഭാഷകളോ വ്യവഹാരഭാഷയാക്കിയിരുന്നെങ്കിൽ രണ്ടു സമുദായങ്ങൾക്കും ഒരുപോലെ സ്വീകാര്യമാകുമായിരുന്നു. പേർഷ്യനു പകരം ഇംഗ്ലീഷ് ഔദ്യോഗിക ഭാഷയാക്കിയതോടെ മുസ്ലിങ്ങൾ പുതിയ വിദ്യാഭ്യാസത്തിൽ നിന്നും അകലാൻ തുടങ്ങി. തങ്ങളുടെ മതപരമായ സ്വത്വം തന്നെ അപകടപ്പെടുത്തുന്ന ഇംഗ്ലീഷുകാരുടെ ഭാഷ പഠിക്കുന്നതും അവരുടെ പാഠശാലകളിൽ ചേരുന്നതും മതവിരുദ്ധമാണെന്ന നിലപാടാണ് മുസ്ലിം മതപണ്ഡിതന്മാർ സ്വീകരിച്ചത്. മുസ്ലിങ്ങൾ ഇംഗ്ലീഷ് വിദ്യാഭ്യാസത്തിൽ നിന്നും അകന്നു നിന്നതുമൂലം സർക്കാർ ഉദ്യോഗങ്ങളിൽ നിന്നും അവർ പിന്തള്ളപ്പെട്ടു. ഇന്ത്യൻ നാഷണൽ കോൺഗ്രസിന്റെ പ്രസിഡന്റായിരുന്ന റഹ്മത്തുല്ല മുഹമ്മദ് സയാനി 1897 ൽ പറഞ്ഞു: "ഇംഗ്ലീഷ് വിദ്യാഭ്യാസം

36. *The Communal Problem* page 99

നടപ്പിലായതോടെ ഔദ്യോഗിക തലങ്ങളെല്ലാം ഹിന്ദുക്കളുടെകൈകളിലായി."[37]

ബ്രിട്ടീഷുകാരുടെ നടപടികളുടെ ഫലമായി ഹിന്ദുക്കളും മുസ്ലിങ്ങളും തമ്മിലുള്ള ഐക്യം അൽപ്പം ക്ഷീണിച്ചുവെങ്കിലും 1857 ലെ ഒന്നാം സ്വാതന്ത്ര്യസമരം വരെ അത് അഭംഗുരം തുടർന്നു. രണ്ടു സമുദായങ്ങളും തമ്മിലുള്ള വിശ്വാസത്തിന് കോട്ടമൊന്നും തട്ടിയില്ല. മുഗൾ ചക്രവർത്തി ബഹദൂർഷാ സഫർ രണ്ടാമൻ തന്റെ ആവശ്യങ്ങൾ ബ്രിട്ടീഷ് രാജ്ഞിയുടെ മുമ്പിൽ അവതരിപ്പിക്കാൻ പ്രതിനിധിയായി രാജാറാം മോഹൻ റായിയെയാണ് ഇംഗ്ലണ്ടിലേക്കയച്ചത്. പേഷ്വാരാജവംശത്തിലെ നാനാസാഹിബ് ഒരു മുസ്ലിമിനെയാണ് പ്രതിനിധിയായി അയച്ചത്. സ്വാതന്ത്ര്യസമരം പൊട്ടിപ്പുറപ്പെട്ടപ്പോൾ സമരക്കാർ തങ്ങളുടെ പതാകയായി സ്വീകരിച്ചത് മുഗൾ സാമ്രാജ്യത്തിന്റെ പച്ചക്കൊടിയാണ്. അവസാനത്തെ മുഗൾ ചക്രവർത്തിയായ ബഹദൂർ ഷാ സഫർ രണ്ടാമനെ സമരനായകനായി അവരോധിച്ചത് സമരം ജയിച്ച് വിദേശകോയ്മയെ പുറത്താക്കി സ്വന്തം ഭരണം സ്ഥാപിക്കുമ്പോൾ, അത് മുഗൾ സാമ്രാജ്യത്തിന്റെ പുനരുജ്ജീവിപ്പിക്കലായിരിക്കുമെന്ന പ്രഖ്യാപനമായിരുന്നു. ഇതെല്ലാം രണ്ടു സമുദായങ്ങളും തമ്മിൽ ഐക്യവും പരസ്പര വിശ്വാസവും നിലനിന്നിരുന്നുവെന്ന് അസന്ദിഗ്ധമായി തെളിയിക്കുന്നു. സമരം അടിച്ചമർത്തിയതിനു ശേഷം മുസ്ലിങ്ങളാണ് തങ്ങളുടെ യഥാർഥ ശത്രുക്കളെന്ന് തിരിച്ചറിഞ്ഞതുപോലെയാണ് ബ്രിട്ടീഷുകാർ പെരുമാറിയത്. പ്രതികാരനടപടികളധികവും മുസ്ലിങ്ങളെ ലക്ഷ്യമാക്കിയായിരുന്നു. ബ്രിട്ടീഷ് ചരിത്രകാരൻ ഡബ്ല്യു ഹണ്ടർ ഇങ്ങനെ എഴുതി:

> ലഹളയ്ക്കു ശേഷം ബ്രിട്ടീഷുകാർ തങ്ങളുടെ യഥാർഥ ശത്രുക്കൾ മുസ്ലിങ്ങളാണെന്ന ധാരണയിലാണ് അവർക്കെതിരെ തിരിഞ്ഞത്. അതുകൊണ്ട് ലഹളയുടെ പരാജയം ഹിന്ദുക്കളെക്കാൾ കൂടുതൽ വിനാശകരമായത് മുസ്ലിങ്ങൾക്കായിരുന്നു.[38]

ഇന്ത്യയിലെ നവോത്ഥാനം

ഒന്നാം സ്വാതന്ത്ര്യസമരം ചോരയിൽ മുക്കി കൊന്നതിനുശേഷം രണ്ടാമതൊരു സമരം ഉണ്ടാകാതിരിക്കാനായി പാശ്ചാത്യ സംസ്കാരത്തിന്റെ വേരുകൾ ഇന്ത്യൻ സമൂഹത്തിന്റെ ആഴങ്ങളിലിറക്കാനുള്ള നയങ്ങളാണ് ബ്രിട്ടീഷുകാർ ആവിഷ്കരിച്ചു നടപ്പാക്കിയത്. സ്വന്തം നാടിന്റെ സംസ്കാരം ഉപേക്ഷിച്ച് പാശ്ചാത്യസംസ്കാരം ഉൾക്കൊള്ളാൻ ജനങ്ങളെ നിർബന്ധിച്ചു. പൗരസ്ത്യമായതെല്ലാം അപരിഷ്കൃതവും അധമവുമാണെന്നായിരുന്നു ബ്രിട്ടീഷ് ഗവൺമെന്റിന്റെയും ബുദ്ധിജീവികളു

37. അതേ പുസ്തകം, പുറം 105
38. അതേ പുസ്തകം, പുറം 109

ടെയും നിലപാട്. വിദ്യാഭ്യാസത്തിലൂടെയും ഭരണനടപടികളിലൂടെയും ഹിന്ദു സമൂഹത്തിന്റെ അടിത്തറയായി വർത്തിച്ചിരുന്ന പൗരസ്ത്യസംസ്കാരത്തിനു പകരം പാശ്ചാത്യസംസ്കാരത്തെ അവരോധിക്കാനായിരുന്നു ശ്രമം. ഇതിനെതിരായി ഹിന്ദുക്കൾ പ്രതികരിക്കാൻ തുടങ്ങി. ഒരു വിഭാഗം ഹിന്ദുമതത്തിന്റെ പുനരുജ്ജീവനവും പരിഷ്കരണവും ലക്ഷ്യമിട്ട് പ്രവർത്തിക്കാൻ തുടങ്ങി. സ്വാമി ദയാനന്ദ സരസ്വതിയാണ് 1875ൽ ആര്യസമാജം സ്ഥാപിച്ചുകൊണ്ട് പുനരുജ്ജീവന പ്രസ്ഥാനത്തിന് തുടക്കം കുറിച്ചത്. ഹിന്ദുമതത്തിലെ അനാചാരങ്ങളെ എതിർക്കുന്നതിനുവേണ്ടി "വേദങ്ങളിലേക്ക് തിരിച്ചു പോകുക" എന്ന മുദ്രാവാക്യമാണ് ദയാനന്ദൻ ഉയർത്തിയത്. വിഗ്രഹാരാധന, ജാതി സമ്പ്രദായം തുടങ്ങിയുള്ള എല്ലാ അനാചാരങ്ങളെയും ദുരാചാരങ്ങളെയും ഉപേക്ഷിക്കുവാൻ ഹിന്ദുക്കളോടാഹ്വാനം ചെയ്തു. ഹിന്ദുമതത്തിൽ നിന്നും പരിവർത്തനം ചെയ്ത് മുസ്ലിങ്ങളും ക്രിസ്ത്യാനികളുമായവരെ ഹിന്ദുമതത്തിലേക്ക് തിരിച്ചു കൊണ്ടുവരിക എന്ന ലക്ഷ്യവും ആര്യസമാജത്തിനുണ്ടായിരുന്നു.

ബംഗാളിലെ നവോത്ഥാന പ്രസ്ഥാനത്തിന് നേതൃത്വം കൊടുത്ത രാജാറാം മോഹൻ റായ് 1828ൽ രൂപവൽക്കരിക്കപ്പെട്ട ബ്രഹ്മസഭ 1868ൽ ബ്രഹ്മസമാജമാക്കി. ഹിന്ദുമതത്തിലെ ജീർണതകളകറ്റുന്നതോടൊപ്പം മറ്റു മതങ്ങളോട് സഹിഷ്ണുതയും സഹവർത്തിത്വവും പാലിക്കണമെന്നും അദ്ദേഹം ഉപദേശിച്ചു. ബ്രഹ്മസമാജം സാമൂഹിക പരിഷ്കരണപ്രസ്ഥാനമായിരുന്നു. സമൂഹത്തിന്റെ നവോത്ഥാനമായിരുന്നു, ഹിന്ദുമതത്തിന്റെ പുനരുജ്ജീവനമായിരുന്നില്ല റാം മോഹന്റെ ലക്ഷ്യം. ബ്രിട്ടീഷുകാരുടെ സാംസ്കാരിക അധീശത്വത്തിനെതിരെ ഹിന്ദുമതവും ഇസ്ലാം മതവും പുനരുജ്ജീവനപരവും നവോത്ഥാനപരവും ആയ രണ്ടുതരം പ്രതികരണങ്ങളാണ് കാഴ്ചവെച്ചത്.

ഇസ്ലാമിന്റെ പ്രതികരണങ്ങൾ

മതപരമായ സ്വത്വം അപകടത്തിലാണെന്ന ധാരണയിൽ ഇംഗ്ലീഷുകാരോട് അകന്നു നിൽക്കുകയും അവരുടെ ഭാഷയും വിദ്യാഭ്യാസവും തിരസ്കരിക്കുകയും ചെയ്യുക എന്ന സമീപനം മതപണ്ഡിതരും സാമാന്യജനങ്ങളും സ്വീകരിച്ച കാര്യം മുമ്പ് പറഞ്ഞല്ലോ. എന്നാൽ മുസ്ലിങ്ങളിലെ വരേണ്യവർഗം മറ്റൊരു സമീപനമാണ് സ്വീകരിച്ചത്. ബ്രിട്ടീഷ് ഭരണത്തോട് ചേർന്ന് നിന്നുകൊണ്ട് പരമാവധി ആനുകൂല്യങ്ങൾ നേടിയെടുക്കാനാണ് അവർ ശ്രമിച്ചത്. ഇതിന് നേതൃത്വം കൊടുത്തത് മുഗൾ രാജവംശവുമായി ബന്ധമുള്ള കുലീന കുടുംബത്തിൽ ജനിച്ച സയ്യിദ് അഹമ്മദ് ഖാൻ (1817-1898) ആയിരുന്നു. ഒന്നാം സ്വാതന്ത്ര്യസമരം അടിച്ചമർത്തപ്പെട്ടപ്പോൾ മുഗൾ ഭരണം ഇനിയൊരിക്കലും തിരിച്ചുവരില്ലെന്ന് അഹമ്മദ് ഖാൻ മനസിലാക്കി. ബ്രിട്ടീഷുകാരുമായി സഹകരിച്ച് മുന്നോട്ടു പോകുന്നതായിരിക്കും ബുദ്ധിപൂർവമെന്നും തിരിച്ചറിഞ്ഞു.

ചെറുപ്പത്തിൽ ഇംഗ്ലീഷ് വിദ്യാഭ്യാസം ലഭിക്കാതിരുന്ന അഹമ്മദ് ഖാൻ സ്വന്തമായി ഇംഗ്ലീഷ് ഭാഷ പഠിക്കുകയും ഇംഗ്ലണ്ടിൽ പോയി ബിരുദം നേടുകയും ചെയ്തു.

ഈ കാലഘട്ടത്തിൽ ഇംഗ്ലീഷുകാരുടെ മനോഭാവത്തിൽ മാറ്റം വന്നു. ഹിന്ദു സമൂഹത്തിൽ പുനരുജ്ജീവന-നവോത്ഥാന പ്രസ്ഥാനങ്ങൾ സജീവമായ പശ്ചാത്തലത്തിൽ തങ്ങൾക്ക് പിന്തുണ ലഭിക്കുക മുസ്ലിങ്ങളിൽ നിന്നായിരിക്കണമെന്ന് കണക്കു കൂട്ടുകയും മുസ്ലിങ്ങളോട് കൂടുതൽ അടുപ്പം കാണിച്ചു തുടങ്ങുകയും ചെയ്തു. സയ്യിദ് അഹമ്മദ് ഖാനെപ്പോലുള്ളവരുടെ പ്രവർത്തനങ്ങൾ ബ്രിട്ടീഷുകാരുടെ മനോഭാവത്തിൽ മാറ്റം വരാൻ സഹായകവുമായി. ഇംഗ്ലണ്ടിലെ പഠനം കഴിഞ്ഞ് തിരിച്ചെത്തിയ അഹമ്മദ് ഖാൻ ബ്രിട്ടീഷ് ഗവണ്മെന്റിന്റെ സഹായത്തോടെ 1875ൽ അലിഗഡിൽ ഇംഗ്ലീഷ് വിദ്യാലയം സ്ഥാപിച്ചു. അതാണ് ഇന്നത്തെ അലിഗഡ് യൂണിവേഴ്സിറ്റി. ബ്രിട്ടീഷുകാരോടൊട്ടി നിൽക്കുമ്പോഴും ഹിന്ദു-മുസ്ലിം ഐക്യത്തെക്കുറിച്ച് പറയാൻ സയ്യദ് അഹമ്മദ് ഖാൻ മറന്നില്ല.

> രാഷ്ട്രം എന്നു പറഞ്ഞാൽ ഞാൻ അർഥമാക്കുന്നത് ഹിന്ദുക്കളും മുസ്ലിങ്ങളും അടങ്ങുന്നത് എന്നാണ്. ആ ഒരർഥം മാത്രമേ എനിക്കു കാണാൻ കഴിയൂ. എന്നെ സംബന്ധിച്ചിടത്തോളം രാഷ്ട്രത്തിന്റെ കാര്യത്തിൽ മതവിശ്വാസം ഒരു പ്രധാന ഘടകമായി പരിഗണിക്കേണ്ട കാര്യമില്ല.[39]

ഇന്ത്യൻ നാഷണൽ കോൺഗ്രസും മുസ്ലിങ്ങളും

സാമൂഹിക രംഗത്ത് നവോത്ഥാന, പുനരുജ്ജീവനപ്രസ്ഥാനങ്ങൾ സജീവമായപ്പോൾ രണ്ടു സമുദായങ്ങളിലെയും ഇംഗ്ലീഷ് വിദ്യാഭ്യാസം നേടിയ വരേണ്യവർഗം സർക്കാർ ഉദ്യോഗങ്ങളിൽ കയറിപ്പറ്റാനാണ് ആഗ്രഹിച്ചത്. ആഗ്രഹം അഖിലേന്ത്യാതലത്തിലുള്ള ആവശ്യമായി മാറി. ആവശ്യം സാധിക്കാൻ അഖിലേന്ത്യാതലത്തിലുള്ള സംഘടന എന്ന നിലയ്ക്കാണ് ഇന്ത്യൻ നാഷണൽ കോൺഗ്രസിന് രൂപം കൊടുത്തത്. വൈസ്രോയിയുടെ തന്നെ അധ്യക്ഷതയിലുള്ള സംഘടന എന്നായിരുന്നു സംഘാടകരുടെ ആഗ്രഹം. വൈസ്രോയി വഴങ്ങാതിരുന്നതുകൊണ്ട് ബോംബെയിൽ 1885ൽ യോഗം ചേർന്നവർ സ്വതന്ത്രസംഘടനയായി ഇന്ത്യൻ നാഷണൽ കോൺഗ്രസ് രൂപവൽക്കരിച്ചു. ഇന്ത്യയുടെ എല്ലാ പ്രവിശ്യകളിൽ നിന്നുമായി 72 പേരാണ് യോഗത്തിൽ പങ്കെടുത്തത്. മുസ്ലിങ്ങളുടെ അഭാവം ശ്രദ്ധേയമായി. വിട്ടുനിന്നതിന്റെ പേരിൽ ടൈംസ് പത്രം മുസ്ലിങ്ങളെ വിമർശിച്ചു:

39. Sir Sayed Ahmad Khan: *Indian Nation Builder Series* page 41-Quoted in *The Communal Problem* page 113

> ഇന്ത്യയിലെ ഒരു വലിയ വംശം അവിടെയില്ലായിരുന്നു. അവർ നാലു നൂറ്റാണ്ടുകൾക്ക് മുമ്പ് ഇന്ത്യയിലെ അധീശവംശമായിരുന്നു എന്ന അഹങ്കാരമായിരിക്കാം അവരെ മാറ്റി നിർത്തിയത്.[40]

വിമർശനം ഭയന്നായിരിക്കാം രണ്ടാം വാർഷിക യോഗത്തിൽ 55 മുസ്ലിങ്ങളും മൂന്നാം വാർഷികയോഗത്തിൽ 76 പേരും പങ്കെടുത്തത്. മൂന്നാം വാർഷികയോഗം ബദറുദ്ദീൻ തയ്യിബയെയാണ് പ്രസിഡന്റായി തിരഞ്ഞെടുത്തത്. ന്യൂനപക്ഷ സംരക്ഷണം കോൺഗ്രസിന്റെ ലക്ഷ്യമായി ഭരണഘടനയിൽ എഴുതിച്ചേർത്തത് ഒരു വാർഷിക സമ്മേളനത്തിലാണ്. സയ്യിദ് അഹമ്മദ് ഖാൻ രണ്ടു വർഷക്കാലം മൗനം പാലിച്ചതിനു ശേഷം കോൺഗ്രസിനെതിരെ ശക്തമായ വിമർശനവുമായി രംഗത്തു വന്നു. ലഖ്നൗവിൽ 1887ൽ മുസ്ലിം എജ്യുക്കേഷണൽ കോൺഫറൻസ് വിളിച്ചു ചേർത്തു. ആ യോഗത്തിൽ മുസ്ലിങ്ങൾ കോൺഗ്രസിൽ ചേരരുതെന്ന് ആഹ്വാനം ചെയ്തു. കോൺഗ്രസ് ബ്രിട്ടീഷ് ഗവണ്മെന്റിന് എതിരാണെന്നും അതിന്റെ ഭാഷ ഭരണവർഗത്തെ പ്രകോപിപ്പിക്കുന്നതാണെന്നുമായിരുന്നു വിമർശനം. അത് ഹിന്ദുക്കളുടെയും താൽപ്പര്യത്തിനെതിരായിരുന്നതുകൊണ്ട് ഹിന്ദുക്കളും അതിൽ ചേരരുതെന്ന് സയ്യിദ് അഹ്മദ്ഖാൻ ആഹ്വാനം ചെയ്തു.

അടുത്ത വർഷം മുസ്ലിങ്ങളുടെ സ്വന്തമായ സംഘടന പേട്രിയോട്ടിക് അസോസിയേഷൻ എന്ന പേരിൽ രൂപവൽക്കരിച്ചു. ബ്രിട്ടീഷ് ഗവൺമെന്റിന് മുസ്ലിങ്ങളുടെ രക്ഷകവേഷം അണിയാൻ അഹമ്മദ് ഖാന്റെ നിലപാടുകൾ സഹായകമായി. ഗവൺമെന്റിന്റെ രക്ഷകവേഷം ചമയൽ സ്വന്തം രാജ്യത്ത് അപരരാണെന്ന ബോധം മുസ്ലിങ്ങളുടെ മനസിലുളവാക്കി. ബ്രിട്ടീഷ് ഭരണത്തിന്റെ ആശ്രിതരായി മാറി ഇന്ത്യയിലെ മുസ്ലിങ്ങളിൽ ഒരു വിഭാഗം. ഇത് അവരെ ദേശീയ പ്രസ്ഥാനത്തിൽ നിന്നും അകറ്റി. മുസ്ലിങ്ങളുടെ അകൽച്ച ദേശീയപ്രസ്ഥാനത്തിൽ നടക്കേണ്ടിയിരുന്ന മതപരവും സാംസ്കാരികവുമായ സംശ്ലേഷണം ഇല്ലാതാക്കി. വർഗീയമായ വൈരുധ്യങ്ങൾ വർധിക്കാൻ ഇടയാക്കി. മതത്തെ കുത്സിതമായ രാഷ്ട്രീയ ലക്ഷ്യങ്ങൾക്ക് ഉപയോഗപ്പെടുത്താൻ രണ്ടു മതങ്ങളിലും പെട്ടവർക്ക് അവസരം ലഭിച്ചു. ഈ സ്ഥിതിവിശേഷത്തെക്കുറിച്ച് മാർക്സിസ്റ്റ് ആചാര്യൻ ഇങ്ങനെ എഴുതി:

> ഇതിന്റെയെല്ലാം ഫലമായി, കോൺഗ്രസ് ആവശ്യപ്പെടുന്ന തരത്തിലുള്ള ജനാധിപത്യഭരണവ്യവസ്ഥ ഒരു ന്യൂനപക്ഷസമുദായമെന്ന നിലയ്ക്ക് തങ്ങൾക്കാപത്താണെന്നും അതൊഴിവാക്കുന്നതിൽ തങ്ങളും ബ്രിട്ടീഷ് ഭരണാധികാരികളും ഒന്നിച്ചു നിൽക്കണമെന്നുമുള്ള വിചാരം അഭ്യസ്തവിദ്യരായ മുസ്ലിങ്ങളിൽ ക്രമേണ രൂപം കൊണ്ടു. ഇതാണ് പിന്നീട് അഖിലേന്ത്യാ മുസ്ലിം ലീഗിന്റെ

---

40. അതേ പുസ്തകം, പുറം 116

> ഉത്ഭവത്തിലും തുടരെത്തുടരെയുള്ള കോൺഗ്രസ്-ലീഗ് സംഘട്ടനങ്ങളിലും അവസാനം ഇന്ത്യ-പാകിസ്ഥാൻ വിഭജനത്തിലും ചെന്നെത്തിയതെന്ന് പറയേണ്ടതില്ലല്ലോ. ഈ സംഭവവികാസത്തിനുള്ള ഉത്തരവാദിത്വത്തിൽ ബ്രിട്ടീഷ് ഭരണാധികാരികൾക്കും മുസ്ലിം സമുദായത്തിൽപ്പെട്ട ബൂർഷ്വാ രാഷ്ട്രീക്കാർക്കുമെന്നപോലെ തന്നെ അമുസ്ലിം സമുദായങ്ങളിൽപ്പെട്ട ബൂർഷ്വാരാഷ്ട്രീയക്കാർക്കും പങ്കുണ്ടെന്ന് എടുത്തു പറയേണ്ടിയിരിക്കുന്നു. എന്തുകൊണ്ടെന്നാൽ ഇതിനു മുമ്പ് സൂചിപ്പിച്ചതുപോലെ ഹൈന്ദവ പുനരുദ്ധാനവുമായി ബന്ധപ്പെടുത്തിക്കൊണ്ടാണ് ഇന്ത്യൻ നാഷണൽ കോൺഗ്രസിന്റെ ബൂർഷ്വാരാഷ്ട്രീയം രൂപം പ്രാപിച്ചതും വളർന്നതും. ജാതിമത പരിഗണനകൾക്കതീതമായ ദേശീയസമരത്തിന്റെ സമുന്നതനേതാക്കളായി കണക്കാക്കപ്പെടുന്ന തിലകനും ഗാന്ധിയുമടക്കം ബൂർഷ്വരാഷ്ട്രീയ നേതാക്കൾ മുഴുവൻ തങ്ങളുടെ പ്രചാരണപ്രവർത്തനങ്ങൾക്കു രൂപം നൽകിയത് ഹൈന്ദവസങ്കൽപ്പങ്ങളെയും പ്രതീകങ്ങളെയും ആസ്പദമാക്കിയാണ്. സാധാരണക്കാരനെ ആകർഷിക്കുകയെന്ന സദുദ്ദേശ്യത്തോടുകൂടിയാണെങ്കിലും ഹൈന്ദവമേധാവിത്വത്തിലുള്ള പുരാതന ഭാരതത്തിന്റെ പുനരുദ്ധാരമാണ് സ്വാതന്ത്ര്യംകൊണ്ട് തങ്ങൾ ഉദ്ദേശിക്കുന്നതെന്ന ധാരണ ജനങ്ങളിൽ പരത്താനവർ ശ്രമിച്ചു.
>
> ഇത് സ്വാഭാവികമായും അഹിന്ദുക്കളിൽ-ഹിന്ദുക്കളുടെ ഇടയിൽത്തന്നെയുള്ള അവർണവിഭാഗങ്ങളിലും- ആശങ്കയുളവാക്കി...[41]

പത്തൊമ്പതാം നൂറ്റാണ്ടിന്റെ തൊണ്ണൂറുകളിൽ സാമൂഹിക, രാഷ്ട്രീയപ്രസ്ഥാനങ്ങൾ വ്യക്തമായ ലക്ഷ്യബോധമില്ലാതെ മതചിന്തകളുടെ അടിസ്ഥാനത്തിലാണ് മുന്നേറിയത്. രണ്ടു മതവിഭാഗങ്ങളിലെയും യാഥാസ്ഥിതികരെ പ്രോത്സാഹിപ്പിച്ചുകൊണ്ട് മതവൈരം വളർത്താനാണ് ബ്രിട്ടീഷ് ഭരണാധികാരികൾ ശ്രമിച്ചത്. ഭരണസൗകര്യത്തിനാണെന്ന പേരിൽ എടുത്ത പല നടപടികളിലും ഹിന്ദു-മുസ്ലിം വൈരം വർധിപ്പിക്കുക എന്ന ഗൂഢലക്ഷ്യം കൂടിയുണ്ടായിരുന്നു. ഇതിൽ എടുത്തു പറയേണ്ട രണ്ട് നടപടികളായിരുന്നു ലിപി പരിഷ്കാരവും ബംഗാൾ വിഭജനവും.

നാഗരി-ഉറുദു തർക്കം

കോടതികളിലും ഭരണതലത്തിലും ഉപയോഗിച്ചിരുന്നത് ഉറുദു ലിപിയായിരുന്നു. അതുമാറ്റി നാഗരി ലിപി ഉപയോഗിക്കണമെന്ന് 1900

41. *ഇന്ത്യൻ സ്വാതന്ത്ര്യസമര ചരിത്രം, ഇ എം എസ് നമ്പൂതിരിപ്പാട്* വാല്യം, 1 പുറം 187

ആഗസ്റ്റിൽ ഉത്തരവിറക്കി. ദേവനാഗരി ലിപി തങ്ങളുടെ പൈതൃക സ്വത്താണെന്ന് ഹിന്ദുക്കൾ കരുതിയിരുന്നു. ഉറുദു ലിപി തങ്ങളുടെതാണെന്ന് മുസ്ലിങ്ങളും. ലിപിമാറ്റം തങ്ങൾക്കെതിരെയുള്ള നടപടിയായിട്ടാണ് മുസ്ലിങ്ങൾ കണക്കാക്കിയത്. അതിനെതിരെ പ്രതിഷേധിക്കാൻ അഖിലേന്ത്യ തലത്തിൽ മുസ്ലിം പ്രമാണിമാരുടെ യോഗം ചേർന്നു. ഈ യോഗത്തിൽ പങ്കെടുത്തവർ മുസ്ലിങ്ങളുടെ ആവശ്യങ്ങൾ നേടിയെടുക്കാൻ അഖിലേന്ത്യതലത്തിൽ ഒരു മുസ്ലിം സംഘടന രൂപവൽക്കരിക്കണമെന്ന ധാരണയിലെത്തി. ഭൂരിപക്ഷം ജനങ്ങളുടെ ഭാഷയായ ഹിന്ദി ഭരണഭാഷയാക്കിയതിനെതിരെ മുസ്ലിങ്ങൾ നടത്തിയ പ്രക്ഷോഭം ഒരിക്കലും നീതീകരിക്കാനാവില്ല. ന്യൂനപക്ഷത്തിന്റെ ഭാഷയെന്ന നിലയിൽ ഉറുദുവും ഉപയോഗിക്കാനുള്ള അവകാശത്തിനു വേണ്ടിയുള്ള സമരമായിരുന്നില്ല അവരുടേത്. മറിച്ച് ഭൂരിപക്ഷത്തിന്റെ ഭാഷയായ ഹിന്ദിക്ക് ഔദ്യോഗിക പദവി നൽകരുതെന്നായിരുന്നു ആവശ്യം. മുസ്ലിങ്ങളുടെയും ഹിന്ദുക്കളുടെയും നിലപാടുകളെക്കുറിച്ച് ഇ എം എസ് എഴുതി:

> പക്ഷേ, ഇതും ഇതുപോലുള്ള മറ്റുദാഹരണങ്ങളും ചൂണ്ടിക്കാണിച്ച് മുസ്ലിംസമുദായപ്രമാണിമാർ ഉന്നയിച്ച അന്യായമായ അവകാശവാദങ്ങൾ മാത്രമാണ് ഹിന്ദു-മുസ്ലിം തർക്കം സൃഷ്ടിച്ചതെന്ന് ആരെങ്കിലും പറയുകയാണെങ്കിൽ അത് സത്യമായിരിക്കുകയില്ല. എന്തുകൊണ്ടെന്നാൽ, കോൺഗ്രസിന്റെ ഉത്ഭവത്തിനു മുമ്പും പിൻപും-അതിനകത്ത് വ്യക്തമായ ഒരു തീവ്രവാദവിഭാഗം ഉയർന്നുവന്നപ്പോൾ പോലും-ഹിന്ദുക്കളായ ദേശീയവാദികളുടെ വീക്ഷണത്തിൽ ഹൈന്ദവപുനരുജ്ജീവനത്തിന്റെ അംശങ്ങൾ ധാരാളം ഉണ്ടായിരുന്നു. പ്രശസ്ത ബംഗാളി സാഹിത്യകാരനായ ബങ്കിം ചാറ്റർജിയുടെ കൃതികളിലും തിലകൻ, ലജ്പത് റായി, അരവിന്ദ് ഘോഷ്, ബിപിൻ ചന്ദ്രപാൽ മുതലായ തീവ്രവാദി നേതാക്കളുടെ പ്രചാരണത്തിലുമെല്ലാം ഹൈന്ദവവീക്ഷണത്തിന്റെ വ്യക്തമായ ചിത്രം കാണാം.
>
> ഭഗവത് ഗീത, മഹാഭാരതം, രാമായണം, എന്നിവയോട് ഇന്ത്യക്കാർക്കാകെ കൂറുണ്ടാകണമെന്നും, അത് ഇന്ത്യയുടെ മുഴുവൻ കുടുംബസ്വത്താണെന്നും മറ്റുമുള്ള പ്രസ്താവനകൾ തീവ്രവാദി നേതാക്കളിൽ ഏറ്റവുമധികം ബഹുമാനിക്കപ്പെടുന്ന തിലകനിൽനിന്നുപോലും വന്നിട്ടുണ്ട്.
>
> ബിപിൻ ചന്ദ്രപാലും മറ്റു ബംഗാളി തീവ്രവാദികളുമാകട്ടെ, ദേശസേവനത്തെ ദേവീപൂജയായി കണക്കാക്കി അതിന്റേതായ ഒരന്തരീക്ഷം സൃഷ്ടിക്കാനാണ് തങ്ങളുടെ രാഷ്ട്രീയപ്രവർത്തനം ഉപയോഗിച്ചത്. അവരിൽ വെച്ചേറ്റവും പ്രശസ്തനായ അരവിന്ദ് ഘോഷാകട്ടെ, രാഷ്ട്രീയത്തെയും ചരിത്രത്തെയുമാകെ മതത്തെ ആസ്പദമാക്കിയുള്ള വീക്ഷണത്തിന് വിധേയമാക്കുകയുണ്ടായി.

> (ഇതിന്റെ പരിണാമമാണ് പിന്നീടദ്ദേഹത്തെ രാഷ്ട്രീയമുപേക്ഷിപ്പിച്ച് സന്യാസിയാവാൻ പ്രേരണ നൽകിയത്.)
>
> ലജ്പത് റായി ഒരു പടികൂടി കടന്നുപോയി. ഹിന്ദുക്കളുടേതായ ഒരു പ്രത്യേക രാഷ്ട്രസംഘടനയ്ക്ക് രൂപം നൽകുന്ന കാര്യം പോലും അദ്ദേഹം ഉന്നയിച്ചു. ചുരുക്കത്തിൽ പിന്നീട് ഹിന്ദുമഹാസഭയും ആർഎസ് എസും മറ്റും ഉയർന്നുവരുന്നതിന് സഹായകമായിത്തീർന്ന ഹൈന്ദവരാഷ്ട്രീയത്തിന്റെ തുടക്കം ഈ തീവ്രവാദിവിപ്ലവനേതാക്കളുടെ രാഷ്ട്രീയവീക്ഷണത്തിൽ തെളിഞ്ഞുകാണാം.[42]

ബംഗാൾ വിഭജനം

ഹിന്ദി-ഉറുദു തർക്കം കെട്ടടങ്ങുന്നതിനു മുമ്പ് ബംഗാൾ വിഭജനപ്രശ്നം ഉയർന്നുവന്നു. ഭരണസൗകര്യത്തിനാണ് ബംഗാൾ വിഭജനമെന്നായിരുന്നു ബ്രിട്ടീഷ് ഗവൺമെന്റിന്റെ വാദം. ദേശീയപ്രസ്ഥാനത്തിൽ നേതൃത്വപരമായ പങ്കുവഹിച്ചിരുന്ന ബംഗാൾ ജനതയുടെ ഐക്യം തകർക്കുക, മുസ്ലിം ഭൂരിപക്ഷമുള്ള കിഴക്കൻ ബംഗാളിന് പ്രത്യേക സംസ്ഥാനപദവി നൽകുന്നതിലൂടെ മുസ്ലിങ്ങളെ പ്രീണിപ്പിക്കുക എന്നീ രണ്ടു ഗൂഢലക്ഷ്യങ്ങളായിരുന്നു 1905ൽ നടന്ന ബംഗാൾ വിഭജനത്തിനു പിന്നിൽ. ബംഗാൾ വിഭജനത്തെക്കുറിച്ച് ഇ എം എസ്:

> അന്നത്തെ മുന്നേറ്റത്തിനുള്ള രണ്ടാമത്തെ ദൗർബല്യം തീവ്രവാദികൾ അടക്കമുള്ള ദേശീയനേതാക്കളുടെ ഹൈന്ദവവീക്ഷണം ഒരു വശത്തും മുസ്ലിം സമുദായത്തിൽ നിന്നുയർന്നുവന്ന പുത്തൻ രാഷ്ട്രീയതലമുറയുടെ ഇസ്ലാമിക വീക്ഷണം മറുവശത്തും നിന്നുകൊണ്ട് ഇരുസമുദായങ്ങൾ തമ്മിൽ സംശയവും അവിശ്വാസവും വളരാൻ സഹായിച്ചുവെന്നതാണ്. പിന്നീട് ഇന്ത്യൻ രാഷ്ട്രീയത്തെയാകെ ബാധിച്ച ഈ ദൗർബല്യം കഴ്സൺ പ്രഭുവും അദ്ദേഹത്തിന്റെ പിൻഗാമിയും ബംഗാൾ വിഭജനക്കാര്യത്തിൽ സമർഥമായി ഉപയോഗിച്ചു. മുസ്ലിം ഭൂരിപക്ഷപ്രദേശങ്ങൾ ഉൾക്കൊള്ളുന്ന പുതിയ സംസ്ഥാനത്തിൽ തങ്ങൾക്ക് മേധാവിത്വം സ്ഥാപിക്കാൻ കഴിയുമെന്ന ധാരണ മുസ്ലിംപ്രമാണിമാരിൽ വളർത്താൻ അവർ ബോധപൂർവമായിത്തന്നെ ശ്രമിച്ചു. ഇത് വലിയൊരളവുവരെ ഫലിക്കുകയും ചെയ്തു. തുടക്കത്തിൽ വിഭജനവിരുദ്ധപ്രക്ഷോഭത്തിൽ പങ്കെടുത്തിരുന്ന ഡാക്കാ നവാബും മറ്റു പ്രമാണിമാരും പിന്നീട് വിഭജനാനുകൂലികളായി മാറി. ഇതോടൊപ്പം അഖിലേന്ത്യാ

42. അതേ പുസ്തകം, വാല്യം 1, പുറം 233

> രാഷ്ട്രീയത്തിൽ തങ്ങൾക്കുണ്ടാകേണ്ട പങ്കിനെക്കുറിച്ച് പല അവകാശങ്ങളും ഉന്നയിച്ചുകൊണ്ട് അഖിലേന്ത്യാ മുസ്ലിം ലീഗെന്ന ഒരു സംഘടന ഉണ്ടാക്കുന്നതിനുള്ള പ്രചോദനം മുസ്ലിം പ്രമാണിമാർക്ക് ഭരണാധികാരികളിൽ നിന്നു കിട്ടി.[43]

ഹിന്ദി-ഉറുദു തർക്കത്തിൽ ഹിന്ദുക്കൾ മുസ്ലിങ്ങളുടെ പരാജയം ആഘോഷിച്ചപ്പോൾ ബംഗാൾ വിഭജനത്തിൽ മുസ്ലിങ്ങൾ ഹിന്ദുക്കളുടെ പരാജയം ആഘോഷിച്ചു.[44] ആസാമിന്റെ ചീഫ് കമ്മീഷണറായിരുന്ന എച്ച് കോട്ടൺ (1845-1915) എഴുതി:

> ഡാക്കാ കേന്ദ്രമാക്കി പ്രവർത്തിച്ചിരുന്ന കുത്സിതബുദ്ധികളായ മുസ്ലിം യാഥാസ്ഥിതികർ ഇസ്ലാമിന്റെ പുനരുജ്ജീവന സന്ദേശവുമായി ഇന്ത്യയുടെ നാനാഭാഗത്തേക്കും പ്രതിനിധികളെ അയച്ചു. ബ്രിട്ടീഷ് ഗവൺമെന്റ് തങ്ങളുടെ ഭാഗത്താണെന്നും എന്തുചെയ്താലും യാതൊരു നടപടിയും ഉണ്ടാകില്ലെന്നും അണികൾക്ക് ഉറപ്പ് നൽകി. ഹിന്ദു- മുസ്ലിം വർഗീയ കലാപങ്ങളുടെ ആരംഭം അങ്ങനെയായിരുന്നു.[45]

മതവൈരം മൂർച്ഛിച്ച് കലാപങ്ങളുടെ രൂപം പ്രാപിക്കാൻ കാരണം ബംഗാൾ വിഭജനത്തെത്തുടർന്നുണ്ടായ സാഹചര്യങ്ങളാണ്. മുസ്ലിങ്ങൾ മതത്തിന്റെ പുനരുജ്ജീവനത്തെ ലക്ഷ്യമാക്കി തബ്ലീഗ്, അഞ്ചുമാൻ പ്രവർത്തനങ്ങളും ഹിന്ദുക്കൾ ശുദ്ധിപ്രസ്ഥാനവും ശക്തമാക്കി. സ്വാമി വിവേകാനന്ദന്റെ ശിഷ്യത്വം സ്വീകരിച്ച ഐറിഷ് സാമൂഹിക പ്രവർത്തക സിസ്റ്റർ നിവേദിത (1867-1911) ഇത് സംബന്ധിച്ച് ഗ്രന്ഥം രചിച്ചത് ഇക്കാലത്താണ്.

മുസ്ലിങ്ങളെയും ഹിന്ദുക്കളെയും മാനസികമായി അകറ്റിയതിനു ശേഷം അവരെ സ്ഥിരമായി ഭിന്നചേരികളിൽ നിറുത്താനുള്ള അടവുകളാണ് ബ്രിട്ടീഷുകാർ സ്വീകരിച്ചത്. മുസ്ലിങ്ങൾക്കു പ്രത്യേകമായ നിയോജകമണ്ഡലം വേണമെന്ന ആവശ്യം ഉന്നയിക്കാൻ ബ്രിട്ടീഷുകാർ ചില മുസ്ലിം പ്രമാണിമാരെ ഉപദേശിച്ചു. ഭരണപരിഷ്കാരത്തിൽ തങ്ങൾക്ക് പ്രത്യേക നിയോജകമണ്ഡലങ്ങൾ വേണമെന്ന ആവശ്യം 1906-ൽ മുസ്ലിം നേതാക്കൾ മിന്റോപ്രഭുവിനു സമർപ്പിച്ചു. പ്രത്യേക നിയോജക മണ്ഡലങ്ങൾ നിശ്ചയിച്ചുകൊണ്ടുള്ള ഭരണപരിഷ്കാരം നിലവിൽ വന്നതോടെ ഇന്ത്യയുടെ വിഭജനത്തിന് പ്രത്യേകിച്ചൊന്നും തന്നെ ചെയ്യേണ്ടതില്ലെന്ന സ്ഥിതിയായി. അധികം താമസിയാതെ തന്നെ മുസ്ലി

43. അതേ പുസ്തകം, വാല്യം 1, പുറം 210
44. The Communal Problem, page 126
45. Ibid page 128

ങ്ങളെ നേരിടാൻ ഹിന്ദുമഹാസഭയും തുടർന്ന് ആർ എസ് എസും രൂപ വൽക്കരിക്കപ്പെട്ടു. ബ്രിട്ടീഷുകാരുടെ ഉപദേശം സ്വീകരിച്ചത് തെറ്റായി പോയെന്ന് മുസ്ലിം നേതാക്കളിൽ പലരും പിന്നീട് സമ്മതിക്കയുണ്ടായി.[46]

പ്രത്യേക മണ്ഡലത്തിനുവേണ്ടിയുള്ള നിവേദനം സമർപ്പിച്ച വർഷം തന്നെ ഡാക്കയിൽ യോഗം ചേർന്ന് അഖിലേന്ത്യാ മുസ്ലീം ലീഗ് എന്ന സംഘടനയ്ക്ക് രൂപം കൊടുത്തു. ബ്രട്ടീഷ് ഗവൺമെന്റിനോട് കൂറ് പുലർത്തൽ, മുസ്ലിം താൽപര്യം സംരക്ഷിക്കൽ, മതമൈത്രി പ്രോത്സാഹിപ്പിക്കൽ എന്നിവയായിരുന്നു സംഘടനയുടെ പ്രഖ്യാപിത ലക്ഷ്യങ്ങൾ.

ഖിലാഫത്ത് പ്രസ്ഥാനം

മുഗൾസാമ്രാജ്യത്തെ ബ്രിട്ടീഷുകാർ കോളനിയാക്കിയതിനുശേഷം ഇന്ത്യയിലെ മുസ്ലിങ്ങൾ തങ്ങളുടെ രാഷ്ട്രീയ പരമാധികാരിയായി കണക്കാക്കിയിരുന്നത് തുർക്കിയിലെ ഖലീഫയെയാണ്. ലോകത്തെങ്ങുമുള്ള മുസ്ലിങ്ങളുടെ മത-രാഷ്ട്രീയ വീക്ഷണമായിരുന്നു അത്. അവരുടെ വിശ്വാസം അനുസരിച്ച് ലോകത്തെങ്ങുമുള്ള മുസ്ലിങ്ങൾ ഒരു സമുദായം (ഉമ്മത്ത്) ആണ്. അവരുടെ രാഷ്ട്രീയാധികാരി ഖലീഫയാണ്. ഇസ്ലാമിന്റെ മത-രാഷ്ട്രീയത്തിൽ ഖലീഫയുടെ ഉത്ഭവം മുമ്പ് വിവരിച്ചിട്ടുണ്ട്. ഇന്ത്യയിലെ സുൽത്താൻമാരും മുഗൾചക്രവർത്തിമാരും തുർക്കിയിലെ ഖലീഫയുടെ പരമാധികാരം പേരിനുവേണ്ടി അംഗീകരിച്ചിരുന്നു. അത് മതപരമായ ചടങ്ങായിരുന്നു. സ്ഥാനാരോഹണത്തിന് ഖലീഫയുടെ അംഗീകാരം ലഭിച്ചാൽ മാത്രമേ സുൽത്താൻ/പാദുഷസ്ഥാനം നിയമവിധേയമാകുന്നുള്ളുവെന്നായിരുന്നു മുസ്ലിങ്ങളുടെ വിശ്വാസം. അതുകൊണ്ടാണ് ഇന്ത്യയിലെ മുസ്ലിങ്ങൾ തങ്ങളുടെ പരമാധികാരി തുർക്കിയിലെ സുൽത്താനാണെന്ന് വിശ്വസിച്ചതും അതനുസരിച്ച് പെരുമാറിയതും. തുർക്കിയിലെ സുൽത്താൻ/ഖലീഫ ബ്രിട്ടന്റെ സഖ്യകക്ഷി ആയിരുന്നപ്പോൾ ഇന്ത്യയിലെ മുസ്ലിങ്ങളുടെ നിലപാടിനോട് ബ്രിട്ടന് വിരോധമൊന്നും ഇല്ലായിരുന്നു. സാർവദേശീയരംഗത്തെ സ്ഥിതി മാറി. ഒന്നാം ലോകയുദ്ധത്തിനു മുന്നോടിയെന്നോണം നടന്ന 1912ലെ ബാൾക്കൻ യുദ്ധത്തിലും 1914ൽ ആരംഭിച്ച ഒന്നാം ലോകയുദ്ധത്തിലും തുർക്കിയിലെ ഖലീഫ ബ്രിട്ടന്റെ ശത്രുപക്ഷത്തായിരുന്നു. സ്വാഭാവികമായും ഖലീഫയെ പരമാധികാരിയായി കണ്ടിരുന്ന ഇന്ത്യയിലെ മുസ്ലിങ്ങളെ ബ്രിട്ടൻ സംശയത്തോടെയാണ് വീക്ഷിച്ചത്. ലോകത്തെങ്ങുമുള്ള മുസ്ലീങ്ങളുടെ സഹാനുഭൂതി നേടിയെടുക്കാനുള്ള നടപടികൾ തുർക്കി സുൽത്താൻ അബ്ദൽ ഹമീദ് എടുക്കുകയും ചെയ്തു. അതിലൊന്നാ

46. ബാൾക്കൻ യുദ്ധങ്ങൾ 1912 ലും 1913ലും നടന്നു. ബൾഗേറിയ, മോണ്ടനിഗ്രോ, ഗ്രീസ്, സെർബിയ എന്നീ രാജ്യങ്ങളടങ്ങുന്ന ബാൾക്കൻ ലീഗ് ഉസ്മാനിയ സാമ്രാജ്യത്തിന്റെ കൈവശമായിരുന്ന മാസിഡോണിയ, അൽബേനിയ, ത്രേസ് എന്നീ രാജ്യങ്ങൾ കീഴടക്കി. യുദ്ധത്തിൽ ബ്രിട്ടന്റെ പിന്തുണ ബാൾക്കൻ ദ്വീപിനായിരുന്നു.

യിരുന്നു അറേബ്യൻ ഉപദ്വീപിലെ ഹിജാസ് മേഖലയിൽ റയിൽവെ പണിയാനുള്ള പദ്ധതി.

തുർക്കി സുൽത്താനോടുള്ള ഇന്ത്യയിലെ മുസ്ലിങ്ങളുടെ കൂറ് ദേശഭക്തിയില്ലായ്മയായിട്ടാണ് ദേശീയനേതാക്കൾ കണ്ടത്. ഇന്ത്യയിലെ മുസ്ലിങ്ങളുടെ വിദേശക്കൂറ് ബ്രിട്ടീഷ് ഗവൺമെന്റിനെയും ദേശീയപ്രസ്ഥാനത്തെയും ഒരുപോലെ അസ്വസ്ഥരാക്കി. കാൺപൂർ കലാപത്തെക്കുറിച്ച് അന്വേഷിക്കാൻ ഇന്ത്യൻ നാഷണൽ കോൺഗ്രസ് നിയോഗിച്ച കമ്മിറ്റിയുടെ റിപ്പോർട്ടിൽ ഇങ്ങനെയാണ് ഇതിനെക്കുറിച്ച് പറഞ്ഞത്:

> മുസ്ലിങ്ങൾ രാഷ്ട്രീയമായി ഉണരാൻ തുടങ്ങിയപ്പോൾ ഇന്ത്യയിലെ അവസ്ഥ അവരുടെ വൈദേശിക ആഭിമുഖ്യം കൂടുതൽ ശക്തിപ്പെടുത്തുന്ന തരത്തിലുള്ളതായിരുന്നു. ദേശഭക്തി ഉടലെടുക്കുന്നത് ദേശീയതലത്തിലാണ്. ഇന്ത്യയിലെ ദേശഭക്തിയോടുള്ള മുസ്ലിങ്ങളുടെ വിരോധവും അതിൽ പതിയിരിക്കുന്ന അപകടത്തെക്കുറിച്ചുള്ള ഭയവും അവരുടെ ഇസ്ലാമിക സാർവദേശീയ വീക്ഷണത്തെ ശക്തിപ്പെടുത്തുകയും പുറത്തുള്ള മുസ്ലിം ലോകത്തോട് കൂറ് വർധിപ്പിക്കുകയും ചെയ്തു. പാൻ ഇസ്ലാമിസം അവരുടെ മുമ്പിൽ പുതിയ പ്രതീക്ഷകളുടെ ലോകം തുറന്നു. അത് ഇന്ത്യയുടെ ദേശീയതയെക്കാൾ കൂടുതൽ ഹൃദ്യമായി അവർക്കു തോന്നി. വരാനിരിക്കുന്ന ഹിന്ദുരാജിന്റെ ഭീകരതയിൽ നിന്നും അത് അവർക്ക് ആശ്വാസം പകർന്നു. ലോകത്താകെ മുസ്ലിം മേധാവിത്വം നിലവിൽ വരുന്നത് അവർ സ്വപ്നം കണ്ടു.

കമ്മിറ്റിയിലെ അംഗമായിരുന്ന മൗലാനാ സഫറുൽ മുൽക്കിന്റെ ഭിന്നാഭിപ്രായ കുറിപ്പ് ഇങ്ങനെയായിരുന്നു:

> മുസ്ലിങ്ങൾ ഒരിക്കലും ഇന്ത്യയിലെ ദേശഭക്തിയെ എതിർത്തില്ല. അവരുടെ ഇസ്ലാമിക സാർവദേശീയത (പാൻ ഇസ്ലാമിസം) ഇന്ത്യയിലെ കാര്യങ്ങൾക്ക് ഒരിക്കലും തടസമായിരുന്നില്ല. ഇന്ന് ഇസ്ലാമിക സാർവദേശീയതയെ എതിർക്കുന്നത് ചിലരുടെ പരിഷ്കാരമായി മാറിയിരിക്കുകയാണ്. പാൻ ഇസ്ലാമിസം എന്ന വാക്ക് അടുത്ത കാലത്ത് ഒരു ഫ്രഞ്ചുകാരനാണ് നിഷ്പാദിച്ചത്. ലോകത്തിന്റെ ഏതുകോണിലായാലും ലോകത്തുള്ള മുസ്ലിങ്ങൾ തമ്മിൽ സാഹോദര്യം ഉണ്ടെന്നുള്ള കാര്യത്തിൽ തർക്കമില്ല. ഇസ്ലാമിക സാഹോദര്യം കഴിഞ്ഞ പതിമൂന്നു നൂറ്റാണ്ടുകളായി തുടർന്നുവരുന്ന ഇസ്ലാമിന്റെ അടിസ്ഥാനതത്വങ്ങളിലൊന്നാണ്. വംശം, വർണം, ദേശം തുടങ്ങിയ അതിർവരമ്പുകളൊന്നും ഇസ്ലാം അംഗീകരിക്കുന്നില്ല.

> അന്തരിച്ച മൗലാനാ മുഹമ്മദലി, ഡോ. അൻസാരി, മൗലാനാ അബുൽകലാം ആസാദ് എന്നിവരും പ്രമുഖരായ മിക്കവാറും മുസ്ലിം ദേശീയവാദികളും മുസ്ലിങ്ങളുടെ ഇടയിൽ ഇസ്ലാമിക സാർവദേശീയത പ്രചരിപ്പിച്ചു എന്ന വസ്തുത തന്നെ ഇസ്ലാമിക സാർവദേശീയതയും ഇന്ത്യയിലെ ദേശീയതയും തമ്മിൽ വൈരുധ്യമൊന്നുമില്ലെന്നുള്ളതിന് തെളിവാണ്.[47]

ഒന്നാം ലോകയുദ്ധത്തിൽ ജർമനിയും സഖ്യകക്ഷിയായ തുർക്കിയും തോറ്റതിനെ തുടർന്ന് ഉസ്മാനിയ സാമ്രാജ്യം യൂറോപ്യൻ സാമ്രാജ്യശക്തികൾ പങ്കുവച്ചെടുത്ത കാര്യം മുൻ അധ്യായത്തിൽ വിവരിച്ചിട്ടുണ്ട്. അവശേഷിച്ച തുർക്കിയിൽ ഖലീഫ നാമമാത്രമായ അധികാരമുള്ള സ്ഥാനത്ത് തുടരാൻ അനുവദിക്കുകയും യഥാർഥ അധികാരം കൈയാളാൻ ബ്രിട്ടനും ഫ്രാൻസും ചേർന്ന് ഒരു കമ്മീഷനെ നിയോഗിക്കുകയും ചെയ്തു. ഖലിഫയെ നിഷ്കാസനം ചെയ്യാനുള്ള ശ്രമത്തിനെതിരെ സമരം ചെയ്യാൻ ഇന്ത്യയിലെ മുസ്ലിങ്ങൾ അഖിലേന്ത്യ ഖിലാഫത്ത് കമ്മിറ്റി രൂപവൽക്കരിച്ചു. യുദ്ധത്തിനു മുമ്പും യുദ്ധം നടന്നപ്പോഴും ശക്തമായ സാമ്രാജ്യവിരുദ്ധ നിലപാടെടുത്ത ദേശീയ നേതാക്കളായിരുന്നു സഹോദരന്മാരായ മുഹമ്മദലിയും ശൗക്കത്തലിയും. സാമ്രാജ്യവിരുദ്ധലേഖനങ്ങൾ എഴുതിയതിന്റെയും പ്രസംഗങ്ങൾ ചെയ്തതിന്റെയും പേരിൽ അവരെ ബ്രിട്ടീഷ് ഗവൺമെന്റ് 1915ൽ ജയിലിലടച്ചു. യുദ്ധം അവസാനിച്ചപ്പോഴാണ് മോചിപ്പിച്ചത്. മോചിതരായ ഉടനെ അവർ അഖിലേന്ത്യ ഖിലാഫത്ത് കമ്മിറ്റിയുടെ നേതൃത്വം ഏറ്റെടുത്തു.

മഹാത്മാഗാന്ധി ഇന്ത്യൻ രാഷ്ട്രീയ രംഗത്ത് പ്രവേശിച്ചത് 1919-ലാണല്ലോ. അപ്പോൾ തന്നെ തുർക്കിയിലെ ഖലീഫയുടെ അധികാരം പുനഃസ്ഥാപിക്കണമെന്ന ആവശ്യം ഉന്നയിക്കുകയും തന്റെ രാഷ്ട്രീയ പ്രചാരണത്തിന്റെ വിഷയമാക്കുകയും ചെയ്തു. ഇന്ത്യയ്ക്ക് ഹോം റൂൾ അനുവദിക്കുക, ഖലീഫയുടെ അധികാരം പുനഃസ്ഥാപിക്കുക എന്നീ ആവശ്യങ്ങളാണ് ഗാന്ധിജി വൈസ്രോയിക്കയച്ച കത്തിൽ ഉന്നയിച്ചിരുന്നത്. നിവേദനങ്ങൾ പരിഗണിക്കാതെ വന്നപ്പോഴാണ് സമാധാനപരമായ നിസ്സഹകരണസമരം ഗാന്ധി പ്രഖ്യാപിച്ചത്. ഖിലാഫത്ത് കമ്മിറ്റിയുടെ നേതാക്കൾക്ക് തങ്ങളുടെ സമരം ഇന്ത്യയിലെ മുസ്ലിങ്ങളുടെ മാത്രം സമരമല്ലെന്നും ഇന്ത്യൻ ജനതയുടെ സമരമാണെന്നും സ്ഥാപിക്കേണ്ടതുണ്ടായിരുന്നു. അതുകൊണ്ട് ഖിലാഫത്ത് കമ്മിറ്റിയുടെ പ്രസിഡന്റ് സ്ഥാനത്ത് ഗാന്ധിജിയെ അവരോധിച്ചു. അമൃത്സറിൽ 1919ൽ നടന്ന കോൺഗ്രസ് സമ്മേളനത്തിൽ ജാലിയൻ വാലാ ബാഗിലെ കൂട്ടക്കൊലയ്ക്കെതിരെ പ്രതിഷേധിക്കുക, മൊണ്ടേഗ്-ചെംസ്ഫോഡ് ഭരണപരിഷ്ക്കാരത്തെ എതിർക്കാനും ഖലീഫയുടെ അധികാരം പുനഃസ്ഥാപി

---

47. *The Communal Problem,* page 133

ക്കാനും പ്രക്ഷോഭം നടത്തുക എന്നീ തീരുമാനങ്ങളാണ് എടുത്തത്. കോൺഗ്രസ് സമ്മേളനം കഴിഞ്ഞ ഉടനെ ഖിലാഫത്ത് സമ്മേളനവും നടത്തി. ഖിലാഫത്ത് പ്രസ്ഥാനത്തെക്കുറിച്ച് ഇ എം എസിന്റെ അഭിപ്രായം ശ്രദ്ധേയമാണ്.

ഖിലാഫത്ത് പ്രസ്ഥാനത്തിൽ പ്രകടമായ ഹിന്ദു-മുസ്ലിം ഐക്യം അധികകാലം നീണ്ടുനിന്നില്ലെന്നത് നേരാണ്. ഏതാനും വർഷങ്ങൾക്കുള്ളിൽ ഈ ഐക്യം തകർന്നു. രാജ്യവ്യാപകമായി ഒട്ടേറെ വർഗീയ ലഹളകൾ പോലും നടന്നു. ഖിലാഫത്ത് പ്രശ്നത്തിൽ ഒന്നിച്ചു നിന്നിരുന്ന നേതാക്കളിൽ ചിലർ മുസ്ലിം സമുദായത്തിന്റെയും മറ്റുചിലർ ഹിന്ദു സമുദായത്തിന്റെയും നേതാക്കളെന്ന നിലയ്ക്ക് താന്താങ്ങളുടെ 'സ്വന്തം' സമുദായാവശ്യങ്ങൾക്ക് ഊന്നൽ കൊടുത്തുകൊണ്ടുള്ള രാഷ്ട്രീയം കൈകാര്യം ചെയ്യാൻ തുടങ്ങി. ഗോവധം, പള്ളികൾക്കു മുമ്പിൽ വാദ്യഘോഷം മുതലായ പല പ്രശ്നങ്ങളും ഉയർന്നുവന്നു. ഇരുസമുദായങ്ങളിലുംപെട്ട പതിനായിരക്കണക്കിനാളുകൾ വിരുദ്ധചേരികളിലണിനിരന്നു. ഈ പ്രവണതയെ ഒരതിരുവരെയെങ്കിലും തടയാൻ ശ്രമിച്ച ഗാന്ധിയും അദ്ദേഹത്തിന്റെ അടുത്ത സഹപ്രവർത്തകരും തങ്ങളുടെ ഐക്യശ്രമത്തിൽ പരാജയപ്പെട്ടു. ഇതിന്റെ ദുഃഖകരമായ പര്യവസാനമാണ് കാൽനൂറ്റാണ്ടിനുശേഷം നടന്ന ഗാന്ധിവധം.

> ഖിലാഫത്തിനെ ആസ്പദമാക്കിയുള്ള ഗാന്ധിയുടെ രാഷ്ട്രീയത്തെ നിശിതമായി വിമർശിക്കുന്നതിന് ഈ വസ്തുതകൾ ചൂണ്ടിക്കാണിക്കാറുണ്ട്. 'വെറുമൊരു ആദർശവാദിയായ' ഗാന്ധി മുസ്ലിം സമുദായനേതാക്കളുടെ 'മതഭ്രാന്തെ'ന്ന 'യാഥാർഥ്യം' മറന്ന് ഹിന്ദു-മുസ്ലിം ഐക്യമെന്ന മരീചികയുടെ പുറകെ നടക്കുകയാണുണ്ടായതെന്ന് ചിലർ ആക്ഷേപിക്കുന്നു. ഖലീഫയുടെ അധികാരം പുനഃസ്ഥാപിക്കാനുള്ള ശ്രമം ആധുനിക ജനാധിപത്യത്തിലും മതനിരപേക്ഷതയിലും അടിയുറച്ചിട്ടുള്ള ഒരു പ്രസ്ഥാനത്തിനും സ്വീകാര്യമല്ലാത്തത്ര പിന്തിരിപ്പനാണെന്നു വാദിച്ചവരുണ്ട്. (പിന്നീട് മുസ്ലിം ശിഥിലീകരണപ്രസ്ഥാനത്തിന്റെ നേതാവായുയർന്ന ജിന്നയും ഇക്കൂട്ടത്തിൽപെടും). ആരുടെ രക്ഷയ്ക്കുവേണ്ടിയാണോ ഗാന്ധിയും കൂട്ടരും ഖിലാഫത്ത് പ്രസ്ഥാനം കെട്ടിപ്പടുത്തത്, ആ ഖലീഫയെ പൂർണമായും സ്ഥാനഭ്രഷ്ടനാക്കി തുർക്കിയെ ഒരു റിപ്പബ്ലിക്കായി പ്രഖ്യാപിക്കുകയാണല്ലോ കമാൽ പാഷ ചെയ്തത്. ഇതിലടങ്ങിയ വിപ്ലവപരിവർത്തനങ്ങൾ ഖിലാഫത്ത് പ്രസ്ഥാനത്തിന്റെ പരിപൂർണമായ നിഷേധമാണെന്നും ഈ ചിന്താഗതിക്കാർ ചൂണ്ടിക്കാണിച്ചു.
>
> ഇതെല്ലാം ശരിയാണു താനും. പക്ഷേ, ഇതൊന്നുംകൊണ്ട് ഖിലാഫത്ത് പ്രസ്ഥാനത്തിന്റെ ചരിത്രപ്രധാനമായ പങ്ക് ഇല്ലാതാവുന്നില്ല. എത്ര ഹ്രസ്വമായ കാലത്തേക്കാണെങ്കിലും, ആധുനിക ജനാ

ധിപത്യ (റിപ്പബ്ലിക്കൻ) തത്വങ്ങൾക്ക് എത്രമാത്രം എതിരായ മുദ്രാവാക്യത്തിനു പിന്നിലാണെങ്കിലും, ഹിന്ദു-മുസ്ലിം വ്യത്യാസമില്ലാതെ ജനലക്ഷങ്ങൾ ഒരേ രാഷ്ട്രീയലക്ഷ്യം മുൻനിറുത്തി സംഘടിച്ചു. അന്നുലോകത്തുണ്ടായിരുന്ന ഏറ്റവും വലിയ സാമ്രാജ്യകോയ്മയെ അവർ വെല്ലുവിളിച്ചു. ഇതാണ് പ്രസക്തമായ കാര്യം. 1857ലെ കലാപം അടിച്ചമർത്തപ്പെട്ടതിനെ തുടർന്ന് രൂപംകൊള്ളാൻ തുടങ്ങിയതും പതുക്കെപ്പതുക്കെയായി വളർന്നുകൊണ്ടിരുന്നതുമായ ഇന്ത്യൻ സ്വാതന്ത്ര്യസമരം മുൻപെന്നത്തേയുംകാൾ രാജ്യവ്യാപകമാവാൻ ഖിലാഫത്തും അതിനെ ആസ്പദമാക്കിയ ഹിന്ദു-മുസ്ലിം ഐക്യവും സഹായിച്ചുവെന്നതാണ് പ്രധാനമായ കാര്യം. [48]

വർഗീയ കലാപങ്ങൾ

ഖിലാഫത്ത് കാലത്തുണ്ടായിരുന്ന ഹിന്ദു-മുസ്ലിം ഐക്യം വളരെ വേഗം അപ്രത്യക്ഷമായി. വർഗീയ കലാപങ്ങൾ ഒരു രാഷ്ട്രീയപ്രശ്നമായി ഉയർന്നുവന്നത് 1923 മുതലാണ്. പക്ഷേ, 1921 മുതൽ കേരളത്തിൽ നടന്ന മാപ്പിളലഹളയിലെ ഒറ്റപ്പെട്ട നിർബന്ധിത മതംമാറ്റ സംഭവങ്ങളെ വ്യാപകമായ തോതിൽ ഹിന്ദുവർഗീയവാദികൾ പ്രചരണായുധമാക്കാൻ തുടങ്ങി. മാപ്പിള ലഹളയെക്കുറിച്ച് ആധികാരികവും നിഷ്പക്ഷവുമായ പഠനം നടത്തിയ ഡോ. കെ എൻ പണിക്കർ പറയുന്നു:

> ലഹളക്കാലത്ത് പൂർണമായ വർഗീയ ചേരിതിരിവുണ്ടായിരുന്നുവെന്ന വാദം സ്വീകാര്യമല്ല. പല ഗ്രാമങ്ങളിലും പുറത്തു നിന്നു വന്ന ലഹളക്കാരിൽ നിന്നും മാപ്പിളമാർ ഹിന്ദുക്കളെ രക്ഷിക്കുകയുണ്ടായി. യാതൊരു പരിചയവുമില്ലാത്ത ഹിന്ദുവിനെപ്പോലും മാപ്പിള രക്ഷിച്ച സംഭവങ്ങൾ അനേകമാണ്. പൊന്നാനിയിൽ മാപ്പിളമാരും ഹിന്ദുക്കളും കൂട്ടായാണ് തിരൂരിൽ നിന്നും വന്ന ലഹളക്കാരെ പിന്തിരിപ്പിച്ചത്. ലഹളയുടെ മൂർധന്യത്തിലും ഏറനാട്ടിൽ ഹിന്ദുക്കളും മാപ്പിളമാരും ഒരുമിച്ച് സമാധാനമായി ജീവിച്ചു..... 1921ലെ ലഹളയെ വർഗീയലഹളയായിക്കാണാനേ സാധ്യമല്ല. നേരെ മറിച്ച് ലഹള നടക്കുമ്പോഴുള്ള കർഷകരുടെ സാമ്പത്തിക സ്ഥിതി, ലഹളയുടെ പ്രവർത്തനരീതി, അതിൽ പങ്കെടുത്തവരുടെ വർഗപരമായ ബന്ധങ്ങൾ എന്നിവയെല്ലാം വെച്ച് വിലയിരുത്തുമ്പോൾ പത്തൊമ്പതാം നൂറ്റാണ്ടിൽ നടന്ന കാർഷികകലാപങ്ങളുടെ തുടർച്ചയായിരുന്നു 1921ലെ കലാപം എന്നു കാണാൻ കഴിയും.[49]

---

48. *ഇന്ത്യൻ സ്വാതന്ത്ര്യസമര ചരിത്രം, ഇ എം എസ് നമ്പൂതിരിപ്പാട്* വാല്യം 2, പുറം 315
49. "Peasant Revolt in Malabar in the Nineteenth and Twentieth Centuries" by K N: Panicker in *Peasant Struggles in India,* Edited by A. R.Desai, page 623

ലഹളക്കാലത്ത് ഒറ്റപ്പെട്ട നിർബന്ധിത മതപരിവർത്തനങ്ങൾ നടക്കുകയുണ്ടായി. എന്നാൽ അതിനെയൊക്കെ മതപണ്ഡിതൻമാർ അപലപിക്കുകയും അത്തരം പരിവർത്തനങ്ങൾ അസാധുവാണെന്ന് പ്രഖ്യാപിക്കുകയും ചെയ്തു.[50] ഇതൊന്നും പരിഗണിക്കാതെയാണ് മലബാർ ലഹളക്കാലത്തെ നിർബന്ധിത മതപരിവർത്തനങ്ങളെക്കുറിച്ച് പ്രചണ്ഡമായ പ്രചാരണം നടത്തിയത്. ഇതിന്റെ പിന്നിലുള്ള യഥാർഥകാരണങ്ങളെക്കുറിച്ച് ഇ എം എസ് ഇങ്ങനെ വിലയിരുത്തി:

> മുസ്ലിങ്ങളും ഹിന്ദുക്കളുമായ രാഷ്ട്രീയ നേതാക്കളിൽ വലിയൊരു മാറ്റം വരാൻ തുടങ്ങിക്കഴിഞ്ഞിരുന്നു. നിസ്സഹകരണപ്രസ്ഥാനത്തിൽ തോളോടുതോൾ ചേർന്നുനിന്നിരുന്ന സമുന്നതനേതാക്കളിൽ പണ്ഡിറ്റ് മാളവ്യ, ലാലാ ലജ്പത്റായി മുതലായ പലരും ഹിന്ദുമഹാസഭയിലും, മുസ്ലിംനേതാക്കളിൽ പലരും മുസ്ലിം ലീഗിലും ചേർന്നു പ്രവർത്തിക്കാൻ തുടങ്ങിയിരുന്നു." 1924-മാണ്ടായപ്പോഴേക്ക് ഈ പ്രവണത പൂർണവളർച്ചയിലെത്തിയിരുന്നു...... പണ്ഡിറ്റ് മാളവ്യയുടെ നേതൃത്വത്തിൽ ഹിന്ദുമഹാസഭ ഊർജിതമായി പ്രവർത്തിക്കാൻ തുടങ്ങി. ഹിന്ദുക്കൾക്കുമാത്രം അംഗത്വമുള്ള ഇത്തരം സംഘടനയുടെ നിലനിൽപ്പിനെ ന്യായീകരിച്ചുകൊണ്ട് പണ്ഡിറ്റ്ജി ഇങ്ങനെ പറഞ്ഞു:
>
> കോൺഗ്രസ് ഒരു രാഷ്ട്രീയസംഘടനയാണ്. അതിന് വിവിധ സമുദായങ്ങളെ ബാധിക്കുന്ന സാമൂഹിക (അല്ലെങ്കിൽ മറ്റു രാഷ്ട്രീയ) മേഖലകളിലുള്ള പ്രശ്നങ്ങൾ കൈകാര്യം ചെയ്യാൻ കഴിയുകയില്ല. അതുകൊണ്ടാണ് ഹിന്ദുമഹാസഭ സംഘടിപ്പിക്കുന്നതിന്റെ ആവശ്യം ഉയർന്നുവന്നിട്ടുള്ളത്.[51]

അനേകം വർഗീയ കലാപങ്ങളാണ് തുടർന്ന് ഇന്ത്യയിൽ നടന്നത്. അത് ഇന്ത്യയുടെ വിഭജനത്തിൽ കലാശിക്കുകയും ചെയ്തു.

ഇന്ത്യ ഒരു മതനിരപേക്ഷ ഭരണകൂടം

പാകിസ്ഥാൻ ഇസ്ലാമിക രാഷ്ട്രമാണെന്ന നിലപാടെടുത്തപ്പോൾ ഇന്ത്യ ഒരു ഹിന്ദുരാഷ്ട്രമാകണമെന്ന് ഒരു വിഭാഗം ആഗ്രഹിച്ചു. സ്വാതന്ത്ര്യത്തിനുശേഷം ഇന്ത്യയിൽ ഹിന്ദു-മുസ്ലിം വർഗീയ കലാപങ്ങളുടെ പരമ്പര തന്നെ നടന്നു. ഈ പശ്ചാത്തലത്തിലും ഇന്ത്യ ഒരു മതനിരപേക്ഷരാഷ്ട്രമായിരിക്കുമെന്ന നിലപാടെടുക്കുകയും അതിനനുസരിച്ചുള്ള ഒരു ഭരണഘടനയ്ക്ക് രൂപം കൊടുക്കുകയും ചെയ്തു. അങ്ങനെ ചെയ്യാനുണ്ടായ ഭൗതികസാഹചര്യത്തെക്കുറിച്ച് ഡോ. കെ എൻ പണിക്കർ എഴുതി:

---

50. *The Communal Problem,* page 144
51. *ഇന്ത്യൻ സ്വാതന്ത്ര്യസമര ചരിത്രം, ഇ എം എസ് നമ്പൂതിരിപ്പാട്,* വാള്യം 2 പുറം 398

> ദേശീയസ്വാതന്ത്ര്യസമരത്തിന്റെ അവസാനഘട്ടത്തിൽ ഹിന്ദു-മുസ്ലിം സമുദായങ്ങളുടെ വർഗീയവൽക്കരണം രൂക്ഷമായ വർഗീയ സംഘട്ടനങ്ങൾക്ക് ബീജം വിതയ്ക്കുകയും രണ്ടു രാഷ്ട്രങ്ങളായുള്ള ഉപഭൂഖണ്ഡത്തിന്റെ വിഭജനത്തിൽ കലാശിക്കുകയും ചെയ്തു. അതുളവാക്കിയ അഭൂതപൂർവമായ മാനുഷിക ദുരന്തങ്ങൾ മതപരമായ സ്വത്വചിന്തകളെ കൂടുതൽ പരിപോഷിപ്പിക്കുകയും വർഗീയവികാരങ്ങൾ ആളിക്കത്തിക്കുകയും ചെയ്തു. സാമൂഹികവും രാഷ്ട്രീയവും ആയ ഈ പശ്ചാത്തലം പിറന്നുവീണ ഇന്ത്യക്ക് അതിന്റെ രാഷ്ട്രഘടനയും സമൂഹവും കെട്ടിപ്പടുക്കാനും അതിന് മതനിരപേക്ഷവും ജനാധിപത്യപരവുമായ ഭാവങ്ങൾ പകരാനുമുള്ള സാഹചര്യങ്ങളല്ല നൽകിയത്. എങ്കിലും സ്വാതന്ത്ര്യത്തിനും ഭരണഘടന അംഗീകരിച്ച 1950നും ഇടയ്ക്കുള്ള അന്തരാളഘട്ടത്തിൽ ജനാധിപത്യത്തിലും മതനിരപേക്ഷതയിലും അധിഷ്ഠിതമായ ഭരണഘടനയ്ക്ക് രൂപം കൊടുക്കാനാണ് തീരുമാനിച്ചത്. മതനിരപേക്ഷത എന്ന പദം 1976ലാണ് ഇന്ത്യയുടെ ഭരണഘടനയിൽ എഴുതിച്ചേർത്തതെങ്കിലും ഇന്ത്യയുടെ അടിസ്ഥാന സ്വഭാവം മതനിരപേക്ഷമായിരിക്കുമെന്ന് വ്യക്തമാക്കിയിരുന്നു. മതനിരപേക്ഷതയായിരിക്കും ഇന്ത്യൻ സമൂഹത്തിന്റെ അടിത്തറയെന്ന് തീരുമാനിക്കാനുള്ള കാരണം ചരിത്രപരമാണ്. നൂറ്റാണ്ടുകളായി ലോകത്തിന്റെ വിവിധഭാഗങ്ങളിൽ നിന്ന് ഇവിടെയെത്തി കുടിപാർത്ത വംശങ്ങളും മതവിഭാഗങ്ങളും ഇന്ത്യയെ സ്വന്തം ഭവനമായിട്ടാണ് കണക്കാക്കിയത്. അനേകം നൂറ്റണ്ടുകളിലൂടെ ഇന്ത്യൻ സമൂഹത്തിന്റെ മൂലഘടകങ്ങൾ നൽകിയ സംഭാവനകൾ ഒന്നിനുമേൽ മറ്റൊന്ന് എഴുതിച്ചേർത്തുണ്ടാക്കിയ ഉപര്യാലിഖിതത്തിന്റെ രൂപത്തിൽ പരിണമിച്ചുണ്ടാവുകയാണ് ചെയ്തത്. ജനാധിപത്യവും മതനിരപേക്ഷതയും സംയോജിപ്പിച്ചുകൊണ്ടു മാത്രമേ ഈ സാമൂഹികഘടന നിലനിർത്താനാവുകയുള്ളു.[52]

മതനിരപേക്ഷത എന്ന പരികൽപ്പനയുടെ ഉത്ഭവത്തെക്കുറിച്ചും മതനിരപേക്ഷ ഭരണകൂടത്തെക്കുറിച്ചും ഒന്നാം അധ്യായത്തിൽ സൂചിപ്പിക്കുകയുണ്ടായി. യൂറോപ്പിൽ കത്തോലിക്കരും പ്രൊട്ടസ്റ്റന്റുകളും തമ്മിൽ മുപ്പത് വർഷം (1618മുതൽ 1648 വരെ) മേൽക്കോയ്മയ്ക്കുവേണ്ടി പോരടിച്ചു. ഇരുകക്ഷികൾക്കും ജയപരാജയങ്ങൾ മാറി മാറി സംഭവിച്ചുകൊണ്ടിരുന്നു. ജർമനിയിലെ വെസ്റ്റ്ഫാലിയ നഗരത്തിൽവെച്ച് 1648ൽ ഇരുകക്ഷികളും സന്ധിചെയ്തു. ഇതുപ്രകാരം രാജ്യം ഭരിക്കുന്ന രാജാവിന്റെ മതമായിരിക്കും ഔദ്യോഗിക മതമെന്ന് ധാരണയായി. രാജാവിന്റെ മതം ജനങ്ങളും സ്വീകരിക്കണം. ഇതിന്റെ പ്രതിഷേധമായിരുന്നു 1789-ലെ ഫ്രഞ്ച് വിപ്ലവത്തെത്തുടർന്ന് ഉയർന്നുവന്ന മതനിരപേക്ഷത (secular-

52. "Introduction: Defining the Nation as Hindu" in *The Concerned Indians' Guide to Communalism,* Edited by K N Panicker, page viii

ism) എന്ന പരികൽപ്പന. മതം സ്വീകരിക്കാനും തിരസ്കരിക്കാനുള്ള സ്വാതന്ത്ര്യം വ്യക്തികൾക്ക് ഉറപ്പ് നൽകുന്നതാണ് മതനിരപേക്ഷതയുടെ അടിസ്ഥാന തത്വം. ഇന്ത്യയിൽ ഈ ആശയത്തിന് പ്രചാരം നൽകിയത് ജവഹർലാൽ നെഹ്റുവായിരുന്നു. നെഹ്റുവിന്റെ സമകാലികനായിരുന്ന വി ഡി സവർക്കറും അദ്ദേഹത്തിന്റെ നേതൃത്വത്തിലുണ്ടായിരുന്ന ഹിന്ദുമഹാസഭയും വിഭാവന ചെയ്തത് ഹിന്ദുരാഷ്ട്രമാണ്. ഇതിനെ നേരിടാനാണ് നെഹ്റു മതനിരപേക്ഷത (secularism) എന്ന പാശ്ചാത്യ പരികൽപ്പനയ്ക്ക് പ്രചാരണം നൽകിയത്. പ്രചാരണം നൽകുക മാത്രമല്ല ഡോ. കെ എൻ പണിക്കർ ചൂണ്ടിക്കാണിച്ചതുപോലെ 1947 മുതൽ ഭരണഘടന അംഗീകരിച്ചതുവരെയുള്ള കാലയളവിൽ മതനിരപേക്ഷ ഭരണകൂടത്തിന്റെ ചട്ടക്കൂട് നിർമിക്കുവാൻ ഭരണഘടനാശിൽപ്പികളിൽ സമ്മർദം ചെലുത്തുകയും ചെയ്തു. തികച്ചും പാശ്ചാത്യമായ അർഥത്തിലല്ല ഇന്ത്യയുടെ ഭരണഘടനയിൽ മതനിരപേക്ഷതാസങ്കൽപ്പം ഉൾക്കൊള്ളിച്ചിരുന്നത്. സർവമത സമഭാവനയാണ് ഇന്ത്യൻ ഭരണഘടന വിഭാവനം ചെയ്തിരിക്കുന്നത്. 'വിദേശികളായ' മുസ്ലിങ്ങൾക്കും ഹിന്ദുക്കൾക്ക് അനുവദിച്ചതുപോലെയുള്ള മതസ്വാതന്ത്ര്യം അനുവദിച്ചുകൊണ്ട് അവരെ പ്രീണിപ്പിക്കാൻ ശ്രമിക്കുന്നതുകൊണ്ട് ഇന്ത്യയിലെ മതനിരപേക്ഷത കപട മതനിരപേക്ഷതയാണെന്ന് ഹിന്ദുത്വവാദികൾ ആരോപിക്കുന്നു. മതനിരപേക്ഷഭരണകൂടമെന്നാൽ ഒരു മതസ്വാതന്ത്ര്യവും അനുവദിക്കാത്ത ഒന്നായിരിക്കണമെന്ന് ഹിന്ദുക്കളിലും മുസ്ലിങ്ങളിലും പെട്ട ചില ഉപരിപ്ലവ മതനിരപേക്ഷതാവാദികളും പറയുന്നു.

ഹിന്ദുത്വം എന്ന വർഗീയഫാസിസം

ഡൽഹിയിലെ ജവഹർലാൽ നെഹ്റു സർവകലാശാലയിലെ റിസർച്ച് സ്കോളർ ബി രാജേശ്വരി 1947 മുതൽ 2003 വരെ ഇന്ത്യയിൽ നടന്ന വർഗീയകലാപങ്ങളെക്കുറിച്ച് പഠനം നടത്തിയിട്ടുണ്ട്. അവരുടെ അഭിപ്രായത്തിൽ വർഗീയ കലാപങ്ങൾ സ്വാഭാവികമായി ഉണ്ടാകുന്നതല്ല. വളരെ അപൂർവമായി മാത്രമേ മതവൈരത്താൽ വർഗീയകലാപം ഉണ്ടാകുന്നുമുള്ളു. മിക്കവാറും എല്ലാ വർഗീയകലാപങ്ങളും കുത്തിപ്പൊക്കുന്നത് രാഷ്ട്രീയ താൽപ്പര്യങ്ങൾ മുൻനിറുത്തിയാണ്. അതിന്റെ പിന്നിലെല്ലാം സാമ്പത്തിക കാരണങ്ങളും ഉണ്ടായിരിക്കും. ഇന്ത്യയിലെ വർഗീയ സംഘട്ടനങ്ങളുടെ സ്വഭാവത്തിൽ 1990-കൾ മുതൽ സാരമായ മാറ്റം സംഭവിച്ചിട്ടുണ്ട്.[53]

യഥാർഥത്തിൽ വർഗീയ കലാപങ്ങളിലെ മാറ്റം എൺപതുകളിലാണ് ആരംഭിച്ചത്. അതിന്റെ കാരണം ഇന്ത്യയിലെ ഫാഷിസ്റ്റ് ശക്തികളായ ഹിന്ദുത്വവാദികൾ വീണ്ടും സജീവമാകാൻ തുടങ്ങിയതാണ്. ഇന്ത്യയിലെ വർഗീയഫാസിസത്തിന്റെ ചരിത്രത്തെക്കുറിച്ച് ഡോ. കെ എൻ പണിക്കർ പറയുന്നു:

---

53. *Communal Riots in India A Chronology* (1947 -2003) by B Rajeshwari page2

> ഹിന്ദു ഫാഷിസത്തിന്റെ രൂപവൽക്കരണത്തിന്റെ പ്രാഗ്ചരിത്രം പത്തൊമ്പതാം നൂറ്റാണ്ടിലുണ്ടായ ഹിന്ദുമതത്തിന്റെ പുനരുജ്ജീവനവുമായി ബന്ധപ്പെട്ടതാണ്. അതിനുമുമ്പ് ഹിന്ദുമതത്തിൽ പരിഷ്കരണങ്ങൾ വന്നിട്ടില്ല എന്നല്ല. വന്നിട്ടുണ്ട്. എന്നാൽ അവയ്ക്കൊന്നുമില്ലാത്ത ഒരു സ്വഭാവം പത്തൊമ്പതാം നൂറ്റാണ്ടിലെ പരിഷ്കരണസംരംഭങ്ങൾക്കുണ്ട്. ആ പ്രക്രിയയിൽ ഹിന്ദു ഫാസിസത്തിന്റെ വളർച്ചയുടെ ആദ്യസ്ഫുലിംഗങ്ങൾ കാണാം. ഇതിൽ ആദ്യം സംഭവിക്കുന്നത് ഹിന്ദുമതത്തിന്റെ ശക്തിദുർഗങ്ങൾ എന്തായിരുന്നു എന്ന അന്വേഷണവും ആലോചനയുമാണ്. അടുത്ത ഘട്ടത്തിൽ മറ്റു സംസ്കാരങ്ങളും മതങ്ങളുമായി ഹിന്ദുമതത്തെ താരതമ്യം ചെയ്യാനുള്ള ശ്രമം നടക്കുന്നു. അതിലൂടെ ഒരു പുരാതന ഹൈന്ദവസംസ്കാരത്തിന്റെ ഉന്നതിയും ഉത്കൃഷ്ടതയും എന്ന വാദം ഉയർന്നു വരുന്നു. ഈ ചരിത്രത്തെ സമകാലീന ഹിന്ദുവർഗീയതയുടെ വളർച്ചയുമായി ബന്ധപ്പെടുത്തി കാണാനാകും.[54]

ഹിന്ദുത്വം ഇന്ത്യയിലെ ഫാസിസത്തിന്റെ രൂപമാണെന്നുള്ള കാര്യത്തിൽ ആർക്കും തർക്കമില്ല. ഫാസിസം ഒരു രാഷ്ട്രീയവ്യവസ്ഥയാണ്. അതിന്റെ സമ്പദ്വ്യവസ്ഥ മുതലാളിത്തം തന്നെയാണ്. ഭരണത്തിൽ ജനാധിപത്യത്തിനു പകരം സ്വേച്ഛാധിപത്യമാണ് ഫാസിസം അംഗീകരിച്ചിട്ടുള്ളത്. എങ്കിലും ഒരു പട്ടാളമേധാവിയുടെ സ്വേച്ഛാധിപത്യത്തിൽ നിന്നു വ്യത്യസ്തമായി ജനസമ്മതിയിലൂടെയാണ് ഫാസിസം അധികാരത്തിലെത്തുന്നത്. അധികാരത്തിലെത്തിക്കഴിഞ്ഞാൽ അമിതാധികാരവാഴ്ച ആരംഭിക്കുകയായി. ജനസമ്മതിയുടെ നിർമിതിക്കായി ഫാസിസം വംശീയത, ദേശീയത, ആത്മീയത അഥവാ മതം എന്നീ മൂന്നുപായങ്ങളാണ് സ്വീകരിക്കാറുള്ളത്. ഫാഷിസത്തിന്റെ സാമൂഹികമനശ്ശാസ്ത്രത്തെക്കുറിച്ച് പഠനം നടത്തിയ ജർമിനിയിലെ മനോരോഗ ചികിത്സകൻ വിൽഹം റൈഹ് *ഫാഷിസത്തിന്റെ സാമൂഹിക മനഃശാസ്ത്രം* എന്ന ഗ്രന്ഥത്തിലാണ് ഇക്കാര്യം പറഞ്ഞിട്ടുള്ളത്. അദ്ദേഹത്തിന്റെ അഭിപ്രായത്തിൽ "ഫാസിസം മതപരമായ മിസ്റ്റിസിസത്തിന്റെ പരമമായ രൂപമാണ്. വംശീയവിരോധത്തിന്റെ ഉൽപ്പന്നമാണ്; വംശീയവിരോധത്തിന്റെ രാഷ്ട്രീയമായി സംഘടിപ്പിക്കപ്പെട്ട രൂപം. അത് മനുഷ്യന്റെ അഭിമാനത്തിന് ഒരു വിലയും കൽപ്പിക്കുന്നില്ല; മറിച്ച് രാഷ്ട്രത്തിന്റെ അഭിമാനമാണ് പരമപ്രധാനം."[55] യൂറോപ്പിലെ ഫാസിസം ദേശീയതയെയാണ്

---

54. "കീഴാളന്റെ ഓണം." അഭിമുഖം: ഡോ. കെ എൻ പണിക്കർ, ഉത്സവങ്ങളുടെ രാഷ്ട്രീയം, എഡിറ്റർ കെ ഇ എൻ കുഞ്ഞഹമ്മദ്, മൈത്രി ബുക്സ്, പുറം 20

55. *The Mass Psychology of Fascism* by Wilhelm Reich Preface to third edition page xiv. ചിലർ *The Mass Psychology of Fascism* ഫാസിസത്തിന്റെ ആൾക്കൂട്ട മനഃശാസ്ത്രം എന്നു വിവർത്തനം ചെയ്തതായി കണ്ടു. റൈഹ് ഉദ്ദേശിച്ചത് ഫാസിസത്തിന്റെ സാമൂഹിക മനഃശാസ്ത്രം എന്നാണെന്ന് പുസ്തകം വായിച്ചാൽ മനസിലാകും. റൈഹിന്റെ കാലത്ത് സോഷ്യൽ സൈക്കോളജി (സാമൂഹിക മനഃശാസ്ത്രം) എന്ന പ്രയോഗം പ്രചാരത്തിൽ ആയിരുന്നില്ല.

പ്രധാന ഉപാധിയാക്കിയത്. ഇന്ത്യയിലെ ഫാസിസം ദേശീയതയോടും വംശീയതയോടും ഒപ്പം ആത്മീയതയെയും അഥവാ മതത്തെയും ഉപയോഗിക്കുന്നതുകൊണ്ടാണ് വർഗീയ ഫാസിസം (communal fascism) എന്ന് വിശേഷിപ്പിക്കുന്നത്.

നിലവിൽ വരാൻ പോകുന്ന പുതിയ ഇന്ത്യ ഹിന്ദുരാഷ്ട്രം ആയിരിക്കണമെന്നാണ് വർഗീയഫാസിസത്തിന്റെ വക്താക്കൾ ശഠിച്ചത്. വി. ഡി. സവർക്കർ 1924ൽ രചിച്ച *ഹിന്ദുത്വ* എന്ന ഗ്രന്ഥത്തിലും മാധവ് സദാശിവ് ഗോൾവാൾക്കർ 1938ൽ രചിച്ച *നാം അഥവാ നമ്മുടെ ദേശീയത നിർവചിക്കപ്പെടുന്നു* (*We, Or Our Nationhood Defined*) എന്ന ഗ്രന്ഥത്തിലും വർഗീയഫാസിസത്തിന്റെ അടിസ്ഥാനതത്വങ്ങൾ വിശദീകരിച്ചിട്ടുണ്ട്. *നാം അഥവാ നമ്മുടെ ദേശീയത നിർവചിക്കപ്പെടുന്നു* എന്ന പുസ്തകത്തിലെ പരാമർശങ്ങൾ വളരെ പ്രകോപനപരമായിപ്പോയെന്ന് തോന്നിയതിനാലാകണം, ഈ പുസ്തകം പൊതു കമ്പോളത്തിൽനിന്നും പിൻവലിക്കുകയും ആർ എസ് എസ് കാര്യാലയങ്ങളിൽ മാത്രം വിതരണം ചെയ്താൽ മതിയെന്ന് തീരുമാനിക്കുകയും ചെയ്തു. ചിലർ ഈ പുസ്തകം എം എസ് ഗോൾവാൾക്കർ രചിച്ചതല്ലെന്നു വാദിച്ചു. വി ഡി സവർക്കറുടെ സഹോദരൻ ബാബാറാവു ജി ഡി സവർക്കർ മറാത്ത ഭാഷയിൽ രചിച്ച *രാഷ്ട്രമീമാംസ* എന്ന ഗ്രന്ഥം ഗോൾവാൾക്കർ ഇംഗ്ലീഷിലേക്ക് വിവർത്തനം ചെയ്തതാണെന്നും വാദിച്ചു. സ്വന്തം പുസ്തകത്തിന്റെ ഒന്നാം പതിപ്പിന് എം എസ് ഗോൾവാൾക്കർ എഴുതിയ അവതാരിക ചൂണ്ടിക്കാണിച്ച് സീതാറാം യച്ചൂരി ഈ വാദത്തെ ഖണ്ഡിച്ചു.[56]

ഗോൾവാൾക്കറുടെ ഈ ചെറുഗ്രന്ഥം 'ആർ എസ് എസ് ബൈബിൾ' എന്നാണ് അറിയപ്പെടുന്നത്. ആർ എസ് എസ് നിലക്കൊള്ളുന്നത് സ്വരാജിനു വേണ്ടിയാണെന്ന് ഗ്രന്ഥത്തിന്റെ ആമുഖത്തിൽ ഗോൾവാൾക്കർ പറയുന്നു. സ്വരാജ് എന്നാൽ 'നമ്മുടെ രാജ്യം' എന്നാണർഥമെന്നും പറയുന്നു. ഗ്രന്ഥത്തിന്റെ തുടർന്നുള്ള പുറങ്ങളിൽ 'നാം' എന്നാൽ ആരൊക്കെ എന്ന് വിശദീകരിക്കുന്നു. അഫ്ഗാനിസ്ഥാൻ മുതൽ ബർമവരെ വ്യാപിച്ചുകിടക്കുന്ന അഖണ്ഡഭാരതത്തിന്റെ യഥാർഥ അവകാശികൾ ഹിന്ദുക്കൾ മാത്രമാണെന്നാണ് ഗോൾവാൾക്കറുടെ വാദം. "എട്ടോ ഒരുപക്ഷേ, പത്തോ സഹസ്രാബ്ദങ്ങൾ തുടർച്ചയായി, വിദേശികൾ കടന്നുകയറുന്നതുവരെ ഹിന്ദുക്കളായ നാം ഈ ഭൂഭാഗത്തിന്റെ ഉടമകളായിരുന്നു. അങ്ങനെയാണ് ഈ ഭൂഭാഗത്തിന് ഹിന്ദുക്കളുടെ ഭൂമി എന്നർഥമുള്ള ഹിന്ദുസ്ഥാൻ എന്ന പേര്, സിദ്ധിച്ചത്."[57] ഗോൾവാൾക്കർ ചരിത്രത്തെയും ഹിന്ദുസ്ഥാൻ എന്ന പേരിന്റെ ഉദ്ഭവത്തെക്കുറിച്ചുള്ള വസ്തുനിഷ്ഠമായ അറിവുകളും നിഷേധിക്കു

56. "WHAT IS THIS HINDU RASHTRA? On Golwalkar's Fascistic Ideology and the Saffron Brigade's Practice" by Sitaram Yechuri in *Frontline*, 12-3-1993
57. *We,Or Our Nationhood Defined* by M S Golwalkar, 1939, p. 6 quoted by Sitaram Yachuri in the *Frontline* article

ന്നു. ഹിന്ദുസ്ഥാൻ എന്ന പദം സിന്ധുനദിയുമായി ബന്ധപ്പെടുത്തി അറബികളും പേർഷ്യക്കാരുമായ വിദേശികളാണ് ആദ്യം അവരവരുടെ ഭാഷകളിൽ ഉപയോഗിച്ചു തുടങ്ങിയതെന്ന് അനിഷേധ്യമായ തെളിവുകളോടെ ചരിത്രപണ്ഡിതർ തെളിയിച്ചിട്ടുള്ളതാണ്.

പുസ്തകത്തിലുടനീളം ആര്യവംശം, ഹിന്ദുക്കൾ എന്നീ പദങ്ങളെ പര്യായങ്ങളായിട്ടാണ് ഗോൾവാൾക്കർ ഉപയോഗിച്ചിട്ടുള്ളത്. ഹിന്ദുക്കൾ ആര്യവംശമാണെന്നാണ് വാദം. ഇത് കൃത്രിമമായ ഒരു സ്വത്വം നിർമിക്കാനുള്ള ശ്രമമായിരുന്നു. ഇന്ത്യയിൽ പുരാതനകാലം മുതലേ വിവിധ വംശങ്ങളും വിവിധ ഭാഷകൾ സംസാരിക്കുന്നവരും വിവിധ മതവിശ്വാസികളും അധിവസിച്ചിരുന്നു. ഇന്ത്യയിലെ ജനങ്ങളുടെ ബഹുസ്വരതയുടെ പാരമ്പര്യം നിഷേധിച്ചുകൊണ്ട് ഏകശിലാരൂപിയായ ഒരു സാമുദായിക സ്വത്വം കൃത്രിമമായി നിർമിച്ചെടുക്കാൻ ഗോൾവാൾക്കാർ ഉപയോഗിച്ചത് യൂറോപ്പിൽ ഫാസിസ്റ്റുകൾ ഉപയോഗിച്ച വംശീയതയാണ്. ഹാർവാഡ് യൂണിവേഴ്സിറ്റിയിലും ഡൽഹിയിലെ ജവഹർലാൽ നെഹ്റു യൂണിവേഴ്സിറ്റിയിലും അധ്യാപകനായിരുന്ന പ്രതാപ് ഭാനു മേത്ത എഴുതി:

> ബഹുസ്വരതയെ നിഷേധിക്കാനാണ് ഗോൾവാൾക്കർ രക്തത്തിന്റെ, ബന്ധുത്വത്തിന്റെ രൂപകത്തെ ആവാഹിക്കുന്നത്. പൊതുവായ ഒരു വംശീയ പൈതൃകം നമ്മെ നിശ്ചയമായും ഒന്നിപ്പിക്കുമല്ലോ. നമ്മുടെ വ്യതിരിക്തതകൾ എന്തൊക്കെയായിരുന്നാലും രക്തബന്ധം നമ്മെ ഒന്നിപ്പിക്കുന്നു. എല്ലാ വ്യത്യസ്തതകളെയും മറികടക്കുന്ന ഒരു സ്വത്വം ഇന്ത്യയ്ക്ക് നൽകാനുള്ള ശ്രമമായിരുന്നു ഗോൾവാൾക്കറുടേത്. അദ്ദേഹത്തിന്റെ കാഴ്ചപ്പാടിൽ ഇന്ത്യക്കാർ എന്നാൽ ഒരു പൊതുവായ വംശീയത ഉള്ളവർ എന്നാണ്, അതിനദ്ദേഹം ഹിന്ദുത്വം എന്ന പേര് കൊടുത്തു. ഹിന്ദുക്കളും മുസ്ലിങ്ങളും ക്രിസ്ത്യാനികളുമെല്ലാം അടങ്ങുന്ന സമൂഹത്തിന്റെ പൊതുസ്വത്വമാണ് ഹിന്ദുത്വ.[58]

ഹിന്ദുത്വ എന്ന കൃത്രിമമായ സ്വത്വം നിർമിച്ചതിനുശേഷം അത് അംഗീകരിക്കാത്തവർ വിദേശികളാണെന്ന് ചാപ്പ കുത്തുകയാണ് ഗോൾവാൾക്കർ ചെയ്തത്.

> ഹിന്ദുസ്ഥാനിൽ പൗരാണികകാലം മുതലേ നിലനിന്നിരുന്ന ഹിന്ദുരാഷ്ട്രം മാത്രമേ നിലനിൽക്കുന്നുള്ളൂ; ഹിന്ദുരാഷ്ട്രമല്ലാതെ മറ്റൊന്നും തന്നെ നിലനിൽക്കുന്നില്ല. ഹിന്ദുരാഷ്ട്രത്തിൽ അതായത് ഹിന്ദുവംശത്തിലും മതത്തിലും സംസ്കാരത്തിലും ഭാഷയിലും ഉൾപ്പെടാത്തതൊന്നും ശരിയായ രാഷ്ട്രീയ ജീവിതത്തിന്റെ പരി

58. "Secularism and the Identity Trap" by Pratap Bhanu Mehta in Will Secular India Survive? Edited by Mushirul Hasan (Imprint One 2004) P. 138

> ധിയിൽ പെടുന്നതല്ല. നാം ആവർത്തിക്കുന്നു, ഹിന്ദുസ്ഥാനിൽ, ഹിന്ദുക്കളുടെ രാഷ്ട്രത്തിൽ ഒരു ആധുനിക രാഷ്ട്രത്തിന്റെ ശാസ്ത്രീയമായ നിർവചനത്തിൽ അടങ്ങിയിട്ടുള്ള കാര്യങ്ങൾ ഉൾക്കൊള്ളാത്തതൊന്നും പെടുന്നില്ല.... ഹിന്ദുവംശത്തിന്റെ മഹത്വവൽക്കരണത്തിനു യത്നിക്കുകയും അതിന്റെ ലക്ഷ്യം ഹൃദയത്തിൽ സൂക്ഷിക്കുകയും ചെയ്തുകൊണ്ട് ജീവിക്കുന്നവർ മാത്രമാണ് ദേശീയതയുള്ള ദേശഭക്തർ. മറ്റുള്ളവരെല്ലാം ദേശദ്രോഹികളോ ദേശീയ ലക്ഷ്യത്തിന്റെ ശത്രുക്കളോ, അൽപ്പം മയപ്പെടുത്തിപ്പറഞ്ഞാൽ മന്ദബുദ്ധികളോ ആണ്.... രാഷ്ട്രത്തിന്റെ മതവും സംസ്കാരവും ഭാഷയും ഉൾക്കൊണ്ടുകൊണ്ട് രാഷ്ട്രീയവംശത്തിൽ ലയിച്ചുചേരാത്തവരെ വിദേശികളായി മാത്രമേ കണക്കാക്കാൻ കഴിയൂ.... വിദേശികൾക്ക് രണ്ടു മാർഗങ്ങളേയുള്ളൂ; ഒന്നുകിൽ രാഷ്ട്രത്തിന്റെ വംശത്തിൽ ലയിച്ചുചേരുക, അല്ലങ്കിൽ രാഷ്ട്രത്തിലെ വംശം അനുവദിക്കുന്നതുവരെ അവരുടെ ഔദാര്യം പറ്റിക്കൊണ്ട് ജീവിക്കുക.[59]

ആർ എസ് എസ് രൂപവൽക്കരിച്ച ഡോ. ഹെഗ്ഡേവാർ, അതിന്റെ താത്വികാചാര്യരായ വി ഡി സവർക്കർ, എം എസ് ഗോൾവാൾക്കർ എന്നിവരെല്ലാം ഹിന്ദുരാഷ്ട്രസിദ്ധാന്തം ആവിഷ്കരിച്ചത് യൂറോപ്പിലെ ഫാഷിസ്റ്റുകളിൽ നിന്നും പ്രചോദനം ഉൾക്കൊണ്ടിട്ടായിരുന്നു. ഗോൾവാൾക്കറുടെ രചനയിൽ അതിന് അസന്ദിഗ്ധമായ തെളിവുകളുണ്ട്.

> പൗരാണികമായ വംശീയബോധമാണ് യുദ്ധവീര്യമുള്ള പൂർവികരുടെ മുൻ നിശ്ചയപ്രകാരം ജർമൻകാർക്ക് യൂറോപ്പ് മുഴുവൻ സ്വന്തം കൈപ്പിടിയിൽ ഒതുക്കാനുള്ള ദേശീയമായ കരുത്ത് നൽകിയത്. നമ്മുടേതും അങ്ങനെ ആകണം.... വംശശുദ്ധി നിലനിർത്താൻ സെമിറ്റിക്ക് വംശത്തിൽപെട്ട ജൂതരെ നിഷ്കാസനം ചെയ്യാൻ ജർമനി കൈക്കൊണ്ട നടപടികൾ ലോകത്തെ ഞെട്ടിച്ചു. വംശാഭിമാനം അതിന്റെ പാരമ്യതയിലായിരുന്നു അവിടെ. വ്യത്യസ്ത വംശങ്ങളും സംസ്കാരങ്ങളും സംശ്ലേഷിപ്പിച്ച് ഒന്നാക്കാൻ സാധ്യമല്ലെന്ന യാഥാർഥ്യം ജർമനി വ്യക്തമാക്കിയത് നമുക്കും പാഠമാകേണ്ടതാണ്.[60]

ജർമനിയിൽ ഫാസിസ്റ്റുകൾ ജനസമ്മതിനേടാൻ മുഖ്യമായും ഉപയോഗപ്പെടുത്തിയത് വംശീയതയും ദേശീയതയുമായിരുന്നെങ്കിൽ ഇന്ത്യയിലെ ഫാസിസ്റ്റുകൾ ഹിന്ദുമതത്തെയും ആര്യവംശീയതയും ഹിന്ദുരാഷ്ട്രമെന്ന ദേശീയതയും ഒരുമിച്ചു ചേർത്താണ് ജനസമ്മതി നേടാൻ ഉപയോഗിച്ചുകൊണ്ടിരിക്കുന്നത്.

---

59. Ibid, pages 45-48
60. Ibid, page 35-

വർഗീയകലാപങ്ങളുടെ സ്വഭാവത്തിൽ 1980കളിൽ മാറ്റം വന്നത് വർഗീയ ഫാസിസം സജീവമായതുകൊണ്ടാണെന്ന് സൂചിപ്പിച്ചല്ലോ. സ്വാതന്ത്ര്യത്തിനുശേഷം ഇന്ത്യയിൽ എന്തുകൊണ്ട് എൺപതുകൾ വരെ രാഷ്ട്രീയരംഗത്ത് വർഗീയഫാസിസത്തിന് മുൻപന്തിയിലേക്ക് വരാൻ കഴിയാതെ പിന്നണിയിൽ കഴിയേണ്ടി വന്നു എന്ന ചോദ്യം പ്രസക്തമാണ്. ഭരണഘടന വിഭാവനം ചെയ്ത മതനിരപേക്ഷത കർശനമായി നടപ്പിലാക്കണമെന്ന നെഹ്റുവിന്റെ നിർബന്ധബുദ്ധിയായിരുന്നു ഒരു കാരണം. രാഷ്ട്രനിർമാണത്തിൽ തന്നെ ജനശ്രദ്ധ പിടിച്ചു നിറുത്താൻ നെഹ്റുഗവൺമെന്റിനു കഴിഞ്ഞു. നെഹ്റു നടപ്പിലാക്കുമെന്നു ജനങ്ങൾ പ്രതീക്ഷിച്ചിരുന്ന സോഷ്യലിസ്റ്റ് വ്യവസ്ഥയും ഭൂപരിഷ്കരണവും നെഹ്റുവിന്റെ കാലശേഷം നടപ്പിലാക്കുകയില്ലെന്ന് ജനങ്ങൾക്ക് തോന്നി. അതോടെ കോൺഗ്രസിന്റെ ജനപിന്തുണ നഷ്ടപ്പെടാൻ തുടങ്ങി. ജനപിന്തുണ പിടിച്ചുനിറുത്താൻ ഇന്ദിരാഗാന്ധിയും രാജീവ് ഗാന്ധിയും മൃദുഹിന്ദുത്വനയങ്ങൾ സ്വീകരിക്കാൻ തുടങ്ങിയ സാഹചര്യത്തിലാണ് വർഗീയ ഫാസിസ്റ്റുകൾ സജീവമാകാൻ തുടങ്ങിയത്. അവരുടെ ഹിന്ദുരാഷ്ട്ര സങ്കൽപ്പങ്ങൾ ജനങ്ങൾക്കിടയിൽ പ്രചരിപ്പിച്ചു. ഫാസിസത്തിന് വളരാൻ ശത്രു ആവശ്യമാണ്. മുസ്ലിങ്ങൾ വിദേശികളും ശത്രുക്കളുമാണെന്ന പ്രചാരണം വീണ്ടും ആരംഭിച്ചു. അയോധ്യയിലെ രാമജന്മഭൂമിയിൽ ഉണ്ടായിരുന്ന ക്ഷേത്രം തകർത്ത് അതിനു മുകളിലാണ് ബാബറി മസ്ജിദ് എന്ന മുസ്ലിം പള്ളി പണതിരിക്കുന്നതെന്നും അതുകൊണ്ട് പള്ളി പൊളിച്ചുകളഞ്ഞ് രാമക്ഷേത്രം പണിയണമെന്നും ഉള്ള ആവശ്യം ഉന്നയിക്കാൻ തുടങ്ങിയത് എൺപതുകളുടെ തുടക്കത്തിലാണ്. സ്വാതന്ത്ര്യത്തിനുശേഷം രാഷ്ട്രീയ രംഗത്ത് മുന്നേറാൻ കഴിയാതെ കഴിയുകയായിരുന്നു ഇന്ത്യയിലെ ഫാസിസ്റ്റുകൾ. ഹിന്ദുസമൂഹത്തെ വർഗീയവൽക്കരിക്കുന്നതിലൂടെ രാഷ്ട്രീയരംഗത്ത് മുന്നേറാൻ കഴിയുമെന്ന ധാരണയാണ് ചരിത്രം വളച്ചൊടിക്കാനും ക്ഷേത്രധ്വംസനങ്ങളുടെയും വിഗ്രഹഭഞ്ജനങ്ങളുടെയും കഥകൾ പ്രചരിപ്പിക്കാനും ബാബറി മസ്ജിദ് തർക്കം സജീവമാക്കാനും പ്രേരിപ്പിച്ചത്. 1982ൽ ഗുജറാത്തിലെ സോമനാഥക്ഷേത്രത്തിൽ നിന്നും എൽ കെ അദ്വാനി ആരംഭിച്ച രഥയാത്രയായിരുന്നു വർഗീയ ഫാസിസത്തിന്റെ അരങ്ങേറ്റം. രഥയാത്ര കഴിഞ്ഞ് പത്തു വർഷം തികഞ്ഞപ്പോൾ ബാബറി മസ്ജിദ് തകർക്കാൻ ഹിന്ദുത്വവാദികൾക്ക് കഴിഞ്ഞു. മസ്ജിദ് തകർത്ത് പത്തുവർഷം തികയുന്നതിനു മുമ്പ് 2002ൽ മുസ്ലിങ്ങളെ കൂട്ടക്കൊല ചെയ്യാൻ ഫാസിസ്റ്റുകൾക്ക് സാധിച്ചു. ഗുജറാത്തിൽ നടന്ന കൂട്ടക്കൊലകളെ സ്വാതന്ത്ര്യത്തിനുമുമ്പ് തുടങ്ങിയ വർഗീയ കലാപങ്ങളുടെ പട്ടികയിലാണ് പലരും പെടുത്തിയിട്ടുള്ളത്.[61] യഥാർഥത്തിൽ ഗുജറാത്തിൽ നടന്നത് വർഗീയ കലാപമല്ല. ഫാസിസത്തിന്റെ താണ്ഡവനടനമായിരുന്നു. ഭരണകൂടം തന്നെ

61. "Communal Riots-2002" by Asghar Ali Engineer Accessed Through http.// www.sacw.net/2002/ Engineer Jan 03.html

നൃശംസതയ്ക്ക് നേതൃത്വം കൊടുക്കുന്നതാണ് ഫാഷിസത്തിന്റെ സവിശേഷത. ഗുജറാത്ത് ഗവൺമെന്റിന്റെ പങ്കാളിത്തത്തോടെ നടത്തിയ കൂട്ടക്കൊല ആയിരുന്നതുകൊണ്ടാണ് ഗുജറാത്ത് നരഹത്യയെ സാധാരണ ഹിന്ദു-മുസ്ലിം വർഗീയ കലാപമായി ചിത്രീകരിക്കുന്നത് തെറ്റാണെന്ന് പറയുന്നത്.

ഇന്ത്യയിലെ മുസ്ലിങ്ങളുടെ അവസ്ഥ

ബാബറി മസ്ജിദ് തകർത്തതു മുതലുള്ള ഹിന്ദുത്വഫാഷിസത്തിനെതിരെ ഇസ്ലാമിന്റെ പ്രതികരണങ്ങൾ വിശകലനം ചെയ്യുന്നതിനു മുമ്പ് ഇന്ത്യയിലെ മുസ്ലിങ്ങളുടെ അവസ്ഥയിലേക്കൊന്ന് കണ്ണോടിക്കേണ്ടിയിരിക്കുന്നു. ഇതിനു സഹായകമായ ഒരു രേഖയാണ് സച്ചാർ സമിതിയുടെ റിപ്പോർട്ട്. ഇന്ത്യയിലെ മുസ്ലിങ്ങളുടെ സാമൂഹിക, സാമ്പത്തിക, വിദ്യാഭ്യാസാവസ്ഥയെക്കുറിച്ച് പഠിച്ച് റിപ്പോർട്ട് സമർപ്പിക്കാൻ ഡൽഹി ഹൈക്കോടതി മുൻ ചീഫ്ജസ്റ്റിസ് രജീന്ദർ സച്ചാർ അധ്യക്ഷനായുള്ള 13 അംഗ സമിതിയെ നിയമിച്ചു. ഇന്ത്യയിലെ മുസ്ലിങ്ങൾ നേരിടുന്ന പ്രശ്നങ്ങൾ മൂന്നുതരത്തിലുള്ളവയാണെന്ന് സച്ചാർ കമ്മിറ്റി ചൂണ്ടിക്കാണിച്ചു. സ്വത്വവുമായി ബന്ധപ്പെട്ട ഉത്കണ്ഠകൾ, സുരക്ഷാപരമായ ഭയാശങ്കകൾ, തുല്യതയുടെ പ്രശ്നങ്ങൾ എന്നിവയാണവ.[62]

> ഒരേസമയം ദേശവിരുദ്ധരെന്നും പ്രീണനം നേടുന്നവരെന്നുമുള്ള മുദ്രകുത്തലിന്റെ ഇരട്ട ഭാരം അവർ പേറുന്നു. ദേശവിരുദ്ധരോ ഭീകരരോ അല്ലെന്ന് പ്രതിദിനമെന്നോണം തെളിയിക്കേണ്ട ബാധ്യതയാണ് മുസ്ലിങ്ങൾക്ക്. അതേസമയം തന്നെ ആരോപിക്കപ്പെട്ടിരിക്കുന്ന പ്രീണനം വഴി സമുദായത്തിന്റെ സാമൂഹിക- സാമ്പത്തിക വികസനം ഉദ്ദേശിച്ച തലത്തിൽ എത്തിയിട്ടുമില്ല.... പൊതുസ്ഥലങ്ങളിൽ 'മുസ്ലിം' ആയി വേർതിരിക്കപ്പെടുന്നതാണ് ഇന്ത്യൻ മുസ്ലിങ്ങളുടെ സ്വത്വപ്രശ്നത്തിൽ പ്രധാനമായത്. മുസ്ലിമായി തിരിച്ചറിയപ്പെടുന്നത് പ്രശ്നമാണെന്ന് പലരും കരുതുന്നു.... ദൈനംദിന ജീവിതത്തെ മുസ്ലിം സ്വത്വം ബാധിക്കുന്നത് പലവിധത്തിലാണ്. ഒരു വീട് വാടകക്കോ വാങ്ങാനോ കിട്ടില്ലെന്നതുമുതൽ കുട്ടികളെ നല്ല സ്കൂളിൽ വിടാൻ കഴിയാത്തതു വരെയുള്ളതാണ് ആ പ്രശ്നങ്ങൾ..... സുരക്ഷ തോന്നായ്ക, മുസ്ലിങ്ങളോടുള്ള വിവേചനപരമായ മനോഭാവം എന്നിവ വ്യാപകമായി അനുഭവപ്പെടുന്നു. എന്നാൽ അത് പല സംസ്ഥാനങ്ങളിൽ ഏറിയും കുറഞ്ഞും നിൽക്കുന്നുവെന്നുമാത്രം...മുസ്ലിങ്ങളോട് ഇടപെടുമ്പോൾ പൊലീസ് വല്ലാത്ത പരുഷത കാണിക്കുന്നതിൽ ഉത്കണ്ഠ ഉയരുകയുണ്ടായി. താടിവെച്ചവനെയെല്ലാം ഐ എസ് ഐ ഏജന്റാ

62. ഇന്ത്യൻ മുസ്ലിങ്ങൾ: സാമൂഹിക സാമ്പത്തിക വിദ്യാഭ്യാസ സ്ഥിതിവിവരം സച്ചാർ സമിതി റിപ്പോർട്ട് ഇസ്ലാമിക്, പബ്ലിഷിങ് ഹൗസ്, പുറം 38-48

ക്കുന്നതിന്റെയും ഏതെങ്കിലും സംഭവം ഉണ്ടായാലുടൻ മുസ്ലിം കുട്ടികളെ പൊലീസ് പൊക്കുന്നതിന്റെയും വ്യാജ ഏറ്റുമുട്ടൽ സാധാരണമായി തീർന്നതിന്റെയും അപകർഷതാബോധത്തിലാണ് മുസ്ലിങ്ങൾ കഴിയുന്നത്....വർഗീയാക്രമണങ്ങളുടെ കാര്യമെടുത്താൽ, അടുത്തയിടെ ഒരു സംസ്ഥാനത്തു നടന്നതുപോലെ, മുസ്ലിം സ്ത്രീകളെ ലക്ഷ്യമിട്ട് വൻതോതിൽ ലൈംഗിക അതിക്രമങ്ങൾ നടക്കുന്നുണ്ട്. ഇത്തരം സംഭവങ്ങൾ അതിക്രമബാധിത പ്രദേശമല്ലാത്ത രാജ്യത്തെ മറ്റ് മേഖലകളിലുള്ളവരെയും ബാധിക്കുന്നു...*വിവേചനപരമായ സമീപനത്തിന്റെ ഇരയാണെന്ന തോന്നൽ* മുസ്ലിങ്ങൾക്കിടയിൽ, പ്രത്യേകിച്ച്, യുവാക്കൾക്കിടയിൽ വളരെ കൂടുതലാണ്. വിദ്യാഭ്യാസമാണ് മുസ്ലിം സമുദായത്തെ സംബന്ധിച്ചിടത്തോളം കടുത്ത ഉൽക്കണ്ഠ ഉളവാക്കുന്ന രംഗം. മതയാഥാസ്ഥിതികത്വമാണ് വിദ്യാഭ്യാസ ലഭ്യതയിൽ തടസമെന്ന പൊതുകാഴ്ചപ്പാട് ശരിയല്ല. വിദ്യാഭ്യാസ പിന്നോക്കാവസ്ഥയെക്കുറിച്ച് തിരിച്ചറിവ് മുസ്ലിങ്ങൾക്കിടയിൽ നന്നായിട്ടുണ്ട്... മുസ്ലിം കുട്ടികളുടെ വല്ലാത്ത കൊഴിഞ്ഞുപോക്ക് അസ്വാസ്ഥ്യജനകമാണ്. ദാരിദ്ര്യമാണ് മുസ്ലിങ്ങളുടെ പിന്നോക്കാവസ്ഥയ്ക്ക് പ്രധാന കാരണം.... മുസ്ലിങ്ങൾക്ക് സാമുദായിക വിദ്യാഭ്യാസം നൽകുന്നതിലാണ് മദ്രസകൾ ശ്രദ്ധിക്കുന്നത്. എങ്കിലും അവയെ സംശയത്തോടെയാണ് സമൂഹം വീക്ഷിക്കുന്നത്. ഭീകരരുടെ കൂടാരമാണ് മദ്രസകളെന്ന് മുദ്രകുത്തുന്നത് സമുദായത്തെ വളരെ അസ്വസ്ഥമാക്കുന്നു. മുഖ്യധാരാ വിദ്യാഭ്യാസത്തിലേക്ക് മാറാൻ മദ്രസ വിദ്യാർഥികളെ അനുവദിക്കുന്ന അയവുള്ള സമീപനം സ്വീകരിക്കണമെന്ന വർധിച്ച ആവശ്യമുണ്ട്.....[63]

ഇസ്ലാമിന്റെ പ്രതികരണങ്ങൾ

ബാബരി മസ്ജിദ് തകർത്തതുമുതൽ മുസ്ലിങ്ങളിലെ ഒരു ന്യൂനപക്ഷം പ്രതികാരത്തിന്റെ മാർഗമാണ് സ്വീകരിച്ചത്. പ്രതികാരം ചെയ്യുക എന്നത് സാർവജനീനവും മനഃശാസ്ത്രപരവുമായ ഒരു പ്രതികരണമാണ്. ജീവനു ജീവൻ, കണ്ണിനു കണ്ണ് എന്ന ക്രമത്തിൽ പകപോക്കലിന് *ഖുർആൻ* അനുവാദം തന്നിട്ടുണ്ടെന്ന ധാരണയും ഈ ന്യൂനപക്ഷത്തെ ഭീകരപ്രവർത്തനങ്ങളിലേക്ക് നയിച്ച മതപരമായ കാരണങ്ങളാണ്.[64] പകപോക്കൽ പ്രതികരണങ്ങൾക്ക് പിന്നിൽ പ്രവർത്തിച്ചത് ആഗോളജിഹാദിന്റെ പ്രത്യയശാസ്ത്രത്തെ അടിസ്ഥാനമാക്കി പ്രവർത്തിച്ചിരുന്ന

---

63. അതേപുസ്തകം, പുറം 38-48

64. *ഖുർആൻ* 5.45 വചനം ഇസ്ലാമികമായ ശിക്ഷാവിധിയെക്കുറിച്ചാണ് പറയുന്നതെങ്കിലും അറബ് ഗോത്രവ്യവസ്ഥയിൽ നിലവിലുണ്ടായിരുന്ന പകപോക്കൽ നിയമവ്യവസ്ഥയെ (lex talionis) ആധാരമാക്കിയുള്ളതാണ്.

സ്റ്റുഡന്റ്സ് ഇസ്ലാമിക് മൂവ്മെന്റ് (SIMI) എന്ന തീവ്രവാദി സംഘടനയാണ്. ഇന്ത്യയിലെ ജമാഅത്തെ-ഇ ഇസ്ലാമിയുടെ വിദ്യാർഥിസംഘടന എന്ന നിലയിലാണ് സിമി രൂപവൽക്കരിച്ചത്. ഇറാനിലെ ഇസ്ലാമിക വിപ്ലവത്തിൽ നിന്നും പ്രചോദനമുൾക്കൊണ്ട സിമി 'ഇന്ത്യയുടെ മോചനം ഇസ്ലാമിലൂടെ' എന്ന 'വിപ്ലവ'സിദ്ധാന്തം ആവിഷ്കരിച്ചു. "അല്ലാഹു നമ്മുടെ നാഥൻ, *ഖുർആൻ* നമ്മുടെ ഭരണഘടന, മുഹമ്മദ് നമ്മുടെ നേതാവ്, ജിഹാദ് നമ്മുടെ മാർഗം, ശഹദത്ത്[65] നമ്മുടെ ലക്ഷ്യം" ഇതായിരുന്നു സിമിയുടെ മുദ്രാവാക്യം. ലോക മുസ്ലിം സമുദായത്തിനു (ഉമ്മത്ത്) വേണ്ടി ജിഹാദ് ചെയ്യാൻ ജീവിതം ഉഴിഞ്ഞുവച്ച ഉസാമ ബിൻ ലാദൻ ആണ് സിമിയുടെ മാതൃക മുജാഹിദ്.[66] ഇന്ത്യൻ ഭരണഘടനയുടെ അടിസ്ഥാനപ്രമാണങ്ങളായ മതനിരപേക്ഷത, സോഷ്യലിസം, ദേശീയത എന്നിവ ഇസ്ലാം വിരുദ്ധമാണന്നും സിമി പ്രചരിപ്പിച്ചു.[67] ആഗോള ജിഹാദ് സിദ്ധാന്തം അംഗീകരിച്ചതിന്റെ പേരിൽ ജമാഅത്തെ ഇസ്ലാമി സിമിയുമായുള്ള ബന്ധം വേർപ്പെടുത്തി. താമസിയാതെ സിമി ഇന്ത്യയിൽ നിരോധിക്കപ്പെട്ടു. സിമിയുമായുള്ള ബന്ധം വേർപ്പെടുത്തിയെങ്കിലും തീവ്രഇസ്ലാമിസവും ദൈവത്തിന്റെ ഭരണവും (ഹുകുമെ ഇലാഹ്) അടിസ്ഥാനപ്രമാണങ്ങളായി അംഗീകരിച്ചിട്ടുള്ള ജമാ അത്തെ ഇസ്ലാമിക്ക് ഇന്ത്യയിൽ നടക്കുന്ന ഇസ്ലാമിക ഭീകരപ്രവർത്തനങ്ങളുടെ ബദൽബാധ്യതയിൽ (vicarious Liability) നിന്നും ഒഴിഞ്ഞു മാറാനാകുകയില്ല.

സിമിയെ നിരോധിച്ചതിനുശേഷം സിമിയുടെ പ്രവർത്തകർ ഇന്ത്യൻ മുജാഹിദീൻ എന്ന പേരിൽ പ്രവർത്തിക്കുന്ന രഹസ്യസംഘടനയിൽ അണിനിരക്കുകയാണ് ചെയ്തത്. പാകിസ്ഥാനിലെ ചാരസംഘടനയായ ഐ എസ് ഐ രൂപം കൊടുത്ത ലക്ഷർ -ഇ തയ്യിബ എന്ന ഭീകരസംഘടനയുടെ സഹായത്തോടെ പാകിസ്ഥാനിൽപോയി ആയുധ പരിശീലനം നേടിയാണ് ഇന്ത്യൻ മുജാഹിദീൻ ഇന്ത്യയിൽ ഭീകരപ്രവർത്തനങ്ങൾ നടത്തുന്നത്. 1993 നുശേഷം ഇന്ത്യയിലെ നഗരങ്ങളെ കേന്ദ്രീകരിച്ച് പ്രവർത്തിക്കുന്ന ഇസ്ലാമിസ്റ്റ് ഭീകരസംഘങ്ങളിൽ ഇന്ത്യക്കാർക്കാണ് മുൻകൈയെന്ന് പ്രവീൺ സ്വാമി ചൂണ്ടിക്കാണിക്കുന്നു. അഹമ്മദാബാദിലെ കോൽപൂർ മേഖലയിൽ സ്ഥിതിചെയ്യുന്ന ലാൽ മസ്ജിദ് സെമിനാരിയാണ് ഇന്ത്യയിലെ ഭീകരപ്രവർത്തകരെ വാർത്തെ

65. ശഹാദത്ത് എന്നാൽ വിശ്വാസപ്രമാണം എന്നാണർഥം. ലാ ഇലാഹ ഇല്ലല്ലാഹ്, മുഹമ്മദ് റസൂലുല്ലാഹ്-അല്ലാഹുവല്ലാതെ ദൈവമില്ല, മുഹമ്മദ് അല്ലാഹുവിന്റെ ദൂതനാണ്-എന്ന് വിശ്വാസപ്രമാണം ഉരുവിടണം. ഇങ്ങനെ ഉരുവിടുന്ന വാക്കുകൾ കലിമ (=വാക്കുകൾ) എന്നാണറിയപ്പെടുന്നത്. ശഹാദത്തിന് രക്തസാക്ഷിത്വം എന്നും അർഥമുണ്ട്. ഈ അർഥത്തിലാണ് സിമി ഈ പദം ഉപയോഗിക്കുന്നത്.

66. ജിഹാദ് ചെയ്യുന്ന ആളാണ് മുജാഹിദ്.

67. "Seeds of Extremism is in communal riots" by Sayeed Khan http:/ www.twocircles. net/

ടുക്കുന്നതിനുള്ള ആശയപരമായ അടിത്തറ പണിയുന്ന ഒരു കേന്ദ്രമെന്ന് പ്രവീൺ സ്വാമി പറയുന്നു.

> ഇവിടത്തെ ചട്ടങ്ങൾ വിശേഷ തരത്തിലുള്ളവയാണ്. ഇസ്ലാമിന്റെ ആറ് വിശ്വാസപ്രമാണങ്ങൾ തബ്‌ലീഗി ജമാഅത്തിന്റെ സ്ഥാപകനായ മുഹമ്മദ് ഇല്യാസ് പ്രതിപാദിച്ചതുപോലെ തന്നെ വിദ്യാർഥികളെ പഠിപ്പിക്കണം. ടി വി , സിനിമ തുടങ്ങിയ ചാപല്യങ്ങൾ ഒഴിവാക്കണം. അനേകവർഷം സെമിനാരി നടത്തിയ മൗലാന സൂഫിയാൻ പതാംഗിയ വിദ്യാർഥികൾക്ക് സഹായം തേടി പലവട്ടം സൗദി അറേബ്യയിൽ പോയിട്ടുണ്ട്... അൽ ഖാഇദ 2001 സെപ്തംബർ 11 ന് ന്യൂയോർക്കിലും വാഷിംഗ്ടൺ ഡി സി യിലും ആക്രമണം നടത്തിയതിനെ തുടർന്ന് താലിബാനെതിരെ അമേരിക്ക യുദ്ധം ആരംഭിച്ചപ്പോൾ ഇസ്ലാം അപകടത്തിലാണെന്ന് പതാംഗിയ പ്രഖ്യാപിച്ചു.[68]

2002 ഫെബ്രുവരിയിൽ ഗുജറാത്തിൽ മുസ്ലിങ്ങളെ കൂട്ടക്കൊല ചെയ്യുമ്പോൾ പതാംഗിയ ഹജ്ജ് ചെയ്യാനായി മക്കയിൽ പോയിരിക്കുകയായിരുന്നു. തന്റെ സമുദായത്തെ രക്ഷിക്കുന്നതിനും കൂട്ടക്കൊലകൾക്കെതിരെ പകപോക്കൽ സംഘടിപ്പിക്കാനും വേണ്ടി സഹായത്തിനായി അയാൾ സൗദിയിലെ ദക്ഷിണേഷ്യൻ ഇസ്ലാമിസ്റ്റ് സംഘടനയെ സമീപിച്ചു. ലശ്കർ- ഇ തയ്യിബയ്ക്ക് പണം കൊടുക്കുന്ന പ്രധാനികളിൽ ഒരാളായ അബ്ദുൽ ബാരി 3,75,000 രൂപ സംഭാവന ചെയ്തു. ജനിശെ മുഹമ്മദിന്റെ സൗദിയിലെ ഫണ്ട് പിരിവുകാരും ഹൈദരാബാദുകാരുമായ ഫർഹത്തുല്ലാ ഗോറിയും അബ്ദുൽ റഹ്മാനും ചേർന്ന് 5,00,000 രൂപ നൽകി.

ലശ്കർ- സിമി സഖ്യത്തിന്റെ മുഖപ്പ്സംഘടനയായ ഇന്ത്യൻ മുജാഹിദീൻ ചെയ്യാനുദ്ദേശിക്കുന്ന കാര്യങ്ങളടങ്ങുന്ന മാനിഫെസ്റ്റോ പുറത്തുവിടുകയുണ്ടായി.

> ഹിന്ദുക്കൾക്കും ഞങ്ങളെ ചെറുക്കുകയും ഞങ്ങളോട് യുദ്ധം ചെയ്യുകയും ചെയ്യുന്ന എല്ലാവർക്കും എതിരെ ജിഹാദ് നടത്താനുള്ള വിശ്രുത വൈജയന്തി ഞങ്ങളുയർത്തുകയാണ്. അല്ലാഹുവിന്റെ അനുവാദത്തോടും സഹായത്തോടും കൂടി ഇവിടെ ഞങ്ങളുടെ പകപോക്കൽ ആരംഭിക്കുകയാണ് - ഞങ്ങളുടെ രക്തത്തിന്റെയും ഞങ്ങളുടെ ജീവന്റെയും ഞങ്ങളുടെ അന്തസ്സിന്റെയും പ്രതികാരം. ഇൻശാ അല്ലാഹ് (അല്ലാഹു നിശ്ചയിച്ചാൽ) അത് നിങ്ങളുടെ ഈ ദേശത്തെ നിലനിൽപ്പ് അവസാനിപ്പിക്കും. നിങ്ങ

68. "Ahmedabad blasts: the usual suspects" Pra\een Swami, *The Hindu* 2008 August 1.

ളുടെ (ഹിന്ദുക്കളുടെ) 33 കോടി വൃത്തികെട്ട കളിമൺ വിഗ്രഹങ്ങളും രാമന്റെയും കൃഷ്ണന്റെയും ഹനുമാന്റെയും നഗ്നവും ബധിരവും അന്ധവും ആയ വിഗ്രഹങ്ങളുടെ പാഷണ്ഡതയും ഒന്നും തന്നെ ഞങ്ങളുടെ കൈകൾ നിങ്ങളുടെ കണ്ഠങ്ങളെ വെട്ടിമുറിക്കുന്നതിൽ നിന്നും തടയുകയില്ല. (ഹിന്ദുക്കൾ അവരുടെ മനോഭാവം മാറ്റിയില്ലെങ്കിൽ) മറ്റൊരു ഗോറി നിങ്ങളുടെ അടിത്തറയിളക്കും; മറ്റൊരു ഗസ്നവി നിങ്ങളെ കൊന്നൊടുക്കും; നിങ്ങളുടെ രക്തത്തെ ലോകത്തിലെ ഏറ്റവും വിലകുറഞ്ഞ വസ്തുവാക്കും.[69]

നിഷേധിക്കാനാവാത്ത ഒരു വസ്തുത നിലനിൽക്കുന്നുണ്ട്.

കൂട്ടക്കൊലകളിൽ വ്യഥിതരും വിവേചനങ്ങളാൽ പ്രകോപിതരുമായ ചില മുസ്ലിം യുവാക്കൾ ജിഹാദിസത്തെ തങ്ങളുടെ മുമ്പിലുള്ള ഏകമാർഗമായി കാണുന്നു. ദേവ്ബന്ദി ഉലമകളുടെ സംഘടന അടുത്ത കാലത്ത് വലിയ സമ്മേളനം സംഘടിപ്പിച്ച് മതത്തിന്റെ പേരിലുള്ള ഭീകരപ്രവർത്തനങ്ങളെ തള്ളിപ്പറഞ്ഞത് സ്വാഗതാർഹമായ കാര്യമാണ്. പക്ഷേ, അർഥപൂർണമായ ഒരു മുസ്ലിം രാഷ്ട്രീയം ഉരുത്തിരിഞ്ഞു വരേണ്ടതുണ്ട്.

വേണം വിമോചന ജിഹാദ്

വിമോചന ജിഹാദിനെക്കുറിച്ച് മുൻ അധ്യായത്തിൽ ചർച്ച ചെയ്തു. ഇന്ത്യയിലെ മുസ്ലിങ്ങൾ വ്യക്തമായ രാഷ്ട്രീയത്തിന്റെ അടിസ്ഥാനത്തിൽ ഇന്ത്യയിലെ വർഗീയഫാസിസത്തിനെതിരെയും സാമ്രാജ്യത്വത്തിനെതിരെയും പോരാടിക്കൊണ്ടിരിക്കുന്ന ഇടതുപക്ഷ ശക്തികളോടൊപ്പം ചേർന്ന് വിമോചന ജിഹാദിന് തയാറാകണം. ഇന്ത്യയിൽ മുസ്ലിം രാഷ്ട്രീയം ഉരുത്തിരിയേണ്ടതിന്റെ ആവശ്യകതയെക്കുറിച്ച് പണ്ഡിതനായ പ്രതാപ് ഭാനു മേത്ത പറയുന്നു.

ഈ ഘട്ടത്തിൽ മുസ്ലിം രാഷ്ട്രീയത്തെയും അതിന്റെ ധർമസങ്കടങ്ങളെയും കുറിച്ച് ചർച്ച ചെയ്യുന്നത് ധാർഷ്ട്യമാണെന്ന് തോന്നിയേക്കാം. ഒരു മുസ്ലിം ആയിരിക്കുന്നതു തന്നെ ഇന്ത്യയെന്ന രാഷ്ട്രത്തിന്റെ ഉല്ലംഘനമാണെന്ന് ചിലർ കരുതുന്നതും ഗവൺമെന്റ് ജീവനും സ്വത്തിനും സംരക്ഷണം നൽകണമെന്ന അടിസ്ഥാന കടമ നിർവഹിക്കാത്തതും ആയ സാഹചര്യത്തിൽ മുസ്ലിം രാഷ്ട്രീയത്തെക്കുറിച്ച് പറയുന്നത് ക്രൂരമായ ഫലിതമാണെന്ന് തോന്നും. പക്ഷേ, മുസ്ലിങ്ങളുടെയും - മുഴുവൻ ഇന്ത്യക്കാരുടെയും - താൽപ്പര്യങ്ങൾക്കു വിരുദ്ധമായ ശക്തികളെ പരാജയപ്പെടുത്തുവാൻ തത്വങ്ങളും വീണ്ടുവിചാരങ്ങളും സംശ്ലേഷിക്കുന്ന ഒരു രാഷ്ട്രീയഭാവന മുസ്ലിങ്ങൾക്ക് ആവശ്യമാണ്. പല കാരണങ്ങ

69. Ibid

ളാലും ഇന്ത്യാവിഭജനത്തിനു ശേഷം അർഥപൂർണമായ ഒരു മുസ്ലിം രാഷ്ട്രീയം ഉരുത്തിരിഞ്ഞില്ലെന്നുള്ളത് ദുഃഖസത്യമാണ്.[70]

അർഥപൂർണമായ ഒരു മുസ്ലിം രാഷ്ട്രീയം ഇന്ത്യയിൽ ഉരുത്തിരിഞ്ഞു വരാത്തതിന് ബാഹ്യവും ആന്തരികവുമായ കാരണങ്ങളുണ്ട്. ബാഹ്യമായ കാരണങ്ങൾ സ്വതന്ത്ര ഇന്ത്യയിൽ മുസ്ലിം ന്യൂനപക്ഷത്തെ വോട്ടുബാങ്കായി മാത്രം കാണുക എന്ന വികലമായ ഭരണവർഗനയങ്ങളിൽ നിന്ന് ഉദ്ഭവിച്ചവയാണ്. ആന്തരിക കാരണങ്ങൾ മുസ്ലിം സമുദായത്തിലെ യാഥാസ്ഥിതികത്വവും മുസ്ലിം വരേണ്യരുടെ നിസംഗതയുമാണ്. ഇന്ത്യയിൽ വർഗീയ ഫാസിസം മേധാവിത്വം സ്ഥാപിക്കാൻ ശ്രമിക്കുന്ന സാഹചര്യത്തിൽ ഫാസിസത്തിനെതിരെ വിശാലമായ ഐക്യമുന്നണി എന്ന കമ്യൂണിസ്റ്റ് തത്വം അംഗീകരിച്ചുകൊണ്ട് വിമോചന ജിഹാദിന്റെ മാർഗം സ്വീകരിക്കുകയല്ലാതെ ഇന്ത്യയിലെ മുസ്ലിം സമുദായത്തിന്റെ മുമ്പിൽ കുറുക്കുവഴികളൊന്നുമില്ല. ഇടതുപക്ഷവുമായി വർഗീയ ഫാസിസത്തിനെതിരെ യോജിച്ച പ്രക്ഷോഭത്തിന് മുസ്ലിം സമുദായം സന്നദ്ധമായാൽ നിഷ്ഫലവും സമുദായത്തിനാകെ കളങ്കം ചാർത്തുന്നതുമായ ഭീകരപ്രവർത്തനങ്ങളുടെ നിഷ്ഫലത അതിലേർപ്പെട്ടിരിക്കുന്നവർക്ക് ബോധ്യപ്പെടാൻ സഹായകമാവുകയും ചെയ്യും. ചാർത്തുന്നതുമായ ഭീകരപ്രവർത്തനങ്ങളുടെ നിഷ്ഫലത അതിലേർപ്പെട്ടിരിക്കുന്നവർക്ക് ബോധ്യപ്പെടാൻ സഹായകമാവുകയും ചെയ്യും.

70. "Secularism and the Identity Trap" by Pratap Bhanu Mehta in *Will Secular India Survive?* edited by Mushirul Hasan, (2004) page 81, 82

BIBLIOGRAPHY

1. *A History of Medieval Islam* by J J Saunders
2. *A History of Western philosophy* by Bertrand Russell
3. *Arabic Thought in the Liberal Age, 1798-1939* by Albert Hourani
4. *Anti - Semitism: Its History and Causes* by Bernard Lazare
5. *Anti - Semitic Stereotypes Without Jews: Images of the Jews in England 1290-1700* by Glassman, David
6. *An Introduction to Shi i Islam: The History and Doctrine of Twelver Islam by* Moojan Momen.
7. *Concise History of the Middle East* by Arthur Goldschmidt
8. *Communal riots in India - A Chronology (1947-2003)* by B Rajeshwari
9. *Demolishing Myths or Mosques and Temples* Edited by Sunil Kumar
10. *Europe and Middle East* by Albert Hourani
11. *Europe and Mystique of Islam* by Maxim Rodinson
12. *Good Muslim Bad Muslim* by Mahmood Mamdani
13. *Global Flash Points- Socialist Register 2008* Edited by Leo Panitch and colin Leys
14. *Globalisation, Democracy and Terrorism* by Eric Hobsbawm
15. *God's Crucible: Islam and the Making of Europe* by David Lewis
16. *History of Islamic Societies* by I M Lapidus

17. *History of medieval India from 647 AD to the Mughal conquest* by Ishwari Prassad
18. *History of the Arabs* by Philip K Hitti
19. *Holy War Incorporated : Inside The Secret World of Osama Bin Laden* by Peter L Bergen
20. *History of the Modern Iran* by Ervand Abrahamian
21. *History of the Jahangir* by Beni Prasad
22. *Islam: The Straight Path* by John L Esposito
23. *Islam and Integration of Society* by W Montgomery Watt
24. *Islam Surveys - Islamic Philosophy and Theology* by W Montgom ery Watt
25. *Islam and Mammon - The Economic Predicaments of Islam* by Tmur Kuran
26. *Iran : Illusion of Power* by Robert Graham
27. *Iran Between Two Revolutions* by Ervand Abrahamian
28. *Islamic Eduction, Diversity, and National Identity* Edited by Jan-Peter Hartung and Helmut Refeld
29. *Islam and Jihad* by A G Noorani
30. *Islam: The Straight Path* by John L Esposito
31. *Influence of Islam on Indian Culture* by Tara Chand
32. *Jihad* By Gilles Kepel, Anthony F Roberts
33. *Jihad:Origin of Holy War in Islam* by Reuven Firestone
34. *Looming Tower: Al Qaeda and the Road to 9/11* by Lawrence Wright
35. *Modern Islamic Political Thought* by H Enayath
36. *Max Weber & Islam* by Toby E Huff, Wolfgang Schluchter
37. *Muslim Discovery of Europe* by Bernard Lewis
38. *Mind Over Matter* (Thoolika Books 2009) Edited by D N Jha, Euginia Vanina
39. *Muhammad at Mecca* by W Montgomery Watt
40. *Muhammad at Medina* by W Montgomery Watt
41. *Nations and Nationalism Since 1780: Programme, Myth, Reality* by Eric J Hobsbawm
42. *Political Theory and Institutions* of the Khawarij by E A Salem
43. *Pioneers of Islamic Revival* Edited by Ali Rehnema
44. *Partisans of Allah-Jihad in South Asia* by Ayesha Jalal
45. *Peasant Struggles in India*, Edited by A R Desai

46. *Religious Process: The Puranas and the Making of a Regional Tradition* by Kunal Chakraborti
47. *Rome and Jerusalem: The Clash of Ancient Civilizations* by Martin Goodman
48. *Salvation and Liberation: In Search of a Balance Between Faith and Politics* by Leonardo Boff And Clodvis Boff
49. *Somanatha* by Romila Thaper
50. *The Islamic Threat-Myth or Reality?* by John L Esposito
51. *The Oxford History of the Crusades* by Riley-Smith, Jonathan
52. *The Sociology of Religion* by George Lundskow
53. *The Age of Empire* by Eric Hobsbawm
54. *The Battle For God* by Karen Armstrong
55. *Towards Understanding Islam* by Mawdudi
56. *The Society of the Muslim Brothers* by Richard Mitchel
57. *The Israeli-Palestininian Conflict* by Stewart Ross
58. *Terrorism : The New World Disorder* by Nicholas Fotion
59. *The History of Zionism* by Walter Laqueur
60. *The New Terrorism : Fanaticism and the Arms of Mass Destruction* by Walter Laqueur.
61. *The Making of The Modern Near East* 1792-1923 by Yapp
62. *The End of Peace Process: Oslo and After* by Edward Said
63. ഇന്ത്യൻ സ്വാതന്ത്ര്യസമര ചരിത്രം: ഇ എം എസ് നമ്പൂതിരിപ്പാട്
64. *The Price of Liberty: The Tragedy of Afghanistan* by Sayed Qasim Reshtya, Bardi Editore and Roma Italy
65. *The New Great Game: Blood And Oil In Central Asia* by Lutz Kleveman
66. *The Communal Problem* National Book Trust
67. The Indian Theogony by Sukumari Bhattacharji
68. *The Origin of Islam In Its Christian Enviornment : The Gunning Lectures* by Richard Bell
69. *The Origins of the Islamic State by Baladhuri*, translated from Arabic by Philip K Hitty
70. *The Jews of Islam* by Bernard Lewis
71. The Israeli-Palestininian Conflict by Stewart Ross
72. *The History of Zionism* by Walter Laqueur
73. *The Making of the Modern Near East 1792-1923* by M E Yapp
74. The Birth of the Palestinian Refugee Problem Revosoted by Benny Morris

75. *The Price of Liberty : The Tragedy of Afghanistan* by Sayed Qasim Reshtya, Bardi Editore and Roma Italy
76. *The New Great Game : Blood And Oil In Central Asia* by Lutz Kleveman
77. *The History of Medieval Hindu India* by C V Vaidya 3 Vol umes
78. *The Continent of Circe* by Nirad C Chaudhari
79. *Unholy War* By John L. Esposito
80. *What Everyone Needs to Know About Islam* by John L Esposito
81. *Will Secular India Survive?* Edited by Mushirul Hasan.

www.ingramcontent.com/pod-product-compliance
Lightning Source LLC
LaVergne TN
LVHW100420051026
849518LV00004B/1339

* 9 7 8 8 1 9 2 1 5 9 7 0 6 *